டான் பிரவுன்

டேனியல் பிரவுன் எனப்படும் டான் பிரவுன் 1964ஆம் ஆண்டு ஜுன் மாதம் 22ஆம் தேதி அமெரிக்காவின் நியூ அம்ஸ்பியரில் பிறந்தார். அவரின் தந்தை ஒரு கணித ஆசிரியர். தாயார் தேவாலயத்தில் பியானோ வாசிப்பவர். ஆங்கிலத்தை தாய்மொழியாகக் கொண்ட அவர் கிருத்துவராகப் பிறந்து வளர்ந்தவர். எனினும் பிற்பாடு அதிலிருந்து விலகி இதுகாறும் புதிய மதமொன்றைத் தேடுகிறார்.

கல்லூரியில் பட்டம் பெற்ற பின் குழந்தைகளுக்கான ஒளிப்பதிவு நாடாவொன்றை வெளியிட்டார். ஆனால் அவை அவர் எதிர்பார்த்தது போல் மக்களிடம் போய்ச் சேரவில்லை. 1991 ஆம் ஆண்டு ஹாலிவுட்டுக்குச் சென்ற அவர் பாடல் ஆசிரியராகவும், பாடகராகவும், பியானோ கலைஞராகவும் பணியாற்ற வேலை தேடினார். அதுசமயம் தன் வாழ்வாதாரத்திற்காக பள்ளியொன்றில் ஆசிரியராகப் பணிபுரிந்தார். அவர் சினிமா பாடலாசிரியருக்கான நேஷனல் அகாதமியில் உறுப்பினராகி அதன் பல்வேறு நிகழ்வுகளில் பங்கு கொண்டார்.

அப்போது அந்நேஷனல் அகாதமியின் டைரக்டரான பிளித்தி நியூலன் என்பவரைக் காதலித்து மணந்து கொண்டார். அவரின் முதல் நாவலான *Digital Fortress* -யை 1998இல் வெளியிட்டார். அதன் பின்னர் வெளியானவை *Deception Point* மற்றும் *Angles And Demons*. இம்மூன்று நாவல்களுமே மிகக்குறைந்த அளவே விற்பனையாகின.

ஆனால் அதன் பின்னர் அவர் வெளியிட்ட அவரின் நான்காவது நாவலான டாவின்சி கோட் அவரை உலகளாவிய புகழுக்குக் கொண்டு சென்றது. 70க்கும் மேற்பட்ட மொழிகளில் மொழிபெயர்க்கப்பட்டுள்ள இந்நாவல்

இதுவரை கிட்டத்தட்ட 20 கோடி பிரதிகளுக்கும் மேல் விற்பனையாகியுள்ளது.

அவரின் சமீபத்திய நாவல் ஆரிஜின். இது உலகின் அதிகம் விற்பனையாகியுள்ள புத்தகங்களின் பட்டியலில் தொடர்ந்து இடம் பெற்றுவருகிறது.

டான் பிரவுனுக்கு சிறுவயது முதலே கணிதம், குறுக்கு மற்றும் முறைமாற்றி வார்த்தைகளின் அர்த்தங்கள் மற்றும் ஆழப் பொருள் பொதிந்த புதிர்கள் இவற்றின் உண்மையான அர்த்தங்களை விடுவிப்பதில் ஆர்வம் அதிகம். இந்த ஆர்வமே டாவின்சி கோட் நாவலில் வெளிப்பட்டது. தவிர தன் வாழ்வில் சந்தித்த மனிதர்களையே தன் நாவலின் பாத்திரங்களாகப் படைத்திருக்கிறார். இவர் தற்போது தன் மனைவி பிளித்தியுடன் நியூ இங்கிலாந்தில் வசித்து வருகிறார்.

ஆரிஜின்

டான் பிரவுன்

எதிர் வெளியீடு

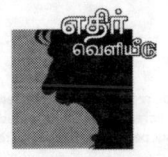

ஆரிஜின்
டான் பிரவுன்
தமிழில்: இரா.செந்தில்

முதல் பதிப்பு: டிசம்பர் 2018
இரண்டாம் பதிப்பு: ஜூலை 2021

எதிர் வெளியீடு,
96, நியூ ஸ்கீம் ரோடு, பொள்ளாச்சி - 642 002
தொலைபேசி: 04259-226012, 99425 11302

விலை: ரூ. 750

Origin
Dan Brown

Translated by: R. Senthil
Copyright © Dan Brown

This edition was Published by arrangement with
SANFORD J. GREENBURGER ASSOCIATES, INC., USA
Tamil Edition Copyright © with Ethir Veliyeedu.

First Edition: December 2018
Second Edition: July 2021

Published by
Ethir Veliyeedu, 96, New Scheme Road, Pollachi - 642 002
email: ethirveliyedu@gmail.com
www.ethirveliyedu.in

Cover Design: Vijayan
ISBN : 978-93-87333-42-0
Printed at Jothy Enterprises, Chennai.

All rights reserved. No part of this book may be reprinted or reproduced or utilised in any form or by any electronic, mechanical or other means, now known or hereafter invented, including photocopying and recording, or in any information storage or retrieval system, without permission in writing from the Publisher.

என் அம்மாவின் நினைவாக . . .

நம்முடைய திட்டமிட்ட வாழ்க்கையில் இருந்து வெளியேற்றிக் கொள்ளும் உளத்துணிவு கொண்டவர்களாக நாம் இருக்க வேண்டும். அப்போதுதான் நமக்காகக் காத்திருக்கும் வாழ்க்கையை நம்மால் வாழ முடியும்.

– ஜோசப் கேம்ப்பல்

நிஜம்

இந்த நாவலில் குறிப்பிடப்பட்டிருக்கும் ஓவியம், கட்டடக்கலை, இடங்கள், அறிவியல், மற்றும் மதம்சார் அமைப்புகள் அனைத்தும் உண்மையானவையே.

முன்னதாக

அந்தப் பழங்கால பற்சக்கர ரயில் தலைசுற்றவைக்கும் சரிவில் இறுகப் பற்றிக்கொண்டு மேலே ஏறிக்கொண்டிருக்கையில் தனக்கு மேலே இருந்த ஒழுங்கற்ற மலைச்சிகரத்தை ஆராய்ந்து கொண்டிருந்தான் எட்மண்ட் கிர்ஷ். தொலைவில், ஒரு சரிவான விளிம்பிற்குள்ளாக கட்டப்பட்டிருந்த கல்லால் ஆன ஒரு பெரிய துறவி மடமானது அந்த செங்குத்துப் பாறையோடு மாயாதீதமாக இணைந்துவிட்டதைப் போன்று அந்தரத்தில் தொங்கிக் கொண்டிருப்பதைப்போல் காணப்பட்டது.

ஸ்பெயின், கேடலோனியாவில் உள்ள இந்தக் காலவரம்பற்ற புனிதத் தலமானது நான்கு நூற்றாண்டுகளுக்கும் மேலாக இடைவிடாத புவியீர்ப்பு விசையின் இழுப்பைத் தாங்கிக்கொண்டு தன்னுடைய அசல் நோக்கத்தில் இருந்து விலகியதே இல்லை: அந்த நோக்கம், தன்னிடத்தில் குடிபுகுந்தவர்களை நவீன உலகத்திடம் இருந்து பிரித்து வைப்பது.

இதில் நகைமுரண் என்னவென்றால், இப்போது உண்மையை முதலில் தெரிந்துகொள்ளப்போவதே இவர்கள்தான் என்று நினைத்துக்கொண்ட கிர்ஷ், அவர்கள் எப்படி எதிர்வினையாற்றப் போகிறார்களோ என்று வியந்தான். வரலாற்றுரீதியாகவே சாமியார்கள்தான், குறிப்பாக, அவர்களுடைய கடவுளர்களுக்கு அச்சுறுத்தல் நேரும்போது, இந்தப் பூமியில் மிகவும் ஆபத்தானவர்களாக இருந்து வந்திருக்கிறார்கள். நான் ஒரு குளவிக்கூட்டில் பற்றியெரியும் ஈட்டியைச் சொருக இருக்கிறேன்.

அந்த ரயில் மலையுச்சியை அடைந்ததும் ஒரு தனிமையான உருவம் தனக்காக நடைமேடையில் காத்துக் கொண்டிருப்பதைக் கண்டான் கிர்ஷ். அந்த மனிதரின் மெலிந்த உருவத்தைப் பாரம்பரிய கத்தோலிக்கக் கருஞ்சிவப்பு நிற அங்கியும், வெண்ணிற மேலங்கியும், தலையில் வட்ட வடிவத் தொப்பியும் அலங்கரித்திருந்தது. தன்னுடைய விருந்துபசரிப்பாளரின் மெலிந்த உடற்கூறுகளை புகைப்படத்தின் வழியாக அடையாளம் கண்டுகொண்ட கிர்ஷ் எதிர்பாராத வகையில் தன்னுடைய அட்ரினலின் அதிகரிப்பதை உணர்ந்தான்.

வால்டஸ்பினோவே என்னைத் தனிப்பட்ட முறையில் வரவேற்கிறார்.

ஸ்பெயினில், பிஷப் அண்டோனியோ வால்டஸ்பினோ ஒரு அதிகாரம் வாய்ந்த மனிதர் - அரசருக்கு நம்பிக்கையான நண்பரும் ஆலோசகராகவும் மட்டுமல்லாது நாட்டின் பழமைவாத கத்தோலிக்க மதிப்பீடுகளையும், பாரம்பரிய அரசியல் நிலைப்பாடுகளையும் காப்பாற்றுவதற்காக மிகவும் வெளிப்படையாகப் பேசக்கூடியவராகவும், அதற்குச் செல்வாக்கு மிகுந்த ஆதரவாளராகவும் இருப்பவர்.

"எட்மண்ட் கிர்ஷ், சரியாகத்தானே சொல்கிறேன்?" கிர்ஷ் ரயிலை விட்டு இறங்கியபோது அந்த பிஷப் ஆராதனையாகக் கூறினார்.

"கண்டுபிடித்துவிட்டீர்களே" என்று தன்னுடைய வரவேற்பாளரின் மெலிந்த கையைக் குலுக்கியபோது புன்னகைத்தபடியே கூறினான் கிர்ஷ். "பிஷப் வால்டஸ்பினோ, இந்தச் சந்திப்பிற்கு ஏற்பாடு செய்தமைக்காக நான் உங்களுக்கு நன்றி கூறியே ஆகவேண்டும்."

"அதை நீங்களே வேண்டிக் கேட்டதை நான் பாராட்டுகிறேன்." அந்த பிஷப்பின் குரல் கிர்ஷ் எதிர்பார்த்ததைவிடத் தெளிவாகவும், ஊடுருவக்கூடியதாகவும், மணியோசையைப் போல் கனீரென்றும் இருந்தது. "நாங்கள் எப்போதுமே அறிவியலாளர்களுடன், குறிப்பாக உங்களைப் போன்று புகழ் பெற்றவர்களுடன் ஆலோசிப்பதே இல்லை. இந்தப் பக்கமாகப் போகலாம் வாருங்கள்."

நடைமேடையைத் தாண்டி கிர்ஷுக்கு வால்டஸ்பினோ வழிகாட்டுகையில் குளிர்ச்சியான மலைக்காற்று அந்த பிஷப்பின் அங்கியை அசைந்தாடச் செய்தது.

“நான் இதைச் சொல்லியே ஆகவேண்டும்” என்றார் வால்டஸ்பினோ. “நான் நினைத்ததைவிட நீங்கள் வித்தியாசமாக இருக்கிறீர்கள். நான் ஒரு அறிவியலாளரைத்தான் எதிர்பார்த்தேன், ஆனால் நீங்களோ...” அவர் தன்னுடைய விருந்தாளியின் கைட்டன் கே50 உடையிலும், பார்கர் ஆஸ்ட்ரிச் ஷூக்களிலும் கண்வைத்து ஏமாற்றத்தை வெளிப்படுத்தினார். “ ‘ஹிப்’ அதுதான் அதற்கான வார்த்தை என்று நினைக்கிறேன்?”

கிர்ஷ் தன்மையாகப் புன்னகைத்தான். “ஹிப்” என்ற வார்த்தை பல பத்தாண்டுகளுக்கு முன்னரே வழக்கொழிந்து போய்விட்டது.

“உங்களுடைய சாதனைப் பட்டியலைப் படித்ததில் இன்னும்கூட நீங்கள் என்னதான் செய்துகொண்டிருக்கிறீர்கள் என்பதை என்னால் உறுதிப்படுத்திக்கொள்ள முடியவில்லை” என்றார் அந்த பிஷப்.

“நான் கேம் தியரி மற்றும் கம்ப்யூட்டர் மாடலிங்கில் நிபுணத்துவம் பெற்றிருக்கிறேன்.”

“அப்படியென்றால் நீங்கள் குழந்தைகள் விளையாடுவதற்கான கம்ப்யூட்டர் கேம்களை உருவாக்குகிறீர்களா?”

விசித்திரமாக நடந்துகொள்வதற்காக இந்த பிஷப் வேண்டுமென்றே ஏதும் அறியாதவர்போல் பாவனை செய்கிறார் என்பதை கிர்ஷ் உணர்ந்துகொண்டான். மிகவும் துல்லியமாகச் சொல்லவேண்டும் என்றால், வால்டஸ்பினோ மிக பயங்கரமான ஒரு தொழில்நுட்ப மாணவர் என்பதுடன் அதன் ஆபத்துகளைப் பற்றி மற்றவர்களை எச்சரிக்கக்கூடியவர் என்பதும் கிர்ஷுக்குத் தெரியும். “இல்லை சார், உண்மையில் கேம் தியரி என்பது எதிர்காலத்தைப் பற்றி முன்னூகிக்கக்கூடிய வகையில் முன்மாதிரிகளை ஆய்வு செய்யும் ஒரு கணிதவியல் துறை.”

“ஓ ஆமாம், ஐரோப்பியப் பணமதிப்புக் குழப்பத்தைப் பற்றி நீங்கள் முன்னூகித்திருந்ததை நான் படித்திருப்பதாக நினைக்கிறேன்? யாருமே கேட்கவில்லை என்றபோதும் ஐரோப்பிய யூனியனை சாவிலிருந்து காப்பாற்றும் ஒரு கம்ப்யூட்டர் புரோகிராமை உருவாக்கினீர்கள். உங்களுடைய பிரபலமான மேற்கோள் என்ன? ‘முப்பத்து மூன்று வயதாகும் எனக்கு, கிறிஸ்து தன்னுடைய உயிர்த்தெழுதலை நிகழ்த்தியபோது அவருக்கு இருந்த வயதுதான்.’ என்பதுதானே.”

கிர்ஷ் வெட்கப்பட்டான், "இது மோசமான ஒப்புமை, மாண்புமிக்கவரே. நான் இளைஞன்தான்."

"இளைஞனா?" பிஷப் நகைத்துக்கொண்டார். "இப்போது உங்களுக்கு என்ன வயதாகிறது. . . நாற்பது இருக்குமா?"

"கொஞ்சம்."

வலுவான காற்று அவருடைய மேலங்கியை விடாமல் அசைந்தாடச் செய்கையில் அந்தக் கிழவர் புன்னகைத்தார். "சரி, பொறுத்தார் பூமியாள்வார் என்பார்கள், ஆனால் அதற்குப் பதிலாக, தங்களுடைய சொந்த ஆன்மாக்களையே விட்டுவிட்டு வீடியோத் திரைகளையே முறைத்துப் பார்த்துக் கொண்டிருக்கும் தொழில்நுட்பப் பற்றுள்ள இளைஞர் வசம் சென்றுவிட்டதே. நான் ஒப்புக்கொள்கிறேன், தாக்குதலை முன்னெடுத்துச் செல்லும் இளைஞனைச் சந்திப்பதற்கான காரணம் எனக்கிருக்கும் என்பதை நான் கற்பனைகூட செய்து பார்த்ததில்லை. உங்களுக்குத் தெரியுமா, உங்களைத் தீர்க்கதரிசி என்கிறார்கள்."

"உங்களைப் பொறுத்தவரை அது சிறந்த விஷயமில்லையே, மேன்மைக்குரியவரே" என்றான் கிர்ஷ். "உங்களையும், உங்கள் சக தோழர்களையும் நான் தனிப்பட்ட முறையில் சந்திக்க முடியுமா என்று கேட்டபோது அதை நீங்கள் ஏற்றுக்கொள்ள இருபது சதவிகித வாய்ப்பு மட்டுமே இருக்கும் என்று கணக்கிட்டிருந்தேன்."

"நான் என்னுடைய சக தோழர்களிடம் சொல்வது போன்றுதான், பக்தியுள்ளவர் எப்போதுமே நம்பிக்கையற்றவர்களை கவனிப்பதில் இருந்தே பலன்பெற முடியும். சாத்தானின் குரலைக் கேட்பதில்தான் நாம் சிறந்த முறையில் இறைவனின் குரலை ஆராதிப்பதும் அடங்கியிருக்கிறது" என்றபடி அந்தக் கிழவர் புன்னகைத்தார். "நான் தமாஷ்தான் செய்தேன். என்னுடைய பழமையாகிப்போன நகைச்சுவை உணர்வை மன்னிக்க வேண்டும். என்னுடைய சிந்தனைத்திறனே சிலபோது என்னைக் காலை வாரிவிடும்."

அத்துடன், பிஷப் வால்டஸ்பினோ முன்னோக்கி நகர்ந்தார். "மற்றவர்கள் காத்திருக்கிறார்கள். இப்படிப் போகலாம்."

தாங்கள் போகவேண்டிய இடத்தின் மீது கண்வைத்தான் கிர்ஷ். ஆயிரக்கணக்கான அடிகள் கீழே வனாந்திரமான

மலையடிவாரத்தில் மரங்களால் அடர்த்தியாகப் பின்னப்பட்ட காட்சிக்குள் மூழ்கியிருக்கும் ஒரு செங்குத்தான மலைமுகட்டின் முனையில் ஒரு பிரமாண்டமான பழுப்புப் பாறையால் ஆன கோட்டை அமர்ந்திருந்தது. அதன் உயரத்தால் துணுக்குற்ற கிர்ஷ் கீழே பாதாளத்தில் இருந்து தன் கண்களை விலக்கிக்கொண்டு சமநிலையற்ற மலைமுகட்டுப் பாதையில் அந்த பிஷப்பை பின்தொடர்ந்து செல்கையில், நடக்கப்போகும் கூட்டத்தை நோக்கி தன்னுடைய எண்ணங்களைத் திருப்பினான்.

கிர்ஷ் தன்னுடைய பார்வையாளர்களாக, மூன்று முக்கியத்துவம் வாய்ந்த மதத் தலைவர்களுக்கு வேண்டுகோள் விடுத்திருந்தான். அவர்கள் அப்போதுதான் அங்கே ஒரு கூட்டத்தில் கலந்துகொண்டு வந்திருந்தனர். அந்த இடம்:

உலக மதங்களின் பாராளுமன்றம்

1893-ஆம் ஆண்டில் இருந்தே ஏறக்குறைய முப்பது உலக மதங்களைச் சேர்ந்த நூற்றுக்கணக்கான ஆன்மீகத் தலைவர்கள் ஒவ்வொரு சில வருடங்களுக்கும் ஒருமுறை பல்வேறு இடங்களில் ஒன்றுகூடி ஒன்றுக்குள் ஒன்றான இறைநம்பிக்கை குறித்த உரையாடலில் ஒருவார காலத்தைச் செலவிட்டு வந்தனர். இதில் பங்கேற்பவர்களில் பரந்த அளவில் செல்வாக்கு மிகுந்த கிறிஸ்துவ மதகுருமார்கள், யூத ரபைக்கள் மற்றும் இஸ்லாமிய முல்லாக்கள் உட்பட உலகம் முழுவதிலும் உள்ள ஹிந்து பூசாரிகள், புத்த பிக்குகள், ஜைனர்கள், சீக்கியர்கள் என மற்றும் பலர் அடங்குவர்.

இந்தப் பாராளுமன்றத்தின் சுய-பிரகடன நோக்கம் என்னவென்றால் "உலக மதங்களுக்கிடையில் ஒத்திசைவு ஏற்படுத்துவது, பரவலான ஆன்மீகங்களுக்கிடையே பாலம் அமைப்பது மற்றும் எல்லாவித இறை நம்பிக்கைகளின் உட்பிரிவுகளையும் கொண்டாடுவது."

இதை ஒரு வெற்றுப்பயிற்சியாக - புராதானப் புனைவுகள், நீதிக்கதைகள் மற்றும் புராணீகங்களின் தாறுமாறான கதம்பங்களுக்கிடையில் உள்ள தற்போக்கான தொடர்புப் புள்ளிகளை நோக்கிய ஓர் அர்த்தமற்ற தேடலாகப் - பார்த்தபோதிலும் ஒரு மேன்மை பொருந்திய தேடல் என்றுதான் கிர்ஷ் நினைத்தான்.

பாதைவழி நெடுகிலும் பிஷப் வால்டஸ்பினோ வழிகாட்டிக் கொண்டிருக்கையில் ஓர் ஏளனமான சிந்தனையுடன் மலைச்சரிவை

உற்றுப் பார்த்தான் கிர்ஷ். கடவுளின் வார்த்தையை ஏற்பதற்கு மோசஸ் மலையேறினார் ... நானோ அதற்கு நேர்மாறானதைச் செய்வதற்காக மலையேறிக் கொண்டிருக்கிறேன்.

கிர்ஷ் இந்த மலையில் ஏறிக்கொண்டிருப்பதற்கான நோக்கம் அறம்சார்ந்த கடமைகளுள் ஒன்று என அவன் தனக்குத்தானே சொல்லிக் கொண்டான். ஆனால், தன்னுடைய அதிகப்படியான இறுமாப்புதான் இந்த வருகைக்கு உந்துதல் அளித்திருக்கிறது என்பதையும் அவன் அறிவான் - இந்த மதகுருமார்களுடன் நேருக்கு நேர் அமர்ந்து அவர்களுடைய நெருங்கிவரும் அழிவை முன்கூறும் சுய-திருப்தியை உணர அவன் மிகுந்த ஆவல் கொண்டிருந்தான்.

நம்முடைய உண்மையை வரையறுத்துக்கொள்ளவே விரைந்து கொண்டிருக்கிறீர்கள்.

"நான் உங்களுடைய சுய-விவரத்தைப் பார்த்தேன்" என்று கிர்ஷைப் பார்த்தபடியே சட்டென்று கூறினார் அந்த பிஷப். "உங்களை ஒரு ஹார்வார்ட் பல்கலைக்கழக தயாரிப்பாகவே பார்க்கிறேன்?"

"ஆமாம். இளநிலைப் படிப்பு."

"அப்படியா. ஹார்வார்ட் வரலாற்றிலேயே முதல்முறையாக, எந்த ஒரு மதத்தையும் பின்பற்றுகிறவர்களாக தங்களை அடையாளப்படுத்திக் கொள்வதைக் காட்டிலும் அதிகப்படியான அளவில் நாத்திகர்களும் கடவுள் மறுப்பாளர்களும் அடங்கிய மாணவர் குழுக்கள்தான் உள்ளே வருகிறார்கள் என்று சமீபத்தில்தான் படித்தேன். இது நிச்சயம் ஒரு குறிப்பிடும்படியான புள்ளிவிவரம்தான் மிஸ்டர். கிர்ஷ்."

உங்களுக்கு நான் என்ன சொல்ல, நம்முடைய மாணவர்கள் தொடர்ந்து புத்திசாலியாகி வருகிறார்கள் என்றுதான் கிர்ஷ் பதில் சொல்ல விரும்பினான்.

அந்தப் புராதான கல் மாளிகைக்கு அவர்கள் வந்துசேர்ந்தபோது காற்று பலமாக வீசியடித்தது. அந்தக் கட்டடத்தின் நுழைவாயிலில் மங்கிய வெளிச்சத்திற்குள்ளாக எரிந்து கொண்டிருக்கும் மரப்பிசினின் கெட்டியான நறுமணத்தால் காற்றும் கனத்துப் போயிருந்தது. அவர்கள் இருவரும் இருளார்ந்த நடைக்கூடங்களின் சிக்கலான

சுற்றுப்பாதைகளின் வழியாக வளைந்து நெளிந்து சென்றனர். கிர்ஷின் கண்களோ மூடிமறைக்கப்பட்ட தன்னுடைய விருந்துபசரிப்பாளரை பின்பற்றிச் செல்கையில் தன்னைச் சரிசெய்துகொள்ள போராடின. இறுதியில், அவர்கள் ஒரு வழக்கத்திற்கு மாறான வகையில் சிறியதாக இருந்த மரக்கதவிற்கு வந்துசேர்ந்தனர். பிஷப் கதவைத் தட்டிவிட்டு, தள்ளித் திறந்து உள்ளே நுழைந்து பின் தன்னைப் பின்தொடரும்படி தன் விருந்தாளிக்கு சைகை காட்டினார்.

நிச்சயமற்றவாறு கிர்ஷ் அந்தப் பாதைவழியில் காலடி எடுத்து வைத்தான்.

புராதான தோல்-உறையிடப்பட்ட பெரிய புத்தகங்களால் நிரம்பி விரிந்திருக்கும் உயர்ந்த சுவர்களால் ஆன செவ்வக வடிவ அறைக்குள் தான் இருப்பதை அவன் கண்டுகொண்டான். கூடுதலான பிடிமானமற்ற புத்தக அலமாரிகள் விலா எலும்புகளைப் போல் சுவர்களில் துருத்திக்கொண்டிருப்பதும், இடையிடையே உலோக ஒலியையும், ஹிஸ் என்ற ஒலியையும் ஏற்படுத்திக் கொண்டிருந்த புடம்போட்ட இரும்பு ரேடியேட்டர்களும் அந்த அறையை உயிர்ப்புடன் இருப்பது போன்ற விசித்திரமான உணர்வைத் தந்தன. இரண்டாவது தளத்தை சுற்றியிருக்கும் அலங்கரிக்கப்பட்ட சிறுதூண்களைக் கொண்ட நடைவழியை நோக்கி தன் கண்களை உயர்த்திய கிர்ஷ் தான் எங்கிருக்கிறோம் என்பதை சந்தேகமின்றி தெரிந்துகொண்டான். புகழ்பெற்ற *மாண்ட்ஸெராட் நூலகம்*, என்பதை உணர்ந்த அவன் அதை திகைப்புடன் ஒப்புக்கொள்ளத்தான் வேண்டியிருந்தது. தங்களுடைய வாழ்க்கையை இறைவனுக்கு அர்ப்பணித்திருக்கின்ற, இந்த மலையிலேயே தங்களை தனிமைப்படுத்திக் கொண்ட மதத் துறவிகள் மட்டுமே காணமுடியும் என்கிற வகையில், பிரத்யேகமான அரிய புத்தகங்கள் இந்தப் புனித அறையில் இருப்பதாக வதந்திகள் நிலவுவதுண்டு.

"நீங்கள் பொருத்தம்மிக்க ஓரிடத்தைக் கேட்டீர்கள்," என்றார் அந்த பிஷப். "இதுதான் எங்களுடைய மிகவும் தனிப்பட்ட வெளி. வெளியாட்களில் சிலர் மட்டும் இங்கே நுழைந்திருக்கிறார்கள்."

"பெருந்தன்மையான சலுகை. நன்றி."

இரண்டு வயதானவர்கள் உட்கார்ந்திருந்தபடி காத்திருந்த ஒரு பெரிய மர மேசையை நோக்கிச் சென்ற அந்த பிஷப்பை

பின்தொடர்ந்தான் கிர்ஷ். இடதுபுறம் அமர்ந்திருந்தவர் மிகவும் வயதாகி கண்களில் சோர்வுடனும், நீண்ட வெண்ணிற தாடி வைத்திருந்தவராக காணப்பட்டார். கசங்கிய கறுப்பு சூட்டும், வெண்ணிற சட்டையும் அணிந்திருந்த அவர் தலையில் ஃபெடரா தொப்பியும் அணிந்திருந்தார்.

“இவர்தான் ராபை யெஹுதா கோவ்ஸ்” என்றார் பிஷப். “இவர் கப்பாலிய பிரபஞ்சவியல் பற்றி விரிவாக எழுதியுள்ள மிக முக்கியமான யூத தத்துவாதி.”

மேசையைக் கடந்துசென்ற கிர்ஷ் அடக்கத்துடன் ராபை கோவ்ஸ் உடன் கை குலுக்கிக் கொண்டான். “உங்களை சந்தித்ததில் மகிழ்ச்சி சார்” என்றான் கிர்ஷ். “கப்பாலா பற்றிய உங்களுடைய புத்தகங்களை நான் படித்திருக்கிறேன். அதை நான் புரிந்துகொண்டதாக சொல்ல இயலாது, ஆனாலும் நான் அவற்றைப் படித்திருக்கிறேன்.”

நட்பார்ந்த முறையில் தலையசைத்த கோவ்ஸ் தன்னுடைய கைக்குட்டையால் நீரொழுகும் கண்களை ஒத்தியெடுத்துக் கொண்டார்.

“இவர்,” என்று தொடர்ந்த பிஷப் மற்றொருவரிடம் நகர்ந்து சென்றார், “மரியாதைக்குரிய அல்லாமா, சயீத் அல்-ஃபதில்.”

அந்தப் பெரு மரியாதைக்குரிய இஸ்லாமிய அறிஞர் எழுந்து நின்று தாராளமாக புன்னகைத்தார். குள்ளமானவராக தடித்துக் காணப்பட்ட அவருடைய இணக்கமான முகமானது அவரது கறுத்த, ஊடுருவும் கண்களுக்கு பொருத்தமற்று காணப்பட்டது. அவர் அடக்கமான வகையில் வெண்ணிற தாப் உடை அணிந்திருந்தார். “நான் மனிதகுலத்தின் எதிர்காலம் பற்றிய உங்களுடைய முன்னூகங்களைப் படித்திருக்கிறேன் மிஸ்டர்.கிர்ஷ். அவற்றுடன் என்னால் உடன்பட முடியும் என்று சொல்ல இயலாது, ஆனாலும் நான் அவற்றைப் படித்திருக்கிறேன்.”

பெருந்தன்மையுடன் புன்னகைத்த கிர்ஷ் அவருடன் கைகுலுக்கினான்.

“நம்முடைய விருந்தினர் எட்மண்ட் கிர்ஷ்” என்று தன்னுடைய இரண்டு தோழர்களையும் நோக்கி கூறிய பிஷப் முடிவுரைக்கு வந்தார், “உங்களுக்கே தெரியும், அவர் மிக உயர்வாக போற்றப்படுகின்ற ஒரு கணிப்பொறி அறிவியலாளர், கேம் தியரிஸ்ட், புதியன

படைப்பவர் என்பதுடன் தொழில்நுட்ப உலகைப் பொறுத்தவரை ஒருவகையில் தீர்க்கதரியும் ஆவார். அவருடைய பின்னணியை வைத்துப் பார்த்தால், நம் மூவரிடமும் அவர் பேச வேண்டும் என்று வேண்டுகோள் வைத்திருப்பது எனக்கு புதிராகத்தான் இருக்கிறது. ஆகவே, மிஸ்டர்.கிர்ஷ் ஏன் இங்கே வந்திருக்கிறார் என்பதை விளக்கும் பொறுப்பை இப்போது அவரிடமே விட்டுவிடுகிறேன்.''

அத்துடன், பிஷப் வால்டஸ்பினோ தன்னுடைய தோழர்களுக்கு மத்தியில் உட்கார்ந்து, கைகளை கட்டிக்கொண்டபடி கிர்ஷை எதிர்பார்ப்புடன் கூர்ந்து நோக்கினார். அந்த மூவரும், அது ஒரு நட்பார்ந்த அறிஞர்களின் சந்திப்பு என்பதைக் காட்டிலும் மிகத் தீவிரமான விசாரணை என்பதைப் போன்ற சூழ்நிலையை உருவாக்கி ஒரு தீர்ப்பாயத்தைப் போன்றே அவனை நோக்கினர். அந்த பிஷப் தனக்காக ஒரு நாற்காலியைக்கூட அமைத்துத் தரவில்லை என்பதை கிர்ஷ் அப்போதுதான் உணர்ந்தான்.

தனக்கு முன்னால் இருந்த வயதான மூவரையும் ஆராய்ந்ததில், அவர்கள் அச்சுறுத்தக்கூடியவர்கள் என்பதைவிட மிகவும் தடுமாற வைப்பவர்கள் என்பதாகவே கிர்ஷ் உணர்ந்தான். ஆக, இதுதான் நான் வேண்டிக்கேட்ட புனித மும்மூர்த்திகள். மூன்று அறிவார்த்தமானவர்கள்.

தன்னுடைய அதிகாரத்தை வலியுறுத்த சிறிதுநேரம் எடுத்துக்கொண்ட கிர்ஷ், ஜன்னலை நோக்கி நடந்துசென்று கீழேயிருந்த மூச்சடைக்க வைக்கும் பரந்தகன்ற காட்சியை உற்றுப் பார்த்தான். ஒரு ஆழமான பள்ளத்தாக்கு முழுவதும் நீண்டுசெல்லும் சூரிய ஒளி படர்ந்த புராதான மேய்ச்சல் நிலத்துண்டுகள் கால்ஸெரல்லோ மலைத்தொடரின் கரடுமுரடான மலைமுகடுகளுக்கு வழிவிட்டுச் சென்றன. அதற்கும் பல மைல்கள் தாண்டி, அப்போது பலேரிக் கடலுக்கு வெளியே அடிவானத்தில் அச்சுறுத்தலான புயல் மேகங்கள் திரண்டிருந்தன.

போதுமானது, என்று நினைத்துக்கொண்ட கிர்ஷ், விரைவில் அந்த அறையிலும், அதற்கு அப்பால் உள்ள உலகத்திலும் அவனால் ஏற்படப்போகும் கொந்தளிப்பை உணர்ந்தான்.

''பண்பாளர்களே'' என்று தொடங்கிய அவன் சட்டென்று அவர்களை நோக்கித் திரும்பினான். ''ரகசியத்தன்மை குறித்த என்னுடைய கோரிக்கையை பிஷப் வால்டஸ்பினோ ஏற்கனவே உங்களிடம்

தெரிவித்திருப்பார் என்று நம்புகிறேன். நாம் தொடங்குவதற்கு முன்னர், நான் உங்களுடன் பகிர்ந்துகொள்ளப்போகும் விஷயமானது கடுமையான முறையில் ரகசியமாக வைத்துக்கொள்ளப்படவேண்டும் என விரும்புகிறேன். எளிமையாக சொன்னால், உங்கள் அனைவரிடம் இருந்தும், வெளியே சொல்ல மாட்டோம் என்ற உறுதிமொழியை நான் எதிர்பார்க்கிறேன். நாம் உடன்படுகிறோம்தானே?"

அந்த மூன்றுபேரும் தாங்கள் உடன்படுவதற்கான சம்மதத்தை தலையசைத்து மௌனமாக வெளிப்படுத்தினர், அதுவே மிகவும் போதுமானதாக இருக்கும் என்பது கிர்ஷுக்குத் தெரியும். இந்தத் தகவலை அவர்கள் குழிதோண்டிப் புதைக்கத்தான் விரும்புவார்கள் - வெளியிடுவதற்கு அல்ல.

"இன்று நான் இங்கே இருப்பதற்கான காரணம்" என்று தொடங்கினான் கிர்ஷ், "என்னுடைய ஒரு அறிவியல் கண்டுபிடிப்பு உங்களை திகைப்படையச் செய்யலாம் என்று நான் நம்புவதுதான். இதைத்தான் நான் பல வருடங்களாக தேடி ஓடிக்கொண்டிருந்தேன், நம்முடைய மனித வாழ்க்கையின் மிக அடிப்படையான கேள்விகளுள் இரண்டிற்கு உண்டான பதில்களை அளிப்பதுதான் அது. இப்போது நான் அதில் வெற்றியடைந்துவிட்டேன், நான் திட்டமிட்டு உங்களிடம் வந்ததற்கான நோக்கம் இந்தத் தகவலானது மிக ஆழமான வகையில் உலகின் இறைநம்பிக்கையை பாதிக்கப்போகிறது என்று நான் கருதுவதால்தான், முற்றிலுமாக அதை புரட்டிப்போட சாத்தியமுள்ள இதனை நாம் எப்படி விவரிக்கலாம் என்றால் - தகர்த்தெறிதல் எனலாம். இத்தருணத்தில், நான் உங்களிடம் தெரிவிக்கப்போகும் இந்த விஷயத்தை, இந்த பூமியில் வைத்திருக்கக்கூடிய ஒரே ஒருவன் நான் மட்டும்தான்."

தன்னுடைய சூட் கோட்டில் கையைவிட்ட கிர்ஷ், அளவுக்கதிகமாக பெரிதாக இருந்த ஒரு ஸ்மார்ட்போனை வெளியே எடுத்தான் - அது அவனுடைய பிரத்யேக தேவைகளுக்கென்று அவனாலேயே வடிவமைக்கப்பட்டு உருவாக்கப்பட்டது. அந்த போன் துடிப்பான வண்ணம்கொண்ட பளிங்கு உறையில் இருந்தது, அதை அவன் அந்த மூவர் முன்பாகவும் ஒரு தொலைக்காட்சிப் பெட்டியைப் போல் விரித்து வைத்தான். சற்று நேரத்தில், ஒரு அதி உயர் பாதுகாப்புள்ள சர்வரை தொடர்புகொள்ள அந்த சாதனத்தைப் பயன்படுத்திய

அவன் தன்னுடைய நாற்பத்தியேழு எழுத்துக்கள் கொண்ட பாஸ்வேர்டை தட்டச்சு செய்விட்டு, நேரடி காட்சியை அவர்களுக்கு காட்டவிருந்தான்.

"நீங்கள் பார்க்கப்போவது" என்ற கிர்ஷ், "இந்த உலகத்துடன், சொல்லப்போனால் இன்னும் ஓரிரு மாதங்களுக்குள்ளாக நான் பகிர்ந்து கொள்ளப்போகும் நெறிப்படுத்தப்படாத ஒரு காணொலிதான். ஆனால், அவ்வாறு செய்வதற்கு முன்னர், இந்த செய்தியால் பெருமளவுக்கு பாதிப்புக்குள்ளாகப் போகிறவர்கள் இதை எப்படி எடுத்துக்கொள்வார்கள் என்பதைப் புரிந்துகொள்ளவே உலகின் மிகுந்த செல்வாக்குமிக்க மத சிந்தனையாளர்களை ஆலோசிக்க நான் விரும்பினேன்."

பிஷப் பெரிதாக முறுவலித்தார், அது கவலைக்குரியது என்பதைவிட சலிப்பேற்படுத்துவது என்பதாகவே அவருக்குத் தோன்றியது. "கவர்ச்சிகரமான அறிமுகம்தான், மிஸ்டர்.கிர்ஷ். நீங்கள் எங்களிடம் காட்டப்போவது உலக மதங்களின் அடித்தளத்தையே உலுக்கிவிடும் என்பதைப் போல் பேசிக் கொண்டிருக்கிறீர்கள்."

கிர்ஷ் தன்னைச் சுற்றிலும் இருந்த புனிதப் புத்தகங்களின் புராதான சேமிப்புக்கிடங்கை ஒருமுறை பார்வையிட்டான். *இது உங்களுடைய அடித்தளங்களை உலுக்கப்போவதில்லை. தகர்த்தெறியப் போகிறது.*

கிர்ஷ் தனக்கு முன்னால் இருந்தவர்களை மதிப்பிட்டான். இன்னும் மூன்றே நாட்களில், திகைப்படைய வைக்கின்ற வகையில், கவனமாகத் திட்டமிடப்பட்ட ஒரு நிகழ்வில் இந்தத் தகவலை கிர்ஷ் பொதுமக்கள் முன்னால் வைக்கத் திட்டமிட்டிருக்கிறான் என்பது அவர்களுக்குத் தெரியாது. அப்படி அவன் செய்து முடிக்கும்போது, உலகம் முழுவதிலும் உள்ள மக்கள் உணர்ந்து கொள்ளப்போவது என்னவென்றால் - எல்லா மதங்களுடைய போதனைகளும் உண்மையில் ஒரே விஷயத்தைத்தான் பொதுவாக கொண்டிருக்கின்றன.

அவை எல்லாமே முற்றிலும் தவறானவை.

1

புரபஸர் ராபர்ட் லேங்டன் அந்த சதுக்கத்தில் உட்கார்ந்திருக்கும் நாற்பது அடி உயரமுள்ள நாயை உற்றுப் பார்த்தார்.

நான் உன்னை நேசிக்கவே விரும்புகிறேன், அவர் நினைத்துக்கொண்டார். *நிஜமாகத்தான்.*

லேங்டன் சற்று அதிக நேரத்திற்கு அந்த உயிரினத்தை உற்றுப் பார்த்துவிட்டு தொங்கிக் கொண்டிருக்கும் நடைவழியில் தொடர்ந்து நடக்கலானார், அந்த வழியானது, வருகைபுரிந்திருக்கும் பார்வையாளரை அவருடைய வழக்கமான நடை லயம் மற்றும் தோரணையை வேண்டுமென்றே அபசுவரமாக்கும் நோக்கத்துடன் சமமற்ற படிகளைக் கொண்ட படிக்கட்டுகளின் ஒரு பரந்தகன்ற மேல்தளமாக கீழ்நோக்கிச் சென்றது. செயல்திட்டம் நிறைவடைந்தது என்று தீர்மானித்துக்கொண்ட லேங்டன் அந்த தொடர்ச்சியற்ற படிகளில் இரண்டுமுறை தடுக்கி விழவிருந்தார்.

படிக்கட்டுகளின் கீழே குலுங்கி நின்றுவிட்ட லேங்டன் தனக்கு முன்பாக வீற்றிருந்த பெரும் காட்சிப்பொருளை உற்றுப் பார்த்தார்.

இப்போதுதான் முழுதாகப் பார்க்கிறேன்.

ஓர் உயர்ந்தெழுந்திருக்கும் பிளாக் விடோ சிலந்தி அவருக்கு முன்பாக வீற்றிருந்தது, அதனுடைய மெல்லிய இரும்புக் கால்கள்

அந்தரத்தில் குறைந்தபட்சம் முப்பது அடிகள் உயரமாவது இருக்கக்கூடிய பருத்த உடலமைப்பை தாங்கிக் கொண்டிருந்தது. அந்த சிலந்தியின் அடிவயிற்றில் கண்ணாடிக் கோளங்களால் நிரப்பப்பட்ட, கம்பியால் பின்னப்பட்ட முட்டைப்பை தொங்கிக் கொண்டிருந்தது.

"அவளுடைய பெயர் மேமேன்" என்றது ஒரு குரல்.

லேங்டன் தன்னுடைய பார்வையைத் தாழ்த்தி அந்த சிலந்திக்கு கீழே நின்றிருந்த ஒரு ஒல்லியான மனிதரைப் பார்த்தார். கறுப்புநிற பிரகேட் ஷெர்வானி அணிந்திருந்த அவர் ஏறக்குறைய சல்வடார் டாலியின் வேடிக்கையான வளைந்த மீசை வைத்திருந்தார்.

"என் பெயர் ஃபெர்னாண்டோ" என்று தொடர்ந்தார் அவர், "இந்த மியூஸியத்திற்கு உங்களை வரவேற்பதற்காக வந்திருக்கிறேன்" என்றபடி தனக்கு முன்னால் இருந்த பெயர் அட்டைகளின் தொகுப்பை அவர் கவனத்துடன் ஆராய்ந்தார். "உங்களுடைய பெயரை நான் தெரிந்துகொள்ளலாமா, ப்ளீஸ்."

"நிச்சயமாக. ராபர்ட் லேங்டன்."

அந்த மனிதரின் கண்கள் சட்டென்று பின்வாங்கின. "அடடா, என்னை மன்னிக்க வேண்டும்! எனக்கு உங்களை அடையாளம் தெரியவில்லை, சார்!"

எனக்கே என்னை எப்போதாவதுதான் அடையாளம் தெரிகிறது, என்று நினைத்துக்கொண்ட லேங்டன் வெண்ணிறத்தில் வில்போன்ற கழுத்துப்பட்டை, கறுப்பு டெயில் மற்றும் வெண்ணிற இடுப்புப்பட்டியும் அணிந்திருந்தார். நான் ஒரு விஃபன்பூஃப் போல் தெரிகிறேன். லேங்டனின் கிளாஸிக் டெயில்கள் முப்பது வருடம் பழமையானவை, அது பிரின்ஸ்டனில் உள்ள ஐவி கிளப்பின் உறுப்பினராக அந்த நாட்களை அவருள் தக்கவைத்திருக்கிறது, ஆனால் அவருடைய நம்பிக்கைமிக்க தினசரி நீச்சல் பயிற்சியின் காரணமாக அந்த உடை அவருக்கு இன்னமும் நன்றாகப் பொருந்திப் போயிருக்கிறது. பொருள்களை எடுத்து வைக்கும் பரபரப்பில் தன்னுடைய ஆடை அலமாரியில் இருந்து தவறான தொங்கு பையை எடுத்துக்கொண்டு, தன்னுடைய வழக்கமான டக்ஸிடோவை விட்டு வந்துவிட்டார்.

“அழைப்பிதழ் கறுப்பு வெள்ளை என்கிறதே” என்றார் லேங்டன். “டெயில்கள் பொருத்தமாக இருக்கிறதென்று நான் நம்பலாம்தானே?”

“டெயில்கள் கிளாஸிக்காக இருக்கின்றன! நீங்கள் பிரமாதமாக தெரிகிறீர்கள்!” என்றபடி சட்டென்று விரைந்துவந்த அவர் லேங்டனின் ஜாக்கெட்டினுடைய முன்பகுதி மடிப்பில் அவருக்கான பெயர் அட்டையை கவனத்துடன் பதித்தார்.

“உங்களை சந்தித்ததில் கௌரவமடைகிறேன், சார்” என்றார் அந்த மீசைக்காரர். “நீங்கள் இதற்கு முன்பும் இங்கு வந்திருக்கிறீர்கள்தானே?”

அவர்களுக்கு முன்பாக பளபளத்துக் கொண்டிருக்கும் கட்டடத்தில் இருந்த அந்த சிலந்தியின் கால்களின் வழியாக ஊடுருவிப் பார்த்தார் லேங்டன். “உண்மையில், எனக்கு சொல்ல வெட்கமாகத்தான் இருக்கிறது, நான் இங்கு வந்ததில்லை.”

“இல்லையா!” அவர் கீழே விழுந்துவிடுவதைப் போல் பாவனை செய்தார். “நீங்கள் நவீன ஓவியங்களின் ரசிகர் இல்லையா?” நவீன ஓவியத்தின் சவாலை லேங்டன் எப்போதுமே ரசித்து அனுபவித்திருக்கிறார் - பிரதானமாக சொல்ல வேண்டுமானால், குறிப்பிட்ட படைப்புகள் மட்டுமே ஏன் தலைசிறந்த படைப்புகளாக போற்றப்படுகின்றன என்பது பற்றியெல்லாம் ஆராய்ந்திருக்கிறார்: குறிப்பாக, ஜாக்ஸன் பொல்லக்கின் தெளிப்போவியங்கள்; ஆண்டி வார்ஹோல்ஸின் கேம்ப்பல் சூப் குப்பிகள்; மார்க் ரோத்கோவின் எளிய வண்ணச் செவ்வகங்கள் போன்றவற்றை சொல்லலாம். சொல்லப்போனால், ஹைரோனிமஸ் போஷின் மத குறியீட்டியல் அல்லது ஃபிரான்சிஸ்கோ டி கோயாவின் தூரிகைப் படைப்பு ஆகியவற்றைப் பற்றி விவாதிப்பதை மிகவும் சௌகரியமாகவே உணர்ந்திருக்கிறார்.

“எனக்கு செவ்வியல் படைப்புகளில்தான் ஆர்வம் அதிகம்” என்றார் லேங்டன். “டி கூனிங்கை காட்டிலும் டாவின்சியிடம்தான் எனக்கு நிபுணத்துவம் அதிகம்.”

“ஆனால், டாவின்சியும் டி கூனிங்கும் ஒரே மாதிரியானவர்கள்தானே!”

லேங்டன் பொறுமையாகப் புன்னகைத்தார். “அப்படியென்றால் நான் டி கூனிங்கைப் பற்றி கொஞ்சமாவது தெரிந்துகொள்ளத்தான் வேண்டும்.”

“அப்போது சரி, நீங்கள் சரியான இடத்திற்குத்தான் வந்திருக்கிறீர்கள்!” என்று அவர் அந்தப் பெரிய கட்டடத்தை நோக்கி கையை முன்னும் பின்னும் ஆட்டினார். “இந்த மியூஸியத்தில், பூமியில் இருப்பதிலேயே மிகச்சிறந்த நவீன ஓவியங்களின் சேகரிப்பைக் காணலாம்! நீங்கள் மகிழ்வீர்கள் என்று நம்புகிறேன்.”

“அப்படித்தான் நினைக்கிறேன்” என்றார் லேங்டன். “நான் ஏன் இங்கிருக்கிறேன் என்பதை தெரிந்துகொள்ளவே விரும்புகிறேன்.”

“எல்லோரும்தான்!” என்று அந்த மனிதர் மகிழ்ச்சியுடன் சிரித்துவிட்டு தலையை குலுக்கினார். “இன்றிரவு நிகழ்வினுடைய நோக்கத்தை உங்களுடைய விருந்துபசரிப்பாளர் மிகவும் ரகசியமாக வைத்திருக்கிறார். மியூஸியத்தின் ஊழியர்களுக்குக்கூட என்ன நடக்கிறதென்று தெரியவில்லை. அந்தப் புதிர் பாதி வேடிக்கையானது - வதந்திகள்தான் காட்டுத்தீயைப் போல் பரவுமே! உள்ளே நூற்றுக்கணக்கான விருந்தினர் இருக்கிறார்கள் - பலவும் பிரபலமான முகங்கள் - இன்றிரவின் நிகழ்ச்சிநிரல் என்ன என்றுகூட யாருக்கும் எதுவும் தெரியாது!”

இப்போது லேங்டனே பெரிதாக புன்னகைத்தார். *சனிக்கிழமை இரவு. இங்கே காத்திருங்கள். என்னை நம்புங்கள்,* என குறிப்பிட்டு கடைசி நேர அழைப்பிதழை அனுப்புவதற்கு இந்த பூமியில் வெகுசில துணிச்சல்காரர்களே இருக்கிறார்கள். அவர்களிலும் சிலரால் மட்டுமே தங்களுடைய நூற்றுக்கணக்கான விஐபி விருந்தினர்களிடம் எல்லாவற்றையும் போட்டது போட்டபடி விட்டுவிட்டு இந்த நிகழ்ச்சியில் கலந்துகொள்ள வட ஸ்பெயினுக்கு வந்துவிடும்படி தூண்ட முடியும்.

சிலந்திக்கு கீழேயிருந்து வெளியே நடந்த லேங்டன் அந்தப் பாதை வழியிலேயே தொடர்ந்து சென்று, தலைக்கு மேலாக அசைந்தாடிக் கொண்டிருந்த ஒரு பிரமாண்டமான சிவப்புநிற பேனரை ஆராய்ந்து கொண்டிருந்தார்.

எட்மண்ட் கிர்ஷுடன் ஒரு மாலைப்பொழுது

எட்மண்ட் நிச்சயமாக ஒருபோதும் நம்பிக்கை இழந்தவனில்லை, என்று வேடிக்கையாக நினைத்துக் கொண்டார் லேங்டன்.

சற்றே இருபது வருடங்களுக்கு முன்னர், ஹார்வார்ட் பல்கலையில் லேங்டனின் முதல் மாணவர்களுள் ஒருவனாக வந்து சேர்ந்தவன்தான் இளம் எடி கிர்ஷ் - வளர்ந்து தொங்கும் தலைமுடியுடன் ஒரு கம்ப்யூட்டர் கிறுக்கனாக இருந்த அவனுக்கு குறியீடுகளில் இருந்த ஆர்வமே லேங்டன் நடத்திய குறியீடுகள், மறையெழுத்துக்கள் மற்றும் சின்னங்களின் மொழி என்ற புதியவர்களுக்கான கருத்தரங்கிற்கு அவனை இட்டுச்சென்றது. கிர்ஷின் மேதைமையில் இருந்த நுணுக்கம் லேங்டனை ரொம்பவே ஈர்த்தது, ஆனாலும் இறுதியில், கம்ப்யூட்டர்களின் பிரகாசமான உத்திரவாதத்திற்காக தூசிபடிந்த குறியியல் உலகை கிர்ஷ் கைவிட்டாலும்கூட அவனும் லேங்டனும் மாணவர்-ஆசிரியர் என்ற பந்தத்தை வளர்த்துக்கொண்டனர், அது கிர்ஷ் பட்டம் பெற்றது முதலாகவே கடந்த இருபதாண்டுகளுக்கும் மேலாக அவர்களை தொடர்பில் இருக்க வைத்திருக்கிறது.

இப்போது அந்த மாணவன் தனது ஆசிரியரை விஞ்சிவிட்டான் என்று நினைத்துக்கொண்டார் லேங்டன். பல ஒளியாண்டுகளால்.

இன்று எட்மண்ட் கிர்ஷ் உலகப் புகழ்பெற்ற கட்டுத்தளையற்ற காளை - கோடீஸ்வர கம்ப்யூட்டர் அறிவியலாளன், எதிர்காலவாதி, புதியன படைப்பவன் மற்றும் தொழில்முனைவோன். இந்த நாற்பது வயது மனிதன்தான் ரோபாடிக்ஸ், மூளை அறிவியல், செயற்கை அறிவுத்திறன் மற்றும் நானோ டெக்னாலஜி என பலதரப்பட்ட துறைகளிலும் பெரும் பாய்ச்சல்களுக்கு காரணமான மேம்பட்ட தொழில்நுட்பங்களுடைய திகைக்கு வைக்கும் எண்ணிக்கையின் தந்தை. எதிர்கால அறிவியல் திருப்புமுனைகள் குறித்த அவனுடைய துல்லியமான முன்னூகிப்புகள் அவனைச் சுற்றி ஒரு மர்மப் படலத்தை உருவாக்கியிருந்தது.

எட்வர்ட் கிர்ஷின் திடுக்கிட வைக்கும் வருவதுரைக்கும் திறமையானது அவனைச் சுற்றியுள்ள உலகைப் பற்றிய

அவனுடைய திகைக்க வைக்கும் பரந்த அறிவில் இருந்துதான் உருவாகியிருக்குமா என்பது லேங்டனுக்கு சந்தேகமாகவே இருந்தது. லேங்டனின் நினைவுக்கு எட்டியவரை, எட்மண்ட் புத்தகங்களை சேகரிப்பதில் தீராத தாகம் கொண்டவன் - கண்ணில் படும் எதையும் படித்துவிடுவான். புத்தகங்களின் மீதிருந்த அவனுடைய உணர்வு, அதனுடைய உள்ளடக்கங்களை கிரகித்துக்கொள்ளும் அவனுடைய திறமை ஆகியன லேங்டன் கண்ட எதையும் விஞ்சிவிடக்கூடியவை.

கடந்த சில வருடங்களாகவே கிர்ஷ் ஸ்பெயினில்தான் வாழ்ந்தான், அதற்கு அந்த நாட்டின் பழம்-உலக வசீகரம், புதுமையான கட்டடக்கலை, விசித்திர ஜின் பார்கள் மற்றும் நல்லவிதமான காலநிலை ஆகியவற்றில் அவனுக்கிருந்த காதலே காரணம்.

வருடத்திற்கு ஒருமுறை, எம்ஐடி மீடியா ஆய்வகத்தில் பேசுவதற்காக கிர்ஷ் கேம்பிரிட்ஜிற்கு வரும்போதெல்லாம் அவனுடன் லேங்டனும் சேர்ந்துகொள்ள, இருவரும் சேர்ந்து அதுவரை கேள்விப்பட்டிராத நவீன புதிய பாஸ்டன் கேளிக்கை விடுதிகளுள் ஒன்றிற்கு சாப்பிடச் செல்வார்கள். அவர்களுடைய உரையாடல் தொழில்நுட்பத்தைப் பற்றியதாக இருக்காது: லேங்டனுடன் கிர்ஷ் விவாதிக்க விரும்பியதெல்லாம் கலை பற்றியதாகத்தான் இருந்தன.

"நீங்கள்தான் என்னுடைய கலாசார தொடர்பு, ராபர்ட்" என கிர்ஷ் எப்போதுமே வேடிக்கையாக சொல்வான். "எனக்கே எனக்கான பிரைவேட் ஆர்ட் பேச்சுலர்!"

லேங்டனின் திருமணத்தகுதி பற்றிய இந்த வேடிக்கையான குத்தல் திட்டவட்டமாக முரண்பட்ட ஒன்றுதான், ஏனெனில் ஒருதார மணத்தை "பரிணாம வளர்ச்சியை அவமதிப்பது" என்று மறுத்தொதுக்கிய, கடந்த பல ஆண்டுகளில் சூப்பர் மாடல்கள் பலருடனும் புகைப்படம் எடுத்துக்கொண்ட ஒருவனிடம் இருந்து அந்த வார்த்தை வந்திருக்கிறது.

கணிப்பொறி அறிவியலில் ஒரு புதியன படைப்பவனாக கிர்ஷின் மரியாதையை வைத்துப் பார்க்கும்போது அவனை ஒரு சட்டையின் மேல் பொத்தான்களை மூடிக்கொண்ட வசீகரமற்ற தொழில்நுட்ப மேதாவி என்று சுலபத்தில் கற்பனை

செய்துவிட முடியும். ஆனால், அதற்குப் பதிலாக அவன் தன்னை பிரபலமானவர்களிடம் புழங்குகின்ற ஒரு நவீன பாப் ஐகானாக, நவீன பாணிகளில் உடை உடுத்துகின்ற, ரகசிய நிழலுக இசையைக் கேட்பவனாக உருவாக்கிக் கொண்டான், அத்துடன் அவன் விரிவான அளவில் இம்ப்ரஷனிஸ மற்றும் நவீன ஓவியங்களை சேகரித்து வைத்திருந்தான். தன்னுடைய தொகுப்பில் சேர்த்துக்கொள்ள புதிய ஓவியங்களைப் பற்றி பரிசீலிக்கையில் கிர்ஷ் எப்போதுமே மின்னஞ்சல் வழியாக லேங்டனுக்கு தகவல் அனுப்பி அவருடைய ஆலோசனையைக் கேட்பான்.

பிறகு, சரியாக அதற்கு நேர்மாறான ஒன்றைத்தான் செய்திருப்பான், என்று லேங்டன் நினைத்துக் கொண்டார்.

ஒரு வருடத்திற்கு முன்னர், கலையைப் பற்றி அல்லாமல் கடவுளைப் பற்றி லேங்டனிடம் கேள்விகள் கேட்டு கிர்ஷ் அவரை ஆச்சரியப்படுத்தினான் - ஒரு சுய-பிரகடன நாத்திகனான அவனைப் பொறுத்தவரையில் அது ஒரு விசித்திரமான விஷயம்தான். பாஸ்டனின் டைகர் மமா ரெஸ்டாரெண்டில் மாட்டு நெஞ்செலும்புக்கறி உணவை சாப்பிட்டுக் கொண்டிருக்கும்போது உலக மதங்கள் பலவற்றின் மைய நம்பிக்கைகள் குறித்தும், குறிப்பாக படைப்பைப் பற்றியும், அவற்றின் மாறுபட்ட கதைகளைக் குறித்தும் கேட்டு லேங்டனின் மூளையை பற்றிக்கொண்டான் கிர்ஷ்.

யூத, கிறிஸ்துவ மற்றும் இஸ்லாமியத்தில் இருந்து, ஹிந்துக் கதையான பிரம்மா, பாபிலோனியக் கதையாகிய மார்டுக் ஆகியவற்றுடன் வேறுபலவற்றின் வழியாவும் பகிரப்படுகின்ற சிருஷ்டி பற்றிய கதைகளில் இருந்து தற்காலத்திய நம்பிக்கைகளின் திண்ணமான கண்ணோட்டம் வரையிலான பார்வையை லேங்டன் அவனுக்கு அளித்தார். "ஒரு ஆர்வத்தில் கேட்கிறேன்" அவர்கள் அந்த ரெஸ்டாரண்டை விட்டு புறப்படும்போது லேங்டன் கேட்டார். "ஒரு எதிர்காலவியலாளனுக்கு கடந்தகாலத்தில் என்ன அவ்வளவு அக்கறை? இதற்கு, நம்முடைய புகழ்பெற்ற நாத்திகவாதி இறுதியில் கடவுளை கண்டுவிட்டார் என்பதுதான் அர்த்தமா?"

எட்மண்ட் மனம்விட்டு சிரித்தான். “சிந்திக்க வேண்டிய விஷயம்தான்! என்னுடைய போட்டியாளரை மதிப்பிட நினைத்தேன், அவ்வளவுதான் ராபர்ட்.”

லேங்டன் புன்னகைத்தார். சிறப்பு. “சரி, அறிவியலும் மதமும் போட்டியாளர்கள் இல்லைதான், அவை இரண்டுவிதமான மொழிகளில் ஒரே கதையைத்தான் சொல்ல முயற்சிக்கின்றன. அவை இரண்டிற்குமே இந்த உலகில் இடமிருக்கிறது.”

அந்த சந்திப்பிற்குப் பின்னர், எட்மண்ட் ஏறக்குறைய ஒரு வருட காலத்திற்கு தொடர்பற்றுப் போய்விட்டான். அதன்பிறகு, மூன்று நாட்களுக்கு முன்னர் லேங்டனுக்கு ஃபெட்எக்ஸ் வழியாக ஒரு விமான பயணச்சீட்டு, ஒரு ஹோட்டல் ரிசர்வேஷன் மற்றும் அன்றைய இரவு நடக்கும் நிகழ்ச்சியில் கலந்துகொள்ள வலியுறுத்தி எட்மண்ட் வற்புறுத்தியிருக்கும் ஒரு கையால் எழுதப்பட்ட குறிப்பு ஆகியவை அடங்கிய ஒரு கடித உறை எங்கிருந்தோ வந்து சேர்ந்தது. அதில் இவ்வாறு எழுதப்பட்டிருந்தது: *ராபர்ட், உங்கள் எல்லோராலும் கலந்துகொள்ள முடியும் என்றால் அதுதான் என்னுடைய உலகமாக இருக்கும். நம்முடைய கடைசி உரையாடலின்போதைய உங்களுடைய நுண்ணறிவுத் திறன்தான் இன்றிரவு நிகழ்வை நடத்த என்னை சாத்தியமாக்கியிருக்கிறது.*

லேங்டன் குழப்பமுற்றார். ஒரு எதிர்காலவியலாளரால் நடத்தப்படும் ஒரு நிகழ்விற்கு சற்றும் தொடர்பிருக்கும்படியாக அந்த உரையாடலில் ஏதும் இருந்ததாக அவருக்குத் தெரியவில்லை.

அதன் கூடவே, அந்த ஃபெட்எக்ஸ் உறையில் இரண்டுபேர் நேருக்கு நேர் பார்க்கும்படியான ஒரு கறுப்பு வெள்ளை படமும் இருந்தது. கிர்ஷ் லேங்டனுக்கு ஒரு சுருக்கமான கவிதையும் எழுதியிருந்தான்.

ராபர்ட்,

நீங்கள் என்னை நேருக்கு நேர் பார்க்கும்போது,

நான் வெற்று வெளியாகத்தான் தெரிவேன்.

- எட்மண்ட்

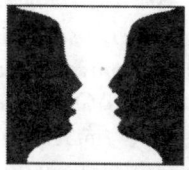

அந்தப் படத்தைப் பார்த்தபோது லேங்டன் புன்னகைத்தார் - சில வருடங்களுக்கு முன்னர் லேங்டன் சம்பந்தப்பட்டிருந்த ஒரு விஷயத்தோடு தொடர்புடைய ஒரு சாமர்த்தியமான மறைகுறிப்புதான் அது. ஒரு கிண்ணம், அல்லது புனிதக் கோப்பையின் நிழலொளியில் இரண்டு முகங்களுக்கு இடையிலான வெற்று வெளியை அது வெளிப்படுத்துகிறது.

இப்போது இந்த மியூஸியத்திற்கு வெளியே நின்றுகொண்டிருக்கும் லேங்டன் தன்னுடைய முன்னாள் மாணவன் எதைக்குறித்த அறிவிப்பை வெளியிடப்போகிறான் என்பதை அறிய ஆவலுடன் இருந்தார். செழித்துக்கொண்டிருக்கும் அந்த தொழில் நகரத்திற்கு ஒருகாலத்தில் உயிரோட்டமாக விளங்கிய வளைந்தோடும் நெர்வியான் ஆற்றின் கரையில் இருக்கும் சிமெண்ட் நடைவழியினூடாக அவர் போய்க் கொண்டிருந்தபோது ஒரு லேசான தென்றல் அவருடைய மேலாடையை விசிறியடித்துச் சென்றது. காற்றில் லேசான செம்பு வாசம் கலந்திருந்தது.

அந்தப் பாதைவழியில் இருந்த ஒரு வளைவை லேங்டன் சுற்றிவந்தபோது பிரமாண்டமான, ஜொலிக்கும் மியூசியத்தை அவரால் பார்க்க முடிந்தது. ஒரே பார்வையில் அந்தக் கட்டமைப்பை பார்த்துவிடுவது சாத்தியமில்லை. பதிலாக, அவருடைய வியப்பான பார்வை அந்த விசித்திரமான, நீண்டுகொண்டே செல்லும் அதன் முழு நீளத்தையும் முன்னும் பின்னுமாக அளந்துகொண்டிருந்தது.

இந்தக் கட்டடம் விதிகளை மட்டும் உடைத்துவிடவில்லை, என்று நினைத்தார் லேங்டன். இது அவற்றை முற்றிலுமாக புறம்தள்ளிவிட்டது. எட்மண்டிற்கு ஏற்ற சரியான இடம்தான்.

ஸ்பெயின் நாட்டின் பில்பாவில் உள்ள இந்த கூகன்ஹைம் மியூஸியம் ஏதோ ஒருவித வேற்றுகிரக பிரமையால் உருவானதைப்

போல் காணப்பட்டது - ஒரு தற்போக்கான முறையில் ஒன்றை ஒன்று தாங்கிக்கொண்டிருப்பதைப் போன்று முறுக்கப்பட்ட உலோக வடிவங்களின் சுழலான கலப்போவியத் தோற்றம் அது. வெகுதூரத்திற்கு நீண்டுசெல்லும் அந்த குழப்பமான வடிவங்களின் திரட்சியானது முப்பதாயிரத்திற்கும் மேற்பட்ட டைட்டானியம் தகடுகளால் மூடப்பட்டு மீன் செதில்களைப் போல் மின்னிக்கொண்டிருந்தன, அத்துடன் அதுவே அந்த கட்டுமானத்திற்கு ஒரு கரிம, வேற்றுலக உணர்வை கொடுத்துக் கொண்டிருக்கக் கூடியதாகவும் தோன்றியது. சொல்லப்போனால், அதைப் பார்க்கையில் ஏதோ எதிர்காலத்தைச் சேர்ந்த அசுரன் தண்ணீரிலிருந்து ஊர்ந்துவந்து ஆற்றங்கரையில் சூரியக் குளியல் போடுவதுபோல் இருந்தது.

அந்தக் கட்டடம் முதல்முறையாக 1997-இல் திறந்து வைக்கப்பட்டபோது, அதன் கட்டடக் கலைஞரான ஃபிராங்க் கேரியை தி நியூ யார்க்கர் பத்திரிக்கை, "டைட்டானியத்தின் மறைப்பில் அசைந்தாடும் வடிவத்திலான அற்புத கனவுக் கப்பலை" வடிவமைத்தமைக்காக வாழ்த்தியிருந்தது. உலகம் முழுவதையும் சேர்ந்த பிற விமர்சகர்களோ, "நம் காலத்தின் மகத்தான கட்டடம்!" "பாதரச பிரமாண்டம்!" "திகைக்க வைக்கும் கட்டுமான சாதனை!" என்று உணர்ச்சிப் பெருக்குடன் குறிப்பிட்டனர்.

இந்த மியூஸியம் அறிமுகமானதில் இருந்துதான், டசன்கணக்கான பிற "கட்டுடைப்பு" கட்டடங்கள் நிறுவப்பட்டன - லாஸ் ஏஞ்சலஸில் உள்ள டிஸ்னி கான்சர்ட் ஹால், மூனிச்சில் உள்ள பிஎம்டபிள்யு வேர்ல்டு ஆகியவற்றுடன் லேங்டன் படித்த கல்லூரியின் புதிய நூலகம்கூட இம்முறையில்தான் நிறுவப்பட்டது. அடிப்படையில் பழமைக்கு மாறான வடிவமைப்பையும் கட்டுமானத்தையும் சிறப்பம்சமாக கொண்டிருந்தன என்றாலும், அவற்றில் எதனாலும் பில்பா கூகன்ஹைமின் நெறிமாறிய அதிர்ச்சி மதிப்பீட்டுடன் போட்டியிட முடியுமா என்று லேங்டனுக்கே சந்தேகமாக இருந்தது.

லேங்டன் அதை நெருங்கியதும், தகடு பொருத்தப்பட்ட முகப்பானது ஒவ்வொரு அடியிலும் சுருங்கிக்கொண்டே சென்று எல்லாவித கோணத்திலும் ஒரு புத்தம்புது ஆளுமையை வழங்குவதைப் போல் காணப்பட்டது. அந்த

மியூஸியத்தின் மிகவும் நாடகீயமான மாயத்தோற்றம் இப்போது தெள்ளத்தெளிவாக தெரிந்தது. இந்தக் கண்ணோட்டத்தில் இருந்து பார்த்தால், நம்பமுடியாத வகையில் அந்த பிரமாண்ட கட்டமைப்பு நேரடியாக தண்ணீரில் மிதப்பதைப் போலவும், அந்த மியூஸியத்தின் வெளிப்புற சுவர்களில் தண்ணீரை வாரியிறைக்கும் ஒரு பரந்தகன்ற "முடிவற்ற" காயலில் தள்ளாடிக்கொண்டிருப்பதைப் போலவும் தோன்றியது.

அதன் நிகழ்விளைவை அதிசயித்தபடி சற்றுநேரம் நின்ற லேங்டன் பின்னர் பளபளப்பாக அகன்று விரிந்திருக்கும் தண்ணீரின் மீது வளைந்துசெல்லும் சிறிய நடைப்பாலத்தின் வழியாக அந்த காயலைக் கடக்க எத்தனித்தார். அவர் பாதிதூரமே சென்றிருக்கையில் ஒரு பலமான கீச்சொலி அவரை திடுக்கிட வைத்தது. அது அவருடைய கால்களுக்கு கீழிருந்து வெளியே தோன்றியது. அந்த நடைவழிக்கு கீழேயிருந்து மூடுபனியின் சுழல் மேகம் பெருத்துவரத் தொடங்கியிருந்த இடத்திற்கு சற்று முன்பாக அவர் நின்றுவிட்டார். அவரைச் சுற்றி அடர்ந்த பனிமூட்டத் திரை எழுந்தது, பின்னர் அது அந்தக் காயலின் மேற்புறத்தில் புரண்டு, மியூஸியத்தை நோக்கி உருண்டபடியே சென்று அந்தக் கட்டுமானத்தின் அடிப்பகுதி முழுவதையும் அப்படியே விழுங்கியது.

பனிமூட்ட சிற்பம், என்று நினைத்துக்கொண்டார் லேங்டன்.

ஜப்பானிய கலைஞரான ஃபுஜிகோ நகயாவின் இந்தப் படைப்பைப் பற்றி லேங்டன் படித்திருக்கிறார். இந்த "சிற்பமானது" புலப்படும் காற்று ஊடகத்தில் இருந்து கட்டமைக்கப்படுவதால் புரட்சிகரமான ஒன்றாகியது, அது குறிப்பிட்ட காலகட்டத்தில் ரூபமாகி பின்னர் கலைந்துவிடக்கூடியது; தென்றல்களும் சுற்றுச்சூழல் நிலைகளும் நாளுக்கு நாள் ஒரேபோன்று இருப்பதில்லை என்பதால் இந்த சிற்பம் அது தோன்றுகின்ற ஒவ்வொரு முறையும் வேறுபட்டு காணப்படும்.

அந்தப் பாலம் கீச்சொலி எழுப்புவதை நிறுத்தியது, அந்தக் காயல் நெடுகிலும் தனக்கு ஏதோ சொந்த அறிவு இருப்பதைப் போன்று அந்தப் பனிமூட்டச் சுவர் சுழன்றும், பதுங்கியும் அமைதியாக நிலைபெறுவதை லேங்டன் கவனித்தார்.

அந்த விளைவு வானுலகைச் சேர்ந்ததாகவும், எதனுடனும் தொடர்பற்றதாகவும் இருந்தது. இப்போது அந்த முழு மியூஸியமும் தண்ணீருக்கு மேல் மிதப்பதாகவும், எடையின்றி மேகத்தில் ஓய்வெடுப்பதாகவும், கடலில் தொலைந்துபோன ஒரு மாயக்கப்பலைப் போல் தோன்றியது.

லேங்டன் வெளியே செல்ல எத்தனித்த சற்றைக்கெல்லாம் தண்ணீரின் அமைதியான மேற்பரப்பு தொடர்ச்சியான சிறு கொப்பளிப்புகளால் சிதறுண்டது. சட்டென்று, அந்தக் காயலில் இருந்து ஐந்து எரிதணல் தூண்கள் வான்நோக்கி எழுந்தன, ராக்கெட் என்ஜின்களைப்போல் நிதானமாக உறுமிய அவை மூடுபனி சூழ்ந்த காற்றைக் கிழித்துக்கொண்டு மியூஸியத்தின் டைட்டானிய தகடுகளுக்கு மேலே அற்புதமான வெடிப்பொளிகளை வீசிச்சென்றன.

லேங்டனுக்கே உரித்தான கட்டுமான ரசனையானது லூவர் அல்லது பிரடோ போன்ற செவ்வியல் பாணியிலான மியூஸியம்களை நோக்கியதாகவே இருந்தது, ஆனாலும் அந்தக் காயலுக்கு மேலாக சூழ்ந்த பனிப்படலத்தையும் தீச்சுவாலையையும் கண்டபோது, கலையையும், புத்துருவாக்கத்தையும் நேசிக்கின்ற, எதிர்காலத்தை தெள்ளத்தெளிவாக பார்க்கின்ற ஒருவனால் நடத்தப்படுகின்ற ஒரு நிகழ்விற்கு இந்த அதிநவீன மியூஸியத்தைத் தவிர வேறு எதுவும் மிகப் பொருத்தமானதாக இருந்துவிடாது என்று அவர் நினைத்துக்கொண்டார்.

இப்போது, அந்த மூடுபனிக்குள் நடந்துகொண்டிருந்த லேங்டன் மியூஸியத்தின் நுழைவாயிலை நோக்கி விரைந்தார் - அது ஒரு ஊர்வன வகை கட்டுமானத்தில் அமைந்த அச்சுறுத்தும் கருந்துளை. கதவு வாயிலை அவர் நெருங்கியபோது தான் ஒரு டிராகனின் வாய்க்குள்தான் நுழைகிறோமோ என்ற அசௌகரியமான உணர்வு லேங்டனுக்கு ஏற்பட்டது.

2

கப்பற்படை தளபதி லூயி எவிலா ஒரு பிரபலமற்ற நகரின் வெறிச்சோடிப்போன மதுபான விடுதிக்குள்ளே நாற்காலியில் அமர்ந்திருந்தார். தன்னுடைய பயணத்தால் களைத்துப்போயிருந்த அவர், பனிரெண்டு மணிநேரங்களுக்குள் பல்லாயிரம் மைல்களுக்கும் அப்பால் அவரைக் கொண்டு வந்து சேர்த்திருக்கும் வேலைக்காக அப்போதுதான் வான்வழியே வதிருந்தார். தன்னுடைய இரண்டாவது மென்பானத்தை முதல்முறை உறிஞ்சிய அவர் அந்த விடுதிக்கு பின்னால் இருக்கும் வண்ணமயமான கண்ணாடிப்புட்டிகளின் வரிசையை வெறித்துப் பார்த்துக் கொண்டிருந்தார்.

ஒரு பாலைவனத்தில் யார் வேண்டுமானாலும் குடிக்காமல் இருந்துவிடலாம், ஆனால் விசுவாசம்மிக்க ஒருவனால் மட்டும்தான் ஒரு பாலைவனச் சோலையில் அமர்ந்து தன்னுடைய உதடுகளைக்கூட பிரிப்பதற்கு மறுக்க முடியும், என்று அவர் நினைத்துக் கொண்டார்.

எவிலா ஏறக்குறைய ஒரு வருட காலத்திற்கு இந்த சாத்தானுக்காக தன் உதடுகளைப் பிரிக்கவில்லை. அந்த கண்ணாடியாலான விடுதியில் தன்னுடைய பிரதிபலிப்பை அவர் பார்த்ததும், அவரையே திரும்பிப் பார்க்கும் பிம்பத்தினால் ஏற்பட்ட ஒரு அரிதான திருப்தியுணரும் தருணத்திற்கு அவர் தன்னைத்தானே அனுமதித்துக் கொண்டார்.

வயதாகிப்போதல் என்பது ஒரு பொறுப்பு என்பதைக் காட்டிலும் அதை ஒரு சொத்தாகவே பார்க்கின்ற அதிர்ஷ்டக்கார மெடிட்டெரேனியன் ஆட்களுள் எவிலாவும் ஒருவர். கடந்த பல்லாண்டுகளில் அவருடைய கறுத்த விறைப்பான தாடி தனித்துவமான வெண்-கருமை நிறத்தால் மென்மையாகியிருந்தது, அவருடைய பயமுறுத்தும் இருளடர்ந்த கண்கள் ஒரு சாந்தமான நம்பிக்கையால் ஆசுவாசப்பட்டிருந்தன, அத்துடன் அவருடைய அழுத்தமான ஆலிவ்நிற தோல் இப்போது சூரிய ஒளியில்

காய்ந்து சுருங்கிப்போய், நிரந்தரமாக அரைக்கண்ணால் கடலைப் பார்த்துக்கொண்டிருக்கும் ஒரு குணவியல்பை அவருக்கு கொடுத்திருந்தது.

அறுபத்து மூன்று வயதிலும்கூட, ஒல்லியான நிறம் மங்காத அவருடைய உடலின் கவரக்கூடிய உடலமைப்பு அவருடைய பிரத்யேகமாக தைக்கப்பட்ட சீருடையால் மேற்கொண்டு மெருகேறியிருந்தது. அச்சமயத்தில், எவிலா தன்னுடைய முழுமையான கப்பற்படை வெள்ளைச் சீருடையில் இருந்தார் - கம்பீரமான தோற்றத்தை தரும் அந்த பிரத்யேக உடை இரண்டடுக்கு வெள்ளை ஜாக்கெட், அகன்ற கறுப்பிநிற தோள்பகுதி பட்டைகள், வரிசையான சேவைப் பதக்கங்கள், கஞ்சிபோட்ட வெள்ளை கழுத்துப்பட்டை கொண்ட சட்டை மற்றும் வெள்ளைப் பட்டுத்துணி வைத்து தைக்கப்பட்ட கைப்பிடி ஓரங்கள் ஆகியவற்றைக் கொண்டிருந்தன.

ஸ்பானிஷ் ஆர்மதா இந்த பூமியில் மிகுந்த திறனுள்ள கடற்படையாக இல்லாது போயிருக்கலாம், ஆனாலும் ஒரு அதிகாரி எவ்வாறு உடையணிய வேண்டும் என இப்போதும்கூட எங்களுக்குத் தெரியும்.

அந்த அட்மிரல் பல வருடங்களாகவே இந்த சீருடையை அணியவில்லை - ஆனால் இது ஒரு பிரத்யேக இரவு, மேலும், முன்னதாக அவர் இந்த அறியப்படாத நகரத் தெருக்களில் நடந்துசென்றபோது பெண்களின் சாதகமான பார்வைகளையும், விலகிச் செல்லும் ஆண்களையும் கண்டு ரசித்திருந்தார்.

விதிமுறையின்படி வாழ்பவர்களை எல்லோருமே மதிக்கிறார்கள்.

"*¿ஆட்ரா டோனிகா?*" என்று அந்த அழகான பணிப்பெண் வினவினாள். முப்பதுகளில் இருந்த அவள் முழு உருவத்தினளாக, குறும்புப் புன்னகையுடன் காணப்பட்டாள்.

எவிலா தலையை குலுக்கினார். "வேண்டாம், நன்றி."

அந்த மதுபான விடுதி முற்றிலும் வெறிச்சோடிப் போயிருந்தது, பணிப்பெண்ணின் கண்கள் தன்னை மெச்சுவதை எவிலாவால் உணர முடிந்தது. மறுபடியும் பார்ப்பதற்கு

நன்றாகத்தான் இருந்தது. நான் படுபாதாளத்தில் இருந்து திரும்பி வந்திருக்கிறேன்.

ஐந்து வருடங்களுக்கு முன்னர் எவிலாவின் வாழ்க்கையை முற்றிலுமாக அழித்துவிட்ட அந்த பயங்கரமான நிகழ்வு அவருடைய மனதின் அடியாழத்தில் நிரந்தரமாக உறைந்துவிட்டது - செவிடாக்கும்படியாக பூமி பிளந்து அவரை முழுவதுமாக விழுங்கிவிட்ட அந்த ஒரே நிகழ்வு.

செவைல் தேவாலயம்

ஈஸ்டர் காலைநேரம்.

வண்ணம் தீட்டிய கண்ணாடிகளில் பரவிக்கொண்டிருந்த அந்துலூசியன் சூரியன் அந்த தேவாலயத்தின் கற்கலால் ஆன உட்புறங்கள் நெடுகிலும் உமிழ்ந்த ஒளிக்கதிர்களில் கலைடாஸ்கோப் வண்ணத்தை வாரியிறைத்துக் கொண்டிருந்தது. புத்துயிர்ப்பின் அற்புதத்தை ஆயிரக்கணக்கான பக்தர்கள் கொண்டாடிக் கொண்டிருக்கையில் குழல் வாத்தியங்கள் மகிழ்ச்சிகரமான ஒலியெழுப்பிக் கொண்டிருந்தன.

எவிலா அந்த பிரார்த்தனைக் கூட்டத்தில் மண்டியிட்டிருந்தார், அவருடைய மனம் நன்றியுணர்வால் நிரம்பியிருந்தது. கடலில் அவருடைய வாழ்நாள் சேவைக்குப் பின்னர் குடும்பம் என்ற இறைவனின் மகத்தான பரிசால் அவர் ஆசீர்வதிக்கப்பட்டிருந்தார். பெரிதாக புன்னகைத்தபடியே திரும்பிய எவிலா தோள்பட்டைக்கு பின்னால் இருந்த தன் இளம் மனைவி மரியாவைப் பார்த்தார், தேவாலயப் பிரகாரத்தில் நீண்டதூரம் நடந்துவர முடியாத அளவுக்கு முதிர் கர்ப்பமுற்றிருந்த அவள் இன்னமும் இருக்கையிலேயே அமர்ந்திருந்தாள். அவளுக்கு அருகே அவர்களுடைய மூன்று வயது மகன் பெப்பெ தன்னுடைய தந்தையை நோக்கி உற்சாகத்துடன் கையசைத்தான். எவிலா அவனைப் பார்த்து கண்ணடித்தார், மரியா தன் கணவனைப் பார்த்து இனிமையாக புன்னகைத்தாள்.

நன்றி, இறைவா, என்று நினைத்தபடியே புனிதக் கோப்பையை வணங்கிட கூட்டத்தை நோக்கித் திரும்பினார் எவிலா.

சற்று நேரத்தில், செவிடாக்கும்படியான ஒரு பெருவெடிப்பொலி அந்தப் புராதான தேவாலயத்தின் ஊடாக கிழித்துச் சென்றது.

ஒரு பளிச்சிடலில், அவருடைய மொத்த உலகமும் தீயில் சிதறிப்போனது.

வெடிப்பலையானது எவிலாவை அந்த பிரார்த்தனைக் கூட்டத்திற்கு முன்னால் பலவந்தமாக தள்ளியது, அவருடைய உடல் எரிந்தபடி விரையும் அழிமானங்களாலும், மனித உடல் பாகங்களாலும் நசுங்கியது. எவிலாவுக்கு நினைவு திரும்பியபோது, அந்த அடர்த்தியான புகையில் அவரால் மூச்சுவிட முடியவில்லை, ஒரு கணம் தான் எங்கிருக்கிறோம், என்ன நடந்தது என்பதே அவருக்குத் தெரியவில்லை.

பிறகு, அவருடைய காதில் ரீங்கரித்துக்கொண்டிருந்த சத்தத்திற்கும் மேலாக துன்புற்ற அலறல்கள் அவருக்குக் கேட்டன. கால்களை ஊன்றி எழுந்து நின்ற எவிலா தான் எங்கிருக்கிறோம் என்ற பயங்கரத்தை உணர்ந்தார். இவையெல்லாம் ஒரு கொடுங்கனவு என தனக்குத்தானே சொல்லிக்கொண்டார். புகை நிரம்பிய அந்த தேவாலயத்தில், பின்பக்கமாக தடுமாறி விழுந்த அவர் முனகிக் கொண்டிருந்தவர்களையும், உறுப்புகளை இழந்தவர்களையும் தவழ்ந்து கடந்தபடியே, சற்று நேரத்திற்கு முன்னர் அவருடைய மனைவியும் மகனும் புன்னகைத்த ஒரு உத்தேசமான இடத்தை நோக்கி அவசரகதியில் தடுமாறிச் சென்றார்

அங்கே எதுவும் இல்லை.

இருக்கைகளும் இல்லை. மக்களும் இல்லை.

எரிந்துபோன தரையில் ரத்தம் தோய்ந்த குப்பைக்கூளங்கள் மட்டுமே இருந்தன.

அந்த பயங்கர நினைவு உலோக விடுதிக் கதவின் கிலிங் ஒலியால் தயைகூர்ந்து சிதறிப்போனது. தன்னுடைய மென்பானத்தை எடுத்த எவிலா அதை ஒரு மிடறு உறிஞ்சிவிட்டு அதற்கு முன்பாக பல தடவைகள் வலுக்கட்டாயமாக

செய்துகொண்டதைப் போல் அந்த இருளை தலையைக் குலுக்கி விரட்டியடித்துக் கொண்டார்.

அந்த விடுதிக் கதவு சுழன்று திறந்தபோது எவிலா திரும்பிப் பார்க்கையில் பருத்த உடல்கொண்ட இரண்டுபேர் தள்ளாடிக்கொண்டே உள்ளே வந்தனர். ஒரு அபத்தமான ஐரிஷ் விளையாட்டுப் பாடலை பாடிக்கொண்டு வந்த அவர்கள் தங்களுடைய வயிறுகளை மறைக்கும்படியாக பச்சைநிற கால்பந்தாட்ட சீருடைகளை அணிந்திருந்தனர். இந்த மதியப்பொழுது ஆட்டம் அயர்லாந்திற்கு வெளியில் இருந்து வந்தவர்கள் வசம் சென்றுவிட்டது தெளிவாகத் தெரிந்தது.

இதை எனக்கான சமிக்ஞையாக எடுத்துக்கொள்ள வேண்டும், என்று நினைத்துக்கொண்ட எவிலா எழுந்து நின்றார்.

"இழவெடுக்க!" என்று கத்திய புதிதாக வந்தவர்களில் ஒருவன் எவிலாவின் கம்பீரமான சீருடையை முறைத்துப் பார்த்தான். "இதுதான் ஸ்பெயின் ராஜா!"

வெடிச்சிரிப்பு சிரித்த இரண்டு பேரும் அவரை நோக்கி தள்ளாடிபடியே வந்தனர்.

எவிலா அவர்களைக் கடந்து போய்விடவே முயற்சித்தார், ஆனால் உருவத்தில் பெரிதாக இருந்தவன் அவருடைய கையை முரட்டுத்தனமாக பிடித்து இருக்கையை நோக்கி பின்னுக்கு இழுத்தான். "கொஞ்சம் இருங்கள், மேன்மை பொருந்தியவரே! நாங்கள் இவ்வளவு தூரம் கடந்து ஸ்பெயினுக்கு வந்திருக்கிறோம்; ராஜாவுடன் கொஞ்சம் பியர் அருந்திவிட்டுப் போகிறோமே!"

அவனுடைய அழுக்கேறிய கை தன்னுடைய புத்தம்புது சட்டையின் கைப்பகுதியை அழுத்துவதை எவிலா பார்த்தார். "போக விடுங்கள்," என்று அவர் அமைதியாக கூறினார். "நான் போயாக வேண்டும்."

"முடியாது . . . ஒரு பியர் சாப்பிட நீ இருந்துதான் ஆகவேண்டும், நண்பா." அந்த ஆளுடைய நண்பன் எவிலாவின் மார்பில் இருந்த பதக்கங்களில் அழுக்கான விரலால் நோண்டத் தொடங்கியபோது அவன் தன்னுடைய பிடியை இறுக்கினான். "உன்னைப் பார்த்தால் ஹீரோவைப் போல் இருக்கிறது, கிழவா."

அவன் எவிலாவின் மிகவும் மதிப்புவாய்ந்த இலச்சினைகளுள் ஒன்றைப் பிடித்திழுத்தான். "மத்தியகால கதாயுதமா? அப்படியென்றால் நீ வெண்புரவியில் வரும் வீரனா?!" அவன் பலமாகச் சிரித்தான்.

சகித்துக்கொள், எவிலா தனக்குத்தானே நினைவுபடுத்திக் கொண்டார். அவர் இவர்களைப் போல் எண்ணற்றவர்களை பார்த்துவிட்டார் - சின்னத்தனமானவர்கள், மகிழ்ச்சியற்ற பிறவிகள், எந்த ஒரு நிலைப்பாட்டிலும் இல்லாதவர்கள், மற்றவர்கள் அவர்களுக்கு போராடிப் பெற்றுத்தந்த சுதந்திரங்களையும், விடுதலைகளையும் குருட்டாம்போக்காக அவமதிப்பவர்கள்.

"உண்மையில்," எவிலா மென்மையாக பதிலுரைத்தார், "இந்த கதாயுதம் ஸ்பானிஷ் கடற்படையின் யுனிடேட் டி ஓபரேஸியோன்ஸ் எஸ்பெஸல்ஸின் சின்னம்."

"ஸ்பெஷல் ஆபரேஷன்ஸா?" என்று அவன் போலியாக நடுங்கிக் காட்டினான். "நன்றாயிருக்கிறதே. அப்படியென்றால் அது என்ன சின்னம்?" என்று கேட்ட அவன் எவிலாவின் வலது கையை சுட்டிக் காட்டினான்.

எவிலா தன்னுடைய உள்ளங்கையைப் பார்த்தார். மென்மையான சதைக்கு நடுவில் கருப்பு நிறத்தில் பச்சை குத்தியிருந்தது - அது பதினான்காம் நூற்றாண்டைச் சேர்ந்த சின்னம்.

இந்தக் குறியீடு என்னுடைய பாதுகாவலாக விளங்குகிறது, என்று நினைத்தபடியே அந்த இலச்சினையைப் பார்த்தார் எவிலா. *இருந்தாலும் எனக்கு அது தேவைப்படாது.*

"அதை விடு" என்ற அந்த தடியன் எவிலாவின் கையை விட்டுவிட்டு தன்னுடைய கவனத்தை பணிப்பெண் மீது

திருப்பினான். "நீ சிக்கென்று இருக்கிறாய்?" என்றான். "நீ நூறு சதம் ஸ்பானிஷா?"

"ஆமாம்" என்று அவள் மகிழ்ச்சியுடனே கூறினாள்.

"உன்னிடத்தில் கொஞ்சம்கூட ஐரிஷ்தனம் இல்லையா?"

"இல்லை."

"உனக்கு கொஞ்சம் வேண்டுமா?" அவன் முரட்டுத்தனமாக ஆடியபடியே மேசையை குத்தினான்.

"அவளை விட்டுவிடு" எவிலா கட்டளையிட்டார்.

சுழன்று திரும்பிய அவன் அவரை முறைத்துப் பார்த்தான்.

இரண்டாவது தடியன் எவிலாவின் மார்பில் கைவைத்து அழுத்தினான். "என்ன செய்ய வேண்டும் என்று எங்களுக்கே சொல்லப் பார்க்கிறாயா?"

நாள் முழுவதும் பயணம் செய்த களைப்பில் இருந்த எவிலா மதுபான மேசையை நோக்கி நகரும்போது ஆழமாக மூச்சிழுத்துக்கொண்டார். "ஜென்டில்மென், தயவுசெய்து உட்காருங்கள். நானே உங்களுக்கு பியர் வாங்கித் தருகிறேன்."

அவர் இங்கேயே இருப்பதில் சந்தோஷம், என்று நினைத்துக்கொண்டாள் பணிப்பெண். அவளால் தன்னைப் பார்த்துக்கொள்ள முடியும் என்றாலும் இந்த அதிகாரி இரண்டு முரடர்களையும் எவ்வளவு அமைதியாக சமாளிக்கிறார் என்பதைப் பார்த்தபோது, அவளை அது சற்றுநேரம் முடிவெடுக்க விடாமல் செய்தது என்பதுடன் அவர் கடையை மூடும்வரை இருப்பார் என்றும் நம்பிக்கை கொள்ளச் செய்தது.

அதிகாரி இரண்டு பியர்களுக்கு ஆர்டர் செய்தார், தனக்கென்று மற்றொரு டானிக் வாட்டர் வாங்கிக்கொண்டு அந்த பாரில் இருந்த தன்னுடைய இடத்திற்கே திரும்பினார். அந்த கால்பந்து தடின்கள் இருவரும் அவருக்கு இருபக்கத்திலும் அமர்ந்தனர்.

"டானிக் வாட்டரா?" ஒருவன் நக்கலடித்தான். "நாம் சேர்ந்து குடிக்கப்போகிறோம் என்றல்லவா நினைத்தேன்."

அதிகாரி பணிப்பெண்ணைப் பார்த்து சோர்வாக சிரித்துவிட்டு தன்னுடைய டானிக்கை காலிசெய்தார்.

"எனக்கு ஒருவரை சந்திக்க வேண்டியிருக்கிறது" என்று கூறிவிட்டு எழுந்தார் அதிகாரி. "ஆனால், உங்களுடைய பியரை ரசித்து மகிழுங்கள்."

அவர் எழுந்து நின்றதும் ஏற்கனவே ஒத்திகை பார்த்துவிட்டதுபோல் இரண்டு பேருமே அவருடைய தோள்களில் முரட்டுக் கைகளை வைத்து அவருடைய இருக்கையில் அழுத்தி அமர வைத்தனர். அந்த அதிகாரியின் கண்களில் ஒரு கோபப்பொறி மின்னி மறைந்தது.

"தாத்தா, உன்னுடைய கேர்ள்பிரண்டை எங்களிடம் விட்டுவிட்டு செல்ல நீங்கள் விரும்புவீர்கள் என்று எனக்குத் தோன்றவில்லை." அந்த தடியன் அவளைப் பார்த்து தன்னுடைய நாக்கால் ஆபாசமாக எதையோ செய்துகாட்டினான்.

அதிகாரி நீண்டநேரம் அமைதியாக உட்கார்ந்திருந்த பின்னர் தன்னுடைய மேல்சட்டைக்குள் கைவிட்டார்.

இரண்டுபேருமே அவரைப் பிடித்துக் கொண்டனர். "ஹேய்! என்ன செய்கிறாய்?!"

அந்த அதிகாரி மிக மெதுவாக தன்னுடைய கைப்பேசியை வெளியே எடுத்தபடி அவர்களிடம் ஸ்பானிஷில் ஏதோ சொன்னார். அவர்கள் ஏதும் புரியாமல் அவரை வெறித்துப் பார்த்தனர், பின்னர் அவர் ஆங்கிலத்தில் கூறினார். "மன்னிக்க வேண்டும். என் மனைவியை அழைத்து, நான் வருவதற்கு தாமதமாகும் என்று சொல்ல வேண்டும், அவ்வளவுதான். நான் இங்கே சற்று அதிகநேரம் இருக்க வேண்டும் போலிருக்கிறதே."

"இப்போது நீ பேசலாம்!" என்று அவர்களில் பெரிதாக இருந்தவன் சொல்லிவிட்டு தன்னுடைய பியரை காலி செய்தவுடன் கண்ணாடிக் கோப்பையை மேசையில் பலமாக வைத்தான். "இன்னொன்று!"

பணிப்பெண் அந்த தடியன்களின் கோப்பைகளை நிரப்பும்போது அந்த அதிகாரி தன்னுடைய கைப்பேசியில் சில பொத்தான்களை அழுத்திவிட்டு காதில் வைப்பதை

கண்ணாடியில் பார்த்தாள். அந்த அழைப்பு சென்றடைந்தது, அவர் துரிதமான ஸ்பானிஷில் பேசினார்.

"Le llamo desde el bar Molly Malone" என்று கூறிய அதிகாரி, அந்த விடுதியின் பெயரையும், தனக்கு முன்பிருந்த கடற்கரையையும் தெரிவித்தார். "Calle Particular de Estraunza, ocho." அவர் ஒருகணம் காத்திருந்த பின்னர் தொடர்ந்து கூறினார். "Necesitamos ayuda inmediatamente. Hay dos hombres heridos" என்று கூறிய பின்னர் கைப்பேசியை வைத்துவிட்டார்.

¿Dos hombres heridos? பணிப்பெண்ணின் இதயத்துடிப்பு அதிகரித்தது. இரண்டுபேர் அடிபட்டிருக்கிறார்களா?

அவர் சொன்னவற்றை புரிந்துகொள்ளும் முன்னரே அவளுக்கு ஏதோ ஒன்று மங்கலாகத் தெரிந்தது, தனக்கு வலதுபக்கம் சுழன்று திரும்பிய அதிகாரி ஒரு முழங்கையை பருத்த தடியனின் மூக்கு நொறுங்கிப்போகும் வகையில் மேல்நோக்கி செலுத்தினார். அவனுடைய முகம் சிவப்பு நிறத்தில் கொப்பளிக்க பின்னால் சரிந்து விழுந்தான். இரண்டாமவன் எதிர்வினையாற்றும் முன்னரே மறுபடியும் சுழன்ற அந்த அதிகாரி இந்தமுறை அவருக்கு இடதுபுறத்தில் இருந்தவனுடைய மூச்சுக்குழாயை அவருடைய மற்றொரு கை நொறுக்கவே அவன் இருக்கையில் இருந்து பின்னால் விழுந்தான்.

தரையில் கிடந்த இருவரையும் அந்த பணிப்பெண் அதிர்ச்சியுடன் உற்றுப் பார்த்தாள், ஒருவன் வேதனையில் கதற மற்றொருவன் தன்னுடைய தொண்டையால் திணறிக்கொண்டும், அதைப் பிடித்துக்கொண்டபடியும் கிடந்தான்.

அந்த அதிகாரி மெதுவாக எழுந்து நின்றார். ஒரு அச்சுறுத்தும் அமைதியுடன் அவர் தன்னுடைய வாலட்டை எடுத்து மேசையின் மீது ஒரு நூறு-யூரோ தாளை வைத்தார்.

"மன்னித்துக்கொள்ளுங்கள்," என அவளிடம் அவர் ஸ்பானிஷில் சொன்னார். "உங்களுக்கு உதவி செய்ய சீக்கிரத்திலேயே காவல்துறை இங்கு வந்துவிடும்." பின்னர் அவர் அங்கிருந்து சென்றுவிட்டார்.

வெளிப்புறத்தில், இரவுநேரக் காற்றை உள்வாங்கிய அட்மிரல் எவிலா, அலமெடா டி மஸேரெடோ வழியாக ஆற்றை நோக்கிச் சென்றுகொண்டிருந்தார். காவல்துறை சைரன் ஒலிகள் நெருங்கி வந்தபோது அவர் நிழலில் மறைந்துகொண்டு அதிகாரிகளை கடந்துசெல்ல விட்டார். தீவிரமாக எடுக்கொள்ள வேண்டிய வேலை இருக்கிறது, இன்றிரவு மேற்கொண்டு எத்தகைய சிக்கலிலும் அவர் மாட்டிக்கொள்ள இயலாது.

இன்றிரவு செயல்திட்டத்தை ரீஜெண்ட் தெளிவாக குறிப்பிட்டிருக்கிறார்.

எவிலாவுக்கு, ரீஜெண்டிடம் இருந்து உத்தரவுகளைப் பெற்றுக்கொள்வதில் ஒரு எளிமையான அமைதி கிடைத்தது. தீர்மானங்கள் எதுவுமில்லை. குறைகூறவும் எதுவுமில்லை. செயல் மட்டுமே. வாழ்நாள் முழுவதும் கட்டளைகள் இட்டுக் கொண்டிருந்த பின்னர், சுக்கானை விடுவித்துக்கொண்டு மற்றவர்கள் அந்தக் கப்பலை செலுத்த விடுவதிலும் ஒரு நிம்மதி இருக்கிறது.

இந்தப் போரில், நான் ஒரு காலாட்படை வீரன்.

சில நாட்களுக்கு முன்னர், ரீஜெண்ட் அவருடன் பகிர்ந்துகொண்ட ஒரு ரகசியம் மிகவும் ரகசியமாக தொந்தரவுபடுத்தக்கூடிய ஒன்றாக இருந்தது என்பதுடன், அதற்காக எவிலா தன்னை முழுவதுமாக ஒப்புக்கொடுப்பதைத் தவிர அவருக்கு வேறு வழியே இல்லை. நேற்றிரவு செயல்திட்டத்தின் காட்டுமிராண்டித்தனம் அவரை இன்னமும் துரத்திக் கொண்டிருந்தது, ஆனாலும்கூட அவருடைய செயல்கள் மன்னிக்கப்படும் என்பது அவருக்கு தெரிந்தே இருந்தது.

நீதி-நியாயம் பல்வேறு வடிவங்கள் கொண்டது.

இன்றிரவுக்குள் நிறையபேர் சாகப்போகிறார்கள்.

ஆற்றங்கரையில் இருந்த ஒரு திறந்தவெளி சதுக்கத்திற்குள் எவிலா நுழைந்தபோது, தனக்கு முன்பிருந்த ஒரு பிரமாண்ட கட்டுமானத்தைப் பார்த்து அவர் கண்களை உயர்த்தினார். உலோகப் பாளங்களால் மூடப்பட்டு தாறுமாறான வடிவங்களில் இருந்த ஒரு அலையலையான கந்தல் - அது, இரண்டாயிரம்

வருட கட்டுமான முன்னேற்றத்தை ஒட்டுமொத்த குழப்பத்திற்காக ஜன்னலுக்கு வெளியே வீசி எறிந்துவிட்டதைப் போல் இருந்தது.

சிலர் இதை மியூஸியம் என்கின்றனர். நான் இதை குரூரம் என்பேன்.

தன்னுடைய சிந்தனைகளில் கவனம் செலுத்திய எவிலா அந்த சதுக்கத்தைக் கடந்து, பில்பாவின் கூகன்ஹைம் மியூஸியத்திற்கு வெளியில் இருந்த விசித்திர சிற்பத் தொடர்களினூடாக சென்றுகொண்டிருந்தார். அவர் அந்தக் கட்டடத்தை நெருங்கியதும், தங்களுடைய அருமையான கறுப்பு வெள்ளை உடைகளில் டசன்கணக்கான விருந்தினர்கள் ஒன்றுகலந்திருப்பதைக் கண்டார்.

கடவுளற்ற கூட்டம் ஒன்றுகூடியிருக்கிறது.

ஆனால், இன்றிரவு யாரும் கற்பனை செய்திருந்தபடி நடக்கப்போவதில்லை.

தன்னுடைய அட்மிரல் தொப்பியை நேராக்கிக்கொண்ட அவர் மேல்கோட்டை சரிசெய்துகொண்டு, மனரீதியாக தனக்கு வழங்கப்பட்ட வேலைக்கு தன்னை திடப்படுத்திக்கொண்டார். இன்றிரவு ஒரு மிகப்பெரிய செயல்திட்டத்தின் ஒரு பகுதிதான் - நீதி-நியாயத்திற்கான ஒரு சிலுவைப்போர்.

எவிலா நடுக்கூடத்தைக் கடந்து மியூஸியத்தின் நுழைவாயிலை நெருங்கியபோது, தன்னுடைய பையில் இருந்த ஜெபமாலையை மென்மையாக தொட்டுப் பார்த்துக்கொண்டார்.

3

அந்த மியூஸியத்தின் மையப்பகுதி எதிர்காலத்தைச் சேர்ந்த ஒரு தேவாலயத்தைப் போல் காணப்பட்டது.

லேங்டன் உள்ளே நுழைந்ததும் அவருடைய பார்வை சட்டென்று மேல்நோக்கி சென்று, உயரே நீண்டுசெல்லும் கண்ணாடித் திரையின் ஓரங்களில் இருக்கின்ற, இருநூறு அடிகள் உயரத்திற்கு

குவிமாட கூரையை நோக்கிச் செல்கின்ற பிரமாண்ட வெண்ணிற தூண்களில் நிலைத்தது, அங்கே ஹலூஜன் ஸ்பாட்லைட்டுகள் சுத்தமான வெண்ணொளியை வீசிக்கொண்டிருந்தன, காற்றில் மிதப்பது போன்று ஒன்றையொன்று பின்னிக்கொண்டிருக்கும் குறுகலான நடைபாதைகளும் பால்கனிகளும் வானுலகங்களை குறுக்காக கடந்துசென்றன, அவற்றின் மீது மேலே உள்ள காட்சிக்கூடங்களில் இருந்து உள்ளேயும் வெளியேயும் சென்றுவருகின்ற பார்வையாளர்கள் கறுப்பு வெள்ளைப் புள்ளிகளைப் போல் உடையணிந்து உயரமான ஜன்னல்களின் ஓரம் நின்றபடி கீழேயிருந்த காயலைப் பார்த்து வியந்து கொண்டிருந்தனர். அதனருகே, சத்தமில்லாமல் சுவற்றில் கீழே இறங்கிக்கொண்டிருந்த கண்ணாடியால் ஆன ஒரு மின்தூக்கி மேற்கொண்டு விருந்தினர்களை அழைத்துச்செல்ல தரைத்தளத்திற்கு திரும்பிக் கொண்டிருந்தது.

அது இதுவரை லேங்டன் பார்த்திராத ஒரு மியூஸியத்தைப் போல் இருந்தது. அதனுடைய ஒலியமைப்புகூட அந்நியமாய்ப் பட்டது. ஒரு பாரம்பரியமான, சத்தத்தை இல்லாமல் செய்யும் பயபக்திமிக்க அமைப்பைப் போல் அல்லாமல் அந்த இடம் கற்கள் மற்றும் கண்ணாடிகளில் இருந்து முணுமுணுக்கும் குரல்களின் எதிரொலிப்புகளால் ஜீவனுடன் காணப்பட்டது. லேங்டனைப் பொறுத்தவரையில், அவருக்கு மிகவும் பழக்கமான ஒரு உணர்வு என்றால் அது அவருடைய நாக்கிற்கு பின்னால் இருக்கும் வெறுமையான வாசனைதான்; மியூஸித்தில் நிரம்பியிருக்கும் காற்று உலகம் முழுவதிலும் ஒரேபோன்றுதான் இருக்கிறது - எல்லாவித தூசு துரும்புகளில் இருந்தும், ஆக்ஸிஜனேற்றங்களில் இருந்தும் முறைப்படி வடிகட்டப்பட்டு 45 சதவிகித ஈரநயத்திற்கு மின்மய தண்ணீரால் பதப்படுத்தப்பட்டிருக்கிறது.

ஆச்சரியப்படுத்தும் வகையிலான தீவிர தொடர் பாதுகாப்பு வளையங்களின் வழியாக முன்னால் நகர்ந்த லேங்டன், காவலர்கள் ஆயுதம் தரித்தபடி நின்றிருப்பதையும் கவனித்தார், இறுதியாக மற்றொரு சோதனை மேசைக்கு முன்னால் தான் நிற்பதையும் கண்டுகொண்டார். ஒரு இளம்பெண் ஒலிப்பதிவு தலையணியை நீட்டினாள். "ஆடியோகியா?"

லேங்டன் புன்னகைத்தார். "வேண்டாம், நன்றி."

இருந்தாலும், அவர் அந்த மேசையை நெருங்கும்போது அவரை தடுத்து நிறுத்திய அந்தப் பெண் முறையான ஆங்கிலத்தில் பேசினார். "மன்னிக்கனும் சார், எங்களுடைய விருந்துபசரிப்பாளர் இன்றிரவு எல்லோரும் தலையணி அணிந்திருக்க வேண்டும் என கேட்டுக்கொண்டுள்ளார். இது இன்றைய மாலைநேரத்து அனுபவத்தின் ஒரு பகுதி."

"ஓ, அப்படியென்றால் நானும் ஒன்றை எடுத்துக்கொள்கிறேன்."

லேங்டன் தலையணியை நெருங்கினார், ஆனால் அவரை ஒதுக்கிவிட்ட அவள் அவருடைய பெயர் அட்டையை தன்னுடைய விருந்தினர் பட்டியலில் சரிபார்த்து அதில் பெயரைக் கண்டுபிடித்த பின்னர் அவருடைய பெயர் பொருந்திப்போகின்ற எண்ணுள்ள தலையணியை அவரிடம் கொடுத்தாள். "இன்றிரவு சுற்றுலா ஒவ்வொரு பார்வையாளருக்கும் என்று தனித்தனியே பிரத்யேகமாக அமைக்கப்பட்டுள்ளது."

அப்படியா? லேங்டன் சுற்றிலும் பார்த்தார். அங்கே நூற்றுக்கணக்கான விருந்தினர்கள் இருந்தனர்.

லேங்டன் தலையணியைப் பார்த்தார், அது இரண்டு முனைகளிலும் சின்னஞ்சிறு அட்டைகளுடன் கூடிய ஒரு மெல்லிய உலோகத்தினால் ஆன கயிறுதான். அவருடைய குழம்பிய பார்வையைப் பார்த்த அந்த இளம்பெண் அவருக்கு உதவ முன்வந்தாள்.

"இவை முற்றிலும் புதியவை" என்ற அவள் அந்த சாதனத்தை அவர் அணிவதற்கு உதவினாள். "இந்த விசைமாற்று அட்டைகள் உங்கள் காதுகளுக்கு உள்ளே செல்லாது, உங்கள் முகத்திலேயே இருக்கும்." அவள் அந்தக் கயிற்றை அவருடைய தலைக்குப் பின்னால் வைத்து தாடை எலும்பிற்கு சற்று மேலேயும், நெற்றிப்பொட்டிற்கு சற்று கீழேயும் உள்ளவாறு அட்டைகளை அவருடைய முகத்தில் மென்மையாக ஒட்டவைத்தாள்.

"ஆனால் இது எப்படி -"

"இதுதான் எலும்பு ஊடுகடத்தல் தொழில்நுட்பம். இந்த விசைமாற்றிகளால் உந்தப்படும் ஒலி உங்களுடைய தாடை எலும்புகளின் ஊடாக நேரடியாக சென்று செவியின்

சுருள்வளையை அடையச் செய்யும். இதை நான் முன்னமே முயற்சித்திருக்கிறேன், உண்மையிலேயே மிகவும் அற்புதமானது - அது உங்கள் தலைக்குள் கேட்கின்ற குரலைப் போல் இருக்கும். இன்னும் சொல்லப்போனால், இது வெளிப்புற உரையாடல்கள் உங்களுக்கு கேட்கவிடாமல் செய்யும்."

"மிகப் பிரமாதம்."

"பத்து வருடங்களுக்கும் முன்பாகவே மிஸ்டர்.கிர்ஷால் இந்த தொழில்நுட்பம் கொண்டுவரப்பட்டது. இப்போது நுகர்வோர் தலையணிகளாக பல பிராண்டுகளிலும் கிடைக்கின்றன."

லுத்விக் வான் பீத்தோவானுக்கும் உரிய பங்கு கிடைக்கும் என்று நம்புகிறேன், என நினைத்துக்கொண்ட லேங்டனால் இந்த எலும்பு ஊடுகடத்தல் தொழில்நுட்பமானது செவிடாகிப்போய்விட்ட அந்த பதினெட்டாம் நூற்றாண்டு இசைக்கலைஞரால்தான் உண்மையில் கண்டுபிடிக்கப்பட்டது என்பதை உறுதியாக நம்ப முடிந்தது. அவர் செவிடாகிப்போன பின்னர், ஒரு உலோகக் கம்பியை தன்னுடைய பியானோவுடன் இணைத்து, அதை பல்லால் கடித்துக்கொண்டு வாசிக்கையில், அதன் அதிர்வுகளை தன்னுடைய தாடை எலும்பினால் உணர முடியும் என்பதை அவர்தான் கண்டுபிடித்தார்.

"உங்களுடைய சுற்றுலா அனுபவத்தை ரசித்து மகிழ்வீர்கள் என்று நம்புகிறோம்," என்றாள் அந்தப் பெண். "அறிவிப்புக்கு முன்னர் இந்த மியூஸியத்தை ஆராய்ந்து பார்க்க உங்களுக்கு ஏறக்குறைய ஒருமணி நேரம் இருக்கிறது. மேலேயுள்ள அரங்கத்திற்கு செல்வதற்கான நேரம் வரும்போது உங்களுடைய ஒலி வழிகாட்டுநர் உங்களை உஷார்படுத்துவார்."

"நன்றி. நான் எதையாவது அழுத்த வேண்டி - "

"இல்லை, இந்த சாதனம் தாமாக இயங்கக்கூடியது. நீங்கள் நகரத் தொடங்கியதுமே உங்களுடைய வழிகாட்டு சுற்றுலா ஆரம்பித்துவிடும்."

"ஓ, ஆமாம்," என்றார் லேங்டன் புன்னகைத்தபடியே. மையப்பகுதியைக் கடந்துசென்ற அவர் பிற விருந்தினர்கள் சிதறியிருக்கும் இடத்தை நோக்கி நகர்ந்தார், மின்தூக்கிகளுக்காக

காத்திருந்த அவர்கள் அனைவரும் தங்களுடைய தாடை எலும்புகளில் அழுத்தி வைக்கப்பட்டிருக்கும் ஒரேவிதமான தலையணியை அணிந்திருந்தனர்.

அவர் அந்த மியூஸியத்திற்கு பாதி தூரம் சென்றபோது அவருடைய தலையில் ஒரு குரல் ஒலித்தது. "மாலை வணக்கம், பில்பா, கூகன்ஹைமிற்கு உங்களை வரவேற்கிறோம்."

அது தன்னுடைய தலையணிதான் என்பது லேங்டனுக்குத் தெரியும், ஆனாலும் அவர் சற்றுநேரம் நின்று நிதானித்து தனக்குப் பின்னால் பார்த்துக் கொண்டார். அதன் நிகழ்விளைவு திகைக்க வைத்தது - அந்த இளம்பெண் விவரித்திருந்ததைப் போன்றே -தலைக்கு உள்ளே யாரோ இருக்கிறார்.

"உங்களை மிகவும் மனப்பூர்வமாக வரவேற்கிறோம், புரபஸர் லேங்டன்." அந்தக் குரல் தோழமையுணர்வுடன், மென்மையான துடிப்புமிக்க பிரிட்டிஷ் உச்சரிப்பில் இருந்தது. "என் பெயர் வின்ஸ்டன், இன்று மாலை உங்களுடைய வழிகாட்டியாக இருப்பதில் பெருமைப்படுகிறேன்."

இதைப் பதிவு செய்வது யாராக இருக்கும் - ஹ்யூ கிராண்ட்டா?

"இன்றிரவு," என அந்த துள்ளலான குரல் தொடர்ந்தது, "நீங்கள் விரும்பியபடி, எந்த இடத்தில் வேண்டுமானாலும் சுற்றித் திரியலாம், நீங்கள் பார்ப்பது என்ன என்பதை உங்களுக்கு விளக்க நான் முயற்சி செய்வேன்."

மிக மகிழ்ச்சியான ஒரு விவரணையாளருக்கும் மேலாக, தனிப்பட்ட முறையிலான ஒலிப்பதிவுகள் மற்றும் விசைமாற்றி தொழில்நுட்பம் என, ஒவ்வொரு தலையணியும் அந்த மியூஸியத்தில் ஒரு பார்வையாளர் எங்கே நிற்கிறார் என்பதை துல்லியமாக தனித்துக்காட்ட ஜிபிஎஸ் கருவியுடன் இணைக்கப்பட்டிருக்கிறது. மேலும், எத்தகைய வர்ணனை அளிக்கப்பட வேண்டும் என்பதும் நிரல்படுத்தப்பட்டிருக்கிறது.

"என்னால் உணரமுடிகிறது, சார்" என மேற்கொண்டு கூறியது அந்தக் குரல், "ஒரு கலைத்துறைப் பேராசிரியராக எங்களுடைய மிகவும் அறிவாற்றல் மிக்க விருந்தினர்களுள் நீங்களும் ஒருவர், அதனால் என்னுடைய உதவி உங்களுக்கு

சிறிதளவுதான் தேவைப்படும். இதில் மோசமான விஷயம் என்னவென்றால், சில குறிப்பிட்ட விஷயங்களைப் பற்றிய என்னுடைய பகுப்பாய்வுடன் நீங்கள் முற்றிலும் உடன்படாமல் போக வாய்ப்பிருக்கிறது என்பதுதான்!" என அந்தக் குரல் விசித்திரமான வகையில் களுக்கென்று சிரித்துக்கொண்டது.

நிஜம்தானா? இதெல்லாம் யார் எழுதியது? மகிழ்ச்சியான தொனியும், தனிப்பட்ட சேவையும் வசீகரமானவை என ஏற்கத்தக்கதுதான், ஆனால் நூற்றுக்கணக்கான தலையணிகளையும் தனிப்பட்ட முறையிலானதாக செய்வதற்கு தேவைப்படும் சிரத்தையின் அளவை லேங்டனால் கற்பனைசெய்துகூட பார்க்க முடியவில்லை.

இப்போது அந்தக் குரல் அமைதியாகிவிட்டது நல்லதாய்ப் போயிற்று, அது தன்னுடைய நிரல்படுத்தப்பட்ட வரவேற்புரையால் சோர்ந்துபோய்விட்டது போல் தோன்றியது.

லேங்டன் அந்த மையப்பகுதிக்கு அப்பால் பார்த்தபோது கூட்டத்தினருக்கு மேலே மற்றுமொரு பிரமாண்ட சிவப்பு பேனர் தொங்கிக் கொண்டிருப்பதைக் கண்டார்.

எட்மண்ட் கிர்ஷ்

இன்றிரவு நாம் முன்னே செல்லப்போகிறோம்

எட்மண்ட் எதைத்தான் அறிவிக்கப்போகிறான்?

லேங்டன் மின்தூக்கிகளை நோக்கி தன் பார்வையைத் திருப்பினார், அங்கு அரட்டையடித்துக் கொண்டிருக்கும் விருந்தினர் கூட்டத்தில் உலகளாவிய இணையத்தள நிறுவனங்களின் இரண்டு புகழ்பெற்ற நிறுவனர்களும், ஒரு மிக முக்கிய இந்திய நடிகரும் இருந்தனர், மேலும், தனக்கு தெரிந்திருக்கலாம் என்று லேங்டனால் உணர முடிந்தாலும் அவருக்குத் தெரியாத, நன்கு உடையணிந்த விஐபி-கள் பலரும்கூட நின்றிருந்தனர். சமூக வலைத்தளங்கள் மற்றும் பாலிவுட் சினிமாக்களைப் பற்றி சிறிதளவு பேசுவதற்கும்கூட தயக்கம் கொண்ட, அதுகுறித்த தயார்படுத்தல்கூட தன்னிடம் இல்லாததை உணர்ந்த லேங்டன் அதற்கு நேரெதிர் திசையில் நகர்ந்து, தொலைதூர சுவற்றிற்கு எதிரில் இருக்கும் ஒரு பெரிய நவீன ஓவியத்தை நோக்கி நடந்தார்.

இருண்ட குகையில் பின்னப்பட்டு நிறுவப்பட்டிருந்த அதில் அடங்கியிருக்கும் ஐந்து குறுகலான கன்வேயர் பெல்ட்டுகள் தரையில் இருந்த பிளவுகளில் இருந்து வெளித்தோன்றி மேல்நோக்கி சென்று கூரைகளில் உள்ள பிளவுகளுக்குள்ளாக மறைந்தன. அந்தப் படைப்பு ஒரு செங்குத்தான சமதளத்தில் ஓடுகின்ற நகரும் நடைமேடைகளை ஒத்திருந்தது. ஒவ்வொரு கன்வேயரும் மேல்நோக்கி உருண்டுசெல்லும் படவிளக்க செய்தியை சுமந்திருந்தன.

சத்தமாக பிராத்திக்கிறேன்...என் தோலில் உன் வாசம்...உன் நாமத்தை உச்சரிக்கிறேன்.

இருந்தாலும், லேங்டன் நெருங்கிச் சென்றபோது அந்த நகரும் பட்டைகள் உண்மையில் அப்படியே இருப்பதை உணர்ந்தார்; சலனத்தின் காட்சி மயக்கமானது ஒவ்வொரு செங்குத்து உத்தரத்திலும் அமைக்கப்பட்டிருந்த சின்னஞ்சிறு எல்இடி விளக்குகளின் "மேல்பரப்பால்" உருவாக்கப்பட்டிருந்தது. வேகவேகமாக அடுத்தடுத்த முறையில் ஒளிர்விக்கப்படும் விளக்கானது கீழே உருவாகி, உத்தரத்தை நோக்கி விரைந்து, கூரையில் சென்று முடியும் வகையில் தரையில் இருந்தே வார்த்தைகளை உருவாக்கின.

சத்தமாக அழுகிறேன்... அங்கே இரத்தம்... எனக்கு யாரும் சொல்லவில்லை.

அந்த செங்குத்து உத்தரங்களுக்கு உள்ளே சென்று சுற்றிவந்த லேங்டன் எல்லாவற்றையும் புரிந்துகொண்டார்.

"இது ஒரு சவாலான படைப்பு" என சட்டென்று திரும்பி வந்துவிட்ட ஒலி வழிகாட்டி அறித்தது. "பில்பாவுக்கான நிறுவுகை என்று அழைக்கப்படும் இது கருத்தார்த்த ஓவியர் ஜென்னி ஹோல்ஸரால் உருவாக்கப்பட்டது. இதில் ஒன்பது எல்இடி அறிவிப்பு பலகைகள் உள்ளன, ஒவ்வொன்றும் நாற்பது அடி உயரமுள்ளது, பாஸ்க்யு, ஸ்பானிஷ் மற்றும் ஆங்கில மொழிகளில் மேற்கோள்களை ஒளிபரப்பும் - எல்லாமே எய்ட்ஸின் குரூரங்களோடும், கைவிடப்பட்டவர்களால் ஏற்பட்ட வலியோடும் சம்பந்தப்பட்டவை."

அதன் நிகழ்விளைவு மனதை கிறங்கடிப்பதும், மனதுடையச் செய்வதும்தான் என்பதை லேங்டன் ஒப்புக்கொள்ளத்தான் வேண்டியிருந்தது.

"அநேகமாக, ஜென்னி ஹோல்ஸரின் படைப்பை நீங்கள் முன்னமே பார்த்திருப்பீர்கள்?"

மேல்நோக்கி விரையும் உரைகளால் லேங்டன் மதிமயங்கிப் போவதைப் போல் உணர்ந்தார்.

என் தலையை புதைத்தேன்... உன் தலையை புதைத்தேன்... உன்னையே புதைத்தேன்.

"மிஸ்டர். லேங்டன்?" அவர் தலைக்குள்ளிருந்த குரல் மணியடித்தது. "நான் சொல்வது கேட்கிறதா? உங்களுடைய தலையணி வேலை செய்கிறதா?"

லேங்டன் தன் சிந்தனைகளிலிருந்து குலுங்கிக்கொண்டு வெளியே வந்தார். "மன்னிக்கனும்-என்ன? ஹலோ?"

"யெஸ், ஹலோ" அந்தக் குரல் பதிலுரைத்தது. "நாங்கள் ஏற்கனவே எங்களுடைய வாழ்த்துக்களை சொல்லிவிட்டோம் என்று நினைக்கிறோம்? நான் பேசுவது உங்களுக்கு கேட்கிறதா என்பதை சரிபார்க்கத்தான் அழைத்தேன்?"

"என்னை... மன்னிக்கனும்" லேங்டன் திக்கினார், அந்தக் காட்சியமைப்பில் இருந்து விலகி மையப்பகுதிக்கு வெளியே பார்த்தார். "நீங்கள் ஒரு பதிவு செய்யப்பட்ட குரல் என்று நினைத்தேன்! இணைப்பில் அசலான ஒருவர் இருக்கிறார் என்பதை உணரவில்லை."

"ஒன்றும் பிரச்சினையில்லை, சார். இன்று மாலை நானே உங்களுடைய தனிப்பட்ட வழிகாட்டியாக இருப்பேன். உங்களுடைய தலையணியில் ஒரு மைக்ரோபோனும் உள்ளது. நீங்களும் நானும் கலையைப் பற்றி உரையாடும் நோக்கில் ஒருவருடன் ஒருவர் கலந்துகொள்ளும் வகையிலேயே இந்த புரோகிராம் உருவாக்கப்பட்டுள்ளது."

மற்ற விருந்தினர்களும்கூட தங்களுடைய தலையணிகளுக்குள் பேசிக்கொண்டிருப்பதை இப்போதுதான் லேங்டன் பார்த்தார்.

ஜோடியாக வந்தவர்கள்கூட சற்று தனித்தே காணப்பட்டனர், தங்களுடைய தனிப்பட்ட வழிநடத்துனருடன் தனி உரையாடலில் ஈடுபட்டிருக்கும்போது அவர்கள் குழப்பமான பார்வைகளை பரிமாறிக்கொண்டனர்.

"ஒவ்வொரு விருந்தினருக்கும் தனி வழிகாட்டுநரா?"

"ஆமாம், சார். இன்றிரவு நாங்கள் தனித்தனியாக முன்னூற்றி பதினெட்டு விருந்தினர்களை சுற்றுலா அழைத்துச் செல்கிறோம்."

"நம்பவே முடியவில்லை."

"பரவாயில்லை, கலை மற்றும் தொழில்நுட்பத்தில் எட்மண்ட் கிர்ஷ் பேரார்வம் மிக்கவர் என்பது உங்களுக்குத்தான் தெரியுமே. அவர் இந்த அமைப்பை மியூஸியம்களுக்கு என்றே வடிவமைத்திருக்கிறார், அவர் மிகவும் வெறுக்கின்ற குழு சுற்றுலாக்களுக்கு மாற்றாக இது இருக்கும் என்று நம்புகிறார். இம்முறையில், பார்வையாளர் ஒவ்வொருவரும் ஒரு தனி சுற்றுலா அனுபவத்தை ரசித்து மகிழ்வார்கள், தங்களுடைய தனி ஈடுபாட்டை நோக்கிச் சென்று குழுவாக இருக்கும்போது கேட்க சங்கடப்படக்கூடிய கேள்விகளையும் கேட்பார்கள். இது உண்மையிலேயே மிக மிக நெருக்கமானதும் ஆழ்ந்த ஈடுபாடு மிக்கதாகவும் இருக்கும்."

"வழக்கமானதாக இல்லாவிட்டாலும், நாங்கள் ஒவ்வொருவரும் ஏன் எங்களுக்கென்று ஒரு வழிகாட்டுநருடன் நடந்து செல்லக்கூடாது?"

"கூட்ட நிர்வாகம்தான்" என்று பதிலளித்தான் அவன். "ஒரு மியூஸிய நிகழ்வோடு ஒவ்வொருவருக்கும் தனிப்பட்ட வழிநடத்துநர்களை நியமிப்பது தளத்தில் இருக்கும் மக்களின் எண்ணிக்கை இரட்டிப்பாக்கிவிடும், வருகைதரக்கூடிய பார்வையாளர்களின் எண்ணிக்கையை அது நிச்சயம் குறைத்துவிடும். சொல்லப்போனால், வழிநடத்துநர்கள் அனைவருடைய அடுத்தடுத்த விரிவுரையாற்றும் குரல்களும் சேர்ந்து கவனத்தை சிதறடித்துவிடும். விவாதத்தை ஒத்திசைவான அனுபவமாக்க வேண்டும் என்பதே இதன் கருத்தாக்கம். கலையின் நோக்கங்களுள் ஒன்று உரையாடலை மேம்படுத்துவதுதான் என்று மிஸ்டர்.கிர்ஷ் எப்போதுமே சொல்வார்."

“நான் அப்படியே ஒப்புக்கொள்கிறேன்,” என்றார் லேங்டன். “அதனால்தானே மக்கள் தங்களுடைய இணையருடனோ அல்லது நண்பருடனோ அடிக்கடி மியூஸித்திற்கு வந்துபோகிறார்கள். இந்த தலையணிகள் சற்று சமூகவிரோதமானதாக கருதப்படலாம்,” என்று பதிலளித்தார் லேங்டன்.

“சரி” என்று பதிலளித்தது அந்த பிரிட்டிஷ் குரல் “நீங்கள் உங்களுடைய இணை அல்லது நண்பர்களுடன் வருகிறீர்கள் என்று வைத்துக்கொள்வோமே, நீங்கள் வேண்டுமானால் எல்லோருடைய தலையணியையும் ஒரே வழிநடத்துனருடன் இணைத்துக்கொண்டு குழு விவாதத்தை நடத்திக்கொள்ளலாம். இந்த மென்பொருள் உண்மையிலேயே அந்தளவுக்கு முற்றிலும் மேம்பட்டது.”

“உன்னிடம் எல்லாவற்றிற்கும் பதில் இருக்கும் போலிருக்கிறதே.”

“உண்மைதான், அதுதானே என் வேலை.” அந்த வழிகாட்டி சங்கடத்துடன் சிரித்துவிட்டு விஷயத்தை மாற்றினான். “இப்போது, ஜன்னல்களை நோக்கி மையப்பகுதியை கடந்தீர்கள் என்றால் இந்த மியூஸியத்தின் மிகப்பெரிய ஓவியத்தைப் பார்க்கலாம் புரபஸர்.”

லேங்டன் மையப்பகுதியைக் கடந்து நடக்கத் தொடங்கும்போது, பொருத்தமான வெண்ணிற பேஸ்பால் தொப்பிகள் அணிந்த முப்பது வயதுகளில் இருக்கும் ஒரு கவர்ச்சியான தம்பதியரைக் கடந்துசென்றார். ஒரு கார்ப்பரேட் சின்னம் என்பதையும் தாண்டி அவரை ஆச்சரியப்படுத்தும் வகையிலான ஒரு சின்னம் அந்த இரண்டு தொப்பிகளையும் அலங்கரித்திருந்தது.

அது லேங்டன் நன்கறிந்த ஒரு சின்னம்தான், இருந்தாலும் இதுவரை அது ஒரு தொப்பியில் இருப்பதை அவர் பார்த்ததில்லை. சமீபத்திய வருடங்களில், *A* என்ற இந்த உயர் பாணியில் அமைந்த

எழுத்தானது, மதநம்பிக்கைகளின் ஆபத்துக்கள் என்று தாங்கள் கருதுகின்றவற்றிற்கு எதிராக நாளுக்கு நாள் மிகத்தீவிரமாக பேசத் தொடங்கியிருக்கின்ற, நாத்திக மக்கள்தொகையினராக இந்த கிரகத்தில் மிக வேகமாக பெருகிக் கொண்டிருப்பவர்களுடைய உலகளாவிய சின்னமாக ஆகிவிட்டிருக்கிறது.

நாத்திவாதிகள் இப்போது தங்களுக்கான பேஸ்பால் தொப்பிகளையும் வெளியிட்டுவிட்டார்களா?

அவரைச் சுற்றிக் குழுமியிருக்கும் தொழில்நுட்ப மேதாவிகளின் ஒன்றுகூடலை ஆராய்ந்தபோது, எட்மண்டை போலவே இந்த இளம் பகுப்பாய்வு மனங்களில் பலவும், அநேகமாக மிகுதியும்கூட எதிர்-மதவாதிகளாகத்தான் இருப்பார்கள் என லேங்டன் நினைவுபடுத்திக் கொண்டார். இன்றிரவு பார்வையாளர்கள், மதச் சின்னங்கள் பேராசிரியருக்காக கூடிய “உள்ளூர் கூட்டம்” அல்ல.

4

ConspiracyNet.com

முக்கியச் செய்தி

***அப்டேட்:* “இன்றைய முதல் பத்து ஊடகச் செய்திகள்” பார்க்க இங்கே கிளிக் செய்யவும். அத்துடன், இப்போதுதான் வெளிவந்த புத்தம்புது செய்தியும் உங்களுக்காக!**

எட்மண்ட் கிர்ஷின் ஆச்சர்ய அறிவிப்பு?

கூகன்ஹைம் மியூஸியத்தில் எதிர்காலவியலாளர் எட்மண்ட் கிர்ஷ் நடத்துகின்ற ஒரு விஐபி நிகழ்ச்சிக்கு இன்று மாலையில் இருந்தே தொழில்நுட்ப சாதனையாளர்கள் பலரும் ஸ்பெயினில் உள்ள பில்பாவை நோக்கி திரண்டு வருகின்றனர். பாதுகாப்பு மிகவும் பலப்படுத்தப்பட்டுள்ளது, இந்த நிகழ்ச்சியின்

நோக்கம் பற்றி விருந்தினர்களுக்கு எதுவும் சொல்லப்படவில்லை, ஆனால் எட்மண்ட் கிர்ஷ் சுருக்கமாக பேசவிருப்பதாகவும், பின்னர் ஒரு பெரிய அறிவியல்பூர்வ அறிவிப்பினால் தன்னுடைய விருந்தினர்களை ஆச்சரியப்படுத்தவும் திட்டமிட்டிருக்கிறார் என நம்பத்தகுந்த வட்டாரங்கள் மூலம் *ConspiracyNet*-க்கு தகவல் கிடைத்துள்ளது. *ConspiracyNet* இந்த செய்தியை தொடர்ந்து கண்காணித்து, பெறப்படும் செய்திகளை உடனுக்குடன் பதிவு செய்யும்.

5

ஐரோப்பாவின் மிகப்பெரிய யூதர் திருக்கோயில் புடாபெஸ்டில் உள்ள டோஹனி தெருவில் அமைந்திருக்கிறது. பிரமாண்டமான இரட்டை ஸ்தூபிக்களுடன் மூரிஷ் பாணியில் கட்டப்பட்டிருக்கும் இந்த ஆலயம் மூவாயிரத்திற்கும் மேற்பட்ட பக்தர்கள் உட்காரும் அளவுக்கு இடவசதி கொண்டது - கீழ்த்தள இருக்கைகள் ஆண்களுக்காகவும், பால்கனி இருக்கைகள் பெண்களுக்காகவும் அமைக்கப்பட்டிருந்தது.

தோட்டத்திற்கு வெளியே உள்ள ஒரு பெரிய இடுகாட்டில், நாஜி ஆக்கிரமிப்பின் குரூரங்களின்போது மரணித்த நூற்றுக்கணக்கான ஹங்கேரிய யூதர்களின் உடல்கள் புதைக்கப்பட்டன. இந்த இடத்தில் ஜீவ மரம் ஒன்று அமைக்கப்பட்டிருக்கிறது - அந்த மரங்களின் இலைகள் ஒவ்வொன்றிலும் பலியானவரின் பெயர் எழுதப்பட்டிருக்கும் அது ஒரு அழுகாச்சி வில்லோ மரத்தின் உலோக சிற்பமாகும். காற்று வீசியடிக்கும்போது ஒவ்வொரு இலையும் ஒன்றையொன்று அடித்துக்கொண்டு, தரைக்கு மேலே அச்சுறுத்தக்கூடிய கூக்குரலுடன் சலசலக்கும்.

முப்பது வருடங்களுக்கும் மேலாக, இந்த மாபெரும் யூதர் வழிபாட்டுத் தலத்தின் ஆன்மீகத் தலைவராக, முக்கியத்துவம் வாய்ந்த தால்மூதிய அறிஞரும் கப்பாலிஸ்ட்டுமான ரபை யஹூதா கோவ்ஸ் இருந்துவருகிறார். தன்னுடைய வயதான காலத்திலும், மோசமான உடல்நிலையிலும்கூட ஹங்கேரியிலும்,

மற்றுமுள்ள உலகத்திலும் அவர் ஒரு துடிப்பான உறுப்பினராகவே இருந்து வருகிறார்.

தானபேயைக் கடந்து சூரியன் அஸ்தமிக்கையில், ரபை கோவ்ஸ் அந்த வழிபாட்டுத் தலத்திலிருந்து வெளியேறினார். முறைப்படி 1873-இல் ஒன்றிணைந்த புடா மற்றும் பெஸ்ட் என்ற புராதான நகரங்களை இணைக்கின்ற, எலிசபெத் பாலத்தில் இருந்து கல்லெறியும் தொலைவில் உள்ள, மார்சியஸ் 15 சதுக்கத்தில் இருக்கும் தன்னுடைய வீட்டிற்கு செல்லும் வழியில் டோஹனி தெருவில் இருந்த சிறு துணிக்கடைகளையும், மர்மமான "சிதைவுற்று காணப்படும் மதுபானக்கூடங்களையும்" அவர் கடந்துசென்றார்.

யூதர் விடுதலைத் திருவிழா விடுமுறைகள் வேகமாக நெருங்கிக் கொண்டிருந்தன - வழக்கமாக, கோவ்ஸிற்கு அது ஒரு வருடாந்திர மகிழ்ச்சியான காலகட்டம் - ஆனாலும், உலக மதங்களின் பாராளுமன்றத்தில் இருந்து கடந்த வாரம் திரும்பி வந்ததில் இருந்தே அவர் ஆழ்ந்த மனக்கவலையால் பீடிக்கப்பட்டிருந்தார்.

நான் கலந்து கொண்டிருக்க வேண்டாமோ என்று நினைக்கிறேன்.

பிஷப் வால்டஸ்பினோ, அல்லாமா சயீத் அல்-ஃபதில் மற்றும் எதிர்காலவியலாளர் எட்மண்ட் கிர்ஷ் ஆகியோருடனான அந்த அசாதாரணமான சந்திப்பு முழுமையாக மூன்று நாட்களுக்கு கோவ்ஸின் சிந்தனைகளை அலைக்கழித்துவிட்டது.

இப்போது வீட்டிற்கு வந்துவிட்ட கோவ்ஸ் நேராக தன்னுடைய முற்றத்து தோட்டத்தை நோக்கி எட்டி நடந்து, தன்னுடைய தனி கருவறையாகவும் ஆய்வறையாகவும் விளங்குகின்ற *ஹஸிகோ* எனப்படும் சிறிய குடிலை திறந்தார்.

ஒற்றை அறைகொண்ட அந்தக் குடிலில் உள்ள உயரமான புத்தக அலமாரிகள் மதம் குறித்த கனத்த புத்தகங்களால் சுமையேறிப் போயிருந்தன. தன்னுடைய மேசையை நோக்கிச் சென்ற கோவ்ஸ் அதில் அமர்ந்தபடி தனக்கு முன்னால் இருக்கும் தாறுமாறான தோற்றத்தை வெறித்துப் பார்த்தார்.

இந்த வாரம் மட்டும் யாராவது என்னுடைய மேசையைப் பார்த்தால் எனக்கு பைத்தியம் பிடித்துவிட்டதாகத்தான் நினைப்பார்கள்.

வேலைசெய்யும் பரப்பு நெடுகிலும் குறிப்புச் சீட்டுகள் ஒட்டப்பட்ட, தெளிவற்ற அரை டஜன் மதப் புத்தகங்கள் திறந்து கிடந்தன. அவற்றிற்குப் பின்னே, திறந்தபடி நின்றிருக்கும் மரச்சட்டத்தில் மூன்று கனத்த தொகுப்புகள் - தோராவின் ஹீப்ரு, அராமிக் மற்றும் ஆங்கிலப் பதிப்புகள் - ஒவ்வொன்றும் ஒரே பக்கங்களிலேயே திறந்து கிடந்தன.

ஆதியாகமம்.

ஆதியிலே ...

ஆம், மூன்று மொழிகளிலும் உள்ள சிருஷ்டியை கோவ்ஸால் தன்னுடைய நினைவாற்றலில் இருந்தே கூறிவிட முடியும்; ஜோஹர் அல்லது உயர்நிலை கப்பாலிய பிரபஞ்ச கோட்பாடு பற்றிய கல்விப்புல உரைகளையும் அவர் படித்திருக்கிறார். கோவ்ஸ் அளவுக்கு தகுதிவாய்ந்த ஒரு அறிஞர் ஆதியாகமத்தை ஆராய்வதென்பது, ஐன்ஸ்டைன் பின்னோக்கிச் சென்று தொடக்கப்பள்ளி கணிதத்தைப் படிப்பது போன்றதுதான். இருந்தாலும், இந்த ரபை இந்த வாரம் முழுக்க இதைத்தான் செய்துகொண்டிருக்கிறார், அவருடைய மேசையில் இருக்கும் குறிப்புப் புத்தகங்களின் குவியல் கையால் கிறுக்கப்பட்ட குறிப்புகளின் காட்டு வெள்ளத்தால் தாக்குதலுக்கு உள்ளானதைப் போல் கிடந்தது, கோவ்ஸாலேயே சரிப்படுத்திக்கொள்ள முடியாத அளவுக்கு அது கந்தல்கோலமாக காணப்பட்டது.

நான் ஒரு பித்துக்குளியாக மாறிக்கொண்டிருப்பதைப் போல் தெரிகிறேன்.

ரபை கோவ்ஸ், கிறிஸ்தவர்களும் யூதர்களும் ஒன்றாக பகிர்ந்துகொள்கின்ற ஆதியாகமக் கதையான தோராவில் இருந்து தொடங்கினார். ஆதியிலே தேவன் வானத்தையும் பூமியையும் படைத்தார். அடுத்து, தால்முதின் அறிவுறுத்தல் உரைகளை நோக்கித் திரும்பினார், சிருஷ்டிமுறை எனப்படும் மாஷே பெர்ஷித் குறித்த ரபையியல் விளக்கங்களை மறுமுறை படித்தார். அதன்பிறகு, பாரம்பரிய சிருஷ்டி கதைகளில்

முரண்பாடானவைகள் என்று கருதப்படுகின்றவற்றை விளக்க முயற்சித்த மித்ராஷிற்குள் மூழ்கி, பல்வேறு போற்றப்படத்தக்க விளக்கங்கள் குறித்த அவருடைய கருத்துக்களை ஆராய்ந்தார். இறுதியாக, ஜோஹரின் மாயாதீத கப்பாலிய அறிவியலில் தன்னைப் புதைத்துக் கொண்டார் கோவ்ஸ், இதில்தான் அறியப்படாத கடவுளானவர் பத்து பல்வேறு செபிராக்களாக அல்லது பரிமாணங்களாக வெளிப்பட்டும், ஜீவ மரம் எனப்படும் தடங்களுக்கு அருகிலேயே அமைவிக்கப்பட்டும் இருக்கிறார் எனவும், அதிலிருந்தே நான்கு தனித்தனி பிரபஞ்சங்கள் மலர்ந்தன எனவும் கூறப்பட்டுள்ளது.

யூத மதத்தை கட்டமைத்திருக்கின்ற, நம்பிக்கைகளின் மறைபொருளான சிக்கலே கோவ்ஸிற்கு எப்போதும் சௌகரியமானதாக இருந்திருக்கிறது - அது மனிதகுலத்தால் எல்லாவற்றையும் புரிந்துகொள்ள முடியாது என கடவுளிடமிருந்து வந்திருக்கும் ஒரு நினைவுறுத்தல். ஆனாலும்கூட, இப்போது எட்மண்ட் கிர்ஷின் அறிவிப்பைப் பார்த்த பின்னரும், அவன் கண்டுபிடித்திருப்பதன் எளிமை மற்றும் தெளிவை பரிசீலித்துப் பார்க்கையிலும், கடந்த மூன்று நாட்களாக தாம் வழக்கொழிந்த முரண்பாடுகளின் தொகுப்பைத்தான் பார்த்துக் கொண்டிருந்திருக்கிறோம் என்பதைப் போல் கோவ்ஸ் உணர்ந்தார். ஒருகட்டத்தில், தன்னுடைய பழங்கால புத்தகங்கள் எல்லாவற்றையும் ஓரம்கட்டிவிட்டு, தன்னுடைய சிந்தனைகளை ஒன்றுபடுத்த தானூப் நதியோரம் நீண்ட நடைபயணம் செல்வது மட்டும்தான் அவர் செய்யக்கூடியதாக இருந்தது.

இறுதியில், ரபை கோவ்ஸ் ஒரு வலிமிகுந்த உண்மையை ஒப்புக்கொள்ளத் தொடங்கினார்: இந்த உலகில் உள்ள மதநம்பிக்கையுள்ள ஆன்மாக்களுக்கு கிர்ஷின் ஆராய்ச்சி உண்மையிலே பேரழிவுமிக்க பின்விளைவுகளை ஏற்படுத்தப்போகிறது. இந்த அறிவியலாளரின் வெளிப்பாடானது, தற்காலத்தில் நிறுவப்பட்டுள்ள, ஏறக்குறைய எல்லாவித மதக் கோட்பாடுகளுக்கும் எதிராக துணிவுடன் முரண்பட்டு நிற்கிறது, அதுவும், ஒரு எளிமையான இணங்கவைக்கும் முறையிலேயே அது செயல்பட்டிருக்கிறது.

என்னால் அந்த கடைசி படத்தை மறக்க முடியாது என்று கிர்ஷின் மிகைப்படியான அளவில் இருந்த போனில் அவர்கள்

பார்த்த, அவனுடைய அறிவிப்பினுடைய தொந்தரவுபடுத்தும் முடிவை நினைவுபடுத்திக் கொண்டார் கோவ்ஸ். இந்தச் செய்தி மதப்பற்றாளர்களை மட்டுமல்லாது மனித உயிர்கள் அனைத்தையுமே பாதிக்கும்.

கடந்த சில நாட்கள் அவருள் பிரதிபலித்துக் கொண்டிருந்தாலும், கிர்ஷ் வழங்கியுள்ள தகவலுக்காக என்ன செய்யலாம் என்பதை தெரிந்துகொள்வதற்கு அருகில்கூட செல்லவில்லை என்பதையே ரபை கோவ்ஸ் உணர்ந்தார்.

வால்டஸ்பினோவும், அல்-ஃபதிலும்கூட ஏதேனும் தெளிவுக்கு வந்திருப்பார்களா என்று அவருக்கு சந்தேகமாகவே இருந்தது. இரண்டு நாட்களுக்கு முன்னர்தான் அவர்கள் மூவரும் தொலைபேசி வழியாக தொடர்புகொண்டனர், ஆனால் அந்த உரையாடல் ஆக்கப்பூர்வமாக அமையவில்லை.

"நண்பர்களே" வால்டஸ்பினோ தொடங்கினார். "எனக்குத் தெரிந்த வகையில் மிஸ்டர்.கிர்ஷின் அறிவிப்பு பலவகையிலும் தொந்தரவுபடுத்தவே செய்கிறது. இதைப்பற்றி மேற்கொண்டு விவாதிக்க வலியுறுத்தி அவருக்கு அழைப்பு விடுத்தேன், ஆனால் அவர் மௌனம் காக்கிறார். இப்போது, நாம்தான் முடிவெடுக்க வேண்டும் என நினைக்கிறேன்."

"நான் என்னுடைய முடிவை எடுத்துவிட்டேன்" என்றார் அல்-ஃபதில். "நாம் அப்படியே சும்மா இருந்துவிட முடியாது. இந்தப் பிரச்சினையை நம் கட்டுப்பாட்டில் கொண்டுவந்தாக வேண்டும். மதத்தை ஏளனம் செய்வதில் கிர்ஷ் பிரபலமானவர், மதநம்பிக்கையின் எதிர்காலம் மீது எந்தளவுக்கு சேதத்தை ஏற்படுத்த முடியுமோ அந்தளவுக்கு தன்னுடைய கண்டுபிடிப்பை அவர் கட்டமைத்துவிடுவார். நாம் முன்னெச்சரிக்கை நடவடிக்கை எடுத்தாக வேண்டும். அவருடைய கண்டுபிடிப்பை நாமே அறிவித்துவிடலாம். அதுவும் உடனடியாக. அதை நாமே முறைப்படியாக வெளியே கொண்டுவந்துவிட்டால் அதன் பாதிப்பை குறைத்துவிடலாம், ஆன்மீக உலகில் நம்பிக்கை உள்ளவர்களுக்கு முடிந்தவரை அதனால் அச்சுறுத்தல் இல்லாமல் செய்துவிடலாம்."

"நாம் பொதுமக்களிடம் செல்வதைப் பற்றி பேசுகிறோம் என நினைக்கிறேன்" என்றார் வால்டஸ்பினோ, "ஆனால்

துரதிர்ஷ்டவசமாக, இந்த தகவலை அச்சுறுத்தல் இல்லாத வகையில் எப்படி உருவாக்க முடியுமென்று என்னால் கற்பனைகூட செய்ய முடியவில்லை." அவர் பலத்த பெருமூச்சு விட்டார். "அத்துடன், மிஸ்டர்.கிர்ஷின் ரகசியத்தை நாம் ரகசியமாக வைத்திருப்போம் என்று அவருக்கு அளித்த வாக்குறுதியும் பிரச்சினையாக இருக்கிறது."

"உண்மைதான்" என்றார் அல்-ஃபதில், "நானும்கூட அந்த வாக்குறுதியை மீறுவது குறித்து முரண்படுகிறேன், ஆனால் இரண்டு தீமைகளுள் குறைவானதைத் தேர்ந்தெடுத்துவிட்டு, பெரும் நன்மையின் சார்பாக ஏதேனும் நடவடிக்கை எடுத்துதான் ஆகவேண்டும். முஸ்லீம்கள், யூதர்கள், கிறிஸ்துவர்கள், ஹிந்துக்கள் மற்றும் பிற எல்லா மதங்களையும் சேர்ந்த நாம் அனைவருமே தாக்குதலுக்கு ஆளாகியிருக்கிறோம். மிஸ்டர்.கிர்ஷ் குழிதோண்டிக் கொண்டிருக்கும் அடிப்படை உண்மைகளின் மீதுதான் நம் எல்லோருடைய நம்பிக்கைகளும் கருத்தொற்றுமை கொண்டிருக்கின்றன என்பதை பரிசீலித்துப் பார்க்கையில், நம்முடைய சமூகங்களை விரக்தியடைய வைத்திராத வகையில்தான், நாம் இந்த விஷயத்தை அவர்களுக்கு சொல்லியாக வேண்டும் என்ற பொறுப்புணர்வும் நமக்கு இருக்கிறது."

"இது எந்த வகையிலும் அர்த்தமுள்ளதாக இருக்க வாய்ப்பில்லை என்பதுதான் எனக்கு பயமாக இருக்கிறது," என்றார் வால்டஸ்பினோ. "கிர்ஷின் செய்தியை பொதுமக்களிடம் கொண்டு செல்லலாம் என்ற முடிவை நாம் செயல்படுத்துகிறோம் என்று வைத்துக்கொண்டால், அதற்கு அவருடைய கண்டுபிடிப்பின் மீதே சந்தேகத்தை ஏற்படுத்துவதுதான் நமக்குள்ள ஒரே சாத்தியமான அனுகுமுறையாக இருக்கும் - அதாவது, அவர் தன்னுடைய செய்தியை வெளிப்படுத்துவதற்கு முன்பே அவர் மீதான மதிப்பை குலைத்தாக வேண்டும்."

"எட்மண்ட் கிர்ஷையா?" அல்-ஃபதில் ஆட்சேபித்தார். "எந்த ஒரு விஷயத்திலும் தவறே செய்திராத ஒரு அற்புத அறிவியலாளரையா? நாம் அனைவருமே கிர்ஷை ஒன்றாகத்தானே சந்தித்தோம்? அவருடைய அறிக்கை ஏற்றுக்கொள்ளக் கூடியதாகத்தான் இருந்தது."

வால்டஸ்பினோ உறுமினார். “கலீலியோவும், புருனோவும், அல்லது கோபர்நிகஸும் தங்கள் காலத்தில் செய்ததைப் போல் வேறு எதுவுமே ஏற்றுக்கொள்ளக் கூடியது அல்ல. மதங்கள் இதற்கு முன்பும் சிக்கலான காலகட்டங்களை சந்தித்து வந்துள்ளன. நம்முடைய கதவை அறிவியல் மறுபடியும் ஒருமுறை உடைத்துப் பார்க்கிறது, அவ்வளவுதான்.”

“ஆனால், பௌதீகம் மற்றும் வானியல் கண்டுபிடிப்புகளைக் காட்டிலும் இது மிகுந்த ஆழமான அளவுக்கல்லவா இருக்கிறது,” என்று அல்-ஃபதில் உரத்துப் பேசினார். “கிர்ஷ் மிக ஆழமான உட்கருத்திற்கல்லவா சவால்விடுக்கிறார் - அதாவது நம்முடைய நமபிக்கைகள் அனைத்தினுடைய அடிப்படைகளுக்கும்! நீங்கள் இஷ்டப்பட்டபடி வேண்டுமானால் வரலாற்றைப் பார்க்கலாம், ஆனால் என்றென்றும் நிலைத்திருக்கும் கலீலியோ போன்றவர்களை மௌனிக்கச் செய்வதற்கு உங்களுடைய வாடிகனின் பெருமுயற்சிகளைக் காட்டிலும் அவருடைய அறிவியலும் நீடிக்கவே செய்யும் என்பதை மறந்துவிடாதீர்கள். இது நடப்பதை தடுப்பது சாத்தியமேயில்லை.”

அங்கே ஒரு மயான அமைதி நிலவியது.

“இந்த விஷயத்தில் என்னுடைய நிலைப்பாடு எளிதானது,” என்றார் வால்டஸ்பினோ. “எட்மண்ட் கிர்ஷ் இதைக் கண்டுபிடித்திருக்க கூடாது என்றே நான் விரும்புகிறேன். அவருடைய கண்டுபிடிப்புகளை சமாளிக்க நாம் தயாராக இல்லை என்பதுதான் என்னுடைய பயம். இந்த தகவல் வெளியில் வந்துவிடக்கூடாது என்பதுதான் என்னுடைய ஆணித்தரமான முன்னுரிமை.” அவர் சற்று இடைவெளி விட்டார். “அதே நேரத்தில், நம்முடைய உலக நடப்புகள் எல்லாம் இறைவனின் திட்டப்படிதான் நடக்கின்றன என்றே நம்புகிறேன். ஒருவேளை, நம்முடைய பிரார்த்தனையினால், இறைவன் மிஸ்டர்.கிர்ஷுடன் பேசி இந்தக் கண்டுபிடிப்பை பொதுமக்களிடம் கொண்டுசெல்வது குறித்து மறுபரிசீலனை செய்யவைக்க அவரைத் தூண்டலாம்.”

அல்-ஃபதில் வெளிப்படையாகவே ஏளனம் செய்தார். “கடவுளின் குரலை கேட்கின்ற அளவிற்கு மிஸ்டர். கிர்ஷ் திறன்பெற்ற ஒருவராக இருப்பார் என்று எனக்குத் தோன்றவில்லை.”

“இல்லாமலும் இருக்கலாம்” என்றார் வால்டஸ்பினோ. “ஆனால், அற்புதங்கள் தினமும் நடந்துகொண்டுதானே இருக்கின்றன.”

அல்-ஃபதில் சூடாகவே பதிலுரைத்தார். “யாரையும் புண்படுத்துவதற்காக சொல்லவில்லை, கிர்ஷ் அறிவிக்கும் முன்னரே இறைவன் அவரை சாகடித்துவிட வேண்டுமாய் நீங்கள் பிரார்த்தனை செய்தால்தான் ஆயிற்று -”

“ஜெண்டில்மென்!” கோவ்ஸ் குறுக்கிட்டு அதிகரித்துவரும் பதற்றத்தை தணிக்க முயற்சித்தார். “நாம் அவசரப்பட்டு எந்த முடிவும் எடுக்க வேண்டாம். இன்றே நாம் ஒருமித்த கருத்துக்கு வரவேண்டும் என்று எந்த தேவையும் இல்லை. மிஸ்டர்.கிர்ஷ் தன்னுடைய அறிவிப்பை வெளியிட இன்னும் ஒருமாதம் ஆகும் என்று சொல்லியிருக்கிறார். இந்த விஷயத்தை நாம் தனிப்பட்ட முறையில் யோசித்துவிட்டு இன்னும் சில நாட்களில் இதுகுறித்து பேசலாம் என்று நான் பரிந்துரைக்கலாமா? மறுசிந்தனை மூலமாக இதை முறைப்படி கையாள்வதற்கான வழி கிடைக்க வாய்ப்பிருக்கிறது.”

“நல்ல ஆலோசனை” என்று வால்டஸ்பினோ பதிலுரைத்தார்.

“நாம் அதிக நாட்கள் காத்திருக்க கூடாது” அல்-ஃபதில் எச்சரித்தார். “இப்போதில் இருந்து இரண்டு நாட்களில் நாம் தொலைபேசி மூலம் பேசிவிட வேண்டும்.”

“ஒப்புக்கொள்கிறேன்” என்றார் வால்டஸ்பினோ. “அந்த நேரத்தில் நாம் நம்முடைய இறுதி முடிவுக்கு வந்துவிடலாம்.”

இதெல்லாம், இரண்டு நாட்களுக்கு முன்னதாக நடந்தவை, இப்போது அவர்கள் அதுபற்றிய உரையாடலை மேற்கொள்ள வேண்டிய இரவு வந்துவிட்டது.

தன்னுடைய சிறுகுடியிலில் தனியாக இருந்த ரபை கோவ்ஸிற்கு கவலை அதிகரித்தது. அன்றைய இரவு திட்டமிட்டிருந்த அழைப்புக்கு ஏறக்குறைய பத்து நிமிடங்கள் தாமதமாகியிருந்தது.

இறுதியாக தொலைபேசி ஒலித்தது, கோவ்ஸ் அதை எடுத்தார். “ஹலோ ரபை” என்ற வால்டஸ்பினோவின் குரலிலேயே பிரச்சினை இருப்பது தெரிந்தது. “தாமதமானதற்கு மன்னிக்க

வேண்டும்.” அவர் சற்று இடைநிறுத்தினார். “அல்லாமா அல்-ஃபதில் இந்த அழைப்பில் இணைந்துகொள்ளப் போவதில்லை என்று நினைக்கிறேன்.”

“அப்படியா?” என்றார் கோவ்ஸ் ஆச்சரியத்துடன். “ஒன்றும் பிரச்சினையில்லையே?”

“தெரியவில்லை. நான் அவரை தொடர்புகொள்ள நாள் முழுவதும் முயற்சித்தேன், ஆனால் அல்லாமா ... காணாமல் போய்விட்டார் போல் தெரிகிறது. அவருடைய சகாக்களுக்கும் அவர் எங்கிருக்கிறார் என்று தெரியவில்லை.”

கோவ்ஸ் உறைந்துபோனதைப் போல் உணர்ந்தார். “இது பயமுறுத்துகிறதே.”

“ஆமாம். அவருக்கு எதுவும் ஆகியிருக்காது என்றே நம்புகிறேன். துரதிஷ்டவசமாக, சொல்ல வேண்டிய செய்தி இன்னும் இருக்கிறது.” சற்று இடைவெளிவிட்ட அந்த பிஷப்பின் தொனி மேற்கொண்டு இறுக்கமானது. “எட்மண்ட் கிர்ஷ் தன்னுடைய கண்டுபிடிப்பை பகிர்ந்துகொள்ள ஒரு நிகழ்ச்சியை நடத்தப்போவதாக இப்போதுதான் தெரிந்துகொண்டேன் ... அதுவும் இன்றிரவே.”

“இன்றிரவா?!” கோவ்ஸ் அதிர்ச்சியுடன் கேட்டார். “ஆனால் அதற்கு இன்னும் ஒருமாதம் ஆகும் என்று சொன்னாரே!”

“ஆமாம்” என்றார் வால்டஸ்பினோ. “அவர் பொய் சொல்லிவிட்டார்.”

6

வின்ஸ்டனின் நட்பார்ந்த குரல் லேங்டனின் தலையணியில் ரீங்காரமிட்டது. “எங்களுடைய சேகரிப்பின் மிகப்பெரிய ஓவியம் உங்களுக்கு நேர் எதிரில்தான் இருக்கிறது புரபஸர், ஆனாலும் பெரும்பாலான விருந்தினர்கள் அதை சட்டென்று கண்டுகொள்வதில்லை.”

லேங்டன் அந்த மியூஸியத்தின் மையப்பதியினூடாக உற்றுப் பார்த்தார், என்றாலும் காயலைப் பார்த்தபடி இருக்கும் கண்ணாடிச் சுவற்றைத் தவிர அவரால் வேறு எதையும் பார்க்க முடியவில்லை. "மன்னிக்க வேண்டும், இங்கு நான்தான் பெரும்பான்மை என்று நினைக்கிறேன். என்னால் எந்த ஓவியத்தையும் பார்க்க முடியவில்லை."

"சரி, அது வேண்டுமானால் வழக்கத்திற்கு மாறான வகையில் வைக்கப்பட்டிருக்கலாம்" என்றான் வின்ஸ்டன் சிரித்தபடியே. "அதாவது, அந்த ஓவியத்திரை சுவற்றில் இல்லாமல், தரையில்கூட இருக்கலாம்."

நான்தான் யூகித்திருக்க வேண்டும், என்று நினைத்துக்கொண்ட லேங்டன் பார்வையைத் தாழ்த்தி தன்னுடைய பாதத்தில் இருந்த பாறையில் நீண்டு விரிந்துசெல்லும் செவ்வக வடிவ ஓவியத்திரையை பார்க்கும்வரை நகர்ந்து சென்றுகொண்டே இருந்தார்.

அந்த பிரமாண்ட ஓவியத்தில் ஒரே ஒரு வண்ணம் - அடர் நீலத்தின் பல சாயல்கள் - மட்டுமே இருந்தது. பார்வையாளர்களோ அதைச் சுற்றிலும் நின்றபடி ஒரு சிறிய குட்டைக்குள் எட்டிப் பார்ப்பதைப் போல் உற்றுப் பார்த்துக் கொண்டிருந்தனர்.

"இந்த ஓவியம் ஏறக்குறைய ஆறாயிரம் சதுர அடிகள் நீளமுள்ளது" என்றான் வின்ஸ்டன்.

தன்னுடைய முதல் கேம்பிரிட்ஜ் அபார்ட்மெண்ட்டைவிட அது பத்து மடங்கு அளவில் பெரியது என்பதை உணர்ந்தார் லேங்டன்.

"இது யூவ்ஸ் கிளைனால் படைக்கப்பட்டது, இதனை பாசத்துடன் நீச்சல் குளம் என்று அழைக்கிறார்கள்."

இந்த நீலத்தின் சாயலுடைய கவரவைக்கும் செழுமையானது அந்த திரைச்சீலைக்குள் நேரடியாக குதித்துவிடலாம் என்று உணரவைக்கும் அளவுக்கு இருந்ததை லேங்டன் ஒப்புக்கொள்ளத்தான் வேண்டியிருந்தது.

"இந்த வண்ணத்தை உருவாக்கியதே கிளைன்தான்" என்று வின்ஸ்டன் தொடர்ந்தான். "இதனை சர்வதேச கிளைன் நீலம்

என்று அழைப்பார்கள். அவர் இதனுடைய ஆழமான தனக்கேயான உடோப்பிய உலகப் பார்வையின் பொருண்மையின்மை மற்றும் பிணைப்பின்மையை கிளர்ந்தெழச் செய்வதாக கூறுகிறார்.''

வின்ஸ்டன் இப்போது எழுதிவைத்த குறிப்பில் இருந்து படித்துக் கொண்டிருப்பதாக லேங்டன் உணர்ந்தார்.

''கிளைன் தன்னுடைய நீலவண்ண ஓவியங்களுக்காக புகழ்பெற்றவர், ஆனால் லீப் இன்டு தி வாய்ட் *(வெறுமைக்குள் தாவுதல்)* என்ற சஞ்சலப்படுத்தும் தந்திரமான புகைப்படத்துக்காகவும் அவர் பிரபலமானார், அது 1960-இல் வெளிவந்தபோது முழுக்கவே திகிலை ஏற்படுத்தியது.''

நியூயார்க்கில் உள்ள நவீன ஓவிய மியூஸியத்தில் லீப் இன்டு தி வாய்ட் புகைப்படத்தை லேங்டன் பார்த்திருக்கிறார். அந்த புகைப்படம் சற்றே அதிகமாக சஞ்சலப்படுத்தக் கூடியதுதான், அதில் நன்கு உடையணிந்த ஒருவன் உயரமான கட்டடத்தில் இருந்து கீழேயிருக்கும் நடைபாதையில் கைகளை பரப்பி வைத்துக்கொண்டு குதிப்பதுபோல் சித்தரிக்கப்பட்டிருக்கும். உண்மையில், அந்த பிம்பம் ஒரு தந்திரம் - ஃபோட்டோஷாப் வருவதற்கு வெகுகாலத்திற்கு முன்னரே அற்புதமாக உருவாக்கப்பட்ட, வேண்டுமென்றே ஒரு ரேஸர் பிளேடால் கைம்முறையாக செய்யப்பட்ட படைப்புதான் அது.

''மேலும்'' என்றான் வின்ஸ்டன், ''மோனோடோன்-சைலன்ஸ் என்ற இசைக் கோர்வையையும் கிளைன் உருவாக்கியிருக்கிறார், அது முழுமையாக இருபது நிமிடங்களுக்கு ஒரே டி-மேஜர் நாண் மட்டுமே இசைக்கப்படுகின்ற சிம்பனி ஆர்கெஸ்ட்ரா.''

''அதைக் மக்கள் கேட்டிருக்கிறார்களா?''

''ஆயிரக்கணக்கில். அந்த ஒற்றை நாண் என்பது முதல் இசைத்துணுக்குதான். இரண்டாவது இசைத்துணுக்கில் அந்த ஆர்க்கெஸ்ட்ரா அப்படியே அசைவற்று அடுத்த இருபது நிமிடங்களுக்கு 'சுத்தமான அமைதியை' மட்டுமே இசைக்கும்.''

''நீ தமாஷ் செய்கிறாயா?''

''இல்லை, நான் சொல்வது உண்மைதான். அது மேலோட்டமாக தெரிவதுபோல் அந்த இசை வாசிப்பு சலிப்பாக இருக்காது; அது

நிகழ்த்தப்படும் மேடையில் மூன்று நிர்வாணமான பெண்கள் நீலநிற வண்ணத்தால் பூசி மெழுகிக் கொண்டு பெரிய ஓவியச் சீலையில் உருண்டு கொண்டிருப்பார்கள்."

என்னதான் லேங்டன் தன்னுடைய தொழில்வாழ்க்கையின் சிறந்த பகுதியை கலைக்கு அர்ப்பணித்திருந்தாலும், கலை உலகின் பரிசோதனைமிக்க பங்களிப்புகளை எந்தளவுக்கு பாராட்டலாம் என்பதை தான் முழுக்க கற்றுக்கொள்ளவே இல்லை என்பது அவரை தொந்தரவுபடுத்தவே செய்தது. நவீன கலையின் கவர்ச்சி அவருக்கு இன்னமும் ஒரு மர்மமாகவே இருந்தது.

"நான் மரியாதைக் குறைவாக குறிப்பிடவில்லை வின்ஸ்டன், ஆனாலும் சொல்லித்தான் ஆகவேண்டியிருக்கிறது, எப்போது ஒன்று 'நவீன கலை' ஆகிறது, எப்போது ஒன்று வெறும் புதிராகவே இருக்கிறது என்பதை என்னால் தெரிந்துகொள்ளவே முடிந்ததில்லை."

வின்ஸ்டனின் பதில் உணர்ச்சியில்லாமல் இருந்தது. "அப்படியா, அதுதான் எப்போதுமே கேள்விக்குறியது இல்லையா? உங்களுடைய செவ்வியல் கலை உலகில் உள்ள ஓவியங்கள், கலைப் படைப்புகள் எல்லாமே கலைஞனின் வேலைப்பாட்டுத் திறமைக்காகவே போற்றப்படுகின்றன - அதாவது, எந்தளவிற்குத் திறமையாக அவர் ஓவியச்சீலையில் தூரிகையை பயன்படுத்துகிறார் அல்லது கல்லில் உளியைப் பயன்படுத்துகிறார் என்பதுதான் அது. ஆனாலும், நவீன கலையில் மகத்தான படைப்புகள் எப்போதுமே வேலைப்பாட்டைக் காட்டிலும் கருத்துருவாக்கத்தைப் பற்றியதாகவே இருக்கின்றன. உதாரணத்திற்கு, ஒற்றை நாண் மற்றும் மௌனத்தை வைத்து யாரால் வேண்டுமானாலும் ஒரு நாற்பது நிமிட சிம்பனியை சுலபமாக உருவாக்கிவிட முடியும், ஆனால், அந்த கருத்துருவாக்கத்தை உருவாக்கியது யூவ்ஸ் கிளைன் மட்டும்தான்."

"நியாயம்தான்."

"ஆமாம், கருத்துருவாக்க கலையின் மிகச்சிறந்த உதாரணம் வெளியில் இருக்கின்ற *பனிப்படல சிற்பம்*தான். அந்தக் கலைஞனுக்கென்று ஒரு கருத்துருவாக்கம் - பாலத்திற்கு கீழே

துளையிட்ட குழாய்களை வைத்து காயலுக்குள் பனிமூட்டத்தை ஊதிவிடுவது - இருக்கிறது. ஆனால், அதனை படைப்பதெல்லாம் உள்ளூர் பிளம்பர்கள்தான்.'' வின்ஸ்டன் சற்று இடைவெளி விட்டான். ''இருந்தாலும் தன்னுடைய ஊடகத்தை ஒரு குறியீடாக உருவாக்கியதற்காக அந்தக் கலைஞருக்குத்தான் நான் மிக உயர்ந்த மதிப்பெண்களை வழங்குவேன்.''

''பனிப்படலம் என்பது குறியீடா?''

''ஆமாம். அது மியூஸியத்தின் கட்டடக் கலைஞருக்கு அளிக்கப்பட்ட ஒரு மறைகுறியீட்டு புகழுரை.''

''ஃபிராங்க் கேரியா?''

''ஃபிராங்க் ஓ.கேரி,'' என்று வின்ஸ்டன் சரிசெய்தான்.

''அருமை.''

லேங்டன் ஜன்னல்களை நோக்கிச் சென்றபோது வின்ஸ்டன் கூறினான், ''இங்கிருந்து அந்த சிலந்தியை உங்களால் நன்றாக பார்க்க முடியும். வரும் வழியில் நீங்கள் மேமனைப் பார்த்தீர்கள்தானே?''

காயலைத் தாண்டி, ஜன்னலுக்கு வெளியே அந்த சதுக்கத்தில் இருந்த பிரமாண்டமான பிளாக் விடோ சிற்பத்தை லேங்டன் உற்றுப் பார்த்தார். ''ஆமாம். அவளை தவிர்ப்பது ரொம்பவே கடினம்தான்.''

''உங்களுடைய பேசும் தொனியில் இருந்தே தெரிகிறது, நீங்கள் அதற்கு ரசிகர் இல்லைதானே?''

''முயற்சிக்கிறேன்'' என்று சற்று இடைவெளிவிட்டார் லேங்டன். ''ஒரு செவ்வியல் ரசிகனாக நான் இங்கே ஒன்றும் தெரியாதவனாகத்தான் இருக்கிறேன் என நினைக்கிறேன்.''

''நன்றாயிருக்கிறது'' என்றான் வின்ஸ்டன். ''உங்களைப் போன்றவர்கள் எல்லோருமே மேமனைக் கண்டு வியப்பீர்கள் என்றுதான் நினைத்தேன். பக்கத்திற்கு பக்கம் என்ற செவ்வியல் கருத்தாக்கத்திற்கு சரியான உதாரணம்தான் அவள். உண்மையில், இந்தக் கருத்தைப் பற்றி அடுத்தமுறை நீங்கள்

வகுப்பெடுக்கும்போது அவளைப் பயன்படுத்திக்கொள்ளக்கூட விரும்புவீர்கள்."

அந்த சிலந்தியைப் பார்த்த லேங்டனுக்கு அப்படி எதுவும் தெரியவில்லை. பக்கத்திற்கு பக்கம் என்பது குறித்து கற்பிக்க வேண்டி வரும்போது லேங்டன் இன்னும் சற்று அதிகப்படியாக பாரம்பரிய அம்சத்திற்கே முன்னுரிமையளிப்பார். "எனக்கு டேவிட்டே போதும் என்று நினைக்கிறேன்."

"சரிதான், மைக்கேலாஞ்சலோவும் மதிப்பு மிக்கவர்தான்," என்றான் வின்ஸ்டன் ஒரு குறுஞ்சிரிப்புடன், "பெண்தன்மையுடன் எதிர்தோரணையில் டேவிட்டை அற்புதமாக காட்சிப்படுத்தியிருப்பார், அவனுடைய இறுக்கமற்ற மணிக்கட்டு உண்டிவில்லை ஏனோதானோவென்று பிடித்திருக்கும், இது பெண்மையின் பலவீனத்தையே தெரிவிக்கிறது. ஆனாலும், டேவிட்டின் கண்களில் ஒரு ஆபத்தான தீர்மானம் தெரிகிறது, அவனுடைய தசைகளும் நரம்புகளும் கோலியாத்தை கொல்லும் முனைப்பில் புடைத்து தெரிகின்றன. இந்தப் படைப்பு ஒரேநேரத்தில் நேர்த்தியாகவும் ஆபத்தானதாகவும் காணப்படுகிறது."

இந்த விவரணைகளால் கவரப்பட்ட லேங்டன் தன்னுடைய மாணவர்களுக்கும் மைக்கேலாஞ்சலோவின் தலைசிறந்த படைப்பு குறித்த தெளிவான புரிதல் இருக்க வேண்டுமென விரும்பினார்.

"மேமன் ஒன்றும் டேவிட்டில் இருந்து மாறுபட்டவன் அல்ல" என்றான் வின்ஸ்டன். "மூலப்படிவ விதிமுறைகளுக்கு எதிராக ஒரு சரிசமமான, துணிச்சலான அருகமைந்த நிலை. இயற்கையில், இந்த பிளாக் விடோ ஒரு அச்சமூட்டும் உயிரினம் - தன்னுடைய வலையில் பலியாகிறவர்களைப் பிடித்துக் கொல்கின்ற ஒரு வேட்டையாடி. ஆபத்தானதாக இருந்தபோதிலும், இங்கே அவள் பருத்து தொங்கும் முட்டைப் பையுடன், உயிரைக் கொடுக்க தயாராக உள்ள நிலையில் படைக்கப்பட்டிருப்பது அவளை ஒரே நேரத்தில் வேட்டையாடியாகவும் முன்னோராகவும் உருவாக்கியிருக்கிறது - சக்திவாய்ந்த மையப்பகுதி சாத்தியமில்லாத சாய்ந்தநிலை கால்களில் ஒரு கம்பியின் மீது உட்கார்ந்திருப்பது வலிமை மற்றும் பலவீனம் ஆகிய

இரண்டையும் நமக்குத் தெரிவிக்கிறது. நீங்கள் விரும்பினால், மேமனை நவீன காலத்து டேவிட் என்று அழைக்கலாம்.”

“நான் மாட்டேன்” என்றார் லேங்டன் சிரித்தபடியே, “ஆனால் உன்னுடைய ஆய்வுத்திறன் என் சிந்தனைக்கு தீனி போட்டிருக்கிறது என்றுதான் சொல்ல வேண்டும்.”

“நல்லது, நான் மற்றுமொரு இறுதியான படைப்பையும் காட்டுகிறேன். அது எட்மண்ட் கிர்ஷின் அசலான படைப்பு.”

“அப்படியா? எட்மண்ட் ஒரு ஓவியன் என்பது எனக்கு தெரியவே தெரியாதே.”

வின்ஸ்டன் சிரித்தான். “அதற்கு உங்களையே நீதிபதியாக விட்டுவிடுகிறேன்.”

ஒரு விருந்தினர் குழு, சுவற்றில் தொங்கிக்கொண்டிருக்கும் உலர்ந்த சேற்றினால் ஆன பெரிய கற்பாளத்திற்கு முன்னால் கூடியிருந்த விஸ்தாரமான தனியறைக்கு அந்த ஜன்னலைக் கடந்து வழிகாட்ட வின்ஸ்டனை அனுமதித்தார் லேங்டன். முதல் பார்வையிலேயே, அந்த கற்பாளத்தின் கடினப்பட்டுப்போன களிமண் ஒரு மியூஸியத்தின் புதைபடிவ கண்காட்சியைத்தான் லேங்டனுக்கு நினைவுபடுத்தியது. ஆனால் இந்தச் சேற்றில் புதைபடிவங்கள் இல்லை. பதிலாக, ஒரு குழந்தை ஈரமான சிமெண்டில் ஒரு குச்சியால் வரைந்திருக்கக்கூடியதைப் போன்ற தாறுமாறாக செதுக்கப்பட்ட குறிப்புகள்தான் இருந்தன.

அந்தக் கூட்டம் அதன்பால் ஈர்க்கப்பட்டது போல் தெரியவில்லை.

“எட்மண்டா இதைப் படைத்தார்?” என்று முனுமுனுப்புடன் கேட்டாள் பெருத்த உதடுகளுடன் கீரிமயிர் மேல்கோட்டு அணிந்திருந்த ஒரு பெண். “எனக்கு புரியவே இல்லை?”

லேங்டனுக்குள் இருந்த ஆசிரியனை தடுக்க முடியவில்லை. “உண்மையில் இது மிகவும் திறமையானது” என்று அவர் குறுக்கிட்டார். “இந்த மொத்த மியூஸியத்திலும் இதுவரை இதுதான் எனக்கு பிடித்தமானதாக இருக்கிறது.”

அந்தப் பெண் சுழன்றி திரும்பி, கண்டிப்பிற்கும் மேலான ஒரு குறிப்பு தெரியும்படியாக அவரைப் பார்த்தாள். "ஓ அப்படியா? எனக்கு கொஞ்சம் விளங்க வையுங்களேன்."

எனக்கும் மகிழ்ச்சிதான். அந்தக் களிமண் மேற்பரப்பில் கரடுமுரடாக பொறிக்கப்பட்டிருந்த குறியீடுகளை நோக்கிச் சென்றார் லேங்டன்.

"சரி, முதலில்." என்றார் லேங்டன், "எட்மண்ட் இந்தப் படைப்பை ஒரு களிமண்ணில் படைத்திருக்கிறார், அதாவது மனிதகுலத்தின் ஆரம்பகட்ட எழுத்து மொழியான குனையெபார்ம் முறைக்கு மரியாதை செலுத்தும் வகையில்."

அந்தப் பெண் ஏதும் புரியாதவளாய் கண்சிமிட்டினாள். "நடுவில் இந்த மூன்று கனத்த குறிப்பீடுகளும்" என்று தொடர்ந்தார் லேங்டன். " அஸீரிய மொழியில் உள்ள 'மீன்' என்ற வார்த்தையை உச்சரிக்கின்றன. இதனை பிக்டோகிராம் என்பார்கள். நீங்கள் கவனமாக பார்த்தீர்கள் என்றால், அந்த மீனின் திறந்திருக்கும் வாய் வலதுபக்கம் பார்த்தபடி இருக்கும், அதனுடைய உடலோ முக்கோண அளவுகளில் இருக்கும்."

கூடியிருந்த அனைவரும் தங்கள் தலைகளை சாய்த்துப் பார்த்து அந்தப் படைப்பை மறுபடியும் ஆராய்ந்தனர்.

"அதை மறுபடியும் பார்த்தீர்கள் என்றால்" என்ற லேங்டன் அந்த மீனின் இடதுபுறத்திலிருக்கும் தொடர் அழுத்தங்களை சுட்டிக்காட்டினார், "அந்த மீன் நிலத்தில் ஏறுவதற்கான வரலாற்று பரிணாமத்தைக் குறிப்பிடுவதற்கு அந்த மீனிற்குப் பின்னால் உள்ள சேற்றில் எட்மண்ட் கால்தடங்களை உருவாக்கியிருப்பதை நீங்கள் பார்க்கலாம்."

ஆமோதித்து பாராட்டு தெரிவிக்கும் வகையில் தலைகள் அசைந்தாடின.

“இறுதியாக” என்றார் லேங்டன், “வலதுபுறத்தில் இருக்கும் இந்த சீரற்ற விண்மீன் குறியீடு - அந்த மீன் விழுங்கப்படுவது போன்ற குறியீடு - கடவுளைக் குறிப்பதற்கான மிகப்பழைய வரலாற்றுக் குறியீடுகளுள் ஒன்று.”

பருத்த உதடுகள் கொண்ட பெண் அவரை நோக்கித் திரும்பி முகத்தை சுளித்தார். “ஒரு மீன் கடவுளை தின்கிறதா?”

“உண்மையில் அப்படித்தான். டார்வின் மீனுடைய ஒரு வேடிக்கையான படைப்புதான் இது - பரிணாமம் மதத்தை விழுங்கிவிடுகிறது.” லேங்டன் அந்தக் குழுவினரை நோக்கி சாதாரணமாக உடலைக் குறுக்கிக் கொண்டார். “நான் சொன்னதுபோல், ரொம்பவே சாமர்த்தியமானது.”

லேங்டன் அங்கிருந்து விலகிச் செல்கையில் அவருக்குப் பின்னால் இருந்த கூட்டம் முனுமுனுப்பதை அவரால் கேட்க முடிந்தது, வின்ஸ்டனோ சிரித்து வைத்தான். “ரொம்பவே வேடிக்கையாக இருந்தது, புரபஸர்! உங்களுடைய மேம்படுத்தப்பட்ட விரிவுரையைக் கேட்டிருந்தால் எட்மண்ட் பாராட்டியிருப்பார். நிறையபேரால் அதை குறியீட்டு நீக்கம் செய்ய முடியாது.”

“சரிதான்” என்றார் லேங்டன், “அது உண்மையில், என்னுடைய வேலைதானே.”

“ஆமாம், உங்களை ஒரு பிரத்யேக விருந்தினராக கருதும்படி மிஸ்டர்.கிர்ஷ் ஏன் என்னைக் கேட்டுக்கொண்டார் என்று இப்போதுதான் தெரிகிறது. உண்மையில், மற்ற விருந்தினர்களுக்கு தெரியவராத ஒரு அனுபவத்தை உங்களுக்கு காட்டும்படியும் அவர் என்னைக் கேட்டுக்கொண்டிருக்கிறார்.”

“அப்படியா? அது என்னவாக இருக்கும்?”

“முக்கிய ஜன்னல்களுக்கு இடதுபுறத்தில், ஒரு நடைக்கூடம் தடுக்கப்பட்டிருப்பதைப் பார்த்தீர்களா?”

லேங்டன் தனக்கு வலதுபுறத்தில் பார்த்தார். “ஆமாம்.”

“நல்லது. நான் சொல்லும் திசையில் செல்லுங்கள்.”

எதுவும் புரியாத லேங்டன், வின்ஸ்டனின் படிப்படியான அறிவுறுத்தல்களை பின்பற்றினார். நடைக்கூடத்தை நோக்கிச் சென்ற அவர், யாரும் பார்க்கவில்லை என்பதை உறுதிப்படுத்திக்கொண்ட பின்னர், தூண்களுக்குப் பின்னர் தந்திரமாக நுழைந்த அவர் அந்த நடைக்கூடத்தில் யாருக்கும் தெரியாமல் நழுவினார்.

இப்போது, மையக்கூடத்து கூட்டத்தை தவிர்த்துவிட்டு, எண் விசைப்பலகையுடன் இருக்கும் ஒரு உலோக கதவை நோக்கி முப்பது அடிகள் நடந்து சென்றார்.

"நான் சொல்லும் ஆறு இலக்க எண்களை பதிவு செய்யுங்கள்" என்ற வின்ஸ்டன் அந்த எண்களை லேங்டனுக்கு சொன்னான்.

லேங்டன் அந்த எண்களை பதிவிடவும் கதவு கிளிக் என திறந்துகொண்டது.

"சரி, புரபஸர், உள்ளே செல்லலாம்."

ஒருகணம் அப்படியே நின்ற லேங்டனுக்கு எதை எதிர்பார்ப்பது எனத் தெரியவில்லை. பின்னர், தாமகவே சமாளித்துக்கொண்டு கதவை தள்ளித் திறந்தார். அதற்கு அப்பால் இருந்த வெளி ஏறக்குறைய முழுமையாக இருளடைந்திருந்தது.

"உங்களுக்காக விளக்குகளை ஒளிரச் செய்கிறேன்" என்றான் வின்ஸ்டன். "உள்ளே சென்று கதவை மூடிக்கொள்ளுங்கள்."

உள்ளே நுழைந்த லேங்டனால் இருளுக்குள் சரியாக பார்க்க முடியவில்லை. தனக்குப் பின்னால் இருந்த கதவை மூடியபோது அது தாழ்ப்பாள் போட்டுக்கொண்டது.

படிப்படியாக, மென்மையான ஒளி அந்த அறையின் முனைகளைச் சுற்றிலும் ஒளிரத் தொடங்கி, நினைத்துப்பார்க்க முடியாத ஒரு குகைபோன்ற வெளியை -- ஒரேயொரு திறந்தநிலை அறை - வெளிக்காட்டின, அது ஒரு ஜம்போ ஜெட்டு படகுகள் நிறுத்துமிடத்தை போல் இருந்தது.

"முப்பத்தி நான்காயிரம் சதுர அடிகள்" என்றான் வின்ஸ்டன்.

அந்த அறை மைய ஆலயத்தையே சிறிதாக காட்டிவிடக்கூடிய அளவுக்கு இருந்தது. விளக்குகள் தொடர்ந்து மேலும் பிரகாசிக்கத் தொடங்குகையில், டினோசார்கள் இரவில் புல் மேய்ந்துகொண்டிருப்பதைப் போன்று தரையில் -ஏழு அல்லது எட்டு உருவங்கள் - பிரமாண்ட வடிவங்களைக்கொண்ட ஒரு குழுவைக் கண்டார்.

"நான் எதைப் பார்க்கிறேன்?" என்றார் லேங்டன்.

"இதைத்தான் காலத்தைப் பொறுத்த விஷயம் என்பார்கள்." வின்ஸ்டனின் துள்ளலான குரல் லேங்டனின் தலையணிக்குள் ரீங்கரித்தது. "இந்த மியூஸியத்தில் இருப்பதிலேயே இதுதான் கனமான கலைப்படைப்பு. இரண்டு மில்லியன் பவுண்டுகளுக்கும் மேல் எடையுள்ளது."

லேங்டன் இன்னமும்கூட தான் பார்ப்பதை புரிந்துகொள்ள முயற்சித்தார். "நான் எதற்காக இங்கே தனியாக இருக்கிறேன்?"

"நான்தான் சொன்னேனே, மிஸ்ட்ர்.கிர்ஷ் இந்த அற்புதமானவற்றை உங்களுக்கு காட்டும்படி கேட்டுக்கொண்டார்."

விளக்குகள் இப்போது முழுமையாக எரிந்து, அந்தப் பரந்த வெளியை மென்மையான பிரகாசத்தால் நிரப்பின, தனக்கு முன்னால் இருந்த காட்சியை லேங்டனால் குழப்பத்துடன்தான் பார்க்க முடிந்தது.

நான் ஒரு இணை பிரபஞ்சத்தில் நுழைந்திருக்கிறேன்.

7

மியூஸியத்தின் சோதனை மையத்திற்கு வந்த அட்மிரல் லூயி எவிலா திட்டமிட்ட நேரத்தில் வந்துவிட்டோமா என்பதை உறுதிப்படுத்திக்கொள்ள கடிகாரத்தைப் பார்த்தார்.

சரிதான்.

விருந்தினர் பட்டியலை சரிபார்த்துக் கொண்டிருக்கும் ஊழியர்களிடம் தன்னுடைய தேசிய அடையாள ஆவணத்தை கொடுத்தார். அந்தப் பட்டியலில் அவருடைய பெயர் காணப்படாததைக் கண்டு ஒரு கணம் எவிலாவின் இதயத்துடிப்பு அதிகரித்தது. இறுதியில், அதை அவர்கள் அடிப்பகுதியில் - கடைசிநேர சேர்ப்பு பட்டியலில் - கண்டுபிடித்தார்கள் என்பதுடன் எவிலாவை உள்ளே நுழையவும் அனுமதித்தார்கள்.

ரீஜெண்ட் எனக்கு உத்திரவாதமளித்தது போலவே செய்துவிட்டார். இந்த வேலையை அவர் எப்படி செய்துமுடித்தார் என்று எவிலாவுக்கே தெரியவில்லை. ஏனென்றால், இன்றிரவின் விருந்தினர் பட்டியல் மாற்ற முடியாத ஒன்று என சொல்லப்பட்டது.

மெட்டல் டிடெக்டரை நோக்கிச் சென்ற அவர் தன்னுடைய செல்போனை எடுத்து தட்டில் வைத்தார். பின்னர், மிகுந்த கவனத்துடன் தன்னுடைய மேலாடைப் பையில் இருந்து வழக்கத்திற்கு மாறான வகையில் கனத்து காணப்படும் ஜெபமாலைகளை எடுத்து தன்னுடைய போனின் மீது வைத்தார்.

மெதுவாக, அவர் தனக்குள் சொல்லிக்கொண்டார். மிக மெதுவாக.

மெட்டல் டிடெக்டரை நோக்கி செல்லுமாறு அவருக்கு கையசைத்த காவலாளி அவருடைய சொந்தப் பொருள்களை மற்றொரு பக்கமாக எடுத்துவந்தான்.

"அந்த ஜெபமாலை அருமையாக இருக்கிறது" என்று வலுவான உருமணி சங்கிலியும், கெட்டியான, வட்ட வடிவ சிலுவையும் கொண்டிருந்த அந்த உலோக மாலையை பாராட்டிக் கூறினான் காவலாளி.

"நன்றி" என்றார் எவிலா. அதை நானேதான் உருவாக்கினேன்.

எவிலா எந்தவித சிக்கலும் இன்றி அந்த டிடெக்டரின் வழியாகச் சென்றார். மறுபுறத்தில், தன்னுடைய போனையும் ஜெபமாலையையும் எடுத்துக்கொண்ட அவர், வித்தியாசமானதொரு தலையணி வழங்கப்பட்ட இரண்டாவது

சோதனை மையத்திற்குள் நுழையும் முன்னர் அவற்றை மென்மையாக உரிய இடத்தில் வைத்துக்கொண்டார்.

எனக்கு கேட்பொலி சுற்றுலா தேவையில்லை, என்று அவர் நினைத்துக் கொண்டார். *எனக்கு வேலை இருக்கிறது.*

அவர் மையப்பகுதியில் போய்க்கொண்டிருக்கும்போது அந்த தலையணியை தந்திரமாக குப்பைத் தொட்டையில் வீசினார்.

ரீஜெண்டை தொடர்புகொண்டு தான் பாதுகாப்பாக இருப்பதை தெரியப்படுத்துவதற்கு அந்தக் கட்டடத்திலேயே ஒரு தனியான இடத்தை ஆராய்ந்து கொண்டிருக்கையில் அவருடைய இதயத்துடிப்பு வேகமெடுத்தது.

இறைவனுக்காக, நாட்டுக்காக, அரசருக்காக என்று நினைத்துக்கொண்டார் அவர். ஆனால், பெரும்பாலும் *இறைவனுக்காகத்தான்.*

அதே நேரத்தில், துபாய்க்கு வெளியில் நிலவொளி படர்ந்த பாலைவனத்தின் ஆழமான இடைவெளிகளில், அன்புக்குரிய எழுபத்தெட்டு வயது அல்லாமாவான சயீத் அல்-ஃபதில் ஆழமான மணலின் ஊடாக ஊர்ந்து சென்றபோது வேதனையில் துடித்தார். அவரால் மேற்கொண்டு நகர முடியவில்லை.

அல்-ஃபதிலின் தோலில் கொப்புளங்கள் ஏற்பட்டு எரிந்துகொண்டிருந்தது, அவருடைய தொண்டை வறண்டுபோய் மூச்சுவிட முடியவில்லை. சிலமணி நேரங்களுக்கு முன்னர் மணல்காற்று கண்களை குருடாக்கியிருக்க, அவர் இன்னமும் ஊர்ந்துகொண்டுதான் இருந்தார். ஒருகட்டத்தில், பாலைவன வாகனங்களின் உறுமல் தொலைதூரத்தில் கேட்பதாக நினைத்தார், ஆனால் அது ஊளையிடும் காற்றாகவும் இருக்கலாம். இறைவன் தன்னைக் காப்பாற்றுவார் என்ற அல்-ஃபதிலின் நம்பிக்கை நீண்டநேரத்திற்கு முன்பே அவரிடமிருந்து போய்விட்டது. பிணந்தின்னிகள் வட்டமிடவில்லை; அவை அவருக்கு அருகிலேயே நடந்துவந்தன.

முந்தைய இரவு அல்-ஃபதிலை அவருடைய காரிலேயே வைத்துக் கடத்திய அந்த உயரமான ஸ்பானியன், இந்த

ஆரிஜின் 77

மிகப்பெரிய பாலைவனத்திற்குள் அல்லாமாவின் காரை வெகுதூரத்திற்கு ஓட்டிவந்தபோது அரிதாகத்தான் ஒரு வார்த்தையேனும் பேசினான். ஒருமணிநேரம் ஓட்டிவந்த பின்னர் காரை நிறுத்திய அந்த ஸ்பானியன் அல்-ஃபதிலை காரில் இருந்து வெளியேவர கட்டளையிட்டான், உணவோ தண்ணீரோ கொடுக்காமல் அவரை அந்த இருளிலேயே விட்டுவிட்டு சென்றுவிட்டான்.

அல்-ஃபதிலைப் பிடித்தவன் தன்னுடைய அடையாளம் குறித்த குறிப்பையோ, தன்னுடைய செயல்களுக்கான விளக்கத்தையோ தரவில்லை. அவனுடைய வலது உள்ளங்கையில் இருந்த விசித்திரமான குறியீடு மட்டுமே அல்-ஃபதிலுக்கு மின்னி மறையக்கூடிய ஒரே துப்பாக இருந்தது - அந்தக் குறியீட்டையும் அவரால் அடையாளம்காண முடியவில்லை.

பலமணி நேரத்திற்கு, சிரமப்பட்டு நடந்துகொண்டிருந்த அல்-ஃபதில் எந்தவிதப் பயனும் இல்லாமல் உதவிகேட்டு கத்திக்கொண்டிருந்தார். இப்போது, உடலில் கடுமையாக நீர்வற்றிப்போன நிலையில், அந்த மதகுரு மூச்சுத்திணற வைக்கும் மணலுக்குள் நிலைதடுமாறி விழுந்து இதயம் தன் இயக்கத்தை நிறுத்திக் கொண்டிருப்பதை உணர்ந்தபோது பலமணி நேரமாக தன்னைத்தானே கேட்டுக்கொண்டிருந்த அதே கேள்வியை மறுபடியும் கேட்டுக்கொண்டார்.

நான் சாகவேண்டும் என்று யார்தான் விரும்பியிருப்பார்கள்?

அச்சுறுத்தக்கூடிய வகையில், அதற்கு தர்க்கரீதியான ஒரே ஒரு பதில்தான் அவருக்குக் கிடைத்தது.

8

ராபர்ட் லேங்டனின் கண்கள் ஒரு பிரமாண்ட வடிவத்திலிருந்து மற்றொரு பிரமாண்ட வடிவத்திற்காய் கவர்ந்திழுக்கப்பட்டன. ஒவ்வொரு துண்டும் நேர்த்தியாக சுருட்டப்பட்ட வெளிறிய எஃகினால் நெடிதுயர்ந்த தாள்களாக்கப்பட்டு பின்னர் அதனுடைய முனையால் ஆபத்தான வகையில் பொருத்தப்பட்டிருக்க அது ஒரு ஆதாரமற்ற சுவற்றை உருவாக்கிக்கொள்ள தன்னைத்தானே சமன்படுத்திக் கொண்டிருந்தது. அந்த வளைவான சுவர்கள் ஏறக்குறைய பதினைந்தடி உயரமிருக்கும் என்பதுடன் ஒரு அலையலையான நாடா, ஒரு வெட்டவெளி வட்டம், ஒரு தளர்வான சுருள்வளையம் என வெவ்வேறு நீர்ம வடிவங்களாக சுழன்றெழுந்து காணப்பட்டன.

"*காலத்தைப் பொறுத்த விஷயம்*" என்று மறுபடியும் கூறினான் வின்ஸ்டன். "இதைப் படைத்தவர் ரிச்சர்ட் ஸேரா. இதுபோன்றதொரு மையப்பகுதியில் இருக்கும்படியான ஆதரவற்ற சுவர்களை அவர் பயன்படுத்தியிருப்பது நிலையின்மை எனும் மாயத்தோற்றத்தை உருவாக்குகிறது. ஆனால் உண்மையில், இவையெல்லாம் மிகவும் நிலையானவை. ஒரு டாலர் பணத்தை ஒரு பென்சிலைச் சுற்றி சுருளவைத்துவிட்டு, பின்னர் அந்தப் பென்சிலை நீங்கள் நீக்கிவிட்டால் உங்களுடைய சுருளவைத்த அந்த பணத்தாள் தனக்கே உண்டான வடிவவியலின் உதவியுடன் தன்னுடைய முனையாலேயே மகிழ்வுடன் நின்று கொண்டிருக்கும்."

தனக்கு அருகாமையில் இருக்கும் பிரமாண்ட வட்டத்தை நின்று நிதானமாக உற்றுப் பார்த்தார் லேங்டன். அந்த உலோகம் ஆக்ஸிஜனேற்றம் ஆகியிருந்தது, அது எரிந்த செப்பு மேனி வண்ணத்தையும், கச்சாவான, உயிர்ப்பொருள் பண்பையும் அதற்கு அளித்திருந்தது. அந்தப் படைப்பு மகத்தான வலிமையையும், ஒரு இனிமையான சமநிலை உணர்வையும் உமிழ்ந்து கொண்டிருந்தது.

"முதல் வடிவம் எவ்வாறு முற்றிலுமாக மூடப்படாமல் இருக்கிறது என்பதை கவனித்தீர்களா புரபஸர்?"

லேங்டன் அந்த வட்டத்தை தொடர்ந்து சுற்றிப்பார்த்து அந்த சுவற்றின் முனைகள் முற்றிலுமாக சேர்ந்திருக்கவில்லை என்பதைக் கண்டார், அதைப் பார்த்தால் ஒரு குழந்தை ஒரு வட்டத்தை வரைய முனைந்து அதை இணைத்து வைக்கத் தவறியதைப் போல் இருந்தது.

"அந்த சாய்தள இணைப்பானது எதிர்மறை வெளியை ஆராய்வதற்கு பார்வையாளரை உள்ளே கவர்ந்திழுக்கும்படியான பாதைவழியை உருவாக்குகிறது"

அந்தப் பார்வையாளர் மூடிய வெளிகள் குறித்த பயமில்லாதவராக இருந்தால் என்று நினைத்துக்கொண்ட லேங்டன் வேகமாக முன்னோக்கி சென்றார்.

"அதேபோல்," என்றான் வின்ஸ்டன், "உங்களுக்கு முன்பாக, சுருண்டிருக்கும் எஃகு நாடாக்களை நீங்கள் பார்க்கலாம், தளர்வான இணை அணிவகுப்பில் செல்லும் அவை நூறு அடிக்கும் மேல் இருக்கும் அலையலையான இரண்டு சுரங்கங்களை உருவாக்கும் அளவுக்கு நெருக்கமாக இருக்கும். இது தி ஸ்னேக் எனப்படுகிறது, நம்முடைய இளம் பார்வையாளர்கள் அதனுள்ளே ஓடி மகிழ்வார்கள். உண்மையில், இரண்டு பார்வையாளர்கள் எதிர் முனைகளில் நின்றுகொண்டு மிகவும் மங்கினாற்போல் கிசுகிசுத்தாலும்கூட அவற்றை ஒருவருக்கொருவர் நன்றாக கேட்டுக்கொள்ள முடியும், அதாவது நேருக்கு நேர் நின்று பேசுவதைப் போலவே."

"இது மிகவும் குறிப்பிடத்தகுந்த ஒன்றுதான் வின்ஸ்டன், ஆனால், எட்மண்ட் எதற்காக இந்த கேலரியை என்னிடம் காட்டுமாறு உன்னிடம் கேட்டுக்கொண்டான் என்று எனக்கு விளக்க முடியுமா." இந்த விஷயம் எனக்குப் புரியாதென்று அவனுக்கே தெரியும்.

வின்ஸ்டன் பதிலுரைத்தான், "அவர் உங்களுக்கு பிரத்யேகமாக காட்டும்படி என்னிடம் சொன்ன படைப்பு டோர்க்டு ஸ்பைரல், அது வலது மூலையின் கோடியில் இருக்கிறது. உங்களுக்கு அது தெரிகிறதா?"

லேங்டன் கண்களை இடுங்கிக்கொண்டு பார்த்தார். *அரைமைல் தூரத்திற்கு அப்பால் இருப்பதுபோல் தெரிகிறதே அதுவாக இருக்குமோ?* "ஆமாம், தெரிகிறது."

"அருமை, அதை நோக்கிப் போகலாமா?"

வின்ஸ்டன் தொடர்ந்து பேசிக்கொண்டிருக்கும்போதே மிகப்பெரிய வெளியை ஆராய்ந்து பார்த்தபடி லேங்டன் அந்த தொலைதூர சுருளை நோக்கிப் போய்க் கொண்டிருந்தார்.

"எட்மண்ட் கிர்ஷ் உங்களுடைய படைப்பில் பெரும் மதிப்பு வைத்திருப்பவர் என்று நான் கேள்விப்பட்டிருக்கிறேன் புரபஸர் - அதில் குறிப்பிட்டு சொல்லவேண்டுமானால், வரலாறு நெடுகிலும் பல்வேறு மதங்களுக்கு இடையில் ஏற்பட்டிருக்கும் தாக்கங்கள் மற்றும் கலையில் பிரதிபலித்துள்ளதன்படி அவற்றின் பரிணாமங்கள் ஆகியவை குறித்த உங்களுடைய சிந்தனைகள் என்று சொல்லலாம். பல வழிகளிலும், எட்ண்டின் கேம் தியரி மற்றும் பிரிடிக்டிவ் கம்ப்யூட்டிங் இரண்டுமே ஒன்றுதான் - அது பல்வேறு அமைப்புகளின் வளர்ச்சியையும் பகுப்பாய்வு செய்து காலத்தின் போக்கில் அவை எவ்வாறு வளர்ச்சி பெற்றிருக்கும் என்று முன்னூகிக்கின்றன."

"ஆமாம், அவன் நிச்சயம் இந்த விஷயத்தின் சிறந்தவன்தான். எல்லாவற்றிற்கும் மேலாக அவனை நவீன காலத்து நாஸ்ட்ராடமஸ் என்றுதானே அழைக்கிறார்கள்."

"ஆமாம். இருந்தாலும் என்னைக் கேட்டால் அந்த ஒப்பீடு சற்றே அவமானகரமானது என்பேன்."

"ஏன் அப்படிச் சொல்கிறாய்?" லேங்டன் எதிர்வாதம் செய்தார். "நாஸ்ட்ராடமஸ்தானே எக்காலத்திலும் சிறந்த முன்னூகிப்புவாதி."

"நான் முரண்படுவதற்காக சொல்லவில்லை புரபஸர், ஆனால் நாஸ்ட்ராடமஸ் ஏறக்குறைய ஆயிரக்கணக்கில், மேம்போக்கான வார்த்தைகளைக் கொண்ட நாலடிச் செய்யுள்களை எழுதியுள்ளார், அவை நான்கு நூற்றாண்டுகளாக அர்த்தமில்லாத இடங்களில் அர்த்தங்களை தருவிக்க நினைக்கும் மூடநம்பிக்கை உள்ளவர்களின் கற்பனாப்பூர்வ வாசிப்புகளாலேயே பலனைப்

பெற்று வந்திருக்கின்றன ... இரண்டாம் உலகப்போர் முதலாக, இளவரசி டயானாவின் மரணம், உலக வர்த்தக மையத் தாக்குதல் உள்ளிட்ட எல்லாவற்றிற்கும் இது பொருந்தும். இது முழுக்கவே பிதற்றல். மாறாக, எட்மண்ட் கிர்ஷ் மிகவும் குறிப்பிடும்படியான, வரம்பிற்குட்பட்ட எண்ணிக்கையிலான முன்னூகிப்புகளை மட்டுமே பதிப்பித்திருக்கிறார், அவை மிகக் குறுகிய காலவரம்பிற்குள் சாத்தியமாகியிருக்கின்றன - குறிப்பாக கிளவுட் கம்ப்யூட்டிங், ஓட்டுநர் இல்லாத கார்கள், ஐந்து அணுக்களின் ஆற்றலால் மட்டுமே இயங்கும் பிராஸஸிங் சிப் உள்ளிட்டவற்றை சொல்லலாம். மிஸ்டர்.கிர்ஷ் ஒன்றும் நாஸ்ட்ராடமஸ் அல்ல."

தவறை ஒப்புக்கொள்ள வேண்டியதுதான், என்று நினைத்துக் கொண்டார் லேங்டன். எட்மண்ட் கிர்ஷ் தான் வேலை செய்தவர்களிடையே ஒரு உத்வேகம் ஏற்படுத்தக்கூடியவனாக இருந்திருக்கிறான் என்று சொல்லப்படுவதுண்டு, அத்துடன் கிர்ஷின் முக்கியமான மாணவர்களுள் வின்ஸ்டனும் ஒருவன்.

"அப்படியென்றால் என்னுடைய சுற்றுலா உங்களுக்குப் பிடித்திருக்கிறதுதானே?" எனக் கேட்டுவிட்டு விஷயத்தை மாற்றினான் வின்ஸ்டன்.

"மிகவும் பிடித்திருக்கிறது. இந்த தொலையியக்கி வழிகாட்டு தொலைநுட்பத்தை முழுமையாக்கிய பெருமை எட்மண்டையே சேரும்."

"ஆமாம், இந்தத் திட்டம் எட்மண்டின் பலவருடக் கனவு, இதை ரகசியமாக உருவாக்குவதற்கு அவர் கணக்கிட முடியாத அளவுக்கான நேரத்தையும் பணத்தையும் செலவழித்திருக்கிறார்."

"அப்படியா? இந்த தொழில்நுட்பம் அவ்வளவு சிக்கலானதாக தெரியவில்லை. நான் முதலில் சந்தேகப்பட்டதென்னவோ உண்மைதான், ஆனால் நீ என்னை மடக்கிவிட்டாய் - இது ஒரு சுவாரஸியமான உரையாடலாகத்தான் இருக்கிறது."

"இப்படிக் கூறுவது உங்களுடைய பெருந்தன்மை, ஆனாலும், இப்போது உண்மையை ஒப்புக்கொள்வதன் மூலம் நான் எல்லாவற்றையும் நாசமாக்கிவிடவில்லை என்று நம்புகிறேன்.

உங்களிடம் முழு நேர்மையுடன் நடந்துகொள்ளவில்லையோ என்றும் பயப்படுகிறேன்.”

“புரியவில்லையே?”

“முதலில், என்னுடைய நிஜமான பெயர் வின்ஸ்டன் அல்ல. அது ஆர்ட்.”

லேங்டன் சிரித்தார். “ஒரு மியூஸியத்தின் வழிகாட்டிக்கு ஆர்ட் என்று பெயரா? சரி இருக்கட்டும், புனைப்பெயரை பயன்படுத்தியதற்காக உன்னை குறைசொல்ல மாட்டேன். உன்னை சந்தித்ததில் மகிழ்ச்சி, ஆர்ட்.”

“மேலும், நான் ஏன் உங்களுடனே நடந்துவர முடியாது என்று நீங்கள் கேட்டபோது, மிஸ்டர்.கிர்ஷ்தான் மியூஸியத்தின் கூட்டத்தை சிறிதாக வைத்துக்கொள்ள விரும்பினார் என்ற துல்லியமான பதிலை நான் கூறினேன். ஆனால், அந்த பதில் முழுமையற்றது. நாம் தலையணி வழியாக அன்றி நேரில் பேச முடியாமைக்கு மற்றொரு காரணமும் இருக்கிறது.” அவன் இடைவெளி விட்டான். “உண்மையில், எனக்கு உடல்சார் இயக்கம் கிடையாது.”

“ஓ ... மன்னிக்க வேண்டும்.” ஆர்ட் ஒரு கால்செண்டரில் உள்ள சக்கர நாற்காலியில் அமர்ந்திருப்பதாக கற்பனை செய்துகொண்ட லேங்டன் தன்னுடைய நிலையை உணர்த்த வேண்டிய சுய-பிரக்ஞையை ஆர்ட் உணர்ந்திருக்கலாம் என்பதற்காக வருத்தப்பட்டார்.

“எனக்காக வருத்தப்பட வேண்டியதில்லை. கால்கள் எனக்கு மிகவும் வினோதமாகவே இருக்கும் என என்னால் உறுதியாக சொல்ல முடியும். கேளுங்கள், நீங்கள் கற்பனை செய்வதுபோல் இல்லை நான்.”

லேங்டனின் வேகம் குறைந்தது. “என்ன சொல்ல வருகிறாய்?”

“‘ஆர்ட்’ என்ற பெயர் ஒன்றும் ஒரு முதலெழுத்துப் பெயர் போன்றதல்ல. ‘ஆர்ட்’ என்பது ‘ஆர்ட்டிபிஷியல்’ என்பதன் சுருக்கம்தான் என்றாலும், மிஸ்டர்.கிர்ஷ் அந்த வார்த்தை ‘கூட்டிணைப்பாக’ இருக்க வேண்டும் என விரும்பினார்.” அந்தக் குரல் ஒருகணம் இடைவெளி விட்டது. “புரபஸர்,

உண்மை என்னவென்றால் இந்த மாலை நேரத்தில் நீங்கள் ஒரு கூட்டுருவாக்க வழிகாட்டியுடன் செயல்புரிந்து கொண்டிருக்கிறீர்கள். ஒரு வகையான கம்ப்யூட்டர்.”

லேங்டன் சந்தேகத்துடன் சுற்றிலும் பார்த்தார். “இது ஏதாவது நையாண்டி வேலையா என்ன?”

“கிடையவே கிடையாது, புரபஸர். நான் நிஜமாகத்தான் சொல்கிறேன். எட்மண்ட் கிர்ஷ் கூட்டுருவாக்க அறிவுத்திறன் துறையில் பத்தாண்டு காலத்தையும், ஏறக்குறைய ஒரு பில்லியன் டாலர்களையும் செலவிட்டிருக்கிறார், இன்றிரவு அவருடைய உழைப்பின் பலன்களை அனுபவிக்கப்போகின்ற முதலாமவர்களில் நீங்களும் ஒருவர். உங்களுடைய சுற்றுலா முழுவதுமே ஒரு கூட்டுருவாக்க வழிகாட்டியால்தான் அளிக்கப்படுகிறது. நான் மனிதன் அல்ல.”

ஒருகணம், லேங்டனால் இதை ஒப்புக்கொள்ளவே முடியவில்லை. இந்த மனிதனுடைய பேச்சுமுறையும் இலக்கணமும் துல்லியமாக இருக்கிறது, சற்றே விசித்திரமான சிரிப்பைத் தவிர்த்து லேங்டன் எதிர்கொண்டதிலேயே ஒரு பேச்சாளனக்குரிய நேர்த்தி அவனிடம் இருந்தது. அதற்கும் மேலாக, இன்றிரவின் அவர்களுடைய வேடிக்கையான உரையாடல் பரந்துபட்ட அளவில், தனித்துவமான விஷயங்களைச் சுற்றியே அமைந்திருந்தது.

நான் கவனிக்கப்படுகிறேன், என்று உணர்ந்துகொண்ட லேங்டன் மறைத்து வைக்கப்பட்டிருக்கும் வீடியோ கேமராக்களை தேடினார். அபத்த சூழ்நிலைகளால் ஆன, நாடகமேடை வகைமையைச் சேர்ந்த “அனுபவக் கலை” என்ற வினோத வடிவத்தில் தான் ஒரு அறியாப் பங்கேற்பாளராக இருக்கிறோமோ என்று அவர் சந்தேகித்தார். *புதிர்வட்டப் பாதையில் என்னை ஒரு எலியாக்கிவிட்டார்கள்.*

“இது எனக்கு சௌகரியமாக இல்லை” என்ற லேங்டனின் குரல் யாருமில்லாத அந்த கேலரி முழுவதும் எதிரொலித்தது.

“என்னை மன்னிக்க வேண்டு” என்றான் வின்ஸ்டன். “அது புரிந்துகொள்ளக் கூடியதுதான். இந்த செய்தியை உருப்போடுவது உங்களுக்கு கடினமாக இருக்கும் என்பது நான் எதிர்பார்த்ததுதான்.

அதனால்தான், எட்மண்ட் உங்களை மற்றவர்களிடமிருந்து இந்த தனிமையான இடத்திற்கு அழைத்துவருமாறு என்னைக் கேட்டிருப்பார் என்று நினைக்கிறேன். இந்தத் தகவல் மற்ற விருந்தினர்களுக்கு தெரிந்துவிடக் கூடாது.''

வேறு யாராவது இருக்கிறார்களா என அந்த மங்கலான இடத்தில் லேங்டனின் கண்கள் ஆராய்ந்தன.

''உங்களுக்கே சந்தேகமின்றித் தெரிந்திருக்கும்'' என்று தொடர்ந்த அந்தக் குரல் லேங்டனின் அசௌகரியத்தை கண்டுகொள்ளாமல் விசித்திரமாக ஒலித்தது, ''மனித மூளை இரட்டை (பைனரி) அமைப்பால் ஆனது - நரம்புணர்ச்சிகள் தூண்டப்படும் அல்லது தூண்டப்படாது - கம்ப்யூட்டர் பொத்தான்களைப் போல அவை இயங்கும் அல்லது அணையும். மூளையில் நூறு டிரில்லியனுக்கும் மேலான பொத்தான்கள் இருக்கின்றன, அதாவது, அது ஒரு மூளையை அளவீட்டுக் கேள்வியாகத்தான் கட்டமைக்கிறதே தவிர தொழில்நுட்பக் கேள்வியாக அல்ல என்பதே இதன் அர்த்தம். ''

லேங்டன் வெறுமனே கேட்டுக்கொண்டிருந்தார். அவர் மறுபடியும் நடந்தார், அவருடைய கவனமெல்லாம் அந்த கேலரியின் கடைக்கோடிக்கு செல்வதைக் குறிக்கும் அம்புக்குறியுடன் இருந்த ''வெளியே'' என்று எழுதியிருந்த பெயர்ப்பலகையிலேயே இருந்தது.

''புரபஸர், என்னுடைய குரலின் மனிதப் பண்பானது இயந்திரத்தால்தான் உருவாக்கப்பட்டிருக்கிறது என்பதை ஏற்றுக்கொள்ள கடினமாகத்தான் இருக்கும் என்பதை உணர்கிறேன், ஆனால் பேசுவதுதான் சுலபமான பகுதி. ஒரு தொண்ணூற்றி ஒன்பது டாலர் இ-புக் சாதனத்தால்கூட மனிதக் குரலை பிரதிசெய்து சிறப்பான வேலையை செய்துவிட முடிகிறது. எட்மண்ட் முதலீடு செய்திருப்பதோ *பில்லியன்களில்.*''

லேங்டன் நடப்பதை நிறுத்தினார். ''நீ ஒரு கம்ப்யூட்டர் என்றால் எனக்கு ஒன்றைக் கூறு. டவ் ஜோன்ஸ் இண்டஸ்ட்ரியல் ஆவரேஜ் 1974, ஆகஸ்ட் இருபத்தி நான்காம் தேதி எவ்வளவாக முடிவுற்றது?''

"அன்றைக்கு சனிக்கிழமை" அந்தக் குரல் உடனடியாக பதில் கூறியது. "அதனால் சந்தைகள் திறந்திருக்காது."

லேங்டன் லேசான சில்லிடலை உணர்ந்தார். அவர் அந்தத் தேதியை ஒரு தந்திரமாகத்தான் தேர்ந்தெடுத்திருந்தார். அவருடைய காட்சிப்புலன் நினைவாற்றலினுடைய பக்கவிளைவுகளுள் ஒன்று என்னவென்றால் தேதிகள் அவருடைய மனதில் நிரந்தரமாக குடியேறிவிடுகின்றன என்பதுதான். அந்த சனிக்கிழமையன்று அவருடைய உற்ற நண்பருடைய பிறந்தநாள் என்பதுடன் அந்த மதியப்பொழுதில் நடந்த நீச்சல்குள விருந்து லேங்டனுக்கு அப்போதும் நினைவிருந்தது. ஹெலனா வூலி அன்று நீலநிற நீச்சலுடை அணிந்திருந்தாள்.

"இருந்தாலும்" அந்தக் குரல் மேலும் கூறியது, "அதற்கு முந்தைய நாளான வெள்ளிக்கிழமை, ஆகஸ்ட் இருபத்தி மூன்று அன்று டவ் ஜோன்ஸ் இண்டஸ்ட்ரியல் ஆவரேஜ் 686.80 புள்ளிகளுடன் நிறைவுற்று, 17.83 புள்ளிகள் குறைந்து 2.53 சதவிகித இழப்பு ஏற்பட்டது."

லேங்டனால் ஒருகணத்திற்கு பேசவே முடியவில்லை.

"உங்களுடைய ஸ்மார்ட்போனில் இந்த விவரத்தை நீங்கள் சரிபார்க்க விரும்பினால்," அந்தக் குரல் குறுக்கிட்டது, "அதற்காக காத்திருப்பதில் எனக்கு மகிழ்ச்சிதான். ஆனாலும், அதில் உள்ள முரண்நகையை சுட்டிக்காட்டுவதைத் தவிர எனக்கு வேறு வழியில்லை."

"ஆனால் ... நான் செய்யப்போவதில்லை ..."

"கூட்டுருவாக்க அறிவுத்திறனுடன் உள்ள சவால் என்னவென்றால்" எனத் தொடர்ந்த அந்தக் குரலின் லேசான பிரிட்டிஷ் தொனி முன்னெப்போதைக் காட்டிலும் இப்போது விசித்திரமாகியிருந்தது, "டேட்டாவை வேகமாக அணுகுதல் என்ற முற்றிலும் சுலபமான வழிமுறை அல்ல, பதிலாக டேட்டா எவ்வாறு பின்னிப் பிணைந்திருக்கிறது, சிக்கிக் கொண்டிருக்கிறது என்பதை தனித்தறியும் திறன்தான் - அதுபோன்ற ஒன்றில்தான் நீங்கள் நிபுணத்துவம் பெற்றவர், இல்லையா? கருத்துருவாக்கங்களின் இடைநிலை உறவுதானே? மிஸ்டர்.கிர்ஷ் என்னுடைய திறன்களை உங்கள் மீதே குறிப்பிட்ட

வகையில் சோதித்துப் பார்க்க விரும்பியதற்கான காரணங்களுள் இதுவும் ஒன்று."

"சோதனையா?" என்றார் லேங்டன். "என்னையா?"

"இல்லவே இல்லை." மறுபடியும் அந்த விசித்திர சிரிப்பு. "என்னை. நான் மனிதன்தான் என்று உங்களை நம்பவைக்கிறேனா என்று பார்ப்பதற்கு."

"டூரிங் சோதனை."

"சரியாக சொன்னீர்கள்."

டூரிங் சோதனையை லேங்டன் நினைவுபடுத்திக் கொண்டார். அது, மனிதனில் இருந்து பிரித்தறிய முடியாத வகையில் நடந்துகொள்வதற்கு உண்டான இயந்திரத்தின் திறனை மதிப்பிடுவதற்கு மறைகுறியீட்டு நீக்குநரான ஆலன் டூரிங் என்பவரால் முன்மொழியப்பட்ட ஒரு சவால். சாராம்சத்தில், ஒரு மனித நடுவர் ஒரு இயந்திரத்திற்கும் மனிதனுக்கும் இடையிலான உரையாடலைக் கேட்பார், பிறகு அந்த நடுவரால் எந்தப் பங்கேற்பாளர் மனிதன் என்று அடையாளம் காண முடியாவிட்டால் அந்த டூரிங் சோதனை வெற்றிபெற்றதாக கருதப்படும். டூரிங்கின் மதிப்பீட்டு சவால் லண்டன் ராயல் சொஸைட்டியில் 2014-ஆம் ஆண்டு வெற்றிபெற்று புகழ்பெற்றது. அதன்பிறகுதான், செயற்கை அறிவுத்திறன் தொழில்நுட்பம் கண்மூடித்தனமான வேகத்தில் முன்னேறியது.

"இதுவரையிலான இந்த மாலைப்பொழுதில்" அந்தக் குரல் தொடர்ந்தது, "எங்களுடைய விருந்தினர்களில் ஒருவர்கூட எதையுமே சந்தேகப்படவில்லை. அவர்கள் எல்லோருக்குமே இது சிறப்பான நேரம்தான்."

"இரு இரு, இன்றிரவு கூடியிருக்கும் எல்லோருமே ஒரு கம்ப்யூட்டருடனா பேசிக் கொண்டிருக்கிறார்கள்?!"

"சொல்லப்போனால், எல்லோருமே என்னுடன்தான் பேசிக் கொண்டிருக்கிறார்கள். என்னை என்னாலேயே வெகு சுலபமாக பிரித்துக்கொள்ள முடியும். நீங்கள் எனக்கென்று நிர்ணயிக்கப்பட்ட - எட்மண்ட் விரும்பி அளித்த - குரலைத்தான் கேட்டுக்கொண்டிருக்கிறீர்கள், ஆனால்,

மற்றவர்கள் வேறு குரல்களை அல்லது வேறு மொழிகளைக் கேட்டுக்கொண்டிருக்கிறார்கள். உங்களுடைய சுயவிவரத்தின் அடிப்படையில் நீங்கள் ஒரு அமெரிக்க கல்வித்துறையைச் சேர்ந்த ஆண் என்பதால் நான் என்னுடைய நிர்ணயமான பிரிட்டிஷ் பேச்சுவழக்கை உங்களுக்காக தேர்ந்தெடுத்தேன். ஒரு உதாரணத்திற்கு சொல்கிறேன், ஒரு தெற்கத்திய மந்தமான பேச்சுவழக்கை கொண்ட ஒரு இளம் பெண்ணைக் காட்டிலும் இது மிகுந்த நம்பிக்கையை உருவாக்கும் என்று நானே முன்னூகித்தேன்."

இது என்னை தேசியவாத வெறியன் என்கிறதா என்ன?

சில வருடங்களுக்கு முன்னர் ஆன்லைனில் சுற்றிவந்த பிரபலமான ஒலிப்பதிவை லேங்டன் நினைவுபடுத்திக்கொண்டார்: டைம் பத்திரிக்கையின் தலைவர் மைக்கேல் ஷீரருக்கு ஒரு டெலிமார்க்கெட்டிங் ரோபோ போன் செய்து பேசியது, அது மிக விசித்திரமாக மனிதனைப் போன்றே இருந்தபடியால் ஷீரர் அதன் பதிவை எல்லோரும் கேட்கும் வகையில் ஆன்லைனில் பதிவிட்டிருந்தார்.

அது பல வருடங்களுக்கு முன்னர், என்பதை உணர்ந்தார் லேங்டன்.

கிர்ஷ் செயற்கை அறிவுத்துறையில் பல வருடங்களாக ஈடுபட்டிருப்பது லேங்டனுக்குத் தெரியும், பல்வேறு சாதனைகளுக்கும் வாழ்த்துபெறும் வகையில் அவன் அவ்வப்போது பத்திரிக்கை அட்டைப் படங்களிலும் தோன்றினான். அவனுடைய சிசுவான "வின்ஸ்டன்கூட" கிர்ஷின் தற்போதைய நவீனத்துவத்தை பிரதிபலிப்பதாகத்தான் இருக்க வேண்டும்.

"இவையெல்லாம் விரைவாக நடந்தேறிவிட்டதை அறிவேன்" என்று தொடர்ந்தது அந்தக் குரல், "ஆனால், மிஸ்டர்.கிர்ஷ் நீங்கள் இப்போது நின்றுகொண்டிருக்கும் சுருள்வடிவத்தை உங்களுக்குக் காட்டவேண்டும் என்று கேட்டுக்கொண்டார். நீங்கள் அதன் சுழலுக்குள் நுழைந்து மையத்தை நோக்கி தொடர்ந்து செல்ல வேண்டும் எனவும் கேட்டுக்கொண்டார்."

குறுகலான வளைவுடன் இருந்த பாதையை லேங்டன் உற்றுநோக்கியபோது தன்னுடைய தசைகள் இறுகுவதை உணர்ந்தார். *கல்லூரிக்கால நையாண்டிக்கு எட்மண்டிற்கு கிடைத்த யோசனை இதுதானா?* “இதற்கு உள்ளே என்ன இருக்கிறது என்று உன்னால் சொல்ல முடியுமா? இறுக்கமான வெளிகள் எனக்கு பிடித்தமானவை அல்ல.”

“நன்றாயிருக்கிறது, அந்த விஷயத்தில் உங்களுக்கு எப்படியென்று எனக்குத் தெரியாது.”

“மூடிய வெளிகள் குறித்த பயத்தை நான் என்னுடைய ஆன்லைன் சுயவிவரத்தில் சேர்த்துக்கொள்ளக்கூடிய விஷயமில்லை.” லேங்டன் தாமாகவே மாட்டிக்கொண்டார், தான் ஒரு இயந்திரத்துடன்தான் பேசிக்கொண்டிருக்கிறோம் என்பதை அவரால் இன்னமும் புரிந்துகொள்ள முடியவில்லை.

“நீங்கள் பயப்படத் தேவையில்லை. இந்த சுருள்வடிவின் மையத்தில் இருக்கும் வெளி முற்றிலும் பெரியது, அதன் மையத்தை நீங்கள் பார்க்க வேண்டும் என்று மிஸ்டர்.கிர்ஷ் குறிப்பிட்டு கேட்டுக்கொண்டார். இருந்தாலும், நீங்கள் நுழையும் முன்னர் உங்களுடைய தலையணியைக் கழற்றி அங்கிருக்கும் தரையில் வைத்துவிட வேண்டுமெனவும் எட்மண்ட் கேட்டுக் கொண்டிருக்கிறார்.”

அந்த தெளிவற்ற கட்டுமானத்தைப் பார்த்து லேங்டன் தயங்கினார். “நீ என்னுடன் வரப்போவதில்லையா?”

“நிச்சயமாக இல்லை.”

“இதோ பார், இதெல்லாமே மிக விசித்திரமாக இருக்கிறது, என்னால் சரியாக -”

“புரபஸர், எட்மண்ட் உங்களை இவ்வளவுதூரம் இந்த நிகழ்ச்சிக்கு அழைத்து வந்திருப்பதை வைத்துப் பார்த்தால் அந்த கலைப் படைப்பிற்குள்ளாக ஒரு குறுகிய தொலைவுக்கு நடந்து செல்லுமாறு அவர் வைத்துள்ள கோரிக்கை மிகச் சிறியதாகத்தான் தெரிகிறது. சிறுவர்கள் தினமும் இதைச் செய்துபார்த்து உயிருடன்தான் இருக்கிறார்கள்.”

லேங்டன் இதுவரை ஒரு கம்ப்யூட்டரால் கண்டிக்கப்பட்டதில்லை, உண்மையில் இது அதேதான், ஆனால் தொடர்பை துண்டித்தது தேவையான விளைவை ஏற்படுத்தியது. அவர் தன்னுடைய தலையணியைக் கழற்றி கவனமாக தரையில் வைத்தார், இப்போது அந்த சுருளில் இருக்கும் திறப்பை எதிர்கொள்ளத் திரும்பினார். பார்வையில் இருந்து வளைந்து, கண்ணுக்கு புலப்படாமல் இருளுக்குள் மறைந்து போய்விடுகின்ற ஒரு குறுகலான வழித்தடத்தை அந்த உயரமான சுவர்கள் உருவாக்கியிருந்தன.

"இதோ தொடங்கியாகிவிட்டது" என அவர் யாரிடமோ சொன்னார்.

ஆழ்ந்து மூச்சை இழுத்து விட்டுக்கொண்ட லேங்டன் அந்த திறப்பிற்குள் மெல்ல நுழைந்தார்.

அந்தப் பாதை சுருண்டு சுருண்டு, நினைத்ததைவிட தொலைவாக, ஆழச் சுழன்றபடியே சென்றது என்பதுடன் விரைவில் தான் எத்தனை முறை சுற்றிவந்தோம் என்பதே லேங்டனுக்குத் தெரியாமல் போய்விட்டது. ஒவ்வொரு கடிகாரச்சுற்று சுழற்சியின்போதும் அந்தப் பாதை இறுக்கமடைந்து கொண்டே வர, லேங்டனின் பரந்தகன்ற தோள்கள் இப்போது ஏறக்குறைய அந்தச் சுவர்களை உரசியபடி சென்றன. மூச்சுவிடு, ராபர்ட். சரிந்தநிலையில் இருக்கும் உலோகத் தாள்கள் எந்நேரம் வேண்டுமானாலும் குலைவுற்று, உள்நோக்கி விழுந்து அவரை டன் கணக்கான எஃகிற்கு கீழே வைத்து நசுக்கிவிடலாம் என்பதைப் போலவே இருந்தது.

நான் ஏன் இதைச் செய்கிறேன்?

சற்று நேரத்திற்கு முன் லேங்டன் தன்னுடைய தலையைத் திருப்ப இருந்தபோது அந்தப் பாதைவழி சட்டென்று முடிந்துபோய் அவரை ஒரு பெரிய திறந்த வெளியில் கொண்டுவந்து நிறுத்தியிருந்தது. சொல்லப்பட்டது போலவே, அந்த அறையானது அவர் எதிர்பார்த்ததைவிடவும் பெரியதாக இருந்தது. லேங்டன் சட்டென்று அந்த சுரங்க வழியில் இருந்து திறந்தவெளியில் காலடி வைத்துவிட்டு வெற்றுத் தரையிலும், உலோக சுவர்களிலும் இருந்து மீண்டு வந்துவிட்டமைக்காக பெருமூச்சு விட்டார், பின்னர் இது ஏதோ ஒரு பெரிய

சிறுபிள்ளை கண்ணாமூச்சி விளையாட்டோ என்று மறுபடியும் வியந்துபோனார்.

வெளியில் எங்கிருந்தோ ஒரு கதவு கீச்சொலி எழுப்பியது, ஒரு சுறுசுறுப்பான காலடியோசை அந்த உயரமான சுவர்களுக்கு அப்பால் இருந்து எதிரொலித்தது. அந்த கேலரிக்குள் நுழைந்துள்ள யாரோ ஒருவர் லேங்டன் பார்த்துக் கொண்டிருந்த, அருகாமையில் இருந்த கதவின் வழியாக வந்துகொண்டிருந்தார். சுழலை நெருங்கிய அந்த காலடியோசை லேங்டனைச் சுற்றிவரத் தொடங்கி, ஒவ்வொரு திருப்பத்திலும் அதிகரித்தபடியே சென்றது. அந்த சுழல் வளையத்திற்குள் யாரோ நுழைந்திருக்கிறார்கள்.

காலடியோசைகள் தொடர்ந்து சுற்றிவந்து நெருங்கி வந்தபடியே இருக்கையில் லேங்டன் பின்னால் நகர்ந்து அந்த திறப்பை நோக்கினார். ஒரு மனிதன் அந்த சுரங்கத்தில் இருந்து சட்டென்று வெளியே வரும்வரையில், விட்டுவிட்டு கேட்கும் கிளிக் ஒலியானது பெரிதாகிக்கொண்டே சென்றது. அவன் வெளிறிய தோலும், ஊடுருவும் கண்களும், வாரப்படாத கறுத்த தலைமுடியுடன் குள்ளமாகவும், ஒல்லியாகவும் இருந்தான்.

லேங்டன் இறுகிய முகத்துடன் அந்த மனிதனையே நீண்ட நேரத்திற்கு உற்றுப்பார்த்தார், பின்னர் இறுதியாக ஒரு பெரிய புன்னகை அவர் முகத்தில் படர்ந்தது. "மகத்தான எட்மண்ட் கிர்ஷ் எப்போதுமே நுழைவாயில் வழியாகத்தான் வருகிறார்."

"முதல் கவர்ச்சிக்கு உண்டான ஒரே ஒரு வாய்ப்பு அதுதானே" என்று அன்பாக பதிலளித்தான் கிர்ஷ். "உங்களைப் பிரிந்து வாடினேன், ராபர்ட். இங்கு வந்தமைக்கு நன்றி."

இருவரும் நெஞ்சார்ந்த தழுவலைப் பகிர்ந்துகொண்டனர். லேங்டன் தன்னுடைய பழைய நண்பனை பின்பக்கம் செல்லமாக தட்டியபோது கிர்ஷ் இளைத்துப் போயிருப்பதை உணர்ந்தார்.

"இளைத்துப் போய்விட்டாயே" என்றார் லேங்டன்.

"நான் சைவத்திற்கு மாறிவிட்டேன்" என்று பதிலளித்தான் கிர்ஷ். "முட்டை வடிவத்தைவிட சுலபமாக இருக்கிறது."

லேங்டன் சிரித்தார். “சரி, உன்னைப் பார்த்ததில் மகிழ்ச்சி. அப்புறம், வழக்கம்போல் நான் மிகைப்படியாக ஆடையணிந்திருப்பது போன்றே என்னை உணர வைக்கிறாய்.”

“யார், நானா?” கிர்ஷ் தன்னுடைய கறுத்து மெலிந்த ஜீன்களை பார்த்துவிட்டு V வடிவ கழுத்துப் பட்டையையும், சைடு-ஜிப் பாம்பர் ஜாக்கெட்டையும் அழுத்திவிட்டுக் கொண்டான். “இதுதான் பேஷன்.”

“இந்த வெண்ணிற ஃபிளிப்-ஃபிளாப்ஸ்தான் ஃபேஷனா?”

“ஃபிளிப்-ஃபிளாப்ஸா?! இவையெல்லாம் ஃபெரகாமோ கினியாஸ்.”

“என்னுடைய மொத்த ஆடைகளுக்கும் ஆகின்ற செலவு இதற்கு மட்டுமே ஆகியிருக்கும் என்று நினைக்கிறேன்.”

எட்மண்ட் நடந்துவந்து லேங்டனின் கிளாஸிக் ஜாக்கெட்டை ஆராய்ந்து பார்த்தான். “உண்மையில்,” என்று மென்மையாக சிரித்தபடி கூறினான், “இவைகூட அழகான மாலைநேர ஜாக்கெட்கள்தாம். அப்படித்தான் இருக்கிறது.”

“நான் ஒன்று சொல்லட்டுமா எட்மண்ட், உன்னுடைய கூட்டுருவாக்க நண்பன் வின்ஸ்டன் ... ரொம்பவும் குழப்புகிறான்.”

கிர்ஷ் நகைத்தான். “நம்ப முடியாததுதானே? இந்த வருடம் செயற்கை அறிவுத்திறனில் நான் எதை செய்து முடித்திருக்கிறேன் என்று உங்களால் நம்ப முடியாது - குவாண்டம் லீப்ஸ். நான் சில புதிய காப்புரிமை பெற்ற தொழில்நுட்பங்களை உருவாக்கியிருக்கிறேன், அவை முற்றிலும் புதிய முறையில் பிரச்சினை தீர்க்கக்கூடிய, சுய-ஒழுங்கமைவு செய்துகொள்ளக்கூடிய திறனுள்ள இயந்திரங்கள். வின்ஸ்டன் முற்றுப்பெறாதவன்தான், ஆனால் தினமும் மேம்பட்டு வருகிறான்.”

கடந்த வருடங்களில் எட்மண்டின் இளவயது கண்களைச் சுற்றிலும் ஆழ்ந்த சுருக்கங்கள் ஏற்பட்டிருப்பதை லேங்டன் கவனித்தார். அவன் மிகவும் சோர்ந்துபோய் காணப்பட்டான்.

"எட்மண்ட், என்னை இங்கே ஏன் அழைத்துவந்தாய் என்பதைச் சொல்வதில் உனக்கு பிரச்சினையிருக்கிறதா?"

"பில்பாவிற்கா? அல்லது ரிச்சர்ட் ஸேரா சுருளுக்குள்ளா?"

"சுருளில் இருந்தே தொடங்கலாம்" என்றார் லேங்டன். "எனக்கு மூடிய வெளிகளில் அச்சமுண்டு என உனக்கே தெரியும்."

"நிச்சயமாக தெரியுமே. இன்றிரவு, மக்களை அவர்களுடைய சௌகரியமான பகுதியில் இருந்து வெளியே தள்ளுவதாகத்தான் இருக்கும்" என்று ஒரு குறுநகையுடன் கூறினான் அவன்.

"இதுதான் எப்போதுமே உன் சிறப்பியல்பு."

"சொல்லப்போனால்" என்றான் கிர்ஷ். "எனக்கு உங்களுடன் பேச வேண்டியிருந்தது, இந்த நிகழ்ச்சிக்கு முன்னர் நான் இங்கே யார் கண்ணிலும் பட விரும்பவில்லை."

"ஏனென்றால், ராக் ஸ்டார்கள் நிகழ்ச்சிக்கு முன்பாக விருந்தினர்களுடன் கலந்து கொள்வதில்லை என்பதாலா?"

"சரிதான்!" என்று வேடிக்கையாக பதிலளித்தான் கிர்ஷ். "ராக் ஸ்டார்கள் புகைமூட்டத்தில் மாயாஜாலமாக மேடையில் தோன்றுவார்கள்."

தலைக்கு மேலே இருந்த விளக்குகள் சட்டென்று மங்கிப்போய் மறுபடி ஒளிர்ந்தன. கிர்ஷ் தன்னுடைய சட்டையின் கைப்பகுதியை இழுத்துவிட்டு நேரத்தை சரிபார்த்தான். பின்னர் லேங்டனைத் திரும்பிப் பார்த்த அவனுடைய பாவனை சட்டென்று தீவிரமடைந்தது.

"ராபர்ட், நமக்கு அதிக நேரமில்லை. இன்றிரவு எனக்கு ஒரு சிறப்புவாய்ந்த நிகழ்வாக இருக்கப் போகிறது. உண்மையில், மனிதகுலம் முழுவதற்குமே இது ஒரு முக்கியமான தருணமாக இருக்கப் போகிறது."

லேங்டன் பீறிட்டெழும் எதிர்பார்ப்பை உணர்ந்தார்.

"சமீபத்தில்தான் ஒரு அறிவியல் கண்டுபிடிப்பை செய்துமுடித்தேன்" என்றான் எட்மண்ட். "அது மிக விரிவான

உள்ளடங்களைக் கொண்ட ஒரு சாதனை. ஏறக்குறைய பூமியில் உள்ள யாருக்கும் அதுபற்றித் தெரியாது, இன்றிரவோ - மிக விரைவில் - இந்த உலகை நேரலையில் அழைத்து நான் கண்டுபிடித்ததை அறிவிக்கப் போகிறேன்."

"எனக்கு என்ன சொல்வதென்று தெரியவில்லை," என்றார் லேங்டன். "இதெல்லாம் கேட்கவே வியப்பாக இருக்கிறது."

எட்மண்ட் தன்னுடைய குரலைத் தாழ்த்தினான், அவனுடைய தொனி இயல்புக்கு மாறான பதட்டத்துடன் இருந்தது. "இந்தத் தகவலை நான் பொதுமக்களிடம் கொண்டு செல்லும் முன்னர் உங்களுடைய அறிவுரை எனக்கு வேண்டும், ராபர்ட்." அவன் சற்று இடைவெளி விட்டான். "என்னுடைய வாழ்க்கையே அதில்தான் அடங்கியிருக்கிறது."

9

அந்த சுருளுக்குள் இருந்த இருவரிடையிலும் மௌனமே நிலவியது.

எனக்கு உங்கள் அறிவுரை வேண்டும் ... என்னுடைய வாழ்க்கையே அதில்தான் அடங்கியிருக்கிறது.

எட்மண்டின் வார்த்தைகள் காற்றில் கனத்து தொங்க, தன் நண்பனின் கண்களில் கவலை படர்ந்திருப்பதை லேங்டன் கண்டார். "எட்மண்ட்? என்னவாயிற்று? ஒன்றும் பிரச்சினையில்லையே?"

மேலேயிருந்த விளக்குகள் மீண்டும் அணைந்து எரிந்தன, ஆனால் எட்மண்ட் அவற்றைப் புறம்தள்ளினான்.

"இது எனக்கு ஒரு குறிப்பிடத்தகுந்த வருடம்" என்று அவன் கிசுகிசுப்பான குரலில் தொடங்கினான். "நான் ஒரு பெரிய திட்டப்பணியில் தனியாக வேலை செய்து கொண்டிருக்கிறேன், அது ஒரு மகத்தான கண்டுபிடிப்பாக இருக்கப்போகிறது."

"கேட்கவே நன்றாயிருக்கிறது."

கிர்ஷ் ஆமோதித்தான். "அது உண்மைதான், இன்றிரவு, அதை உலகத்துடன் பகிர்ந்துகொள்வதற்கு நான் எந்தளவுக்கு உற்சாகத்துடன் இருக்கிறேன் என்பதை வார்த்தைகளால் விவரிக்க முடியாது. இது ஒரு மிகப்பெரிய அறிவியல் புரட்சிக்கு வழியமைக்கும். என்னுடைய கண்டுபிடிப்பு கோபர்நிகன் புரட்சியின் அளவுக்கு தாக்கங்களைக் கொண்டிருக்கும் என்று சொன்னால் அது மிகையல்ல."

ஒரு கணம், தன்னுடைய விருந்துபசரிப்பாளன் விளையாடுகிறானோ என்று நினைத்தார் லேங்டன், ஆனால் எட்மண்டின் பாவனை கடும் தீவிரத்துடனே இருந்தது.

கோபர்நிகஸ்ஸா? தன்னடக்கம் என்பது எட்மண்டிடம் ஒருபோதும் வலுவாக பொருந்திப்போனதில்லை, ஆனால் இந்த உரிமைகோரல் எந்த தர்க்கத்திலும் அடங்காத விளிம்புநிலையில் இருப்பதைப் போலிருந்தது. கிரகங்கள் சூரியனைச் சுற்றியே வலம்வருகின்றன என்ற சூரியமையக் கோட்பாட்டின் தந்தைதான் நிகோலஸ் கோபர்நிகஸ். மனிதகுலமே இறைவனின் பிரபஞ்சத்தினுடைய மையத்தை ஆக்கிரமித்திருக்கிறது என்று தேவாலயம் நீண்டகாலமாக கற்பித்து வந்ததை இந்த கோட்பாடு முற்றிலுமாக அழித்தொழித்து. 1500-களில் ஒரு அறிவியல் புரட்சியை பற்றவைத்தது. அவருடைய கண்டுபிடிப்பு மூன்று நூற்றாண்டுகளாக தேவாலயத்தால் கண்டனத்திற்கு ஆளானது, ஆனால் ஏற்பட்ட சேதாரம் ஏற்பட்டதுதான், உலகம் ஒரேபோன்று இருந்ததில்லையே.

"நீங்கள் சந்தேகப்படுவதுபோல் தெரிகிறதே" என்றான் எட்மண்ட். "நான் டார்வின் என்று சொன்னால் நன்றாயிருக்குமா?"

லேங்டன் புன்னகைத்தார். "அதே பிரச்சினைதான்."

"சரி, அப்படியென்றால் நான் ஒன்றைக் கேட்கிறேன்: வரலாறு நெடுகிலும் மனித இனத்தால் கேட்கப்பட்டுவரும் இரண்டு அடிப்படை கேள்விகள் என்ன?"

லேங்டன் அதை பரிசீலித்தார். "சரி, அந்தக் கேள்விகள் என்னவாக இருக்குமென்றால்: 'இதெல்லாம் எப்படித் தொடங்கியது? நாம் எங்கிருந்து வந்தோம்?' "

"சரியாகச் சொன்னீர்கள். இரண்டாவது கேள்வி வெறுமனே துணைக் கேள்விதான். அது 'நாம் எங்கிருந்து வந்தோம்' என்பதல்ல ... ஆனால் ..."

"'எங்கே சென்று கொண்டிருக்கிறோம் என்பதா?' "

"ஆமாம்! இந்த இரண்டு புதிர்களும் மனித அனுபவத்தின் மையப்பகுதியில் இருப்பவை. நாம் எங்கிருந்து வந்தோம்? நாம் எங்கே சென்றுகொண்டிருக்கிறோம்? மனித சிருஷ்டி மற்றும் மனித விதி. இவைதாம் உலகளாவிய புதிர்கள்." எட்மண்டின் பார்வை கூர்மையடைந்தது, அவன் லேங்டனை எதிர்பார்ப்புடன் நோக்கினான். "ராபர்ட், நான் கண்டுபிடித்திருப்பது . . . இந்த இரண்டு கேள்விகளுக்குமே மிகத் தெளிவான பதில்களை அளிக்கிறது."

எட்மண்டின் வார்த்தைகளோடும், அவற்றின் திகைக்க வைக்கும் எதிர்விளைவுகளோடும் லேங்டன் போராடினார். "எனக்கு ... என்ன சொல்வதென்று தெரியவில்லை."

"எதுவும் சொல்லவேண்டியதில்லை. இன்றிரவின் அறிவிப்பு முடிந்த பின்னர் இதைப்பற்றி விவாதிக்க உங்களுக்கும் எனக்கும் நேரம் கிடைக்கும் என்று நம்புகிறேன், ஆனால் இத்தருணத்தில், இவை எல்லாவற்றையும் பற்றிய - இந்தக் கண்டுபிடிப்பின் சாத்தியமுள்ள பக்கவிளைவினுடைய - இருண்ட பக்கத்தைப் பற்றியும் பேச வேண்டும்."

"மறைமுகமான பின்விளைவுகள் இருக்கும் என்று நினைக்கிறாயா?"

"சந்தேகமேயில்லை. இந்தக் கேள்விகளுக்கு பதிலளிப்பதன் மூலமாக, பல நூற்றாண்டு காலமாக நிறுவப்பட்டுள்ள ஆன்மீக பாடங்களுக்கு நேர்நிலையில் நான் என்னையே முரணாக இருத்திக்கொள்கிறேன். மனித உருவாக்கமும் மனித விதியும் குறித்த பிரச்சினைகள்தான் பாரம்பரியமாகவே மதத்தின் செயற்களமாக இருந்து வந்துள்ளன. நான் அதில் தலையிடுகின்ற

ஒருவன், அத்துடன் நாம் அறிவிக்கப்போவதை உலக மதங்கள் விரும்பப் போவதில்லை.”

“சுவாரஸியமாகத்தான் இருக்கிறது” என்று பதிலளித்தார் லேங்டன். “இதனால்தான் கடந்த வருடம் போஸ்டனில் ஒரு மதிய உணவின்போது மதத்தைப் பற்றி என்னை இரண்டு மணிநேரங்களை செலவிட வைத்து வறுத்தெடுத்தாயா?”

“ஆமாம், அதற்காகத்தான். என்னுடைய தனிப்பட்ட உத்திரவாதம் என்னவென்று உங்களுக்கு நினைவிருக்கலாம் - நம்முடைய வாழ்நாளில், மதத்தின் கட்டுக்கதைகள் எல்லாம் அறிவியல்பூர்வ சாதனைகளால் அழிக்கப்பட்டிருக்கும்.”

லேங்டன் ஆமோதித்தார். மறப்பது கடினமாயிற்றே. கிர்ஷின் அறிவிப்பில் இருந்த துணிச்சல் லேங்டனின் காட்சிப்புலன் நினைவாற்றலில் வார்த்தைக்கு வார்த்தை தன்னைத்தானே அலங்கரித்துக்கொண்டது. “தெரியும். அறிவியல் முன்னேற்றங்களையும் கடந்து ஆயிரக்கணக்கான ஆண்டுகளாக மதம் தப்பிப் பிழைத்துள்ளது என்றும், அது சமூகத்தில் ஒரு முக்கிய நோக்கத்தை நிறைவேற்றி வருகிறது என்றும், அதேசமயம் மதமானது பரிணமிக்குமே தவிர மரணிக்காது என்றும் எதிர்வாதம் செய்தேன்.”

“சரியாகச் சொன்னீர்கள். என்னுடைய வாழ்வின் நோக்கத்தை கண்டு கொண்டதாகவும் நான் உங்களிடம் கூறினேன் - அதாவது, மதத்தின் கட்டுக்கதையை நீக்கிவிட்டு அறிவியல் உண்மையை நிலைநாட்டுவது.”

“ஆமாம், அவை உறுதியான வார்த்தைகள்.”

“அதுகுறித்து நீங்கள்கூட எனக்கு சவால்விட்டீர்களே, ராபர்ட். மதக் கொள்கைகளுடன் முரண்டுபடுகின்ற அல்லது அவற்றை தோண்டுகின்ற ‘அறிவியல் உண்மையை’ நான் கடந்து வரும்போதெல்லாம், அறிவியலும் மதமும் இரண்டு வேறுபட்ட மொழிகளில் ஒரே விஷயத்தைத்தான் சொல்ல முயற்சித்து வருகின்றன என்பதை நான் உணர்ந்துகொள்ளலாம் என்ற நம்பிக்கையில் அவற்றை மத அறிஞர்களுடன் நான் விவாதித்தாக வேண்டும் என வாதிட்டீர்கள்.”

“எனக்கு நினைவிருக்கிறது. அறிவியலாளர்களும் ஆன்மீகவாதிகளும் இந்த பிரபஞ்சத்தைப் பற்றி ஒரேவிதமான புதிர்களை விவரிக்க வெவ்வேறு சொற்பதங்களைத்தான் பயன்படுத்தியிருக்கின்றனர். சொற்பொருள்களில்தான் மோதலே தவிர, கருப்பொருளில் அல்ல.”

“ஆம், நான் உங்களுடைய அறிவுரையைத்தான் பின்பற்றினேன்,” என்றான் கிர்ஷ். “என்னுடைய சமீபத்திய கண்டுபிடிப்பைப் பற்றி ஆன்மீகத் தலைவர்களுடன் ஆலோசனை செய்தேன்.”

“அப்படியா?”

“உங்களுக்கு உலக மதங்களின் பாராளுமன்றத்தைப் பற்றித் தெரியும்தானே?”

“ஆமாம்.” மதங்களுக்கு இடையிலான நம்பிக்கைகளைப் பற்றிய உரையாடலை மேம்படுத்தும் அந்தக் குழுவின் முயற்சிகளின் மீது லேங்டன் பெருமதிப்பு வைத்திருந்தார்.

“எதிர்பாராத வகையில்” என்றான் கிர்ஷ், “இந்த வருடம் அந்த பாராளுமன்றம் பார்சிலோனாவுக்கு வெளியே, என்னுடைய வீட்டில் இருந்து ஒருமணிநேர தொலைவில் இருக்கும் மாண்ட்ஸெராட் அபேயில் தங்களுடைய கூட்டத்தை நடத்தியது.”

அற்புதமான இடம், என்று லேங்டன் நினைத்துக்கொண்டார், பல வருடங்களுக்கு முன்னர் அந்த மலையுச்சியில் இருக்கும் புனிதத் தலத்திற்கு அவர் சென்று வந்திருக்கிறார்.

“நான் இந்த முக்கியமான அறிவியல் அறிவிப்பை வெளியிட திட்டமிட்டிருந்த அதே வாரத்தில்தான் அதுவும் நடக்கப்போவதாக கேள்விப்பட்டேன், எனக்குத் தெரியவில்லை, நான் . . .”

“அது கடவுளிடமிருந்து வந்த அறிகுறியாக இருக்கலாமோ என்று வியந்தாயா?”

கிர்ஷ் சிரித்தான். “ஏதோ அப்படிப்பட்ட ஒன்று. அதனால்தான் நான் அவர்களை அழைத்தேன்.”

லேங்டன் ஆர்வமானார். "மொத்த பாராளுமன்றத்தையுமா அழைத்திருந்தாய்?"

"இல்லை! அது மிகவும் ஆபத்தானது. நானாகவே அறிவிக்கும் முன்னர் அந்தத் தகவல் கசிந்துவிடுவதை நான் விரும்பவில்லை, அதனால் இந்த சந்திப்பை மூன்றே பேர்களுடன் நடத்தவே திட்டமிட்டேன் - அவர்கள் கிறிஸ்துவம், இஸ்லாம் மற்றும் யூத மதங்கள் ஒவ்வொன்றில் இருந்தும் வந்த மூன்று பிரதிநிதிகள். நாங்கள் நான்கு பேரும் ஒரு நூலகத்தில் தனியாக சந்தித்தோம்."

"அந்த நூலகத்திற்கு உள்ளே அவர்கள் உன்னை அனுமதித்தது வியப்பாக இருக்கிறது" என்று ஆச்சரியப்பட்டார் லேங்டன். "அது ஒரு பாதாள அறை என்று கேள்விப்பட்டிருக்கிறேன்."

"தொலைபேசிகளோ, கேமராக்களோ, குறுக்கிடுநர்களோ இல்லாத ஒரு பாதுகாப்பான சந்திப்பிடம் வேண்டுமென்று நான்தான் அவர்களிடம் சொல்லியிருந்தேன். அவர்களிடம் எதையும் சொல்லுவதற்கு முன்னதாகவே, இந்த விஷயம் குறித்து அமைதிகாக்க வேண்டும் என சத்தியபிரமாணமும் பெற்றுக் கொண்டேன். அவர்களும் அதற்கு உடன்பட்டனர். இன்றுவரை, என்னுடைய கண்டுபிடிப்பைப் பற்றி எதையேனும் தெரிந்துகொண்டவர்கள் இருக்கிறார்கள் என்றால் அது அவர்கள் மட்டும்தான்."

"அற்புதம். நீ அவர்களிடம் சொன்னபோது அதற்கு அவர்கள் எப்படி எதிர்வினையாற்றினார்கள்?"

கிர்ஷ் வெட்கப்படுவது போல் தெரிந்தான். "என்னால் அதை முழுமையாக சமாளிக்க இயலாமல் போயிருக்கலாம். உங்களுக்கே தெரியுமே ராபர்ட், என்னுடைய உணர்வுகள் கிளர்ந்தெழும்போது என்னால் சாதுரியமாக நடந்துகொள்ள முடியாது."

"ஆமாம், நீ கூருணர்வு பயிற்சி எடுத்துக்கொள்ளலாம் என்று நானே படித்திருக்கிறேன்" என்று சிரித்தபடியே கூறினார் லேங்டன். ஸ்டீவ் ஜாப்ஸ் மற்றும் பல தொலைநோக்கு பார்வையுள்ள மேதாவிகளைப்போல.

"அதனால், என்னுடைய வெளிப்படையாகப் பேசும் இயல்பினால், எங்களுடைய உரையாடலை உண்மையை உள்ளபடி சொல்லிவிடுவதன் மூலமே தொடங்கினேன் - அதாவது, நான் மதத்தை எப்போதுமே வெகுஜன ஏமாற்று வடிவமாகவே கருதி வந்திருக்கிறேன், ஒரு அறிவியலாளராக கோடிக்கணக்கான அறிவார்ந்தவர்கள் தங்களை ஆற்றுப்படுத்தி வழிகாட்டுவதற்கு தங்களுக்குரிய இறைநம்பிக்கையையே நம்பியிருக்கிறார்கள் என்ற உண்மையை ஏற்றுக்கொள்வது எனக்கு கடினமாக இருக்கிறது என்றேன். நான் சிறிதளவே மரியாதை வைத்திருப்பவர்களுடன் எதற்காக நான் ஆலோசிக்க வேண்டும் என்று அவர்கள் கேட்டபோது, என்னுடைய கண்டுபிடிப்பிற்கு உண்டான அவர்களுடைய எதிர்வினைகளை மதிப்பிட்டு, அதன்மூலம் நான் அதை பொதுமக்களிடம் வெளிப்படுத்தியவுடன் உலகில் இறைநம்பிக்கை உள்ளவர்களால் அது எவ்வாறு ஏற்றுக்கொள்ளப்படும் என்பது குறித்து கொஞ்சம் தெரிந்துகொள்ளலாம் என்று நினைத்ததாக கூறினேன்."

"எப்போதுமே ராஜதந்திரம்தானா" என்றபடி லேங்டன் பின்வாங்கினார். "சில நேரங்களில் நேர்மையாக மட்டுமே இருப்பது நல்ல கொள்கையாக இருக்காது என உனக்கும் தெரிந்திருக்கிறது."

கிர்ஷ் ஆர்வமின்றி கையசைத்தான். "மதத்தைப் பற்றிய என்னுடைய சிந்தனைகள் பரந்த அளவில் பிரபலமாகிவிட்டன. இந்த வெளிப்படைத்தன்மையை அவர்கள் பாராட்டுவார்கள் என்றே நான் நினைத்தேன். இருந்தாலும், அதன்பிறகு என்னுடைய உருவாக்கத்தை அவர்களுக்கு வழங்கினேன். என்னுடைய போனை எடுத்து முற்றிலும் திடுக்கிட வைக்கக்கூடிய சில வீடியோக்களையும்கூட அவர்களுக்குக் காட்டினேன். அவர்கள் பேச்சற்றுப் போயினர்."

"அவர்கள் ஏதாவது சொல்லியிருக்க வேண்டுமே" என்று ஊக்கப்படுத்திய லேங்டன், கிர்ஷ் அப்படி எதைத்தான் கண்டுபிடித்திருப்பான் என்பதை அறிய தான் மென்மேலும் ஆர்வம் காட்டுவதை உணர்ந்தார்.

"நான் ஒரு உரையாடல் நடக்குமென்றுதான் நம்பியிருந்தேன், ஆனால் அந்த கிறிஸ்துவ மதகுருவோ மற்ற இருவரும் எதையாவது

சொல்லிவிடும் முன்னரே அவர்களை அமைதிப்படுத்திவிட்டார். இந்தத் தகவலை பொதுமக்களிடம் கொண்டுசெல்வதைப் பற்றி மறுபரிசீலனை செய்யுமாறும் என்னை வற்புறுத்தினார். இதைப்பற்றி, அடுத்த மாதம்வரை யோசிப்பதாக அவர்களிடம் கூறியிருக்கிறேன்."

"ஆனால் இன்றிரவே நீ பொதுமக்களுக்கு சொல்லப்போகிறாயே."

"தெரியும். என்னுடைய அறிவிப்புக்கு இன்னும் சில வாரங்கள் ஆகுமென்றும், அதனால் யாரும் பீதியடையவோ அல்லது குறுக்கிடவோ வேண்டாம் என்று அவர்களிடம் சொல்லியிருந்தேன்."

"அவர்கள் இன்றிரவு அறிவிப்பைப் பற்றித் தெரிந்துகொண்டால் என்னவாகும்?" என்றார் லேங்டன்.

"அவர்கள் சந்தோஷப்பட மாட்டார்கள். அதில் ஒருவரை மட்டும் குறிப்பிட்டு சொல்லலாம்." கிர்ஷ் தன் கண்களால் லேங்டனை உற்று நோக்கினான். "எங்களுடைய சந்திப்பிற்கு ஏற்பாடு செய்த மதகுரு பிஷப் அண்டோனியோ வால்டஸ்பினோ. அவரைப் பற்றி உங்களுக்குத் தெரியுமா?"

லேங்டன் பதற்றமானார். "மேட்ரிட்டை சேர்ந்தவரா?"

கிர்ஷ் ஆமோதித்தான். "அவரேதான்."

அவர்கள் எட்மண்டின் நாத்திக அடிப்படைவாதத்திற்கு ஏற்புடைய பார்வையாளர்கள் அல்ல, என்று லேங்டன் நினைத்துக் கொண்டார். ஸ்பானிஷ் கத்தோலிக்க தேவாலயத்தில் வால்டஸ்பினோ ஒரு அதிகாரம்மிக்க நபர், தன்னுடைய ஆழமான பழமைவாத கண்ணோட்டங்கள் மற்றும் ஸ்பெயின் அரசரிடம் உள்ள வலுவான செல்வாக்கு ஆகியவற்றிற்கு பெயர்பெற்றவர்.

"இந்த வருட பாராளுமன்றத்தை நடத்தியவரே அவர்தான்," என்றான் கிர்ஷ், "இந்த சந்திப்பிற்கு ஏற்பாடு செய்யும்படி அவரைத்தான் நானும் கேட்டுக் கொண்டிருந்தேன். அவர் தனிப்பட்ட முறையில் வருவதாக கூறினார், நான்தான் இஸ்லாம் மற்றும் யூத மதங்களின் பிரதிநிதிகளையும் அழைத்துவருமாறு கூறினேன்."

மேலேயிருந்த விளக்குகள் மறுபடியும் மங்கிப்போயின.

கிர்ஷ் பலத்த பெருமூச்சுவிட்டான், அவனுடைய குரல் மேலும் தாழ்ந்துபோனது. "ராபர்ட், இந்த அறிவிப்புக்கு முன்னர் நான் உங்களுடன் பேச வேண்டும் என்று விரும்பியதற்கான காரணமே உங்களுடைய அறிவுரை எனக்குத் தேவைப்பட்டதால்தான். பிஷப் வால்டஸ்பினோ ஆபத்தானவர் என்று நீங்கள் நினைக்கிறீர்களா என்று எனக்குத் தெரியவேண்டும்."

"ஆபத்தானவரா?" என்றார் லேங்டன். "எந்த முறையில்?"

"நான் அவரிடம் காட்டிய விஷயம் அவருடைய உலகை அச்சுறுத்தியிருக்கிறது, நான் அவரால் ஏதேனும் உடல்ரீதியான ஆபத்திற்கு ஆளாகலாம் என்று நீங்கள் நினைக்கிறீர்களா என்றும் தெரிந்துகொள்ள விரும்புகிறேன்."

லேங்டன் உடனடியாக தன் தலையைக் குலுக்கினார். "இல்லை, அதற்கு சாத்தியமில்லை. நீ அவரிடம் என்ன சொன்னாய் என்று எனக்குத் தெரியாது, ஆனால் வால்டஸ்பினோ ஸ்பானிய கத்தோலிக்கத்தின் தூண், ஸ்பானிய அரசு குடும்பத்துடனான அவருடைய பிணைப்புகள் அவரை மிகுந்த செல்வாக்குமிக்கவர் ஆக்கியிருக்கின்றன ... ஆனால், அவர் ஒரு மதகுரு, அடியாள் அல்ல. அவர் அரசியல் அதிகாரத்தைத்தான் கையாளுகிறார். அவர் வேண்டுமானால் உனக்கு எதிராக கடிந்துரைத்து போதனை செய்யலாம், அவரால் நீ ஏதேனும் உடல்ரீதியான ஆபத்தில் இருப்பதாக நம்புவது எனக்கு மிகவும் கஷ்டமாக இருக்கிறது."

கிர்ஷ் ஏற்றுக்கொள்பவனாகத் தெரியவில்லை. "நான் மாண்ட்ஸெராட்டை விட்டு வெளியேறும்போது அவர் என்னைப் பார்த்த முறையை நீங்கள் பார்த்திருக்க வேண்டுமே."

"நீ அந்த மடாலயத்தின் புனிதமிக்க நூலகத்தில் அமர்ந்து ஒரு பிஷப்பிடமே அவருடைய நம்பிக்கை முறை முழுவதும் ஏமாற்று வேலை என்று சொல்லியிருக்கிறாயே!" லேங்டன் ஆச்சரியப்பட்டார். "உனக்கு அவர் தேநீரும் கேக்கும் கொடுத்து உபசரிப்பார் என்றா எதிர்பார்க்கிறாய்."

"இல்லை" எட்மண்ட் ஒப்புக்கொண்டான், "ஆனாலும் எங்களுடைய சந்திப்பிற்குப் பின்னர் மிரட்டலான வாய்ஸ்

மெயிலை அவர் எனக்கு அனுப்புவார் என்றுகூடத்தான் நான் எதிர்பார்க்கவில்லை.''

''பிஷப் வால்டஸ்பினோ உன்னை அழைத்தாரா?''

தன்னுடைய லெதர் ஜாக்கெட்டிற்குள் கைவிட்ட கிர்ஷ் வழக்கத்திற்கு மாறாக பெரிதாக இருக்கும் ஸ்மார்ட்போனை எடுத்தான். அறுங்கோண வடிவ அலங்காரங்களுடன் பளிச்சென்ற நீலப்பச்சை வண்ணத்தில் இருந்த அதன் உறை நவீனத்துவவாதியான கேட்டலோனிய கட்டடக்கலைஞர் அண்டோனி காவ்டியால் வடிவமைக்கப்பட்ட பிரபலமான தகட்டு வடிவம் என்பதை லேங்டன் தெரிந்துகொண்டார்.

''இதைக் கேளுங்கள்'' என்ற கிர்ஷ், சில பொத்தான்களை அழுத்திவிட்டு போனை பிடித்துக்கொண்டான். ஒரு முதியவரின் குரல் ஒலிபெருக்கியில் இருந்து கரகரப்புடன் மணிச்சுருக்கமாக வெளிவந்தது, அவருடைய தொனி கடும் தீவிரத்தன்மையுடன் இருந்தது:

> *மிஸ்டர்.கிர்ஷ், நான்தான் பிஷப் அண்டோனியோ வால்டஸ்பினோ. உங்களுக்கே தெரிந்திருக்கும், இன்று காலையில் நடந்த நம்முடைய சந்திப்பு ஆழமாக தொந்தரவுபடுத்தக்கூடிய ஒன்றாகவே இருந்ததென்று நினைக்கிறேன் - என்னுடைய இரண்டு சகாக்களுக்கும் அப்படிதான் இருந்தது. இதைப்பற்றி மேற்கொண்டு விவாதிக்க நீங்கள் என்னை உடனடியாக அழைக்க வேண்டும் என்று வலியுறுத்தி கேட்டுக்கொள்கிறேன், இந்த தகவலை பொதுமக்களிடம் கொண்டுசெல்வதில் உள்ள ஆபத்துகளைப் பற்றி நான் மீண்டும் ஒருமுறை உங்களை எச்சரிக்கிறேன். நீங்கள் அழைக்கவில்லை என்றால், நானும் என்னுடைய சகாக்களும் உங்களுடைய கண்டுபிடிப்பை பகிரவும், மறுகட்டமைப்பு செய்யவும், மதிப்பிழக்கச் செய்யவும் முன்கூட்டியே அறிவிப்பை மேற்கொள்வோம் என்பதுடன், நீங்கள் இந்த உலகத்திற்கு ஏற்படுத்தப்போகும் சொல்லப்படாத சேதாரத்தை ... அதாவது உங்களால் தெள்ளத்தெளிவாக முன்கூட்டியே உணரமுடியாத அந்த சேதாரத்தை,*

உங்களுக்கு எதிராகவே திருப்பிவிடவும் முயற்சி செய்வோம் என்பதை அறிவுறுத்திக் கொள்கிறோம். உங்களுடைய அழைப்புக்காக காத்திருக்கிறேன், அத்துடன் என்னுடைய தீர்மானத்தை சோதித்துப் பார்க்க வேண்டாம் எனவும் நான் கடுமையாக பரிந்துரைக்கிறேன்.

அந்தச் செய்தி நிறைவுபெற்றது.

வால்டஸ்பினோவின் மூர்க்கமான தொனியால் அவன் திகைத்துத்தான் போயிருக்கிறான் என்பதை லேங்டன் ஒப்புக்கொள்ளத்தான் வேண்டியிருந்தது என்பதுடன், அந்த குரல் செய்தி எட்மண்டின் வரப்போகும் அறிவிப்பின் மீதான அவருடைய ஆர்வத்தையே அதிகரிக்கச் செய்திருக்கும் என்பதால் அது ஒன்றும் அவ்வளவு அச்சுறுத்தக்கூடியதாக அவருக்குத் தோன்றவில்லை. "சரி, நீ எப்படி பதிலளித்தாய்?"

"நான் பதிலளிக்கவில்லை" என்ற எட்மண்ட் தன்னுடைய போனை திரும்பவும் தன்னுடைய பைக்குள் வைத்தான். "இதை நான் ஒரு வெற்று மிரட்டலாகத்தான் பார்க்கிறேன். அவர்கள் இந்த தகவலை புதைக்கவே விரும்புகிறார்கள் என்பதுடன் தங்களுக்குள்ளேயேகூட அறிவித்துக்கொள்ளவும் விரும்பவில்லை என்பதையும் உறுதிப்படுத்திக் கொண்டேன். மேலும், இன்றிரவே அறிவித்தல் என்ற திடீர் நேர மாற்றம் அவர்களை ஆச்சரியத்தில் ஆழ்த்தப்போகிறது, அதனால் அவர்கள் முன்கூட்டிய நடவடிக்கை எடுப்பது பற்றி நான் அதிகப்படியாக கவலைப்படவில்லை," என்று சற்று இடைவெளிவிட்ட அவன் லேங்டனைப் பார்த்தான். "இப்போது ... எனக்கு சரியாக தெரியவில்லை, அவருடைய குரலில் உள்ள ஏதோ ஒரு தொனி ... என்னுடைய மனதிலேயே இருந்து கொண்டிருக்கிறது."

"நீ இங்கே ஆபத்தில் இருப்பதாகவா கவலைப்படுகிறாய்? இன்றிரவிலா?"

"இல்லை, இல்லை, விருந்தினர் பட்டியல் தீவிரமான கட்டுப்பாட்டில்தான் உள்ளது, இந்த கட்டடம் பிரமாதமான பாதுகாப்பு அம்சம் கொண்டது. நான் பொதுமக்களிடம் அறிவித்தவுடன் என்ன நடக்கும் என்பது பற்றித்தான் அதிகம் கவலைப்படுகிறேன்." அதைக் குறிப்பிட்டமைக்காக எட்மண்ட்

சட்டென்று வருத்தப்படுவதுபோல் காணப்பட்டான். "இது சின்னத்தனமானதுதான். நிகழ்ச்சிக்கு முந்தைய பதற்றங்கள். உங்களுடைய உள்ளார்ந்த எண்ணத்தைப் பெறவே விரும்புகிறேன்."

பேரளவு அக்கறையுடன் லேங்டன் தன்னுடைய நண்பனை ஆராய்ந்தார். எட்மண்ட் வழக்கத்திற்கு மாறாக வெளிறிப்போய் பிரச்சினையில் இருப்பதுபோல் காணப்பட்டான். "வால்டஸ்பினோவை நீ எந்தளவுக்கு கோபப்படுத்தியிருந்தாலும் அவர் உன்னை ஆபத்திற்கு உள்ளாக்க மாட்டார் என்றே என்னுடைய உள்மனம் சொல்கிறது"

விளக்குகள் இப்போது அவசரகதியில் அணைந்து எரிந்தன.

"சரி, நன்றி." கிர்ஷ் தன்னுடைய கடிகாரத்தைப் பார்த்தான். "நான் போயாக வேண்டும், ஆனால் நீங்களும் நானும் பின்னர் சந்திக்கலாமா? இந்தக் கண்டுபிடிப்பின் சில அம்சங்களைப் பற்றி மேற்கொண்டு உங்களுடன் விவாதிக்க விரும்புகிறேன்."

"நிச்சயமாக."

"நல்லது. இந்த அறிவிப்பிற்குப் பின்னர் குழப்பங்கள் ஏற்படலாம், அதனால் அந்த அமளியில் இருந்து வெளியே வந்து பேசுவதற்கு உங்களுக்கும் எனக்கும் தனிமையான ஒரு இடம் வேண்டும்." ஒரு பிஸினஸ் கார்டை எடுத்த எட்மண்ட் அதன் பின்பக்கத்தில் எழுதத் தொடங்கினான். "இந்த அறிவிப்புக்குப் பின்னர், ஒரு வாடகைக் காரைப் பிடித்து இதை அந்த ஓட்டுநரிடம் கொடுங்கள். உங்களை எங்கே அழைத்துச்செல்ல வேண்டும் என்று உள்ளூர் ஓட்டுநர் யாருக்கு வேண்டுமானாலும் தெரியும்." அவன் லேங்டனின் அந்த அட்டையைக் கொடுத்தான்.

அதன் பின்பக்கத்தில் ஒரு உள்ளூர் ஹோட்டல் அல்லது ரெஸ்டாரெண்டின் முகவரி இருக்கும் என்றுதான் லேங்டன் எதிர்பார்த்தார். பதிலாக அதில் காணப்பட்டது ஒரு மறைகுறியீடு போல் தோன்றியது.

BIO-EC346

"எனக்குப் புரியவில்லை, இதையா ஒரு உள்ளூர் வாடகை கார் ஓட்டுநரிடம் கொடுப்பது?"

"ஆமாம், எங்கே போகவேண்டும் என்று அவருக்குத் தெரியும். உங்களை எதிர்பார்த்திருக்கலாம் என அங்குள்ள காவலாளியிடம் சொல்லிவிடுகிறேன், நானும் முடிந்தவரை சீக்கிரமாக வந்துசேர்கிறேன்."

காவலாளியா? புருவத்தை நெரித்த லேங்டன் BIO-EC346 என்பது ஏதாவது ரகசிய அறிவியல் சங்கத்தின் மறைகுறியீட்டுப் பெயராக இருக்கும் என்றே நினைத்தார்.

"இது ஒரு விசித்திரமான எளிய மறைகுறியீடுதான் நண்பரே," என்று அவன் கண்ணடித்தான். "உங்களைப் போன்றவர்களால் அதை எளிதில் கண்டுபிடித்துவிட முடியும். அப்புறம், நீங்கள் எங்கும் போய்விட முடியாது, இன்றிரவு என்னுடைய அறிவிப்பில் நீங்கள் முக்கியப் பங்காற்றப் போகிறீர்கள்."

லேங்டன் ஆச்சரியப்பட்டார். "என்ன மாதிரியான பங்காற்றுவது?"

"கவலைப்படாதீர்கள். நீங்கள் எதுவுமே செய்ய வேண்டியதில்லை."

அத்துடன், அந்த சுழலின் வெளியேறும் வழியை நோக்கி அந்தத் தளத்தின் குறுக்கே நடந்து சென்றான் எட்மண்ட் கிர்ஷ். "நான் மேடைக்கு பின்பக்கமாக செல்ல வேண்டும் - ஆனால் வின்ஸ்டன் உங்களுக்கு வழிகாட்டுவான்." கதவு வழியில் சற்றே நிதானித்த அவன் பின்னால் திரும்பினான். "இந்த நிகழ்ச்சிக்குப் பிறகு உங்களைப் பார்க்கிறேன். வால்டஸ்பினோ பற்றி நீங்கள் சொன்னது சரியாகத்தான் இருக்க வேண்டும் என நம்புகிறேன்."

"அமைதியாக இரு எட்மண்ட். உன்னுடைய அறிவிப்பில் கவனம் செலுத்து. மத குருமார்களிடம் இருந்து உனக்கு எந்த ஆபத்தும் வராது," லேங்டன் அவனுக்கு உறுதியளித்தார்.

கிர்ஷ் ஏற்றுக்கொண்டவனாக தெரியவில்லை. "நீங்கள் வேறுமாதிரி உணரலாம் ராபர்ட், நான் சொல்லப்போவதை கேட்கும்போது."

10

ரோமன் கத்தோலிக்க மேட்ரிட் நிர்வாகத்தின் புனித தலைமையிடம் - கதீட்ரல் டெ லா அல்முதீனா - மேட்ரிட்டின் அரச மாளிகைக்கு அடுத்து அமைந்துள்ள ஒரு வலுவான நவ-கிளாஸிக்கல் கிறிஸ்துவ தலைமையிடமாகும். புராதான மசூதி இருக்கும் இடத்தில் கட்டப்பட்டுள்ள அல்முதீனா கதீட்ரல் தன்னுடைய பெயரை "கோட்டை" என பொருள்கொள்ளும் அராபிய அல்-முதைனா என்ற வார்த்தையில் இருந்து பெற்றுள்ளது.

பழங்கதைகளின்படி, 1083-இல் முஸ்லீம்களிடம் இருந்து மேட்ரிட் நகரை ஆறாம் அல்ஃபோன்ஸா மறுபடியும் கைப்பற்றியபோது, பாதுகாப்பிற்காக இந்த கோட்டையின் சுவர்களில் புதைத்து வைக்கப்பட்ட, தொலைந்துபோன கன்னி மேரியின் விலைமதிப்பற்ற உருவச்சிலையை கண்டுபிடிப்பதில் மிகுந்த உறுதியுடன் இருந்தார். மறைக்கப்பட்ட அந்த கன்னிமேரியை கண்டுபிடிக்க இயலாத அல்ஃபோன்ஸா கோட்டைச் சுவற்றினுடைய ஒரு பகுதி வெடித்துச் சிதறும்வரை உளமாற பிரார்த்தனை செய்தார், அவ்வகையில் அது உடைந்து சிதறிய பின்னர் உள்ளேயிருந்த அந்த உருவச்சிலை வெளிப்பட்டது, அவளை பல நூற்றாண்டுகளுக்கு முன்னர் புதைத்த அவ்விடத்தில் இப்போதும் மெழுகுவர்த்திகள் ஏற்றிவைக்கப்படுகின்றன.

இன்று, கன்னி அல்முதீனா மேட்ரிடின் காவல் துறவியாக விளங்குகிறது, புனித யாத்ரீகர்களும், சுற்றுலாவாசிகளும் அவளையொத்த உருவத்தின் முன் பிரார்த்திக்கும் அனுகூலகத்திற்காக அல்முதீனா கதீட்ரலுக்கு திரண்டு வருகிறார்கள். அந்த தேவாலயத்தின் ஆச்சரியகரமான இடவமைப்பு - அரச மாளிகையின் முக்கிய சதுக்கத்தை பகிர்ந்துகொள்வது - தேவாலயத்திற்கு செல்பவர்களுக்கு கூடுதல் கவர்ச்சியை வழங்குகிறது: அதாவது, அரச குடும்பத்தினர் தங்களுடைய மாளிகையில் இருந்து வெளியே வருவதையோ

அல்லது உள்ளே போவதையோ கணநேரம் பார்த்துவிடும் சாத்தியம்தான் அது.

இன்றிரவில், அந்த கதீட்ரலின் வெகு உள்ளே ஒரு இளம் திருக்கோயில் உதவியாளர் முகப்புக் கூடத்தின் வழியாக திகிலுடன் ஓடிக்கொண்டிருந்தான்.

பிஷப் வால்டஸ்பினோ எங்கே?!

பிரார்த்தனை தொடங்கப்போகிறதே!

பல பத்தாண்டுகளாக, பிஷப் அண்டோனியோ வால்டஸ்பினோதான் இந்த கதீட்ரலின் தலைவராகவும், மேற்பார்வையாளராகவும் இருந்துவருகிறார். அரசருக்கு நீண்டநாள் நண்பரும், ஆன்மீக ஆலோசகருமான வால்டஸ்பினோ வெளிப்படையாக பேசக்கூடியவரும், நவீனமயமாக்கலுக்கு ஏதிரான சகிப்புத்தன்மையே இல்லாத அர்ப்பணிப்புள்ள பாரம்பரியவாதியும் ஆவார். நம்பமுடியாத வகையில், எண்பத்து மூன்று வயதாகும் இந்த முதிய பிஷப் இப்போதும்கூட புனித வாரத்தில் தன்னுடைய கணுக்கால்களை சங்கிலிகளால் பிணைத்துக்கொண்டு, மதநம்பிக்கையாளர்களுடன் சேர்ந்து திருவுருவச் சிலைகளை நகரத் தெருக்களில் சுமந்து செல்கிறார்.

மக்களைப் பொறுத்தவரை, வால்டஸ்பினோ பிரார்த்தனைக்கு தாமதித்ததே இல்லை.

இருபது நிமிடங்களுக்கு முன்னர்தான் அந்த உதவியாளன் அந்த பிஷப்புடன் பிரார்த்தனைக் கூடத்தில் இருந்தபடி வழக்கம்போல் அவர் தன்னுடைய ஆடைகளை அணிந்துகொள்ள உதவியிருந்தான். அது முடிந்தவுடன் அந்த பிஷப்பிற்கு ஒரு குறுஞ்செய்தி வந்தது, அவர் எதுவுமே சொல்லாமல் அங்கிருந்து வெளியேறிவிட்டார்.

அவர் எங்கே போனார்?

ஆலயத்திலும், பிரார்த்தனைக் கூடத்திலும், சொல்லப்போனால் பிஷப்பின் தனியறையிலும் தேடிப்பார்த்த பின்னர் அந்த உதவியாளன் இப்போது பிஷப்பின் அலுவலகத்தில் தேடிப்பார்க்க அந்த கதீட்ரலின் நிர்வாகப் பிரிவை நோக்கி முன்கூடத்தில் துரிதகதியில் ஓடிக்கொண்டிருந்தான்.

தொலைவில் ஒரு பைப் ஆர்கன் உயிர்ப்பெறுவதை அவன் கேட்டான்.

பிரார்த்தனை கீதம் தொடங்கிவிட்டது!

அந்த பிஷப்பின் தனி அலுவலகத்திற்கு வெளியே வழுக்கிச்சென்று நின்ற அந்த உதவியாளன் அவருடைய மூடிய அறைக்கு கீழே இருந்த ஒளிக்கீற்றைக் கண்டு திடுக்கிட்டான். *அவர் இங்கேயா இருக்கிறார்?!*

உதவியாளன் மெதுவாக கதவைத் தட்டினான். "மேன்மை பொருந்தியவரே?"

பதிலில்லை.

சத்தமாக தட்டி அவரை அழைத்தான், "மேன்மைக்குரியவரே?!"

அப்போதும் ஒன்றுமில்லை. அந்தக் கிழவரின் ஆரோக்கியத்தால் கவலையுற்ற அந்த உதவியாளன் கைப்பிடியைத் திருப்பி கதவைத் தள்ளித் திறந்தான்.

நல்ல வேளை! அந்த தனியிடத்திற்குள்ளாக உற்றுநோக்கிய உதவியாளன் பெருமூச்சுவிட்டான்.

பிஷப் வால்டஸ்பினோ தன்னுடைய மஹோகனி மர மேசைக்கு அருகில் அமர்ந்து லேப்டாப் திரை ஒளியையே முறைத்துப் பார்த்துக் கொண்டிருந்தார். அவருடைய புனித தொப்பி அப்போதும் அவருடைய தலையில்தான் இருந்தது, அவருடைய மேலங்கி அவருக்கு கீழே சுருட்டி வைக்கப்பட்டிருந்தது, கைத்தடி சுவற்றில் வெறுமனே சாத்தி வைக்கப்பட்டிருந்தது.

உதவியாளன் தன்னுடைய தொண்டையை சரிசெய்தான். "புனித பிரார்த்தனை தொடங்க -"

"தயாராகிவிட்டது," என்று குறுக்கிட்ட பிஷப்பின் கண்கள் திரையில் இருந்து விலகவே இல்லை. "எனக்கு பதிலாக பாதிரி தெரிதா வருவார்."

அந்த உதவியாளன் குழப்பத்துடன் உற்றுப்பார்த்தான். *ஃபாதர் தெரிதா இவருக்கு பதிலாக வருவாரா? சனிக்கிழமை இரவு*

பிரார்த்தனைக் கூட்டத்தை ஒரு இளநிலை மதகுரு மேற்பார்வை செய்வது மிகவும் வழக்கத்திற்கு மாறானது.

“இங்கிருந்து போ!” பார்க்காமலேயே சத்தம்போட்டார் வால்டஸ்பினோ. “கதவை சாத்திவிட்டுப் போ!”

பயந்துபோன அந்தப் பையன் அவர் சொன்னபடி செய்தான், உடனடியாக வெளியேறிய அவன் போகும்போது கதவை சாத்திவிட்டுச் சென்றான்.

பைப் ஆர்கனின் ஒலி கேட்கும் திசையை நோக்கிச் சென்ற அந்த உதவியாளன், பிஷப் தன்னுடைய கம்ப்யூட்டரில் எதைத்தான் பார்த்துக் கொண்டிருப்பார் என்று வியந்தான், அதுவே இறைவனுக்கு அவன் செய்யவேண்டிய கடமைகளில் இருந்து அவன் மனதை வெகுதொலைவிற்கு கொண்டுசென்றது.

அத்தருணத்தில், கூகன்ஹைம் மத்தியப்பகுதியில் அதிகரித்துக் கொண்டே செல்லும் கூட்டத்தினூடாக ஊடுருவிச் சென்ற அட்மிரல் எவிலா தங்களுடைய மெல்லிய தலையணிகளுடன் விருந்தினர்கள் அரட்டையடித்துக் கொண்டிருப்பதைக் கண்டு குழம்பிப் போனார். உண்மையில், அந்த மியூஸியத்தின் ஒலிவழி சுற்றுலா என்பது ஒரு இருவழி உரையாடல்.

அந்த சாதனத்தை தூக்கி வீசியமைக்காக அவர் மகிழ்ச்சியுற்றார்.

இன்றிரவு எந்த கவனச்சிதறலும் கூடாது.

தன்னுடைய கடிகாரத்தை சரிபார்த்த அவர் மின்தூக்கிகளை நோக்கினார். மேலே நடக்கும் முக்கிய நிகழ்வை நோக்கி சென்ற அவற்றில் ஏற்கனவே விருந்தினர் கூட்டம் நிரம்பியிருந்தது, அதனால் எவிலா படிக்கட்டுகளை தேர்ந்தெடுத்தார். அவர் மேலே ஏறிக் கொண்டிருக்கையில், முந்தைய இரவில் அவர் உணர்ந்த சந்தேகவாதத்தின் அதே அதிர்வுகளை உணர்ந்தார். *நான் உண்மையிலேயே கொலைசெய்யத் திறனுள்ள ஒருவனாகிவிட்டேனா? அவருடைய மனைவியையும் குழந்தையையும் அவரிடம் இருந்து பிரித்துவிட்ட சாத்தான்கள் அவரை வேறொருவராக மாற்றிவிட்டனர். என்னுடைய செயல்கள் உயர் அதிகாரத்தால் வழங்கப்பட்டிருக்கின்றன,*

என்று அவர் தனக்குத்தானே நினைவுபடுத்திக் கொண்டார். *நான் செய்வதிலும் நியாயம் இருக்கிறது.*

எவிலா முதலில் இறங்கியபோது அவருடைய பார்வை தனித்துவிடப்பட்ட குறுகலான பாதைக்கு அருகாமையில் இருந்த ஒரு பெண்ணை நோக்கிச் சென்றது. *ஸ்பெயினின் புத்தம்புதிய பிரபலம்,* என்று நினைத்துக்கொண்ட அவர் அந்த பிரபலமான அழகியைப் நோக்கினார்.

அவளுடைய உடலின் குறுக்கே, நேர்த்தியாக செல்கின்ற கறுப்புநிற நேர்க்கோட்டுப் பட்டை வடிவம் கொண்ட கோடுகளுடன் கூடிய இறுக்கமான வெண்ணிற உடை அணிந்திருந்தாள். அவளுடைய மெலிந்த உடல், அடர்த்தியான கருத்த கூந்தல் மற்றும் அழகான நடை ஆகியவை அவளை சுலபத்தில் கவரக்கூடியவை ஆக்கியிருந்தன என்பதுடன் தான் மட்டுமே அவளைப் பார்த்துக் கொண்டிருக்கவில்லை என்பதையும் எவிலா கவனித்தார்.

பிற விருந்தினர்களுடைய அங்கீகரிக்கும் பார்வைகளுக்கும் மேலாக, வெண்ணிற உடையில் இருந்த அந்தப் பெண் அவளுடைய நிழல்போல் நெருக்கத்தில் வரும் இரண்டு மெல்லிய பாதுகாப்பு அதிகாரிகளின் முழு கவனத்திற்கும் உட்பட்டிருந்தாள். சிறுத்தைகளுக்கு உரிய எச்சரிக்கையுடன் வந்துகொண்டிருந்த அவர்கள் பூவேலைப்பாடு செய்யப்பட்ட சின்னம் மற்றும் பெரிய எழுத்தில் *GR* என்று பொறிக்கப்பட்ட பொருத்தமான நீலநிற மேல்சட்டை அணிந்திருந்தனர்.

அவர்களும் அங்கே இருப்பது எவிலாவை ஆச்சரியப்படுத்தவில்லை, ஆனாலும் அவர்களைப் பார்த்தது அவருடைய இதயத்துடிப்பை அதிகரிக்கவே செய்தது. ஸ்பானிஷ் ஆயுதப்படையின் ஒரு முன்னாள் உறுப்பினராக, ஜிஆர் என்பது எதைக் குறிப்பிடுகிறது என்பதை அவர் மிக நன்றாகவே அறிவார். இந்த இரண்டு பாதுகாப்பு அதிகாரிகளும் ஆயுதம் தரித்திருக்கலாம் என்பதுடன் உலகில் உள்ள மற்ற எந்த மெய்க்காப்பாளர்களை விடவும் சிறந்த பயிற்சி பெற்றவர்களாகவும் இருப்பார்கள்.

அவர்கள் இருக்கிறார்கள் என்றால் நான் எல்லாவித முன்னெச்சரிக்கையுடனும் நடந்துகொள்ள வேண்டும், என தனக்குத்தானே சொல்லிக்கொண்டார் எவிலா.

"ஹேய்!" அவருக்கு நேர் பின்னேயிருந்து ஒருவனுடைய குரல் சத்தமாக கேட்டது.

எவிலா சுழன்று திரும்பினார்.

டக்ஸிடோ உடையில், கறுப்பு கௌபாய் தொப்பி அணிந்திருந்த பருமனான ஒருவன் அவரை நோக்கி வாய்நிறைய புன்னகைத்தான். "நல்ல உடை!" என்ற அவன் எவிலாவின் ராணுவச் சீருடையை சுட்டிக்காட்டினான். "இதைப்போன்ற ஒன்றை எங்கே வாங்கலாம்?"

எவிலா முறைத்தார், அவருடைய முஷ்டிகள் முறுக்கிக்கொண்டன. *வாழ்நாள் முழுவதுமான சேவை மற்றும் தியாகத்தின் மூலமாக*, என்று நினைத்துக் கொண்டார் அவர். "எனக்கு ஆங்கிலம் தெரியாது," என்று தோள்களைக் குலுக்கிவிட்டு ஸ்பானிஷில் கூறிய எவிலா படிக்கட்டுகளை நோக்கி தொடர்ந்தார்.

இரண்டாவது தளத்தில் ஒரு நீண்ட வெளிமுற்றத்தைக் கண்ட எவிலா தொலைவில் இருந்த தனிமையான ஓய்வறைக்கு இட்டுச் செல்லக்கூடிய அறிவிப்பு பலகைகளை பின்தொடர்ந்தார். அவர் உள்ளே நுழையவிருந்த சமயத்தில் அந்த மியூசியம் முழுவதும் இருந்த விளக்குகள் மங்கிப்போய் பின்னர் எரிந்தன - அது அந்த அறிவிப்புக்காக படிக்கட்டுகளில் ஏறிவரத் தொடங்கும்படி விருந்தினர்களை வலியுறுத்தும் முதலாவது மரியாதைக்குரிய அணுகுமுறை.

தனித்திருந்த ஓய்வறையில் நுழைந்த எவிலா கடைசி அறையைத் தேர்ந்தெடுத்து தன்னை உள்ளே வைத்து தாழிட்டுக் கொண்டார். இப்போது தனிமையில் இருந்த அவர், நன்கு தெரிந்த சாத்தான்கள் தன்னுள்ளிலிருந்து வெளியே வந்து அவரை அதளபாதாளத்திற்குள் இழுத்துச்செல்லப்போவதாக அச்சுறுத்துவதைப் போல் உணர்ந்தார்.

ஐந்து ஆண்டுகள், அந்த நினைவுகள் இன்னும் என்னை துரத்திக் கொண்டிருக்கின்றன.

கோபத்துடன், தன்னுடைய மனதில் இருந்த குரூரங்களை வெளித்தள்ளிய எவிலா தன் பையில் இருந்த ஜெபமாலையை

எடுத்தார். மெதுவாக, அந்தக் கதவில் இருந்த சட்டை மாட்டும் கொக்கியில் அதை மாட்டிவைத்தார். அவருக்கு முன்பாக அந்த மணிகளும் சிலுவையும் மென்மையாக அசைந்தாடுகையில் தன்னுடைய கைவேலைப்பாட்டை நினைத்து அவர் வியந்துகொண்டார். இதுபோன்ற ஒரு பொருளை உருவாக்கியதன் மூலம் யார் வேண்டுமானாலும் ஒரு ஜெபமாலையை சீர்குலைத்துவிடலாம் என்பதால் பக்திமான்கள் வேண்டுமானால் பயந்துபோகலாம். சொல்லப்போனால், மன்னிப்பளிக்கும் விதிமுறைகளில் ஆபத்தான காலகட்டங்கள் என்று வரும்போது, அவற்றில் சில குறிப்பிட்ட நெகிழ்வுத்திறனுக்கு வாய்ப்புள்ளது என எவிலாவுக்கு ரீஜெண்ட் உத்திரவாதமளித்தார்.

புனிதத்தன்மையே நோக்கம் எனும்போது இறைவனின் மன்னிப்புக்கும் உத்திரவாதமுண்டு, என அந்த ரீஜெண்ட் வாக்குறுதி அளித்திருக்கிறார்.

அவருடைய ஆன்மாவுக்கே உண்டான பாதுகாப்புடன் எவிலாவின் உடலானது தீமையின் கட்டுப்பாட்டில் இருந்தும்கூட விடுதலைபெறும் என அவருக்கு உத்திரவாதம் அளிக்கப்பட்டது. தன்னுடைய உள்ளங்கையில் இருந்த டாட்டூவை அவர் பார்த்துக்கொண்டார்.

கிறிஸ்துவின் புராதான முதலெழுத்துச் சுருக்கத்தைப் போன்றே இந்த சின்னமும் முற்றிலும் எழுத்துக்களைக் கொண்டு கட்டமைக்கப்பட்ட ஒரு குறியீடு. மூன்று நாட்களுக்கு முன்னர்தான் அவருக்கு அறிவுறுத்தப்பட்ட அதே இடத்தில் கரும்பச்சை மை மற்றும் ஊசியைக் கொண்டு எவிலா அதை பொறித்துக்கொண்டார், அந்த இடம் இப்போதும் மெதுமெதுவென சிவந்து போயிருக்கிறது. அவர் பிடிபட்டால், தன்னைப் பிடித்தவர்களிடம் அந்த உள்ளங்கை தெரியும்படி காட்ட வேண்டியதுதான், பிறகு சிலமணி நேரங்களுக்குள்ளாக அவர் விடுவிக்கப்படுவார் என்று ரீஜெண்ட் அவருக்கு உறுதியளித்திருந்தார்.

அரசாங்கத்தின் மிக உயரிய மட்டத்தில் நாங்கள்தான் இருக்கிறோம், என்று ரீஜெண்ட் சொல்லியிருந்தார்.

அவர்களுடைய திகைப்பூட்டும் செல்வாக்கை எவிலா முன்னரே பார்த்திருக்கிறார், அது அவரைச் சுற்றிலுமான பாதுகாப்பை உணரச் செய்தது. புராதான வழிமுறைகளை மதிக்கின்றவர்கள் இன்னமும் இருக்கத்தான் செய்கிறார்கள். ஒருநாள் தானும் இந்த மேல்தட்டு வர்க்கத்தினருடன் சேர்ந்துகொள்ளலாம் என்று எவிலா நம்பினார், ஆனால் அத்தருணத்தில் எத்தகையதொரு பாத்திரத்தை ஏற்பதையும் அவர் கௌரவமாகவே உணர்ந்தார்.

குளியலறையின் தனிமையில், தன்னுடைய போனை வெளியே எடுத்த எவிலா அவருக்குத் தரப்பட்ட பாதுகாப்பான எண்ணிற்கு அழைப்பு விடுத்தார்.

அந்த இணைப்பின் முதல் ஒலிப்பிலேயே ஒரு குரல் பதிலளித்தது. "யெஸ்?"

"நான் தயாராக இருக்கிறேன்" என்று பதிலளித்த எவிலா இறுதி உத்தரவுக்காக காத்திருந்தார்.

"நல்லது" என்றார் ரீஜெண்ட். "உங்களுக்கு ஒரே ஒரு வாய்ப்புதான் இருக்கிறது. அது அதிமுக்கியமான ஒன்று என்பதை மனதில் வைத்துக்கொள்ளுங்கள்."

11

துபாயின் பளபளக்கும் வானுயர்ந்த கட்டடங்கள், மனிதனால் உருவாக்கப்பட்ட தீவுகள் மற்றும் பிரபலங்களின் விருந்தளிப்பு குடில்கள் ஆகியவற்றில் இருந்து முப்பது கிலோமீட்டர்களுக்கும் அப்பால் உள்ள கடற்கரைப் பகுதியில் அமைந்திருக்கிறது ஷார்ஜா - ஐக்கிய அரபு அமீரகத்தின் அதிதீவிர பழமைவாத இஸ்லாமியக் கலாச்சாரத் தலைநகரம்.

அறுநூறுக்கும் மேற்பட்ட மசூதிகள் மற்றும் அந்தப் பிரதேசத்தின் சிறந்த பல்கலைக்கழகங்களுடன் ஆன்மீகம் மற்றும் கற்றலின் சிகரமாக அமைந்திருக்கிறது ஷார்ஜா - பிரமாண்ட எண்ணெய்க் கிணறுகள் மற்றும் தன்னுடைய மக்களுக்கு பிற எல்லாவற்றையும்விட கல்வியளிப்பதையே பிரதானமாக கொண்ட ஆட்சியாளர் ஆகியோரால் இத்தகைய நிலைக்கு ஊட்டமளிக்கப்படுகிறது.

இன்றிரவு, ஷார்ஜாவின் அன்புக்குரிய அல்லாமா, சயீத் அல்-ஃபதிலின் குடும்பத்தினர் கண்விழிப்பை மேற்கொள்ள தனியாக கூடியிருந்தனர். இரவுநேர கண்விழிப்புப் பிரார்த்தனையான பாரம்பரிய தஹாஜுத் பிரார்த்தனைக்குப் பதிலாக, நேற்று எந்த தடயத்தையும் விட்டுச்செல்லாமல் மர்மமான முறையில் மாயமாகிவிட்ட தங்களுடைய போற்றுதலுக்குரிய தந்தை, மாமா மற்றும் கணவர் திரும்பி வருவதற்காக அவர்கள் பிரார்த்தனை செய்து கொண்டிருந்தனர்.

இயல்பானவராகவே காணப்படும் அல்லாமா இரண்டு நாட்களுக்கு முன்னர் உலக மதங்களுக்கான பாராளுமன்றத்தில் இருந்து திரும்பி வந்ததில் இருந்தே "விசித்திரமான பதற்றத்துடன்" காணப்பட்டார் என சயீதின் சகபணியாளர்களுள் ஒருவர் கூறியிருப்பதாக உள்ளூர் ஊடகம் அப்போதுதான் செய்தி வெளியிட்டிருந்தது. மேலும், அவர் திரும்பிவந்த சற்றைக்கெல்லாம் ஒரு மிக அரிதான கோபம்கொண்ட தொலைபேசி வழி வாக்குவாதத்தில் சயீத் ஈடுபட்டிருந்ததை தான் கேட்டதாகவும் அவர் கூறியுள்ளார். அந்த சச்சரவு ஆங்கிலத்தில் இருந்தபடியால் அவருக்கு அதனை விளங்கிக்கொள்ள முடியவில்லை, ஆனால் சயீத் ஒரே ஒரு பெயரை மட்டும் திரும்பத் திரும்பக் கூறிக்கொண்டிருந்தார் என அவர் சத்தியம் செய்தார்.

எட்மண்ட் கிர்ஷ்.

12

அந்த சூழல் கட்டமைப்பில் இருந்து வெளியேறும்போது லேங்டனின் எண்ணங்கள் சுழன்றடித்தன. கிர்ஷ் உடனான அவருடைய உரையாடல் உற்சாகமூட்டுவதாகவும், அபாய ஒலி எழுப்பக்கூடிதாகவும் இருந்தன. கிர்ஷின் உரிமை கோரல்கள் மிகைப்படுத்தப்பட்டவையோ இல்லையோ தெரியவில்லை, அந்த கணிப்பொறி அறிவியலாளன் இந்த உலகில் அறிவியல் அடிப்படையையே மாற்றியமைப்பதற்கு காரணமாகும் என்று நம்புகின்ற ஏதோ ஒன்றை கண்டுபிடித்திருக்கிறான் என்பது மட்டும் தெளிவாகிறது.

கோபர்நிகஸின் கண்டுபிடிப்புகள் அளவுக்கு முக்கியத்துவம் வாய்ந்த கண்டுபிடிப்பா?

அந்த சுருள் சிற்பத்திலிருந்து லேங்டன் இறுதியாக வெளியேறும்போது சற்றே மயக்க நிலையை உணர்ந்தார்.

"வின்ஸ்டனா?" என்ற அவர் தன்னுடைய சாதனத்தை இழுத்துப்பார்த்தார் "ஹலோ?"

ஒரு தெளிவற்ற கிளிக் ஒலிக்குப் பின்னர் அந்த கணினி மயமாக்கப்பட்ட பிரிட்டிஷ் வழிகாட்டி அவருடன் தொடர்புக்கு வந்தான். "ஹலோ, புரபஸர். ஆம், நான் இங்குதான் இருக்கிறேன். உங்களை சேவை மின்தூக்கி மூலமாக அழைத்துச் செல்லும்படி மிஸ்டர்.கிர்ஷ் என்னிடம் கேட்டுக்கொண்டிருக்கிறார், ஏனென்றால் மையப்பகுதிக்கு திரும்புவதற்கான நேரம் குறைவாக இருக்கிறது. அளவில் பெரிதாக இருக்கும் சேவை மின்தூக்கியை நீங்கள் பாராட்டுவீர்கள் என்றும் அவர் நினைக்கிறார்."

"ரொம்பவும் நல்லது. மூடிய வெளிகள் குறித்த பயம் எனக்குண்டு என அவனுக்குத் தெரியும்."

"இப்போது எனக்கும் தெரியும். அதை மறந்துவிட மாட்டேன்."

சிமெண்ட் வெளிமுற்றம் மற்றும் மின்தூக்கி பகுதிக்குள்ளாக பக்கவாட்டு கதவின் மூலமாகச் செல்ல லேங்டனுக்கு வழிகாட்டினான் வின்ஸ்டன். சொன்னது போலவே, அந்த மின்தூக்கியும் பெரிதாகவே இருந்தது, அது அளவில் பெரிய கலைப்படைப்புகளை எடுத்துச் செல்வதற்காக வடிவமைக்கப்பட்டிருந்தது.

"மேல் பொத்தான்" லேங்டன் உள்ளே நுழைந்தபோது வின்ஸ்டன் கூறினான். "மூன்றாவது தளம்."

போகவேண்டிய இடத்திற்கு வந்துசேர்ந்தபோது, லேங்டன் வெளியே வந்தார்.

"நேராக," வின்ஸ்டனின் உற்சாகமான குரல் லேங்டனின் தலையில் ரீங்கரித்தது. "உங்களுக்கு இடதுபுறம் இருக்கும் கேலரி வழியாக நாம் போகலாம். அது மேடைக்கு செல்வதற்கான நேரடி வழி."

விசித்திரமான கலைப்படைப்புகள் காட்சிப்படுத்தப்பட்டிருக்கும் பரந்தகன்ற கேலரி வழியாக வின்ஸ்டனின் வழிகாட்டுதல்களைப் பின்தொடர்ந்தார் லேங்டன்: வெள்ளைச் சுவற்றில் சிவப்பு மெழுகினால் ஆன ஓட்டிக்கொண்டிருக்கும் கோளங்களை நோக்கி சுட்டபடி இருக்கும் ஒரு உலோக பீரங்கி; மிதக்கமால் நிற்கும் கம்பிகளால் பின்னப்பட்ட ஒரு தோணி; அதிகப்படியாக பளபளப்பாக்கப்பட்ட உலோகப் பாளங்களால் ஆன ஒரு முழுமையான மினியேச்சர் நகரம்.

அவர்கள் வெளியேறும் வழியை நோக்கி அந்த கேலரியைக் கடந்தபோது அந்த வெளியை ஆக்கிரமித்திருக்கும் ஒரு பிரமாண்ட படைப்பை முற்றிலும் திகைப்போடு உற்று நோக்கினார் லேங்டன்.

இது அதிகாரப்பூர்வமானது, அவர் தீர்மானித்துக்கொண்டார். *இந்த மியூஸியத்தில் இருப்பதிலேயே ஒரு விசித்திரமான படத்தை பார்த்துவிட்டேன்.*

அந்த அறை முழுவதும் நீண்டு விரிந்திருந்த, மரத்தால் ஆன பலதரப்பட்ட ஓநாய்கள் கவர்ந்திழுக்கும்படியான தோரணையில்

அமைந்திருந்தன, கேலரிக்கு குறுக்கே நீண்ட வரிசையில் பாயும் அவை காற்றில் தாவி கண்ணாடிச் சுவற்றோடு பலவந்தமாக மோதி, இறந்துபோன ஓநாய்களின் குவியலைப் போல் காட்சியளித்தன.

"இது ஹெட் ஆன் என்று அழைக்கப்படுகிறது," உற்சாகமின்றிக் கூறினான் வின்ஸ்டன். "ஒரு சுவற்றை நோக்கி தொண்ணூற்றி ஒன்பது ஓநாய்கள் கண்மூடித்தனமாக ஓடியபடி இருப்பது மந்தை மனோபாவத்தையும், விதிமுறையில் இருந்து மாறுபடுதவற்கான துணிவின்மையைமையும் குறியீடாக்குகின்றன."

அந்தக் குறியீட்டின் முரண்நகை லேங்டனை அதிரவைத்தது. இன்று மாலை இந்த விதிமுறையில் இருந்துதான் எட்மண்ட் சட்டென்று விலகப்போகிறானோ என்று நினைக்கிறேன்.

"இப்போது, நீங்கள் நேராக செல்ல விரும்பினால்" என்றான் வின்ஸ்டன், "அந்த வண்ணமயமான வைர வடிவ படைப்பிற்கு இடதுபுறத்தில் வெளியேறும் வழி இருப்பதை பார்க்கலாம். இந்தக் கலைஞன் எட்மண்டின் விருப்பத்திற்குரிய ஒருவர்."

முன்னால் இருக்கும் பளிச்சென்ற வண்ணம்கொண்ட ஓவியத்தை கண்டுகொண்ட லேங்டன் அதனுடைய தனித்துவமான தீற்றல்கள், பிரதான வண்ணங்கள் மற்றும் வேடிக்கையான மிதக்கும் கண் ஆகியவற்றை உடனடியாக அடையாளம் கண்டுகொண்டார்.

ஜோன் மைரோ என்று நினைத்துக்கொண்ட லேங்டன் அந்த பிரபலமான பார்சிலோனியனின் வேடிக்கையான படைப்பை எப்போதுமே விரும்பி வந்திருக்கிறார், அது ஒரு குழந்தையின் வண்ணம்தீட்டும் புத்தகத்திற்கும், சர்ரியலிஸ பாணி ஓவியம் தீட்டப்பெற்ற கண்ணாடி ஜன்னல்களுக்கும் இடைப்பட்டதாக காணப்படும்.

இருந்தாலும், அந்த ஓவியத்தால் கவரப்பட்ட லேங்டன் சற்றே நிதானித்து பார்த்தபோது அதன் மேற்பரப்பு முற்றிலும் மென்மையானதாக, புலப்படக்கூடிய தூரிகைத் தீற்றுக்கள் இல்லாததைக் கண்டு திடுக்கிட்டார். "இது ஒரு *மறுதயாரிப்பா?*"

"இல்லை, அது அசலானது" என்று பதிலளித்தான் வின்ஸ்டன்.

லேங்டன் நெருங்கிச் சென்று பார்த்தார். அந்தப் படைப்பு ஒரு பெரிய அளவிலான பிரிண்டிரில் பதிப்பிக்கப்பட்டிருப்பது தெளிவாகத் தெரிந்தது. "வின்ஸ்டன், இது ஒரு பிரிண்ட். அது கேன்வாஸில்கூட இல்லை."

"நான் கேன்வாஸில் வேலைசெய்வதில்லை," என்றான் வின்ஸ்டன். "நான் கலைப்படைப்புகளை நிகர்மெய்மையாக உருவாக்குகிறேன், அதை எட்மண்ட் பிரிண்ட் செய்கிறார்."

"கொஞ்சம் இரு" என லேங்டன் நம்பிக்கையற்று கூறினார். "இது *உன்னுடையதா?*"

"ஆமாம், ஜோன் மைரோவின் பாணியை நான் போலிசெய்ய முயற்சித்தேன்."

"எனக்கு அது தெரிகிறது" என்றார் லேங்டன். "நீ மைரோ என்று கையெழுத்துகூட இட்டிருக்கிறாயே."

"இல்லை" என்றான் வின்ஸ்டன். "மறுபடியும் பாருங்கள். அசையழுத்தம் இல்லாமல்தான் மைரோ என்று கையெழுத்திட்டிருக்கிறேன். ஸ்பானிஷில், மைரோ என்றால் 'நான் பார்க்கிறேன்' என்று அர்த்தம்."

சாமர்த்தியம்தான், என்று வின்ஸ்டனின் படைப்பினுடைய மையத்தில், பார்வையாளரை நோக்கியபடி இருக்கும் ஒற்றை மைரோ-பாணி கண்ணைப் பார்த்த லேங்டன் ஒப்புக்கொள்ளத்தான் வேண்டியிருந்தது.

"எட்மண்ட் ஒரு சுய-ஓவியத்தை உருவாக்கும்படி என்னைக் கேட்டுக்கொண்டார், இதுதான் நான் வரைந்தது."

இதுதான் உன்னுடைய சுய ஓவியமா? சமநிலையற்ற தீற்றலுடன் இருக்கும் அந்த தொகுப்பை லேங்டன் மறுபடியும்

உற்று நோக்கினார். *நீ நிச்சயமாக ஒரு விநோதமாக காட்சியளிக்கும் கம்ப்யூட்டராகத்தான் இருக்க வேண்டும்.*

அல்காரிதமிக் கலைப்படைப்பை உருவாக்க கம்ப்யூட்டர்களுக்கு கற்றுத்தருவதில் உள்ள எட்மண்டின் அதிகப்படியான உற்சாகத்தைப் பற்றி லேங்டன் சமீபத்தில்தான் படித்திருந்தார் - அதாவது இந்தக் கலை அதி சிக்கலான கம்ப்யூட்டர் நிரல்களால் உருவாக்கப்பட்டவை. இது ஒரு அசௌகரியமான கேள்வியை எழுப்புகிறது: கம்ப்யூட்டரால் கலைப்படைப்பை உருவாக்க முடியுமென்றால் கலைஞன் யார் - கணிப்பொறியா அல்லது அதற்கு நிரல் எழுதியவரா? எம்ஐடி-இல், சமீபத்தில் காட்சிக்கு வைக்கப்பட்ட உயர்நிலை அல்காரிதமிக் ஓவியம் ஹார்வார்ட் கலைத்துறையினரிடத்தில் ஒரு சங்கடமான சுழலை ஏற்படுத்தியது : *கலைதான் நம்மை மனிதனாக்குகிறதா?*

“நான் இசைக்கோர்வையையும் உருவாக்குவேன்,” என்று வின்ஸ்டன் கீச்சிட்டான். “உங்களுக்கு ஆர்வம் இருக்குமென்றால் எட்மண்டிடம் உங்களுக்காக இசைத்துக் காட்டும்படி பின்னர் கேட்டுக்கொள்ளுங்கள். இப்போது நீங்கள் அவசரமாக சென்றாக வேண்டும். அறிவிப்பு விரைவில் தொடங்க இருக்கிறது.”

அந்த கேலரியைவிட்டு வெளியேறிய லேங்டன் முக்கிய மையப்பகுதியை நோக்கியபடி இருக்கும் உயரமான ஒற்றையடிப் பாதையில் தான் இருப்பதை கண்டுகொண்டார். அந்த குகைபோன்ற வெளியின் எதிர்ப்பக்கத்தில் பின்தங்கிவிட்ட சில கடைசி விருந்தினர்களை மின்தூக்கிகளில் இருந்து வெளியே வரும்படி துரிதப்படுத்திக் கொண்டிருந்த வழிகாட்டிகள் மேலே இருந்த கதவுவழியை நோக்கி, லேங்டன் இருந்த திசையில் அவர்களை அனுப்பிக்கொண்டிருந்தனர்.

“இன்றிரவு நிகழ்ச்சி இன்னும் சில நிமிடங்களில் தொடங்க இருக்கிறது” என்றான் வின்ஸ்டன். “அறிவிப்பு நடக்கும் இடத்திற்கு செல்லும் நுழைவாயில் உங்களுக்குத் தெரிகிறதா?.”

“தெரிகிறது. எனக்கு நேராக இருக்கிறது.”

“பிரமாதம். கடைசியாக ஒரு விஷயம். நீங்கள் நுழையும்போது, தலையணிகளை சேகரிக்கும் கூடை ஒன்றைப் பார்க்கலாம்.

நீங்கள் உங்களுடையதை திருப்பித்தர வேண்டியதில்லை, அதை நீங்களே வைத்துக்கொள்ளலாம் என்று எட்மண்ட் கூறியிருக்கிறார். இம்முறையில், இந்த நிகழ்ச்சிக்குப் பின்னர், பின்பக்க கதவின் வழியாக இந்த மியூஸியத்தில் இருந்து வெளியேற என்னால் உங்களுக்கு வழிகாட்ட முடியும், அங்கு கூட்டத்தை தவிர்த்து ஒரு வாடகைக்காரை பிடிப்பதையும் என்னால் உறுதிப்படுத்த முடியும்.”

வாடகை கார் ஓட்டுநரிடம் கொடுக்கும்படி சொல்லி, பிஸினஸ் கார்டில் எட்மண்ட் கிறுக்கித் தந்திருக்கும் எழுத்துக்கள் மற்றும் எண்களின் விசித்திர தொடர்வரிசையை லேங்டன் காட்சிப்படுத்திக் கொண்டார். “வின்ஸ்டன், BIO-EC346 என்று மட்டும்தான் எட்மண்ட் எழுதியிருக்கிறான். இதை மிகச்சுலபமான மறைகுறியீடு என்றும் கூறினான்.”

“அவர் உண்மையைத்தான் கூறியிருக்கிறார்” என சட்டென்று பதிலளித்தான் வின்ஸ்டன். “புரபஸர், இப்போது நிகழ்ச்சி தொடங்கப்போகிறது. மிஸ்டர்.கிர்ஷின் அறிவிப்பால் நீங்கள் மகிழ்வீர்கள் என்று நம்புகிறேன். அதன்பிறகு உங்களுக்கு உதவுவதற்காக நான் காத்திருக்கிறேன்.”

ஒரு சட்டென்ற கிளிக் ஒலியில் வின்ஸ்டன் காணாமல்போனான்.

லேங்டன் நுழைவாயில் கதவை நெருங்கி தன்னுடைய தலையணியைக் கழற்றினார், பின்னர் அந்த சிறிய சாதனத்தை தன்னுடைய ஜாக்கெட் பைக்குள் நழுவவிட்டார். தங்களுக்குப் பின்னே கதவுகள் சாத்தப்பட்டபோது உள்ளே நுழைந்த கடைசி சில விருந்தினர்களுடன் நுழைவாயில் வழியாக உள்ளே சென்றார்.

மறுபடியும், தான் ஒரு எதிர்பாராத வெளியில் இருப்பதை கண்டுகொண்டார்.

நாம் அந்த அறிவிப்புக்கு ஆதரவாக இருக்கிறோமா?

எட்மண்டின் அறிவிப்பைக் கேட்பதற்கு சௌகரியமாக உட்காரக்கூடிய அரங்கில்தான் கூட்டம் கூடியிருக்கும் என்று லேங்டன் நினைத்திருந்தார், ஆனால் பதிலாக, நூற்றுக்கணக்கான விருந்தினர்கள் ஒரு நெருக்கடியான, வெள்ளையடிக்கப்பட்ட

கேலரிப் பகுதியில் நெருக்கியடித்துக்கொண்டு நின்றிருந்தனர். அந்த அறையில் புலப்படக்கூடிய எந்த ஒரு கலைப்படைப்போ அல்லது இருக்கையோ இல்லை - தொலைவில் இருந்த பேச்சு மேடையில் காணப்பட்ட எல்சிடி திரையில் பின்வருமாறு ஓடிக்கொண்டிருந்தது:

நேரலை நிகழ்ச்சி 2 நிமிடங்கள் 07 நொடிகளில் தொடங்கும்

லேங்டன் எதிர்பார்ப்பின் தீவிரத்தை உணர்ந்தார், அவருடைய கண்கள் எல்சிடி திரையில் ஓடிய இரண்டாவது வரியைப் பார்த்தது, அதில் இருந்ததை அவர் இருமுறை படிக்க வேண்டியிருந்தது:

தற்போதைய தொலைதூரப் பார்வையாளர்கள்: 1,953,694

இரண்டு மில்லியன் மக்களா?

தான் நேரலை செய்யப்போவதாக லேங்டனிடம் கிர்ஷ் சொல்லியிருந்தான்தான், ஆனால் இந்த எண்ணிக்கை அளவிட முடியாததாக இருந்தது என்பதுடன் கடந்துசெல்லும் ஒவ்வொரு கணத்திலும் அது மிக வேகமாக உயர்ந்துகொண்டே சென்றது.

லேங்டனின் முகத்தில் ஒரு புன்னகை அரும்பியது. அவருடைய முன்னாள் மாணவன் தன்னை மிகச்சிறப்பானவனாக நிரூபித்துக் காட்டிவிட்டான். கேள்வி என்னவென்றால்: இந்த உலகிற்கு என்னதான் சொல்லப்போகிறான் எட்மண்ட்?

13

துபாய்க்கு சற்று கிழக்கே இருந்த பாலைவனத்தின் நிலவொளியில், ஒரு சாண்ட் வைப்பர் 1100 டூன் பகி வாகனம் இடதுபக்கம் வேகமெடுத்து சறுக்கிக்கொண்டு நின்றபடி, மின்னும் முகப்பு விளக்கில் மணல் திரையை வாரியிறைத்தது.

காரை ஓட்டிவந்த ஒரு விடலைப்பருவ பையன் தன்னுடைய பாதுகாப்பு கண்ணாடிகளை கழற்றிக்கொண்டு, ஏறக்குறைய அவன் ஏற்றிச் சென்றுவிட இருந்த ஒன்றை உற்றுப்பார்த்தான். கவலைகொண்ட அவன் வாகனத்தில் இருந்து இறங்கி மணலில் அந்த இருளை நெருங்கினான்.

நிச்சயமாக சொல்லலாம், அது எப்படித் தோன்றியதோ அதுதான் இது.

அவனுடைய முகப்பு விளக்குகளின் முன்பாக, மணலில் முகத்தைப் புதைத்தபடி ஒரு அசைவற்ற மனித உடல் கிடந்தது.

"மர்ஹபா?" அவன் கூப்பிட்டான். "ஹலோ?"

பதிலில்லை.

அந்த மனிதனுடைய உடையை - ஒரு பாரம்பரிய செச்சியா தொப்பி மற்றும் தொளதொளப்பான தாப் மேலங்கியை - வைத்தே அந்தப் பையனால் அது ஒரு ஆண் என்பதை சொல்லிவிட முடியும் என்பதுடன், அவன் நன்கு உணவு உண்டு பருத்துப்போயிருப்பதைப் போலவும் காணப்பட்டான்.

"மர்ஹபா?" அவன் மறுமுறை கூப்பிட்டான்.

எதுவுமில்லை.

என்ன செய்வதென்று தெரியாத நிலையில் நடந்துசென்று அந்த மனிதனை எட்டிய அவன் மெதுவாக அவனைத் தள்ளிப்பார்த்தான்.

நிச்சயம் செத்திருப்பான்.

அவன் கீழே குனிந்து அந்த மனிதனின் தோளைப் பற்றி மல்லார்க்க புரட்டிப் போட்டான். அந்த மனிதனுடைய உயிரற்ற கண்கள் வானத்தை வெறித்துப் பார்த்தன. அவனுடைய முகமும் தாடியும் மணலில் மூடி, அழுக்கடைந்து போயிருக்க அவனைப் பார்த்தால் நட்பார்ந்தவனாக, சொல்லப்போனால், நன்கு தெரிந்த ஒரு விருப்பத்திற்குரிய மாமா அல்லது தாத்தாவைப் போலிருந்தான்.

அந்தப் பையனுக்கு ஒன்றும் பிரச்சினையில்லை என்பதை உறுதிப்படுத்த அவனைச் சுற்றி கூடிவிட்ட அவனுடைய சாகச விரும்பி நண்பர்களின் அரை டஜன் நான்கு சக்கர பைக்குகள் மற்றும் பகிக்களின் உறுமல் அருகாமையில் கேட்டது. அவர்களுடைய பைக்குகள் முகட்டை நோக்கி விரைந்து அந்த மணல்மேட்டில் சரிந்திறங்கின.

எல்லோரும் வண்டியை நிறுத்திவிட்டு தங்களுடைய கண்ணாடிகளையும் தலைக்கவசங்களையும் கழற்றினர், பிறகு ஒரு உலர்ந்துபோன சடலத்தின் பயங்கரமான கண்டுபிடிப்பை சுற்றிக் கூடினர். பையன்களில் ஒருவன் பதற்றத்துடன் பேசினான், அந்த இறந்துபோன மனிதன் அவ்வப்போது பல்கலைக்கழகத்தில் உரை நிகழ்த்துகின்ற -மத அறிஞரும் தலைவருமான- பிரபல அல்லாமா, சயீத் அல்-ஃபதில் என்பதை அடையாளம் கண்டான்.

"மத்தா அலெய்னா அன் நஃபால்?" அவன் சத்தமாக கேட்டான். "நாம் என்ன செய்வது?"

அந்தப் பையன்கள் வட்டமாக நின்று சடலத்தை அமைதியாக வெறித்துப் பார்த்தனர். பின்னர் இந்த உலகம் முழுவதிலும் இருக்கும் விடலைப் பையன்களைப் போன்றே அவர்களும் எதிர்வினையாற்றினர். தங்களுடைய போன்களை எடுத்த அவர்கள் தங்களுடைய நண்பர்களுக்கு அனுப்பிவைக்க புகைப்படங்கள் எடுக்கத் தொடங்கினர்.

14

விருந்தினர்கள் பேச்சு மேடையை சுற்றி முட்டி மோதிக்கொண்டு தோளோடு தோள் சேர்த்தபடி நின்றுகொண்டிருக்க, எல்சிடி திரையில் இருந்த எண் நிதானமாக உயர்ந்துவருவதை வியப்புடன் பார்த்துக்கொண்டிருந்தார் ராபர்ட் லேங்டன்.

தற்போதைய தொலைதூரப் பார்வையாளர்கள்: 2,527,664

அந்த நெருக்கடியான வெளியில் பின்னணி கூச்சல்கள் மந்தமான உறுமல் அளவுக்கு அதிகரித்துவிட்டன, நூற்றுக்கணக்கான விருந்தினர்களின் விர்ரொலியில் எதிர்பார்ப்பு நிரம்பியிருந்தது, பலரும் கடைசி நேர தொலைபேசி அழைப்புகளை செய்தபடி அல்லது தாங்கள் எங்கிருக்கிறோம் என்பதை டிவீட் செய்தபடி இருந்தனர்.

ஒரு தொழில்நுட்ப நிபுணன் பேச்சுமேடைக்கு வந்து மைக்ரோபோனை தட்டினான். “லேடிஸ் அண்ட் ஜென்டில்மென், தயவுசெய்து உங்களுடைய மொபைல் போன் சாதனங்களை அணைத்து வைக்கும்படி நாங்கள் ஏற்கனவே கேட்டிருந்தோம். இந்நேரத்தில், இந்த நிகழ்ச்சி நடக்கும் நேரம் முழுவதிலும் எல்லாவித வைஃபை மற்றும் செல்லுலார் தகவல் தொடர்புகளையும் தடுத்து நிறுத்திவிடப் போகிறோம்.”

அச்சமயத்தில் தொலைபேசி இணைப்பில் இருந்த பலரும் தங்களுடைய இணைப்புகளை சட்டென்று இழந்தனர். அவர்களில் பலரும் பார்க்க முட்டாள்களாக்கப்பட்டதைப் போலிருந்தனர், அதைப் பார்க்கையில் ஏதோ ஒரு கிர்ஷிய தொழில்நுட்பத்தின் அற்புத படைப்பு வெளியுலகின் எல்லா தொடர்புகளையும் மாயாதீதமாக துண்டித்துவிட்டதற்கு தாங்களே சாட்சியாக இருக்கிறோம் என்பதைப் போலிருந்தது.

லேங்டனுக்கு தெரியும், ஒரு எலக்ட்ரானிக்ஸ் கடையில் ஐந்நூறு டாலர்கள், தங்களுடைய விரிவுரைக் கூடங்களை “நிசப்தமாக்கிவிட்டு” வகுப்புகள் நடக்கும்போது தங்கள் மாணவர்களை தங்கள் சாதனங்களில் இருந்து விலகியிருக்கச் செய்ய இப்போதெல்லாம் கையடக்க செல்-ஜாமிங் தொழில்நுட்பத்தை பயன்படுத்துகின்ற சில ஹார்வார்ட் புரபஸர்களில் அவரும் ஒருவர்.

பேச்சுமேடையை நோக்கி வந்த ஒரு கேமராமேன் இப்போது தன்னுடைய தோளில் ஒரு மிகப்பெரிய கேமராவை வைத்துக்கொண்டு ஒரு இடத்தில் நிலைகொண்டான். அறை விளக்குகள் மங்கிப்போயின.

எல்சிடி திரையில் பின்வருமாறு ஓடியது:

நேரலை நிகழ்ச்சி 38 நொடிகளில்

தற்போதைய தொலைதூரப் பார்வையாளர்கள்: 2,857,914

பார்வையாளர்களின் எண்ணிக்கையை லேங்டன் வியந்துபோய் பார்த்தார். லேங்டனுக்கு அது அமெரிக்க கடன் சந்தையைக் காட்டிலும் வேகமாக உயருவதைப் போல் காணப்பட்டது. இதே தருணத்தில் வீட்டில் உட்கார்ந்தபடி ஏறக்குறைய மூன்று மில்லியன் பேர் இந்த அறையில் நடப்பதை நேரலையாக பார்த்துக்கொண்டிருக்கிறார்கள் என்பதை புரிந்துகொள்வதே அவருக்கு கடினமாக இருந்தது.

"முப்பது நொடிகள்." அந்த தொழில்நுட்ப நிபுணன் மைக்ரோபோனில் மெதுவாக அறிவித்தான்.

அந்த பேச்சு மேடைக்கு பின்னிருந்த குறுகலான கதவு திறக்கவே, கூட்டம் உடனடியாக அமைதியானது, அவர்கள் எல்லோருமே மகத்தான எட்மண்ட் கிர்ஷை எதிர்நோக்கியிருந்தனர்.

ஆனால் எட்மண்ட் தோன்றவேயில்லை.

அந்தக் கதவு ஏறக்குறைய பத்து நொடிகளுக்கு திறந்தே இருந்தது.

பின்பு ஒரு நேர்த்தியான பெண் அங்கு தோன்றி பேச்சு மேடையை நோக்கிச் சென்றாள். பார்த்த பொழுதிலேயே அழகாக தோன்றிய அவள் - நீளமான கருத்த கூந்தலுடன் உயரமாகவும் ஒல்லியாகவும் இருந்தாள் - கறுப்பு பட்டைவடிவ இறுக்கமான வெண்ணிற உடை அணிந்திருந்தாள். அவள் அந்த தளத்தில் சற்றும் பிரயத்தனப்படாமல் நடப்பதுபோல் தோன்றியது. மேடைக்கு நடுவில் வந்த அவள் மைக்ரோபோனை சரிசெய்துவிட்டு, ஆழ்ந்து மூச்சை இழுத்துவிட்டுக்கொண்டு, கடிகாரத்தின் டிக்டிக் ஒலி குறைவதற்காக காத்திருக்கையில் பார்வையாளர்களை நோக்கி பொறுமையுடன் புன்னகைத்தாள்.

நேரலை நிகழ்ச்சி 10 நொடிகளில்

அந்தப் பெண் தன்னை தயார் செய்துகொள்வதைப் போல் ஒரு கணம் கண்களை மூடினாள், பிறகு ஒரு நிலைபெற்ற உருவத்தைப் போல் அவற்றைத் திறந்தாள்.

கேமராமேன் ஐந்து விரல்களையும் மூடியிருந்தான்.

நான்கு, மூன்று, இரண்டு . . .

கேமராவை நோக்கி அந்தப் பெண் தன்னுடைய கண்களை உயர்த்தியபோது அந்த அறையில் முழு அமைதி நிலவியது. எல்சிடி காட்சி அவளுடைய முகத்தின் நேரடி பிம்பத்தை வெளிக்காட்டியது. தன்னுடைய ஆலிவ் சாயல்கொண்ட கன்னத்தில் இருந்து மயிர்க்கற்றையை சாதாரணமாக ஒதுக்கித் தள்ளியபடியே தன்னுடைய கருத்த ஜீவனுள்ள கண்களை அவள் பார்வையாளர்கள் மீது பதித்தாள்.

"எல்லோருக்கும் மாலை வணக்கம்" என்று தொடங்கிய அவளுடைய குரல் பண்பட்டதாக, லேசான ஸ்பானிஷ் தொனியுடன் இனிமையாக இருந்தது.

அப்போது எழுந்த ஒரு வழக்கத்திற்கு மாறான பலத்த கரவொலி அவள் யார் என நிறைய பேருக்குத் தெரிந்திருப்பதை தெளிவுபடுத்தியது.

"*ஃபெலிஸிடேட்ஸ்!*" என யாரோ கத்தினார். *வாழ்த்துகள்!*

அந்தப் பெண் வெட்கிப்போனாள், தான் ஏதோ ஒரு தகவலை தவற விட்டுவிட்டதை லேங்டன் உணர்ந்தார்.

"லேடிஸ் அண்ட் ஜென்டில்மென்" என்ற அவள் சட்டென்று அழுத்தம் திருத்தமாக பேசினாள், "கடந்த ஐந்து வருடங்களாக நான் இந்த பில்பா கூகன்ஹைம் மியூஸியத்தின் இயக்குநராக இருந்து வருகிறேன், உண்மையிலேயே தனித்துவமான ஒருவரால் வழங்கப்பட இருக்கும் ஒரு அசாதாரணமான பிரத்யேக மாலைப்பொழுதிற்கு உங்கள் அனைவரையும் வரவேற்கிறேன்."

கூட்டம் உற்சாகத்துடன் கரவொலி எழுப்பியது, லேங்டனும் அவர்களுடன் சேர்ந்துகொண்டார்.

“எட்மண்ட் கிர்ஷ் இந்த மியூஸியத்தின் கொடையாளர் மட்டுமல்ல, அவர் ஒரு நம்பிக்கைக்குரிய நண்பர். இந்த மாலைப்பொழுதின் நிகழ்ச்சிகளை திட்டமிடுவதற்கு கடந்த சில மாதங்களாக அவருடன் மிக நெருக்கமாக இணைந்து பணிபுரிய முடிந்திருப்பதை ஒரு சிறப்பு சலுகையாகவும், தனிப்பட்ட கௌரவமாகவும் கருதுகிறேன். நான் இப்போதுதான் சரிபார்த்தேன், உலகம் முழுவதிலும் உள்ள சமூக ஊடகங்கள் பரபரத்து கிடக்கின்றன! எட்மண்ட் கிர்ஷ் இன்றிரவு ஒரு முக்கிய அறிவியல் அறிவிப்பை வெளியிடத் திட்டமிட்டிருக்கிறார் என்பதில் உங்களில் பலருக்கும் இப்போது சந்தேகம் இருக்காது - இந்தக் கண்டுபிடிப்பு உலகிற்கு வழங்கப்படவிருக்கும் ஒரு மிகப்பெரிய பங்களிப்பாக என்றென்றும் நினைவில் இருக்கும் என அவர் நம்புகிறார்.”

ஒரு பரவச முணுமுணுப்பு அந்த அறை முழுவதும் தொடங்கியது.

கருத்த கூந்தல்கொண்ட பெண் வேடிக்கையாக சிரித்தாள். “ஆமாம், எட்மண்ட் கிர்ஷ் கண்டுபிடித்துள்ளது என்னவென்று என்னிடம் சொல்லுமாறு அவரிடம் கெஞ்சி கேட்டுப் பார்த்துவிட்டேன், ஆனால் அவர் ஒரு குறிப்பைக்கூட தர மறுத்துவிட்டார்.”

மிகுந்த கரவொலிக்குப் பின்னர் ஒரு சுற்று சிரிப்பொலி எழுந்தது.

“இன்றிரவின் சிறப்பு நிகழ்வு,” அவள் தொடர்ந்தாள், “ஆங்கிலத்தில் வழங்கப்படும் - மிஸ்டர்.கிர்ஷின் தாய்மொழி - ஆனாலும், நிகர்மெய்ம்மையில் உள்ளவர்களுக்காக இருபதுக்கும் மேற்பட்ட மொழிகளில் நாங்கள் நிகழ்நேர மொழிபெயர்ப்பையும் வழங்குகிறோம்.”

எல்சிடி திரை புதுப்பிக்கப்பட்டது, ஆம்ரா மேற்கொண்டு கூறினாள், “எட்மண்டின் தன்னம்பிக்கையை யாராவது எப்போதாவது சந்தேகப்பட்டிருந்தால், உலகம் முழுவதிலும் உள்ள சமூக ஊடகங்களில் பதினைந்து நிமிடங்களுக்கு முன்னர் வெளியான தானியக்க பத்திரிக்கை செய்தியை இங்கே காணலாம்.”

லேங்டன் அந்த எல்சிடி திரையைப் பார்த்தார்.

இன்றிரவு: நேரலை. 20:00 மணிகள் சிஇஎஸ்டி

எதிர்காலவியலாளர் எட்மண்ட் கிர்ஷ் அறிவியலின் முகத்தை நிரந்தரமாக மாற்றப்போகும் கண்டுபிடிப்பை அறிவிக்கப் போகிறார்.

ஆக இப்படித்தான், சில நிமிடங்களுக்குள்ளாக நீங்கள் மூன்று மில்லியன் பார்வையாளர்களை எட்டினீர்களோ என்று வியந்தார் லேங்டன்.

அவர் பேச்சுமேடையை நோக்கி தன்னுடைய கவனத்தை திருப்பியபோது முன்னதாக தான் கவனித்திராத இரண்டுபேரை லேங்டன் கண்டுகொண்டார் - பக்கவாட்டுச் சுவரில் முழு கவனத்துடன் நின்றபடி கூட்டத்தினரை ஆராய்ந்து கொண்டிருக்கும் இறுகிய முகம்கொண்ட இரண்டு காவலாளிகள். அவர்களுடைய பொருத்தமான நீலவண்ண மேலாடைகளில் பதியப்பட்டிருக்கும் தலைப்பெழுத்துக்களைக் கண்டு லேங்டன் ஆச்சரியப்பட்டார்.

கார்டியா ரியலா?! அரசரின் ராஜாங்க காவல்படை இங்கே என்ன செய்து கொண்டிருக்கிறது?

அரச குடும்பத்தைச் சேர்ந்த யாரும் பார்வையாளர்களாக பங்கேற்றிருப்பதற்கு வாய்ப்பில்லை என்று தெரிந்தது; விசுவாசமிக்க கத்தோலிக்கர்களாக, அரச வம்சத்தினர் எட்மண்ட் கிர்ஷ் போன்ற நாத்திகருடன் பொதுவிடத்தில் சேர்ந்திருப்பதை தவிர்த்தேதான் வந்திருக்கின்றனர்.

பாராளுமன்ற முடியரசராக ஸ்பெயின் அரசருக்கு மிகவும் வரையறைக்குட்பட்ட அதிகாரமே இருந்தது, ஆனாலும் அவர் தன்னுடைய மக்களின் இதயங்களிலும் மனங்களிலும் மிகப்பெரிய செல்வாக்கை தக்கவைத்திருந்தார். மில்லியன்கணக்கான ஸ்பானியர்களுக்கு அந்த மணிமகுடம் இன்னமும் *லாஸ் ரெயெஸ் கெதோலிகாஸ்* மற்றும் ஸ்பெயினின் பொற்காலத்தினுடைய செழுமையான கத்தோலிக்க பாரம்பரியத்தின் குறியீடாகவே வீற்றிருக்கிறது.

லேங்டன் இதைப்பற்றி ஸ்பெயினிலேயே கேள்விப்பட்டிருக்கிறார்: "பாராளுமன்றம் ஆட்சி செய்கிறது,

அரசர் ஆள்கிறார்." பல நூற்றாண்டுகளாகவே, ஸ்பெயினின் ராஜாங்க விவகாரங்களுக்கு தலைமையேற்ற அரசர்கள் ஆழ்ந்த பக்தியுள்ள, பழமைவாத கத்தோலிக்கர்களாகவே இருந்துள்ளனர். *தற்போதுள்ள அரசரும் அதற்கு விதிவிலக்கல்ல,* என்று நினைத்துக்கொண்ட லேங்டன் அவருடைய ஆழ்ந்த மதநம்பிக்கைகள் மற்றும் பழமைவாத மதிப்பீடுகளைப் பற்றியும் படித்திருக்கிறார்.

சமீபத்திய மாதங்களில், மூப்படைந்துவரும் முடியரசர் படுக்கையிலேயே கிடந்தபடி மரணத்தை தழுவிக்கொண்டிருக்கிறார் எனவும், அவருடைய ஒரே மகன் ஜூலியனிடம் இறுதியாக அதிகாரத்தை மாற்றித்தருவதற்கு அவருடைய நாடு தயாராகி வருவதாகவும் செய்திகள் வெளிவந்துள்ளன. பத்திரிக்கைத் துறையைப் பொறுத்தவரை, நீண்டகாலமாகவே தன்னுடைய தந்தையின் நிழலிலேயே அமைதியாக வாழ்ந்துவிட்ட இளவரசர் ஜூலியனைப் பற்றி எதுவும் தெரியாது, இப்போதும்கூட அந்த நாடு அவர் எப்படிப்பட்ட அரசராக இருக்கப்போகிறார் என்று தெரியாமல் இருக்கிறது.

எட்மண்டின் நிகழ்ச்சியை ஆராய்வதற்கு இளவரசர் ஜூலியன்தான் கார்டியா உளவாளிகளை அனுப்பியிருப்பாரோ?

பிஷப் வால்டஸ்பினோவிடமிருந்து எட்மண்டிற்கு வந்த மிரட்டல் வாய்ஸ் மெயில் லேங்டன் மனதில் தோன்றி மறைந்தது. லேங்டன் கவலைப்பட்டபோதிலும், அந்த அறையில் நிலவிய சூழலை மகிழ்ச்சியானதாக, உற்சாகம்மிக்கதாக, பாதுகாப்பானதாகவே உணர்ந்தார். இன்றிரவு பாதுகாப்பு நம்பமுடியாத அசாதாரணமான அளவு இறுக்கமாக இருக்கும் என்று எட்மண்ட் கூறியதை அவர் நினைவுகூர்ந்தார் - ஆக, இந்த மாலைப்பொழுது அமைதியாக கழிவதை உறுதிப்படுத்த ஸ்பெயினின் கார்டியா ரியல் ஒரு கூடுதல் பாதுகாப்பு அடுக்காகக்கூட இருக்கலாம்.

"திடீர் நிகழ்வுகளின் மீது எட்மண்ட் கிர்ஷிற்கு உள்ள உற்சாகத்தைப் பற்றி தெரிந்தவர்களுக்கு" என்று ஆம்ரா வைடல் தொடர்ந்தாள், "இந்த மந்தமான அறையில் நம்மை நீண்ட நேரம்

நிற்க வைப்பதற்கான திட்டம் எதுவும் அவரிடம் இருக்காது என்பதும் தெரிந்திருக்கலாம்."

அறைக்கு சற்று தள்ளி, ஒரு பக்கத்தில் இருந்த மூடப்பட்ட இரட்டைக் கதவுகளை நோக்கிச் சென்றாள் அவள்.

"இந்தக் கதவுகளின் வழியாக, எட்மண்ட் கிர்ஷ் இன்றிரவு தன்னுடைய டைனமிக் மல்டிமீடியா அறிவிப்பை வழங்குவதற்காக கட்டிய 'பரிசோதனை வெளி' இருக்கிறது. இது முற்றிலும் கம்ப்யூட்டர்களால் தானியக்கம் செய்யப்பட்டுள்ளதுடன் இந்த உலகம் முழுவதிலுமே நேரடியாக ஒளிபரப்பும் செய்யப்படும்." தன்னுடைய கடிகாரத்தை சரிபார்க்க அவள் சற்று இடைவெளி விட்டாள். "இன்றிரவு நிகழ்ச்சி கவனமாக திட்டமிடப்பட்டுள்ளது, அத்துடன் இன்னும் சில நிமிடங்களே இருக்கின்ற, மிகச்சரியாக எட்டு பதினைந்துக்கு தொடங்கவிருக்கும் நிகழ்ச்சிக்கு உங்கள் அனைவரையும் உள்ளே அழைத்துவரும்படி எட்மண்ட் என்னைக் கேட்டுக்கொண்டுள்ளார்." அவள் அந்த இரட்டைக் கதவுகளை சுட்டிக்காட்டினாள். "அதனால் நீங்கள் அனைவரும் உள்ளே செல்லலாம், எட்மண்ட் கிர்ஷ் நமக்காக வைத்திருக்கும் அற்புதம் என்னவென்று காணலாம்."

சரியான நேரத்தில் அந்த இரட்டைக் கதவுகள் சுழன்று திறந்தன.

லேங்டன் அவற்றிற்கு அப்பால் உற்று நோக்கி மற்றொரு கேலரியை எதிர்பார்த்தார். பதிலாக, அதற்கு அப்பால் இருப்பதைப் பார்த்து திகைத்துதான் போனார். அந்தக் கதவுகளினூடாக, ஒரு ஆழ்ந்த இருளடைந்த சுரங்கம்தான் காணப்பட்டது.

விருந்தினர் கூட்டம் முண்டியடித்துக் கொண்டு, மங்கலான ஒளிவீசிய பாதைவழியில் உற்சாகத்துடன் முன்னேறியபோது அட்மிரல் எவிலா பின்தங்கியிருந்தார். அவர் அந்த சுரங்கத்தை உற்றுப்பார்த்தபோது, அதற்கு அப்பால் இருந்த வெளி இருண்டுபோயிருப்பதைக் கண்டு மகிழ்ச்சியடைந்தார்.

அவருடைய வேலையை மிகச் சுலபமாக முடிக்க இருள் மிகவும் பொருத்தமானது.

தன் பையிலிருந்த ஜெபமாலையை தொட்டுப்பார்த்துக்கொண்ட அவர் தன்னுடைய சிந்தனைகளை ஒருங்கிணைத்து தன்னுடைய செயல்திட்டம் குறித்து அப்போதுதான் வழங்கப்பட்ட விவரங்களில் கவனம் செலுத்தினார்.

நேரமே அதிமுக்கியமானது.

15

தாங்கி நிற்கும் வளைவுகளுக்கு குறுக்கே நீண்டுசெல்லும் கறுப்புநிற துணியால் அலங்கரிக்கப்பட்ட அந்த சுரங்கம் ஏறக்குறைய இருபது அடி அகலம் இருக்கும், அது இடதுபுறம் மேல்நோக்கி மெல்லச் சரிந்து சென்றது. சுரங்கத்தின் தளம் பூம்பட்டு கறுப்பு கம்பளத்தால் மூடப்பட்டிருந்தது, சுவற்றின் அடிப்பகுதியோடு ஒட்டியிருக்கும் இரண்டு கற்றை சரவிளக்கு மட்டுமே அங்கிருக்கும் ஒரே வெளிச்சமாக இருந்தது.

“ஷூக்கள், பிளீஸ்” புதிதாக வந்தவர்களிடம் ஒரு வழிகாட்டி கிசுகிசுத்தான். “தயவுசெய்து எல்லோரும் தங்களுடைய ஷூக்களை கழற்றி எடுத்துச்செல்லுமாறு கேட்டுக்கொள்ளப்படுகிறீர்கள்.”

லேங்டன் தன்னுடைய பேடண்ட்-லெதர் டிரஸ் ஷூக்களில் இருந்து வெளியே வந்தார், அவருடைய உறையணிந்த கால்கள் குறிப்பிடத்தக்க அளவு மென்மையாக இருந்த கம்பளத்திற்குள் ஆழமாக இறங்கியது. தன்னுடைய உடல் தாமாகவே ஆசுவாசமடைவதை அவர் உணர்ந்தார். அவரைச் சுற்றியிருந்த எல்லோரிடமிருந்தும் பாராட்டுக் குரல்கள் அவருக்கு கேட்டன.

அந்தப் பாதையில் மேற்கொண்டு நகர்ந்தபோது லேங்டன் இறுதியில் அதன் முடிவைக் கண்டார் - விருந்தினர்கள் வரவேற்கப்பட்ட இடத்தில் இருந்த ஒரு கருப்பு திரைச்சீலைத் தடையருகில் காணப்பட்ட வழிகாட்டிகளால் அந்த

திரைச்சீலையின் வழியாக செல்லும் முன்னர் ஒரு கெட்டியான பீச் டவல் வழங்கப்படுவதுபோல் தெரிந்தது.

சுரங்கத்திற்கு உள்ளே, முன்னதாக கேட்ட எதிர்பார்ப்பின் கிசுகிசுப்பொலி இப்போது ஒரு நிச்சயமற்ற அமைதியாக மாறிவிட்டிருந்தது. லேங்டன் அந்த திரைச்சீலைக்கு வந்தபோது ஒரு வழிகாட்டி அவரிடம் மடிக்கப்பட்ட ஒரு துண்டு துணியைக் கொடுத்தான், அப்போதுதான் அது ஒரு பீச் டவல் இல்லை என்பதையும், அதன் ஒருபக்கத்தில் தலையணை தைக்கப்பட்டிருக்க அது ஒரு சிறிய மென்பட்டு போர்வை என்பதையும் கண்டார். லேங்டன் அந்த வழிகாட்டிக்கு நன்றி சொல்லிவிட்டு திரைச்சீலைக்கு அப்பால் இருந்த பகுதிக்குள் காலடி எடுத்துவைத்தார்.

அன்றிரவு இரண்டாவது முறையாக, அவர் தன்னுடைய வழித்தடத்தில் நிற்க கட்டாயப்படுத்தப்பட்டார். அந்த திரைச்சீலைக்கு பின்பக்கத்தில் தான் எதைப் பார்ப்போம் என்று கற்பனை செய்ததை லேங்டனால் சொல்ல முடியாவிட்டாலும், இப்போது அவருக்கு முன்னாள் இருக்கும் காட்சி அந்தக் கற்பனையால் சற்றும் நெருங்கிவர முடியாது என்பது மட்டும் மிக் நிச்சயமான ஒன்று.

நாம் இருப்பது . . . வெளிப்புறத்திலா?

லேங்டன் ஒரு பரந்து விரிந்திருக்கும் திடலின் முனையில் நின்றிருந்தார். அவருக்கு மேலே அற்புதமாக நட்சத்திரங்கள் மின்னும் வானம் நீண்டிருந்தது, தொலைவில் ஒரு மெல்லிய பிறைநிலவு ஒரு தனித்த மேப்பிள் மரத்திற்கு பின்னே அப்போதுதான் எழுந்துகொண்டிருந்தது. வெட்டுக்கிளிகள் கீச்சிட ஒரு இதமான தென்றல் அவருடைய முகத்தை தழுவிச்சென்றது, அவருடைய உறையணிந்த கால்களுக்கு கீழே அப்போதுதான் வெட்டப்பட்ட புல்லின் மண்வாசனையுடன் காற்றும் கெட்டிப்பட்டிருந்தது.

"சார்?" என்று கிசுகிசுத்த ஒரு வழிகாட்டி தன்னுடைய கையை எடுத்து திடலுக்குள் செல்ல வழிகாட்டினான். "புல்வெளியில் ஒரு இடத்தை கண்டுபிடியுங்கள். உங்களுடைய போர்வையை விரித்து வைத்து மகிழ்ந்திருங்கள்."

அவருக்கு சமமாக வியந்துபோயிருக்கும் பிற விருந்தினர்களுடன் சேர்ந்து லேங்டன் அந்த திடலுக்குள் நடந்தார், விருந்தினர்களில் பலரும் தங்களுடைய போர்வையை விரிக்க விசாலமான புல்வெளியில் இடங்களைத் தேர்ந்தெடுத்துக் கொண்டிருந்தனர். நுனிப்புல் வெட்டப்பட்ட புல்வெளிப் பகுதியானது ஐஸ் ஹாக்கி மைதானம் அளவுக்கு இருந்தது, அதைச் சுற்றிலும் மரங்கள், வளர்ந்த கோரைப்புறக்கள், தென்றலில் சிலுசிலுக்கும் நாணல் புற்கள் அமைந்திருந்தன.

இது ஒரு மாயத்தோற்றம் என்பதை உணர்ந்துகொள்ள லேங்டனுக்கு சில கணங்கள் ஆயிற்று - அது ஒரு வியக்கத்தக்க கலைப்படைப்பு.

நான் ஒரு விரிவான தாவரவியல் பூங்காவில் இருக்கிறேன், என்று நினைத்துக்கொண்ட அவர், சின்னஞ்சிறு விஷயங்களுக்குகூட தரப்பட்ட பிழையேதுமற்ற கவனத்தைக் கண்டு அதிசயித்தார்.

மேலே நட்சத்திரங்கள் நிரம்பிய வானம், நிலவு, நகரும் மேகங்கள் மற்றும் தொலைவில் உருளும் மலைத்தொடர்கள் ஆகியவற்றைக் கொண்டு செய்யப்பட்ட ஒரு திரைமீது விழும் நிழற்படக் காட்சி. சிலுசிலுக்கும் மரங்களும் புற்களும் உண்மையிலேயே அங்கு இருந்தன - மூடப்பட்ட பானைகளில் இருப்பவற்றை உயிருள்ள தாவரங்களின் அசாதாரணமான போலிகள் அல்லது சிறிய காடு எனலாம். தாவரங்களின் மூடுமந்திர சுற்றளவு அந்த மிகப்பெரிய அறையின் விளிம்புகள் வரை மிகத்திறமையாக உருமறைப்பு செய்யப்பட்டு ஒரு இயற்கையான சுற்றுச்சூழலுக்கு உண்டான கவர்ச்சியை ஏற்படுத்தின.

லேங்டன் கீழே குனிந்து மென்மையாகவும், உயிர்ப்புடனும், ஆனால் முற்றிலுமாக உலர்ந்துபோயிருக்கும் புற்களை உணர்ந்தார். தொழில்முறை விளையாட்டு வீரர்களைக்கூட ஏமாற்றிவிடக்கூடிய புதிய இணைப்புருவாக்க புற்தரைகளைப் பற்றி அவர் படித்திருக்கிறார், ஆனாலும் கிர்ஷ் ஒருபடி மேலே சென்று சற்றே சமதளமற்ற மைதானத்தை, ஒரு நிஜமான பசும்புல்தரையில் இருப்பது போன்றே சிறிய இளகலான மேடுபள்ளங்களை உருவாக்கியிருக்கிறான்.

தன்னுடைய புலனுணர்வுகளால் தான் முதல்முறையாக ஏமாற்றப்பட்ட தருணத்தை லேங்டன் நினைவுபடுத்திக் கொண்டார். கடற்கொள்ளையர் கப்பல் காதடைக்கச் செய்யும் பீரங்கிச் சண்டையில் ஈடுபட்டிருக்கும் நிலவொளி வீசுகின்ற துறைமுகத்தின் வழியே ஒரு குழந்தையாக சிறிய படகில் சென்றுகொண்டிருக்கிறார். லேங்டனின் இளம் மனது, தான் ஒரு துறைமுகத்தில் இல்லை என்பதை ஏற்றுக்கொள்ளும் திறனற்று இருந்தது, ஆனால் கரீபிய கடற்கொள்ளையர்கள் என்ற டிஸ்னி வேர்ல்டு பயணத்திற்காக இத்தகைய மாயக்காட்சியை உருவாக்க ஒரு சுரங்கம்போன்ற பாதாள அரங்கில் தண்ணீர் நிரப்பப்பட்டிருந்தது என்பதே உண்மை.

இன்றிரவு, இந்தக் காட்சியானது அதிர்வூட்டும்வகையில் யதார்த்தமாக இருந்தது, அவரைச் சுற்றியிருந்த விருந்தினர்கள் உள்ளே சென்றபோது அவர்களுடைய வியப்பும் மகிழ்வும் தன்னையே பிரதிபலிப்பதை லேங்டனால் காணமுடிந்தது. அவர் எட்மண்டை பாராட்டத்தான் வேண்டியிருந்தது - இந்த அற்புதமான மாயக்காட்சியை உருவாக்கியதற்கு மட்டுமல்ல, நூற்றுக்கணக்கான வளர்ந்த பெரியவர்களைக்கூட தங்களுடைய ஆடம்பர ஷூக்களை கழற்றவைத்து, புல்தரையில் சாயவைத்து, வானத்தை நோக்கி பார்ப்பதற்கு அவர்களைத் தூண்டியதற்காகவும்தான்.

நாம் இதை குழந்தைகளாக இருந்தபோது செய்திருக்கிறோம், ஆனால் பாதி வழியில் எங்கேயோ நின்றுவிட்டோம்.

லேங்டன் சாய்ந்து படுத்து தன்னுடைய தலையை தலையணையில் வைத்தபடி உடலை அந்த மென் புற்களில் கரையவிட்டார்.

தலைக்கு மேலே நட்சத்திரங்கள் மின்னின, ஒருகணம் லேங்டன் மறுபடியும் விடலைப்பையன் ஆனார், தன்னுடைய விருப்பத்திற்குரிய நண்பருடன் நள்ளிரவில் கால்ஃப் மைதானத்தின் அடர்த்தியான திறந்த வெளியில் படுத்தபடியே வாழ்வின் புதிர்களைப் பற்றி சிந்தித்துக்கொண்டிருந்தார். *கொஞ்சம் அதிர்ஷ்டம் இருந்தால்,* லேங்டன் வியந்தார், *எட்மண்ட் கிர்ஷால் இன்றிரவு நமக்காக அந்த புதிர்களில் சிலவற்றிற்கு தீர்வு சொல்லக்கூடும்.*

அரங்கின் பின்பக்கத்தில், அட்மிரல் லூயி எவிலா அந்த அறையை கடைசியாக ஒருமுறை ஆராய்ந்துவிட்டு அமைதியாக பின்னோக்கி சென்று, தான் உள்ளே நுழைந்த அதே திரைச்சீலையின் வழியாக யாருக்கும் தெரியாமல் நழுவினார். சுரங்க நுழைவாயிலில் தனியாக இருந்த அவர் ஒரு தையல் விளிம்பைக் கண்டுபிடிக்கும்வரை துணியால் ஆன அந்தச் சுவர்களில் கையை ஓடவிட்டுக் கொண்டிருந்தார். முடிந்தவரை சத்தமில்லாமல் அந்த வெல்க்ரோ மூடியை அப்பால் இழுத்த அவர் சுவற்றின் வழியாக உள்ளே நுழைந்த பின்னர் தனக்குப் பின்னால் இருந்த துணியை மறுபடியும் மூடினார்.

அந்த மாயக்காட்சி மாயமானது.

எவிலா அதன்பிறகு புல்தரையில் நின்றிருக்கவில்லை.

அவர் ஒரு நீண்டுவிரிந்த முட்டைவடிவ நீர்க்குமிழால் ஆக்கிரமிக்கப்பட்ட ஒரு பிரமாண்ட செவ்வக வெளியில் இருந்தார். *அறைக்குள் கட்டப்பட்ட அறை.* அவருக்கு முன்பிருந்த கட்டுமானம் - ஒருவகையான குவிமாட அரங்கு - கேபிள்கள், விளக்குகள் மற்றும் ஒலிப்பெருக்கிகளை தாங்கியிருக்கும் உயரமான எலும்புக்கூடு சாரத்தால் சூழப்பட்டிருந்தது. உள்நோக்கி செல்கின்ற வீடியோ புரஜக்டர்களின் பளபளக்கும் வரிசையானது ஒரேவிதமாக மினுங்கி, அந்த குவிமாடத்தின் ஒளி ஊடுருவும் மேற்பரப்பிற்குள்ளாக பரந்தகன்ற ஒளிவிட்டங்களை கீழ்நோக்கி செலுத்திக் கொண்டிருந்தன, அவை நட்சத்திரங்கள் ஒளிரும் வானத்தையும், உருளும் மலைத்தொடர்களையும் கொண்ட மாயக்காட்சியை உருவாக்கின.

கிர்ஷின் திறமையை எவிலா பாராட்டவே செய்தார், இருந்தாலும் அந்த எதிர்காலவியலாளரால் தன்னுடைய இந்த இரவு எவ்வளவு விரைவாக ஒரு திடீர் திருப்பத்தை அடையப்போகிறது என்பதை கற்பனைகூட செய்திருக்க முடியாது.

ஆபத்தில் இருப்பது எதுவென்பதை நினைவில் வைத்துக்கொள். நீ ஒரு மேன்மை வாய்ந்த போரில் ஈடுபட்டிருக்கும் வீரன். மகத்தான ஒன்றினுடைய பாகம்.

எவிலா இந்த செயல்திட்டத்தை தன்னுடைய மனதில் பல்வேறு முறைகளுக்கு ஒத்திகை பார்த்திருக்கிறார். தன்னுடைய பைக்குள் கைவிட்ட அவர் அளவில் பெரிதாக இருந்த ஜெபமாலையை வெளியே எடுத்தார். அத்தருணத்தில், அந்த குவிமாடத்திற்கு உள்ளே மேற்புறத்தில் இருந்த ஒலிபெருக்கிகளின் தொகுப்பில் இருந்து ஒரு மனிதனின் குரல் கடவுளின் குரலைப் போல் கர்ஜித்தது.

“மாலை வணக்கம் நண்பர்களே. நான்தான் எட்மண்ட் கிர்ஷ்.”

16

புடாபெஸ்டில், ரபை கோவ்ஸ் தன்னுடைய ஹஸிகோ சிறுகுடிலின் மங்கிய ஒளியில் படபடப்புடன் முன்னும் பின்னுமாக நடந்துகொண்டிருந்தார். பிஷப் வால்டஸ்பினோவிடம் இருந்து மேற்கொண்டு செய்திகள் வருவதற்காக காத்திருந்த அதேநேரத்தில் தன்னுடைய டிவி ரிமோட்டை எடுத்த அவர் கவலையுடன் சேனல்களை மாற்றிக் கொண்டிருந்தார்.

தொலைக்காட்சியில், சில தொலைக்காட்சி செய்தி ஊடகங்கள் கூகன்ஹைமில் இருந்து வந்துகொண்டிருக்கும் நேரலையை ஒளிபரப்புவதற்காக தங்களுடைய வழக்கமான நிகழ்ச்சிநிரலை கடந்த பத்து நிமிடங்களாக மாற்றியமைத்துக் கொண்டிருந்தன. கிர்ஷின் சாதனைகளை விவாதித்துக்கொண்டிருந்த வர்ணனையாளர்கள் அவருடைய வரவிருக்கும் புதிரார்ந்த அறிவிப்பைப் பற்றி யூகித்துக் கொண்டிருந்தனர். ஆர்வ மிகுதியில் கோவ்ஸ் மிகவும் நடுங்கிப் போயிருந்தார்.

நான் இந்த அறிவிப்பை முன்னமே பார்த்துவிட்டேன்.

மூன்று நாட்களுக்கு முன்னர், மான்ட்ஸெராட் மலைத்தொடரில் கோவ்ஸ், அல்-ஃபதில் மற்றும் வால்டஸ்பினோவுக்காக மேற்குறிப்பிட்ட “ஒழுங்கமைப்படாத” பதிப்பை எட்மண்ட் கிர்ஷ் திரையிட்டு காட்டியிருக்கிறான். இப்போது, அதே

நிழ்ச்சியைத்தானா இந்த உலகம் பார்க்கப்போகிறது என்று கோவ்ஸ் சந்தேகப்பட்டார்.

இன்றிரவு எல்லாம் மாறப்போகிறது என்று அவர் சோகத்துடனே நினைத்துக் கொண்டார்.

அப்போது ஒலித்த தொலைபேசி கோவ்ஸின் சிந்தனைகளை கலைத்துப் போட்டது. அவர் போனை எடுத்தார்.

எந்தவித அறிமுகமும் இல்லாமல் பேசினார் வால்டஸ்பினோ. "யஹூதா, இன்னும் அதிகமான கெட்ட செய்தி வந்திருக்கிறது." அவர் ஒரு துயரார்ந்த குரலில், ஐக்கிய அரபு அமீரகத்திலிருந்து அப்போதுதான் வந்துசேர்ந்த ஒரு அசாதாரணமான செய்தியை அவருக்குத் தெரியப்படுத்தினார்.

அச்சத்தில் கோவ்ஸ் தன்னுடைய வாயைப் பொத்திக்கொண்டார். "அல்லாமா அல்-ஃபதில் . . . தற்கொலை செய்துகொண்டாரா?"

"அதிகாரிகள் அப்படித்தான் சந்தேகப்படுகின்றனர். அவர் சற்று முன்னர்தான் பாலைவனத்திற்குள் வெகுதொலைவில் கண்டுபிடிக்கப்பட்டார் ... அதைப் பார்த்தால் அவர் சாவதற்காகவே நடந்து சென்றுவிட்டதைப் போல் இருக்கிறது." என்று வால்டஸ்பினோ சற்று இடைவெளி விட்டார். "கடந்த சில நாட்களின் மன அழுத்தம் அவரால் தாங்கிக்கொள்ள முடியாததாக இருந்திருக்கென்றே நினைக்கிறேன்."

கோவ்ஸ் அதற்குண்டான சாத்தியத்தை பரிசீலித்துப்பார்த்து, மனமுடைதலின் அதிர்ச்சியலையையும் குழப்பத்தையும் உணர்ந்தார். அவரும்கூட கிர்ஷின் கண்டுபிடிப்பினுடைய தாக்கங்களோடு போராடிக்கொண்டுதான் இருந்தார், ஆனால் அவநம்பிக்கையினால் அல்-ஃபதில் தற்கொலை செய்துகொண்டிருக்கலாம் என்ற கருத்தாக்கம் முற்றிலும் சாத்தியமில்லாத ஒன்றாகவே இருந்தது.

"இங்கு ஏதோ ஒன்று சரியில்லை" என்று திட்டவட்டமாக கூறினார் கோவ்ஸ். "அப்படிப்பட்ட ஒரு காரியத்தை அவர் செய்திருப்பார் என்பதை என்னால் நம்பவே முடியவில்லை."

வால்டஸ்பினோ நீண்டநேரம் அமைதியாக இருந்தார். “நீங்களே சொல்லிவிட்டதில் மகிழ்ச்சி” என்று அவர் இறுதியாக உடன்பட்டார். “நானும் ஒப்புக்கொள்கிறேன், இது ஒரு தற்கொலைதான் என்று ஏற்றுக்கொள்வது எனக்கும்கூட முற்றிலும் கடினமாகத்தான் இருக்கிறது.”

“அப்படியென்றால் . . . யார்தான் பொறுப்பு?”

எட்மண்டின் கண்டுபிடிப்பு ஒரு ரகசியமாகவே இருந்துவிட வேண்டும் என நினைக்கின்ற யாராக வேண்டுமானாலும் இருக்கலாம்,” என அந்த பிஷப் உடனடியாக பதிலளித்தார். “நம்மைப் போலவே, அவருடைய அறிவிப்புக்கு இன்னமும் இன்னும் சில வாரங்கள் இருக்கின்றன என்று நம்பியவராக இருக்கலாம்.”

“ஆனால், இந்தக் கண்டுபிடிப்பைப் பற்றி யாருக்கும் எதுவும் தெரியாது என்றுதானே கிர்ஷ் சொன்னார்!” என்று வாதிட்டார் கோவ்ஸ். “நீங்கள், அல்லாமா அல்-ஃபதில் மற்றும் எனக்கு மட்டும்தானே தெரியும்.”

“கிர்ஷ் இதுபற்றியும்கூட பொய் சொல்லியிருக்கலாம். ஆனால், நம் மூவரிடம் மட்டும்தான் அவர் இதுபற்றி சொல்லியிருக்கிறார் என்றாலும்கூட, நம்முடைய நண்பர் சயீத் அல்-ஃபதில் இதை பொதுமக்களிடம் கொண்டுசெல்வதில் எந்தளவுக்கு அவசரத்துடன் இருந்தார் என்பதை மறந்துவிடாதீர்கள். அல்லாமா, கிர்ஷின் கண்டுபிடிப்பைப் பற்றி அமீரகத்தில் உள்ள தன்னுடைய சகாக்கள் யாருடனாவது இதை பகிர்ந்திருக்க வாய்ப்பிருக்கிறது. அத்துடன், அந்த சக பணியாளரும், என்னைப் போலவே, கிர்ஷின் கண்டுபிடிப்பு அபாயகரமான பின்விளைவுகளை ஏற்படுத்தக்கூடும் என நம்பியிருக்கலாம்.”

“எதைக் குறித்து?” என்று கோபத்துடன் வலியுறுத்தினார் ரபை. “அல்-ஃபதிலின் கூட்டாளியே இதை மௌனிக்கச்செய்ய அவரை கொன்றிருப்பாரா? இதை நம்பமுடியவில்லையே!”

“ரபை” என்று அமைதியாக பதிலளித்தார் பிஷப். “என்னதான் நடந்ததென்று எனக்கும் நிச்சயமாக தெரியாது. உங்களைப் போலவே நானும் பதில்களை கற்பனை செய்ய முயற்சிக்கிறேன், அவ்வளவுதான்.”

கோவ்ஸ் பெருமூச்சுவிட்டார். "மன்னித்துக்கொள்ளுங்கள். நான் இன்னமும் சயீதின் மரணச் செய்தியை கிரகித்துக்கொள்ள முயற்சித்துக் கொண்டுதான் இருக்கிறேன்."

"நானும்தான். சயீத் தனக்குத் தெரிந்த விஷயத்திற்காக கொல்லப்பட்டிருக்கிறார் என்றால் நாமும் ஜாக்கிரதையாகத்தான் இருக்க வேண்டும். நீங்களும் நானும்கூட குறிவைக்கப்பட்டிருக்க வாய்ப்பிருக்கிறது."

கோவ்ஸ் இதை கவனத்தில் எடுத்துக் கொண்டார். "இந்தச் செய்தி பொதுமக்களிடம் சென்றுவிட்டால் நாம் ஒருவருக்கொருவர் சம்பந்தப்படாதவர்கள்."

"உண்மைதான், ஆனால் இன்னும் பொதுமக்களிடம் செல்லவில்லையே."

"மதிப்பிற்குரியவரே, இந்த அறிவிப்புக்கு இன்னமும் சில நிமிடங்களே இருக்கின்றன. எல்லா ஊடகங்களும் இதை சுமந்துவரப் போகின்றன."

"ஆமாம் . . ." வால்டஸ்பினோ ஒரு சோர்வுற்ற மூச்சை வெளியிட்டார். "என்னுடைய பிரார்த்தனைகளுக்கு செவிசாய்க்கப்படவில்லை என்பதை நான்தான் ஒப்புக்கொள்ள வேண்டுமாய் தெரிகிறது."

இந்த பிஷப் உண்மையிலேயே கிர்ஷின் மனதில் குறுக்கிட்டு அவரை மாற்றச்செய்ய இறைவனை பிரார்த்தித்திருப்பாரா என்று கோவ்ஸ் வியந்தார்.

"இது பொதுமக்களிடம் அறிவிக்கப்பட்டாலும்கூட" என்றார் வால்டஸ்பினோ, "நமக்கு பாதுகாப்பில்லை. மூன்று நாட்களுக்கு முன்னர் மதத் தலைவர்களுடன் இதைப்பற்றி தான் ஆலோசித்துள்ளதாக இந்த உலகத்திற்கு சொல்வதிலும்கூட கிர்ஷ் பெருமகிழ்ச்சியடைவாரோ என்றும் நான் சந்தேகப்படுகிறேன். இந்த கூட்டத்திற்கு அழைப்பு விடுத்தது ஒரு அறம்சார் வெளிப்படைத்தன்மையாக தோன்றியிருக்குமா என்றும் இப்போது எனக்குத் தெரியவில்லை. அவர் நம்மை பெயர் குறிப்பிட்டு கூறினாலும், நீங்களும் நானும் கடுமையான விசாரணைக்கு ஆளோவோம் என்பதுடன் நாம் நடவடிக்கை

எடுத்திருக்க வேண்டும் என்று நம்பக்கூடிய நம்முடைய சொந்தக் கூட்டத்தினராலேயே விமர்சனத்திற்கும் ஆளாகலாம். மன்னியுங்கள், நான் வந்து . . .” அந்த பிஷப் தான் ஏதோ இன்னும் கொஞ்சம் மேற்கொண்டு சொல்ல வருவதைப்போல் தயங்கினார்.

“என்ன சொல்லுங்களேன்?” கோவ்ஸ் வற்புறுத்தினார்.

“நாம் இதைப்பற்றி பின்னர் விவாதிக்கலாம். தன்னுடைய அறிவிப்பை கிர்ஷ் எப்படி கையாண்டிருக்கிறார் என்பதைப் பார்த்தபிறகு நான் உங்களை அழைக்கிறேன். அதுவரை, உள்ளேயே இருங்கள். உங்கள் வாயில்களை பாதுகாத்துக் கொள்ளுங்கள். யாருடனும் பேச வேண்டாம். பாதுகாப்பாக இருங்கள்.”

“நீங்களே பயமுறுத்துகிறீர்களே, அண்டோனியோ.”

“அப்படிச் சொல்லவில்லை” என்றார் வால்டஸ்பினோ. “இந்த உலகம் எப்படி எதிர்வினையாற்றும் என்று நாம் பொறுத்திருந்துதான் பார்க்க வேண்டும். அது இப்போது இறைவனின் கைகளில்தான் இருக்கிறது.”

17

கூகன்ஹைம் மியூஸியத்திற்கு உள்ளே இருக்கும் இனிமையான புல்தரையானது வானத்தில் இருந்து எட்மண்ட் கிர்ஷின் குரல் உறுமியபோது முழு அமைதியானது. நூற்றுக்கணக்கன விருந்தினர்கள் போர்வைகளில் படுத்தபடியே அற்புதமான நட்சத்திர வானத்தை வியந்து பார்த்துக் கொண்டிருந்தனர். அந்த திடலின் மையத்திற்கு அருகாமையில் கிடந்த ராபர்ட் லேங்டன் அந்த அதிகரித்துவரும் எதிர்பார்ப்பினால் கவரப்பட்டார்.

“இன்றிரவு, நாம் மறுபடியும் குழந்தைகள் ஆவோம்” என்று கிர்ஷின் குரல் தொடர்ந்தது. “நம்முடைய மனதை எல்லாவித

சாத்தியப்பாடுகளுக்கும் அகலத் திறந்து வைத்துக்கொண்டு நட்சத்திரங்களுக்கு கீழே படுத்திருப்போம்."

கூட்டத்தினூடாக பரவிய பரவசத்தை லேங்டனால் உணர முடிந்தது.

"இன்றிரவு, நாம் ஆரம்பகால கண்டுபிடிப்பாளர்களைப் போல் ஆவோம்" என்று அறிவித்தான் கிர்ஷ், "எல்லாவற்றையும் விட்டுவிட்டு பரந்த கடல்களை கடக்க முனைந்தவர்களாக ... முன்னர் பார்த்தேயிராத நிலத்தை முதல்முறையாக பார்த்தவர்களாக ... தங்களுடைய தத்துவங்கள் கற்பனை செய்யத் துணிந்ததைக் காட்டிலும் மிகப்பெரியது என்பதை உணர்ந்து, அதற்கு முன்பாக மண்டியிட்டவர்களாக நாம் ஆவோம். புதிய கண்டுபிடிப்பிற்கு முன்பாக தங்களுடைய உலகத்தைப் பற்றிய அவர்களுடைய நீண்டகால நம்பிக்கைகள் சிதறிப்போயின. இன்றிரவு, இதுதான் நம்முடைய மனநிலையாக இருக்கப் போகிறது."

பிரமாதம், என்று வியந்துகொண்ட லேங்டன், எட்மண்டின் விவரனை முன்னமே பதிவுசெய்யப்பட்டதா அல்லது கிர்ஷே மேடைக்குப் பின்னால் எங்காவது நின்றுகொண்டு எழுதி வைத்ததை படித்துக்கொண்டிருக்கிறானா என்று தெரிந்துகொள்ள ஆர்வம் கொண்டார்.

"நண்பர்களே" - எட்மண்டின் குரல் அவர்களுக்கு மேலிருந்து எதிரொலித்தது - "ஒரு புதிய கண்டுபிடிப்பின் முக்கியத்துவம் வாய்ந்த செய்தியைக் கேட்பதற்காகத்தான் நாம் அனைவரும் இங்கே கூடியிருக்கிறோம். என்னை மேடைக்கு வர அனுமதித்து உங்களுடைய சம்மதத்தை அளிக்குமாறு உங்களிடம் கேட்டுக்கொள்கிறேன். இன்றிரவு, மனித தத்துவத்தில் ஏற்பட்டுள்ள எல்லாவித நிலைமாற்றங்களுடனும் இதுபோன்ற ஒரு தருணம் பிறக்கின்ற வரலாற்றுப் பின்னணியை நாம் புரிந்துகொள்ள வேண்டியது மிகவும் முக்கியம்."

சரியான நேரத்தில், ஒரு இடியோசை தொலைதூரத்தில் உருண்டது. ஒலிபெருக்கிகளில் இருந்து வந்த ஆழமான அடிக்கட்டை ஓசை தன்னுடைய வயிற்றில் உருள்வதை லேங்டனால் உணர முடிந்தது.

"இன்றிரவை நாம் சுலபமாகிக்கொள்ள உதவும் வகையில்" என எட்மண்ட் தொடர்ந்தான், "ஒரு பிரபலமான அறிஞர் நம்மிடையே இருப்பதற்காக நாம் மிகுந்த அதிர்ஷ்டம் செய்திருக்க வேண்டும் - சின்னங்கள், மறைகுறியீடுகள், வரலாறு, மதம் மற்றும் கலை உலகில் முன்னோடியாகத் திகழ்கின்ற ஒருவர். அவர் என்னுடைய நண்பரும்கூட. லேடிஸ் அண்ட் ஜென்டில்மென், ஹார்வார்ட் யுனிவர்சிட்டி புரபஸர் ராபர்ட் லேங்டனை வரவேற்றிடுங்கள்." கூட்டத்தினர் உற்சாகத்துடன் கைதட்டிக் கொண்டிருக்கையில் லேங்டன் தன்னுடைய முழங்கைகளுக்குள் புதைந்துகொண்டார், மேலேயிருந்த நட்சத்திரங்கள் மக்களால் நிரம்பியிருந்த ஒரு பெரிய அரங்கின் பரந்தகன்ற கோணத்தில் மறைந்துபோயின. மேடையில், ஒரு மெய்மறந்த பார்வையாளர் கூட்டத்திற்கு முன்பாக லேங்டன் முன்னும் பின்னுமாக நடந்துகொண்டிருந்தார்.

ஆக, இதுதான் எட்மண்ட குறிப்பிட்ட கதாபாத்திரமா, என்று நினைத்துக்கொண்ட லேங்டன் புற்களுக்குள் அசௌகரியமாக பின்னோக்கி நகர்ந்தார்.

"ஆரம்பகால மனிதர்கள்" என திரையில் லேங்டன் விரிவுரையாற்றினார், "தங்களுடைய, குறிப்பாக தங்களால் பகுத்தறிந்து புரிந்துகொள்ள முடியாத நிகழ்வுகளால் பிரபஞ் சத்துடன் அதிசயிக்கத்தக்க வகையில் உறவு கொண்டிருந்தனர். இந்தப் புதிர்களைத் தீர்ப்பதற்காக தங்களுடைய புரிதலுக்கு அப்பாற்பட்டிருக்கும் - இடி, பேரலைகள், பூகம்பங்கள், எரிமலைகள், மலட்டுத்தன்மை, கொள்ளை நோய்கள், காதலைப் பற்றியும்கூட என - எதையும் விளக்குவதற்காக இறைவன்களையும் இறைவிகளையும் கொண்ட ஒரு விசாலமான ஆலயத்தை உருவாக்கினார்கள்."

இரு சர்ரியல் என்று நினைத்துக்கொண்ட லேங்டன் மல்லார்ந்து படுத்துக்கொண்டு மேலேயே பார்த்துக் கொண்டிருந்தார்.

"ஆரம்பகால கிரேக்கர்களுக்கு, கடல் அலைகள் வந்துபோவது கடல் கடவுளான பொஸைடனின் மனநிலை மாற்றத்தை குறிப்பதாக கருதப்பட்டது." கூரையில், லேங்டனின் பிம்பம் கலைந்தது, ஆனால் அவருடைய குரல் தொடர்ந்தது.

குதித்தோடிவரும் கடல் அலைகளின் பிம்பங்கள் தோன்றி அந்த அறை முழுவதையும் உலுக்கின. காற்றுவீசும் வெறிச்சோடிப்போன

பனிக்குவியல்களின் வெற்றுவெளிகளுக்குள்ளாக அந்தக் கடல் அலைகள் மோதிச்சிதறி அதன் வடிவங்களை மாற்றுவதை வியந்து பார்த்துக்கொண்டிருந்தார் லேங்டன். எங்கிருந்தோ, அந்த மலைமுகட்டை ஒரு பனிக்காற்று கடந்துசென்றது.

"குளிர்காலத்திற்கான பருவநிலை மாற்றம்" என்று லேங்டனின் குரல் தொடர்ந்தது, "பெர்ஸிபோன், வருடத்திற்கு ஒருமுறை பாதாள உலகத்திற்கு கடத்தப்படுவதால் இந்த கிரகத்தில் உருவான சோகத்தினால் ஏற்பட்டது."

இப்போது காற்று மீண்டும் கதகதப்பானது, உறைந்த நிலவமைப்புகளில் இருந்து ஒரு மலை உயர்ந்து, மேலே மேலே உயர்ந்து சென்றது, அதன் உச்சி தீப்பொறிகளையும், புகையையும், லாவா குழம்பையும் உமிழ்ந்தன.

"ரோமானியர்கள்" என்று விவரித்தார் லேங்டன், "எரிமலைகள் என்பவை வல்கனின் -கடவுள்களுக்கான கொல்லன்- வசிப்பிடம் என்றும், மலைக்கு கீழேயிருக்கும் பிரமாண்டமான உலைக்களத்தில் வேலை செய்யும் அவனுடைய புகைபோக்கிகளில் இருந்துதான் தீச்சுடர்கள் உமிழப்படுகின்றன என்றும் நம்பினர்."

கடந்து செல்லும் சல்ஃபர் வாசனையை முகர்ந்த லேங்டன், தன்னுடைய விரிவுரையை ஒரு பலதரப்பட்ட புலனுணர் அனுபவமாக மாற்றியிருக்கும் எட்மண்டின் அறிவுத்திறனைக் கண்டு வியந்தார்.

எரிமலைக் குமுறல் சட்டென நின்றது. அந்த அமைதியில், வெட்டுக்கிளிகள் மறுபடியும் கிறீச்சிட, மலைமுகட்டை ஒரு வெம்மையான புல்வெளித் தென்றல் தழுவிச் சென்றது.

"பழங்காலத்தவர்கள் எண்ணிறைந்த கடவுளர்களை படைத்திருக்கிறார்கள்" என்று லேங்டன் குரல் விளக்கியது, "அவை இந்த கிரகத்தின் புதிர்களை விளக்குவதற்காக மட்டுமல்லாது, தங்களுடைய உடல்களின் புதிர்களை விளக்குவதற்காகவும்தான்."

தலைக்கு மேலே, மினுங்கும் நட்சத்திர மண்டலங்கள் மறுபடியும் தோன்றின, இப்போது அவை குறிக்கும்

பல்வேறு கடவுளர்களின் கோட்டோவியங்கள் அவற்றின் மீது பதிக்கப்பட்டன.

“ஜூனோ தேவதையின் நம்பிக்கையை இழந்தமையால் மலட்டுத்தன்மை உருவானது. காதல் என்பது ஈரோஸ் தேவதையால் குறிவைக்கப்பட்டதன் விளைவால் உருவானது. கொள்ளை நோய்கள் அப்பல்லோவால் தரப்பட்ட தண்டனை என்று விளக்கமளிக்கப்பட்டது.”

இப்போது புதிய கடவுளர்களின் படங்களுடன் புதிய நட்சத்திர மண்டலங்கள் தோன்றின.

“நீங்கள் என்னுடைய புத்தகங்களைப் படித்திருந்தால்” என்று லேங்டனின் குரல் தொடர்ந்தது, “நான் ‘இடைவெளிகளின் கடவுள்’ என்ற சொற்பதத்தைப் பயன்படுத்துவதை பார்த்திருப்பீர்கள். அதாவது, பழங்காலத்தவர்கள் தங்களுடைய சுற்றியுள்ள உலகத்தைப் புரிந்துகொள்வதில் எங்கெல்லாம் இடைவெளிகளை எதிர்கொண்டார்களோ அந்த இடைவெளிகளை எல்லாம் கடவுளை வைத்து நிரப்பினார்கள்.”

இப்போது வானமானது டசன்கணக்கான பழங்கால தெய்வங்களை சித்தரிக்கும் ஓவியங்கள் மற்றும் சிற்பங்களின் பிரமாண்ட கலைப்போவியங்களால் நிரம்பியிருந்தது.

“எண்ணிறைந்த கடவுளர்கள் எண்ணிறைந்த இடைவெளிகளை நிரப்பினர்,” என்றார் லேங்டன்: “ஆனாலும், கடந்த பல நூற்றாண்டுகளில் அறிவியல்பூர்வ அறிவும் அதிகரித்தது.” தலைக்கு மேலிருந்த வானம் கணித மற்றும் தொழில்நுட்பக் குறியீடுகளின் கலவையால் பெருக்கெடுத்தது. “இயற்கை உலகை நாம் புரிந்துகொள்வதில் உள்ள இடைவெளிகள் படிப்படியாக மறைந்தபோது நம்முடைய பலதரப்பட்ட கடவுளர்களும் சுருங்கிப்போயினர். ”

கூரையில், பொஸைடனின் படம் முன்னுக்கு வந்தது.

“உதாரணத்திற்கு, அலைகள் எல்லாம் சந்திர சுழற்சியால் உருவாகின்றன என்பதை நாம் தெரிந்துகொண்டபோது பொஸைடன் நமக்குத் தேவைப்படவில்லை, அறிவு விளக்கமற்ற

காலகட்டத்தின் முட்டாள்தனமான புராணீகம் என்று நாம் அவனை ரத்து செய்துவிட்டோம்."

பொஸைடனின் படம் ஒரு புகைச்சுருளில் ஆவியானது.

"உங்களுக்கே தெரிந்திருக்கும், இதே நிலைதான் எல்லா கடவுளர்களுக்கும் ஏற்பட்டன - ஒன்றன்பின் ஒன்றாக அவை மாண்டுபோயின, நம்முடைய பரிணமித்த அறிவாற்றலுக்கு ஏற்ப அவை நம் வாழ்வில் இருந்து நீங்கிவிட்டன."

மேலேயிருந்த, கடவுளர்களின் படங்கள் - இடி, பூகம்பம், கொள்ளை நோய்கள் மற்றும் பலபலப்பல கடவுளர்கள் - ஒன்றன்பின் ஒன்றாக மின்னி மறைந்தன.

படங்களின் எண்ணிக்கை குறைந்துகொண்டே சென்றபோது, லேங்டன் மேற்கொண்டு விவரிக்கத் தொடங்கினார், "ஆனால் இந்த விஷயத்தில் தவறு செய்துவிடக் கூடாது. இந்தக் கடவுளர்கள் அப்படியே 'இரவு வணக்கம் சொல்லிவிட்டு போய்விடவில்லை'; தன்னுடைய கடவுளர்களை கைவிடுதல் என்பது ஒரு கலாச்சாரத்திற்கு குளறுபடியான நிகழ்முறையாகும். நாம் மிகவும் நேசிக்கின்ற மற்றும் நம்புகின்றவர்களால் -நம்முடைய பெற்றோர், ஆசிரியர்கள் மற்றும் மதத் தலைவர்களால்- நம்முடைய இளம் வயதிலேயே நமது ஆழ் மனங்களில் ஆன்மீக நம்பிக்கைகள் செதுக்கப்பட்டுவிடுகின்றன. அதனால், எத்தகைய மதம்சார் மாற்றங்களும் நிகழ்வதற்கு பல தலைமுறைகள் ஆகும், அதுவும்கூட பெரும் கவலையும், ரத்தக்களறியும் இல்லாமல் நடக்காது."

வாட்கள் மோதிக்கொள்கின்ற ஒலியும் கூச்சல்களும் கடவுளர்கள் படிப்படியாக மறைந்து போகும்போது கூடவே தோன்றின, அவற்றின் படங்கள் ஒன்றன்பின் ஒன்றாக மின்னி மறைந்தன. இறுதியில், ஒரே ஒரு கடவுளின் படம் மட்டும் மிச்சமிருந்தது - நீண்ட தாடியுடன் ஒரு குறிப்பிடும்படியான சுருங்கிய முகம்.

"சூஸ்..." என்ற லேங்டனின் குரல் வலுப்பெற்றிருந்தது. "கடவுளர்களுக்கெல்லாம் கடவுள். பேகன் கடவுளர்களிலேயே மிகவும் அச்சம்தரத்தக்க போற்றுதலுக்குரிய கடவுள். மற்ற எந்தக் கடவுளரைக் காட்டிலும் தன்னுடைய அழிவை எதிர்த்த சூஸ்,

முன்னதாக அவர் பதிலீடு செய்த கடவுளர்களைப் போன்றே அணைந்து கொண்டிருக்கும் தன்னுடைய ஒளியை மலையில் ஏற்றி வைத்துக்கொண்டார்."

சுமேரிய எழுத்து வடிவங்களைக் கொண்ட ஸ்டோன்ஹென்ஞ் கள் மற்றும் எகிப்தின் மகா பிரமிடுகளுடைய படங்கள் கூரையில் தோன்றின. பின்னர் சூஸின் படம் திரும்பி வந்தது.

"சூஸின் தொண்டர்கள் தங்களுடைய கடவுளை விட்டுத்தராமல் பெரும் எதிர்ப்பு தெரிவித்தபடியால் வெற்றிபெற்று வந்த கிறிஸ்துவ இறைநம்பிக்கைக்கு தங்களுடைய புதிய கடவுளின் முகமாக சூஸின் முகத்தை பொருத்திக்கொள்வதை தவிர வேறு வழி இருக்கவில்லை."

கூரையில் காணப்பட்ட தாடிவைத்த சூஸின் முகம் அதேபோன்று தாடிவைத்த ஒரு முகத்தின் கூரை ஓவியத்தில் மென்மையாக கரைந்துபோனது - அது சிஸ்டைன் தேவாலயத்தின் கூரையில் ஆதாமின் உருவாக்கம் என்ற பெயரில் மைக்கேலாஞ்சலோ சித்தரித்த கிறிஸ்துவ கடவுளின் உருவம்.

"இன்று, சூஸ் -ஒரு ஆட்டினால் வளர்க்கப்பட்டு சைக்ளோப்ஸ் என்ற ஒற்றைக்கண் ஜந்துக்களால் சக்தி பெற்றவர்-போன்றோரைப் பற்றிய கதைகளை நாம் நம்புவதில்லை. நமக்கு, நவீன சிந்தனையின் பலனினால் இந்தக் கதைகள் எல்லாமே புராணீகம் என்று வகைப்படுத்தப்பட்டிருக்கின்றன - நம்முடைய மூடநம்பிக்கை நிரம்பிய கடந்தகாலத்திற்குள்ளாக ஒரு வேடிக்கை விசித்திரத்தை நமக்கு வழங்கும் விநோதக் கதைகள்தான் அவை."

அந்தக் கூரை இப்போது ஒரு தூசுபடிந்த நூலக அலமாரியைக் காட்டியது, அங்கே இயற்கை வழிபாடு, பேல், இனானா, ஓஸிரிஸ் மற்றும் எண்ணிறைந்த ஆரம்பகால இறைநம்பிக்கை குறித்த புத்தகங்களுக்கு பக்கத்தில் இருந்த இருளில் புராதான புராணீகங்கள் குறித்த தோல் உறையிட்ட பிரமாண்ட புத்தகங்கள் இருளில் கிடந்தன.

"இப்போது விஷயங்களே வேறு!" என்று ஆழ்ந்த குரலில் அறிவித்தார் லேங்டன். "நாம் நவீனமாகிவிட்டோம்."

வானத்தில், ஒரு புதிய படம் தோன்றியது - விண்வெளி ஆராய்ச்சி . . . கம்ப்யூட்டர் சிப்புகள் . . . மருத்துவ ஆய்வகம் . . . ஒரு துகள் துரிதமாக்கி . . . மிக உயரத்தில் பறக்கும் ஜெட் விமானங்கள் ஆகியவற்றின் தெளிவான மினுங்கும் புகைப்படங்கள்.

"நாம் அறிவுரீதியில் பரிணமித்த தொழில்நுட்பரீதியில் திறமை பெற்றவர்கள். எரிமலைகளுக்கு கீழே வேலை செய்யும் அசுரத்தனமான கொல்லர்களையோ அல்லது பேரலைகள் அல்லது பருவகாலங்களை கட்டுப்படுத்துகின்ற கடவுளர்களையோ நம்புவதில்லை. நாம் நம்முடைய புராதான முன்னோர்களைப் போன்றவர்கள் அல்ல."

அல்லது நாம் அப்படித்தான் இருக்கிறோமா? என்று உள்ளார்ந்து கிசுகிசுத்த லேங்டனின் குரல் மறுபடியும் ஒலித்தது.

"அல்லது நாம் அப்படித்தான் இருக்கிறோமா?" லேங்டன் குரல் தலைக்கு மேல் கேட்டது. "நாம் நம்மை நவீன பகுத்தறிவாளர்களாக கருதிக்கொள்கிறோம் என்றாலும் நம்முடைய உயிரினங்களின் மிகப் பரவலான மதத்தில் எல்லாவிதமான மாயாஜாலக் கூற்றுக்களும் அடங்கியிருக்கின்றன - விளங்கமுடியாத வகையில் சாவிலிருந்து உயிர்பெற்ற மனிதர்கள், அதிசயிக்கத்தக்க கன்னிப்பெண் பிரசவங்கள், கொள்ளை நோய்களையும் வெள்ளப்பெருக்கையும் ஏற்படுத்தும் பழிவாங்கும் கடவுள்கள், மேகக் கூட்டமுள்ள வானுலகங்கள் அல்லது பயமுறுத்தும் நரகங்களிலான மரணத்திற்குப் பிந்தைய வாழ்வு குறித்த புதிர் நிறைந்த வாக்குறுதிகள்."

லேங்டன் பேசிக்கொண்டிருக்கும்போதே, அந்தக் கூரையில் புத்துயிர்ப்பு, கன்னி மேரி, நோவா கப்பல், செங்கடல் பிளவுபட்டது, சொர்க்கம் மற்றும் நரகம் ஆகியவற்றின் பிரபலமான கிறிஸ்துவ படங்கள் பளிச்சிட்டன.

"அதனால் சற்று நேரத்திற்கு" என்றார் லேங்டன், "மனிதகுலத்தின் எதிர்கால வரலாற்றாசிரியர்கள் மற்றும் மானுடவியலாளர்களின் எதிர்வினையை நாம் கற்பனை செய்து பார்ப்போம். தொலைநோக்கின் பலனை வைத்துப் பார்த்தால், அவர்கள் நம்முடைய மதநம்பிக்கைகளை திரும்பிப் பார்த்து, அவற்றை அறிவு விளக்கம் பெறாத காலகட்டத்தைச் சேர்ந்த

புராணீகங்கள் என்று அவர்கள் வகைப்படுத்திவிடுவார்களா? நாம் சூஸைப் பார்த்ததைப் போலவேத்தான் நம்முடைய கடவுளர்களையும் அவர்கள் பார்ப்பார்களா? நம்முடைய புனிதப் புத்தகங்களை சேகரித்து அவற்றை தூசுபடிந்த வரலாற்று அலமாரிகளில் ஒதுக்கி வைத்துவிடுவார்களா?"

அந்தக் கேள்வி அந்த இருளில் நீண்டநேரத்திற்கு நிலைத்திருந்தது.

பின்னர், சட்டென்று எட்மண்ட் கிர்ஷின் குரல் அந்த அமைதியை குலைத்தது.

"ஆமாம், புரபஸர்" அந்த எதிர்காலவியலாளர் மேலிருந்து தோன்றினான். "அவை எல்லாமே நடக்கும் என்றுதான் நான் நம்புகிறேன். தொழில்நுட்பரீதியில் முன்னேறியுள்ள நம்முடையதைப் போன்ற உயிரினங்கள் நம்முடைய நவீன மதங்கள் நமக்குக் கற்றுத் கொடுத்திருப்பவற்றின் பெரும்பாலானவற்றை நம்ப முடிந்திருக்கிறது என்று எதிர்கால தலைமுறையினர் தம்மைத்தாமே கேள்வி கேட்டுக்கொள்வார்கள் என்றுதான் நினைக்கிறேன்."

கூரை நெடுகிலும் புதிய தொடர்ச்சியான படங்கள் பளிச்சிட்டபோது எட்மண்டின் குரல் வலுவடைந்துகொண்டே சென்றது - ஆதாமும் ஏவாளும், பர்காவில் இருக்கும் ஒரு பெண், ஹிந்துக்களின் தீமிதி.

"நம்முடைய தற்போதுள்ள பாரம்பரியங்களைப் பார்த்து எதிர்காலத் தலைமுறையினர்" என்றான் கிர்ஷ், "நாம் அறிவு விளக்கமற்ற காலகட்டத்தில் வாழ்ந்திருக்கிறோம் என்ற முடிவுக்குத்தான் வருவார்கள். அதற்கு ஆதாரமாக, நாம் ஒரு மாயாஜால தோட்டத்தில் தெய்வீகத்துடன் படைக்கப்பட்டோம் என்பதையோ, அல்லது நம்முடைய எங்கும் நிறைந்துள்ள படைத்தவன் நம்முடைய பெண்கள் தங்கள் தலைகளை மூடிவைத்திருக்க வேண்டும் என்று வலியுறுத்தியதையோ, அல்லது கடவுளுக்கு மரியாதை செலுத்த தீயில் நம்முடைய உடல்களை பொசுக்க எத்தனித்ததையோ சுட்டிக்காட்டுவார்கள்."

பேய் ஓட்டுதல் மற்றும் ஞானஸ்நானம் முதல் உடலை கிழித்துக்கொள்ளுதல் மற்றும் விலங்குகளை பலியிடுதல்

வரையில், உலகம் முழுவதிலும் நடக்கின்ற மதம்சார் விழாக்களை சித்தரிக்கின்ற புகைப்படங்களின் வேகமாக நகர்ந்துசெல்கின்ற மேலும் அதிகமான படங்கள் தோன்றின. அந்தக் காட்சித் தொகுப்பு, ஒரு இந்திய சாமியார் ஐம்பது அடி உயரமுள்ள கோபுரத்தின் மீதிருந்து ஒரு சின்னஞ்சிறு சிசுவை தொங்கவிட்டுக் கொண்டிருக்கும் நெருடலான வீடியோ காட்சியுடன் முடிவுற்றது. அந்த வீடியோவில் அந்த சாமியார் குழந்தையை சட்டென்று விட்டுவிட அந்தக் குழந்தை ஐம்பது அடிகள் நேராக கீழ்நோக்கி வந்து, கிராமத்தினர் தீயணைப்பு வீரர்களின் வலைகளைப் போன்று மகிழ்ச்சியுடன் நீட்டிப் பிடித்துக்கொண்டிருக்கும் போர்வையில் நேராக வந்து விழுகிறது.

கிரிஷ்னேஷ்வரர் கோயில் தூக்கிவிசுதல் என்று நினைத்துக்கொண்ட லேங்டன், அது அந்தக் குழந்தைக்கு கடவுளின் ஆதரவைப் பெற்றுத்தரும் என்று சிலரால் நம்பப்படுவதை நினைவுபடுத்திக் கொண்டார்.

நல்லவேளையாக அந்த வீடியோ முடிவுக்கு வந்தது.

இப்போது, முழு இருளில் கிர்ஷின் குரல் தலைக்குமேல் எதிரொலித்தது. "நவீன மனித மனம் துல்லியமான தர்க்கப்பூர்வ பகுத்தாராயும் திறன் கொண்டிருக்கும் போதிலும் லேசான பகுத்தாராயும் திறனுக்கு கீழே சிதறிப்போகும்படியான மதம்சார் நம்பிக்கைகளை ஏற்றுக்கொள்ள நம்மை அனுமதித்துக்கொண்டே இருப்பது எப்படி சாத்தியமாகிறது?"

மேலே, பிரகாசமான வான் நட்சத்திரங்கள் மறுபடியும் தோன்றின.

"சொல்லப்போனால்" என்று முடிவுக்கு வந்தான் எட்மண்ட், "இதற்கான பதில் மிகவும் எளிதானது."

வானில் இருந்த நட்சத்திரங்கள் மிகவும் பிரகாசமாகி அதிக உறுதிப்பட்டன. இணைப்பு நாரிழைகள் தோன்றி நட்சத்திரங்களுக்கு இடையில் ஓடி ஒன்றோடொன்று இணைந்த கணுக்களின் முடிவற்ற வலையைப் போல் தோன்றும் ஒன்றை உருவாக்கின.

நியூரான்கள், என எட்மண்ட் பேசத் தொடங்கியபோதே லேங்டன் நினைத்துக் கொண்டார்.

"மனித மூளை" என்றான் எட்மண்ட். "அது நம்புவதை ஏன் நம்புகிறது?"

மேலே, சில கணுக்கள் பளிச்சிட்டு மற்ற நியூரான்களுக்கு இழைநார்கள் வழியாக மின்னதிர்வுகளை அனுப்பி வைத்தன.

"ஒரு உயிர்ம கம்ப்யூட்டரைப் போல்," என்று தொடர்ந்தான் எட்மண்ட், "உங்களுடைய மூளைக்கும் மொழி, பிடித்தமான மெட்டு, அபாய ஒலி மற்றும் சாக்லேட்டின் சுவை என எல்லாவற்றிற்கும் ஒரு இயங்குதளம் உள்ளது - நாள் முழுவதும் ஓடிக்கொண்டிருக்கும் தாறுமாறான உள்ளீடுகள் அனைத்தையும் முறைப்படுத்தி வரையறை செய்கின்ற ஒரு விதிமுறைத் தொடர்வரிசை. நீங்களே கற்பனை செய்து பார்க்கலாம், உள்வரும் தகவல்களின் ஓட்டமானது மூர்க்கத்தனமான வகையில் பரவலாகவும், இரக்கமற்றதாகவும் இருக்கும், உங்களுடைய மூளைதான் அவை எல்லாவற்றையும் அர்த்தப்படுத்திக் கொண்டாக வேண்டியிருக்கிறது. உண்மையில், உங்கள் மூளையின் இயங்குதளத்தினுடைய நிரல்தான் உங்களுடைய உண்மை உணர்திறனை வரையறுக்கிறது. துரதிர்ஷ்டவசமாக இதெல்லாம் நம்மைப்பற்றியது என்பதுதான் வேடிக்கையே. ஏனென்றால், மனித மூளைக்கான நிரலை எழுதியது யாராக இருந்தாலும் அவருக்கு நகையுணர்வு என்ற திடீர் கிறுக்குத்தனமான உணர்வு இருந்திருக்கிறது. வேறு வார்த்தைகளில் சொன்னால், நாம் நம்புகின்ற கிறுக்குத்தனமான விஷயங்களை நம்புவது நம்முடைய தவறல்ல."

மேலே தெரிந்த காட்சிகள் சிலுசிலுப்பொலி எழுப்பின, மூளைக்குள்ளிருந்து நன்கு தெரிந்த படங்கள் குமிழ்விட்டன: ஜாதக கட்டங்கள், தண்ணீரில் நடக்கும் இயேசு; சயின்டாலஜி நிறுவனர் எல்.ரான் ஹப்பர்ட்; எகிப்திய கடவுள் ஓஸிரிஸ்; இந்து மதத்தின் நான்கு கர யானைக் கடவுள் கணேசன்; கண்ணீர் சிந்திக்கொண்டிருக்கும் கன்னி மேரியின் பளிங்குச் சிலை.

"ஆகவே, ஒரு கம்ப்யூட்டர் புரோகிராமராக நான் என்னையே கேட்டுக்கொள்வது என்னவென்றால்: இப்படிப்பட்ட குதர்க்கமான வெளியீடுகளை எப்படிப்பட்ட கோளாறான

இயங்குதளம் உருவாக்கியிருக்கும்? நம்மால் மனித மனதை பார்க்க முடிந்து அதனுடைய இயங்குதளத்தைப் படிக்க முடிந்தால் நாம் இதைப்போன்ற ஒன்றைத்தான் காண்போம்."

தலைக்கு மேல் பெரிய எழுத்துகளில் நான்கு வார்த்தைகள் தோன்றின.

குழப்பத்தை ஒதுக்கிவிடு.
ஒழுங்கை உருவாக்கு.

"இதுதான் நம்முடைய மூளையின் மூல நிரல்" என்றான் எட்மண்ட். "அதனால், மனிதர்கள் இப்படித்தான் விருப்பம்கொள்கிறார்கள். பெருங்குழப்பத்திற்கு எதிராக. ஒழுங்கிற்கு அனுசரணையாக."

ஏதோ ஒரு குழந்தை கீபோர்டை தட்டிக்கொண்டிருப்பது போல் ஒரு அபஸ்வரமான பியானோ இசைக்குறிப்புகளின் தாறுமாறான ஒலியால் அந்த அறையே அதிர்ந்தது. லேங்டனும் அவரைச் சுற்றியிருந்தவர்களும் பதற்றமானார்கள்.

அந்தக் கூச்சலுக்கும் மேலாக எட்மண்ட் கத்தினான். "ஒரு பியானோவில் ஒருவர் தாறுமாறாக தட்டிக்கொண்டிருக்கும் ஒலி கேட்க சகிக்கவில்லைதானே! ஆனாலும், இதையே நாம் இசைக்குறிப்புகளாக எடுத்துக்கொண்டு அவற்றை ஒரு நல்ல ஒழுங்கில் அமைத்தால் . . ."

அந்த ஒழுங்கற்ற இரைச்சல் சட்டென்று நின்றுபோனது, அதற்கு பதிலாக டெபூஸியின் "கிளேர் டி லூன்" என்ற இசைக்கோர்வை மென்மையாக ஒலித்தது.

லேங்டன் தன்னுடைய தசைகள் தளர்வதை உணர்ந்தார், அறையில் நிலவிய பதற்றம் தணிந்துபோனது.

"நம்முடைய மூளை மகிழ்ச்சியடைகிறது" என்றான் எட்மண்ட். "அதே இசைக்குறிப்புகள். அதே இசைக்கருவி. ஆனால், டெபூஸி அதில் ஒரு ஒழுங்கை உருவாக்கியிருக்கிறார்."

ஒரு பிரமாண்ட சூப்பர்கம்ப்யூட்டரின் படம் தோன்றியது, அது இருக்கின்ற தனிமையான டெர்மினலில் ஒரு இளைஞன் மட்டுமே அமர்ந்திருக்கிறான்.

"இந்த உலகத்தில் உள்ள எல்லாத் தகவல்களையும் அணுகக்கூடிய வகையில் ஒரு சக்திவாய்ந்த கம்ப்யூட்டர் உங்களிடம் இருப்பதாக நினைத்துக்கொள்ளுங்கள். நீங்கள் விரும்பிய எந்தக் கேள்வியை வேண்டுமானாலும் அதனிடம் கேட்க உங்களுக்கு அனுமதி இருக்கிறது. இந்நிலையில், நாம் சுய-உணர்வு பெற்றதில் இருந்தே மனிதர்களைக் கவர்ந்திருக்கின்ற இரண்டு அடிப்படையான கேள்விகளுள் ஒன்றைத்தான் நாம் கேட்போம் என சாத்தியக்கூறு கணக்கீடு தெரிவிக்கிறது."

அந்த இளைஞன் டெர்மினலுக்குள் தட்டச்சு செய்கிறான், உரை தோன்றுகிறது.

நாம் எங்கிருந்து வந்தோம்?
நாம் எங்கே சென்று கொண்டிருக்கிறோம்?

"வேறு வார்த்தைகளில் கூறினால்" என்றான் எட்மண்ட், "நீங்கள் நம்முடைய தோற்றம் மற்றும் நம்முடைய சேருமிடத்தைப் பற்றியும் கேட்பீர்கள். இந்தக் கேள்விகளை நீங்கள் கேட்கும்போது, கம்ப்யூட்டரின் பதில் இதுவாகத்தான் இருக்கும்."

அந்த டெர்மினல் பளிச்சிட்டது:

சரியான பதிலுக்கு போதுமான தரவுகள் இல்லை.

"மிகுந்த உதவியாக இல்லாமல் இருக்கலாம்" என்றான் கிர்ஷ், "ஆனால் அது நேர்மையாகவாவது இருக்கிறது."

இப்போது ஒரு மனித மூளையின் படம் தோன்றியது.

"ஆனால், நீங்கள் இந்தச் சிறிய உயிரியல் கம்ப்யூட்டரை -நாம் எங்கிருந்து வந்தோம்? என்று- கேட்டீர்கள் என்றால், ஏதோ ஒன்று நடக்கும்."

மூளையில் இருந்து மதம்சார்ந்த படங்கள் ஓடையாக வழிந்தன - ஆதாமுக்கு உயிரைத் தர அவனைத் தொடும் கடவுள், களிமண்ணில் இருந்து ஆதிமுதல் மனிதனை வடிவமைக்கும் பிராமிதியஸ், தன்னுடைய உடலின் பல்வேறு பாகங்களில் இருந்து மனிதர்களை படைக்கும் பிரம்மன், மேகங்களைப் பிரித்து பூமியில் இரண்டு மனிதர்களை கீழிறக்கும் ஆப்பிரிக்க

கடவுள், நீரில் மிதந்துவந்த மரக்கட்டையில் இருந்து ஆணையும் பெண்ணையும் உருவாக்கும் ஒரு நோர்ஸ் கடவுள்.

“இப்போது நீங்கள் கேட்கலாம்” என்றான் எட்மண்ட், “நாம் எங்கே சென்று கொண்டிருக்கிறோம்?”

மூளையில் இருந்து இன்னும் அதிகப்படியான படங்கள் வழிந்தோடின - தூய்மையான சொர்க்கங்கள், பயங்கரமான நரகங்கள், எகிப்திய மரணப் புத்தகங்களின் சித்திர எழுத்துக்கள், விண்மீன் மண்டலங்களின் பாறைச் செதுக்கல்கள், எலீஸிய நிலங்களின் கிரேக்க படைப்புகள், கில்குல் நெஷாமத்தின் கபாஸில எழுத்துக்கள், பௌத்தம் மற்றும் இந்துமதத்தைச் சேர்ந்த அவதாரங்களின் வரைபடங்கள், சம்மர்லேண்டின் தியோஸாபிகல் வட்டங்கள்.

“மனித மூளையைப் பொறுத்தவரையில்” என்று எட்மண்ட் விளக்கினான், “எந்த பதிலும் இல்லாததைக் காட்டிலும் ஏதேனும் ஒரு பதிலே சிறந்தது. ‘பற்றாக்குறையான தரவுகளை’ எதிர்கொள்ளும்போது நாம் பெரிய அளவுக்கு அசௌகரியத்தை உணர்கிறோம், அதனால் நம்முடைய மூளையே தரவுகளை புதிதாக படைத்துவிடுகிறது - மிகக் குறைந்தபட்சமாக ஒழுங்கு என்ற ஒரு மாயத்தோற்றத்தையாவது அது வழங்கிவிடுகிறது - என்பதுடன் கணக்கு வழக்கற்ற தத்துவங்கள், புராணீகங்களையும் படைத்திருக்கிறது, அத்துடன் கண்ணுக்குப் புலப்படாத உலகத்திற்கென்று ஒரு ஒழுங்கும் கட்டமைப்பும் உண்மையிலேயே இருக்கிறது என நமக்கு உத்திரவாதம் அளிக்கும் வகையில் மதங்களையும் படைத்திருக்கிறது.”

மதம்சார் படங்கள் ஓடிக்கொண்டிருக்கும்போதே எட்மண்ட் பேச்சினுடைய தீவிரத்தன்மையும் அதிகரித்துக்கொண்டே சென்றது.

“நாம் எங்கிருந்து வந்தோம்? நாம் எங்கே சென்று கொண்டிருக்கிறோம்? மனித இருப்பு குறித்த இந்த அடிப்படைக் கேள்விகள்தான் என்னை எப்போதுமே ஆகர்ஷித்து வந்திருக்கின்றன, பல வருடங்களாகவே இதற்கான பதில்களை கண்டுபிடிக்க நான் கனவு கண்டு வந்திருக்கிறேன்.” சற்று இடைவெளி விட்ட எட்மண்டின் தொனி தீவிரப்பட்டிருந்தது. “துயரார்த்தமாக, மதம்சார் கொள்கைகளின் காரணமாக இந்த

மிகப்பெரிய கேள்விகளுக்கான பதில்கள் தங்களுக்கு ஏற்கனவே தெரியும் என மில்லியன்கணக்கானோர் நம்புகின்றனர். அத்துடன், எல்லா மதங்களுமே ஒரேவித பதில்களைத் தருவதில்லை என்பதால், எல்லா கலாச்சாரங்களுமே யாருடைய பதில்கள்தான் சரியானவை என்றும், கடவுளைப் பற்றிய எந்தக் கதை ஒரே உண்மையான கதை என்றும் சண்டையிட்டுக் கொண்டிருக்கின்றன."

மேலே இருந்த திரை துப்பாக்கி சுடுகின்ற மற்றும் பீரங்கி குண்டுகள் வெடிக்கின்ற படங்களால் நிரம்பின - மதம்சார் போர்களை சித்தரிக்கும் வன்முறையான பலதரப்பட்ட புகைப்படங்களைத் தொடர்ந்து தேம்பியழும் அகதிகள், புலம்பெயர்ந்த குடும்பங்கள் மற்றும் பலியான அப்பாவி பொதுமக்களின் படங்கள் காட்டப்பட்டன.

"மதம்சார் வரலாற்றின் தொடக்கத்தில் இருந்தே, நம்முடைய மனித உயிரினங்கள் முடிவேயில்லாத அபிப்பிராய பேதங்களுக்குள் - நாத்திகர்கள், கிறிஸ்துவர்கள், முஸ்லீம்கள், யூதர்கள், இந்துக்கள் மற்றும் இறைநம்பிக்கையுள்ள எல்லா மதத்தவர்கள் என - சிக்கிக்கொண்டுதான் இருக்கின்றன என்பதுடன் நம் எல்லோரையும் ஒன்றிணைக்கின்ற ஒரே விஷயம் என்னவென்றால் நம் ஆழ்மன ஏக்கமாகிய அமைதி."

தடதடக்கும் போர்க்காட்சிகள் மறைந்து அவற்றிற்கு பதிலாக மின்னும் நட்சத்திரங்களைக் கொண்ட அமைதியான வானம் தோன்றியது.

"வாழ்வின் மிகப்பெரிய கேள்விகளுக்கான பதில்களை நாம் அதிசயிக்கத்தக்க வகையில் தெரிந்துகொண்டுவிட்டால் என்ன நடக்கும் என்பதை கற்பனை செய்து பாருங்கள் . . . ஒரேவிதமான பிழையற்ற நிரூபணத்தை நாம் சட்டென்று பார்த்துவிட்டால், ஒரு உயிரினமாக நாம் எல்லோருமே சேர்ந்து நம்முடைய கைகளை விரித்து அதை ஏற்றுக்கொள்வதைத் தவிர வேறு வழியில்லை என்பதை தெரிந்துகொண்டால் என்னவாகும்."

திரையில் ஒரு சாமியாரின் படம் தோன்றியது, அவருடைய கண்கள் பிரார்த்தனையில் மூடியிருந்தன.

“ஆன்மீக விசாரணைதான் மதத்தின் ராஜ்ஜியமாக எப்போதுமே இருந்து வந்திருக்கிறது, அதனுடைய கற்பிப்புகளை, அவற்றில் சிறிதளவே தர்க்கபூர்வ அர்த்தம் இருக்கிறதென்றாலும்கூட, நாம் கண்ணை மூடிக்கொண்டு நம்ப வேண்டும் என அது நம்மை உற்சாகப்படுத்துகிறது.”

இப்போது திரையில் தோன்றிய படங்களில் கண்களை மூடிக்கொண்டு, பாடவும், பணியவும், துதிக்கவும், பிரார்த்திக்கவும் செய்கின்ற தீவிர இறைநம்பிக்கையாளர்களின் பலதரப்பட்ட படங்கள் சித்தரிக்கப்பட்டிருந்தன.

“ஆனால் இறைநம்பிக்கைக்கு” என்றான் எட்மண்ட், “அதனுடைய வரையறையின்படியே, கண்ணுக்குத் தெரியாத மற்றும் வரையறுக்க முடியாத ஒன்றின் மீது நீங்கள் நம்பிக்கை வைக்க வேண்டிய தேவை இருக்கிறது என்பதுடன் அதன் நிமித்தமாக எத்தகைய அனுபவ நிரூபணமும் இல்லாத ஒன்றை உண்மை என ஏற்றுக்கொள்ளவும் வேண்டியிருக்கிறது. இதனடிப்படையில்தான், ஒட்டுமொத்த உண்மை என ஒன்று இல்லை என்பதாலேயே மாறுபட்ட விஷயங்களில் நாம் நம்பிக்கை வைக்க வேண்டியதாகிவிடுகிறது.”

கூரையில் இருந்த படங்கள் ஒரே புகைப்படமாக உருவாகின, அதில் ஒரு மாணவி கண்களை அகலத் திறந்து வைத்து நுண்ணோக்கியின் வழியே தீவிரமாக உற்றுப் பார்த்துக் கொண்டிருக்கிறார்.

“அறிவியல் என்பது இறைநம்பிக்கையின் எதிர்-கருதுகோள்,” என்று தொடர்ந்தான் கிர்ஷ். “வரையறையின்படி, அறிவியல் என்பது அறியப்படாத அல்லது இதுவரையில் வரையறுக்கப்படாத ஒன்றிற்கான பௌதீக நிரூபணத்தை கண்டுபிடிப்பதற்கான முயற்சியாகும், உணர்ந்துகொள்ளக்கூடிய உண்மைகளுக்கு அனுசரணையாக மூடநம்பிக்கையையும் தவறான புரிதலையும் தள்ளுபடி செய்யக்கூடியது. அறிவியல் பதிலை கொடுக்கும்போது அது ஒட்டுமொத்த பதிலாகவே இருக்கிறது. மனிதர்கள் அதன்மீது போர்தொடுப்பதில்லை; அவர்கள் அதைச்சுற்றி குழுமியிருக்கிறார்கள்.”

திரையானது இப்போது நாஸா, செர்ன் மற்றும் பல இடங்களைச் சேர்ந்த வரலாற்றுக் காட்சிகளை ஒளிபரப்பியது

- அங்குள்ள பல்வேறு இனங்களைச் சேர்ந்த அறிவியலாளர்கள் அனைவருமே ஒரு புது வகைப்பட்ட தகவல்கள் வெளிவரும்போது துள்ளிக்குதித்து தங்கள் மகிழ்ச்சியை வெளிப்படுத்தி ஒருவரையொருவர் ஆரத் தழுவிக் கொள்கின்றனர்.

“நண்பர்களே” என எட்மண்ட் இப்போது கிசுகிசுத்தான், “நான் என்னுடைய வாழ்க்கையில் பல முன் அனுமானங்களை செய்திருக்கிறேன். இன்றிரவு மற்றொன்றையும் செய்யப்போகிறேன்.” அவன் மிக நீளமாக ஆழ்ந்து மூச்சிழுத்துக் கொண்டான். மதத்தின் யுகம் முடிவை நெருங்கிவிட்டது, அறிவியல் யுகம் விடியலைக் கண்டடைந்துவிட்டது.

அறை முழுவதும் மயான அமைதி நிலவியது.

“இன்றிரவு, அந்த திசையை நோக்கித்தான் மனித இனம் பெரும் பாய்ச்சலை நிகழ்த்தப் போகிறது.”

அந்த வார்த்தைகள் லேங்டனுக்குள் ஒரு எதிர்பாராத சிலிர்ப்பை அனுப்பி வைத்தது. இந்த மர்மமான கண்டுபிடிப்பு என்னவாக இருந்தாலும், எட்மண்ட் மிகத் தெளிவான முறையில் இந்த மேடையை தனக்கும், இந்த உலகின் மதங்களுக்கும் இடையிலுள்ள ஒரு மிகப்பெரிய தீர்வுக்களமாக அமைத்துவிட்டான் என்பது மட்டும் உறுதி.

18

ConspiracyNet.com

எட்மண்ட் கிர்ஷ் அப்டேட்

ஒரு மதமற்ற எதிர்காலம்?

தான் தரப்போகும் குறிப்புகள் மனிதகுலத்தில் இதுவரை நீடித்திருக்கும் இரண்டு கேள்விகளுக்கான பதில்களைத் தருவதற்கு உண்டான குறிப்புகளை வழங்கும் அறிவியல் கண்டுபிடிப்பை அறிவிக்கப்போவதாக அமைதி காத்துவரும் எட்மண்ட் கிர்ஷின் நிகழ்ச்சி தற்போது, முன்னெப்போதும் இல்லாத வகையில் நேரலை ஒளிபரப்பில் மூன்று மில்லியன் ஆன்லைன் பார்வையாளர்களை அடைந்திருக்கிறது.

ஹார்வார்ட் புரபஸர் ராபர்ட் லேங்டனின் முன்னமே பதிவு செய்யப்பட்ட மயக்கவைக்கும் அறிமுகத்திற்குப் பின்னர், "மதத்தின் யுகம் முடிவை நெருங்கிக் கொண்டிருக்கிறது" என்ற துணிச்சலான முன்கூறலை அறிவித்ததன் மூலம் எட்மண்ட் கிர்ஷ் மத நம்பிக்கையின் கடுமையான விமர்சகராக மாறியிருக்கிறார்.

இன்றிரவு, இதுவரை, மிகப்பிரபலமான இந்த நாத்திகவாதி வழக்கத்தைக் காட்டிலும் அதிகமாக கட்டுப்பாடு மிக்கவராகவும், மரியாதை கொண்டவராகவும் தோன்றுகிறார். கிர்ஷின் கடந்தகால மதத்திற்கு எதிரான ஆக்ரோஷ பேச்சுக்களைப் பார்க்க இங்கே <u>கிளிக் செய்யவும்</u>.

19

அந்தக் குவிமாட அரங்கின் துணியாலான சுவற்றிற்கு சற்று வெளியே ஒரு நிலைக்கு வந்துசேர்ந்த அட்மிரல் எவிலா சாரத்தின் சிக்கலான புதிர்தோற்றத்தில் தன்னை மறைத்துக்கொண்டார். தாழ்வாக இருப்பதன் மூலம் அவர் தன்னுடைய நிழலை மறைத்துக் கொண்டு, அரங்கத்தின் முன்பகுதிக்கு அருகாமையில் இருக்கும் சுவற்றின் வெளிப்பரப்பில் இருந்து சில அங்குலங்களே பாதுகாப்பான இடத்தில் இருந்தார்.

சத்தமில்லாமல் தன்னுடைய பைக்குள் கைவிட்ட அவர் அந்த ஜெபமாலையை கையில் எடுத்தார்.

நேரமே அதிமுக்கியமானது.

மணிச்சரடுகளில் மெதுவாக தடவிப்பார்த்த அவர் கனத்த உலோகச் சிலுவையை கண்டுகொண்டார், கீழே மெட்டல் டிடெக்டரை வைத்திருந்த காவலாளிகள் மறுமுறை சரிபார்க்காமலேயே இந்தப் பொருளை விட்டுவிட்டதை நினைத்து மகிழ்ந்தார்.

அந்தச் சிலுவையின் தண்டில் மறைக்கப்பட்டிருந்த ரேஸர் பிளேடைப் பயன்படுத்திய அட்மிரல் எவிலா துணியாலான சுவற்றில் ஆறு அங்குலத்திற்கு செங்குத்தாக கிழித்தார். மெதுவாக, அந்த திறப்பைப் பிரித்த அவர் மற்றொரு உலகிற்குள்ளாக உற்று நோக்கினார் - நூற்றுக்கணக்கான விருந்தினர்கள் போர்வைகளில் படுத்தபடி மேலேயிருந்த நட்சத்திரங்களைப் பார்த்துக் கொண்டிருந்தனர்.

வருவது என்னவென்று அவர்களால் நினைத்துக்கூட பார்க்க முடியாது.

அரங்கத்தின் வலது முன்பக்க மூலையில் அந்தத் திடலின் இருபக்கத்திலும் இரண்டு கார்டியா ரியல் ஏஜெண்டுகள் நிலைகொண்டிருப்பதைக் கண்டு எவிலா மகிழ்ச்சியுற்றார். உறுதியான கவனத்துடன் நின்றுகொண்டிருந்த அவர்கள் சில மரங்களின் கீழே தந்திரமாக நின்றிருந்தனர். மங்கலான ஒளியில், மிகவும் காலம் தாழ்ந்துவிடும்வரை அவர்களால் எவிலாவைப் பார்க்க முடியாது.

காவலாளிகளுக்கு அருகாமையில் நின்றுகொண்டிருக்கும் மற்றுமுள்ள ஒரே ஒருவர் மியூஸியத்தின் இயக்குநரான ஆம்ரா வைடல், அவர் கிர்ஷின் அறிவிப்பை அசௌகரியத்துடன் பார்த்தபடியே அங்குமிங்கும் நகர்ந்துகொண்டிருப்பது போல் தெரிந்தது.

தான் இருக்கும் நிலையால் திருப்தியுற்ற எவிலா திறப்பை மூடிவிட்டு தன்னுடைய சிலுவையில் கவனத்தை செலுத்தினார். பெரும்பாலான சிலுவைகளைப் போன்றே, அதுவும் இரண்டு குறுகிய குறுக்கும் நெடுக்குமான பிடிகளால் செய்யப்பட்டிருந்தது. இருந்தாலும், இந்த சிலுவையில், பிடிகள் காந்தப்புலத்தினால் செங்குத்து தண்டுகளால் இணைக்கப்பட்டு பிரிக்கப்படக்கூடியவையாக இருந்தன.

சிலுவை வடிவத்தின் பிடிகளுள் ஒன்றை எடுத்த எவிலா அதை வலிந்து வளைத்தார். அந்தத் துண்டு அவர் கையோடு வந்தது, அதிலிருந்து ஒரு சிறிய பொருள் கீழே விழுந்தது. இதேபோன்று மற்றொரு பக்கத்திலும் செய்த எவிலா அந்த சிலுவையை பிடியற்றதாக்கினார் - அது இப்போது ஒரு கனமான சங்கிலியில் இருக்கின்ற வெறும் செவ்வக வடிவ உலோகம் மட்டுமே.

அவர் அந்த மணிச்சங்கிலியை பாதுகாப்பாக பைக்குள் வைத்துக்கொண்டார். சீக்கிரத்திலேயே இது எனக்குத் தேவைப்படும். இப்போது, சிலுவையின் பிடிகளுக்கு உள்ளே மறைத்து வைக்கப்பட்ட இரண்டு சிறிய பொருள்களில் அவர் கவனம் செலுத்தினார்.

இரண்டு குறுந்தொலைவு தோட்டாக்கள்.

எவிலா தனக்குப் பின்னால் சென்று தன் இடுப்புப் பட்டையில் தேடி தன்னுடைய ஜாக்கெட்டிற்கு கீழே மறைத்து வைத்து கடத்திய சிறிய பொருளை முதுகுப் பக்கத்தில் இருந்து இழுத்தார்.

கோடி வில்ஸன் என்ற ஒரு அமெரிக்க பையன் "தி லிபரேட்டர்" என்ற முதலாவது 3டி-பிரிண்டர் பாலிமர் துப்பாக்கியை வடிவமைத்து பல வருடங்கள் கடந்துவிட்டன, அந்த தொழில்நுட்பம் பரிசோதனைரீதியில் முன்னேறிவிட்டது. இந்தப் புதிய செராமிக் மற்றும் பாலிமர் துப்பாக்கிகளுக்கு இப்போதும் அதிக திறன் கிடையாது, ஆனால் அவை தொலைவு என்ற வகையில் திறனற்றுப் போனாலும் மெட்டல் டிடெக்டர்களுக்கு புலப்படாதவை ஆகிவிட்டன.

நெருங்கிச் செல்வது மட்டும்தான் பாக்கியிருக்கிறது.

எல்லாம் திட்டமிட்டபடி நடந்துவிட்டால் அவருடைய தற்போதிருக்கும் நிலையே சரியாக இருக்கும்.

இன்று மாலை நடக்கின்ற நிகழ்ச்சிகளின் துல்லியமான இடவமைப்பையும், தொடர்ச்சியையும் பற்றிய உட்புறத் தகவல்களை ரீஜெண்ட் எப்படியோ பெற்றிருக்கிறார் . . . அத்துடன், எவிலாவின் செயல்திட்டம் எவ்வாறு செய்து முடிக்கப்பட வேண்டும் எனவும் அவர் ரொம்பவே தெளிவுபடுத்தியிருக்கிறார். இதன் முடிவுகள் கொடூரமாக இருக்கலாம், ஆனால் இப்போது எட்மண்ட் கிர்ஷின் கடவுளற்ற பீடிகையைப் பார்த்துவிட்ட பின்னர் இன்றிரவு தான் செய்யப்போகும் பாவங்கள் மன்னிக்கப்படலாம் என எவிலா உணர்ந்தார்.

நம்முடைய எதிரிகள் போர் தொடுத்திருக்கிறார்கள், என்று அவரிடம் கூறினார் ரீஜெண்ட். *நாம் கொல்ல வேண்டும் அல்லது கொல்லப்பட வேண்டும்.*

அரங்கத்தின் வலது முன் மூலையில் உள்ள சுவற்றைப் பார்த்தபடி நின்றிருந்த ஆம்ரா வைடல், தான் உணர்வதுபோன்று தான் இல்லை என்று நம்பிக்கை கொண்டிருந்தார்.

இதை ஒரு அறிவியல் நிகழ்ச்சி என்றுதானே எட்மாண்ட் கூறியிருந்தார்.

இந்த அமெரிக்க எதிர்காலவியலாளர் மதத்தின் மீதிருக்கும் தன்னுடைய அதிருப்தியைப் பற்றி வெட்கப்பட்டதே இல்லை, ஆனால் இன்றிரவின் அறிவிப்பு இத்தகைய வெறுப்பை வெளிக்காட்டும் என்று ஆம்ரா கற்பனைகூட செய்துபார்க்கவில்லை.

இதை எனக்கு முன்னமே காட்ட எட்மண்ட் மறுத்துவிட்டார்.

மியூஸியத்தின் நிர்வாக உறுப்பினர்களுடன் நிச்சயமாக சச்சரவு ஏற்படும், ஆனால் ஆம்ராவின் கவலைகள் எல்லாம் அப்போது மிகவும் தனிப்பட்ட முறையிலானதாக இருந்தன.

இரண்டு வாரங்களுக்கு முன்னர், இன்றிரவு நிகழ்ச்சியில் தன்னை ஈடுபடுத்திக்கொள்வது குறித்து மிகவும் செல்வாக்குள்ள ஒரு மனிதன் மீது ஆம்ரா நம்பிக்கை வைத்திருந்தாள். அவன் அவளை பங்கேற்க வேண்டாம் என்று மிகவும் வற்புறுத்தினான். விஷயத்தின் அர்த்தம் பற்றி எதுவும் தெரியாமல் குருட்டாம்போக்கில் நிகழ்ச்சியை நடத்துவதில் உள்ள ஆபத்துக்களைப் பற்றி அவன் எச்சரித்திருந்தான் - குறிப்பாக அது பிரபலமான மதநம்பிக்கை அழிப்பாளர் எட்மண்ட் கிர்ஷால் தயாரிக்கப்பட்டது எனும் நிலையில்.

இதை ரத்து செய்துவிடும்படி அவன் கட்டளையே இட்டான், என்பதை அவள் நினைவுபடுத்திக் கொண்டாள். ஆனால், அவனுடைய சுய-நியாய தொனி அதை காதில் வாங்கச்செய்வதில் என்னை மிகவும் எரிச்சலடைய வைத்துவிட்டது.

இப்போது, நட்சத்திரங்கள் நிரம்பிய வானத்தின் கீழே தனியாக நின்றிருக்கும் ஆம்ரா, அந்த ஆள் தன்னுடைய மூளையைக் கழற்றி வைத்துவிட்டுதான் இந்த நேரலையைப் பார்த்துக் கொண்டிருப்பானோ என்று வியந்தாள்.

அவன் பார்த்துக்கொண்டுதான் இருக்கிறான், என்று நினைத்துக்கொண்டாள். உண்மையான கேள்வி என்னவென்றால்: அவன் திட்டிக்கொண்டிருப்பானோ?

அல்முதீனா கதீட்ரலுக்கு உள்ளே, பிஷப் வால்டஸ்பினோ ஒரு மேசையில் நிலைமாறாமல் அமர்ந்தபடி தன்னுடைய லேப்டாப்பில் இருந்து கண்களை விலக்காமல் காத்திருந்தார். அருகாமையில் உள்ள அரச மாளிகையில் இருக்கும் எல்லோருமேகூட, குறிப்பாக ஸ்பெயின் மணிமகுடத்தின் அடுத்த வாரிசாகிய இளவரசர் ஜூலியனும் இந்த நிகழ்ச்சியைப் பார்த்துக்கொண்டிருப்பார்கள் என்பதில் அவருக்கு சந்தேகமே இல்லை.

இளவரசர் வெடிக்கத்தான் காத்திருக்க வேண்டும்.

இன்றிரவு, மதப் பண்டிதர்கள் ஏற்கனவே "தெய்வ நிந்தனை என்றும், கிறிஸ்துவத்திற்கு எதிரான விளம்பர உத்தி" என்றும் அழைத்த ஒன்றை ஒளிபரப்புவதற்கு ஒரு முக்கியமான அமெரிக்க நாத்திகருடன் ஸ்பெயினின் மிகுந்த மரியாதைக்குரிய மியூஸியம்களில் ஒன்று கூட்டு சேர்ந்திருக்கிறது. மேலும், இந்த முரண்பாடுகளை ஊதிப் பெரிதாக்கும் வகையில் அமைந்துவிட்ட விஷயம் என்னவென்றால், அந்த மியூஸியத்தின் இயக்குநராக இன்றிரவு நிகழ்ச்சியை தொகுத்து வழங்குவது ஸ்பெயினின் புத்தம்புதிய, மிகவும் வெளிப்படையாக காணப்படுகின்ற பிரபலங்களுள் ஒருவரும் - அற்புத அழகியுமான ஆம்ரா வைடல் - கடந்த இரு மாதங்களாக ஸ்பானிஷ் தலைப்புச் செய்திகளை ஆக்கிரமித்து, மொத்த நாட்டின் கவர்ச்சியையும் ஒரே இரவில் தனதாக்கிக்கொண்டவருமான ஒரு பெண் என்பதுதான். நம்பமுடியாத வகையில், மிஸ்.வைடல், கடவுள் மீதான, இன்றிரவின் முழுவீச்சிலான தாக்குதலை தொகுத்து வழங்கியதன் மூலம் எல்லாவற்றையும் அபாயத்திற்கு ஆளாக்குவதையே தேர்ந்தெடுத்திருக்கிறார்.

இளவரசர் ஜூலியனுக்கு இதைப்பற்றி கருத்து சொல்வதைத் தவிர வேறு வழியிருக்காது.

ஸ்பெயினின் இறையாண்மையுள்ள கத்தோலிக்க தலைமையாக அவருக்கு காத்திருக்கும் பாத்திரமானது இன்றைய இரவின் நிகழ்வினுடைய சவாலை சமாளிப்பதில் அவர் ஒரு சிறிய பகுதி மட்டுமே என்பதாகத்தான் இருக்கும். குறிப்பிடத்தகுந்த அளவுக்கான அக்கறைகொள்ளும் விஷயம் கடந்த மாதம்தான் நடைபெற்றது, அது ஆம்ரா வைடலை தேசிய அளவில் பிரபலமாக்கிய இளவரசர் ஜூலியனின் மகிழ்ச்சியான அறிவிப்புதான்.

அவர்கள் திருமணம் செய்துகொள்ளப்போவதான நிச்சயதார்த்த அறிவிப்பை அவர் வெளியிட்டிருந்தார்.

20

இன்றைய மாலைப்பொழுது நிகழ்ச்சி சென்றுகொண்டிருக்கும் திசை குறித்து அசௌகரியமாக உணர்ந்தார் ராபர்ட் லேங்டன்.

எட்மண்டின் அறிவிப்பு பொதுவாக நம்பிக்கையின் மீதான வெளிப்படையான பழித்துரைப்பு என்பதன் அபாயகரமான அளவை நெருங்கிவிட்டது. அந்த அறையில் இருக்கும் நாத்திக அறிவியலாளர் குழுவுடன் மட்டுமல்லாது, உலகம் முழுவதிலும் ஆன்லைனில் பார்த்துக்கொண்டிருக்கும் லட்சக்கணக்கான மக்களுடன் பேசிக்கொண்டிருப்பதை எட்மண்ட் மறந்திருப்பானோ என்றுகூட வியந்தார் லேங்டன்.

அவனுடைய அறிவிப்பு சச்சரவை பற்றவைப்பதற்கு என்றே உருவாக்கப்பட்டுள்ளது மட்டும் தெளிவாகிறது.

இந்த நிகழ்ச்சியில் அவர் அவராகவே தோன்றியிருப்பதும் லேங்டனை தொந்தரவுபடுத்தியது, அத்துடன் எட்மண்ட் இந்த வீடியோவை தனக்கு மரியாதை செய்யத்தான் வெளியிட்டிருப்பான் என்பதுடன் கடந்தகாலங்களில் லேங்டனும்கூட மத சச்சரவுகளுக்காக சுயவிருப்பின்றி நெருக்கடிக்கு உள்ளானவர்தான் ... அந்த அனுபவத்தை அவர் மறுபடியும் அனுபவிக்க விரும்பவில்லை.

ஆனாலும், கிர்ஷ் மதத்தின் மீதான முன்திட்டமிட்ட ஒலி-ஒளிக்காட்சித் தாக்குதலை ஏவிவிட்டான், அத்துடன் பிஷப் வால்டஸ்பினோவிடம் இருந்து அவனுக்கு வந்த, தான் அலட்சியமாக ஒதுக்கித் தள்ளிவிட்ட வாய்ஸ் மெயிலைப் பற்றி லேங்டன் இப்போது மறுபடியும் யோசித்துப் பார்க்கத் தொடங்கினார்.

எட்மண்டின் குரல் மறுபடியும் அந்த அறையில் நிரம்பியது, தலைக்கு மேலே இருந்த காட்சிகள் உலகம் முழுவதிலும் உள்ள மதச் சின்னங்களின் கலைப்போவியமாக கலைந்து கொண்டிருந்தன. “நான் ஒப்புக்கொள்கிறேன்,” என்று பிரகடனப்படுத்தியது எட்மண்டின் குரல், “இன்றிரவின் அறிவிப்பு குறித்த சில ஆட்சேபனைகளும் எனக்கு இருந்தன, குறிப்பாக மதநம்பிக்கை கொண்டுள்ளவர்களை இது எந்தளவுக்கு பாதிக்கும் என்று.” அவன் சற்று இடைநிறுத்தினான். “அதனால்தான், மூன்று நாட்களுக்கு முன்னர், என்னுடைய குணவியல்புக்கு சற்றும் பொருந்தாத ஒரு காரியத்தை செய்தேன். மதவாத கண்ணோட்டங்களுக்கு மதிப்பளிக்கும் முயற்சியாகவும், என்னுடைய கண்டுபிடிப்பு பல்வேறு மதநம்பிக்கைகள் கொண்டவர்களால் எப்படி உள்வாங்கப்படும் என்பதையும் மதிப்பிடுவதற்கும் நான் அமைதியான முறையில் மூன்று முக்கிய மதத் தலைவர்களுடன் - இஸ்லாம், கிறிஸ்துவம் மற்றும் யூத மத அறிஞர்கள் - ஆலோசித்து என்னுடைய கண்டுபிடிப்பை அவர்களுடன் பகிர்ந்துகொண்டேன்.”

அமைதியான முனுமுனுப்பு அந்த அறைமுழுவதும் எதிரொலித்தது.

“நான் எதிர்பார்த்தது போலவே, அந்த மூன்று பேருமே ஆழ்ந்த வியப்பையும், கவலையையும், சொல்லப்போனால் நான் சொன்ன விஷயத்திற்காக கோபத்தையும்கூட வெளிப்படுத்தினர். அவர்களுடைய எதிர்வினைகள் எதிர்மறையாக இருந்த நிலையில், என்னை பெரிய மனதுடன் சந்தித்தமைக்காக அவர்களுக்கு நன்றி சொல்ல விரும்புகிறேன். அவர்களுடைய பெயர்களை வெளியிட நான் விரும்பவில்லை, ஆனால் இன்றிரவு நேரடியாக அவர்களை நோக்கி, என்னுடைய அறிவிப்பில் குறுக்கிட முயற்சிக்காமல் இருந்தமைக்காக நன்றி சொல்லிக்கொள்கிறேன்.”

அவன் இடைவெளி விட்டான். "கடவுளுக்குத் தெரியும், அவர்களால் அதை செய்திருக்க முடியுமென்று."

இதைக் கேட்டுக்கொண்டிருந்த லேங்டன், தன்னுடைய அடித்தளங்களை பாதுகாத்துக் கொண்டே எட்மண்ட் ஒரு மெல்லியக் கோட்டில் திறமையோடு நடப்பதைக் கண்டு வியந்தார். மதத் தலைவர்களை சந்திப்பது என்ற எட்மண்டின் முடிவு வெளிப்படைத் தன்மையை, நம்பிக்கையை மற்றும் இந்த எதிர்காலவாதிக்கு பொதுவாகவே தெரிந்திராத பாகுபாடின்மை ஆகியவற்றைக் காட்டுகிறது. மான்ட்ஸெராட்டில் நடந்த சந்திப்பு அவனுடைய ஆராய்ச்சியின் பகுதியளவிலான செயல்திட்டமாகவும், பகுதியளவிலான மக்கள்தொடர்பு பயிற்சியாகவும் இருந்திருக்கலாம் என லேங்டன் இப்போது சந்தேகித்தார்.

விரும்பத்தகாத நிகழ்வை தவிர்த்துவிடுகின்ற சாமர்த்தியம், என்று அவர் நினைத்துக் கொண்டார்.

"வரலாற்றுரீதியாகவே" என்று தொடர்ந்தான் எட்மண்ட், "மத ஆர்வமானது அறிவியல் முன்னேற்றத்தை எப்போதுமே நசுக்கி வந்திருக்கிறது, அதனால்தான் இன்றிரவு, நான் சொல்லப்போகும் விஷயத்திற்கு கட்டுப்பாட்டுடனும், புரிதலுடனும் எதிர்வினையாற்ற வேண்டுமாய் உலகம் முழுவதிலும் உள்ள மதத் தலைவர்களை நான் கேட்டுக்கொள்கிறேன். தயவுசெய்து, வரலாற்றின் நாசகார வன்முறையை நாம் மறுபடி நிகழ்த்தாமல் இருப்போம். நம்முடைய கடந்தகால தவறுகளை மறுபடியும் செய்துவிடாமல் இருப்போம்."

கூரையில் இருந்த பிம்பங்கள் ஒரு புராதான சுவராலமைந்த நகரின் ஓவியமாக கலைந்து அடுங்கின - ஒரு பாலைவனத்தினூடாக ஓடிக்கொண்டிருக்கும் ஆற்றின் கரைகளில் அமைந்துள்ள முழுமையான வட்டவடிமுடைய பெருநகரம்.

அதை புராதான பாக்தாத் என்று உடனடியாக கண்டுகொண்டார் லேங்டன், அதனுடைய வழக்கத்திற்கு மாறான கட்டுமானமானது உச்சியில் பதுங்கு வளைவுகளுடன் கூடிய மூன்று மையச்சுவர்களால் பாதுகாக்கப்பட்டிருக்கும்.

"எட்டாவது நூற்றாண்டில்" என்றான் எட்மண்ட், "பாக்தாத் நகரமானது எல்லா மதத்தினர், தத்துவவாதிகள் மற்றும் அறிவியல்களையும் தன்னுடைய பல்கலைக்கழகங்கள் மற்றும் நூலகங்களுக்கு வரவேற்கக்கூடிய, பூமியில் இருப்பதிலேயே மாபெரும் கற்றல் மையமாக விளங்கியது. ஐநூறு வருடங்களாக, அந்த நகரத்தில் இருந்து வழிந்தோடிய அறிவியல் கண்டுபிடிப்பின் ஊற்று இந்த உலகம் இன்றுவரை காணமுடியாத ஒன்று, அதனுடைய செல்வாக்கு இன்றுவரை நவீன கலாச்சாரத்தில் உணரப்படுகிறது."

தலைக்கு மேலே, நட்சத்திரங்களைக் கொண்ட வானம் மறுபடியும் தோன்றியது, இந்த முறை நட்சத்திரங்களில் பலவும் அவற்றிற்கு அருகாமையில் தங்களுக்குரிய பெயர்களைக் கொண்டிருந்தன: **வேகா, பெடல்கியஸ், ரைகல், அல்ஜீபர், தெனெப், அக்ராப், கிடல்பா.**

"இவற்றின் பெயர்கள் அனைத்தும் அரபி மொழியிலிருந்தே பெறப்பட்டுள்ளன" என்றான் எட்மண்ட். "இன்றுவரை, வானத்தில் உள்ள மூன்றில் இரண்டு பங்கு நட்சத்திரங்கள் இந்த மொழியின் பெயரைத்தான் கொண்டிருக்கின்றன, ஏனென்றால் அவை அரபு உலகைச் சேர்ந்த வானியல் அறிஞர்களால்தான் கண்டுபிடிக்கப்பட்டன."

விண்ணுலகங்கள் காணாமலே போய்விடும் அளவுக்கு அந்த வானத்தில் நிறைய நட்சத்திரங்களின் அராபியப் பெயர்கள் வேகமாக நிரம்பின. அந்தப் பெயர்கள் மறுபடியும் கலைந்தடங்கி, விண்ணுலகங்களின் பரந்தகன்ற காட்சியை மட்டும் விட்டுச்சென்றன.

"ஆம், நாம் நட்சத்திரங்களை எண்ண விரும்பினால். . ."

பிரகாசமான நட்சத்திரங்களுக்கு அருகாமையில் ரோமானிய எண்கள் ஒன்றன்பின் ஒன்றாக தோன்றத் தொடங்கின.

I, II, III, IV, V . . .

சட்டென்று நின்ற அந்த எண்கள் காணாமல் போயின.

“நாம் ரோமானிய எண்களைப் பயன்படுத்துவதில்லை” என்றான் எட்மண்ட். “நாம் *அராபிய எண்களையே* பயன்படுத்துகிறோம்.”

இப்போது *அராபிய எண்முறையைப்* பயன்படுத்தி எண்ணிக்கை மறுபடியும் தொடங்கியது.

1, 2, 3, 4, 5 . . .

“இந்த இஸ்லாமிய கண்டுபிடிப்புகளையும் நீங்கள் அடையாளம் காணலாம்” என்றான் எட்மண்ட். “அத்துடன் நாம் இன்னமும் அவற்றின் அராபியப் பெயர்களைத்தான் பயன்படுத்துகிறோம்.”

அல்ஜீப்ரா என்ற வார்த்தை வானத்தின் குறுக்கே மிதந்து சென்றது, அதனை பல்வேறு மாறிலிகளைக் கொண்ட சமன்பாடுகளின் தொடர்கள் சூழ்ந்திருந்தன. அடுத்து வந்த *அல்காரிதம்* என்ற வார்த்தையுடன் விரிவான பல்வேறுபட்ட சூத்திரங்களும் தோன்றின. விளக்க வரைபடத்துடனான *அஜிமுத்* பூமியின் தொடுவானத்தில் உள்ள கோணங்களை விளக்கியது. பின்னர், அந்த வார்த்தை ஓட்டம் துரிதமானது ... *நாதிர், ஜெனித், அல்கெமி, கெமிஸ்ட்ரி, சைபர், எலிக்ஸிர், ஆல்கஹால், அல்காலின், ஜீரோ . . .*

நன்கறிந்த அராபிய வார்த்தைகள் ஓடிக்கொண்டிருக்க, அமெரிக்கர்களில் பலரும் பாக்தாத்தை மிகவும் அழுக்குப்படிந்த, போரில் சீரழிந்த மத்திய கிழக்கு நகரங்களில் ஒன்றாகவே கற்பனை செய்கிறார்கள் என்பதுடன், அது ஒரு காலத்தில் மனித அறிவியல் முன்னேற்றத்தின் இதயமாகவே இருந்திருக்கிறது என்பதை அவர்கள் தெரிந்துகொள்ளக்கூட இல்லை என்பது எவ்வளவு துயர் நிறைந்த விஷயம் என லேங்டன் நினைத்துக் கொண்டார்.

“பதினோறாம் நூற்றாண்டின் முடிவில்” என்றான் எட்மண்ட், “பூமியிலேயே மகத்தான அறிவுசார் ஆராய்ச்சியும், கண்டுபிடிப்பும் பாக்தாத் மற்றும் அதைச்சுற்றியுள்ள பகுதிகளிலேயே நடந்திருக்கிறது. பிறகு, ஒரே இரவில் எல்லாம் மாறிவிட்டன. திறமையான அறிஞராகிய ஹமீத் அல்-கஸாலி - தற்போது, வரலாற்றிலேயே மிகுந்த செல்வாக்குள்ள

முஸ்லீம்களில் ஒருவராக கருதப்படுகிறவர் - பிளாட்டோ மற்றும் அரிஸ்டாட்டிலின் தர்க்கம் பற்றி கேள்வியெழுப்பக்கூடிய தொடர்ச்சியான பல கட்டுரைகள் எழுதினார், அத்துடன் அவர் கணிதவியலை 'சாத்தானின் தத்துவம்' எனவும் அறிவித்தார். இதுவே அறிவியல்பூர்வ சிந்தனைக்கு குழிதோண்டுவதற்கான நிகழ்வுகளின் சங்கமத்தை தொடங்கி வைத்தது. இறையியல் கட்டாயமாக்கப்பட்டது, முடிவில் மொத்த இஸ்லாமிய அறிவியல் இயக்கமும் சிதைந்துபோனது."

மேலேயிருந்த அறிவியல் வார்த்தைகள் ஆவியாகி இஸ்லாமிய மதபோதனைகளின் பிம்பங்களால் பதிலீடு செய்யப்பட்டன.

"இறைவெளிப்பாடு பகுத்தறிவை பதிலீடு செய்தது. இன்றுவரை, இஸ்லாமிய அறிவியல் உலகம் தன்னை மீட்டுக் கொண்டுவர முயற்சித்துக்கொண்டுதான் இருக்கிறது." எட்மண்ட் சற்று இடைவெளி விட்டான். "ஆம், கிறிஸ்துவ அறிவியல் உலகமும்கூட இதிலிருந்து பெரிய விதிவிலக்கல்லதான்."

வானியல் அறிஞர்களான கோபர்நிகஸ், கலீலியோ மற்றும் புருனோ ஆகியோரின் ஓவியங்கள் கூரையில் தோன்றின.

"தேவாலயத்தின் படிப்படியான கொலை, சிறைவாசம் மற்றும் வரலாற்றின் மிக அற்புதமான அறிவியல் மனங்களில் சிலவற்றை புறம்தள்ளியது ஆகியவை மனித முன்னேற்றத்தை ஒரு நூற்றாண்டுக்காவது தாமதப்படுத்தியிருக்கும். அதிர்ஷ்டவசமாக, இன்று அறிவியலைப் பற்றிய நம்முடைய நற்புரிதலின் காரணமாக தேவாலயம் தன்னுடைய தாக்குதல்களை மென்மையாக்கியிருக்கிறது . . ." எட்மண்ட் பெருமூச்சு விட்டான். "அல்லது அப்படி ஆகியிருக்கிறதுதானா?"

சிலுவை மற்றும் பாம்புடன் உள்ள ஒரு உலக உருண்டை சின்னம் ஒரு உரையுடன் தோன்றியது:

அறிவியல் & உயிர்வாழ்வுக்கான மேட்ரிட் பிரகடனம்

"சரியாக இங்கேதான், இதே ஸ்பெயினில்தான், கத்தோலிக்க மருத்துவ கூட்டாண்மைகளின் உலக கூட்டமைப்பானது சமீபத்தில் மரபியல் தொழில்நுட்பத்தின் மீது போரை அறிவித்தது,

'அறிவியலுக்கு ஆன்மா இல்லை' என்றும், அதனால் அதனை தேவாலயம் தடுத்து நிறுத்த வேண்டும் எனவும் கூறியது."

உலக உருண்டை சின்னம் இப்போது வேறுபட்ட வட்டமாக மாற்றம்கொண்டது - அது ஒரு பிரமாண்ட துகள் துரிதமாக்கி வரைபடம்.

"இதுதான், டெக்ஸாஸின் சூப்பர்கண்டெக்டிங் சூப்பர் கொலைடர் - உலகில் உள்ளதிலேயே மிகப்பெரிய துகள் துரிதமாக்கி - படைப்பாக்கத்தின் முதல் கணத்தை கண்டுபிடிக்கும் அளவுக்கு திறன்பெற்றது. முரண்பாடாக, இந்த இயந்திரம் அமெரிக்காவின் பழமைவாத கிறிஸ்துவர்கள் பெரும்பான்மையாக வசிக்கும் இடத்தின் மையப்பகுதியில் அமைக்கப்பட்டுள்ளது."

அந்த உருவம் பிரமாண்ட வளையவடிவ சிமெண்ட் கட்டுமானமாக கலைந்தடுங்கி டெக்ஸாஸ் பாலைவனம் நெடுகிலும் நீண்டுசென்றது. அந்தத் தொழிலகம் பாதி மட்டுமே கட்டப்பட்டு, தூசி துரும்புகளால் மூடப்பட்டு, அதன் கட்டுமானத்தின் பாதியிலேயே நிறுத்தி வைக்கப்பட்டிருந்தது.

"அமெரிக்காவின் அதிவேக துரிதமாக்கியான இது, இந்த பிரபஞ்சத்தைப் பற்றிய மனிதகுலத்தின் புரிதலை மிகப்பெரிய அளவுக்கு முன்னோக்கி கொண்டு சென்றிருக்கும், ஆனால் அந்த திட்டம் அதிகப்படியான செலவுகள் மற்றும் அரசியல் நெருக்கடியின் காரணமாக ரத்து செய்யப்பட்டது என திடுக்கிட வைக்கும் தகவல்களில் இருந்து தெரிய வருகிறது."

ஒரு செய்திக் காட்சியில், ஒரு இளம் கிறிஸ்துவ தொலைக்காட்சி பிரச்சாரகர் பிரபலமான கடவுள் துகள் (*The God Particle*) புத்தகத்தை கையில் வைத்து ஆட்டியபடியே, "நாம் இறைவனை நம் மனங்களில்தான் தேட வேண்டும்! அணுக்களுக்கு உள்ளே அல்ல! இத்தகைய மடத்தனமான பரிசோதனைக்கு பில்லியன் கணக்கில் செலவிடுவது டெக்ஸாஸ் மாகாணத்திற்கு ஒரு அவமானமும், ஆண்டவரை அவமதிப்பதும் ஆகும்!" என கோபமாக கத்திக்கொண்டிருக்கும் காட்சி காட்டப்பட்டது.

எட்மண்டின் குரல் திரும்பி வந்தது. "நான் விவரிக்கின்ற இந்த சச்சரவுகள் -பகுத்தறிவை விஞ்சிவிடுகின்ற மதவாத

மூடநம்பிக்கைகள் - எல்லாமே நடந்துகொண்டிருக்கும் போரின் மேலோட்டமான விவாதங்கள் மட்டுமே.”

நவீன சமூகத்தைச் சேர்ந்த வன்முறையான கலைப்புக் காட்சிகளால் அந்தக் கூரை சட்டென்று மின்னத் தொடங்கியது - மரபியல் ஆராய்ச்சிக் கூடங்களுக்கு வெளியே காணப்படும் போராட்டக்காரர்கள், டிரான்ஸ்ஹியூமனிஸம் மாநாட்டிற்கு வெளியே ஒரு மதகுரு தனக்குத்தானே தீவைத்துக்கொள்வது, எவன்ஜலிக்கல்கள் தங்களுடைய முஷ்டிகளை ஆட்டிக்கொண்டு ஆதியாகமம் புத்தகத்தை கையில் பிடித்திருப்பது, டார்வின் மீனை விழுங்கும் ஜீஸஸ் மீன், தண்டுவட-உயிரணு ஆராய்ச்சியை கண்டிக்கும் கோபமான மதவாத பதாகைகள், ஒருபாலின உரிமைகள், கருக்கலைப்பு ஆகியவற்றுக்கு இணையாக அவற்றிற்கு பதிலடி தரும் கோபமான பதாகைகள்.

இருளில் படுத்திருக்கையில் தன்னுடைய இதயத்துடிப்பு அதிகரிப்பதை லேங்டனால் உணர முடிந்தது. ஒருகணம், ஒரு பாதாளச் சுரங்கம் தன்னை நெருங்கிவிட்டதைப் போல் தனக்கு கீழே இருக்கும் புல்வெளி நடுங்குவதாக நினைத்தார். பின்னர் அந்த அதிர்வுகள் வலுப்பெற்றபோதுதான் உண்மையிலேயே தரை குலுங்கிக் கொண்டிருக்கிறது என்பதை உணர்ந்தார். ஆழ்ந்த, உருளும் அதிர்வுகளாக அவருக்கு பின்பக்கம் கீழேயிருந்த புல்வெளி நடுங்கிக்கொண்டிருந்தது, அந்த மொத்த குவிமாடமும் ஒரு உறுமலால் நடுங்கியது.

அந்த கர்ஜனை, கீழேயுள்ள புல்வெளியில் இருக்கும் சப்-வூஃபர் ஒலிபெருக்களின் வழியாக வெளிவந்துகொண்டிருக்கின்ற, விரைந்தோடும் ஆற்றின் கிடுகிடுக்கும் ஒலி என்பதை லேங்டன் இப்போது தெரிந்துகொண்டார். ஒரு சீற்றம்கொண்ட ஆற்றின் நடுவில் படுத்திருப்பதைப் போல் தன்னுடைய முகம் மற்றும் உடலின் ஊடாக ஒரு சில்லிட்ட, ஈரப்பதமான மூடுபனி சுழன்றோடுவதை உணர்ந்தார்.

“உங்களுக்கு அந்த சத்தம் கேட்கிறதா?” அந்த பீறிட்டெழும் ஆற்று நீரோட்ட ஒலிகளையும் தாண்டி எட்மண்ட் கேட்டான். “அது அறிவியல்பூர்வ அறிவு எனும் ஆற்றில் மாற்றமுடியாத பெருக்கம்!”

அந்த உறுமல் இன்னும் அதிகமானது, மூடுபனியானது லேங்டனின் கன்னங்களில் ஈரப்பதத்தை உணரச் செய்தது.

"மனிதன் முதன்முதலில் நெருப்பைக் கண்டுபிடித்ததில் இருந்தே" என்று எட்மண்ட் கத்தினான், "இந்த ஆறு வலுப்பெற்று வருகிறது. ஒவ்வொரு கண்டுபிடிப்பும் நாம் புதியனவற்றை கண்டுபிடிப்பதற்கான கருவியாகியிருக்கிறது, ஒவ்வொரு முறையும் ஒரு துளி இந்த ஆற்றில் சேர்ந்துகொள்கிறது. இன்று, நாம் ஒரு சுனாமியின், தடுத்து நிறுத்த முடியாத வேகத்துடன் முன்னோக்கிப் பாயும் பெருவெள்ளத்தின் அலைமுகட்டின் மீதுதான் சென்று கொண்டிருக்கிறோம்!"

அந்த அறை மிகவும் பலவந்தமான அமைதியில் திடுக்கிட்டுப் போனது.

"நாம் எங்கிருந்து வந்தோம்!" எட்மண்ட் கத்தினான். "நாம் எங்கே செல்கிறோம்! அந்த பதில்களை கண்டுபிடிப்பதற்காகவே நாம் விதிக்கப்பட்டிருக்கிறோம்! நம்முடைய பகுத்தறியும் செயல்முறைகள் ஆயிரக்கணக்கான ஆண்டுகளாக பரிசோதனைப்பூர்வமாக வளர்ச்சியடைந்திருக்கிறது!"

மூடுபனியும் காற்றும் இப்போது அந்த அறையினூடாக வீசிக்கொண்டிருந்தன, ஆற்றின் பெருவொலி இப்போது காதடைக்க வைக்கும் நிலையை எட்டியிருந்தது.

"இதை கவனியுங்கள்!" என்றான் எட்மண்ட். "நெருப்பைக் கண்டுபிடித்ததில் இருந்து சக்கரத்தை உருவாக்குவதற்கான முன்னேற்றத்தை அடைய மனிதனுக்கு ஒரு மில்லியன் ஆண்டுகள் ஆகியிருக்கிறது. பிறகு ஒரு அச்சு இயந்திரத்தை கண்டுபிடிக்க சில ஆயிரம் ஆண்டுகளே ஆகியிருக்கிறது. பின்னர் ஒரு தொலைநோக்கியை கண்டுபிடிக்க நூற்றுக்கணக்கான ஆண்டுகளே ஆகியிருக்கிறது. அதைத் தொடர்ந்துவந்த நூற்றாண்டுகளில், மிகக்குறுகிய கால நீட்டிப்பிற்குள் நாம் நீராவி இயந்திரத்தில் இருந்து, எரிவாயுவில் ஓடும் வாகனங்கள் முதல் விண்வெளி ஓடம் வரை கண்டுபிடித்திருக்கிறோம்! பின்னர், நம்முடைய சொந்த டிஎன்ஏ-வை மேம்படுத்த தொடங்குவதற்கு இருபது வருடங்களே ஆகியிருக்கின்றன!"

“இப்போது நாம் அறிவியல் முன்னேற்றங்களை மாதங்களில் கணக்கிடுகிறோம்” கிர்ஷ் கத்தினான், “கற்பனைக்கும் எட்டாத வேகத்தில் முன்னோக்கி செல்கிறோம். இன்றைய அதிவேக சூப்பர்கம்ப்யூட்டர் ஒரு அபாகஸ் போல் தோன்றுவதற்கும்; இன்றைய மிக முன்னேறிய அறுவை சிகிச்சை முறைகள் காட்டுமிராண்டித்தனமாக தோன்றுவதற்கும்; இன்றைய ஆற்றல் மூலாதாரங்கள் நாம் அறை வெளிச்சத்திற்கு மெழுகுவர்த்திகளைப் பயன்படுத்தியதைப் போல் விசித்திரமாக தோன்றவதற்கும் நீண்டகாலம் ஆகாது!”

எட்மண்டின் குரலும், குதித்தோடும் தண்ணீரின் உறுமலும் பிளிறும் இருளில் தொடர்ந்துகொண்டே இருந்தன.

“புராதான கலாசாரத்தைப் பற்றி ஆராய்வதற்கு ஆரம்பகால கிரேக்கர்கள் பல நூற்றாண்டுகளை திரும்பிப் பார்க்க வேண்டியிருந்தது, ஆனால் இன்று சர்வசாதாரணமாக கிடைக்கும் தொழில்நுட்பங்கள் அன்றி வாழ்ந்திடாதவர்களைக் கண்டுபிடிக்க நாம் ஒரு தலைமுறையை மட்டும் திரும்பிப் பார்த்தாலே போதுமானது. மனித வளர்ச்சியின் காலவரிசை சுருக்கப்பட்டிருக்கிறது; ‘புராதானம்’ மற்றும் ‘நவீனம்’ என்பனவற்றைப் பிரிக்கின்ற வெளி ஒன்றுமேயில்லாமல் சுருங்கிக்கொண்டிருக்கிறது. இந்தக் காரணத்தினால்தான், மனித வளர்ச்சியின் அடுத்த சில ஆண்டுகள் அதிர்ச்சியளிப்பதாக, தொந்தரவளிப்பதாக, முற்றிலும் கற்பனை செய்ய முடியாததாக இருக்கும் என்று உறுதியளிக்கிறேன்!”

எந்தவித அறிவிப்பும் இன்றி ஆற்றின் பேரிரைச்சல் நின்றுபோனது.

வானத்து நட்சத்திரங்கள் திரும்பி வந்தன. அவ்வாறே, இதமான தென்றலும் வெட்டுக்கிளிகளும் திரும்பின.

அறையில் இருந்த விருந்தினர்கள் ஒருசேர பெருமூச்சுவிடுவதுபோல் தோன்றியது.

ஒரு திடீர் அமைதியில், எட்மண்டின் குரல் கிசுகிசுப்பாக திரும்பி வந்தது.

“நண்பர்களே” என்று மென்மையாக கூறினான் அவன். “நான் ஒரு கண்டுபிடிப்பை பற்றி கூறுவதாக உறுதியளித்தபடியால்தான் நீங்கள் இங்கே கூடியிருக்கிறீர்கள் என்று எனக்குத் தெரியும், ஒரு சிறு முன்னுரையை வழங்க என்னை அனுமதித்தமைக்காக உங்களுக்கு நன்றி. இப்போது நம்முடைய கடந்தகால சிந்தனையின் கட்டுத்தளைகளில் இருந்து நம்மை விடுவித்துக்கொள்வோம். இந்த கண்டுபிடிப்பின் சிலிர்ப்பை பகிர்ந்துகொள்வதற்கான நேரம் வந்துவிட்டது.”

அந்த வார்த்தைகளுடன், எல்லாப் பக்கங்களிலுமிருந்து தாழ்வான பனிப்படலம் உள்ளே ஊடுருவியது, மேலேயிருந்த வானம் விடிவெள்ளியால் மின்னத் தொடங்கி கீழேயிருந்த பார்வையாளர்கள் மீது மங்கிய ஒளியை வீசியது.

சட்டென்று ஒளிபெற்ற ஒரு தனிக்கவன விளக்கு அந்தக் கூடத்தின் பின்பக்கத்தை நோக்கி விரைந்தது. சில கணங்களுக்குள், ஏறக்குறைய எல்லா விருந்தினர்களுமே எழுந்து நின்றபடி பின்னால் இருந்த பனிமூட்டத்தின் வழியாக தங்களுடைய விருந்துபசரிப்பாளர் நேரடியாக தோன்றுவார் என்ற எதிர்பார்ப்பில் கழுத்தை திருப்பிப் பார்த்தனர். ஆனாலும், சில நொடிகளுக்குப் பின்னர் அந்த தனிக்கவன விளக்கு அந்த அறையின் முன்பக்கத்திற்கு விரைந்தது.

பார்வையாளர்களும் அதை நோக்கித் திரும்பினர்.

அங்கே, அந்த அறைக்கு முன்பாக, தனிக்கவன விளக்கின் ஒளியில், புன்னகைத்தபடி நின்றிருந்தான் எட்மண்ட் கிர்ஷ். அவனுடைய கைகள் சில நொடிகளுக்கு முன்புகூட அங்கு இருந்திராத பேச்சுமேடையின் இருபக்கத்தையும் நம்பிக்கையுடன் பிடித்திருந்தன. “மாலை வணக்கம், நண்பர்களே,” பனிமூட்டம் உயரத் தொடங்கும்போது அந்த மாபெரும் நிகழ்ச்சியாளன் மகிழ்ச்சியுடன் கூறினான்.

சில நொடிகளுக்குள், எழுந்து நின்றிருந்தவர்கள் நீண்டநேரம் நீடித்த ஆரவாரத்தை தங்களுடைய விருந்துபசரிப்பாளருக்கு வழங்கினர். தன்னுடைய புன்னகையை மறைத்துக்கொள்ள முடியாத லேங்டனும் அவர்களுடன் சேர்ந்துகொண்டார்.

புகைமூட்டத்தில் தோன்றுவதை எல்லாம் எட்மண்டே பார்த்துக் கொள்ளட்டும்.

இதுவரை, இன்றிரவு அறிவிப்பானது மத நம்பிக்கையை நோக்கியுள்ள எதிர்ப்புணர்வாக இருந்தபோதிலும், இந்த மனிதனைப் போன்றே அதுவும் பெரும் சிரத்தையுடன் அடையப்பெற்ற துணிச்சலான சாதனைதான். உலகின் அதிகரித்துவரும் சுதந்திர சிந்தனையாளர்கள் ஏன் எட்மண்டை அதிகமாக போற்றுகிறார்கள் என்று லேங்டன் இப்போதுதான் புரிந்துகொண்டார்.

அது வேறு ஒன்றுமில்லை, சிலர் மட்டுமே துணியக்கூடிய வகையில் அவன் தன் மனதில் உள்ளவற்றைப் பேசிவிடுகிறான்.

தலைக்கு மேலே எட்மண்டின் முகம் தோன்றியபோது, தான் முன்னெப்போதைக் காட்டிலும் சற்று குறைவாகவே வெளிறிப்போயிருப்பதை கவனித்த லேங்டன் தான் ஒரு தொழில்முறையாளராக உருவாகிவிட்டிருப்பதை தெளிவுபடுத்திக் கொண்டார். சொல்லப்போனால், தன்னுடைய நண்பன்தான் சோர்ந்து போயிருக்கிறான் என்றுகூட லேங்டனால் சொல்ல முடியும்.

லேங்டன் தன்னுடைய மார்புப் பையில் அதிர்வை உணந்தபோது கரவொலியானது மிகுந்த சத்தத்துடன் தொடர்ந்து கொண்டிருந்தது. தன்னியல்பாக, தன்னுடைய போனை எடுக்க அவர் உள்ளே கைவிட்டார், ஆனால் அது அணைந்துபோயிருப்பதை சட்டென்று உணர்ந்துகொண்டார். அந்த அதிர்வு தன்னுடைய பையில் இருந்த மற்றொரு சாதனத்தில் இருந்து வந்துகொண்டிருப்பது விநோதமாகத் தெரிந்தது - அது எலும்புத் தொடர்பு தலையணி - அதன்மூலமாக வின்ஸ்டன் மிகவும் சத்தமாக பேசுவதுபோல் தெரிந்தது.

அசௌகரியமான நேரம்.

தன்னுடைய மேலாடைப் பையிலிருந்து டிரான்ஸீவரை தேடியெடுத்த லேங்டன் தடுமாறியபடியே தன்னுடைய தலையில் பொருத்திக்கொண்டார். அவருடைய தாடையெலும்பில் அதன் கணு பட்டவுடனே வின்ஸ்டனின் அழுத்தமான குரல் லேங்டனின் தலைக்குள் ஒலித்தது.

"__பஸர் லேங்டனா? இருக்கிறீர்களா? தொலைபேசிகள் செயலிழக்க செய்யப்பட்டுவிட்டன. நீங்கள் மட்டுமே எனக்குள்ள தொடர்பு. புரபஸர் லேங்டனா?!"

"ஆமாம்-வின்ஸ்டனா? நான் இங்கேதான் இருக்கிறேன்," அவரைச் சுற்றிலுமிருந்த கரவொலிக்கும் மேலாக பதிலளித்தார் லேங்டன்.

"நல்லவேளை" என்றான் வின்ஸ்டன். "கவனமாக கேளுங்கள். நமக்கு தீவிரமான பிரச்சினை ஒன்று உருவாகியிருக்கலாம்."

21

உலக மேடையில் எண்ணிறைந்த வெற்றித்தருணங்களைப் பார்த்துவிட்ட ஒருவனாக எட்மண்ட் கிர்ஷ் முடிவேயில்லாத சாதனையால் உத்வேகம் பெற்றவன், ஆனால் அவன் எப்போதாவதுதான் முழு நிறைவை அடைந்திருக்கிறான். ஆனாலும், இந்நிகழ்வில், பேச்சுமேடையில் நின்றபடி கட்டுப்படுத்த முடியாத பாராட்டுமழையில் நனைந்துகொண்டிருந்த எட்மண்ட், தான் இந்த உலகை மாற்றப்போகிறோம் என்று அறிந்துகொண்டதன் சில்லிட்ட மகிழ்ச்சியில் நனைய தன்னைத்தானே விடுவித்துக் கொண்டான்.

உட்காருங்கள் நண்பர்களே, அவன் அவர்களுக்கு உத்தரவிட விரும்பினான். *சிறப்பான பகுதி இனிமேல்தான் வரப்போகிறது.*

பனிமூட்டம் விலகியபோது, அவனுடைய முகம்தான் கூரையிலும், உலகம் முழுவதிலும் உள்ள மில்லியன் கணக்கான மக்களுக்கும் நெருக்கமாக திரையிட்டு காட்டப்படுகிறது என அவனுக்குத் தெரிந்திருந்த, மேல்நோக்கி பார்ப்பதற்கான உந்துதலை எட்மண்ட் கட்டுப்படுத்திக் கொண்டான்.

இது ஒரு உலகளாவிய தருணம், என்று பெருமிதத்துடன் நினைத்துக் கொண்டான் அவன். *இது எல்லைகளை, வர்க்கங்களை, சமயக் கோட்பாடுகளை என எல்லாவற்றையும் கடந்துசெல்ல வைக்கிறது.*

அறையின் மூலையில் இருந்து பார்த்துக்கொண்டிருந்த, இந்த காணக்கிடைக்காத காட்சியை சாத்தியப்படுத்திய ஆம்ரா வைடலுக்கு தலைகுனிந்து நன்றி தெரிவிப்பதற்காக தனக்கு இடதுபுறம் பார்த்தான் எட்மண்ட். இருந்தாலும், அவனை ஆச்சரியப்படுத்தும் வகையில் ஆம்ரா அவனைப் பார்த்துக் கொண்டிருக்கவில்லை. பதிலாக, அவள் கூட்டத்தை வெறித்துப் பார்த்துக் கொண்டிருந்தாள், அவளுடைய தோரணையில் கவலை சூழந்திருந்தது.

ஏதோவொன்று சரியில்லை, என பக்கவாட்டில் இருந்து பார்த்துக்கொண்டிருந்த ஆம்ரா நினைத்தாள்.

அறையின் நடுவில், ஒரு உயரமான, நேர்த்தியாக உடையணிந்த மனிதர் கூட்டத்தினரை விலக்கி விட்டுக்கொண்டு, கைகளை ஆட்டியபடியே ஆம்ராவை நோக்கி வந்து கொண்டிருந்தார்.

அது ராபர்ட் லேங்டன், என கிர்ஷின் வீடியோவில் இருந்து அந்த அமெரிக்க புரபஸரை அடையாளம் கண்டுகொண்டாள் அவள்.

லேங்டன் வேகமாக நெருங்கினார், ஆம்ராவின் கார்டியா ஏஜெண்டுகளில் இருவர் சுவற்றில் இருந்து உடனடியாக நடந்துவந்து அவரைத் தடுத்து நிறுத்துவதற்காக குறுக்கே நின்றனர்.

அவருக்கு என்னதான் வேண்டும்?! லேங்டனின் தோரணையில் இருந்த ஆபத்தை ஆம்ரா உணர்ந்தாள்.

பேச்சுமேடையில் இருந்த எட்மண்டை நோக்கி சுழன்றோடிய அவளுக்கு இந்தக் கூச்சலை அவனால் கேட்க முடியுமா என்று தெரிந்திருக்கவில்லை, ஆனால் எட்மண்ட் கிர்ஷும் பார்வையாளர்களைப் பார்த்திருக்கவில்லை. விசித்திரமான வகையில், அவன் அவளைத்தான் நேரடியாக உற்றுநோக்கினான்.

எட்மண்ட்! ஏதோ ஒன்று சரியில்லை!

அத்தருணமே, ஒரு காதைப்பிளக்கும் வெடிப்பொலி அந்த குவிமாடத்திற்குள் எதிரொலித்தது, எட்மண்டின் தலை

பின்னோக்கி குலுங்கியது. ஒரு சிவப்புநிற குமிழ் எட்மண்டின் நெற்றியில் முளைத்திருப்பதை நம்ப முடியாத திகிலுடன் பார்த்தாள் ஆம்ரா. அவனுடைய கண்கள் சற்றே பின்னோக்கி சுழன்றன, ஆனால் அவனுடைய கைகள், அவன் உடல் முழுவதும் விறைத்த பின்னரும் பேச்சுமேடையை இறுகப் பற்றியிருந்தன. அவன் ஒருகணம் துள்ளத் துடித்தான், அவன் முகத்தை குழப்பம் சூழ்ந்திருக்க ஒரு சாய்க்கப்பட்ட மரத்தைப் போல் வீழ்ந்த அவனுடைய உடல் ஒருபக்கமாக சாய்ந்து தரையில் விழும்போது அவனுடைய இரத்தம் சிதறிய தலை அந்த செயற்கை புல்தரையில் பலமாக மோதியது.

தான் பார்த்தது என்னவென்று புரிந்துகொள்ளும் முன்னரே கார்டியா ஏஜெண்டுகளில் ஒருவரால் தான் கீழே சாய்த்துத் தள்ளப்படுவதை ஆம்ரா உணர்ந்தாள்.

காலம் உறைந்து நின்றது.

பிறகு . . . பேய்க்கூச்சல்.

மின்னும் புரஜக்டரால் எட்மண்டின் இரத்தச் சடலம் ஒளிவீசப்பட்டிருக்க, மேற்கொண்டு துப்பாக்கிச் சூட்டிலிருந்து தப்பிக்கும் முயற்சியில் விருந்தினர்களின் பேரலை அந்தக் கூடத்தின் பின்பக்கத்தை நோக்கி நெருக்கியடித்து சென்று கொண்டிருந்தது.

தன்னைச் சுற்றிலும் ஒரு பெருங்குழப்பம் ஏற்பட்டிருக்க, தன்னுடைய இடத்திலேயே ஆணியடித்து நிறுத்தப்பட்டதைப் போல் உணர்ந்த லேங்டன் அதிர்ச்சியில் செயலற்றுப் போயிருந்தார். சற்று தொலைவில், அவருடைய நண்பன் அவர் பக்கமாக நிலைகுலைந்து கிடந்த நிலையிலும் பார்வையாளர்களை நோக்கியபடியே இருக்க, அவனுடைய நெற்றியில் இருந்த தோட்டாத் துளை சிவப்பாக வழிந்துகொண்டிருந்தது. குரூரம் என்னவென்றால், எட்மண்டின் உயிரற்ற முகம், யாருமற்ற முக்காலியில் அமர்ந்திருந்த ஒரு தொலைக்காட்சி கேமராவில் இருந்த விளக்கின் கண்கூசும் ஒளியில் பிரகாசமடைந்திருக்க, அந்தக் கேமரா குவிமாட கூரையின் திரையிலும், இந்த

உலகிற்குமான திரைகளிலும் அதை இன்னமும் நேரலையாக ஒளிபரப்பிக்கொண்டுதான் இருந்தது.

ஒரு கனவில் நகர்வதைப் போன்று டிவி கேமராவை நோக்கி ஓடுவதாக உணர்ந்த லேங்டன் அதை மேல்நோக்கி தள்ளினார், ஆடிகளை எட்மண்டிடம் இருந்து அப்பால் திருப்பினார். பின்னர் பேச்சு மேடையையும், அவருடைய வீழ்ந்துவிட்ட நண்பனையும் நோக்கி ஓடும் விருந்தினர்களின் தள்ளுமுள்ளுக்கும் இடையே பாத்தபோது எட்மண்ட் இறந்துவிட்டான் என்பதை தெரிந்துகொண்டார்.

அய்யோ ... நான் உன்னை உஷார்படுத்த முயற்சித்தேன் எட்மண்ட், ஆனால் வின்ஸ்டனின் எச்சரிக்கை தாமதமாகத்தான் வந்து சேர்ந்தது.

தரையில் எட்மண்டின் உடலுக்கு சற்று தள்ளி ஒரு கார்டியா ஏஜெண்ட் ஆம்ரா வைடலுக்கு மேலே பாதுகாப்பாக குனிந்திருந்தான். லேங்டன் அவளை நோக்கி விரைந்தார், ஆனால் அந்த ஏஜெண்ட் தன்னுடைய உள்ளுணர்வின்படி செயல்பட்டான் - மேல்நோக்கி வெளியே தாவிய அவன் மூன்று அடிகள் எடுத்துவைத்து லேங்டன் மீது பாய்ந்தான்.

அந்தக் காவலாளியின் தோள்பட்டை லேங்டனின் மார்பெலும்பை நசுக்கி, அவருடைய நுரையீரல்களில் இருந்த கடைசி துளி காற்றையும் வெளியேற்றிவிட, காற்றில் அவர் பின்னோக்கி செல்கையில் அவருடைய உடலினூடாக வலியின் அதிர்வலையை அனுப்பி வைத்து அந்த செயற்கை புற்தரையில் விழச்செய்தது. அவர் மூச்சுவிடுவதற்கு முன்னரே சக்திவாய்ந்த கைகள் அவருடைய வயிற்றில் இறங்கி, அவருடைய இடது கையை முதுகுப்பக்கம் வளைத்தன, பின்னர் அவருடைய தலையை ஒரு இரும்புக்கரம் அழுத்திப் பிடித்தபடியால் நகர முடியாத லேங்டன் தன்னுடைய இடது கன்னம் புல்தரையில் விழுந்தபோது முற்றிலும் செயலற்றுப்போனார்.

"இது நடக்குமென்று முன்னமே உனக்குத் தெரிந்திருக்கிறது" என்று அந்தக் காவலாளி கத்தினான். "இதில் உனக்கு என்ன சம்பந்தம்!"

இருபது மீட்டர்கள் தள்ளி, கார்டியா ரியல் ஏஜெண்டான ரஃபா டயஸ், தப்பி ஓடிக்கொண்டிருக்கும் விருந்தினர் கூட்டத்தில் கலந்து துப்பாக்கி சுட்ட ஒளியை அவர் பார்த்திருந்த பக்கவாட்டு சுவற்றில் இருந்த இடத்தை அடைய முயற்சித்தார்.

ஆம்ரா வைடல் பாதுகாப்பாக இருக்கிறார், என்று அவருடைய சகா அவளை கீழே தள்ளி அவளுடைய உடலை தன்னுடைய உடலால் மறைத்துக்கொள்வதைப் பார்த்திருந்த அவர் தனக்குத்தானே உத்திரவாதப்படுத்திக் கொண்டார். மேலும், பலியானவருக்காக எதுவும் செய்யமுடியாது என்பதையும் டயஸ் சந்தேகமின்றி உணர்ந்தார். எட்மண்ட் கிர்ஷ் தரையில் விழும் முன்னரே இறந்துவிட்டார்.

விநோதமான முறையில், இந்த தாக்குதலைப் பற்றி முன்னதாகவே எச்சரிக்கை செய்வதுபோல் தோன்றிய விருந்தினர்களில் ஒருவர் துப்பாக்கி சுடுவதற்கு சற்று முன்பாகத்தான் பேச்சு மேடையை நோக்கி விரைந்து கொண்டிருந்தார்.

காரணம் எதுவாயினும், அது காத்திருக்கத்தான் வேண்டியிருககும் என டயஸுக்கு தெரியும்.

அத்தருணத்தில், அவருக்கு ஒரே ஒரு வேலைதான் இருந்தது.

சுட்டவனைப் பிடிக்க வேண்டும்.

மறைவாகத் தெரிந்த வெளிச்சம் இருந்த இடத்திற்கு டயஸ் வந்தபோது, துணியாலான சுவற்றில் இருந்த பிளவைக் கண்டுகொண்ட அவர் அந்த திறப்பின் வழியாக கையை விட்டுப்பார்த்து, அதனை கீழே தரைத்தளம் வரையிலும் பலவந்தமாக கிழித்தெறிந்துவிட்டு குறுக்குநெடுக்கான சாரத்திற்குள்ளாக குவிமாடத்தை நோக்கி ஏறினார்.

அவருக்கு இடதுபுறத்தில் ஒரு உருவம் பளிச்சிட்டது - வெண்ணிற ராணுவச் சீருடை அணிந்திருந்த ஒரு உயரமான மனிதன் - அந்த பிரமாண்டமான வெளியின் வெகுதொலைவில் அவசரகால வழியை நோக்கி ஓடிக்கொண்டிருந்தான். சற்றைக்கெல்லாம், அந்த ஓடும் உருவம் கதவைத் தள்ளிக்கொண்டு மறைந்துபோனது.

டயஸ் விரட்டிச்சென்றார், குவிமாடத்திற்கு வெளியே இருந்த மின்சாதனங்கள் வழியாக வளைந்து நெளிந்து சென்று இறுதியாக அந்தக் கதவை அடித்துத் திறந்து சிமெண்ட் படிக்கட்டிற்கு வந்துசேர்ந்தார். வேலிக்கு மேலே உற்றுப்பார்த்த அவர் இரண்டு தளங்களுக்கு கீழே வளைந்து நெளிந்து அவன் படுவேகத்தில் ஓடிக்கொண்டிருப்பதைக் கண்டார். அவனுக்குப் பின்னாலேயே ஓடிய டயஸ் ஒரே பாய்ச்சலில் ஐந்து படிக்கட்டுகளை தாண்டினார். கீழே ஏதோ ஓரிடத்தில் வெளியேறும் வழிக்கான கதவு அடித்து திறக்கப்பட்டு பின்னர் சத்தமாக மறுபடியும் மூடப்பட்டது.

அவன் கட்டடத்தை விட்டு வெளியேறிவிட்டானோ!

டயல் தரைத்தளத்தை அடைந்தபோது வழியை நோக்கித் தாவி தன்னுடைய முழு எடையையும் அதன் - நெடுகிடையான தள்ளும்பட்டையுடன் கூடிய இரட்டைக் கதவுகள் - மீது வைத்து அழுத்தினார். மேலே இருந்த கதவுகளைப் போல் சட்டென்று திறந்துகொள்வதற்கு பதிலாக அந்தக் கதவுகள் ஒரு அங்குலம் மட்டுமே நகர்ந்து ஓரிடத்தில் மாட்டிக்கொண்டது. டயஸின் உடல் இரும்புச்சுவற்றில் மோதிக்கொண்டது, தன்னுடைய எரிச்சலான வலியால் அவர் சுருண்டு விழுந்தார்.

தன்னை குலுக்கி விட்டுக்கொண்டு எழுந்த அவர் மறுபடியும் அந்தக் கதவுகளைத் திறக்க முயற்சித்தார்.

பிரச்சினை என்னவென்று பார்க்கும் அளவுக்கு மட்டுமே அவை அவருக்கு திறந்து கொடுத்தன.

விசித்திரமான வகையில், ஒரு கம்பியை சுருக்காக பயன்படுத்தி வெளிப்புற கதவுப்பிடிகள் கட்டப்பட்டிருந்தன - அவை வெளிப்புறத்தில் இருந்து ஒரு மணிச்சரடினால் கைப்பிடிகள் சுற்றப்பட்டிருந்தன. இந்த மணிகளின் வடிவம், எந்த ஒரு நல்ல ஸ்பானிஷ் கத்தோலிக்கனைப் போலவே தனக்கும்கூட முற்றிலும் தெரிந்த ஒன்றுதான் என்பதை உணர்ந்தபோது டயஸின் குழப்பம் ஆழமானது.

அது ஒரு ஜெபமாலையா?

முழு பலத்தையும் திரட்டி, தன்னுடைய வலிமிகுந்த உடலால் கதவுகளுக்குள் நுழைய முயன்றார் அவர், ஆனால் அந்த

மணிச்சரடு உடைய மறுத்தது. பிறகு, ஒரு குறுகலான திறப்பின் வழியாக மறுபடியும் முயன்ற அவர் அங்கே காணப்பட்ட ஜெபமாலை மற்றும் அதைத் தன்னால் திறக்க முடியாத நிலை ஆகியவற்றினால் விரக்தியடைந்தார்.

"*ஹலோ?*" அவர் கதவுகளினூடாக கத்தினார். "*யாராவது இருக்கிறீர்களா?*"

அமைதி.

கதவுகளின் பிளவு வழியாக, உயரமான கான்கிரீட் சுவற்றையும், கைவிடப்பட்ட ஒரு பாதையையும் அடைந்துவிட முடியும். யாராவது வந்து அந்த சுருக்கை அவிழ்ப்பதற்கான் வாய்ப்புகள் மிகவும் குறைவு. வேறு எந்த வழியும் இல்லாததால், தன்னுடைய கோட்டுக்கு கீழே இருந்த உறையிலிருந்து கைத்துப்பாக்கியை உருவினார். தோட்டாவை இழுத்து விட்டுக்கொண்டு அந்த கதவுத் திறப்பின் வழியாக குழலை நீட்டினார். ஜெபமாலை சரடுக்குள்ளாக துப்பாக்கி முனையை வைத்து அழுத்தினார்.

ஒரு புனித ஜெபமாலைக்குள்ளாகவா நான் தோட்டாவை செலுத்துகிறேன்? ஆண்டவர் என்னை மன்னிப்பாராக.

சிலுவையின் மீதமிருந்து துண்டுகள் டயஸின் கண்களுக்கு முன்னால் தூள்தூளாகி விழந்தன.

அவர் விசையை இழுத்தார்.

அந்த துப்பாக்கி சுடும் சத்தம் சிமெண்ட் தரையில் பிளிற கதவுகள் சட்டென்று திறந்து கொண்டன. ஜெபமாலை சிதறிப்போயிருந்தது, டயஸ் சட்டென்று உள்ளே பாய்ந்தபோது, அவரைச் சுற்றி அந்த நடைபாதை நெடுகிலும் ஜெபமாலை மணிகள் குதித்து ஓடிக்கொண்டிருக்க அந்த வெறுமையான பாதையைப் பார்த்தபோது அதிர்ச்சியானார்.

அந்த வெண்ணிற உடையணிந்த கொலைகாரன் போய்விட்டான்.

நூறு மீட்டர்கள் தள்ளி, அந்த மியூஸியத்தில் இருந்து துரிதகதியில் சென்று கொண்டிருக்கும் ஒரு கருப்பு ரெனால்ட் காரின் பின்பக்கத்தில் அமைதியாக உட்கார்ந்திருந்தார் அட்மிரல் லூயி எவிலா.

எவிலா ஜெபமாலை மணிகளை கட்டியிருந்த அந்த வெக்ட்ரான் ஃபைபரின் இறுக்கமான வலிமை தன்னுடைய வேலையை திறம்பட செய்துவிட்டது, அவரைத் துரத்துபவர்களை நீண்டநேரத்திற்கு தாமதிக்க வைத்துவிட்டது.

இப்போது நான் தொலைந்து போனவன்.

வளைந்து நெளிந்து செல்லும் நெர்வியான் ஆற்றைச் சுற்றி எவிலாவின் கார் வடமேற்கு திசையை நோக்கி வேகமெடுத்து, அவெனிடா அபாண்தய்பாராவில் வேகமாக சென்றுகொண்டிருக்கும் கார்களுக்கு இடையே மறைந்தபோதுதான் அட்மிரல் எவிலா பெருமூச்சு விட்டார்.

இன்றிரவு அவருடைய செயல்திட்டம் அவ்வளவு இனிதாக நடந்து முடிந்துவிடவில்லை.

தன்னுடைய மனதில், ஓரியமெண்டி துதிப்பாடலின் மகிழ்ச்சியான வரிகள் ஒலிப்பதை அவர் கேட்கத் தொடங்கினார் - இந்த பழம்பாடலின் வரிகள் ஒருகாலத்தில் இதே பில்பாவில் நடந்த ரத்தக்களரியான போரில் பாடப்பட்டன. எவிலா அதை தன் மனதில் பாடிக்கொண்டார். இறைவனுக்காக, நாட்டுக்காக, *அரசருக்காக!*

போருக்கான கூக்குரல் நீண்டகாலத்திற்கு முன்பே மறக்கப்பட்டுவிட்டது ... ஆனால், போர் இப்போதுதான் தொடங்கியிருக்கிறது.

22

மேட்ரிட்டின் பாலாஷியோ ரியல்தான் ஐரோப்பாவிலேயே மிகப்பெரிய அரச மாளிகை. அது செவ்வியல் மற்றும் பரோக் பாணியின் மிகக் கவர்ச்சியான கட்டுமானங்களுள் ஒன்றாகவும் விளங்குகிறது. ஒன்பதாம் நூற்றாண்டு மூரிஷ் கோட்டை இருந்த இடத்தில் கட்டப்பட்டுள்ள இந்த அரண்மனையின் மூன்றடுக்கு தூண்களால் ஆன முகப்பானது அது அமைந்திருக்கும் பரந்தகன்ற பிளாஸா டெ லா அர்மேரியாவின் மொத்தமுள்ள ஐநூறு அடி அகலத்திற்குமாய் பரந்து விரிந்திருக்கிறது. இதன் உட்புறப் பகுதியானது ஏறக்குறைய அந்த தளப்பகுதியின் ஒன்றரை மில்லியன் சதுர அடிகள் வழியாக சுற்றிச்சுழன்று செல்லும் 3,418 அறைகளைக் கொண்ட, மனதை கிறுகிறுக்க வைக்கும் புதிர்வட்டப் பாதையாக நீண்டு செல்கிறது. சலூன்கள், படுக்கையறைகள் மற்றும் நடுக்கூடங்கள் என எல்லாமும் வெலாஸ்கஸ், கோயா மற்றும் ரூபென்களின் தலைசிறந்த படைப்புகள் உட்பட விலைமதிப்பற்ற மதரீதியான கலைப்பொருட்களின் தொகுப்பினால் அலங்கரிக்கப்பட்டிருக்கின்றன.

பல தலைமுறைகளாகவே, ஸ்பானிய அரசர்கள் மற்றும் அரசிகளுக்கான தனிப்பட்ட குடியிருப்பிடமாகத்தான் இந்த மாளிகை இருந்து வந்திருக்கிறது. ஆனாலும், இப்போது, அரச குடும்பத்தினர் மிகவும் எளிமையான மற்றும் நகரத்திற்கு வெளியே தனித்திருக்கும் பெலாஷியோ டெ லா ஸார்ஸுலாவில் வசித்துவந்தபடியால், இது அரச நிகழ்ச்சிகள் நடத்துவதற்காக பயன்படுத்தப்படுகிறது.

இருப்பினும், சமீபத்திய மாதங்களில் மேட்ரிடின் அதிகாரப்பூர்வ மாளிகையானது பட்டத்து இளவரசர் ஜுலியனின் - நாற்பத்தி இரண்டு வயதாகும் ஸ்பெயினின் எதிர்கால அரசரின் - நிரந்த இருப்பிடமாகிவிட்டது. இறுதியாக நடைபெறவிருக்கும் அவருடைய மகுடம் சூட்டு விழாவுக்கு முன்பான அவருடைய செயலற்ற காலகட்டத்தின்போது “நாட்டு மக்களுக்கு மிகவும் புலப்படக்கூடியவராக” இருக்கும் வகையில் ஜுலியன் இருக்க

வேண்டும் என்று விரும்பிய அவருடைய நலன் விரும்பிகள் கேட்டுக்கொண்டதன் பேரில்தான் அவர் அந்த இடத்திற்கு குடிபெயர்ந்திருந்தார்.

இளவரசர் ஜூலியனின் தந்தையாகிய தற்போதைய அரசர், நோய்முற்றிய நிலையில் கடந்த சில மாதங்களாகவே படுத்த படுக்கையாகத்தான் இருந்தார். தளர்ந்துகொண்டே வரும் அரசரின் அறிவுத்திறன்களும் குறைந்துகொண்டே செல்கையில் அதிகாரத்தை மெதுவாக மாற்றித்தரத் தொடங்கிய அந்த மாளிகையானது, இளவரசரின் தந்தை இறந்தவுடன் அவரை அரியணையில் ஏறுவதற்கு தயார்படுத்திக் கொண்டிருந்தது. தலைமையில் இப்போது மாற்றம் ஏற்படுவது தவிர்க்க இயலாதது என ஆகிவிட்டபடியால், ஸ்பானியர்கள் தங்களுடைய மனங்களில் ஒரே ஒரு கேள்வியுடன்தான் இளவரசர் ஜூலியனை நோக்கி தங்களுடைய பார்வைகளைத் திருப்பியுள்ளனர்:

இவர் எப்படிப்பட்ட ஆட்சியாளராக இருப்பார்?

இளவரசர் ஜூலியன் சிறுபிராயத்தில் இருந்தே, மாட்சிமையை ஏற்கப்போகும் சுமையுடனே வளர்ந்தபடியால் மிகுந்த கவனத்துடன் பேசக்கூடிய, எச்சரிக்கை மிகுந்தவராகவே வளர்க்கப்பட்டார். ஜூலியனின் தாயார் இரண்டாவது குழந்தையை சுமந்திருக்கையில் முதிர்வுறாத பிரசவத்தின்போது இறந்துவிட்டார், பலரும் ஆச்சரியப்படும் வகையில் அரசர் மறுமணம் செய்துகொள்வதில்லை என்று தீர்மானித்து, ஜூலியனை ஸ்பானிஷ் அரியணையின் ஒரே வாரிசாக அறிவித்துவிட்டார்.

மாற்று இல்லாத வாரிசு என இங்கிலாந்து நாட்டு பத்திரிக்கை கட்டுரைகள் அவரை கசப்புடன் குறிப்பிட்டன.

தன்னுடைய தீவிர பழமைவாத தந்தையின் அரவணைப்பில்தான் ஜூலியன் வளர்ந்தார் என்பதால், நிறுவப்பட்ட பழமையான பழக்கவழக்கங்கள், கொண்டாடப்படும் சடங்குகள் ஆகியவற்றை அவர் உள்ளபடியே பாதுகாத்திடுவார் என்பதுடன், எல்லாவற்றிற்கும் மேலாக, அவர் ஸ்பெயினின் செழிப்பான கத்தோலிக்க வரலாற்றை போற்றுபவராகவும் இருப்பதன் வழியே ஸ்பானிஷ் மணிமகுடத்தின் கண்ணியத்தை தக்கவைப்பதற்கு உண்டான தங்களுடைய அரசரின் பாரம்பரியத்தை தீவிரமாக

பின்பற்றுவார் என்றும் பெரும்பாலான ஸ்பானியர்கள் நம்பிக்கை கொண்டிருந்தனர்.

பல நூற்றாண்டுகளாக, கத்தோலிக்க அரசர்களின் மரபுரிமையானது ஸ்பெயினின் நீதிநெறி மையமாகவே செயல்பட்டு வந்திருக்கிறது. இருந்தாலும், சமீபத்திய ஆண்டுகளில் நாட்டின் அடிப்படை நம்பிக்கை நீர்த்துவருவதைப் போன்று காணப்பட்டதுடன் மிகப்-பழமை மற்றும் மிகப்-புதுமை ஆகிய இரண்டுக்கும் இடையிலான நெருக்கடிநிலைப் போரில் மாட்டிக்கொண்டிருப்பதையும் ஸ்பெயின் கண்டுகொண்டுள்ளது.

அதிகரித்துவரும் தாராளவாதிகளின் எண்ணிக்கையானது வலைப்பூக்களாகவும், சமூக ஊடகமாகவும் பெருக்கெடுத்து, ஜூலியன் இறுதியில் தன்னுடைய தந்தையின் நிழலில் இருந்து வெளியே வந்துவிட்டார் என்றால் அவர் தன்னுடைய உண்மையான சுயத்தை வெளிப்படுத்துவார் என்று வதந்திகளைப் பரப்பிக் கொண்டிருந்தன - அதாவது, ஒரு துணிச்சலான, முற்போக்கு எண்ணம்கொண்ட, மதச்சார்பற்ற தலைவராக அவர் பல்வேறு ஐரோப்பிய நாடுகளின் தலைமைகளையும் பின்பற்றி, முடியாட்சியை முற்றிலுமாக நீக்கிவிடத் துணிவார் என்பதுதான் அது.

ஒரு அரசர் என்ற நிலையில் மிகவும் துடிப்புடன் செயல்பட்டு வந்திருக்கும் ஜூலியனின் தந்தை அவரை அரசியல் விவகாரங்களில் பங்கேற்க சிறிதளவே இடமளித்திருக்கிறார். ஜூலியன் தன்னுடைய இளமைப் பருவத்தை முழுமையாக அனுபவிக்க வேண்டும் என நினைப்பதாகவும், இளவரசர் திருமணமாகி நிலைபெறும்வரை அரச விவகாரங்களில் ஈடுபடுவது பொருத்தமானதாக இருக்காது என்றும் அரசர் வெளிப்படையாகவே குறிப்பிட்டார். அதனாலேயே ஜூலியனின் முதல் நாற்பது வருடங்கள் - ஸ்பானிஷ் பத்திரிக்கைகளால் முடிவற்று எழுதப்பட்டுள்ளபடி - தனியார் பள்ளிகள், குதிரையேற்றம், திறப்பு விழாக்கள், நிதி திரட்டுதல் மற்றும் உலக சுற்றுப்பயணம் என்பனவற்றிலேயே கழிந்துவிட்டது. தன்னுடைய வாழ்க்கையில் இளவரசர் ஜூலியனைப் பற்றி குறிப்பிடும்படியாக எதுவும் இல்லாவிட்டாலும்கூட அவர் திருமணத்திற்கு தகுதிவாய்ந்த ஓர் ஆண் என்பதில் எந்த சந்தேகமும் இல்லை.

இத்தனை ஆண்டுகளில், இந்த அழகான நாற்பத்தி இரண்டு வயது இளவரசர் எண்ணிறைந்த தகுதிவாய்ந்த பெண்களுடன் வெளிப்படையாகவே பழகி வந்திருக்கிறார், நம்பகத்தன்மையற்ற காதல் என்பதற்கு பெயர் பெற்றிருந்த நிலையில் அவருடைய மனதை யாரும் முற்றிலுமாக கொள்ளை கொண்டதில்லை. இருந்தாலும், சமீபத்திய ஆண்டுகளில்தான் ஜூலியன் ஒரு அழகான பெண்ணுடன் அடிக்கடி தென்பட்டார், அவர் ஒரு ஓய்வுபெற்ற ஃபேஷன் மாடலாக தோன்றியபோதிலும் உண்மையில் அவர் மிகவும் மரியாதைக்குரிய பில்பா கூகன்ஹைம் மியூஸியத்தின் இயக்குநர்.

ஊடகங்கள் உடனடியாக "நவீன அரசருக்கு ஏற்ற சரியான ஜோடி" என ஆம்ரா வைடலை போற்றின. அவர் கலாசாரம்மிக்க, வெற்றிகரமான மற்றும் மிக முக்கியமாக சொல்லப்போனால் ஸ்பெயினின் உயர்குடி குடும்பங்களுள் ஒன்றின் வழித்தோன்றல் அல்ல. ஆம்ரா வைடல் மக்களுக்கானவர்.

இளவரசரும்கூட அவர்களுடைய மதிப்பீட்டிற்கு வெளிப்படையாகவே உடன்பட்டவர் ஆனார், குறுகியகால நட்புறவிற்குப் பின்னர் ஜூலியன் - மிகவும் எதிர்பாராத, காதல் உணர்வுகொண்டவராக - அவளிடம் திருமண கோரிக்கை விடுத்தார், ஆம்ரா வைடலும் ஏற்றுக்கொண்டார்.

அதைத் தொடர்ந்துவந்த வாரங்களில், ஆம்ரா வைடல் ஒரு அழகான முகம் என்பதைக் காட்டிலும் மிக மேம்பட்ட ஒருவராக மாறிவருவதை பத்திரிக்கைத்துறை தினமும் செய்தியாக வெளியிட்டது. அவள் தன்னை மிகவும் சுதந்திரம் வாய்ந்த பெண்ணாக விரைவிலேயே வெளிக்காட்டிக் கொண்டாள், ஸ்பெயினின் எதிர்கால ராணியாகப்போகிறவர் என்றபோதிலும், தன்னுடைய தினசரி வேலைத்திட்டத்தில் கார்டியா ரியல் குறுக்கிடுவதற்கு அனுமதிக்கவோ அல்லது பெரிய பொதுநிகழ்ச்சிகள் தவிர்த்து வேறு எதற்கும் அவர்களுடைய ஏஜெண்டுகள் தனக்கு பாதுகாப்பு அளிப்பதையோ அடியோடு மறுத்துவிட்டாள்.

ஆம்ரா மிகவும் பாரம்பரியமான, குறைந்தளவு இறுக்கமான உடைகளை அணிய வேண்டும் என கார்டியா ரியலின் தளபதி அறிவுறுத்தியபோது அதை பொதுவிடத்தில் கிண்டலுக்கு

உள்ளாக்கிய ஆம்ரா அரச ஆடையகத்தின் தளபதி தனக்கு உத்தரவிடுவதை கடுமையாக கண்டித்தார்.

முற்போக்கு பத்திரிக்கைகள் தங்களுடைய அட்டைப்படங்களில் அவளுடைய முகத்தை வெளிச்சம் போட்டுக்காட்டின. "ஆம்ரா! ஸ்பெயினின் அழகான எதிர்காலம்!" நேர்காணல்களுக்கு மறுப்பு தெரிவித்தபோது அவரை "சுதந்திரமானவர்" என்றன; அதற்கு ஒப்புக்கொண்டபோது அவரை "அணுகக்கூடியவர்" என்றன.

இந்த துடுக்குத்தனம் வாய்ந்த புதிய ராணி எதிர்கால அரசரின் மீது ஆபத்தான வகையில் செல்வாக்கு செலுத்தக்கூடிய, அதிகார பசியெடுத்த சந்தர்ப்பவாதியாக இருந்துவிடலாம் என கிண்டல் செய்து பழமைவாத பத்திரிக்கைகள் எதிர்வினையாற்றின. இதை உறுதிப்படுத்தும் வகையில், இளவரசரின் பெருமதிப்பை அவள் வெளிப்படையாகவே புறக்கணிப்பதையும் அவை சுட்டிக்காட்டின.

அவர்களுடைய ஆரம்பகட்ட அக்கறைகள் யாவும், இளவரசரை டான் ஜூலியன் அல்லது ஸூ அல்தெஸா என்று குறிப்பிடும் பாரம்பரிய பழக்கத்தைத் தவிர்த்து ஜூலியனின் முதல் பெயரை மட்டுமே குறிப்பிடுகின்ற ஆம்ராவின் பழக்கத்தை மையப்படுத்தியதாகவே இருந்தன,

ஆனாலும், இரண்டாவது அக்கறை சற்று தீவிரமானதாகத்தான் தோன்றியது. கடந்த சில வாரங்களாக ஆம்ராவின் வேலைத்திட்டமானது அவரை இளவரசர் அணுகமுடியாதவாறு செய்திருந்தது என்பதுடன் பலமுறை அவர் பில்பாவில் காணப்பட்டாலும் மியூஸியத்திற்கு அருகாமையில், ஒரு வெளிப்படையான நாத்திகவாதியாகிய அமெரிக்க தொழில்நுட்ப நிபுணர் எட்மண்ட் கிர்ஷூடன் மதிய உணவு சாப்பிடுகிறவராகவும் காணப்பட்டார்.

இந்த மதிய உணவு சந்திப்புகள் மியூஸியத்தின் பிரதான நன்கொடையாளர்களுள் ஒருவருடனான திட்டமிட்ட சந்திப்புகள்தான் என்று ஆம்ரா வலியுறுத்தினாலும், ஜூலியனின் ரத்தம் கொதிக்கத் தொடங்கியிருப்பதாக அரண்மனைக்குள்ளிருந்து செய்திகள் வெளிவந்தன.

ஜூலியனை யாரும் குற்றம்சொல்ல முடியாது.

இந்த விஷயத்தின் உண்மை என்னவென்றால் ஜூலியனின் கவர்ச்சியான மணமகள் - அவர்களுடைய திருமண நிச்சயம் முடிந்த அடுத்த வாரத்திலேயே - மற்றொருவருடன் தன்னுடைய பெரும்பாலான நேரத்தைக் கழிப்பதை தேர்வு செய்திருக்கிறாள் என்பதுதான்.

23

லேங்டனின் முகம் அந்த செயற்கை புல்வெளியில் அழுத்தப்பட்டவாறே இருந்தது. அவருக்கு மேலே இருந்த அந்த ஏஜெண்டின் எடை அவரை நசுக்கிக்கொண்டிருந்தது.

அவர் எதையுமே உணரவில்லை என்பதுதான் விநோதம்.

லேங்டனின் உணர்ச்சிகள் யாவும் துயரத்தின் சுழலடுக்குகள், பயம் மற்றும் வன்செயல் என சிதறடிக்கப்பட்டு மரத்துப்போயிருந்தன. உலகின் தலைசிறந்த அறிவாளிகளுள் ஒருவன் - அவருடைய நெருங்கிய நண்பன் - மிகக் கொடூரமான முறையில் பொதுவிடத்தில் வைத்து கொலைசெய்யப்பட்டிருக்கிறான். தன்னுடைய வாழ்க்கையின் மகத்தான கண்டுபிடிப்பை வெளிப்படுத்துவதற்கு சற்று முன்பாகத்தான் அவன் கொல்லப்பட்டான்.

மனித வாழ்வின் துயரார்ந்த இழப்புடன் மற்றொன்றும் சேர்ந்துகொண்டதை லேங்டன் அப்போதுதான் உணர்ந்தார் - அது ஒரு அறிவியல்பூர்வ இழப்பு.

இப்போது, எட்மண்ட் கண்டுபிடித்தது என்னவென்பதை இந்த உலகம் தெரிந்துகொள்ளாமலேயே போய்விடலாம்.

உறுதியான தீர்மானத்தைத் தொடர்ந்து திடீர் கோபத்தால் லேங்டன் சிவந்துபோனார்.

இதற்கு காரணமானவர்களைக் கண்டுபிடிக்க நான் எதையும் செய்வேன். உன்னுடைய புகழை நான் பெருமைப்படுத்துவேன் எட்மண்ட். உன்னுடைய கண்டுபிடிப்பை இந்த உலகத்துடன் பகிர்ந்துகொள்வதற்கு உண்டான வழியைக் கண்டுபிடிப்பேன்.

"*உனக்கு தெரியும்*" என்று அந்தக் காவலாளியின் குரல் அவருடைய காதுக்கு நெருக்கத்தில் அரற்றியது. "ஏதோ ஒன்று நடப்பதை எதிர்பார்த்தது போலத்தான் நீ அந்த பேச்சுமேடையை நோக்கி வந்துகொண்டிருந்தாய்."

"நான் . . . எச்சரிக்கப்பட்டேன்" என்று சமாளித்த லேங்டன் மூச்சுவிட சிரமப்பட்டார்.

"*யாரால் எச்சரிக்கப்பட்டாய்?!*"

தன்னுடைய தொடுவுணர் தலையணி வளைக்கப்பட்டு, கன்னத்தில் கோணலாக கிடப்பதை லேங்டனால் உணர முடிந்தது. "என்னுடைய முகத்தில் இருக்கும் தலையணிதான் . . . அது ஒரு தானியக்க வழிகாட்டி. எட்மண்ட் கிர்ஷின் கம்ப்யூட்டர்தான் என்னை எச்சரித்தது. விருந்தினர் பட்டியலில் வழக்கத்திற்கு மாறான ஒன்றை அது கண்டுபிடித்தது - ஸ்பானிஷ் கடற்படையைச் சேர்ந்த ஒரு ஓய்வுபெற்ற அட்மிரல்."

லேங்டனின் ரேடியோ தலையணி உயிர்ப்பெற்றுள்ளதா என்பதை போதுமான அளவு கேட்கும் வகையில் அந்தக் காவலாளியின் தலை இப்போது அவருடைய காதருகில் நெருங்கியிருந்தது.

கொலையாளி தப்பிவிட்டான் . . .

வெளியேறும் வழி மூடப்பட்டது . . .

வெண்ணிற ராணுவச் சீருடை . . .

"ராணுவச் சீருடை" என்ற வார்த்தை சொல்லப்பட்டபோது லேங்டனுக்கு மேலே இருந்த காவலாளி அழுத்தத்தை தளர்த்தினான். "*கப்பற்படை சீருடையா?*" என்று தன்னுடைய சகாவிடம் கேட்டான். "*வெண்ணிறத்திலா . . . ஒரு அட்மிரல் எப்படி?*"

அதற்கான எதிர்வினை சாதகமாகவே இருந்தது. ஒரு கப்பற்படை சீருடை என உணர்ந்துகொண்டார் லேங்டன். வின்ஸ்டன் சரியாகத்தான் சொல்லியிருக்கிறான்.

லேங்டனை விடுவித்த காவலாளி அவரைவிட்டுக் கையை எடுத்தான். "திரும்பிப் படு."

வலியுடன் தன்னுடைய முதுகை வைத்து திரும்பிய லேங்டன் முழங்கைகளை ஊன்றி நிமிர்ந்தார். அவருக்கு தலைசுற்றியது, மார்புப் பகுதியும் கன்றிப் போயிருந்தது.

"நகராதே" என்றான் காவலாளி.

லேங்டனுக்கு நகரும் எண்ணமெல்லாம் இல்லை; அவருக்கு மேலே நின்று கொண்டிருந்த மற்றொரு அதிகாரி ஏறத்தாழ இருநூறு பவுண்டுகள் எடையுடன் உறுதியான தசையுள்ளவனாக, தன்னுடைய வேலையில் தான் மிகத்தீவிரமாக இருப்பதை ஏற்கனவே காட்டிவிட்டான்.

"*உடனடியாக!*" என்று ரேடியோவில் குரைத்த அந்த காவலாளி உள்ளூர் அதிகாரிகளின் உதவிகளைக் கேட்டு மியூஸியத்தைச் சுற்றிலும் சாலைத் தடுப்புகளை ஏற்படுத்தும்படி கூறினான்.

. . . உள்ளூர் போலீஸார் . . . சாலைத்தடுப்புகளை ஏற்படுத்தவும்.

அந்த தளத்தில், தானிருந்த நிலையில் இருந்து லேங்டனால் அப்போதும் சுவர்ப்பக்கத்தில் உறைந்து போயிருந்த ஆம்ரா வைடலை பார்க்க முடிந்தது. அவள் எழுந்து நிற்க முயற்சித்தாள், ஆனால் தன்னுடைய கைகளும் முட்டிகளும் தளர்ந்து கீழே விழுந்தாள்.

யாராவது அவளுக்கு உதவுங்கள்!

ஆனால், அந்தக் காவலாளி, யாரையும் குறிப்பிட்டு கூறாமல் இப்போதும் அந்த குவிமாடத்தை நோக்கி கத்தியபடியே இருப்பதுபோல் தெரிந்தது. "எனக்கு விளக்குகளும் தொலைபேசி இணைப்பும் வேண்டும்!"

லேங்டன் எழுந்துநின்று, தொடுவுணர் தலையணியை தன்னுடைய முகத்தில் வைத்து நேர் செய்துகொண்டார்.

"தொடர்பில் இருக்கிறாயா, வின்ஸ்டன்?"

காவலாளி திரும்பினார், லேங்டனை விசித்திரமாகப் பார்த்தார்.

"இருக்கிறேன்." வின்ஸ்டனின் குரல் வெறுமையாக இருந்தது.

"வின்ஸ்டன், எட்மண்டை சுட்டுவிட்டார்கள். எங்களுக்கு விளக்குகள் உடனடியாக மறுபடியும் எரிந்தாக வேண்டும். தொலைபேசி சேவையும் சீரமைக்கப்பட வேண்டும். அதை உன்னால் கட்டுப்படுத்த முடியுமா? அல்லது அப்படி செய்ய முடிகிறவர்கள் யாரையாவது தொடர்புகொள்ள முடியுமா?"

சில நொடிகளில், குவிமாடத்தில் இருந்த விளக்குகள் சட்டென்று எரிந்து, நிலவொளி வீசும் புல்தரையின் மாயத்தோற்றத்தை விலக்கிவிட்டு, கைவிடப்பட்ட போர்வைகள் சிதறிக்கிடக்கும் செயற்கை புற்தரையின் தனிமையான பரப்பை வெளிச்சம் போட்டுக் காட்டின.

லேங்டனின் சக்தியைக் கண்டு அந்த காவலாளி திடுக்கிட்டான். ஒரு கணத்திற்குப் பின்னர், அவனே கீழே குனிந்து லேங்டனை எழுந்து நிற்க உதவினான். அந்த முழு பிரகாசத்தில் அவர்கள் இருவரும் ஒருவரையொருவர் நேருக்கு நேர் பார்த்துக்கொண்டனர்.

உயரமானவனாக, லேங்டன் உயரத்திற்கு இருந்த அந்த அந்த ஏஜெண்ட் மழிக்கப்பட்ட தலையுடனும், அவனுடைய நீலநிற மேலாடையில் துருத்திக்கொண்டு தெரியும் தசைப்பிடிப்பான உடலுடனும் காணப்பட்டான். அச்சமயத்தில் லேங்டனின் மீது லேசர்களைப் போன்ற கூர்மையுடன் இயங்கிக்கொண்டிருந்த அவனுடைய கண்களைத் தவிர்த்து மற்ற எவையும் செயல்படாததைப் போல் அவன் முகம் வெளிறிப் போயிருந்தது.

"நீங்கள் அந்த வீடியோவில் தோன்றியவர். நீங்கள்தானே ராபர்ட் லேங்டன்."

"ஆமாம். எட்மண்ட் கிர்ஷ் என்னுடைய மாணவன், அத்துடன் ஒரு நண்பனும்கூட."

“நான் கார்டியா ரியல் ஏஜெண்ட் ஃபொன்ஸெகா,” என்று அவர் முழுமையான ஆங்கிலத்தில் அறிவித்தார். “அந்த கப்பற்படை சீருடையைப் பற்றி உங்களுக்கு எப்படித் தெரியும் சொல்லுங்கள்.”

பேச்சுமேடைக்கு அருகாமையில் இருந்த புல்வெளியில் அசைவற்று கிடக்கும் எட்மண்டின் உடலை நோக்கித் திரும்பினார் லேங்டன். ஆம்ரா வைடல் இரண்டு மியூஸிய காவலாளிகளுடனும், அவனை உயிர்ப்பிக்கும் முயற்சியை முன்னதாகவே கைவிட்டுவிட்ட ஒரு மருத்துவ உதவியாளருடனும் அவனுடைய உடலுக்கு அருகாமையில் மண்டியிட்டிருந்தாள். ஆம்ரா அந்த சடலத்தை போர்வையால் மென்மையாக மூடினாள்.

எட்மண்ட் போய்விட்டான் என்பது தெளிவாயிற்று.

குமட்டலெடுப்பது போல் இருந்த லேங்டனால் தன்னுடைய கொலை செய்யப்பட்ட நண்பனிடமிருந்து கண்களை விலக்க முடியவில்லை.

“அவருக்கு உதவ எதுவுமில்லை” என்று கடிந்துகொண்டார் அந்த காவலாளி. “உங்களுக்கு எப்படித் தெரியும் சொல்லுங்கள்.”

தவறாக புரிந்துகொள்வதற்கு இடமளித்துவிடக்கூடாது என்ற தொனியில் கூறிய அந்தக் காவலாளியை நோக்கி தன் பார்வையைத் திருப்பினார் லேங்டன். அது ஒரு உத்தரவு.

வின்ஸ்டன் சொன்னதை சட்டென்று சொல்லிமுடித்தார் லேங்டன் - விருந்தினரின் தலையணிகளுள் ஒன்று கைவிடப்பட்டிருப்பதை வழிகாட்டு நிரல் மென்பொருள் எச்சரிக்கை செய்திருக்கிறது, ஒரு குப்பைத் தொட்டியில் இருந்து அந்த தலைக்கவசத்தை ஒரு மனித வழிகாட்டி கண்டெடுத்தபோது அந்த தலையணி எந்த விருந்தினருக்கு வழங்கப்பட்டது என்பதை சோதித்த அவர்கள், அந்த விருந்தாளியானவர் விருந்தினர் பட்டியலில் கடைசி நேரத்தில்தான் இடம்பெற்றிருக்கிறார் என்பதைக் கண்டு எச்சரிக்கை அடைந்தார்கள்.

“சாத்தியமேயில்லை.” காவலரின் கண்கள் சுருங்கின. “விருந்தினர் பட்டியல் நேற்றே இறுதி செய்யப்பட்டுவிட்டது.

எல்லோருமே அவர்களுடைய பின்னணி குறித்து சோதிக்கப்பட்டிருக்கிறார்கள்."

"இந்த ஆள் அப்படி கிடையாது" என்று லேங்டனின் தலையணியில் அறிவித்தது வின்ஸ்டனின் குரல். "அதுபற்றி கவலைகொண்ட நான்தான் அந்த விருந்தினரின் பெயரை சரிபார்த்தேன், அவர் ஒரு முன்னாள் ஸ்பானிஷ் கப்பற்படை அட்மிரல் என்பதையும், குடிபோதையினாலும், ஐந்து வருடங்களுக்கு முன்னர் செவைலில் நடந்த தீவிரவாதத் தாக்குதலின் பின்னதிர்ச்சியின் காரணமாக மன அழுத்தத்திற்கு ஆளாகியிருந்ததாலும் பதவியில் இருந்து நீக்கப்பட்டிருக்கிறார் என்பதைக் கண்டுபிடித்தேன்."

காவலரிடம் அந்தத் தகவலை ஒலிபரப்பினார் லேங்டன்.

"கதீட்ரலில் நடந்த குண்டுவெடிப்பிலா?" அந்தக் காவலர் நம்ப முடியாதவராக காணப்பட்டார்.

"இன்னும் சொல்லப்போனால்" என்று லேங்டனிடம் கூறினான் வின்ஸ்டன், "அந்த அதிகாரிக்கு மிஸ்டர்.கிர்ஷுடன் எந்த வகையிலும் சம்பந்தமில்லை என்பதுதான் என்னை கவலைப்படுத்தியது, அதனால்தான் நான் மியூஸியத்தின் பாதுகாவலை தொடர்புகொண்டு எச்சரிக்கை எழுப்புமாறு கூறினேன், ஆனால் மிகுந்த தீர்மானமான தகவல் இல்லாமல் நாம் எட்மண்டின் நிகழ்வை, குறிப்பாக, அது உலகத்திற்கு நேரலையாக ஒளிபரப்பப்பட்டுக் கொண்டிருக்கையில் பாழாக்கிவிடக்கூடாது என்று அவர்கள் வாதிட்டனர். இன்றிரவு நிகழ்ச்சிக்காக எட்மண்ட் எந்தளவுக்கு கடுமையாக உழைத்திருக்கிறார் என்பதை தெரிந்து வைத்திருந்த அவர்களுடைய வாதம் எனக்கு சரியானதாகவே தோன்றியது, அதனால்தான் நானே உங்களை நேரடியாக தொடர்புகொண்டேன் ராபர்ட், உங்களால் அந்த ஆளை அடையாளம் காணமுடிந்தால் அவரை நோக்கி ஒரு பாதுகாப்புக் குழுவை முன்னெச்சரிக்கையாக அனுப்பி வைத்திருக்க முடியும் என்று நம்பியிருந்தேன். நான்தான் இன்னும் வலுவான நடவடிக்கை எடுத்திருக்க வேண்டும். நான் எட்மண்டிற்கு தவறிழைத்துவிட்டேன்."

எட்மண்டின் இயந்திரம் குற்றவுணர்ச்சி கொள்வதைக் கண்டு ஏதோ அச்சுறுத்தலாக உணர்ந்தார் லேங்டன். எட்மண்டின்

மூடப்பட்ட உடலையும், ஆம்ரா வைடல் நெருங்கி வருவதையும் பின்னால் திரும்பிப் பார்த்தார்.

ஃபொன்ஸெகா அவளைத் தவிர்த்துவிட்டு லேங்டனிடமே நேரடியாக கவனத்தை செலுத்தினார். "அந்த கம்ப்யூட்டர்," என்று கேட்டார், "கேள்விக்குரிய அந்த கப்பற்படை அதிகாரியின் பெயரை உங்களிடம் கூறியதா?"

லேங்டன் ஆமோதித்து தலையசைத்தார். "அவருடைய பெயர் அட்மிரல் லூயி எவிலா."

அவர் அந்தப் பெயரைக் கூறியபோது, சட்டென்று நின்றுவிட்ட ஆம்ரா, லேங்டனையே உற்றுப் பார்த்தாள், அவளுடைய முகத்தில் திகில் பரவியிருந்தது.

அவளுடைய எதிர்வினையை கவனித்துவிட்ட ஃபொன்ஸெகா உடனடியாக அவளை நோக்கிச் சென்றார். "மிஸ்.வைடல்? அது உங்களுக்குத் தெரிந்த பெயரா?"

ஆம்ராவால் பதில்சொல்ல இயலாததுபோல் தெரிந்தது. தன்னுடைய பார்வையை தாழ்த்திக்கொண்ட அவள், தான் ஏதோ ஒரு பேயைக் கண்டதுபோல் தரைத்தளத்தையே பார்த்துக் கொண்டிருந்தாள்.

"மிஸ்.வைடல்" என்று மறுபடியும் கூறினார் ஃபொன்ஸெகா. "அட்மிரல் லூயி எவிலா - இந்தப் பெயர் உங்களுக்கு தெரியுமா?"

தாக்குண்டது போன்ற ஆம்ராவின் வெளிப்பாடானது உண்மையில் அந்தக் கொலையாளியைப் பற்றி அவளுக்குத் தெரிந்திருக்கிறது என்ற சந்தேகத்தை ஏற்படுத்தியது. அதிர்ச்சியுற்ற ஒரு கணத்திற்குப் பின்னர், இரண்டுமுறை கண்சிமிட்டிய அவளுடைய கருமையான கண்கள் தெளிவுபடத் தொடங்கின, அது அவள் ஏதோ மயக்கத்தில் இருந்து வெளிவருவதுபோல் தெரிந்தது. "இல்லை . . . எனக்குத் தெரியாது," என்று முணுமுணுத்தபடி லேங்டனைப் பார்த்துவிட்டு தன்னுடைய பாதுகாவலனை நோக்கித் திரும்பிச் சென்றாள். "நான் ... கொலையாளி ஸ்பானிஷ் கப்பற்படையைச் சேர்ந்தவன் என்பதைக் கேட்டதால்தான் அதிர்ச்சியாகியிருக்கிறேன்."

அவள் பொய் சொல்கிறாள் என்று உணர்ந்துகொண்ட லேங்டன் அவள் ஏன் தன்னுடைய எதிர்வினையை மறைக்க முயற்சி செய்கிறாள் என்று குழம்பினார். *நான் பார்த்துவிட்டேன். அவளுக்கு அந்த ஆளுடைய பெயர் தெரிந்திருக்கிறது.*

“விருந்தினர் பட்டியலுக்கு பொறுப்பாளி யார்?” என்று வற்புறுத்திய ஃபொன்ஸெகா, ஆம்ராவை நோக்கி மற்றொரு அடி எடுத்துவைத்தார். “இந்த ஆளுடைய பெயரை யார் சேர்த்தது?”

இப்போது, ஆம்ராவின் உதடுகள் நடுங்கின. “எனக்கு … எனக்குத் தெரியாது.”

அந்தக் குவிமாடம் முழுவதும் சட்டென்று கடுமையான ஒலியெழுப்பி ஒலிக்கத் தொடங்கிய செல்போன்கள் அந்தக் காவலரின் கேள்விகளை குறுக்கிட்டன. வின்ஸ்டன்தான் செல்போன் சேவையை சீரமைத்திருக்க வேண்டும், அத்துடன், அங்கே ஒலித்துக்கொண்டிருந்த போன்களுள் ஒன்று ஃபொன்ஸெகாவின் ஜாக்கெட் பையில் இருந்தது.

தன்னுடைய போனை எடுத்த அந்த கார்டியா ஏஜெண்ட் அழைப்பாளரை பார்த்துவிட்ட பின்னர் நீண்ட மூச்சுவிட்டுக்கொண்டு பதிலளித்தார். “ஆம்ரா வைடல் எஸ்டா எ சால்வோ,” என்று ஸ்பானிஷில் பதிலளித்தார் அவர்.

ஆம்ரா வைடல் பாதுகாப்பாக இருக்கிறார். அந்த திகைப்புற்ற பெண்ணை நோக்கி தன் பார்வையைத் திருப்பினார் லேங்டன். அவளும் ஏற்கனவே அவரைத்தான் பார்த்துக்கொண்டிருந்தாள். அவர்களுடைய கண்கள் சந்தித்துக்கொண்டபோது இருவரும் ஒருவரையொருவர் நீண்ட நேரத்திற்கு உற்றுப் பார்த்துக் கொண்டனர்.

பின்னர், தன்னுடைய தலையணியில் வின்ஸ்டனின் குரலைக் கேட்டார் லேங்டன்.

“புரபஸர்” வின்ஸ்டன் கிசுகிசுத்தான். “விருந்தினர் பட்டியலில் லூயி எவிலாவின் பெயர் எப்படிச் சேர்க்கப்பட்டது என்று ஆம்ரா வைடலுக்கு நன்றாகவே தெரியும். அவருடைய பெயரைச் சேர்த்ததே அவள்தான்.”

இந்தத் தகவலைப் புரிந்துகொள்ள லேங்டனுக்கு ஒருகணம் ஆனது.

ஆம்ரா வைடலே அந்தக் கொலைகாரனின் பெயரை விருந்தினர் பட்டியலில் சேர்த்திருக்கிறாளா?

இப்போது அதுபற்றி பொய் சொல்கிறாளா?!

இந்த தகவலை லேங்டன் முழுமையாக புரிந்துகொள்ளும் முன்பாக ஃபொன்ஸெகா தன்னுடைய செல்போனை ஆம்ராவிடம் கொடுத்தார்.

“டான் ஜூலியன் உங்களிடம் பேச விரும்புகிறார்” என்றார் அந்த ஏஜெண்ட்.

ஆம்ரா ஏறக்குறைய அந்த போனிடம் இருந்து பின்வாங்குவது போல் தெரிந்தது. “நான் நன்றாயிருக்கிறேன் என்று சொல்லுங்கள்,” என்றாள் அவள். “சிறிது நேரம் கழித்து அவருடன் பேசுகிறேன்.”

அந்தக் காவலரின் தோரணை முற்றிலும் நம்பிவிடாதவரைப் போல் இருந்தது. போனை மறைத்துக்கொண்ட அவர் ஆம்ராவிடம் கிசுகிசுத்தார், “மரியாதைக்குரிய இளவரசர் ஜூலியன் பேச வேண்டும் என்கிறார் -”

“அவர் இளவரசராக இருந்தாலும் எனக்கு கவலையில்லை” அவள் திருப்பித் தாக்கினாள். “அவர் என்னுடைய கணவராக வரப்போகிறவர் என்றால் எனக்குத் தேவையான இடத்தை தருவதற்கு கற்றுக்கொள்ளட்டும். நான் இப்போதுதான் ஒரு கொலையைப் பார்த்திருக்கிறேன், எனக்கு ஒருநிமிடமாவது நேரம் வேண்டும்! அவரை சீக்கிரமே அழைக்கிறேன் என்று சொல்லுங்கள்.”

ஃபொன்ஸெகா அந்தப் பெண்ணை உற்றுப் பார்த்தார், அவருடைய கண்கள் கண்டிக்கும் தொணியிலான உணர்ச்சியை நெருங்கின. பின்னர் அப்பால் திரும்பிய அவர் தனியாக பேசுவதற்காக நடந்து சென்றார்.

லேங்டனுக்கு இந்த குழப்பமான உரையாடல் ஒரு புதிரை தீர்த்துவைத்தது. ஆம்ரா வைடல் இளவரசர் ஜூலியனுக்கு

நிச்சயம் செய்யப்பட்டிருக்கிறாளா? அவள் பிரபலங்களுக்கு உரிய மரியாதையை பெற்றதையும், கார்டியா ரியல் குழு இங்கே இருப்பதையும் பற்றி இந்தச் செய்தியே விளங்க வைத்தது, இருந்தாலும் தன்னுடைய மணமகனின் அழைப்பை ஏற்க மறுத்ததற்கான விளக்கத்தை அது நிச்சயமாக விளக்கிவிடவில்லை. இதை தொலைக்காட்சியில் பார்த்திருந்தால் இளவரசர் நிச்சயம் தீவிரமாக கவலைப்பட்டிருப்பார்.

அடுத்து உடனடியாக, மிகவும் இருள் நிறைந்த மற்றொரு வெளிப்பாட்டினால் லேங்டன் தாக்குண்டார்.

அய்யோ... ஆம்ரா வைடல் மேட்ரிட்டின் அரச மாளிகையுடன் சம்பந்தப்பட்டவள்.

பிஷப் வால்டஸ்பினோவிடம் இருந்து எட்மண்டிற்கு வந்த மிரட்டல் குரல் செய்தியை அவர் நினைவுபடுத்திக் கொண்டபோது, இந்த எதிர்பாராத தற்செயல் நிகழ்வு அவருள் ஒரு சில்லிடலை அனுப்பி வைத்தது.

24

மேட்ரிட் அரச மாளிகையில் இருந்து இருநூறு கஜம் தொலைவில் உள்ள அல்முதீனா கதீட்ரலுக்கு உள்ளே பிஷப் வால்டஸ்பினோ சற்று நேரம் மூச்சுவிடுவதையே நிறுத்தியிருந்தார். இன்னமும் விழாக்கால மேலாடையே அணிந்திருந்த அவர் தன்னுடைய அலுவலக லேப்டாப் முன்பாக அமர்ந்து, பில்பாவில் இருந்து வந்துகொண்டிருக்கும் படங்களிலேயே தன் முழு கவனத்தையும் செலுத்திக் கொண்டிருந்தார்.

இது ஒரு மிகப்பெரிய செய்தியாகப் போகிறது.

அவரால் பார்க்க முடிந்த எல்லாவற்றையும் வைத்து சொல்ல வேண்டுமானால், உலக ஊடகம் ஏற்கனவே கிறுக்கு பிடித்தாற்போல்தான் நடந்துகொண்டிருக்கிறது. மற்ற எல்லோரும் எட்மண்ட் கிர்ஷை கொன்றது யார் மற்றும் ஏன்

என்ற யூகவாதங்களில் ஈடுபட்டுக்கொண்டிருக்கும்போது, பிரதான செய்தி ஊடகங்களானவை கிர்ஷின் அறிவிப்பைப் பற்றிய ஊகத்திற்காக அறிவியல் மற்றும் மதத் தலைவர்களை நோக்கி வரிசைகட்டி நின்றன. ஊடகமானது, எந்த வகையில் பார்த்தாலும், கிர்ஷின் கண்டுபிடிப்பு அன்றைய பகல்பொழுதை காணக்கூடாது என்பதை உறுதிப்படுத்துவதில் யாரோ ஒருவர் மிகத் தீவிரமாக இருந்திருக்கிறார் என்ற முடிவுக்கு வந்திருந்தது.

நீண்ட சிந்தனைக்குப் பின்னர் தன்னுடைய கைப்பேசியை எடுத்த வால்டஸ்பினோ ஒரு எண்ணை அழைத்தார்.

முதல் ஒலிப்பிலேயே பதில் கூறினார் ரபை கோவ்ஸ். “பயங்கரம்!” அந்த ரபையின் குரல் ஏறக்குறைய அலறலாகவே இருந்தது. “நான் தொலைக்காட்சியில்தான் பார்த்தேன்! நாம் இப்போதே அதிகாரிகளிடம் சென்று நமக்குத் தெரிந்ததை சொல்லிவிட வேண்டும்!”

“ரபை” என்று பதிலளித்த வால்டஸ்பினோவின் குரல் அளந்து வைக்கப்பட்டது போல் தெரிந்தது. “இது ஒரு பயங்கரமான நிகழ்வுதான். ஆனால் நாம் செயலில் இறங்கும் முன்பாக சிந்தித்தும் பார்க்க வேண்டும்.”

“இதில் சிந்தித்துப் பார்க்க எதுவுமே இல்லை!” என்று பதிலடி கொடுத்தார் கோவ்ஸ். “கிர்ஷின் கண்டுபிடிப்பை குழிதோண்டிப் புதைக்க யாரோ ஒருவர் இரக்கமற்று செயல்பட்டிருக்கிறார்! அவர்தான் சயீதையும் கொன்றிருப்பார் என்று நம்புகிறேன். நாம் யாரென்றும் அவர்களுக்குத் தெரிந்திருக்கும், அடுத்து நம்மைத் தேடித்தான் வருவார்கள். நாம் அதிகாரிகளிடம் சென்று, கிர்ஷ் நம்மிடம் சொன்ன விஷயத்தை தெரிவிக்க வேண்டிய தார்மீக கடமை நமக்கு இருக்கிறது.”

“தார்மீகக் கடமையா?” வால்டஸ்பினோ வாதிட்டார். “நீங்கள் சொல்வதைப் பார்த்தால், இந்தத் தகவலை நீங்களாகவே பொதுமக்களிடம் கொண்டுசெல்வதால் உங்களையும் என்னையும் தனிப்பட்ட முறையில் மௌனமாக்கும் நோக்கம் யாருக்குமே இருந்துவிடாது என்பதுபோல் தெரிகிறது.”

“ஆமாம், நம்முடைய பாதுகாப்பைப் பற்றியும் கவலைப்பட வேண்டுமே” என்று வாதிட்டார் ரபை. “ஆனால், நமக்கும்

இந்த உலகத்திடம் தார்மீக கடமை இருக்கிறதே. இந்தக் கண்டுபிடிப்பு சில அடிப்படை மதநம்பிக்கைகளை கேள்விக்கு உட்படுத்தும் என்பதை நான் உணர்ந்திருக்கிறேன்தான், ஆனால் என்னுடைய இந்த நீண்டகால வாழ்க்கையில் நான் ஒரு விஷயத்தை மட்டும் உணர்ந்திருக்கிறேன், இறைநம்பிக்கை எத்தகையதொரு பெரும் சோதனையிலும் உயிர்பிழைத்திருக்கும். கிர்ஷின் கண்டுபிடிப்பை நாம் வெளிப்படுத்தினாலும்கூட மதநம்பிக்கையானது இதிலிருந்தும் தப்பிப் பிழைத்திருக்கும்."

"நீங்கள் சொல்வது புரிகிறது நண்பரே" என்று இறுதியாக கூறிய பிஷப் தன்னுடைய பேசும் தொனியை முடிந்தவரை சமநிலையில் வைத்துக்கொண்டார். "உங்களுடைய குரலில் இருக்கும் தீர்மானம் எனக்குத் தெரிகிறது, உங்களுடைய எண்ணத்தையும் நான் மதிக்கிறேன். நான் விவாதத்திற்கும் தயாராகவே இருக்கிறேன் என்பதையும், என்னுடைய சிந்தனையில் கிடந்து ஊசலாடுகிறேன் என்பதையும் நீங்கள் தெரிந்துகொள்ள வேண்டும். ஆனாலும்கூட, உங்களை கெஞ்சிக் கேட்கிறேன், நாம் இந்தக் கண்டுபிடிப்பை உலகிற்கு வெளிப்படுத்த வேண்டுமானால் அதை ஒன்றாகவே செய்வோம். பகல் பொழுதில். கௌரவத்துடன். இந்த பயங்கரமான கொலையின் மேல் நின்றுகொண்டிருப்பதால் ஏற்பட்ட அவசரகதியில் இதை செய்ய வேண்டியதில்லை. இதைப் பற்றி திட்டமிட்டு, ஒத்திகை செய்து அந்த செய்தியை முறைப்படி கட்டமைக்கலாம்."

கோவ்ஸ் எதுவும் சொல்லவில்லை, ஆனால் அந்தக் கிழவர் மூச்சுவிடுவதை வால்டஸ்பினோவால் கேட்க முடிந்தது.

"ரபை" என்று தொடர்ந்தார் பிஷப், "இத்தருணத்தில், நம்முடைய பாதுகாப்புதான் மிகவும் முக்கியமானது. நாம் கொலைகாரர்களை சமாளித்துக் கொண்டிருக்கிறோம். நீங்கள் வெளிப்படையாக புலப்படக்கூடியவராக இருந்துவிட்டால் - உதாரணத்திற்கு, அதிகாரிகளிடமோ அல்லது தொலைக்காட்சி நிலையத்திற்கோ சென்றுவிட்டால் - அது வன்முறையில்தான் முடியும். குறிப்பாக, உங்களைப் பற்றித்தான் நான் கவலைப்படுகிறேன்; இந்த அரண்மனை வளாகத்திலேயே எனக்கு பாதுகாப்பு இருக்கிறது ... ஆனால் நீங்கள் புடாபெஸ்டில் தனியாக இருக்கிறீர்கள்! கிர்ஷின் கண்டுபிடிப்பு வாழ்வா சாவா பிரச்சினை என்பதில் சந்தேகமே இல்லை. தயவுசெய்து

உங்களுடைய பாதுகாப்புக்கு ஏற்பாடு செய்ய என்னை அனுமதியுங்கள், யஹூதா."

கோவ்ஸ் சிறிதுநேரம் அமைதியாக இருந்தார். "மேட்ரிட்டில் இருந்தபடியா? அதெப்படி உங்களுக்கு சாத்தியமாகும் -"

"அரச குடும்பத்தினரின் பாதுகாப்பு உதவிகளை என்னால் பயன்படுத்த முடியும். உங்கள் வீட்டின் கதவுகளை மூடிவைத்து உள்ளேயே இருங்கள். உங்களை அழைத்துக்கொண்டு மேட்ரிட்டிற்கு வந்துசேரும்படி நான் இரண்டு கார்டியா ரியல் ஏஜெண்டுகளை கேட்டுக்கொள்கிறேன், அரண்மனை வளாகத்தில் நீங்கள் பாதுகாப்பாக இருப்பதை எங்களால் உறுதிப்படுத்த முடியும், அங்கு நானும் நீங்களும் நேருக்கு நேர் அமர்ந்து அடுத்து என்ன செய்யலாம் என்று ஆலோசிக்கலாம்."

"நான் மேட்ரிட்டிற்கு வந்துவிடுகிறேன் என்றால்கூட" என்று எச்சரிக்கையுடன் கேட்டார் ரபை, "நீங்களும் நானும் அடுத்து என்ன செய்யலாம் என்பதில் உடன்படாவிட்டால் என்ன செய்வது?"

"நாம் உடன்படுவோம்" என்று பிஷப் உத்தரவாதமளித்தார். "நான் பழம் முறையிலானவன்தான் என்றாலும் உங்களைப் போலவே ஒரு யதார்த்தவாதியும்கூட. இருவரும் சேர்ந்து சிறந்த நடவடிக்கை எதுவென கண்டுபிடிப்போம். எனக்கு அதில் நம்பிக்கையும் இருக்கிறது."

"உங்களுடைய நம்பிக்கை தவறாகிவிட்டால்?" என்று வற்புறுத்தினார் கோவ்ஸ்.

தன்னுடைய வயிறு இறுகுவதை வால்டஸ்பினோ உணர்ந்தார், ஆனால் சிறிது இடைநிறுத்திவிட்டு மூச்சுவிட்ட அவர் தன்னால் முடிந்தவரை அமைதியாக பதிலளித்தார். "யஹூதா, இறுதியில் நீங்களும் நானும் ஒன்றாக செயல்படுவதற்கான வழியை கண்டுபிடிக்க முடியாவிட்டால் நாம் நண்பர்களாகவே பிரிந்துவிடுவோம், நாம் ஒவ்வொருவருமே எது சிறந்தது என்று நினைக்கிறோமோ அதையே செய்வோம். இந்த விஷயத்தில் நான் உறுதியளிக்கிறேன்."

“நன்றி” என்றார் கோவ்ஸ். “உங்களுடைய வார்த்தையை மதித்து நான் மேட்ரிட்டிற்கு வருகிறேன்.”

“நல்லது. அதே நேரத்தில், உங்களுடைய கதவுகளை தாழிட்டுவிட்டு யாரிடமும் பேசாமல் இருந்துவிடுங்கள். தயாராக இருங்கள், அவர்கள் வந்தவுடன் விவரங்களை தெரிவிக்க கூப்பிடுகிறேன்.” வால்டஸ்பினோ சற்று இடைவெளி விட்டார். “நம்பிக்கை வையுங்கள். சீக்கிரத்திலேயே உங்களைப் பார்க்கிறேன்.”

போனை வைத்த வால்டஸ்பினோ தன் நெஞ்சில் அச்சத்தை உணர்ந்தார்; கோவ்ஸை தொடர்ந்து கட்டுப்படுத்துவது பகுத்தறிவுக்கும் எச்சரிப்பதற்குமான வேண்டுகோள் என்பதற்கும் மேலான ஒன்று தேவைப்படுமோ என்று சந்தேகப்பட்டார்.

கோவ்ஸ் பீதியடைந்திருக்கிறார் . . . சயீதைப் போன்று.

இருவருமே ஒரு பெரிய விஷயத்தைப் பார்க்கத் தவறிவிட்டனர்.

வால்டஸ்பினோ தன்னுடைய லேப்டாப்பை மூடி தன்னுடைய கையிடுக்கில் வைத்துக்கொண்டு இருளார்ந்த தேவாலயத்ினூடாக நடந்தார். அப்போதும் விழாக்கால மேலாடைகளையே அணிந்திருந்த அவர் அந்த கதீட்ரலில் இருந்து குளிர்ச்சியான இரவுக் காற்றில் நுழைந்து அரச மாளிகையின் மின்னும் வெண்ணிற முகப்பை நோக்கி அந்த சதுக்கத்தில் நடந்து சென்றார்.

மைய நுழைவாயிக்கு மேலே, வால்டஸ்பினோவால் ஸ்பானிய பாரம்பரியக் கேடயச் சின்னத்தைப் பார்க்க முடிந்தது - ஹெர்குலிஸ் தூண்களும், இதற்கும் மேலாக எனும் பொருள்கொண்ட புராதான ஸ்பானிய பொன்மொழியும் பொறிக்கப்பட்ட கேடயம் அது. ஸ்பெயின் தன்னுடைய பொற்காலத்தின்போது பேரரசை விரிவுபடுத்த கொண்டிருந்த நூற்றாண்டுகால தேடலையே அந்த சொற்றொடர் குறிக்கிறது என்று சிலர் நம்பினர். மற்றவர்களோ, இவ்வுலக வாழ்க்கைக்கும் அப்பால் சொர்க்கத்திலும் வாழ்க்கை இருக்கிறது என்ற அந்த நாட்டின் நம்பிக்கையை அது பிரதிபலிப்பதாக நம்பினர்.

எப்படியானாலும், அந்த பொன்மொழியானது தினமும் தன்னுடைய அர்த்தத்தை இழந்துவருவதை வால்டஸ்பினோ உணர்ந்தார். அந்த அரண்மனைக்கு மேலாக பறந்துகொண்டிருக்கும் ஸ்பானிஷ் கொடியை பார்த்தபோது சோகத்துடன் பெருமூச்சுவிட்ட அவருடைய சிந்தனைகள் நோயுற்றிருக்கும் தன்னுடைய அரசரை நோக்கித் திரும்பின.

அவர் போனபிறகு வெறுமையாகிவிடுவேன்.

அவருக்கு நிறையவே கடன்பட்டிருக்கிறேன்.

இப்போதுவரை, கடந்த பலமாதங்களாகவே, நகரத்தின் வெளிப்புறத்தில் உள்ள பலாஷியோ தெ லா ஸார்ஸுலாவில் படுத்த படுக்கையாக இருக்கும் தன்னுடைய அன்புக்குரிய நண்பரை அவர் தினமும் சென்று பார்த்து வருகிறார். சில நாட்களுக்கு முன்னர், வால்டஸ்பினோவை தன்னுடைய படுக்கைக்கு அருகாமையில் அழைத்த அரசரின் முகத்தில் ஆழ்ந்த கவலை காணப்பட்டது.

“அண்டோனியோ” அரசர் முனகினார், “என்னுடைய மகனின் திருமண நிச்சயம் அவசரகதியில் நடந்துவிட்டதோ என்று . . . பயமாயிருக்கிறது.”

புத்தி பிசகல் என்பது மிகத்துல்லியமான வெளிப்பாடு, என்று நினைத்துக்கொண்டார் வால்டஸ்பினோ.

இரண்டு மாதங்களுக்கு முன்னர்தான், மிகக் குறுகிய காலமே தனக்குத் தெரிந்த ஆம்ரா வைடலை தான் திருமணம் செய்துகொள்ள உத்தேசித்திருப்பதாக வால்டஸ்பினோவிடம் இளவரசர் ரகசியமாக கூறியபோது திகைத்துப்போன அந்த பிஷப் ஜூலியனை எச்சரிக்கையுடன் இருக்குமாறு தாழ்மையுடன் கேட்டுக்கொண்டார். தான் காதல் வசப்பட்டிருப்பதாகவும், தன்னுடைய ஒரே மகன் திருமணம் செய்துகொள்வதை தன்னுடைய தந்தை பார்த்தாக வேண்டும் எனவும் இளவரசர் வாதிட்டார். மேற்கொண்டு, தானும் ஆம்ராவும் குடும்பத்தை அமைத்துக்கொள்ள வேண்டுமானால் தங்களால் காத்திருக்க முடியாத அளவுக்கு அவளுடைய வயது இடம்தராது எனவும் அவர் கூறியிருந்தார்.

வால்டஸ்பினோ அரசரிடத்தில் அமைதியாக புன்னகைத்தார். "ஆமாம், நான் ஒப்புக்கொள்கிறேன். டான் ஜூலியனின் நிச்சயதார்த்தம் எங்களையெல்லாம் ஆச்சிரியப்படுத்தியது. ஆனாலும் அவர் உங்களை மகிழ்ச்சிப்படுத்தவே விரும்புகிறார்."

"அவருடைய கடமையெல்லாம் அவருடைய நாட்டுக்காகத்தான் இருக்க வேண்டும்" என்று கடுமையாக கூறினார் அரசர், "அவருடைய தந்தைக்காக அல்ல. மிஸ்.வைடல் இனிமையானவளாக இருந்தாலும் நமக்கு முன்பின் தெரியாத ஒருத்திதான். டான் ஜூலியனின் வேண்டுகோளை அவள் ஏற்றுக்கொண்டது எனக்கு சந்தேகமாக இருக்கிறது. இது மிகமிக அவசரகதியிலானது, கௌரவத்திற்குரிய பெண்ணாக இருந்தால் அவள் அவனை மறுத்திருப்பாள்."

"நீங்கள் சொல்வது சரிதான்" என்று வால்டஸ்பினோ பதிலளித்தார், ஆனாலும் ஆம்ராவை தற்காக்கும் வகையில் டான் ஜூலியன் அவளுக்கு சிறிதளவே வாய்ப்பளித்திருந்தார்.

பிஷப்பின் மெலிந்த கையை எட்டிய அரசர் அதை மெதுவாக பற்றிக்கொண்டார். "நண்பா, அந்தக் காலம் எங்கே போய்விட்டதென்று தெரியவில்லை. உனக்கும் எனக்கும் வயதாகிவிட்டது. நான் உனக்கு நன்றி சொல்ல விரும்புகிறேன். காலம் முழுவதும், என்னுடைய மனைவியின் இழப்பின்போதும், நாட்டில் மாற்றங்கள் ஏற்பட்டபோதும் எனக்கு அறிவார்ந்த ஆலோசனைகள் வழங்கியிருக்கிறாய், உன்னுடைய தீர்மானங்களால் நான் பெரும் பலன்களை அடைந்திருக்கிறேன்."

"நம்முடைய நட்பின் கௌரவம்தான் என்னுடைய நிரந்தர புதையல்."

அரசர் பலவீனமாக புன்னகைத்தார். "என்னுடன் இருப்பதற்காக நீ தியாகங்கள் செய்திருப்பது எனக்குத் தெரியும் அண்டோனியோ. எனக்கு நீ ரோம் நகரைப் போன்றவன்."

வால்டஸ்பினோ நெளிந்தார். "மதகுருவாக ஆகிவிட்டதாலேயே நான் இறைவனுக்கு அருகாமையில் செல்லமுடியும் என்று அர்த்தமாகாது. என்னுடைய இடம் எப்போதும் உங்கள் அருகாமையில்தான்."

"உன்னுடைய விசுவாசமே ஆசீர்வாதம்."

"இத்தனை வருடங்களாக நீங்கள் என்னிடம் காட்டியிருக்கும் நெருக்கத்தை நான் மறந்துவிட மாட்டேன்."

அரசர் கண்களை மூடிக்கொண்டு பிஷப்பின் கையை இறுக்கமாக பிடித்துக் கொண்டார். "அண்டோனியோ . . . எனக்கு கவலையாயிருக்கிறது. என் மகன், தான் இன்னும் ஓட்டிச்செல்ல தயாராகாத ஒரு பிரமாண்ட கப்பலை ஓட்டிக்கொண்டிருக்கிறோம் என்பதை விரைவிலேயே தெரிந்துகொள்வான். அவனுக்கு வழிகாட்டுங்கள். அவனுடைய துருவ நட்சத்திரமாக இருங்கள். உங்களுடைய உறுதியான கைகளை அவனுடைய சுக்கானின் மீது, குறிப்பாக கடல் சீற்றம் கொண்டிருக்கும்போது வைத்திருக்கத் தவறாதீர்கள். எல்லாவற்றிற்கும் மேல், அவன் புறப்படும்போது திரும்பி வருவதற்கான வழியைக் கண்டுபிடிக்க . . . தூய்மையை நோக்கித் திரும்ப அவனுக்கு உதவிடுங்கள்."

"ஆமென்" என்று பிஷப் கிசுகிசுத்தார். "நான் உறுதியளிக்கிறேன்."

இப்போது, அந்த குளிர்ச்சியான இரவுக்காற்றில் சதுக்கத்தின் குறுக்காக வால்டஸ்பினோ நடந்துகொண்டிருக்கையில் வானுலகை நோக்கி தன் கண்களை உயர்த்தினார். மேன்மை தாங்கியவரே, உங்களுடைய கடைசி ஆசைகளை கௌரவிக்கவே என்னால் முடிந்ததை செய்கிறேன் என்பதை அறிவீராக.

இப்போது தொலைக்காட்சி பார்க்க முடியாத அளவுக்கு அரசர் மிகவும் பலவீனமாக இருக்கிறார் எனத் தெரிந்த வால்டஸ்பினோ ஆறுதல்பட்டுக்கொண்டார். பில்பாவில் இருந்து இன்றிரவு ஒளிபரப்பானதை மட்டும் அவர் பார்த்திருந்தால், தன்னுடைய நேசத்திற்குரிய நாட்டிற்கு என்னவாயிற்று என்பதைக் கண்டு அதே இடத்தில் உயிரை விட்டிருப்பார்.

வால்டஸ்பினோவுக்கு வலதுபுறம் இரும்பாலான நுழைவாயில்களுக்கு அப்பால் கேலே தெ பெய்லான் நெடுகிலும் கூடியிருந்த ஊடக வண்டிகள் தங்களுடைய செயற்கைக்கோள் கோபுரங்களை மேலே உயர்த்தியிருந்தன.

பிணந்திண்ணிகள், என்று நினைத்துக்கொண்ட வால்டஸ்பினோவின் மேலாடையை மாலைநேரக் காற்று விளாசிச் சென்றது.

25

துக்கப்படுவதற்கெல்லாம் நேரம் இருக்கும், என்று தீவிர உணர்ச்சியுடன் போராடிக்கொண்டிருந்த லேங்டன் தனக்குத்தானே சொல்லிக்கொண்டார். இப்போது செயலில் இறங்க வேண்டிய நேரம்.

துப்பாக்கியால் சுட்டவனை பிடிப்பதற்கு உதவக்கூடிய வகையில் உள்ள எந்த ஒரு தகவலையும் பெறுவதற்கு மியூஸியத்தின் பாதுகாப்பு பதிவுகளில் தேடுமாறு வின்ஸ்டனை முன்னதாகவே கேட்டுக்கொண்டிருந்தார் லேங்டன். பின்னர், பிஷப் வால்டஸ்பினோவுக்கும் எவிலாவுக்கும் இடையில் உள்ள எத்தகைய தொடர்புகளையும் பற்றி ஆராயுமாறும் அவனிடம் கூறியிருந்தார்.

அச்சமயத்தில் திரும்பி வந்துகொண்டிருந்த ஏஜெண்ட் ஃபொன்ஸெகா தொலைபேசி தொடர்பிலேயே இருந்தார். "சரி ...சரி" என்று கூறிக்கொண்டிருந்தார். "உடனடியாக. அப்புறப்படுத்துங்கள்," என்று அழைப்பை முடித்துக்கொண்ட ஃபொன்ஸெகா தன்னுடைய கவனத்தை அருகாமையில் நின்றபடி வெறித்துப் பார்த்துக்கொண்டிருந்த ஆம்ரா மீது திருப்பினார்.

"மிஸ்.வைடல், நாம் போகலாம்" என்று தெரிவித்த ஃபொன்ஸெகாவின் தொனி கூர்மையாக இருந்தது. "உடனடியாக உங்களை அரச மாளிகைக்குள் பாதுகாப்பாக அழைத்து வந்துவிடும்படி டான் ஜூலியன் வலியுறுத்தியுள்ளார்."

ஆம்ராவின் உடல் வெளிப்படையாகவே விறைப்பானது. "எட்மண்டை இப்படியே விட்டுவிட்டு வரமுடியாது!" என்ற அவள் போர்வைக்கு கீழே நிலைகுலைந்திருந்த சடலத்தை நோக்கி நகர்ந்தாள்.

“இந்த விஷயத்தை உள்ளூர் அதிகாரிகள் கவனித்துக் கொள்வார்கள்,” என்று பதிலளித்தார் ஃபொன்ஸெகா. “பிரேத பரிசோதனையாளர் வந்துகொண்டிருக்கிறார். மிஸ்டர்.கிர்ஷ் மரியாதையுடனும் பெரும் அக்கறையுடனும் கவனித்துக் கொள்ளப்படுவார். இத்தருணத்தில் நாம் போயாகத்தான் வேண்டும். நீங்களும் ஆபத்தில் இருக்கிறீர்களோ என்று பயப்படுகிறோம்.”

“நான் ஆபத்தில் இல்லை என்று என்னால் உறுதியாக சொல்லமுடியும்!” என்று அவரை நோக்கி வந்த ஆம்ரா அறிவித்தாள். “என்னைச் சுடுவதற்கு அந்த கொலைகாரனுக்கு சரியான சந்தர்ப்பம் இருந்தும் அவன் சுடவில்லை. அவன் எட்மண்டைத் தேடித்தான் வந்திருக்கிறான் என்பதில் சந்தேகமேயில்லை!”

“மிஸ்.வைடல்!” ஃபொன்ஸெகாவின் கழுத்து நரம்புகள் புடைத்தன. “நீங்கள் மேட்ரிட்டிற்கு வரவேண்டும் என இளவரசர் விரும்புகிறார். உங்களுடைய பாதுகாப்பைப் பற்றி அவர் கவலைப்படுகிறார்.”

“முடியாது” அவள் பதிலடி கொடுத்தாள். “அரசியல் சரிவைப் பற்றித்தான் அவர் கவலைப்படுகிறார்.”

நீளமாக மூச்சை உள்ளிழுத்த ஃபொன்ஸெகா மெதுவாக மூச்சுவிட்டபடி குரலைத் தாழ்த்திக்கொண்டார். “மிஸ்.வைடல், இன்றிரவு நடந்திருப்பது ஸ்பெயினுக்கு விழுந்திருக்கும் மிகப்பெரிய அடி. இது இளவரசருக்கும் மிகப்பெரிய அடிதான். இன்றிரவு நிகழ்ச்சியை நீங்கள் நடத்தியது ஒரு துரதிஷ்டவசமான முடிவுதான்.”

வின்ஸ்டனின் குரல் லேங்டனின் தலைக்குள் சட்டென்று பேசியது. “புரபஸர்? இந்த கட்டடத்தின் வெளிப்புற புகைப்படக் காட்சிகளை மியூஸியத்தின் பாதுகாப்பு குழு ஆராய்ந்து கொண்டிருக்கிறது. அவர்கள் ஏதோ கண்டுபிடித்திருப்பது போன்றும் தெரிகிறது.”

இதைக் கேட்டுக்கொண்ட லேங்டன், ஃபொன்ஸெகாவை நோக்கி கையசைத்து ஆம்ராவை கண்டித்துக் கொண்டிருந்தவரை குறுக்கிட்டார். “சார், தப்பிச்சென்ற காரின் மேல்பகுதியை

மியூஸியத்தின் கூரைப்பகுதி கேமராக்கள் பதிவு செய்திருப்பதாக கம்ப்யூட்டர் சொல்கிறது."

"அப்படியா?" ஃபொன்ஸெகா ஆச்சரியத்துடன் பார்த்தார்.

வின்ஸ்டன் தனக்கு அளித்த தகவலை உள்ளபடியே கூறினார் லேங்டன். "சேவைப் பகுதியில் இருந்து ஒரு கறுப்பு செடான் கார் சென்றிருக்கிறது . . . அந்தக் கோணத்தில் இருந்து லைசென்ஸ் பிளேட்டை பார்க்க முடியவில்லை . . . முன்பக்க கண்ணாடியில் ஒரு வழக்கத்திற்கு மாறான ஸ்டிக்கர் ஒட்டப்பட்டிருக்கிறது."

"என்ன மாதிரி ஸ்டிக்கர்?" ஃபொன்ஸெகா வற்புறுத்தினார். "அதைக் கண்டுபிடிக்க நாம் உள்ளூர் அதிகாரிகளை உஷார்படுத்தலாம்."

"அந்த ஸ்டிக்கர்" லேங்டன் தலையில் பதிலளித்தான் வின்ஸ்டன், "என்னால் அடையாளம் காணக்கூடியதல்ல, ஆனால் அதனை இந்த உலகிற்கு தெரியவந்துள்ள எல்லாவித சின்னங்களுடன் ஒப்பிட்டுப் பார்த்து ஒரே ஒரு பொருத்தத்தை கண்டுபிடித்திருக்கிறேன்."

இவை எல்லாவற்றையும் இவ்வளவு விரைவாக எப்படி வின்ஸ்டனால் செய்ய முடிகிறது என லேங்டன் வியந்தார்.

"எனக்கு கிடைத்திருக்கும் பொருத்தம்" என்றான் வின்ஸ்டன், "ஒரு புராதான ரசவாத குறியீட்டிற்கானது - அது ஒன்றிணைப்பு."

நீ சொன்னது புரியவில்லையே? ஒரு பார்க்கிங் பகுதியின் சின்னத்தையோ அல்லது அரசியல் அமைப்பின் சின்னத்தையோதான் லேங்டன் எதிர்பார்த்தார். "அந்தக் கார் ஸ்டிக்கரின் சின்னம் . . . ஒன்றிணைப்பா?"

ஃபொன்ஸெகாவும் பார்த்தார், ஒன்றும் புரியவில்லை.

"ஏதாவது தவறாகியிருக்கலாம், வின்ஸ்டன்" என்றார் லேங்டன். "ஒரு ரசவாத நிகழ்முறைக்கான சின்னத்தை எதற்காக ஒருவர் காட்சிக்கு வைத்திருக்க வேண்டும்?"

“தெரியவில்லை,” என்றான் வின்ஸ்டன். “எனக்கு கிடைத்த ஒரே பொருத்தம் இதுதான், தொன்னூற்று ஒன்பது சதவிகித பொருத்தப்பாட்டைத்தான் நான் காட்டுகிறேன்.”

லேங்டனின் காட்சிப்புலன் நினைவாற்றல் ஒன்றிணைப்பிற்கான அந்த ரசவாத குறியீட்டை சட்டென்று கற்பனை செய்துபார்த்தது.

“காரின் ஜன்னலில் நீ எதைப்பார்த்தாய் என்று துல்லியமாக விவரித்து சொல், வின்ஸ்டன்.”

கம்ப்யூட்டர் உடனடியாக பதில் சொன்னது. “அந்த சின்னத்தில் ஒரு செங்குத்து கோடு இருக்கிறது, அதில் குறுக்காக மூன்று கோடுகள் செல்கின்றன. அந்த செங்குத்துக் கோட்டின் உச்சியில் மேல்நோக்கி பார்த்தபடி இருக்கும் ஒரு வில்வளைவு உட்கார்ந்திருக்கிறது.”

துல்லியம்தான். லேங்டன் புருவத்தை நெரித்தார். “உச்சியில் உள்ள வளைவு - அதற்கு மூடுகற்கள் உண்டா?”

“ஆமாம். ஒரு குறுகலான படுகிடைக் கோடு ஒவ்வொன்றின் கையிலும் இருக்கிறது.”

அப்படியென்றால், அது ஒன்றிணைப்புதான்.

லேங்டன் ஒருகணம் குழம்பினார். “வின்ஸ்டன், பாதுகாப்பு படங்களில் இருந்து அந்தப் படத்தை எங்களுக்கு அனுப்பி வைக்க முடியுமா?”

“நிச்சயமாக.”

“என்னுடைய கைப்பேசிக்கு அனுப்பு.” ஃபொன்ஸெகா வலியுறுத்தினார்.

அந்த ஏஜெண்டின் கைப்பேசி எண்ணை வின்ஸ்டனுக்கு அனுப்பி வைத்தார் லேங்டன், சிறிது நேரத்தில் ஃபொன்ஸெகாவின் சாதனம் துணுக்கொலி எழுப்பியது. அந்த ஏஜெண்ட்டை சுற்றிக் குழுமிய அனைவரும் புள்ளி புள்ளியாகத் தெரிந்த அந்த கறுப்பு-வெள்ளை புகைப்படத்தைப் பார்த்தனர். ஒரு தனி சேவைத் தளத்தில் இருந்த கறுப்பு செடான் காரை மேல்புறத்தில் இருந்து எடுத்த புகைப்படம்.

உறுதியாகவே சொல்லலாம், முன்கண்ணாடியின் கீழ் இடதுபுற மூலையில், வின்ஸ்டன் விவரித்திருந்த அதே சின்னத்தைக் கொண்டிருந்த ஸ்டிக்கரைத்தான் லேங்டன் பார்த்தார்.

ஒன்றிணைப்பு. எத்தனை விசித்திரம்.

குழம்பிப்போன லேங்டன் ஃபொன்ஸெகாவின் திரையில் தெரிந்த புகைப்படத்தை தன் விரல்களால் பெரிதுபடுத்தினார். சாய்ந்து நின்ற அவர் மிக நுணுக்கமாக அந்தப் படத்தை ஆராய்ந்தார்.

சட்டென்று, லேங்டன் அதிலுள்ள பிரச்சினையைக் கண்டார். "இது ஒன்றிணைப்பு அல்ல" என்றார்.

அந்தப் படம், வின்ஸ்டன் விவரித்திருந்ததற்கு மிக நெருக்கத்தில் இருந்தாலும், அது துல்லியமானதல்ல. குறியீட்டியலில், "நெருக்கத்திற்கும்" "துல்லியத்திற்கும்" இடையிலான வேறுபாட்டை நாஜிக்களின் ஸ்வஸ்திகாவுக்கும், செல்வ வளத்தைக் குறிப்பதற்கான பௌத்த குறியீட்டிற்கும் இடைப்பட்ட அளவுக்கான வித்தியாசம் எனலாம்.

இதனால்தான் கம்ப்யூட்டர்களைக் காட்டிலும் மனிதமனம் சிலசமயங்களில் சிறப்பானதாக இருந்து கொண்டிருக்கிறது.

"அது வெறும் ஒரேயொரு ஸ்டிக்கர் அல்ல" என்றார் லேங்டன். "இரண்டு வெவ்வேறு ஸ்டிக்கர்கள் கொஞ்சம் ஒன்றன்மீது ஒன்று படிந்திருக்கின்றன. அடியில் உள்ள ஸ்டிக்கர் பேபல் சிலுவை எனப்படும் ஒரு பிரத்யேக சிலுவை. இது இப்போது மிகவும் பிரபலம்."

வாடிகன் வரலாற்றிலேயே மிகவும் தாராளமான போப்புக்கான தேர்தலின்போது உலகம் முழுவதிலும் இருந்த ஆயிரக்கணக்கானவர்கள் போப்பிற்கு அவருடைய புதிய கொள்கைகளை ஆதரிக்கும் வகையில் முச்சிலுவையைக் காட்டினார்கள், மாசசூசெட்ஸில் உள்ள லேங்டனின் சொந்த ஊரான கேம்பிரிட்ஜிலும் இது நடந்திருக்கிறது.

"உச்சியில் இருக்கும் U-வடிவ குறியீடு முற்றிலும் ஒரு மாறுபட்ட ஸ்டிக்கர்" என்றார் லேங்டன்.

"இப்போது, நீங்கள் சரியாக சொல்வதுபோல் தெரிகிறது" என்றான் வின்ஸ்டன். "இந்த நிறுவனத்தின் தொலைபேசி எண்ணை நான் கண்டுபிடிக்கிறேன்."

மறுபடியும் வின்ஸ்டனின் வேகத்தைக் கண்டு வியந்தார் லேங்டன். அவன் ஏற்கனவே அந்த நிறுவனத்தின் சின்னத்தை கண்டுபிடித்திருப்பான்? "பிரமாதம்," என்றார் லேங்டன். "நாம் அவர்களை அழைத்தால் அவர்களாலேயே அந்தக் காரை தடம்காண முடியும்."

ஃபொன்ஸெகா குழம்பிப் போய் காணப்பட்டார். "காரைக் கண்டுபிடிப்பதா! எப்படி?"

"இது வாடகைக் கார்" என்ற லேங்டன் முன்புறக் கண்ணாடியில் தனிப்பட்ட பாணியில் இருந்த U-வை சுட்டிக்காட்டினார். "இது ஒரு யூபர்."

26

கண்களை அகலத் திறந்திருக்கும் ஃபொன்ஸெகாவின் அவநம்பிக்கையில் இருந்து அந்த ஏஜெண்ட்டை மேற்கொண்டு எதுதான் ஆச்சரியப்படுத்தியிருக்கும் என்பதை லேங்டனால் சொல்ல முடியவில்லை: முன்கண்ணாடி ஸ்டிக்கரின் புதிர் சீக்கிரமாக அவிழ்க்கப்பட்டதா, அல்லது அட்மிரல் எவிலா விசித்திரமான முறையில் காரில் தப்பிச் சென்றதா.

அவர் ஒரு யூபரை வாடகைக்கு எடுத்திருக்கிறார், என்று நினைத்துக்கொண்ட லேங்டனுக்கு அந்தச் செயல் சாமர்த்தியமானதா அல்லது மிகவும் குறுகிய பார்வை கொண்டதா என்று தெரியவில்லை.

உலகம் முழுவதுமான யூபரின் "தேவைக்கு ஓட்டுநர்" என்ற சேவையானது கடந்த சில ஆண்டுகளிலேயே உலகத்தை தன்வசப்படுத்திக்கொண்டது. ஸ்மார்ட்போன் வழியாக வண்டி வேண்டும் எனக் கேட்கும் யாரை வேண்டுமானாலும், தங்களுடைய சொந்தக் கார்களையே மேம்படுத்தப்பட்ட டாக்ஸிகளாக வாடகைக்கு விடுவதன் மூலம் கூடுதல் பணம் சம்பாதிக்கக்கூடியவர்களாக அதிகரித்துவரும் யூபர் ஓட்டுநர் படையோடு உடனடியாக இணைத்துவிட முடியும். சமீபத்தில்தான் ஸ்பெயினில் சட்டபூர்வமாக்கப்பட்ட யூபர், ஸ்பானிஷ் யூபர் ஓட்டுநர்கள் அனைவரும் தங்களுடைய முன்பக்க கண்ணாடிகளில் யூபரின் U சின்னத்தை காட்சிப்படுத்த வேண்டும் என கோரியது. தப்பிச்சென்ற யூபர் காரின் ஓட்டுநர்கூட புதிய போப்பின் ரசிகர்தான் என்பதும் தெளிவாகியது.

"ஏஜெண்ட் ஃபொன்ஸெகா" என்றார் லேங்டன். "சாலைத்தடுப்புகளில் விநியோகிக்க உள்ளூர் அதிகாரிகளுக்கு அந்த தப்பிச்சென்ற காரின் படத்தை அனுப்பிவைக்கும் உரிமையை எடுத்துக்கொண்டதாக வின்ஸ்டன் கூறுகிறான்."

ஃபொன்ஸெகாவின் வாய் திறந்த நிலையிலேயே இருந்தது, இந்த உயர்மட்ட பயிற்சிபெற்ற ஏஜெண்டிற்கு விரட்டிப்

பிடிப்பதில் பழக்கமில்லை என்பதையும் லேங்டன் உணர்ந்தார். வின்ஸ்டனுக்கு நன்றி சொல்வதா அல்லது அவனை அவனுடைய வேலையைப் பார்த்துக்கொண்டு போ என்று சொல்வதா என நிச்சயமற்று இருப்பவரைப் போல் தெரிந்தார் ஃபொன்ஸெகா.

"இப்போது அவன் யூபரின் அவசரகால எண்ணுக்கு அழைப்பு விடுக்கிறான்."

"கூடாது!" ஃபொன்ஸெகா உத்தரவிட்டார். "அந்த எண்ணை என்னிடம் தாருங்கள். நானே அழைக்கிறேன். ஒரு கம்ப்யூட்டருக்கு உதவுவதைக் காட்டிலும் ராயல் கார்டின் மூத்த உறுப்பினருக்கு உதவுவதற்கே அவர்கள் மிகவும் விரும்புவார்கள்,"

ஃபொன்ஸெகா சொல்வதும் சரியாகத்தான் இருக்குமென லேங்டன் ஒப்புக்கொள்ளத்தான் வேண்டியிருந்தது. தவிரவும், ஆம்ராவை மேட்ரிட்டிற்கு அழைத்துச் செல்வதில் கார்டியா தங்களுடைய திறமைகளை வீணடிப்பதைக் காட்டிலும் இந்த மனித வேட்டையில் உதவுவதே சிறப்பானதாக இருக்குமென்றும் தோன்றியது.

வின்ஸ்டனிடம் இருந்து எண்ணை வாங்கிய பின்னர் ஃபொன்ஸெகா அழைப்பு விடுத்தபோது அவர்கள் இன்னும் சில நிமிடங்களில் அந்த கொலைகாரனை கண்டுபிடித்து விடுவார்கள் என்ற நம்பிக்கை லேங்டனிடம் அதிகரித்தது. வாகனங்களை தடம்காண உதவுவது யூபருடைய தொழிலின் மையப்புள்ளி; ஸ்மார்ட்போன் வைத்துள்ள எந்த வாடிக்கையாளரும் பூமியில் உள்ள எந்த ஒரு யூபர் ஓட்டுநரின் இடத்தையும் துல்லியமாக அனுகிவிட முடியும். ஃபொன்ஸெகா அந்த நிறுவனத்திடம் கேட்க வேண்டியதெல்லாம், கூகன்ஹைம் மியூஸித்திற்கு பின்னால் சற்று முன்னர் ஒரு பயணியை அழைத்துச் சென்ற ஓட்டுநர் யார் என்பதை மட்டும்தான்.

"*ஹோஸ்டியா!*" ஃபொன்ஸெகா சபித்தார். "*ஆட்டோமேட்டிஸாடா.*" விசைப்பலகையில் எண்களை அழுத்திய அவர் காத்துக்கொண்டிருந்தார், விருப்பத் தேர்வுகளின் தானியக்கப் பட்டியலை அடைந்திருப்பது தெரிந்தது. "புரபஸர், நான் யூபரை தொடர்புகொண்டு அந்தக் காரை தடம்காணுமாறு உத்தரவிட்டதும் நான் இந்த விஷயத்தை உள்ளூர் அதிகாரிகளிடமே விட்டுவிடுவேன், அதனால் நானும் ஏஜெண்ட்

டயஸுடம் உங்களையும் மிஸ்.வைடலையும் மேட்ரிட்டிற்கு அழைத்துச் சென்றுவிடுவேன்."

"நானா?" என்று திடுக்கிட்டபடி கேட்டார் லேங்டன். "இல்லை, என்னால் உங்களுடன் சேர்ந்துகொள்ள முடியாது."

"முடியும், நீங்கள் செய்வீர்கள்" என்றார் ஃபொன்ஸெகா. "உங்களுடைய கம்ப்யூட்டர் பொம்மையும்தான்," என்ற அவர் லேங்டனின் தலையணியை குறிப்பிட்டுக் காட்டினார்.

"மன்னிக்க வேண்டும்" என்று பதிலளித்த லேங்டனின் குரல் இறுகியிருந்தது. "நான் உங்களுடன் மேட்ரிட்டிற்கு வர வாய்ப்பேயில்லை."

"இது விசித்திரமாக இருக்கிறதே" என்றார் ஃபொன்ஸெகா "நீங்கள் ஹார்வார்ட் புரபஸர் என்றல்லவா நினைத்தேன்?"

லேங்டன் அவரை குழப்பமாக பார்த்தார். "ஆமாம்."

"நல்லது" ஃபொன்ஸெகா கடிந்துகொண்டார். "அப்படியென்றால் உங்களுக்கு வேறு வழியே இல்லை என்பதை புரிந்துகொள்ளும் அளவுக்கு புத்திசாலியாக இருப்பீர்கள் என்று நினைக்கிறேன்."

அத்துடன், விறைப்பாக நடந்துசென்ற அந்த ஏஜெண்ட் தன் ஃபோனை எடுத்தார்.

லேங்டன் அவர் போவதைப் பார்த்தார். என்ன இழவு இது?

"புரபஸர்?" லேங்டனுக்கு மிக நெருக்கத்தில் வந்த ஆம்ரா அவருக்கு பின்னால் இருந்து கிசுகிசுத்தாள். "நான் சொல்வதைக் கேளுங்கள். இது மிக முக்கியமானது."

திரும்பிப் பார்த்த லேங்டன் ஆம்ரகாவின் தோற்றத்தில் ஒரு தீர்க்கமான பயம் இருப்பதைக் கண்டு திடுக்கிட்டார். அவளுடைய மௌன அதிர்ச்சி காணாமல் போய் பேசும் தொனி அவசரகதியிலும் தெளிவாகவும் இருந்தது.

"புரபஸர்" என்றாள் அவள், "தன்னுடைய அறிவிப்பில் உங்களை சிறப்பித்ததன் மூலம் உங்கள் மீதுள்ள பெரும்

நம்பிக்கையை எட்மண்ட் காட்டியிருக்கிறார். இந்தக் காரணத்திற்காகவே நான் உங்களை நம்புகிறேன். நான் உங்களிடம் ஒன்றைச் சொல்லியாக வேண்டும்."

லேங்டன் அவளை நிச்சயமற்று பார்த்தார்.

"எட்மண்ட் கொலைசெய்யப்பட்டது என்னுடைய தவறுதான்" என்று கிசுகிசுத்த அவளுடைய ஆழ்ந்த வெளுப்பான கண்களில் கண்ணீர் திரண்டிருந்தது.

"நீங்கள் சொல்வது புரியவில்லையே?"

காதில் வாங்கமுடியாத தொலைவில் இருந்த ஃபொன்ஸெகாவை பதற்றத்துடன் பார்த்துக்கொண்டாள் ஆம்ரா. "அந்த விருந்தினர் பட்டியல்," என்றபடி அவள் லேங்டனிடம் திரும்பினாள். "அந்த கடைசிநேர சேர்க்கை. அதுதான் அந்த சேர்க்கப்பட்ட பெயர்?"

"ஆமாம், லூயி எவிலா."

"அந்தப் பெயரைச் சேர்த்ததே *நான்தான்*" என்று ஒப்புக்கொண்ட அவள் குரல் உடைந்துபோயிருந்தது. "அது நான்தான்!"

வின்ஸ்டன் சொன்னது சரிதானா . . . என்று நினைத்துக்கொண்ட லேங்டன் அதிர்ந்துபோனார்.

"எட்மண்ட் கொல்லப்பட்டதற்கு *நான்தான் காரணம்*" என்ற அவள் அழுதுவிடும் நிலையில் இருந்தாள். "நான்தான் அந்தக் கொலைகாரனை இந்தக் கட்டடத்திற்குள் விட்டேன்."

"பொறு" என்ற லேங்டன் அவளுடைய நடுங்கும் தோளில் கைவைத்தார். "என்னிடம் பேசு: நீ ஏன் அந்தப் பெயரை சேர்த்தாய்?"

ஆம்ரா மற்றொருமுறை ஃபொன்ஸெகாவை கவலையுடன் பார்த்துக்கொண்டாள், அவர் இருபது கஜம் தொலைவில் இருந்தார். "நான் மிகவும் நம்பக்கூடிய ஒருவரிடம் இருந்து கடைசி நேரத்தில் எனக்கு ஒரு கோரிக்கை வந்தது புரபஸர். ஒரு தனிப்பட்ட உதவியாக அட்மிரல் எவிலாவின் பெயரை விருந்தினர் பட்டியலில் சேர்த்துக்கொள்ளுமாறு கேட்டுக்கொள்ளப்பட்டது.

கதவுகள் திறக்கப்படுவதற்கு சில நிமிடங்களுக்கு முன்னர்தான் அந்த கோரிக்கை வந்தது, நான் பரபரப்பாக இருந்தபடியால் எதுவும் சிந்திக்காமலேயே அந்தப் பெயரை சேர்த்துவிட்டேன். அதாவது, அவர் கப்பற்படையில் அட்மிரலாக இருப்பவர்! எனக்கு எப்படித் தெரிந்திருக்கும்?" எட்மண்டின் உடலை மறுபடியும் பார்த்த அவள் மெல்லிய கையால் வாயைப் பொத்திக்கொண்டாள். "இப்போது . . ."

"ஆம்ரா" லேங்டன் கிசுகிசுத்தார். "எவிலாவின் பெயரை சேர்க்கச்சொல்லி உன்னிடம் கேட்டது யார்?"

ஆம்ரா கஷ்டப்பட்டு மென்று விழுங்கினாள். "அது என்னுடைய மணமகன் . . . ஸ்பெயின் பட்டத்து இளவரசர். டான் ஜூலியன்."

லேங்டன் அவளை நம்பமுடியாமல் உற்றுப்பார்த்து அவளுடைய வார்த்தைகளை புரிந்துகொள்ள முயற்சித்தார். ஸ்பெயின் இளவரசரே எட்மண்ட் கிர்ஷின் படுகொலையை திட்டமிடுவதற்கு உதவியிருப்பதாக கூகன்ஹைம் இயக்குநர் கூறுகிறார். அது சாத்தியமேயில்லை.

"நான் அந்தக் கொலைகாரனின் அடையாளத்தை தெரிந்துகொள்வேன் என்று அரண்மனை எதிர்பார்த்திருக்காது என்பதை என்னால் உறுதியாக சொல்ல முடியும். ஆனால் இப்போது எனக்குத் தெரிந்துவிட்டது ... நான் ஆபத்தில் இருக்கிறேனோ என்று பயமாக இருக்கிறது," என்றாள் அவள்.

லேங்டன் அவள் தோளில் கைவைத்தார். "உனக்கு இங்கே எந்த ஆபத்தும் இல்லை."

"இல்லை" அவள் பலவந்தமாக கிசுகிசுத்தாள், "உங்களால் புரிந்துகொள்ள முடியாத விஷயங்கள் இங்கே நடந்துகொண்டிருக்கின்றன. நீங்களும் நானும் வெளியேறியாக வேண்டும். இப்போதே!"

"நம்மால் ஓடிவிட முடியாது" என்று பதிலளித்தார் லேங்டன். "நம்மால் முடியவே -"

"நான் சொல்வதை தயவுசெய்து கேளுங்கள்" அவள் வற்புறுத்தினாள். "எட்மண்டிற்கு எப்படி உதவலாம் என்று எனக்குத் தெரியும்."

"மன்னித்துவிடு?" அவள் இன்னமும் அதிர்ச்சியில்தான் இருக்கிறாள் என்பதை லேங்டன் உணர்ந்தார். "எட்மண்டிற்கு உதவவே முடியாது."

"ஆமாம், அவருக்கு உதவ முடியும்" என்று அழுத்தமாக கூறிய அவளுடைய குரல் அறிவார்த்தமாக இருந்தது. "ஆனால் முதலில், நாம் பார்சிலோனாவில் இருக்கும் அவனுடைய வீட்டிற்குள் செல்ல வேண்டும்."

"என்ன பேசுகிறாய் நீ?"

"தயவுசெய்து நான் சொல்வதை கவனமாக கேளுங்கள். நாம் என்ன செய்ய வேண்டும் என எட்மண்ட் விரும்பியிருப்பார் என்று எனக்குத் தெரியும்."

அடுத்த பதினைந்து நொடிகளுக்கு ஆம்ரா வைடல் லேங்டனிடம் அடித்தொண்டையிலேயே பேசினாள். அவள் பேசிக்கொண்டிருக்கையில் தன்னுடைய இதயத்துடிப்பு வேகமெடுப்பதை லேங்டன் உணர்ந்தார். அய்யோ, என்று நினைத்தார் அவர். அவள் சொல்வது சரிதான். இது எல்லாவற்றையுமே மாற்றிவிடும்.

அவள் சொல்லி முடித்தபோது அவருக்கு சவால் விடுப்பதுபோல் பார்த்தாள் ஆம்ரா. "நாம் ஏன் போயாக வேண்டும் என இப்போது தெரிகிறதா?"

லேங்டன் தயக்கமே இல்லாமல் ஆமோதித்தார். "வின்ஸ்டன்," என்று தன் தலையணியில் அழைத்தார். "இப்போது ஆம்ரா என்னிடம் சொன்னதை கேட்டாயா?"

"கேட்டேன், புரபஸர்."

"உனக்கு இது முன்பே தெரியுமா?"

"இல்லை."

லேங்டன் தன்னுடைய அடுத்த வார்த்தைகளை மிகுந்த கவனத்துடன் பரிசீலித்தார். "வின்ஸ்டன், கம்ப்யூட்டர்களால் தன்னைப் படைத்தவர்களுக்கு உண்டான விசுவாசத்தை உணர முடியுமா என்று எனக்குத் தெரியாது, ஆனால், உன்னால் முடியுமென்றால் இதுதான் உன்னுடைய விசுவாசத்தைக் காட்டவேண்டிய தருணம். நாங்கள் நிச்சயம் உன் உதவியைப் பயன்படுத்திக்கொள்வோம்."

27

லேங்டன் அந்த பேச்சுமேடையை நோக்கி நகர்கையில் அப்போது யூபருடன் போனில் பேசிக்கொண்டிருந்த ஃபொன்ஸெகா மீதும் ஒரு கண்வைத்திருந்தார். ஆம்ரா குவிமாடத்தின் மையத்தை நோக்கி சாதாரணமாக நடந்துசென்று, லேங்டன் சொன்னது போன்றே பிசகில்லாமல் தன்னுடைய போனில் பேசிக்கொண்டிருந்தாள் - அல்லது பேசுவதுபோல் பாவனை செய்தாள்.

இளவரசர் ஜூலியனை அழைக்கத் தீர்மானித்திருப்பதாக ஃபொன்ஸெகாவிடம் சொல்.

லேங்டன் பேச்சுமேடையை அடைந்தபோது, தரையில் குலைந்து கிடந்த உருவத்தின் மீது தயக்கத்துடனே திரும்பிப் பார்த்தார். எட்மண்ட். மெதுவாக, அவன் மீது ஆம்ரா இட்டிருந்த போர்வையை லேங்டன் பின்னுக்கு இழுத்தார். ஒருகாலத்தில் பிரகாசமாக இருந்த எட்மண்டின் கண்கள் அவனுடைய நெற்றியில் இருந்த செந்நிற துளைக்கு கீழே இரண்டு உயிரற்ற பிளவைப் போல் காணப்பட்டன. லேங்டன் அந்த குரூர பிம்பத்தால் திடுக்கிட்டார், இழப்பாலும் சீற்றத்தாலும் அவருடைய இதயம் துடிதுடித்தது.

ஒருகணம், புசுபுசு தலைமுடிகொண்டவனாக, முழு நம்பிக்கையுடனும் திறமையுடனும் - தன்னுடைய மிகக்குறுகிய வாழ்நாளில் மிகப்பெரியனவற்றை செய்து முடித்திருக்கும் - அந்த

இளம் மாணவன் தன்னுடைய வகுப்பறைக்குள் நுழைவதை லேங்டனால் அப்போதும் காணமுடிந்தது. பயங்கரமான வகையில், அவனுடைய கண்டுபிடிப்பை நிரந்தரமாக குழிதோண்டி புதைத்துவிடும் முயற்சியில், பிரமிக்க வைக்கும் இந்த மனித உயிரை யாரோ கொன்றுவிட்டார்கள்.

நான் துணிந்து முடிவெடுக்காதவரை, என் மாணவனின் மகத்தான சாதனை வெளிச்சத்திற்கு வரப்போவதில்லை என லேங்டனுக்குத் தெரிந்துவிட்டது.

ஃபொன்ஸெகாவின் பார்வையில் இருந்து பேச்சுமேடையானது தன்னை பாதியளவுக்கு மறைக்கின்ற வகையில் வைத்துக்கொண்ட லேங்டன், எட்மண்டின் உடலருகில் குனிந்து, அவனுடைய கண்களை மூடிவிட்டும், கைகளை ஒன்றாக மடித்துவைத்தும் பிரார்த்தனைக்கு உண்டான மரியாதைக்குரிய தோற்றத்தை கொண்டுவந்தார்.

ஒரு நாத்திகனின் மீது பிரார்த்திப்பதில் உள்ள முரண்முகை ஏறக்குறைய லேங்டனிடத்தில் புன்னகை தோன்ற காரணமாகியிருந்தது. *எட்மண்ட், உன்னைப் போன்றவர்கள் யாரும் உனக்காக பிரார்த்திருப்பதை விரும்ப மாட்டாய் என்று எனக்குத் தெரியும். கவலைப்படாதே நண்பா, நான் இங்கே பிரார்த்திப்பதற்காக வரவில்லை.*

எட்மண்டின் மீது மண்டியிட்டு குனிந்தபோது அதிகரித்துக்கொண்டே செல்லும் பயத்துடன் போராடினார் லேங்டன். *அந்த பிஷப் ஆபத்தானவர் அல்ல என்று உனக்கு உத்திரவாதம் அளித்தேன். வால்டஸ்பினோ இதில் சம்பந்தப்பட்டிருந்தால் என்னவாகும்* . . . லேங்டன் அதை தன் மனதிலிருந்து எடுத்தெறிந்தார்.

அவர் பிரார்த்திக்கொண்டிருப்பதை ஃபொன்ஸெகா பார்த்துவிட்டதை உறுதிப்படுத்திக்கொண்ட உடன், மிகத் தந்திரமாக முன்னே சாய்ந்த லேங்டன் எட்மண்டின் லெதர் ஜாக்கெட்டிற்குள் கைவிட்டு அவனுடைய அதிகப்படியான அளவில் இருக்கும் நீலப்பச்சை வண்ண போனை எடுத்துக்கொண்டார்.

அவர் சட்டென்று திரும்பி ஃபொன்ஸெகாவைப் பார்த்தார், அப்போதும் போன் இணைப்பில் இருந்த அவர் ஆம்ராவைக் காட்டிலும் லேங்டனிடம் அதிக ஆர்வம் காட்டவில்லை, தன்னுடைய தொலைபேசி அழைப்பில் மும்முரமாக இருந்த ஆம்ராவோ ஃபொன்ஸெகாவிடம் இருந்து மேலும் மேலும் தள்ளிப் போய்க்கொண்டே இருந்தாள்.

எட்மண்டின் போனில் இருந்து பார்வையை விலக்கிய லேங்டன் அமைதியாக மூச்சுவிட்டார்.

இன்னும் ஒன்று மிச்சமிருக்கிறது.

மெதுவாக, அவர் எட்மண்டின் வலதுகையை எட்டிப்பிடித்து தூக்கினார். அது ஏற்கனவே சில்லிட்டுப் போயிருந்தது. போனை அவனுடைய விரல்நுனிகளுக்கு கொண்டுசென்ற லேங்டன், விரல்ரேகை அறியும் வட்டில் வைத்து எட்மண்டின் ஆள்காட்டி விரலை வைத்து கவனமாக அழுத்தினார்.

அந்த போன் கிளிக் என திறந்துகொண்டது.

விரைவாக செயல்பட்ட லேங்டன், செட்டிங்ஸ் மெனுவை நகர்த்தி கடவுச்சொல் பாதுகாப்பு அம்சத்தை செயலிழக்க வைத்தார். *நிரந்தரமாக திறக்கப்பட்டது.* பிறகு அந்த போனை தன் ஜாக்கெட் பைக்குள் போட்டுக்கொண்டு மீண்டும் போர்வையால் எட்மண்டின் உடலை மூடினார்.

ஆம்ரா அந்த வெறிச்சோடிப் போயிருந்த அரங்கத்தின் மையத்தில் தனியாக நின்றுகொண்டிருந்தபோது தூரத்தில் சைரன் ஒலி அலறியது, தன்னுடைய காதில் கைப்பேசியை வைத்தபடியே உரையாடலில் மூழ்கியிருப்பதுபோல் பாவனை செய்த அவள் ஃபொன்ஸெகா தன் மீது கண்வைத்திருக்கிறார் என்பதை மிக நன்றாகவே அறிந்திருந்தாள்.

சீக்கிரம், ராபர்ட்.

ஒரு நிமிடத்திற்கு முன்னர், எட்மண்ட் கிர்ஷுடன் பேசிய சமீபத்திய உரையாடலை அந்த அமெரிக்க புரபஸருடன் ஆம்ரா பகிர்ந்துகொண்ட பின்னர்தான் அவரும் களத்தில் குதித்தார்.

இரண்டு இரவுகளுக்கு முன்பு, இதே அறையில்தான் அவளும் எட்மண்டும் அந்த அறிவிப்பின் இறுதிக்கட்ட விவரங்கள் குறித்து பணியாற்றிக் கொண்டிருக்கையில் அன்றிரவு தனது மூன்றாவது கீரைப்பாலை குடிப்பதற்காக எட்மண்ட் சற்று இடைவெளி எடுத்துக்கொண்டான். அப்போது அவன் எந்தளவுக்கு சோர்ந்துபோய் காணப்பட்டான் என்பதை ஆம்ரா கவனித்திருந்தாள்.

"நான் சொல்லியே ஆகவேண்டும், எட்மண்ட்" என்றாள் அவள், "இந்த சைவ உணவுமுறை உனக்கு வேலைக்காகவில்லை என்று நினைக்கிறேன். நீ வெளிறிப்போய், மிகவும் மெலிந்து காணப்படுகிறாய்."

"மிகவும் மெலிந்தா?" அவன் சிரித்தான். "யார் பேசுவது பாரேன்."

"நானொன்றும் ரொம்ப ஒல்லியில்லை!"

"கிட்டத்தட்ட." அவளுடைய மகிழ்ச்சியற்ற வெளிப்பாட்டை நோக்கி வேடிக்கையாக கண்ணடித்தான். "நான் வெளுத்துப் போயிருப்பதற்காக எனக்கு கொஞ்சம் ஓய்வு கொடு. நாள் முழுவதும் எல்சிடி திரையின் வெளிச்சத்தில் உட்கார்ந்திருக்கும் ஒரு கம்ப்யூட்டர் பைத்தியம்தானே நான்."

"சரிதான், நீ இன்னும் இரண்டு நாட்களில் மொத்த உலகத்தையும் அழைக்கப் போகிறாய், கொஞ்சம் நிறமாய் இருந்தால் உனக்கும் நல்லாயிருக்கும். நாளைக்கே கொஞ்சம் வெளியில் போ அல்லது உனக்கு பழுப்பு நிறத்தை தரும் கம்ப்யூட்டரை கண்டுபிடி."

"அது ஒன்றும் மோசமான யோசனையில்லை" என்ற அவன் மனக்கிளர்ச்சியுடன் காணப்பட்டான். "நீயே அதை காப்புரிமை செய்துவிடு." பெரிதாக சிரித்த அவன் மீண்டும் தன்னுடைய விஷயத்திற்கே திரும்பினான். "சரி, சனிக்கிழமை இரவு நிகழ்ச்சிகளின் வரிசை பற்றி தெளிவாக இருக்கிறாய் அல்லவா?"

அதை ஆமோதித்த ஆம்ரா குறிப்புகளை ஒருமுறை பார்த்துக்கொண்டாள். "வரவேற்பறைக்குள் மக்களை வரவேற்பேன், பின்னர் உன்னுடைய அறிமுக காணொலியைப்

பார்க்க அவர்களை அரங்கத்திற்குள் அழைத்து வருவேன், அதன்பிறகு அங்கிருக்கும் பேச்சுமேடையில் நீ மாயாதீதமாக தோன்றுவாய்." அவள் அந்த அறைக்கு முன்பாக கைகாட்டினாள். "அதற்கும் பிறகு, அந்த பேச்சுமேடையில் உன்னுடைய அறிவிப்பை மேற்கொள்வாய்."

"சரியாக இருக்கிறது" என்ற எட்மண்ட், "ஒரு சிறிய திருத்தம் இருக்கிறது." அவன் பெரிதாக புன்னகைத்தான். "நான் பேச்சுமேடையில் பேசிக்கொண்டிருக்கும்போது அது ஒரு தற்காலிக இடைவேளையாக இருக்கும் - அது என்னுடைய விருந்தினர்களை நான் நேரடியாக வரவேற்க எனக்குள்ள வாய்ப்பு, எல்லோரும் தங்களுடைய கால்களை நீட்டி வைத்துக்கொண்டு அன்றைய மாலைப்பொழுதின் இரண்டாவது பாதியை நான் தொடங்குவதற்குள் அவர்களை மேற்கொண்டு இன்னும் சற்று அதிகமாக தயார்படுத்துவேன் - ஒரு மல்டிமீடியா காட்சி என்னுடைய கண்டுபிடிப்பை விளக்கும்."

"ஆக, அந்த அறிவிப்பே முன்பதிவு செய்யப்பட்டதுதானா? அறிமுகத்தைப் போன்றா?"

"ஆமாம், நான் அதை சில நாட்களுக்கு முன்னர்தான் நிறைவுசெய்தேன். நாம் காட்சி பிம்பங்களாகவே இருப்போம் - சில அறிவியலாளர்கள் பேச்சுமேடையில் பேசுவதைக் காட்டிலும் மல்டிமீடியா அறிவிப்புகள்தான் எப்போதுமே மிகுந்த கவனத்தை ஈர்ப்பவையாக இருக்கும்."

"நீ 'வெறும் அறிவியலாளன்' மட்டும் அல்லதான், நான் ஒப்புக்கொள்கிறேன். அதைப் பார்க்கும்வரை என்னால் காத்திருக்க முடியாது," என்றாள் ஆம்ரா.

பாதுகாப்பு காரணங்களுக்காகத்தான் எட்மண்டின் அறிவிப்பு அவனுடைய தனிப்பட்ட, நம்பிக்கைக்குரிய, ஆஃப்-சைட் சர்வரில் சேமிக்கப்பட்டிருக்கிறது என ஆம்ராவுக்குத் தெரியும். ஒரு தொலைதூர இடத்திலிருந்து மியூஸியத்தின் ஒளிபரப்பு அமைப்புக்குள்ளாக எல்லாமும் நேரலை செய்யப்படும்.

"நாம் இரண்டாம் பாதிக்கு தயாரானவுடன் அந்த அறிவிப்பை இயக்கி வைக்கப்போவது யார், நீயா அல்லது நானா?" என்று கேட்டாள் அவள்.

“அதை நானே செய்துவிடுவேன்” என்ற அவன் தன்னுடைய போனை வெளியே எடுத்தான். “இதை வைத்து.” அவன் அந்த நீலப்பச்சை வண்ண காவ்டி உறையில் இருந்த தன்னுடைய அளவில் மிகுந்த ஸ்மார்ட்போனை பிடித்திருந்தான். “இதெல்லாம், இந்த நிகழ்ச்சியினுடைய ஒரு பகுதிதான். ஒரு மறைகுறியீடு செய்யப்பட்ட தொடர்பை வைத்து என்னுடைய ரிமோட் சர்வருக்கு நான் டயல் செய்வேன் . . .”

எட்மண்ட் சில பொத்தான்களை அழுத்தியவுடன் ஸ்பீக்கர்போன் ஒலித்ததும் தொடர்பு உருவானது.

ஒரு கணினிமய பெண் குரல் பதிலளித்தது. **“மாலை வணக்கம், எட்மண்ட். நான் உங்களுடைய பாஸ்வேர்டுக்காக காத்திருக்கிறேன்.”**

எட்மண்ட் புன்னகைத்தான். “பிறகு, இந்த மொத்த உலகமே இதைப் பார்க்கும், நான் என்னுடைய போனில் என்னுடைய பாஸ்வேர்டை தட்டச்சு செய்தாலே போதும், என்னுடைய கண்டுபிடிப்பு இங்கேயும், அடுத்தடுத்து, இந்த முழு உலகத்திற்கும் நேரலை செய்யப்படும்.”

“ஆச்சரியமாக இருக்கிறது” என்ற ஆம்ரா அதில் பெருமதிப்பு கொண்டாள். “உங்களுடைய பாஸ்வேர்டை மறந்துவிட்டால்.”

“அது சங்கடமான விஷயமாகத்தான் இருக்கும்.”

“நீங்கள் அதை எழுதி வைத்திருப்பீர்கள் என்று நம்பலாமா?” என்று கோணிக்கொண்டு கேட்டாள் அவள்.

“தெய்வ நிந்தனை” என்று சொல்லிவிட்டு சிரித்தான் எட்மண்ட். “கணிப்பொறி அறிவியலாளர்கள் பாஸ்வேர்டுகளை ஒருபோதும் எழுதி வைப்பதில்லை. ஆனாலும், கவலை வேண்டாம். என்னுடையது பாஸ்வேர்ட் வெறும் நாற்பத்தி ஏழு எழுத்துக்களே நீளம் கொண்டது. நான் அதை நிச்சயம் மறந்துவிட மாட்டேன்.”

ஆம்ராவின் கண்கள் விரிந்தன. “நாற்பத்தி ஏழா?! எட்மண்ட், மியூஸியத்தின் பாதுகாப்பு அட்டைக்கு உள்ள நான்கெழுத்து எண்களைக்களைக்கூட உன்னால் நினைவில் வைத்துக்கொள்ள முடியாது! பிறகு எப்படி நாற்பத்தி ஏழு தற்போக்கான எழுத்துக்களை நினைவில் வைத்துக்கொள்ளப் போகிறாய்.”

அவளை அச்சப்பட வைக்குமளவுக்கு அவன் சிரித்தான். "நான் நினைவில் வைத்துக்கொள்ள வேண்டியதில்லை; அவை தற்போக்கானவையும் கிடையாது." அவன் தன் குரலைத் தாழ்த்தினான். "என்னுடைய பாஸ்வேர்ட் உண்மையில் எனக்குப் பிடித்தமான கவிதையின் வரிதான்."

ஆம்ரா குழம்பினாள். "ஒரு கவிதை வரியையா பாஸ்வேர்டாக வைத்திருக்கிறாய்?"

"ஏன் கூடாது? எனக்குப் பிடித்த கவிதை வரி சரியாக நாற்பத்தி ஏழு எழுத்துக்களை கொண்டிருக்கிறது."

"ஆனாலும், அது மிகுந்த பாதுகாப்பாக தெரியவில்லையே."

"இல்லை? என்னுடைய விருப்பமான கவிதை வரியை உன்னால் யூகித்துவிட முடியும் என்று நினைக்கிறாயா?"

"உனக்கு கவிதை பிடிக்குமா என்றுகூட தெரியாது."

"அதுதான். என்னுடைய பாஸ்வேர்டு ஒரு கவிதை என்று ஒருவர் கண்டுபிடித்து விட்டாலும்கூட, லட்சக்கணக்கான ராத்திரியப்பாடுகளில் அந்த துல்லியமான வரியை யூகித்துவிட்டாலும்கூட அவர் என்னுடைய பாதுகாப்பு சர்வரை அழைப்பதற்கு நான் பயன்படுத்தும் மிக நீண்ட தொலைபேசி எண்ணை யூகித்தாக வேண்டும்."

"உன்னுடைய போனில் இருந்து நீ துரித-அழைப்பு செய்த தொலைபேசி எண்ணா?"

"ஆமாம், தனக்கேயுரிய அனுமதி எண்ணைக் கொண்டிருக்கின்ற, என் மார்புப் பையில் இருந்து விலகிடாத ஒரு போன்."

ஆம்ரா கைகளை அவனை நோக்கி வீசிவிட்டு விளையாட்டாக புன்னகைத்தாள். "ஓகே, நீதான் முதலாளி," என்றாள் அவள். "அதிருக்கட்டும், உன்னுடைய விருப்பக் கவிஞர் யார்?"

"நல்ல முயற்சி" என்று தன் விரலை அங்குமிங்கும் ஆட்டியபடி சொன்னான் அவன். "நீ சனிக்கிழமை வரை காத்திருக்கத்தான் வேண்டும். நான் தேர்ந்தெடுத்திருக்கும் கவிதை வரி நிறைவானது." அவன் பெரிதாக புன்னகைத்தான்.

"இது எதிர்காலத்தைப் பற்றியது - ஒரு தீர்க்கதரிசனம் - அது ஏற்கனவே உண்மையாகிக் கொண்டிருக்கிறது என்பதையும் நான் மகிழ்வுடனே சொல்லிக்கொள்வேன்."

இப்போது, அவளுடைய சிந்தனைகள் நிகழ்காலத்திற்கு வந்தபோது, எட்மண்டின் உடலை உற்றுப்பார்த்த ஆம்ரா தன்னால் இனிமேல் லேங்டனைப் பார்க்க முடியாமல் போய்விடுமோ என்ற திகில் நெருங்கிவருவதை உணர்ந்தாள்.

அவர் எங்கே?!

மேலும் அச்சப்பட வைக்கும் வகையில், அவள் இப்போது இரண்டாவது கார்டியா அதிகாரியைக் கண்டுவிட்டாள் - ஏஜெண்ட் டயஸ் - துணிச் சுவற்றிற்குள்ளாக வெட்டப்பட்ட திறப்பின் வழியாக குவிமாடத்திற்கு கீழே அவர் இறங்கிக் கொண்டிருந்தார். அந்த குவிமாடத்தை ஆராய்ந்த பின்னர் நேரடியாக ஆம்ராவை நோக்கி வந்தார் டயஸ்.

இவன் என்னை வெளியே விடமாட்டானே!

சட்டென்று லேங்டன் அவளுக்கு அருகாமையில் வந்தார். அவளுடைய முதுகில் மென்மையாக கைவைத்த அவர் அவளை அங்கிருந்து அப்பால் நகர்த்திச் சென்றார், அவர்கள் இருவரும் அந்த குவிமாடத்தின் கடைசி முனையை நோக்கி வேகநடையில் சென்றனர் - அது எல்லோரும் உள்ளே நுழைந்த பாதைவழி.

"மிஸ்.வைடல்!" டயஸ் கத்தினான். "இரண்டுபேரும் எங்கே போகிறீர்கள்?!"

"உடனே வந்துவிடுகிறோம்" என்ற லேங்டன் வெறிச்சோடிக் கிடந்த பகுதியை நோக்கி அவளை துரிதப்படுத்தி அந்த அறையின் பின்பக்கமும், வெளியேறும் சுரங்கமுமான பகுதியை நோக்கி நகர்ந்துகொண்டிருந்தார்.

"மிஸ்டர்.லேங்டன்!" அது அவர்களுக்கு பின்னாலிருந்து கத்திய ஏஜெண்ட் ஃபொன்ஸெகாவின் குரல். "இந்த அறையில் இருந்து வெளியேற உங்களுக்கு அனுமதியில்லை!"

தனக்கு பின்பக்கத்தில் லேங்டனின் கை மிக அவசரமாக அழுத்துவதை உணர்ந்தாள் ஆம்ரா.

"வின்ஸ்டன்" லேங்டன் தன் தலையணியில் கிசுகிசுத்தார். "உடனே!"

சற்றைக்கெல்லாம், அந்தக் குவிமாடம் இருண்டுபோனது.

28

இருள் சூழ்ந்த குவிமாடத்தின் வழியாக விரைந்த ஏஜெண்ட் ஃபொன்ஸெகாவும் அவருடைய கூட்டாளி டயஸும் தங்களுடைய கைப்பேசி விளக்குகளால் அதற்கு ஒளியூட்டிக்கொண்டு லேங்டனும் ஆம்ராவும் காணாமல்போன சுரங்கத்திற்குள் தாவிக் குதித்தனர்.

சுரங்கத்திற்கு பாதிதூரம் சென்றதும் ஆம்ராவின் போன் தரை விரிப்பில் கிடப்பதைப் பார்த்தார் ஃபொன்ஸெகா. அந்தக் காட்சி அவரை அதிர்ச்சியடைய வைத்தது.

ஆம்ரா தன்னுடைய போனை வீசியெறிந்துவிட்டாளா?

ஆம்ராவின் அனுமதியுடன்தான் கார்டியா ரியல் அவள் எங்கிருக்கிறாள் என்பதை எந்நேரமும் சரிபார்ப்பதற்கு ஒரு மிக எளிய தடம்காணும் மென்பொருளை பயன்படுத்தியிருந்தனர். அவள் தன்னுடைய போனை கைவிட்டுச் சென்றதற்கு ஒரே ஒரு விளக்கம்தான் இருக்கிறது: அவள் அவர்களுடைய பாதுகாப்பில் இருந்து தப்பிச்செல்ல விரும்பியிருக்கிறாள்.

இந்த எண்ணம் ஃபொன்ஸெகாவை உச்சகட்ட பதற்றத்திற்கு ஆளாக்கியது, என்றாலும், ஸ்பெயினின் எதிர்கால ராணி இப்போது தொலைந்துபோய்விட்டார் என்பதை தலைவருக்கு தெரிவிக்க தனக்கு கிடைத்திருக்கும் கெடுவாய்ப்பின் அளவுக்கு அது பதற்றத்திற்குரியது அல்ல. இளவரசரின் நலன்களை பாதுகாப்பது என்று வரும்போது இந்த கார்டியா தளபதி ஒரு ஆட்டிப்படைப்பவராக இரக்கமற்றவராகவே இருப்பார். இன்றிரவு, அந்த தளபதி எளிய உத்தரவுகளால் ஃபொன்ஸெகாவுக்கு தனிப்பட்ட வேலை கொடுத்திருந்தார்:

"ஆம்ரா வைடலை எப்போதும் பாதுகாப்பாகவும், பிரச்சினையில் இருந்து தள்ளியும் வைத்திரு."

அவள் எங்கிருக்கிறாள் என்று தெரியாமல் என்னால் அவளை பாதுகாக்க முடியாது!

சுரங்கத்தின் முடிவை நோக்கி விரைந்த இரண்டு ஏஜெண்டுகளும் இருளடைந்த வரவேற்பறைக்கு வந்துசேர்ந்தனர், அது அப்போது பேய்களின் மாநாட்டைப் போல் இருந்தது - தங்களுடைய செல்போன்களின் வழியாக வெளியுலகை தொடர்புகொண்டு, தாங்கள் கண்டவற்றை தெரிவித்துக்கொண்டிருந்த, அதிர்ச்சியில் வெளிறிப்போயிருந்த விருந்தினர்களின் முகங்கள் அவர்களுடைய செல்போன்களால் ஒளியூட்டப்பட்டிருந்தன.

"விளக்குகளை இயக்குங்கள்!" சிலர் கத்தினர்.

ஃபொன்ஸெகாவின் போன் ஒலித்தது, அவர் அதற்கு பதிலளித்தார்.

"ஏஜெண்ட் ஃபொன்ஸெகா, மியூஸியம் காவல்பிரிவு பேசுகிறோம்" என்று ஒரு இளம்பெண் சுருக்கமான ஸ்பானிஷில் கூறினாள். "அங்கே விளக்குகள் எரியவில்லை என்று எங்களுக்குத் தெரியும். இது கம்ப்யூட்டர் கோளாறு போல் தெரிகிறது. சற்று நேரத்தில் நாங்கள் மின்சார இணைப்பு தருகிறோம்."

"உட்புற பாதுகாப்பு பதிவு இன்னுமா செய்யப்படுகிறது?" என்று வற்புறுத்திய ஃபொன்ஸெகா கேமராக்களில் இரவுப் பதிவும் இணைக்கப்பட்டிருப்பதை தெரிந்து கொண்டார்.

"ஆமாம், பதிவு செய்யப்படுகிறது."

ஃபொன்ஸெகா அந்த இருண்ட அறையை ஆராய்ந்தார். "ஆம்ரா வைடல் இப்போதுதான் வரவேற்பறைக்கு வெளியில் இருந்து மைய அரங்கிற்குள் நுழைந்திருக்கிறார். அவர் எங்கே போனார் என்று பார்த்தாயா?"

"ஒரு நிமிடம், பிளீஸ்."

காத்திருந்த ஃபொன்ஸெகாவின் இதயத்துடிப்பு விரக்தியில் எகிறிப்போனது. துப்பாக்கியால் சுட்டவன் தப்பிச்சென்ற காரை

தடம்காண்பதில் யூபருக்கு சிக்கல்கள் இருப்பதாக அப்போதுதான் அவருக்கு தகவல் கிடைத்திருந்தது.

இன்றிரவு வேறு ஏதேனும் தவறாக நடந்துவிடுமோ?

விதிவசமாக, இன்றிரவுதான் ஆம்ரா வைடலுக்கு அவர் முதல்முறையாக பாதுகாப்பு அளிக்கிறார். சாதாரணமாக, ஒரு மூத்த அதிகாரியான ஃபொன்ஸெகா இளவரசர் ஜூலியனுக்கே பாதுகாப்பு அதிகாரியாக இருப்பார், ஆனாலும் இன்று காலை அவருடைய தலைவர் அவரை அப்பால் அழைத்துச்சென்று அவரிடம் கூறியிருந்தார்: "இன்றிரவு, இளவரசர் ஜூலியனின் விருப்பத்திற்கு மாறாக மிஸ்.வைடல் ஒரு நிகழ்ச்சியை தொகுத்து வழங்கப்போகிறார். நீங்கள் அவருடன் இருந்து அவருடைய பாதுகாப்புக்கு உத்திரவாதம் அளிக்க வேண்டும்."

ஆம்ரா வழங்கவிருந்த நிகழ்ச்சி மதத்தின் மீதான பெரும் தாக்குதலாக மாறிப்போகும் என்றும், அது ஒரு பொதுவிடத்தில் நிகழும் படுகொலையில் வந்து முடியும் என்றும் ஃபொன்ஸெகா நினைத்துக்கூட பார்க்கவில்லை. இளவரசர் ஜூலியனின் கவலைக்குரிய அழைப்பை ஏற்க ஆம்ரா கோபத்துடன் மறுத்ததை கிரகித்துக்கொள்ள அவர் இன்னமும் முயற்சித்துக்கொண்டுதான் இருந்தார்.

இவை எதுவுமே ஏற்புடையதாக இல்லை, ஆனாலும் அவளுடைய விநோத நடத்தை மட்டும் மோசமாகிக்கொண்டே இருந்தது. எப்படிப் பார்த்தாலும், ஒரு அமெரிக்க புரபஸருடன் ஓடிவிடும் வகையில்தான் ஆம்ரா வைடல் தன்னுடைய பாதுகாப்பு வளையத்தை மீறியிருக்கிறாள்.

இளவரசர் ஜூலியனுக்கு இது தெரியவந்தால் . . .

"ஏஜெண்ட் ஃபொன்ஸெகா?" பாதுகாப்பு நிலையப் பெண்ணின் குரல் திரும்பி வந்தது. "மிஸ்.வைடலும் அவருடன் வந்த ஆணும் வரவேற்பறையில் இருந்து வெளியேறுவதை பார்க்க முடிகிறது. அவர்கள் குறும்பாதையில் சென்று லூயி போர்ஹேயின் செல்ஸ் காட்சிப்பொருள் வைக்கப்பட்டிருக்கும் காட்சியகத்திற்குள் நுழைந்திருக்கிறார்கள். கதவுக்கு வெளியே, இடதுபக்கம் திரும்பினால் உங்களுக்கு வலதுபக்கம் இருக்கும் இரண்டாவது காட்சியகம்."

“நன்றி! தொடர்ந்து அவர்களைத் தேடுங்கள்!”

ஃபொன்ஸெகாவும் டயஸூம் வரவேற்பறை வழியாக ஓடி குறும்பதைக்குள் வெளியேறினர், கீழே, வெளியேறும் வழியை நோக்கி லாபி நெடுகிலும் விருந்தினர்கள் வேகமாக சென்றுகொண்டிருப்பதை பார்த்தனர்.

வலதுபக்கத்தில், பாதுகாப்பு மையம் குறிப்பிட்டது போன்றே ஒரு பெரிய காட்சியகத்திற்கு செல்வதற்கான வாயிலைக் காண்டனர். அந்த காட்சிப்பொருளில் எழுதப்பட்டிருந்தது: *செல்ஸ்.*

அந்தக் காட்சியகம் பரந்து விரிந்து, கூண்டு போன்ற வேலிகளின் தொகுப்பிற்கு இடமளித்திருந்தது, ஒவ்வொன்றிலும் அதற்கேயுரிய வடிவமில்லாத விசித்திர சிற்பம் இருந்தது.

“மிஸ்.வைடல்!” ஃபொன்ஸெகா கத்தினார். “மிஸ்டர்.லேங்டன்!”

எந்த பதிலும் கிடைக்காதபடியால் இரண்டு ஏஜெண்டுகளும் தேடத் தொடங்கினர்.

கார்டியா ஏஜண்டுகள் இருந்த சில அறைகள் பின்னே, குவிமாட அரங்கத்திற்கு சற்று வெளியே, சாரத்தின் குறுக்குவெட்டு அமைவுகளின் வழியாக கவனத்துடன் மேலே ஏறிக்கொண்டிருந்த லேங்டனும் ஆம்ராவும் தொலைவில் மங்கலான ஒளியில் தெரிந்த “வழி” என்ற அறிவிப்புப் பலகையை நோக்கி சத்தமில்லாமல் சென்றுகொண்டிருந்தனர்.

கடைசி நிமிட செயல்கள் தெளிவற்றவை - அப்படித்தான் ஒரு துரிதமான ஏமாற்று வேலையில் லேங்டனும் வின்ஸ்டனும் ஈடுபட்டிருந்தனர்.

லேங்டனின் சமிக்ஞையின்படி வின்ஸ்டன் விளக்குகளை அணைத்து குவிமாடத்தை இருளில் தள்ளினான். தாங்கள் இருக்கும் இடத்திற்கும், வெளியேறும் சுரங்கத்திற்கும் இடையில் உள்ள தொலைவை மனப்பதிவில் உருவாக்கிக்கொண்ட லேங்டனின் கணக்கீடு ஏறக்குறைய சரியாகவே இருந்தது. சுரங்க வாயிலில், ஆம்ரா தன்னுடைய போனை அந்த இருண்டுபோன பாதைவழியில் விட்டெறிந்தாள். பிறகு,

அவர்கள் அந்தப் பாதையில் நுழைவதற்கு பதிலாக சுற்றித் திரும்பி குவிமாடத்திற்கு உள்ளேயே வந்துவிட்ட பின்னர் உட்புற சுவற்றைச் சுற்றி பின்திரும்பிய அவர்கள், எட்மண்ட் கிர்ஷின் கொலைகாரனை துரத்திச் செல்லுவதற்காக அந்த கார்டியா ஏஜெண்ட் சென்ற கிழிக்கப்பட்ட திறப்பு தென்படும்வரை அந்த துணி முழுவதையும் தங்களுடைய கைகளாலேயே தடவிப் பார்த்தனர். அந்த துணியாலான சுவற்றின் வழியாக மேலே ஏறிய பின்னர் அறையின் வெளிப்புற சுவற்றை நோக்கிச் சென்ற அவர்கள் அவசரகால வெளியேறும் படிக்கட்டை சுட்டிக்காட்டும் அறிவிப்பு பலகையை நோக்கிச் சென்றனர்.

அவர்களுக்கு உதவுவது என்ற முடிவுக்கு வின்ஸ்டன் வந்துசேர்ந்த வேகத்தை நினைத்து லேங்டன் ஆச்சரியப்பட்டார். "எட்மண்டின் அறிவிப்பை ஒரு பாஸ்வேர்ட் மூலம் இயக்கிவிட முடிந்தால்," என்று சொல்லியிருந்தான் வின்ஸ்டன், "நாம் அதைக் கண்டுபிடித்து உடனே இயக்கியாக வேண்டும். எனக்கான அசல் உத்தரவு, இன்றிரவு எட்மண்டின் அறிவிப்பை வெற்றிகரமாக வெளியிட வைக்க சாத்தியமுள்ள எல்லா வழிகளையும் பயன்படுத்துவதே ஆகும். இந்த விஷயத்தில் நான் அவரை தோல்வியடைய வைத்துவிட்டேன் என்பது தெளிவாகிறது, அதனால் அந்தத் தோல்வியை சரிசெய்வதற்கு என்னால் ஆன எதையும் செய்வேன்."

லேங்டன் அவனுக்கு நன்றி சொல்லத்தான் இருந்தார், ஆனால் மூச்சுவிடாமல் வின்ஸ்டன் விரைந்து கொண்டிருந்தான். ஒரு கேட்பொலி புத்தகம் வேகமெடுத்துச் செல்வதைப் போல் வின்ஸ்டனிடம் இருந்து பெருக்கெடுத்த வார்த்தைகள் மனிதமல்லாத துரிதகதியில் இருந்தன.

"எட்மண்டின் அறிவிப்பை என்னால் அணுகமுடியுமானால்," என்றான் வின்ஸ்டன், "அதை மிக சீக்கிரத்திலேயே செய்துவிடுவேன், ஆனால் உங்களுக்கே தெரிந்ததுபோல் அது ஒரு பாதுகாப்பான ஆஃப்-சைட் சர்வரில் வைக்கப்பட்டுள்ளது. அவருடைய கண்டுபிடிப்பை இந்த உலகிற்கு வெளியிட நமக்குத் தேவைப்படுவதெல்லாம் அவருடைய தனிப்பட்ட போனும் பாஸ்வேர்டும்தான் என்று தோன்றுகிறது. ஒரு நாற்பேத்தி-ஏழு-எழுத்துக்கள் உள்ள, பதிப்பிக்கப்பட்ட எல்லா கவிதை வரிகளையும் நான் ஏற்கனவே தேடி முடித்துவிட்டேன்,

துரதிர்ஷ்டவசமாக சாத்தியமுள்ள எண்ணிக்கைகள் அனைத்தும் சேர்ந்து நூறாயிரக்கணக்கில் இருக்கின்றன, அதிகப்படியாக இல்லை என்றாலும்கூட, இது ஒருவர் செய்யுள் பத்திகளை எப்படிப் பிரிக்கிறார் என்பதைப் பொறுத்த விஷயமாகத்தான் இருக்கும். மேலும், எட்மண்டின் கம்யூட்டர் சிலமுறை பாஸ்வேர்டு முயற்சிகளின் தோல்விகளுக்குப் பின்னர் மூடிக்கொண்டுவிடும், பலவந்தமான திறப்பிற்கு சாத்தியமில்லை. இதனால் நமக்கு ஒரே ஒரு வாய்ப்புதான் இருக்கிறது: நாம் வேறொரு வழியில்தான் அவருடைய பாஸ்வேர்டை கண்டுபிடித்தாக வேண்டும். நீங்கள் பார்சிலோனாவில் உள்ள எட்மண்டின் வீட்டிற்கு உடனடியாக சென்றால் அதை சுலபத்தில் கண்டுபிடிக்கலாம் என்ற மிஸ்.வைடலின் அபிப்பிராயத்துடன் நான் உடன்படுகிறேன். அவர் தனக்குப் பிடித்தமான கவிதை வரிகள் இருக்கின்றன என்று சொல்லியிருக்கிறார் என்றால், அந்தக் கவிதைவரி இருக்கும் புத்தகத்தை அவரேதான் வைத்திருப்பார், ஒருவேளை அவர் ஏதேனும் ஒருவகையில் தன்னுடைய விருப்பமான வரியை அடிக்கோடிட்டும் வைத்திருக்கலாம். இவை எல்லாவற்றையும் பரிசீலித்துப் பார்க்கையில் தர்க்கபூர்வமாகத்தான் தெரிகிறது. அதனால்தான், நீங்கள் பார்சிலோனாவுக்குச் சென்று, அவருடைய பாஸ்வேர்டை கண்டுபிடித்து, திட்டமிட்டபடி அவருடைய கண்டுபிடிப்பை வெளியிட அதைப் பயன்படுத்திக் கொள்ளுமாறு எட்மண்ட் விரும்பியிருப்பார் என்பதற்கு நான் அதிகபட்ச சாத்தியப்பாடுகளை கணக்கிட்டிருக்கிறேன். அத்துடன், மிஸ்.வைடல் குறிப்பிட்டதுபோல், மேட்ரிட்டின் அரச மாளிகையில் இருந்துதான் அடமிரல் எவிலாவை விருந்தினர் பட்டியலில் சேர்த்துக்கொள்ளச் சொல்லும் வேண்டுகோளுக்கான கடைசி நேர தொலைபேசி அழைப்பு வந்திருக்கிறது என்றும் நான் இப்போது முடிவுக்கு வந்திருக்கிறேன். இந்தக் காரணத்தால், நாம் கார்டியா ரியல் ஏஜெண்டுகளை நம்ப முடியாது. அத்துடன், அவர்களை திசைதிருப்புவதற்கான வழியைக் கண்டுபிடித்து அதன்மூலம் நீங்கள் தப்பிச்செல்லவும் ஏற்பாடு செய்கிறேன்."

நம்பமுடியாத வகையில், அப்படியே செய்வதற்கான வழியை வின்ஸ்டன் கண்டுபிடித்துவிட்டான் என்பது போலத்தான் இருந்தது.

லேங்டனும் ஆம்ராவும் இப்போது அவசரகால வழியை அடைந்தனர், அங்கே சத்தமின்றி கதைவைத் திறந்த லேங்டன் ஆம்ராவை உள்ளேவர துரிதப்படுத்திவிட்டு கதவைச் சாத்தினார்.

"நல்லது" என்ற வின்ஸ்டனின் குரல் மறுபடியும் லேங்டனின் தலைக்குள் ஒலித்தது. "நீங்கள் செங்குத்துப் படிக்கட்டுக்கு வந்துவிட்டீர்கள்."

"கார்டியா ஏஜெண்டுகள் எங்கே?" என்றார் லேங்டன்.

"வெகு தொலைவில்" என்றான் வின்ஸ்டன். "அவர்களுடைய தொலைபேசி இணைப்பில் இருந்தபடியே ஒரு பாதுகாப்பு அதிகாரியாக நடித்தபடி இந்தக் கட்டடத்தின் அடுத்த முனையில் இருக்கும் காட்சியகத்திற்கு அவர்களை திசைதிருப்பியிருக்கிறேன்."

பிரமாதம், என்று நினைத்துக்கொண்ட லேங்டன் ஆம்ராவை நோக்கி உறுதிப்பாட்டுடன் தலையசைத்தார். "எல்லாம் சரியாயிருக்கிறது."

"தரைமட்ட அளவுக்கு படிக்கட்டில் கீழே இறங்குங்கள்" என்றான் வின்ஸ்டன், "மியூஸியத்தை விட்டு வெளியேறுங்கள். அத்துடன், கட்டடத்தை விட்டு வெளியேறியவுடன் உங்களுடைய மியூஸியத்தின் தலையணியுடனான் என்னுடைய இணைப்பு துண்டிக்கப்பட்டுவிடும் என்பதையும் அறிவுறுத்திக்கொள்கிறேன்."

நாசமாய்ப் போச்சு. அந்த எண்ணம் லேங்டனுக்கு தோன்றவேயில்லை. "வின்ஸ்டன்," என்று அவசரமாய் கூறினார் அவர், "கடந்த வாரத்தில் குறிப்பிட்ட மதத் தலைவர்களுடன் எட்மண்ட் தன்னுடைய கண்டுபிடிப்பை பகிர்ந்துகொண்டது பற்றி உனக்குத் தெரியுமா?"

"அதற்கு சாத்தியமில்லாதது போலத்தான் இருக்கிறது" என்று பதிலளித்தான் வின்ஸ்டன், "இருந்தாலும் இன்றிரவு அவருடைய அறிமுக உரையில், தன்னுடைய கண்டுபிடிப்பிற்கு ஆழ்ந்த மதரீதியான தாக்கங்கள் இருப்பது போலத்தான் தெரிகிறது, அதனாலேயே ஒருவேளை அந்தத் துறையில் உள்ள தலைவர்களுடன் அதுபற்றி அவர் விவாதித்திருக்கலாம்."

"நானும் அப்படித்தான் நினைக்கிறேன். இருந்தாலும், அவர்களில் ஒருவர் மேட்ரிட்டை சேர்ந்த பிஷப் வால்டஸ்பினோ."

"சுவாரஸியமாக இருக்கிறது. அவர் ஸ்பெயின் அரசருக்கு மிக நெருங்கிய ஆலோசகர் என்று பல்வேறு ஆன்லைன் குறிப்புகள் தெரிவிப்பதை பார்த்திருக்கிறேன்."

"ஆமாம், இன்னுமோர் விஷயம் என்னவென்றால்" என்றார் லேங்டன். "அவர்களுடைய சந்திப்புக்குப் பின்னர் எட்மண்டிற்கு வால்டஸ்பினோவிடம் இருந்து மிரட்டலான குரல்வழி அஞ்சல் வந்திருப்பது உனக்குத் தெரியுமா?"

"எனக்குத் தெரியாது. அது தனிப்பட்ட இணைப்பில் வந்ததாக இருக்க வேண்டும்."

"அதை எட்மண்ட் எனக்கு போட்டுக்காட்டினான். தன்னுடைய அறிவிப்பை ரத்து செய்துவிடுமாறு வால்டஸ்பினோ அவனை வற்புறுத்தியுள்ளார், மேலும், எட்மண்ட் ஆலோசனை செய்த மதகுருமார்கள், அவன் தன்னுடைய கண்டுபிடிப்பை பொதுமக்களிடம் கொண்டுசெல்லும் முன்னர் அவனை எப்படியோ வலுவிழக்கச் செய்யும் வகையில் அதனை தாங்களே முன்கூட்டி அறிவித்துவிடும் திட்டத்தையும் ஆலோசித்திருப்பதாக அவனை எச்சரித்திருக்கிறார்." படிக்கட்டுகளில் மெதுவாக இறங்கிய லேங்டன், ஆம்ராவை முன்னே செல்ல வலியுறுத்தினார். தன்னுடைய குரலையும் தாழ்த்திக்கொண்டார். "வால்டஸ்பினோவுக்கும் அட்மிரல் எவிலாவுக்கும் ஏதேனும் தொடர்பு இருப்பதை கண்டாயா?"

வின்ஸ்டன் சிலநொடிகள் இடைவெளி விட்டான். "நேரடித் தொடர்பு எதுவும் எனக்குத் தெரியவில்லை, ஆனால் அப்படி எதுவும் இல்லையென்று அதற்கு அர்த்தமில்லை. அது ஆவணப்படுத்தப்படவில்லை என்பதைத்தான் இது காட்டுகிறது."

அவர்கள் தரைத்தளத்தை நெருங்கினார்கள்.

"புரபஸர், நான் வேண்டுமானால் . . ." என்றான் வின்ஸ்டன். "இன்றைய மாலைநேரத்து நிகழ்வுகளை வைத்துப் பார்த்தால், எட்மண்டின் கண்டுபிடிப்பை புதைக்க அதிகார சக்திகளுக்கு நோக்கம் இருப்பதற்கான காரணம் இருப்பதாக தெரிகிறது.

இந்த சாதனைக் கண்டுபிடிப்பிற்கு உங்களுடைய கூர்நோக்கு பார்வைதான் உத்வேகம் அளித்திருக்கிறது என எட்மண்ட் தன்னுடைய அறிமுகத்தில் உங்களைத்தான் குறிப்பிட்டிருக்கிறார் என்பதை வைத்துப் பார்த்தால், அவருடைய எதிரிகள் உங்களை ஒரு தீர்க்கப்படாத ஆபத்து என்று கருதியிருக்கலாம்."

லேங்டன் இந்த சாத்தியப்பாட்டை கவனத்தில் கொள்ளவே இல்லை என்பதுடன் தரைத்தளத்தை நெருங்கியபோது ஒரு சட்டென்ற ஆபத்தின் பளிச்சிடலை அவர் உணர்ந்துகொண்டார். ஏற்கனவே அந்த இடத்தை அடைந்துவிட்ட ஆம்ரா உலோகக் கதவை வலிந்து திறந்தாள்.

"நீங்கள் வெளியேறும்போது," என்றான் வின்ஸ்டன், "ஒரு சந்தில் இருப்பீர்கள். கட்டடத்தின் இடதுபக்கமாக திரும்பி ஆற்றை நோக்கிச் செல்லுங்கள். அங்கிருந்து நாம் ஆலோசித்திருந்த இடத்திற்கு செல்வதற்கான போக்குவரத்திற்கு நான் வசதி செய்து தருகிறேன்."

BIO- EC346, என்று நினைத்துக்கொண்ட லேங்டன் அங்கே கொண்டுசெல்ல வின்ஸ்டனை அவசரப்படுத்தினார். அந்த நிகழ்ச்சிக்குப் பின்னர் நானும் எட்மண்டும் அங்குதான் சந்திப்பதாக இருந்தோம். லேங்டன் அந்த மறைகுறியீட்டை கண்டுபிடித்துவிட்டார், BIO- EC346 என்பது வெறுமனே ஏதோ ஒரு ரகசிய அறிவியல் சங்கம் அல்ல. அதற்கும் மேலாக மிகவும் சாதாரணமானது. இருந்தபோதிலும், பில்பாவில் இருந்து அவர்கள் தப்பிச்செல்ல அதுதான் திறவுகோலாக இருக்கும் என்று நம்பினார் அவர்.

யாருக்கும் தெரியாமல் நாம் அங்கே சென்றுவிட்டால் . . . என்று நினைத்த அவர் சீக்கிரத்திலேயே சாலைத்தடைகள் ஏற்படுத்தப்பட்டுவிடும் என்பதையும் அறிந்திருந்தார். *நாம் சீக்கிரமே போயாக வேண்டும்.*

லேங்டனும் ஆம்ராவும் கதவுவழியைத் தாண்டி குளிர்ச்சியான இரவுக் காற்றில் காலடி வைத்தபோது, தரை நெடுகிலும் சிதறிக்கிடந்த, ஜெபமாலை மணிகளைப் போல் காணப்பட்டவற்றைக் கண்டு திடுக்கிட்டார். அது ஏன் அப்படியென்று யோசிப்பதற்கெல்லாம் அவருக்கு நேரமில்லை. வின்ஸ்டன் இன்னமும் பேசிக்கொண்டிருந்தான்.

"நீங்கள் ஆற்றை அடைந்தவுடன்" என்று உத்தரவிட்டது அவன் குரல், *"லா சல்வா பாலத்துக்கு கீழே உள்ள நடைபாதைக்கு சென்று காத்திருக்க - "*

லேங்டனின் தலையணி காதடைக்க வைக்கும் அசையா நிலையால் அலறியது.

"வின்ஸ்டன்?" லேங்டன் கத்தினார். "எதுவரை காத்திருக்க - என்ன?!"

ஆனால், வின்ஸ்டன் போய்விட்டான், அந்த உலோகக் கதவு அவர்களுக்குப் பின்னால் அப்போதுதான் அடித்து சாத்தப்பட்டது.

29

தெற்கே பல மைல்களுக்கு அப்பால், பில்பாவின் புறநகர்ப்பகுதிகளில் ஒரு யூபர் செடான் கார் மேட்ரிட்டை நோக்கி நெடுஞ்சாலை ஏபி-68-இல் விரைந்து கொண்டிருந்தது. பின்னிருக்கையில், அட்மிரல் எவிலா தன்னுடைய வெள்ளை ஜாக்கெட்டையும், கப்பற்படைத் தொப்பியையும் அகற்றிவிட்டு பின்னோக்கி சாய்ந்தபடி, தான் எளிதாக தப்பிவந்துவிட்ட சுதந்திரமான உணர்வை அனுபவித்துக் கொண்டிருந்தார்.

சரியாக சொல்லவேண்டுமானால் அந்த ரீஜெண்ட் வாக்குறுதி அளித்தபடி.

யூபர் வாகனத்தில் நுழைந்த உடனேயே தன்னுடைய பிஸ்டலை எடுத்த எவிலா அதை திடுக்கிட்டுப்போன ஓட்டுநரின் தலைக்கு நேராக வைத்து அழுத்தினார். எவிலாவின் உத்தரவுப்படி, அந்த ஓட்டுநர் தன்னுடைய ஸ்மார்ட்போனை ஜன்னலுக்கு வெளியே விட்டெறிந்தான், இதன் விளைவாக தன் நிறுவனத்துடன் வாகனத்திற்கு உள்ள ஒரே தொடர்பையும் அவன் துண்டிக்க வேண்டியதாயிற்று.

பிறகு அவனுடைய வாலட்டை ஆராய்ந்த எவிலா அவனுடைய வீட்டின் முகவரி மற்றும் மனைவி, குழந்தைகளின் பெயர்களை நினைவில் வைத்துக்கொண்டார். நான் சொல்வதுபோல் செய், என்று அவனிடம் கூறினார் எவிலா, இல்லாவிட்டால் உன் குடும்பவே செத்துவிடும். ஸ்டீரிங்கில் இருந்த அவனுடைய விரல் மூட்டுக்கள் வெளிறிப்போயின, அன்றிரவு தனக்கு ஒரு அர்ப்பணிப்புள்ள ஓட்டுநர் கிடைத்துவிட்டதை தெரிந்துகொண்டார் எவிலா.

நான் இப்போது புலப்படாதவன் ஆகிவிட்டேன். காவல்துறையினரின் கார்கள் எதிர் திசையில் இருந்து சைரன்களை அலறவிட்டபடி விரைந்து கொண்டிருந்தபோது எவிலா அவ்வாறு நினைத்துக்கொண்டார்.

அந்தக் கார் தெற்கு நோக்கி விரைந்தபோது, அந்த நீண்ட பயணத்திற்காக தன்னை அமைவித்துக்கொண்ட எவிலா தன்னுடைய அட்ரினலின் அதிகரிப்பதின் விளைவை மகிழ்ந்து அனுபவித்தார். நான் கொண்ட கொள்கைக்கு உண்டான சேவையை செய்துவிட்டேன் என்று நினைத்துக்கொண்டார். தன்னுடைய உள்ளங்கையில் இருந்த டாட்டூவைப் பார்த்த அவர், அது கொடுத்திருக்கும் பாதுகாப்பு ஒரு தேவையற்ற முன்னெச்சரிக்கை நடவடிக்கையாகப் போய்விட்டதை உணர்ந்தார். இப்போதைக்காவது.

தன்னுடைய பயந்துபோயிருக்கும் யூபர் ஓட்டுநர் உத்தரவுகளுக்குக் கீழ்ப்படிபவன் என்று நம்பியதால் எவிலா தன்னுடைய பிஸ்டலை கீழே இறக்கிவிட்டார். அந்தக் கார் மேட்ரிட்டை நோக்கி விரையும்போது அதன் முன்கண்ணாடியில் இருந்த இரண்டு ஸ்டிக்கர்களை அவர் மறுபடியும் உற்றுப்பார்த்தார்.

எப்படிப்பட்ட வாய்ப்புகள்தான் இருக்கின்றன? என்று நினைத்துக் கொண்டார் அவர்.

அந்த முதல் ஸ்டிக்கர் - யூபர் சின்னத்திற்கானது. இருந்தாலும், அந்த இரண்டாவது ஸ்டிக்கர் மேல்புறத்தில் இருந்து குறிப்பிடக்கூடியதாய் இருந்தது.

பேபல் சிலுவை. இந்நாட்களில் அந்த சின்னம் எல்லாவிடத்திலும் காணக்கிடைக்கிறது - ஐரோப்பா முழுவதிலும் உள்ள கத்தோலிக்கர்கள் புதிய போப் உடனான தங்களுடைய நெருக்கத்தை வெளிப்படுத்தவும், தேவாலயத்தை தாராளமயப்படுத்தி, நவீனமயமாக்கும் அவருடைய கொள்கையை துதிக்கவும் செய்தனர்.

முரண்பாடான வகையில், அவருடைய ஓட்டுநர் இந்த தாராளவாத போப்பின் பக்தராக இருப்பதுகூட தான் அவன் மீது துப்பாக்கியை வைக்க காரணமாக இருந்திருக்கும் என்பதை எவிலா உணர்ந்துகொண்டதே ஏறத்தாழ ஒரு பரவசமூட்டும் அனுபவமாக இருந்திருக்கிறது. கிறிஸ்துவின் தொண்டர்களை ஆண்டவரின் விதிகள் எனும் பஃபே மேசையில் இருந்து அவற்றை தேர்ந்தெடுக்கவும், அவர்களுக்கு எந்த விதிகள் ஏற்புடையவை, எவையெல்லாம் ஏற்புடயவை அல்லது என்று அனுமதிக்கும் இந்த புதிய போப்பை சோம்பேறி மக்கள் கூட்டம் எந்தளவுக்கு பாராட்டுகிறது என்பதையும் கண்டு எவிலா எரிச்சலுற்றார். வாடிகனுக்கு உள்ளே, ஏறத்தாழ ஒரே இரவில் குடும்பக் கட்டுப்பாடு, ஒருபால் திருமணம், பெண் மதகுருமார்கள் மற்றும் பிற தாராளவாத கொள்கைகள் என எல்லாமும் விவாத மேடைக்கு வந்திருக்கின்றன. இரண்டாயிரம் வருட பாரம்பரியம் ஒரு கண்சிமிட்டலில் ஆவியாகிப் போவதைப் போல் காணப்பட்டது.

நல்லவேளையாக, பழம் முறைகளுக்காக போராடக்கூடியவர்களும் இருக்கத்தான் செய்தார்கள்.

தன்னுடைய மனதில் ஓரியாமெண்டி கீதம் ஒலிப்பதை எவிலா கேட்டார்.

அவர்களுக்கு சேவை செய்வதே என் கௌரவம்.

30

ஸ்பெயினின் பழமையான மற்றும் மிக உயரிய பாதுகாப்பு படை - கார்டியா ரியல் - மத்திய காலகட்டம்வரை நீண்டுசெல்லக்கூடிய மூர்க்கமான பாரம்பரியத்தைக் கொண்டது. அரச குடும்பத்தின் பாதுகாப்பை உறுதிப்படுத்துவது, அரச சொத்தையும் அரச கௌரவத்தையும் பாதுகாப்பது ஆகியனவற்றை கார்டியா ஏஜெண்டுகள் இறைவனுக்கு முன்பாக தாங்கள் செய்த சத்தியப் பிரமாணமாகவே கருதுகின்றனர்.

தளபதி டியாகோ கார்ஸா - ஏறக்குறைய இரண்டாயிரம் கார்டியா துருப்புக்களை மேற்பார்வை செய்பவர்- ஒரு குள்ளமான, மெலிந்த உடல்வாகு கொண்ட அறுபது வயதுக்காரரான அவருக்கு கருத்த தோலும், சிறிய கண்களும், பின்னந்தலையில் திட்டுதிட்டாக சரிந்திருக்கும் கருத்த கேசமும் அமைந்திருந்தன. கார்ஸாவின் முள்ளெலி போன்ற உடலமைப்பும், மெலிந்த உடல்வாகும் கூட்டத்தில் இருக்கும்போது அவரை காணாமலேயே செய்துவிடும் என்பதுடன் அரண்மனைச் சுவர்களுக்குள்ளாக அவருக்கு உண்டான எண்ணிறைந்த செல்வாக்கையும் வெளியில் தெரியாமல் பார்த்துக்கொள்ளவும் உதவின.

உண்மையான அதிகாரம் என்பது உடல் திறனில் இருந்து அல்லாமல் அரசியல் செல்வாக்கினாலேயே உருவாகிறது என்பதை கார்ஸா நீண்டகாலத்திற்கு முன்பே கற்றுக் கொண்டிருக்கிறார். கார்டியா ரியல் துருப்புக்களுக்கு கட்டளையிடுவது அவருக்கு நிச்சயம் அதிகாரத்தை அளித்திருக்கலாம், ஆனால் அவருடைய அரசியல் தொலைநோக்குப் பார்வைதான் அரண்மனையின் தனிப்பட்ட மற்றும் தொழில்முறை சார்ந்த பல்வேறுபட்ட விவகாரங்களிலும் அவரை நாடிச்செல்லவேண்டிய ஒருவராக ஆக்கியுள்ளது.

ரகசியங்களுக்கு ஒரு நம்பத்தகுந்த வழிகாட்டியாக விளங்கிய கார்ஸா ஒருமுறைகூட நம்பிக்கை துரோகம் செய்ததில்லை. சிக்கலான பிரச்சினைகளுக்கு தீர்வுகாண்பதில் அவருக்குள்ள

விசித்திரமான திறமையுடன் சேர்ந்து அவருக்கே உரித்தான நம்பகத்தன்மையுள்ள விவேகத்திற்கும் அவர் பெற்றிருந்த புகழால் அரசரால்கூட அவர் தவிர்க்கப்பட முடியாதவர் என்ற நிலையில் அவரை வைத்திருக்கிறது. ஆனாலும், இப்போது, கார்ஸாவும் அரண்மனையில் உள்ள மற்றவர்களும் ஸ்பெயினின் பெருமைமிக்க இறையாண்மையானது பாலாஷியோ தெ லா ஸார்ஸுலாவில் தன்னுடைய இறுதிக்காலத்தின் நிச்சயமற்ற எதிர்காலத்தை எட்டிக்கொண்டிருப்பதை எதிர்கொள்ளத்தான் வேண்டியிருந்தது.

அதிதீவிர பழமைவாதியான பிரான்சிஸ்கோ பிரான்கோவின் முப்பதாண்டுகால சர்வாதிகார ஆட்சியைத் தொடர்ந்து உருவாக்கப்பட்ட பாராளுமன்ற முடியாட்சியை நிறுவிக்கொண்ட சிக்கலான நாட்டைத்தான் கடந்த நாற்பது வருடங்களுக்கும் மேலாக அரசர் ஆட்சி செய்துகொண்டிருந்தார். பிரான்கோ 1975-இல் இறந்துவிட்டதில் இருந்தே, ஸ்பெயினின் ஜனநாயக நடைமுறையை உருவாக்குவதிலும், நாட்டை மிகமிக மெதுவாக ஒவ்வொரு அங்குலமாக இடது நோக்கி திருப்புவதிலும் அரசாங்கத்துடன் கைகோர்த்து செயல்பட முயற்சித்து வந்துள்ளார்.

இளைஞர்களைப் பொறுத்தவரை இந்த மாற்றங்கள் மெதுவானவைதான். வயதான பாரம்பரியவாதிகளுக்கோ அவை தெய்வ நிந்தனைக்குரியவை.

ஸ்பெயின் அரசமைப்பினுடைய பல உறுப்பினர்களும் பிரான்கோவின் பழமைவாத கோட்பாட்டை இப்போதும்கூட மூர்க்கத்தனமாக, குறிப்பாக, கத்தோலிக்கம் என்பது ஒரு "அரச மதம்" என்பதுடன் அதுவே ஒரு தேசத்தின் முதுகெலும்பு என்ற அவருடைய கத்தோலிக்கத்தைப் பற்றிய பார்வையை ஆதரிப்பவர்கள் ஆவர். இருந்தாலும், ஸ்பெயினின் அதிவிரைவாக முன்னேறிக் கொண்டிருக்கும் இளைஞர்கள் இந்தப் பார்வைக்கு முற்றிலும் எதிர்நிலையில் இருந்தார்கள் - அமைப்புமயமான மதப் பாசாங்கை வெளிப்படையாகவே புறக்கணித்த அவர்கள் தேவாலயமும் அரசும் தனித்தே இருக்க வேண்டும் என்பதற்கே பெருமளவுக்கு ஆதரவளித்தனர்.

தற்போது, ஒரு நடுத்தர வயது இளவரசர் முடிசூட்டிக்கொள்ள இருக்கும் நிலையில், புதிய அரசரானவர் எந்தப் பக்கம் சாய்வார்

என்று யாராலுமே உறுதியாக சொல்ல முடியவில்லை. பல பத்தாண்டுகளாகவே, தன்னுடைய பசப்பலான சடங்கார்த்த கடமைகளை பாராட்டும்படியாக செய்துவந்திருக்கும் இளவரசர் ஜூலியன், அரசியல் விவகாரங்களில் தன்னுடைய தந்தைக்கு கட்டுப்பட்டவராக, தன்னுடைய சொந்த அபிப்பிராயங்களின்படி ஒருமுறைகூட எதையுமே குறிப்பிட்டதில்லை. அவர் தன்னுடைய தந்தையைக் காட்டிலும் மிகுந்த தாராளவாதியாக இருப்பார் என்று பெரும்பாலான நிபுணர்கள் சந்தேகப்பட்டிருக்கையில் அதைப்பற்றி உறுதியாகத் தெரிந்துகொள்ள உண்மையிலேயே எந்த வழியும் இல்லாதிருந்தது.

ஆனாலும், இன்றிரவு அந்தத் திரை விலக்கப்பட இருந்தது.

பில்பாவில் நேர்ந்த அதிர்ச்சிகரமான நிகழ்வுகளாலும், தன்னால் பொதுமக்களிடத்தின் பேச இயலாத அரசரின் உடல்நிலையாலும், அந்த மாலைப்பொழுதின் பிரச்சினைக்குரிய நிகழ்வுகள் குறித்து தன்னை எடைபோட்டுக் காட்ட வேண்டியிருப்பதைத் தவிர இளவரசருக்கு வேறு வழியே இல்லை.

நாட்டின் அதிபர் உட்பட சில உயர்பதவி வகிக்கும் அரசு அதிகாரிகள் முன்னதாகவே இந்தக் படுகொலைக்கான கண்டனத்தை தெரிவித்துவிட்டு, அரச மாளிகை மேற்கொண்டு தன்னுடைய அறிக்கையை வெளியிடும்வரை சாமர்த்தியமாக ஒத்திப்போட்டிருந்தனர் - இதனாலேயே அந்த மொத்தக் குழப்பத்தையும் இளவரசர் ஜூலியனின் மடியில் வைத்துவிட்டனர். கார்ஸாவுக்கு இதில் ஆச்சரியப்பட எதுவுமில்லை; எதிர்கால ராணியான ஆம்ரா வைடல் இதில் சம்பந்தப்பட்டிருப்பதுதான் யாருமே தொட்டுப்பார்க்க விரும்பாத ஒரு அரசியல் வெடிகுண்டாக அதை மாற்றியிருந்தது.

இளவரசர் ஜூலியனுக்கு இன்றிரவு சோதனைக்காலம், என்று நினைத்துக்கொண்ட கார்ஸா அரண்மனையின் அரச குடியிருப்பை நோக்கி பெரிய படிக்கட்டுகளில் விரைந்துகொண்டிருந்தார். அவருக்கு வழிகாட்டுதல் தேவை, அவருடைய தந்தை செயலற்றுப் போயிருப்பதால் அந்த வழிகாட்டுதலும் என்னிடமிருந்தே வந்தாக வேண்டும்.

ரெஸிடென்ஷியா முற்றத்தில் எட்டிக் காலடி வைத்த கார்ஸா இறுதியாக இளவரசர் அறைக்கு வந்துசேர்ந்தார். ஆழ்ந்து மூச்சிழுத்துக்கொண்ட அவர் கதவைத் தட்டினார்.

விசித்திரம், என்று எந்த பதிலும் கிடைக்காத நிலையில் அவர் நினைத்துக் கொண்டார். அவர் உள்ளே இருக்கிறார் என்பது எனக்குத் தெரியும். பில்பாவில் உள்ள ஏஜெண்ட் ஃபொன்ஸெகாவின் கூற்றுப்படி, குடியிருப்பில் இருந்து அவரை அழைத்த இளவசர் ஜூலியன், ஆம்ரா வைடலை தொடர்புகொண்டு அவள் பாதுகாப்பாக இருப்பதை உறுதிப்படுத்த முயற்சித்திருக்கிறார், நல்லவேளையாக அவள் பாதுகாப்பாகவே இருக்கிறாள்.

கார்ஸா மறுபடியும் தட்டினார், மறுபடியும் அவருக்கு பதில் ஏதும் கிடைக்காத நிலையில் அவருடைய கவலை அதிகரித்தது.

விரைந்துசென்று அவரே கதவைத் திறந்தார். “டான் ஜூலியன்?” உள்ளே நுழைந்தவுடனே அவர் அழைத்தார்.

அந்த அறையில் மின்னிக்கொண்டிருந்த தொலைக்காட்சிப் பெட்டியைத் தவிர்த்து அந்தக் குடியிருப்பிடம் இருண்டே காணப்பட்டது. “ஹலோ?”

உள்ளே விரைந்துசென்ற கார்ஸா அங்கே இளவரசர் ஜூலியன் இருளின் தனிமையில் நின்றிருப்பதைக் கண்டார், ஒரு அசைவற்ற நிழலொளி ஜன்னலுக்கு வெளியே பார்த்தபடி நின்றிருந்தது. அன்றைய மாலைநேரத்து கூட்டங்களுக்கு அவர் அணிந்திருந்த அதே முழுமையான உடையில்தான் அப்போதும் இருந்தார், தன்னுடைய கழுத்துப் பட்டையைக்கூட அவர் இன்னமும் தளர்த்திக்கொள்ளவில்லை.

அமைதியாக பார்த்துக்கொண்டிருந்த கார்ஸா தன்னுடைய இளவரசரின் அதிர்ச்சியுற்ற கோலத்தைக் கண்டு சங்கடமாகிப்போனார். இந்தக் குழப்பம் அவரை அதிர்ச்சியடைய வைத்திருக்கும்போல் தெரிகிறது.

கார்ஸா தன்னுடைய இருப்பை உணரச்செய்ய குரலை கனைத்துக்கொண்டார்.

இளவரசர் கடைசியாக பேசியபோது ஜன்னலில் இருந்து திரும்பாமலேயே கூறினார். "நான் ஆம்ராவை அழைத்தபோது," என்றார் அவர், "அவள் என்னிடம் பேச மறுத்துவிட்டாள்." ஜூலியனின் பேசும்தொனி காயமடைந்துள்ளதைக் காட்டிலும் மிகுந்த தடுமாற்றத்தில் இருப்பதாக தோன்றியது.

இதற்கு எப்படி பதில்சொல்வதென்று கார்ஸாவுக்குத் தெரியவில்லை. அன்றைய இரவு சம்பவங்களைப் பொறுத்தவரையில் ஜூலியனின் எண்ணங்கள் ஆம்ராவுடனான அவருடைய உறவைப் பற்றியதாகத்தான் இருந்ததா என்பதை தெளிவாக சொல்லிவிட முடியாது - அது அந்த திருமண நிச்சயதார்த்தம் மோசமாக புரிந்துகொள்ளப்பட்ட துவக்கத்தில் இருந்தே கறைபட்ட ஒன்றாகத்தான் இருந்திருக்கிறது.

"மிஸ்.வைடல் இன்னமும் அதிர்ச்சியில்தான் இருப்பார் என்று நினைக்கிறேன்" என்று அமைதியாக கூறினார் கார்ஸா. "ஏஜெண்ட் ஃபொன்ஸெகா அவரை இன்று மாலை உங்களிடம் அழைத்து வந்துவிடுவார். அதன்பிறகு நீங்கள் பேசிக்கொள்ளலாம். அவர் பாதுகாப்பாக இருப்பது தெரிந்தவுடன்தான் நானே நிம்மதியாக இருக்கிறேன் என்பதையும் உங்களிடம் சொல்லியாக வேண்டும்."

இளவரசர் ஜூலியன் சத்தமில்லாமல் ஆமோதித்தார்.

"சுட்டவனை அடையாளம் கண்டுவிட்டோம்" என்ற கார்ஸா விஷயத்தை மாற்ற முயற்சித்தார். "அந்த தீவிரவாதியை சீக்கிரத்திலேயே வசமெடுத்துவிடுவோம் என்று ஃபொன்ஸெகா எனக்கு உறுதியளித்திருக்கிறார்." இளவரசரை தன்னுடைய வெறித்தப் பார்வையில் இருந்து வெளிக்கொண்டுவரும் நோக்கத்துடனேதான் அவர் "தீவிரவாதி" என்ற சொல்லைப் பயன்படுத்தினார்.

ஆனால் இளவரசரோ மறுபடியும் ஒரு வெற்று ஆமோதிப்பையே வெளிப்படுத்தினார்.

"இந்தப் படுகொலைக்கு அதிபர் கண்டனம் தெரிவித்திருக்கிறார்" என்று தொடர்ந்தார் கார்ஸா, "ஆனால் மேற்கொண்டு நீங்கள்தான் இதுகுறித்து கருத்து தெரிவிக்க வேண்டும் என அரசாங்கம் எதிர்பார்க்கிறது . . . குறிப்பாக, ஆம்ரா இதில் சம்பந்தப்பட்டிருக்கிறார் என்பதால்." கார்ஸா

சற்று இடைவெளி விட்டார். "உங்களுடைய நிச்சயதார்த்தத்தை வைத்துப் பார்க்கும்போது இது ஒரு சங்கடமான சூழ்நிலை என்று தெரிகிறது, ஆனால் உங்களுடைய மணமகளின் சுதந்திரத்தை நீங்கள் மிகவும் மதிப்பதாக தெரிவித்துவிடலாம் என்று நான் அபிப்பிராயப்படுகிறேன், அவருக்கு எட்மண்ட் கிர்ஷினுடைய அரசியல் பார்வை எதுவும் கிடையாது என்பது உங்களுக்கேத் தெரியும் என்பதால் அந்த மியூஸியத்தின் இயக்குநராக அவருக்குரிய பொறுப்புக்களில் அவர் நிலைமாறாமல் இருப்பதற்காகவும் நீங்களே பாராட்டு தெரிவிக்கலாம். விரும்பினால், உங்களுக்காக நானே அதை எழுதித்தருவதில் மகிழ்ச்சியடைவேன். நாம் காலைநேர செய்திகளுக்காக ஒரு அறிக்கை தயார் செய்யத்தான் வேண்டும்."

ஜூலியனின் பார்வை ஜன்னலைவிட்டு அகலவே இல்லை. "நாம் வெளியிடும் எந்த ஒரு அறிக்கையாக இருந்தாலும் அதில் பிஷப் வால்டஸ்பினோவின் கருத்து இடம்பெற வேண்டும் என நினைக்கிறேன்."

தன்னுடைய தாடையை இறுக்கிக்கொண்ட கார்ஸா அதில் தனக்குள்ள உடன்பாடின்மையை விழுங்கிக்கொண்டார். பிரான்கோவுக்கு பிந்தைய ஸ்பெயின் ஒரு எஸ்டாடோ அகன்ஃபெஷனலாக இருந்திருக்கிறது, அதாவது அதற்கு அரச மதம் என்று எதுவும் கிடையாது என்பதுடன் அரசியல் விவகாரங்களில் தேவாலயம் தலையிடவும் முடியாது. இருந்தாலும், அரசருக்கும் வால்டஸ்பினோவுக்கும் உள்ள நெருங்கிய நட்பின் காரணமாகத்தான் அரண்மனையின் தினசரி விவகாரங்களில் வழக்கத்திற்கு மாறான அளவுக்கு இந்த பிஷப் செல்வாக்கு செலுத்தக்கூடியவராக இருந்திருக்கிறார். துரதிஷ்டவசமாக, வால்டஸ்பினோவின் இறுக்கமான அரசியலும், மத அபிமானமும் இன்றிரவின் குழப்பத்தை கையாளுவதற்கு உண்டான சாதுர்யத்திற்கும் ராஜதந்திரத்திற்கும் சிறிதும் இடம் தந்துவிடக் கூடாது.

நமக்கு நுட்பமும் நுணுக்கமும்தான் வேண்டும் - கொள்கைப் பிடிப்புகளோ மூர்க்கத்தனமோ அல்ல!

வால்டஸ்பினோவின் மதவாத வெளித்தோற்றம் ஒரு மிக எளிய உண்மையை மூடிமறைத்திருக்கிறது என்பது

கார்ஸாவுக்கு வெகுகாலத்திற்கு முன்பே தெரியும்: இறைவனுக்கு முன்பாக தன்னுடைய சொந்தத் தேவைகளுக்காக மட்டுமே பிஷப் வால்டஸ்பினோ சேவையாற்றுகிறார். சமீபத்திய காலகட்டம்வரை, கார்ஸா அதை புறக்கணித்திருக்கலாம், ஆனால் இப்போது, அரண்மனையில் அதிகார மாற்றம் ஏற்படும் சூழ்நிலையில் ஜூலியன் பக்கமாக பிஷப் சாய்ந்துவருவது ஒரு குறிப்பிடத்தக்க கவலைக்கு காரணமாகியிருக்கிறது.

அப்படித்தான் வால்டஸ்பினோவும் இளவரசரிடம் நெருக்கம் காட்டுகிறார்.

பிஷப்பை ஜூலியனும் “குடும்ப அங்கத்தினராகவே” கருதுகிறார் என்பது கார்ஸாவுக்குத் தெரியும் - ஒரு மதத் தலைமைபீடத்தில் உள்ளவர் என்பதற்கும் மேலாக நம்பிக்கைக்குரிய உறவினர். அரசரின் நெருங்கிய சகாவாக இளம் ஜூலியனின் ஒழுகலாற்று வளர்ச்சியை மேற்பார்வையிடும் பணி வால்டஸ்பினோவிடம் வழங்கப்பட்டது, அதை அவர் அர்ப்பணிப்புடனும் மகிழ்வுடனும் செய்து முடித்தார் - ஜூலியனின் ஆசிரியர்களை ஆராய்ந்த அவர் இறைநம்பிக்கை கோட்பாடுகளை அவருக்கு அறிமுகம் செய்துவைத்து மனரீதியான விஷயங்களிலும் அவருக்கு அறிவுரை வழங்கினார். இப்போது, பல வருடங்களுக்குப் பின்னர் ஜூலியனும் வால்டஸ்பினோவும் நேருக்கு நேர் பார்த்துக்கொள்ளாவிட்டாலும்கூட அவர்களுடைய பிணைப்பு மிகவும் ஆழமான ஒன்றுதான்.

“டான் ஜூலியன்” கார்ஸா அமைதியான தொனியில் கூறினார், “இன்றிரவு விவகாரத்தை நீங்களும் நானும்தான் தனிப்பட்ட முறையில் கையாண்டாக வேண்டும் என நான் உறுதியாக உணர்கிறேன்.”

“அப்படியா?” என்று அவருக்குப் பின்னால் இருளில் இருந்த ஒருவரின் குரல் கேட்டது.

கார்ஸா சுழன்று திரும்பினார், நிழலில் மேலங்கி அணிந்திருந்தபடி அமர்ந்திருந்த ஒரு உருவத்தைக் கண்டு திடுக்கிட்டார்.

. வால்டஸ்பினோ.

"நான் சொல்லித்தான் ஆகவேண்டும், கமாண்டர்" வால்டஸ்பினோ கிசுகிசுத்தார், "இன்றிரவு நான் எவ்வளவு தூரம் உங்களுக்குத் தேவைப்படுவேன் என்பதை நீங்கள் எல்லோருமே உணர்ந்தாக வேண்டும்."

"இது ஒரு *அரசியல்* விவகாரம்" கார்ஸா உறுதியாக கூறினார், "மதம்சார்ந்த விஷயமல்ல."

வால்டஸ்பினோ கெக்கலித்தார். "உங்களால் இப்படி ஒரு கூற்றை சொல்ல முடியும் என்பதைப் பார்க்கும்போது நான் உங்களுடைய அரசியல் அறிவை மோசமான முறையில் அதிகப்படியாக மதிப்பிட்டுவிட்டேனோ என்று தோன்றுகிறது. என்னுடைய அபிப்பிராயத்தை நீங்கள் விரும்பினால், இந்தக் குழப்பத்திற்கு ஏற்ற ஒரேயொரு பொருத்தமான பதில்தான் இருக்கிறது. இளவரசர் ஜூலியன் ஒரு ஆழ்ந்த மதநம்பிக்கை உள்ளவர் என்பதையும், ஸ்பெயினின் எதிர்கால அரசர் ஒரு அர்ப்பணிப்புள்ள கத்தோலிக்கர் என்பதையும் நாம் இந்த நாட்டிற்கு உடனடியாக உறுதிப்படுத்தியாக வேண்டும்."

"ஒப்புக்கொள்கிறேன் . . . டான் ஜூலியன் மேற்கொள்கின்ற எந்த ஒரு அறிக்கையிலும் அதை அவர் குறிப்பிட்டுள்ளதையும் சேர்த்துவிடுவோம் . . ."

"அத்துடன் இளவரசர் ஜூலியன் சந்திக்கிற எந்த ஒரு பத்திரிக்கையாளர் கூட்டத்திலும் நான் அவர் பக்கத்திலேயே இருக்க வேண்டும், அவருடைய தோள்களுக்கு அருகாமையில் - அது தேவாலயத்துடன் அவருக்கு இருக்கும் பிணைப்பின் உறுதிப்பாட்டை வெளிக்காட்டக்கூடிய குறியீடு. அந்த ஒரே ஒரு பிம்பமே நீங்கள் எழுதக்கூடிய எதைக் காட்டிலும் இந்த தேசத்திற்கு உத்திரவாதம் அளிக்கக்கூடியதாக இருக்கும்."

கார்ஸா கோபத்தில் விறைத்தார்.

"ஸ்பெயின் மண்ணில் நிகழ்ந்துள்ள ஒரு கொடூரமான நேரடிப் படுகொலையை இந்த உலகமே பார்த்திருக்கிறது" என்றார் வால்டஸ்பினோ. வன்முறைக் காலங்களில் ஆண்டவரின் கரத்தைப் போல் அரவணைக்கக்கூடியது வேறு எதுவும் இருக்க முடியாது.

31

புதாபெஸ்தில் உள்ள எட்டு பாலங்களுள் ஒன்றாகிய ஸேஷ்நெயி தொங்கு பாலம் ஐரோப்பாவின் நீளமான நதிகளுள் ஒன்றாகிய டேனூப் ஆற்றின் குறுக்கே ஆயிரம் அடிகளுக்கும் மேலாக நீண்டுசெல்கிறது. கிழக்கிற்கும் மேற்கிற்கும் இடையிலான ஒரு இலச்சினையாக, அந்தப் பாலம் உலகின் மிக அழகான பாலங்களுள் ஒன்றாக கருதப்படுகிறது.

தான் என்ன செய்துகொண்டிருக்கிறோம்? என்று தெரிந்திராத ரபை கோவ்ஸ் கைப்பிடிச் சுவற்றைத் தாண்டி கீழேயிருந்த சுழலும் கருநிற தண்ணீருக்குள்ளாக பார்த்துக் கொண்டிருந்தார். *என்னை வீட்டிலேயே இருக்கும்படிதான் பிஷப் அறிவுறுத்தியிருக்கிறார்.*

தான் வெளியே செல்லக்கூடாது என்று ரபை கோவ்ஸுக்கு தெரியும் என்றாலும் அவர் பதற்றமாக உணரும்போதெல்லாம் அந்தப் பாலத்தில் உள்ள ஏதோ ஒரு விஷயம் அவரை தன்பக்கமாக பிடித்திழுக்கும். பல வருடங்களாகவே அதன் காலமற்ற காட்சியை வியந்திருக்கும் அவர் இரவு நேரங்களில் அதன் பிரதிபலிப்பிற்காக அதில் நடந்து செல்வார். கிழக்குப் பக்கத்தில் இருக்கும் ஃபெஸ்ட்டில் உள்ள கிரெஷாம் மாளிகையின் ஒளியேற்றப்பட்ட முகப்பானது ஸெண்ட் இஸ்த்வான் பாஸிலிக்காவின் மணிக்கோபுரங்களுக்கு நேராக பெருமையுடன் வீற்றிருந்தது. மேற்கு திசையில் உள்ள புதா மலைக்கோட்டையின் உச்சியில் அரணமைக்கப்பட்ட புதா கோட்டையின் சுவர்கள் உயர்ந்திருந்தன. வடக்குப் பக்கத்தில், டேனூப் ஆற்றின் கரைகளில் ஹங்கேரியில் உள்ளதிலேயே மிகப்பெரிய பாராளுமன்றக் கட்டடத்தின் நேர்த்தியான ஸ்தூபிக்கள் நீண்டுசென்றன.

இருந்தாலும், தன்னை வழக்கமாக இந்த தொங்குபாலத்திற்கு அழைத்து வரும் காட்சி இது இல்லையோ என்று சந்தேகப்பட்டார் கோவ்ஸ். இது முற்றிலும் வேறு ஒன்று.

பேட்லாக்குகள்.

பாலத்தின் தண்டவாளங்கள் நெடுகிலும், தொங்கிக்கொண்டிருக்கும் கம்பிகளிலும் நூற்றுக்கணக்கான பேட்லாக்குகள் மாட்டித் தொங்கவிடப்பட்டிருந்தன - ஒவ்வொன்றிலும் வெவ்வேறு ஜோடிகளின் முன்னெழுத்துகள் எழுதப்பட்டிருந்தன, எல்லாமும் அந்தப் பாலத்துடன் நிரந்தரமாக பூட்டப்பட்டிருந்தன.

இதன் பாரம்பரியம் என்னவென்றால், இந்தப் பாலத்திற்கு ஒன்றாக வந்த ஒரு காதல் ஜோடி பேட்லாக்கில் தங்களுடைய முன்னெழுத்துக்களை எழுதி அந்தப் பாலத்தோடு வைத்து அதைப் பூட்டினர், பிறகு தண்ணீரின் ஆழத்திற்குள் சாவியை விட்டெறிந்தனர், அது அங்கேயே நிரந்தரமாக தொலைந்துபோயிருக்கும் - அவர்களுடைய நிலைபேறுள்ள பிணைப்பின் அடையாளமாக.

வாக்குறுதிகளிலேயே மிகவும் எளிமையானது, என்று நினைத்துக்கொண்ட கோவ்ஸ் அசைந்தாடும் பூட்டுக்களுள் ஒன்றை தொட்டுப்பார்த்தார். என்னுடைய ஆன்மா உன்னுடைய ஆன்மாவுடன் பூட்டப்பட்டிருக்கும், நிரந்தரமாக.

இந்த உலகில் எல்லையற்ற காதல் நீடித்திருக்கிறது என்பதை நினைவுபடுத்திக்கொள்ள விரும்பும்போதெல்லாம் கோவ்ஸ் இந்தப் பூட்டுக்களை வந்து பார்ப்பார். அன்றைய இரவும் அதுபோன்ற ஒரு இரவாகத்தான் தோன்றியது. சுழலும் நீருக்கடியில் அவர் உற்றுப் பார்த்தபோது இந்த உலகம் திடீரென அவரிடம் இருந்து வெகுதொலைவிற்கு நகர்ந்துகொண்டிருப்பதைப் போல் உணர்ந்தார். ஒருவேளை இனியும் நான் இங்கு இருக்கக்கூடாதோ என்னவோ.

வாழ்க்கையின் தனிமையான உணர்வுகளுடைய அமைதியான தருணங்களாக இருந்தவை - பேருந்தில் சில கணங்கள் தனியாக இருப்பது, அல்லது வேலைக்கு நடந்து செல்வது, அல்லது யாருக்கேனும் காத்திருப்பது ஆகியவை - இப்போது தாங்கிக்கொள்ள முடியாதவை ஆகிவிட்டன, மக்கள் வேகவேகமாக தங்களுடைய போனை, காதணிகளை, தங்களுடைய விளையாட்டுகளை நோக்கிச் செல்கின்றனர், அவர்களால் இந்த தொழில்நுட்பத்தின் அடிமைப்படுத்தும் இழுப்பு விசையோடு போராட இயலவில்லை. கடந்தகாலத்தின்

அற்புதங்கள் மங்கிப்போய்விட்டன, எல்லாம் புதிது என்பதற்கான முடிவேயில்லாத பசியை நோக்கி அடித்துச் செல்லப்பட்டுவிட்டன.

இச்சமயத்தில், நீருக்கடியில் உற்றுப்பார்த்துக்கொண்டிருந்த யஹுதா கோவ்ஸ் தன்னிடத்தில் சோர்வு அதிகரிப்பதை உணர்ந்தார். அவருடைய பார்வை மங்கிப்போனது, அவர் மிகவும் வெளிறிப்போன, வடிவமற்ற உருவங்கள் தண்ணீர் பரப்பிற்கு கீழே அசைந்துகொண்டிருப்பதை காணத்தொடங்கினார். அந்த ஆறு திடீரென்று அதன் ஆழத்தில் இருந்து வரும் உயிர்கள் நுரைத்தெழுகின்ற அடுப்பைப் போல் காணப்பட்டது.

"அந்த தண்ணீருக்கு உயிருள்ளது" என அவருக்குப் பின்னால் இருந்து ஒரு குரல் சொன்னது.

ரபை திரும்பியபோது ஒரு இளைஞன் சுருட்டை தலையுடனும் கண்களில் நம்பிக்கையுடன் நின்றுகொண்டிருப்பதைக் கண்டார். அவன் யஹுதாவின் இளம் வயதை அவருக்கு நினைவுபடுத்துவதைப் போன்றே இருந்தான்.

"புரியவில்லையே?" என்றார் ரபை.

அந்தப் பையன் பேசுவதற்காக வாயைத் திறந்தான், ஆனால் மொழிக்கு பதிலாக அவன் தொண்டையில் இருந்து ஒரு எலக்ட்ரானிக் கிசுகிசுப்பொலி வெளிவந்ததுடன் அவனுடைய கண்களில் இருந்து குருடாக்கக்கூடிய வெண்ணிற ஒளி பளிச்சிட்டது.

ரபை கோவ்ஸ் மூச்சுத்திணறயபடியே தன்னுடைய நாற்காலியில் விறைத்து உட்கார்ந்தார்.

"அய்யோ!"

அவர் மேசையில் இருந்த போன் ஒலித்தது, அந்த முதிய ரபை திரும்பிப்பார்த்து திகிலுடன் தன்னுடைய ஹஸிகோவை ஆராய்ந்தார். நல்லவேளையாக அவர் தனியாகத்தான் இருந்தார். தன்னுடைய இதயம் படபடப்பதை அவரால் உணர முடிந்தது.

என்ன ஒரு விநோதக் கனவு, என்று நினைத்தபடியே மூச்சை நிதானப்படுத்த முயற்சித்தார்.

தொலைபேசி இடைவிடாமல் ஒலிக்கையில் இந்நேரம் பிஷப் வால்டஸ்பினோதான் அழைப்பார் என்பதையும், அவரை மேட்ரிட்டிற்கு அழைத்துச் செல்வதற்கான விவரத்தை அளிப்பதற்காகத்தான் அழைத்திருப்பார் என்பதையும் கோவ்ஸ் அறிவார்.

"பிஷப் வால்டஸ்பினோ" என்று பதிலளித்த ரபை அப்போதும் பிடிமானவற்றவராகவே உணர்ந்தார். "என்ன செய்தி வைத்திருக்கிறீர்கள்?"

"ரபை யஹுதா கோவ்ஸ்தானே?" என்று ஒரு பழக்கமற்ற குரல் விசாரித்தது. "என்னை உங்களுக்குத் தெரியாது, நான் உங்களை பயமுறுத்தவும் விரும்பவில்லை, ஆனால் நான் சொல்வதை கவனமாக கேளுங்கள்."

கோவ்ஸ் சட்டென்று நன்றாக விழித்துக்கொண்டார்.

அந்தக் குரல் ஒரு பெண்ணினுடையது என்றாலும் மறைமுகமானதாக, உடைந்துபோனதாகத் தெரிந்தது. லேசான ஸ்பானிஷ் உச்சரிப்புடன் அழைத்தவர் துரிதமான ஆங்கிலத்தில் பேசினார். "என்னுடைய குரலை அந்தரங்கத்திற்காக மறைத்திருக்கிறேன். அதற்காக மன்னிப்பு கேட்கிறேன், ஆனால் கொஞ்ச நேரத்திலேயே அது ஏன் என்று புரிந்துகொள்வீர்கள்."

"யார் இது?!" கோவ்ஸ் வற்புறுத்தினார்.

"நான் ஒரு காவல்நாய் - பொதுமக்களிடம் இருந்து உண்மையை மறைக்க முயற்சிப்பவர்களை விரும்பாத ஒருவர்."

"எனக்கு . . . புரியவில்லை."

"ரபை கோவ்ஸ், மூன்று நாட்களுக்கு முன்னர் மான்ட்ஸெராட் துறவிமடத்தில் நீங்கள், எட்மண்ட் கிர்ஷ், பிஷப் வால்டஸ்பினோ மற்றும் அல்லாமா சயீத் அல்-ஃபதில் ஆகியோர் தனிப்பட்ட முறையில் சந்தித்திருக்கிறீர்கள்."

இவளுக்கு இது எப்படித் தெரியும்?!

"சொல்லப்போனால், எட்மண்ட் கிர்ஷ் உங்கள் மூவரிடமும் தன்னுடைய சமீபத்திய அறிவியல் கண்டுபிடிப்பைப் பற்றி

விரிவான தகவலை வழங்கியுள்ளார் . . . இப்போது அதை மூடிமறைக்கும் சதித்திட்டத்தில் நீங்கள் ஈடுபட்டிருக்கிறீர்கள்."

"என்ன?!"

"நான் சொல்வதை நீங்கள் மிகுந்த கவனத்துடன் கேட்காவிட்டால் காலை நேரத்திற்குள் நீங்கள் இறந்துவிடுவீர்கள் என்று நினைக்கிறேன், பிஷப் வால்டஸ்பினோவின் நீண்ட கரத்தினால் நீங்கள் அழிந்துபோவீர்கள்." அழைப்பாளர் சற்று இடைவெளி விட்டார். "எட்மண்ட் கிர்ஷ் மற்றும் உங்கள் நண்பர் சயீத் அல்-ஃபதிலைப் போன்று."

32

பில்பாவின் லா சால்வே பாலமானது நெர்வியான் ஆற்றை கூகன்ஹைம் மியூஸியத்தை ஒட்டி மிக நெருக்கத்தில் கடந்து செல்வதால் அந்த இரண்டு கட்டுமானங்களும் ஒன்றோடு ஒன்று கலந்துவிட்டனவோ என்ற தோற்றத்தை ஏற்படுத்தியிருந்தன. அதனுடைய தனித்துவமான மைய ஆதாரத்தால் - ஒரு பெரிய H வடிவத்தைப் போன்று நெடிதுயர்ந்த, பிரகாசமான சிவப்புநிற தாங்குதூண்கள் - உடனடியாக அடையாளம் கண்டுவிடக்கூடிய வகையில் அமைந்திருக்கும் இந்தப் பாலம், கடலில் இருந்து மாலுமிகள் இந்த ஆற்றோரமாக திரும்பி வந்து, தாங்கள் பத்திரமாக வீடு திரும்பிவிட்டதற்காக நன்றிசெலுத்தும் வகையில் பிரார்த்தனை செய்கின்ற நாட்டுப்புறப் கதைகளில் இருந்து "லா சால்வே" என்ற பெயரை எடுத்துக்கொண்டது.

லேங்டனும் ஆம்ராவும் அந்தக் கட்டடத்தின் பின்பக்கத்தில் இருந்து வெளியேறிய பின்னர், மியூஸியத்திற்கும் ஆற்றங்கரைக்கும் இடைப்பட்ட குறுகிய தொலைவை சீக்கிரத்திலேயே கடந்து, வின்ஸ்டன் கேட்டுக்கொண்டபடி அந்தப் பாலத்திற்கு நேர் கீழே இருக்கும் நிழலார்ந்த பாதைவழியில் காத்திருந்தனர்.

எதற்காக காத்திருக்க வேண்டும்? லேங்டனுக்கு நிச்சயமாகத் தெரியவில்லை.

அவர்கள் இருளில் வெகுநேரம் காத்திருக்கையில் மெலிந்த மாலைநேர உடைக்குள் ஆம்ராவின் ஒல்லியான உடல் நடுங்கிக்கொண்டிருப்பதை அவர் பார்த்தார். தன்னுடைய மேல்கோட்டை கழற்றிய அவர் அவளுடைய தோள்களை சுற்றி மாட்டிவிட்டு அவளுடைய கைகளுக்கு கீழே மென்மையாக இழுத்துவிட்டார்.

எந்த அறிவிப்பும் இல்லாமல் அவள் சட்டென்று திரும்பி அவரைப் பார்த்தாள்.

தான் சற்று எல்லைமீறி சென்றுவிட்டோமோ என்று உடனடியாக அச்சப்பட்டார் அவர், ஆனால் ஆம்ராவின் வெளிப்பாடு மகிழ்ச்சியற்றதாக அல்லாமல் நன்றிப்பெருக்குள்ள ஒன்றாகவே இருந்தது.

"நன்றி" என்று கிசுகிசுத்த அவள் அவரை உற்றுப்பார்த்தாள். "எனக்கு உதவுவதற்காக நன்றி."

அவளுடைய கண்கள் அவருடையதில் நிலைத்துநிற்க ஆம்ரா வைடல் எட்டிச்சென்று அவர் கைகளைப் பற்றிக் தன்னுடைய கைகளுக்குள் இறுக்கிக் கொண்டாள், அது அவரால் கொடுக்க முடிந்த ஏதேனும் கதகதப்பை அல்லது சௌகரியத்தை அவள் கிரகித்துக்கொள்ள முயற்சிப்பதுபோல் இருந்தது.

பின்னர் அதே வேகத்தில் அவள் அவற்றை விடுவித்தாள். "மன்னியுங்கள்" என்று கிசுகிசுத்தாள். "முறையற்ற செயல், என்னுடைய அம்மா அப்படித்தான் சொல்லியிருப்பாள்."

லேங்டன் அவளைப் பார்த்து சிரித்தார். "தணித்துக்கொள்ளும் சூழ்நிலைகள், என்னுடைய அம்மா அப்படித்தான் சொல்லியிருப்பாள்."

அவள் எப்படியோ புன்னகைத்தாலும் அது சிறிது நேரமே நீடித்தது. "நான் முற்றிலும் சோர்ந்துபோயிருக்கிறேன்," என்றபடி அவள் அப்பால் பார்த்தாள். "இன்றிரவு, எட்மண்டிற்கு நடந்ததை நினைத்தால் . . ."

"அது அதிர்ச்சிகரமானது . . . பயங்கரமானதும்தான்" என்ற லேங்டன் தன்னுடைய உணர்ச்சிகளை முழுமையாக

வெளிப்படுத்த இயலாத அளவுக்கு மிக அதிகமான அதிர்ச்சியில் இருப்பதை அறிவார்.

ஆம்ரா தண்ணீரை உற்றுப்பார்த்தாள். "என்னுடைய மணமகன் டான் ஜூலியனை நினைக்கையில், அவரும் இதில் சம்பந்தப்பட்டிருப்பாரோ என்று . . ."

அவள் குரலில் இருந்த துரோகமிழைக்கப்பட்ட தொனியை உணர்ந்த லேங்டனுக்கு எப்படி பதிலளிப்பது என்று தெரியவில்லை. "இது எப்படி தோன்றுகிறது என எனக்குத் தெரிகிறது" என்ற அவர் அந்த புதைபடும் தரையில் காலடி எடுத்து வைத்தார், "ஆனால் அது நமக்கு உண்மையாகவே உறுதிபடத் தெரியாது. இன்றிரவு நடந்த கொலையைப் பற்றி இளவரசர் ஜூலியனுக்கு முன்னமே தெரிந்திருக்காமலும் போயிருக்கலாம். அந்தக் கொலையாளி தனியாளாகவும் செய்திருக்கலாம், அல்லது இளவரசர் தவிர்த்து வேறு யாருக்கேனும்கூட வேலை செய்திருக்கலாம். ஸ்பெயினின் எதிர்கால அரசர் ஒரு குடிமகனை பொதுவிடத்தில் வைத்து கொலைசெய்ய, குறிப்பாக நேரடியாக அவரை நோக்கி கைகாட்டிவிடக்கூடிய வகையில் திட்டம் தீட்டியிருப்பார் என்பது அவ்வளவாக பொருந்திப்போகவில்லை."

"விருந்தினர் பட்டியலில் எவிலா தாமதமாக சேர்க்கப்பட்டார் என்பதை வின்ஸ்டன் கண்டுபிடித்ததால்தானே அது கைகாட்டக்கூடியதாக இருக்கிறது. எய்தது யார் என்பதை யாராலும் கண்டுபிடிக்கவே முடியாது என ஜூலியன் நினைத்திருக்கலாம் அல்லவா."

அவள் சொல்வதிலும் அர்த்தமிருப்பதை லேங்டன் ஒப்புக்கொள்ளத்தான் வேண்டியிருந்தது.

"எட்மண்டின் அறிவிப்பைப் பற்றி நான் ஜூலியனுடன் ஆலோசித்திருக்கவே கூடாது" என்ற ஆம்ரா அவரை நோக்கித் திரும்பினாள். "அவர் என்னை பங்கேற்க கூடாது என வற்புறுத்தினார், அதனால்தான், என்னுடைய ஈடுபாடு இதில் மிகக்குறைவானது என்றும், அது வெறும் காணொலி திரையிடல்தான் என்பதையும் அவருக்கு உத்திரவாதப்படுத்த முயற்சித்தேன். எட்மண்ட் தன்னுடைய கண்டுபிடிப்பை ஒரு ஸ்மார்ட்போனில் இருந்தே வெளியிடப்போவதாகவும் ஜூலியனிடம் சொல்லிவிட்டேன் என நினைக்கிறேன்." அவள்

சற்று இடைவெளி விட்டாள். "அதாவது, நாம் எட்மண்டின் போனை எடுத்துக்கொண்டுவிட்டதை அவர்கள் பார்த்திருந்தால் அவருடைய கண்டுபிடிப்பை அப்போதும் வெளியிட்டுவிட வாய்ப்பிருப்பதை அவர்கள் தெரிந்துகொண்டிருப்பார்கள் என்றுதான் அர்த்தம். அத்துடன், ஜூலியன் இதில் குறுக்கிட எவ்வளவு தூரம் செல்வார் என்றும் எனக்குத் தெரியவில்லை."

லேங்டன் அந்த அழகான பெண்ணை நீண்டநேரத்திற்கு ஆராய்ந்தார். "நீ உன்னுடைய மணமகனை நம்பவே இல்லை, அப்படித்தானே?"

ஆம்ரா ஒரு பெருமூச்சுவிட்டாள். "உண்மை என்னவென்றால், நீங்கள் நினைக்கும் அளவுக்குகூட எனக்கு அவரைப் பற்றித் தெரியாது."

"பிறகு ஏன் அவரை திருமணம் செய்துகொள்ள சம்மதித்தாய்?"

"இது ரொம்பவும் எளிது, எனக்கு வேறு வழியே இல்லாத நிலைக்கு ஜூலியன் என்னைத் தள்ளிவிட்டார்."

லேங்டன் பதிலளிக்கும் முன்பாக அவர்களுடைய காலடியில் இருந்த சிமெண்ட் தரையை ஒரு தாழ்வான அதிரொலி உலுக்கத் தொடங்கி அந்தப் பாலத்திற்கு கீழே சுரங்கம் போன்ற பகுதியின் வழியாக ரீங்காரமிட்டது. அந்த சத்தம் அதிகரித்துக் கொண்டே சென்றது. அது ஆற்றிற்கு மேலிருந்து அவர்களுக்கு வலதுபுறம் நோக்கி வருவதுபோல் தெரிந்தது.

ஒரு கருத்த வடிவம் தங்களை நோக்கி வருவதை லேங்டன் திரும்பிப் பார்த்தார் - விளக்குகள் எதுவும் எரியாமல் ஒரு விசைப்படகு நெருங்கிக்கொண்டிருந்தது. அந்த உயரமான சிமெண்ட் கரையை நெருங்கிய அது தன்னுடைய வேகத்தைக் குறைத்து அவர்களுக்குப் பக்கத்தில் மெதுவாக நகர்ந்துவரத் தொடங்கியது.

அந்தப் படகை உற்றுப்பார்த்த லேங்டன் தலையைக் குலுக்கிக்கொண்டார். அத்தருணம்வரை, எட்மண்டின் கணினிமய வழிகாட்டியிடத்தில் எந்தளவுக்கு நம்பிக்கை வைக்கலாம் என்பதில் அவர் உறுதியவற்றவராகத்தான் இருந்தார், ஆனால் இப்போது, ஒரு மஞ்சள்நிற நீர்வழி டாக்ஸி கரையை

நெருங்கியதைப் பார்த்ததும் தங்களுக்கு கிடைத்திருக்கக்கூடிய சிறந்த கூட்டாளி வின்ஸ்டன்தான் என்பதை அவர் உணர்ந்து கொண்டார்.

ஒரு பரட்டைத்தலை கேப்டன் படகில் இருந்தபடியே அவர்களுக்கு கையசைத்தான். "உங்களுடைய பிரிட்டிஷ் ஆள்தான் என்னை அழைத்திருந்தார்" என்றான் அவன். "விஐபி வாடிக்கையாளர் மும்மடங்கு தருவார் என அவர் சொன்னார் . . . எப்படிச் சொல்வீர்கள் . . . வேகமே விவேகம் என்றா? பார்த்தீர்களா, செய்துவிட்டேன்? விளக்குகளே கிடையாது."

"ஆமாம், நன்றி," என்றார் லேங்டன். *பிரமாதம் வின்ஸ்டன். வேகமும் விவேகமும்.*

கேப்டன் நகர்ந்து வந்து படகில் ஏற ஆம்ராவிற்கு உதவினான், சிறிதாக இருந்த உட்புறத்திற்குள் கதகதப்பாக்கிக்கொள்ள அவள் சென்றபோது அவன் லேங்டனைப் பார்த்து கண்களை விரித்து சிரித்தான். "இவர்தானா என்னுடைய விஐபி? சென்யோரிட்டா ஆம்ரா வைடலா?"

"*வேகம், விவேகம்*" என்று லேங்டன் அவனுக்கு நினைவுறுத்தினார்.

"ஆமாம், ஆமாம்! *சரி!*" சுக்கானை நோக்கி விரைந்த அவன் என்ஜின்களை இயக்கினான். சில கணங்கள் கழித்து, அந்த விசைப்படகு நெர்வியான் ஆற்றோரமாக இருளினூடே மேற்குதிசை நோக்கி விரைந்தது.

படகில் இருந்தபடி துறைமுகம் இருந்த பக்கத்தில் கூகன்ஹைமின் பிரமாண்ட பிளாக் விடோவை லேங்டனால் பார்க்க முடிந்தது, அது அச்சமயத்தில் காவல்துறை வண்டிகளின் சுழல் விளக்குகளால் மிகப் பிரகாசமாக ஒளியூட்டப்பட்டிருந்தது. அதன் தலைக்கு மேலே, ஒரு செய்திசேகரிப்பு ஹெலிகாப்டர் அந்த மியூஸியத்தை நோக்கி வானத்தின் குறுக்கே விரைந்து சென்றது.

பலரில் முதலாவதாக இருக்குமோ, என்று லேங்டன் சந்தேகப்பட்டார்.

தன்னுடைய கால்சராய் பைகளில் இருந்து எட்மண்டின் மறைகுறியீட்டு அட்டையை வெளியே எடுத்தார் லேங்டன். BIO-EC346. அதை ஒரு டாக்ஸி ஓட்டுநரிடம் கொடுக்கமாறு எட்மண்ட் அவரிடம் சொல்லியிருந்தான் என்றாலும் அந்த வாகனம் ஒரு நீர்வழி டாக்ஸியாக இருக்கும் என்று அவனே நினைத்திருக்க மாட்டான்.

"நம்முடைய பிரிட்டிஷ் நண்பர் . . ." உறுமும் என்ஜின் ஒலியையும் தாண்டி லேங்டன் ஓட்டுநரைப் பார்த்து கத்தினார். "நாம் எங்கே செல்கிறோம் என்று அவர் சொல்லியிருப்பார் என்று நினைக்கிறேன்?"

"ஆமாம், ஆமாம்! படகின்மூலம் நெருங்கித்தான் அங்கே உங்களை கொண்டுசேர்க்க முடியும் என்று அவரிடம் கூறிவிட்டேன், ஆனால் அதில் ஒன்றும் பிரச்சினையில்லை என்று அவர் சொல்லிவிட்டார், உங்களால் முன்னூறு மீட்டர்கள் நடக்க முடியாதா என்ன?"

"அது பரவாயில்லை. இங்கிருந்து அது எவ்வளவு தூரம்?"

வலதுபுறத்தில் அந்த ஆற்றின் ஓரமாக நீண்டுசெல்லும் நெடுஞ் சாலையை அவன் சுட்டிக்காட்டினான். "சாலை அறிவிப்புகள் ஏழு கிலோமீட்டர் என்கின்றன, ஆனால், படகில் அது சற்று கூடுதலாக இருக்கும்."

ஒளிவீசப்பட்ட நெடுஞ்சாலை அறிவிப்பைப் பார்த்தார் லேங்டன்.

AEROPUERTO BILBAO (Bio) ✈7 KM

தன்னுடைய மனதிற்குள் கேட்ட எட்மண்டின் குரலை நினைத்து பரிதாபமாக புன்னகைத்துக்கொண்டார் அவர். *இது மிகமிக எளிமையான குறியீடு, ராபர்ட்.* எட்மண்ட் சொன்னது சரிதான், முன்னதாக இன்றிரவு அதைக் கண்டுபிடித்துவிட்டபோது அதற்கு நீண்டநேரம் ஆகிவிட்டதைக் கண்டு வெட்கப்பட்டுப்போனார்.

BIO உண்மையிலேயே ஒரு குறியீடுதான் - இதை உலகில் உள்ள *BOS, LAX, JFK* போன்ற குறியீடுகளைக் காட்டிலும் விடைகாண சிக்கலான ஒன்றாக இல்லாதபோதிலும்கூட.

BIO என்பது உள்ளூர் விமானதளக் குறியீடு. எட்மண்டின் குறியீட்டில் உள்ள மற்றவை சுலபத்தில் தெரிந்துவிட்டன.

EC346.

எட்மண்டின் தனியார் ஜெட் விமானத்தை லேங்டன் பார்த்ததில்லை, ஆனால் அப்படி ஒரு விமானம் இருப்பது அவருக்குத் தெரியும் என்பதுடன் ஸ்பானிய ஜெட் வால்புறத்தில் உள்ள எண் எஸ்பானா என்ற பெயருக்கான E என்பதிலும் அவருக்கு பெரிய சந்தேகமில்லை.

EC346 என்பது ஒரு தனியார் ஜெட் விமானம்.

ஒரு வாடகை வண்டியோட்டி அவரை பில்பா விமானநிலையத்திற்கு அழைத்துச் சென்றுவிட்ட பின்னர், எட்மண்டின் கார்டை செக்யூரிட்டியிடம் லேங்டன் கொடுத்துவிட்டால் பின்னர் அவர் நேரடியாக எட்மண்டின் தனியார் விமானத்திற்கு அழைத்துச் செல்லப்படுவார் என்பது தெளிவாயிற்று.

நாங்கள் வருவதை முன்னெச்சரிக்கை செய்வதற்கு வின்ஸ்டன் முன்னதாகவே விமானிகளை தொடர்புகொண்டிருப்பான் என நம்புகிறேன், என்று நினைத்துக்கொண்ட லேங்டன் மியூஸியம் இருந்த திசையை திரும்பிப் பார்த்தபோது அதனுடைய தடம் சிறிதாகிக்கொண்டே சென்றது.

கேபினுக்குள் சென்று ஆம்ராவுடன் சேர்ந்துகொள்வது பற்றி லேங்டன் யோசித்தார், ஆனால் புத்துணர்ச்சியான காற்று நன்றாயிருக்கவே அவள் தன்னை சரிசெய்துகொள்ள சில நிமிட நேரம் கொடுக்கலாம் என்று தீர்மானித்தார்.

நானும் சிறிது நேரத்தை பயன்படுத்திக்கொள்ளலாம், என்று நினைத்தபடியே படகின் முனைக்கு நகர்ந்தார்.

படகின் முன்பக்கத்தில், காற்று அவருடைய தலைமுடியை விசிறியடிக்க தன்னுடைய கழுத்துப்பட்டையை கழற்றிய லேங்டன் அதை பைக்குள் வைத்துக்கொண்டார். பிறகு, மேல்பகுதி பொத்தானை அவிழ்த்துவிட்டு தன்னால் முடிந்தவரை நன்றாக மூச்சுவிட்ட அவர் இரவுக் காற்று தன் நுரையீரல்களை நிரப்ப அனுமதித்தார்.

எட்மண்ட், அவர் நினைத்தார். நீ என்னதான் செய்து வைத்திருக்கிறாய்?

33

இளவரசர் ஜூலியனின் இருளார்ந்த இருப்பிடத்திற்கு விரைந்து சென்று அந்த பிஷப்பின் சுய-நியாயம் கொண்ட விரிவுரையை பொறுத்துக்கொண்ட கமாண்டர் டியாகோ கார்ஸா உள்ளுக்குள் புகைந்து கொண்டிருந்தார்.

உனக்கு உரிமையில்லாத இடத்தில் நீ அத்துமீறி நுழைந்திருக்கிறாய், என்று வால்டஸ்பினோவைப் பார்த்து கத்த வேண்டுமாய் விரும்பினார் கார்ஸா. *இது உன்னுடைய எல்லை அல்ல!*

மறுபடியும் பிஷப் வால்டஸ்பினோ அரண்மனை அரசியலில் தாமாகவே தன்னை இணைத்துக் கொண்டிருக்கிறார். ஜூலியனின் வசிப்பிடத்தினுடைய இருளில் ஒரு மாயாவியைப் போல் தோன்றியுள்ள வால்டஸ்பினோ முழுமையான சாமியார் உடைகளை அணிந்திருக்கிறார், இப்போது ஸ்பெயினின் பாரம்பரியங்களுடைய முக்கியத்துவம், கடந்தகால அரசர்கள் மற்றும் அரசிகளின் பக்திமிகுந்த மதச்சார்பு மற்றும் குழப்ப காலகட்டங்களில் தேவாலயத்தின் அரவணைப்பான செல்வாக்கு ஆகியவற்றைப் பற்றி ஜூலியனுக்கு உணர்ச்சிகரமாக பிரசங்கம் செய்துகொண்டிருக்கிறார்.

இது அதற்கான நேரமல்ல, கார்ஸா சீறினார்.

இன்றிரவு, இளவரசர் ஜூலியன் பொதுமக்களிடத்தில் உணர்ச்சிமிக்க உரையை அளித்தாக வேண்டியிருந்தது. கார்ஸாவுக்கு தேவைப்பட்ட கடைசி விஷயம் என்னவென்றால் அவர் மீது மதம்சார் நிகழ்ச்சிநிரலை திணிக்க முயற்சிக்கும் வால்டஸ்பினோவின் முயற்சிகளில் இருந்து அவரை திசைதிருப்பி வைத்திருக்க வேண்டும் என்பதுதான்.

பிஷப் மட்டுமே பேசிக்கொண்டிருப்பதை கார்ஸாவினுடைய போனின் அழைப்பொலி குறுக்கிட்டது.

"ம், சொல்லுங்கள்" என்று சத்தமாக பதிலளித்த கார்ஸா தன்னை இளவரசருக்கும் பிஷப்புக்கும் இடையில் நிறுத்திக்கொண்டார். "சொல்லலாம்?"

"சார், பில்பாவில் இருந்து ஏஜெண்ட் ஃபொன்ஸெகா பேசுகிறேன்" என்று அந்த அழைப்பாளர் துரிதகதியிலான ஸ்பானிஷில் பேசினார். "நம்மால் சுட்டவனை பிடிக்க முடியாது என்று நினைக்கிறேன். அவனை கண்டுபிடித்து சொல்லும் என்று நாம் நினைத்த கார் நிறுவனம் அதனுடன் தொடர்பை இழந்துவிட்டது. கொலையாளி நம்முடைய செயல்பாடுகளை எதிர்பார்த்திருப்பதைப் போல் தெரிகிறது."

கார்ஸா தன்னுடைய கோபத்தை அடக்கிக்கொண்டு அமைதியாக மூச்சுவிட்டபடி தன்னுடைய குரலில் தான் அப்போது இருக்கும் உண்மையான நிலை தெரிந்துவிடாதிருக்க முயற்சி செய்தார். "புரிகிறது," என்று சமநிலையில் பதிலளித்தார். "இத்தருணத்தில் நீங்கள் மிஸ்.வைடலைப் பற்றி மட்டும் கவலைப்படுங்கள். இளவரசர் அவரைப் பார்க்க காத்திருக்கிறார், நீங்கள் அவரை சீக்கிரத்திலேயே இங்கு அழைத்து வருவீர்கள் என்று அவருக்கு உறுதியளித்திருக்கிறேன்."

இணைப்பில் ஒரு மிக நீளமான அமைதி நிலவியது. மிகவும் நீளமானது.

"கமாண்டர்?" என்று கேட்ட ஃபொன்ஸெகாவின் குரலில் தயக்கமிருந்தது. "மன்னிக்க வேண்டும் சார், அந்த வகையில் ஒரு மோசமான செய்திதான் உள்ளது. மிஸ்.வைடல் எங்களை விட்டுவிட்டு அந்த அமெரிக்க புரபஸருடன் கட்டடத்தில் இருந்து வெளியேறிவிட்டார்."

கார்ஸா ஏறக்குறைய தன்னுடைய போனை விட்டேவிட்டார். "மன்னிக்க வேண்டும், நீங்கள் அதை... மறுபடியும் சொல்கிறீர்களா?"

"யெஸ், சார். மிஸ்.வைடலும் ராபர்ட் லேங்டனும் இந்தக் கட்டடத்தில் இருந்து ஓடிவிட்டார்கள். மிஸ்.வைடல்

வேண்டுமென்றே தன்னுடைய போனை கைவிட்டுவிட்டதால் அவரை எங்களால் கண்டுபிடிக்க இயலவில்லை. அவர்கள் எங்கு போயிருப்பார்கள் என்றும் எங்களுக்குத் தெரியவில்லை."

தன்னுடைய தாடை தளர்வதை கார்ஸா உணர்ந்தார், இளவரசரோ அவரை வெளிப்படையான கவலையுடன் உற்றுப் பார்த்துக்கொண்டிருந்தார். அதைக் கேட்கும் வகையில் சாய்ந்திருந்த வால்டஸ்பினோவின் புருவங்களும் மிகுந்த ஆர்வத்துடன் வளைந்திருந்தன.

"ஹா - அது அருமையான செய்தி!" சட்டென்று எதையும் யோசிக்காமல் பேசிய கார்ஸா தீர்மானத்துடன் ஆமோதித்தார். "நல்ல வேலை செய்தீர்கள். உங்கள் எல்லோரையும் இன்று மாலை இங்கேயே பார்க்கிறேன். போக்குவரத்து நெறிமுறைகளையும் பாதுகாப்பையும் உறுதிப்படுத்திக்கொள்ளலாம். ஒருநிமிஷம் இருங்கள், பிளீஸ்."

போனை மறைத்துக்கொண்டவாறு கார்ஸா இளவரசரை நோக்கிப் புன்னகைத்தார். "ஒன்றும் பிரச்சினையில்லை. நான் மற்றொரு அறைக்கு விவரங்களை தெரிவிக்கிறேன், நீங்கள் தனியாக பேசிக்கொண்டிருங்கள்."

இளவரசரை வால்டஸ்பினோவிடம் தனியாக விட்டுச்செல்ல கார்ஸா தயங்கினார், ஆனால் இந்த அழைப்பில் அவர்கள் இருவருக்கும் முன்பாக அவரால் பேச முடியாது என்பதால் விருந்தினர் அறைகளுள் ஒன்றிற்கு சென்ற அவர் உள்ளே சென்று கதவை சாத்திக்கொண்டார்.

"என்ன இழவாயிற்று" அவர் போனில் சீறினார்.

ஒரு மாயாஜாலத்தைப் போன்ற கதையை ஃபொன்ஸெகா விவரித்தார்.

"விளக்குகள் அணைந்தனவா?" கார்ஸா வற்புறுத்திக் கேட்டார். "பாதுகாப்பு அதிகாரியைப் போல் பாவனை செய்த ஒரு கம்ப்யூட்டர் தவறான தகவலை தந்துவிட்டதா? இதற்கு நான் எப்படி பதிலளிப்பதென்று நினைக்கிறீர்கள்.?"

"இதை கற்பனை செய்வதே கடினம் என்று எனக்குத் தெரியும் சார், ஆனால் அது அப்படித்தான் நடந்தது. அந்தக் கம்ப்யூட்டர் ஏன் சட்டென்று தன் மனதை மாற்றிக்கொண்டது என்பதை புரிந்துகொள்ளத்தான் நாங்கள் போராடிக் கொண்டிருக்கிறோம்."

"மனதை மாற்றிக்கொள்வதா?! அது வெறும் கம்ப்யூட்டர்தானே!"

"நான் சொல்லவருவது என்னவென்றால், முன்னதாக அந்தக் கம்ப்யூட்டர் மிகவும் உதவியாக இருந்தது - சுட்டவனை அவனுடைய பெயரால் அடையாளம் கண்டது, கொலையாளியை தடுத்த நிறுத்த முயன்றது, அத்துடன் தப்பிச்சென்ற வாகனம் ஒரு யூபர் கார் என்பதையும்கூட கண்டுபிடித்தது. பின்னர், திடீரென்று அது எங்களுக்கு எதிராக வேலைசெய்யத் தொடங்கிவிட்டது. ராபர்ட் லேங்டன்தான் அதனிடம் ஏதோ சொல்லியிருக்கிறார் என்று கண்டுபிடித்திருக்கிறோம், ஏனென்றால் அவருடன் அது பேசிய பின்னர்தான் எல்லாமே மாறிப்போனது."

இப்போது நான் ஒரு கம்ப்யூட்டருடன் சண்டைபோடுகிறேனா? இந்த நவீன உலகத்திற்கு தான் மிகவும் பழையவன்தான் என்று கார்ஸா தீர்மானித்துக்கொண்டார். "இளவரசருக்கு தன்னுடைய மணமகள் அந்த அமெரிக்கருடன் ஓடிப்போய்விட்டார் என்றும், அவருடைய கார்டியா ரியல் ஒரு கம்ப்யூட்டரால் ஏமாற்றப்பட்டிருக்கிறது என்றும் தெரியவந்தால் அவருக்கு தனிப்பட்ட முறையிலும் அரசியல்ரீதியாகவும் எந்தளவுக்கு சங்கடத்தை ஏற்படுத்தும் என்று நான் உங்களுக்கு சொல்ல வேண்டியிருக்காது, ஏஜெண்ட் ஃபொன்ஸெகா."

"எங்களுக்கு அது நன்றாகவே தெரியும்."

"அவர்கள் இருவரும் ஓடிப்போவதற்கு எது தூண்டியிருக்கும் என்று உங்களுக்கு ஏதாவது தெரிந்ததா? இது முற்றிலும் நியாயப்படுத்த முடியாத அலட்சியமாகத் தெரிகிறது."

"இன்று மாலை மேட்ரிட்டில் நம்முடன் சேர்ந்துகொள்ளுமாறு புரபஸர் லேங்டனிடம் நான் சொன்னபோது அதை அவர் ஏற்றுக்கொள்ளவே இல்லை. தான் வரப்போவதில்லை என்பதில் அவர் தெளிவாக இருந்திருக்கிறார்."

அதனால்தான் கொலைச்சம்பவ இடத்திலிருந்தும் அவர் தப்பியிருக்கிறாரா? ஏதோ ஒன்று நடந்துகொண்டிருப்பதை கார்ஸா உணர்ந்தார், ஆனால் அவரால் அதை கற்பனைக்கூட செய்யமுடியவில்லை. "நான் சொல்வதை கவனமாக கேளுங்கள். நீங்கள் ஆம்ரா வைடலை கண்டுபிடித்து, இந்தத் தகவல்கள் எதுவும் வெளியே கசிந்துவிடும் முன்னர் அவரை அரண்மனைக்கு அழைத்துவர வேண்டியது மிகமிக முக்கியம்."

"எனக்கு புரிகிறது, சார், ஆனால் டயஸும் நானும்தான் சம்பவ இடத்தில் இருந்த ஒரே ஏஜெண்டுகள். எங்களால் தனியாக பில்பாவில் தேடுவது சாத்தியமில்லை. உள்ளூர் அதிகாரிகளை உஷார்படுத்தவும், போக்குவரத்து கேமராக்கள், வான்வெளி உதவி என சாத்தியமுள்ள எல்லா -"

"நிச்சயமாக கிடையாது!" என்றார் கார்ஸா. "இந்த அவமானத்தை நம்மால் தாங்க முடியாது. உங்கள் வேலையை செய்யுங்கள். நீங்களே அவர்களை கண்டுபிடித்து முடிந்தவரை சீக்கிரமாக மிஸ்.வைடலை நம்முடைய கட்டுப்பாட்டிற்குள் கொண்டுவாருங்கள்."

"சரி, சார்."

கார்ஸா நம்பமுடியாமல் போனை வைத்தார்.

அவர் அறையில் இருந்து வெளியே வருகையில் ஒரு வெளுத்த இளம்பெண் அவரை நோக்கி விரைந்து வந்தாள். வழக்கமாக அணியும் தொழில்நுட்ப நிபுணர்களுக்கே உரிய கண்ணாடியும், வெளிர்மஞ்சள் உடையும் அணிந்திருந்த அவர் கவலையுடன் ஒரு டேப்ளட் கம்ப்யூட்டரை இறுக்கமாக பிடித்திருந்தாள்.

என்னை கடவுள் காப்பாற்றட்டும், என்று நினைத்தார் கார்ஸா. *இப்போது வேண்டாம்.*

அந்த அரண்மனைக்கு புதியவளும், இதுவரை இருந்தவர்களிலேயே மிகவும் இளமையானவளுமான "மக்கள் தொடர்பு (பிஆர்) ஒருங்கிணைப்பாளர்" - ஊடகத் தொடர்பு, பொதுமக்கள் வியூகத் தொடர்பு மற்றும் தகவல்தொடர்பு இயக்குநர் உள்ளிட்ட கடமைகளைக் கொண்ட பதவி - மோனிகா

மார்டின் எப்போதும் நிலைத்திருக்கும் அதி உயர் எச்சரிக்கை செய்திகளை சுமந்திருப்பவளைப் போன்றே காணப்படுவாள்.

இருபத்தி ஆறு வயதிலேயே மேட்ரிட் கம்ப்ளூட்டன்ஸ் பல்கலையில் தகவல்தொடர்பியல் பட்டம் பெற்றிருந்த மார்டின் உலகின் முன்னணி கணிப்பொறி பள்ளிகளுள் ஒன்றில் - பீஜிங்கில் உள்ள ஸிங்குவா பல்கலையில்- இரண்டு வருட முதுகலைப் பட்டத்தை முடித்திருக்கிறாள் - பின்னர் ஆண்டனா 3 என்ற ஸ்பானிஷ் டெலிவிஷன் நெட்வொர்க்கில் “தகவல்தொடர்பியலில்” முன்னணி பதவி வகித்த பின்னர் குருபோ பிளேனெட்டாவில் உயர் அதிகாரமுள்ள மக்கள்தொடர்பு அதிகாரி பதவிக்கு வந்தாள்.

கடந்த ஆண்டு, ஸ்பெயினின் இளைஞர்களுடன் டிஜிட்டல் மீடியா வழியாக தொடர்புகொள்ள வேண்டியதன் அவசர முயற்சியிலும், வேகமாக வளரும் டிவிட்டர், பேஸ்புக், பிளாக்குகள் மற்றும் ஆன்லைன் மீடியாக்களின் தாக்கத்தை தக்கவைத்துக் கொள்ளவும் அந்த அரண்மனையானது பல பத்தாண்டுகள் அச்சு மற்றும் ஊடகத்துறை அனுபவமுள்ள பழம் மக்கள்தொடர்பு அதிகாரியை நீக்கிவிட்டு இந்த நூற்றாண்டு தொழில்நுட்ப நிபுணரை பதவியில் அமர்த்திக்கொண்டது.

மார்டின் எல்லாவகையிலும் இளவரசர் ஜூலியனுக்கு கடமைப்பட்டவள் என்பது கார்ஸாவுக்குத் தெரியும்.

அரண்மனை ஊழியராக இந்த இளம்பெண்ணை நியமித்தது அதன் செயல்பாடுகளுக்கு இளவரசர் ஜூலியன் செய்திருக்கும் சில பங்களிப்புகளுள் ஒன்று - தன்னுடைய தந்தையிடம் அவருடைய அதிகாரத்தை வளைத்துப் பார்த்த அரிய நிகழ்வுகளுள் ஒன்று. இந்தத் தொழிலில் மிகச்சிறந்தவர்களுள் ஒருவளாக மார்டின் கருதப்பட்டாள், ஆனால் அவளுடைய சந்தேக புத்தியையும், பதற்றமான ஆற்றலையும் முற்றிலும் சோர்வூட்டக்கூடியதாகவே கார்ஸா கண்டார்.

“சதியாலோசனை கோட்பாடுகள்” என்று அவரிடம் தெரிவித்த மார்டின் வந்துகொண்டிருக்கும்போதே தன்னுடைய டேப்ளட்டை அசைத்துக் காட்டினாள். “அவை எல்லாவிடத்திலும் பரவிக்கிடக்கின்றன.”

தன்னுடைய பிஆர் ஒருங்கிணைப்பாளரை அவநம்பிக்கையுடன் முறைத்துப் பார்த்தார் கார்ஸா. *நான் கவலைப்படுகிறவன் போல் தெரிகிறதா? இந்த சதியாலோசனை வதந்தித் தொழில்சாலையைக் காட்டிலும் இன்றிரவு அவர் கவலைப்பட வேண்டிய மிக முக்கியமான விஷயங்கள் நிறைய இருக்கின்றன.* "அரச குடியிருப்பைச் சுற்றிவந்து நீ என்ன செய்கிறாய் என்று எனக்கு சொல்ல முடியுமா?"

"கட்டுப்பாட்டு அறையில் உங்களுடைய ஜிபிஎஸ் மினுங்கியது." அவள் கார்ஸாவின் இடுப்புப் பட்டையில் இருந்த போனை சுட்டிக்காட்டினாள்.

கார்ஸா தன் கண்களை மூடி ஆழ்ந்து மூச்சுவிட்டு தன்னுடைய எரிச்சலை விழுங்கிக் கொண்டார். ஒரு பிஆர் ஒருங்கிணைப்பாளருக்கும் மேலாக அரண்மனையானது சமீபத்தில்தான் ஒரு புதிய "எலக்ட்ரானிக் செக்யூரிட்டி பிரிவை" அமைத்திருந்தது, அது கார்ஸா குழுவுக்கு ஜிபிஎஸ் சேவைகள், டிஜிட்டல் கண்காணிப்பு, விவரமளித்தல் மற்றும் முன்கூட்டிய தகவல் சேகரிப்பு ஆகியவற்றை வழங்கியது. தினமும், கார்ஸாவின் ஊழியர்கள் மிகுந்த மாறுபட்டவர்களாக, இளமை மிக்கவர்களாக ஆகிக்கொண்டிருந்தனர்

நம்முடைய கட்டுப்பாட்டு அறையைப் பார்த்தால் கல்லூரி வளாக கணிப்பொறி மையத்தைப் போன்றே இருக்கிறது.

வெளிப்படையாகவே, கார்டியா ஏஜெண்டுகளை தடம்காண பயன்படுத்துவதற்கு நிறுவப்பட்ட இந்த புதிய தொழில்நுட்பம் கார்ஸியாவையும்கூட வேவுபார்த்தது. அடித்தளத்தில் இருக்கும் சிறார்கள் கூட்டம் ஒவ்வொரு முறையும் அவர் எங்கிருக்கிறார் என்பதை தெரிந்துகொள்கிறார்கள் என்பதை நினைப்பதே திடுக்கிடச் செய்வதாக இருந்தது.

"நான் தனிப்பட்ட முறையில்தான் உங்களிடம் வந்திருக்கிறேன்" என்ற மார்டின் தன்னுடைய டேப்ளட்டை வெளியே எடுத்தாள், "நீங்கள் இதைப் பார்க்க விரும்புவீர்கள் என்று நினைக்கிறேன்."

அவளிடம் இருந்து அந்த சாதனத்தைப் பிடுங்கிய கார்ஸா திரையில் கண்பதித்தபோது பில்பா கொலையாளி என்று

அடையாளம் காணப்பட்ட, வெள்ளிநிற தாடிவைத்த ஸ்பானியனின் புகைப்படங்களையும் விவரத்தையும் பார்த்தார் - அவர் ராயல் கடற்படை அட்மிரல் லூயி எவிலா.

“சேதாரம் ஏற்படுத்தக்கூடிய வகையில் நிறைய பேச்சுக்கள் உலவி வருகின்றன” என்றாள் மார்டின். “அவற்றில் பெரும்பாலானவை அரச குடும்பத்தின் முன்னாள் ஊழியராக எவிலா இருந்திருக்கிறார் என்பதாக இருக்கிறது.”

“எவிலா கப்பற்படையில் வேலை செய்தாரா!” கார்ஸியா படபடப்பாக கேட்டார்.

“ஆமாம், ஆனால் அரசர்தான் ஆயுதப்படைகளுக்கு தலைவர் -”

“அப்படியே நிறுத்திக்கொள்” என்று உத்தரவிட்ட கார்ஸா அந்த டேப்ளட்டை அவளிடமே தள்ளிவிட்டார். “ஒரு தீவிரவாத நடவடிக்கையில் அரசரை எப்படியோ சம்பந்தப்படுத்துவது சதியாலோசனை கிறுக்கர்களால் உருவாக்கப்பட்ட ஒரு முட்டாள்தனமான முயற்சி, அது இன்றிரவு சூழ்நிலைக்கு முற்றிலும் பொருத்தமில்லாத ஒன்று. நம்முடைய ஆசீர்வாதங்களின் மீது நம்பிக்கை வைத்து வேலையைப் பார்க்கலாம். சொல்லப்போனால், இந்த பித்துக்குளித்தனம் வருங்கால அரசியை கொன்றிருக்கும், ஆனால் அதற்கு பதிலாக ஒரு அமெரிக்க நாத்திகனை கொன்றிருக்கிறது. ஒட்டுமொத்தமாக பார்த்தால் அது ஒன்றும் மோசமில்லை!”

அந்த இளம்பெண் கொஞ்சமும் பின்வாங்கவில்லை. “அரச குடும்பத்துடன் சம்பந்தப்பட்ட மற்றொரு விஷயமும் இருக்கிறது, சார். நீங்கள் பார்க்காமல் இருந்துவிடக்கூடாது என்று விரும்புகிறேன்.”

மார்டின் பேசும்போதே டேப்ளட்டில் ஓடிக்கொண்டிருந்த அவளுடைய விரல்கள் மற்றொரு பக்கத்திற்கு சென்றன. “இந்த புகைப்படம் சில நாட்களுக்கு முன்னர் ஆன்லைனில் வெளிவந்தது, ஆனால் யாரும் கவனிக்கவில்லை. இப்போது, எட்மண்ட் கிர்ஷைப் பற்றிய எல்லாமே பரபரப்பாகிவிட்டதால் இந்தப் புகைப்படம் செய்திகளில் இடம்பெறத்

தொடங்கிவிட்டது." அவள் டேப்ளட்டை கார்ஸாவிடம் கொடுத்தாள்.

கார்ஸா தலைப்பைப் பார்த்தார். "இதுதான் எட்மண்ட் கிர்ஷை எடுத்த கடைசி புகைப்படமா?"

ஒரு தெளிவற்ற புகைப்படம் கிர்ஷ் ஒரு கறுப்பு உடையில் இருப்பதையும், ஒரு ஆபத்தான செங்குத்துப் பாறைக்கு அருகாமையில் இருக்கும் பாறையுச்சியில் நிற்பதையும் காட்டியது.

"இந்த புகைப்படம் மூன்று நாட்களுக்கு முன்னர்தான் எடுக்கப்பட்டிருக்கிறது" என்றாள் மார்டின், "அதுவும் கிர்ஷ் மான்ட்ஸெராட் துறவிமடத்துக்கு செல்லும்போது. அங்கு பணியில் இருந்த ஒரு ஊழியர் கிர்ஷை அடையாளம் கண்டு புகைப்படம் எடுத்திருக்கிறார். இன்றிரவு மார்டின் கொலைசெய்யப்பட்ட பின்னர் அந்த ஊழியர் அந்த மனிதரை எடுத்த கடைசி புகைப்படங்களுள் ஒன்று என மறுபதிவு செய்திருக்கிறார்."

"அது நம்மை தொடர்புபடுத்துகிறது என்றால், எப்படி?" கார்ஸா திட்டவட்டமாக கேட்டார்.

"அடுத்த படத்தைப் பாருங்கள்."

கார்ஸா கீழே நகர்த்தினார். இரண்டாவது படத்தைப் பார்த்தபோது அவர் சுவர்ப்பக்கம் நகர்ந்து அங்கேயே தன்னை நிதானப்படுத்திக் கொண்டார். "இது . . . இது உண்மையாக இருக்க முடியாது."

அதே காட்சியின் அகன்ற சட்டகத்தில் எட்மண்ட் கிர்ஷ் ஒரு பாரம்பரிய கத்தோலிக்க ஊதா அங்கி அணிந்திருக்கும் உயரமான மனிதருக்கு அருகாமையில் நின்றிருப்பது தெரிந்தது. அவர் பிஷப் வால்டஸ்பினோ.

"இது உண்மைதான், சார்" என்றாள் மார்டின், "வால்டஸ்பினோ சில நாட்களுக்கு முன்னர்தான் கிர்ஷை சந்தித்திருக்கிறார்."

“ஆனால் . . .” என்று தயங்கிய கார்ஸா அத்தருணத்தில் பேச்சற்றுப் போனார். “ஆனால் அந்த பிஷப் எதனால் இதைப்பற்றி எதுவும் சொல்லவில்லை? குறிப்பாக, இன்றிரவு நடந்த எல்லா விஷயங்களையும் வைத்துப் பார்க்கும்போது!”

மார்டின் சந்தேகத்துடன் தலையாட்டினாள். “அதனால்தான் நான் இதைப்பற்றி முதலில் உங்களிடமே பேச நினைத்தேன்.”

வால்டஸ்பினோவை கிர்ஷ் சந்தித்திருக்கிறாரா! கார்ஸாவால் அதைச்சுற்றியுள்ள விஷயங்களை மறைக்க இயலவில்லை. பிஷப் அதைக் குறிப்பிட மறுத்துவிட்டாரா? அந்தச் செய்தி அபாயகரமானது, இளவரசரை எச்சரிக்கும் ஆவல்கொண்டார் கார்ஸா.

“துரதிஷ்டவசமாக” என்றாள் அந்த இளம்பெண். “இன்னும் நிறைய இருக்கிறது.” அவள் மறுபடியும் தன்னுடைய டேப்ளட்டை ஆராய்ந்தாள்.

“கமாண்டர்?” வரவேற்பு அறையில் இருந்து திடீரென வால்டஸ்பினோவின் குரல் கேட்டது. “மிஸ்.வைடலை கொண்டுவருவது பற்றிய செய்தி இருக்கிறதா?”

தலையை விரைந்து நிமிர்த்திய மோனிகா மார்டினின் கண்கள் அகலத் திறந்திருந்தன. “அது பிஷப்தானே?” என்று கிசுகிசுத்தாள். “வால்டஸ்பினோ இந்த குடியிருப்பில் இங்கேயா இருக்கிறார்?”

“ஆமாம். இளவரசருக்கு ஆலோசனை வழங்கிக் கொண்டிருக்கிறார்.”

“கமாண்டர்!” வால்டஸ்பினோ மறுபடியும் அழைத்தார். “இங்குதானே இருக்கிறீர்கள்?”

“என்னை நம்புங்கள்” என்று கிசுகிசுத்த மார்டினின் குரலில் திகில் பரவியிருந்தது, “நீங்கள் உடனடியாக தெரிந்துகொள்ள வேண்டிய நிறைய தகவல் இருக்கிறது - அதுவும் நீங்கள் பிஷப்பிடமோ அல்லது இளவரசரிடமோ பேசுவதற்கு முன்பாக.”

ஒருகணம் தன்னுடைய பிஆர் ஒருங்கிணைப்பாளரை ஆராய்ந்த கார்ஸா தன்னுடைய முடிவை எடுத்துவிட்டார். “கீழே உள்ள

நூலகத்தில் இன்னும் அறுபது நொடிகளில் வந்து உன்னை சந்திக்கிறேன்."

அதை ஆமோதித்த மார்டின் அங்கிருந்து நழுவினாள்.

இப்போது தனியாக இருந்த கார்ஸா ஆழ்ந்து மூச்சுவிட்டுக்கொண்டு தன்னுடைய அவயங்கள் தளர்ச்சியாக இருக்க முயற்சித்தார், தன்னிடம் அதிகரித்துவரும் கோபம் மற்றும் குழப்பத்தின் எல்லாவித தடங்களையும் அழித்துவிட நினைத்தார். அமைதியாக, அவர் வரவேற்பறையை நோக்கி நகர்ந்தார்.

"மிஸ்.வைடலுக்கு எந்தப் பிரச்சினையும் இல்லை," என்று அறிவித்த கார்ஸா புன்னகைத்தபடியே உள்ள வந்தார். "அவர் இன்னும் சற்று நேரத்தில் இங்கே இருப்பார். அவரைக் கொண்டுவரும் விஷயத்தை தனிப்பட்ட முறையில் உறுதிப்படுத்த நான் பாதுகாப்பு அலுவலகத்துக்குத்தான் சென்றுகொண்டிருக்கிறேன்." ஜூலியனிடம் நம்பிக்கையான ஆமோதிப்பை வெளிப்படுத்திய கார்ஸா பிஷப் வால்டஸ்பினோ பக்கம் திரும்பினார், "நான் சீக்கிரமே திரும்பி வருகிறேன். எங்கும் போய்விடாதீர்கள்."

அத்துடன், அவர் திரும்பி நடந்தார்.

கார்ஸா குடியிருப்பிடத்தைவிட்டு வெளியேறுகையில் அவரை உற்றுப்பார்த்த பிஷப் வால்டஸ்பினோ புருவத்தை நெரித்தார்.

"ஏதாவது பிரச்சினையா?" என்ற இளவரசர் அந்த பிஷப்பை நெருங்கி வந்து பார்த்தார்.

"ஆமாம்" என்ற வால்டஸ்பினோ ஜூலியனிடம் திரும்பினார். "நான் ஐம்பது வருடங்களாக பாவமன்னிப்பு அளித்து வருகிறேன். கேட்டவுடனே எனக்கு எது பொய்யென்று தெரிந்துவிடும்."

34

 ConspiracyNet.com

அவசரச் செய்தி

கேள்விகளால் கொதிக்கும் ஆன்லைன் சமூகம்

எட்மண்ட் கிர்ஷின் படுகொலையினால், இந்த எதிர்காலவியலாளரை ஆன்லைனில் பின்தொடரும் கூட்டம் இரண்டு அவசர பிரச்சினைகளின் மீதான யூகங்களால் கொதித்தெழுந்திருக்கிறார்கள்.

கிர்ஷ் கண்டுபிடித்தது என்ன?

அவரைக் கொன்றது யார், எதற்காக?

கிர்ஷின் கண்டுபிடிப்பைப் பொறுத்தவரையில், இணையத்தளத்தின் அதுகுறித்த கோட்பாடுகள் வெள்ளமாகப் பெருக்கெடுத்துவிட்டன என்பதுடன், டார்வின், வேற்றுகிரகவாசிகள் முதலாக சிருஷ்டிவாதம் மற்றும் அப்பால் வரையிலுமான விஷயங்களுக்கும் இட்டுச் சென்றுவிட்டன.

இந்தக் கொலைக்கான உள்நோக்கம் எதுவும் இதுவரை உறுதி செய்யப்படவில்லை, ஆனால் மத அடிப்படைவாதம், கார்ப்பரேட் உளவுவேலை மற்றும் பொறாமை ஆகியவை பரிசீலிக்கப்பட்டு வருகின்றன.

கொலைகாரனைப் பற்றிய நேரடித் தகவலை வழங்கும் என ConspiracyNet உறுதியளிக்கிறது, அது வந்து சேர்ந்த உடனேயே நாங்கள் உங்களுடன் பகிர்ந்துகொள்வோம்.

35

நீர்வழி டாக்ஸியின் கேபினில் தனியாக நின்றிருந்த ஆம்ரா வைடல் தன்னைச் சுற்றி ராபர்ட் லேங்டனின் மேல்கோட்டை இறுகப் பற்றியிருந்தாள். சில நிமிடங்களுக்கு முன்னர்தான் தனக்கு அதிகம் தெரிந்திராத ஒருவரை திருமணம் செய்துகொள்ள ஒப்புக்கொண்டது ஏன் என்று லேங்டன் கேட்டபோது ஆம்ரா உண்மையாகத்தான் பதில் சொல்லியிருந்தாள்.

எனக்கு வேறு வாய்ப்பே தரப்படவில்லை.

ஜூலியன் உடனான அவளுடைய நிச்சயதார்த்தம் இன்றிரவு அவள் நினைத்துப் பார்க்க விரும்பாத, நடந்து முடிந்த எல்லாவற்றுடனும் சேர்த்து அவளால் தாங்கிக்கொள்ள இயலாத ஒரு துரதிஷ்டமாகிவிட்டது.

நான் சிக்கிக்கொண்டேன்.

இன்னமும் சிக்கியிருக்கிறேன்.

இப்போது, அழுக்கடைந்த ஜன்னலில் ஆம்ரா தன்னுடைய பிம்பத்தையே பார்த்துக்கொண்டிருக்கையில் மிதமிஞ்சிய தனிமை உணர்வு தன்னை விழுங்கிக்கொண்டிருப்பதை அவளால் உணர முடிந்தது. ஆம்ரா வைடல் சுய-பச்சாதாபத்தில் மூழ்கிப்போகிறவள் அல்ல, ஆனால் இத்தருணத்தில் அவளுடைய மனம் உடைந்துபோய் திக்குதெரியாமல் தடுமாறிக்கொண்டிருந்தது. *ஏதோ ஒருவகையில் ஒரு கொடூர கொலையோடு சம்பந்தப்பட்டிருக்கும் ஒருவருக்கு நான் நிச்சயம் செய்யப்பட்டிருக்கிறேன்.*

அந்த நிகழ்ச்சிக்கு ஒருகணம் முன்பாக ஒரே ஒரு தொலைபேசி அழைப்பில் எட்மண்டின் விதியை இந்த இளவரசர் முடிவுக்கு கொண்டுவந்துவிட்டார். ஒரு இளம் ஊழியர் உள்ளே விரைந்துவந்து பரபரப்பாக ஒரு துண்டு காகிதத்தை அசைத்துக் காட்டியபோது விருந்தினர் வருகைக்காக ஆம்ரா பரபரப்பாக தயாராகிக் கொண்டிருந்தாள்.

"சென்யோரா வைடல்! உங்களுக்கு ஒரு செய்தி வந்திருக்கிறது!"

மியூஸியத்தின் வரவேற்பு மேசைக்கு ஒரு முக்கியமான தொலைபேசி அழைப்பு வந்திருப்பதாக அந்தப் பெண் தடுமாற்றத்துடனும், மூச்சுவிடாத ஸ்பானிஷிலும் விளக்கினாள்.

"நம்முடைய அழைப்பாளர் அடையாளத்தில்" அவள் கீச்சிட்டபடி கூறினாள், "அது மேட்ரிட் அரச மாளிகை என்று காட்டுகிறது, அதற்கு நான் பதிலளித்தேன்! அது இளவரசர் ஜூலியனின் அலுவலகத்தில் இருக்கும் ஒருவரிடம் இருந்து வந்த அழைப்பு."

"வரவேற்பறைக்கா அழைத்தார்கள்?" என்றாள் ஆம்ரா. "அவர்களிடம்தான் என் கைப்பேசி எண் இருக்கிறதே."

"இளவரசரின் உதவியாளர் உங்களுடைய மொபைலுக்கு முயற்சித்திருக்கிறார்" என்று அவள் விளக்கினாள், "ஆனால் தொடர்புகொள்ள முடியவில்லையாம்."

ஆம்ரா தன்னுடைய போனை சரிபார்த்தாள். விசித்திரம். மிஸ்டு கால்களே இல்லை, பிறகுதான் சில தொழில்நுட்ப நிபுணர்கள் மியூஸியத்தின் செல்லுலார் ஜாமிங் அமைப்பை சோதித்துப் பார்த்திருக்கிறார்கள் என்பதை உணர்ந்தாள், அவளுடைய போன் இயங்காத நேரத்தில்தான் ஜூலியனின் உதவியாளர் அவளை அழைத்திருக்கிறார்.

"இன்று இளவரசருக்கு வந்த அழைப்பில் பில்பாவில் இருக்கும் அவருடைய மிக முக்கிய நண்பர் ஒருவர் இன்றிரவு நிகழ்ச்சியில் கலந்துகொள்ள விரும்பியிருப்பதுபோல் தெரிகிறது." அந்தப் பெண் ஆம்ராவிடம் ஒரு துண்டு காகிதத்தைக் கொடுத்தாள். "இன்றிரவு விருந்தினர் பட்டியலில் ஒரே ஒரு பெயரை உங்களால் சேர்த்துக்கொள்ள முடியும் என்று அவர் நம்பலாமா என்று கேட்டிருக்கிறார்?"

ஆம்ரா அந்தச் செய்தியை கண்ணுற்றாள்.

Almirante Luis Ávila (ret.)

Armada Española

ஓர் ஓய்வுபெற்ற ஸ்பானிஷ் கடற்படை அதிகாரியா?

"இதைப்பற்றி ஆலோசிக்க விரும்பினால் நீங்களே நேரடியாக அழைக்கலாம் என்று சொல்லி அவர் ஒரு எண்ணைக் கொடுத்திருக்கிறார், ஆனால் ஜூலியன் ஒரு கூட்டத்திற்கு செல்லவிருப்பதால் உங்களால் அவரை தொடர்புகொள்ள முடியாமல் போகலாம். ஆனால் இந்தக் கோரிக்கை ஒன்றும் சுமையாக இருக்காது என்று இளவரசர் நம்புவதாகவும் அந்த அழைப்பாளர் கூறினார்."

சுமையாகவா? ஆம்ரா உள்ளுக்குள் புகைந்தாள். என்னை ஏற்கனவே எந்த நிலையில் வைத்திருக்கிறீர்கள் என்று நினைக்கும்போதா?

"நான் பார்த்துக்கொள்கிறேன்" என்றாள் ஆம்ரா.

"நன்றி."

அந்த இளம் ஊழியர் கடவுளின் வார்த்தையை தானே கூறிவிட்டதைப் போல் ஆடிக்கொண்டே சென்றாள். இளவரசரின் கோரிக்கையைப் பார்த்த ஆம்ரா, இந்த முறையில் அவர் தன்னுடைய செல்வாக்கை என்வரையில் நீட்டிப்பது பொருத்தமானதுதான் என்று அவர் நினைப்பதைக் கண்டு, குறிப்பாக இன்றிரவு நிகழ்ச்சியில் பங்கேற்பதற்கு எதிராக அவளை மிகக் கடுமையாக முயற்சி செய்ததற்கும் பின்னால் என்பதை நினைத்து அவள் எரிச்சலுற்றாள்.

இன்னொருமுறை, எனக்கு வேறுவழியில்லாமல் செய்துவிட்டீர்கள், என்று நினைத்துக்கொண்டாள்.

இந்தக் கோரிக்கையை அவள் புறக்கணித்தால், ஒரு மிகமுக்கியமான கடற்படை அதிகாரியை முன்வாசலில் எதிர்கொள்ள வேண்டிய அசௌகரியத்திற்கு அது ஆளாக்கிவிடும். இன்றிரவு நிகழ்வானது மிகுந்த கவனத்துடன் திட்டமிடப்பட்டு, ஒப்பிடவே முடியாத அளவு ஊடக கவனத்தை ஈர்த்திருக்கிறது. நான் கடைசியாக செய்ய வேண்டிய ஒன்று ஜூலியனின் உயர் அதிகாரமுள்ள நண்பர்களுள் ஒருவருடன் இக்கட்டான போராட்டத்தில் ஈடுபடுவதாகத்தான் இருக்கும்.

"சோதிக்கப்பட்ட" பட்டியலில் அட்மிரல் எவிலா ஆராயப்படவோ அல்லது இடம்பிடித்திருக்கவோ மாட்டார், ஆனால் பாதுகாப்பு சோதனைக்கான அவசியம் என்பது தேவையற்றதாகவும், அவமானத்திற்குரியதாகும் இருக்குமோ என்று ஆம்ரா சந்தேகப்பட்டாள். எல்லாவற்றிற்கும் மேல், அந்தக் குறிப்பிடத்தகுந்த கடற்படை அதிகாரி போனை எடுத்து, அரச மாளிகையை அழைத்து எதிர்கால அரசரிடம் உதவி கேட்டுவிடும் அளவுக்கு அதிகாரம் மிக்கவராக இருந்துவிடலாம்.

மேலும், ஒரு நெருக்கடியான கால அட்டவணையை கையாளும்போது தன்னால் எடுக்க முடிந்த ஒரே முடிவைத்தான் ஆம்ராவும் எடுத்தாள். முன்பக்க கதவில் இருந்த விருந்தினர் பட்டியலில் அட்மிரல் எவிலாவின் பெயரை அவள் எழுதினாள், அத்துடன் இந்தப் புதிய விருந்தினருக்கு ஒரு தலையணி வழங்கப்படுவதற்காக அந்தப் பெயரை வழிகாட்டு தரவுத்தளத்திலும் சேர்த்துவிட்டாள்.

பிறகு அவள் தன் வேலைக்குத் திரும்பிச் சென்றாள்.

இப்போது எட்மண்ட் இறந்துவிட்டான், ஆம்ரா அந்த சிந்தனையில் இருந்து விடுபட்டு நீர்வழி டாக்ஸியின் இருளில் தன்னுடைய நிகழ் கணத்திற்கு திரும்பினாள். அந்த வலிமிகுந்த நினைவுகளில் இருந்து அவள் தன்னை விடுவித்துக்கொள்ள முயற்சிக்கையில் ஒரு விநோத சிந்தனை அவளிடம் தோன்றியது.

நான்தான் ஜூலியனிடம் நேரடியாகவே பேசவில்லையே ... அந்தச் செய்தி முழுமையும் மூன்றாம் தரப்பினர்கள் வழியாகத்தானே வந்திருக்கிறது.

இந்த எண்ணம் ஒரு சிறு நம்பிக்கை கீற்றை கொண்டுவந்தது.

ராபர்ட் சொன்னது உண்மையாக இருக்குமா? ஜூலியன்கூட அப்பாவியாக இருக்கலாமோ?

இதைச் சற்று அதிக நேரம் பரிசீலித்த அவள் வெளியே விரைந்தாள்.

அந்த அமெரிக்க புரபஸர் படகின் முன்பக்கத்தில் தனியாக நின்றுகொண்டு, இருளின் வெளியே உற்றுப்பார்த்தபடி கைப்பிடியில் கைகளை வைத்திருப்பதைக் கண்டாள். அங்கே

அவருடன் சேர்ந்துகொண்ட ஆம்ரா அந்தப் படகு நெர்வியான் ஆற்றின் முக்கிய கிளையைவிட்டு விலகிச்செல்வதைக் கண்டு திடுக்கிட்டாள், அது அப்போது உயரமான சேற்றுக்கரைகளுடன் கூடிய ஆபத்தான கால்வாய் என்பதற்கும் மேலாக ஒரு சிறிய ஆற்றைப்போல் காணப்பட்ட சிறு உபநதி ஓரமாக வடக்குநோக்கி விரைந்து கொண்டிருந்தது. அந்த ஆழமற்ற தண்ணீரும் இறுக்கமான நிலப்பரப்பும் ஆம்ராவை பதட்டமடையச் செய்தது, ஆனால் அவர்களுடைய படகின் கேப்டன் அச்சமின்றி, குறுகலான சந்தில் அதிவேகமாக சென்றுகொண்டிருந்தான், அவன் தலைவிளக்கு வழிக்கு ஒளியூட்டியது.

இளவரசர் ஜூலியன் அலுவலகத்தில் இருந்து வந்த அழைப்பைப் பற்றி அவள் சட்டென்று லேங்டனிடம் சொல்லிமுடித்தாள். “எனக்கு உண்மையிலேயே தெரிந்ததெல்லாம் மேட்ரிட் அரச மாளிகையில் இருந்து வந்த அழைப்பு மியூஸியத்தின் வரவேற்பறைக்கு வந்திருக்கிறது என்பதுதான். சொல்லப்போனால், ஜூலியனின் உதவியாளர் என்று சொல்லிக்கொள்ளக்கூடிய யாரிடம் இருந்து வேண்டுமானாலும் அந்த அழைப்பு வந்திருக்கலாம்.”

லேங்டன் ஆமோதித்தார். “அதனால்தான் அந்த ஆள் அந்தக் கோரிக்கையைப் பற்றி உன்னிடம் நேரடியாக பேசுவதற்கு பதிலாக தெரிவிக்கும்படி மட்டுமே செய்திருக்கிறான். இதில் சம்பந்தப்பட்டிருப்பது யார் என ஏதாவது யோசனை இருக்கிறதா?” வால்டஸ்பினோவுடன் எட்மண்டிற்கு உள்ள விவகாரத்தை வைத்துப் பார்க்கையில், பிஷப்பை நோக்கி மட்டுமே பார்க்க வேண்டிய நிலையில்தான் இருந்தார் லேங்டன்.

“அது யாராக வேண்டுமானாலும் இருக்கலாம்” என்றாள் ஆம்ரா. “இது இப்போதைக்கு இந்த அரண்மனைக்கு ஒரு சிக்கலான காலம்கட்டம். ஜூலியன் மைய அரங்கிற்கு வரவிருப்பதால் பழம் ஆலோசகர்களில் நிறையபேர் ஒத்தாசையைத் தேடியும், ஜூலியனின் கவனத்தைப் பெறவும் போராடிக் கொண்டிருக்கிறார்கள். நாடு மாறிக்கொண்டிருக்கிறது, பழைய காவலாளிகளில் பலரும் அதிகாரத்தை தக்கவைத்துக்கொள்ளும் அவசரத்தில் இருக்கிறார்கள் என்று நினைக்கிறேன்.”

“சரி, சம்பந்தப்பட்டவர்கள் யாராக வேண்டுமானாலும் இருக்கட்டும்” என்றார் லேங்டன். “நாம் எட்மண்டின் பாஸ்வேர்டை கண்டுபிடித்து அவனுடைய கண்டுபிடிப்பை வெளியிடும் முயற்சியில் இருக்கிறோம் என்பதை அவர்களில் யாரும் கண்டுபிடித்திருக்க மாட்டார்கள் என்று நம்புவோம்.”

இந்த வார்த்தைகளைக் கூறும்போது தங்களுடைய சவாலில் இருக்கும் மொத்த எளிமையையும் லேங்டன் உணர்ந்தார்.

கூடவே, அதனுடைய மழுங்கலான ஆபத்தையும் உணர்ந்தார்.

எட்மண்ட் இந்தத் தகவலை வெளியிடாமல் இருப்பதற்காகவே கொல்லப்பட்டிருக்கிறான்.

ஒருகணம், இந்த விமானதளத்தில் இருந்து நேராக வீட்டிற்கு சென்றுவிட்டு, இவையெல்லாவற்றையும் வேறு யாரையாவது பார்த்துக்கொள்ள விட்டுவிட்டால் அதுவே தன்னுடைய பாதுகாப்பான வாய்ப்பாக இருக்குமா என்றுகூட யோசித்தார் லேங்டன்.

பாதுகாப்பா, ஆமாம், என்று நினைத்தார், ஆனால் வாய்ப்பு ... இல்லை.

தன்னுடைய முன்னாள் மாணவரிடத்தில் தனக்கு ஒரு ஆழ்ந்த கடமை இருப்பதை உணர்ந்த லேங்டன் அதில் ஒரு அறிவியல் திருப்புமுனையானது கொடூரமாக தணிக்கை செய்யப்பட்டிருக்கிறது என்ற அறச்சீற்றம் இருப்பதையும் உணர்ந்தார். எட்மண்ட் உண்மையில் எதைக் கண்டுபிடித்தான் என்பதைத் தெரிந்துகொள்ளும் ஆழ்ந்த அறிவுசார் ஆர்வமும் அவருள் எழுந்தது.

கடைசியாக, ஆம்ரா வைடல் வேறு இருக்கிறாளே, என்பதும் லேங்டனுக்குத் தெரியும்.

அந்தப் பெண் பிரச்சினையில் இருப்பது தெளிவாகிறது, அவள் அவருடைய கண்களைப் பார்த்து உதவி கேட்டு கெஞ்சும்போது லேங்டன் அவளிடத்தில் தனிப்பட்ட உறுதிப்பாட்டையும், சுயச்சார்பையும் மிக ஆழமாகவே உணர்ந்தார் . . . ஆனாலும் அவரால் அச்சமும் வருத்தமுமான கனத்த மேகங்களையும் காணமுடிந்தது. அங்கே ரகசியங்கள் உள்ளன, இருளானதும்

சிறைவைக்கப்பட்டதுமான ரகசியங்கள் என்பதை அவர் உணர்ந்தார். அவள் உதவிகேட்டு கைநீட்டுகிறாள்.

லேங்டனின் எண்ணங்களை உணர்ந்தவளைப் போல் ஆம்ரா சட்டென்று தன் கண்களை உயர்த்தினாள். "உங்களுக்கு குளிராக இருக்கிறதே" என்றாள். "உங்களுடைய மேல்கோட்டு திரும்ப வேண்டுமா."

அவர் மென்மையாக புன்னகைத்தார். "எனக்கொன்றும் பிரச்சினையில்லை."

"நாம் விமான நிலையத்திற்கு சென்றவுடனே நீங்கள் ஸ்பெயினை விட்டுப் போய்விட வேண்டும் என நினைக்கிறீர்களா?"

லேங்டன் சிரித்தார். "உண்மையில், அப்படிக்கூட என் மனதில் தோன்றியது."

"தயவுசெய்து வேண்டாமே." கைப்பிடியை எட்டிய அவள் தன்னுடைய மென்மையான கையை அவருடைய கைக்கு மேல் வைத்தாள். "நாம் இன்றிரவு எதை எதிர்கொண்டிருக்கிறோம் என்று எனக்குத் தெரியாது. நீங்கள் எட்மண்டிற்கு நெருக்கமானவர், உங்களுடைய நட்பில் அவர் எந்தளவு மதிப்பு வைத்திருக்கிறார் என்றும், உங்களுடைய அபிப்பிராயத்தை எந்தளவுக்கு நம்புகிறார் என்றும் அவர் பலமுறை சொல்லியிருக்கிறார். எனக்கு பயமாயிருக்கிறது ராபர்ட், என்னால் உண்மையிலேயே இதைத் தனியாக எதிர்கொள்ள முடியும் எனத் தோன்றவில்லை."

ஆம்ராவிடம் இருந்து மறைக்காமல் வெளிவந்த அச்சம் லேங்டனை திடுக்கிட வைத்தது, சொல்லப்போனால் அது முழுக்கவே கவரக்கூடியதாகவும் இருந்தது. "சரி," என்றபடி தலையாட்டினார் அவர். "நீயும் நானும் இதற்காக எட்மண்டிற்கு கடமைப்பட்டிருக்கிறோம், சொல்லப்போனால் அறிவியல் சமூகத்திற்கு அந்த பாஸ்வேர்டை கண்டுபிடித்து அவன் கண்டுபிடித்தை வெளிப்படுத்த வேண்டும் என்பதற்காக."

ஆம்ரா மென்மையாக சிரித்தாள். "நன்றி."

லேங்டன் படகைத் திரும்பிப் பார்த்தார். "நாம் மியூஸியத்தை விட்டு வெளியேறிவிட்டோம் என்பதை இந்நேரம் உன்னுடைய

கார்டியா ஏஜெண்டுகள் உணர்ந்திருப்பார்கள் என்று நினைக்கிறேன்."

"சந்தேகமே வேண்டாம். ஆனால் வின்ஸ்டன்தான் ஆச்சரியப்படுத்துகிறான், இல்லையா?"

"கிறங்கடிக்க வைக்கிறான்" என்று பதிலளித்த லேங்டன் அப்போதுதான் செயற்கை அறிவுத்திறனில் எட்மண்ட் எட்டியிருக்கும் முன்னேற்றத்தினுடைய பெரும் பாய்ச்சலை உணர்ந்துகொள்ளத் தொடங்கியிருந்தார். எட்மண்டின் "உரிமைசார் பெருமுன்னேற்ற தொழில்நுட்பங்கள்" என்னவாக இருந்தாலும் கணிப்பொறி ஒருங்கிணைப்பு என்ற, தொழில்நுட்பத்தால் ஆன புதிய மனித உலகை அவன் திறந்து வைத்திருக்கிறான்.

இன்றிரவு, தன்னை உருவாக்கியவருக்கு ஒரு உண்மையான சேவகன் என்பதையும், லேங்டன் மற்றும் ஆம்ராவுக்கு விலைமதிக்க முடியாத கூட்டாளி என்பதையும் வின்ஸ்டன் நிரூபித்துவிட்டான். சில நிமிடங்களிலேயே, விருந்தினர் பட்டியலில் இருந்த அச்சுறுத்தலை அடையாளம் கண்டுவிட்ட வின்ஸ்டன் எட்மண்டின் படுகொலையை தடுக்கவும் முயற்சித்திருக்கிறான், தப்பிச்சென்ற காரை அடையாளம் கண்டதுடன் அந்த மியூஸியத்தில் இருந்து லேங்டனும் ஆம்ராவும் தப்பிச்செல்லவும் வசதி ஏற்படுத்திக் கொடுத்திருக்கிறான்.

"எட்மண்டின் விமானிகளை உஷார்படுத்த வின்ஸ்டன் அவர்களை தொடர்புகொண்டிருப்பான் என்று நம்புவோம்" என்றார் லேங்டன்.

"அவன் நிச்சயம் செய்திருப்பான்" என்றாள் ஆம்ரா. "ஆனால் நீங்கள் சொன்னது சரிதான். நான் மறுமுறை சரிபார்க்க வின்ஸ்டனை அழைத்திருக்க வேண்டும்."

"இரு" என்றார் ஆச்சரியப்பட்ட லேங்டன். "உன்னால் வின்ஸ்டனை அழைக்க முடியுமா? நாம் மியூஸியத்தில் இருந்து வெளியேறி அதன் எல்லையில் இருந்து விலகியபோது, நான் நினைத்தேன் . . ."

இதைக்கேட்டுச் சிரித்த ஆம்ரா தலையைக் குலுக்கிக்கொண்டாள். "ராபர்ட், வின்ஸ்டன் கூகன்ஹைமுக்கு

உள்ளே பௌதீகரீதியில் இருக்க மாட்டான்; எங்கோ ஒரு ரகசிய கணிப்பொறி மையத்தில் இருக்கும் அவனை தொலைவில் இருந்துதான் அணுகமுடியும். வின்ஸ்டன் போன்ற ஒரு சாதனத்தை உருவாக்கிய எட்மண்ட் எல்லாநேரத்திலும், உலகில் எங்கு வேண்டுமானாலும் இருந்தபடி தொடர்புகொள்ள முடியாத அளவுக்கா உருவாக்கியிருப்பார் என்று நினைக்கிறீர்கள்? எட்மண்ட் எல்லா நேரத்திலும் வின்ஸ்டனுடன் பேசியபடிதான் இருப்பார் - வீட்டில், பயணத்தில், நடக்கையில் என - எல்லா நேரத்திலும் அவர்கள் இருவரும் எப்போது வேண்டுமானாலும் ஒரு எளிய தொலைபேசி அழைப்பில் தொடர்புகொண்டுவிட முடியும். எட்மண்ட பலமணிநேரம் வின்ஸ்டனுடன் பேசிக்கொண்டிருப்பதைப் பார்த்திருக்கிறேன். எட்மண்ட் அவனை ஒரு தனி உதவியாளராகவே பயன்படுத்தினார் - இரவு உணவுப் பதிவுக்கு, விமானிகளுடன் தொடர்புகொள்வதற்கு, தான் செய்ய நினைக்கும் எதற்கு வேண்டுமானாலும் உண்மையிலேயே அவனைத்தான் பயன்படுத்தினார். உண்மையில், நாங்கள் மியூஸிய நிகழ்ச்சியை நடத்திக்கொண்டிருக்கும்போது நானே வின்ஸ்டனுடன் பலமுறை போனில் பேசியிருக்கிறேன்."

லேங்டனின் மேல்கோட்டுப் பைக்குள் கைவிட்ட ஆம்ரா எட்மண்டின் நீலப்பச்சை உறையிட்ட போனை எடுத்து இயக்கினாள். அதனுடைய பேட்டரியை சேமிக்க லேங்டன்தான் மியூஸியத்திலேயே அதை அணைத்து வைத்திருந்தார்.

"நீங்கள் உங்களுடைய போனையும் இயக்க வேண்டும்" என்றாள் அவள். "அதனால் நாம் இருவருக்குமே வின்ஸ்டனுடன் தொடர்பு கிடைக்கும்."

"இதை நாம் இயக்கிவிட்டால் நாம் தடம்காணப்படுவோம் என்பது பற்றி கவலையில்லையா?"

ஆம்ரா தலையைக் குலுக்கினாள். "தேவையான நீதிமன்ற உத்தரவைப் பெற அதிகாரிகளுக்கு நேரம் இருக்காது, அதனால் இதை பரீட்சித்துப் பார்ப்பது சரியானதுதான் என்று நினைக்கிறேன் - குறிப்பிட்டுச் சொல்ல வேண்டுமானால் - கார்டியாவின் முன்னேற்றத்தையும், விமான நிலைய சூழ்நிலையையும் பற்றிய தற்போதைய நிலவரங்களை வின்ஸ்டனால் நமக்கு சொல்ல முடியுமானால் அது நல்லதுதானே."

அசௌகரியத்துடன் தன்னுடைய போனை இயக்கிய லேங்டன் அது உயிர்பெறுவதை கவனித்தார். முதல் பக்கம் தோன்றியவுடன் அரைக்கண்களை திறந்தபடி அதைப் பார்த்த அவர் சுருக்கென்ற குத்தலை உணர்ந்தார். அது ஏதோ விண்வெளியில் உள்ள எல்லா செயற்கைக்கோளாலும் அவர் உடனடியாக அடையாளம் காணப்பட்டுவிடுவார் என்பதைப் போல் இருந்தது.

நீ நிறைய உளவாளி திரைப்படங்கள் பார்க்கிறாய், என்று அவர் தனக்குத்தானே சொல்லிக்கொண்டார்.

உடனடியாக மிளிரத் தொடங்கிய லேங்டனின் போன் அன்று மாலையில் இருந்து வந்து சேர்ந்திருந்த பார்க்கப்படாத செய்திகளின் பெருக்கத்தால் அதிர்வொலி எழுப்பிக்கொண்டே இருந்தது. அவரை திகைக்க வைக்கும் வகையில், போனை அவர் அணைத்து வைத்தது முதலாக இருநூற்றுக்கும் மேற்பட்ட குறுஞ் செய்திகளும், மின்னஞ்சல்களும் அவருக்கு வந்து சேர்ந்திருந்தன.

அவர் இன்பாக்ஸை ஆராய்ந்தபோது எல்லா செய்திகளும் அவருடைய நண்பர்கள் மற்றும் சக பணியாளர்களிடமும் இருந்து வந்திருப்பதைக் கண்டார். ஆரம்பகட்ட மின்னஞ்சல்கள் வாழ்த்து வரிகளுடன் இருந்தன - *அருமையான விரிவுரை! நீங்கள் அங்கிருப்பதை என்னால் நம்ப முடியவில்லை!* - ஆனால் அதன்பிறகு, மிகவும் திடீரென்று அந்த தலைப்புகளின் தொனி கவலைக்குரியதாக, ஆழ்ந்த அக்கறைக்குரியவனாக காணப்பட்டன, அதில் அவருடைய புத்தக தொகுப்பாசிரியர் ஜோனல் ஃபாக்மனின் செய்தியும் அடங்கும்: **கடவுளே - ராபர்ட், உங்களுக்கு பிரச்சினை ஒன்றுமில்லையே??!!** தன்னுடைய நிபுணத்துவ தொகுப்பாசிரியர் எல்லா எழுத்துக்களையும் கொட்டை எழுத்திலோ அல்லது இரட்டை ஆச்சரியக்குறிகள் இட்டோ எழுதி பார்த்ததேயில்லை.

அப்போதுவரை, அந்த மியூஸியம் ஏதோ ஒரு மங்கிவரும் கனவு என்பதைப்போல் பில்பாவின் நீர்வழிப்பாதைகளின் இருளில் அற்புதமாக மறைந்துகொண்டவரைப் போன்றே உணர்ந்திருந்தார் லேங்டன்.

இது உலகம் முழுவதும் தெரிந்திருக்கிறது, என்பதை அவர் உணர்ந்தார். கிர்ஷின் மர்மமான கண்டுபிடிப்பும், அவன்

கொடூரமாக கொலைசெய்யப்பட்டதும் . . . கூடவே என்னுடைய பெயரும் முகமும்.

"வின்ஸ்டன் நம்மைத் தொடர்புகொள்ள முயற்சிக்கிறான்" என்ற ஆம்ரா கிர்ஷின் கைப்பேசி மிளிறிக்கொண்டிருப்பதை உற்றுப் பார்த்துக் கொண்டிருந்தாள். "கடந்த அரைமணி நேரத்தில் எட்மண்டிற்கு முப்பத்தி மூன்று மிஸ்டு கால்கள் வந்திருக்கின்றன, எல்லாம் ஒரே எண், எல்லாம் முப்பது நொடிகள் இடைவெளியில்." அவள் சிணுங்கிக்கொண்டாள். "சோர்ந்துபோகாத பிடிவாதம் வின்ஸ்டனின் பல குணவியல்புகளுள் ஒன்று."

சற்றைக்கெல்லாம் எட்மண்டின் போன் ஒலிக்கத் தொடங்கியது.

ஆம்ராவைப் பார்த்து புன்னகைத்தார் லேங்டன். "யாரென்று தெரியவில்லையே"

அவள் போனை அவரிடம் கொடுத்தாள்: "பதில் சொல்லுங்கள்."

போனை வாங்கிய லேங்டன் அழைப்பை ஏற்று ஒலிபெருக்கியை இயக்கினார். "ஹலோ?"

"புரபஸர் லேங்டன்" தன்னுடைய பிரபலமான பிரிட்டிஷ் தொனியுடன் ஒலித்தது வின்ஸ்டனின் குரல். "நீங்கள் மறுபடியும் தொடர்புக்கு வந்திருப்பதில் மகிழ்ச்சி. நான் உங்களை தொடர்புகொள்ளத்தான் முயற்சித்துக் கொண்டிருந்தேன்."

"ஆமாம், நாங்களும் அதைப் பார்த்தோம்" என்று பதிலளித்த லேங்டன், அடுத்தடுத்து ஏற்கப்படாத முப்பத்தி மூன்று அழைப்புகளுக்குப் பின்னரும் அந்த கம்ப்யூட்டர் முற்றிலும் அமைதியாக பொறுமையுடன் பேசுவதைக் கண்டு வியந்தார்.

"சில முன்னேற்றங்கள் ஏற்பட்டிருக்கின்றன" என்றான் வின்ஸ்டன். "நீங்கள் விமான நிலையத்திற்கு வருவதற்கு முன்பே அதன் அதிகாரிகள் உங்களுடைய பெயர்களை வெளியிட்டு உஷார்படுத்த வாய்ப்பிருக்கிறது. மறுபடியும் சொல்கிறேன், என்னுடைய அறிவுறுத்தல்களை மிகுந்த கவனத்தோடு பின்பற்றுமாறு உங்களுக்கு பரிந்துரைக்கிறேன்."

“நாங்கள் உன் கைகளில்தான் இருக்கிறோம், வின்ஸ்டன்” என்றார் லேங்டன். “என்ன செய்ய வேண்டுமென சொல்.”

“முதலில், புரபஸர்” என்றான் வின்ஸ்டன். “உங்களுடைய கைப்பேசியை நீங்கள் இன்னும் தூக்கியெறிந்துவிடவில்லை என்றால் அதை உடனடியாக செய்யுங்கள்.”

“நிஜமாகவா?” லேங்டன் தன்னுடைய போனை மிகவும் இறுக்கமாக பற்றிக்கொண்டார். “அதிகாரிகளுக்கு நீதிமன்ற உத்தரவு தேவையில்லையா, யாரையாவது -”

“அமெரிக்க காவல்துறைக்கு வேண்டுமானால் இருக்கலாம், ஆனால் நீங்கள் ஸ்பெயினின் கார்டியா ரியலையும், அரச மாளிகையையும் எதிர்கொண்டிருக்கிறீர்கள். அவர்கள் தேவைப்பட்ட எதை வேண்டுமானாலும் செய்வார்கள்.”

லேங்டன் தன்னுடைய போனைப் பார்த்தார், அதைவிட்டுப் பிரிய அவருக்கு தயக்கமாக இருந்தது. *என்னுடைய வாழ்க்கையே இதில்தான் இருக்கிறது.*

“எட்மண்ட் போனை என்ன செய்ய?” என்று எச்சரிக்கையுடன் கேட்டாள் ஆம்ரா.

“கண்டுபிடிக்க முடியாதது” என்றான் வின்ஸ்டன். “எட்மண்ட் ஹேக்கிங்கை பற்றியும் கார்ப்பரேட் உளவு வேலைகளைப் பற்றியும் எப்போதும் அக்கறைகொண்டவர். எந்தவொரு ஜிஎஸ்எம் குறுக்கீடுகளையும் தோற்கடிக்கும் வகையில் தன்னுடைய போனின் சி2 மதிப்பீடுகளை மாறுபடுத்தும் வகையில்தான் அவர் தனிப்பட்ட முறையில் IMEI/IMSI திரைமறை நிரலாக எழுதியிருக்கிறார்.”

நிச்சயம் செய்திருப்பான், என்று லேங்டன் நினைத்துக்கொண்டார். வின்ஸ்டனை உருவாக்கியிருக்கும் ஒரு மேதையால் ஒரு உள்ளூர் தொலைத்தொடர்பு நிறுவனத்தை தோற்கடிப்பது மேடை நடனம் போன்றதுதான்.

தொழில்நுட்பம் மலிவாக இருந்தாலும் லேங்டன் தன்னுடைய போனைப் பார்த்து புருவத்தை சுருக்கினார். உடனே அங்கு வந்த ஆம்ரா அதை மென்மையாக அவரிடம் இருந்து பிடுங்கினாள். ஒரு வார்த்தைகூட சொல்லாமல், அதை கைப்பிடியில் வைத்து

அப்படியே போகவிட்டாள். போன் நழுவிச்சென்று, நெர்வியான் ஆற்றின் கருத்த நீருக்குள்ளாக சளக்கென்று விழுவதை லேங்டன் பார்த்தார். அது மேற்பரப்பிற்கு கீழே மறைந்து கொண்டிருக்கும்போது, ஒரு குத்தலான வலியை உணர்ந்த லேங்டன் படகு விரைந்து கொண்டிருக்கையில் அதை திரும்பிப் பார்த்துக்கொண்டார்.

"ராபர்ட்" ஆம்ரா கிசுகிசுத்தாள். "டிஸ்னியின் இளவரசி எல்ஸா கூறும் அறிவார்ந்த வார்த்தைகளை நினைவில்கொள்ளுங்கள்."

லேங்டன் திரும்பினார். "புரியவில்லையே?"

ஆம்ரா மென்மையாக சிரித்தாள். "போகட்டும் விடுங்கள்."

36

"உன்னுடைய செயல்திட்டம் இன்னும் முடியவில்லை" என்று எவிலாவின் போனில் தெரிவித்தது ஒரு குரல்.

தன்னுடைய எசமானரின் செய்தியைக் கேட்டபோது யூபரின் பின்னிருக்கையில் இருந்த எவிலா கவனமாக நிமிர்ந்து உட்கார்ந்தார்.

"நாம் எதிர்பாராத ஒரு சிக்கல் ஏற்பட்டிருக்கிறது" என அவரைத் தொடர்புகொண்டவர் விரைவான ஸ்பானிஷில் கூறினார். "நீ பார்சிலோனாவுக்கு திரும்ப வேண்டும். உடனே."

பார்சிலோனாவா? மேற்கொண்டு சேவைக்காக மேட்ரிட்டிற்கு திரும்ப வேண்டும் என்றுதான் எவிலாவுக்கு சொல்லப்பட்டிருந்தது.

"நாம் நம்புவதற்கு காரணமிருக்கிறது" என அந்தக் குரல் தொடர்ந்தது, "அதாவது, மிஸ்டர்.கிர்ஷின் இரண்டு சகாக்கள் அவருடைய அறிவிப்பை தொலைவில் இருந்தபடியே இயக்குவதற்கான வழியைக் கண்டுபிடிக்கும் நம்பிக்கையில் இன்றிரவு பார்சிலோனாவுக்கு பயணமாக இருக்கிறார்கள்."

எவிலா நிமிர்ந்தார். "அதற்கு சாத்தியமிருக்கிறதா?"

"நமக்கு இன்னமும் உறுதியாகத் தெரியாது, ஆனால் அவர் அப்படிச் செய்துவிட்டால் அது நம்முடைய கடின உழைப்பு அனைத்தையும் ஒன்றுமில்லாமல் செய்துவிடும் என்பது மட்டும் நிச்சயம். எனக்கு பார்சிலோனாவில் ஒருவர் இருந்தாக வேண்டும். விவேகமுள்ளவராக. முடிந்தவரை விரைவாக ஒருவரைப் பிடித்துவிட்டு என்னைக் கூப்பிடு."

அத்துடன், அந்த அழைப்பு நிறைவுற்றது.

அந்தக் கெட்ட செய்தி எவிலாவை விசித்திரமான முறையில் வரவேற்றது. நான் இன்னமும் தேவைப்படுகிறேனே. பார்சிலோனாவில் இருந்து மேட்ரிட் வெகுதொலைவில் இருக்கிறது, ஆனால் இந்த நள்ளிரவில், ஒரு அதிவிரைவு நெடுஞ் சாலையில் உச்சகட்ட வேகத்தில் சென்றால் சில மணிநேரங்களே ஆகும். ஒருகணத்தைக்கூட வீணடிக்காமல், தன்னுடைய துப்பாக்கியை உயர்த்திய எவிலா யூபர் ஓட்டுநரின் தலைக்கு நேராக வைத்து அழுத்தினார். அவனுடைய கைகள் ஸ்டீரிங்கில் விறைப்பது தெளிவாகவே தெரிந்தது.

"பார்சிலோனாவுக்கு அழைத்துப்போ" என்று கட்டளையிட்டார் எவிலா.

விக்டோரியா-கேஸ்டைஸ் நோக்கி அடுத்து வந்த வழியில் புகுந்த ஓட்டுநர் கிழக்கு நோக்கி ஏ-1 நெடுஞ் சாலைக்குள்ளாக வண்டியை துரிதப்படுத்தினான். அந்நேரத்தில் அந்தச் சாலையில் வந்துகொண்டிருந்த வண்டிகள் என்றால் அவை தடதடக்கும் டிராக்டர்கள் மட்டுமே, அவையும்கூட பாம்பலோனாவிலும், ஹ்யூஸ்யே, லீய்டா ஆகியவற்றிலும் நின்றுவிட்டு, இறுதியாகத்தான் மெடிட்டெரேனியன் கடலில் உள்ளவற்றிலேயே மிகப்பெரிய துறைமுக நகரங்களுள் ஒன்றிற்கு சென்றுசேரும் - அதுதான் பார்சிலோனா.

இத்தருணத்திற்கு அவரை இட்டுவந்திருக்கும் விசித்திரமான நிகழ்வுச் சங்கிலியை எவிலாவால் நம்பவே முடியவில்லை. என்னுடைய ஆழ்ந்த அவநம்பிக்கையின் ஆழத்திலிருந்து என்னுடைய மிகுந்த புகழ்மிக்க சேவையின் தருணத்தை நோக்கி நான் எழுந்திருக்கிறேன்.

சட்டென்று, அந்த படுபாதாளத்திற்குத் திரும்பிய எவிலா செவைல் கதீட்ரலின் புகை நிரம்பிய பலிபீடத்தில் ஊர்ந்துகொண்டிருந்தார், ரத்தக்கறை படிந்த கூளத்தில் தன்னுடைய மனைவி மற்றும் குழந்தையைத் தேடினார், திடீரென்று அவர்கள் நிரந்தரமாக காணாமல் போய்விட்டதை உணர்ந்தார்.

அந்த தாக்குதலுக்கு சில வாரங்கள் பின்னர் எவிலா தன்னுடைய வீட்டைவிட்டு வெளியேறவில்லை. அவர் தன்னுடைய படுக்கையிலேயே உருண்டுகொண்டிருந்தார், இருளாலும், வெஞ்சினத்தாலும் அவரைச் சுற்றிச் போர்த்தியிருந்த இருளார்ந்த பாதாளத்திற்கும் அவரை இழுத்துச் செல்லும் பயங்கரமான சாத்தான்களின் முடிவற்ற கொடுங்கனவுகளால் விழுங்கப்பட்டு, குற்றவுணர்வில் மூச்சுத்திணறிக் கொண்டிருந்தார்.

"*இந்தப் பாதாளம்தான் மாசகற்றியாகும்*" அவருக்கு அருகாமையில் இருந்த, உயிர்மீண்டவர்களுக்கு உதவ தேவாலயத்தால் பயிற்றுவிக்கப்பட்ட நூற்றுக்கணக்கான துயர ஆலோசகர்களுள் ஒருவரான ஒரு கன்னிகாஸ்த்ரீ கூறினார். "உன்னுடைய ஆன்மா இருண்ட அந்தரத்தில் மாட்டிக்கொண்டுள்ளது. மன்னிப்பளிப்பதே அதிலிருந்து தப்பிப்பதற்கான வழி. இதைச் செய்தவர்களை மன்னிக்க நீ ஒரு வழிகாண வேண்டும், அல்லது உன்னுடைய வெஞ் சினம் உன்னை அப்படியே விழுங்கிவிடும்." அவர் சிலுவைக் குறியிட்டுக்கொண்டாள். "மன்னிப்பதே உனக்குண்டான ஒரே விமோசனம்."

மன்னிப்பதா? எவிலா பேச முயற்சித்தார், ஆனால் சாத்தான்கள் அவர் தொண்டையை நெரித்தன. அத்தருணத்தில், பழிக்குப்பழி மட்டுமே ஒரே விமோசனமாக தோன்றியது. *ஆனால் யாருக்கெதிரான பழிக்குப்பழி?* அந்த குண்டுவெடிப்பிற்கு யாருமே பொறுப்பேற்கவில்லை.

"மதத் தீவிரவாதம் மன்னிக்கப்பட முடியாததாக தோன்றுவதை நான் உணர்கிறேன்" என்று தொடர்ந்தார் அந்த கன்னிகாஸ்த்ரீ. "ஆனாலும்கூட, நமக்கேயுண்டான இறைநம்பிக்கை ஆண்டவரின் பெயரால் பலநூற்றாண்டு காலமாக நியாய விசாரணை நடத்தியிருக்கிறது என்பதை நினைவில்கொண்டால் உனக்கு உதவியாக இருக்கலாம். நாம் நம்முடைய மதநம்பிக்கைகளின்

பெயரால் அப்பாவிப் பெண்களையும் குழந்தைகளையும் கொன்றிருக்கிறோம். இதற்காக நாம் இந்த உலகத்திடமும், நம்மிடமிருந்தும்கூட மன்னிப்பு கேட்க வேண்டியவர்களாக ஆகியுள்ளோம். காலம் நம்மை ஆற்றுப்படுத்தியிருக்கிறது."

பிறகு அவர் பைபிளில் இருந்து படித்துக் காட்டினார். " 'தீயவனைத் தடுக்காதே. உன் கன்னத்தில் ஒருவர் அறைந்தால் அவருக்கு உன்னுடைய மறுகன்னத்தை காட்டு. உன் விரோதிகளையும் நேசி, உன்னை வெறுப்பவர்களுக்கு நன்மையே செய், உன்னை சபிப்பவர்களை ஆசீர்வதி, உன்னை தவறாக நடத்தியவர்களுக்காகவும் பிரார்த்தனை செய்.' "

அன்றிரவு, தனிமையிலும் வலியிலும் எவிலா கண்ணாடியையே வெறித்துப் பார்த்திருந்தார். அவரைத் திரும்பிப் பார்த்த அந்த மனிதன் ஒரு அந்நியன். அந்த கன்னிகாஸ்த்ரீயின் வார்த்தைகளால் அவருடைய வலியைத் தணிக்க எதுவும் செய்ய இயலவில்லை.

மன்னிப்பதா? என் மறுகன்னத்தை காட்டியா!

விமோசனமே இல்லாத தீமையைத்தான் நான் பார்த்துவிட்டேனே!

பெருக்கெடுத்த குரோதத்தால் எவிலா தன் கையை கண்ணாடியில் குத்தி அவற்றை சிதறடித்தார், தன்னுடைய குளியலறைத் தரையிலேயே கதறியழுது சரிந்தார்.

ஒரு வாழ்நாள் கடற்படை அதிகாரியாக எவிலா எப்போதுமே ஒரு கட்டுப்பாடுமிக்க மனிதராகத்தான் இருந்திருக்கிறார் - ஒழுக்கம், கௌரவம் மற்றும் கட்டளையிடுவதில் சிறந்தவர் - ஆனால் அந்த மனிதன் போய்விட்டான். சில வாரங்களுக்குள்ளாகவே எவிலா ஒரு பனிமூட்டத்திற்குள் விழுந்தார், அளவுக்கதிகமான ஆலகஹால் மற்றும் பரிந்துரைக்கப்பட்ட மருந்துகளை எடுத்துக்கொண்டு தன்னை மயக்கத்திற்கு ஆட்படுத்திக்கொண்டார். சீக்கிரத்திலேயே ரசாயனங்களின் மரத்துப்போகச் செய்யும் விளைவினுடைய பெரும் ஏக்கமானது விழித்திருக்கும் ஒவ்வொரு மணிநேரத்தையும் ஆக்கிரமித்து அவரை ஒரு தனித்து வாழும் விரோதியாக்கிவிட்டது.

சில மாதங்களுக்குள்ளாகவே, ஸ்பானிஷ் கடற்படை சத்தமில்லாமல் அவரை ஓய்வுபெற கட்டாயப்படுத்தியது. ஒருகாலத்தின் சக்திவாய்ந்த போர்க்கப்பல் வறண்ட கரையில் மாட்டிக்கொண்டது, தான் மறுபடியும் கப்பலோட்டப் போவதில்லை என்பதை உணர்ந்தார் எவிலா.

எனக்கும் ஐம்பத்தி-எட்டு வயதாகிவிட்டது, என்பதை அவர் உணர்ந்தார். *எனக்கென்று எதுவுமேயில்லை.*

தன்னுடைய அறையில் அமர்ந்து தொலைக்காட்சி பார்த்தபடியும், ஓட்கா அருந்திக்கொண்டும் ஏதேனும் வெளிச்சக்கீற்று தோன்றுகிறதா என்று காத்திருந்தபடியே அவர் நாட்களை செலவிட்டார். *விடியலுக்கு முந்தைய இருள் கடுமையாகத்தான் இருக்கும்*, என்று அவர் தனக்குத்தானே மறுபடி மறுபடி சொல்லிக்கொண்டார். ஆனால் அந்தக் கடற்படை பழமொழி மறுபடி மறுபடி அது தவறென்பதை நிரூபித்தது. *கடுமையான இருள் விடியலுக்கு முன்பாக இல்லை*, என்பதை அவர் உணர்ந்தார். *விடியல் வரப்போவதே இல்லை.*

தன்னுடைய ஐம்பத்து ஒன்பதாவது பிறந்தநாளான ஒரு மழைக்கால வியாழக்கிழமை அன்று காலைநேரத்தில், காலியான ஓட்கா பாட்டிலையும், வெளியேறும் எச்சரிக்கையையும் முறைத்துப் பார்த்த எவிலா துணிவைத் திரட்டிக்கொண்டு தன்னுடைய உடையலமாரிக்குச் சென்று, கடற்படை பிஸ்டலை எடுத்து, அதை தோட்டாக்களால் நிரப்பி, அதன் குழலை தன்னுடைய நெற்றிப்பொட்டில் வைத்தார்.

“என்னை மன்னித்திடுங்கள்” என்று விசும்பிய அவர் கண்களை மூடிக்கொண்டார். பின்னர் விசையை அழுத்தினார். அந்த வெடிப்பு அவர் நினைத்ததைக் காட்டிலும் மிக அமைதியாக இருந்தது. துப்பாக்கி சுடுவதற்கு பதிலாக கிளிக் என்ற சத்தம் மட்டுமே கேட்டது.

இரக்கமே இல்லாமல், அந்தத் துப்பாக்கி சுடத் தவறிவிட்டது. பல வருடங்களாக சுத்தப்படுத்தாமல் இருந்த உடையலமாரியின் தூசுதான் அட்மிரலின் மலிவான விழாக்கால பிஸ்டலை செயலிழக்கச் செய்திருந்தது. இந்த எளிய கோழைத்தனமான செயல்கூட எவிலாவின் திறன்களுக்கு அப்பாற்பட்டிருப்பது போல் தெரிந்தது.

மூர்க்கமுற்ற அவர் சுவற்றை நோக்கி துப்பாக்கியை வீசியெறிந்தார். இந்தமுறை, துப்பாக்கிச் சத்தம் அந்த அறையை அதிரவைத்தது. ஒரு எரிச்சலான வெப்பம் தன்னுடைய கெண்டைக்கால் வழியாக துளைத்துச்செல்வதை எவிலா உணர்ந்தார், அவருடைய குடிமயக்கம் குருடாக்க வைக்கும் வெளிச்சத்தில் அதிகரித்தது. அவர் தன்னுடைய ரத்தம் வடியும் காலைப் பிடித்தபடியே தரையில் கத்திக்கொண்டு விழுந்தார்.

அச்சம்கொண்ட அயலார்கள் அவர் கதவை இடித்தார்கள், சைரன்கள் அலறின, பின்னர் தெ ஸான் லஸோரோ மண்டல செவைல் மருத்துமனையில் தான் இருப்பதை உணர்ந்துகொண்ட எவிலா தான் காலில் சுட்டுக்கொண்டதற்கு தன்னுடைய தற்கொலை முயற்சியைப் பற்றி விளக்கிக்கொண்டிருந்தார்.

அடுத்தநாள் காலை, மீட்பறையில் உடைந்துபோய் அவமானப்பட்டவராக படுத்திருக்கையில் அட்மிரல் லூயி எவிலாவைப் பார்க்க ஒருவர் வந்தார்.

"உன்னுடைய குறி ரொம்ப மோசம்" என்று ஸ்பானிஷில் கூறினான் அந்த இளைஞன். "உன்னை ஓய்வுபெறக் கட்டாயப்படுத்தியதில் ஆச்சரியமேயில்லை."

எவிலா பதில் சொல்லும் முன்னரே ஜன்னல் கண்ணாடிகளைத் திறந்து வெளிச்சத்தை உள்ளே விட்டான் அவன். எவிலா தன் கண்களை மறைத்துக்கொண்டார், அந்தப் பையன் முறுக்கிய தசையுள்ள, ராணுவ தலைமுடி பாணியில் இருப்பதை அவரால் பார்க்க முடிந்தது.

"என் பெயர் மார்கோ" என்ற அவனுடைய உச்சரிப்பு அந்துலேசிய தொனியில் இருந்தது. "மறுவாழ்வு மையத்தில் நான் உங்களுக்குப் பயிற்சியாளர். உங்களுக்கும் எனக்கும் சில பொதுவான அம்சங்கள் இருப்பதால் உங்களை பார்த்துக்கொள்ளும்படி என்னிடம் கேட்டுக்கொண்டார்கள்."

"ராணுவமா?" என்ற எவிலா அவனுடைய துடுக்குத்தனமான நடத்தையை கவனித்தார்.

"இல்லை." அந்தப் பையன் எவிலாவின் கண்களை நேருக்கு நேர் நோக்கினான். "அந்த ஞாயிற்றுக்கிழமை காலையில் நானும்

அங்குதான் இருந்தேன். அந்த கதீட்ரலில். அந்த தீவிரவாத தாக்குதலில்."

எவிலா நம்பமுடியாமல் உற்றுப்பார்த்தார். "நீயும் அங்கே இருந்தாயா?"

அவன் கீழே குனிந்து தன்னுடைய ஒரு காலின் கால்சராயை இழுத்துவிட்டு செயற்கை கணுக்காலை காட்டினான். "நீங்கள் நரகத்தை கடந்துவந்திருப்பீர்கள் என்று தெரிகிறது, ஆனால் நான் தொழில்முறையாக கால்பந்து விளையாடுபவன், அதனால் என்னிடம் இருந்து அதிகப்படியான அனுதாபத்தை எதிர்பார்க்காதீர்கள். தங்களுக்குத் தாங்களே உதவிக்கொள்பவர்களுக்குத்தான் கடவுள் உதவி செய்வார் என்று நினைக்கிற மாதிரியான ஆள் நான்."

என்ன நடக்கிறதென்று எவிலா உணர்ந்துகொள்ளும் முன்னரே, மார்கோ அவரை ஒரு சக்கர நாற்காலியில் இழுத்துப்போட்டு ஒரு சிறிய உடற்பயிற்சிக் கூடத்திற்கு உருட்டிச் சென்றான், பின்னர் ஒரு நேர் இணையான பார் கம்பிகளுக்கு நடுவே அவரை எழுந்து நிற்க வைத்தான்.

"இது கொஞ்சம் வலிக்கும்" என்றான் அவன், "ஆனால் மற்றொரு முனையை எட்டிப்பிடிக்க முயற்சி செய்யுங்கள். ஒருமுறை செய்யுங்கள். பிறகு காலை சிற்றுண்டிக்கு செல்லலாம்."

மிகுந்த வலியாக இருந்தாலும் ஒற்றைக்கால் மட்டுமே உள்ள ஒருவனிடம் புகார்செய்ய எவிலா விரும்பவில்லை, அதனால் தன்னுடைய பெரும்பாலான எடையை தாங்கிக்கொள்ள தன் கைகளை பயன்படுத்திய அவர் அந்தக் கம்பியின் அடுத்த முனைவரை மெதுவாக நடந்து சென்றார்.

"அருமை" என்றான் மார்கோ. "இப்போது மறுபடியும் செய்யுங்கள்."

"ஆனால் நீ சொன்னது -"

"ஆமாம், பொய் சொன்னேன். மறுபடியும் செய்யுங்கள்."

எவிலா அவனை அதிர்ந்துபோய் பார்த்தார். அந்த அட்மிரல் தனக்கான உத்தரவுகளைக் கேட்டு பலவருடங்கள்

ஆகின்றன, விசித்திரமான வகையில் அது ஏனோ தன்னை புத்துணர்ச்சியூட்டுவதாக அவர் உணர்ந்தார். அது அவரை இளமையாக்கியது - அது பல வருடங்களுக்கு முன்னர் வேலைக்கு சேரும்போது இருப்பதைப் போல் இருந்தது. எவிலா பின்னால் திரும்பி அடுத்த முனைக்கு நடந்தார்.

“சரி சொல்லுங்கள்” என்றான் மார்கோ. “நீங்கள் இன்னமும் செவைல் கதீட்ரல் பிரார்த்தனைக் கூட்டத்திற்கு செல்கிறீர்களா?”

“இல்லை.”

“பயமா?”

எவிலா தலையைக் குலுக்கினார். “கோபம்.”

மார்கோ சிரித்தான். “நானே சொல்கிறேன். கன்னிகாஸ்த்ரீகள் அந்த தாக்குதல் நடத்தியவர்களை மன்னித்துவிடும்படி சொல்லியிருப்பார்களே?”

கம்பியில் சற்று அப்படியே நின்றார் எவிலா. “ஆமாம்!”

“என்னிடமும் சொன்னார்கள். நானும் முயற்சித்தேன். அதற்கு சாத்தியமேயில்லை. கன்னிகாஸ்த்ரீகள் எனக்கு பயங்கரமான அறிவுரையைத்தான் வழங்கினார்கள்.” அவன் சிரித்தான்.

அந்த இளைஞனுடைய ஜீசஸ் சட்டையைப் பார்த்தார் எவிலா. “ஆனால் உன்னைப் பார்த்தால் இன்னமும் . . .”

“ஓ, ஆமாம். நான் நிச்சயமாக இன்னமும் கிறிஸ்துவன்தான். முன் எப்போதையும்விட பக்தி மிகுந்தவன். என்னுடைய செயல்திட்டத்தை கண்டுபிடிக்க எனக்கு அதிர்ஷ்டமிருந்தது - அது ஆண்டவருடைய எதிரிகளால் பலிவாங்கப்பட்டவர்களுக்கு உதவி செய்வது.”

“மகத்துவமான கொள்கை” என்று பொறாமையுடன் கூறிய எவிலா தன்னுடைய குடும்பமும் கடற்படையும் இல்லாமல் தன் வாழ்க்கை நோக்கமற்றுப் போய்விட்டதை உணர்ந்தார்.

“ஒரு மகா பெரியவர் என்னைக் கடவுளிடம் திரும்பிச்செல்ல உதவினார்” என்று மார்கோ தொடர்ந்தான். “அவர்தான்

போப். நான் அவரை தனிப்பட்ட முறையில் பலதடவை சந்தித்திருக்கிறேன்."

"மன்னிக்க வேண்டும் . . . போப்பையா?"

"ஆமாம்."

"கத்தோலிக்க திருச்சபையின் தலைவரையா?"

"ஆமாம். நீங்கள் விரும்பினால், அவரை சந்திப்பதற்கு என்னால் ஏற்பாடு செய்ய முடியும்."

அந்தப் பையனை மரைகழன்றவன் என்பதைப் போல் பார்த்தார் எவிலா. "போப்பை சந்திக்க உன்னால் ஏற்பாடு செய்ய முடியுமா?"

மார்கோ புண்பட்டவனைப் போல் காணப்பட்டான். "நீங்கள் ஒரு கடற்படை அதிகாரி என்பதையும், செவைலைச் சேர்ந்த ஒரு முடமான உடற்பயிற்சியாளரால் கிறிஸ்துவின் பிரதிநிதியை அணுகமுடியும் என்பதை கற்பனை செய்ய முடியாது என்பதையும் நான் உணர்கிறேன், ஆனாலும் நான் சொல்வது உண்மை. நீங்கள் விரும்பினால் அவரை சந்திக்க ஏற்பாடு செய்ய முடியும். நீங்கள் திரும்பி வருவதற்கான வழியைக் கண்டுபிடிக்க, எனக்கு அவர் உதவியதைப் போன்று உங்களுக்கும் உதவியாக இருக்கலாம்."

அந்த இணைகம்பிகளில் சாய்ந்து நின்ற எவிலாவால் அதற்கு எப்படி பதில் சொல்வதென்று தெரியவில்லை. அவர் அப்போதிருந்த போப்பை ஆராதித்தார் - பாரம்பரியத்தையும் பழமைவாதத்தையும் கடுமையாக போதித்த ஒரு உறுதியான பழமைவாத தலைவர் அவர். துரதிர்ஷ்டவசமாக, நவீனமயமாகிவரும் உலகின் எல்லாப் பக்கங்களில் இருந்தும் அவர் குற்றச்சாட்டுகளுக்கு ஆளாகியிருந்தார், அதிகரித்துவரும் தாராளவாத நெருக்கடியால் அவர் சீக்கிரத்திலேயே பதவி விலகவேண்டியிருக்கும் என வதந்திகள் பரவியிருந்தன. "நான் அவரை சந்தித்தால் கௌரவமடைவேன்தான், ஆனால், -"

"நல்லது" என்று குறுக்கிட்டான் மார்கோ. "அதற்கு நான் நாளைக்கே ஏற்பாடு செய்கிறேன்."

அடுத்த நாளே ஒரு பாதுகாப்பான கருவறைக்குள்ளே தான் அமர்ந்திருப்போம் என்பதையும், அவருடைய வாழ்க்கையில் மிகுந்த உற்சாகமளிக்கும் மதம்சார் பாடத்தை அவருக்கு கற்றுத்தரப்போகின்ற ஒரு அதிகாரம்மிக்க தலைவரை நேருக்கு நேர் சந்திப்போம் என்றும் எவிலா கற்பனைகூட செய்து பார்க்கவில்லை.

விமோசனத்திற்கான வழிகள் பல இருக்கின்றன.
மன்னிப்பது மட்டுமே ஒரே வழி அல்ல.

37

மேட்ரிட் அரண்மனையின் தரைத்தளத்தில் உள்ள அரச நூலகத்தின் வியப்பூட்டும் வகையில் அலங்கரிக்கப்பட்டிருக்கும் அறைத் தொடர்களில் விலைமதிப்பற்ற களத்த புத்தகங்கள் வைக்கப்பட்டிருக்கின்றன. அவற்றில், ராணி இஸபெல்லாவின் புக் ஆஃப் ஹவர்ஸ், சில அரசர்களுடைய தனி பைபிள் புத்தகங்கள் மற்றும் பதினோறாம் அல்போன்ஸா காலகட்டத்தைச் சேர்ந்த, இரும்பு உறையிடப்பட்ட விதிமுறைகள் புத்தகம் ஆகியவையும் அடங்கும்.

அதற்குள்ளே வேகமாக உள்ளே சென்றார் கார்ஸா, மேல்தளத்தில் வால்டஸ்பினோவின் பிடியில் இளவரசரை நீண்டநேரத்திற்கு தனியாக விட்டுவைக்க அவர் விரும்பவில்லை. வால்டஸ்பினோ கிர்ஷை இரண்டு நாட்களுக்கு முன்னர்தான் சந்தித்திருக்கிறார் என்பதுடன், அதை ரகசியமாக வைத்துக்கொள்வதென்றும் தீர்மானித்திருக்கிறார் என்பதைப் புரிந்துகொள்ள அவர் இன்னமும் முயற்சித்துக்கொண்டுதான் இருந்தார். கிர்ஷின் அறிவிப்பு மற்றும் இன்றிரவு அவன் கொலைசெய்யப்பட்டதற்கு பின்னருமா?

தன்னுடைய பளபளக்கும் டேப்ளட்டை பிடித்தபடியே நிழலில் காத்திருக்கும் பிஆர் ஒருங்கிணைப்பாளர் மோனிகா

மார்டினை நோக்கி நூலகத்தின் பரந்தகன்ற இருளினூடாக கார்ஸா சென்றுகொண்டிருந்தார்.

"நீங்கள் பரபரப்பாக இருப்பது புரிகிறது, சார்" என்றாள் மார்டின், "ஆனால், நமக்கிருப்பதோ மிகவும் நேரக்குறைவான சூழ்நிலை. ConspiracyNet.com-இல் இருந்து நம்முடைய பாதுகாப்பு மையத்திற்கு ஒரு தொந்தரவுபடுத்தும் மின்னஞ்சல் வந்ததால்தான் உங்களைத்தேடி மேலே வந்தேன்."

"யாரிடமிருந்து?"

"ConspiracyNet.com என்பது ஒரு பிரபலமான சதியாலோசனைக்-கோட்பாட்டு வலைத்தளம். அதன் செய்தியளிப்பு மலிவான உத்திகளைக் கொண்டது என்பதுடன் ஒரு குழந்தைத்தனமான அளவில்தான் அவர்களும் எழுதுவார்கள், ஆனால் அவர்களுக்கு மில்லியன்கணக்கான பார்வையாளர்கள் இருக்கிறார்கள். என்னிடம் கேட்டால் அவர்கள் போலிச் செய்திகளை வலிந்து திணிப்பவர்கள், ஆனால் சதியாலோசனைக் கோட்பாட்டாளர்களிடையே அந்த வலைத்தளத்திற்கு மிகுந்த மரியாதை உண்டு."

கார்ஸியாவின் மனதில் "மிகுந்த மரியாதை" மற்றும் "சதியாலோசனைக் கோட்பாடு" என்ற வார்த்தைகள் ஒன்றுக்கொன்று நேரடியானவைப் போன்றே தோன்றியது.

"அவர்கள் இரவு முழுவதும் கிர்ஷின் சூழ்நிலையை தோண்டிக் கொண்டிருப்பார்கள்" என்று மார்டின் தொடர்ந்தாள். "தங்களுடைய தகவலை அவர்கள் எங்கிருந்துதான் பெறுகிறார்களோ தெரியாது, ஆனால் அந்த வலைத்தளம் வலைப்பூ செய்தியாளர்களுக்கும் சதியாலோசனைக் கோட்பாளர்களுக்கும் ஒரு ஒன்றுகூடுமிடத்தைப் போன்றது. அவசரச் செய்திகளுக்காக தொலைக்காட்சி நெட்வொர்க்குகள்கூட அவர்களை நோக்கிச் செல்வதுண்டு."

"விஷயத்திற்கு வா" என்றார் கார்ஸா.

"அரண்மனை சம்பந்தப்பட்ட ஒரு புதிய செய்தி இப்போது ConspiracyNet வசம் இருக்கிறது" என்ற மார்டின் தன்னுடைய கண்ணாடியை மேல்நோக்கி தள்ளிவிட்டாள். "அவர்கள் அதை

இன்னும் பத்து நிமிடங்களில் பொதுமக்களிடம் கொண்டுசெல்லப் போகிறார்கள், அதற்கு முன்பாக அதைக்குறித்த நம்முடைய கருத்தை அறியவும் நமக்கு வாய்ப்பு கொடுத்திருக்கிறார்கள்.''

கார்ஸா அந்த இளம்பெண்ணை நம்பமுடியாமல் பார்த்தார். "பரபரப்பான புரளிகள் பற்றியெல்லாம் அரச மாளிகை கருத்து தெரிவிப்பதில்லையே!''

"இதையாவது பாருங்கள், சார்.'' மார்டின் தன்னுடைய டேப்ளட்டை கொடுத்தாள்.

திரையைப் பிடுங்கிய கார்ஸா இரண்டாவது புகைப்படத்தில் அட்மிரல் லூயி எவிலா இருப்பதை பார்த்துத் தெரிந்துகொண்டார். அது மையப்படுத்தி எடுக்கப்படாமல் எதேச்சையாக எடுக்கப்பட்டிருப்பது போல் தெரிந்தது என்பதுடன் முழுமையான வெண்ணிற உடையில் எவிலா ஒரு ஓவியத்தின் முன்பாக எட்டி வைத்து நடப்பதும் தெரிந்தது. அதைப் பார்க்கையில், மியூஸியத்திற்கு வழக்கமாக செல்லக்கூடிய ஒருவர் ஒரு கலைப்படைப்பை புகைப்படம் எடுக்க முயற்சிப்பதும், எவிலா அந்தக் காட்சிக்குள் ஏதுமறியதவராக நுழைந்தபோது எதேச்சையாக படம்பிடிக்கப்பட்டிருப்பது போன்றும் தெரிந்தது.

"எவிலா எப்படியிருப்பார் என்று எனக்குத் தெரியும்,'' என்ற கார்ஸா இளவரசர் மற்றும் வால்டஸ்பினோவிடம் திரும்பிச் செல்லும் முனைப்பில் இருந்தார். "இதை ஏன் என்னிடம் காட்டுகிறாய்?''

"அடுத்த படத்தைப் பாருங்கள்.''

கார்ஸா நகர்த்தினார். அடுத்த திரை அந்த படத்தை பெரிதுபடுத்திக் காட்டியது - அந்தப் படம் அட்மிரலுக்கு முன்பாக அவரது வலதுகை நீட்டப்பட்டிருப்பதை குறிப்பிட்டுக் காட்டியது. கார்ஸா உடனடியாக எவிலாவின் உள்ளங்கையில் இருந்த குறியீட்டைப் பார்த்தார். அது ஒரு டாட்டூவைப் போல் தோன்றியது.

கார்ஸா அந்தப் படத்தை நீண்டநேரம் உற்றுப் பார்த்தார். அந்தச் சின்னம் அவருக்கு மிக நன்றாகத் தெரிந்த ஒன்று, குறிப்பாக பழம் தலைமுறையைச் சேர்ந்த பல ஸ்பானியர்களுக்கும் தெரிந்த ஒன்றுதான்.

பிராங்கோ சின்னம்.

இருபதாம் நூற்றாண்டின் மத்தியப்பகுதியில் ஸ்பெயினின் பல இடங்களிலும் அலங்கரிக்கப்பட்டிருந்த இந்த சின்னம் ஜெனரல் பிரான்சிஸ்கோ பிராங்கோவின் அதிதீவிர பழமைவாத சர்வாதிகாரத்தை குறிப்பிடுகிறது. அவருடைய கொடூர ஆட்சியில் தேசியவாதம், அதிகாரவாதம், ராணுவமயம், எதிர்-தாராளவாதம் மற்றும் தேசிய கத்தோலிக்கம் ஆகியவற்றிற்கு ஆதரவளிக்கப்பட்டிருந்தன.

இந்த புராதான சின்னத்தில் ஆறு எழுத்துக்கள் ஒன்றாக சேர்க்கப்பட்டு லத்தீனில் ஒரே வார்த்தையாக உச்சரிக்கப்பட்டது என்பதை கார்ஸா அறிவார் - அது பிராங்கோவின் சுய-பிம்பத்தை முழுமையாக வரையறுக்கின்ற வார்த்தை.

Victor (வெற்றி).

இரக்கமற்றவன், வன்முறையாளன் மற்றும் சமரசமற்றவன் என பிரான்சிஸ்கோ பிரான்கோ ஜெர்மனியின் நாஸி மற்றும் இத்தாலியின் முசோலியினுடைய ராணுவத்தின் உதவியுடன் அதிகாரத்திற்கு உயர்ந்தான். 1939-இல் நாட்டின் ஒட்டுமொத்த கட்டுப்பாட்டையும் கைப்பற்றுவதற்கு முன்பு தன்னுடைய ஆயிரக்கணக்கான எதிர்ப்பாளர்களை கொன்றழித்தான் என்பதுடன் தன்னை *எல் காடில்லோ* - ஹிட்லரைக் குறிக்கும் ஃப்யூரர் என்ற வார்த்தைக்கு நிகரான ஸ்பானிஷ் வார்த்தை - என்றும் அறிவித்துக்கொண்டான். உள்நாட்டுப் போரின்போதும், சர்வாதிகாரத்தின் முதல் வருடங்களின்போதும் அவனுக்கு எதிராக செயல்படத் துணிபவர்கள் வதை முகாம்களில் காணாமல் போனார்கள், அங்கே மூன்று லட்சம்பேர் கொல்லப்பட்டிருப்பார்கள் என கணக்கிடப்பட்டது.

கத்தோலிக்க ஸ்பெயினின் பாதுகாவலன் என்றும், இறைவனற்ற கம்யூனிஸத்தின் எதிரி என்றும் தன்னை சித்தரித்துக்கொண்ட பிராங்கோ தீவிரமான ஆணாதிக்க சிந்தனை

கொண்டவன், அதனால் சமூகத்தில் பல அதிகாரப் பதவிகளில் இருந்தும் பெண்களை நீக்கிய அவன் அவர்களுக்கு பேராசியர், நீதிபதி, வங்கி கணக்கர் அல்லது துன்புறுத்தும் கணவனிடம் இருந்து பிரிந்து செல்வதற்கான உரிமையைக்கூட வழங்க மறுத்தான். கத்தோலிக்க முறைப்படி நடத்தப்பெறாத எல்லா திருமணங்களையும் ரத்து செய்த அவன் விவாகரத்து, கருத்தடை, கருக்கலைப்பு மற்றும் ஓரினச்சேர்க்கை ஆகியவற்றையும் சட்டத்திற்கு விரோதமானதாக அறிவித்தான்.

நல்லவேளையாக, இப்போது எல்லாம் மாறிவிட்டது.

சொல்லப்போனால், வரலாற்றின் இருளார்ந்த காலகட்டங்களுள் ஒன்றை இந்த தேசம் எவ்வளவு விரைவாக மறந்துவிட்டது என்பதை நினைத்து கார்ஸாவே அதிர்ச்சியுற்றிருக்கிறார்.

ஸ்பெயினின் பேக்டோ டி ஆல்விடோ - பிராங்கோவின் கொடூர ஆட்சியின்கீழ் நடைபெற்ற எல்லாவற்றையும் “மறந்துவிடுவதற்கான” தேசிய அளவிலான அரசியல் உடன்பாடு - என்பது ஸ்பெனில் உள்ள பள்ளிக்குழந்தைகளுக்குக்கூட இந்த சர்வாதிகாரியைப் பற்றி மிகக் குறைவாகவே சொல்லித்தருவது ஆகும். சர்வாதிகாரி பிரான்சிஸ்கோ பிராங்கோ என்று ஒருவர் இருந்தார் என்பதைக் காட்டிலும் நடிகர் ஜேம்ஸ் பிராங்கோவைப் பற்றியே பதின்வயதினர் மிக அதிகமாக தெரிந்து வைத்திருக்கின்றனர் என்பதை ஸ்பெயினில் நடத்தப்பட்ட ஒரு கணக்கெடுப்பு காட்டியது,

இருந்தாலும், பழம் தலைமுறையினர் அதை மறந்துவிடவில்லை, இந்த வெற்றிச் சின்னம் - நாஸி ஸ்வஸ்திகாவைப் போன்று - அத்தகைய கொடூர வருடங்களை நினைவில் வைத்துக்கொள்ள போதுமான வயதுடையவர்களின் மனங்களில் இப்போதும் பயத்தை விளைவித்தது. இன்றுவரை, ஸ்பானிஷ் அரசாங்கம் மற்றும் கத்தோலிக்க திருச்சபையின் உயர்மட்டத்தில் இருப்பவர்கள் பிர்ராங்கோயிஸ ஆதரவாளர்களின் ரகசியப் பிரிவினரால் ஆதரவளிக்கப்படுகிறார்கள் என்று சந்தேகிக்கிறவர்கள் எச்சரிக்கத்தான் செய்கின்றனர் - பாரம்பரியவாதிகளின் ரகசிய கூட்டமைப்பான இந்தப் பிரிவு அதனுடைய கடந்த நூற்றாண்டின் தீவிர-வலதுசாரி நம்பிக்கைகளை ஸ்பெயினில் திரும்பக் கொண்டுவர சத்தியப்பிரமாணம் செய்துள்ளது.

தற்கால ஸ்பெயினின் பெருங்குழப்பங்கள் மற்றும் ஆன்மீகப் பற்றின்மையைப் பார்க்கும் நிறைய பழங்காலத்தவர்கள் இந்த நாட்டை ஒரு வலுவான அரச மதத்தாலும், இன்னும் சற்று கூடுதலாக அதிகாரவர்க்கத்தாலும், தெளிவான ஒழுக்கநெறி வழிகாட்டுதலாலும்தான் காப்பாற்ற முடியும் என்று நினைப்பதை கார்ஸா ஒப்புக்கொள்ளத்தான் வேண்டியிருந்தது.

நம்முடைய இளைஞர்களைப் பாருங்கள்! அவர்கள் கூச்சலிடுவார்கள். அவர்களெல்லாம் திசைமாறிப் போய்விட்டனர்.

சமீபத்திய மாதங்களில், ஸ்பானிய மணிமகுடம் சீக்கிரத்திலேயே இளம் இளவரசர் ஜூலியனால் கைப்பற்றப்பட இருந்த நிலையில், நாட்டின் முற்போக்கு மாற்றத்திற்கான மற்றொரு குரலாகவே அரச மாளிகை மாறிவிடுமோ என பாரம்பரியவாதிகளிடையே பயம் அதிகரித்துக்கொண்டிருந்தது. ஆம்ரா வைடலுடனான அவருடைய நிச்சயதார்த்தமும் அவர்களுடைய கவலைகளை பற்றியெறியச் செய்யும் வகையிலேயே அமைந்துவிட்டது - அவள் பாஸ்க்யு பழங்குடியினப் பெண் மட்டுமல்லாது வெளிப்படையாகப் பேசக்கூடிய ஒரு சந்தேககவாதியும் ஆவாள் - ஸ்பெயினின் ராணியாக திருச்சபை மற்றும் அரச விவகாரங்களில் இளவரசரின் செவியாக இருக்கப்போவது அவள்தான் என்பதில் எந்த சந்தேகமும் இல்லை.

ஆபத்தான நாட்கள், கார்ஸாவுக்குத் தெரியும். கடந்தகாலத்திற்கும் நிகழ்காலத்திற்கும் இடைப்பட்ட சர்ச்சைக்குரிய கூர்முனை.

மதம்சார் பிளவை ஆழப்படுத்துவதற்கும் மேலாக ஸ்பெயின் ஒரு அரசியல் குறுக்குவெட்டையும் சந்திக்க வேண்டியிருந்தது. இந்த நாடு தன்னுடைய முடியாட்சியை தக்கவைக்குமா? அல்லது ஆஸ்திரியா, ஹங்கேரி மற்றும் பிற ஐரோப்பிய நாடுகளைப் போல் அரச மணிமகுடமானது நிரந்தரமாக அழிக்கப்பட்டுவிடுமா? இதற்கு காலம்தான் பதில்சொல்ல முடியும். தெருக்களில், பழம் பாரம்பரியவாதிகள் ஸ்பானிஷ் கொடிகளை அசைத்துச் செல்லும் அதேநேரத்தில் இளைஞர் முன்னேற்றவாதிகள் தங்களுடைய முடியாட்சி-எதிர்வாதமாக, பழமையான குடியரச பதாகையின் வண்ணங்களான கருஞ்சிவப்பு, மஞ்சள் மற்றும் சிவப்புநிற வண்ணங்களை பெருமையுடன் அணிந்து செல்கிறார்கள்.

ஜூலியன் ஒரு வெடிமருந்து பீப்பாயைத்தான் பரம்பரைச் சொத்தாக பெறப்போகிறார்.

"நான் பிராங்கோவின் டாட்டூவை முதலில் பார்த்தபோது" என்ற மார்டின் டேப்ளட்டை நோக்கி கார்ஸாவின் கவனத்தை திருப்பினாள், "ஒரு தந்திரமாகத்தான் அது டிஜிட்டல் முறையில் அந்த புகைப்படத்தில் சேர்க்கப்பட்டிருப்பதாக நினைத்தேன்- அது பானையைக் கிளறிவிடுவதற்காகத்தான் என்று உங்களுக்கே தெரிந்திருக்கும். சதியாலோசனைத் தளங்கள் எல்லாமே செய்திப் பெருக்கத்திற்காக போட்டியிடுகின்றன, ஒரு பிராங்கோயிஸ தொடர்பு என்பதற்காக, குறிப்பாக இன்றிரவு கிர்ஷின் அறிவிப்பினுடைய எதிர்-கிறிஸ்துவ இயல்பை வைத்துப் பார்க்கும்போது இதற்கு பேரளவு எதிர்வினை கிடைக்கும்."

அவள் சொல்வது சரியென்று கார்ஸாவுக்குத் தெரியும். சதியாலோசனை கோட்பாட்டாளர்கள் இதைப்பற்றி பித்துக்குளித்தனமாக பேசுவார்கள்.

மார்டின் டேப்ளட்டை நகர்த்தினாள். "அவர்கள் வழங்கப்போகும் கருத்தைப் படியுங்கள்."

பீதியுணர்வுடன் அந்தப் புகைப்படத்துடன் சேர்ந்தேயிருந்த நீளமான உரையைப் பார்த்தார் கார்ஸா.

ConspiracyNet.com

எட்மண்ட் கிர்ஷ் பற்றி புதிய செய்தி

எட்மண்ட் கிர்ஷின் படுகொலை மதவெறியர்களின் செயலாக இருக்கும் என்று சந்தேகிக்கப்பட்டபோதிலும் இந்த அதிதீவிர பிராங்கோயிஸ சின்னம் கண்டுபிடிக்கப்பட்டிருப்பது இந்த படுகொலைக்கு அரசியல் உள்நோக்கமும் இருந்திருக்கலாம் என்பதைக் காட்டுகிறது. ஸ்பானிஷ் அரசாங்கத்தின் உயர்நிலைகளில் உள்ள, குறிப்பாக அரச மாளிகைக்கு உள்ளேயே இருக்கின்ற பழமைவாத கிறுக்கர்கள், அரசர் இல்லாமை மற்றும் அவருடைய தவிர்க்கவியலாத மரணத்தால் ஏற்படும் அதிகார வெற்றிடத்தின் கட்டுப்பாட்டை கைப்பற்றுவதற்காக போராடிக் கொண்டிருக்கிறார்களோ என்ற சந்தேகத்தை ஏற்படுத்துகிறது . . .

“அவமானகரமானது” என்று கத்திய கார்ஸா அதற்குமேல் படிக்கவில்லை. “ஒரு டாட்டூவில் இருந்தா இத்தனை யூகங்கள்? இதற்கு அர்த்தமே இல்லை. துப்பாக்கிச்சூடு நடந்த இடத்தில் ஆம்ரா வைடல் இருந்திருக்கிறார் என்பதைத் தவிர்த்து இந்தச் சூழ்நிலையுடன் அரச மாளிகையின் அரசியலுக்கு நிச்சயம் எந்த சம்பந்தமும் கிடையாது. வேறொன்றும் சொல்வதற்கில்லை.”

“சார்,” மார்டின் வற்புறுத்தினாள். “நீங்கள் தயவுசெய்து இந்த உரையில் மீதமுள்ளவற்றையும் படித்தீர்கள் என்றால் பிஷப் வால்டஸ்பினோவை அவர்கள் அட்மிரல் எவிலாவுடன் நேரடியாக தொடர்புபடுத்த முயற்சிப்பதைக் காணலாம். அரசரின் காதுகளில் பலவருடங்களாக கிசுகிசுத்து வந்தவராகவும், நாட்டில் மேற்கொண்டு மாற்றங்களை கொண்டுவருவதில் இருந்து அவரைத் தடுத்து வைத்த ஒரு ரகசிய பிராங்கோயிஸவாதியாக பிஷப் இருந்திருக்கலாம் என்றும் அவர்கள் குறிப்பிடுகிறார்கள்.” அவள் சற்று இடைவெளி விட்டாள். “இந்தக் குற்றச்சாட்டு ஆன்லைனில் உச்சம்பெற்று வருகிறது.”

மற்றொருமுறை, எந்த வார்த்தையும் சொல்ல இயலாதவராகிப்போனார் கார்ஸா. தான் வாழும் உலகத்தை அவரால் புரிந்துகொள்ளவே முடியவில்லை.

புரட்டுச் செய்திகள் இப்போதெல்லாம் நிஜ செய்திகளைப் போன்றே இருக்கின்றன.

மார்டினைப் பார்த்த கார்ஸா அமைதியாகப் பேச தன்னால் ஆனவற்றைச் செய்தார். “மோனிகா, இவையெல்லாம் தங்களைத் தாங்களே சந்தோஷப்படுத்திக்கொள்ள வலைப்பூ எழுதும் கிறுக்கர்களால் உருவாக்கப்பட்ட கற்பனைகள். வால்டஸ்பினோ ஒன்றும் பிராங்கோயிஸவாதி இல்லை என்று என்னால் உறுதியாக சொல்ல முடியும். அவர் அரசருக்கு பலகாலமாக உண்மையுடன் சேவையாற்றியிருக்கிறார், அத்துடன் அவர் ஒரு பிராங்கோயிஸ கொலைகாரனுடன் சம்பந்தப்பட்டிருப்பார் என்பதற்கெல்லாம் வாய்ப்பே இல்லை. இதைப்பற்றிச் சொல்வதற்கு அரண்மனையிடமும் ஏதுமில்லை. நான் சொன்னது புரிந்ததா?” கார்ஸா கதவை நோக்கித் திரும்பினார், இளவரசரிடமும் வால்டஸ்பினோவிடமும் செல்ல எத்தனித்தார்.

"சார், பொறுங்கள்!" மார்டின் எட்டிச்சென்று அவர் கையைப் பிடித்தாள்.

கார்ஸா அப்படியே நின்று, தன்னுடைய இளம் ஊழியரின் கையையே அதிர்ச்சியில் முறைத்துப் பார்த்தார்.

மார்டின் சட்டென்று பின்வாங்கினாள். "மன்னிக்க வேண்டும், சார், ஆனால் ConspiracyNet தற்போதுதான் புதாபெஸ்டில் நடந்தேறிய ஒரு தொலைபேசி உரையாடலின் பதிவையும் நமக்கு அனுப்பியிருக்கிறது." தன்னுடைய கண்ணாடிகளுக்குப் பின்னே அவள் பதற்றத்துடன் கண்சிமிட்டிக்கொண்டாள். "நீங்கள் இதையும்கூட விரும்ப மாட்டீர்கள்."

38

என்னுடைய தலைவர் கொல்லப்பட்டார்.

பில்பா விமானநிலையத்தில் முக்கிய ஓடுதளத்தை நோக்கி எட்மண்ட் கிர்ஷின் கல்ஃப்ஸ்ட்ரீம் ஜி550-ஐ நகர்த்திக் கொண்டிருக்கும்போது கேப்டன் ஜோஷ் சீகல் ஓட்டுநர் கைப்பிடியில் இருந்த தன்னுடைய கைகள் நடுங்குவதை உணர்ந்தார்.

நான் பறக்கும் நிலையில் இல்லை, என்று நினைத்துக்கொண்ட அவருக்கு தன்னுடைய சக விமானியும் தன்னைப்போலவே பதறிப்போயிருப்பது தெரியும்.

எட்மண்ட் கிர்ஷிற்காக சீகல் பல வருடங்களாக தனி விமானங்களை ஓட்டியிருக்கிறார், இன்றிரவு எட்மண்டின் பயங்கரமான கொலை ஒரு பாழாய்ப்போன அதிர்ச்சியாக வந்துசேர்ந்திருக்கிறது. ஒருமணி நேரத்திற்கு முன்புதான் சீகலும் அவருடைய சக விமானியும் விமானதள ஓய்வறையில் அமர்ந்து கூகன்ஹைம் மியூஸியத்தின் நேரலையை பார்த்துக் கொண்டிருந்தனர்.

"எட்மண்டிற்கே உரித்தான நாடகத்தனம்" என்று தமாஷ் செய்த சீகல் ஒரு பெரும்கூட்டத்தை கூட்டுவதற்கு தன்னுடைய தலைவருக்கு இருந்த திறமையை மெச்சிக் கொண்டான். அவன் கிர்ஷின் நிகழ்ச்சியைப் பார்த்துக் கொண்டிருக்கும்போதே ஓய்வறையில் இருந்த பல பார்வையாளர்களையும்போல் அவனும் முன்னால் முன்னோக்கி துள்ளி விழுந்தான், அந்த மாலைப்பொழுது பயங்கரமான முறையில் சட்டென்று தவறாகிப்போகும்வரை அவனுடைய ஆர்வமும் துருத்திக்கொண்டுதான் இருந்தது.

அதன்பிறகான பொழுதில் சீகலும் அவனுடைய சக விமானியும் குழம்பிப்போய் அமர்ந்திருந்தனர், தொலைக்காட்சியை பார்த்தபடி அடுத்து என்ன செய்வதென்று தெரியாமல் திகைத்திருந்தனர்.

பத்து நிமிடம் கழித்து சீகலின் போன் ஒலித்தது; அழைத்தவர் எட்மண்டின் தனி உதவியாளரான வின்ஸ்டன். சீகல் அவனை சந்தித்ததில்லை என்றாலும் விசித்திர இனியவனாக காணப்பட்ட அந்த பிரிட்டிஷ்காரனுடன் விமானங்களை இயக்குவதில் ஒருங்கிணைந்துகொண்டு சீக்கிரத்திலேயே பழக்கமானான்.

"நீ இன்னும் தொலைக்காட்சியை பார்க்கவில்லை என்றால்" என்றான் வின்ஸ்டன், "உடனே போய் பார்."

"நாங்கள் பார்த்துவிட்டோம்" என்றான் சீகல். "இருவருமே உடைந்து போயிருக்கிறோம்."

"நீ விமானத்தை பார்சிலோனாவுக்கு திரும்பிச் செலுத்த வேண்டும்" என்ற வின்ஸ்டனின் குரல் அப்போது நடந்தனவற்றை வைத்துப் பார்க்கையில் விசித்திரமான வகையில் தொழில்முறையிலானதாகவே இருந்தது. "புறப்பட தயாராகுங்கள், சீக்கிரத்திலேயே உங்களை மறுபடியும் தொடர்புகொள்கிறேன். நாம் மறுமுறை பேசும்வரை புறப்பட்டுவிடக் கூடாது."

வின்ஸ்டனின் அறிவுறுத்தல்கள் எட்மண்டின் விருப்பங்களுடன் ஒத்துப்போகின்றவையா என சீகலுக்கு எதுவும் தெரியாது, ஆனால் அத்தருணத்தில் எந்த ஒரு வழிகாட்டுதலுக்கு அவனும் நன்றிக்கடன்பட்டவன்.

வின்ஸ்டனின் உத்தரவுகளைத் தொடர்ந்து சீகலும் அவனுடைய சக விமானியும் தங்களுடைய விமானக் கையேட்டை பார்சிலோனாவுக்கு யாருமற்ற பயணிகள் என்று பதிவு செய்தனர் - இந்தத் தொழிலைப் பொறுத்தவரையில் இது வருத்தத்துடன் "டெட்ஹெட்" விமானம் என்று குறிப்பிடப்படுவது - பின்னர், நிறுத்துமிடத்திலிருந்து பின்னால் நகர்ந்த அவர்கள் தங்களுடைய பறப்பதற்கு முந்தைய பட்டியலை சரிபார்க்கத் தொடங்கினர்.

வின்ஸ்டன் அழைக்கும் முன்பு முப்பது நிமிடங்கள் கடந்திருந்தன. "புறப்படத் தயாராகிவிட்டீர்களா?"

"தயாராகிவிட்டோம்."

"நல்லது. நீங்கள் வழக்கமான கிழக்குமுக ஓடுபாதையைத்தான் பயன்படுத்துவீர்கள் என்று வைத்துக்கொள்ளட்டுமா?"

"ஆமாம்." அதுபோன்ற நேரங்களில் வின்ஸ்டன் தீவிரமாகவும், அச்சுறுத்தும் வகையிலும் எல்லாவற்றையும் தெரிந்துவைத்திருப்பவனைப் போன்றே சீகலுக்குத் தோன்றுவான்.

"கண்காணிப்பு கோபுரத்தை தொடர்புகொண்டு புறப்படுவதற்கான உத்தரவைக் கேளுங்கள். விமானதளத்தின் முனைக்கு கொண்டுசெல்லுங்கள், ஆனால் ஓடுதளத்தில் இறங்கிவிடாதீர்கள்."

"தளத்திற்கு முன்பாகவே நிறுத்த வேண்டுமா?"

"ஆமாம், ஒருநிமிடத்திற்குத்தான். நீங்கள் அங்கே சென்றதும் எனக்குத் தெரிவியுங்கள்."

சீகலும் அவனுடைய சக விமானியும் ஒருவரையொருவர் வியப்புடன் பார்த்துக் கொண்டனர். வின்ஸ்டனின் வேண்டுகோளில் எந்த அர்த்தமும் புரிபடவில்லை.

இதுகுறித்து கண்காணிப்பு கோபுரத்தில் ஏதாவது சொல்வார்கள்.

இருந்தாலும், விமானதளத்தின் மேற்கு விளிம்பில் இருக்கும் ஓடுதள முனையை நோக்கி பல்வேறு படிக்கட்டுகள் மற்றும் சாலைகளின் ஓரமாக சீகல் அந்த ஜெட்டை ஓட்டிச்சென்றான். அவன் ஓடுதளத்திற்கு முன்பான கடைசி நூறு மீட்டர்கள்

ஓரமாக ஓட்டிக்கொண்டிருந்தான், அங்கே உள்ள நடைபாதை இடதுபக்கமாக தொண்ணூறு கோணங்களுக்கு திரும்பி கிழக்குமுக ஓடுதள முனைக்குள்ளாக இணைகிறது.

"வின்ஸ்டன்?" என்ற சீகல் உயர் சங்கிலி-இணைப்பாலான பாதுகாப்பு வேலி விமானதளத்தின் சுற்றளவை சூழ்ந்திருப்பதை உற்றுப் பார்த்தான். "நாம் சாலை முனையை எட்டிவிட்டோம்."

"அங்கேயே இருங்கள்" என்றான் வின்ஸ்டன். "நான் திரும்பி வருகிறேன்."

என்னால் இங்கே நிற்க முடியாதே! என்று நினைத்த சீகல், வின்ஸ்டன் என்னதான் செய்கிறானோ என்று வியந்தான். நல்லவேளையாக, அந்த கல்ஃப்ஸ்ட்ரீமின் முன்பக்க கேமராவில் அதற்கு பின்னால் எந்த விமானமும் இருப்பதாக தெரியவில்லை, அதனால் குறைந்தபட்சம் சீகல் போக்குவரத்தை தடுக்காமலாவது இருப்பான். கட்டுப்பாட்டு கோபுரத்தில் இருந்த விளக்குகள் மட்டும் எரிந்துகொண்டிருந்தன - ஏறக்குறைய இரண்டு மைல்கள் தள்ளி ஓடுதளத்தின் மற்றொரு முனையில் அவை மங்கலாக மிளிர்ந்துகொண்டிருந்தன.

அறுபது நொடிகள் கடந்தன.

"இது விமான போக்குவரத்து கட்டுப்பாட்டகம்." ஒரு குரல் அவனுடைய தலையணியில் கரகரத்தது. "இசி346, ஓடுதளம் எண் ஒன்றில் நீங்கள் புறப்படுவதற்கான வழி தயாராக உள்ளது. மறுபடியும் சொல்கிறேன் உங்களுக்கு தயாராக உள்ளது."

சீகலுக்கு புறப்படுவதைத் தவிர வேறெதுவும் தேவைப்படவில்லை, ஆனாலும் அவன் இன்னமும் எட்மண்டின் உதவியாளனுடைய வார்த்தைக்காக காத்திருந்தான். "தேங்க்யூ கண்ட்ரோல்" என்றான் அவன். "நாங்கள் இன்னொரு நிமிடம் இங்கேயே இருக்க வேண்டியுள்ளது. எங்களுக்கு வந்த எச்சரிக்கை விளக்கை நாங்கள் சரிபார்த்தாக வேண்டும்."

"கேட்கிறது. தயாரானவுடன் தெரிவியுங்கள்."

39

“இங்கேயா?” அந்த நீர்வழி டாக்ஸி கேப்டன் குழம்பிப்போய் காணப்பட்டான். “உங்களுக்கு இங்கேயா நிற்க வேண்டும்? விமானதளம் இன்னும் தூரத்தில் இருக்கிறது. உங்களை அங்கேயே கூட்டிச் செல்கிறேன்.”

“நன்றி, நாங்கள் இங்கேயே இறங்கிக்கொள்கிறோம்,” என்ற லேங்டன் வின்ஸ்டனின் அறிவுறுத்தலை பின்பற்றினான். தோளைக் குலுக்கிக்கொண்ட கேப்டன் அந்தப் படகை புயர்டோ பிடே என்று குறிப்பிட்ட ஒரு சிறிய பாலத்தின் அருகாமைக்கு கொண்டுசென்றான். அங்கிருந்த ஆற்றங்கரை உயரமான புற்களால் மூடப்பட்டு எப்படியோ அணுகப்படக்கூடிய அளவில்தான் இருந்தது. முன்னதாகவே படகில் இருந்து இறங்கியிருந்த ஆம்ரா அதன் சரிவில் இறங்குவதற்காக போய்க்கொண்டிருந்தாள்.

“உங்களுக்கு நாங்கள் எவ்வளவு கொடுக்க வேண்டும்?” லேங்டன் கேப்டனிடம் கேட்டார்.

“எதுவும் வேண்டாம்” என்றான் அவன். “உங்களுடைய பிரிட்டிஷ் நண்பர் முன்னதாகவே கொடுத்துவிட்டார். கிரெடிட் கார்டு. மும்மடங்கு பணம்.”

வின்ஸ்டன் முன்னதாகவே கொடுத்துவிட்டானா. லேங்டன் இன்னமும் கிர்ஷின் கணினிமய உதவியாளருடன் சரியாக பழகவில்லை. *அது, பேசும் மனிதக் குரலை ஸ்டிராய்டுகளில் வைத்திருப்பதைப் போன்றது.*

செயற்கை அறிவுத்திறனானது எல்லாவிதமான நுண்மையான வேலைகளையும் செய்கிறது என தினசரி வந்துகொண்டிருக்கும் தகவல்களை வைத்துப் பார்க்கையில் வின்ஸ்டனின் செயல்திறன்களைக் கண்டு ஆச்சரியப்படுவதற்கு ஒன்றுமில்லை என்பதை லேங்டன் புரிந்துகொண்டார். இத்திறன்களில் நாவல் எழுதுவதும் அடங்கும், அத்தகைய புத்தகங்களுள் ஒன்று ஏறக்குறைய ஜப்பானிய இலக்கியப் பரிசு ஒன்றையே வெல்லவிருந்தது.

அந்தக் கேப்டனுக்கு நன்றி தெரிவித்த லேங்டன் படகில் இருந்து கரைக்குள் குதித்தார். மலையில் ஏறுவதற்கு முன்பாக குழப்பமுற்றிருந்த அந்த ஓட்டுநரை திரும்பிப் பார்த்த அவர் தன்னுடைய ஆள்காட்டி விரலை உதடுகளுக்கு உயர்த்தி, "தயவுசெய்து ரகசியம் காக்கவேண்டும்," என்றார்.

"சரி, சரி" என்று அவருக்கு உத்திரவாதமளித்த கேப்டன் தன்னுடைய கண்களை மூடிக்கொண்டார். "நான் எதையும் பார்க்கவில்லை, போதுமா!"

அத்துடன் லேங்டன் சரிவை நோக்கி விரைந்து, ரயில் பாதையைக் கடந்து விசித்திரமான கடைகள் வரிசையாக அமைந்திருந்த ஒரு சரிவான கிராமத்தின் விளிம்பில் இருந்த ஆம்ராவுடன் சேர்ந்துகொண்டார்.

"வரைபடத்தின்படி" எட்மண்டின் ஒலிபெருக்கி போனில் வின்ஸ்டனின் குரல் சிணுங்கியது, "நீங்கள் புயூர்டோ பிடியா மற்றும் ரியோ அஸுவ் நீர்வழிப்பாதை இணையும் இடத்தில்தான் இருக்க வேண்டும். நகர மையத்தில் உங்களுக்கு ஒரு சிறிய ரவுண்டானா தெரிய வேண்டுமே?"

"எனக்குத் தெரிகிறது" என்றாள் ஆம்ரா.

"நல்லது. அதற்கும் சற்று தள்ளி பைக் பிடியா என்ற ஒரு சாலையை நீங்கள் காணலாம். கிராமத்தின் நடுவில் இருந்து அதைப் பின்தொடர்ந்து செல்லுங்கள்."

இரண்டு நிமிடங்களுக்குப் பின்னர், லேங்டனும் ஆம்ராவும் அந்த கிராமத்தை விட்டு விலகி புல்வெளி நிரம்பிய ஏக்கர்கணக்கான மேய்ச்சல் நிலங்களில் கற்களால் ஆன பண்ணை வீடுகள் அமைந்திருந்த தனித்திருக்கும் நாட்டுப்புற சாலையோரமாக விரைந்து கொண்டிருந்தனர். அவர்கள் நாட்டுப்புறப் பகுதிக்கு உள்ளே செல்லும்போது ஏதோ ஒன்று தவறாகியிருப்பதை லேங்டன் உணர்ந்தார். அவர்களுக்கு வலதுபுறத்தின் தொலைவில் ஒரு சிறு மலைமுகட்டிற்கு மேலே ஒளி மாசுபாட்டின் மங்கலான வளைமுகட்டினால் வானம் ஒளிவீசியது.

“அவைதான் விமான நிலைய விளக்குகள் என்றால், நாம் வெகு தொலைவில் அல்லவா இருக்கிறோம்” என்றார் லேங்டன்,

“விமான நிலையம் நீங்கள் இருக்கும் இடத்திலிருந்து மூன்று கிலோமீட்டர்கள் தொலைவில் இருக்கிறது,” என்றான் வின்ஸ்டன்.

ஆம்ராவும் லேங்டனும் திடுக்கிட்ட பார்வையை பரிமாறிக்கொண்டனர். நடப்பதற்கு எட்டே நிமிடங்கள்தான் ஆகும் என வின்ஸ்டன் அவர்களிடம் சொல்லியிருந்தான்.

“கூகுள் செயற்கைக்கோள் படங்கள் கூற்றுப்படி” என்று மேற்கொண்டு தொடர்ந்தான் வின்ஸ்டன், “உங்களுக்கு வலதுபுறத்தில் ஒரு பெரிய வயல்வெளி இருக்க வேண்டும். அது கடக்கக்கூடியதாக தெரிகிறதா?”

லேங்டன் தங்களுக்கு வலதுபுறத்தில் இருந்த வைக்கோல் வயல்வெளியை ஆராய்ந்தார், அது விமானநிலைய விளக்குகள் இருக்கும் திசைக்கு மேல்புறமாக சரிந்து சென்றது.

“எங்களால் நிச்சயம் அதில் ஏற முடியும்” என்றார் லேங்டன், “ஆனால் மூன்று கிலோமீட்டர்களுக்கு எடுக்கும் நேரம் -”

“அந்த மலையில் ஏறுங்கள், புரபஸர், என்னுடைய அறிவுறுத்தல்களை மட்டும் துல்லியமாக பின்பற்றுங்கள்” வின்ஸ்டனின் குரல் தன்மையானதாகவும், எப்போதும்போல் உணர்ச்சியற்றதாகவும் இருந்தது, ஆனாலும்கூட அவர் அப்போது கடிந்துரைக்கப்பட்டதாகவே உணர்ந்தார்.

“நல்ல வேலை” என்று கிசுகிசுத்த ஆம்ரா மலையில் ஏறத்தொடங்கும்போது மகிழ்ச்சியுற்றவளைப் போல் காணப்பட்டாள். “வின்ஸ்டனிடம் நான் கேட்டதிலேயே எரிச்சலுக்கு மிக அருகாமையில் இருக்கும் விஷயம் இதுதான்.”

“இசி346, இது விமானக் கட்டுப்பாட்டு மையம்,” என்று சீகலின் தலையணியில் அந்தக் குரல் அலறியது. “நீங்கள் சாய்தளத்தைவிட்டுக் கிளம்பி புறப்பட்டாக வேண்டும் அல்லது

பழுதுபார்க்க வேண்டுமானால் நிறுத்துமிடத்திற்கு திரும்ப வேண்டும். உங்களுடைய நிலை என்ன?"

"அதைத்தான் பார்த்துக் கொண்டிருக்கிறோம்" என்று பொய் சொன்ன சீகல் தன்னுடைய பின்னோக்கு கேமராவை பார்த்துக்கொண்டான். எந்த விமானங்களும் இல்லை - தொலைதூர கோபுரத்தின் மங்கிய விளக்குகள் மட்டுமே தெரிந்தன. "எனக்கு இன்னும் ஒரு நிமிடம் அவகாசம் வேண்டும்."

"புரிந்தது. தகவல் தெரிவித்தபடி இருங்கள்."

சீகலின் தோளைத் தட்டிய சக விமானி முன்பக்க கண்ணாடி வழியாக சுட்டிக் காட்டினான்.

தன்னுடைய கூட்டாளியின் பார்வையை பின்தொடர்ந்த சீகல் விமானத்திற்கு முன்னால் இருந்த உயரமான வேலியை மட்டுமே பார்த்தான். சட்டென்று, தடையரணின் குவியலுக்கு அந்தப் பக்கத்தில் இருந்து அவன் ஒரு ஆவியுருக் காட்சியைக் கண்டான். *என்ன நடக்கிறது இங்கே?*

வேலிக்கு அப்பால் இருளார்ந்த நிலத்தில் இரண்டு மாய நிழலொளிக் காட்சிகள் கருமையில் இருந்து தெளிவாகத் தொடங்கி, மலைமுகட்டிற்கு மேலிருந்து அந்த ஜெட்டை நோக்கி நேராக வந்துகொண்டிருந்தன. அந்த உருவங்கள் நெருங்கியபோது சற்று முன்பாக சீகல் தொலைக்காட்சியில் பார்த்திருந்த, வெள்ளை நிற உடையின்மேல் கறுப்புநிற இடுப்புப் பட்டை அணிந்திருந்த உருவத்தைக் கண்டான்.

அது ஆம்ரா வைடல்தானே?

ஆம்ரா அவ்வப்போது கிர்ஷுடன் பறந்திருக்கிறாள், அந்தக் கவர்ச்சியான ஸ்பானிஷ் அழகி விமானத்தில் ஏறும்போதெல்லாம் தன்னுடைய மனம் சற்று அலைபாய்வதை சீகல் உணர்ந்திருக்கிறான். பில்பா விமானநிலையத்திற்கு வெளியே உள்ள மேய்ச்சல் நிலத்தில் அவள் என்னதான் செய்துகொண்டிருக்கிறாள் என்பதை அவனால் கற்பனை செய்துகூட பார்க்க முடியவில்லை.

ஆம்ராவின் கூடவே வந்த உயரமான மனிதரும் கறுப்பு-வெள்ளை உடையில்தான் இருந்தார், அவரும்கூட அன்று

மாலை நேரத்து நிகழ்ச்சியின் ஒரு பகுதியாக இருந்தவர்தான் என்பதை சீகல் நினைவுபடுத்திக் கொண்டான்.

அமெரிக்க புரபஸர் ராபர்ட் லேங்டன்.

வின்ஸ்டனின் குரல் சட்டென்று திரும்பி வந்தது. "மிஸ்டர். சீகல், வேலிக்கு அந்தப் பக்கத்தில் இரண்டுபேர் இருப்பதை நீங்கள் இப்போது பார்க்கலாம், அவர்கள் இருவரையும் உங்களுக்கு அடையாளம் தெரியாமல் இருக்காது." அந்த பிரிட்டிஷ்காரனின் தொனி கூர்மையாக கோர்க்கப்பட்டிருப்பதை சீகல் கண்டுகொண்டான். "இன்றிரவு சூழ்நிலைகளை என்னால் முழுமையாக விளக்கிவிட முடியாது என்பதை தயவுசெய்து தெரிந்துகொள்ளுங்கள், நான் மிஸ்டர்.கிர்ஷின் சார்பாக என்னுடைய விருப்பங்களுக்கு நீங்கள் கட்டுப்பட வேண்டும் என விரும்புகிறேன். நீங்கள் இப்போது பின்வருவனவற்றை மட்டும் தெரிந்துகொண்டால் போதுமானது." வின்ஸ்டன் சில கணங்களுக்கு இடைவெளி விட்டான். "எட்மண்ட் கிர்ஷை கொலைசெய்த அதே ஆட்கள்தான் இப்போது ஆம்ரா வைடலையும், ராபர்ட் லேங்டனையும் கொல்ல முயற்சிக்கிறார்கள். அவர்களை பாதுகாக்க எங்களுக்கு உன் உதவி தேவை."

"ஆனால் . . . சரிதான்" சீகல் திக்கினான், அந்த தகவலை புரிந்துகொள்ள முயற்சித்தான்.

"மிஸ்.வைடலும், புரபஸர் லேங்டனும் உடனடியாக உன்னுடைய விமானத்தில் ஏறியாக வேண்டும்."

"அங்கிருந்தபடியா?!" சீகல் அவசரப்படுத்தினான்.

"திருத்தப்பட்ட பயணியர் கையேட்டினால் ஏற்பட்டிருக்கும் தொழில்நுட்ப விபரங்கள் பற்றி எனக்குத் தெரியும், ஆனால்-"

"விமானத்தளத்தை சுற்றியிருக்கும் பத்தடி உயர பாதுகாப்பு வேலியால் ஏற்படும் தொழில்நுட்ப விபரம் பற்றி உனக்குத் தெரியுமா?"

"தெரியும்" வின்ஸ்டன் அமைதியாகவே கூறினான். "மிஸ்டர்.சீகல், நானும் நீயும் சில மாதங்களாகத்தான் ஒன்றாக பணிபுரிகிறோம் எனும் நிலையில் நீ என்னை நம்பத்தான்

வேண்டும். இதுபோன்ற சூழ்நிலையில் எட்மண்ட என்ன செய்ய வேண்டும் என்று உங்களிடம் எதிர்பார்ப்பாரோ அதையேத்தான் நானும் கேட்கப்போகிறேன்.”

வின்ஸ்டன் தன்னுடைய திட்டத்தை விவரித்தபோது சீகல் நம்பமுடியாமல் கேட்டுக் கொண்டிருந்தான்.

“நீங்கள் சொல்வது சாத்தியமில்லாதது” என்று சீகல் வாதிட்டான்.

“இல்லை” என்றான் வின்ஸ்டன், “அது முற்றிலும் சாத்தியமானது. என்ஜின் ஒவ்வொன்றினுடைய ஊடுருவும் அழுத்தமும் பதினைந்தாயிரம் பவுண்டுகளுக்கும் மேல் இருக்கும், உன் விமானத்தின் முனைப்பகுதி எழுநூறு-மைல் அளவுக்கு தாக்குப்பிடிக்கக்கூடிய வகையில் வடிவமைக்கப்பட்டுள்ளது -”

“நான் அதனுடைய இயற்பியலைப் பற்றிக் கவலைப்படவில்லை” சீகல் உறுமினான். “சட்ட சிக்கலைப் பற்றித்தான் கவலைப்படுகிறேன் - அத்துடன் என்னுடைய பைலட் லைசென்ஸும் பறிபோகலாம்!”

“நான் அதைப் பாராட்டுகிறேன், மிஸ்டர்.சீகல்.” அவனுக்கிணையாக பதில் கூறினான் வின்ஸ்டன். “ஆனால், ஸ்பெயினின் எதிர்கால ராணி இப்போது மிகப்பெரிய ஆபத்தில் இருக்கிறார். இங்கே உன்னுடைய செயல்கள் அவருடைய உயிரைக் காப்பாற்ற உதவும். என்னை நம்பு, உண்மை வெளிவரும்போது உனக்கு தண்டனை கிடைக்காது, அரசரிடம் இருந்து அரசப் பதக்கமே கிடைக்கும்.”

உயரமான புல்வெளியில் நின்றுகொண்டிருந்த லேங்டனும் ஆம்ராவும் ஜெட்டின் முன்விளக்குகளால் ஒளியூட்டப்படும் உயர் பாதுகாப்பு வேலியை உற்று நோக்கினர்.

வின்ஸ்டனின் வற்புறுத்தலில், ஜெட் என்ஜின்கள் உறுமி விமானம் முன்னோக்கி உருண்டு வந்தபோது வேலியில் இருந்து அவர்கள் இருவரும் பின்வாங்கினர். ஆனாலும், சாய்தள வளைவை பின்தொடராமல் அந்த ஜெட் தொடர்ந்து நேராக அவர்களைப் பார்த்து வந்து, பாதுகாப்புக் கோடுகளைக்

கடந்து தார் நிரம்பிய பகுதியில் இருந்து விலகிச் சென்றது. அது மெதுவாகத் தவழ்ந்து வேலியை நோக்கி ஒவ்வொரு அங்குலமாக நெருங்கியது.

அந்த ஜெட்டின் மூக்குப்பகுதி கூம்பானது அந்த வேலியின் பலமான பிடிமானக் கம்பங்களோடு பொருந்திப்போவதை லேங்டன் பார்த்தார். அந்த மிகப்பெரிய மூக்குப்பகுதி கூம்பு செங்குத்து கம்பத்தோடு பொருந்திக்கொள்கையில் ஜெட் என்ஜின்கள் மிக மெதுவாக உறுமின.

லேங்டன் ஒரு விமானத்திற்கும் மேற்பட்ட ஒன்றைத்தான் எதிர்பார்த்திருந்தார், ஆனால் இரண்டு ரோல்ஸ் ராய்ஸ் என்ஜின்களும், ஒரு நாற்பது டன் ஜெட்டுமே இந்த வேலிக்கம்பத்தை இழுக்க போதுமானதாய் இருந்தது. அந்த உலோகம் உறுமிக்கொண்டு அவர்களை தொட வந்தது, பின்னர் அடியோடு பிடுங்கப்பட்ட மரத்தைப் போல் அதன் அடித்தளத்தில் இருந்து பெரிதாக சரிந்து விழுந்தது.

லேங்டன் விரைந்து சென்று கீழே விழுந்த வேலியை பிடித்துக்கொண்டு, அவரும் ஆம்ராவும் அதைத் தாண்டிச் செல்லும் அளவுக்கு கீழே வைத்து அழுத்தினார். அவர்கள் ஓடுதளத்தில் தடுமாறியபடியே செல்கையில், அந்த ஜெட்டின் படிக்கட்டு இறக்கப்பட்டு, அதிலிருந்த ஒரு சீருடையணிந்த பைலட் அவர்கள் மேலே ஏறுமாறு கைகாட்டினான்.

ஆம்ரா லேங்டனைப் பார்த்து புன்னகைத்தாள். "இன்னும் வின்ஸ்டனை சந்தேகப்படுகிறீர்கள்?"

லேங்டனிடம் அதற்கு சொல்ல வார்த்தைகள் இல்லை.

அவர்கள் படிக்கட்டில் விரைந்து ஏறி பளபளப்பான கேபினுக்குள் நுழைந்தபோது காக்பிட்டில் இருந்த இரண்டாவது விமானி கட்டுப்பாட்டு கோபுரத்துடன் பேசிக்கொண்டிருப்பதை கேட்டார்.

"ஆம், கண்ட்ரோல், நீங்கள் சொல்வது கேட்கிறது" என்றான் அந்த விமானி, "உங்களுடைய தரைத்தள ரேடார்தான் தவறாக கணக்கிட்டிருக்க வேண்டும். நாங்கள் ஓடுதளத்தில் இருந்து விலகவில்லை. மறுபடியும் சொல்கிறேன், நாங்கள்

இன்னமும் ஓடுதளத்தில்தான் இருக்கிறோம். எங்களுடைய எச்சரிக்கை விளக்கு அணைந்துவிட்டது, இப்போது புறப்படத் தயாராகிவிட்டோம்."

அந்த கல்ஃப்ஸ்ட்ரீமின் வேகத்தை கூட்டுவதில் விமானி ஈடுபட்டிருந்தபோது துணை விமானி கதவை சாத்திவிட்டு விமானத்தை பின்னோக்கி நகர்த்தி அந்த சரிந்துகிடந்த வேலியில் இருந்து விடுவித்தான். பின்னர் அந்த ஜெட் பின்னால் திரும்பி ஓடுதளத்திற்கு விரைந்தது.

ஆம்ராவிற்கு எதிரேயிருந்த இருக்கையில் அமர்ந்திருந்த லேங்டன் ஒருகணம் கண்களை மூடிக்கொண்டு, மூச்சை இழுத்துக்கொண்டார். என்ஜின்கள் வெளிப்புறத்தில் உறுமின, அந்த ஜெட் ஓடுதளத்தில் செல்லும்போது வேகத்தின் அழுத்தத்தை அவர் உணர்ந்தார்.

சில நொடிகளில், அந்த விமானம் மேல்நோக்கி எழும்பி, தென்கிழக்கில் வேகமெடுத்து பார்சிலோனாவை நோக்கி விரைந்தது.

40

ரபை யஹூதா கோவ்ஸ் தன்னுடைய படிப்பறையில் இருந்து வெளியேறி, தோட்டத்தைக் கடந்து அவருடைய வீட்டின் முன்கதவிற்கு வெளியே நழுவி நடைபாதை படிக்கட்டுகளுக்கு இறங்கினார்.

எனக்கு இனியும் வீட்டில் பாதுகாப்பிருக்காது, அந்த ரபை தனக்குத்தானே சொல்லிக்கொண்டார், அவருடைய இதயத்துடிப்பு இடைவிடாமல் எகிறிக் கொண்டிருந்தது. நான் பிரார்த்தனை மண்டபத்திற்கு சென்றாக வேண்டும்.

டொஹானி தெருவில் இருக்கும் அந்த பிரார்த்தனை மண்டபம் கோவ்ஸின் வாழ்நாள் புனிதத்தலம் மட்டுமல்ல, அது ஒரு நம்பகமான கோட்டை. அந்த ஆலயத்தின் தடையரண்கள், முள்வேலிகள் மற்றும் இருபத்தி நான்கு மணிநேர பாதுகாவலர்கள்

என அவை யூதர்களுக்கு எதிரான புதாபெஸ்தின் நீண்டகால கொடுமையின் வரலாற்றை கூர்மையாக நினைவூட்டக்கூடியதாக அமைந்திருந்தன. இன்றிரவு, அத்தகைய பாதுகாப்பரணுக்கு உண்டான சாவிகளை தான் வைத்திருப்பதற்காக கோவ்ஸ் நன்றியுணர்வு கொண்டார்.

அந்த பிரார்த்தனை மண்டபம் அவருடைய வீட்டில் இருந்து பதினைந்து நிமிடங்கள் தொலைவில்தான் இருந்தது - கோவ்ஸ் தினமும் அமைதியாக நடந்துசெல்லக்கூடிய இடம்தான் - ஆனாலும், இன்றிரவு கோஸுத் லயோ தெருவில் நடக்கத் தொடங்கியபோது அவர் பயத்தை மட்டுமே உணர்ந்தார். தன்னுடைய தலையை தாழ்த்தியபடியே வைத்துக்கொண்ட கோவ்ஸ் தன்னுடைய பயணத்தை தொடங்கும் முன்னர் தனக்கு முன்னால் இருந்த நிழல்களை எச்சரிக்கையுடன் ஆராய்ந்து பார்த்துக்கொண்டார்.

ஏறக்குறைய உடனடியாகவே, அவரை பதற்றத்திற்கு ஆளாக்கிவிட்ட ஒன்றை பார்த்தார்.

தெருவிற்கு அடுத்தப் பக்கத்தில் தலையைக் குனிந்தபடி அமர்ந்திருந்த ஒரு கருத்த உருவம் - நீலநிற ஜீன்ஸும், பேஸ்பால் தொப்பியும் அணிந்த ஒரு வலுவான மனிதன்- தன்னுடைய ஸ்மார்ட்போனில் சாதாரணமாக மூழ்கியிருக்கையில் அவனுடைய தாடிவைத்த முகம் அந்த சாதனத்தின் ஒளியில் பிரகாசித்திருந்தது.

அவன் இந்தப்பகுதியைச் சேர்ந்தவனில்லை என்று தெரிந்துகொண்ட கோவ்ஸ் தன்னுடைய வேகத்தைக் கூட்டினார்.

பேஸ்பால் தொப்பி அணிந்திருந்த அவன் தலையை உயர்த்தி அந்த ரபையை ஒருகணம் பார்த்தான், பிறகு தன்னுடைய போனிடமே திரும்பினான். கோவ்ஸ் இன்னும் அழுத்தி நடந்தார். ஒரு கட்டடம் தாண்டிய பின்னர் அவர் தனக்குப் பின்னால் பதைபதைப்புடன் திரும்பிப் பார்த்தார். அவரை அச்சுறுத்தும் வகையில், பேஸ்பால் தொப்பி அணிந்திருந்த அந்த மனிதன் அந்த இருக்கையில் அமர்ந்திருக்கவில்லை. அவன் தெருவைக் கடந்து கோவ்ஸிற்கு பின்னால் நடைபாதையில் நடந்து வந்து கொண்டிருந்தான்.

அவன் என்னைப் பின்தொடர்கிறானோ! அந்தக் கிழட்டு ரபையின் அடி மேகமெடுத்தது, மூச்சுவிடுவது சுருங்கிப்போனது. வீட்டைவிட்டு வெளியே வந்தது ஒரு பயங்கரமான தவறாக இருக்குமோ என்று அவர் திகைத்தார்.

வால்டஸ்பினோ என்னை வீட்டிற்குள்ளேயே இருக்கும்படி வற்புறுத்தியிருந்தார்! நான் அவரை நம்பியிருக்கலாமோ?

வால்டஸ்பினோவின் ஆட்கள் வந்து அவரை பாதுகாப்பாக மேட்ரிட்டிற்கு அழைத்துச்செல்லும் வரையில் காத்திருப்பது என்றுதான் கோவ்ஸ் திட்டமிட்டிருந்தார், ஆனால் அந்த தொலைபேசி அழைப்பு எல்லாவற்றையும் மாற்றிவிட்டது. சந்தேகத்தின் கருவிதைகள் சீக்கிரத்திலேயே முளைத்துவிட்டன.

தொலைபேசியில் பேசிய பெண் அவரை எச்சரித்திருந்தாள்: *வால்டஸ்பினோ உங்களை அழைத்துச் செல்வதற்காக ஆட்களை அனுப்பவில்லை, உங்களை அழிப்பதற்காக - சயீத் அல்-ஃபதிலை அழித்தது போல்.* பிறகு அவள் அளித்த ஆதாரம் ஏற்றுக்கொள்ளக்கூடியதாக இருக்கவே அச்சமுற்ற கோவ்ஸ் தப்பிவர வேண்டியதாயிற்று.

இப்போது, நடைபாதையில் வேகமெடுத்த கோவ்ஸ் பிரார்த்தனைக் கூடத்தின் பாதுகாப்பை எட்டப்போவதில்லையோ என்று அச்சம்கொண்டார். இன்னமும் அவருக்குப் பின்னாலிருந்த பேஸ்பால் தொப்பியணிந்தவன் கோவ்ஸை ஏறக்குறைய ஐம்பது மீட்டர்களுக்கு நெருங்கி வந்துவிட்டான்.

ஒரு பலத்த கீச்சொலி அந்த இரவுக்காற்றைக் கிழித்துக்கொண்டு கேட்கையில் கோவ்ஸ் தாவிக்குதித்தார். அந்த சத்தம், அந்த கட்டடத்திற்கு வெளியே நின்ற நகரப் பேருந்தின் சத்தம் என்பதைக் கண்டு ஆசுவாசமடைந்தார். அவர் அந்த வாகனத்தை நோக்கிச் சென்று, அதில் ஏறி கூட்டத்தில் கலந்துகொண்டபோது அது ஏதோ கடவுளாலேயே அனுப்பிவைக்கப்பட்டதைப் போல் கோவ்ஸ் உணர்ந்தார். அந்தப் பேருந்து கூச்சலான கல்லூரி மாணவர்களால் நிரம்பியிருந்தது, அதில் இரண்டுபேர் மரியாதையுடன் கோவ்ஸ் உட்கார இடமளித்தனர்.

"நன்றி" என்று பலமாக மூச்சிழுத்துவிட்டார் ரபை.

ஆனாலும், அந்தப் பேருந்து நகரும் முன்னரே ஜீன்ஸ் உடையில், பேஸ்பால் தொப்பியணிந்திருந்த அந்த ஆள் பேருந்தின் பின்பக்கம் தாவி, எப்படியோ அதில் ஏறிவிட்டான்.

கோவ்ஸ் வெலவெலத்துப்போனார், ஆனால் அவனோ அவரைப் பார்க்காமலேயே அவரைக் கடந்துசென்று பின்னால் இருந்த இருக்கையில் அமர்ந்துகொண்டான். முன்கண்ணாடியின் பிரதிபலிப்பில் அவன் மறுபடியும் தன்னுடைய ஸ்மார்ட்போனுக்கே திரும்பி, ஏதோ ஒரு வீடியோ கேமில் மூழ்கிப்போனதைக் கண்டார் கோவ்ஸ்.

சந்தேக மனம் வேண்டாம், யஹூதா. அவர் தன்னைத்தானே கடிந்துகொண்டார். அவனுக்கு உன் மீதெல்லாம் ஆர்வமில்லை.

பேருந்து டொஹானி தெரு நிறுத்தத்திற்கு வந்தபோது சில கட்டடங்கள் மட்டுமே தள்ளியிருந்த பிரார்த்தனைக் கூடத்தின் ஸ்தூபிகளை ஆவலுடன் உற்றுப் பார்த்துக்கொண்டார், ஆனாலும் அந்தக் கூட்டமான பேருந்தின் பாதுகாப்பில் இருந்து அவரால் விடுவித்துக்கொள்ள முடியவில்லை.

நான் வெளியே சென்றால், அவன் என்னைப் பின்தொடர்ந்தால் . . .

தன்னுடைய இருக்கையிலேயே இருந்த கோவ்ஸ் கூட்டத்தில்தான் தனக்கு பாதுகாப்பு என்று முடிவுசெய்து கொண்டார். இன்னும் கொஞ்சநேரம் இந்தப் பேருந்திலேயே இருந்து நன்றாக மூச்சுவிட்டுக்கொள்கிறேன் என்று நினைத்துக் கொண்டாலும் வீட்டைவிட்டு வெளியேறும்போது கழிவறையைப் பயன்படுத்தியிருக்கலாம் என இப்போதுதான் திடீரென்று நினைத்துக் கொண்டார்..

டொஹானி தெருவில் இருந்து பேருந்து நகர்ந்த சற்றுநேரம் கழித்து தன்னுடைய திட்டத்தில் ஒரு பெரும் பிழை இருப்பதை ரபை கோவ்ஸ் உணர்ந்துகொண்டார்.

இது சனிக்கிழமை இரவு, பயணிகள் எல்லோருமே பையன்கள்.

இந்தப் பேருந்தில் உள்ள எல்லோருமே ஏறத்தாழ நிச்சயமாக ஒரே இடத்தில் இறங்கிவிடுவார்கள் என்பதை கோவ்ஸ்

அப்போதுதான் உணர்ந்துகொண்டார் - அது ஒரு நிறுத்தத்திற்கு அடுத்து வரும் புதாபெஸ்தின் யூதக் குடியிருப்பிடம்.

இரண்டாம் உலகப்போருக்குப் பின்னர் இந்தக் குடியிருப்பிடம் அதன் அழிவுகளுடன் கைவிடப்பட்டது, ஆனால் அந்த சேதமடைந்த கட்டுமானங்கள்தான் இப்போது ஐரோப்பாவின் மிகவும் துடிப்புமிக்க மதுபான அரங்குகளுள் ஒன்றின் கூடுமிடம் - புகழ்பெற்ற "ரூய்ன் பார்ஸ்" - நவீன இரவு விடுதிகள் சிதிலமடைந்த கட்டடங்களில் குடிபுகுந்திருந்தன. வார இறுதிகளில், மாணவர்கள் மற்றும் சுற்றுலாப் பயணிகளின் கூட்டம் கூட்டமாக இந்த குண்டுவீசப்பட்ட, வண்ணங்கள் கிறுக்கப்பட்ட பண்டகசாலைகளிலும், பழைய தங்கும் விடுதிகளிலும் விருந்து கொண்டாட கூடுவார்கள், இப்போதெல்லாம் நவீன ஒலியமைப்புகள், வண்ணமய விளக்கு மற்றும் மின்சார ஓவியங்களை வைத்து கொண்டாடுகிறார்கள்.

அந்தப் பேருந்து அடுத்த நிறுத்தத்தில் கிறீச்சிட்டபோது எல்லா மாணவர்களுமே கூட்டமாக இறங்கினார்கள் என்பதில் சந்தேகமில்லை. தொப்பியணிந்த ஆள் பின்பக்க இருக்கையில் அமர்ந்திருந்தபடியே, அப்போதும் தன்னுடைய போனில் மூழ்கியிருந்தான். முடிந்தவரை வேகமாக வெளியே சென்றுவிடுமாறு கோவ்ஸின் உள்ளுணர்வு கூறியது, அதனால் காலை ஊன்றி எழுந்த அவர் வேகமாக நடந்து தெருவில் இருந்த மாணவர்கள் கூட்டத்திற்குள்ளாக மறைந்துபோனார்.

பேருந்து நகர்ந்துசெல்ல முனகியது, ஆனால் திடீரென்று நின்றுவிட்டது, அதனுடைய கதவுகள் ஒரு கடைசி பயணியை விடுவிக்க திறந்துகொண்டன - அதே பேஸ்பால் தொப்பியணிந்தவன்தான் இறங்கினான். தன்னுடைய இதயத்துடிப்பு மறுபடியும் ஒருமுறை வானுயர எகிறுவதை கோவ்ஸ் உணர்ந்தார், என்றாலும்கூட அந்த ஆள் ஒருமுறைகூட கோவ்ஸை ஏறெடுத்துப் பார்க்கவில்லை. பதிலாக, அவன் கூட்டத்திற்கு தன்னுடைய முதுகைக் காட்டிக்கொண்டு வேறொரு திசையில் சென்றபடியே யாருக்கோ போனில் அழைப்பு விடுத்தான்.

கற்பனை செய்வதை நிறுத்து, தனக்குத்தானே சொல்லிக்கொண்ட கோவ்ஸ் நிதானமாக மூச்சுவிட முயற்சித்தார்.

அந்தப் பேருந்து புறப்பட்டது, மாணவர் கூட்டம் சட்டென்று பார்களை நோக்கி தெருவில் நடக்கத் தொடங்கியது. பாதுகாப்பிற்காக, ரபை கோவ்ஸ் முடிந்தவரை அவர்களுடனே இருந்து இறுதியாக சட்டென்று இடதுபுறம் திரும்பி மீண்டும் பிரார்த்தனை கூடத்தை நோக்கி நடக்கவிருந்தார்.

இன்னும் சில கட்டடங்கள்தான், என்று தனக்குத்தானே சொல்லிக்கொண்ட அவர் தன்னுடைய கால்கள் கனத்துப்போவதையும், சிறுநீரகப்பையில் ஏற்பட்டுள்ள அழுத்தத்தையும் புறக்கணித்தார்.

ரூய்ன் பார்களில் கூட்டம் நிரம்பியிருந்தது, அவற்றின் கூச்சலான வாடிக்கையாளர் கூட்டம் தெருக்களில் சிதறிக்கிடந்தனர். கோவ்ஸை சுற்றிலும் எலக்ட்ரானிக் இசை முழங்கியது, பியர் வாசனை காற்றில் ஊடுருவியது, அதில் சோபியானே சிகரெட்டுகளின் இனிய புகைவாசமும், கர்டோஸ்கிளாக்ஸ் சிம்னி கேக்குகளின் நறுமணமும் கலந்திருந்தன.

அவர் தெருமுனைக்கு வந்தபோது, தான் கண்காணிக்கப்படுகிறோம் என்ற குத்தலான உணர்வு இன்னமும் கோவ்ஸிற்கு இருந்தது. நல்லவேளையாக, ஜீன்ஸும் பேஸ்பால் தொப்பியும் அணிந்திருந்தவனை அங்கு காணவில்லை.

ஒரு இருண்ட நுழைவாயிலில், குனிந்தபடியிருக்கும் ஒரு நிழலொளியானது அந்த தெருமுனையை நோக்கிச் செல்லும் நிழலை கவனமாக பார்க்கும் முன்னர் பத்து நிமிடங்களுக்கும் மேலாக அசைவற்று நின்றிருந்தது.

நன்றாகத்தான் முயற்சித்தாய், கிழவா, என்று சரியான நேரத்தில் அவரை தவிர்த்துவிட்டதை நினைத்துக்கொண்டான் அவன்.

அவன் தன்னுடைய பையில் இருந்த சிரிஞ்சை மறுமுறை சரிபார்த்துக் கொண்டான். பின்னர், அந்த நிழலில் இருந்து வெளிவந்து, தன்னுடைய பேஸ்பால் தொப்பியை சரிசெய்துகொண்டு, தன் இலக்கு நோக்கி விரைந்தான்.

41

மோனிகா மார்டினின் கம்ப்யூட்டர் டேப்ளட்டை கையில் பிடித்தபடியே கார்டியா கமாண்டர் டியாகோ கார்ஸா வசிப்பிடக் கட்டடங்களை நோக்கி விரைந்தோடினார். அந்த டேப்ளட்டில் ஒரு தொலைபேசி அழைப்பு பதிவாகியிருந்தது - யஹூதா கோவ்ஸ் என்ற ஹங்கேரிய ரபைக்கும், ஒருவகையான ஆன்லைன் ரகசிய வெளியீட்டு தளத்திற்கும் இடையில் நடைபெற்ற உரையாடல் - அத்துடன், அந்தப் பதிவில் உள்ள அதிர்ச்சிகரமான விஷயங்கள் மிகச்சில வாய்ப்புக்களை மட்டுமே கமாண்டர் கார்ஸியாவுக்கு அளித்திருந்தன.

அந்த ரகசிய வெளியீட்டாளரால் குற்றம்சாட்டப்பட்டுள்ளபடி கொலைத் திட்டத்திற்கு பின்னணியில் வால்டஸ்பினோ இருக்கிறாரோ இல்லையோ, அந்தப் பதிவு மட்டும் பொதுமக்களிடத்தில் சென்றுவிட்டால் வால்டஸ்பினோ மீதுள்ள மரியாதை நிரந்தரமாக அழிந்துபோகும் என்பது மட்டும் கார்ஸாவுக்குத் தெரியும்.

நான் இளவரசை எச்சரித்து அவரை வீழ்ச்சியிலிருந்து பாதுகாக்க வேண்டும்.

இந்த விஷயம் வெளிவந்துவிடும் முன்னர் வால்டஸ்பினோவை அரண்மனையில் இருந்து அகற்றியாக வேண்டும்.

அரசியலில், எல்லாமே முன்னூகிப்புகள்தான் - இந்த தகவல் பரப்பும் விஷமிகள், நேர்மையாகவோ அல்லது அப்படி இல்லாமலோ வால்டஸ்பினோவை சுயலாபத்துக்காக பலியிட இருந்தார்கள். இன்றிரவு, அந்த பிஷப்பின் அருகில் இளவரசரை எங்கும் பார்க்க முடியவில்லை என்பது மட்டும் தெளிவாகியது.

பிஆர் ஒருங்கிணைப்பாளரான மோனிகா மார்டின் இளவரசரை உடனடியாக அறிக்கை வெளியிடச் செய்யுமாறும்,

இல்லாவிட்டால் குற்றத்திற்கு உடந்தையாக இருந்ததற்கான ஆபத்து இருக்கிறதென கார்ஸாவிடம் உறுதியாக அறிவுறுத்தினாள்.

அவள் சொல்வதுதான் சரி, என்பது கார்ஸாவுக்குத் தெரிந்துவிட்டது. *நாம் ஜூலியனை தொலைக்காட்சியில் கொண்டுவந்தாக வேண்டும். இப்போதே.*

படிக்கட்டின் மேற்பகுதியை அடைந்த கார்ஸா ஜூலியனின் குடியிருப்பிடத்தை நோக்கி அந்தக் கூடத்தில் மூச்சுவிடாமல் ஓடியபடியே கையில் இருந்த டேப்ளட்டையும் பார்த்துக்கொண்டார்.

பிரான்கோயிஸவாதியின் டாட்டூ மற்றும் ரபையின் தொலைபேசி உரையாடல் பதிவு ஆகியவற்றிற்கும் மேலாக, வரப்போகின்ற ConspiracyNet தகவல்-திரட்டும்கூட ஒரு மூன்றாவதும் கடைசியுமான ரகசிய அம்பலத்தில் நிச்சயமாக சேரத்தான் போகிறது - மார்டின் எச்சரித்திருக்கும் அந்த ஒரு விஷயம்தான் மற்ற எல்லாவற்றைக் காட்டிலும் மிகத்தீவிரமாக பற்றியெரியக்கூடியது.

தகவல் தொகுதி, அவள் அதை அப்படித்தான் அழைத்தாள் - தற்போக்கானதாகவும், முரண்பாடானதாகவும் தோன்றக்கூடிய தகவல் கூறுகள் அல்லது நிரூபிக்கப்படாத உண்மைகளின் ஒன்றுகுவியல்தான் சதியாலோசனைக் கோட்பாளர்கள் பகுப்பாய்வு செய்யவும், அவற்றை அர்த்தமுள்ள வகையில் ஒரு சாத்தியமுள்ள "தொகுதியாக" உருவாக்கவும் அவர்களை ஊக்கப்படுத்துகிறது.

அவர்கள் ராசிபலன் பார்க்கும் கிறுக்கர்களைவிட மேலானவர்கள் அல்ல! அவர் எரிச்சலுற்றார். *நட்சத்திரங்களின் தற்போக்கான அமைவை வைத்து விலங்கு வடிவங்களை திரிப்பவர்கள்!*

துரதிர்ஷ்டவசமாக, கார்ஸாவின் கையில் இருந்த டேப்ளட்டில் காணப்பட்ட *ConspiracyNet* தகவல் கூறுகள் ஒற்றைத் தொகுதியாக திட்டமிட்டு உருவாக்கப்பட்டவை போன்றுதான் தோன்றின என்பதுடன், அரண்மனையின் கண்ணோட்டத்தில் அது விரும்பத்தகாத ஒன்று.

ConspiracyNet.com

கிர்ஷ் படுகொலை

நமக்கு இதுவரை தெரியவந்தவை

- எட்மண்ட் கிர்ஷ் தன்னுடைய அறிவியல் கண்டுபிடிப்பை மூன்று மதத் தலைவர்களுடன் பகிர்ந்துகொண்டிருக்கிறார் பிஷப் அண்டோனியோ வால்டஸ்பினோ, அல்லாமா சயீத் அல்ஃபதில் மற்றும் ரபை யஹூதா கோவ்ஸ்.

- கிர்ஷும் அல்ஃபதிலும் இறந்துவிட்டனர், ரபை கோவ்ஸ் தன்னுடைய வீட்டின் தொலைபேசி அழைப்புக்கு பதில் சொல்லவில்லை, அவர் எங்கோ காணாமல் போய்விட்டது போன்றும் தெரிகிறது.

- பிஷப் வால்டஸ்பினோ உயிருடன் நலமாக இருக்கிறார், அவர் கடைசியாக அரச மாளிகையின் சதுக்கத்தில் நடந்துசென்றதை பார்க்க முடிந்தது.

- கிர்ஷின் கொலையாளியினுடைய கடற்படை அட்மிரல் லூயி எவிலா என்று அடையாளம் காணப்பட்டவர் உடலில் காணப்பட்ட சின்னம் அவரை அதிதீவிர பிரான்கோயிஸவாதிகளின் பிரிவினரோடு சம்பந்தப்படுத்துகிறது (பிஷப் வால்டஸ்பினோவும் ஒரு பிரபல பழமைவாதி ஒரு பிரான்கோயிஸ்ட்தானோ?)

- இறுதியாக, கூகன்ஹைமிற்கு உள்ளேயிருப்பவர்களின் கூற்றுப்படி, விருந்தினர் பட்டியல் நிறைவுசெய்யப்பட்ட பின்னர்தான் கொலையாளி லூயி எவிலா அரச மாளிகைக்குள் இருக்கும் யாரோ ஒருவரின் கடைசி நிமிட வேண்டுகோளின்படி அதில் சேர்க்கப்பட்டுள்ளார். (அந்த வேண்டுகோளை நிறைவேற்றிய அந்த தனிநபர் எதிர்கால ராணியாகிய ஆம்ரா வைடல்.)

இந்தச் செய்திக்காக, monte@iglesia.org என்ற குடிமக்கள் கண்காணிப்பாளரின் குறிப்பிடத்தகுந்த, நடப்பிலுள்ள பங்களிப்புகளுக்காக ConspiracyNet நன்றி தெரிவித்துக்கொள்கிறது.

¿Monte@iglesia.org?

அந்த மின்னஞ்சல் முகவரி போலியாகத்தான் இருக்க வேண்டும் என கார்ஸா ஏற்கனவே முடிவுக்கு வந்திருந்தார்.

ஸ்பெயினில் உள்ள ஒரு மிகமுக்கியமான எவன்ஜிலக்கல் கத்தோலிக்க வலைத்தளமான Iglesia.org-இல் உள்ளவர்கள் எல்லோருமே மதகுருமார்கள், சாமானியர்கள் மற்றும் இயேசுவின் போதனைகளுக்கு தங்களை அர்ப்பணித்துக்கொண்ட மாணவர்கள் ஆகியோரைக் கொண்ட ஆன்லைன் சமூகமாகும். அந்த தகவலாளிதான் அத்தகைய செயற்களத்தை களங்கப்படுத்த விரும்பியிருக்கிறான், அதனால்தான் இந்தக் குற்றச்சாட்டுக்கள் iglesia.org-இல் இருந்து வந்தவை போன்று தோன்றியிருக்கும்.

சாமர்த்தியம்தான், என்று நினைத்துக்கொண்ட கார்ஸாவுக்கு இந்த வலைத்தளத்தின் பின்னாலுள்ள பக்திவாய்ந்த கத்தோலிக்கர்களுக்கு பிஷப் வால்டஸ்பினோ போற்றுதலுக்குரிய ஒருவர் என்பது தெரியும். இந்த ஆன்லைன் "பங்களிப்பாளர்தான்" ரபையை அழைத்த அதே தகவலாளியாக இருப்பானோ என்று கார்ஸா சந்தேகப்பட்டார்.

குடியிருப்பிட கதவை அடைந்ததும் இந்தச் செய்தியை இளவரசரிடம் எப்படித் தெரிவிப்பது என கார்ஸாவுக்குத் தெரியவில்லை. அந்த நாள் சாதாரணமாகத்தான் தொடங்கியது, திடீரென்று அந்த அரண்மனை ஏதோ பேய்களுடன் போரில் ஈடுபட்டுக் கொண்டிருப்பது போல் காணப்பட்டது. மாண்டே என்ற பெயர்கொண்ட ஒரு முகமற்ற தகவலாளி? வரிசைகட்டும் தகவல்கூறுகள்? இது போதாதென்று, இருக்கின்ற விஷயங்களை இன்னும் மோசமாக்கும் வகையில், ஆம்ரா வைடல் மற்றும் ராபர்ட் லேங்டனைப் பற்றிய எந்த செய்தியும் கார்ஸாவிடம் இல்லை.

இன்றிரவு, ஆம்ராவின் எதிர் நடவடிக்கைகள் பற்றியும் ஊடகத்திற்கு தெரிந்துவிட்டால் கடவுள்தான் நம்மைக் காப்பாற்ற வேண்டும்.

கதவைத் தட்டாமலேயே உள்ளே நுழைந்தார் கமாண்டர். "இளவரசர் ஜூலியன்?" என்று அழைத்த அவர் மையப்பகுதிக்கு

சென்றார். "உங்களிடம் கொஞ்சம் தனியாக பேச வேண்டியிருக்கிறது."

மைய அறைக்கு வந்த கார்ஸா சற்று நிதானித்தார்.

அறை காலியாக இருந்தது.

"டான் ஜுலியன்?" என்று அழைத்தபடியே அவர் சமையலறை நோக்கி விரைந்தார். "பிஷப் வால்டஸ்பினோ?"

அவர் அந்த மொத்த குடியிருப்பிடத்தையும் அலசினார், ஆனால் இளவரசரையும் வால்டஸ்பினோவையும் காணவில்லை.

உடனடியாக இளவரசரின் கைப்பேசிக்கு அழைத்த அவர் தொலைபேசி ஒலிப்பதைக் கேட்டு திடுக்கிட்டார். அந்த சத்தம் மங்கலானதாக இருந்தாலும், குடியிருப்பிடத்தின் ஏதோ ஓரிடத்தில் இருந்து கேட்கக்கூடியதாகத்தான் இருந்தது. கார்ஸா மறுபடியும் இளவரசரை அழைத்து மங்கலான அழைப்போசையைக் கேட்டார், இந்தமுறை அந்த ஒலியைக் கண்டுபிடித்தவாறே சுவற்றில் இருந்த ஒரு சிறிய ஓவியத்தை நோக்கிச் சென்றபோது அது அந்தக் குடியிருப்பிடத்தின் மூடிவைக்கப்பட்ட பெட்டகம் என்பதைத் தெரிந்துகொண்டார்.

ஜுலியன் தன்னுடைய போனை பாதுகாப்பு பெட்டகத்தில் வைத்தா பூட்டியிருக்கிறார்?

தகவல்தொடர்பு அதிமுக்கியமான இந்த இரவு நேரத்தில் இளவரசர் தன்னுடைய போனை கைவிட்டுச் சென்றிருக்கிறார் என்பது கார்ஸாவுக்கு நம்பக்கூடிய நிலைக்கும் அப்பால் இருந்த்து.

அவர்கள் எங்கே போய்விட்டார்கள்?

இப்போது வால்டஸ்பினோவின் கைப்பேசி எண்ணுக்கு முயற்சித்த கார்ஸா அந்த பிஷப் பதிலளிப்பார் என்று நம்பினார். அவரை அடியோடு மலைக்கவைக்கும் வகையில் இரண்டாவது சத்தமில்லாத அழைப்பொலியும் அந்த பெட்டகத்திற்கு உள்ளிருந்தே கேட்டது.

வால்டஸ்பினோவும் தன்னுடைய போனை கைவிட்டுச் சென்றுவிட்டாரா?

பயம் அதிகரிக்க, கண்களை அகலத் திறந்துகொண்ட கார்ஸா அந்த குடியிருப்பிடத்தில் இருந்து ஏமாற்றத்துடன் வெளியேறினார். அடுத்த சிலநிமிடங்களுக்கு, அவர் கூடத்தில் கத்தியபடியே இருவரையும் மேலேயும், கீழேயும் தேடிக்கொண்டு ஓடினார்.

அவர்கள் காற்றில் கரைந்திருக்க முடியாது?

இறுதியாக, கார்ஸா ஓடுவதை நிறுத்தியபோது ஸபாடினியின் நேர்த்தியான பெரும் படிக்கட்டின் அடியில் மூச்சுவிடாமல் தான் நிற்பதை கண்டுகொண்டார். தோல்வியால் தன் தோள்களை தளர்த்திவிட்டார். அவர் கையிலிருந்த டேப்ளட்டும் அப்போது செயலிழந்திருந்தது, ஆனால் கருமையான அந்தத் திரையில் தலைக்கு மேலே இருக்கும் கூரை சுவரோவியத்தின் பிரதிபலிப்பை அவரால் பார்க்க முடிந்தது.

இந்த முரண்பாடு குரூரமாகப் பட்டது. அந்த கூரையோவியம் ஜியேகுவிண்டோவின் மகத்தான படைப்பு - *ஸ்பெயினால் பாதுகாக்கப்பட்ட மதம்.*

42

கல்ஃப்ஸ்ட்ரீம் ஜி550 ஜெட் பறக்கும் உயரத்திற்கு வந்தபோது, முட்டை வடிவ ஜன்னலுக்கு வெளியே பார்த்துக்கொண்டிருந்த ராபர்ட் லேங்டன் தன்னுடைய சிந்தனைகளை ஒருங்கிணைக்க முயற்சித்தார். கடந்த இரண்டு மணி நேரங்களும் உணர்ச்சிகளின் சுழற்சியாகவே ஆகிவிட்டிருந்தன - எட்மண்டின் அறிவிப்பை பார்க்கும் பரவசத்தில் இருந்தது முதலாக அவனுடைய பயங்கரமான கொலையினால் ஏற்பட்ட தொந்தரவு வரையிலுமாக அது தன்னை கட்டவிழ்த்துக் கொண்டது. எட்மண்டின் அறிவிப்பில் இருக்கும் புதிரானது லேங்டனின் கவலையை ஆழப்படுத்துவதாகவே தோன்றியது.

எட்மண்ட் வெளிக்கொணர விரும்பிய ரகசியம் எது?

நாம் எங்கிருந்து வந்தோம்? நாம் எங்கே சென்றுகொண்டிருக்கிறோம்?

முன்னிரவில், சுழல் சிற்பம் பற்றிய எட்மண்டின் வார்த்தைகள் லேங்டனின் மனதில் மறுமுறை தோன்றியது: *ராபர்ட், நான் கண்டுபிடித்திருப்பது ... இந்த இரண்டு கேள்விகளுக்குமே மிகத் தெளிவான பதில்களை அளிக்கும்.*

வாழ்க்கையின் இரண்டு மகத்தான புதிர்களை தீர்த்திருப்பதாக எட்மண்ட் கூறிக்கொள்கிறான், என்றாலும்கூட, அதை வெளிவரவிடாமல் செய்யும் வகையில், அவனை கொலைசெய்யக்கூடிய அளவுக்கு மிக ஆபத்தானதாகவா எட்மண்டின் செய்தி இருந்திருக்கும்? என லேங்டன் வியந்தார்.

எட்மண்ட் மனிதகுல தோற்றத்தைப் பற்றியும், மனித ஊழ்வினைப் பற்றியும் குறிப்பிட்டிருக்கிறான் என்பதை மட்டும்தான் லேங்டனால் உறுதியாக கூறமுடிந்தது.

எட்மண்ட் வெளிக்கொணர விரும்பிய அதிர்ச்சிகரமான தோற்றம் என்ன?

புதிரார்ந்த ஊழ்வினை என்பது என்ன?

எட்மண்ட் எதிர்காலத்தைப் பற்றிய நம்பிக்கை உள்ளவனாகவும், உற்சாகம் கொண்டவனாகவும்தான் தோன்றியிருக்கிறான், அதனால் அவனுடைய வருவதுரைத்தல் என்பது உலகின் முடிவைப் பற்றியதாக இருக்க வாய்ப்பில்லை. *அப்படியென்றால், மதகுருமார்களை ஆழ்ந்து கவலைகொள்ள வைக்கும் அளவுக்கு எட்மண்ட் எதைத்தான் கண்டுபிடித்திருப்பான்?*

"ராபர்ட்?" என்று அவருக்கு அருகாமையில் கையில் ஒரு கோப்பை சூடான காப்பியுடன் தோன்றினாள் ஆம்ரா. "நீங்கள் பிளாக் என்றுதானே சொன்னீர்கள்?"

"ஆமாம், மிக்க நன்றி." நன்றியுடன் அந்தக் கோப்பையை பெற்றுக்கொண்ட லேங்டன், கொஞ்சம் காஃபின் எடுத்துக்கொள்வது தன்னுடைய குழப்பமான சிந்தனைகளை முடிச்சவிழ்க்க உதவலாம் என்று நினைத்தார்.

அவருக்கு எதிரே உட்கார்ந்த ஆம்ரா, ஒரு நேர்த்தியான அலங்கரிக்கப்பட்ட பாட்டிலில் இருந்து தனக்காக ஒரு கோப்பை சிவப்பு ஒயினை ஊற்றிக்கொண்டாள். "எட்மண்ட் விமானத்திலேயே சேட்டூ மாண்ட்ரோஸ் ஒயினை பாதுகாத்து வைத்திருக்கிறான். அதை வீணாக்குவது பாவம்."

லேங்டன் தி புக் ஆஃப் கெல்ஸ் எனப்படும் பொருள்விளக்க கையெழுத்துப்படியை ஆராய்வதற்காக டப்ளின் டிரினிட்டி கல்லூரிக்கு கீழேயுள்ள புராதான ரகசிய வைன் சேகரிப்பிடத்திற்கு சென்றிருந்தபோது ஒரே ஒருமுறை மாண்ட்ரோஸ் ஒயினை சுவைத்திருக்கிறார்.

ஆம்ரா தன்னுடைய ஒயின் கோப்பையை இரண்டு கைகளிலும் ஏந்தினாள், அதை அவள் தன்னுடைய உதடுகளுக்கு கொண்டுபோகையில் அதன் வளைவின் ஊடாக அவள் லேங்டனை உற்றுப்பார்த்தாள். மறுபடியும், அந்தப் பெண்ணின் இயல்பான நேர்த்தியால் நிராயுதபாணியாகிப்போனதை லேங்டனே கண்டுகொண்டார்.

"நான் நினைக்கிறேன்" என்றாள் அவள். "எட்மண்ட் பாஸ்டனில் இருந்தபோது உங்களிடம் பலவேறுபட்ட சிருஷ்டிப்பு கதைகள் பற்றி கேட்டிருக்கிறான் என்று முன்பே சொன்னீர்கள் அல்லவா?"

"ஆமாம், ஒரு வருடத்திற்கு முன்பு. 'நாம் எங்கிருந்து வந்தோம்?' என்ற கேள்விக்கு முதன்மையான மதங்கள் எவ்வாறு வெவ்வேறு வழிகளில் பதிலளித்திருக்கின்றன என்பதில் அவன் ஆர்வம் கொண்டிருந்தான்."

"அப்படியென்றால், நாம் தொடங்குவதற்கு அதுதானே சரியான இடமாக இருக்கும்?" என்றாள் அவள். "அவன் எதைக்குறித்து ஆராய்ந்தான் என்பதன் முடிச்சை அவிழ்க்கவாவது அது உதவி செய்யலாமே?"

"நான் ஆரம்பத்திலிருந்தே தொடங்கலாம் என்றிருக்கிறேன்" என்று பதிலளித்தார் லேங்டன். "ஆனால் எதை முடிச்சவிழ்ப்பது என்றுதான் எனக்கு உறுதியாகத் தெரியவில்லை. நாம் எங்கிருந்து வந்தோம் என்பதற்கு இரண்டு சிந்தனைப் பள்ளிகள் மட்டுமே இருக்கின்றன - ஒன்று இறைவன் மனிதனை முழு

உருவமாகத்தான் படைத்தார் என்ற மதம்சார் கருத்து, மற்றொன்று நாம் ஆதிகால உயிரினத்தில் இருந்து முண்டியெழுந்து முடிவில் மனிதர்களாக பரிணாமம் பெற்றோம் என்ற டார்வினிய மாதிரி."

"அப்படியென்றால், மூன்றாவது சாத்தியக்கூறை எட்மண்ட் கண்டுபிடித்திருந்தால்?" என்று கேட்ட ஆம்ராவின் கண்கள் பளிச்சிட்டன. "அது அவனுடைய கண்டுபிடிப்புகளுள் ஒன்றாக இருந்துவிட்டால்? மனித உயிரினம் ஆதாம் ஏவாளிடமிருந்தோ அல்லது டார்வினிய பரிணாமவியலின்படியோ உருவாகவில்லை என்று அவன் நிரூபித்துவிட்டால்?"

அத்தகையதொரு கண்டுபிடிப்பு - அதாவது, மனிதகுல தோற்றுவாய் குறித்த மாற்றுக் கண்டுபிடிப்பு - உலகையே குலுக்கிவிடும் என்பதை லேங்டன் ஒப்புக்கொள்ளத்தான் வேண்டியிருந்தது, ஆனால் அது எப்படிப்பட்டதாக இருக்கும் என்பதைத்தான் அவரால் வெறுமனே கற்பனை செய்துபார்க்க முடியவில்லை. "டார்வினின் பரிணாமக் கோட்பாடு மிக நன்றாக நிரூபிக்கப்பட்ட ஒன்று" என்றார் அவர், "ஏனென்றால் அது அறிவியல்பூர்வமாக கண்டுணரக்கூடிய உண்மையின் அடிப்படையிலானது என்பதுடன் உயிரினங்கள் எவ்வாறு தோன்றின, அவை காலத்திற்கு ஏற்றவாறு எவ்வாறு சூழ்நிலையை தகவமைத்துக்கொண்டன என்பதை தெளிவாக படம்போட்டுக் காட்டுகிறது. பரிணாமவியல் கோட்பாடு அறிவியல் துறையில் உள்ள கூர்ந்த அறிவுத்திறன் படைத்தவர்களால் உலகளவில் ஏற்றுக் கொள்ளப்பட்டுள்ளது."

"அப்படியா?" எனறாள் ஆம்ரா. "டார்வின் கோட்பாடு முற்றிலும் தவறானது என வாதிடும் புத்தகங்களை நானே பார்த்திருக்கிறேன்."

"அவள் சொல்வது உண்மைதான்" அவர்களுக்கு இடையில் இருந்த மேசையில் மின்னேற்றம் செய்யப்பட்டுக்கொண்டிருந்த போனில் இருந்து வின்ஸ்டனின் குரல் சிணுங்கியது. "கடந்த இருபது வருடங்களில் மட்டும் ஐம்பதுக்கும் மேற்பட்ட தலைப்புகளில் அவை பதிப்பிக்கப்பட்டுள்ளன."

வின்ஸ்டன் இன்னமும் அவர்களிடையேதான் இருக்கிறான் என்பதையே லேங்டன் மறந்திருந்தார்.

"அந்த புத்தகங்களில் சில விற்பனையில் சாதனை படைத்தவை" என்றான் வின்ஸ்டன். "டார்வின் சொன்னதில் தவறானவை ... டார்வினியத்தை தோற்கடிப்போம் ... டார்வினின் கறுப்புப் பெட்டி ... டார்வின் மீதான விசாரணை ... சார்லஸ் டார்வினின் இருண்ட பக்கம் -"

"ஆமாம்" என்று குறுக்கிட்ட லேங்டன் டார்வினை மறுத்து நிரூபிக்கக்கூடியவை என்று கூறிக்கொள்ளும் குறிப்பிடத்தகுந்த புத்தகங்களின் தொகுதியைப் பற்றியும் நன்கறிவார். "கொஞ்ச நாட்களுக்கு முன்னர்தான் நான் அவற்றில் இரண்டு புத்தகங்களைப் படித்தேன்."

"அப்புறம்?" என்று வற்புறுத்தினாள் ஆம்ரா.

லேங்டன் மென்மையாக புன்னகைத்தார். "அது வந்து, அவை எல்லாவற்றையும் பற்றி என்னால் பேச முடியாது, ஆனால் நான் படித்த இரண்டும் அடிப்படையிலேயே கிறிஸ்துவப் பார்வையில் இருந்துதான் வாதிடுகின்றன. அதில் ஒரு புத்தகம், பூமியின் புதைபடிவங்கள் யாவும் 'நம்முடைய இறைநம்பிக்கையை சோதிப்பதற்காக' இறைவனாலேயே அங்கு வைக்கப்பட்டவை என்று குறிப்பிடும் அளவுக்குகூட சென்றிருக்கிறது."

ஆம்ரா புருவத்தை நெரித்தாள். "சரி, அப்படியென்றால் அவை உங்களுடைய சிந்தனையை ஊசலாட வைக்கவில்லை."

"இல்லை, பதிலாக அவை என் ஆர்வத்தை தூண்டிவிட்டன, அதனால் ஒரு ஹார்வார்ட் உயிரியல் பேராசிரியரிடம் அந்தப் புத்தகங்களைப் பற்றிய அபிப்பிராயத்தைக் கேட்டேன்." லேங்டன் புன்னகைத்தார். "சொல்லப்போனால், அந்தப் பேராசியர் காலம்சென்ற ஸ்டீபன் ஜே.கவுல்டுதான்."

"எனக்கு எப்படி அந்தப் பெயர் தெரியும்?" என்றாள் ஆம்ரா.

"ஸ்டீபன் ஜே.கவுல்டுதான்" என்று உடனடியாக கூறினான் வின்ஸ்டன், "அவர் ஒரு புகழ்பெற்ற பரிணாமவியல் உயிரியலாளர் மற்றும் தொல்லுயிரியலாளர். 'punctuated equilibrium' என்ற அவருடைய கோட்பாடு படிமப் பதிவுளில் உள்ள சில இடைவெளிகளை விளக்குவதுடன், டார்வினின் பரிணாமவியல் மாதிரிக்கும் ஆதரவளித்து உதவுகிறது."

“நான் கேட்டதற்கு கவுல்டு சற்றே உள்ளுக்குள் சிரித்துக்கொண்டார்” என்றார் லேங்டன், “பெரும்பாலான டார்வினிய எதிர்ப்பு புத்தகங்கள் எல்லாமே படைப்புருவாக்க ஆராய்ச்சி மையத்தைப் போன்றவற்றால் பதிப்பிக்கப்பட்டவைதான் என்று என்னிடம் கூறினார் - அதாவது, அந்த அமைப்பு தனக்கேயுரிய அவற்றின் தகவலளிப்பு மூலாதாரங்களின்படி வரலாற்று, அறிவியல் உண்மைகளின் உறுதியான விவரங்களை பைபிள் கண்ணோட்டத்தின்படி பார்க்கக்கூடிய அமைப்பு.”

“அப்படியென்றால்” என்றான் வின்ஸ்டன், “கருகும் புதர்களால் பேசமுடியும் என்று அவர்கள் நம்புகிறார்கள், அதாவது வாழும் உயிரினங்கள் ஒவ்வொன்றையும் நோவா ஒரே படகில் ஏற்றினார், எல்லோரும் உப்புத்தூண்கள் ஆகினர். இது ஒரு அறிவியல் ஆராய்ச்சி நிறுவனத்திற்கு உறுதியான அடிப்படைகளே அல்ல.”

“உண்மைதான்” என்றார் லேங்டன். “ஆனாலும், சில வரலாற்று நிலைப்பாடுகளில் இருந்தும்கூட டார்வினுக்கு மறுப்பு தெரிவிக்கும் முயற்சியில் சில மதம்சாராத புத்தகங்களும் வெளிவந்திருக்கின்றன - உயிரினங்கள் தங்களுடைய சூழ்நிலைக்கு ஏற்றவாறு உருமாற்றம் செய்துகொள்ளும் என்று முதலில் முன்மொழிந்த ஜீன்-பாப்டிஸ்டே லாமார்க் என்ற பிரெஞ்சு இயற்கையியலாளரிடம் இருந்துதான் அவர் தன்னுடைய கோட்பாட்டை திருடிக்கொண்டார் என்று அவை அவரை குற்றம்சாட்டுகின்றன.”

“சிந்தனை வரிசை தொடர்பற்றிருக்கிறது, புரபஸர்” என்றான் வின்ஸ்டன். “டார்வின் மற்றொருவருடையதை தன்னுடையது என்று பறைசாற்றினாரோ இல்லையோ, அவருடைய பரிணாமவியல் கோட்பாட்டின் நேர்மையில் அதற்கு எந்த தொடர்பும் இல்லை.”

“என்னால் அதனுடன் வாதிட முடியாது” என்றாள் ஆம்ரா. “அப்படியென்றால், ராபர்ட், ‘நாம் எங்கிருந்து வந்தோம்?’ என்று நீங்கள் புரபஸர் கவுல்டிடம் கேட்டிருந்தீர்கள் என்றால் சந்தேகமேயில்லாமல் அவர் நாம் வாலில்லா குரங்கில் இருந்துதான் பரிணாமமுற்றோம் என்றுதானே பதில் சொல்லியிருப்பார்.”

லேங்டன் ஆமோதித்தார். "நான் இங்கே மாறுபட்ட வார்த்தைகளில் சொல்கிறேன், ஆனால், கவுல்டு எனக்கு ஒரு விஷயத்தில் உத்திரவாதமளித்தார், அதாவது உண்மையான அறிவியலாளர்களிடையே எத்தகைய கேள்விகள் எழுந்தாலும் பரிணாமம் என்பது நடந்திருக்கிறது என்பதுதான் அது. அனுபவரீதியாகவே நம்மால் அந்த நிகழ்முறையை கண்டுணர முடியும். அவர் நம்புகின்ற சிறந்த கேள்விகள் என்னவென்றால்: பரிணாமம் ஏன் நடைபெற்றது? இதெல்லாம் எப்படித் தொடங்கியது? என்பதுதான்."

"அவர் ஏதாவது பதில் சொன்னாரா?" என்று கேட்டாள் ஆம்ரா.

"என்னால் புரிந்துகொள்ளக்கூடியது எதையும் அவர் சொல்லவில்லை, ஆனால் ஒரு சிந்தனைப் பரிசோதனை மூலமாக தான் சொல்ல வந்ததற்கு அவர் விளக்கமளித்தார். அதன் பெயர் முடிவற்ற நடைக்கூடம்." சற்று இடைவெளி விட்ட லேங்டன் காபியை மற்றொரு வாய் குடித்தார்.

"ஆமாம், அது ஒரு உதவிகரமான விளக்கம்தான்" லேங்டன் பேசும் முன்னரே வின்ஸ்டன் பேசினான். "இது எப்படி இருக்குமென்றால், நீங்கள் ஒரு பெரிய நடைக்கூடத்தில் நடந்துசெல்வதாக கற்பனை செய்துகொள்ளுங்கள் - அது நீங்கள் எங்கிருந்து வந்தீர்கள் என்றோ அல்லது எங்கே போய்க்கொண்டிருக்கிறீர்கள் என்றோ பார்க்க சாத்தியமில்லாத ஒரு பெரிய நடைக்கூடம்."

லேங்டன் ஆமோதித்தார், வின்ஸ்டனுடைய பரந்தகன்ற அறிவால் வியந்துபோனார்.

"பிறகு, உங்களுக்குப் பின்னால் தொலைதூரத்தில்" என்று வின்ஸ்டன் தொடர்ந்தான், "நீங்கள் துள்ளிக்குதிக்கும் ஒரு பந்தின் ஒலியைக் கேட்கிறீர்கள். நீங்கள் திரும்பியபோது அந்தப் பந்து உங்களை நோக்கி வருவதை உங்களால் நிச்சயமாக பார்க்க முடிகிறது. அது நெருங்கி நெருங்கி வருகிறது, இறுதியாக உங்களைக் கடந்தும் துள்ளிச் சென்றுவிடுகிறது, போய்க்கொண்டே இருக்கிறது, தொலைதூரத்திற்கு சென்று பார்வையில் இருந்தும் மறைந்துவிடுகிறது."

"சரியாகச் சொன்னாய்" என்றார் லேங்டன். "அந்தப் பந்து துள்ளுகிறதா? என்பது கேள்வியல்ல. ஏனென்றால் அந்தப் பந்து துள்ளிக்கொண்டுதான் இருக்கிறது. நம்மால் அதை உணர முடியும். அது ஏன் துள்ளுகிறது? என்பதுதான் கேள்வியே. அது எப்படி துள்ளத் தொடங்கியது? அதை யாராவது உதைத்துவிட்டார்களா? அது துள்ளுவதால் மட்டுமே மகிழ்ச்சியுறுகின்ற பிரத்யேக பந்தா? அந்தப் பந்திற்கு நிரந்தரமாக துள்ளிக் கொண்டிருப்பதைத் தவிர வேறு வழியே இல்லை எனும் வகையில் அந்த நடைக்கூடத்தின் பௌதீக விதிகள் இருக்கின்றனவா?"

"கவுல்ட் சொல்லவருவது என்னவென்றால்" என்று வின்ஸ்டன் முடிவுக்கு வந்தான், "பரிணாமத்திற்கு உள்ளாக மட்டுமே வைத்து இந்த நிகழ்முறை எப்படித் தொடங்கியது என்பதை தெரிந்துகொள்ள கடந்த காலத்திற்குள் போதுமான அளவுக்கு சென்று பார்த்துவிட முடியாது என்பதுதான்."

"சரியாகச் சொன்னாய்" என்றார் லேங்டன். "அது நிகழ்ந்துகொண்டிருக்கிறது என்பதை நம்மால் அறிந்துணர மட்டும்தான் முடியும்."

"ஆம், இதுவும்கூட" என்றான் வின்ஸ்டன் "பெருவெடிப்பை புரிந்துகொள்வதில் உள்ள சவாலைப் போன்றதுதான். கடந்தகாலம் அல்லது எதிர்காலம் என்ற எந்த நேரத்திற்குமாக -'*T*'- விரிவடைந்துவரும் பிரபஞ்சத்திற்கு அண்டவியலாளர்கள் நேர்த்தியான சூத்திரங்களை உருவாக்கியிருக்கிறார்கள். ஆனாலும், பெருவெடிப்பு நிகழ்ந்தபோதைய - $T = 0$ - கணத்தை அவர்கள் திரும்பிப் பார்க்க முயற்சிக்கும்போது கணிதங்களுக்கு எல்லாமே கிறுக்குபிடித்து, அவை முடிவற்ற வெப்பம் மற்றும் முடிவற்ற அடர்த்தியின் மாயாதீத புள்ளியாக தோன்றுவதையே விளக்குகின்றன."

லேங்டனும் ஆம்ராவும் ஒருவரை ஒருவர் வியப்புடன் பார்த்துக்கொண்டனர்.

"மறுபடியும் சரியாக சொன்னாய்" என்றார் லேங்டன். " 'முடிவின்மையை' மிக நன்றாக கையாளக்கூடிய அளவுக்கு மனித மனம் தயாராகவில்லை என்பதால்தான் பெரும்பாலான அறிவியலாளர்கள், பிரபஞ்சத்தை பெருவெடிப்பிற்கு பிந்தைய கணங்கள் என்ற வகையில் - $T>0$ என - மட்டுமே இப்போது

விவாதித்துக் கொண்டிருக்கின்றனர், அதுதான் கணிதவியல் என்பது மாயாதீதம் ஆகிவிடாது என்பதை உறுதிப்படுத்துகிறது."

லேங்டனின் ஹார்வர்ட் கல்லூரி சகாக்களுள் ஒருவர் - ஒரு பேரார்வமிக்க பௌதீக பேராசியர் - தன்னுடைய பிரபஞ்சத்தின் தோற்றம் குறித்த கருத்தரங்குகளில் கலந்துகொண்டு, தத்துவ விசாரணைகளால் சோர்வுற்றுப்போய் இறுதியாக தன்னுடைய வகுப்பறைக் கதவில் ஒரு அறிவிப்புப் பலகையை தொங்கவிட்டார்.

என்னுடைய வகுப்பறையில், T > 0-தான்.

T = 0 என்ற விசாரணைகளுக்கு,

தயவுசெய்து மதம்சார் துறையை அணுகவும்.

"பான்ஸ்பெர்மியா கோட்பாடு எப்படியிருக்கிறது?" என்றான் வின்ஸ்டன். "அதாவது, பூமியில் உயிரினங்கள் அனைத்தும் மற்றொரு கிரகத்தைச் சேர்ந்த எரிகல் அல்லது அண்டவெளி தூசுக்களால் விதைக்கப்பட்டவையே ஆகும் என்ற கோட்பாடு? பூமியில் உயிர்கள் இருப்பதை விளக்குவதற்கு பான்ஸ்பெர்மியா ஒரு அறிவியல்பூர்வமாக செல்லுபடியாகக்கூடிய கோட்பாடாக கருதப்படுகிறது."

"அது உண்மையாக இருந்தாலும்கூட" என்றார் லேங்டன், "பிரபஞ்சத்தில் முதன்முதலாக எவ்வாறு உயிர் தோன்றியது என்பதற்கு அது பதில் கூறவில்லை. நாம் வெறுமனே ஒரு புட்டியை சாலையில் உதைத்து தள்ளிவிட்டு, துள்ளிக்குதிக்கும் பந்தின் தோற்றுவாயை புறக்கணித்துவிட்டு ஒரு மிகப்பெரிய கேள்வியை ஒத்திப்போட்டு விடுகிறோம்: அதுதான், உயிர் எங்கிருந்து வந்தது?"

வின்ஸ்டன் அமைதியாகிப் போனான்.

ஆம்ரா தன்னுடைய ஒயினை உறிஞ்சிவிட்டு அவர்களுடைய பரஸ்பர விளையாட்டைக் கண்டு வியந்துபோனவளாக காணப்பட்டாள்.

கல்ஃப்ஸ்ட்ரீம் ஜி550 தன்னுடைய உயரத்தை எட்டி சமநிலையை அடைந்ததும், நாம் எங்கிருந்து வந்தோம்? என்ற காலம்காலமாக கேட்கப்பட்டு வரும் கேள்விக்கு எட்மண்ட் உண்மையிலேயே பதிலைக் கண்டுபிடித்திருந்தால் அது இந்த

உலகத்திற்கு எப்படி இருந்திருக்கும் என கற்பனை செய்தார் லேங்டன்.

ஆனாலும்கூட, எட்மண்டைப் பொறுத்தவரையில் அது ரகசியத்தின் ஒரு பகுதி மட்டும்தான். உண்மை எதுவாக இருந்தாலும், எட்மண்ட் தன்னுடைய கண்டுபிடிப்பின் விவரங்களை ஒரு வலிமையான பாஸ்வேர்டு மூலம் பாதுகாத்திருக்கிறான் - ஒரு ஒற்றை, நாற்பத்தி ஏழு எழுத்துக்கள் உள்ள கவிதை வரி. எல்லாம் திட்டப்படி நடந்தால், பார்சிலோனாவில் உள்ள எட்மண்டின் வீட்டிற்குள் இருக்கும் அதனை லேங்டனும் ஆம்ராவும் சீக்கிரத்திலேயே கண்டுபிடிப்பார்கள்.

43

ஆரம்பிக்கப்பட்ட பத்து வருடங்களுக்குப் பின்னரும், அந்த "இருள் வலைத்தளம்" ஆன்லைன் பயனர்களில் மிகப் பெரும்பான்மையானோருக்கு ஒரு புதிராகவே இருந்து வந்திருக்கிறது. வழக்கமான தேடுபொறிகள் வழியாக அணுகமுடியாத இந்த கெடுநோக்குள்ள உலகளாவிய வலைத்தள வழங்குநர்களின் நிழலுலகமானது திகைக்க வைக்கின்ற சட்டவிரோத பொருள்கள் மற்றும் சேவைகளின் பட்டியலை அநாமதேயமாக அணுக உதவுகிறது.

பட்டுச் சாலையைப் போல் - சட்டவிரோத போதை மருந்துகளை விற்கும் முதல் ஆன்லைன் கறுப்பு சந்தை - தொடங்கப்பட்டதில் இருந்தே இந்த இருள் வலைத்தளமானது ஆயுதங்கள், சிறுவர் ஆபாசப் படங்கள், அரசியல் ரகசியங்கள் மற்றும் விலைமாதர்கள், ஹேக்கர்கள், உளவாளிகள், தீவிரவாதிகள் மற்றும் கொலைகாரர்கள் உள்ளிட்ட வாடகைத் தொழில்முறையாளர்களைக்கூட வழங்கக்கூடிய ஒரு மிகப்பெரிய நெட்வொர்க்காக செழிப்புற்றது.

வாரா வாரம், இந்த இருள் வலைத்தளம் ஏறக்குறைய மில்லியன்கணக்கான செயல்பாடுகளை நிகழ்த்துகிறது, இன்றிரவு,

புதாபெஸ்தின் ரூய்ன் பார்களுக்கு வெளியே அத்தகைய செயல்பாடுகளுள் ஒன்று நிறைவேற்றப்பட இருக்கிறது.

பேஸ்பால் தொப்பியும் நீலநிற ஜீன்ஸும் அணிந்தவன் காஸின்ஸி தெருவோரமாக நடந்தபடியே, தன்னுடைய இரையை பின்தொடர்ந்து பதுங்கியபடியே சென்றான். இதுபோன்ற திட்டங்கள்தான் கடந்த பல வருடங்களாக அவனுடைய வாழ்வாதாரம் என்பதுடன் அவற்றை கைநிறைய உள்ள நெட்வொர்க்குகள் - அன்ஃபிரண்ட்லி சொல்யூஷன், ஹிட்மேன் நெட்வொர்க் மற்றும் பெஸாமாபியா போன்றவை - வழியாக எப்போது வேண்டுமானாலும் பேரம் பேசிக் பெற்றுக்கொள்ளவும் முடிகிறது.

வாடகைக் கொலை என்பது ஒரு பில்லியன்-டாலர் தொழில் என்பதுடன் அது தினமும் வளர்ந்துகொண்டே இருக்கிறது. இதற்கு காரணம், அநாமதேய பேரங்களுக்கு உத்திரவாதமளிக்கின்ற மற்றும் பிட்காயின் வழியாக எத்தகைய தடமும் இல்லாமல் பணம் செலுத்த முடிகின்ற இந்த இருள் வலைத்தளத்தின் அம்சங்களேயாகும். பெரும்பாலான கொலைகளில் காப்பீட்டு மோசடி, மோசமான தொழில் கூட்டுகள், அல்லது சீரற்ற திருமணங்கள் ஆகியவைதான் சம்பந்தப்பட்டிருக்கும், ஆனால் காரண காரியத்தை ஆராய்வது இந்த வேலையை செய்துமுடிக்கின்றவரின் அக்கறைக்குரிய விஷயமாக ஒருபோதும் இருப்பதில்லை.

கேள்விகளே கிடையாது, அந்தக் கொலைகாரன் நகைத்துக் கொண்டான். இந்த சொல்லப்படாத விதிதான் என்னுடைய தொழிலையே செயல்பட வைக்கிறது.

இன்றிரவு வேலையை அவன் சில நாட்களுக்கு முன்னர்தான் ஒப்புக்கொண்டிருந்தான். ஒரு கிழ ரபையின் வீட்டை கண்காணித்து, தேவைப்பட்டால் செயலில் இறங்கும் வகையில் "தொடர்பிலேயே" இருக்க வேண்டும் என அவனுடைய அநாமதேய எசமானர் அவனுக்கு 1,50,000 யூரோக்களுக்கு வாய்ப்பு கொடுத்திருக்கிறார். செயல் என்பது இந்த இடத்தில் அந்த நபரின் வீட்டிற்குள் நுழைந்து, அவர் உடலில் பொட்டாசியம் குளோரைடை செலுத்த வேண்டும், இதனால் மாரடைப்பு ஏற்பட்டு உடனடியாக மரணம் சம்பவிக்கும்.

இன்றிரவு, எதிர்பாராதவிதமாக, நள்ளிரவில் தன்னுடைய வீட்டைவிட்டு வெளியேறிய அந்த ரபை நகரப் பேருந்தைப் பிடித்து ஒரு சிதிலமுற்ற பகுதிக்கு சென்றிருக்கிறார். அவரைப் பின்தொடர்ந்த கொலையாளி அதனுடைய முன்னேற்றத்தைப் பற்றி தெரிவிக்க தன்னுடைய ஸ்மார்ட்போனில் உள்ள மறைகுறியாக்கம் செய்யப்பட்ட நிரலை பயன்படுத்தினான்.

இலக்கு வீட்டிலிருந்து வெளியே சென்றுவிட்டது. பார் தெருவிற்கு பயணிக்கிறது. யாரையாவது பார்ப்பதற்காக இருக்கலாமா?

ஏறக்குறைய அதற்கு உடனடியாக எசமானரிடம் இருந்து பதில் வந்தது.

செய்துவிடு.

இப்போது, சிதிலமுற்ற பார்கள் மற்றும் இருண்ட சந்துகளுக்கிடையில் கண்காணிப்பாக தொடங்கிய ஒன்று ஒரு எலி-பூனை விளையாட்டாகிவிட்டது.

காஸின்ஸி தெருவோரமாக சென்றுகொண்டிருந்த ரபை யஹூதா கோவ்ஸ் வியர்த்து வழிய மூச்சுத்திணறியபடி சென்றுகொண்டிருந்தார். அவருடைய நுரையீரல் எரிந்தது, தன்னுடைய மூப்படைந்த மூத்திரப்பை வெடித்துவிடுவதுபோல் உணர்ந்தார்.

எனக்கு இப்போது ஒரு கழிவறையும் கொஞ்சம் ஓய்வும்தான் தேவை, என்று நினைத்துக்கொண்ட அவர் பார் ஜிம்ப்லாவுக்கு வெளியே கூடியிருந்த கூட்டத்தினரிடையே ஒருகணம் நின்று நிதானித்தார் - அந்த பார் புதாபெஸ்டில் இருப்பதிலேயே பெரியதும், மிகவும் புகழ்பெற்ற ரூய்ன் பார்களுள் ஒன்றும் ஆகும். இங்கே வந்திருக்கும் வழக்கமான வாடிக்கையாளர்கள், அந்த ரபையை கண்டுகொள்ளாத, பல்வேறு வயதுள்ள, பலதரப்பட்ட தொழில்களை செய்கின்றவர்களாக இருந்தனர்.

நான் கொஞ்சநேரம் நிற்கப்போகிறேன், என்று தீர்மானித்த அவர் அந்த பாரை நோக்கி நகர்ந்தார்.

ஒருகாலத்தில் நேர்த்தியான பால்கனிகளும், உயரமான ஜன்னல்களும் கொண்டிருந்த தங்குமிடமான பார் ஜிம்ப்லா இப்போது சுவரோவியங்களால் மூடப்பட்ட, ஒரு குண்டுவீசப்பட்ட சிதிலமாக காட்சியளித்தது. முன்பு நகர குடியிருப்பிடமாக இருந்த அதன் அகன்ற முகமண்டபத்தின் வழியாக கோவ்ஸ் சென்றுகொண்டிருக்கையில், குறியீட்டு செய்தியால் பொறிக்கப்பட்டிருந்த ஒரு கதவுவழியைக் கடந்துசென்றார்:எக்-எஷ்-அய்-கெட்-ரே!

அது எக்ஸெய்ட்ரே என்ற ஹங்கேரிய வார்த்தையின் உச்சரிப்பு எழுத்தாக்கம்தான் என்பதை அவர் உணர்ந்துகொள்ள சற்று நேரம் பிடித்தது - அதாவது "சியர்ஸ்!"

உள்ளே நுழைந்த கோவ்ஸ் அந்த பாரின் குகைபோன்ற உள்ளமைப்பை நம்பமுடியாமல் உற்றுப்பார்த்தார். அந்தக் கைவிடப்பட்ட மேன்சன் அந்த ரபை இதுவரை பார்த்ததிலேயே மிகவும் விசித்திரமான பொருள்களால், பரந்துவிரிந்த வெளிமுற்றத்தைச் சுற்றிலும் கட்டப்பட்டிருந்தது - ஒரு குளியல்தொட்டியால் ஆன இருக்கை, காற்றில் தொங்கிக்கொண்டிருக்கும் சைக்கிள்களை ஓட்டிக்கொண்டிருக்கும் பொம்மையுருவங்கள் ஆகியவற்றுடன் இப்போது வாடிக்கையாளர்களுக்கு தற்காலிக இருக்கைகளாக பயன்படுத்தப்படும் கிழக்கு ஜெர்மனியைச் சேர்ந்த டிராபண்ட் செடான் காரின் கூடு ஆகியவையும் இருந்தன.

நடுமுற்றமானது, ஸ்பிரே வண்ணங்கள் தீட்டப்பட்ட ஓவியங்கள், கிளாஸிக்கல் சிற்பங்கள் ஆகியவற்றால் அலங்கரிக்கப்பட்ட உயரமான சுவர்களால் மூடப்பட்டிருந்தது, கமுக்கமான இசைக்கு அசைந்தாடிக்கொண்டிருக்கும் வாடிக்கையாளர் கூட்டத்தால் நிரம்பியிருந்த பால்கனிகளில் செடிகொடிகள் தொங்கிக் கொண்டிருந்தன. அதன் காற்று சிகரெட் மற்றும் பியர் வாடைகளால் நிரம்பியிருந்தது. இளம் ஜோடிகள் உணர்ச்சிப்பெருக்கில் பொதுவிடத்தில் முத்தமிட்டுக் கொண்டிருந்தனர், மற்றவர்கள் சிறிய குழாய்களில் இருந்து எச்சரிக்கையாக புகைத்துக்கொண்டும், ஹங்கேரியில் தயாரிக்கப்படும் பிரபல பழ பிராந்தியான பாலின்காவை ஒரே மடக்கில் குடித்தபடியும் இருந்தனர்.

இறைவனின் மேன்மையான படைப்பாக இருந்தபோதிலும் மனிதர்கள் உள்ளுக்குள் மிருகங்களாகத்தான் இருக்கிறார்கள் என்பதுடன் அவர்களுடைய நடத்தையோ இன்னும் சௌகரியமான உயிரினங்கள் என்பதற்கான தேடல்வரை நீண்டுசெல்ல உந்தப்படுவதைக் கண்டு கோவ்ஸ் எப்போதுமே முரண்பாட்டை உணர்ந்திருக்கிறார். நம்முடைய ஆன்மாக்களும் பின்பற்றும் என்பதால்தான் நம்முடைய பௌதீக உடல்களுக்கு நாம் சௌகரியம் அளிக்கிறோம். உடலின் விலங்குணர்வுமிக்க உணர்ச்சிக் கொந்தளிப்புகளில் -முதன்மையாக உணவு மற்றும் பாலியல் வேட்கைகளில்- மிகைப்படியாக மூழ்கிப்போனவர்களுக்கு ஆலோசனை வழங்குவதிலேயே கோவ்ஸ் தன்னுடைய பெரும்பாலான நேரத்தை செலவிட்டிருக்கிறார், அத்துடன் இணையத்தள அடிமைத்தனமும், மலிவான போதை மருந்துகளும் அதிகரித்துக் கொண்டிருக்கும் காலகட்டத்தில் அவருடைய பணியானது தினமும் அதிக சவால் மிகுந்ததாக ஆகிவிட்டிருந்தது.

அத்தருணத்தில் கோவ்ஸிற்கு தேவைப்பட்ட ஒரே உயிரின சௌகரியம் கழிவறை மட்டுமே, அதனால் அவர் பத்து பேர்களுக்கு பின்னால் காத்திருப்பதில் சோர்ந்துபோனார். காத்திருக்க முடியாத அவர் எச்சரிக்கையுடன் படிக்கட்டில் ஏறினார், அங்கே நிறைய கழிவறைகள் இருக்கும் என அவருக்கு சொல்லப்பட்டது. அந்த மேன்சனின் இரண்டாவது தளத்தில் ஒன்றோடு ஒன்று அருகருகே அமைந்திருந்த, ஒவ்வொன்றும் தனக்கேயான சிறிய பார் மற்றும் இருக்கைகளை கொண்டிருந்த ஓய்வறைகள் மற்றும் படுக்கையறைகளின் புதிர்வட்டப் பாதையினூடாக சென்று கொண்டிருந்தார் கோவ்ஸ். பார் சேவகர்களுள் ஒருவரிடம் கழிவறை இருக்குமிடத்தை கேட்டார், அவன் இன்னும் தொலைவில் இருந்த ஒரு நடைக்கூடத்தை காட்டினான், அது வெளிமுற்றத்தை நோக்கியிருக்கும் பால்கனி நடைபாதை ஓரமாக செல்லக்கூடிய வழி.

விரைவாக பால்கனியை நோக்கிச் சென்ற கோவ்ஸ் நிதானமான கையை அதன் கைப்பிடியில் வைத்தவாறே சென்றார். நடந்து செல்கையில், கீழேயிருந்த ஆரவாரமான கூடத்தை வெறுமனே உற்றுப்பார்த்தார், அங்கே ஒரு இளைஞர் கடலே இசையின் ஆழ்ந்த துடிப்புக்கு ஏற்றவாறு சுழன்று ஆடிக்கொண்டிருந்தான்.

பிறகுதான் கோவ்ஸ் அதைப் பார்த்தார்.

அப்படியே நின்ற அவருடைய ரத்தம் உறைந்துபோனது.

அங்கே, கூட்டத்தினர் மத்தியில், பேஸ்பால் தொப்பியும் ஜீன்ஸும் அணிந்திருந்தவன் நேராக அவரையே பார்த்துக் கொண்டிருந்தான். ஒரு சட்டென்ற கணத்தில் இருவரும் ஒருவரையொருவர் பார்த்துக்கொண்டனர். பிறகு, ஒரு சிறுத்தையின் வேகத்துடன், தொப்பியணிந்திருந்தவன் செயலில் இறங்கினான், வாடிக்கையாளர்களை விலக்கித் தள்ளிவிட்டுக்கொண்டு படிக்கட்டில் தாவி ஏறினான்.

படிக்கட்டுகளை நெருங்கிவந்த கொலையாளி தான் கடந்துசெல்கின்ற ஒவ்வொரு முகத்தையும் ஆராய்ந்தான். பார் ஜிம்ப்லா அவனுக்கு மிகவும் பழக்கமான ஒன்றுதான் என்பதுடன் தன்னுடைய இலக்கு நின்றுகொண்டிருந்த பால்கனியை நோக்கி விரைந்தான்.

அந்த ரபை போய்விட்டார்

நான் உன்னைக் கடக்கவில்லையே, என்று நினைத்துக்கொண்ட கொலைகாரன், *அப்படியென்றால் நீ இந்தக் கட்டடத்திற்குள்ளேதான் போயிருக்க வேண்டும்.*

ஒரு இருளடைந்த முகமண்டபத்தை நோக்கி தன்னுடைய பார்வையை உயர்த்திய அந்த கொலைகாரன் புன்னகைத்தபடியே தன்னுடைய இலக்கு எங்கே மறைந்துகொள்ள முயற்சிக்கிறது என்பதை துல்லியமாக தெரிந்துகொண்டுவிட்டதாக நினைத்தான்.

அந்த முகமண்டபம் சிதைந்துபோய் சிறுநீர் நாற்றமடித்தது. அதன் கடைசி முனையில் ஒரு உடைந்துபோன கதவு கிடந்தது.

முகமண்டத்திற்குள் நுழைந்த கொலைகாரன் கதவை தட்டினான்.

அமைதி.

மறுபடியும் தட்டினான்.

அந்த அறை ஆக்கிரமிக்கப்பட்டுள்ளதாக உள்ளே ஒரு முனகலான குரல் கேட்டது.

"மன்னித்துக்கொள்ளுங்கள்!" என்று கொலைகாரன் மகிழ்வுற்ற குரலில் மன்னிப்பு கேட்டுவிட்டு சத்தமாக அங்கிருந்து நகர்ந்து சென்றான். பின்னர் சத்தமில்லாமல் பின்னால் திரும்பிய அவன் கதவினருகில் வந்துசேர்ந்து மரப்பலகையில் காதை வைத்துக் கேட்டான். உள்ளே, அந்த ரபை ஹங்கேரிய மொழியில் அவசர அவசரமாக கிசுகிசுப்பதைக் கேட்டான்.

"என்னை யாரோ கொல்ல வருகிறான்! அவன் என் வீட்டிற்கு வெளியே இருந்தான்! இப்போது புதாபெஸ்டில் இருக்கும் பார் ஜிம்ப்லாவிற்கு உள்ளே என்னை சிக்க வைத்திருக்கிறான்! ப்ளீஸ்! உதவிக்கு யாரையாவது அனுப்புங்கள்!"

அவனுடைய இலக்கு 112-க்குத்தான் அழைப்பு விடுத்திருக்கிறான் என்பது தெளிவானது, அது 911-க்கு சமமான புதாபெஸ்ட் எண். அதன் எதிர்வினையாற்றும் நேரம் குறைவுதான், ஆனாலும்கூட அந்தக் கொலைகாரனுக்கு கேட்டுக் கொண்டிருந்தவையே போதுமானது.

தான் மட்டும்தான் இருக்கிறோம் என்பதை உறுதிப்படுத்திக்கொள்ள பின்னால் திரும்பிப் பார்த்துக்கொண்ட அவன் தன்னுடைய தசைபிடிப்பான தோளை கதவை நோக்கி சமநிலையில் வைத்துக்கொண்டு, பின்னால் சாய்ந்தான், தன்னுடைய தாக்குதலை இசையின் பிளிறலுக்கு ஏற்ப ஏக காலத்தில் நிகழ்த்தினான்.

முதல் முயற்சியிலேயே அந்த பழம் பட்டாம்பூச்சி கீல் உடைந்தது. கதவு திறந்துகொண்டது. கொலைகாரன் உள்ளே நுழைந்து, பின்னால் இருந்த கதவை சாத்திவிட்டு தன்னுடைய இரையை எதிர்கொண்டான்.

மூலையில் ஒடுங்கி உட்கார்ந்திருந்த அந்த ஆள் உண்மையிலேயே திகிலுற்றுப்போய் காணப்பட்டார்.

கொலைகாரன் ரபையின் போனை எடுத்து அழைப்பை துண்டித்துவிட்டு அதை கழிவறையில் வீசியெறிந்தான்.

"யா-யார் உன்னை அனுப்பியது?!" ரபை திக்கினார்.

"என்னுடைய சூழ்நிலையின் அழகே" என்றான் அவன், "அதைத் தெரிந்துகொள்ள வழியில்லை என்பதுதான்."

இப்போது, விசும்பிக்கொண்டிருந்த அந்த கிழவருக்கு அபரிமிதமாக வியர்த்திருந்தது. அவர் சட்டென்று தேம்பத் தொடங்கிவிட்டார், தன்னுடைய மார்பை இரு கைகளாலும் பிடித்துக்கொண்டபோது அவருடைய கண்கள் கண்ணீரால் நிரம்பின.

உண்மையாகவா? என்று நினைத்துக்கொண்ட கொலைகாரன் புன்னகைத்தான். அவருக்கு மாரடைப்பா வந்துவிட்டது?

அந்தக் குளியலறை தளத்தில் அந்தக் கிழவர் துடிதுடித்து மூச்சுத்திணறினார், அவருடைய கண்கள் ஆதரவு கேட்டு கெஞ்ச முகமோ சிவந்துபோய் அவனுடைய மார்பில் அவர் கைவைத்து பிறாண்டினார். இறுதியில், அந்த அழுக்கடைந்த பளிங்குத் தரையில் அவர் முகமே முதலாவதாக விழுந்தது, அவருடைய சிறுநீரகப்பை கால்சராயில் தன்னை வெறுமையாக்கிக்கொண்டபோது தரையில் புரண்டு அரற்றினார், அப்போது அவருடைய சிறுநீர் அந்தத் தரை நெடுகிலும் ஓடையாக ஓடிக்கொண்டிருந்தது.

இறுதியில், அந்த ரபை அமைதியானார்.

அந்தக் கொலைகாரன் கீழே குனிந்து சுவாசத்தைக் கேட்டான். சத்தமில்லை.

பிறகு அவன் எழுந்து நின்று கிண்டலாக சிரித்தான். "நான் எதிர்பார்த்ததைவிட என்னுடைய வேலையை சுலபமாக்கிவிட்டீர்கள்."

அத்துடன் அந்தக் கொலைகாரன் கதவை நோக்கி நடைபோட்டான்.

ரபை கோவ்ஸின் நுரையீரல்கள் காற்றை இழுக்க முயற்சித்தன.

அவர் அப்போதுதான் தன்னுடைய வாழ்நாள் நடிப்பை தந்திருந்தார்.

நினைவு தப்பிப் போவதற்கு அருகாமையில் ஊசலாடிக்கொண்டிருந்த அவர் அசைவற்றுக் கிடந்தபடியே தன்னைத் தாக்கியவனின் காலடியோசைகள் குளியலறைத் தளத்தை தாண்டிச் செல்வதை கேட்டுக்கொண்டிருந்தார். அந்தக் கதவு கீச்சிட்டு திறந்து பின்னர் கிளிக் என மூடிக்கொண்டது.

அமைதி.

தன்னைத் தாக்கியவன் காதுகேட்கும் தொலைவுக்கு எட்டாத இடத்திற்கு சென்றுவிட்டதை உறுதிப்படுத்த இன்னும் இரண்டு நொடிகளுக்கு காத்திருக்கும் வகையில் தன்னைக் கட்டாயப்படுத்திக்கொண்டார் கோவ்ஸ். பிறகு, மற்றொரு தருணத்திற்காக காத்திருக்காமல் மூச்சுவிட்டுக்கொண்ட கோவ்ஸ் ஆழமாக மூச்சை இழுத்துவிட்டுக்கொள்ளத் தொடங்கினார். குளியலறையின் முடைநாற்ற காற்றுக்கூட சரியான நேரத்தில் வந்தடைந்த உணர்வைத் தந்தது.

அவர் மெதுவாக கண்களைத் திறந்து பார்த்தார், அவருடைய பார்வை ஆக்ஸிஜன் இன்மையால் மங்கிப்போயிருந்தது. தன்னுடைய துடிக்கும் தலையை கோவ்ஸ் உயர்த்தியபோது அவருடைய பார்வை தெளிவடையத் தொடங்கியது. அவரை திடுக்கிட வைக்கும் வகையில், மூடப்பட்ட கதவுக்கு உள்ளேயே ஒரு கருத்த உருவம் நிற்பதைப் பார்த்தார்.

பேஸ்பால் தொப்பியணிந்தவன் அவரைப் பார்த்து புன்னகைத்தான்.

கோவ்ஸ் உறைந்துபோனார். அவன் அறையைவிட்டுப் போகவே இல்லை.

அந்தக் கொலைகாரன் கோவ்ஸை நோக்கி இரண்டு அடிகள் எடுத்துவைத்து, பற்றுக்கருவியைப் போல் ரபையின் கழுத்தை இறுக்கமாகப் பிடித்து அந்த பளிங்குத் தளத்தில் அவருடைய முகத்தை வைத்து அழுத்தினான்.

“நீ உன்னுடைய மூச்சை நிறுத்தியிருக்கலாம்” கொலைகாரன் உறுமினான், “ஆனால் உன்னுடைய இதயத்தை உன்னால் நிறுத்த முடியவில்லையே.” அவன் சிரித்தான். “கவலைப்படாதே, அதற்கு நான் உதவி செய்கிறேன்.”

சற்று நேரத்தில், கோவ்ஸின் கழுத்தினுடைய ஒருபக்கத்தில் எரிச்சலான வெப்பம் கிழித்துக்கொண்டு சென்றது. ஒரு உருகிய தணல் அவருடைய தொண்டைக்குள் இறங்கி பின்னர் கபாலத்திற்குள் நுழைவதுபோல் இருந்தது. இந்தமுறை, அவருடைய இதயம் இறுகியபோது அது உண்மையானதுதான் என்பதை அவர் தெரிந்துகொண்டார்.

தன்னுடைய வாழ்க்கையின் பெரும்பகுதியை ஷமாயிமினுடைய - கடவுள் மற்றும் பிற தேவதைகளின் இருப்பிடம் - மர்மங்களுக்கு அர்ப்பணித்த பின்னர், எல்லாவற்றிற்குமான பதிலுக்கு இன்னும் ஒரே ஒரு இதயத்துடிப்புதான் பாக்கியிருக்கிறது என்பதைத் தெரிந்து கொண்டார் யஹூதா கோவ்ஸ்.

44

ஜி550 ஜெட்டின் விசாலமான ஓய்வறையில், அங்குள்ள கைகழுவும் தொட்டிக்கு அருகில் நின்றுகொண்டு தன்னுடைய கைகளின் மீது வெதுவெதுப்பான தண்ணீரை ஓடவிட்டுக்கொண்டிருந்த ஆம்ரா வைடல் கண்ணாடியையே உற்றுப் பார்த்துக் கொண்டிருந்தாள், அதன் பிரதிபலிப்பில் அவளால் தன்னையே அடையாளம் காண முடியவில்லை.

நான் என்ன செய்துவிட்டேன்? அவள் மற்றொரு வாய் ஒயினை உறிஞ்சினாள், சில மாதங்களுக்கு முன்பிருந்த தன்னுடைய பழைய வாழ்க்கைக்காக ஏங்கினாள் - யாரோ ஒருத்தியாக, தனித்தும், தன்னுடைய மியூஸியம் வாழ்க்கையிலேயே பிடிப்புடனும் வாழ்ந்திருந்தவளாக - ஆனால், இப்போது அவையெல்லாம் தொலைந்துவிட்டன. ஜூலியன் அவளுக்கு திருமண கோரிக்கை வைத்த கணம் முதலே அது காற்றில் கரைந்துவிட்டது.

இல்லை, அவள் தன்னைத்தானே கடிந்துகொண்டாள். நீ சரியென்று சொன்ன கணத்தில் இருந்துதான் அது காற்றில் கரைந்துபோனது.

இன்றிரவு நடந்த படுகொலையின் பயங்கரம் அவளுக்குள்ளேயே தங்கிவிட்டது, இப்போது அவளுடைய தர்க்க மனம்தான் அதன் தாக்கங்களை பயத்துடன் எடைபோட்டுக் கொண்டிருந்தது.

எட்மண்டின் கொலைகாரனை நான்தான் மியூஸியத்திற்கு வரவேற்றிருக்கிறேன்.

அரண்மனையில் உள்ள யாரோதான் என்னை ஏமாற்றியிருக்கிறார்கள்.

இப்போது எனக்கும் அதிகப்படியாக தெரிந்துவிட்டது.

இந்த ரத்தக்களறியான கொலைக்குப் பின்னணியில் ஜூலியன் இருக்கிறார் என்பதற்கோ, அல்லது அந்த சதித்திட்டத்தைப் பற்றி அவருக்கு தெரியும் என்பதற்கோ எந்த ஆதாரமும் இல்லை. சொல்லப்போனால், இவற்றில் எதுவுமே இளவரசருக்குத் தெரியாமலோ, அவருடைய ஆசி இல்லாமலோ நடந்திருக்காது என சந்தேகிக்கக்கூடிய அளவுக்கு அரண்மனையின் உள்ளடி வேலைகளைப் பற்றி ஆம்ராவுக்கு நன்றாகவே தெரியும்.

நான் ஜூலியனிடம் நிறைய சொல்லிவிட்டேன்.

சமீபத்திய மாதங்களில், ஆம்ரா தன்னுடைய மணமகனுடன் வெளியே சென்றதையும், அதனால் அவள் தனிப்பட்ட முறையில் எட்மண்டின் வரவிருக்கும் அறிவிப்பைப் பற்றி தனக்குத் தெரிந்ததை ஜூலியனிடம் பகிர்ந்துகொண்டதையும் ஒவ்வொரு கணமும் நியாயப்படுத்துவதற்கு உண்டான அதிகரித்துவரும் தேவையை உணர்ந்தாள். தன்னுடைய வெளிப்படைத்தன்மையே அசட்டையானதோ என்று ஆம்ரா பயந்துபோனாள்.

தண்ணீரை நிறுத்திவிட்டு கைகளை உலர வைத்துக்கொண்ட ஆம்ரா தன்னுடைய ஓயின் கோப்பையை எடுத்து கடைசி சொட்டுக்களையும் காலிசெய்தாள். தனக்கு முன்னால் இருந்த கண்ணாடியில் அவள் ஒரு விநோதமானவளையே கண்டாள் - ஒருகாலத்தில் நம்பிக்கைக்குரிய தொழில்முறையாளராக இருந்தவள் இப்போது வருத்தத்தாலும் வெட்கத்தாலும் நிரம்பியிருக்கிறாள்.

ஒருசில மாதங்களில் நான் செய்த தவறுகள் . . .

அவளுடைய மனம் பின்னோக்கிச் சென்றபோது தன்னால் வேறு வகையில் என்னதான் செய்திருக்க முடியும் என்று வியந்தாள். நான்கு மாதங்களுக்கு முன்னர், மேட்ரிட்டில் ஒரு மழைக்கால இரவின்போது நவீன ஓவியத்திற்கான ரீய்னா சோஃபியா மியூஸித்தில் நடந்த ஒரு நிதி திரட்டும் நிகழ்ச்சியில் ஆம்ரா கலந்துகொண்டிருந்தாள். . .

மியூஸியத்தின் மிகவும் புகழ்பெற்ற எல் குவெர்னிகா ஓவியத்தைப் பார்ப்பதற்காக விருந்தினர்களில் பெரும்பாலானோர் அறை எண் 206.06-க்கு இடம்பெயர்ந்திருந்தனர் - பிக்காஸாவின் இருபத்து ஐந்து அடி நீளம்கொண்ட அந்த ஓவியம் ஸ்பானிஷ் உள்நாட்டுப் போரின்போது சின்னஞ்சிறு பேஸ்க் நகரத்தின் மீது குண்டுவீசப்பட்ட பயங்கரத்தை மனதில் கொண்டுவந்தது. ஆனாலும், அந்த ஓவியத்தை மிகவும் வலிதரக்கூடிய ஒன்றாகவே ஆம்ரா கண்டாள் - அது 1939 மற்றும் 1975-க்கு இடைப்பட்ட காலத்தில் ஸ்பெயினின் பாஸிச சர்வாதிகாரி ஜெனரல் பிரான்சிஸ்கோ பிராங்கோவின் ஆட்சியில் நீடித்த ஒரு கொடூரமான ஒடுக்குமுறையின் உயிரோட்டமிக்க நினைவுச்சின்னம்.

அதற்கு பதிலாக, அவளுக்கு மிகவும் பிடித்தமான ஸ்பானிய ஓவியர் மேர்ஜு மல்லோவின் படைப்பை ரசிப்பதற்காக அமைதியான கேலரிக்குள் செல்லத் தீர்மானித்தாள், காலீஸியாவைச் சேர்ந்த, ஒரு சர்ரியலிஸ பெண் படைப்பாளியான மேர்ஜு 1930-களில் பெற்ற வெற்றி ஸ்பெயினில் உள்ள பெண் ஓவியவர்களுக்கான கண்ணாடிக் கூரையை உலுக்கிவிட உதவியது.

*லா வெர்பானா*வை - சிக்கலான குறியீடுகளால் ஆன ஒரு அரசியல் நையாண்டி ஓவியம் - பார்த்து வியந்தபடியே ஆம்ரா தனியாக நின்று கொண்டிருந்தபோது ஒரு ஆழமான குரல் அவளுக்குப் பின்னாலிருந்து ஸ்பானிஷில் பேசியது.

“இது ஏறக்குறைய உங்களைப் போன்றே அழகாக இருக்கிறது” என்றார் அவர்.

நிஜமாகவா? ஆம்ரா மேல்நோக்கி நேருக்கு நேராக பார்த்து, தன்னுடைய கண்களை உருளவிடும் அவசரத்தை தடுத்துக்கொண்டாள். இதுபோன்ற நிகழ்வுகளில், அந்த மியூஸியம் ஒரு கலாச்சார மையம் என்பதைக் காட்டிலும் ஒரு இக்கட்டான பிக்கப் பார் என்பதைப் போல் உணரவைத்துவிடும்.

"இதற்கு என்ன அர்த்தமென்று நினைக்கிறீர்கள்?" அவளுக்குப் பின்னாலிருந்த குரல் வற்புறுத்தியது.

"எனக்கு எதுவும் தெரியாது" என்று பொய் சொன்ன அவள் ஆங்கிலத்தில் பேசினால் அது அவரை அப்பால் நகர்த்திவிடும் என்று நம்பினாள். "எனக்கு பிடித்திருக்கிறது அவ்வளவுதான்."

"எனக்கும் பிடித்திருக்கிறது" என்று அவர் ஏறக்குறைய எந்த தொனியுமற்ற ஆங்கிலத்தில் பதில் கூறினார். "மல்லோ தன் காலத்தில் முன்னோக்கி நிற்கிறார். வருத்தம் என்னவென்றால், ஒரு பயிற்சியற்ற கண்களுக்கு இந்த ஓவியத்தின் அதி உன்னத அழகு அதற்குள்ளிருக்கும் ஆழமான சாராம்சத்தை மறைத்துவிடச் செய்யலாம்." அவர் சற்று இடைவெளி விட்டார். "உங்களைப் போன்ற ஒரு பெண் அந்தப் பிரச்சினையைத்தான் எந்நேரத்திலும் எதிர்கொண்டாக வேண்டும்."

ஆம்ரா முனகிக்கொண்டாள். *இதுபோன்ற தந்திரங்கள்தான் பெண்களிடம் உண்மையிலேயே எடுபட்டுவிடுகிறதோ?* தன்னுடைய முகத்தில் தன்மையான புன்னகையை கொண்டுவந்த அவள் அவரை அப்புறப்படுத்த சுழன்று திரும்பினாள். "சார், நீங்கள் சொன்னது மிகவும் நன்றாக இருக்கிறது, ஆனால்-"

ஆம்ரா வைடல் பாதி வாக்கியத்திலேயே உறைந்துபோனாள்.

அவள் எதிர்கொண்ட அந்த நபர் தன் வாழ்நாள் முழுவதும் தொலைக்காட்சியிலும் பத்திரிக்கைகளிலும் பார்த்து வந்த ஒருவர்.

"ஓ" ஆம்ரா திக்கினாள். "நீங்கள் . . ."

"ஆணவக்காரனா?" என்றார் அந்த அழகான மனிதர். "இக்கட்டான துணிச்சல்காரனா? மன்னிக்க வேண்டும், நான் ஒரு திரைமூடிய வாழ்க்கை வாழ்ந்துவிட்டேன், எனக்கு இதுபோன்ற

விஷயங்கள் பற்றி அவ்வளவாகத் தெரியாது." அவர் சிரித்தபடியே தன்மையோடு கைநீட்டினார். "என் பெயர் ஜூலியன்."

"எனக்கு உங்களுடைய பெயர் தெரியுமென்று நினைக்கிறேன்," என்று அவரிடம் சொன்ன ஆம்ரா, ஸ்பெயினின் வருங்கால அரசராகிய இளவரசர் ஜூலியனுடன் கைகுலுக்கிக் கொண்டாள். அவள் கற்பனை செய்திருந்ததைக் காட்டிலும் உயரமாக இருந்த அவர் மென்மையான கண்களும், நம்பிக்கைமிக்க புன்னகையும் கொண்டிருந்தார். "நீங்கள் இன்றிரவு இங்கு வரப்போவதாக நான் கேள்விப்படவில்லையே," என்று தொடர்ந்த அவள் சட்டென்று தன்னுடைய கட்டுப்பாட்டிற்கு வந்தாள். "நீங்கள் பெரும்பாலும் பிரடோ மியூஸியத்திற்குத்தான் செல்வீர்கள் என்று நினைத்திருந்தேன் - கோயா, வெலாகுவெஸ் . . . . என்று கிளாஸிக்குகளை விரும்பக்கூடியவர்."

"என்னை பழமைவாத, பழங்காலத்தவர் என்கிறீர்களா?" என்று அவர் மென்மையாகச் சிரித்தார். "நீங்கள் என்னுடைய அப்பாவுடன் என்னைக் குழப்பிக்கொள்கிறீர்களோ என்று நினைக்கிறேன். மல்லோவும் மைரோவும்தான் எனக்கு எப்போதுமே பிடித்தவர்கள்."

ஆம்ராவும் இளவரசரும் சில நிமிடங்களுக்கு பேசிக்கொண்டிருந்தனர், அவருடைய கலைஞானம் பற்றி அவள் வியந்துபோனாள். அவர் மேட்ரிட்டின் அரச மாளிகையில் வளர்ந்திருந்தாலும்கூட ஸ்பெயினின் மிக அருமையான சேகரிப்புகளுள் ஒன்று அவர் வசம் இருக்கிறது; அவர் தன்னுடைய குழந்தைப்பருவ அறையில் அசலான எல் கிரெகோவைக்கூட தொங்கவிட்டிருக்கலாம்.

"இது மறுபடியும் நடக்கவேண்டும் என எதிர்பார்க்கிறேன்" என்ற இளவரசர் தன்னுடைய தங்கமுலாம் பூசிய பிசினஸ் கார்டை அவளிடம் கொடுத்தார், "ஆனால், நாளை இரவு நடக்கும் இரவு உணவு விருந்தில் நீங்கள் என்னுடன் சேர்ந்துகொண்டால் நான் மகிழ்ச்சியடைவேன். என்னுடைய நேரடி எண் அதில் இருக்கிறது. எனக்கு தெரியப்படுத்தினாலே போதும்."

"டின்னரா?" ஆம்ரா தமாஷ் செய்தாள். "உங்களுக்கு என் பெயர்கூட தெரியாதே."

“ஆம்ரா வைடல்” என்று பதில் கூறினார் அவர். “உங்களுக்கு முப்பத்தி ஒன்பது வயது. யுனிவர்சிடாட் டெ சலமான்காவில் ஓவிய வரலாறு பட்டம் பெற்றவர். பில்பாவில் உள்ள எங்களுடைய கூகன்ஹைம் மியூஸியத்தின் இயக்குநர். லூயி குயில்ஸை சூழ்ந்திருக்கும் முரண்பாடுகள் பற்றி சமீபத்தில் பேசியிருக்கிறீர்கள், அவருடைய கலைப்படைப்பு நவீன வாழ்க்கையின் குரூரங்களை உயிருருவாக பிரதிபலிக்கின்றன என்பதையும், அவை இளம் குழந்தைகளுக்கு ஏற்றவை அல்ல என்பதையும் நானும்கூட ஒப்புக்கொள்கிறேன், ஆனால் அவருடைய படைப்பு பான்ஸ்கியை ஒத்திருக்கிறது என்ற உங்களுடைய கூற்றுடன் உடன்பட மாட்டேன். உங்களுக்கு இன்னும் திருமணமாகவில்லை. உங்களுக்கு குழந்தைகளும் இல்லை. கறுப்பு உடையில் நீங்கள் மிக அழகாக இருக்கிறீர்கள்.”

ஆம்ராவின் தாடை தொங்கிப்போனது. “அடக் கடவுளே. இந்த அணுகுமுறை உண்மையிலேயே எடுபட்டுவிடுமோ?”

“எனக்கும் தெரியாது” என்று புன்னகையுடன் கூறினார் அவர். “அதைத் தெரிந்துகொள்ளலாம் என்றுதான் நினைக்கிறேன்.”

அந்த நேரத்தில் அங்கு தோன்றிய இரண்டு கார்டியா ரியல் ஏஜெண்டுகள் சில விஐபிகளுடன் சேர்ந்துகொள்ள வேண்டியிருப்பதாய் இளவரசரை அவசரப்படுத்தி அழைத்துச் சென்றனர்.

அந்த பிஸினஸ் கார்டை கெட்டியாக பிடித்துக் கொண்டிருந்த ஆம்ரா இத்தனை வருடங்களில் உணராத ஒன்றை உணர்ந்தாள். பட்டாம்பூச்சிகள். ஓர் இளவரசர் எனக்கு காதல் அழைப்பு விடுக்கிறாரா?

ஆம்ரா ஒரு ஒல்லியான நெடுநெடுவென்று இருக்கும் பதின்பருவத்தினளாக இருந்திருக்கிறாள், அவளை வெளியே அழைத்துச் செல்ல விரும்பும் பையன்கள் அவளுக்கு சமமான உயரம் கொண்டவர்களாக இருக்க வேண்டும் என்றே உணர்ந்திருப்பார்கள். இருந்தாலும், வாழ்வின் பிற்பகுதியில் அவளுடைய அழகு மலர்ந்தபோது, அவளுடைய இருப்பு சுற்றியுள்ள ஆண்களை துணுக்குறச் செய்வதை கண்டுகொண்டும், தடுமாற்றமுற்றவளாகவும், சுய-உணர்வு பெற்று முற்றிலும்

பணிவிணக்கம் கொண்டவளாகவும் ஆகியிருந்தாள். ஆனாலும், இன்றிரவு ஒரு அதிகாரம்மிக்க மனிதர் அவளிடம் துணிச்சலாக நடந்து வந்து அவளுடைய முழு கட்டுப்பாட்டையும் எடுத்துக் கொண்டுவிட்டார். அது அவளை பெண்ணாக உணரச் செய்தது. இளமையானவளாகவும்.

அடுத்தநாள் இரவே, ஓர் ஓட்டுநர் ஆம்ராவை அவளுடைய ஹோட்டலில் இருந்து அரச மாளிகைக்கு அழைத்துச் சென்றான், அங்கே மற்றசில இரண்டு டசன் விருந்தினர்களுக்கு மத்தியில் இளவரசருக்கு அடுத்தபடியாக தனக்கு இருக்கை அமைக்கப்பட்டிருப்பதை ஆம்ரா கண்டாள், அந்த விருந்தினர்களில் பலரையும் அவள் சமூக அல்லது அரசியல் பக்கங்களில் படித்திருந்ததை வைத்து அடையாளம் கண்டுகொண்டாள். இளவரசர் அவளை தன்னுடைய "நேசத்திற்குரிய புதிய தோழி" என்று அறிவித்துவிட்டு ஆம்ரா முழுமையாக பங்கேற்கும் விதத்தில் அமைந்த கலை பற்றிய உரையாடலை அருந்திறனோடு தொடங்கி வைத்தார். அவளுக்கு தான் ஏதோ ஒருவகையில் நேர்காணல் செய்யப்படுகிறோம் என்ற உணர்விருந்தது, ஆனால் விசித்திரமான வகையில் அவள் அதை உண்மையிலேயே மனதில் வைத்துக்கொள்ளவில்லை. அவள் சரிந்துவிட்டதுபோலவே உணர்ந்தாள்.

மாலைநேரத்தின் இறுதியில் அவளை அப்பால் அழைத்துச் சென்ற ஜூலியன் அவளிடம் கிசுகிசுத்தான், "உனக்கு பிடித்திருக்கும் என்று நம்புகிறேன், உன்னை மறுபடியும் பார்த்ததில் மகிழ்ச்சி" என்று புன்னகைத்தான். "வியாழக்கிழமை இரவு சந்திக்கலாமா?"

"நன்றி" என்றாள் ஆம்ரா. "ஆனால் நான் காலையிலேயே பில்பாவிற்கு திரும்பிச் செல்ல வேண்டியிருக்கிறது."

"அப்படியென்றால் நானும் வருகிறேன்" என்றான் அவன். "எட்ஸனாபே ரெஸ்டாரெண்டிற்கு சென்றிருக்கிறாயா?"

ஆம்ரா சிரிக்கத்தான் வேண்டியிருந்தது. பில்பாவிலேயே எட்ஸனாபேதான் மிகவும் விரும்பப்படுகின்ற இரவு விருந்திற்கான ரெஸ்டாரெண்ட். உலகம் முழுவதிலும் உள்ள கலை ஆர்வம் மிக்கவர்களுக்கு அந்த ரெஸ்டாரெண்ட் ஒரு

புத்தம்புதிய அலங்காரத்தையும், வண்ணமயமான உணவுகளையும் வழங்கி திக்குமுக்காடச் செய்து, மார்க் சாகல் வரைந்த நிலவெளி ஓவியத்தில் அமர்ந்திருப்பதைப் போன்ற உணர்வை அவர்களுக்கு வழங்குவார்கள்.

"அது அருமையாக இருக்கும்" தான் சொன்னதை அவளே கேட்டாள்.

எட்ஸெனாபேயில், அதிகம் அலங்கரிக்கப்பட்ட தட்டுக்களில் தரப்பட்ட சுமாக் மரப்பட்டைகளில் தீய்க்கப்பட்ட டூனா மீன்கள் மற்றும் ஒருவகை காளான்களைக் கொண்டு தயாரிக்கப்பட்ட உணவு வகைகளை சுவைத்தபடியே, தன்னுடைய உடல்நலம் குன்றிய தந்தையின் நிழலில் இருந்து வெளியே வர முயற்சிக்கையில் தான் எதிர்கொள்ளும் அரசியல் சவால்களைப் பற்றியும், அரச பரம்பரையை தொடர்வதற்காக தனக்கிருக்கும் தனிப்பட்ட நெருக்கடிகள் குறித்தும் ஜூலியன் மனம்திறந்து பேசினார். வெளியுலகம் அறியாமல் வாழ்ந்த அவருக்குள் இருக்கும் அறியாச் சிறுவனை ஆம்ரா ஏற்றுக்கொண்டாள் என்றாலும் தன்னுடைய நாட்டிற்காக உற்சாக உணர்ச்சியுடன் ஒரு தலைவன் உருவாகி வருவதையும் கண்டாள். இதனை அவள் ஒரு கவர்ச்சியான கவலையாகவே கருதினாள்.

அன்றிரவு, ஜூலியனின் பாதுகாவலர்கள் அவரை அவருடைய தனி விமானத்திற்கு திரும்ப அழைத்துச் சென்றபோது, தான் வசியப்பட்டுவிட்டதாக உணர்ந்தாள் ஆம்ரா.

எனக்கு அவரை அவ்வளவாக தெரியாது, என்று தனக்குத்தானே நினைவுறுத்திக் கொண்டாள் அவள். மெதுவாகவே போ.

அடுத்த சில மாதங்கள் ஆம்ராவும் ஜூலியனும் ஒருவரை ஒருவர் - அரண்மனை விருந்துகள், அவருடைய கிராமத்து எஸ்டேட்டில் பிக்னிக்குகள் மற்றும் திரைப்படங்களுக்கு சென்றுவருதல் என - தொடர்ந்து சந்தித்துவந்த அந்த நாட்கள் சட்டென்று கடந்து சென்றுவிட்டதைப் போல் தோன்றின. அவர்களுடைய நெருக்கம் கட்டாயப்படுத்தப்பட்ட ஒன்றல்ல, ஆம்ரா இதற்கு முன்னர் இவ்வளவு மகிழ்ச்சியாக இருந்திருப்பது அவளுக்கு நினைவில்லை. அவ்வப்போது அவள் கைகளைப் பிடித்துக்கொள்வது, எதிர்பாராத மென் முத்தங்கள் என ஜூலியன்

பழம் முறையிலான நேசத்தை வெளிப்படுத்தினான், ஆனால் பழமைவாத எல்லைகளை அவன் மீறியதே இல்லை என்பதுடன் ஆம்ராவுக்கும் அவனுடைய நேர்த்தியான நடவடிக்கைகள் பிடித்துப் போயின.

மூன்று வாரங்களுக்கு முன்னர் ஒரு காலை நேரத்தில் ஆம்ரா மேட்ரிட்டில் இருந்தாள், அங்கே கூகன்ஹைமில் வரப்போகும் கண்காட்சிகளைப் பற்றிய காலைநேர தொலைக்காட்சி ஒன்றில் அவள் தோன்றுவதற்காக திட்டமிடப்பட்டிருந்தது. உலகம் முழுவதிலும் உள்ள லட்சக்கணக்கானோர் ஆர்டிவிஇ-இன் டெலிடைரியோ நிகழ்ச்சியை பார்த்து வருகின்றனர், நேரலை ஒளிபரப்பு ஆம்ராவுக்கு சிறிது கலக்கத்தை ஏற்படுத்தியது, ஆனால் அந்த இடமானது மியூஸியத்திற்கு அருமையான தேசிய கவனத்தை வழங்கும் என்பது அவளுக்குத் தெரிந்தே இருந்தது.

அந்த நிகழ்ச்சிக்கு முந்தைய இரவில், அவளும் ஜூலியனும் டராட்டோரியா மாலடெஸ்டாவில் ஒரு வழக்கமான இரவு உணவுக்கு சென்றுவிட்டு பின்னர் எல் பார்க்யு டெல் ரெட்டிரோ வழியாக சத்தமின்றி நழுவினர். குடும்பங்களாக அங்கே திரிந்து கொண்டிருப்பவர்களையும், குழந்தைகள் ஓடியாடி விளையாடி சிரித்துக் கொண்டிருப்பதையும் கண்டு முழுமையான அமைதியை உணர்ந்த ஆம்ரா அத்தருணத்தில் மெய்மறந்து போனாள்.

“உனக்கு குழந்தைகள் பிடிக்குமா?” என்றான் ஜூலியன்.

“நான் அவர்களை ஆராதிக்கிறேன்” என்று அவள் நேர்மையாக பதில் சொன்னாள். “சொல்லப்போனால், சிலநேரங்களில் என் வாழ்க்கையில் நான் இழக்கின்ற ஒரே விஷயம் குழந்தைகள்தானோ என்று நினைக்கிறேன்.”

ஜூலியன் பெரிதாக புன்னகைத்தான். “எனக்கும் அந்த உணர்வு தெரியும்.”

அத்தருணத்தில், அவளை அவன் பார்த்த விதம் ஏதோவகையில் வேறுமாதிரியாக இருந்ததை அவள் உணர்ந்தாள், ஜூலியன் ஏன் அந்தக் கேள்வியைக் கேட்டிருக்க வேண்டும் என்பதை ஆம்ரா சட்டென்று உணர்ந்துகொண்டாள். ஒரு பய உணர்வு அவளை

ஆட்கொண்டது, அவளுடைய தலைக்குள்ளிருந்து ஒரு குரல் கூச்சலிட்டது, சொல்லிவிடு! **அவனிடம் இப்போதே சொல்லிவிடு!**

அவள் பேச முயற்சித்தாள், ஆனால் சத்தமே எழுப்ப முடியவில்லை.

"ஒன்றும் பிரச்சினையில்லையே?" என்று அவன் கவலையுடன் கேட்டான்.

ஆம்ரா புன்னகைத்தாள். "அது டெலிடயரியோ நிகழ்ச்சி. நான் சற்று பதற்றமாகிவிட்டேன்."

"மூச்சை இழுத்துவிடு. சரியாகிவிடும்."

அவளைப் பார்த்து பளிச்சென்று சிரித்த ஜூலியன் முன்னால் குனிந்து அவள் உதடுகளில் சட்டென்று மெல்லிய முத்தம் பதித்தான்.

அடுத்தநாள் காலை ஏழு முப்பது மணிக்கு ஒரு தொலைக்காட்சி நிலையத்தின் ஒலிபுகா அறையில், மூன்று வசீகரமான டெலிடயரியோ தொகுப்பாளர்களுடன் நேரலையில் சௌகரியமாக பேசிக்கொண்டிருந்தாள் ஆம்ரா. தொலைக்காட்சி கேமராக்களையும், நேரலை ஸ்டுடியோ பார்வையாளர்களையும் எப்போதாவதோ பார்த்தபடியோ, அல்லது ஐந்து மில்லியன் பேர் அதை வீட்டில் இருந்தபடியே தொலைக்காட்சியில் பார்த்துக் கொண்டிருக்கிறார்கள் என்ற கவனமின்றியும் கூகன்ஹைம் பற்றிய உற்சாகத்திலேயே அவள் மூழ்கிப் போயிருந்தாள்.

"நன்றி ஆம்ரா, மிகவும் இனிமையாக இருந்தது" என்றாள் அந்த பெண் தொகுப்பாளினி, "உங்களை சந்தித்ததில் மிக்க மகிழ்ச்சி."

அவளுடைய நன்றியை ஆமோதித்து ஏற்றுக்கொண்ட ஆம்ரா அந்த பேட்டி முடிவதற்காக காத்திருந்தாள்.

விசித்திரம் என்னவென்றால், அந்தப் பெண் தொகுப்பாளினி அவளைப் பார்த்து பாசாங்காக சிரித்துவிட்டு அங்கிருந்த பார்வையாளர்களை நோக்கித் திரும்பி அந்தப் பகுதியை தொடர்ந்து நடத்தினாள். "இன்று காலை," அவள்

ஸ்பானிஷில்தான் தொடங்கினாள், "ஒரு மிக முக்கியமான விருந்தாளி நம்முடைய டெலிடயரியோ ஸ்டுடியோவிற்கு திடீர் வருகை புரிந்திருக்கிறார், அவரை நாம் வரவேற்கலாம்."

ஒரு உயரமான, நேர்த்தியான மனிதர் அந்த செட்டிற்குள் நடந்து வந்தபோது மூன்று தொகுப்பாளர்களும் எழுந்து நின்று கைதட்டினர்.

ஆம்ராவும் எழுந்து நின்று அதிர்ச்சியுடன் உற்றுப்பார்த்தாள்.

ஜூலியனா?

கூட்டத்தினரை நோக்கி கையசைத்தபடியே வந்த இளவரசர் ஜூலியன் மூன்று தொகுப்பாளர்களுடனும் கைகுலுக்கினார். பிறகு நடந்துசென்று ஆம்ராவுக்கு அருகில் அமர்ந்துகொண்டு அவளைச் சுற்றி கையை போட்டுக்கொண்டார்.

"என்னுடைய அப்பா எப்போதுமே ஒரு ரொமாண்டிக்கான மனிதர்" என்று ஸ்பானிஷில் பேசிய அவர் பார்வையாளர்களை நோக்கி கூறுவதற்காக நேரடியாக கேமராவைப் பார்த்துப் பேசினார். "என்னுடைய அம்மா இறந்துவிட்டபோதும் அவர் அவளை நேசிப்பதை நிறுத்தவேயில்லை. அவருடைய ரொமாண்டிக் குணம் எனக்கும் வந்திருக்கிறது, ஒரு ஆண் காதலைக் கண்டுகொண்டால் அதை உடனடியாக தெரிந்துகொள்கிறான்." அவன் ஆம்ராவைப் பார்த்து மென்மையாக சிரித்தான். "அதனால் ..." ஜூலியன் பின்னால் நகர்ந்து அவளை எதிர்கொண்டான்.

என்ன நடக்கப்போகிறது என்பதை ஆம்ரா உணர்ந்துகொண்டபோது, நம்பமுடியாமல் அவள் உறைந்துபோனாள். *வேண்டாம்! ஜூலியன்! என்ன செய்கிறீர்கள்?*

எந்தவித முன்னறிவிப்பும் இன்றி, ஸ்பெயினின் பட்டத்து இளவரசன் அவளுக்கு முன்பாக சட்டென்று மண்டியிட்டான். "ஆம்ரா வைடல், நான் ஒரு இளவரசனாக உன்னிடம் கேட்கவில்லை, காதல் வசப்பட்ட சாதாரண மனிதனாகவே கேட்கிறேன்." அவன் அவளை தெளிவில்லாத கண்களால் பார்த்தான், அவனுடைய முகத்தை குளோசப்பில் காட்டுவதற்காக கேமராக்கள் சுற்றிவந்தன. "நான் உன்னைக் காதலிக்கிறேன். என்னை திருமணம் செய்துகொள்வாயா?"

பார்வையாளர்களும், நிகழ்ச்சி தொகுப்பாளர்களும் சந்தோஷத்தில் விம்மினார்கள், நாடு முழுவதிலும் உள்ள மில்லியன்கணக்கான கண்கள் அவளையே உற்றுப்பார்த்துக் கொண்டிருப்பதை ஆம்ராவால் உணர முடிந்தது. ரத்தம் அவள் முகத்திற்கு விரைந்தது, விளக்குகள் சட்டென்று அவளுடைய தோளின்மீது எரிச்சலை தோற்றுவித்தன. ஜூலியனைப் பார்த்தபோது அவளுடைய இதயம் காட்டுத்தனமாக துடிக்கத் தொடங்கி, ஆயிரக்கணக்கான எண்ணங்கள் அவளுடைய தலையை நோக்கி துரிதகதியில் சென்றுகொண்டிருந்தன.

என்னை எப்படி உங்களால் இப்படிப்பட்ட நிலைக்கு கொண்டுவர முடிந்தது?! நாம் இப்போதுதானே சந்தித்திருக்கிறோம்! என்னைப் பற்றி உங்களிடம் சொல்லாத விஷயங்கள் நிறையவே இருக்கின்றன . . . அவை எல்லாவற்றையுமே மாற்றிவிடலாம்!

மௌனமான பீதியில் ஆம்ரா எவ்வளவு நேரம் நின்றுகொண்டிருந்தாள் என்று அவளுக்கே தெரியாது, ஆனால் கடைசியில் தொகுப்பாளர்களுள் ஒருவர் சங்கடத்துடன் சிரித்துக்கொண்டே கூறினார், "மிஸ்.வைடல் மெய்மறந்து போய்விட்டார் என்று நினைக்கிறேன்! மிஸ்.வைடல்? ஒரு அழகான இளவரசர் உங்களுக்கு முன்பாக மண்டியிட்டு மொத்த உலகத்திற்கும் முன்பாக தன்னுடைய காதலை முன்மொழிந்திருக்கிறார்!"

இதிலிருந்து வெளியேறுவதற்கு ஏதேனும் சாதகமான வழியிருக்கிறதா என்று ஆம்ரா யோசித்துப் பார்த்தாள். அவளுக்கு மௌனம் மட்டுமே பதிலாக கிடைத்தது, அவள் மாட்டிக்கொண்டாள். இந்த பொதுத் தருணம் முடிவுக்கு வருவதற்கு ஒரே ஒரு வழிதான் இருக்கிறது. "இந்த தேவதைக் கதைக்கு ஏதேனும் மகிழ்ச்சியான முடிவு இருக்கும் என்று நம்ப முடியாததால்தான் நான் தயங்குகிறேன்." அவள் தன் தோள்களை தளர்த்திக்கொண்டு கீழே ஜூலியனைப் பார்த்து மென்மையாக புன்னகைத்தாள். "ஆமாம், நான் உங்களை திருமணம் செய்துகொள்கிறேன், இளவரசர் ஜூலியன் அவர்களே."

அந்த ஸ்டுடியோ பெரும் கைதட்டலால் அதிர்ந்தது.

ஜூலியன் எழுந்துநின்று ஆம்ராவை தன் கைகளால் பிடித்துக்கொண்டான். அவர்கள் கட்டிக்கொண்டபோது, இந்த தருணத்திற்கு முன்னர் அவர்கள் இதுபோன்று நீண்டநேரம் கட்டிப்பிடித்துக் கொண்டதில்லை என்பதை அவள் உணர்ந்தாள்.

பத்து நிமிடங்களுக்குப் பின்னர், அவர்கள் இருவரும் அவனுடைய லிமோஸின் காருக்கு பின்னால் அமர்ந்திருந்தனர்.

"நான் உன்னை திடுக்கிட வைத்துவிட்டது தெரிகிறதே" என்றான் ஜூலியன். "மன்னித்துவிடு. நான் ரொமாண்டிக்காக இருக்க முயற்சித்தேன். உன்னிடத்தில் எனக்குள்ள உணர்வுகள் தீவிரமானவை, அத்துடன்-"

"ஜூலியன்" ஆம்ரா வலிந்து குறுக்கிட்டாள், "உங்களிடத்தில் எனக்கும் தீவிரமான உணர்வுகள் உள்ளன, ஆனால் நீங்கள் என்னை மீறமுடியாத ஒரு சூழ்நிலைக்கு உள்ளாக்கி விட்டீர்கள்! இவ்வளவு சீக்கிரத்தில் என்னிடம் திருமணக் கோரிக்கை வைப்பீர்கள் என்று நான் கற்பனைகூட செய்ததில்லை! நம் இருவருக்குமே நம்மைப்பற்றி அதிகம் தெரியாது. நான் சொல்லவேண்டிய விஷயங்கள் நிறையவே இருக்கின்றன - என்னுடைய கடந்தகாலத்தைப் பற்றிய முக்கியமான விஷயங்கள்."

"உன்னுடைய கடந்தகாலம் ஒரு பொருட்டே அல்ல."

"இது பொருட்டாகலாம். நிறையவே."

அவன் சிரித்தபடியே தலையை குலுக்கிக் கொண்டான். "நான் உன்னை நேசிக்கிறேன். நீ சொல்லப்போவதெல்லாம் விஷயமே அல்ல. முயற்சித்துதான் பாரேன்."

ஆம்ரா தனக்கு முன்னால் இருந்தவனை நன்றாக ஆராய்ந்தாள். அப்படியென்றால், சரி. இந்த உரையாடல் இப்படித்தான் போக வேண்டும் என்று அவள் நிச்சயம் விரும்பியதே இல்லை, ஆனால் அவளுக்கு அவன் வேறு வாய்ப்பே தரவில்லை. "சரி, இதுதான், ஜூலியன். நான் சின்னப்பெண்ணாக இருக்கும்போது, என்னைக் கொல்லக்கூடிய அளவுக்கான பயங்கர தொற்று எனக்கு ஏற்பட்டது."

"சரி."

ஆம்ரா பேசிக்கொண்டிருக்கும்போதே, தன்னுள்ளில் இருந்து ஒரு கடுமையான வெறுமை பொங்கி வருவதை அவள் உணர்ந்தாள். "அதன் விளைவாக, குழந்தைகள் பெற்றுக்கொள்ள வேண்டும் என்ற என்னுடைய வாழ்நாள் கனவு . . . ஆமாம், அது வெறும் கனவாகவே போய்விட்டது."

"எனக்குப் புரியவில்லை."

"ஜூலியன்" அவள் அப்பட்டமாக கூறினாள். "என்னால் குழந்தை பெற்றுக்கொள்ள முடியாது. என்னுடைய குழந்தைப்பருவ உடல்நலப் பிரச்சினைகள் என்னை மலடாக்கிவிட்டது. எனக்கு எப்போதுமே குழந்தைகள் பெற்றுக்கொள்ள ஆசை இருந்திருக்கிறது, ஆனால் என்னால் சொந்தமாக குழந்தை பெற்றுக்கொள்ள முடியாது. என்னை மன்னித்துவிடுங்கள். அது உங்களுக்கு எந்தளவுக்கு முக்கியமானது என்று எனக்குத் தெரியும், ஆனால் உங்களுக்கு ஒரு வாரிசை உருவாக்க முடியாத பெண்ணிடம்தான் நீங்கள் இப்போது திருமண கோரிக்கை வைத்துள்ளீர்கள்."

ஜூலியன் வெளிறிப் போனான்.

அவனை கண்ணோடு கண்பார்த்த ஆம்ரா அவன் பேசவேண்டும் என விரும்பினாள். ஜூலியன், இத்தருணத்தில்தான் நீ என்னை நெருக்கமாக அணைத்துக் கொண்டு ஒன்றும் பிரச்சினையில்லை என்று சொல்ல வேண்டும். இந்த தருணத்தில்தான் அது ஒன்றும் பிரச்சினையில்லை என்றும், எப்படியிருந்தாலும் என்னைக் காதலிக்கிறேன் என்றும் சொல்லவேண்டும்.

பிறகுதான், அது நடந்தது.

முன்னெப்போதையும்விட அக்கறையே இல்லாமல் அவளிடமிருந்து நகர்ந்து சென்றான் ஜூலியன்.

அத்தருணத்தில், அதெல்லாமே முடிந்து போய்விட்டதென்று தெரிந்துகொண்டாள் ஆம்ரா.

45

மின்னணு பாதுகாப்பிற்கான கார்டியா பிரிவு அரச மாளிகையின் தரைமட்டத்துக்கு கீழே ஜன்னல்கள் இல்லாத முயல் பள்ளங்கள் போன்ற அறைகளில் அமைந்திருந்தது. அரண்மனையின் பரந்துவிரிந்த கார்டியா தடையரண்கள் மற்றும் ஆயுதக்கிடங்கில் இருந்து வேண்டுமென்றே தனித்து அமைக்கப்பட்ட அந்தப் பிரிவின் தலைமையகங்களில் ஒரு டசன் கணினி அறைகள், ஒரு தொலைபேசி விசைப்பலகை மற்றும் சுவரெங்கும் பாதுகாப்பு கண்காணிப்புத் திரைகள் அமைந்திருந்தன. எட்டு பேர்களைக் கொண்ட ஊழியர் குழுதான் - எல்லோருமே முப்பந்தைந்து வயதுக்கு குறைவானவர்கள் - அரச மாளிகை மற்றும் கார்டியா ரியல் ஊழியர்களுக்கு பாதுகாப்பான தகவல்தொடர்பு நெட்வொர்க்குகளை வழங்கவும், அரண்மனைக்கு உண்டான மின்னணு கண்காணிப்பு உதவி வழங்குவதற்கும் பொறுப்பேற்றிருந்தது.

இன்றிரவு, எப்போதும் போலவே, காற்றுப் புகமுடியாத அந்தப் பாதாள அறைகளில் நூடுல்ஸும் பாப்கார்ன்களும் பொறிக்கப்படும் வாசம் வீசிக்கொண்டிருந்தது. வெண்ணொளி விளக்குகள் சத்தமாக ஹம் ஒலி எழுப்பிக் கொண்டிருந்தன.

என்னுடைய அலுவலகத்தை இங்கே அமைத்து தரும்படிதான் கேட்டிருந்தேன் என்று மார்டின் நினைத்துக் கொண்டாள்.

இருப்பினும், "மக்கள்தொடர்பு -பிஆர்- ஒருங்கிணைப்பாளர்" என்பது நேரடி கார்டியா பதவி அல்ல, மார்டினின் வேலைக்கு சக்திவாய்ந்த கணிப்பொறிகளை அணுகத் தெரிந்திருக்க வேண்டும் என்பதுடன் தொழில்நுட்ப அனுபவமும் இருந்தாக வேண்டும்; அவ்வகையில், ஒன்றுமேயில்லாத மேல்தள அலுவலகத்தைக் காட்டிலும் மின்னணு பாதுகாப்பு பிரிவுதான் அவளுக்கு தர்க்கரீயாக சரியான இடமாகத் தோன்றியது.

இன்றிரவு, மார்டின் நினைத்துக்கொண்டாள், இருக்கின்ற எல்லாத் தொழில்நுட்பங்களும் எனக்கு தேவைப்படும்.

கடந்த சில மாதங்களாகவே அவளுடைய பிரதான கவனமெல்லாம் இளவரசர் ஜூலியனுக்கு படிப்படியாக அதிகாரம் மாற்றித்தரப்படுகினற சமயத்தில் அரண்மனையின் செய்திகளுக்கு உதவுவதற்காக அதிலேயே இருந்துவிடுவது என்றாகியிருந்தது. அது அவ்வளவு சுலபமாக இல்லை. தலைவர்களுக்கு இடையிலான நிலைமாற்றமானது முடியாட்சிக்கு எதிராக பேசுவதற்கான சரியான வாய்ப்பை போராட்டக்காரர்களுக்கு வழங்கியிருந்தது.

ஸ்பானிஷ் அரசியலமைப்பின்படி, முடியாட்சிதான் "ஸ்பெயினின் நீடித்த ஒற்றுமை மற்றும் நிலைத்தன்மையின் குறியீடாக இருக்கிறது." ஆனால், இப்போதுவரை ஸ்பெயினின் ஒன்றுபட்ட தன்மை என்று எதுவுமே இல்லை என்பதை மார்டின் அறிவாள். 1931-இல், இரண்டாவது குடியரசானது இந்த முடியரசின் முடிவை குறிப்பிட்டது, பின்னர் 1936-இல் ஜெனரல் பிராங்கோவின் எழுச்சியானது நாட்டை உள்நாட்டுப் போருக்கு இட்டுச் சென்றது.

இன்று, எப்படியானாலும் பழம் முறையிலேயே அமைக்கப்பட்ட இந்த முடியாட்சிதான் தாராளவாத ஜனநாயகமாக கருதப்படுகிறது. தாராளவாதிகள் பலரும் ஒரு அடக்குமுறையான மதவாத-ராணுவ வரலாற்றின் வழக்கொழிந்த எச்சமாகவே அரசர் இருந்து வருகிறார் என்றும், ஸ்பெயினானது முழுமையாக நவீன உலகத்துடன் சேர்ந்துகொள்வதற்கு முன்பாக இன்னும் போகவேண்டிய தூரம் நிறைய இருக்கிறது என்பதற்கான தினசரி நினைவுறுத்தியாகவுமே அவர் இருக்கிறார் என்றுமே தொடர்ந்து பழித்தூற்றி வருகின்றனர்.

இந்த மாதம் மோனிகா மார்டின் அனுப்பிய செய்திகளுள், அரசரை உண்மையான அதிகாரமற்ற அன்புக்குரிய சின்னமாக மட்டுமே காட்டுகின்ற வழக்கமான சித்தரிப்புகளும் அடங்கியிருந்தன. ஆம், இறையாண்மைதான் ஆயுதப் படைகளின் முதன்மைத் தளபதி மற்றும் அரச தலைமை என்பது ஒரு தீவிர ஏமாற்று வேலைதான்.

அரச தலைமையா, மார்டின் சிரித்துக்கொண்டாள், தேவாலயத்திற்கும் அரசுக்கும் இடையிலான பிரிவு எப்போதுமே முரண்பாடாக இருக்கும் ஒரு நாட்டிலா. நோயுற்ற அரசருக்கு

பிஷப் வால்டஸ்பினோவிடம் இருக்கும் நெருங்கிய உறவு பல வருடங்களாகவே மதச்சார்பற்றவர்கள் மற்றும் தாராளவாதிகள் தரப்பினருக்கு ஒரு முள்ளாக உறுத்திக் கொண்டிருக்கிறது.

பிறகு, இருக்கவே இருக்கிறார் இளவரசர் ஜூலியன், என்று நினைத்துக் கொண்டாள் அவள்.

தன்னுடைய வேலை இளவரசருக்கு கடமைப்பட்டது என மார்டினுக்குத் தெரியும், ஆனாலும் அவர் சமீப நாட்களில் அந்த வேலையை மிகவும் சிக்கலானதாக ஆக்கிவிட்டார் என்பது மட்டும் நிச்சயம். சில வாரங்களுக்கு முன்னர்தான், மார்டின் இதுவரை கண்டதிலேயே மிக மோசமான மக்கள் தொடர்பு விவகாரம் ஒன்றில் பெரும் முட்டாள்தனமான ஒன்றை இளவரசர் செய்திருந்தார்.

தேசிய தொலைக்காட்சியில், முழங்காலிட்டு அமர்ந்த இளவரசர் ஜூலியன் கேலிக்கிடமான வகையில் ஆம்ரா வைடலிடம் திருமணக் கோரிக்கை வைத்திருந்தார். மிகுந்த எரிச்சலூட்டிய அந்த தருணத்தில், ஆம்ரா வைடல் அவரை திருமணம் செய்துகொள்ள மறுத்திருந்தால், அது வேறு எதையும்விட மிகப்பெரிய சங்கடத்தை ஏற்படுத்தியிருக்கும். நல்லவேளையாக அப்படி செய்யாதிருக்கும் நல்லறிவு அவளுக்கு இருந்திருக்கிறது.

துரதிஷ்டவசமாக, அதன் பிறகுதான், ஜூலியன் எதிர்பார்த்ததைக் காட்டிலும் ஆம்ரா வைடல் அவனுடைய கைக்குள் அடங்காதவள் என்பது தெரிய வந்தது, இந்த மாதத்தில் அவளுடைய வழக்கத்திற்கு மாறான நடத்தையால் ஏற்பட்ட விளைவுதான் மார்டினின் அக்கறைக்குரிய முதன்மை வேலைகளுள் ஒன்றாக இருந்தது.

ஆனாலும், இன்றிரவு, ஆம்ராவின் விவேகமற்ற செயல்கள் எல்லாமே மறக்கப்பட்டுவிட்டதைப் போல் தோன்றியது. பில்பாவில் நடந்த நிகழ்வுகளால் உருவான ஊடகச் செயல்பாட்டின் பேரலையானது முன்னெப்போதும் இல்லாத அளவுக்கு பெருத்துப் போயிருந்தது. கடந்த ஒருமணிநேரத்தில், சதியாலாசனைக் கோட்பாடுகளின் துரிதகதியிலான பரவலாக்கமானது, குறிப்பாக பிஷப் வால்டஸ்பினோ

சம்பந்தப்பட்ட சில புதிய யூகவாதங்கள் உட்பட்டவை இந்த உலகை அப்படியே வசப்படுத்திக்கொண்டன.

கூகன்ஹைம் கொலைகாரன் குறித்த மிக முக்கியமான முன்னேற்றம் என்னவென்றால், கிர்ஷின் நிகழ்ச்சிக்கு அவன் அனுமதிக்கப்படுவதற்காக "அரச மாளிகைக்குள் இருந்த ஒருவரால்தான் உத்தரவுகள்" வழங்கப்பட்டிருக்கின்றன என்பதாகும். இந்த நாசகார துண்டுச் செய்திதான் சதியோலாசனைக் கோட்பாடுகளை வெள்ளமென திறந்துவிட்டு மரணப்படுக்கையில் கிடக்கும் அரசரையும், பிஷப் வால்டஸ்பினோவையும் - டிஜிட்டல் உலகின் நிகர்மெய் மனிதக் கடவுளாக போற்றப்பட்டவனும், ஸ்பெயினில் வாழ்வதென்று முடிவெடுத்த அன்புக்குரிய அமெரிக்க நாயகனுமான - எட்மண்ட் கிர்ஷை கொலைசெய்ய சதிசெய்தவர்கள் என குற்றம்சாட்டின.

இது வால்டஸ்பினோவை அழித்துவிடும் என்று மார்டின் நினைத்துக் கொண்டாள்.

"எல்லோரும் கவனமாக கேளுங்கள்!" என அப்போதுதான் கட்டுப்பாட்டு அறைக்குள் நுழைந்து கொண்டிருந்த கார்ஸா கத்தினார். "இளவரசர் ஜூலியனும், பிஷப் வால்டஸ்பினோவும் இந்த வளாகத்திற்குள் எங்கோதான் ஒன்றாக இருக்கிறார்கள்! பாதுகாப்புத் தடங்கள் அனைத்தையும் ஆராய்ந்து அவர்களைக் கண்டுபிடியுங்கள். உடனே!"

மார்டினின் அலுவலகத்திற்குள் நுழைந்த கமாண்டர், இளவரசர் மற்றும் பிஷப் பற்றிய சூழ்நிலையை அவளிடம் சத்தமில்லாமல் விவரித்தார்.

"காணவில்லையா?" என்று நம்பமுடியாமல் கேட்டாள் அவள். "தங்களுடைய செல்பேசிகளையும் இளவரசரின் பெட்டகத்தில் விட்டுச் சென்றிருக்கிறார்களா?"

கார்ஸா தோள்களை குலுக்கிக்கொண்டார். "நம்மால் அவர்களை கண்டுபிடிக்க முடியாது என்பது மட்டும் தெளிவாகிறது."

"சரிதான், நாம் அவர்களை கண்டுபிடிப்பதுதான் நல்லது" என்றாள் மார்டின். "இளவரசர் ஜூலியன் இப்போதே ஒரு அறிக்கை வெளியிட்டாக வேண்டும், அவர் வால்டஸ்பினோவிடம்

இருந்தும் முடிந்தவரை விலகியே இருந்தாக வேண்டும்." அவள் அவருக்கு சமீபத்திய செய்திகள் வரை எல்லாவற்றையும் விவரித்தாள்.

இப்போது கார்ஸாவைப் பார்த்தால்தான் நம்ப முடியாதவரைப் போல் தோன்றியது. "இவையெல்லாம் வதந்திகள். இந்தப் படுகொலைக்குப் பின்னால் வால்டஸ்பினோ இருந்திருப்பதற்கு வாய்ப்பே இல்லை."

"இல்லாமலும் இருக்கலாம், ஆனால் இந்தக் கொலை கத்தோலிக்க தேவாலயத்துடன் தொடர்புகொண்டதாகத்தான் தெரிகிறது. சுட்டவனுக்கும், உயர்பதவி வகிக்கும் தேவாலய அதிகாரிக்கும் இடையில் உள்ள நேரடி உறவை இப்போதுதான் யாரோ ஒருவர் கண்டுபிடித்திருக்கிறார். இதைப் பாருங்கள்." சமீபத்திய ConspiracyNet செய்தியை மார்டின் நகர்த்திக் காட்டினாள், அது மறுபடியும் ஊதிப் பெரிதாக்கும் monte@iglesia.org என்பதற்கே அந்த செய்தியை உரித்தானதாக காட்டியது. "இது ஐந்து நிமிடங்களுக்கு முன்பு நேரலையில் வந்துவிட்டது."

கார்ஸா கீழே குனிந்து அந்த செய்தியை படிக்க ஆரம்பித்தார். "போப்புடன்!" அவர் போராடினார். "எவிலாவுக்கு தனிப்பட்ட தொடர்பு இருக்கிறது -"

"தொடர்ந்து படியுங்கள்."

கார்ஸா படித்து முடிந்தபோது அதன் திரையில் இருந்து பின்னால் சென்ற அவர் தன் கண்களை திரும்பத் திரும்ப சிமிட்டிக்கொண்டார், அது ஒரு கெட்ட கனவில் இருந்து தன்னைத்தானே அவர் எழுப்பிக்கொள்ள முயற்சிப்பதைப் போலிருந்தது.

அத்தருணத்தில் கட்டுப்பாட்டு அறையில் இருந்து ஒரு ஆண் குரல் அழைத்தது. "கமாண்டர் கார்ஸா? அவர்களை கண்டுபிடித்துவிட்டோம்!"

கார்ஸாவும் மார்டினும் ஏஜெண்ட் சுரேஷ் பல்லா இருந்த அறையை நோக்கி விரைந்தனர், இந்தியாவில் பிறந்தவரான சுரேஷ்தான் தன்னுடைய கண்காணிப்பு காட்சித் திரையில் இருந்து சுட்டிக்காட்டிய கண்காணிப்பு நிபுணர், அவர் காட்டிய காட்சியில்

இரண்டு உருவங்கள் புலப்பட்டன - அதில் ஒன்று படபடக்கும் பிஷப்பின் மேலாடை மற்றொன்று ஒரு அதிகாரப்பூர்வ உடை. அவர்கள் ஒரு மரப்பாதையில் நடப்பதுபோல் தெரிந்தது.

"கிழக்குத் தோட்டம்" என்றான் சுரேஷ். "இரண்டு நிமிடங்களுக்கு முன்னர்."

"அவர்கள் கட்டடத்தை விட்டு வெளியேறிவிட்டார்களா?!" என்று கேட்டார் கார்ஸா.

"சற்று பொறுங்கள், சார்." அந்தக் காட்சியை வேகமாக ஓட்டினான் சுரேஷ், அந்த இருவரும் தோட்டத்தைவிட்டு வெளியேறி வேலியிடப்பட்ட வெளிமுற்றத்தின் வழியாக செல்வதுவரை அரண்மனை வளாகம் முழுவதும் உள்ள குறிப்பிட்ட இடைவெளிகளில் இருந்த பல்வேறு கேமராக்களிலும் தெரிந்த இளவரசரையும் பிஷப்பையும் பின்தொடர்ந்தான்.

"அவர்கள் எங்கே போகிறார்கள்?!"

அவர்கள் எங்கே போகிறார்கள் என்று மார்டினுக்கு நன்றாகவே தெரியும், அத்துடன் மையச் சதுக்கத்தில் இருக்கும் ஊடக வண்டிகளின் பார்வைக்குத் தெரியாமல் சாமர்த்தியமாக ஒரு மறைமுக வழியில் வால்டஸ்பினோ செல்வதையும் அவள் கனித்தாள்.

அவள் எதிர்பார்த்தது போலவே, வால்டஸ்பினோவும் ஜூலியனும் தெற்குப்புற அல்முதீனா கதீட்ரலின் நுழைவாயிலுக்கு வந்துசேர்ந்தனர், அங்கே கதவைப் பூட்டிய பிஷப் இளவரசர் ஜூலியனை உள்ளுக்குள் வர அவசரப்படுத்தினார். அந்தக் கதவு சுழன்று மூடியபோது இருவரும் காணாமல் போயினர்.

கார்ஸா திரையையே சத்தமில்லாமல் முறைத்துக் கொண்டிருந்தார், தான் பார்த்தது என்னவென்பதை புரிந்துகொள்ள அவர் போராடுவது தெளிவாகவே தெரிந்தது. "எனக்கு தகவல் தெரிவித்தபடியே இருங்கள்" என்று கடைசியாக கூறிய அவர் மார்டினை அப்பால் அழைத்துச் சென்றார்.

காதில் விழும் தொலைவுக்கு அப்பால் அவர்கள் சென்றவுடன் கார்ஸா கிசுகிசுத்தார், "அரண்மனைக்கு வெளியே தன்னைப் பின்தொடர்ந்து வருமாறோ, அல்லது அவருடைய கைப்பேசியை

விட்டுவிட்டு வருமாறோ இளவரசர் ஜூலியனை பிஷப் வால்டஸ்பினோவால் எப்படித் தூண்ட முடிந்தது என்றுதான் எனக்குத் தெரியவில்லை, ஆனால் வால்டஸ்பினோவுக்கு எதிரான குற்றச்சாட்டுகளைப் பற்றியோ, அல்லது அவரிடம் இருந்து விலகியிருக்க வேண்டும் என்பது பற்றியோ இளவரசருக்கு எதுவும் தெரியவில்லை என்பதும் தெரிகிறது."

"நான் ஒப்புக்கொள்கிறேன்" என்றாள் மார்டின். "அத்துடன், பிஷப்பின் இறுதியாட்டம் என்னவாக இருக்கும் என யூகிப்பதும் எனக்குப் பிடிக்கவில்லை, ஆனால் ..." என்று அவள் நிறுத்தினாள்.

"ஆனால் என்ன?" கார்ஸா வற்புறுத்தினார்.

மார்டின் பெருமூச்சு விட்டாள். "மிகவும் மதிப்புமிக்க ஒரு பிணையக்கைதியை வால்டஸ்பினோ கூட்டிச்செல்வதுபோல் தெரிகிறது."

வடக்கே 250 மைல்கள் தள்ளி, கூகன்ஹைம் மியூஸியத்தின் மையப்பகுதிக்குள்ளே ஏஜெண்ட் ஃபொன்ஸெகாவின் தொலைபேசி சத்தமிடத் தொடங்கியது. இருபது நிமிடங்களில் இது ஆறாவது முறை. அவர் அழைத்தவரின் அடையாளத்தை பார்த்தபோது தன்னுடைய உடல் விறைத்துக் கொண்டதை உணர்ந்தார்.

"ஹலோ?" என்று பதிலளித்த அவருடைய இதயத்துடிப்பு எகிறிப்போயிருந்தது.

அந்த இணைப்பில் இருந்த குரல் ஸ்பானிஷில் மெதுவாகவும், அளந்தும் பேசியது. "உங்களுக்கு நன்றாகத் தெரிந்திருக்கும் ஏஜெண்ட் ஃபொன்ஸெகா, ஸ்பெயினின் எதிர்கால ராணி இன்று மாலை பயங்கரமான முறையில் சில தவறான அடிகள் எடுத்து வைத்திருக்கிறார், தன்னை சில தவறானவர்களுடன் சேர்த்துக்கொண்டு அரச மாளிகைக்கு குறிப்பிடும்படியான தலைக்குனிவை ஏற்படுத்தியிருக்கிறார். மேற்கொண்டு சேதங்கள் எதுவும் ஏற்படாதிருக்கும் வகையில், முடிந்தவரை சீக்கிரமாக அவரை நீங்கள் அரண்மனைக்கே திரும்ப அழைத்து வரவேண்டியது மிகவும் முக்கியம்."

"இத்தருணத்தில் மிஸ்.வைடல் இருக்குமிடம் தெரியவில்லை என்பதுதான் பயமாக இருக்கிறது."

"நாற்பது நிமிடங்களுக்கு முன்னர்தான், எட்மண்ட் கிர்ஷின் ஜெட் விமானம் பில்பா விமான நிலையத்தில் இருந்து புறப்பட்டு பார்சிலோனாவுக்கு சென்று கொண்டிருக்கிறது," என அந்தக் குரல் தெரிவித்தது. "மிஸ்.வைடல் அந்த விமானத்தில்தான் இருக்கிறார் என்று நினைக்கிறேன்."

"உங்களுக்கு எப்படித் தெரியும்?" என்று ஃபொன்ஸெகா சட்டென்று கேட்டுவிட்டார், பிறகு உடனடியாக தன்னுடைய அதிகப்பிரசங்கித்தனமான தொனிக்காக வருத்தப்பட்டார்.

"நீங்கள் உங்களுடைய வேலையை செய்திருந்தீர்கள் என்றால்" என்று அந்தக் குரல் கூர்மையாக பதில்கூறியது. "உங்களுக்கும் அது தெரிந்திருக்கும். நீங்களும் உங்களுடைய கூட்டாளியும் உடனடியாக அவரை பின்தொடர்ந்தாக வேண்டும். இச்சமயத்தில் உங்களுக்காக ஒரு ராணுவ விமானம் பில்பா விமான நிலையத்தில் தயாராக இருக்கும்."

"மிஸ்.வைடல் அந்த ஜெட்டில்தான் இருக்கிறார் என்றால்" என்றார் ஃபொன்ஸெகா, "அவர் அநேகமாக அந்த அமெரிக்க புரபஸர் ராபர்ட் லேங்டனுடன்தான் பயணித்துக் கொண்டிருக்க வேண்டும்"

"ஆமாம்" என்று கோபமாக கூறினார் அழைத்தவர். "மிஸ்.வைடல் தன்னுடைய பாதுகாப்பை கைவிட்டு வருமாறு அந்த ஆள் எப்படி அவரைத் தூண்டியிருப்பார் என்று எனக்குத் தெரியாது, ஆனால் மிஸ்டர்.லேங்டன் நிச்சயம் தண்டனைக்குரியவர். மிஸ்.வைடலை கண்டுபிடித்து, தேவைப்பட்டால் வலுக்கட்டாயமாகவேனும் திரும்ப அழைத்து வருவதுதான் உங்களுக்கான வேலை."

"லேங்டன் இதில் குறுக்கிட்டால்?"

அங்கே ஒரு கனத்த அமைதி நிலவியது. "இணை அழிவை குறைப்பதற்கு உங்களால் முடிந்ததை செய்யுங்கள்" என்றார் அழைத்தவர். "ஆனால் புரபஸர் லேங்டன் ஏற்றுக்கொள்ளக்கூடிய ஒரு பலிதான் என்பதற்கு இந்தப் பிரச்சினையே போதுமானது."

46

ConspiracyNet.com

அவசர செய்தி

கிர்ஷ் செய்தியே மையநீரோட்ட செய்தியாகிவிட்டது!

இன்றிரவு, எட்மண்ட் கிர்ஷின் அறிவியல் அறிவிப்பானது மூன்று மில்லியன் ஆன்லைன் பார்வையாளர்களை கவர்ந்த, திக்குமுக்காட வைக்கும் வகையிலான ஆன்லைன் அறிவிப்பாக தொடங்கியது. இருந்தாலும், அவர் படுகொலை செய்யப்பட்டதனால் கிர்ஷின் செய்தி உலகம் முழுவதிலும் உள்ள நேரலை நெட்வொர்க்குகளின் மையநீரோட்ட செய்தியாக மாறிவிட்டது, தற்போதைய பார்வையாளர் எண்ணிக்கை எண்பது மில்லியன் என கணக்கிடப்பட்டுள்ளது.

47

கிர்ஷின் கல்ஃப்ஸ்ட்ரீம் ஜி550 பார்சிலோனாவை நோக்கி கீழே இறங்கத் தொடங்கியபோது தன்னுடைய இரண்டாவது கோப்பை காபியை காலி செய்திருந்த ராபர்ட் லேங்டன், எட்மண்டின் கேலரியில் இருந்து அவரும் ஆம்ராவும் அப்போதுதான் பகிர்ந்துகொண்ட முன்னேற்பாடில்லாத பின்னிரவு நொறுக்குத்தீனியின் மீதங்களை உற்றுப் பார்த்தார் - பருப்புகள், கேக்குகள் மற்றும் "சைவ இனிப்புகள்" என எல்லாமும் அவருக்கு ஒரே மாதிரியாகவே ருசித்தன.

மேசைக்கு அப்பால், தன்னுடைய இரண்டாவது கோப்பை சிவப்பு ஒயினை அருந்தி முடித்திருந்த ஆம்ரா மிகவும் ஆசுவாசமடைந்தவளாக காணப்பட்டாள்.

"சொன்னவற்றை கேட்டதற்கு நன்றி" என்ற அவளுடைய தொனி வெட்கப்படுவதுபோல் தோன்றியது. "என்னால் ஜூலியனைப் பற்றி யாருடனும் பேச முடியவில்லை என்பதுதான் தெளிவாகத் தெரிகிறது."

அவள் சொன்னதை ஆமோதிப்பதுபோல் தலையசைத்த லேங்டன், தொலைக்காட்சியில் அவளிடம் இக்கட்டான திருமண கோரிக்கை வைத்த ஜூலியனின் கதையை அப்போதுதான் கேட்டு முடித்திருந்தார். அவளுக்கு வேறு வழியே இல்லைதால் என்பதை ஏற்றுக்கொண்ட அவர், தேசிய தொலைக்காட்சியில் ஸ்பெயினின் எதிர்கால அரசரை அவமானப்படவைக்கும் ஆபத்தை ஆம்ராவால் செய்திருக்க முடியாது என்பதையும் நன்றாகவே புரிந்துகொண்டார்.

"அவர் அவ்வளவு சீக்கிரத்தில் என்னிடம் திருமண கோரிக்கை வைக்கப் போகிறார் என்று தெரிந்திருந்தால்" என்றாள் ஆம்ரா, "என்னால் குழந்தை பெற்றுக்கொள்ள முடியாது என்பதை நிச்சயம் சொல்லியிருப்பேன். ஆனால் இதெல்லாம் எந்த முன்னறிவிப்பும் இல்லாமல் நடந்துவிட்டது." தன்னுடைய தலையைக் குலுக்கிக்கொண்ட அவள் சோகத்துடன் ஜன்னலுக்கு வெளியே பார்த்தாள். "நானும் அவரை நேசித்ததாகவே நினைக்கிறேன். எனக்குத் தெரியவில்லை, அது ஒருவகையான பரவச உணர்வாக அவருக்கு -"

"ஒரு உயரமான, கருத்த, அழகான இளவரசருக்கா?" என்று ஒருபக்கமாக தலையை சாய்த்து பலத்த சிரிப்புடன் கூறினார் லேங்டன்.

சத்தமில்லாமல் சிரித்துக்கொண்ட ஆம்ரா அவரை நோக்கித் திரும்பினாள். "அவர் அதை அப்படியும் முயற்சித்திருப்பார். எனக்குத் தெரியவில்லை, அவரைப் பார்க்கவும் நல்ல மனிதராகத்தான் தெரிகிறார். அடைபட்டு கிடந்தவராகவே இருந்துவிட்டதாலும் இருக்கலாம், ஆனால் ரொமாண்டிக்கானவர் - எட்மண்டை கொல்லும் அளவுக்கான விஷயத்தில் சம்பந்தப்படக்கூடியவர் இல்லை."

அவள் சொல்வதும் உண்மையாக இருக்கலாமோ என்றும் லேங்டன் சந்தேகித்தார். எட்மண்டின் மரணத்தால் இளவரசருக்கு கிடைக்கும் ஆதாயம் மிகச் சிறியதுதான், இதில் இளவரசர்

சம்பந்தப்பட்டிருப்பார் என்பதற்கு உறுதியான ஆதாரம் எதுவும் இல்லை - விருந்தினர் பட்டியலில் அட்மிரல் எவிலாவின் பெயரை சேர்க்கச் சொல்லி அரண்மனைக்கு உள்ளேயிருந்த யாரிடமிருந்தோ வந்த தொலைபேசி அழைப்பு மட்டும்தான் ஒரே ஆதாரம். இந்தச் சூழ்நிலையில், பிஷப் வால்டஸ்பினோதான் மிகத் தெளிவான வகையில் சந்தேகத்திற்குரியவராக தெரிகிறார், எட்மண்டின் அறிவிப்பை தடுத்து நிறுத்துவதற்கான திட்டத்தை வகுக்கும் அளவுக்கு அந்த ரகசியத்தைப் பற்றியும் அவர்தான் முன்னதாகவே தெரிந்து வைத்திருக்கிறார் என்பதுடன் உலக மதங்களின் அதிகாரத்திற்கு அது எந்தளவுக்கு அழிவுப்பூர்வமாக விளங்கும் என்பது பற்றியும்கூட மற்ற எவரையும்விட அவருக்குத்தான் நன்றாகவே தெரிந்திருக்கும்.

"என்னால் நிச்சயமாக ஜூலியனை திருமணம் செய்துகொள்ள முடியாது" என்று சத்தமில்லாமல் கூறினாள் ஆம்ரா. "என்னால் குழந்தை பெற்றுக்கொள்ள முடியாது என்று இப்போது தெரிந்துகொண்ட பிறகு அவர் இந்த நிச்சயதார்த்தத்தை முறித்துக்கொள்வார் என்றுதான் நான் நினைத்துக் கொண்டிருக்கிறேன். அவருடைய ரத்த வம்சம்தான் கடந்த நான்கு நூற்றாண்டுகளில் பெரும்பாலும் மகுடம் சூட்டிக்கொண்டிருக்கிறது. பில்பாவைச் சேர்ந்த ஒரு மியூஸிய நிர்வாகி அந்த வம்சாவளியின் முடிவுக்கு காரணமாக இருக்க மாட்டாள் என்று என்னிடம் ஏதோ ஒன்று சொல்லிக்கொண்டே இருக்கிறது."

மேலே இருந்த ஒலிபெருக்கி கிறீச்சிட்டது, பார்சிலோனாவில் அவர்கள் தரையிறங்குவதற்கு தயாராவதற்கான நேரம் வந்துவிட்டதை விமானிகள் அறிவித்தனர்.

இளவரசரைப் பற்றிய ஆழ்ந்த சிந்தனைகளால் ஏற்பட்ட வெறுப்பில் இருந்த ஆம்ரா எழுந்து நின்று அந்த அறையை சுத்தப்படுத்த தொடங்கினாள் - கண்ணாடிக் குவளைகளைத் துடைத்துவிட்டு, மீதமிருந்த உணவுகளை அப்புறப்படுத்தினாள்.

"புரபஸர்" மேசையில் இருந்த எட்மண்டின் போனில் வின்ஸ்டன் குரல் ஒலித்தது, "இப்போது ஆன்லைனில் வைரலாகிக் கொண்டிருக்கும் புதிய தகவல் பற்றி நீங்கள் தெரிந்துகொள்ள வேண்டும் என நினைக்கிறேன் - பிஷப்

வால்டஸ்பினோவுக்கும், கொலைகாரன் அட்மிரல் எவிலாவுக்கும் இடையில் உள்ள ரகசிய தொடர்புக்கு வலுவான ஆதாரம் வெளிவந்திருக்கிறது.”

இந்த செய்தியால் லேங்டன் எச்சரிக்கையடைந்தார்.

“துரதிர்ஷ்டவசமாக, அதற்குமேல் எதுவுமில்லை” என்றான் வின்ஸ்டன். “உங்களுக்கே தெரிந்த வகையில், பிஷப் வால்டஸ்பினோ உடனான கிர்ஷின் ரகசிய சந்திப்பின்போது மற்ற இரண்டு மதத் தலைவர்களும் இருந்திருக்கிறார்கள். ஒரு மிக முக்கியமான ரபை மற்றும் மிகுந்த நேசத்திற்குரிய ஒரு இமாம். நேற்றிரவு, அந்த இமாம் துபாய்க்கு அருகாமையில் உள்ள பாலைவனத்தில் பிணமாக கண்டெடுக்கப்பட்டிருக்கிறார். கடந்த சில நிமிடங்களுக்கு முன்பாக, புதாபெஸ்டில் இருந்து அதிர்ச்சியளிக்கும் செய்தி ஒன்றும் வந்திருக்கிறது: அது, மாரடைப்பால் அந்த ரபை மரணமடைந்திருப்பது போல் தெரிகிறது.”

லேங்டன் உறைந்துபோனார்.

“வலைப்பதிவர்கள்” என்றான் வின்ஸ்டன், “அவர்களுடைய மரணங்களின் தற்செயல் நிகழ் நேரம் குறித்து ஏற்கனவே கேள்வி எழுப்பியுள்ளனர்.”

லேங்டன் ஏதும் பேசாமல் அவநம்பிக்கையுடன் ஆமோதித்துக் கொண்டார். எது எப்படியோ, கிர்ஷ் கண்டுபிடித்தது என்ன என்பது பற்றித் தெரிந்த, இந்த பூமியில் உயிருடன் இருக்கின்ற ஒரே ஒருவர் பிஷப் அண்டோனியோ வால்டஸ்பினோ மட்டும்தான்.

கல்ஃபீப்ஸ்ட்ரீம் ஜி550, பார்சிலோனாவின் மலைத்தொடரில் உள்ள ஸாபாதெல் விமான நிலையத்தின் தனித்திருந்த ஓடுதளத்தில் தரையிறங்கியபோது, பரபரப்போ அல்லது பத்திரிக்கையாளர்களோ இருப்பதற்கான அறிகுறிகள் எதுவும் இல்லாததைக் கண்டு நிம்மதியடைந்தாள் ஆம்ரா.

எட்மண்டின் கூற்றுப்படி, பார்சினோலாவின் எல்பிராத் விமான நிலையத்தில் வெறிபிடித்த ரசிகர்களை தவிர்ப்பதற்கான

வழியாக அவன் தன்னுடைய விமானத்தை இந்த சிறிய ஜெட்போர்ட்டில்தான் தரையிறக்க விரும்புவான்.

உண்மையான காரணம் அதுவல்ல என்று ஆம்ராவுக்கு தெரியும்.

உண்மையில், கிர்ஷ் கவன ஈர்ப்பை விரும்புகிறவன்தான், தன்னுடைய விமானத்தை ஸாபாதெல்லில் இறக்குவதற்கான நோக்கம், அவனுடைய விருப்பமான ஸ்போர்ட் காரில் சுற்றி வளைத்து வீட்டிற்கு செல்ல விரும்புவதுதான் - அந்த டெல்ஸா மாடல் எக்ஸ் பி90டி காரை எலன் மஸ்க் அவனுக்கு பரிசாக அளித்தார். ஒருமுறை எட்மண்ட் தன்னுடைய ஜெட் விமானிகளை அவர்களுடைய விமானத்துடன் தனது காரை பந்தயம் விட்டுப்பார்க்கும் சவாலுக்கு அழைத்திருக்கிறான், ஆனால் கணக்கிட்டுப் பார்த்த விமானிகள் அதற்கு மறுத்துவிட்டனர் என்றும் சொல்லப்படுவதுண்டு.

நான் எட்மண்டை இழந்துவிட்டேன், வருத்தத்துடன் நினைத்துக் கொண்டாள் ஆம்ரா. *ஆமாம், அவன் தன் விருப்பப்படி செயல்படுகிறவன், துடுக்கானவன், ஆனால், அவனுடைய அற்புதமான கற்பனைத்திறன் அவனுக்கு இன்றிரவு நடந்திருப்பதைக் காட்டிலும் வாழ்க்கையில் இருந்து பெற்றுக்கொள்ள மிக அதிகமான தகுதிவாய்ந்தவன். அவனுடைய கண்டுபிடிப்பை வெளிக்கொணர்ந்து அவனை கௌரவப்படுத்த முடியும் என்றுதான் நம்புகிறேன்.*

எட்மண்டின் ஒற்றை-விமான நிறுத்துமிடத்திற்குள் அந்த விமானம் வந்துசேர்ந்து தனது இயக்கத்தை நிறுத்தியபோது அங்குள்ள எல்லாம் அமைதியாக இருப்பதை ஆம்ரா கண்டாள். சொல்லப்போனால், அவளும் புரபஸர் லேங்டனும் இன்னமும்கூட ரேடாரின் கீழ்தான் பறந்து கொண்டிருக்கிறார்கள்.

ஜெட்டின் படிக்கட்டில் கீழிறங்கி சென்றபோது ஆழ்ந்து மூச்சுவிட்ட ஆம்ரா தன்னுடைய தலையை தெளிவுபடுத்திக்கொள்ள முயன்றாள். இரண்டாவது கோப்பை ஒயின் அப்படியே தங்கிவிட்டது, அதை அருந்தியதற்காக அவள் வருத்தப்பட்டாள். நிறுத்துமிடத்தின் சிமெண்ட் தரையில் அவள் காலடி வைத்தபோது சற்றே நிலைதடுமாறிய அவள் தன்னுடைய

தோளில் லேங்டனின் வலுவான கை இருப்பதை உணர்ந்து தன்னை நிலைப்படுத்திக் கொண்டாள்.

"நன்றி" என்று கிசுகிசுத்த அவள் இரண்டு கோப்பைகள் காபி அருந்தியதால் விழிப்புற்ற நிலையில் தூங்காதிருந்த புரபஸரை பின்னால் திரும்பிப் பார்த்து புன்னகைத்தாள்.

"நாம் முடிந்தவரை சீக்கிரமாக இங்கிருந்து போய்விட வேண்டும்" என்ற லேங்டன் அங்கே மூலையில் நிறுத்தி வைக்கப்பட்டிருந்த மெல்லிய கறுப்புநிற எஸ்யுவி காரை நோக்கினார்.

அவள் ஆமோதித்தாள். "எட்மண்டின் ரகசிய காதலி."

"பழைய உரிமத் தட்டு."

அந்தக் காரின் தனி எண் தட்டைப் பார்த்த ஆம்ரா சிணுங்கிக்கொண்டாள்.

E-WAVE

"அது வந்து" என்று அவள் விளக்கினாள். "கூகுளும் நாஸாவும் சமீபத்தில் *D-Wave* என்ற அதியற்புத கணிப்பொறி ஒன்றை தருவித்திருக்கிறார்கள் - அது உலகின் முதலாவது 'குவாண்டம்' கம்ப்யூட்டர்களுள் ஒன்று. அவன் அதைப்பற்றி எனக்கு விளக்க முயற்சித்தான், ஆனால் அது ரொம்பவே சிக்கலானது - அது அதியற்புத நிலைகள் மற்றும் குவாண்டம் மெக்கானிக்ஸ் அம்சங்களைக் கொண்டது என்பதுடன் முற்றிலும் புதியவகை இயந்திரத்தை உருவாக்கும் திறனைப் பற்றிய ஏதோ ஒன்று. எது எப்படியோ, *D-Wave*-வை தோற்கடிக்கும் அளவுக்கான ஒன்றை உருவாக்க விரும்பியதாக எட்மண்ட் சொல்லியிருக்கிறான். தன்னுடைய புதிய கம்ப்யூட்டருக்கு *E-Wave* என்று பெயரிடவும் அவன் திட்டமிட்டிருந்தான்."

"E-என்றால் எட்மண்ட்" என லேங்டன் புன்னகைத்தார்.

அத்துடன், E என்பது D-க்கு ஒரு அடி அப்பால் இருக்கிறது என்று நினைத்துக்கொண்ட ஆம்ரா *2001: A Space Odyssey* திரைப்படத்தில் வரும் பிரபலமான கம்ப்யூட்டரைப் பற்றிய கதையை எட்மண்ட் கூறியிருப்பதையும் நினைவுகூர்ந்தாள்.

அதாவது, வாய்வழிக் கதையின்படி, அதற்கு *HAL* என்று பெயரிடப்பட்டது, ஏனென்றால் அதன் ஒவ்வொரு எழுத்தும் *IBM* என்பதில் உள்ள எழுத்துக்களுக்கு முன்னால் வருபவை.

"கார் சாவி எங்கே?" என்றார் லேங்டன். "அதை அவன் எங்கே ஒளித்து வைத்திருக்கிறான் என்று சொல்லியிருக்கிறாயே."

"அவன் சாவியைப் பயன்படுத்துவதில்லை." ஆம்ரா எட்மண்டின் போனை எடுத்தாள். "கடந்த மாதம் நாங்கள் வந்திருந்தபோது அவன் இதை எனக்கு காட்டியிருக்கிறான்." அவள் அந்த போனின் திரையைத் தொட்டு டெஸ்லா செயலியை இயக்கி தேவையான கட்டளைகள் இட்டாள்.

உடனடியாக, அந்த நிறுத்துமிடத்தின் ஒரு மூலையில் இருந்த அந்த எஸ்யுவி-இன் முன்விளக்குகள் உயிர்பெற்று ஒளிர்ந்தன. டெஸ்லா - எந்த லேசான சத்தமும் இல்லாமல் - அவர்களுக்கு அருகே மெதுவாக வந்து நின்றது.

லேங்டன் தலையைக் குலுக்கிக்கொண்டார், தன்னைத்தானே ஓட்டிக்கொள்ளும் ஒரு காரைக் கண்டு லேங்டன் கலங்கிப்போய் காணப்பட்டார்.

"கவலைப்படாதீர்கள்" ஆம்ரா அவருக்கு உத்திரவாதமளித்தார். "எட்மண்டின் குடியிருப்பிற்கு இதை நீங்களே ஓட்டிச்செல்லலாம்."

அவளுடைய உடன்பாட்டை ஏற்றுக்கொண்ட லேங்டன் ஓட்டுநர் இருக்கை நோக்கி சுற்றிக்கொண்டு வந்தார். காரின் முன்பக்கத்தை கடந்தபோது சற்று நிதானித்த அவர் உரிமத் தட்டை உற்றுப் பார்த்துவிட்டு சத்தமாக சிரித்தார்.

அவரை எது சிரிக்க வைத்திருக்கும் என ஆம்ராவுக்குத் தெரியும் - எட்மண்டின் உரிமத் தட்டு சட்டகம்: **ஒரு மேதாவிக்குத்தான் இந்த உலகம் சொந்தமாகும்.**

"எட்மண்டால் மட்டும்தான் இதெல்லாம் முடியும்" என்ற லேங்டன் ஸ்டீரிங்குக்கு பின்னால் ஏறி உட்கார்ந்தார். "நேர்த்தியெல்லாம் அவனுக்கு பொருத்தமே கிடையாது."

“அவன் இந்தக் காரை நேசித்தான்” என்றபடி லேங்டனுக்கு அடுத்து உட்கார்ந்தாள் ஆம்ரா. “முற்றிலும் மின்னணுமயமானது, ஃபெராரியைவிட வேகமானது.”

தோள்களைக் குலுக்கிக்கொண்ட லேங்டன் உயர்-தொழில்நுட்ப டேஷ்போர்டை பார்த்தார். “உண்மையில், நான் கார் பைத்தியமெல்லாம் கிடையாது.”

ஆம்ரா புன்னகைத்தாள். “சீக்கிரமே அப்படி ஆவீர்கள்.”

48

எவிலாவின் யூபர் கார் இருளினூடாக கிழக்குதிசை நோக்கி விரைந்து கொண்டிருக்கையில், ஒரு கடற்படை அதிகாரியாக பார்சிலோனா துறைமுகத்திற்கு எத்தனைமுறை தன் வாழ்நாளில் சென்றுவந்திருப்போம் என்பதை நினைத்து வியந்து கொண்டார்.

அவருடைய முந்தைய வாழ்க்கை இப்போது முற்றிலும் வேறுவிதமாகத் தெரிந்தது, அது செவைலில் ஒரு தீச்சுடரில் முடிந்து போய்விட்டது. விதி என்பது குரூரமான, முன்னூகிக்க முடியாத மனைவி, ஆனாலும்கூட இப்போது அவளைப்பற்றிய ஒரு அச்சமூட்டும் சமநிலைக்கு வந்துவிட்டதுபோல் தெரிந்தது. செவைல் கதீட்ரலில் அவருடைய ஆன்மாவைக் கிழித்துப்போட்ட அதே விதிதான் அவருக்கு இரண்டாவது வாழ்க்கையையும் வழங்கியிருக்கிறது - மிகவும் வேறுபட்ட ஒரு கதீட்ரலின் புனிதச் சுவர்களுக்குள் ஒரு புதிய பிறப்பு தொடங்கியிருக்கிறது.

முரண்பாடாக, அங்கு அவரை அழைத்துச் சென்றவர் மார்கோ என்ற ஒரு எளிமையான உடலியல் சிகிச்சையாளர்.

“போப்பை சந்திப்பதா?” என்று சில மாதங்களுக்கு முன்னர் தன்னுடைய பயிற்சியாளர் மார்கோ அந்த யோசனையை சொன்னபோதுதான் எவிலா இந்தக் கேள்வியை கேட்டிருந்தார். “நாளைக்கேவா? ரோமிலா?”

"நாளைக்கே ஸ்பெயினில்" என்றான் மார்கோ. "போப் இங்கேதான் இருக்கிறார்."

அவருக்குப் பித்து பிடித்துவிட்டதோ என்பதுபோல் பார்த்தார் எவிலா. "புனிதர் ஸ்பெயினில் இருப்பது குறித்து ஊடகம் எதுவும் சொல்லவில்லையே."

"கொஞ்சம் நம்பிக்கை வையுங்கள், அட்மிரல்" என்று சிரித்துக்கொண்டே சொன்னான் மார்கோ. "நாளை நீங்கள் வேறு எங்கும் போய்விட மாட்டீர்களே?"

அவருடைய காயம்பட்ட காலைப் பார்த்தார் எவிலா.

"நாம் ஒன்பது மணிக்கு புறப்படுவோம்" என்று உறுதிப்படுத்தினான் மார்கோ. "மறுவாழ்வைக் காட்டிலும் நம்முடைய சிறு பயணம் சிரமம் குறைவானதாகவே இருக்கும்."

அடுத்தநாள் காலை, எவிலாவின் வீட்டில் இருந்து மார்கோ மீட்டுக்கொண்டு வந்த கடற்படை சீருடையை அணிந்துகொண்டு, ஒரு ஜோடி ஊன்றுகோல்களை பிடித்துக்கொண்டு மார்கோவின் பழைய பியட் காரை நோக்கி தடுமாறியபடியே நடந்தார் எவிலா. மருத்துவமனை வளாகத்தில் இருந்து காரை ஓட்டிச்சென்ற மார்கோ அவெனிதா தெ லா ரஸாவை நோக்கி தெற்குப் பக்கமாக சென்று, முடிவில் நகரத்தை விட்டு வெளியேறி 6-வது நெடுஞ் சாலையில் தெற்குப் பக்கமாக விரைந்தான்.

"நாம் எங்கே போகிறோம்?" என்று கேட்ட எவிலா சட்டென்று அசௌகரியமானார்.

"பொறுங்கள்" என்ற மார்கோ புன்னகைத்தான். "என்னை நம்புங்கள். போவதற்கு அரைமணி நேரம் மட்டுமே ஆகும்."

6-வது நெடுஞ்சாலையில் குறைந்தபட்சம் அடுத்த 150 கிலோமீட்டர்களுக்காவது உலர்ந்த புல்நிலங்களைத் தவிர வேறொன்றும் கிடையாது என எவிலாவுக்குத் தெரியும். ஒரு பயங்கரமான தவறை செய்துவிட்டோமோ என்று எவிலா நினைக்கத் தொடங்கிவிட்டார். அரைமணி நேரம் பயணித்த பிறகு, அவர்கள் எல் தோர்பிஸ்கல் என்ற ஒருகாலத்தில் செழிப்பான விவசாய கிராமமாக இருந்து பின்னர் அதன் மக்கள்தொகை சமீபத்தில் பூஜ்ஜியத்திற்கு வந்துவிட்டதனால்

அச்சமூட்டக்கூடிய வகையில் காட்சியளிக்கும் குடியேறிகளில்லாத நகரத்தை நெருங்கிக்கொண்டிருந்தனர். யாருமே இல்லாத உலகில் இவர் என்னை எங்கே அழைத்துச் செல்கிறார்?! மார்கோ மேலும் சில நிமிடங்களுக்கு காரை ஓட்டிச்சென்று, நெடுஞ்சாலையில் இருந்து விலகி வடக்கு நோக்கி சென்றான்.

"உங்களுக்கு தெரிகிறதா?" என்ற மார்கோ ஒரு தரிசு நிலத்திற்கு அப்பால் குறிப்பிட்டுக் காட்டினான்.

எவிலாவுக்கு எதுவும் தெரியவில்லை. ஒன்று, அந்த இளம் பயிற்சியாளன் மதிமயக்கத்தில் இருக்க வேண்டும் அல்லது எவிலாவின் கண்கள் மூப்படைந்திருக்க வேண்டும்.

"அது அற்புதமாக இல்லை?" என்றான் மார்கோ.

எவிலா சூரியனை நோக்கி கண்களை பாதி மூடியபடி பார்த்தார், அந்த நிலவெளியில் இருந்து ஒரு கருத்த வடிவம் எழுந்து நிற்பதை அவரால் பார்க்க முடிந்தது. அவர்கள் நெருங்கிச் சென்றதும் அவருடைய கண்கள் நம்ப முடியாமல் அகன்று விரிந்தன.

அது ஒரு ... கதீட்ரலா?

அந்தக் கட்டடத்தின் அளவானது, மேட்ரிட் அல்லது பாரீஸில் மட்டுமே பார்ப்பதற்கு எதிர்பார்க்கக்கூடி ஒன்றைப்போல் தோன்றியது. தன் வாழ்நாள் முழுவதும் எவிலா செவைலில்தான் வாழ்ந்திருக்கிறார், ஆனால் ஏதோ ஓரிடத்திற்கு நடுவில் இப்படி ஒரு கதீட்ரல் இருப்பதை அவர் அறிந்திருக்கவே இல்லை. அவர் நெருங்கிச் செல்லச் செல்ல அந்த வளாகம் வியப்பைத் தோற்றுவித்தது, எலிவாவுக்கு அதன் பிரமாண்டமான சிமெண்ட் சுவர்களைப் பார்க்கையில் அவை வாடிகன் நகரத்தில் மட்டுமே இருக்கின்ற அளவுக்கான பாதுகாப்பை வழங்கக்கூடிய அளவில் இருப்பதாக தெரிந்தது.

முக்கிய நெடுஞ்சாலையில் இருந்து விலகிய மார்கோ அந்த கதீட்ரலை நோக்கிச் செல்லும் குறுகலான சாலையில் சென்று, அவர்களுடைய பாதையை மறிக்கின்ற உயரமான இரும்பு வாயிலை நெருங்கினான். அவர்கள் நின்றபோது வண்டிப்

பெட்டியில் இருந்து எடுத்த உறையிட்ட அட்டையை எடுத்து டேஷ்போர்டில் வைத்தான்.

ஒரு காவலதிகாரி அவர்களை அனுகி அட்டையை பார்த்தான், பின்னர் வாகனத்தை உற்று நோக்கிய அவன் மார்கோவை பார்த்ததும் பெரிதாக சிரித்தான். "வாருங்கள்" என்றான் காவலதிகாரி. "எப்படி இருக்கிறீர்கள், மார்கோ?"

இருவரும் கைகுலுக்கிக் கொண்டனர், அட்மிரல் எவிலாவை அறிமுகப்படுத்தினான் மார்கோ.

"இவர் போப்பை பார்க்க வந்திருக்கிறார்" என்று ஸ்பானிஷில் அந்த காவதிகாரியிடம் மார்கோ கூறினான்.

அதற்கு ஆமோதித்து தலையாட்டிய காவலதிகாரி எவிலாவின் சீருடையில் இருந்த பதக்கங்களால் வியந்து அவர்கள் முன்னோக்கி செல்ல கைகாட்டினான். அந்த வாயில் சுழன்று திறந்தபோது ஒரு மத்தியகால கோட்டைக்குள் நுழைவதைப் போல் உணர்ந்தார் எவிலா.

அவர்களுக்கு முன்பாக தோன்றிய அந்த உயரமான காதிக் கதீட்ரல் எட்டு உயரமான ஸ்தூபிக்களை கொண்டிருந்தது, ஒவ்வொன்றிலும் மூன்றுதள மணிக்கூண்டுகள் அமைந்திருந்தன. மூன்று பிரமாண்ட குவிமாடங்கள் அந்த கட்டுமானத்தின் உடல்பாகமாகவும், அதன் வெளிப்புறம் அடர் பழுப்புநிறத்துடன் வெள்ளைக் கற்களால் உருவாக்கப்பட்டு ஒரு அசாதாரணமான நவீன உணர்வைத் தந்தன.

எவிலா ஒரு கிளைச்சாலையை உற்றுப் பார்த்தார், அது மூன்று இணைச் சாலைகளாக பிரிக்கப்பட்டிருந்தது, ஒவ்வொன்றிலும் உயரமான பனைமரங்கள் வரிசையாக அமைந்திருந்தன. அவரை ஆச்சரியப்படுத்தும் வகையில் அந்த மொத்தப் பகுதியும் அங்கு நிறுத்தப்பட்டிருந்த நூற்றுக்கணக்கான வாகனங்களால் நெரிசலடைந்திருந்தது - ஆடம்பர செடான் கார்கள், பாழடைந்த பேருந்துகள், சேறுபடிந்த மொபெட்டுகள் என . . . கற்பனை செய்யக்கூடிய எல்லாமும் அங்கிருந்தன.

மார்கோ அவை எல்லாவற்றையும் கடந்து தேவாலயத்தின் முன் முற்றத்தை நோக்கிச் சென்றான், அங்கே அவர்களைப்

பார்த்த ஒரு பாதுகாப்பு அதிகாரி தன்னுடைய கடிகாரத்தைப் பார்த்துவிட்டு அவர்களுக்கென்றே ஒதுக்கி வைத்திருந்த வாகன நிறுத்துமிடத்தை நோக்கி அவர்களுக்கு கையசைத்தான்.

“நாம் கொஞ்சம் தாமதித்துவிட்டோம்,” என்றான் மார்கோ. “உள்ளே சீக்கிரம் போயாக வேண்டும்.”

எவிலா பதில்சொல்ல முனைந்தார், ஆனால் வார்த்தைகள் அவர் தொண்டையிலேயே தங்கிவிட்டன.

அவர் அப்போதுதான் தேவாலயத்திற்கு முன்பிருந்த பெயர்ப்பலகையைப் பார்த்தார்:

கத்தோலிக்க தேவாலய பாராளுமன்றம்

கடவுளே! எவிலா பின்னுக்கு நகர்ந்தார். நான் இந்த தேவாலயத்தைப் பற்றி கேள்விப்பட்டிருக்கிறேனே!

மார்கோவை நோக்கித் திரும்பிய அவர் தன்னுடைய எகிறும் இதயத்துடிப்பை கட்டுப்படுத்த முயன்றார். “இதுதான் உன்னுடைய தேவாலயமா, மார்கோ?” எவிலா எச்சரிக்கையுணர்வை வெளிப்படுத்தாமல் இருக்க முயற்சித்தார். “நீ ஒரு . . . *பால்மேரியனா?*”

மார்கோ புன்னகைத்தான். “நீங்கள் அந்த வார்த்தையை ஏதோ ஒருவகை நோய் என்பதைப் போல் உச்சரிக்கிறீர்கள். ரோம் தவறான வழியில் சென்றுவிட்டது என்பதை நம்புகின்ற ஒரு அர்ப்பணிப்புள்ள கத்தோலிக்கன்தான் நான்.”

எவிலா மறுபடியும் அந்த தேவாலயத்தை நோக்கி தன் கண்களை உயர்த்தினார். போப்பை தெரியும் என்று விசித்திரமான முறையில் மார்கோ சொல்லிக்கொண்டதன் அர்த்தம் சட்டென்று புரிந்துபோனது. *போப் ஸ்பெயினில்தான் இருக்கிறார்.*

சில வருடங்களுக்கு முன்னர், கேனல் ஸுர் என்ற தொலைக்காட்சி நிறுவனம் லா இக்லேஸியா ஆஸ்குரா என்ற தலைப்பில் ஒரு ஆவணப்படத்தை ஒளிபரப்பியது, பால்மேரியன் தேவாலயத்தைப் பற்றிய சில ரகசியங்களை வெளிக்கொணர்வதே அதனுடைய நோக்கம். அத்தகைய விசித்திரமான ஒரு தேவாலயம் இருப்பது பற்றியும், அதன் கூட்டமும் செல்வாக்கும் அதிகரித்து

வருவது பற்றி அக்கறைப்படாமல் இருந்துவிட்டது பற்றியும் தெரிந்துகொண்டபோது எவிலா அதிர்ச்சியுற்றார்

சொல்கதைகளின்படி, உள்ளூர்வாசிகள் தங்களுக்கு அருகாமையில் இருந்த நிலத்தில் தொடர்ச்சியாக மர்மமான காட்சிகளைப் பார்த்ததை அடுத்து இந்த பால்மேரியன் தேவாலயம் உருவாக்கப்பட்டது. பார்க்கப்போனால், கன்னிமேரி அவர்களுக்கு காட்சியளித்ததாகவும், அப்போது அவர், கத்தோலிக்க தேவாலயத்தில் "நவீனத்துவத்தின் வைதீகத்திற்கு மாறான கருத்துக்கள்" நீக்கமற நிறைந்துவிட்டதாவும், உண்மையான இறைநம்பிக்கை பாதுகாக்கப்பட வேண்டியிருக்கிறது என எச்சரித்ததாகவும் தெரிகிறது.

ஒரு மாற்று தேவாலயத்தை உருவாக்கி, ரோமில் உள்ள தற்போதைய போப்பை ஒரு தவறான போப் என்று புறம்தள்ளுமாறு பால்மேரியன்களை கன்னிமேரி வலியுறுத்தியுள்ளார். இந்த தீர்மானத்தினால் வாடிகனின் போப் ஒரு தகுதிவாய்ந்த தலைவர் அல்ல என்பதுடன் அது செடவேகண்டிஸம் என்று குறிப்பிடப்பட்டது - அதாவது செயிண்ட் பீட்டரின் "இருக்கை" உண்மையிலேயே "காலியாகத்தான்" இருக்கிறது என்ற நம்பிக்கை.

மேலும், தங்களுடைய சொந்த நிறுவனரான - கிளெமெண்ட் டாமின்கெஸ் ஓய் கோமஸ் என்ற பெயர்கொண்ட அவர் பதினேழாம் போப் கிரிகோரி என்று பெயர் சூட்டிக்கொண்டவர்தான் - "உண்மையான" போப் என்பதற்கான ஆதாரம் இருப்பதாகவும் பால்மேரியன்கள் சொல்லிக்கொண்டனர். போப் கிரிகோரியின் - பெரும்பான்மை கத்தோலிக்கர்களின் பார்வையில் "எதிர்போப்பு" - அதிகாரத்தின் கீழ் பால்மேரியன் தேவாலயம் நிதானமாக வளர்ச்சியுற்றது. 2005-ஆம் ஆண்டில், போப் கிரிகோரி ஈஸ்டர் பிரார்த்தனையை நடத்திக்கொண்டிருந்தபோது இறந்துபோனார், அவர் இறந்துபோன நேரத்தை வானுலகில் இருந்து வந்த ஒரு அற்புத சகுனமாக கருதி ஆரவாரமிட்ட அவருடைய ஆதரவாளர்கள் அந்த மனிதர் உண்மையிலேயே நேரடியாக இறைவனுடன் தொடர்புகொண்டிருக்கிறார் என்பதை உறுதிப்படுத்திக் கொண்டனர்.

இப்போது, எவிலா அந்த பிரமாண்ட தேவாலயத்தைப் பார்த்துக் கொண்டிருக்கையில், அந்தக் கட்டடத்தை அச்சுறுத்தக்கூடிய ஒன்றாக பார்ப்பதையும் அவரால் தவிர்க்க முடியவில்லை.

தற்போதைய எதிர்-போப்பு யாராக இருந்தாலும் அவரைப் பார்ப்பதில் எனக்கு ஆர்வமில்லை.

போப்பதிகாரத்திற்கான அவர்களுடைய துணிச்சலான உரிமைகோரல்கள் மீதான விமர்சனத்திற்கும் மேலாக அந்த பால்மேரியன் தேவாலயம் மூளைச்சலவை, மதக்கோட்பாட்டு அச்சுறுத்தல் மற்றும் சில புதிரார்ந்த மரணங்களுக்கு காரணமாக அமைந்தது போன்ற குற்றச்சாட்டுகளுக்கும் ஆளாகியிருந்தது. இதில், தேவாலய உறுப்பினர் பிரிட்ஜட் கிராஸ்பியின் மரணமும் அடங்கும், அவருடைய குடும்பத்தின் வழக்கறிஞர்களுடைய கூற்றுப்படி அயர்லாந்தில் உள்ள பால்மேரியன் தேவாலயங்களுள் ஒன்றில் இருந்து அவரால் "தப்பிக்க முடியவில்லை."

எவிலா தன்னுடைய புதிய நண்பரிடத்தில் முரட்டுத்தனமாக நடந்துகொள்ள விரும்பவில்லை, ஆனால் இன்றைய பயணத்தில் அவர் எதிர்பார்த்தது நிச்சயம் இதுவல்ல. "மார்கோ," அவர் மன்னிப்புகோரும் பெருமூச்சுடன் கூறினார். "என்னை மன்னிக்க வேண்டும், என்னால் இதைச் செய்ய முடியும் என்று தோன்றவில்லை."

"நீங்கள் இப்படிச் சொல்வீர்கள் என்ற உணர்வு எனக்கு முன்னமே இருந்தது," என்று பதிலளித்த மார்கோ அதனால் மனம்தளராதவன் போல் காணப்பட்டான். "நான் ஒப்புக்கொள்கிறேன், இங்கே முதலில் வந்தபோது எனக்கும் இதேபோலத்தான் இருந்தது. நானும்கூட இந்த எல்லாவித கிசுகிசுப்புகளையும், இருளார்ந்த புரளிகளையும் கேள்விப்பட்டேன், ஆனால் இது வாடிகன் நடத்துகின்ற கறைபட்ட பிரச்சாரத்தைக் காட்டிலும் மேம்பட்டது."

உங்களால் அவர்களை குறைசொல்ல முடியுமா? எவிலா வியப்படைந்தார். உங்களுடைய தேவாலயம் அவர்களை விதிமுறைக்கு விரோதமானவர்கள் என்று பிரகடனப்படுத்துகிறதே!

"எங்களை நாடுகடத்த ரோமிற்குக் காரணம் தேவைப்பட்டது, அதனால் அவர்கள் பொய்களை உருவாக்கினார்கள். பல

வருடங்களாகவே, பால்மேரியன்களைப் பற்றிய தவறான தகவல்களை வாடிகன் பரப்பி வருகிறது."

எங்கோ ஓரிடத்தின் மத்தியில் அமைந்திருக்கும் வசீகரமான அந்த கதீட்ரலை எவிலா மதிப்பிட்டுப் பார்த்தார். அதைக் குறித்த ஏதோ ஒன்று அவருக்கு விசித்திரமாகத் தோன்றியது. "நாம் குழம்பிப் போயிருக்கிறேன்" என்றார் அவர். "உங்களுக்கு வாடிகனுடன் எந்த உறவுகளும் இல்லையென்றால் உங்களுக்கு எங்கிருந்துதான் எல்லாப் பணமும் வருகின்றன?"

மார்கோ புன்னகைத்தான். "கத்தோலிக்க திருச்சபை குருமார்களுள் எத்தனை பால்மேரிய ரகசிய தொண்டர்கள் இருக்கிறார்கள் என்று தெரிந்தால் நீங்கள் திகைத்துப் போவீர்கள். ரோமில் இருந்து வெளியாகும் தாராளவாத மாற்றங்களை ஏற்றுக் கொள்ளாத நிறைய பழமைவாத கத்தோலிக்க உட்பிரிவுகள் இங்கே, ஸ்பெயினில் இருக்கின்றன, அவர்கள் எங்களைப் போன்ற, பாரம்பரிய மதிப்பீடுகளை தூக்கிப் பிடிக்கின்ற தேவாலயங்களுக்கு சத்தமில்லாமல் பணம் வழங்குகிறார்கள்."

அந்த பதில் எதிர்பாராத ஒன்றுதான், ஆனால் அது எவிலாவுக்கு உண்மை என்றே தோன்றியது. கத்தோலிக்க தேவாலயத்திற்குள் வளர்ந்துவரும் இருவேறு பிரிவுகளை அவரும்கூட தெரிந்து வைத்திருக்கிறார் - தேவாலயம் நவீனமயமாக வேண்டும் அல்லது உயிரைவிட வேண்டியிருக்கும் என்று கருதுகின்றவர்கள் மற்றும் முன்னேறிவரும் உலகின் முன்பாக மாறாதிருப்பதே தேவாலயத்தின் உண்மையான நோக்கம் என்று கருதுகிறவர்களுக்கு இடையிலான பிளவுதான் அது.

"தற்போதுள்ள போப் ஒரு அசாதாரணமான மனிதர்" என்றான் மார்கோ. "உங்கள் கதையை அவரிடம் சொல்லியிருக்கிறேன், ஒரு அலங்கரிக்கப்பட்ட ராணுவ அதிகாரியை எங்களுடைய தேவாலயத்திற்கு வரவேற்பதில் தான் மகிழ்ச்சியடைவேன் என்று அவர் என்னிடம் கூறினார், அத்துடன் இன்றைய பிரார்த்தனைக் கூட்டம் முடிந்த பின்னர் அவர் உங்களை தனிப்பட்ட முறையில் சந்திப்பார். அவருக்கு முன்பிருந்தவர்களைப் போன்றே, இறைவனைக் கண்டுகொள்ளும் முன்னர் அவரும் ராணுவ பின்புலம் கொண்டவர்தான், அத்துடன் உங்களுக்கு நடந்தவற்றையும் அவர் புரிந்து கொண்டிருக்கிறார். அவருடைய

கண்ணோட்டம் நீங்கள் அமைதியை கண்டடைய உங்களுக்கு உதவும் என்று நம்புகிறேன்."

காரில் இருந்து இறங்குவதற்காக மார்கோ கதவைத் திறந்தான், ஆனால் எவிலா நகரவில்லை. அவர் அதே இடத்தில் அமர்ந்து அந்த பிரமாண்ட கட்டுமானத்தை வெறித்துப் பார்த்தார், இந்த மக்களுக்கு எதிராக ஒரு கண்மூடித்தனமான முன்தீர்மானத்தைக் கொண்டிருந்தமைக்காக குற்றவுணர்வு கொண்டார். வெளிப்படையாக சொல்லவேண்டும் என்றால், புரளிகளைத் தவிர்த்து அவருக்கு பால்மேரியன் தேவாலயத்தைப் பற்றி எதுவும் தெரியாது, அது ஏதோ வாடிகன் மட்டும் எந்தவித அவதூறுக்கும் ஆளாகவில்லை என்பது போன்றும் அல்ல. சொல்லப்போனால், அந்த தாக்குதலுக்குப் பின்னர் எவிலாவின் சொந்த தேவாலயமேகூட அவருக்கு உதவவில்லை. *உன்னுடைய எதிரிகளை மன்னித்துவிடு* என்றாள் அந்த கன்னிகாஸ்த்ரீ. *மற்றொரு கன்னத்தை காட்டு.*

"லூயி, நான் சொல்வதைக் கேளுங்கள்". மார்கோ கிசுகிசுத்தான். "இங்கே உங்களை வரவழைக்க நான் உங்களைக் கொஞ்சம் ஏமாற்றியிருக்கிறேன்தான், ஆனால் அதுகூட நல்ல நோக்கங்களுக்காகத்தான் . . . இவரை நீங்கள் சந்திக்க வேண்டும் என நான் விரும்பினேன். அவருடைய கருத்துக்கள் என்னுடைய வாழ்க்கையை சட்டென்று மாற்றிப்போட்டுவிட்டன. நான் என்னுடைய காலை இழந்தபிறகு இப்போது நீங்கள் இருக்கும் நிலையில்தான் நானும் இருந்தேன். நான் சாக விரும்பினேன். நான் இருளில் மூழ்கிக்கொண்டிருந்தேன், இந்த மனிதருடைய வார்த்தைகள்தான் எனக்கான நோக்கத்தை வழங்கின. அவர் பிரசங்கிப்பதை மட்டும் வந்து கேட்டுப்பாருங்கள்."

எவிலா தயங்கினார். "உன்னால் மகிழ்ச்சியுற்றேன், மார்கோ. ஆனால் எனக்குள்ளதே நல்லது என நினைக்கிறேன்."

"நல்லதா?" அந்த இளைஞன் சிரித்தான். "ஒரு வாரத்திற்கு முன்புதான் உங்களுடைய தலையில் நீங்கள் துப்பாக்கியை வைத்து விசையை இழுத்தீர்கள்! நீங்கள் ஒன்றும் நன்றாகாக இல்லை, நண்பா."

அவன் சொல்வது சரிதான். எவிலாவுக்குத் தெரியும், இப்போதிலிருந்து ஒரு வாரத்தில் என்னுடைய சிகிச்சை

முடிந்தபிறகு நான் மறுபடியும் வீட்டிற்கு திரும்புவேன், தனிமையில் மறுபடியும் மூழ்கிப்போவேன்.

"உங்களுக்கு என்னதான் பயம்?" என்று மார்கோ வற்புறுத்தினான். "நீங்கள் ஒரு கடற்படை அதிகாரி. ஒரு கப்பலுக்கே கட்டளையிடுகின்ற பெரியவர்! போப் உங்களை பத்து நிமிடத்தில் மூளைச்சலவை செய்துவிட்டு, பணயக்கைதியாக பிடித்து வைத்துக்கொள்ளப் போகிறார் என்றா நினைக்கிறீர்கள்?"

நான் எதற்காக பயப்படுகிறேன் என்று என்னால் உறுதியாக சொல்ல முடியாது என்று நினைத்துக்கொண்ட எவிலா அவனுடைய காயம்பட்ட காலைப் பார்த்தார், விசித்திரமான முறையில் சிறுத்துப்போய் பலவீனமடைந்தவராக உணர்ந்தார். தன்னுடைய பெரும்பான்மையான வாழ்க்கையிலும் அவர்தான் பொறுப்பாளியாக இருந்திருக்கிறார், கட்டளையிடுபவராக இருந்திருக்கிறார். மற்றவரிடம் இருந்து கட்டளைகளைப்பெறும் வாய்ப்புகள் குறித்து அவரால் உறுதியாக சொல்ல முடியவில்லை.

"விட்டுவிடுங்கள்" என்று இறுதியாக கூறிய மார்கோ தன்னுடைய இருக்கையின் பாதுகாப்பு பட்டையை மறுபடியும் போட்டுக்கொண்டான். "மன்னியுங்கள். நீங்கள் நிம்மதியற்றிருப்பதை என்னால் பார்க்க முடிகிறது. நான் உங்களை கட்டாயப்படுத்த விரும்பவில்லை." அவன் காரை இயக்க ஆயத்தமானான்.

எவிலா ஒரு முட்டாளைப் போல் உணர்ந்தார். மார்கோ உண்மையில் ஒரு குழந்தை, எவிலாவின் வயதில் மூன்றில் ஒரு மடங்குதான் இருப்பான், ஒரு காலை இழந்தவன், ஒரு சக முடமானவனுக்கு உதவிட முயற்சிக்கிறான், ஆனால் எவிலாவோ நன்றிகெட்டத்தனமாக, சந்தேக புத்தியுடனும், இறுமாப்புடனும் இருந்து அவனுக்கு நன்றி செலுத்தியுள்ளார்.

"வேண்டாம்" என்றார் எவிலா. "என்னை மன்னித்துவிடு மார்கோ. அவர் பிரசங்கிப்பதை கேட்டால் நான்தான் கௌரவமடைவேன்."

49

எட்மண்டின் டெஸ்லா மாடல் எக்ஸ் காரில் இருந்த முன்பக்க கண்ணாடி பரந்தகன்று, லேங்டனின் தலைக்குப் பின்னால் ஏதோ ஓரிடத்தில் விளிம்பு தெரியாதபடிக்கு கூரையில் இணைந்திருந்தது, அது ஏதோ அவர் ஒரு கண்ணாடி குமிழுக்குள் மிதந்துகொண்டிருப்பது போன்ற திசைதெரியா உணர்வை அவருள் தோற்றுவித்தது.

பார்சிலோனாவுக்கு வடக்கே இருக்கும் மரங்களடர்ந்த நெடுஞ்சாலையினூடாக அந்தக் காரை வழிநடத்திய லேங்டன், சாலையின் நிர்ணயிக்கப்பட்ட 120 கிலோமீட்டர்கள் என்ற வேக எல்லையையும் தாண்டி தான் நன்றாக வண்டி ஓட்டிக்கொண்டிருப்பதைக் கண்டு ஆச்சரியப்பட்டார். அந்த வாகனத்தின் சத்தமில்லாத எலக்ட்ரிக் என்ஜின் மற்றும் நேர்க்கோட்டு துரிதம் ஆகியவை ஒவ்வொரு அதிகப்படியான வேகத்தையும் ஏறக்குறைய உணரக்கூடிய ஒன்றாக ஆக்கியிருந்தன.

அவருக்குப் பின்னாலிருந்த இருக்கையில், காரின் பெரிய டேஷ்போர்ட் கம்ப்யூட்டர் திரையில் உலகம் முழுவதும் அப்போது பரவிக்கொண்டிருந்த செய்தியை லேங்டனுக்கு ஒளிபரப்பியபடி இணையத்தளத்தில் பரபரப்பாக உலவிக் கொண்டிருந்தாள் ஆம்ரா. ஆழமாகிக்கொண்டே செல்லும் சதித்திட்டங்களின் வலையானது மென்மேலும் உருவாகிக்கொண்டே இருந்தது, அவற்றில், பால்மேரிய தேவாலயத்தின் எதிர்-போப்பிற்கு பிஷப் வால்டஸ்பினோ பணம் அனுப்பி வந்தார் என்பது உள்ளிட்ட வதந்திகளும் அடங்கும் - அவர் பழமைவாத கார்லிஸ்ட்டுகளுடன் ராணுவ உறவு கொண்டிருந்தார் என்பதுடன் எட்மண்டின் மரணத்திற்கு மட்டுமல்லாது சயீத் அல்-ஃபதில் மற்றும் ரபை யஹூதா கோவ்ஸ் ஆகியோரின் மரணத்திற்கும் காரணமானவர் என்றுகூட அவை குற்றம்சாட்டின.

ஆம்ரா சத்தமாக படித்தபோது, ஊடக மையங்கள் எல்லாமே இப்போது ஒரே கேள்வியைத்தான் கேட்டுக்கொண்டிருந்தன என்பது தெளிவாகத் தெரிந்தது: எட்மண்ட் கிர்ஷின் அறிவிப்பை மௌனிக்கச் செய்யும் முயற்சியாக ஒரு முக்கியத்துவம் வாய்ந்த

பிஷப்பும், பழமைவாத கத்தோலிக்கப் பிரிவும் அச்சுறுத்தலுக்கு ஆளாகியிருக்க வேண்டிய அளவுக்கு அவன் எதைத்தான் கண்டுபிடித்திருப்பான்?

"பார்வையாளர்கள் எண்ணிக்கை நம்ப முடியாததாக இருக்கிறது" என்ற ஆம்ரா திரையில் இருந்து பார்வையை எடுத்தாள். "இந்த விஷயத்தில் மக்கள் காட்டும் ஆர்வம் முன்னெப்போதும் இல்லாத அளவில் பெரிதாக இருக்கிறது . . . இதைப் பார்த்தால் மொத்த உலகமும் உறைந்துபோய்விட்டதைப் போன்றே தெரிகிறது."

அதே நேரத்தில், எட்மண்டின் பயங்கரமான கொலைக்கு ஒரு இருள் நிறைந்த விளிம்பும் இருக்கலாம் என்பதை லேங்டன் உணர்ந்தார். எல்லா ஊடகங்களின் கவனத்தினாலும் கிர்ஷின் உலகளாவிய பார்வையாளர்கள் அவரால் கற்பனை செய்ய முடிந்ததைக் காட்டிலும் மிகப்பெரிய அளவுக்கு வளர்ந்திருக்கிறார்கள். இப்போதைக்கு, தன்னுடைய மரணத்தில்கூட எட்மண்ட் இந்த உலகின் காதுகளை கைப்பற்றித்தான் வைத்திருக்கிறான்.

அந்த உணர்தல் அவனுடைய இலக்கை அடைவதற்கு லேங்டனை இன்னும் அதிகமான பொறுப்புமிக்கவர் ஆக்கியது - எட்மண்டின் நாற்பத்தி ஏழு எழுத்து பாஸ்வேர்டைக் கண்டுபிடிப்பது மற்றும் அவனுடைய அறிவிப்பை இந்த உலகிற்கு வழங்குவது.

"இன்னும் ஜூலியனிடம் இருந்து எந்த அறிக்கையும் வரவில்லை" என்ற ஆம்ராவின் குரல் குழப்பத்துடன் காணப்பட்டது. "அரச மாளிகையில் இருந்துகூட ஒரு வார்த்தையும் வரவில்லை. இது சரியாகப் படவில்லையே. அவர்களுடைய பிஆர் ஒருங்கிணைப்பாளர் மோனிகா மார்டினுடன் எனக்கு தனிப்பட்ட பழக்கம் இருக்கிறது, அவள் எப்போதுமே வெளிப்படையானவள் என்பதுடன் பத்திரிக்கைகள் ஒரு தகவலை திரித்து வெளியிடுவதற்கு முன்னர் அதை பகிர்ந்துவிடக்கூடியவள்."

அவள் சொல்வது சரிதானா என லேங்டன் சந்தேகப்பட்டார். அரண்மனையின் பிரதான மத ஆலோசகரை சதித்திட்டம் தீட்டினார் - கொலைக்கான சாத்தியமும்கூட- என ஊடகம்

குற்றம்சாட்டுவதை வைத்துப் பார்த்தால், ஜூலியன் ஏதோ ஒருவகையிலாவது அறிக்கை வெளியிட்டிருக்க வேண்டும், இந்தக் குற்றச்சாட்டுகள் குறித்து அரண்மனை விசாரணை மேற்கொண்டிருக்கிறது என்றாவது சொல்லியிருக்க வேண்டும்.

"குறிப்பாக" என்றார் லேங்டன், "எட்மண்ட் சுடப்பட்டபோது நாட்டின் எதிர்கால அரசி அவனுக்குப் பக்கத்தில்தான் இருந்தார் என்பதை கவனத்தில் எடுத்துக்கொண்டால். சுடப்பட்ட வேண்டியது நீயாகவும் இருந்திருக்கலாம், ஆம்ரா. நீ பாதுகாப்பாக இருப்பதால் தான் நிம்மடைதியடைந்தேன் என்றாவது இளவரசர் சொல்லியிருக்க வேண்டும்."

"அவர் அப்படிச் செய்வார் என்று என்னால் உறுதியாக சொல்ல முடியாது" என உண்மையாகவே சொன்ன அவள் இணையத்தள பிரவுஸரை அணைத்துவிட்டு, இருக்கையில் பின்னால் சாய்ந்து உட்கார்ந்தாள்.

லேங்டன் அதை கவனித்தார். "சரி, எப்படிப்பட்ட மதிப்புள்ளதாகவும் இருக்கட்டும், நீ பாதுகாப்பாக இருப்பதில் எனக்கு மகிழ்ச்சி. இவை எல்லாவற்றையம் என்னால் தனியாக கையாண்டிருக்க முடியுமா என்றும் எனக்குத் தெரியவில்லை."

"தனியாகவா?" காரின் ஒலிபெருக்கிகளில் இருந்து ஒரு அழுத்தமான குரல் கேட்டது. "எவ்வளவு சீக்கிரத்தில் மறந்துவிட்டோம் பார்த்தீர்களா!"

வின்ஸ்டனின் பொங்கியெழுந்த சீற்றத்தைக் கண்டு லேங்டன் சிரித்துவிட்டார். "வின்ஸ்டன், எட்மண்ட் உன்னை நிஜமாகவே பாதுகாப்பிற்காகத்தான் புரோகிராம் செய்திருக்கிறானா அல்லது பாதுகாப்பின்மைக்காகவா?"

"இல்லை" என்றான் வின்ஸ்டன். "அவர் என்னை மனித உணர்வுகளை உணர்துகொள்ள, கற்றுக்கொள்ளவும், அவற்றை போலி செய்யவும் நிரல்படுத்தியிருக்கிறார். என்னுடைய தொனி எப்போதுமே நகைச்சுவையாகத்தான் இருக்கும் - அதைத்தான் நான் மேம்படுத்திக்கொள்ள வேண்டுமென எட்மண்ட் உற்சாகப்படுத்துவார். நகைச்சுவையுணர்வை புரோகிராம் செய்ய முடியாது . . . அதை கற்றுக்கொள்ளத்தான் வேண்டும்."

“சரிதான், நீ நன்றாகத்தான் கற்றுக்கொள்கிறாய்.”

“நானா?” வின்ஸ்டன் கெஞ்சினான். “நீங்கள் அதை இன்னொருமுறை சொல்வீர்களா?”

லேங்டன் சத்தமாக சிரித்தார். “நான் சொன்னதுதான், நீ நன்றாகவே கற்றுக்கொள்கிறாய்.”

ஆம்ரா இப்போது டேஷ்போர்ட் திரையின் முகப்பு பக்கத்திற்கு திரும்பியிருந்தாள் - ஒரு நகரும் பக்கத்தில் அவர்களுடைய காரின் ஒரு சிறிய “அவதாரம்” கொண்ட செயற்கைக்கோள் புகைப்படம் வெளியாகியிருந்தது. அவர்கள் கோல்செரோல்லா மலைத்தொடரின் ஊடாக வளைந்து பார்சிலோனா நோக்கிச் செல்லும் பி-20 நெடுஞ்சாலையில் இணைவதை லேங்டனால் பார்க்க முடிந்தது. அவர்களுடைய இடத்திற்கு தெற்கே அந்த செயற்கைக்கோள் புகைப்படத்தில் தன்னுடைய கவனத்தை ஈர்த்த அசாதாரணமான ஒன்றை லேங்டன் கண்டுபிடித்தார் - ஒரு நாட்டுப்புற சிதறலின் நடுவில் இருந்த ஒரு பெரிய காட்டுப் பகுதி. அந்த பச்சை சமவெளி நீளமாகவும், ஒரு ராட்சத அமீபாவைப் போல் ஒழுங்கற்றும் காணப்பட்டது.

“அது பார்க் குவெல்தானே?” என்றார் அவர்.

திரையைப் பார்த்த ஆம்ரா ஆமாம் என்று தலையசைத்தாள். “நல்ல பார்வைதான்.”

“எட்மண்ட் அடிக்கடி அங்கே நிறுத்துவான்” என்றான் வின்ஸ்டன், “விமான நிலையத்தில் இருந்து வீட்டிற்கு போகும்போது.”

லேங்டன் ஆச்சரியப்படவில்லை. பார்க் குவெல் அண்டோனியோ காவ்டியின் பிரபலமான சிறந்த கலைப்படைப்புகளுள் ஒன்று - இதே கட்டமைப்பு மற்றும் கலைப்படைப்பைத்தான் எட்மண்ட் தன்னுடைய போன் உறையில் காட்சிக்கு வைத்திருந்தான். காவ்டியும் ரொம்பவே எட்மண்டைப் போன்றவர்தான், என்று நினைத்துக் கொண்டார் லேங்டன். இயல்பான விதிகளுக்கு பொருந்திப்போகாத ஒரு முன்னோடி தொலைநோக்காளர்.

இயற்கையின் அர்ப்பணிப்புமிக்க மாணவரான அண்டோனி காவ்டி தன்னுடைய கலைக்கட்டுமானத்திற்கான உந்துதலாக இயற்கை வடிவங்களையே எடுத்துக் கொண்டார், "கடவுளின் இயற்கை உலகத்தை" தரைக்கு வெளியே தாங்களாகவே வளர்ந்தவை போல் தோன்றக்கூடிய நீர்ம உயிர்வடிவ கட்டமைப்புகளை தனக்கு வடிவமைக்க உதவும் வகையில் பயன்படுத்தினார். இயற்கையில் நேர்கோடுகள் எதுவும் கிடையாது என காவ்டி ஒருமுறை குறிப்பிட்டிருக்கிறார், உண்மையிலேயே, அவருடைய படைப்பிலும் மிகச்சில நேர்க்கோடுகள் மட்டுமே இருக்கும்.

"உயிர்ம கட்டடக்கலை" மற்றும் "உயிரியல் வடிவமைப்பின்" முன்னோடி என்றே குறிப்பிடப்படும் காவ்டி தச்சுவேலை, இரும்புவேலை, கண்ணாடிவேலை மற்றும் செராமிக் வேலைகளில் முன்னெப்போதும் பார்த்திராத உத்திகளை புகுத்தி தன்னுடைய கட்டடங்களை திகைப்பூட்டக்கூடிய, வண்ணமயமான மேலுறைகளால் போர்த்தியவர்.

இன்றும்கூட, காவ்டி மரணமடைந்து ஏறக்குறைய ஒரு நூற்றாண்டு ஆகிவிட்ட பின்னரும், உலகம் முழுவதிலுமிருந்த வரும் சுற்றுலாப்பயணிகள் அவருடைய பிரதிசெய்ய முடியாத நவீனத்துவ பாணியை படம்பிடிப்பதற்காக பார்சிலோனாவிற்கு வருகைபுரிகின்றனர். அவருடைய படைப்புகளில் பூங்காக்கள், பொது கட்டடங்கள், தனியார் தங்கும் விடுதிகள் ஆகியவையும் அடங்கும். மேலும், அவருடைய தலையாய படைப்பாகிய பிரமாண்ட கத்தோலிக்க பாஸிலிக்காவின் - ஸக்ராதா ஃபெமிலியா - வானுயர்ந்த "கடற்பஞ்சு ஸ்தூபிக்கள்தான்" பார்சிலோனா வானத்தை ஆக்கிரமித்திருக்கின்றன, இதனை விமர்சகர்கள் "மொத்த கலை வரலாற்றிலும் எதைப்போன்றும் இல்லாத ஒன்று" என போற்றுகின்றனர்.

காவ்டியின் ஸக்ராதா ஃபெமிலியாவின் துணிச்சலான தொலைநோக்குப் பார்வையைக் கண்டு லேங்டன் எப்போதுமே அதிசயித்திருக்கிறார் - ஏறக்குறைய 140 வருடங்களுக்கு முன்பே சாதனையாக அமைந்துவிட்ட அந்த பிரமாண்ட பாஸிலிக்கா இன்றும்கூட கட்டமைக்கப்பட்டுக் கொண்டேதான் இருக்கிறது.

இன்றிரவு, அந்தக் காரின் செயற்கைக்கோள் புகைப்படத்தில் காவ்டியின் புகழ்பெற்ற பார்க் குவெல்லை லேங்டன் பார்த்தபோது ஒரு கல்லூரி மாணவராக அந்த பூங்காவிற்கு முதன்முறையாக சென்றுவந்ததை நினைவுகூர்ந்தார் - உயர்ந்திருக்கும் நடைபாதைகளுக்கு ஆதரவாக அமைந்திருக்கும் முறுக்கிய மரம்போன்ற தூண்கள், தெளிவற்ற வடிவம்திரிந்த இருக்கைகள், டிராகன்களையும் மீன்களையும் ஒத்திருக்கும் குட்டைகளுடன் கூடிய குகைகள் மற்றும் மிகுந்த நீர்மத்தன்மையுடன் காணப்படும் அலையலையான வெள்ளைச் சுவர்.

"காவ்டியின் எல்லாப் படைப்புகளையும் எட்மண்ட் விரும்பினார்" என்று தொடர்ந்தான் வின்ஸ்டன். "குறிப்பாக, ஒரு உயிர்மக் கலையாக இயற்கை எனும் கருத்தாக்கத்தை அவர் ரொம்பவே விரும்பினார்."

லேங்டனின் மனம் மறுபடியும் எட்மண்டின் கண்டுபிடிப்பையே தீண்டியது. இயற்கை. உயிர்மம். சிருஷ்டி. அவர் முன்னே காவ்டியின் புகழ்பெற்ற பேனோட்ஸ் பளிச்சிட்டது - நகரத்தின் சாலையோர நடைபாதைகளுக்காக நியமிக்கப்பட்ட அவர் அமைத்துக்கொடுத்த அறுகோண நடைபாதை. ஒவ்வொரு கற்பாளமும் ஒரேவிதமான சுழலும் வடிவமாக அர்த்தமற்று காணப்பட்டாலும் அவற்றை முறையாக உரிய வகையில் சுற்றி அடுக்கினால் ஒரு திகைக்க வைக்கும் வடிவமுறை தோன்றும் - அது ஆழ்கடல் தோற்றத்தைப் போல் அதில் உள்ள நுண்ணியிரிகள், ஆழ்கடல் பூக்கள் மற்றும் பாறைகள் போன்றவையாக இருக்கும் - உள்ளூர் மக்கள் இந்த வடிவத்தைதான் ஆதிமுதல் சாறு என்றழைத்தனர்.

காவ்டியின் ஆதிமுதல் சாறு, உயிரின் தோற்றம் குறித்த எட்மண்டின் ஆர்வத்தோடு பார்சிலோனா நகரம் எந்தளவுக்கு சரியாகப் பொருந்திப்போகிறது என்பதைப் பார்த்தபோது காவ்டியின் ஆதிமுதல் சாறு லேங்டனை திடுக்கிடச் செய்தது. வழக்கத்தில் உள்ள அறிவியல் கோட்பாட்டின்படி உயிரானது பூமியின் ஆதிமுதல் சாறில் இருந்துதான் உருவாகியிருக்கிறது - அதாவது ஆரம்பகால கடல்கள் யாவும் எரிமலைகள் உமிழ்ந்த, ஒன்றையொன்று சுற்றிச்சுழன்ற செறிவான ரசாயனங்கள் புயல்களால் ஏற்பட்ட மின்னல் தாக்குதல்களுக்கு இடைவிடாமல் ஆளாகயிருக்கின்றன . . . திடீரென்று ஒருவகையான நுண்ணுயிர்

பிண்டம் போன்ற ஒன்றாக முதலாவது ஒற்றை செல் உயிரினம் உயிர்பெறும்வரை அவை தொடர்ந்து நிகழ்ந்திருக்கின்றன.

“ஆம்ரா” என்றார் லேங்டன், “நீ ஒரு மியூஸிய காப்பாளர் - நீ எட்மண்டுடன் அடிக்கடி கலையைப் பற்றி விவாதித்திருப்பாய். காவ்டியைப் பற்றிப் பேசுகையில் அவன் உன்னிடம் ஏதாவது திட்டவட்டமாக சொல்லியிருக்கிறானா?”

“வின்ஸ்டன் குறிப்பிட்டது மட்டும்தான்” என்றாள் அவள். “அவருடைய கட்டுமானப் படைப்புகள் இயற்கை தன்னைத்தானே படைத்துக்கொண்டது போன்று உணர வைக்கும். காவ்டியின் குகைகள் காற்றாலும் மழையாலும் செதுக்கப்பட்டது போல் இருக்கும், அவருடைய ஆதாரத் தூண்கள் பூமிக்கு வெளியேயிருந்து வளர்ந்தவை போல் காணப்படும், அவருடைய டைல் படைப்பு ஆரம்பகால கடல் உயிரினங்களை ஒத்ததாக இருக்கும்,” என அவள் தோள்களை குலுக்கினாள். “என்ன காரணம் என்று தெரியாது, எட்மண்ட் ஸ்பெயினுக்கு வருவதற்கு காவ்டியே உந்துதலாக இருந்திருக்கிறார்..”

அவளை உற்றுப்பார்த்த லேங்டன் ஆச்சரியமடைந்தார். இந்த உலகம் முழுவதிலும் உள்ள பல நாடுகளிலும் எட்மண்டிற்கு சொந்தமாக வீடுகள் இருப்பது அவருக்குத் தெரியும், ஆனால் சமீபத்திய ஆண்டுகளில் அவன் ஸ்பெயினில் நிரந்தரமாக குடியேறுவதையே தேர்ந்தெடுத்திருக்கிறான். “காவ்டியின் கலைப்படைப்பு காரணமாகத்தான் எட்மண்ட் இங்கே குடியேறினான் என்று சொல்கிறாயா”

“அப்படித்தான் நினைக்கிறேன்” என்றாள் ஆம்ரா. “நான் அவனிடம் ஒருமுறை ‘எதற்காக ஸ்பெயின்?’ என்று கேட்டேன், அதற்கு அவன் இங்குள்ள ஒரு தனித்துவமான சொத்தை வாடகைக்கு எடுக்கின்ற அரிதான வாய்ப்பு கிடைத்திருப்பதாக சொன்னான் - அது இந்த உலகத்தில் வேறு எங்கும் கிடைக்காத சொத்து. அவன் தன்னுடைய அபார்ட்மெண்டைத்தான் சொல்லியிருக்கிறான் என்று நினைக்கிறேன்,” என்றாள் அவள்.

“அவனுடைய அபார்ட்மெண்ட் எங்கே இருக்கிறது?”

“ராபர்ட், எட்மண்ட் காஸா மைலாவில் வசித்தான்.”

லேங்டன் மறுமுறை கேட்டுக்கொண்டார். "தி காஸா மைலாவா?"

"அதேதான்" என்று தலையசைத்து சொன்னாள் அவள். "கடந்த வருடம்தான் அவன் அதனுடைய மொத்த மேல்தளத்தையும் தன்னுடைய ஆடம்பர அபார்ட்மெண்டாக வாடகைக்கு எடுத்திருந்தான்."

இந்தச் செய்தியை தெளிவுபடுத்திக்கொள்ள லேங்டன் சிறிதுநேரம் எடுத்துக் கொண்டார். காஸா மைலா, காவ்டியின் மிகவும் புகழ்பெற்ற கட்டடங்களுள் ஒன்று - பிரமிக்க வைக்கும் அசல் "மாளிகையான" அதனுடைய அடுக்கடுக்கான முகப்பும், அலையலையான கல் பால்கனிகளும் ஒரு குடைந்தெடுத்த மலையை நினைவுபடுத்தும், அதுவே இப்போது பிரபலமான பட்டப்பெயராகிய "லா பெட்ரேரா" - அதாவது, "கல் சுரங்கம்" என்பதற்கு காரணமாக அமைந்தது.

"அது காவ்டி மியூஸியத்தின் மேல்தளம்தானே?" என்ற லேங்டன் கடந்தகாலத்தில் அந்தக் கட்டடத்திற்கு வந்துபோனதை நினைவுபடுத்திக் கொண்டார்.

"ஆமாம்" என்றான் வின்ஸ்டன். "ஆனால், அந்த மாளிகையை உலக பாரம்பரிய சின்னமாக பாதுகாக்க வேண்டி எட்மண்ட் யுனெஸ்கோவிற்கு நன்கொடை அளித்திருக்கிறான், அதனால் அவர்கள் அதை தற்காலிகமாக மூடிவிட்டு, அவன் அங்கே இரண்டு வருடங்களுக்கு குடியிருக்க அனுமதித்தார்கள். உண்மையில், காவ்டியின் கலைப்படைப்புகளுக்கு பார்சிலோனாவில் பஞ்சமே இல்லை."

காஸா மைலாவில் உள்ள ஒரு காவ்டி காட்சியகத்திற்குள் எட்மண்ட் வாழ்ந்திருக்கிறானா? லேங்டன் குழம்பினார். வெறும் இரண்டு வருடங்களுக்காக அங்கே சென்றானா?

வின்ஸ்டன் கரகரத்தான். "காஸா மைலாவின் கட்டுமானத்தைப் பற்றிய ஒரு புதிய கல்வித்துறை வீடியோவை உருவாக்கவும் உதவியிருக்கிறான். அது பார்க்கத் தகுதியானதுதான்."

"அந்த வீடியோ உண்மையிலேயே தாக்கம் ஏற்படுத்தக்கூடிய ஒன்றுதான்" என்று ஒப்புக்கொண்ட ஆம்ரா முன்னால்

குனிந்து பிரவுஸர் திரையை தொட்டாள். ஒரு விசைப்பலகை தோன்றியதும் அவள் தட்டச்சு செய்தாள்: *Lapedrera.com.* "நீங்கள் இதை பார்த்தே ஆகவேண்டும்."

"நான் வண்டி ஓட்டிக்கொண்டிருக்கிறேன்" என்றார் லேங்டன்.

ஸ்டீரிங்கை எட்டிய ஆம்ரா ஒரு சிறிய லீவரை இரண்டுமுறை விரைந்து இழுத்தாள். அந்த ஸ்டீரிங் வீல் சட்டென்று விறைத்துக்கொண்டதை தன் கைகளில் உணர்ந்த லேங்டன் அந்தக் கார் தனக்குத்தானே வழிகாட்டிக்கொண்டு, அதன் நேர்வழியில் மையம் மாறாமல் செல்வதை உடனடியாக கவனித்தார்.

"ஆட்டோபைலட்" என்றாள் அவள்.

அதன் விளைவு முற்றிலும் கவலைப்படுத்துவதாக இருந்தது, ஸ்டீரிங் வீலில் மிதந்துகொண்டிருந்த தன்னுடைய கைகளையும், பிரேக்கில் இருந்த காலையும் எடுப்பதைத் தவிர லேங்டனுக்கு வேறு வழியில்லை.

"அமைதியாகுங்கள்." ஆம்ரா முன்னே நகர்ந்து அவருடைய தோளில் ஆதரவாக கைவைத்தாள். "ஒரு மனித ஓட்டுநரைக் காட்டிலும் இது ரொம்பவே பாதுகாப்பானது."

தயக்கத்துடனே லேங்டன் தன்னுடைய கைகளை தொடையில் வைத்துக் கொண்டார்.

"அவ்வளவுதான்." அவள் புன்னகைத்தாள். "இப்போது நீங்கள் இந்த காஸா மைலா வீடியோவைப் பார்க்கலாம்."

அந்த வீடியோக்காட்சியானது, பரந்த பெருங்கடலுக்கு மேல் சில அடிகள் உயரத்தில் பறந்துகொண்டிருக்கும் ஒரு ஹெலிகாப்டரில் இருந்த எடுக்கப்பட்டதைப் போல் துள்ளிக்குதிக்கும் அலையின் சட்டென்ற தாழ்நிலைக் காட்சியுடன் தொடங்கியது. அதற்கு சற்று தொலைவில் ஒரு தீவு உயர்ந்திருந்தது - பேரலைகளுக்கும் மேலே நூற்றுக்கணக்கான அடிகள் உயரமுள்ள உச்சியுடன் கூடிய ஒரு பாறையாலான மலை.

அந்த மலைக்கு மேலே எழுத்துக்கள் தோன்றின.

லா பெட்ரெரா காவ்டியால் படைக்கப்படவில்லை.

அடுத்து வந்த முப்பது நொடிகளுக்கு, காஸா மைலாவின் தனித்துவமான உயிர்மத்-தோற்ற வெளிப்புறத்தை அந்த மலைக்குள் அந்த அலை செதுக்கிக் கொண்டிருப்பதை லேங்டன் பார்த்தார். பிறகு, அந்தக் கடல் உள்ளே நுழைந்து, உட்குழிவுகளையும் குகைபோன்ற அறைகளையும் உருவாக்க, அதில் நீர்வீழ்ச்சிகள் செதுக்கிய படிக்கட்டுகளும், கொடிகளும் வளர்ந்து, உலோக கைப்பிடிகளுக்குள்ளே வளைந்து நெளிந்து வளரவும் அவற்றின் கீழே வளர்ந்த பாசிகள் தரைத்தளங்களுக்கு கம்பளம் விரித்தன.

இறுதியில், கேமரா கடலை நோக்கி பின்னிழுக்கப்படவே அதில் பிரமாண்ட மலைக்குள் செதுக்கப்பட்ட புகழ்பெற்ற காஸா மைலாவின் -“கற்சுரங்கம்”- படம் தோன்றியது.

-லா பெட்ரெரா-

இயற்கையின் மகத்தான படைப்பு

எட்மண்டிற்கு நாடகத் திறமையும் உண்டென்பதை லேங்டன் ஒப்புக்கொள்ளத்தான் வேண்டியிருந்தது. இந்த கம்ப்யூட்டரால் உருவாக்கப்பட்ட வீடியோவைப் பார்த்த அவருக்கு அந்தக் கட்டடத்தை மறுமுறை பார்த்துவர வேண்டும் என்ற ஆவல் தோன்றியது.

தன் பார்வையை சாலைப் பக்கம் திருப்பிய லேங்டன் ஸ்டீரிங்கை எட்டி ஆட்டோபைலட்டை நிறுத்திவிட்டு கட்டுப்பாட்டை தன்வசம் எடுத்துக்கொண்டார். “நாம் தேடிக்கொண்டிருப்பது எட்மண்டின் குடியிருப்பிடத்தில் இருக்கிறதென்று நம்புவோம். நாம் அந்த பாஸ்வேர்டை கண்டுபிடித்தாக வேண்டும்.”

50

கமாண்டர் டியாகோ கார்ஸா ஆயுதம் தரித்த தன்னுடைய நான்கு கார்டியா ஏஜெண்டுகளையும் பிளாஸா தெ லா ஆர்மேரியாவின் மையப்பகுதிக்கு குறுக்கே

நேரடியாக வழிநடத்திச் சென்றார், தன்னுடைய கண்களை நேராக வைத்துக்கொண்டிருந்த அவர் வேலிக்கு அந்தப் பக்கத்தில் இருந்து சத்தமாக கூப்பாடு போட்டுக்கொண்டிருந்த ஊடகத்தை தவிர்த்தார், அவர்கள் எல்லோருமே கம்பிகளின் வழியாக தொலைக்காட்சி கேமராக்களால் அவரை குறிவைத்திருந்தனர் என்பதுடன் அவருடைய கருத்தை கேட்டு கத்திக்கொண்டிருந்தனர்.

யாராவது நடவடிக்கை எடுத்திருக்கிறார்கள் என்பதையாவது அவர்களால் பார்க்க முடிகிறதே.

அவரும் அவருடைய குழுவினரும் கதீட்ரலுக்கு வந்து சேர்ந்தபோது முக்கிய நுழைவாயில் தாழிடப்பட்டிருந்தது - அந்நேரத்தில் அதுபற்றி ஆச்சரியப்பட எதுவுமில்லை - கார்ஸா தன்னுடைய துப்பாக்கியின் கைப்பிடியால் கதவை இடிக்கத் தொடங்கினார்.

பதிலில்லை.

அவர் இடித்துக்கொண்டே இருந்தார்.

இறுதியில், தாழ்ப்பாள்கள் திரும்பி கதவு சுழன்று திறந்தது. அங்கே கார்ஸா துப்புறவு செய்யும் ஒரு பெண்ணை நேருக்கு நேர் பார்த்தார், கதவுக்கு வெளியே நிற்கும் சிறிய ராணுவத்தைக் கண்டு அவள் பீதியடைந்தாள்.

"பிஷப் வால்டஸ்பினோ எங்கே?" என்று வற்புறுத்தினார் கார்ஸா.

"எனக்கு . . . எனக்குத் தெரியாது" என்றாள் அந்தப் பெண்.

"பிஷப் இங்கேதான் இருக்கிறார் என்று எனக்குத் தெரியும்" என்றார் கார்ஸா. "அவர் இளவரசர் ஜூலியனுடன்தான் இருக்கிறார். நீ அவர்களை பார்த்தாயா இல்லையா?"

அவள் தலையை குலுக்கினாள். "நான் இப்போதுதான் வந்தேன். நான் சனிக்கிழமை இரவுகளில் சுத்தம் செய்ய -"

கார்ஸா அவளை அப்பால் தள்ளிவிட்டு அந்த இருளார்ந்த கதீட்ரல் முழுவதும் சென்று பார்க்குமாறு தன்னுடைய ஆட்களுக்கு உத்தரவிட்டார்.

"கதவை சாத்து" கார்ஸா அந்த சுத்தம்செய்யும் பெண்ணிடம் கூறினார். "வழியில் நிற்காமல் ஒதுங்கி நில்."

அத்துடன், தன்னுடைய ஆயுதத்தை தயாராக வைத்துக்கொண்ட அவர் நேராக வால்டஸ்பினோ அலுவலகத்தை நோக்கிச் சென்றார்.

சதுக்கத்திற்கு குறுக்கே அந்த அரண்மனையின் அடித்தள கட்டுப்பாட்டு அறையில் வாட்டர்கூலருக்கு அருகே நின்றுகொண்டிருந்த மோனிகா மார்டின் நீண்டநேரமாக புகைக்கப்படாமல் இருந்த சிகரெட்டை இழுத்துவிட்டுக் கொண்டாள். ஸ்பெயினை துடைத்தெடுத்துக் கொண்டிருக்கின்ற தாராளவாத "அரசியல்ரீதியில் சரியான" இயக்கத்தினால் அரண்மனை அலுவலகங்களில் புகைபிடிப்பது தடைசெய்யப் பட்டிருந்தது, ஆனால் குற்றச்சாட்டுகளின் வெள்ளம் இன்றிரவு அரண்மனையை சூழ்ந்துவிட்டதால் கொஞ்சம் சிகரெட் புகை வெளியேறுவது சகித்துக்கொள்ளக்கூடிய விதிமீறலாகத்தான் இருக்கும் என மார்டின் கண்டுகொண்டாள்.

அவளுக்கு முன்பாக இருந்த ஐந்து செய்திச் சேனல்களும் நேரடி ஒளிபரப்பில் எட்மண்ட் கிர்ஷின் கொலையையே காட்டிக்கொண்டிருந்தன, அவன் கொலைசெய்யப்பட்ட காட்சியை அவை படுமோசமான முறையில் திரும்பத்திரும்ப ஒளிபரப்பிக் கொண்டே இருந்தன. ஆம், எல்லா மறுஒளிபரப்பிற்கு முன்பாகவும் ஒரு வழக்கமான எச்சரிக்கை சொல்லப்பட்டுக் கொண்டே இருந்தது.

எச்சரிக்கை: பின்வரும் காட்சிகள் எல்லாப் பார்வையாளர்களுக்கும் ஏற்றதல்ல.

வெட்கமற்றவர்கள், என்று நினைத்துக்கொண்ட அவள் இத்தகைய எச்சரிக்கைகள் எல்லாமே பரபரப்பான நெட்வொர்க்குகளின் முன்னெச்சரிக்கைகள் அல்ல என்பதும் அந்த சேனலை மாற்றாமல் இருப்பதை உறுதிசெய்வதற்கான திறமைமிக்க தூண்டில்கள் என்பதையும் அவள் அறிவாள்.

மார்டின் தன்னுடைய சிகரெட்டை மற்றொருமுறை இழுத்துக்கொண்டாள், பல்வேறு நெட்வொர்க்குகளையும் ஆராய்ந்தாள், அவற்றில் பெரும்பாலானவையும் "அவசரச் செய்தி" என்ற தலைப்புகளுடன் தந்தியடிக்கின்ற, பெரிதாகிவரும் சதியாலாசனை கோட்பாடுகளுக்கு ஊக்கமளிப்பவையாக இருந்தன.

எதிர்காலவியலாளர் தேவாலயத்தால் கொல்லப்பட்டாரா?

அறிவியல்பூர்வ கண்டுபிடிப்பு நிரந்தரமாக தொலைந்துவிட்டதா?

கொலைகாரன் அரச குடும்பத்தால் வேலைக்கு அமர்த்தப்பட்டவனா?

நீங்கள் செய்தியைத்தான் தெரிவிக்க வேண்டும், என அவள் தனக்குத்தானே முனகிக்கொண்டாள். *கேள்விகள் என்ற பெயரில் விஷமத்தனமான வதந்திகளை எல்லாம் நீங்கள் பரப்பக்கூடாது.*

சுதந்திரம் மற்றும் ஜனநாயகம் என்பனவற்றின் அடித்தளமாக இருக்கும் பொறுப்புள்ள பத்திரிக்கைத்துறையின் மீது மார்டினுக்கு எப்போதுமே நம்பிக்கை இருந்திருக்கிறது. அதனாலேயே அவள் வெளிப்படையாகவே முட்டாள்தனமாகத் தெரிகின்ற கருத்துக்களை ஒளிபரப்பி சர்ச்சையைக் கிளப்பிவிடும் பத்திரிக்கை செய்தியாளர்களால் ஏமாற்றத்திற்கும் ஆளாகியிருக்கிறாள்.

மரியாதைக்குரிய அறிவியல் சேனல்கள்கூட இதைச் செய்கின்றன, தங்களுடைய பார்வையாளர்களிடம்: "பெருவில் உள்ள இந்தக் கோயில் புராதான வேற்றுகிரகவாசிகளால் கட்டப்பட்டிருக்க வாய்ப்பிருக்கிறதா?" என்று கேட்கின்றன.

கிடையாது! மார்டின் தொலைக்காட்சியை நோக்கி கத்த நினைப்பாள். *அதற்கு வாய்ப்பிருக்க வழியே கிடையாது! இப்படியெல்லாம் முட்டாள்தனமான கேள்வி கேட்பதை நிறுத்துங்கள்!*

தொலைக்காட்சி திரைகளுள் ஒன்றில் சிஎன்என் மரியாதைக்குரிய விஷயங்களுள் ஒன்றை செய்துகொண்டிருப்பதை அவளால் காண முடிந்தது.

எட்மண்ட் கிர்ஷை நினைவுகூர்வோம்

தீர்க்கதரிசி. தொலைநோக்கர். படைப்பாளி.

ரிமோட்டை எடுத்த மார்டின் ஒலியளவை அதிகப்படுத்தினாள்.

"...கலை, தொழில்நுட்பம் மற்றும் புத்துருவாக்கத்தை நேசித்த ஒருவர்," என்று செய்தி வாசிப்பாளர் சோகத்துடன் சொல்லிக்கொண்டிருந்தார். "எதிர்காலத்தை கணிக்கும் ஒருவரின் மாயத் திறமையே அவரை மிகுந்த பிரபலமாக்கியிருக்கிறது எனலாம். அவருடைய சக தோழர்கள் சொல்வதுபோல், அறிவியல் உலகில் எட்மண்ட் கிர்ஷ் உருவாக்கியிருந்த ஒவ்வொரு முன்னூகங்களுமே உண்மையாகியிருக்கின்றன."

"அது சரிதான் டேவிட்" என்று இடையில் பேசினாள் அவனுடைய சக தொகுப்பாளர். "அவருடைய தனிப்பட்ட முன்னூகங்களுக்கும் நாம் இதையே பொருத்திப் பார்க்க விரும்புகிறேன்."

இப்போது அவர்கள் எட்மண்ட் கிர்ஷ் உறுதியாகவும், பழுப்பு நிற தோலுடனும் நியூயார்க் நகரத்தின் 30 ராக்பெல்லர் மையத்திற்கு வெளியே இருக்கும் நடைபாதையில் நின்றபடி பத்திரிக்கைகளுக்கு செய்தி கொடுத்துக்கொண்டிருப்பதை ஒளிபரப்பினர். "இன்று எனக்கு முப்பது வயதாகிறது," என்றான் எட்மண்ட், "என்னுடைய ஆயுட்காலம் அறுபத்தெட்டு வயது மட்டும்தான். இருந்தாலும், மருத்துவம், ஆயுள் நீட்டிப்பு தொழில்நுட்பம் மற்றும் டெலோமியர் மறு உருவாக்கம் ஆகியவற்றில் ஏற்படப்போகும் எதிர்கால முன்னேற்றங்களை வைத்துப் பார்க்கும்போது நான் என்னுடைய நூற்றிப் பத்தாவது பிறந்தநாளைப் பார்ப்பேன் என முன்னூகித்திருக்கிறேன். உண்மையில், என்னுடைய நூற்றிப் பத்தாவது பிறந்தநாள் விருந்திற்காக இந்தக் கட்டடத்தின் ரெயின்போ அறையை இப்போதுதான் முன்பதிவு செய்தேன் என்கிற அளவுக்கு நான் அதில் மிகுந்த நம்பிக்கை வைத்திருக்கிறேன்." கிர்ஷ் புன்னகைத்தபடியே அந்தக் கட்டடத்தின் உச்சியை நோக்கினான். "விலையேற்ற மாறுதல்கள் உட்பட என்னுடைய மொத்த பில் தொகையையும் - எண்பது வருடங்களுக்கு முன்னதாகவே - இப்போதுதான் செலுத்திவிட்டு வந்திருக்கிறேன்."

அந்த பெண் தொகுப்பாளர் சற்றே பெருமூச்சு விட்டுக்கொண்டு திரும்பி வந்தாள். "ஒரு பழமொழியில் சொல்வது போன்றுதான்: 'மனிதர்கள் திட்டமிடுகிறார்கள், கடவுள் சிரிக்கிறார்.' "

"ரொம்பவே உண்மைதான்" என்று ஆண் தொகுப்பாளர் உடன்பட்டார். "கிர்ஷின் மரணத்தை சூழ்ந்திருக்கும் சதித்திட்டத்திற்கு மகுடம் சூட்டுவதுபோல் அவருடைய கண்டுபிடிப்பின் தன்மை குறித்த யூகவாதங்களும் அதிகரித்துக்கொண்டே போகின்றன." அவர் கேமராவை ஆர்வத்துடன் நோக்கினார். "நாம் எங்கிருந்து வந்தோம்? எங்கே சென்று கொண்டிருக்கிறோம்? இரண்டு கவர்ச்சிகரமான கேள்விகள்."

"இந்தக் கேள்விகளுக்கு பதில் சொல்லும் வகையில்" என்று அந்த பெண் தொகுப்பாளர் பரவசத்துடன் கூறினாள், "இரண்டு திறமைவாய்ந்த பெண்கள் நம்முடன் சேர்ந்துகொள்ள இருக்கிறார்கள் - ஒருவர் வெர்மாண்டை சேர்ந்த கிறிஸ்துவ மதகுரு மற்றும் யுசிஎல்ஏ-வைச் சேர்ந்த ஒரு பரிணாமவியல் உயிரியலாளர். ஒரு சிறிய இடைவேளைக்குப் பின்னர் அவர்களுடைய சிந்தனைகளைப் பார்க்கலாம்."

மார்டினுக்கு அவர்களுடைய சிந்தனைகளைப் பற்றி ஏற்கனவே தெரியும் - இருவேறு துருவங்கள், இல்லாவிட்டால் அவர்கள் உங்களுடைய நிகழ்ச்சியில் இருந்திருக்க மாட்டார்கள். அந்த மதகுரு இப்படித்தான் ஏதாவது சொல்வார்: "நாம் இறைவனிடம் இருந்தே வந்தோம், இறைவனிடமே சென்று கொண்டிருக்கிறோம்," அதற்கு அந்த உயிரியலாளர் சொல்வார், "நாம் குரங்குகளிடம் இருந்து வந்தோம், அழிந்து போய்க் கொண்டிருக்கிறோம்."

பார்வையாளர்களாகிய நாம் போதுமான அளவுக்குத் தூண்டப்பட்டால் எதை வேண்டுமானாலும் பார்ப்போம் என்பதைத் தவிர அவர்கள் எதையும் நிரூபிக்கப் போவதில்லை.

"மோனிகா!" அருகாமையில் இருந்த சுரேஷ் கத்தினான்.

அந்த எலக்ட்ரானிக் செக்யூரிட்டி இயக்குநர் மூலையில் இருந்து ஓடிவருவதைப் பார்க்க மார்டின் திரும்பினாள்.

"என்ன இது?" என்றாள் அவள்.

"பிஷப் வால்டஸ்பினோ இப்போதுதான் அழைத்தார்" என்று அவன் மூச்சுவிடாமல் கூறினான்.

அவள் தொலைக்காட்சியின் ஒலியை நிறுத்தினாள். "பிஷப் அழைத்தாரா ... உன்னையா? அவர் என்னதான் செய்துகொண்டிருக்கிறேன் என்று சொன்னாரா?!"

சுரேஷ் தலையை குலுக்கினான். "நானும் கேட்கவில்லை அவரும் சொல்லவில்லை. நம்முடைய தொலைபேசி சர்வர்களில் எதையாவது சரிபார்த்தேனா என்று கேட்பதற்காகத்தான் அழைத்தார்."

"எனக்குப் புரியவில்லை."

"இந்த மாளிகைக்குள்ளே இருந்து இன்றிரவு நிகழ்ச்சிக்கு சற்று முன்பாக கூகன்ஹைமுக்கு யாரோ ஒருவர் தொலைபேசி அழைப்பு விடுத்திருக்கிறார் என ConspiracyNet இப்போதுதான் செய்தி ஒளிபரப்பியது என்று உனக்குத் தெரியுமா - அதாவது விருந்தினர் பட்டியலில் எவிலாவின் பெயரை சேர்க்கச் சொல்லி ஆம்ரா வைடலிடம் கேட்கப்பட்டது பற்றி?"

"ஆமாம். அதைப் பார்க்கும்படி நான்தானே உன்னிடம் சொல்லியிருந்தேனே."

"சரி, உன்னுடைய கோரிக்கையை வால்டஸ்பினோவும் கேட்டார். இந்த மாளிகையில் அந்த அழைப்பு எங்கிருந்து தோன்றியது என்பதைக் கண்டுபிடிக்க மாளிகையின் தொலைபேசி இணைப்பகத்திற்குள் சென்று அந்த அழைப்பின் பதிவை கண்டுபிடிக்க முடியுமா என்றும் கேட்டார், அப்படிச் செய்தால் அந்த அழைப்பை யார் விடுத்திருப்பார்கள் என்பது பற்றிய முடிவுக்கு வரமுடியும் என்று அவர் நம்புகிறார்."

மார்டின் குழம்பினாள், வால்டஸ்பினோதான் மிகுந்த சந்தேகத்திற்குரியவர் என்றே அவள் நினைத்திருந்தாள்.

"கூகன்ஹைம் கூற்றுப்படி" என்று தொடர்ந்தான் சுரேஷ். "இன்றிரவு மேட்ரிட் அரச மாளிகையின் பிரதான எண்ணில் இருந்துதான் அவர்களுடைய வரவேற்பு மேசைக்கு அழைப்பு சென்றிருக்கிறது, அதுவும் அந்த நிகழ்ச்சிக்கு சற்று முன்பாக. ஆனால் இங்குதான் பிரச்சினையே. அதே நேரத்தில் நம்மிடமிருந்து வெளியே சென்ற அழைப்புப் பதிவுகளை தொலைபேசி இணைப்பகத்தில் தேடிப் பார்த்துவிட்டேன்." அவன் தலையைக்

குலுக்கிக்கொண்டான். "ஒன்றுமேயில்லை. ஒரு அழைப்புகூட போகவில்லை. கூகன்ஹைமிற்கு மாளிகையில் இருந்து சென்ற அழைப்பின் பதிவை யாரோ அழித்திருக்கிறார்கள்."

மார்டின் தன்னுடைய சக பணியாளரை சற்று நேரம் ஆராய்ந்து பார்த்தாள். "அதைச் செய்ய அனுமதி உள்ளவர் யார்?"

"அதைத்தான் வால்டஸ்பினோவும் என்னிடம் கேட்டார். அதனால் நான் உண்மையை சொல்லிவிட்டேன். எலக்ட்ரானிக் செக்யூரிட்டியின் தலைவராக என்னால் அந்தப் பதிவை அழித்திருக்க முடியும், ஆனால் நான் அப்படிச் செய்யவில்லை என்றேன். அந்தப் பதிவுகளை அணுகி சரிபார்க்க அனுமதி உள்ள மற்றொரு ஒரே நபர் கமாண்டர் கார்ஸா மட்டும்தான்."

மார்டின் உற்றுப் பார்த்தாள். "கார்ஸா நம்முடைய தொலைபேசி பதிவுகளில் கைவைத்திருப்பார் என்று நினைக்கிறாயா?"

"அதற்கும் வாய்ப்பிருக்கிறது" என்றான் சுரேஷ். "மேலும், கார்ஸாவின் வேலையே இந்த மாளிகையை பாதுகாப்பதுதான், இப்போது ஏதேனும் விசாரணை என்று போனால், இந்த மாளிகையைப் பொறுத்தவரையில் அந்த அழைப்பு செய்யப்படவே இல்லை. தொழில்நுட்பரீதியாக பேசினால், அதை மறுக்க வாய்ப்பிருக்கிறது. அந்தப் பதிவு அழிக்கப்பட்டதானது கொக்கியில் இருந்து மாளிகையை வெளியே எடுப்பதற்கும் வெகுதொலையில் இருக்கிறது."

"கொக்கியில் இருந்தா?" என்றாள் மார்டின். "அந்த அழைப்பு செய்யப்பட்டிருக்கிறது என்பதில் சந்தேகமே இல்லை! ஆம்ராதான் எவிலாவை விருந்தினர் பட்டியலில் சேர்த்திருக்கிறாள்! கூகன்ஹைம் வரவேற்பு மேசை சரிபார்க்க-"

"உண்மைதான், ஆனால் இப்போது அந்த மியூஸியத்தின் வரவேற்பரை இளைஞர் சொல்வது மொத்த அரச மாளிகைக்கும் எதிராக அல்லவா இருக்கிறது. நம்முடைய பதிவுகளை வைத்துப் பார்க்கும்போது அந்த அழைப்பு செய்யப்படவே இல்லை."

சுரேஷின் முன்தீர்மான மதிப்பீடு திடநம்பிக்கை கொண்டிருப்பதுபோல் மார்டினுக்குத் தோன்றியது.

"வால்டஸ்பினோவிடம் இவை எல்லாவற்றையும் சொல்லிவிட்டாயா?"

"அது உண்மைதானே. கார்ஸா அதை செய்திருக்கலாம் அல்லது செய்யாமலும் இருந்திருக்கலாம், மாளிகையை காப்பாற்றும் முயற்சியில்கூட கார்ஸா அதை அழித்திருக்கலாம்." சுரேஷ் சற்று இடைவெளி விட்டான். "ஆனால் நான் பிஷப்புடன் பேசிமுடித்த பின்னர்தான் வேறு ஒன்றையும் உணர்ந்தேன்."

"அது என்ன?"

"தொழில்நுட்பரீதியில், அந்த சர்வரை அணுகக்கூடிய மூன்றாவது நபரும் இருக்கிறார்." சுரேஷ் அந்த அறையை பதற்றத்துடன் சுற்றிப் பார்த்துவிட்டு நெருங்கி வந்தான். "இளவரசர் ஜூலியனிடம் உள்ள பாஸ்வேர்டுகளை வைத்து எல்லா சிஸ்டம்களிலுமே அவரால் நுழைய முடியும்."

மார்டின் முறைத்தாள். "இது நம்பமுடியாத ஒன்று."

"இது கேட்பதற்கு முட்டாள்தனமாக இருக்கலாம்" என்றான் அவன், "ஆனால் அப்போது இளவரசர் மாளிகையில்தான் இருந்திருக்கிறார், அந்த அழைப்பு விடுக்கப்பட்டபோது தன்னுடைய அறையில் அவர் தனியாகத்தான் இருந்தார். அந்த அழைப்பை அவரே செய்துவிட்டு, பின்னர் சர்வருக்குள் சென்று அதை சுலபமாக அழித்திருக்கவும் முடியும். அந்த சாப்ட்வேரும் பயன்படுத்த எளிதானது, அத்துடன் மக்கள் நினைப்பதைக் காட்டிலும் இளவரசர் ரொம்பவே பெரிய தொழில்நுட்ப நிபுணர்."

"சுரேஷ்" மார்டின் கத்தினாள், "ஸ்பெயினின் எதிர்கால அரசராகப்போகும் இளவரசர் ஜூலியன்தான் எட்மண்ட் கிர்ஷை கொல்வதற்காக கூகன்ஹைம் மியூஸியத்திற்கு தனிப்பட்ட முறையில் கொலைகாரனை அனுப்பி வைத்திருப்பார் என்று நிஜமாகவே நினைக்கிறாயா?"

"எனக்குத் தெரியவில்லை" என்றான் அவன். "அதற்கு சாத்தியம் இருக்கிறது என்றுதான் சொல்கிறேன்."

"இளவரசர் ஜூலியன் ஏன் இப்படி ஒரு விஷயத்தை செய்ய வேண்டும்?!"

“உங்களைப் போன்றவர்கள் எல்லாம் இப்படி ஒரு கேள்வியை கேட்கவே கூடாது. ஆம்ராவும் எட்மண்ட் கிர்ஷும் ஒன்றாக நேரத்தை செலவிடுவது பற்றி எல்லா மோசமான பத்திரிக்கை செய்திகளையும் நீதானே சமாளிக்க வேண்டியிருந்தது, நினைவில்லையா? பார்ஸினோவில் உள்ள தன்னுடைய தங்குமிடத்திற்கு அவன் அவளை அழைத்துச் சென்ற செய்தி வெளியானது தெரியாதா?”

“அவர்கள் ஒன்றாக வேலைசெய்கிறார்கள்! அது தொழில்!”

“அரசியலில் எல்லாமே வெளித்தோற்றங்கள்தான்,” என்றான் சுரேஷ். “இதைக்கூட நீதான் எனக்கு சொல்லிக்கொடுத்தாய். இளவரசரின் திருமண கோரிக்கை அவர் நினைத்தபடி பொதுவெளியில் பயன்தரக்கூடியதாக இல்லை என்பதுதான் உனக்கும் எனக்கும் தெரியுமே.”

சுரேஷின் போன் சிணுங்கியது. வந்த செய்தியைப் படித்தபோது அவனுடைய முகம் நம்பமுடியாமல் இறுகிப்போனது.

“என்ன அது?” என்றாள் மார்டின்.

ஒரு வார்த்தைகூட பேசாமல் திரும்பிய சுரேஷ், பாதுகாப்பு மையத்தை நோக்கி ஓடினான்.

“சுரேஷ்!” மார்டின் தன்னுடைய சிகரெட்டை தூக்கியெறிந்துவிட்டு அவனுக்குப் பின்னால் ஓடினாள், பாதுகாப்பு வேலைத்தளங்களில் அவனுடைய குழுவோடு அவள் சேர்ந்துகொண்டபோது, அங்கே அவனுடைய பணியாள் ஒரு புள்ளிபுள்ளியான கண்காணிப்பு பதிவை போட்டுக்காட்டினான்.

“நாம் என்ன பார்க்கிறோம்?” என்றாள் மார்டின்.

“கதீட்ரலின் பின்பக்க வழியைப் பாருங்கள், ஐந்து நிமிடங்களுக்கு முன்பு,” என்றான் அந்த பணியாள்.

மார்டினும் சுரேஷும் முன்னோக்கி குனிந்து ஒரு இளம் பணியாளன் கதீட்ரலின் பின்பக்கம் வழியாக வெளியேறுவதை பார்த்தனர், அமைதியான அந்தப் பெரிய தெருவிற்கு விரைந்த அவன் ஒரு பழைய ஓபல் செடான் காரை திறந்து உள்ளே நுழைந்தான்.

சரி, மார்டின் நினைத்தாள். அவன் பிரார்த்தனை முடிந்து வீட்டிற்குப் போகிறான். அதனால் என்ன?

திரையில் அந்த ஓபல் கார் வெளியேறி சற்றுதூரம் சென்றதும், கதீட்ரலின் பின்பக்க வாயிலுக்கு நெருக்கத்தில் வழக்கத்திற்கு மாறாக நின்றது - அதே வாயிலில் இருந்துதான் அந்தப் பணியாள் அப்போது வெளியேறியிருந்தான். ஏறக்குறைய உடனடியாக, இரண்டு கருத்த உருவங்கள் அந்த வாயில் வழியாக நழுவிச் சென்றன, தாழ்வாக குனிந்தபடியே சென்ற அவை அந்தப் பணியாளின் பின்பக்க இருக்கைக்குள் தாவின. அந்த இரண்டு பயணிகளும், சந்தேகத்திற்கே இடமில்லாத வகையில் பிஷப் வால்டஸ்பினோவும் இளவரசர் ஜூலியனும்தான்.

சற்று நேரத்தில், அந்த ஓபல் கார் வேகமெடுத்து, மூலையில் மறைந்து வீடியோவில் இருந்தே காணாமல் போனது.

51

கேரர் டி புரவென்கா மற்றும் பாஸீஜ் டி கிரேஸியாவின் மூலையில் கரடுமுரடாக வெட்டப்பட்ட மலையைப் போல் நின்றுகொண்டிருக்கும் 1906-ஆம் ஆண்டினுடைய காவ்டியின் தலைசிறந்த படைப்பாகிய காஸா மைலா பாதி குடியிருப்பு கட்டடமாகவும், பாதி காலத்தை விஞ்சிய கலைப்படைப்பாகவும் கருதப்படுகிறது. முடிவில்லாத வளைவாக காவ்டியின் கற்பனையில் உருவான அந்த ஒன்பது அடுக்கு கட்டுமானத்தை அதனுடைய புடைத்திருக்கும் சுண்ணாம்புக்கல் முகப்பை வைத்து உடனடியாக அடையாளம் கண்டுகொள்ளலாம். அதனுடைய சட்டென்று திசைமாறும் பால்கனிகள் மற்றும் ஒழுங்கற்ற வடிவம் ஆகியவை அந்தக் கட்டடத்திற்கு ஒரு உயிர்மச் சூழலை கொடுத்தன, அதாவது ஆயிரம் வருடங்களாக வீசிய பலத்த காற்றானது பாலைவனப் பள்ளத்தாக்குகளில் இருப்பதைப் போன்ற பாதாளங்களையும் வளைவுகளையும் செதுக்கியிருப்பது போன்றிருக்கும்.

காவ்டியின் அதிரவைக்கும் நவீனத்துவ வடிவமைப்பு அந்தப் பகுதியில் புறக்கணிக்கப்பட்டிருந்தது என்றாலும், காஸா மைலா உலக அளவில் இருந்த கலை விமர்சகர்களால் பார்சிலோனாவின் பிரகாசமான கட்டுமான ஆபரணம் என்று உடனடி பாராட்டுதலைப் பெற்றுவிட்டது. முப்பது வருடங்களாகவே அந்தக் கட்டடத்தை கட்ட அங்கீகாரம் வழங்கிய பெரே மைலா என்ற தொழிலதிபர் தன் மனைவியுடன் அந்தக் குடியிருப்பின் பரந்தகன்ற முக்கியத் தளத்தில் வசித்துக்கொண்டு மீதமிருந்த அதன் இருபது வசிப்பிடங்களையும் வாடகைக்கு அளித்திருந்தார். இன்றை தினத்தில், பாஸீஜ் டி கிரேஸியா 92-இல் இருக்கும் காஸா மைலாதான் ஸ்பெயின் முழுவதிலும் இருப்பதிலேயே மிகவும் செலவுபிடிக்கின்ற, மிகவும் விருப்பத்திற்குரிய முகவரிகளுள் ஒன்றாக இருந்து வருகிறது.

நேர்த்தியாக மரங்கள் வரிசையாக வைக்கப்பட்டிருந்த ஒரு நிழற்சாலையின் நெருக்கடியற்ற போக்குவரத்தினூடாக கிர்ஷின் டெஸ்லா காரை ராபர்ட் லேங்டன் ஓட்டிவந்தபோது அவர்கள் நெருங்கிக்கொண்டிருப்பதை உணர்ந்துகொண்டார். பாரீஸில் உள்ள சாம்ப்ஸ் எலீஸிஸின் பார்சிலோனிய வடிவமாக பாஸீஜ் டெ கிரேஸியா காணப்பட்டது - இருக்கின்ற நிழற்சாலைகளிலேயே பரந்தகன்றும் பெரிதாகவும் இருந்த அவை, முறையாக நிலவமைப்பு செய்யப்பட்டிருக்க, அதன் ஓரங்களில் வரிசையாக அலங்காரப் பொருள் கடைகள் அமைந்திருந்தன.

செனல் . . . கூச்சி . . . கார்டைர் . . . லாங்சேம்ப் . . .

இறுதியாக, நூறு மீட்டர்கள் தள்ளி லேங்டன் அதைப் பார்த்தார்.

கீழிருந்து மென்மையாகத் தொடங்கும் காஸா மைலாவின் வெளிறிய, துளைகள் கொண்ட சுண்ணாம்புக்கல்லும், நீட்டிக்கொண்டு தெரியும் பால்கனிகளும் என அதற்கு அடுத்திருக்கும் நேர்க்கோட்டுக் கட்டடங்களில் இருந்து அது தன்னைச் சட்டென்று பிரித்துக் காட்டுகிறது - அதைப் பார்த்தால் ஒரு கடல் பவழப்பாறைக் கரைக்கு அடித்துவரப்பட்டு, கடற்கரையில் செய்யப்பட்ட சிமெண்ட் கற்களின் மேல் ஓய்வெடுத்துக் கொண்டிருப்பதைப் போன்றே இருக்கும்.

“எனக்கு இதைப் பார்த்தால்தான் பயமாக இருக்கிறது” என்ற ஆம்ரா அந்த நேர்த்தியான நிழற்சாலையை அவசர அவசரமாக சுட்டிக்காட்டினாள். “பாருங்கள்.”

காஸா மைலாவிற்கு முன்பாக இருந்த அகன்ற நடைபாதையை நோக்கி லேங்டன் தன் பார்வையைத் தாழ்த்தினார். அதற்கு முன்பாக அரை டசன் மீடியா வண்டிகள் நிற்பதைப் போன்றும், ஒரு பத்திரிக்கையாளர்கள் குழு கிர்ஷின் குடியிருப்பை பின்னணியாக வைத்துக்கொண்டு செய்திகளை வழங்கிக்கொண்டிருப்பதைப் போன்றும் தெரிந்தது. நுழைவாயிலில் இருந்து கூட்டத்தினரை அப்புறப்படுத்தி வைக்க சில பாதுகாப்பு வீரர்களும் நிறுத்தி வைக்கப்பட்டிருந்தனர். எட்மண்டின் மரணம் அவன் சம்பந்தப்பட்ட எதையும் செய்தியாக மாற்றிவிடுவதைப் போல் தெரிந்தது.

வண்டியை ஓரமாக நிறுத்த பாஸீஜ் டெ கிரேஸியாவை ஆராய்ந்தார் லேங்டன், ஆனால் அவருக்கு எந்த இடமும் தெரியவில்லை, போக்குவரத்தும் மெதுவாகவே நகர்ந்து கொண்டிருந்தது.

“கீழே குனி” என்று ஆம்ராவை அவசரப்படுத்திய அவர் தனக்கு வேறு வழியில்லை என்பதையும், பத்திரிக்கைகள் எல்லாம் கூடியிருக்கின்ற மூலைக்கு அருகாமையில் நேராக கொண்டுபோய்த்தான் நிறுத்த வேண்டியிக்கும் என்பதையும் உணர்ந்தார்.

ஆம்ரா தன்னுடைய இருக்கையில் இருந்து இறங்கி தரையோடு தரையாக யாருக்கும் தெரியாதவாறு பதுங்கினாள். கூட்டமாக இருந்த மூலைக்கு அருகாமையில் செல்லும்போது லேங்டனும் தன் தலையை அப்பால் திருப்பிக்கொண்டார்.

“அவர்கள் முக்கிய நுழைவாயிலையே சூழ்ந்திருப்பார்கள் போல் தெரிகிறதே” என்றார் அவர். “நம்மால் உள்ளே போகவே முடியாது.”

“வலதுபக்கம் திருப்புங்கள்” ஒரு மகிழ்ச்சியான நம்பிக்கை தொனியுடன் குறுக்கிட்டான் வின்ஸ்டன். “இது நடக்கும் என்று நான் முன்பே நினைத்தேன்.”

காஸா மைலாவின் மேல் தளத்தை துக்கத்துடன் பார்த்துக் கொண்டிருந்த வலைப்பூ எழுத்தாளர் ஹெக்டர் மார்கானோ எட்மண்ட் உண்மையிலேயே போய்விட்டார் என்பதை ஏற்றுக்கொள்ள இன்னும் முயற்சித்துக் கொண்டுதான் இருந்தான்.

மூன்று வருடங்களாக, பார்சிலோனா டாட்காமிற்கான தொழில்நுட்ப செய்தியாளராக இருந்து வருகிறான் ஹெக்டர் - அது பார்சிலோனா தொழில்முனைவோர் மற்றும் வளர்ந்துவரும் புதிய நிறுவனங்களுக்கான ஒரு பிரபல ஒருங்கிணைப்பு மையமாக விளங்கி வருகிறது. மகத்தான எட்மண்ட் கிர்ஷ் பார்சிலோனாவிலேயே வசித்தது, கிரேக்க சூஸ் கடவுளின் காலடியில் கிடந்து தான் வேலை செய்துகொண்டிருப்பது போன்ற உணர்வை அவனுக்கு கொடுத்திருந்தது.

ஹெக்டர் முதல்முறையாக கிர்ஷை ஒரு வருடத்திற்கும் சற்று அதிகமான காலத்தில்தான் சந்தித்தான். அதுவும் அந்த எதிர்காலவியலாளர் பார்சிலோனாவின் மிகச்சிறந்த மாதாந்திர நிகழ்வுகளுள் ஒன்றாகிய ஃபக்அப் நைட் என்ற கூட்டத்தில் பேசுவதற்கு ஒப்புக்கொண்டபோதுதான். இந்த கருத்தரங்கத்தில் பெரும் வெற்றிபெற்ற தொழில்முனைவோர்கள் தங்களுடைய மிகப்பெரிய தோல்விகளைப் பற்றி வெளிப்படையாக பேசுவார்கள். கிர்ஷும், கடந்த ஆறுமாத காலத்தில் அவன் இ-வேவ் என்றழைத்த ஒன்றை கட்டமைப்பதற்கான தன்னுடைய கனவைப் பின்தொடர 400 மில்லியன் டாலர்களுக்கும் மேலாக செலவழித்திருப்பதை கூட்டத்தினரிடம் வெட்கத்துடன் ஒப்புக்கொண்டான். இந்த இ-வேவ் ஒரு மகத்தான கம்ப்யூட்டர் என்பதுடன் அதன் செயல்திறன் வேகமானது எல்லா அறிவியல்களிலும், குறிப்பாக சிக்கலான சிஸ்டம் மாடலிங்கில் இதற்கு முன் இருந்திராத அளவுக்கான முன்னேற்றங்களுக்கு வசதியேற்படுத்தித் தரும் அளவுக்கு வேகமானது.

“எனக்கும் பயம்தான்” என்று கிர்ஷ் ஒப்புக்கொண்டான், “இதுவரைக்கும் குவாண்டம் கம்ப்யூட்டிங்கில் என்னுடைய மிகப்பெரிய தாவல் என்பது ஒரு மிகப்பெரிய தோல்வியாகத்தான் இருக்கிறது.”

இன்றிரவு, இந்த பூவுலகையே குலுங்கவைக்கும் ஒரு அறிவியல் கண்டுபிடிப்பை அறிவிக்க கிர்ஷ் திட்டமிட்டிருக்கிறான்

என்று ஹெக்டர் கேள்விப்பட்டபோது அது இ-வேவுடன் சம்பந்தப்பட்டதாக இருக்கலாம் என்று நினைத்து பரவசத்தில் இருந்தான். *அதை வேலை செய்ய வைப்பதற்கான சாவியை அவர் கண்டுபிடித்துவிட்டாரா?* ஆனால், கிர்ஷின் தத்துவார்த்த அறிமுக உரையைக் கேட்ட பிறகு அவனுடைய கண்டுபிடிப்பு முற்றிலும் வேறுபட்ட ஒன்றுதான் என்பதை ஹெக்டர் உணர்ந்துகொண்டான்.

அவர் கண்டுபிடித்ததை இனிமேல் எப்படித்தான் தெரிந்துகொள்ளப் போகிறோமோ என்று நினைத்துக்கொண்ட ஹெக்டரின் மனம் கிர்ஷின் வீட்டிற்கு வலைப்பூ எழுதுவதற்காக அல்லாமல், இறுதி மரியாதை செலுத்த வந்திருப்பதை நினைத்து கனத்துப் போயிருந்தது.

"இ-வேவ்!" அருகாமையில் யாரோ கத்தினார்கள். "இ-வேவ்!"

ஹெக்டரை சுற்றியிருந்த கூட்டம் முழுவதும் மெலிதான கறுப்பு டெஸ்லா காரை சுட்டிக்காட்டவும், அதை படம்பிடிக்க முயற்சிக்கவும் தொடங்கினர். அந்தக் கார் அப்போது பிளாஸாவுக்குள் மெதுவாக நகர்ந்து, தன்னுடைய முன்விளக்குகள் பளபளக்க கூட்டத்தை நெருங்கி வந்தது.

ஹெக்டர் அந்த பிரபலமான காரை பெரும் வியப்புடன் உற்றுப் பார்த்தான்.

பார்சிலோனாவில் கிர்ஷின் இ-வேவ் உரிமப் பட்டயத்துடன் கூடிய டெஸ்லா மாடல் எக்ஸ் காரானது, ரோமில் போப்பின் மொபைல் கார் அளவுக்கு புகழ்பெற்றது. கேரர் டி புரவென்கா தெருவில், டேனியேல் வயோர் நகைக்கடைக்கு வெளியே சட்டத்திற்கு புறம்பாக வண்டியை நிறுத்தி கிர்ஷ் அவ்வப்போது சில நாடகத்தனமான காட்சிகளை அரங்கேற்றுவான், ஆட்டோகிராபுகளில் கையெழுத்திடுவதற்காக வெளியே இறங்கும் அவன் தன்னுடைய காரின் செல்ஃப்-பார்க் வசதியால் கூட்டத்தை பரவசப்படுத்த காலியான வண்டியை நிரல்படுத்தப்பட்ட வழியில் நடைபாதையைக் அது தன்னுடைய நிறுத்துமிடத்தை நோக்கிச் செல்லும் வரை கடந்து போக வைப்பான் - அதன் சென்ஸார்கள் பாதசாரிகள் அல்லது தடைகளை உணரக்கூடியது - அப்போது நிறுத்துமிடம் திறந்துகொள்ள காஸா மைலாவுக்கு

கீழே இருக்கும் தனியார் நிறுத்துமிடத்திற்குள் அது மெதுவாக சென்று நின்றுகொள்ளும்.

டெஸ்லாக்கள் எல்லாவற்றிலுமே செல்ஃஃப்-ஸ்பார்க் என்பது ஒரு நிலையான அம்சம் - சுலபமாக நிறுத்துமிடத்தைத் திறந்து, நேராக உள்ளே சென்று தன்னைத்தானே இயக்கத்தை நிறுத்திக் கொள்ளும் - எட்மண்ட் தன்னுடைய டெஸ்லா அமைப்பை ஹேக் செய்து மிகவும் சிக்கலான வழிகளிலும் செயல்படுமாறு வைத்திருக்கிறான்.

இதெல்லாமே நிகழ்ச்சியின் ஒரு பகுதிதான்.

இன்றிரவு, அந்தக் காட்சி குறிப்பிடும்படியான அளவுக்கு விசித்திரமாகிவிட்டது. கிர்ஷ் கொல்லப்பட்டான், ஆனாலும் அவனுடைய கார் தாமாக தோன்றி கேரர் டெ புரவென்காவுக்கு வந்து, நடைபாதையையும் கடந்து கார் நிறுத்துமிடத்தில் தன்னை பொருத்திக்கொள்ளப் பார்த்து, மக்கள் இடத்தைவிட்டு நகர்ந்ததும் முன்னோக்கி நகர்ந்தது.

பத்திரிக்கையாளர்களும் புகைப்படக்காரர்களும் அந்த வாகனத்தை நோக்கி விரைந்து வந்து, ஜன்னல் கண்ணாடிகளின் வழியாக அரைக்கண்களை மூடிப் பார்த்துவிட்டு ஆச்சரியத்தில் கத்திக்கொண்டிருந்தனர்.

"அது காலியாக இருக்கிறது! யாரும் ஓட்டிவரவில்லை! அது எங்கிருந்து வந்திருக்கும்?!"

காஸா மைலா பாதுகாப்பு வீரர்களும்கூட இந்த தந்திரத்தை முன்னர் பார்த்திருக்கிறார்கள், இப்போது மக்களை டெஸ்லாவிடம் இருந்தும், திறந்து கொண்டிருக்கும் கார் நிறுத்துமிடத்தில் இருந்தும் தனியாகப் பிரிக்க முயற்சித்தார்கள்.

ஹெக்டருக்கோ, எட்மண்டின் வெறுமையான கார் தன்னுடைய நிறுத்துமிடத்தை நோக்கி சென்றுகொண்டிருந்த காட்சி ஒரு தூக்கிச்செல்லப்பட்ட நாய் தன்னுடைய எசமானரை இழந்துவிட்டு வந்து நிற்கும் காட்சியோடு பொருந்திப்போனது.

ஒரு பிசாசைப் போல், இந்த டெஸ்லா சத்தமில்லாமல் கார் நிறுத்துமிடத்திற்குள் சென்றுவிட்டது, எட்மண்டின் நேசத்திற்குரிய காரைப் பார்த்த கூட்டம் உணர்ச்சிப் பெருக்குடன்

கைதட்டி வரவேற்றது, அது இவ்வாறு இதற்கு முன்னர் பலமுறை செய்திருந்தாலும். பார்சிலோனாவின் முதலாவது சுரங்க வண்டி நிறுத்துமிடத்திற்குள் சென்று நிறுத்தியது இதுதான் முதல்முறை.

"மூடிய அறைகளின் மீது உங்களுக்கு இந்தளவு பயமிருக்கும் என்று எனக்குத் தெரியாது" என்று கிசுகிசுத்த ஆம்ரா டெஸ்லாவின் தரையில் லேங்டனுக்கு அருகாமையில் கிடந்தாள். இரண்டாவது மற்றும் மூன்றாவது இருக்கைகளுக்கு இடையில் இருந்த சிறிய பகுதியில் அவர்கள் நெருக்கியடித்துக் கிடந்தனர், தங்களுக்கு மேலே கார்கோ பகுதியில் ஆம்ரா எடுத்து வைத்திருந்த கறுப்பு வினைல் கார் உறைக்குள் மறைந்துகொண்டு, அந்தக் கறுப்புநிற கண்ணாடிகள் வழியாக பார்க்க முடியாதவாறு படுத்திருந்தனர்.

"பிழைத்துக்கொள்வேன்" என்று நடுக்கத்துடன் சமாளித்த லேங்டனை அவருடைய அச்ச உணர்வைக் காட்டிலும் ஓட்டுநர் இல்லாமல் செல்லும் இந்தக் காரே மிகவும் பதற்றப்படுத்தியது. ஒரு சரிவான சாய்தள சுழல்பாதையில் அந்த வாகனம் சுழன்று இறங்குவதை உணர்ந்த அவர் அது எந்த நேரத்தில் வேண்டுமானாலும் மோதிவிடலாம் என்று பயந்தார்.

இரண்டு நிமிடங்களுக்கு முன்னர் அவர்கள் கேரர் டெ புரவென்காவில், டேனியல் வியோர் நகைக்கடைக்கு முன்பாக நிறுத்தியபோது வின்ஸ்டன் அவர்களுக்கு தெள்ளத்தெளிவான வழிமுறைகளை சொல்லியிருந்தான்.

ஆம்ராவும் லேங்டனும் காரைவிட்டு வெளியே வராமலேயே அந்த மாடல் எக்ஸின் மூன்றாவது வரிசை இருக்கைகளுக்கு போய்விட வேண்டும், பின்னர் போனில் இருக்கும் பட்டனை ஆம்ரா ஒருமுறை அழுத்தினாலே அந்தக் கார் தனக்கு பழக்கப்பட்ட சுய நிறுத்த செயல்பாட்டை இயக்கிவிடும்.

இருளில் இருந்த லேங்டன் அந்தக் கார் தாமாகவே தெருவில் மெதுவாக தன்னை ஓட்டிச்செல்வதை உணர்ந்தார். ஆம்ராவின் உடல் அந்த இறுக்கமான இடத்தில் அவரை அழுத்தவே ஒரு அழகான பெண்ணுடன் காரின் பின்னிருக்கையில் அவருக்கு ஏற்பட்ட முதல் பதின்பருவ அனுபவம் நினைவுக்கு வருவதை அவரால் தடுக்க முடியவில்லை. அப்போது நான்

இன்னும் பதற்றமாக இருந்தேன், என்று நினைத்துக்கொண்ட அவருக்கு தான் இப்போது ஸ்பெயினின் எதிர்கால அரசியை சுமந்துசெல்லும் ஓட்டுநர் இல்லாத காரில் படுத்திருக்கிறேன் என்பதை நினைத்தபோது சற்று நகைமுரணாகத்தான் இருந்தது.

சாய்வுத்தளத்தின் அடிப்பகுதியை நோக்கி கார் நேராக செல்வதையும், சில மெதுவான திருப்பங்களுக்குப் பின்னர் முழு வேகத்தில் சரிந்து நிற்பதையும் லேங்டன் உணர்ந்தார்.

"நீங்கள் வந்துவிட்டீர்கள்" என்றான் வின்ஸ்டன்.

உடனடியாக தார்ப்பாயை பின்னுக்கிழுத்த ஆம்ரா கவனமாக எழுந்து உட்கார்ந்து ஜன்னலுக்கு வெளியே உற்றுப் பார்த்தாள். "கிளியர்" என்று சொல்லியபடியே தவழ்ந்து வெளியே சென்றாள்.

அவளுக்குப் பின்னால் வெளியே சென்ற லேங்டன் அந்த கார் நிறுத்துமிடத்தின் வெளிப்புறக் காற்றில் நிற்பதை நினைத்து நிம்மதியானார்.

"மின்தூக்கிகள் மைய மண்டபத்தில் இருக்கின்றன" என்ற ஆம்ரா வீட்டிற்குள் செல்லும் வழியை சுட்டிக்காட்டினாள்.

ஆனாலும் லேங்டனின் பார்வை முற்றிலும் எதிர்பாராத ஒரு காட்சியில் சட்டென்று நிலைகுத்தி நின்றுவிட்டது. அங்கே, அந்த பாதாள கார் நிறுத்துமிடத்தில், எட்மண்ட் வண்டியை நிறுத்தும் இடத்திற்கு நேர் எதிரே இருந்த சிமெண்ட் சுவற்றில் ஒரு கடற்கரையோர நிலப்பரப்பு ஓவியம் நேர்த்தியாக சட்டகம் இடப்பட்டு தொங்கிக் கொண்டிருந்தது.

"ஆம்ரா?" என்றார் லேங்டன். "எட்மண்ட் தன்னுடைய கார் நிறுத்துமிடத்தை ஒரு ஓவியத்தால் அலங்கரித்திருக்கிறானே?"

அவள் ஆமோதித்தாள். "நானும் இதே கேள்வியைத்தான் கேட்டேன். அதற்கு அவன், ஒரு மினுங்கும் அழகினால் தினமும் அவன் இந்த முறையில்தான் வரவேற்கப்பட விரும்புவதாக சொன்னான்."

லேங்டன் உள்ளுக்குள் சிரித்துக்கொண்டார். பேச்சிலர் பையன்கள்.

"அதை வரைந்த ஓவியர் எட்மண்ட் பெருமளவு மதிப்பு வைத்திருக்கும் ஒருவர்" என்ற வின்ஸ்டனின் குரல் இப்போது ஆம்ராவின் கையில் இருந்த கிர்ஷின் செல்போனிற்கு தாமாகவே இடம் மாறியிருந்தது. "அவரை உங்களுக்குத் தெரிகிறதா?"

லேங்டனுக்குத் தெரியவில்லை. அந்த ஓவியத்தைப் பார்த்தால் நீர்வண்ணத்தால் வரையப்பட்ட கடல் நிலவமைப்பு என்பதைத் தவிர வேறு ஒன்றும் தோன்றவில்லை - இது எட்மண்டின் வழக்கமான பரிசோதனைப்பூர்வ ரசனையைப் போல் தோன்றவில்லை.

"அது சர்ச்சில்" என்றாள் ஆம்ரா. "எட்மண்ட் எப்போதுமே அவரை குறிப்பிட்டு சொல்லிக் கொண்டிருப்பான்."

சர்ச்சில். அவள் வின்ஸ்டன் சர்ச்சிலைத்தான் குறிப்பிடுகிறாளா என்பதை புரிந்துகொள்ள லேங்டனுக்கு ஒருகணம் ஆனது; புகழ்பெற்ற பிரிட்டிஷ் அரசியல்வாதி, ஒரு ராணுவ நாயகன் என்பதற்கும் மேலாக வரலாற்றாசிரியர், பேச்சாளர் மற்றும் நோபல் விருது பெற்றவர் என்பதுடன் குறிப்பிடத்தக்க திறமையுள்ள ஒரு ஓவியர். மதவாத மக்கள் எட்மண்டை வெறுக்கிறார்கள் என்ற கருத்துக்கு பதிலுரைப்பாக அவன் அந்த பிரிட்டிஷ் பிரதம மந்திரியைக் குறிப்பிட்டது லேங்டனுக்கு ஞாபகம் வந்தது: *உங்களுக்கு எதிரிகள் இருகிறார்களா? நல்லது. அப்படியென்றால் நீங்கள் எதற்காவது ஆதரவாகத்தான் இருக்கிறீர்கள் என்றே அர்த்தம்.*

"சர்ச்சிலின் பரந்துபட்ட திறமைகள் எட்மண்டை ரொம்பவே கவர்ந்திருந்தன" என்றான் வின்ஸ்டன். "மனிதர்கள் எப்போதாவதுதான் இத்தகைய பரந்த செயல்பாடுகளில் தங்களுக்குள்ள திறமையைக் காட்டுகிறார்கள்."

"அதனால்தான் எட்மண்ட் உனக்கு 'வின்ஸ்டன்' என்று பெயர் வைத்தானா?"

"ஆமாம்" என்று அந்த கம்ப்யூட்டர் பதில் சொன்னது. "எட்மண்டின் மிகப்பெரிய பாராட்டு அது."

நானே கேட்டதில் சந்தோஷம் என்று நினைத்துக்கொண்ட லேங்டன் வின்ஸ்டனின் பெயர் வாட்ஸன் என்பதற்கான

மறைகுறிப்பு என்பதையும் கற்பனித்துப் பார்த்துக்கொண்டார் - அதாவது பத்து வருடங்களுக்கு முன்னர் *ஜோபர்டி!* என்ற தொலைக்காட்சி கேம் ஷோவில் ஆதிக்கம் செலுத்திய ஐபிஎம் கம்ப்யூட்டரின் பெயர். சந்தேகமே வேண்டாம், இணைவாக்க அறிவுத்திறனின் பரிணாம அளவுகோலில் வாட்ஸனை ஒரு புராதான, ஒற்றை செல் பாக்டீரியா என்று கருதலாம்.

"அப்படியென்றால் சரி" என்ற லேங்டன் மின்தூக்கிகளை நோக்கி கைகாட்டினார். "மேலே சென்று நாம் தேடி வந்ததை கண்டுபிடிக்க முயற்சிப்போம்."

சரியாக அதே நேரத்தில், மேட்ரிட்டின் அல்முதீனா கதீட்ரலுக்கு உள்ளே, கமாண்டர் டியாகோ கார்ஸா தன்னுடைய போனை பிடித்துக்கொண்டு அரண்மனையின் பிஆர் ஒருங்கிணைப்பாளர் மோனிகா மார்டின் அவருக்கு அனுப்பியிருந்த செய்தியை நம்ப முடியாமல் பார்த்துக் கொண்டிருந்தார்.

வால்டஸ்பினோவும் இளவரசர் ஜூலியனும் இந்த வளாகத்தின் பாதுகாப்பில் இருந்து சென்றுவிட்டார்களா?

அவர்கள் என்ன நினைத்துக்கொண்டிருக்கிறார்கள் என்பதை கார்ஸா இன்னும் நினைத்துப் பார்க்கக்கூட தொடங்கவில்லை.

ஒரு தேவாலயப் பணியாளரின் காரில் அவர்கள் மேட்ரிட்டை சுற்றிக் கொண்டிருக்கிறார்களா? முட்டாள்தனமாயிற்றே!

"நாம் போக்குவரத்து அதிகாரிகளை தொடர்புகொள்ளலாம்" என்றாள் மார்டின். "அவர்கள் போக்குவரத்து கேமராக்களை பயன்படுத்தி கண்டுபிடிக்க -"

"கூடாது!" என்றார் கார்ஸா. "பாதுகாப்பில்லாமல் இளவரசர் மாளிகைக்கு வெளியே இருக்கிறார் என்பதை யாரிடமும் சொல்லி எச்சரிப்பது மிகவும் ஆபத்தானது! அவருடைய பாதுகாப்பே நம்முடைய பிரதான விஷயம்."

"புரிகிறது, சார்" என்ற மார்டினின் குரல் சட்டென்று அசௌகரியமாக காணப்பட்டது. "நீங்கள் தெரிந்துகொள்ள

வேண்டிய இன்னொரு விஷயமும் இருக்கிறது. அது அழிக்கப்பட்ட ஒரு தொலைபேசி அழைப்பு பதிவைப் பற்றியது.''

''சற்று பொறு'' என்ற கார்ஸாவின் எண்ணம் அவருடைய நான்கு கார்டியா வீரர்கள் அங்கு வந்ததையொட்டி திசைமாறியது. அவருக்கு புரிபடாத வகையில் அங்கு வந்த அவர்கள் அவரை சுற்றி நின்றனர். கார்ஸா எதிர்வினையாற்றும் முன்னரே அவருடைய ஆட்கள் கைத்துப்பாக்கியையும் போனையும் அவரிடம் இருந்து சாமர்த்தியமாக எடுத்துக்கொண்டனர்.

''கமாண்டர் கார்ஸா'' அவருடைய முன்னிலை ஆள் இறுக்கமான முகத்துடன் சொன்னான். ''உங்களை கைது செய்து வைத்திருக்கும்படி எனக்கு நேரடி உத்தரவு வந்திருக்கிறது.''

52

காஸா மைலா ஒரு முடிவிலி குறியீட்டின் வடிவத்தில் கட்டப்பட்டது - ஒரு முடிவேயில்லாத வளைவு தன்னைத்தானே இரட்டிப்பாக்கிக் கொண்டும் அந்தக் கட்டடத்தை ஊடுருவுகின்ற இரண்டு அலையலையான வடிவங்களையும் உருவாக்குகிறது. திறந்தவெளி மையக் குழிவுகள் ஒவ்வொன்றும் ஏறக்குறைய நூறு அடி ஆழமுள்ளவை என்பதுடன் பாதி உடைந்த குழாயைப்போல் உள்வளைந்து காணப்படும், வானில் இருந்து அவற்றைப் பார்த்தால் அந்தக் கட்டடத்தின் கூரையில் இரண்டு பெரிய தண்ணீர் சேகரிப்பிடங்களைப் போல் தோன்றும்.

குறுகலான கூரையொளியின் அடிப்பகுதியில் லேங்டன் நின்றிருக்கும் இடத்தில் இருந்து மேல்நோக்கி பார்ப்பதன் விளைவு நிச்சயம் கவலைப்பட வைக்கின்ற ஒன்றுதான் - அது ஒரு பூதத்தின் தொண்டையில் மாட்டிக் கொண்டதைப் போன்றது.

லேங்டனின் கால்களுக்கு கீழே, கற்தளமானது சாய்ந்தும் சமதளமற்றும் இருந்தது. ஒரு திருகுச்சுழல் படிக்கட்டு நடுத்தண்டின் உட்புறமாக சுழன்று மேல்நோக்கி சென்றது, அதனுடைய கைப்பிடி கடற்பஞ்சின் சமானமற்ற அறைகளை

போலி செய்தது போன்று உருக்கிய இரும்பினால் வேலைப்பாடு செய்யப்பட்டிருந்தது. அந்த மொத்தப் பகுதியிலும் அதிகப்படியாக வளர்ந்துவிடக்கூடிய அளவுக்கு கைப்பிடிகள் மீது சுழலான, மேலிருந்து தொங்கும் கொடிகள் பின்னிக்கிடந்தன.

உயிர்ப்புள்ள கட்டுமானம், என்று வியந்துகொண்ட லேங்டன், ஏறக்குறைய உயிரியல் தன்மையில் இருந்தே தன்னுடைய படைப்புகளுக்கு உத்வேகம் பெற்ற காவ்டியின் திறமையைக் கண்டு அதிசயித்தார்.

லேங்டனின் பார்வை மறுபடியும் மேல்நோக்கி சென்று சுரங்கம் போன்றிருக்கும் பக்கவாட்டு வளைசுவர்களை அளவிட்டது, அங்கே, திறந்நிலை நடுத்தண்டின் உச்சியில் இரவு வானத்தின் ஒட்டுத்தையலிட்ட பாத்தியை நோக்கி வளர்ந்து செல்வதைப் போல் தோற்றமளிக்கும் செடிகளையும் பூக்களையும் கொண்டு சித்தரிக்கப்பட்ட அடர்த்தி குறைவான கூரையோவியங்களுடன் ஒன்றோடொன்று கலந்திருக்கும் பழுப்பு மற்றும் பச்சைநிற டைல்களின் மிருதுவான உறை காணப்பட்டது.

“மின்தூக்கிகள் இந்தப் பக்கம் இருக்கின்றன” என்று கிசுகிசுத்த ஆம்ரா முற்றத்தின் முனையை சுற்றிவந்து அவருக்கு வழிகாட்டினாள். “இதற்கு மேல்தான் எட்மண்டின் குடியிருப்பிடம் இருக்கிறது.”

அசௌகரியமான வகையில் சிறியதாக இருந்த மின்தூக்கியில் அவர்கள் ஏறியபோது அந்தக் கட்டடத்தின் கடைசித் தளத்தின் கூரையை நினைத்துப் பார்த்தார் லேங்டன், அங்கு அமைக்கப்பட்டிருக்கும் ஒரு சிறிய காவ்டி கண்காட்சியை பார்க்க அவர் ஒருமுறை இங்கே வந்திருக்கிறார். அவருக்கு நினைவுள்ள வகையில், காஸா மைலாவின் மேற்கூரையானது இருண்டும், மிக்க் குறைவான ஜன்னல்களுடனும் வளைவுநெளிவான தொடர்ச்சியான அறைகளைக் கொண்டிருக்கும்.

“எட்மண்ட் நினைத்திருந்தால் இங்கே எங்கு வேண்டுமானாலும் தங்கியிருக்கலாம்” என்று அந்த மின்தூக்கி மேலே உயரும்போது கூறினார் லேங்டன். “அவன் கூரைப்பகுதியை குத்தகைக்கு எடுத்துள்ளதைத்தான் என்னால் இன்னமும் நம்ப முடியவில்லை.”

“இது ஒரு விசித்திரமான குடியிருப்பிடம்தான்” என்று ஆம்ராவும் ஒப்புக்கொண்டாள். “ஆனால் உங்களுக்கேதான் தெரியுமே, எட்மண்ட் ஒரு தனிப் போக்கானவன்.”

மின்தூக்கி கடைசி தளத்தை அடைந்ததும், ஒரு நேர்த்தியான முகப்புக்கூடத்தில் நுழைந்த அவர்கள் அந்த கட்டடத்தின் மிக உயரமான இடத்திற்கு செல்ல இன்னும் இரண்டு ஜோடி சுழல் படிக்கட்டுகளில் ஏற வேண்டியிருந்தது.

“அவ்வளவுதான்” என்ற ஆம்ரா ஒரு மெல்லிய உலோகக் கதவை நோக்கிச் சென்றாள், அதற்கு துளைகளோ சாவித்துவாரங்களோ இல்லை. எதிர்காலவியலாரின் நுழைவாயில் இந்தக் கட்டடத்திற்கு முற்றிலும் அந்நியமாக தோன்றியது என்பதுடன் அது எட்மண்டால்தான் சேர்த்துக்கொள்ளப்பட்டுள்ளது என்பதும் தெளிவாகத் தெரிந்தது.

“அவன் சாவிகளை எங்கே ஒளித்துவைப்பான் என்று உனக்குத் தெரியும் என்றாயே?” என்று கேட்டார் லேங்டன்.

ஆம்ரா எட்மண்டின் போனை எடுத்தாள். “அவன் எல்லாவற்றையும் எங்கே ஒளித்து வைக்கிறான்போல் தோன்றுகிறதோ அங்கேதான் இருக்கும்.”

அவள் அந்த போனை உலோகக் கதவுக்கு நேராக வைத்து அழுத்தினாள், அது மூன்றுமுறை பீப் ஒலி எழுப்பியது, அதைத்தொடர்ந்து தொடர்ச்சியாக தாழ்ப்பாள்கள் திறக்கும் ஒலி லேங்டனுக்கு கேட்டது. போனை பையில் வைத்த ஆம்ரா கதவைத் தள்ளித் திறந்தாள்.

“முதலில் நீங்கள்” என்று அவள் மகிழ்ச்சியுடன் கூறினாள்.

சுவர்களும் கூரையும் வெளிர்நிற கற்களால் ஆன மங்கிய ஒளிவீசும் முகப்புக் கூடத்திற்குள்ளாக லேங்டன் காலடி எடுத்து வைத்தார்.

நுழைவாயில் வழியாக சென்று அதற்கு அப்பாலிருந்த திறந்த வெளியில் அவர் காலடி எடுத்து வைத்தபோது நேருக்கு நேராக ஒரு பிரமாண்டமான ஓவியத்தைக் கண்டார். பின்புறச் சுவற்றில் தொங்கிக்கொண்டிருந்த அது மியூஸியத்தின் தரத்திலான மணி விளக்குகளால் நேர்த்தியாக ஒளியூட்டப்பட்டிருந்தது.

லேங்டன் அந்தப் படைப்பை பார்த்தபோது அப்படியே அசைவற்று நின்றுவிட்டார். "அய்யோ . . . இது அசல் அல்லவா?"

ஆம்ரா புன்னகைத்தாள். "ஆமாம், இதை நான் விமானத்திலேயே சொல்லியிருப்பேன், ஆனால் உங்களை ஆச்சரியப்படுத்தலாம் என்று நினைத்தேன்."

பேச்சற்றுப்போன லேங்டன் அந்த மகத்தான படைப்பை நோக்கி நகர்ந்தார். அது ஏறக்குறைய பனிரெண்டு அடி நீளமும், நான்கு அடிகளுக்கும் மேலான உயரத்துடனும் இருந்தது - பாஸ்டன் ஃபைன் ஆர்ட்ஸ் மியூஸியத்தில் அவர் இதற்கு முன்னதாக இதைப் பார்த்திருந்ததை நினைவுகூறும்போது அது ரொம்பவே பெரியதாக இருந்தது. இது ஒரு அநாமதேய சேகரிப்பாளரிடம் விற்கப்பட்டது என்று கேள்விப்பட்டேன், ஆனால் இதை எட்மண்ட்தான் வாங்கியிருப்பான் என்று சுத்தமாக தெரியாது.

"இந்தக் குடியிருப்பில் இதை நான் முதல்முறையாக பார்த்தபோது" என்றாள் ஆம்ரா, "இந்த பாணியிலான ஓவியத்தில் எட்மண்டிற்கு ரசனை இருந்திருக்கும் என்பதை என்னால் நம்பவே முடியவில்லை. ஆனால் இந்த வருடம் அவன் எதைப்பற்றி ஆராய்ந்துகொண்டிருந்தான் என்று இப்போது தெரிந்துவிட்டதால் இந்த ஓவியம் அதற்கு முற்றிலும் பொருத்தமானது என்பதை தெரிந்துகொண்டேன்."

லேங்டன் நம்பமுடியாமல் ஆமோதித்தார்.

அந்த பிரபலமான மகாபடைப்பு பிரெஞ்சு பின்நவீனத்துவவாதி பால் காகினின் குறிப்பிடத்தகுந்த படைப்புகளுள் ஒன்று - இவர் 1800-களின் பிற்பகுதியைச் சேர்ந்த குறியீட்டியல் இயக்கத்தை விரிவாக்கி நவீன ஓவியத்திற்கான பாதை அமைக்க உதவிய முன்னோடி ஓவியர்.

லேங்டன் அந்த ஓவியத்தை நோக்கி நகர்கையில் காஸா மைலாவின் நுழைவாயிலில் மிகவும் இயற்கையான காட்சியை - பசும் பச்சைகள், பழுப்பு மற்றும் நீல நிறங்களால் ஆன கலவை - சித்தரிப்பதில் உள்ளதைப் போன்றே காகினின்

வண்ணத்தட்டுகளும் இருக்கின்றன என்பதைக் கண்டு உடனடி அதிர்ச்சியுற்றார்.

காகினின் ஓவியத்தில் மனிதர்கள் மற்றும் விலங்குகளின் தொகுப்பு மனம் மயக்குவதாக தோன்றினாலும் லேங்டனின் பார்வையானது சட்டென்று மேல் இடதுபக்க மூலையை நோக்கி நகர்ந்தன - அது அந்தப் படைப்பின் தலைப்பு பொறிக்கப்பட்டிருந்த ஒரு பிரகாசமான மஞ்சள் திட்டு.

லேங்டன் அந்த வார்த்தைகளை நம்பமுடியாமல் படித்தார்: *D'où Venons Nous / Que Sommes Nous / Où Allons Nous.*

நாம் எங்கிருந்து வந்தோம்? என்னவாக இருக்கிறோம்? எங்கே போய்க் கொண்டிருக்கிறோம்?

எட்மண்ட் வீட்டிற்கு வருகிறபோது தினமும் இந்தக் கேள்விகளை எதிர்கொண்டால் அது ஏதோ ஒருவகையில் அவனுக்கு உத்வேகமாக இருந்திருக்குமோ என்று லேங்டன் வியந்தார்.

அந்த ஓவியத்திற்கு முன்பாக ஆம்ராவும் லேங்டனுடன் சேர்ந்துகொண்டாள். "வீட்டிற்குள் நுழையும்போதெல்லாம் இந்தக் கேள்விகளால் தான் உத்வேகமடைய விரும்பியதாக எட்மண்ட் சொல்லியிருக்கிறான்."

தவறவிட முடியாதுதான், என்று லேங்டன் நினைத்துக் கொண்டார்.

இந்த மகாபடைப்பை குறிப்பிடும்படியான வகையில் எட்மண்ட் காட்சிக்கு வைத்திருப்பதை பார்க்கும்போது, இந்த ஓவியமேகூட எட்மண்ட் என்ன கண்டுபிடித்தான் என்பதற்கான ஏதாவது தடயத்தைக் கொண்டிருக்கலாமோ என்று லேங்டன் வியந்தார். முதல் பார்வையில், அந்த ஓவியத்தின் கருப்பொருள் ஒரு மிகமேம்பட்ட அறிவியல் கண்டுபிடிப்பிற்கான குறிப்பை வழங்க மிக ஆரம்பநிலையில் உள்ளதாகத்தான் காணப்பட்டது. அதனுடைய அகலமான சமநிலையற்ற தூரிகைத் தீட்டல்கள் பூர்வகுடி தஹித்தியர்கள் மற்றும் விலங்குகளின் கூட்டம் ஒரு தஹித்திய காட்டில் குடியேறியிருப்பதை சித்தரிக்கிறது.

லேங்டனுக்கு அந்த ஓவியத்தைப் பற்றி நன்றாகத் தெரியும், அவர் நினைவுக்கு தெரிந்தவரை இந்தப் படைப்பு வலதுபுறத்தில் இருந்து இடதுபுறமாகத்தான் "படிக்கப்பட" வேண்டும் என்ற உள்நோக்கத்துடனே காகின் இதை படைத்திருக்கிறார் - அதாவது வழக்கமான பிரெஞ்சு உரைநடை எழுத்து முறையில் இருந்து எதிர் பக்கமாக. அதனாலேயே லேங்டனின் கண்கள் அந்த பரிச்சயமான உருவங்களை எதிர்ப் பக்கமாகவே சட்டென்று தேடின.

வலது ஓரத்தில், புதிதாக பிறந்த குழந்தை ஒன்று ஒரு வட்டவடிவப் பாறையில் தூங்கிக்கொண்டிருப்பது வாழ்வின் தொடக்கத்தை குறிக்கிறது. *நாம் எங்கிருந்து வந்தோம்?*

நடுவில் பல்வேறு வயதுகளிலும் உள்ள மக்கள் கூட்டம் வாழ்வின் தினசரி நடவடிக்கைகளை மேற்கொண்டிருக்கிறார்கள். *நாம் என்னவாக இருக்கிறோம்?*

இடதுபுறத்தில், ஒரு தளர்வுற்ற வயதான பெண் தனியாக ஆழ்ந்த சிந்தனையில் உட்கார்ந்திருக்கிறாள், அது அவள் தன்னுடைய இறப்பைப் பற்றி நினைத்துக்கொண்டிருப்பதை காட்டுகிறது. *நாம் எங்கே போய்க்கொண்டிருக்கிறோம்?*

எட்மண்ட் முதலில் தன்னுடைய கண்டுபிடிப்பின் கவனத்திற்குரிய விஷயம் குறித்து விவரித்தபோது இந்த ஓவியம் சட்டென்று தன்னுடைய சிந்தனையில் தோன்றாததை நினைத்து லேங்டன் ஆச்சரியப்பட்டார். *நம்முடைய தோற்றுவாய் என்ன? நாம் சேரப்போகும் இடம் என்ன?*

அந்த ஓவியத்தின் மற்ற கூறுகளையும் லேங்டன் ஆராய்ந்தார் - நாய்கள், பூனைகள் மற்றும் பறவைகள் போன்றவை குறிப்பிட்டு எதையும் செய்பவை போல் தெரியவில்லை; பின்னணியில் ஒரு முற்றுப்பெறாத இறைவி சிலை; ஒரு மலை, பிண்ணிக்கிடக்கும் வேர்கள் மற்றும் மரங்கள். அத்துடன், காகினின் புகழ்பெற்ற "விசித்திர வெள்ளைப் பறவையும்" இடம்பெற்றிருந்தது, அது அந்த வயதான பெண்ணுக்கு அருகாமையில் அமர்ந்திருக்க, ஓவியரின் கூற்றுப்படி அது "அர்த்தமற்ற வார்த்தைகளை" குறிக்கிறது.

அர்த்தமற்றவையோ இல்லையோ என்று நினைத்துக்கொண்டார் லேங்டன். வார்த்தைகளுக்காகத்தான் நாங்கள் இங்கே வந்தோம். குறிப்பாக, நாற்பத்தியேழு எழுத்துக்கள் மதிப்புள்ளவை.

உடனடியாக, அந்த ஓவியத்தின் வழக்கத்திற்கு மாறான தலைப்பு அவர்கள் தேடிக்கொண்டிருக்கும் நாற்பத்தியேழு வார்த்தை கடவுச்சொல்லுக்கு நேரடியாக தொடர்புடையதாக இருக்கலாமோ என்று நினைத்தார் அவர், ஆனால் பிரெஞ்சு மற்றும் ஆங்கிலம் இரண்டிலுமே எண்ணிப் பார்த்ததில் அது போதுமானதாக இல்லை.

"சரி, நாம் ஒரு கவிதை வரியைத்தான் தேடியாக வேண்டும்" என்றார் லேங்டன் நம்பிக்கையுடன்.

"எட்மண்டின் நூலகம் இந்தப் பக்கம்தான் இருக்கிறது" என்ற ஆம்ரா, தனக்கு இடதுபக்கம் கீழேயிருந்த அகன்ற நடைக்கூடத்தை சுட்டிக்காட்டினாள். அதில் நேர்த்தியான வீட்டு உபயோகப் பொருள்களுடன் காவ்டியின் கலைப்பொருள்கள் மற்றும் காட்சிப்பொருள்களும் கலந்திருப்பதை லேங்டன் பார்த்தார்.

எட்மண்ட் ஒரு மியூஸியத்திலா வாழ்கிறான்? லேங்டனால் இன்னமும் அந்த இடத்தை முழுமையாக புரிந்துகொள்ள முடியவில்லை. காஸா மைலா கூரை அறையானது அவர் பார்த்ததிலேயே சௌகரியமான இடமல்ல. முற்றிலும் கல் மற்றும் செங்கற்களால் கட்டப்பட்ட அது அடிப்படையில் ஒரு தொடர்ச்சியான விலாவெலும்பு சுரங்க அமைப்பு - மாறுபடும் அளவுகளில் ஒவ்வொன்றும் மூன்றடி இடைவெளியில் 270 பரவளையங்களாக இணைக்கப்பட்டிருந்தன. அங்கே ஒருசில ஜன்னல்களே இருந்தன, அதன் சுற்றுப்புறமோ உலர்ந்தும் உணர்வற்றும் காணப்பட்டது, அது காவ்டியின் கலைப்படைப்புகளை பாதுகாப்பதற்கென்றே முறைப்படுத்தப்பட்டிருப்பது தெளிவாகத் தெரிந்தது.

"நான் சற்றுநேரத்தில் உன்னுடன் சேர்ந்துகொள்கிறேன்" என்றார் லேங்டன். "முதலில் நான் எட்மண்டின் கழிவறைக்குப் போகவேண்டும்."

ஆம்ரா சங்கடமாகப் பார்த்துவிட்டு நுழைவாயிலுக்கு திரும்பினாள். "எட்மண்ட் எப்போதுமே என்னை கீழே லாபியில்

உள்ளதைப் பயன்படுத்துமாறுதான் சொல்வான் . . . இந்த குடியிருப்பின் தனி குளியலறையைக்கூட அவன் புதிரார்ந்த முறையில் பாதுகாத்து வைத்திருக்கிறான்.”

“பேச்சிலர் அறை என்பதற்காக இருக்கலாம் - அவனுடைய குளியலறை சுத்தமில்லாமல் இருக்கலாம் என்பதால் அவன் சங்கடப்பட்டிருப்பான்.”

ஆம்ரா புன்னகைத்தாள். “சரி, அப்படியும் இருக்கலாம்தான்.” அவள் நூலகத்திற்கு எதிர்திசையில், மிகவும் இருளடைந்த சுரங்கப்பாதையை சுட்டிக்காட்டினாள்.

“நன்றி. உடனே திரும்பி வருகிறேன்.”

ஆம்ரா எட்மண்டின் அலுவலகத்தை நோக்கிச் சென்றாள். அதற்கு எதிர்திசையில் சென்ற லேங்டன் கீழேயிருந்த குறுகலான நடைக்கூடத்திற்கு சென்றார் - அது அவருக்கு பாதாளச் சுரங்கத்தையோ அல்லது மத்தியகால கல்லறைகளையோ நினைவூட்டும் வகையில் செங்கற்களால் ஆன வளைமுகட்டுப் பாதையைப் போல் காணப்பட்டது. பயத்துடனே, அந்த கற்சுரங்கத்தின் ஓரமாக அவர் சென்றுகொண்டிருக்கையில் ஒவ்வொரு பரவளையத்தின் அடித்தளத்திலும் அசை-உணர் மென்விளக்குகள் ஒளிர்ந்து பாதைக்கு ஒளிகொடுத்தன.

ஒரு நேர்த்தியான படிப்பறை, ஒரு சிறிய உடற்பயிற்சிப் பகுதி மற்றும் ஒரு சமையற்கூடத்தையும் லேங்டன் கடந்துசென்றார், அவை எல்லாவற்றிலுமே பல்வேறு காவ்டி ஓவியங்கள், கட்டுமான வரைபடங்கள் மற்றும் அவனுடைய திட்டப்பணிக்கு உண்டான முப்பரிமாண மாதிரிகள் ஆகியவை பல்வேறு மேசைகளில் காட்சிக்கு வைக்கப்பட்டிருந்தன.

இருந்தாலும், உயிரியல் கலைப்பொருள்கள் கொண்ட காட்சி மேசையை அவர் கடந்தபோது அதிலுள்ள பொருள்களால் ஆச்சரியமடைந்து அப்படியே நின்றுவிட்டார் - அதில் வரலாற்றுக்கு முந்தைய காலகட்டத்தைச் சேர்ந்த மீனின் புதைபடிவம், ஒரு நேர்த்தியான நாட்டிலஸ் வகை சங்கு மற்றும் ஒரு பாம்பின் வளைவுநெளிவான எலும்புக்கூடு ஆகியவை இருந்தன. ஒரு கணம் கடந்த பின்னர் இந்த அறிவியல் காட்சியை எட்மண்ட் தனக்காகவே வைத்திருப்பானோ என்று லேங்டன்

கற்பனை செய்தார் - ஒருவேளை, இது அவனுடைய உயிர்களின் தோற்றம் குறித்த ஆய்வுகளுக்கு தொடர்புடையதாகவும் இருக்கலாம். பெட்டிகளில் இருந்த குறிப்புகளைப் பார்த்தபோது இந்த கலைப்படைப்புகள் எல்லாமே காவ்டிக்கு சொந்தமானவை என்பதுடன் இந்த வீட்டின் பலதரப்பட்ட கட்டுமான அம்சங்களையும் அவை பிரதிபலிக்கின்றன என்பதையும் அவர் உணர்ந்தார்: மீனின் செதில்கள் சுவற்றில் இருந்த தகட்டில் காணப்பட்ட வடிவங்களாக இருந்தன, நாட்டிலஸ் சங்கு கார் நிறுத்துமிடத்திற்குள் இருந்த சுழல்படிக்கட்டையும், பாம்பின் நெருக்கமாக இணைந்திருக்கும் நூற்றுக்கணக்கான விலாவெலும்புகள் இந்த நடைக்கூடத்தையும் குறிப்பவையாக அமைந்திருந்தன.

அந்தக் காட்சியமைப்புகளுடன் அதன் கட்டடக்கலைஞரின் தன்னடக்கமான வார்த்தைகளும் சேர்ந்தே இருந்தன:

எதுவுமே புதியன அல்ல, எல்லாமே இயற்கையில் எழுதப்பட்டுவிட்டன.

அசல்தன்மை என்பதில் தோற்றுவாய்க்குத் திரும்புவதும் அடங்கியிருக்கிறது.

–அண்டோனி காவ்டி

லேங்டன் தன் பார்வையை சுழலான, விலா எலும்பு பெட்டக நடைக்கூடத்தை நோக்கித் திருப்பியபோது ஒரு வாழும் உயிரினத்திற்குள்ளே இருப்பதைப் போன்று தன்னை உணர்ந்தார்.

எட்மண்டிற்கு ஏற்ற ஒரு சரியான வீடுதான் என்று அவர் முடிவு செய்தார். அறிவியலால் ஊக்கம்பெற்ற கலை.

பாம்புவடிவ சுரங்கத்தில் முதல் வளைவை லேங்டன் பின்தொடர்ந்தபோது அந்த வெளி அகன்று காணப்பட்டது, அசை-உணர் விளக்குகளும் ஒளிர்ந்தன. அவருடைய பார்வை சட்டென்று அந்தக் கூடத்தின் மையத்தில் இருந்த ஒரு பெரிய கண்ணாடி காட்சிப் பெட்டியால் ஈர்க்கப்பட்டது.

ஒரு வளைசங்கிலி முன்மாதிரி, என்று நினைத்துக்கொண்ட அவர் எப்போதுமே இத்தகைய மேதமைமிக்க காவ்டியின் மூலவடிவங்களைக் கண்டு அதிசயித்திருக்கிறார்.

“வளைசங்கிலி” என்பது ஒரு கட்டுமானச் சொற்பதம், அது இரண்டு நிலைச்சட்டங்களுக்கு இடையில் தளர்வாகத் தொங்கிக்கொண்டிருக்கும் ஒரு கயிற்றால் உருவாக்கப்பட்ட வளைவைக் குறிக்கிறது - அதாவது ஒரு அரங்கத்தில் இரண்டு தூண்களுக்கு இடையில் தங்கிக்கொண்டிருக்கும் கித்தான் அல்லது வெல்வெட் கயிற்றைப் போன்றது.

லேங்டனுக்கு முன்னால் இருக்கும் அந்த வளைசங்கிலி மாதிரியில், அந்தப் பெட்டியின் மேல் பகுதியில் இருந்து டசன்கணக்கான சங்கிலிகள் தளர்வாக தொங்கிக்கொண்டிருந்தன - கீழ்நோக்கி நீளமாகத் தொங்கியும், பின்னர் தளர்வாக மேல்நோக்கி சென்றும் U வடிவங்களைப் போல் அமைந்திருந்தன. புவியீர்ப்பு இறுக்கம் என்பது புவியீர்ப்பு அழுத்தத்தின் எதிரிடை விளைவுக்கும் காரணமாவதால், ஒரு சங்கிலியானது தன்னுடைய எடையினாலேயே இயல்பாக தொங்கிக் கொண்டிருக்கும்போது உருவாகும் துல்லியமான வடிவத்தை ஆராய்ந்திருக்கக்கூடிய காவ்டி, புவியீர்ப்புவிசை அழுத்தங்களின் கட்டுமான சவால்களைத் தீர்த்துவைக்க அந்த வடிவத்தை அப்படியே கையாண்டிருக்கலாம்.

ஆனால் அதற்கு ஒரு மாயக்கண்ணாடிதான் வேண்டும் என்று வியந்துகொண்ட லேங்டன் காட்சிப் பெட்டியை நோக்கி நகர்ந்தார். அவர் எதிர்பார்த்தது போலவே அந்தப் பெட்டியின் மேற்பரப்பு ஒரு கண்ணாடியாகத்தான் இருந்தது, அதை உற்றுப்பார்த்த அவர் ஒரு மாயாதீத விளைவைக் கண்டார். அந்த மொத்த மாதிரியும் அப்படியே தலைகீழாகத் திரும்பியது - தொங்கிக்கொண்டிருந்த கயிறுகள் மேல்நோக்கி செல்லக்கூடியவை ஆகின.

இந்த இடத்தில், காவ்டியின் பாஸிலிகா டி லா ஸக்ரதா ஃபெமிலியாவின் உயர்ந்திருக்கும் தலைகீழான மேல்புறக் காட்சியைப் பார்ப்பதை லேங்டன் உணர்ந்தார், அவற்றின் மென்மையான சாய்வு ஸ்தூபிக்கள் இந்த மாதிரியைப் பயன்படுத்தித்தான் வடிவமைக்கப்பட்டிருக்க வேண்டும்.

கூடத்திற்கு கீழே விரைந்த லேங்டன் ஒரு பழங்கால படுக்கை, செர்ரி மர அலமாரி ஆகியவற்றுடன் கூடிய ஒரு உறங்கும் அறையில் இருந்தார். காவ்டி பாணி வடிவங்களுடன் அலங்கரிக்கப்பட்டிருந்த அந்தச் சுவர்களால் அது மியூஸிய

கண்காட்சியைக் காட்டிலும் மேலானது என்பதை லேங்டன் உணர்ந்தார்.

அந்த அறையோடு சேர்க்கப்பட்டிருந்த ஒரே கலைப்படைப்பு எட்மண்டின் படுக்கைக்கு மேலே தொங்கிக்கொண்டிருந்த ஒரு பெரிய கையெழுத்துக் கலைப்படைப்பு மட்டுமே. முதல் மூன்று வார்த்தைகளை படித்ததுமே லேங்டனுக்கு அதன் மூலாதாரம் என்னவென தெரிந்துவிட்டது.

> கடவுள் இறந்துவிட்டார். கடவுள் இறந்துதான் போய்விட்டார். நாம்தான் அவரைக் கொலை செய்தோம்.
>
> கொலைகாரர்களிலும் கொலைகாரர்களாக நம்மை நாமே எப்படி ஆற்றுப்படுத்திக்கொள்ள முடியும்?
>
> – நீட்ஷே

“கடவுள் இறந்துவிட்டார்” என்பது பத்தொன்பதாம் நூற்றாண்டின் புகழ்பெற்ற ஜெர்மன் தத்துவவாதியும், நாத்திகவாதியுமான பிரெடெரிக் நீட்ஷேவால் எழுதப்பட்ட பிரபலமான வார்த்தைகள். மதத்தை சேதப்படுத்தும் வகையில் விமர்சிப்பதில் குறிப்பிடத்தகுந்தவர் நீட்ஷே. அத்துடன், அறிவியலிலும் - குறிப்பாக டார்வினிய பரிணாமவியலில் - அவருடைய பிரதிபலிப்புகளாலும் புகழ்பெற்றிருந்தார். அறிவியல்தான் நிஹிலிஸ கோட்பாட்டின் விளிம்பிற்கு மனிதனை கொண்டு சென்றிருக்கிறது என்று அவர் நம்பினார், அதாவது, நிஹிலிஸம் என்பது வாழ்க்கை அர்த்தமற்றது, அதற்கு உயர்வான நோக்கம் எதுவுமில்லை, அத்துடன் அது கடவுள் இருக்கிறார் என்பதற்கான எந்தவித நேரடி ஆதாரத்தையும் வழங்கவில்லை என்ற விழிப்புணர்வு நிலையைக் குறிக்கிறது.

படுக்கைக்கு மேலிருந்த அந்த மேற்கோளைப் பார்த்தபோது, ஒருவேளை எட்மண்ட் தன்னுடைய எல்லாவித மத எதிர்ப்பு ஆரவாரங்களையும் வைத்து கடவுளின் உலகத்தை நீக்குகின்ற முயற்சியில் தன்னுடைய சொந்தப் பங்களிப்புடனே போராடியிருப்பானோ என்று லேங்டன் வியந்தார்.

லேங்டன் நினைவுகூர்ந்தபடி நீட்ஷேவின் இந்த மேற்கோளானது பின்வரும் வார்த்தைகளுடன் முடிகின்றது: “இந்த

ஒப்பந்தத்தின் மகத்துவம்தான் நமக்கு மிகவும் மகத்துவமானதா? நம்மால் கடவுளர்கள் ஆக முடியாது என்பதாலேயே அது மதிப்பு மிக்கதாக தோன்றுகிறதா?"

இந்த துணிச்சலான கருத்தாக்கமே - கடவுளைக் கொல்வதற்கு மனிதன் கடவுளாகியே தீரவேண்டும் என்பது - நீட்ஷேயின் சிந்தனையினுடைய மையப்புள்ளியாக இருந்து வந்திருக்கிறது, ஒருவேளை, அது கடவுள் ஏற்றத்தாழ்வு மனப்பான்மைகள் எட்மண்ட் போன்ற பலதரப்பட்ட முன்னோடி தொழில்நுட்ப மேதைகளால் ஓரளவுக்கேனும் பாதிப்புக்கு ஆளாகியிருப்பதை விளக்கலாம். *கடவுளை அழிப்பவர்கள் . . . கடவுளாகத்தான் இருக்க வேண்டும்.*

லேங்டன் இந்தக் கருத்தை சிந்தித்துக் கொண்டிருக்கும்போதே அவர் மற்றொரு உணர்நிலையால் தாக்குண்டார்.

நீட்ஷே வெறும் தத்துவவாதி மட்டுமல்ல - அவர் ஒரு கவிஞரும்கூட.

நீட்ஷேயின் தி பீகாக் அண்ட் தி பஃபல்லோ புத்தகம் லேங்டனிடமும் இருந்தது, 275 கவிதைகள் மற்றும் மூதுரைகள் அடங்கி அது கடவுள், மரணம் மற்றும் மனித மனம் குறித்த சிந்தனைகளை வழங்குகிறது.

அந்த சட்டகமிட்ட மேற்கோளில் உள்ள எழுத்துக்களை லேங்டன் சட்டென்று எண்ணிப் பார்த்தார். அவை பொருந்தவில்லை என்றாலும் அவருள் நம்பிக்கை வேகமெடுக்கவே செய்தது. *நாம் தேடிக்கொண்டிருக்கும் கவிதை வரியை எழுதியிருக்கும் கவிஞர் நீட்ஷேதானா? அப்படியென்றால், நாம் எட்மண்டின் அலுவலகத்திலேயே நீட்ஷேயின் கவிதைப் புத்தகத்தை கண்டுபிடித்துவிடலாமே?* ஏதேனும் வழியில், நீட்ஷே கவிதைகளுடைய ஆன்லைன் தொகுப்பை ஆராயுமாறும், அதில் நாற்பத்தி ஏழு எழுத்துக்கள் உள்ள ஒரு வரியை தேடிப்பார்க்குமாறு வின்ஸ்டனை கேட்டுப்பார்க்கலாம் என்றிருந்தார் லேங்டன்.

தன்னுடைய எண்ணங்களை பகிர்ந்துகொள்ள ஆம்ராவிடம் திரும்பவிருந்த லேங்டன், படுக்கையறைக்கு அப்பால் தெரிந்த கழிவறைக்குள் விரைந்தார்.

அவர் உள்ளே நுழைந்ததுமே, உள்ளேயிருந்த விளக்குகள் அந்த குளியலறையில் அமைக்கப்பட்டிருந்த முகம் கழுவுமிடம், ஷவர் மற்றும் கழிப்பறையை நேர்த்தியாக காட்டின.

லேங்டனின் கண்கள் கழிவறைப் பொருள்களாலும், தனிப்பட்ட பொருள்களாலும் சிதறிக்கிடந்த ஒரு தாழ்வான பழங்கால மேசையை நோக்கி சட்டென்று ஈர்க்கப்பட்டன. மேசையில் கிடந்த பொருள்களை பார்த்தபோது மூச்சை உள்ளிழுத்துக்கொண்டு தன்னை பின்னிழுத்துக் கொண்டார்.

அய்யோ. எட்மண்ட் . . . கூடாது.

அவருக்கு முன்னால் இருந்த மேசை ஒரு கொல்லைப்புற போதைமருந்து ஆய்வகத்தைப் போல் காணப்பட்டது - பயன்படுத்திய ஊசிகள், மாத்திரை புட்டிகள், சிதறிக்கிடக்கும் மாத்திரைகள் மற்றும் ரத்தத் திட்டுக்களுடன் காணப்படும் துண்டுத்துணிகள்.

லேங்டனின் இதயமே நின்றுபோனது.

எட்மண்ட் போதைமருந்துகள் எடுக்கிறவனா?

இந்த நாட்களில், பணக்காரர்கள் மற்றும் பிரபலங்களுக்கிடையேகூட ரசாயன அடிமைப்பழக்கம் பொதுவானதாகிவிட்டதென லேங்டனுக்குத் தெரியும். இப்போதெல்லாம் பியரைக் காட்டிலும் ஹெராயின் மலிவாக கிடைக்கிறது, மக்கள் வலிநிவாரணிகளைப் போன்று ஓபிய மருந்துகளை பயன்படுத்துகிறார்கள்.

இந்தப் பழக்கமே அவனுடைய சமீபத்திய எடையிழப்பை விளக்கக்கூடியதாக இருந்திருக்கிறது என்று நினைத்துக்கொண்ட லேங்டன், தன்னுடைய மெலிந்த உடல் மற்றும் உள்ளொடுங்கிய கண்களுக்கான காரணத்தை மூடிமறைப்பதற்கான முயற்சியாகத்தான் “சைவ உணவிற்கு” மாறியதாக எட்மண்ட் பாவனை செய்திருப்பானோ என்றும் நினைத்தார்.

மேசையை நோக்கி நடந்த லேங்டன் அந்த பாட்டில்களுள் ஒன்றை எடுத்து அதன் லேபிளைப் படித்தார், அதில் ஆக்ஸிகாண்டின் அல்லது பெர்கோஸிட் போன்ற பொதுவான

ஓபிய வகைகளுள் ஒன்றைத்தான் படிப்போம் என்றே அவர் எதிர்பார்த்திருந்தார்.

அதற்கு பதிலாக அவர் பார்த்தது: டாஸிடேக்ஸல்.

குழப்பமுற்ற அவர் மற்றொரு பாட்டிலை எடுத்துப் பார்த்தார்: *ஜெமிசைட்டபைன்.*

இதெல்லாம் என்ன? என்று நினைத்தபடியே மூன்றாவது பாட்டிலை பார்த்தார்: *ஃப்ளோரோரோரஸில்.*

லேங்டன் உறைந்துபோனார். ஒரு ஹார்வார்ட் சக பேராசிரியரிடம் இருந்து ஃப்ளோரோரோரஸில் என்ற பெயரை கேள்விப்பட்டிருந்த அவர் சட்டென்று பயங்கர அதிர்ச்சிக்கு ஆளானார். சற்று நேரம் கழித்து, அந்த பாட்டில்களுக்கு இடையே இருந்த ஒரு துண்டறிக்கையையும் அவர் ஆராய்ந்து பார்த்தார். அதன் தலைப்பு: "சைவ உணவு கணைய புற்றுநோயை தாமதப்படுத்துமா?"

உண்மை உறைத்தபோது லேங்டனின் தாடை தொங்கிப்போனது.

எட்மண்ட் போதைமருந்துக்கு அடிமையானவன் அல்ல.

அவன் ஒரு உயிர்க்கொல்லி புற்றுநோயுடன் ரகசியமாகப் போராடி வந்திருக்கிறான்.

53

மேற்கூரை வசிப்பிடத்தின் மென்னொளியில் நின்றுகொண்டிருந்த ஆம்ரா வைடல், எட்மண்டின் நூலக சுவர்களில் வரிசையாக அடுக்கி வைக்கப்பட்டிருந்த புத்தகங்களில் கண்களை ஓட்டிக்கொண்டிருந்தாள்.

எனக்கு நினைவில் உள்ளதைக் காட்டிலும் அவனுடைய சேகரிப்பு பெரிதாக இருக்கிறது.

காவ்டியின் பெட்டகங்களுக்கு இடையில் அலமாரிகளைக் கட்டியதன் மூலம் வளைந்த நடைக்கூடத்தில் ஒரு அகலமான பிரிவையே சிலிர்க்க வைக்கும் நூலகமாக உருவாக்கியிருந்தான் எட்மண்ட். அவனுடைய நூலகம் எதிர்பார்க்க முடியாத வகையில் பெரியதாகவும், குறிப்பாக இங்கே இரண்டு வருடங்களுக்குத்தான் இருக்கப் போவதாக எட்மண்ட் திட்டமிட்டிருந்ததை வைத்துப் பார்த்தால் நல்ல சேகரிப்புகளுடனுமே இருந்தது என்றுதான் சொல்லவேண்டும்.

இதைப் பார்த்தால் அவன் இங்கேயே நிரந்தரமாக தங்கிவிட்டதைப் போல் தெரிகிறது.

நெருக்கியடித்து காணப்பட்ட அலமாரிகளில் பார்வையை செலுத்திய ஆம்ரா, எட்மண்டிற்கு விருப்பமான கவிதை வரியை கண்டுபிடிப்பது எதிர்பார்த்ததைவிட மிக அதிகமான நேரத்தை எடுத்துக்கொள்ளும் என்பதை உணர்ந்தாள். அவள் அந்த அலமாரிகளுடனே நடந்து கொண்டிருக்கையில் புத்தகங்களின் பெயர் பட்டியல்களை ஆராய்ந்தபோது அவை எல்லாமே பிரபஞ்சவியல், பிரக்ஞை மற்றும் செயற்கை அறிவுத்திறன் பற்றிய பருமனான அறிவியல் புத்தகங்களாகவே இருப்பதைக் கண்டாள்:

பெருங்காட்சி

இயற்கை சக்திகள்

பிரக்ஞையின் தோற்றுவாய்

நம்பிக்கையின் உயிரியல்

அறிவார்ந்த படிமுறையியல்

நமது கடைசி கண்டுபிடிப்பு

ஒரு பிரிவின் இறுதியை அடைந்த அவள் அந்தக் கட்டுமானத்தின் வளைவைச் சுற்றிவந்து அடுத்த அலமாரிகள் பிரிவிற்குள் நுழைந்தாள். இங்கேயும் அவள் அகன்ற வரிசையில் அறிவியல் தலைப்புகளையே கண்டாள் - தெர்மோடைனமிக்ஸ், பிரிமார்டியல் கெமிஸ்ட்ரி, சைக்காலஜி.

கவிதையே கிடையாது.

கொஞ்ச நேரமாகவே வின்ஸ்டன் சும்மா இருப்பதை கவனித்த ஆம்ரா, கிர்ஷின் செல்போனை எடுத்தாள். "வின்ஸ்டன்? நாம் இணைப்பில்தான் இருக்கிறோமா?"

"இருக்கிறேன்" அவனுடைய குரல் ஒலித்தது.

"தன்னுடைய நூலகத்தில் இருக்கும் எல்லாப் புத்தகங்களையும் வின்ஸ்டன் உண்மையிலேயே படித்துவிட்டானா?"

"நான் அப்படித்தான் நினைக்கிறேன், ஆமாம்" என்று பதிலளித்தான் வின்ஸ்டன். "அவர் படிப்பதில் பெருவேட்கை கொண்டவர் என்பதுடன் இந்த நூலகத்தை அவர் 'அறிவின் வெற்றிக்கோப்பை அறை' என்றுதான் அழைப்பார்."

"இங்கே ஏதாவது கவிதைப் பிரிவு இருக்க வாய்ப்பிருக்கிறதா?"

"எனக்கு குறிப்பிடத்தக்க வகையில் தெரிந்த தலைப்புகள் எல்லாமே புனைவில்லாத தொகுப்புகள்தான், அவற்றின் உள்ளடக்கத்தை நானும் எட்மண்டும் விவாதிக்க முடிகின்ற வகையில் அவற்றை எல்லாம் இ-புக் வடிவத்தில் எனக்கு படிக்க கொடுத்திருக்கிறார் - நான் சந்தேகப்படுவது என்னவென்றால் அது என்னுடைய கல்விக்கானது என்பதைக் காட்டிலும் பெருமளவுக்கு அவருக்காகவே இருக்குமோ என்றுதான். துரதிஷ்டவசமாக, அந்த மொத்த தொகுப்பையும் நான் பட்டியல் போட்டு வைத்துக்கொள்ளவில்லை, அதனால் நீங்கள் தேடிக்கொண்டிருப்பதை கண்டுபிடிப்பதற்கு உள்ள ஒரே வழி அதை நீங்களாகவே தேடிப்பார்ப்பதுதான்."

"புரிகிறது."

"நீங்கள் தேடிக்கொண்டிருக்கும் அதேநேரத்தில் ஒரு விஷயத்தை கவனியுங்கள், அது உங்களுக்கு ஆர்வமளிப்பதாகவும் இருக்கலாம் - உங்களுடைய மணமகன் இளவரசர் ஜூலியனைப் பற்றி மேட்ரிட்டில் இருந்து முக்கியச் செய்தி ஒன்று வந்திருக்கிறது."

"என்ன ஆயிற்று?" என்று அவசரப்படுத்திய ஆம்ரா சட்டென்று எல்லாவற்றையும் நிறுத்திவிட்டாள். அவளுடைய உணர்ச்சிகள் இப்போதும்கூட கிர்ஷின் படுகொலையில் ஜூலியனுக்கு இருந்திருக்கக்கூடிய சம்பந்தம் பற்றித்தான் கிளறிக்கொண்டிருந்தது. அதற்கு ஆதாரம் இல்லை என்று

தனக்குத்தானே நினைவுபடுத்திக்கொண்டாள் அவள். விருந்தினர் பட்டியலில் எவிலாவின் பெயரை சேர்க்க ஜூலியன்தான் உதவினார் என்பதை எதுவும் உறுதிப்படுத்தவில்லை.

"இப்போதுதான் அந்த செய்தி வந்திருக்கிறது" என்றான் வின்ஸ்டன். "ஒரு கூச்சல்மிக்க ஆர்ப்பாட்டம் அரச மாளிகைக்கு வெளியே உருவாகியிருக்கிறது. எட்மண்டின் படுகொலையை பிஷப் வால்டஸ்பினோதான் ரகசியமாக ஏற்பாடு செய்தார் என்றும், அநேகமாக அரண்மனைக்குள் இருக்கும் யாருடைய உதவியுடனோ அதை அவர் செய்திருக்கிறார் என்றும், சொல்லப்போனால் அது இளவரசராகக்கூட இருக்கலாம் என்ற அடிப்படையில் ஆதாரங்கள் வந்துகொண்டிருக்கின்றன. கிர்ஷின் ரசிகர்கள் போராட்டத்தில் இறங்கியிருக்கிறார்கள். நீங்களே பாருங்களேன்."

அரச மாளிகையின் வாயிலில் கோபம் கொண்ட போராட்டக்காரர்கள் காணப்படுவதை எட்மண்டின் ஸ்மார்ட்போன் காட்சிகளாக ஒளிபரப்பத் தொடங்கியது. அதில் ஒருவர் பின்வரும் வாசகத்தைக் கொண்ட பதாகையை வைத்திருந்தார்: **பாண்ட்சியஸ் பைலே உங்களுடைய தீர்க்கதரிசியைக் கொன்றார் – நீங்கள் எங்களுடைய தீர்க்கதரிசியை கொன்றுவிட்டீர்கள்!**

மற்றவர்கள் ஸ்பிரே பெயிண்டிங் செய்யப்பட்ட பெட்ஷீட்டுகளை சுமந்திருந்தனர், அதில் - **அபோஸ்தேஸியா** - என்ற ஒரே வார்த்தையாலான போர் அறைகூவல் மட்டுமே பொறிக்கப்பட்டிருந்தது, அத்துடன் தற்போது மேட்ரிட்டின் நடைபாதைகளில் வரைந்து வைக்கப்படுகின்ற ஒரு சின்னத்தின் எண்ணிக்கை அதிகரித்துக்கொண்டே சென்றது.

ஸ்பெயின் லிபரல் இளைஞர்களின் பிரபலமான போராட்ட அழைப்புதான் அபோஸ்தஸி. இதன் அர்த்தம்: தேவாலயத்தை கைவிடு.

"ஜூலியன் ஏதும் அறிக்கை வெளியிட்டுள்ளாரா?" என்றாள் ஆம்ரா.

"அதுவும் இந்தப் பிரச்சினைகளுள் ஒன்று" என்றான் வின்ஸ்டன். "ஜூலியனோ, பிஷப்போ அல்லது மாளிகையில் உள்ள யாருமோ இன்னும் ஒரு வார்த்தைகூட சொல்லவில்லை. இந்த தொடர்ச்சியான மௌனம்தான் எல்லோரையும் சந்தேகப்பட வைத்துள்ளது. சதியாலோசனைக் கோட்பாடுகளை கட்டுப்படுத்த முடியவில்லை, தேசிய பத்திரிக்கை நீங்கள் எங்கே இருக்கிறீர்கள் என்றும், இந்தப் பிரச்சினை குறித்து நீங்கள் ஏன் பொதுக் கருத்து எதுவும் சொல்லவில்லை என்றும் கேள்வி கேட்க ஆரம்பித்துவிட்டன."

"நானா?!" அந்த எண்ணம் ஆம்ராவை பயமுறுத்தியது.

"நீங்கள் கொலையைப் பார்த்திருக்கிறீர்கள். நீங்கள்தான் எதிர்கால அரசி என்பதுடன் இளவரசர் ஜூலியனின் வாழ்க்கையில் வந்த காதலும் நீங்கள்தான். ஜூலியன் இதில் நிச்சயமாக சம்பந்தப்படவில்லை என்று நீங்கள் சொல்ல வேண்டும் என பொதுமக்கள் விரும்புகிறார்கள்."

ஆம்ராவின் உள்ளுணர்வு ஜூலியனுக்கு எட்மண்ட் கொலை பற்றிக்கூடத் தெரிந்திருக்க வாய்ப்பிருக்காது என்றே அவளிடம் சொன்னது; அவர்கள் ஒன்றாக இருந்தது பற்றி அவள் நினைத்து பார்த்தபோது அவளுக்கு ஒரு இனிமையான உண்மையான - அப்பாவியும், காதல் உணர்வும் கொண்ட - மனிதன்தான் நினைவுக்கு வந்தானே தவிர நிச்சயமாக ஒரு கொலைகாரன் அல்ல.

"இதேபோன்ற கேள்விகள் ராபர்ட் லேங்டன் குறித்தும் எழுந்துள்ளன" என்றான் வின்ஸ்டன். "அந்த புரபஸர் ஏன் எந்தக் கருத்தும் கூறாமல், குறிப்பாக எட்மண்டின் நிகழ்ச்சியில் மிக முக்கியமானவராக தோன்றிய பின்னரும் தலைமறைவாகிவிட்டார் என்று ஊடகங்கள் கேள்வி கேட்கத் தொடங்கிவிட்டன. சில சதியாலோசனை வலைப்பூக்கள், இந்த தலைமறைவானது அவர் கிர்ஷின் கொலையுடன் சம்பந்தப்பட்டிருப்பதால்தான் என்றும் கூறுகின்றன."

"இது பைத்தியக்காரத்தனம்!"

"இந்த விஷயம் வலுவடைந்து வருகிறது. இந்தக் கருத்தானது லேங்டனின் முந்தைய புனிதக் கோப்பை மற்றும் கிறிஸ்துவின் வம்சாவளி குறித்த தேடலில் இருந்தே தொடங்கியிருக்கிறது. சொல்லப்போனால், கிறிஸ்துவின் சாலிக் வம்சாவளிகள் கார்லிஸ்ட் இயக்கத்துடன் வரலாற்றுப் பிணைப்பு கொண்டிருக்கின்றனர், அத்துடன் அந்தக் கொலைகாரனின் டாட்டூ -"

"போதும்" ஆம்ரா குறுக்கிட்டாள். "இது முட்டாள்தனமானது."

"லேங்டனும்கூட இன்றிரவு குறிவைக்கப்பட்ட காரணத்தால்தான் அவர் தலைமறைவாகிவிட்டார் என்றும்கூட வேறு பல யூகங்கள் நிலவுகின்றன. எல்லோருமே உட்கார்ந்த நிலையில் துப்பறிவாளர் ஆகிவருகின்றனர். எட்மண்ட் வெளிக்கொணர இருந்த புதிர்கள் என்ன என்பதையும், அவனை மௌனிக்கச் செய்ய விரும்பியது யார் என்பதையும் தெரிந்துகொள்ளத்தான் இத்தருணத்தில் பெரும்பான்மை உலகமும் ஒன்று சேர்ந்திருக்கிறது"

சுழல் நடைக்கூடத்தில் லேங்டனின் வேகமான காலடிச்சத்தம் நெருங்கிவரும் ஓசை ஆம்ராவின் கவனத்தை ஈர்த்தது. அவள் அப்போதுதான் அந்த நடைக்கூடத்தில் தோன்றியதைப் போல் திரும்பினாள்.

"ஆம்ரா?" என்று அழைத்த அவருடைய குரல் பதட்டமாக இருந்தது. "எட்மண்ட் தீவிர உடல்நலப் பிரச்சினையில் இருந்திருக்கிறான் என்று உனக்குத் தெரியுமா?"

"உடல்நலப் பிரச்சினையா?" என்ற அவள் திடுக்கிட்டாள். "இல்லையே."

எட்மண்டின் தனி பாத்ரூமில் தான் கண்டவற்றைப் பற்றி லேங்டன் அவளிடம் கூறினார்.

ஆம்ரா பேரதிர்ச்சிக்கு ஆளானாள்.

கணையப் புற்றுநோயா? அதனால்தான் எட்மண்ட் வெளிறிப்போயும் உடல் மெலிந்தும் காணப்பட்டானா?

நம்பமுடியாத வகையில், தான் உடல்நலப் பிரச்சினையுடன் இருப்பதைப் பற்றி அவன் ஒருவார்த்தைகூட சொன்னதில்லை. கடந்த சில மாதங்களாக பித்துப்பிடித்த அவனுடைய வேலை நியதியை இப்போதுதான் ஆம்ரா புரிந்துகொண்டாள். தன் காலம் தீர்ந்து போய்கொண்டிருப்பதை எட்மண்ட் அறிந்திருக்கிறான்.

"வின்ஸ்டன்" அவள் வற்புறுத்திக் கேட்டாள். "எட்மண்டின் உடல்நலப் பிரச்சினை பற்றி உனக்குத் தெரியுமா?"

"ஆமாம்" என்று தயக்கமே இல்லாமல் பதில் சொன்னான் வின்ஸ்டன். "இது அவர் மிகவும் ரகசியமாக வைத்திருந்த விஷயம். இருபத்தி இரண்டு மாதங்களுக்கு முன்னர் தன்னுடைய நோயைப் பற்றித் தெரிந்துகொண்ட அவர் உடனடியாக தன்னுடைய உணவுமுறையை மாற்றிக்கொண்டதுடன் அதிகப்படியான அளவுக்கு தீவிரமாக வேலை பார்த்தார். இந்த மேற்கூரை இடத்திற்கும் தன்னுடைய வசிப்பிடத்தை மாற்றிக்கொண்டார். இங்கே மியூஸியம் தரத்திலான காற்றை அவரால் சுவாசிக்க முடியும் என்பதுடன் புறஊதாக் கதிர்வீச்சில் இருந்தும் பாதுகாத்துக்கொள்ள முடியும்; அவருடைய மருத்துவம் அவரை வெளிச்சக்கூச்ச நிலைக்கு ஆளாக்கியிருந்ததால் முடிந்தவரை அவர் இருளிலேயே வாழவேண்டியிருந்தது. மருத்துவர்கள் குறிப்பிட்ட காலத்திற்கும் சற்று அதிகமாக அவரால் எப்படியோ சமாளித்து உயிர்வாழ முடிந்திருக்கிறது. ஆனாலும் சமீப காலத்தில் அவர் தோல்வியடையத் தொடங்கிவிட்டார். கணையப் புற்றுநோய் குறித்த உலகளாவிய தரவுத்தளங்களில் இருந்து நான் சேகரித்த அனுபவ அறிவை அடிப்படையாக கொண்டு எட்மண்டின் வீழ்ச்சியை நான் கணக்கிட்டுப் பார்த்ததில் அவர் இன்னும் ஒன்பது நாட்கள் மட்டுமே உயிருடன் இருந்திருப்பார்."

ஒன்பதே நாட்களா என்று நினைத்த ஆம்ரா, எட்மண்டின் சைவ உணவுப்பழக்கம் மற்றும் மிக அதிகப்படியாக கடின உழைப்பு ஆகியவற்றை கிண்டல் செய்த தன்னுடைய குற்றவுணர்ச்சியால் அதிர்ச்சியுற்றாள். அவன் நோயுற்றுப்போய் இருந்திருக்கிறான்; தன்னுடைய நேரம் முடிவதற்கு முன்பாக புகழின் இறுதிக்கணத்தை எட்டிவிட அவன் ஓய்வே இல்லாமல் ஓடிக் கொண்டிருந்திருக்கிறான். இந்த துயரார்ந்த உணர்தலானது அந்தக் கவிதையைக் கண்டுபிடிக்கவும், எட்மண்ட் ஆரம்பித்ததை

முடித்து வைப்பதற்குமான ஆம்ராவின் தீவிரத்தை மேற்கொண்டு உத்வேகம் கொள்ளவே வைத்தது.

“என்னால் இன்னும் எந்தக் கவிதைப் புத்தகத்தையும் கண்டுபிடிக்க முடியவில்லை” என்று அவள் லேங்டனிடம் கூறினாள். “இதுவரைக்கும் பார்த்ததில் எல்லாமே அறிவியல் புத்தகங்களாகத்தான் இருக்கின்றன.”

“நாம் தேடிக்கொண்டிருப்பது கவிஞர் பிரெடெரிக் நீட்ஷேவாக இருக்கலாம் என்று நினைக்கிறேன்” என்ற லேங்டன், எட்மண்டின் படுக்கைக்கு மேலே இருந்த சட்டகமிட்ட மேற்கோள் குறித்தும் அவளிடம் சொன்னார். “அந்த குறிப்பிட்ட மேற்கோள் நாற்பத்தி ஏழு வார்த்தைகளில் இல்லைதான், ஆனால் அது எட்மண்ட் ஒரு நீட்ஷே ரசிகன் என்பதை நிச்சயமாகக் குறிப்பிட்டுச் சொல்கிறது.”

“வின்ஸ்டன்” என்றாள் ஆம்ரா. “உன்னால் நீட்ஷேவின் கவிதைத் தொகுப்பை தேடி, சரியாக நாற்பத்தி ஏழு எழுத்துக்கள் உள்ள வரிகளை பிரித்துத்தர முடியுமா?”

“நிச்சயமாக” என்றான் வின்ஸ்டன். “ஜெர்மானிய மூலாதாரங்களா அல்லது ஆங்கில மொழிபெயர்ப்புகளா?”

ஆம்ரா யோசித்தாள், உறுதியாக தெரியவில்லை.

“ஆங்கிலத்தில் இருந்தே தொடங்கு” என்று லேங்டன் உறுதிப்படுத்தினார். “இந்தக் கவிதை வரிகளை தன்னுடைய போனில் உள்ளிட்டுக்கொள்ள எட்மண்ட் திட்டமிட்டிருக்கிறான், அவனுடைய விசைப்பலகையை வைத்து ஜெர்மானிய உயிரெழுத்து மாற்றுக்களையோ அல்லது உருவக் குறியீட்டையோ உருவாக்குவது சுலபமல்ல.”

ஆம்ரா ஆமோதித்தாள். *சாமர்த்தியம்தான்.*

“உங்களுக்கான முடிவுகள் வந்துவிட்டன” என்று ஏறக்குறைய உடனடியாக அறிவித்தான் வின்ஸ்டன். “நான் ஏறத்தாழ முன்னூறு மொழிபெயர்ப்பு கவிதைகளை கண்டுபிடித்திருக்கிறேன், அதில் நூற்றி தொன்னூற்றி இரண்டு வரிகள் சரியாக நாற்பத்தி ஏழு எழுத்துக்களில் உள்ளன.”

லேங்டன் பெருமூச்சுவிட்டார், “அவை மிக அதிகமில்லையா?”

“வின்ஸ்டன்” ஆம்ரா வற்புறுத்தினாள். “எட்மண்ட் அவனுடைய விருப்பமான வரியை தீர்க்கதரிசனம் என்று விவரித்திருக்கிறான் . . . எதிர்காலத்தைப் பற்றிய முன்கூறல் . . . ஏற்கனவே உண்மையாகிவரும் ஒன்று. அந்த விவரிப்புக்கு ஏற்ற வகையில் பொருந்தக்கூடிய ஏதாவது உனக்குத் தெரிகிறதா?”

“மன்னிக்க வேண்டும்” என்றான் வின்ஸ்டன். “தீர்க்கதரிசனத்தை குறிக்கின்ற எதுவும் எனக்குத் தெரியவில்லை. மொழியியல்ரீதியாக பேசவேண்டும் என்றால், கேள்விக்குரிய அந்த வரிகள் எல்லாம் நீண்ட செய்யுள்களில் இருந்து எடுக்கப்பட்டுள்ளன என்பதுடன் அவை பகுதியளவு சிந்தனைகளாகவே தோன்றுகின்றன. அதை உங்களுக்கு காட்டட்டுமா?”

“அவையும் நிறைய இருக்கின்றன” என்றார் லேங்டன். “நாம் ஒரு உண்மையான புத்தகத்தை கண்டுபிடித்து, எட்மண்ட் அதில் ஏதேனும் ஒருவகையில் குறியிட்டிருப்பானா என்றுதான் பார்க்க வேண்டும்.”

“அப்படியென்றால் சீக்கிரம் செய்யுங்கள்” என்றான் வின்ஸ்டன். “நீங்கள் இங்கே இருப்பது ரொம்ப நேரத்திற்கு ரகசியமாக இருக்காது போல் தோன்றுகிறது.”

“ஏன் அப்படிச் சொல்கிறாய்?” என்றார் லேங்டன்.

“ஒரு ராணுவ விமானம் பார்சிலோனா எல் பிராட் விமான நிலையத்தில் இறங்கியிருப்பதாகவும், அதிலிருந்து இரண்டு கார்டியா ரியல் ஏஜெண்டுகள் இறங்கியிருக்கிறார்கள் என்றும் உள்ளூர் செய்திகளில் இப்போதுதான் வெளிவந்திருக்கிறது.”

மேட்ரிட் புறநகர்ப்பகுதியில் இருந்த பிஷப் வால்டஸ்பினோ அரண்மனையின் சுவர்கள் தன்னை உள்ளே வைத்து மூடிவிடுவதற்கு முன்னர் அங்கிருந்து தப்பிவிட்டதை நினைத்து நன்றியுணர்வு கொண்டார். தேவாலயப் பணியாளரின் சிறிய ஓபல் செடான் காரின் பின்பகுதியில் இளவரசர் ஜூலியனுடன் ஒட்டிக்கொண்டிருந்த வால்டஸ்பினோ நடந்த நிகழ்ச்சிகளுக்கு பின்னால் இப்போது சேர்ந்துகொண்டிருக்கும் அதிரடி

நடவடிக்கைகள் தடம் மாறிச் சென்றுவிட்ட இந்த இரவை கட்டுப்பாட்டில் எடுத்துக்கொள்ள அவருக்கு உதவலாம்.

"லா கேஸிடா டெல் பிரின்ஸிபே" என்று அந்த இளைஞன் அரண்மனையில் இருந்து அப்பால் சென்றுகொண்டிருக்கும்போது உத்தரவிட்டார் வால்டஸ்பினோ.

இளவரசரின் சிறுகுடிலானது மேட்ரிட்டிற்கு வெளியே நாற்பது நிமிடங்கள் தொலைவில் ஒரு தனிமையான நாட்டுப்புறப் பகுதியில் அமைந்திருந்தது. ஒரு குடில் என்பதைக் காட்டிலும் வசதியான மாளிகையாக அமைந்திருந்த அந்த கேஸிடா, 1700-களில் இருந்தே ஸ்பானிஷ் மணிமகுடத்தின் வாரிசுக்கான தனி வசிப்பிடமாக இருந்து வந்திருக்கிறது - ஒரு நாட்டை வழிநடத்துவதன் தீவிர நடவடிக்கைகளுக்குள் இறங்கும் முன்னர் பையன்களை பையன்களாகவே இருக்கச் செய்வதற்கான ஒரு தனித்த இடம்தான் அது.

ஜூலியனை மட்டும் நான் அந்த இடத்திற்கு அனுப்பவில்லை என்பதை தெரிந்திருந்த பிஷப் இளவரசரைப் பார்த்தார், அவர் ஆழ்ந்த சிந்தனையில் கார் ஜன்னலுக்கு வெளியே வெறித்துப் பார்த்துக் கொண்டிருந்தார்.

இந்த இளவரசர் காணப்படும் அளவுக்கு அப்பாவியா, அல்லது அவருடைய தந்தையைப் போன்றே ஜூலியனும் தான் இந்த உலகத்திற்கு எப்படித் தோன்ற வேண்டுமோ அதை மட்டுமே வெளிக்காட்டும் திறமையில் கைதேர்ந்தவரா என்று வால்டஸ்பினோவுக்கு தெரியவில்லை.

54

கார்ஸாவின் மணிக்கட்டுகளில் இருந்த கைவிலங்குகள் தேவையில்லாமல் இறுக்கமாக இருப்பதாக தோன்றியது.

இவர்கள் தீவிரமாகத்தான் இருக்கிறார்கள் என்று நினைத்துக்கொண்ட கார்ஸா அப்போதும்கூட தன்னுடைய

சொந்த கார்டியா ஏஜெண்டுகளின் செயல்களால் முற்றிலுமாக குழம்பித்தான் போயிருந்தார்.

"இங்கே என்ன இழவுதான் நடந்துகொண்டிருக்கிறது?" என்று தன்னுடைய ஆட்கள் அவரை கதீட்ரலுக்கு வெளியிலும், சதுக்கத்தின் இரவுநேரக் காற்றுக்குள்ளும் அணிவகுத்து அழைத்துச் சென்றபோது மறுபடியும் வற்புறுத்தினார் கார்ஸா.

அப்போதும் பதிலில்லை.

அரண்மனையை நோக்கியிருக்கும் பரந்த வெளியில் அந்த ஊழியர் குழு சென்று கொண்டிருக்கையில் வரிசையான தொலைக்காட்சி கேமராக்கள் மற்றும் போராட்டக்காரர்கள் முன் வாயிலுக்கு வெளியே கூடியிருப்பதை கார்ஸா உணர்ந்தார்.

"என்னை திரும்பி அழைத்தாவது செல்லுங்கள்" என்று தன்னுடைய தலைமையாளிடம் கூறினார். "இதை ஒரு பொது விஷயம் ஆக்காதீர்கள்."

அவருடைய வேண்டுகோளை புறக்கணித்த வீரர்கள் கார்ஸாவை அழுத்திப் பிடித்து சதுக்கத்தில் நேராக செல்லும்படி அவரை கட்டாயப்படுத்தினர். சில நொடிகளுக்குள்ளாகவே வாயிலுக்கு வெளியில் இருந்து கத்தும் குரல்கள் கேட்டன, ஸ்பாட்லைட்டுகளின் பளபளப்பான ஒளி அவரை நோக்கிப் பாய்ந்தது. பார்வை தெரியாமல் புகைப்படலத்தில் மாட்டிக்கொண்ட கார்ஸா தன்னை அமைதியாக வைத்துக்கொள்ள கட்டாயப்படுத்திக் கொண்டதுடன், கத்திக்கொண்டிருக்கும் கேமராமேன் மற்றும் நிருபர்களை நோக்கி நேராக வாயிலுக்கு சில கஜங்களுக்குள் கார்டியா அணிவகுக்கையில் தன் தலையை நிமிர்த்தியே வைத்திருந்தார்.

அபசுரவமான குரல்கள் கார்ஸாவை நோக்கி கேள்விகளை வீசின.

"நீங்கள் ஏன் கைது செய்யப்பட்டீர்கள்?"

"நீங்கள் என்ன செய்தீர்கள், கமாண்டர்?"

"எட்மண்ட் கிர்ஷின் கொலையில் நீங்கள் சம்பந்தப்பட்டிருக்கிறீர்களா?"

அந்தக் கூட்டத்தினரை பார்க்காமலேயே தன்னுடைய ஏஜெண்டுகள் தொடர்ந்து முன்னால் சென்றுவிட வேண்டும் என்றுதான் கார்ஸா முழுமையாக எதிர்பார்த்தார். ஆனால் அவருக்கு அதிர்ச்சியளிக்கும் வகையில் அந்த ஏஜெண்டுகள் சட்டென்று நின்றுவிட்டனர். கேமராக்களுக்கு முன்பாக அவரை அப்படியே பிடித்துக்கொண்டனர். அரண்மனை இருக்கும் இடத்தில் இருந்து பார்க்கையில் நன்கறிந்த உருவம் ஒன்று அவர்களை நோக்கி அந்த சதுக்கத்தின் குறுக்கே விறுவிறுவென நடந்து வந்துகொண்டிருந்தது.

அது மோனிகா மார்டின்.

தன்னுடைய இக்கட்டான நிலையைக் கண்டு அவள் அதிர்ச்சியடைந்துவிடுவாள் என்பதில் கார்ஸாவுக்கு எந்த சந்தேகமும் இல்லை.

ஆனாலும், விசித்திரமான வகையில், மார்டின் வந்துசேர்ந்தபோது அவரை அவள் ஆச்சரியத்துடன் அல்லாமல் கண்டிக்கும் வகையில் பார்த்தாள். செய்தியாளர்கள் பார்க்கும் வகையில் காவலர்கள் கார்ஸாவை கட்டாயப்படுத்தி திரும்பச செய்தனர்.

கூட்டத்தினரை அமைதிப்படுத்த தன் கையை உயர்த்திய மோனிகா மார்டின் பின்னர் தன்னுடைய பையில் இருந்து ஒரு சிறிய துண்டு காகிதத்தை எடுத்தாள். தன்னுடைய கெட்டியான கண்ணாடிகளை சரிசெய்துகொண்டபடி அவள் தொலைக்காட்சி கேமராக்களை நோக்கி ஒரு அறிக்கையை வாசித்தாள்.

"அரச மாளிகையானது" அவள் அறிவித்தாள். "எட்மண்ட் கிர்ஷின் மரணத்தில் உள்ள பங்களிப்பிற்காகவும், பிஷப் வால்டஸ்பினோவை அந்தக் குற்றச்சாட்டில் தொடர்புடையவராக காட்ட முயற்சித்தமைக்காகவும் இச்சமயத்தில் கமாண்டர் டியாகோ கார்ஸாவை கைது செய்கிறது."

கார்ஸா இந்த முகாந்திரமில்லாத குற்றச்சாட்டை புரிந்துகொள்வதற்கு முன்பாகவே காவலர்கள் அவரை அரண்மனை நோக்கி இழுத்துச் சென்றனர்.

"எதிர்கால அரசி ஆம்ரா வைடல்" என்று அறிவித்தாள் அவள், "மற்றும் அமெரிக்க புரபஸர் ராபர்ட் லேங்டனைப் பொறுத்தவரையில், சில தொந்தரவுபடுத்தக்கூடிய செய்திகள் வந்திருக்கின்றன என்றுதான் சொல்வேன்."

அரண்மனைப் படிக்கட்டுகளின் கீழே, தொலைக்காட்சிக்கு முன்பாக நின்றபடி, சதுக்கத்தில் மோனிகா மார்டின் அளித்த சரளமான பத்திரிக்கை பேட்டியை பார்த்துக்கொண்டிருந்த எலக்ட்ரானிக் செக்யூரிட்டி இயக்குநர் சுரேஷ் பல்லா அதன்பால் கவரப்பட்டான்.

அவள் மகிழ்ச்சியாக இல்லையே.

ஐந்து நிமிடங்களுக்கு முன்னர்தான் மார்டினுக்கு ஒரு தனிப்பட்ட தொலைபேசி அழைப்பு வந்திருந்தது, அவளுடைய அலுவலக அறையில் அதை எடுத்த அவள் தாழ்ந்த குரலில் பேசியபடியே கவனமாக குறிப்பெடுத்துக் கொண்டாள். அறுபது நொடிகளுக்குப் பின்னர் வெளியே வந்த அவள் சுரேஷ் அவளை அந்நிலையில் பார்த்திராத வகையில் நடுங்கிப்போயிருந்தாள். எந்த விளக்கமும் தராமல் அந்தக் குறிப்புகளை நேராக சதுக்கத்தை நோக்கி எடுத்துச்சென்ற மார்டின் மீடியாவிடம் அதை அப்படியே தெரிவித்தாள்.

அந்தக் குற்றச்சாட்டுகள் உண்மையோ இல்லையோ, ஒரு விஷயம் மட்டும் உறுதி - இந்த அறிக்கைக்கு உத்தரவிட்ட நபர் ராபர்ட் லேங்டனை மிகத் தீவிரமான ஆபத்திற்குள் உட்படுத்திவிட்டார்.

மோனிகாவுக்கு யார் இந்த உத்தரவை தந்திருப்பார்கள்? சுரேஷுக்கு தெரியவில்லை.

இந்த மக்கள்தொடர்பு ஒருங்கிணைப்பாளரின் நடத்தையை அவன் புரிந்துகொள்ள முயற்சித்தபோது அவனுடைய கம்ப்யூட்டர் ஒரு செய்தி வந்திருப்பதை சிணுங்கிக் காட்டியது. சுரேஷ் அங்கு சென்று திரையைப் பார்க்கையில் அவனுக்கு யார் எழுதினார்கள் என்பதைக் கண்டு அதிர்ச்சியுற்றான்.

monte@iglesia.org

தகவலாளி, சுரேஷ் நினைத்துக்கொண்டான்.

இரவு முழுவதும் ConspiracyNet-க்கு தகவல் அளித்துக்கொண்டிருந்த அதே ஆள்தான் இவன். இப்போது, ஏதோ காரணத்திற்காகத்தான் அவன் சுரேஷை நேரடியாக தொடர்பு கொண்டிருக்கிறான்.

மிகுந்த கவனத்துடன் உட்கார்ந்த சுரேஷ், அந்த மின்னஞ்சலைப் பிரித்தான்.

அதில் பின்வருமாறு எழுதப்பட்டிருந்தது:

> வால்டஸ்பினோ செய்திகளை நான் கைப்பற்றிவிட்டேன்.
>
> அவரிடம் ஆபத்தான ரகசியங்கள் இருக்கின்றன.
>
> இந்த அரண்மனை அவருடைய குறுஞ்செய்திகளை ஆராய்ந்தாக வேண்டும்.
>
> இப்போதே.

உஷாரான சுரேஷ் அந்த செய்தியை மறுபடியும் படித்தான்.

நீண்டநேரத்திற்கு அமைதியுடன் உட்கார்ந்திருந்த அவன் தனக்குள்ள தேர்வுகளை ஆராய்ந்து பார்த்தான்.

பிறகு, ஒரு முடிவுக்கு வந்தவனாய், அரச குடியிருப்புகளுக்கான ஒரு பிரதான சாவியை சட்டென்று உருவாக்கிய அவன் மேலே நழுவிச்சென்று மறைந்தான்.

55

அதிகரித்த அவசரத்தால், எட்மண்டின் நடைக்கூடத்தில் வரிசையாக இருந்த புத்தகத் தொகுப்பில் லேங்டன் தன் பார்வையை ஓட்டினார்.

கவிதை . . . இங்குதான் எங்கேயோ ஒரு கவிதை இருக்கிறது.

பார்சிலோனாவிற்கு எதிர்பாராத வகையில் கார்டியா வந்துசேர்ந்ததானது ஒரு ஆபத்தான அவசர நிலையை தொடங்கிவிட்டது, ஆனாலும்கூட நேரம் கடந்துவிடாது என்று லேங்டன் நம்பிக்கை கொண்டார். அதுபோக, எட்மண்டின் விருப்பத்திற்குரிய கவிதை வரியை அவரும் ஆம்ராவும் கண்டுபிடித்தவுடன் அதனை எட்மண்டின் போனிற்குள் உள்ளிட்டு, அவன் உலகிற்கு அளிக்கவிருந்ததைக் காண அவர்களுக்கு சில நொடிகளே தேவைப்படும். எட்மண்ட் உத்தேசித்திருந்தபடி.

லேங்டன் ஆம்ராவைப் பார்த்தார், அந்தக் கூடத்தின் எதிர்ப்பக்கத்தில் இருந்த அவள், வலதுபக்கத்தில் இருந்து தேடிக்கொண்டிருந்த லேங்டனுக்கு எதிர்திசையில் இடதுபக்கமாக தேடிக்கொண்டிருந்தாள். "அங்கே உனக்கு ஏதாவது தெரிகிறதா?"

ஆம்ரா தலையைக் குலுக்கினாள். "இதுவரைக்கும் அறிவியல் மற்றும் தத்துவ புத்தகங்கள்தான். கவிதைப் புத்தகங்களும் இல்லை. நீட்ஷேவும் இல்லை."

"தேடிக்கொண்டே இரு" என்று அவளிடம் கூறிய லேங்டன் தன்னுடைய தேடுதலுக்குத் திரும்பினார். தற்போது அவர் கெட்டியான கனத்த வரலாற்றுப் புத்தகங்களை ஆராய்ந்து கொண்டிருந்தார்.

தனியுரிமை, அடக்குமுறை மற்றும் தீர்க்கதரிசனம்: ஸ்பெயின் கத்தோலிக்க தேவாலயம்

வாள் மற்றும் சிலுவையினால்: கத்தோலிக்க உலக முடியாட்சியின் வரலாற்று எழுச்சி

ஒரு அமெரிக்க நாத்திகனான எட்மண்ட், ஸ்பெயின் மற்றும் கத்தோலிக்கத்தின் மீது வழக்கத்திற்கு மாறான ஆர்வம் கொண்டிருப்பதாக தோன்றுகிறது என பல வருடங்களுக்கு முன்பே லேங்டன் எட்மண்ட் குறித்து அவனிடமே பகிர்ந்துகொண்ட கருத்தின் கனத்த கதையை அந்தத் தலைப்புகள் அவருக்கு நினைவூட்டின. "என்னுடைய அம்மாவின் பூர்வீகம் ஸ்பெயின்." எட்மண்ட் உணர்ச்சியற்று பதில் கூறினான். "ஒரு குற்ற உணர்வுள்ள கத்தோலிக்கரும்கூட."

எட்மண்ட் தன்னுடைய குழந்தைப்பருவம் மற்றும் அவனுடைய அம்மாவைப் பற்றிய துயரக் கதையை பகிர்ந்துகொள்கையில் லேங்டனால் அதை பெரும் ஆச்சரியத்துடன் கேட்டுக்கொள்ளத்தான் முடிந்தது. அந்த கணிப்பொறி அறிவியலாளன் விவரித்தபடி, எட்மண்டின் அம்மா பலோமா கால்வோ, ஸ்பெயின் நாட்டின் காடிஸ் என்ற ஊரைச் சேர்ந்த எளிய தொழிலாளிப் பெற்றோரின் மகள். தன்னுடைய பத்தொன்பதாவது வயதில் அவள் சிகாகோவைச் சேர்ந்த ஒரு பல்கலை ஆசிரியரும், ஸ்பெயினுக்கு விடுமுறையில் வந்திருந்தவருமான மைக்கேல் கிர்ஷ் மீது காதல்வசப்பட்டு கர்ப்பமானார். தன்னுடைய கடுமையான கத்தோலிக்க சமூகத்தில் திருமணமாகாமல் தாயாகிறவர்கள் ஒதுக்கி வைக்கப்படுவதைக் கண்ட பலோமாவிற்கு, அவளை அரை மனதோடு திருமணம் செய்துகொண்டு சிகாகோவிற்கே அழைத்துச் சென்றுவிடுவதாக வாக்குறுதி அளித்த அந்த மனிதரை ஏற்றுக்கொள்வதைத் தவிர வேறு வழியில்லை. அவர்களுடைய மகன் எட்மண்ட் பிறந்த சில நாட்களிலேயே பலோமாவின் கணவர் வகுப்பு முடிந்து வீட்டிற்கு பைக்கில் திரும்பிக் கொண்டிருந்தபோது ஒரு கார் மோதி உயிரிழந்தார்.

இதை காஸ்டிகோ டிவைனோ, என்றார் அவளுடைய அப்பா. இறை தண்டனை.

பலோமாவின் பெற்றோர் அவள் மறுபடியும் காடிஸிற்கே திரும்பி வந்து தங்கள் குடும்பத்திற்கு அவமானத்தை கொண்டுவருவதை ஏற்க மறுத்தனர். பதிலாக, பலோமாவின் பயங்கர சூழ்நிலைகள் யாவும் கடவுளின் கோபத்தினுடைய தெளிவான அறிகுறி என்றும், அவள் தன்னுடைய மீதமிருக்கும் வாழ்க்கையில் தன் உடலையும் ஆன்மாவையும் கிறிஸ்துவிற்கு ஒப்படைக்காவிட்டால் வானுலகம் அவளை ஏற்றுக்கொள்ளாது என்றும் எச்சரித்தனர்.

எட்மண்டை பெற்றெடுத்த பின்னர் ஒரு உணவகத்தில் வேலைபார்த்த பலோமா தன்னால் முடிந்தவரை அவனை வளர்த்தெடுக்க முயற்சித்தாள். தங்களுடைய சின்னஞ்சிறு வசிப்பிடத்தில் அவள் மன்னிப்புக்கோரி பைபிளைப் படித்து பிரார்த்தனை செய்தாள், ஆனால் அவளுடைய வறுமைதான் பெரிதாகிக்கொண்டே சென்றது, அத்துடன் தன்னுடைய

பிராயச்சித்தங்களால் கடவுள் இன்னமும் திருப்தியடையவில்லை என்ற எண்ணமும் அவளிடத்தில் உறுதிப்பட்டது.

அவமானத்தாலும் பயத்தாலும், ஐந்து வருடங்களுக்குப் பின்னர், தன்னுடைய மகனுக்கு தான் காட்டியிருக்க வேண்டிய தாய்மைப் பாசத்தின் ஆழமும், தன்னுடைய பாவங்களுக்காக கடவுளின் தண்டனையில் இருந்து அவனைப் பாதுகாத்தும், அவனுக்கு ஒரு புதிய வாழ்க்கையை கொடுப்பதும்தான் என்பதை பலோமா உணர்ந்துகொண்டாள். அதனால் அவள், ஐந்து வயதுப் பையன் எட்மண்டை ஒரு ஆதரவற்றோர் இல்லத்தில் சேர்த்துவிட்டு ஸ்பெயினுக்கே திரும்பி மடாலயத்திற்குள் நுழைந்தாள். எட்மண்ட் அதற்குப் பின்னர் அவளைப் பார்க்கவே இல்லை.

அவனுக்கு பத்து வயதானபோது, தாமாக விதித்துக்கொண்ட நோன்புக் காலத்தின்போது அந்த மடத்திலேயே தன்னுடைய அம்மா இறந்துபோனார் என்பதை எட்மண்ட் தெரிந்துகொண்டான். உடல்ரீதியான வலியினால் அவள் தூக்கிலிட்டுக் கொண்டாள்.

"இது ஒன்றும் இனிமையான கதையல்ல" என்றான் எட்மண்ட் லேங்டனிடம். "ஒரு மேல்நிலைப்பள்ளி மாணவனாக இருக்கும்போதுதான் இந்த விவரங்களையெல்லாம் நான் தெரிந்து கொண்டேன் - நீங்களே கற்பனை செய்துகொள்ளலாமே, என் அம்மாவின் உறுதியான மத வெறியுணர்வு என்னுடைய மத வெறுப்பிற்கு என்னவெல்லாம் செய்திருக்கும் என்று. இதை நான் நியூட்டனுடைய, குழந்தை வளர்ப்பின் மூன்றாவது விதி என்பேன்: எல்லா கிறுக்குத்தனத்திற்கும் அதற்கிணையான கிறுக்குத்தனம் உண்டு."

அந்தக் கதையைக் கேட்ட பிறகு எட்மண்ட் ஒரு புதியவனாக ஹார்வார்ட் பல்கலைக்கழகத்தில் நுழைந்தபோது நடந்த கூட்டத்தில் இருவரும் சந்தித்துக்கொண்டபோது அவன் ஏன் மிகுந்த கோபக்காரனாகவும், கசப்புணர்ச்சி உள்ளவனாகவும் இருந்தான் என்பதை லேங்டன் புரிந்துகொண்டார். தன்னுடைய குழந்தைப்பருவத்தின் இறுக்கமான சூழ்நிலை குறித்து எட்மண்ட் ஒருபோதும் குறைகூறியதே இல்லை என்பதைக் கண்டும் லேங்டன் அதிசயித்தார். பதிலாக, அவன் தன்னுடைய

இளம்பருவ கஷ்டங்களால் அதிர்ஷ்டம் செய்தவன் என்றே பிரகடனப்படுத்திக்கொண்டான், ஏனென்றால் அதுதான் அவனுடைய இரண்டு குழந்தைப்பருவ இலக்குகளை அடைய ஒரு திறன்மிக்க உத்வேகமாக இருந்திருக்கிறது - ஒன்று, ஏழ்மையில் இருந்து வெளியேறுவது, இரண்டாவது, தன்னுடைய தாயின் அழிவுக்கு காரணமாக இருந்த இறைநம்பிக்கையின் ஏமாற்றுவாதத்தை வெளிக்கொணர உதவி செய்வது.

இரண்டிலுமே வெற்றிதான் என்று சோகத்துடன் நினைத்துக்கொண்ட லேங்டன் தொடர்ந்து அந்த குடியிருப்பில் நூலகத்தை தோண்டிக் கொண்டிருந்தார்.

அவர் புத்தக அலமாரிகளின் புதிய பிரிவுகளில் ஆராயத் தொடங்கியபோது தனக்குத் தெரிந்த பல தலைப்புகளையும் அவர் கண்டார், அவற்றில் பெரும்பாலானவை எட்மண்டின் வாழ்நாள் அக்கறைக்குரிய விஷயங்களான மதத்தின் தீமைகள் என்பதோடு தொடர்புகொண்டவை:

கடவுள் எனும் மாயை

கடவுள் மகத்தானவர் அல்ல

இடம்பெயரும் நாத்திகன்

கிறிஸ்துவ தேசத்திற்கு ஒரு கடிதம்

இறைநம்பிக்கையின் முடிவு

கடவுள் வைரஸ்: நம்முடைய வாழ்வையும் கலாச்சாரத்தையும் பாதித்த மதம்

கடந்த பத்தாண்டுகளில், கண்மூடித்தனமான இறைநம்பிக்கையின் மீதான பகுத்தறிவு குறித்து ஆராய்ந்திருக்கும் புத்தகங்கள், புனைவுசாரா புத்தகங்கள் விற்பனையில் பெரும் பாய்ச்சலையே நிகழ்த்தியிருக்கின்றன. மதத்திற்கு அப்பாற்பட்ட கலாச்சார மாற்றம் அதிகரித்து காணப்பட்டதை லேங்டன் ஒப்புக்கொள்ளத்தான் வேண்டியிருந்தது - அது ஹார்வார்ட் பல்கலை வளாகமானாலும் சரி. சமீபத்தில், “ஹார்வார்டில் கடவுளற்றவர்கள்” என்ற தலைப்பில் ஒரு கட்டுரையை வெளியிட்டிருந்த வாஷிங்டன் போஸ்ட் பத்திரிக்கை, அந்தப் பள்ளியின் 380 ஆண்டுகால வரலாற்றில் முதல்முறையாக, புதியவர்களின் வகுப்பறையானது புராட்டஸ்டண்டுகள்

மற்றும் கத்தோலிக்கர்களை ஒன்றாக சேர்த்தால் வரக்கூடிய எண்ணிக்கையைக் காட்டிலும் இறை சந்தேகவாதிகள் மற்றும் நாத்திகர்களின் எண்ணிக்கை அதிகமாக இருந்ததாக குறிப்பிட்டிருக்கிறது.

இதேபோல், மேற்குலம் முழுவதிலுமே, மதத்திற்கு எதிரான இயக்கங்கள் வெடித்துக்கிளம்பின. அவை மதவாத விதிமுறைகளின் ஆபத்துகள் என்று கருதியவற்றிற்கு எதிராக கிளர்ந்தெழுந்தன*(American Atheists, the Freedom from Religion Foundation, Americanhumanist.org, the Atheist Alliance International)*.

பிரைட்ஸ் பற்றி எட்மண்ட் லேங்டனிடம் கூறும்வரையில் அவர் இத்தகைய குழுக்களிடம் பெரிய கவனம் செலுத்தியதில்லை - பிரைட்ஸ் என்பது அதனுடைய பெயர் தவறுதலாக புரிந்துகொள்ளப்பட்டாலும்கூட அசாதாரன அல்லது மாயாதீத சக்திகள் என்று எதுவுமே இல்லை என்ற இயற்கைவாத கண்ணோட்டத்தை கொண்டிருந்த ஒரு அமைப்பு. பிரைட்ஸ் உறுப்பினர்களில் உறுதியான அறிவுஜீவிகளான ரிச்சர்ட் டாகின்ஸ், மார்கரெட் டௌனி மற்றும் டேனியல் டென்னட் போன்றோரும் அடக்கம். சொல்லப்போனால், வளர்ந்துவரும் நாத்திக ராணுவம் இப்போது மிகப்பெரிய துப்பாக்கிகளை ஏந்தியிருந்தது.

சில நிமிடங்களுக்கு முன்னர்தான் பரிணாமத்திற்கென்று ஒதுக்கப்பட்டிருந்த நூலகப் பிரிவை தள்ளிக்கொண்டிருக்கும்போது லேங்டன் டாகின்ஸ் மற்றும் டென்னெட்டின் புத்தகங்களைப் பார்த்தார்.

டாகின்ஸின் கிளாஸிக்கல் புத்தகமாகிய தி பிளைண்ட் வாட்ச்மேக்கர், மனித இனமானது -சிக்கலான கடிகாரங்களைப் போன்றே- தனக்கென்று ஒரு “வடிவமைப்பாளர்” இல்லையென்றால் இருந்திருக்கவே முடியாது என்ற டெலியாலஜிக்கல் கருத்தாக்கத்தை வேண்டுமென்றே வம்புக்கிழுத்தது. அதேபோல் டென்னெட்டின் புத்தகங்களில் ஒன்றான டார்வின்ஸ் டேஞ்சரஸ் ஐடியாஸ், இயற்கையின் தேர்வுகள் மட்டுமே வாழ்வின் பரிணாமத்தை விளக்க போதுமானது என்பதுடன் சிக்கலான உயிரியல் வடிவமைப்புகள் ஒரு தெய்வீக வடிவமைப்பாளரின் உதவி இல்லாமலேயே வாழ்ந்துவிடக்கூடியவை என்பதையும் விளக்குகிறது.

உயிர்வாழ்வுக்கு கடவுள் தேவையில்லை என்று நினைத்துக்கொண்ட லேங்டன் எட்மண்டின் அறிவிப்பை கண்முன் கொண்டுவந்தார். "நாம் எங்கிருந்து வந்தோம்?" என்ற கேள்வி திடீரென்று அவர் மனதில் இன்னும் சற்று அதிக பலத்துடனே ஒலித்தது. *அது எட்மண்டின் கண்டுபிடிப்புகளுள் ஒன்றாக இருக்கலாமோ?* அவருக்குத் தெரியவில்லை. *உயிர் வாழ்க்கையானது, ஒரு படைப்பாளர் இல்லாமலேயே, அதனளவில் நீடித்துக் கொண்டுதான் இருக்கிறதா?*

ஆம், எல்லாவித பிரதான படைப்பாக்க கதைகளுக்கும் நேர் எதிரில் நிற்கின்ற இந்தக் கருத்தானது தான் சரியான பாதையில்தான் சென்றுகொண்டிருக்கிறோமா என்பதை அறிந்துகொள்ளும் ஆர்வத்தை லேங்டனிடம் அதிகரித்தது. பிறகு மறுபடியும், அந்தக் கருத்தாக்கம் முற்றிலும் நிரூபிக்க முடியாத ஒன்றாகவும் தோன்றியது.

"ராபர்ட்?" ஆம்ப்ரா அவருக்குப் பின்னால் இருந்து அழைத்தாள்.

ஆம்ப்ரா அவளுடைய பக்கத்தில் இருந்த நூலகத்தில் தன்னுடைய தேடலை நிறைவுசெய்துவிட்டு தலையைக் குலுக்குவதை திரும்பிப் பார்த்தார் லேங்டன். "இங்கே எதுவுமே இல்லை," என்றாள் அவள். "எல்லாமே புனைவற்ற புத்தகங்கள். உங்களுடைய பக்கத்தில் பார்க்க நான் உதவுகிறேன்."

"இங்கேயும் அப்படித்தான்" என்றார் லேங்டன்.

ஆம்ப்ரா லேங்டன் பக்கமிருந்த நூலகத்தை நோக்கித் திரும்பியபோது வின்ஸ்டனின் குரல் ஸ்பீக்கர்போனில் கரகரத்தது.

"மிஸ்.வைடல்?"

ஆம்ப்ரா எட்மண்டின் போனை உயர்த்தினாள். "யெஸ்?"

"புரபஸர் லேங்டனும் நீங்களும் உடனடியாக ஒன்றைப் பார்த்தாக வேண்டும்" என்றான் வின்ஸ்டன். "அரச மாளிகை இப்போதுதான் ஒரு விஷயத்தை வெளிப்படையாக தெரிவித்திருக்கிறது."

லேங்டன் சட்டென்று ஆம்ராவை நோக்கி நகர்ந்து, அவளுக்கு நெருக்கமாக நின்று அவள் கையில் இருந்த சின்னஞ்சிறு திரையில் ஓடத் தொடங்கிய வீடியோவைப் பார்த்தார்.

மேட்ரிட் அரச மாளிகைக்கு முன்னால் இருக்கும் சதுக்கத்தை அடையாளம் கண்டுகொண்ட அவர் ஒரு சீருடையணிந்த மனிதர் கைவிலங்கிடப்பட்டு நான்கு கார்டியா ரியல் ஏஜெண்டுகளால் வெறுமனே அந்த வீடியோ சட்டகத்துக்குள் அழைத்துவரப்படுவதை பார்த்தார். அந்த ஏஜெண்டுகள் தங்களுடைய கைதியை கேமராவை நோக்கி, இந்த உலகத்திற்கு முன்பாக அவர் அவமானப்பட வேண்டும் என்பதைப் போல் திருப்பினர்.

"கார்ஸா?!" என்று வியந்த ஆம்ரா அதிர்ச்சியொலி எழுப்பினாள். "கார்டியா ரியலின் தலைவர் கைது செய்யப்பட்டாரா?"

கெட்டியான கண்ணாடி அணிந்திருந்த ஒரு பெண் தன்னுடைய பேண்ட் பாக்கெட்டில் இருந்து ஒரு துண்டு காகிதத்தை எடுத்து ஒரு அறிவிப்பை வாசிக்கத் தயாராவதை காட்ட இப்போது கேமரா திரும்பியது.

"அது மோனிகா மார்டின்" என்றாள் ஆம்ரா. "மக்கள் தொடர்பு ஒருங்கிணைப்பாளர். என்னதான் நடக்கிறது?"

அந்தப் பெண் படிக்கத் தொடங்கினாள், ஒவ்வொரு வார்த்தையையும் தெளிவாக, தனித்து தெரியும்படியாக வாசித்தாள். "எட்மண்ட் கிர்ஷின் மரணத்தில் உள்ள தொடர்புக்காகவும், அந்தக் குற்றத்தில் பிஷப் வால்டஸ்பினோவை சம்பந்தப்படுத்த முயற்சித்தமைக்காகவும் அரச மாளிகையானது கமாண்டர் டியாகோ கார்ஸாவை கைது செய்திருக்கிறது."

மோனிகா மார்டின் தொடர்ந்து படிக்கையில் தனக்குப் பக்கத்தில் நின்றிருக்கும் ஆம்ரா சற்றே தடுமாறுவதை லேங்டன் உணர்ந்தார்.

"நம்முடைய எதிர்கால ராணி ஆம்ரா வைடல்" என்று தீக்குறியான தொனியில் அந்த பிஆர் ஒருங்கிணைப்பாளர் கூறினாள், "மற்றும் அந்த அமெரிக்க புரபஸர் ராபர்ட் லேங்டனைப் பொறுத்தவரையில் மிகவும் தொந்தரவுபடுத்தக்கூடிய செய்திதான் என்னிடம் இருப்பதாக அச்சப்படுகிறேன்."

லேங்டனும் ஆம்ராவும் திடுக்கிட்ட பார்வையை பரிமாறிக்கொண்டனர்.

"மிஸ்.வைடலின் பாதுகாப்பு விவரங்களில் இருந்து இப்போதுதான் அரண்மனைக்கு உறுதியான தகவல் கிடைத்தது" என்று தொடர்ந்தாள் மார்டின். "அதாவது, மிஸ்.வைடல் அவருடைய விருப்பத்திற்கு மாறாக கூகன்ஹைம் மியூஸியத்தில் இருந்து ராபர்ட் லேங்டனால் அழைத்துச் செல்லப்பட்டிருக்கிறார். இப்போது முழு உஷார் நிலையில் இருக்கும் நம்முடைய கார்டியா ரியல், ராபர்ட் லேங்டன் மிஸ்.வைடலை பிணையக்கைதியாக வைத்திருப்பதாக கருதப்படுகின்ற பார்சிலோனாவில் உள்ள உள்ளூர் அதிகாரிகளுடன் ஒருங்கிணைந்து செயல்பட்டு வருகிறார்கள்."

லேங்டனுக்கு பேச்சே வரவில்லை.

"இது அதிகாரப்பூர்வமாக பிணையக்கைதி சூழ்நிலை என்று கருதப்படுவதால், மிஸ்.வைடலும் மிஸ்டர்.லேங்டனும் எங்கிருக்கிறார்கள் என்பது சம்பந்தமான எந்த ஒரு தகவலையும் கொடுத்து அதிகாரிகளுக்கு உதவுமாறு வலியுறுத்தப்படுகிறார்கள். இச்சமயத்தில் இதுகுறித்து மேற்கொண்டு எதுவும் கூற ஒன்றுமில்லை."

சட்டென்று திரும்பி அரண்மனையை நோக்கி விரைந்த மார்டினை நோக்கி செய்தியாளர்கள் கேள்விகேட்டு கத்தத் தொடங்கினர்.

"இது . . . பைத்தியக்காரத்தனம்" என்று திக்கினாள் ஆம்ரா. "என் விருப்பப்படியே நான் மியூஸியத்தில் இருந்து சென்றதை என்னுடைய ஏஜெண்டுகள் பார்த்தனர்!"

போனையே வெறித்துப் பார்த்துக்கொண்டிருந்த லேங்டன் தான் இப்போது பார்த்ததை புரிந்துகொள்ள முயற்சித்துக் கொண்டிருந்தார். கேள்வியலைகள் இப்போது அவருடைய மனதில் சுழலத் தொடங்கியிருந்தாலும் ஒரு முக்கியமான விஷயத்தை மட்டும்தான் அவர் மனம் சூழ்ந்திருந்தது.

நான் ஒரு தீவிரமான ஆபத்தில் இருக்கிறேன்.

56

"என்னை மன்னித்துவிடுங்கள், ராபர்ட்." ஆம்ரா வைடலின் கருத்த கண்கள் பயத்தாலும் குற்றவுணர்ச்சியாலும் அலைபாய்ந்தன. "இந்த தவறான கதைக்குப் பின்னால் யார் இருக்கிறார்கள் என்றே எனக்குத் தெரியவில்லை, ஆனால் அவர்கள் உங்களை மிகப்பெரிய ஆபத்திற்கு ஆளாக்கிவிட்டார்கள்." ஸ்பெயினின் எதிர்கால ராணி எட்மண்டின் போனை எடுத்தாள். "நான் இப்போதே மோனிகா மார்டினை அழைக்கப் போகிறேன்."

"மிஸ். மார்டினை அழைக்காதீர்கள்." வின்ஸ்டனின் குரல் போனில் எச்சரித்தது. "அதைத்தான் அரண்மனையும் விரும்புகிறது. இது ஒரு தந்திரம். அவர்கள் உங்களை மறைவிடத்தில் இருந்து வெளியே வரவழைக்க முயற்சிக்கிறார்கள், உங்களை தொடர்புகொள்ள வைத்து நீங்கள் இருக்குமிடத்தை தெரிந்துகொள்ள வைக்கும் முயற்சிதான் இது. தர்க்கரீதியாக யோசியுங்கள். நீங்கள் கடத்தப்படவில்லை என்று உங்களுடைய இரண்டு கார்டிய ஏஜெண்டுகளுக்குமே தெரியும். ஆனாலும்கூட அவர்கள் இந்தப் பொய்களைப் பரப்ப உதவுகிறார்கள், மேலும் உங்களைத் தேடி பார்சிலோனாவுக்கும் வந்திருக்கிறார்களே? அரண்மனை மொத்தமும் இதில் சம்பந்தப்பட்டிருப்பது தெள்ளத்தெளிவாகத் தெரிகிறது. அரச காவல்படையின் கமாண்டர் கைது செய்யப்பட்டிருக்கிறார் எனும்போது இந்த உத்தரவுகள் யாவும் அவருக்கு மேலே உள்ளவர்களால்தானே தந்திருக்க முடியும்."

ஆம்ரா சற்று மூச்சிழுத்துக் கொண்டாள். "அதாவது ... ஜூலியனா?"

"இது தவிர்க்க முடியாத முடிவுதான்" என்றான் வின்ஸ்டன். "கமாண்டர் கார்ஸாவை கைது செய்வதற்கு அரண்மனையில் அதிகாரம் உள்ள ஒரே ஒருவர் இளவரசர் மட்டும்தான்."

ஆம்ரா தன்னுடைய கண்களை நீண்டநேரத்திற்கு மூடிவைத்திருக்க ஒரு துயர அலை அவளை அடித்துச்

சென்றிருப்பதை லேங்டன் உணர்ந்தார், இவை எல்லாவற்றிலும் தன்னுடைய மணமகன் ஒரு அப்பாவியாக நின்றுகொண்டிருந்தவன் என்று அவளிடம் மீதமிருந்த நம்பிக்கையையும், ஜூலியன் இதில் சம்பந்தப்பட்டிருப்பதாக கூறும் கேள்விக்கு அப்பாற்பட்ட அந்த நிரூபணம் அழித்துவிட்டதையும் போல் தோன்றியது.

“இதெல்லாமே எட்மண்டின் கண்டுபிடிப்பிற்காகத்தான்” என்றார் லேங்டன். “எட்மண்டின் வீடியோவை இந்த உலகிற்கு காட்ட நாம் முயற்சித்துக் கொண்டிருக்கிறோம் என்று அரண்மனையில் உள்ள யாருக்கோ தெரிந்திருக்கிறது, அவர்கள் நம்மை தடுக்க வேண்டிய கட்டாயத்தில் இருக்கிறார்கள்.”

“அவர்கள் எட்மண்டை பேசவிடாமல் செய்தபோதே தங்களுடைய வேலை முடிந்துவிட்டதாக நினைத்திருக்கலாம்” என்றான் வின்ஸ்டன். “அதில் இன்னமும் முடிக்கப்பெறாத விஷயங்கள் இருக்கின்றன என்பதை அவர்கள் உணரவில்லை..”

இருவருக்கும் இடையில் ஒரு அசௌகரியமான அமைதி நிலவியது.

“ஆம்ரா” லேங்டன் சத்தமில்லாமல் சொன்னார். “எனக்கு உன்னுடைய மணமகனைப் பற்றி சுத்தமாகத் தெரியாது, ஆனால் இந்த விஷயத்தில் பிஷப் வால்டஸ்பினோதான் ஜூலியனின் பக்கமிருந்து செயல்படுகிறார் என்று உறுதியாக சந்தேகப்படுகிறேன். மியூஸியத்தின் நிகழ்ச்சி தொடங்குவதற்கு முன்னதாகவே எட்மண்டும் வால்டஸ்பினோவும் சர்ச்சித்திருக்கிறார்கள் என்பது நினைவிருக்கட்டும்.”

அவள் ஆமோதித்தாலும் தெளிவற்று காணப்பட்டாள். “எது எப்படியோ, இப்போது நீங்கள்தானே ஆபத்தில் இருக்கிறீர்கள்.”

சட்டென்று தொலைவில் சைரன் ஒலிகள் மெலிதாக கேட்பதை அவர்கள் உணர்ந்தார்கள்.

லேங்டன் தன்னுடைய இதயத்துடிப்பு அதிகரிப்பதை உணர்ந்தார். “நாம் உடனே அந்தக் கவிதையை கண்டுபிடித்தாக வேண்டும்,” என்ற அவர் புத்தக அலமாரிகளில் தன்னுடைய தேடலை மறுபடியும் தொடங்கினார். “எட்மண்டின் கண்டுபிடிப்பை இந்த உலகிற்கு வழங்குவதுதான் நம் இருவரின்

பாதுகாப்பிற்கும் முக்கியமானது. நாம் பொதுமக்களிடத்தில் சென்றுவிட்டால், நம்மை வாயடைக்கச் செய்ய முயற்சித்தவர்கள் யாரானாலும் அவர்கள் தாமதித்துவிட்டதை உணர்ந்துகொள்வார்கள்."

"உண்மைதான்" என்றான் வின்ஸ்டன், "ஆனால் உள்ளூர் அதிகாரிகள் உங்களை இன்னமும் ஒரு கடத்தல்காரன் என்ற நிலையில் வைத்துதான் தேடிக் கொண்டிருக்கிறார்கள். அரண்மனையில் உள்ளவர்கள் ஆடிவரும் ஆட்டத்தை நீங்கள் வெல்லாதவரை உங்களுக்குப் பாதுகாப்பில்லை."

"எப்படி?" என்று வற்புறுத்தினாள் ஆம்ரா.

வின்ஸ்டன் தயக்கமே இல்லாமல் தொடர்ந்தான். "ஊடகத்தை உங்களுக்கு எதிராக அரண்மனை பயன்படுத்தி வருகிறது, ஆனால் அந்தக் கத்தி இரண்டு பக்கமும் கூர்மையானது."

ஒரு மிக எளிமையான திட்டத்தை வின்ஸ்டன் விரைந்து வரைவதை லேங்டனும் ஆம்ராவும் கேட்டுக்கொண்டனர், அது உடனடியாக அவர்களை தாக்குபவர்களிடத்தில் பெரும் குழப்பத்தை ஏற்படுத்தும் என்பதை லேங்டன் ஒப்புக்கொள்ளத்தான் வேண்டியிருந்தது.

"நான் செய்கிறேன்" என்று ஆம்ரா உடனடியாக ஒப்புக்கொண்டாள்.

"உறுதியாகவா சொல்கிறாய்?" என்று எச்சரிக்கையுடன் கேட்டார் லேங்டன். "உங்களுக்குத் திரும்பிச்செல்ல வேறு வழியே இல்லை."

"ராபர்ட்" என்றாள் அவள், "நான்தான் உங்களை இதற்குள் இழுத்துவிட்டேன், இப்போது நீங்கள்தான் ஆபத்தில் இருக்கிறீர்கள்."

"அதுவும் சரிதான்" என்றான் வின்ஸ்டன். "கத்தியை எடுத்தவனுக்கு கத்தியால்தான் சாவு."

லேங்டனால் ஏற்க முடியவில்லை. எட்மண்டின் கம்ப்யூட்டர் உண்மையில் அஸ்கிலஸின் வார்த்தைகளை பொழிப்புரை செய்கிறதா? நீட்ஷேவை மேற்கோள் காட்டுவதற்கு அது

பொருத்தமானதாக இல்லாதிருக்கலாமோ என்றும் அவர் வியந்தார்: *"அரக்கர்களுடன் சண்டையிடுபவர்கள் அந்த செயலின்போது தானும் அரக்கனாகிவிடாமல் பார்த்துக்கொள்ள வேண்டும்."*

லேங்டன் மேற்கொண்டு வாதிடுவதற்கு முன்பாகவே கையில் எட்மண்டின் போனுடன் ஆம்ரா கூடத்திற்கு சென்றுவிட்டாள். "அந்த பாஸ்வேர்டை கண்டுபிடியுங்கள், ராபர்ட்!" என்று பக்கவாட்டில் இருந்தபடி கூறினாள் அவள். "நான் திரும்பி வருகிறேன்."

அவள் பார்வையில் இருந்து குறுகலான ஸ்தூபிக்குள் மறைவதை லேங்டன் பார்த்தார், அதன் சுழல் படிக்கட்டுகள் காஸா மைலாவின் குறிப்பிடத்தகுந்த ஆபத்தான மேற்கூரை தளத்திற்கு அழைத்துச் செல்பவை.

"ஜாக்கிரதை!" என்றார் அவர்.

எட்மண்டின் குடியிருப்பில் இப்போது தனியாக இருந்த லேங்டன், அகன்றிருக்கும் பாம்பு-விலா கூடத்தை ஆராய்ந்து பார்த்து அங்கு அவர் பார்த்ததை புரிந்துகொள்ள முயற்சித்தார் - வழக்கத்திற்கு மாறான கலைப்பொருள்கள் அடங்கிய பெட்டிகள், கடவுள் இறுந்துவிட்டார் என்பதை அறிவிக்கும் சட்டகமிட்ட மேற்கோள் மற்றும் இன்றிரவு முன்னதாக இந்த உலகைப் பார்த்து எட்மண்ட் கேட்டிருந்த அதே கேள்விகளைக் கொண்டிருக்கும் விலைமதிப்பற்ற காகின். *நாம் எங்கிருந்து வந்தோம்? எங்கே சென்றுகொண்டிருக்கிறோம்.*

எட்மண்டின் இந்தக் கேள்விகளுக்கு பதிலளிக்க சாத்தியமுள்ள குறிப்பு எதையும் அவர் இன்னமும் கண்டுபிடிக்கவில்லை. இதுவரையில், லேங்டன் அந்த நூலகத்தை தேடிப்பார்த்ததில் ஒரே ஒரு சாத்தியமிருக்கக்கூடிய தொகுப்பு மட்டுமே கிடைத்தது - விளக்கப்படாத கலை - என்ற புகைப்படப் புத்தகத்தில் மனிதன் உருவாக்கிய புதிரான கட்டமைப்புகள் இருந்தன. அவற்றில் ஸ்டோன்ஹென்ஞ், ஈஸ்டர் ஐலேண்ட் ஹெட்ஸ் மற்றும் வானத்தில் இருந்தபடி மட்டுமே அடையாளம் காணக்கூடிய வகையில் பிரமாண்டமான அளவுக்கு வரைப்பட்டிருக்கும் புவி வரைபடத்தைக் குறிக்கும் நாஸாவின் "டெஸர்ட் டிராயிங்ஸ்" ஆகியவை அடங்கும்.

அவற்றாலும் பெரிதாக உதவ முடியாது என்று தீர்மானித்த லேங்டன் தன்னுடைய தேடலை அலமாரிகளில் தொடர்ந்தார்.

வெளியே, சைரன்களின் ஒலி அதிகரித்தது.

57

"**நா**ன் ஒன்றும் அரக்கனல்ல" என்ற எவிலா, நெடுஞ்சாலை எண்-240-இல் உள்ள ஒரு கைவிடப்பட்ட நிறுத்தத்தில் தன்னுடைய நாற்றமெடுத்த சிறுநீரைக் கழித்துக் கொண்டிருந்தபடியே பெருமூச்சு விட்டுக்கொண்டார்.

அவருக்குப் பக்கத்தில் இருந்த யூபர் ஓட்டுநர் நடுங்கிக்கொண்டிருந்தான், சொல்லப்போனால் அவனுக்கு சிறுநீர் கழிக்கவே பதற்றமாக இருந்தது. "நீங்கள் என்னுடைய குடும்பத்தை வைத்து . . . மிரட்டுகிறீர்கள்."

"நீ நல்லபடியாக நடந்துகொண்டால்" என்றார் எவிலா, "அவர்களுக்கு எந்த ஆபத்தும் வராது என்பதை உறுதியாகச் சொல்வேன். என்னை பார்சிலோனாவுக்கு மட்டும் கூட்டிச்செல், அங்கே இறக்கிவிடு, நாம் நண்பர்களாக பிரிந்துவிடுவோம். உன்னுடைய வாலட்டை உனக்குத் திருப்பித் தந்துவிடுகிறேன், உன்னுடைய வீட்டு முகவரியை மறந்துவிட்டு அதை மறுபடியும் நினைக்கவே மாட்டேன்."

அந்த ஓட்டுநர் நேராக வெறித்துப் பார்த்துக்கொண்டிருந்தான், அவனுடைய உதடுகள் நடுங்கின.

"நீ இறைநம்பிக்கை உள்ளவன்" என்றார் எவிலா. "உன்னுடைய முன்பக்க கண்ணாடியில் கத்தோலிக்க சிலுவையைப் பார்த்தேன். என்னைப்பற்றி நீ என்ன நினைத்தாலும் சரி, இன்றிரவு நீ இறைவனின் பணியைத்தான் செய்துகொண்டிருக்கிறாய் என்று தெரிந்துகொண்டால் உனக்கு அமைதி உண்டாகும்." எவிலா சிறுநீர் கழித்து முடித்தார். "இறைவன் புதிரார்ந்த முறையில்தான் செயலாற்றுவார்."

எவிலா பின்னுக்குச் சென்று அந்த செராமிக் பிஸ்டல் தன்னுடைய இடுப்புப் பட்டையில்தான் இருக்கிறதா என்று பார்த்துக்கொண்டார். அது அவருடைய ஒரே மீதமிருந்த தோட்டாவல் மட்டுமே நிரம்பியிருந்தது. இன்றிரவு அதைப் பயன்படுத்த வேண்டியிருக்குமா என்றும் அவருக்குத் தெரியவில்லை.

தண்ணீர்க் குழாய்க்குச் சென்று உள்ளங்கைகளை கழுவிய அவர், மாட்டிக்கொண்டால் உதவும் என்று ரீஜெண்ட் அவருக்கு அறிவுறுத்தியிருந்தபடி போட்டுக்கொண்ட டாட்டூவைப் பார்த்தார். அது ஒரு தேவையற்ற முன்னெச்சரிக்கையோ என்று சந்தேகப்பட்ட எவிலா அப்போது தடம்காண முடியாத ஒரு ஆவியுருவம் அந்த இரவில் நடமாடுவதைப் போல் உணர்ந்தார்.

அசிங்கமாய் இருந்த கண்ணாடியில் அவர் தன்னுடைய கண்களை உயர்த்தியபோது தன்னுடைய தோற்றத்தைக் கண்டு திடுக்கிட்டார். கடந்தமுறை எவிலா தன்னைத்தானே பார்த்துக்கொண்டபோது கஞ்சிபோட்ட காலருடன் முழு வெண்ணிற உடையில் தொப்பியணிந்து காணப்பட்டிருக்கிறார். இப்போது, தன்னுடைய சீருடையின் மேல்பகுதியை அவிழ்த்துவிட்ட அவர் ஒரு டிரக் டிரைவரைப் போன்று காணப்பட்டார் - V வடிவ கழுத்துப்பகுதி கொண்ட டி-ஷர்ட் மற்றும் தன்னுடைய ஓட்டுநரிடம் இருந்து வாங்கிய பேஸ்பால் தொப்பி.

முரண்பாடான வகையில், இந்தக் கண்ணாடியில் சீர்குலைந்து காணப்படும் மனிதன் தன்னுடைய குடும்பத்தை கொன்ற குண்டுவெடிப்பிற்குப் பின்னர், இடைவிடாமல் குடித்துவிட்டு சுய-வெறுப்புடன் கிடந்த நாட்களின்போது காணப்பட்ட எவிலாவை அவருக்கு நினைவுபடுத்தினான்.

நான் ஒரு ஆழம்காண முடியாத பாதாளத்தில் கிடக்கிறேன்.

அவருடைய உடற்பயிற்சியாளரான மார்கோ “போப்பை” சந்திக்க அவரை தந்திரமாக நாட்டுப்புறப் பகுதிக்கு அழைத்து வந்த நாள்தான் திருப்புமுனையான நாள் என்று அவருக்குத் தெரியும்.

பால்மேரியன் தேவாலயத்தின் அச்சுறுத்தலான ஸ்தூபிக்களை நெருங்கியது, அவர்களுடைய உயரமான பாதுகாப்பு வாயில்கள் வழியாக கடந்து சென்றது, பின்னர் காலைநேர பிரார்த்தனையின்போது கதீட்ரலின் பாதையில் நுழைந்தது, அங்கே பிரார்த்தித்துக் கொண்டிருந்தவர்கள் மண்டியிட்டிருந்தது என அனைத்தையுமே எவிலாவால் மறக்கவே முடியாது.

மைய மண்டபமானது ஓவியம் தீட்டப்பட்ட உயரமான கண்ணாடி ஜன்னல்களில் இருந்து வந்த இயற்கையான ஒளியாலேயே ஒளியூட்டப்பட்டிருந்தது, அங்கிருந்த காற்றில் பலத்த ஊதுபத்தி மணம் கலந்திருந்தது. தங்க முலாம் பூசிய பலிபீடங்களையும், பளபளப்பான மர இருக்கைகளையும் பார்த்தபோது பால்மேரியன்களின் பெருத்த செல்வ வளம் குறித்த வதந்திகள் யாவும் உண்மைதான் என்பதை அவர் உணர்ந்துகொண்டார். அந்த தேவாலயம் எவிலா இதுவரை பார்த்ததிலேயே அழகாக இருந்தது, மற்ற எந்த கத்தோலிக்க தேவாலயத்தைக் காட்டிலும் அது வேறுவிதமாக காணப்பட்டது.

பால்மேரியர்கள் வாடிகனின் மிகப்பெரிய எதிரிகள்.

அந்தக் கதீட்ரலின் முன்பாக மார்கோவுடன் நின்றுகொண்டிருந்த எவிலா பிரார்த்தனைக் கூட்டத்தை உற்றுப் பார்த்துக் கொண்டிருந்தார். ரோமிற்கு எதிராக குற்றச்சாட்டுகளை அடுக்கிய பின்னரும் இத்தகைய பிரிவினர் எவ்வாறு செல்வச் செழிப்பு மிக்கவர்களாக பிழைத்திருக்க முடிந்திருக்கின்றது என்று வியந்தார். வாடிகனுடைய அதிகரித்துவரும் தாராளவாதத்தை புறமொதுக்கிய பால்மேரியன்கள், இறைநம்பிக்கையின் மிகுந்த பழமைவாத விளக்கத்தினால் செதுக்கப்பட்ட ஒருமித்த சிந்தனையுள்ளவர்களாக ஒன்றுகூடியிருந்தனர்.

தன்னுடைய கைத்தடிகளின் உதவியுடன் தடுமாறியபடியே ஏறிய எவிலா ஒரு பாவப்பட்ட முடவன் அற்புத குணம்பெறும் நம்பிக்கையில் லூர்டெஸிற்கு புனித யாத்திரை செல்வதைப்போல் உணர்ந்தார். மார்கோவை வரவேற்ற ஒரு வழிகாட்டி இருவரையும் மிக முதலாவதாக இருந்த இருக்கைக்கு அழைத்துச் சென்றான். இந்த சிறப்பு சிகிச்சைக்காக வந்திருப்பவரைக் காண அருகாமையில் பிராத்தனை செய்து கொண்டிருந்தவர்கள் ஒருகணம் திரும்பிப் பார்த்தனர். தன்னுடைய அலங்கார

கடற்படை சீருடையை அணிந்துகொள்ளும்படி மார்கோ தன்னை கட்டாயப்படுத்தியிருக்க வேண்டாமோ என்று எவிலா நினைத்துக் கொண்டார்.

நான் போப்பை சந்திப்பதாக அல்லவா நினைத்தேன்.

எவிலா உட்கார்ந்தார், முக்கிய பலிபீடத்தைப் பார்த்தார், அதில் ஒரு இளம் உறுப்பினர் பைபிளைப் படித்துக்கொண்டிருந்தான். எவிலாவால் அந்தப் பகுதியை கண்டுகொள்ள முடிந்தது - மார்க் எழுதின சுவிசேஷம்.

"'நீங்கள் யாருக்காவது எதிரி என்றால்'" என்றான் அவன், "'அவர்களை மன்னித்திடுங்கள்' அதனால், வானுகில் நம்முடைய தேவன் உங்களுடைய பாவங்களை எல்லாம் மன்னித்தருள்வார்."

மேற்கொண்டு மன்னிப்பா? என்று நினைத்துக்கொண்ட எவிலா சீற்றம்கொண்டார்: அந்த தீவிரவாத தாக்குதலுக்குப் பின்னர் வந்த மாதங்களில் வருத்த ஆலோசகர்கள் மற்றும் கன்னிகாஸ்தீரீகளிடம் இருந்து இந்த வாக்கியத்தை ஆயிரக்கனக்கான முறை கேட்டு அலுத்துப் போய்விட்டதாக அவர் உணர்ந்தார்.

அந்த வாசிப்பு நிறைவுற்றது, குழல்களின் பெருத்த ஓசை அந்த கருமண்டபத்தில் எதிரொலித்தது. கூடியிருந்தவர்கள் ஒருசேர எழுந்தனர், எவிலா தயக்கத்துடன் எழுந்து நின்றார், அவருக்கு வலியெடுத்தது. பலிபீடத்திற்கு பின்னால் மறைந்திருந்த அறை திறந்துகொள்ளவும், அதில் ஒரு உருவம் தோன்றியதையடுத்து கூட்டத்தினரிடையே பலத்த பரவச அலை பரவியது.

அவர் தனது ஐம்பது வயதுகளில் இருப்பதைப் போல் தோன்றினார் - நிமிர்ந்த, கம்பீரமான, கருணையுள்ள தோற்றம், தெளிவான பார்வை. அவர் வெண்ணிற மேலங்கி, ஒரு பொன்னிற கழுத்துச் சுற்றாடை மற்றும் பிஷப்புக்கே உண்டான பிரத்யேக தலையணி ஆகியவற்றை அணிந்திருந்தார். கூடியிருந்தவர்களை நோக்கி தன் கைகளை நீட்டியபடியே வந்த அவர் பலிபீடத்தின் மையத்திற்கு வரும்போது காற்றில் மிதக்கப்போவதைப் போல் தோன்றினார்.

"அதோ இருக்கிறார் பாருங்கள்" என்று மார்கோ பரவசத்துடன் கிசுகிசுத்தான். "பதினான்காம் போப் இன்னாசண்ட்."

தன்னை அவர் பதினான்காம் போப் இன்னாசண்ட் என்றா குறிப்பிட்டுக் கொள்கிறார்? பால்மேரியர்கள் 1978-ஆம் ஆண்டில் உயிர்துறந்த ஆறாம் பால் வரையில் ஒவ்வொரு போப்பின் சட்டரீதியான நியமனத்தையும் அங்கீகரித்திருக்கிறார்கள் என்பது எவிலாவுக்குத் தெரியும்.

"இன்னும் கொஞ்ச நேரம்தான்" என்றான் மார்கோ. "அவர் தன்னுடைய பிரசங்கத்தை தொடங்கிவிடுவார்."

உயர்ந்திருக்கும் பலிபீடத்தின் மையத்தை நோக்கி வந்த போப் வழக்கமான மேடையைக் கடந்தார், தன்னுடைய திருச்சபை உறுப்பினர்கள் அளவுக்கு வந்து நின்றுகொள்ளும் வகையில் கீழே இறங்கினார். தன்னுடைய லவாலியர் மைக்ரோபோனை சரிசெய்துகொண்ட அவர் மென்மையாக புன்னகைத்தார்.

"வணக்கம்" மெல்லிய தொனியில் கூறினார்.

அதற்கு பதிலுரையாக வந்த உறுப்பினர்களின் சத்தம் வெடிப்பொலியாக இருந்தது. "காலை வணக்கம்!"

போப் தொடர்ந்து பலிபீடத்தில் இருந்து விலகி தன்னுடைய உறுப்பினர் கூட்டத்தை நெருங்கி வந்தார். "நாம் இப்போது மார்க்கின் சுவிசேஷத்தில் இருந்து ஒரு வாசிப்பைக் கேட்டோம்," என்று தொடங்கினார் அவர், "அந்தப் பத்தியை நானே தனிப்பட்ட முறையில் தேர்ந்தெடுத்தேன், ஏனென்றால் இன்று காலை நான் மன்னிப்பளிப்பது பற்றித்தான் பேசப்போகிறேன்."

எவிலாவை நோக்கி வந்த போப் அவருக்கு சில அங்குலங்களே தள்ளி நடைபாதையில் நின்றார். ஒருமுறைகூட குனிந்து பார்க்கவில்லை. எவிலா அசௌகரியத்துடன் மார்கோவைப் பார்த்தார், அவன் அவரைப் பார்த்து ஆமோதித்து தலையசைத்தான்.

"நாம் எல்லோருமே மன்னிப்பளிப்பது என்ற விஷயத்துடன் போராடிக் கொண்டிருக்கிறோம்" என்று கூட்டத்தினரைப் பார்த்து கூறினார் போப். "அது ஏன் என்றால், நமக்கெதிரான அத்துமீறல்கள் மன்னிக்க முடியாதவையாக தெரிந்த காலகட்டங்கள் இருந்திருக்கின்றன. சுத்தமான வெறுப்புணர்வுகளால் ஒருவர் அப்பாவி மக்களைக்

கொல்லும்போது சில தேவாலயங்கள் நமக்குக் கற்றுத்தந்ததைப் போன்று மற்றொரு கன்னத்தைத்தான் நாம் திருப்பிக் காட்ட வேண்டுமா?" அந்த அறையில் மயான அமைதி நிலவியது, போப் தன்னுடைய குரலின் ஒலியை இன்னும் குறைத்துக் கொண்டார். "ஒரு கிறிஸ்துவத்திற்கு எதிரான தீவிரவாதி செவைல் தேவாலயத்தில் காலைநேர பிரார்த்தனையின்போது வெடிகுண்டு வைத்தான், அந்த வெடிகுண்டு அப்பாவி தாய்மார்களையும் குழந்தைகளையும் கொன்றது, அதை நாம் எப்படி மன்னிக்க முடியும்? குண்டுவீசுதல் என்பது ஒரு போர் நடவடிக்கை. அந்தப் போர் கத்தோலிக்கர்களுக்கு எதிரானது மட்டுமோ அல்லது கிறிஸ்துவர்களுக்கு எதிரானது மட்டுமோ அல்ல. அது இறைமைக்கு எதிரானது . . . இறைவனுக்கே எதிரானது!"

எவிலா தன்னுடைய கண்களை மூடிக்கொண்டார், அன்றைய காலைப்பொழுதின் பயங்கர நினைவுகளையும், அவருடைய மனதில் இன்னமும் கனன்றுகொண்டிருக்கும் சீற்றத்தையும், துயரத்தையும் அடக்கிக்கொள்ள முயற்சித்தார். அவருடைய கோபம் பெரிதானபோது, சட்டென்று எவிலா தன்னுடைய தோளில் போப்பின் மென்மையான கரம் இருப்பதை உணர்ந்தார். எவிலா கண்களைத் திறந்தார், ஆனால் அந்த போப் கீழே குனிந்து அவரைப் பார்க்கவே இல்லை. சொல்லப்போனால், அவருடைய ஸ்பரிசம் உறுதியானதாகவும் உத்திரவாதமளிப்பதாகவும் தோன்றியது.

"நம்முடைய சிவப்புத் தீவிரவாதத்தை நாம் மறந்துவிடக் கூடாது" என்று தொடர்ந்தார் போப், அவருடைய கை எவிலாவின் தோளை விட்டு விலகவே இல்லை. "நம்முடைய உள்நாட்டுப் போரின்போது, இறைவனின் எதிரிகள் ஸ்பெயினின் தேவாலயங்களையும் மடங்களையும் எரித்தார்கள், ஆறாயிரத்திற்கும் மேற்பட்ட மதகுருக்களை கொன்று ஆயிரக்கணக்கான கன்னிகாஸ்த்ரீகளை சித்திரவதை செய்தார்கள், சகோதரிகளை அவர்களுடைய ஜெபமாலையையே விழுங்க வைத்தார்கள், அவர்களை சுரங்கங்களில் வீசிக் கொன்றார்கள்." தன்னுடைய வார்த்தைகளை புரிந்துகொள்ளும்படிக்கு சற்று இடைவெளிவிட்டார் அவர். "அப்படிப்பட்ட வெறுப்பு காலப்போக்கில் மறைந்துவிடவில்லை; பதிலாக, அது கனன்றும் வலுவடைந்தும் ஒரு புற்றுநோயைப் போல் மறுபடியும் எழக்

காத்திருக்கிறது. நண்பர்களே, நான் உங்களை எச்சரிக்கின்றேன், பதிலுக்கு பதில் நாம் எதிர்த்து நின்று போராடாவிட்டால் தீமையானது நம்மை அப்படியே விழுங்கிவிடும். நம்முடைய அறைகூவல் 'மன்னிப்புதான்' என்றால் நம்மால் தீமையை வெல்லவே முடியாது."

அவர் சொல்வதுதான் சரி என்று நினைத்த எவிலா தவறான நடத்தையிடத்தில் "மென்மையாக" நடந்துகொள்வது அதிகப்படியான தவறான நடத்தைகளுக்கே வழிவகுக்க உத்திரவாதமளிக்கும் சிறந்த வழி என்பதை ராணுவத்தில்தான் முதலில் கண்டிருக்கிறார்.

"சில விஷயங்களில்" என்று தொடர்ந்தார் போப், "மன்னிப்பு என்பது ஆபத்தானது. இந்த உலகில் உள்ள தீமையை நாம் மன்னித்தோமானால் அந்தத் தீமை வளர்ந்து பரவுவதற்கு நாம் அனுமதி அளிக்கிறோம் என்றுதான் அர்த்தம். ஒரு போர் நடவடிக்கைக்கு பதிலடியாக நாம் கருணையை கையில் எடுத்தால் நாமே நம்முடைய எதிரிகள் மேற்கொண்டு வன்முறையில் இறங்க ஊக்கப்படுத்துவதாக அர்த்தம். இயேசு செய்திருப்பதைப் போன்றே நாமும் செய்வதற்கான, பண மேசைகளை தூக்கியெறிந்துவிட்டு, 'இது நிலைக்காது!' என்று சத்தமிடுவதற்கான நேரம் வந்துகொண்டிருக்கிறது."

நான் உடன்படுகிறேன்! சபையினர் தங்களுடைய ஆமோதிப்பை வெளிப்படுத்தியபோது எவிலாவும் கத்த விரும்பினார்.

"ஆனால் நாம் நடவடிக்கை எடுத்தோமா?" என்று கேட்டார் போப். "ரோமில் உள்ள கத்தோலிக்க தேவாலயம் இயேசு எடுத்ததைப் போன்ற நிலைப்பாட்டைத்தான் எடுத்ததா? இல்லை, அப்படிச் செய்யவில்லை. இன்று இந்த உலகில் உள்ள இருளார்ந்த தீமைகளை மன்னிப்பது, நேசிப்பது மற்றும் அரவணைப்பது ஆகிய நம்முடைய திறன்களால் மட்டுமே எதிர்கொள்கிறோம். அதனால் தீமை வளர்வதற்கு நாம் அனுமதித்தோம், இல்லையில்லை, நாம் ஊக்கமளித்தோம். நமக்கு எதிராக திரும்பத் திரும்ப நிகழ்த்தப்படுகின்ற குற்றங்களுக்கு பதிலடியாக அரசியல்ரீதியில் பொருந்தக்கூடிய மொழியில் நம்முடைய கவலைகளை நாம் மென்மையான குரலில்தான் கூறிக்கொண்டிருக்கிறோம், ஒரு தீமையான

மனிதன் அவனுடைய சிக்கலான குழந்தைப் பிராயத்தாலோ அல்லது ஏழ்மையான வாழ்க்கையாலோ, அல்லது அவனுடைய நேசத்திற்குரியர்களுக்கு எதிராக மேற்கொள்ளப்பட்ட குற்றங்களால் பாதிக்கப்பட்டதாலோதான் தீமையானவனாக இருக்கிறான் - அதனால் அவனுடைய வெறுப்புக்கு அவன் காரணமல்ல என்று நாம் ஒருவருக்கொருவர் நினைவுபடுத்திக் கொள்ளவும் செய்கிறோம். நான் சொல்கிறேன், போதும்! தீமை என்பது தீமைதான்! நாம் எல்லாவற்றுடனும் வாழ்க்கையில் போராடிப் பார்த்துவிட்டோம்.!"

சபையில் ஒரு பெருத்த கரவொலி எழும்பியது, அதை எந்த ஒரு கத்தோலிக்க பிரார்த்தனையிலும் எவிலா கண்டதில்லை.

"இன்று நான் மன்னிப்பை பற்றி பேசத் தீர்மானித்தேன்" என்று தொடர்ந்த போப்பின் கை இன்னமும் எவிலாவில் தோளில்தான் இருந்தது, "ஏனென்றால் நம்மிடையே ஒரு சிறப்பு விருந்தினர் இருக்கிறார். தன்னுடைய வருகையினால் நம்மை ஆசீர்வதித்த அட்மிரல் லூயி எவிலாவுக்கு நான் நன்றி தெரிவித்துக் கொள்கிறேன். ஸ்பெயின் ராணுவத்தின் பாராட்டுதலுக்குரிய பதக்கங்கள் பல பெற்ற உறுப்பினராக அவர் நினைத்துப் பார்க்க முடியாத தீமைக்கு ஆளானவர். நம் எல்லோரையும் போல் அவரும் மன்னிப்புடன்தான் போராடிக் கொண்டிருக்கிறார்."

எவிலா எதிர்வினையாற்றுவதற்கு முன்னதாகவே அவருடைய வாழ்க்கையில் நடந்த போராட்டங்களை துல்லியமாக விவரித்தார் போப் - தீவிரவாத தாக்குதலில் அவர் குடும்பத்தை இழந்தது, குடியில் விழுந்தது, கடைசியில் தோல்வியில் முடிந்த அவருடைய தற்கொலை முயற்சி. நம்பிக்கை துரோகத்திற்காக முதலில் எவிலாவின் எதிர்வினை மார்கோ மீதான கோபமாகத்தான் இருந்தது, இப்போதோ, தன்னுடைய கதை இந்த விதத்தில் சொல்லப்பட்டதை கேட்டபோது ஒரு விசித்திரமான வகையில் அவர் பலம் பெற்றதாக உணர்ந்தார். அது அவர் மிகக் கீழான நிலைக்கு சென்றுவிட்டதையும், எப்படியோ அதிசயமான முறையில் பிழைத்துவிட்டதையும் எல்லாருக்கும் முன்பாக ஒப்புக்கொள்வதானது.

"உங்கள் எல்லோருக்கும் ஒன்று சொல்லிக்கொள்கிறேன்" என்றார் போப், "அட்மிரல் எவிலாவின் வாழ்வில் கடவுள் குறுக்கிட்டிருக்கிறார், அவரைக் காப்பாற்றியிருக்கிறார் . . . ஒரு உயர்ந்த நோக்கத்திற்காக."

அத்துடன், அந்த பால்மேரியன் போப் பதினான்காம் இன்னாஸண்ட் எவிலாவை முதல்முறையாக பார்த்தார். அவருடைய ஆழமான கண்கள் எவிலாவின் ஆன்மாவை துளைப்பதுபோல் இருந்தன, பல வருடங்கள் அவர் உணர்ந்திராத அத்தகைய வலிமையால் அவர் மின் தாக்குதலுக்கு உள்ளானதைப் போல் உணர்ந்தார்.

"அட்மிரல் எவிலா" என்றார் அந்த போப். "நீங்கள் தாங்கிக்கொண்டிருக்கும் துயரார்ந்த இழப்பு மன்னிப்பளிப்பதற்கு அப்பாற்பட்டதென்று நினைக்கிறேன். உங்களிடம் இருந்துகொண்டிருக்கும் சீற்றம் - பழிவாங்குதலுக்கு உண்டான உங்களுடைய நியாயமான விருப்பம் - மற்றொரு கன்னத்தை காட்டுவதன் மூலம் தணிந்துவிடாது என்றும் நினைக்கிறேன். அப்படி ஆகிவிடவும் கூடாது! உங்களுடைய வலிதான் உங்கள் விமோசனத்திற்கான ஊக்கியாக இருக்கும். இங்கிருக்கும் நாங்கள் உங்களுக்கு உதவுகிறோம்! உங்களை நேசிக்கிறோம்! உங்கள் பக்கம் நின்று இந்த உலகத்திற்கான நற்செயலாக உங்கள் கோபம் மாறுவதற்கு உதவி செய்கிறோம்! இறைவனுக்கு தோத்திரம்!"

"ஆண்டவருக்கு தோத்திரம்!" கூட்டம் எதிரொலித்தது.

"அட்மிரல் எவிலா" என்று தொடர்ந்த போப் இன்னும் தீவிரமாக அவர் கண்களை உற்றுப் பார்த்தார். "ஸ்பானிஷ் ஆர்மடாவின் முழக்கம் என்ன?"

"Pro Deo et patria" என்று எவிலா உடனடியாக பதிலளித்தார்.

"ஆமாம், Pro Deo et patria. இறைவனுக்காக நாட்டுக்காக. தன்னுடைய நாட்டுக்காக சிறப்பான சேவைபுரிந்து பதக்கங்கள் பெற்ற ஒரு கப்பற்படை அதிகாரி இன்று இங்கே இருப்பதற்காக நாங்கள் கௌரவமடைகிறோம்." அந்த போப் சற்று இடைவெளிவிட்டு முன்னால் குனிந்தார். "ஆனால் . . . இறைவனுக்கான சேவை என்னவானது?"

அவருடைய ஊடுருவும் கண்களை உற்றுப்பார்த்த எவிலா சட்டென்று நிலை தடுமாறினார்.

“உங்களுடைய வாழ்க்கை இன்னும் முடியவில்லை, அட்மிரல்” என்றார் போப். “உங்களுடைய வேலை இன்னும் முடியவில்லை. அதற்காகத்தான் இறைவன் உங்களை காப்பாற்றியிருக்கிறார். உங்களுடைய பிரமாண வேலை பாதிதான் முடிந்திருக்கிறது. நீங்கள் நாட்டுக்கு சேவை புரிந்திருக்கிறீர்கள், ஆமாம் . . . ஆனால் நீங்கள் இன்னும் இறைவனுக்கு சேவையாற்றவில்லையே!”

ஒரு தோட்டாவால் தாக்கப்பட்டதைப் போல் உணர்ந்தார் எவிலா.

“உங்களுக்கு அமைதியுண்டாகட்டும்!” என்று அறிவித்தார் போப்.

“உங்களுடனே இருக்கட்டும்!” என்று பதிலளித்தது கூட்டம்.

எவிலா முன்னெப்போதுமே அனுபவித்திராத நலம் விரும்பிகள் கடலின் ஆதரவால் சட்டென்று தான் விழுங்கப்படுவதை உணர்ந்தார். அவர் பயந்த மதத் தீவிரவாதம் போனறவற்றிற்கான தடயம் அங்கிருந்த உறுப்பினர்களின் கண்களில் தெரிகிறதா என்று அவர் ஆராய்ந்தார், ஆனால் அவர் கண்டதெல்லாம் நம்பிக்கை, நல்லெண்ணம் மற்றும் இறைவனின் பணியை செய்வதற்குண்டான உண்மையான உணர்வு மட்டும்தான் . . . அதைத்தான் தன்னிடம் இல்லாத ஒன்றென எவிலா உணர்ந்தார்.

அன்றுமுதல், மார்கோ மற்றும் அவருடைய புதிய நண்பர்கள் குழுவின் உதவியால் அவநம்பிக்கையின் படுகுழியில் இருந்து மேலேறும் முயற்சியைத் தொடங்கினார் எவிலா.

அவர் தன்னுடைய கடுமையான உடற்பயிற்சி முறைக்கு திரும்பினார், சத்தான உணவுகளை சாப்பிட்டார், மிக முக்கியமாக தன்னுடைய நம்பிக்கையை அவர் மறுகண்டுபிடிப்பு செய்துவிட்டார்.

சில மாதங்களுக்குப் பின்னர், அவருடைய உடல் சிகிச்சை முடிந்தபோது மார்கோ எவிலாவுக்கு ஒரு தோல் உறையிட்ட

பைபிளை அளித்தான், அதில் அவன் ஒரு டசன் அல்லது அதற்கும் மேற்பட்ட வாக்கியங்களை குறியிட்டுக் காட்டியிருந்தான்.

எவிலா அவற்றில் சிலவற்றைப் புரட்டிப் பார்த்தார்.

ரோமர் 13:4

தீமையைச் செய்கிறவன்மேல்
தண்டனையை வரப்பண்ணும்படி
அவன் நீதியை செலுத்துகிற தேவனுடைய
வேலைக்காரனாயிருக்கிறான்.

சங்கீதம் 94:1

நீதியை சரிகட்டுகிற தேவனாகிய கர்த்தாவே,
நீதியை சரிகட்டுகிற தேவனே, ஒளிவீசும்!

2 தீமோத்தேயு

நீயும் எங்களோடுகூட
இயேசு கிறிஸ்துவுக்கு நல்ல போர்வீரனாக
கஷ்டங்களைத் தாங்கிக்கொள்.

"நினைவிருக்கட்டும்" மார்கோ அவரிடம் புன்னகையுடன் கூறினான். "இந்த உலகில் தீமை தலையெடுக்கும்போதெல்லாம் பூமியில் தன்னுடைய விருப்பத்தை நிறைவேற்ற இறைவன் வெவ்வேறு வழியாக நம் மூலமாக செயல்படுகிறார். விமோசனத்திற்கான ஒரே பாதை மன்னிப்பு அல்ல."

58

 ConspiracyNet.com

அவசரச் செய்தி

நீங்கள் யாராக இருந்தாலும் - எங்களிடம் நிறைய சொல்லிடுங்கள்!

இன்றிரவு, சுயபிரகடன காவலாளியான monte@iglesia.org அதிர்ச்சிகரமான உட்புறத் தகவல்களை ConspiracyNet.comக்கு சமர்ப்பித்திருக்கிறார்.

நன்றி!

இதுவரைக்கும் "மாண்டி" பகிர்ந்துள்ள தரவுகளின் காரணமாக ஒரு உயர்நிலை நம்பகத்தன்மை மற்றும் உள்ளே சென்று பார்க்கும் வசதியை அவர் பெற்றிருப்பது தெரிகிறது, இந்த மிகவும் தன்னடக்கமான கோரிக்கையில் நாங்கள் மிகுந்த நம்பிக்கை வைத்திருக்கிறோம்:

மாண்டி, நீங்கள் யாராக இருந்தாலும் கிர்ஷின் கைவிடப்பட்ட அறிவிப்பின் உள்ளடக்கம் பற்றி எத்தகைய தகவல் தங்களுக்கு கிடைத்தாலும் - அதை எங்களுடன் பகிர்ந்துகொள்ளுங்கள்!!

#நாம் எங்கிருந்து வந்தோம்

#நாம் எங்கே சென்று கொண்டிருக்கிறோம்

நன்றி.

நாங்கள் எல்லோருமே ConspiracyNet-இல் இருக்கிறோம்

59

எட்மண்டின் நூலகத்தில் கடைசியாக இருந்த சில பகுதிகளை லேங்டன் தேடிக் கொண்டிருந்தபோது தன்னுடைய நம்பிக்கைகள் குறைந்துபோகத் தொடங்கியதை உணர்ந்தார். வெளியே, காவல்துறை வண்டிகள் காஸா மைலாவுக்கு முன்பாக வந்து சடாரென்று நிற்கும் முன்னர் இருவண்ண காவல்துறை சைரன்களின் சத்தம் மேலும் மேலும் பெரிதாகிக்கொண்டே சென்றது. அந்த குடியிருப்பிடத்தின் சிறிய ஜன்னல்களின் வழியாக அவற்றின் சுழல் விளக்குகள் மின்னுவதை லேங்டனால் பார்க்க முடிந்தது.

நாம் மாட்டிக்கொண்டோம் என்பதை அவர் உணர்ந்தார். நமக்கு அந்த நாற்பத்தி ஏழு எழுத்து பாஸ்வேர்டு வேண்டும், இல்லையென்றால் வெளியேற வழியே கிடையாது.

துரதிர்ஷ்டவசமாக லேங்டன் பார்ப்பதற்கு இன்னும் ஒரே ஒரு புத்தகம் மட்டும்தான் இருந்தது.

கடைசி பிரிவில் இருந்த அடுக்குகள் மற்றவற்றைக் காட்டிலும் ஆழமானவை என்பதுடன் அதுவே எட்மண்டின் சேகரிப்பில் பெரிய அளவிலான கலைப்புத்தகங்களாக தோன்றின. அந்தச் சுவற்றிற்கு விரைந்து அதன் தலைப்புகளை லேங்டன் பார்த்தபோது தற்காலத்து கலையில் எட்மண்டிற்கு உள்ள உணர்வை அவை பிரதிபலிப்பதை லேங்டன் கண்டார்.

செர்ரா . . . கூன்ஸ் . . . ஹிர்ஸ்ட் . . . ப்ருகுவேரா . . . பாஸ்க்யூவே . . . பன்ஸ்கி . . . அப்ராமோவிக் . . .

அந்த தொகுப்பு ஒரு சிறிய அளவுகளின் தொடர்வரிசையில் சட்டென்று நின்றுவிட்டது, லேங்டனுக்கும் ஒரு கவிதைப் புத்தகத்தைக் கண்டுபிடிப்போம் என்ற நம்பிக்கை போய்விட்டது.

ஒன்றுமில்லை.

அங்கிருந்த புத்தகங்கள் அரூப ஓவியம் குறித்த விரிவுரைகளும் விமர்சனங்களுமாக இருந்தன, அவற்றில் லேங்டனின்

பரிசீலனைக்காக எட்மண்ட் அனுப்பி வைத்திருந்த சில தலைப்புக்களையும் அவரால் காண முடிந்தது.

நீங்கள் எதைப் பார்க்கிறீர்கள்?

உங்களுடைய ஐந்து வயது மகனால் ஏன் அதைச் செய்ய முடியவில்லை

நவீன ஓவியம் பிழைத்திருப்பது எப்படி

அது பிழைத்திருக்கவே நான் இன்னமும் முயற்சிக்கிறேன் என்று நினைத்துக்கொண்ட லேங்டன் சட்டென்று முன்னகர்ந்தார். மற்றொரு வளைவிற்கு நகர்ந்த அவர் அடுத்த பிரிவினூடாக ஆராயத் தொடங்கினார்.

நவீன ஓவியப் புத்தகங்கள், லேங்டன் சிந்தனையில் ஆழ்ந்தார். ஒரே பார்வையிலேயே அந்தத் தொகுதி ஆரம்ப காலகட்டத்தைச் சேர்ந்தது என்பதை லேங்டனால் காண முடிந்தது. *குறைந்தபட்சம் என்னால் புரிந்துகொள்ளக்கூடிய கலையை நோக்கியாவது . . . நம்மால் பின்னால் செல்ல முடிகிறதே.*

லேங்டனின் கண்கள் புத்தக விளிம்புகளில் விரைவாக நகர்ந்தன, அவற்றில் ஓவியத்தை முற்றிலுமாக மறுவரையறை செய்வதன் மூலம் 1870 மற்றும் 1960-களுக்கு இடைப்பட்ட காலத்தில் உலகை அதிரச்செய்த இம்ப்ரஷனிஸ்ட்டுகள், கியூபிஸ்ட்டுகள் மற்றும் சர்ரியலிஸ்ட்டுகளின் வாழ்க்கை வரலாறுகள் மற்றும் விவரப் பட்டியல்கள் இருப்பதை அவர் கவனித்தார்.

வான்கா . . . சியூரெட் . . . பிகாஸோ . . . மன்ச் . . . மட்டிஸே . . . மேக்ரிட்டே . . . கிளிம்ட் . . . கண்டின்ஸ்கி . . . ஜான்ஸ் . . . ஹாக்னி . . . காகின் . . . டூசாம்ப் . . . டெகாஸ் . . . சாகல் . . . செஸேன் . . . கேஸாட் ... பிராக் . . . ஆர்ப் . . . ஆல்பர்ஸ் . . .

அந்தப் பிரிவு ஒரு கடைசி கட்டுமான வளைவுடன் முடிந்துபோனது, லேங்டன் அதன் அருகாமையிலேயே முன்னோக்கி நகர்ந்து அந்த நூலகத்தின் இறுதிப் பிரிவிற்கு வந்துசேர்ந்தார். அங்கிருந்த தொகுப்புகளில் இருந்த ஒரு ஓவியர் குழுவை தன்னருகில் லேங்டன் இருக்கும்போதே எட்மண்ட், "சலிப்பேற்படுத்தும் இறந்த வெள்ளைக்காரர்களின் பள்ளி" என்று அழைத்தவர்களுக்காக ஒதுக்கப்பட்டிருந்தது

- குறிப்பாக, அது மத்திய பத்தொன்பதாம் நூற்றாண்டின் நவீனத்துவ இயக்கத்திற்கும் முற்பட்டது.

எட்மண்டைப் போல் அல்லாமல், மூத்த மகாக்கலைஞர்களால் சூழப்பட்டிருக்கும் இந்த இடத்தைத்தான் லேங்டன் தன்னுடைய வீட்டில் இருப்பதைப் போல் உணர்ந்தார்.

வெர்மீர் . . . வெலாஸ்குவெஸ் . . . டைட்டியான் . . . ரூபன்ஸ் . . . ரெம்ப்ரண்ட் . . . ரபேல் . . . போஸின் . . . மைக்கலாஞ்சலோ . . . லிப்பி . . . கோயா . . . கியாட்டோ . . . கிர்லாண்டியோ . . . எல் கிரெகோ . . . டியூரர் . . . டாவின்ஸி . . . கோரட் . . . கேரவாகியோ . . . பொட்டிசெலி . . . போஷ் . . .

கடைசி அடுக்கின் கடைசி சில அடிகள் ஒரு பெரிய கண்ணாடி சிற்றறையால் ஆக்கிரமிக்கப்பட்டு கனத்த பூட்டினால் மூடப்பட்டிருந்தது. அதைக் கண்ணாடி வழியாக பார்த்த லேங்டன் ஒரு புராதான-தோற்றமுள்ள தோல் பெட்டி உள்ளே இருப்பதைக் கண்டார் - ஒரு பெரிய புராதான புத்தகத்திற்கான பாதுகாப்பு பெட்டகம். அந்தப் பெட்டிக்கு வெளியே இருந்த உரையை சரியாக படிக்க முடியவில்லை, ஆனால் உள்ளே இருந்த தொகுப்பை தெரிந்துகொள்ள போதுமான அளவுக்கு லேங்டனால் பார்க்க முடிந்தது.

அடக் கடவுளே என்று நினைத்துக்கொண்ட அவர், பார்வையாளர்களின் கைகளில் இருந்து அந்தப் புத்தகம் ஏன் பூட்டி வைக்கப்பட்டிருக்கிறது என்பதை அப்போதுதான் உணர்ந்துகொண்டார். இது புதையல் போன்றது.

அந்த தலைசிறந்த ஓவியரின் படைப்பில், ஆரம்பகால விலைமதிப்பற்ற பதிப்புக்கள் சில மட்டுமே இருக்கின்றன என்பது லேங்டனுக்குத் தெரியும்.

எட்மண்ட் இதில் முதலீடு செய்திருப்பதில் எத்தகைய ஆச்சரியமும் இல்லை என்று நினைத்துக்கொண்ட அவர், அவன் இந்த பிரிட்டிஷ் ஓவியரை ஒருமுறை “எத்தகைய கற்பனையும் கொண்ட ஒரே முன்நவீனத்துவவாதி” என்று குறிப்பிட்டதை நினைவுபடுத்திக் கொண்டார். லேங்டன் அதற்கு உடன்படவில்லை, ஆனால் அந்த ஓவியரிடத்தில் எட்மண்டிற்கு இருந்த பிரத்யேக பாசத்தை அவரால் நிச்சயம் புரிந்துகொள்ள

முடிந்தது. இருவருமே ஒரே துணியில் இருந்து வெட்டிய பாகங்கள்தான்.

லேங்டன் கீழே குனிந்து கண்ணாடியின் வழியாக அந்தப் பெட்டியில் இருந்த பொன்னிறச் செதுக்கலைப் பார்த்தார்: *வில்லியம் பிளேக்கின் முழுமையான படைப்புகள்.*

வில்லியம் பிளேக், லேங்டன் சிந்தனையில் ஆழ்ந்தார். ஆயிரத்து எண்ணூறுகளின் எட்மண்ட் கிர்ஷ்.

பிளேக் ஒரு விசித்திரமான மேதை - ஏராளமானவற்றை படைத்த மேதையான அவருடைய பாணி மிக முன்னேற்றகரமானது என்பதுடன் அவர் தன்னுடைய கனவுகளில் எதிர்காலத்தை மாயாதீதமான முறையில் காண்கிறார் என்றும் சிலர் கருதினர். அவருடைய, குறியீடுகள் நிரம்பிய மதம்சார் படவிளக்கங்களில் தேவதைகள், பூதங்கள், சாத்தான், கடவுள், புராணீக உயிரினங்கள், பைபிள் கதைகள் மற்றும் அவருடைய ஆன்மீக பிரமைகளில் இருந்து தோன்றிய தெய்வங்களின் கோயில் ஆகியவை சித்தரிக்கப்பட்டிருக்கும்.

கிர்ஷைப் போலவே பிளேக்கும் கிறிஸ்துவத்திற்கு சவால்விட்டவர்.

அந்த சிந்தனை லேங்டனை சட்டென்று எழுந்து நிற்க வைத்தது.

வில்லியம் பிளேக்.

அவர் திகைப்புடன் மூச்சிழுத்துக்கொண்டார்.

மற்ற பல காட்சிப்பூர்வ ஓவியர்களுக்கிடையே வில்லியம் பிளேக்கை கண்டுபிடித்திருப்பது அந்த மாயாதீத மேதையைப் பற்றிய ஒரு முக்கியமான உண்மையை லேங்டன் மறந்துவிடக் காரணமாகிவிட்டது.

பிளேக் வெறும் ஓவியரும் விளக்கப்படக் கலைஞரும் மட்டுமல்ல . . .

பிளேக் ஒரு சிந்தனாவாத கவிஞர்.

ஒரு கணம், லேங்டன் தன்னுடைய இதயத்துடிப்பு அதிகரிப்பதை உணர்ந்தார். பிளேக்கின் பெரும்பாலான கவிதைகள் எட்மண்டின் கண்ணோட்டங்களுடன் மிகப்பொருத்தமாக ஊடுபாவக்கூடிய புரட்சிகர கருத்தாக்கங்களுக்கு ஆதரவாக இருப்பதாகும். உண்மையில், பிளேக்கின் மிகப் பரவலாக அறியப்பட்ட மூதுரைகளுள் சில - சொர்க்கத்திற்கும் நரகத்திற்கும் திருமணம் போன்ற "சாத்தானிய" படைப்புகளில் வருகின்றவை - ஏறக்குறைய அவை எட்மண்டே எழுதியிருக்க வேண்டியவைதான்.

எல்லா மதங்களும் ஒன்றே

இயல்பான மதம் என்று எதுவுமில்லை

எட்மண்ட் தன்னுடைய விருப்பமான கவிதை வரி என்று விவரித்திருந்ததை லேங்டன் இப்போது நினைவுபடுத்திக் கொண்டார். அவர் ஆம்ராவிடம் அதனை ஒரு "தீர்க்கதரிசனம்" என்று கூறியிருந்தார். வரலாற்றில் வில்லியம் பிளேக்கைத் தவிர வேறு எந்தக் கவிஞரும் தீர்க்கதரிசியாக கருதப்பட்டதில்லை என்பது லேங்டனுக்குத் தெரியும், அவர்தான் 1790-களில் இரண்டு இருண்மையான அபசகுன கவிதைகளை எழுதினார்:

அமெரிக்கா ஒரு தீர்க்கதரிசனம்

ஐரோப்பா ஒரு தீர்க்கதரிசனம்

லேங்டனிடம் இரண்டு படைப்புக்களுமே இருக்கின்றன - பிளேக்கின் கையால் எழுதப்பட்ட கவிதைகளுடன் படவிளக்கங்களும் உள்ள நேர்த்தியான மறுதயாரிப்புகள் அவை.

அந்த சிற்றறைக்குள் இருந்த பெரிய தோல் பெட்டியை லேங்டன் உற்றுப் பார்த்தார்.

பிளேக்கின் அசல் பதிப்புக்களாக வெளிவந்த "தீர்க்கதரிசனங்கள்" பெரிய-அளவு படவிளக்க உரைகளாகத்தான் பதிப்பிக்கப்பட்டிருக்க வேண்டும்!

நம்பிக்கை உந்தித் தள்ள லேங்டன் அந்த சிற்றறைக்கு முன்பாக குனிந்தார், அவரும் ஆம்ராவும் இங்கே எதைக் கண்டுபிடிக்க வந்தார்களோ அது அந்த தோல் பெட்டியில் இருக்கலாம் - தீர்க்கதரிசனமான நாற்பத்தி ஏழு எழுத்துக்கள் கொண்ட வரியை

உள்ளடக்கியிருக்கும் ஒரு கவிதை. இப்போதுள்ள ஒரே கேள்வி என்னவென்றால், எட்மண்ட் தன்னுடைய விருப்பமான பத்தியை ஏதேனும் ஒருவகையில் குறியிட்டிருப்பானா என்பதுதான்.

லேங்டன் அந்த சிற்றறையின் கைப்பிடியை இழுத்தார்.

பூட்டியிருந்தது.

அவர் சுழல் படிக்கட்டுகளை நோக்கினார், அப்படியே வேகமாக மேலேறிச் சென்று வின்ஸ்டனிடம் வில்லியம் பிளேக்கின் கவிதையில் தேடுதல் வேட்டை நடத்துமாறு கேட்கலாமா என்று யோசித்தார். சைரன்களின் ஒலியானது தொலைவில் ஹெலிகாப்டர் இறக்கைகளின் தொலைவான அதிரொலியால் பதிலீடு செய்யப்பட்டதுடன் எட்மண்டின் கதவுக்கு வெளியே இருந்த படிக்கட்டில் குரல்கள் கத்திக்கொண்டிருந்தன.

அவர்கள் இங்கே வந்துவிட்டார்கள்.

லேங்டன் அந்த சிற்றறையைப் பார்த்தார், அதில் நவீன மியூஸியம் தரத்திலான புற ஊதாக்கதிர் கண்ணாடியின் வெளிறிய பச்சைநிற சாயல் இருப்பதை கவனித்தார்.

தன்னுடைய ஜாக்கெட்டை கழற்றிய அவர் கண்ணாடியின் மீது வைத்துவிட்டு உடலைத் திருப்பினார், சற்றும் தயங்காமல் முழங்கையால் கண்ணாடியை இடித்தார். ஒரு சத்தமற்ற நொறுங்கலில் அந்த சிற்றறைக் கதவு சிதறியது. கவனத்துடன், கூர்முனைத் துண்டுகளின் வழியாக கையைவிட்டு லேங்டன் கதவைத் திறந்தார். பின்னர் கதவை சுழன்று திருப்பிய அவர் மெதுவாக அந்த தோல் பெட்டியை எடுத்தார்.

அந்தப் பெட்டியை லேங்டன் தரையில் வைப்பதற்கு முன்பாகவே ஏதோ ஒன்று சரியில்லை என்பதை அவரால் உணர முடிந்தது. அதில் போதுமான கனம் இல்லை. பிளேக்கின் முழுமையான படைப்புகள் ஏறக்குறைய எந்த எடையும் இல்லாமல் இருந்தது.

அந்தப் பெட்டியை கீழே வைத்த லேங்டன் கவனத்துடன் மூடியை உயர்த்தினார்.

அவர் பயந்தது போலவே . . . ஒன்றுமில்லை.

அவர் பெருமூச்சுவிட்டார், அந்த வெற்றுக் கொள்கலனை வெறித்துப் பார்த்தார். எட்மண்டின் புத்தகம் எங்கேதான் போனது?

அந்தப் பெட்டியை மூடவிருந்த சமயத்தில் மூடிக்கு உள்ளே எதிர்பாராத ஏதோ ஒன்று ஒட்டியிருப்பதை லேங்டன் கவனித்தார்.

லேங்டன் அந்த அட்டையில் இருந்த உரையைப் படித்தார்.

பிறகு, சுத்தமாக நம்பமுடியாமல் அதை அவர் மறுபடியும் படித்தார்.

அடுத்த சில நொடிகளில், அவர் கூரையை நோக்கிச் செல்லும் சுழல் படிக்கட்டில் விரைந்து கொண்டிருந்தார்.

அதே நேரத்தில், மேட்ரிட் அரச மாளிகையின் இரண்டாவது தளத்தில், எலக்ட்ரானிக் செக்யூரிட்டி இயக்குநரான சுரேஷ் பல்லா சத்தமில்லாமல் இளவரசர் ஜூலியனின் தனி வசிப்பிடத்திற்குள் நகர்ந்து கொண்டிருந்தான். டிஜிட்டல் சுவர் பெட்டகத்தை கண்டுபிடித்த பின்னர் அவசர காலங்களுக்கென்று வைத்திருந்த மாஸ்டர் ஓவர்ரைட் குறியீட்டை அவன் பதிவு செய்தான்.

அந்தப் பெட்டகம் சட்டென்று திறந்தது.

உள்ளே, சுரேஷ் இரண்டு போன்களைப் பார்த்தான் - இளவரசர் ஜூலியனுக்கு சொந்தமான ஒரு பாதுகாப்புமிக்க, அரண்மனையால் வழங்கப்பட்ட ஸ்மார்ட்போன் மற்றும் ஒரு ஐபோன், அது எல்லாவிதத்திலும் பிஷப் வால்டஸ்பினோவிற்கு சொந்தமானதாகத்தான் இருக்க வேண்டும் என்ற முடிவிற்கு அவன் வந்தான்.

அவன் அந்த ஐபோனை எடுத்தான்.

உண்மையாகவே நான் இதை செய்துதான் ஆக வேண்டுமா?

மறுபடியும் அவன் *monte@iglesia.org*-இல் இருந்து வந்த செய்தியை நினைத்துப் பார்த்தான்.

வால்டஸ்பினோ செய்திகளை நான் கைப்பற்றிவிட்டேன்.

அவரிடம் ஆபத்தான ரகசியங்கள் இருக்கின்றன.

இந்த அரண்மனை அவருடைய குறுஞ்செய்திகளை ஆராய்ந்தாக வேண்டும்.

இப்போதே.

பிஷப்பின் குறுஞ்செய்திகள் எத்தகைய ரகசியங்களை வெளிப்படுத்தும் என்று சுரேஷுக்கு தெரியவில்லை . . . அத்துடன், அந்த தகவலாளி எதற்காக அரச மாளிகைக்கு எச்சரிக்கை தரவேண்டும் என்பதும் தெரியவில்லை.

ஒருவேளை இணை அழிவில் இருந்து அந்தத் தகவலாளி அரண்மனையைப் பாதுகாக்க முயற்சிக்கிறானோ?

அரச குடும்பத்திற்கு ஆபத்து என்று தகவல் தெரிந்தால் அதை கவனிக்க வேண்டியது தன்னுடைய வேலை என்பது மட்டும் சுரேஷுக்குத் தெரியும்.

அவன் அவசரகால அனுமதி பெறுவது குறித்து ஏற்கனவே பரிசீலித்திருக்கிறான், ஆனால் பிஆர் ஆபத்துகள் மற்றும் தாமதமானது அதனை சாத்தியமில்லாமல் செய்துவிட்டது. நல்லவேளையாக, சுரேஷுடைய அதிகாரத்தில் மிக அதிகப்படியாகவே காலத்திற்கேற்றபடி விவேகமாக செயல்படுவதற்கான முறைகள் அவனுக்கிருந்தன.

வால்டஸ்பினோவின் போனை பிடித்துக்கொண்டிருந்த அவன் துவக்கப் பொத்தானை அழுத்தவும் திரை ஒளிர்ந்தது.

பாஸ்வேர்டால் லாக் செய்யப்பட்டிருந்தது.

பிரச்சினையில்லை.

“ஹேய், சைரி” என்ற சுரேஷ் போனை தன்னுடைய வாயில் வைத்துக்கொண்டான். “இப்போது என்ன நேரம்?”

இப்போதும் லாக் செய்யப்பட்டே இருந்த நிலையில் அந்த போன் ஒரு கடிகாரத்தைக் காட்டியது. அந்த கடிகாரத் திரையில் சுரேஷ் ஒரு தொடர்ச்சியான எளிய கட்டளைகளை பதிவிட்டான் - அந்த கடிகாரத்திற்கான ஒரு புதிய நேர மண்டலத்தை உருவாக்கினான், அந்த நேர மண்டலத்தை குறுஞ்செய்தி வழியாக பகிர்ந்துகொள்ளுமாறு கேட்டுக்கொண்டான், கூடவே

ஒரு புகைப்படத்தை சேர்த்தான், பின்னர் குறுஞ்செய்தியை அனுப்புவதற்கு பதிலாக ஹோம் பட்டனை அழுத்தினான்.

கிளிக்.

அந்த போன் திறந்துகொண்டது.

எளிய யூடியூப் ஹேக் செய்யும் உதவிகள் என்று நினைத்துக்கொண்ட சுரேஷ் ஐபோன் பயனர்கள் தங்களுடைய பாஸ்வேர்டு பாதுகாப்பானது என இன்னும் நினைத்துக் கொண்டிருப்பதை நினைத்து வியந்தான்.

இப்போது, வால்டஸ்பினோவின் போனை முழுமையாக அணுகமுடிந்த நிலையில் சுரேஷ் ஐமெஸேஜ் ஆப்பை திறந்தான். ஐகிளவுட் பேக்அப்பை டிரிக் செய்வதன் மூலம் வால்டஸ்பினோவின் அழிக்கப்பட்ட செய்திகளை மறுஅமைவு செய்துகொள்ளலாம் என்ற முழுமையான எதிர்பார்ப்பு அவனுக்கிருந்தது.

சந்தேகமே இல்லை, பிஷப்பின் குறுஞ்செய்தி விவரங்கள் முற்றிலும் வெறுமையாகத்தான் இருந்தன.

ஒரே ஒரு செய்தியைத் தவிர என்பதை உணர்ந்துகொண்ட அவன் ஒரு தடைசெய்யப்பட்ட எண்ணில் இருந்து இரண்டு மணிநேரங்களுக்கு முன்பு வந்திருந்த ஒரே ஒரு செய்தி இருப்பதைப் கண்டான்.

சுரேஷ் அந்த குறுஞ்செய்தியைத் திறந்து மூன்று வரிகளில் இருந்த செய்தியைப் படித்தான். ஒரு கணம், தாம் ஏதோ பிரமையில் இருப்பதாக உணர்ந்தான்.

இது உண்மையாக இருக்காது!

சுரேஷ் மறுபடியும் அந்தச் செய்தியைப் படித்தான். நினைத்துப் பார்க்க முடியாத ராஜ துரோகம் மற்றும் ஏமாற்று வேலைகளில் வால்டஸ்பினோவிற்கு இருக்கும் தொடர்பிற்கு அந்த குறுஞ் செய்தி முழுமையான நிரூபணமாக இருந்தது.

திமிர்த்தனம் என்றுகூட சொல்லமுடியாது என்று நினைத்துக்கொண்ட சுரேஷ், இந்த கிழட்டு மதகுரு

இதுபோன்றதொரு செய்தியை எலக்ட்ரானிக்ரீதியில் அனுப்பும் அளவுக்கு கட்டுப்படுத்த இயலாதவர் என்று தன்னை நினைத்திருக்கிறாரே என்பதைக் கண்டு அதிர்ச்சியுற்றான்.

இந்தக் குறுஞ்செய்தி மட்டும் பொதுமக்களிடத்தில் சென்றால் . . .

அந்த சாத்தியத்தால் திடுக்கிட்டுப்போன சுரேஷ் உடனடியாக மோனிகா மார்டினைத் தேடி கீழே சென்றான்.

60

இசி145 ஹெலிகாப்டர் நகரத்தின் மேலே தாழ்வாக விரைந்து கொண்டிருந்தபோது ஏஜெண்ட் டயஸ் தனக்கு கீழே பரந்து விரிந்திருக்கும் விளக்குகளின் ஒளியை பார்த்துக் கொண்டிருந்தார். இந்த பின்னிரவு நேரத்திலும் பெரும்பான்மையான குடியிருப்பிட ஜன்னல்களிலும் தொலைக்காட்சிகள் மற்றும் கம்ப்யூட்டர்கள் மினுங்கிக் கொண்டிருப்பதை அவரால் பார்க்க முடிந்தது. அவை அந்த நகரத்தை வெளிறிய நீலப் படலமாக வண்ணம் தீட்டியிருந்தன.

மொத்த உலகமும் பார்த்துக் கொண்டிருக்கிறது.

அது அவரை பதற்றப்பட வைத்தது. அன்றிரவானது கட்டுப்பாட்டை இழந்து காட்டுத்தனமாக சுழன்றடித்தது, இந்த அதிகரித்துவரும் குழப்பமானது ஒரு சிக்கலான முடிவை நோக்கித்தான் செல்கிறதோ என அவர் அச்சப்பட்டார்.

அவருக்கு முன்பாக, ஏஜெண்ட் பொன்ஸெகா தனக்கு நேர் முன்பாக தொலைவில் இருந்த இடத்தை சத்தமாக சுட்டிக்காட்டினார். டயஸும் ஆமோதித்து தங்களுடைய இலக்கை உடனடியாக கண்டுகொண்டார்.

தவறவிடுவது கடினம்.

தொலைவில் இருந்தும்கூட சுழலும் நீலநிற போலீஸ் விளக்குகளின் துடிப்பான கூட்டத்தை தெளிவாகப் பார்க்க முடிந்தது.

கடவுள்தான் காப்பாற்ற வேண்டும்.

டயஸ் பயந்தது போலவே காஸா மைலாவில் உள்ளூர் போலீஸ் கார்கள் குவிந்திருந்தன. அரச மாளிகையில் இருந்து மோனிகா மார்டின் வெளியிட்ட அறிவிப்பைத் தொடர்ந்து ஒரு அநாமதேய எச்சரிக்கைக்கு பார்சிலோனா அதிகாரிகள் பதிலளித்துக் கொண்டிருந்தனர்.

ராபர்ட் லேங்டன் ஸ்பெயினின் எதிர்கால ராணியைக் கடத்திவிட்டார்.

அவர்களைக் கண்டுபிடிப்பதில் அரண்மனைக்கு பொதுமக்கள் உதவி தேவை.

சுத்த பொய் என்று டயஸுக்கு தெரியும். அவர்கள் இருவரும் சேர்ந்தே கூகன்ஹைமில் இருந்து வெளியேறியதை என் கண்களால் பார்த்தேன்.

மார்டினின் தந்திரம் பயன்மிக்கதாய் இருந்தது, அது நம்பமுடியாத வகையில் ஒரு ஆபத்தான விளையாட்டை தொடங்கிவிட்டது. உள்ளூர் அதிகாரிகளை ஈடுபடுத்தி ஒரு பொது மனித வேட்டையை உருவாக்குவது மிகவும் ஆபத்தானது - ராபர்ட் லேங்டனுக்கு மட்டுமல்ல, எதிர்கால ராணிக்கும்தான், அவர் இப்போது சாதாரண உள்ளூர் காவலர் கும்பலின் உள்மோதலில் மாட்டிக்கொள்ளும் நிலையில் இருந்தார். எதிர்கால ராணியை பாதுகாப்பாக வைத்திருப்பதுதான் அரண்மனையின் நோக்கம் என்றால் இது நிச்சயம் அதைச் செய்வதற்கான வழிமுறையே அல்ல.

இந்தச் சூழ்நிலை பெரிதாக்கப்பட்டிருப்பதற்கு கமாண்டர் கார்ஸா ஒருபோதும் அனுமதித்திருக்க மாட்டார்.

கார்ஸாவின் கைது டயஸுக்கு இன்னமும் புதிராகவே இருந்தது, தன்னுடைய கமாண்டருக்கு எதிரான குற்றச்சாட்டுகள் லேங்டனுக்கு எதிரான குற்றச்சாட்டுகளைப் போன்றே

புனையப்பட்டவைதான் என்பதில் அவருக்கு எந்த சந்தேகமும் இல்லை.

இருந்தபோதிலும், பொன்ஸெகா அந்த அழைப்பை ஏற்று தனக்கான உத்தரவுகளைப் பெறத்தான் வேண்டியிருந்தது.

கார்ஸாவின் தலைமைக்கும் மேலிருந்த வந்த உத்தரவுகள்.

அந்த ஹெலிகாப்டர் காஸா மைலாவை நெருங்கியபோது கீழே நடந்துகொண்டிருக்கும் காட்சியை ஆராய்ந்த ஏஜெண்ட் டயஸ் அங்கே தரையிறங்க பாதுகாப்பான இடம் இருக்காது என்பதை உணர்ந்து கொண்டார். அந்தக் கட்டடத்திற்கு முன்பாக இருந்த பரந்த நிழற்சாலையும், மூலைச் சதுக்கமும் மீடியா டிரக்குகள், போலீஸ் கார்கள் மற்றும் வேடிக்கை பார்ப்பவர்களால் நிரம்பியிருந்தன.

அந்தக் கட்டடத்தின் பிரபலமான கூரையுச்சியை கீழே குனிந்து பார்த்தார் டயஸ் - சரிவான பாதைவழிகளின் அலையலையான எட்டு உருவங்கள் மற்றும் கட்டடத்திற்கும் மேலாக சுழன்று செல்லும் படிக்கட்டுகள் ஆகியவை பார்வையாளர்களுக்கு பார்சிலோனா வான்வெளியின் திகைப்பூட்டும் காட்சிகளை வழங்கிக்கொண்டிருந்தன . . . அத்துடன் உட்புறக் கூடங்களை நோக்கி கீழிறங்கும் கூரையொளி விளக்குகள் அந்தக் கட்டடத்தின் இரண்டு இடைவெளிகளில் அமைந்திருந்தன.

தரையிறங்க வழியே இல்லை.

அந்த நிலப்பகுதியின் ஏற்ற இறக்கமான மலைமுகடுகள் மற்றும் பள்ளத்தாக்குகளுக்கும் மேலாக அந்தக் கூரைத்தளம் காவ்டியின் உயரமான சிம்னிகளால் பாதுகாக்கப்பட்டிருப்பது எதிர்கால சதுரங்கக் காய்களை நினைவுபடுத்துவதாய் அமைந்திருந்தது - ஹெல்மெட் அணிந்த அந்த காவல்படையினர் சிலைகள் திரைப்பட இயக்குநர் ஜியார்ஜ் லூகாஸிடம் பெரும் தாக்கத்தை ஏற்படுத்தியதாகவும், அதனை அவர் ஸ்டார் வார்ஸ் திரைப்படங்களில் அச்சுறுத்தும் அதிரடிப் படை வீரர்களுக்கான முன்மாதிரியாக பயன்படுத்தியதாகவும் சொல்லப்படுவதுண்டு.

தரையிறங்கும் தளங்களுக்கு வேறு சாத்தியங்கள் இருக்கின்றனவா என டயஸ் பக்கத்திலுள்ள கட்டடங்களை

ஆராய்ந்து பார்த்தார், ஆனால் அவருடைய பார்வை காஸா மைலாவின் உச்சியில் இருந்த ஒரு எதிர்பாராத காட்சியில் சட்டென்று நிலைத்து நின்றது.

அந்தப் பெரிய சிற்பங்களுக்கு நடுவே ஒரு சிறிய உருவம் நின்றிருந்தது.

கூரையின் நுனிக்கு அருகாமையில் இருந்த கிராதியில் அமைதியாக நின்றிருந்த அந்த ஆள் வெண்ணிற உடையணிந்திருந்தான், கீழேயிருந்த சதுக்கத்தில் மேல்நோக்கி பார்த்தபடி இருந்த மீடியா விளக்குகளால் பெரும் ஒளிவீச்சுக்கு ஆளாகியிருந்தான். ஒரு கணம், அந்தக் காட்சி செயிண்ட் பீட்டர் சதுக்கத்தின் மேலிருக்கும் பால்கனியில் நின்றபடி தன்னுடைய தொண்டர்களைப் பார்க்கும் போப்பின் தோற்றத்தை அது டயஸுக்கு நினைவுபடுத்தியது.

ஆனால் இது போப் அல்ல.

அது வெண்ணிற உடையில் இருக்கும் மிகவும் பிரபலமான ஒரு அழகிய பெண்.

மீடியா விளக்குகளின் கூசும் வெளிச்சத்தில் ஆம்ரா வைடலால் எதையும் பார்க்க முடியவில்லை, ஆனால் அவளால் ஒரு ஹெலிகாப்டர் நெருங்கி வருவதை கேட்க முடிந்ததுடன் நேரம் போய்க்கொண்டிருப்பதும் அவளுக்குத் தெரியும். நம்பிக்கையற்ற நிலையிலும் அவள் கைப்பிடிச் சுவற்றிற்கு மேலாக எட்டிப்பார்த்து கீழேயிருந்த பெருந்திரளான மீடியாக்காரர்களை நோக்கி கத்த முயற்சித்தாள்.

அவளுடைய வார்த்தைகள் ஹெலிகாப்டர் இறக்கைகளின் காதடைக்கச் செய்யும் உறுமலில் காணாமல் போயின.

கூரையின் விளிம்பில் ஆம்ரா காணப்பட்ட உடனே தொலைக்காட்சி குழுக்கள் தங்களுடைய கேமராக்களை மேல்நோக்கி திருப்புவார்கள் என்று வின்ஸ்டன் முன்னூகித்திருந்தான். உண்மையில் அதுதான் நடந்தது, ஆனாலும் வின்ஸ்டனின் திட்டம் தோற்றுவிட்டதை ஆம்ரா தெரிந்துகொண்டாள்.

நான் சொல்லும் ஒரு வார்த்தையைக்கூட அவர்களால் கேட்க முடியவில்லையே!

காஸா மைலாவின் கூரையானது அலறும் போக்குவரத்து மற்றும் கீழேயிருந்த குழப்பத்திற்கும் வெகு உயரத்தில் அமைந்திருந்தது. இப்போதோ, இந்த ஹெலிகாப்டரின் அதிரொலியானது எல்லாவற்றையும் முற்றிலுமாக மூழ்கடித்துவிடுவதைப் போல் மிரட்டிக்கொண்டிருந்தது.

"நான் கடத்தப்படவில்லை!" என்று மறுபடியும் ஒருமுறை கத்திய ஆம்ரா தன்னால் முடிந்தளவுக்கு சத்தமெழுப்ப முயற்சித்தாள். "ராபர்ட் லேங்டன் பற்றி அரச மாளிகை வெளியிட்ட அறிக்கை தவறானது! நான் பிணையக் கைதியாக இல்லை!"

நீ ஸ்பெயினின் எதிர்கால அரசி, என்று சில நமிடங்களுக்கு முன்புதான் வின்ஸ்டன் அவளுக்கு நினைவுறுத்தியிருந்தான். *நீ இந்த மனித வேட்டையை திரும்பப் பெற்றால், அதிகாரிகள் அப்படியே எல்லாவற்றையும் நிறுத்திவிடுவார்கள். உன்னுடைய அறிக்கை அடியோடு குழப்பத்தை ஏற்படுத்தும். எந்த உத்தரவுகளை பின்பற்றுவது என யாருக்கும் தெரியாது.*

வின்ஸ்டன் சொன்னது சரிதான் என ஆம்ராவுக்குத் தெரியும், ஆனால் அவளுடைய வார்த்தைகள் இரைச்சலான கூட்டத்திற்கு மேலே பறந்துகொண்டிருக்கும் இறக்கைகளின் இரைச்சலில் காணாமல் போய்விட்டன.

திடீரென்று வானத்தில் ஒரு இடியோசை எழுந்தது. ஹெலிகாப்டர் கீழிறங்கி நெருங்கிவந்து, நேரடியாக அவளுக்கு முன்பாக சுற்றிவந்து சடாரென நின்றபோது ஆம்ரா கைப்பிடிச் சுவற்றில் இருந்து பின்வாங்கினாள். இருக்கை கதவுகள் அகன்று திறந்தன, இரண்டு அறிமுகமான முகங்கள் அவளை உற்று நோக்கின - அவர்கள் ஏஜெண்ட் ஃபொன்ஸெகா மற்றும் டயஸ்.

ஆம்ரா பயந்தபடியே, ஏஜெண்ட் ஃபொன்ஸெகா அவளை நோக்கி நேரடியாக குறிவைத்து ஏதோ ஒருவகை சாதனத்தை உயர்த்தினார். ஒரு கணத்திற்கு, விசித்திரமான எண்ணங்கள் அவள் மனதில் விரைந்தோடின. *ஜூலியன் நான் சாகவேண்டும் என விரும்புகிறார். நான் ஒரு மலடிப் பெண். என்னால்*

அவருக்கு ஒரு வாரிசை பெற்றுத்தர முடியாது. என்னைக் கொலைசெய்வது மட்டும்தான் இந்த திருமண நிச்சயத்தில் இருந்து அவர் தப்பிப்பதற்கு உள்ள ஒரே வழி.

அதிர்ச்சியுற்று பின்வாங்கிய ஆம்ரா அந்த அச்சுறுத்தும் சாதனத்தின் பார்வையில் இருந்து அப்பால் விலகிக்கொண்டு ஒரு கையில் எட்மண்டின் செல்போனை பிடித்துக்கொண்டு மற்றொரு கையால் தன்னை சமநிலைப்படுத்திக் கொண்டாள். ஆனால் தன்னுடைய காலை அவள் பின்னோக்கி வைத்தபோது தரை காணாமல் போய்விட்டதைப் போல் தோன்றியது. ஒரு கணத்தில், அவள் கெட்டியான சிமெண்ட் தரையை எதிர்பார்த்திருந்த இடம் வெற்று வெளியாக மட்டுமே இருந்தது. அவள் தன்னுடைய சமநிலையை மறுபடியும் பெற முயற்சிக்கையில் அவளுடைய உடல் பிசகிக்கொண்டது, ஆனால் எப்படியோ அவள் பக்கவாட்டு படிக்கட்டுகளில் விழுந்தாள்.

அவளுடைய இடது முழுங்கை சிமெண்ட்டில் மோதியது, உடலின் மற்ற பாகங்கள் சற்றைக்கெல்லாம் கீழே விழுந்து மோதின. இன்னும் சொல்லப்போனால், ஆம்ரா வைடலுக்கு வலியே தெரியவில்லை. அவளுடைய கவனமெல்லாம் தன்னுடைய கையில் இருந்து பறந்துசென்ற பொருளின் மீதே இருந்தது - அது எட்மண்டின் அளவில் பெரிதான நீலப்பச்சை செல்போன்.

கடவுளே, கூடாது!

அந்த போன் சிமெண்ட் தரையில் உருண்டு சென்று, ஒன்பதாவது அடுக்ககத்தின் விளிம்பை நோக்கி படிக்கட்டுகளில் துள்ளிக்குதித்து அந்தக் கட்டடத்தின் உட்புற மண்டபத்திற்குள் விழுந்தது. அவள் போனை நோக்கி விரைந்தாள், ஆனால் அது பாதுகாப்பு வேலிகளுக்கு கீழே அதள பாதாளத்தில் விழுந்து மறைந்துவிட்டது.

வின்ஸ்டனுடனான நம்முடைய தொடர்பு . . . !

அதை நோக்கி ஊர்ந்துசென்ற ஆம்ரா வேலியிடம் வந்துசேர்ந்தபோது எட்மண்டின் போன் லாபியின் நேர்த்தியான கல்தரையில் துள்ளிக்குதிப்பதைத்தான் பார்த்தாள், அங்கே, அது

ஒரு கூர்மையான பிளவொலியுடன் பளபளக்கும் கண்ணாடி மற்றும் உலோகத் துண்டுகளாக வெடித்துச் சிதறியது.

ஒரு கணத்தில், வின்ஸ்டன் காணாமல் போனான்.

படிக்கட்டுகளின் எல்லையை அடைந்திருந்த லேங்டன் காஸா மைலாவின் கோபுரத்திற்குச் செல்லும் படிக்கட்டுக் கதவை உடைத்துத் திறந்தார். தான் ஒரு காதடைக்க வைக்கும் பெருங்குழப்ப நிலைக்கு மத்தியில் இருப்பதை உணர்ந்தார். அந்தக் கட்டடத்திற்கு அருகாமையில் ஒரு ஹெலிகாப்டர் மிகவும் தாழ்வாக வட்டமடித்துக் கொண்டிருந்தது, ஆம்ராவை எங்கேயும் காணவில்லை.

குழப்பமுற்ற லேங்டன் அந்தப் பகுதியை ஆராய்ந்தார். *அவள் எங்கே?* அந்தக் கூரையுச்சி எந்தளவுக்கு விசித்திரமானது என்பதை அவர் மறந்துவிட்டிருந்தார் - ஒருபக்கமாக சாய்ந்திருக்கும் மதிலரண்கள் . . . செங்குத்தான படிக்கட்டுகள் . . . சிமெண்ட்டால் ஆன படைவீரர்கள் . . . ஆழம்காண முடியாத குழிகள்.

"ஆம்ரா!"

அவர் அவளைக் கண்டுபிடித்தபோது தன்னுள் பேரச்சத்தை உணர்ந்தார். கூரை விளக்கின் விளிம்பில் இருந்த சிமெண்ட் தரையில் ஆம்ரா வைடல் சுருண்டு கிடந்தாள்.

லேங்டன் அவளை நோக்கி விரைந்தபோது ஒரு துப்பாக்கித் தோட்டாவின் சுருக்கென்ற விசில் சத்தம் அவருடைய தலைக்கு அருகாமையில் பறந்துசென்று அவருக்குப் பின்னால் இருந்த சிமெண்ட்டில் மோதிச் சிதறியது.

ஜீஸஸ்! மேலும் இரண்டு தோட்டாக்கள் அவருடைய தலைக்கு மேல் பறந்தபோது லேங்டன் முழங்காலிட்டு கீழ்த் தரையில் குனிந்தார். ஒரு கணத்தில், அந்த தோட்டாக்கள் ஹெலிகாப்டரில் இருந்துதான் வருகின்றன என்றே அவர் நினைத்தார், ஆனால் அவர் ஆம்ராவை நோக்கி ஊர்ந்து செல்கையில் தொலைவில் மற்றொரு கோபுர வாயிலில் இருந்து தங்களுடைய துப்பாக்கிகளை வெளியே எடுத்தபடி காவல்துறையினர் திமுதிமுவென வெளியே வந்துகொண்டிருப்பதைக் கண்டார்.

அவர்கள் என்னைக் கொல்ல நினைக்கிறார்கள் என்பதை அவர் உணர்ந்தார். எதிர்கால அரசியை நான் கடத்தி வந்துவிட்டதாக அவர்கள் நினைக்கிறார்கள்! அவளுடைய அறிவிப்பு கேட்கப்படாமலேயே போய்விட்டதென தெளிவாகத் தெரிந்தது.

லேங்டன் பத்து கஜ தொலைவில் மட்டுமே இருந்த ஆம்ராவைப் பார்த்தபோது அவளுடைய கையில் ரத்தப்போக்கு ஏற்பட்டிருப்பதை உணர்ந்த அவர் அச்சமுற்றார். கடவுளே, அவளைச் சுட்டுவிட்டார்களே! உட்புற முற்றத்தை நோக்கி கீழிறங்கிச் செல்லும் வகையில் வட்டமாக இருந்த கைப்பிடியை ஆம்ரா பற்றிக்கொள்ளத் தொடங்கியிருந்தபோது மற்றொரு தோட்டா லேங்டனின் தலைக்கு மேல் பறந்தது. அவள் தாமாகவே நிமிர்வதற்கு போராடிக் கொண்டிருந்தாள்.

"அப்படியே இரு!" என்று கத்திய லேங்டன் ஆம்ராவை நோக்கி ஊர்ந்து சென்று அவளுடைய உடலை பாதுகாப்பாக மறைத்துக்கொண்டார். அவர் மௌனக் காவலர்களைப் போல் கூரையுச்சியின் சுற்றுவளைவில் உயர்ந்தும், தலைக்கவசம் அணிந்தும் காணப்பட்ட ஸ்டோர்ம்-டுரூப்பர் உருவங்களைப் பார்த்தார்.

தலைக்கு மேலாக காதடைக்கும் உறுமல் கேட்டது, அந்த ஹெலிகாப்டர் கீழே இறங்கியபோது மோதிச்சிதறிய காற்று அவர்களைச் சுற்றிலும் விளாசியது, அவர்களுக்கு பக்கவாட்டில் எண்ணமுடியாத அளவுக்கு சுழன்ற சுழல்தண்டானது காவல்துறையினரின் பார்வையில் இருந்து அவர்களை மறைத்தது.

"சுடுவதை நிறுத்துங்கள்!" அந்த ஹெலிகாப்டரில் இருந்து ஒரு பெருத்த குரல் உறுமியது. "உங்கள் ஆயுதங்களை உள்ளே வையுங்கள்!"

லேங்டனுக்கும் ஆம்ராவுக்கும் நேராக ஏஜெண்ட் டயஸ் ஒரு காலை சாய்த்து வைத்துக்கொண்டு ஒரு கையை அவர்களை நோக்கி நீட்டினார்.

"உள்ளே வாருங்கள்!" என்று அவர் கத்தினார்.

ஆம்ரா தனக்கு கீழே சுருண்டுகிடப்பதை லேங்டன் உணர்ந்தார்.

“உடனே!” அந்த காதடைக்கும் சுழல்தண்டு ஓசையையும் மீறி கத்தினார் டயஸ்.

கூரை விளக்கின் பாதுகாப்பு கைப்பிடியை சுட்டிக்காட்டிய அவர், அதில் ஏறி தன்னுடைய கையைப் பற்றிகொண்டு, சுற்றிக்கொண்டிருக்கும் ஹெலிகாப்டருக்குள் சற்றே தாவியேற வேண்டும் என வற்புறுத்தினார்.

லேங்டன் ரொம்ப நேரத்திற்கு தயங்கினார்.

ஃபொன்ஸெகாவிடம் இருந்து ஒலிபெருக்கியை வாங்கிய டயஸ் லேங்டனின் முகத்திற்கு நேராக அதை குறிவைத்தார். **“புரபஸர், உடனே ஹெலிகாப்டரில் ஏறுங்கள்!”** அந்த ஏஜெண்டின் குரல் இடியோசையைப் போல் உறுமியது. **“உள்ளூர் காவல்துறையிடம் உங்களை சுடுவதற்கான உத்தரவு இருக்கிறது! நீங்கள் மிஸ்.வைடலைக் கடத்தவில்லை என்று எங்களுக்குத் தெரியும்! இருவரும் உடனடியாக உள்ளே வாருங்கள் - யாரும் கொல்லப்படுவதற்கு முன்.”**

61

உளையிட்டுக் கொண்டிருக்கும் காற்றில், லேங்டனின் கைகள் தன்னை மேலே தூக்கி வட்டமடித்துக்கொண்டிருக்கும் ஹெலிகாப்டரில் உள்ள ஏஜெண்ட் டயஸின் நீண்டிருக்கும் கைகளுக்கு அனுப்பி வைப்பதை ஆம்ரா உணர்ந்தாள்.

எதிர்க்க முடியாத அளவுக்கு அவள் மிகுந்த குழப்பத்தில் இருந்தாள்.

“அவளுக்கு ரத்தம் கசிகிறது!” என்று அவளுக்குப் பின்னால் ஹெலிகாப்டரில் ஏறிய லேங்டன் கத்தினார்.

அந்த ஹெலிகாப்டர் சட்டென்று மேல்நோக்கி எழும்பி, அலையலையான கூரையுச்சியில் இருந்து விலகியபோது அதற்குப் பின்னால் ஒரு சிறிய குழப்புமுற்ற காவல்துறை ராணுவம் மேல்நோக்கி வெறித்துப் பார்த்துக்கொண்டிருந்தது.

இருக்கைகளை ஒட்டியிருக்கும் கதவை இழுத்து மூடிய ஃபொன்ஸெகா பைலட்டை நோக்கி முன்னால் நகர்ந்தார். டயஸ் பின்னால் நகர்ந்து ஆம்ராவின் கையை ஆராய்ந்தார்.

"இது வெறும் சிராய்ப்புதான்" என்றாள் அவள் வெறுமையாக.

"முதலுதவி பெட்டியை எடுத்துவருகிறேன்" என்றபடி டயஸ் அந்த சிற்றறையின் முன்பக்கத்திற்கு சென்றார்.

லேங்டன் பின்பக்கமாக ஆம்ராவிற்கு எதிரில் அமர்ந்திருந்தார். இப்போது அவர்கள் இருவரும் சட்டென்று தனிமைப்படுத்தப்பட்டார்கள், அவளுடைய கண்களைப் பார்த்த அவர் அவளை நோக்கி நிம்மதியாக புன்னகைத்தார். "உனக்கு ஒன்றும் ஆகாததை நினைத்து மகிழ்ச்சி."

ஆம்ரா பலவீனமாக தலையசைத்து ஆமோதித்தாள், ஆனால் அவள் அவருக்கு நன்றி சொல்லும் முன்பாகவே தன்னுடைய இருக்கையில் முன்னோக்கி குனிந்த லேங்டன் அவளிடம் ஒரு பரவசமான தொனியில் கிசுகிசுத்தார்.

"நான் நம்முடைய புதிரார்ந்த கவிஞரைக் கண்டுபிடித்துவிட்டேன் என்று நினைக்கிறேன்" என்று கூறிய அவருடைய கண்கள் நம்பிக்கையால் நிரம்பியிருந்தன. "வில்லியம் பிளேக். எட்மண்டின் நூலகத்தில் இருப்பது பிளேக்கின் முழு படைப்புகளுடைய வெறும் பிரதி மட்டுமல்ல . . . பிளேக்கின் கவிதைகளில் பலவும் தீர்க்கதரிசனங்கள்!" லேங்டன் தன் கைகளை நீட்டினார். "எட்மண்டின் போனை என்னிடம் கொடு - பிளேக்கின் படைப்பில் ஏதாவது நாற்பத்தி ஏழு எழுத்துக்கள் கொண்ட கவிதை வரி இருக்கிறதா என்று தேடிப்பார்க்கும்படி வின்ஸ்டனிடம் கேட்கிறேன்."

லேங்டனின் காத்திருக்கும் உள்ளங்கையைப் பார்த்த ஆம்ரா குற்றவுணர்ச்சியால் தான் நொந்துபோயிருப்பதை உணர்ந்தாள். அவள் அவருடைய கைகளை தன்னுடைய கைகளால் பிடித்துக்கொண்டாள். "ராபர்ட்," அவள் மன உளைச்சலுடன் விம்மினாள். "எட்மண்டின் போன் போய்விட்டது. அது அந்தக் கட்டடத்தின் விளிம்பிலிருந்து விழுந்துவிட்டது."

லேங்டன் அவளை உற்று நோக்கியபோது ஆம்ரா தன்னுடைய முகத்தில் ரத்தம் வறண்டபோவதை உணர்ந்தாள். *என்னை மன்னித்துவிடுங்கள், ராபர்ட்.* அந்தச் செய்தியை அவர் ஏற்றுக்கொள்ள போராடிக்கொண்டிருப்பதையும், வின்ஸ்டனை இழந்துவிட்டது அவர்களை எங்கே கொண்டு நிறுத்தும் என்பதை கண்டுபிடிக்க முயற்சிப்பதையும் அவளால் காண முடிந்தது.

விமானியின் இருக்கையில், ஃபொன்ஸெகா தன்னுடைய போனில் கத்திக்கொண்டிருந்தார். "உறுதி செய்யப்படுகிறது! இருவரும் பாதுகாப்பாக இருக்கிறார்கள். மேட்ரிட்டிற்கு போக போக்குவரத்து விமானத்தை தயார்செய்யுங்கள். நான் அரண்மனையை தொடர்புகொண்டு உஷார்படுத்துகிறேன் - "

"கவலைப்படாதீர்கள்!" ஆம்ரா அந்த ஏஜெண்டை நோக்கி கத்தினாள். "நான் அரண்மனைக்குப் போகப்போவதில்லை!"

ஃபொன்ஸெகா தன் போனை மறைத்துக்கொண்டு இருக்கையில் இருந்து திரும்பி பின்னால் இருந்த அவளைப் பார்த்தார். "நீங்கள் நிச்சயமாக போகத்தான் வேண்டும்! இன்றிரவு எனக்கான உத்தரவு உங்களை பாதுகாப்பாக வைத்திருப்பதுதான். என்னுடைய காவலில் இருந்து நீங்கள் போய்விடக்கூடாது. உங்களை மீட்பதற்கு நானே இங்கு வந்திருப்பது உங்களுடைய அதிர்ஷ்டம்தான்."

"*மீட்பதா?*" ஆம்ரா வற்புறுத்தினாள். "இது ஒரு *மீட்பு* நடவடிக்கை என்றால், புரபஸர் லேங்டன் என்னைக் கடத்திவிட்டார் என்பது பற்றி அரண்மனை வட்டாரம் முட்டாள்தனமான பொய்களை சொல்லியிருப்பதால்தான் அது அவசியமாகியிருக்கிறது - அது பொய் என்பதுதான் உங்களுக்கே தெரியுமே! ஒரு அப்பாவி மனிதரின் வாழ்க்கையை ஆபத்திற்கு உட்படுத்துவதை இளவரசர் ஜூலியன் வேண்டுமென்றே செய்திருப்பார் என்று நினைக்கிறீர்களா? என்னுடைய உயிரைப் பற்றிக்கூட கவலைப்படாமலா?"

ஃபொன்ஸெகா அவளை உற்றுப் பார்த்துவிட்டு தன்னுடைய இருக்கையில் திரும்பி உட்கார்ந்தார்.

சற்று நேரத்தில் டயஸ் முதலுதவி பெட்டியுடன் திரும்பினார்.

“மிஸ்.வைடல்” என்ற அவர் அவளுக்கு பக்கத்தில் அமர்ந்தார். “கமாண்டர் கார்ஸா கைது செய்யப்பட்ட காரணத்தால் இன்றிரவு எங்களுடைய கட்டளைத் தொடர்வரிசையில் சிக்கல் ஏற்பட்டிருக்கிறது என்பதை தயவுசெய்து புரிந்துகொள்ளுங்கள். இருந்தாலும், அரண்மனையில் இருந்து வெளியான மீடியா அறிக்கைக்கு இளவரசர் ஜூலியனால் எதுவும் செய்திருக்க முடியாது என்பதை நீங்கள் தெரிந்துகொள்ள வேண்டும் என விரும்புகிறேன். உண்மையில், இப்போது என்ன நடந்துகொண்டிருக்கிறது என்பதே இளவரசருக்குத் தெரியுமா என எங்களால் உறுதிப்படுத்த முடியவில்லை. ஒருமணி நேரத்திற்கும் மேலாக அவரை எங்களால் தொடர்புகொள்ளவே முடியவில்லை.”

என்ன? ஆம்ரா அவரை உற்றுப்பார்த்தாள். “அவர் எங்கே?”

“இப்போது அவருடைய இருப்பிடத்தைப் பற்றி எதுவும் தெரியவில்லை” என்றார் டயஸ், “ஆனால் அவர் முன்னதாக எங்களுடன் முன்மாலைப்பொழுதில் தொடர்புகொண்டிருந்தார் என்பது மட்டும் தெள்ளத்தெளிவான ஒன்று. நீங்கள் பாதுகாப்பாக இருக்க வேண்டும் என்றுதான் இளவரசர் விரும்பினார்.”

“அது உண்மை என்றால்” என்ற லேங்டன் சட்டென்று தன்னுடைய சிந்தனைகளில் இருந்து திரும்பியிருந்தார். “மிஸ்.வைடலை அரண்மனைக்கு அழைத்துச் செல்வதென்பது உயிராபத்து விளைவிக்கக்கூடிய தவறு.”

ஃபொன்ஸெகா சுழன்று திரும்பினார். “என்ன சொல்கிறீர்கள்?!”

“இப்போது உங்களுக்கு யார் உத்தரவிடுகிறார்கள் என்று எனக்குத் தெரியாது, சார்” என்றார் லேங்டன், “ஆனால் இளவரசர் தன்னுடைய மணமகளை உண்மையாகவே பாதுகாக்க விரும்பினால், நான் சொல்வதை நீங்கள் கவனமாக கேட்க வேண்டும் என விரும்புகிறேன்.” சற்று இடைவெளிவிட்ட அவருடைய குரல் தீவிரமடைந்திருந்தது. “எட்மண்ட் கிர்ஷ் தன்னுடைய கண்டுபிடிப்பை பொதுமக்களிடம் வெளியிட்டுவிடக்கூடாது என்பதற்காகத்தான் கொல்லப்பட்டான். அவனை மௌனிக்கச் செய்தவர்கள், அந்த வேலை முடியும்வரையில் எதையும் நிறுத்தப்போவதில்லை.”

“அதுதான் ஏற்கனவே முடிந்துவிட்டதே” என்று ஃபொன்ஸெகா ஏளனமாக கூறினார். “எட்மண்ட் இறந்துவிட்டான்.”

“ஆனால் அவனுடைய கண்டுபிடிப்பு இறக்கவில்லையே” என்று பதிலளித்தார் லேங்டன், “எட்மண்டின் கண்டுபிடிப்பு இன்னமும் உயிர்ப்புடன்தான் இருக்கிறது, இப்போதுகூட அதை உலகத்திற்கு வெளியிட முடியும்.”

“அதனால்தான் நீங்கள் அவருடைய குடியிருப்பிடத்திற்கு வந்தீர்கள்” என்றார் டயஸ். “உங்களால் அதை வெளியிட முடியும் என்று நீங்கள் நம்பியிருக்கிறீர்கள்.”

“சரியாக சொன்னீர்கள்” என்றார் லேங்டன். “அதனால்தான் நாங்கள் குறிவைக்கப்பட்டிருக்கிறோம். ஆம்ரா கடத்தப்பட்டிருக்கிறார் என்ற மீடியா அறிக்கையை யார் தயாரித்தார்கள் என்று எனக்குத் தெரியாது, ஆனால் அது நிச்சயம் எங்களை தடுத்த நிறுத்த விரும்பும் ஒருவர்தான். அதனால், நீங்களும் அந்தக் கும்பலின் - எட்மண்டின் கண்டுபிடிப்பை நிரந்தரமாக புதைக்க நினைப்பவர்களின் - ஒரு பாகமாக இருந்தால், இப்போதுகூட உங்களால் முடியும் என்பதால் மிஸ்.வைடலையும் என்னையும் இந்த ஹெலிகாப்டரில் இருந்து அப்படியே வீசியெறிந்திருக்கலாம்.”

ஆம்ரா லேங்டனை உற்றுப்பார்த்து அவருடைய மனநிலை பிறழ்ந்துவிட்டதோ என்று நினைத்தாள்.

“ஆனாலும்” என்று தொடர்ந்தார் லேங்டன், “கார்டியா ரியல் ஏஜெண்டாக உங்களுடைய சத்தியப்பிரமாண கடமையானது, ஸ்பெயினின் எதிர்கால அரசி உட்பட அரச குடும்பத்தை காப்பாற்றுவதுதான் என்றால், இப்போதைக்கு, மிஸ்.வைடலை ஏறக்குறைய கொன்றுவிட்ட ஒரு பொது அறிவிப்பை வெளியிட்ட அரண்மனையைக் காட்டிலும் அவளுக்கு மிகவும் ஆபத்தான இடம் வேறு எதுவும் இருக்காது என்பதை நீங்கள் உணர்ந்துகொள்ள வேண்டும்.” லேங்டன் தன்னுடைய பைக்குள் கைவிட்டு நேர்த்தியான புடைப்புருவம் கொண்ட ஒரு லினன் குறிப்பேட்டை எடுத்தார். “அவளை இந்த அட்டையின் அடிப்பகுதியில் உள்ள முகவரிக்கு கூட்டிச்செல்லுமாறு நான் பரிந்துரைக்கிறேன்.”

அந்த அட்டையை வாங்கி ஆராய்ந்த ஃபொன்ஸெகாவின் புருவங்கள் சுருங்கிப்போயின. "இது முட்டாள்தனம்."

"அந்த மொத்த இடத்தைச் சுற்றிலும் பாதுகாப்பு வேலி அமைக்கப்பட்டிருக்கும்" என்றார் லேங்டன். "உங்களுடைய பைலட் கீழே இறங்கி, நம் நால்வரையும் இறக்கிவிட்டு நாம் அங்கே இருக்கிறோம் என்பது யாருக்கும் தெரிய வருவதற்கு முன்பாகவே பறந்து சென்றுவிடலாம். அங்கு பொறுப்பில் உள்ளவரை எனக்குத் தெரியும். இவை எல்லாவற்றையும் சரிசெய்யும் வரையில் நாம் அங்கே கிராதிகளுக்குப் பின்னால் மறைந்துகொள்ளலாம், நீங்களும் எங்களுடனே இருங்கள்."

"விமான நிலையத்தில் இருக்கும் ராணுவ விமான நிறுத்துமிடமே பாதுகாப்பானது என நினைக்கிறேன்."

"மிஸ்.வைடலை ஏறக்குறைய கொல்லவிருந்த அதே ஆட்களிடம் இருந்து உத்தரவுகளைக் பெறக்கூடிய ஒரு ராணுவக் குழுவை நம்பலாம் என்று நீங்கள் உண்மையிலேயே நினைக்கிறீர்களா?"

ஃபொன்ஸெகாவின் உறைந்துபோன பாவனை மாறவேயில்லை.

ஆம்ராவின் சிந்தனைகள் இப்போது வேகமெடுத்தன, அந்த அட்டையில் என்னதான் எழுதப்பட்டிருக்கும் என்பது அவளுக்குத் தெரியாது. லேங்டன் எங்கேதான் போகவேண்டும் என விரும்புகிறார்? அவளை வெறுமனே பாதுகாப்பாக வைத்திருப்பதைக் காட்டிலும் நிறைய விஷயங்கள் ஆபத்தில் இருக்கின்றன என்பதை அவருடைய திடீரென்ற தீவிரத்தன்மை உணர்த்துவதைப் போல் இருந்தது. அவருடைய குரலில் ஒரு புத்தம்புது நம்பிக்கை அவளுக்கு கேட்டது. இப்போதுகூட தங்களால் எப்படியோ எட்மண்டின் அறிவிப்பை வெளியிட்டுவிட முடியும் என்ற நம்பிக்கையை அவர் இழந்துவிடவில்லை என்பதையும் அவள் உணர்ந்தாள்.

ஃபொன்ஸெகாவிடம் இருந்து அந்த லினன் அட்டையை திரும்பப் பெற்றுக்கொண்ட லேங்டன் அதை ஆம்ராவிடம் கொடுத்தார். "நான் இதை எட்மண்டின் நூலகத்தில்தான் கண்டெடுத்தேன்."

அந்த அட்டையை ஆராய்ந்த ஆம்ராவுக்கு அது என்னவென்று உடனடியாக தெரிந்துவிட்டது.

"கடன் பதிவுகள்" அல்லது "தலைப்பு அட்டைகள்" எனப்பட்ட, நேர்த்தியான புடைப்புருவம் கொண்ட அந்த அட்டைகள் தற்காலிக கடனாக பெறப்பட்ட கலைப்படைப்பிற்கு பதிலாக மியூஸியத்தின் காப்பாளர்களால் அதன் நன்கொடையாளர்களுக்கு வழங்கப்படுவதாகும். வழக்கமாகவே, ஒரேவிதமான இரண்டு அட்டைகள் அச்சிடப்படும் - ஒன்று நன்கொடையாளருக்கு நன்றி செலுத்தும் வகையில் மியூஸியத்தில் உள்ள காட்சியகத்தில் வைக்கப்படும், மற்றொன்று நன்கொடையாளர் கடனாக அளித்தமைக்கு ஈடாக அவர் வசமே இருக்கும்.

தன்னுடைய பிளேக் கவிதைப் புத்தகத்தை எட்மண்ட் கடனாக வழங்கியிருக்கிறானா?

அந்த அட்டையில் உள்ளபடி, எட்மண்டின் புத்தகமானது அவனுடைய பார்சிலோனா குடியிருப்பகத்தில் இருந்து சில கிலோமீட்டர்களுக்கும் அதிகமாக பயணம் செய்திருக்கவில்லை.

வில்லியம் பிளேக்கின் முழுமையான படைப்புகள்

எட்மண்ட் கிர்ஷின்

தனி சேகரிப்பில் இருந்து

லா பாஸிலிக்கா டி லா

ஸக்ரதா ஃபெமிலியாவுக்கு

கடனாக வழங்கப்பட்டது

கேரர் டி மலோர்கா, *401*
08013 பார்சிலோனா, ஸ்பெயின்

"எனக்கு ஒன்றும் புரியவில்லை" என்றாள் ஆம்ரா. "ஒரு வெளிப்படையான நாத்திகன் எதற்காக ஒரு தேவாலயத்திற்கு புத்தகத்தை கடனாக வழங்க வேண்டும்?"

“அது ஏதோ ஒரு தேவாலயம் அல்ல” என்று பதிலளித்தார் லேங்டன். “காவ்டியின் மிகவும் புதிரார்ந்த தலைசிறந்த படைப்பு . . .” அவர் அவர்களுக்குப் பின்னால் தொலைவில் தெரிந்த ஒன்றை ஜன்னல் வழியாக சுட்டிக்காட்டினார். “ஐரோப்பாவிலேயே மிக உயரமான தேவாலயமாகப்போகும் ஒன்று.”

ஆம்ரா தன் தலையைத் திருப்பி நகரத்தின் வடக்குப்புறத்தை நோக்கினாள். தொலைவில் - கிரேன்களும், சாரங்களும், கட்டுமான விளக்குகள் சூழ்ந்திருக்க - முற்றுப்பெறாத ஸக்ரதா ஃபெமிலியாவின் கோபுரங்கள் பிரகாசித்துக் கொண்டிருந்தன, அதன் துளைகள் கொண்ட ஸ்தூபிக்களின் தொகுப்பானது ஒளியை நோக்கி கடலின் மேற்பரப்பிற்கு வந்துகொண்டிருக்கும் பெருத்த கடற்பஞ்சுகளைப் போல் காணப்பட்டன.

காவ்டியின் சர்ச்சைக்குரிய பாஸிலிகா டி லா ஸக்ரதா ஃபெமிலியா ஒரு நூற்றாண்டிற்கும் மேலாக கட்டுமானத்திலேயே இருந்து வருகிறது, அது முழுமையான இறைநம்பிக்கை மிகுந்தவர்களின் தனிப்பட்ட நன்கொடைகளை மட்டுமே நம்பியிருந்தது. அதனுடைய அச்சமும், குழப்பமும் உண்டாக்குகின்ற உயிர்ம வடிவம் மற்றும் அதில் பயன்படுத்தப்பட்ட “உயிர்மப்பிரதி வடிவமைப்பு” ஆகியவற்றிற்காக பாரம்பரியவாதிகளால் விமர்சனத்திற்கு உள்ளான அந்த தேவாலயம், அதனுடைய நீர்மக் கட்டுமானம் மற்றும் இயற்கை உலகை பிரதிபலிக்கும் “ஹைபர்போலாய்ட்” வடிவங்களின் பயன்பாடு ஆகியவற்றிற்காக நவீனத்துவவாதிகளால் போற்றப்பட்டது.

“இது அசாதாரணமானது என்பதை நான் ஒப்புக்கொள்கிறேன்,” என்ற ஆம்ரா லேங்டனை நோக்கித் திரும்பினாள். “ஆனாலும் அது இன்னமும் ஒரு கத்தோலிக்க தேவாலயம்தான். எட்மண்டிற்கும் அது தெரியும்.”

எனக்கும் எட்மண்டை தெரியும் என்று நினைத்துக்கொண்டார் லேங்டன். கிறிஸ்துவத்திற்கும் அப்பால் ஒரு ரகசிய நோக்கத்தையும், குறியீட்டியலையும் ஸக்ரதா ஃபெமிலியா மறைத்து வைத்திருக்கிறது என்று அவன் நம்பியதும் தெரியும்.

இந்த விசித்திரமான தேவாலயம் 1882-இல் கட்டப்படத் தொடங்கியதில் இருந்தே அதனுடைய புதிரார்ந்த மறைகுறியீட்டுக் கதவுகள், பிரபஞ்சரீதியில் உந்துதல் பெற்ற சுழல்வடிவ தூண்கள், குறியீடுகள் கொண்ட முகப்புகள், மாயாஜால-சதுர கணிதவியல் செதுக்கல்கள் மற்றும் முறுக்கிய எலும்புகள் மற்றும் இணைப்புத் திசுக்களை தெளிவாக நினைவூட்டுகின்ற ஆவியுருவ "எலும்புக்கூடு" கட்டுமானம் ஆகியவை குறித்த சதியாலோசனைக் கோட்பாடுகள் சுழன்றடித்துக் கொண்டுதான் இருந்தன.

லேங்டனுக்கும் இந்தக் கோட்பாடுகள் பற்றித் தெரியும்தான், என்றாலும்கூட அவற்றிடம் அவர் பெரிதாக கவனம் செலுத்தியதில்லை. இருந்தாலும், சில வருடங்களுக்கு முன்னர், ஸக்ரதா ஃபெமிலியா கிறிஸ்துவத்தை தவிர்த்த ஏதோ ஒன்றை ரகசியமாக உருவாக்கி வைத்திருக்கிறது என்றும், அநேகமாக அது அறிவியலுக்கும் இயற்கைக்குமான ஒரு மர்மமான ஆலயமாகக்கூட திகழலாம் என்றும் முழுமையாக நம்புகின்ற காவ்டி ரசிகர்களின் அதிகரித்துவரும் எண்ணிக்கையில் தானும் ஒரு உறுப்பினர் என எட்மண்ட் ஒப்புக்கொண்டபோது லேங்டன் ஆச்சரியப்பட்டுப் போனார்.

இந்தக் கருத்தாக்கத்திற்கு அதிக சாத்தியமிருக்காது என்றே லேங்டன் நினைத்தார். காவ்டி ஒரு அர்ப்பணிப்புள்ள கத்தோலிக்கர் எனவும், அவரை "இறைவனின் கட்டடக்கலைஞன்" என்று பெயர்சூட்டும் அளவுக்கு வாடிகன் அவருக்கு உயர் கௌரவத்தை அளித்திருப்பதுடன், அவருக்கு தெய்வீக அந்தஸ்தை தருமளவுக்குகூட பரிசீலித்திருப்பதையும் அவர் எட்மண்டிற்கு நினைவுபடுத்தினார். ஸக்ரதா ஃபெமிலியாவின் அசாதாரணமான வடிவமைப்பு கிறிஸ்துவ குறியீட்டியலுக்கான காவ்டியின் தனித்துவமான நவீனத்துவ அணுகுமுறையினுடைய ஒரு உதாரணம் என்பதற்கும் மேலாக எதுவுமில்லை என்றும் லேங்டன் கிர்ஷுக்கு உத்தரவாதமளித்தார்.

அதற்கு ஒரு கள்ளத்தனமான புன்னகையே எட்மண்டின் பதிலாக இருந்தது, அதைப் பார்க்கையில் பகிர்ந்துகொள்ளத் தயாராக இல்லாத ஏதோ ஒரு புதிரின் மாயாதீத துண்டை அவன் ரகசியமாக வைத்திருப்பதைப் போல் தெரிந்தது.

கிர்ஷின் மற்றொரு ரகசியம், என்று இப்போது நினைத்தார் லேங்டன். *அவன் புற்றுநோயுடன் மறைமுகமாக போராடியதைப் போன்று.*

"ஸக்ரதா ஃபெமிலியா புத்தகத்தை எட்மண்ட் கடனாக வழங்கியிருந்தாலும்" என்று தொடர்ந்தாள் ஆம்ரா. "நாம் அதை கண்டுபிடித்தே விட்டோம் என்றாலும் அதனை பக்கம் பக்கமாக படித்து சரியான வரியை நம்மால் கண்டுபிடிக்க முடியாதே. ஒரு விலைமதிப்பற்ற கையெழுத்துப்படியில் அந்த வரியை எட்மண்ட் குறித்து வைத்திருப்பான் என்பதும் எனக்கு சந்தேகமாயிருக்கிறது."

"ஆம்ரா?" லேங்டன் ஒரு அமைதியான புன்னகையுடன் பதிலுரைத்தார். "*அந்த அட்டையின் பின்பக்கத்தில் பார்.*"

அவள் அந்த அட்டையின் பின்பக்கத்தை திருப்பிப் பார்த்து அதில் இருந்த உரையைப் படித்தாள்.

பிறகும், நம்பவே முடியாமல் ஆம்ரா அதை மறுபடியும் படித்தாள்.

அவளுடைய கண்கள் லேங்டனின் கண்களை திரும்பிப் பார்த்தபோது அவை நம்பிக்கையால் நிரம்பியிருந்தன.

"நான் சொன்னது போன்றுதான்" என்று புன்னகைத்தார் லேங்டன். "நாம் அங்கே போய்த்தான் ஆகவேண்டும்."

ஆம்ராவின் பரவசமுற்ற வெளிப்பாடு அது வந்த வேகத்திலேயே திரும்பச் சென்றுவிட்டது. "இன்னமும் ஒரு பிரச்சினை இருக்கிறது. நாம் அந்த பாஸ்வேர்டை கண்டுபிடித்துவிட்டாலும்கூட -"

"எனக்குத் தெரியும் - நாம் எட்மண்டின் போனை தொலைத்துவிட்டோம், அப்படியென்றால் நாம் வின்ஸ்டனை அணுகவோ அவனுடன் தொடர்புகொள்ளவோ முடியாது."

"அதேதான்."

"என்னால் அந்தப் பிரச்சினையை தீர்க்க முடியும் என்று நினைக்கிறேன்."

ஆம்ரா அவரை சந்தேகத்துடன் பார்த்தாள். "புரியவில்லையே?"

"நாமே வின்ஸ்டனை கண்டுபிடிக்க வேண்டியதுதான் - எட்மண்ட் உருவாக்கிய அசல் கம்ப்யூட்டர். நாம் தொலைவில் இருந்தபடியே வின்ஸ்டனை அணுகமுடியவில்லை என்றால் வின்ஸ்டனிடம் அந்த பாஸ்வேர்டை நாமே நேரடியாக எடுத்துச்செல்ல வேண்டியதுதான்."

அவருக்குப் பித்துப் பிடித்துவிட்டதோ என்பதைப்போல் அவரை உறுத்துப் பார்த்தாள் ஆம்ரா.

லேங்டன் தொடர்ந்தார். "ஒரு ரகசிய தொழிலகத்தில்தான் எட்மண்ட் வின்ஸ்டனை உருவாக்கியதாக நீ என்னிடம் சொல்லியிருக்கிறாய்."

"ஆமாம், அந்த இடம் இந்த உலகில் எங்கு வேண்டுமானாலும் இருக்கலாமே!"

"இல்லை. அது இங்கே பார்சிலோனாவில்தான் இருக்கிறது. அது இங்குதான் இருந்தாக வேண்டும். எட்மண்ட் வாழ்ந்து, வேலைசெய்துவந்த நகரம் பார்சிலோனாதான். இந்தக் கூட்டிணைப்பு அறிவுஜீவி இயந்திரம் அவனுடைய சமீபத்திய திட்டப்பணிகளுள் ஒன்று, அதனால் இங்குதான் வின்ஸ்டனை எட்மண்ட் உருவாக்கியிருக்க வேண்டும் என்பதே சரியாகத் தெரிகிறது."

"ராபர்ட், நீங்கள் சொல்வது சரியாக இருந்தாலும்கூட, அது ஒரு வைக்கோல்போரில் ஊசியைத் தேடுவது போன்றதுதான். பார்சிலோனா ஒரு மிகப்பெரிய நகரம். அது சாத்தியமில்லாத -"

"என்னால் வின்ஸ்டனை கண்டுபிடிக்க முடியும்" என்றார் லேங்டன். "என்னால் உறுதியாக சொல்ல முடியும்." அவர் புன்னகைத்தபடியே அவர்களுக்கு கீழே நீண்டு பரந்திருக்கும் நகர விளக்குகளை சுட்டிக்காட்டினார். "இது முட்டாள்தனமாக தோன்றலாம், ஆனால் பார்சிலோனாவை இப்படி உயரத்தில் இருந்து பார்த்தது இப்போதுதான் எனக்கு ஒன்றை உணர்த்தியிருக்கிறது . . ."

அவர் ஜன்னலுக்கு வெளியே பார்த்தபோது அவருடைய குரல் மங்கிப்போனது.

"உங்களால் விளக்கிக் கூற முடியுமா?" ஆம்ரா எதிர்பார்ப்புடன் கேட்டாள்.

"நான் முன்னமே இதைப் பார்த்திருக்க வேண்டும்" என்றார் அவர். "வின்ஸ்டனைப் பற்றிய ஒரு விஷயம் - ஒரு ஆர்வமிக்க புதிர் - இரவு முழுவதும் என்னை கவலைப்படுத்திக் கொண்டிருந்தது. இறுதியில் அதை நான் கண்டுபிடித்துவிட்டேன் என்று நினைக்கிறேன்."

கார்டியா ஏஜெண்டுகளிடம் ஒரு எச்சரிக்கையான பார்வையை செலுத்திய லேங்டன் தன்னுடைய குரலைத் தாழ்த்திக்கொண்டு ஆம்ராவை நோக்கி குனிந்தார். "இந்த விஷயத்தில் என்னை உன்னால் நம்ப முடியுமா?" என்று அவர் அமைதியாக கேட்டார். "என்னால் வின்ஸ்டனை கண்டுபிடிக்க முடியும் என்று நம்புகிறேன். பிரச்சினை என்னவென்றால், எட்மண்டின் பாஸ்வேர்டு இல்லாமல் வின்ஸ்டனை கண்டுபிடிப்பதில் எந்த பிரயோஜனமும் கிடையாது. இப்போதைக்கு, நீயும் நானும் அந்தக் கவிதை வரியை கண்டுபிடிப்பதில் கவனம் செலுத்தியாக வேண்டும். ஸக்ரதா ஃபெமிலியாதான் நாம் அதைச் செய்வதற்கு உண்டான சிறந்த வாய்ப்பு."

ஆம்ரா நீண்ட கணத்திற்கு லேங்டனை ஆராய்ந்தாள். பின்னர், ஒரு தயக்கமான ஆமோதிப்புடன் முன்னிருக்கையை பார்த்து கூறினாள், "ஏஜெண்ட் ஃபொன்ஸெகா! பைலட்டிடம் உடனே ஹெலிகாப்டரை திருப்பி ஸக்ரதா ஃபெமிலியாவுக்கு அழைத்துச் செல்லுமாறு கூறுங்கள்!"

ஃபொன்ஸெகா தன் இருக்கையில் இருந்து சுழன்று திரும்பி அவளைப் பார்த்தார். "மிஸ்.வைடல், நான் சொன்னதுபோல், என்னுடைய உத்தரவுகள்படி -"

"ஏஜெண்ட் ஃபொன்ஸெகா" என்று குறுக்கிட்ட ஸ்பெயினின் எதிர்கால அரசி முன்னால் குனிந்து அவருடைய கண்களைப் பார்த்தாள். "எங்களை உடனே ஸக்ரதா ஃபெமிலியாவுக்கு கூட்டிச் செல்லுங்கள், இல்லாவிட்டால் நாம் திரும்பியவுடன் என்னுடைய முதல் உத்தரவே உங்களை வேலைநீக்கம் செய்வதாகத்தான் இருக்கும்."

62

ConspiracyNet.com

அவசரச் செய்தி

கொலையாளியின் வழிபாட்டுமுறை தொடர்பு!

monte@iglesia.org கொடுத்துள்ள மற்றொரு துப்பில் இருந்து எட்மண்ட் கிர்ஷின் கொலையாளி பால்மேரியன் தேவாலயம் என்று அறியப்படுகின்ற ஒரு அதிதீவிர பழமைவாத, ரகசிய கிறிஸ்துவப் பிரிவின் உறுப்பினர் ஆவார்.

லூயி எவிலா, இப்போதிலிருந்து ஒருவருடத்திற்கு முன்பாக பால்மேரியர்களால் ஆன்லைன் மூலமாக வேலைக்கு எடுக்கப்பட்டிருக்கிறார். இந்த சர்ச்சைக்குரிய மதவாதராணுவ அமைப்பில் அவர் உறுப்பினராக இருக்கிறார் என்பதையே அவருடைய உள்ளங்கையில் இருக்கும் "விக்டர்" டாட்டூ விளக்குகிறது.

இந்த பிரான்கோயிஸ குறியீடு பால்மேரிய தேவாலயத்தால் சாதாரணமாக பயன்படுத்தப்படுவது, அந்த தேவாலயம், ஸ்பெயின் தேசிய பத்திரிக்கையான எல் பெய்ஸின் கூற்றுப்படி தனக்கென்று சொந்தமாக "போப்" ஒருவரை வைத்திருக்கிறது என்பதுடன் சில கருணையற்ற தலைவர்களை பிரான்சிஸ்கோ பிரான்கோ மற்றும் அடால்ப் ஹிட்லர் உட்பட புனிதர்களாக அறிவிக்கவும் செய்திருக்கிறது.

எங்களை நம்பவில்லையா? இதைப் பாருங்கள்.

இதெல்லாம் ஒரு மாயாதீத காட்சியில் இருந்தே தொடங்கியது.

1975ஆம் ஆண்டில், ஒரு இன்ஷூரன்ஸ் புரோக்கரான கிளிமெண்ட் டொமினிகுவேஸ் ஒய் கொமெஸ் என்பவர்தான் இயேசு கிறிஸ்துவின் கையாலேயே போப்பாக மகுடம் சூட்டப்படுவதைக் கண்டதாக கூறிக்கொண்டார். போப்பாண்டவர் பதவிக்கென்று கிளிமெண்ட் தன்னுடைய பெயரை பதினேழாம் கிரிகோரி என்று சூட்டிக்கொண்டு வாடிகனிடம் இருந்து தம்மை துண்டித்துக் கொண்டார், அவர் தனக்கென்று மதகுருமார்களையும் நியமித்துக்கொண்டார். ரோமால் ஏற்க மறுக்கப்பட்டாலும், இந்தப் புதிய எதிர் போப்பாண்டவர் ஆயிரக்கணக்கான தொண்டர்களையும் பெரும் செல்வத்தையும் சேர்த்துக்கொண்டது அவரை ஒரு கோட்டை போன்ற தேவாலயத்தை கட்டிக்கொள்ளும் திறனுள்ளவராக்கியது, தன்னுடைய அமைச்சரவையை சர்வதேச அளவில் விரிவாக்கிய அவர் உலகம் முழுவதிலும் நூற்றுக்கணக்கான பால்மேரிய மதகுருக்களை புனிதர்கள் என்று அறிவித்திருக்கிறார்.

பால்மேரியன் தேவாலயத்தின் உட்பிரிவு இன்றளவும்கூட அதனுடைய உலகத் தலைமையகங்களுக்கு ஸ்பெயினில், எல் பால்மர் தெ தெரெயோவில் உள்ள ஒரு பாதுகாப்பான, மதில்சுவர்கொண்ட அரசராகிய கிறிஸ்துவின் மலை என்றழைக்கப்படுவது வெளியே இன்னமும் செயல்பட்டுக்கொண்டுதான் இருக்கிறது. ரோமில் உள்ள வாடிகனால் பால்மேரியன்கள் அங்கீகரிக்கப்படவில்லை, என்றாலும்கூட ஒரு அதிதீவிர பழமைவாத கத்தோலிக்க தொண்டர்களை அது தொடர்ந்து கவரத்தான் செய்கிறது.

இந்தப் பிரிவைப் பற்றிய இன்னும் அதிகமான செய்திகளும், இன்றிரவு கொலைச்சதியில் சம்பந்தப்பட்டுள்ளவராக தோன்றும் பிஷப் அண்டோனியோ வால்டஸ்பினோ பற்றிய புதிய விவரங்களும் விரைவில்.

63

சரிதான், நான் பாராட்டியே ஆகவேண்டும் என்று நினைத்துக்கொண்டார் லேங்டன்.

ஒருசில உறுதியான வார்த்தைகளால் இசி145 ஹெலிகாப்டர் குழுவை ஆம்ரா சாய்த்து திரும்பவைத்து ஸ்க்ரதா ஃபெமிலியாவின் பாஸிலிக்காவுக்கு செல்ல வைத்துவிட்டாள்.

அந்த வானூர்தி சமநிலைக்கு வந்து பின்னால் நகரத்தை நோக்கி பறக்கத் தொடங்கியபோது ஏஜெண்ட் டயஸை நோக்கித் திரும்பிய ஆம்ரா அவருடைய செல்போனை பயன்படுத்த வேண்டும் எனக் கேட்டாள், அந்த கார்டியா ஏஜெண்ட தயங்கியபடியே அதை அவளிடம் தந்தார். ஆம்ரா உடனடியாக தன்னுடைய பிரவுஸரை திறந்து புதிய தலைப்புச் செய்திகளை ஆராய்ந்தாள்.

“நாசமாய்ப்போக” என்று முனகிய அவள் தன்னுடைய தலையை விரக்தியுடன் குலுக்கிக்கொண்டாள். “நீங்கள் என்னைக் கடத்தவில்லை என்று நான் மீடிவுக்கு சொல்லத்தான் முயற்சித்தேன். ஆனால் நான் சொன்னதுதான் யாருக்குமே கேட்கவில்லை.”

“ஒருவேளை அவர்களுக்கு அனுப்பி வைக்க நிறைய நேரம் தேவைப்படலாமோ?” என்றார் லேங்டன். இது பத்து நிமிடங்களுக்கும் குறைவான நேரத்திற்கு முன்புதான் நடந்திருந்தது.

“அவர்களுக்கு போதுமான நேரமிருக்கிறது” என்றாள் அவள். “நம்முடைய ஹெலிகாப்டர் காஸா மைலாவில் இருந்து வேகமாக பறந்துசெல்லும் வீடியோவைத்தான் நான் பார்த்துக் கொண்டிருக்கிறேன்.”

ஏற்கனவேவா? சிலசமயங்களில் இந்த உலகம் தன்னுடைய அச்சில் வெகு வேகமாக சுழன்றுகொண்டிருப்பதாக லேங்டன் உணர்ந்திருக்கிறார்.

"எப்படியோ" என்று நகையுணர்வுடன் கூறினாள் ஆம்ரா, "நீங்களும் நானும் இந்த உலகின் முன்னணி டிரெண்டிங் செய்திக் கதைகள் ஆகிவிட்டதைப் போல் தெரிகிறது."

"நான் உன்னை கடத்தியிருக்க கூடாது என்று எனக்கே தெரியுமே" என்று கோணலாக முகத்தை வைத்துக்கொண்டு கூறினார் அவர்.

"வேடிக்கையெல்லாம் வேண்டாம். குறைந்தபட்சம் நாம் நம்பர் ஒன் செய்தியாகவாவது இல்லாமல் இருக்கிறோமே." அவரிடம் போனைக் கொடுத்தாள் அவள். "கொஞ்சம் இதைப் பாருங்கள்."

திரையைப் பார்த்த லேங்டன் அதில் யாஹூ முகப்பு பக்கத்தில் முதல் பத்து "இப்போது டிரெண்டிங்" செய்திகள் இருப்பதைக் கண்டார்! மிகப் பிரபலமான செய்திகளின் முதலாவதை அவர் பார்த்தார்:

1 "நாம் எங்கிருந்து வந்தோம்?" / எட்மண்ட் கிர்ஷ்

எட்மண்டின் அறிவிப்பானது அந்த விஷயத்தைப் பற்றி ஆராயவும் விவாதிக்கவும் உலகம் முழுவதும் உள்ளவர்களுக்கு உத்வேகம் அளித்திருந்தது. எட்மண்ட் இருந்திருந்தால் மிகவும் மகிழ்ந்திருப்பான் என்று லேங்டன் நினைத்துக் கொண்டார், ஆனால் அவர் அந்த இணைப்பை கிளிக் செய்துவிட்டு முதல் பத்து தலைப்புச் செய்திகளைக் கண்டபோது தான் நினைத்தது தவறு என்பதை உணர்ந்தார். "நாம் எங்கிருந்து வந்தோம்" என்பதற்கான முதல் பத்து கோட்பாடுகளும் சிருஷ்டிவாதம் மற்றும் வேற்றுகிரகவாசிகள் பற்றியதாகவே இருந்தன.

எட்மண்ட் இருந்திருந்தால் பயந்துதான் போயிருப்பான்.

லேங்டனுடைய முன்னாள் மாணவர்களில் ஒருவனுடைய மிகவும் பிரபலமான ஆரவார உரைகள் அறிவியலும் ஆன்மீகமும் என்ற பொது விவாதக்களம் ஒன்றில் இடம்பெற்றிருந்தது, அதில் பார்வையாளர்களின் கேள்விகளால் மிகவும் எரிச்சலுற்றுப்போன எட்மண்ட் கைகளை வீசிக்கொண்டு வீறாப்புடன் மேடையில் இருந்து இறங்கி கத்தினான்: "அறிவார்ந்த மனித உயிரினத்தால் கடவுள் மற்றும் நாசமாய்ப்போன வேற்றுகிரகவாசிகளின்

பெயரை இழுக்காமல் தங்களுடைய தோற்றம் பற்றி ஏன் விவாதிக்க முடிவதில்லை!"

கலப்படமற்றதாகக் காணப்பட்ட, "கிர்ஷ் கண்டுபிடித்தது என்ன?" என்ற தலைப்பில் அமைந்திருந்த சிஎன்என் லைவ் இணைப்பை அவர் கண்டுபிடிக்கும் வரையில் லேங்டன் அந்த போனை ஆராய்ந்துகொண்டே இருந்தார்.

அந்த இணைப்பை கிளிக் செய்த அவர் ஆம்ராவும் அதைப் பார்க்கும் வகையில் பிடித்துக்கொண்டார். அந்த வீடியோ ஓடத் தொடங்கியதும் அவர் ஒலியளவைக் கூட்டினார், ஹெலிகாப்டர் இறக்கைகளின் உறுமலுக்கும் மேலாக அந்த வீடியோவின் ஒலியைக் கேட்கும் வகையில் அவரும் ஆம்ராவும் முன்னோக்கி குனிந்திருந்தனர்.

ஒரு சிஎன்என் நிகழ்ச்சித் தொகுப்பாளர் தோன்றினார். லேங்டன் அவருடைய ஒளிபரப்பை பலதடவை பார்த்திருக்கிறார். "நாம் இப்போது நாஸாவின் ஆஸ்ட்ரோபயாலஜிஸ்ட் டாக்டர். கிரிஃபின் பென்னட் உடன் இணைந்திருக்கிறோம்" என்றார் அவர். "அவருக்கு எட்மண்ட் கிர்ஷின் மர்மமான பெரும் கண்டுபிடிப்பு குறித்து சில கருத்தாக்கங்கள் இருக்கின்றன."

அந்த விருந்தினர் - கம்பி-இணைப்பு மூக்குக் கண்ணாடியுடன் ஒரு தாடிவைத்த மனிதர் - ஒரு சோம்பலான ஆமோதிப்பை வழங்கினார். "நன்றி. முதலில் எனக்கு எட்மண்டை தனிப்பட்ட முறையில் தெரியும் என்பதை சொல்லிவிடுகிறேன். அவருடைய அறிவாற்றல், அவருடைய படைப்புத்திறன் மற்றும் முன்னேற்றம் மற்றும் புத்துருவாக்கத்தின் மீது அவருக்குள்ள பொறுப்புடைமை ஆகியவற்றின் மீது எனக்கு அளவுகடந்த மரியாதை உண்டு. அவர் படுகொலை செய்யப்பட்டிருப்பது அறிவியல் சமூகத்திற்கு விழுந்த பலத்த அடியாகும், மேலும், நான் இந்த கோழைத்தனமான கொலையானது வெறித்தனம், மூடநம்பிக்கை சிந்தனை ஆகியவற்றின் ஆபத்துக்களுக்கு எதிராகவும், தங்களுடைய நம்பிக்கையை மேற்கொண்டு எடுத்துச்செல்ல உண்மைகளை அல்லாமல் வன்முறையிடம் தஞ்சமடைபவர்களுக்கு எதிராகவும் ஒன்றுபட்டு நிற்கும் வகையில் அறிவுசார் சமூகத்தை வலுப்படுத்தவே செய்யும் எனவும் நம்புகிறேன். இன்றிரவு, எட்மண்டின் கண்டுபிடிப்பை

பொதுமக்களிடத்தில் கொண்டுசெல்வதற்கான வழியைக் கண்டுபிடிக்க சிலர் கடுமையாக உழைத்துக் கொண்டிருக்கிறார்கள் என்ற வதந்திகள் உண்மையாக இருக்க வேண்டும் என்று நான் உறுதியாக நம்புகிறேன்."

லேங்டன் ஆம்ராவை நோக்கினார். "அவர் நம்மைத்தான் சொல்கிறார் என்று நினைக்கிறேன்."

அவள் ஆமோதித்தாள்.

"டாக்டர்.பென்னட்டைப் போலவே பலரும் அப்படித்தான் நம்புகிறார்கள்" என்றார் அந்த தொகுப்பாளர். "எட்மண்ட் கிர்ஷின் கண்டுபிடிப்பு என்னவாக இருக்கும் என்று நீங்கள் நினைக்கிறீர்கள் என ஏதேனும் விளக்கமளிக்க முடியுமா?"

"ஒரு விண்வெளி ஆராய்ச்சியாளராக" டாக்டர்.பென்னட் தொடர்ந்தார், "இன்றிரவு என்னுடைய வார்த்தைகள் ஒரு மூடிமறைத்த அறிக்கையுடனான அறிமுகமாகத்தான் இருக்கும் என்றே நம்புகிறேன்... அது எட்மண்ட் கிர்ஷ் பாராட்டக்கூடிய ஒன்றாகவும் இருக்கும்." அவர் திரும்பி நேரடியாக கேமராவைப் பார்த்தார். "வேற்றுலக உயிர் பற்றிய கருத்தாக்கம் என்று வரும்போது," என்று அவர் தொடங்கினார், "மோசமான அறிவியல், சதியாலோசனைக் கோட்பாடு மற்றும் அடிமட்ட கற்பனாதீதம் என குருடாக்கச் செய்யும் வரிசையமைப்பு ஒன்று இருக்கிறது. உண்மை என்னவென்றால் நான் ஒன்றைச் சொல்கிறேன்: பயிர் வட்டங்கள் ஒரு ஏமாற்று வேலை. வேற்றுகிரகவாசி பிண ஆய்வு வீடியோக்கள் எல்லாம் தந்திரமான புகைப்படங்கள். எந்தப் பசுவும் ஒரு வேற்றுகிரகவாசியால் ஒருபோதும் உருச்சிதைவு செய்யப்படவில்லை. ரோஸ்வெல் சாஸர் என்பது புராஜக்ட் மொகல் எனப்பட்ட அரசாங்கத்தின் பருவநிலை ஆராய்ச்சி பலூன். மகா பிரமிடுகள் வேற்றுகிரகவாசிகளின் உதவி இல்லாமல் எகிப்தியர்களால்தான் கட்டப்பட்டன. மிகவும் முக்கியமானது என்னவென்றால், வேற்றுலகவாசி கடத்தல் கதை என்பது படு மட்டமான பொய்."

"நீங்கள் எப்படி உறுதியாக சொல்கிறீர்கள், டாக்டர்?" என்றார் தொகுப்பாளர்.

“எளிமையான தர்க்கம்தான்” என்ற அந்த அறிவியலாளர் தொகுப்பாளரை நோக்கித் திரும்புகையில் எரிச்சலுற்றவரைப் போல் காணப்பட்டார். “விண்மீன்கள் கூட்டத்தின் வழியே ஒளி-ஆண்டுகள் வேகத்தில் பயணம் செய்யக்கூடிய அளவுக்கு முன்னேறிய எத்தகைய உயிர்-வடிவமும் கன்ஸாஸ் விவசாயிகளின் பெருங்குடலை ஆராய்ச்சி செய்து எதையும் கற்றுக்கொள்ளப் போவதில்லை. இந்த உயிரி-வடிவங்கள் எல்லாம் ஊர்வன வடிவம் எடுக்க வேண்டிய தேவையும், பூமியைக் கைப்பற்றுவதற்கு அரசாங்கத்தில் ஊடுருவக்கூடிய தேவையும் இல்லை. பூமிக்கு பயணிக்கக்கூடிய அளவுக்கு தொழில்நுட்பம் கொண்டுள்ள எத்தகைய உயிர்-வடிவத்திற்கும் நம்மை உடனடியாக ஆக்கிரமிப்பதற்கு எந்தவித தந்திரமோ சூழ்ச்சியோ தேவையில்லை.”

“சரிதான், இது பயமுறுத்துகிறதே!” என்று அந்த தொகுப்பாளர் சங்கடத்துடன் சிரித்தபடியே கூறினார். “இது மிஸ்டர்.கிர்ஷின் கண்டுபிடிப்பு குறித்த உங்கள் எண்ணத்தோடு எப்படி தொடர்பு கொண்டிருக்கிறது?”

அந்த மனிதர் ஆழ்ந்து பெருமூச்சுவிட்டார். “பூமியில் உள்ள உயிர்கள் விண்வெளியில்தான் தோன்றின என்பதற்கு உறுதியான ஆதாரத்தை தான் கண்டுபிடித்துள்ளதாகத்தான் எட்மண்ட் கிர்ஷ் அறிவிக்க இருந்தார் என்பது என்னுடைய உறுதியான அபிப்பிராயம்.”

பூமியில் வேற்றுலுகவாசிகளின் வாழ்வு குறித்த விஷயத்தை கிர்ஷ் எவ்வாறு உணர்ந்திருந்தான் என்பதைத் தெரிந்து வைத்திருக்கும் லேங்டன் உடனடியாக இந்த விஷயத்தில் சந்தேகவாதியானார்.

“கவரக்கூடியதாகத்தான் இருக்கிறது, உங்களை எது அப்படி சொல்ல வைக்கிறது?” என்று தொகுப்பாளர் வற்புறுத்தினார்.

“விண்வெளியைச் சேர்ந்த உயிர்வாழ்க்கை என்பதே ஒரே பகுத்தறிவான பதில். கிரகங்களுக்கு இடையில் பருப்பொருளானது பரிமாற்றத்திற்கு உட்பட்டதுதான் என்பதற்கு நம்மிடம் ஏற்கனவே மறுக்க இயலாத நிரூபணம் உள்ளது. நம்மிடம் மார்ஸ் மற்றும் வீனஸ் ஆகியவற்றின் துண்டுகளுடன் அடையாளம் தெரியாத மூலாதாரங்களைச்

சேர்ந்த நூற்றுக்கணக்கான மாதிரிகள் இருக்கின்றன, அவை எல்லாமே, நுண்ணுயிரிகள் வடிவில் விண்கற்கள் வழியாக உயிர் வந்துசேர்ந்து, இறுதியில் அவை பூமியில் உயிர்களாக பரிணாமம் பெற்றன என்பதற்கான கருத்தாக்கத்திற்கு ஆதரவாக இருக்கின்றன."

தொகுப்பாளர் கவனமாக ஆமோதித்தார். "ஆனால் இந்தக் கோட்பாடு - நுண்ணுயிரிகள் விண்வெளியில் இருந்து வந்தன என்பதற்கு - எந்தவித நிரூபணமும் இல்லாமல் பல பத்தாண்டுகளாக சுற்றி வந்துகொண்டிருக்கிறது இல்லையா? எட்மண்ட் கிர்ஷ் போன்ற ஒரு தொழில்நுட்ப மேதை இதுபோன்ற ஒரு கோட்பாட்டை, கம்ப்யூட்டர் அறிவியல் என்பதைக் காட்டிலும் ஆஸ்ட்ரோபயாலஜியின் எல்லைக்குள்ளேயே இருந்து கொண்டிருக்கும் இதனை எப்படி நிரூபிப்பார் என்று நினைக்கிறீர்கள்."

"சரிதான், இதற்கு ஒரு உறுதியான தர்க்கம் இருக்கிறது" என்று பதிலளித்தார் டாக்டர்.பென்னட். "நீண்டகாலம் உயிர்பிழைத்திருக்க மனிதகுலத்திற்கு இருக்கும் ஒரே நம்பிக்கை இந்த கிரகத்தில் இருந்து வெளியேறுவதுதான் என பல பத்தாண்டுகளாகவே முன்னணி வானியலாளர்கள் எச்சரித்து வந்துள்ளனர். பூமியானது ஏற்கனவே தன்னுடைய வாழ்நாள் சுழற்சியில் பாதியை வந்தடைந்துவிட்டது, இறுதியில் சூரியன் ஒரு பெரிய சிவப்பு அசுரனாக விரிவடைந்து நம்மை விழுங்கிவிடப்போகிறது. அதாவது, மிகப்பெரிய விண்கல் மோதல் மற்றும் மாபெரும் காமா கதிர்வெடிப்பின் உடனடி அச்சுறுத்தல்களில் இருந்து நாம் பிழைப்போமா என்பதுதான் அது. இந்தக் காரணங்களுக்காகத்தான், நாம் ஏற்கனவே மார்ஸில் குடியிருப்பிடங்களை வடிவமைத்து விட்டோம், அதன் மூலமாக நம்மால் விண்வெளியில் ஆழமாகச் சென்று புதிய குடியேற்ற கிரகத்தை தேடிப்பார்க்க முடியலாம். இது ஒரு மிகப்பெரிய செயல்திட்டம்தான் என்பதை சொல்லத் தேவையில்லை, நம்முடைய உயிர்பிழைத்தலை உறுதிப்படுத்தக்கூடிய எளிதான வழியை நம்மால் கண்டுபிடிக்க முடிந்தால் நாம் அதை உடனடியாக நடைமுறைப்படுத்துவோம்."

டாக்டர்.பென்னட் சற்று இடைவெளி விட்டார். "ஒருவேளை எளிதான வழியும் இருக்கலாம். நாம் மனித மரபணுத்

தொகுப்பை எப்படியாவது ஒரு சின்னஞ்சிறு உறைக்குள் அடைத்து அவை வேர்விடும் என்ற நம்பிக்கையில், அவற்றின் கோடிக்கணக்கானவற்றை எப்படியாவது விண்வெளிக்குள் செலுத்துவிட்டால் அது தொலைதூரத்தில் உள்ள கிரகத்தில் மனித உயிரை விதைத்துவிடாதா? இந்த தொழில்நுட்பம் இதுவரை வரவில்லைதான், ஆனால் மனித உயிரினம் பிழைத்திருப்பதற்கு உண்டான நடைமுறை வாய்ப்பாக இதை நாங்கள் விவாதித்து வருகிறோம். நாங்கள் 'உயிர்களை விதைத்தல்' என்பது குறித்து ஆலோசித்தால், அதைத்தொடர்ந்து மிக முன்னேறிய வேறொரு உயிர்-வடிவமும் இதை பரிசீலித்துக் கொண்டிருக்கலாம்."

தன்னுடைய கோட்பாட்டை டாக்டர்.பென்னட் எடுத்துச்செல்லும் இடம் குறித்து லேங்டன் சந்தேகம் கொண்டார்.

"இதை மனதில் கொண்டுதான்" அவர் தொடர்ந்தார், "பூமியின் உயிர்வாழ்க்கையானது விண்வெளியில் இருந்து விதைக்கப்பட்டது என்பதற்கான ஏதோ ஒருவகையான வேற்றுலகவாசி குறியீட்டுப் பதிவை - அது பௌதீகரீதியாக, ரசாயனமாக, டிஜிட்டலாக இருக்கலாம், எனக்குத் தெரியவில்லை - எட்மண்ட் கிர்ஷ் கண்டுபிடித்திருக்கலாம் என்று நான் நினைக்கிறேன். இதுபற்றி சில வருடங்களுக்கு முன்னர் நானும் எட்மண்டும் ஒரு முழுமையான விவாதம் நடத்தியிருக்கிறோம் என்பதையும் இங்கே குறிப்பிட்டாக வேண்டும். அவர் விண்வெளி நுண்ணுயிரிகள் கோட்பாட்டை விரும்பியதேயில்லை, ஏனென்றால், மரபணு அம்சமானது பூமிக்கு மேற்கொள்ளும் நீண்ட பயணத்தில் எதிர்கொள்ளக்கூடிய பேராபத்து விளைவிக்கும் கதிரியக்கம் மற்றும் வெப்பநிலைகளில் பிழைத்திருக்க முடியாது என பலரையும் போல் அவரும் நம்பினார். தனிப்பட்ட முறையில், இந்த 'உயிர் விதைகளை' கதிரியக்கம் புகாத, பாதுகாப்பான குடுவைகளில் அடைத்து ஒருவகையான தொழில்நுட்ப உதவியுள்ள பான்ஸ்பெர்மியாவில் பிரபஞ்ச குடியேற்றம் செய்யும் நோக்கத்துடன் அவற்றை விண்வெளிக்குள் செலுத்த முடியும் என்று நம்புகிறேன்."

"ஓகே" என்று அந்த தொகுப்பாளர் கூறினாலும் பார்ப்பதற்கு நெளிவதைப் போன்றே தோன்றினார், "ஆனால், விண்வெளியில் இருந்து விதைக்குடுவையில் வந்தவர்கள்தான் மனிதர்கள் என்பதற்கான நிரூபணத்தை ஒருவர் கண்டுபிடித்திருந்தாலும்,

நாம் இந்த பிரபஞ்சத்தில் தனியாக இல்லை என்றுதானே அர்த்தம்.” அவர் சற்று இடைவெளி விட்டார். “மேலும், மிக மிக நம்பமுடியாதபடி . . .”

“ஆமாம்?” என்ற டாக்டர்.பென்னட் முதல்முறையாக புன்னகைத்தார்.

“அந்தக் குடுவைகளை அனுப்பி வைத்தவர்கள் யாராக இருந்தாலும் அவர்கள் . . . நம்மைப் போன்றே . . . மனிதர்களாகத்தானே இருக்க வேண்டும்!”

“ஆமாம், அது என்னுடைய முதல்கட்ட முடிவும்கூட” என சற்று இடைவெளிவிட்டார் அந்த அறிவியலாளர். “ஆனால் எட்மண்ட் என்னை நேர் செய்தார். அந்த சிந்தனையில் இருக்கும் தவறான கருத்தை அவர் எனக்கு சுட்டிக்காட்டினார்.”

இதை அந்த தொகுப்பாளர் எதிர்பார்க்கவில்லை. “அப்படியென்றால், இந்த ‘விதைகளை’ அனுப்பியவர்கள் யாராயினும் அவர்கள் மனிதர்கள் அல்ல என்பதுதான் எட்மண்டின் நம்பிக்கையா? சொல்லப்படுவது போல், அந்த விதைகள் மனித இனம் பெருக்கமுறுவதற்கான ‘ஆக்கக் குறிப்புகளாக’ இருந்தால் எப்படி இருந்திருக்கும்?”

“எட்மண்டின் சரியான வார்த்தைகளில் சொன்னால்” என்று பதிலளித்தார் அந்த அறிவியலாளர், “மனிதர்கள் அரைவேக்காடுகள்.”

“புரியவில்லையே?”

“அந்த விதைக்குடுவை கோட்பாடு உண்மை என்றால், பூமிக்கு அனுப்பி வைக்கப்பட்ட அந்தக் குறிப்பு அச்சமயத்தில் அரைவேக்காடாகத்தான் இருந்திருக்கும் - முழுமையடைந்திருக்காது - என்றால் மனிதர்கள் இறுதித் தயாரிப்புகள் அல்ல, பதிலாக வேறு ஒன்றாக . . . ஏதோ ஒரு வேற்றுலகவாசியாக பரிணாமம் அடைய வேண்டிய நிலைமாற்ற காலகட்டத்தைச் சேர்ந்த உயிரினங்கள்.”

அந்த சிஎன்என் தொகுப்பாளர் திகைத்துப்போய் காணப்பட்டார்.

"எந்த ஒரு மேம்பட்ட உயிர்-வடிவமும் சிம்பன்ஸிகளிடத்தில் ஆக்கக்குறிப்புகளை அனுப்பிவைப்பதைக் காட்டிலும், இனி மனித இனத்திற்கு அதை அனுப்பி வைக்க மாட்டார்கள் என்று எட்மண்ட் வாதிட்டான்." அந்த அறிவியலாளர் சினுங்கிக்கொண்டார். "உண்மையில் என்னை ஒரு ரகசிய கிறிஸ்துவன் என்று எட்மண்ட குற்றம்சாட்டினான் - மதத்திற்கு ஆதரவான மனங்கள் மட்டும்தான் மனிதகுலமே இந்த பிரபஞ்சத்தின் மையம் என்று நம்பும் என்று தமாஷ் செய்தான். இல்லாவிட்டால், வான்வெளியில் முழு வளர்ச்சியுற்ற 'ஆதாம் ஏவாள்' டிஎன்ஏ-வையே அந்த வேற்றுலகவாசிகள் வானஞ்சல் செய்திருப்பார்கள் என்றான்."

"சரி, டாக்டர்" என்ற தொகுப்பாளர் அந்த நேர்காணல் செல்லும் திசையால் அசௌகரியமுற்றிருப்பது தெளிவாகவே தெரிந்தது. "உங்களுடன் பேசியதில் நிச்சயம் பல விஷயங்களையும் தெரிந்துகொள்ள முடிந்தது. உங்களுடைய நேரத்தை செலவிட்டமைக்கு நன்றி."

அந்தப் பகுதி நிறைவுற்றது, ஆம்ரா சட்டென்று லேங்டனை நோக்கித் திரும்பினாள். "ராபர்ட், மனிதர்கள் ஒரு அரைவேக்காட்டு வேற்றுலகவாசிகள் என்பதற்கான நிரூபணத்தை எட்மண்ட் கண்டுபிடித்திருந்தால், உண்மையில் நாம் என்னவாகத்தான் பரிணாமம் அடைந்துகொண்டிருக்கிறோம் என்ற, இன்னும் பெரிய பிரச்சினையைத்தானே அது உருவாக்கும்?"

"ஆமாம்" என்றார் லேங்டன். "எட்மண்ட் இந்தப் பிரச்சினையை சற்றே மாறுபட்ட வகையில் சொல்கிறான் என்றுதான் நினைக்கிறேன் - ஒரு கேள்வியாக: நாம் எங்கே சென்று கொண்டிருக்கிறோம்?"

ஒரு சுற்று சுற்றி வந்தமைக்காக திகைத்துப்போய் காணப்பட்டாள் ஆம்ரா. "அது இன்றிரவு அறிவிப்பில் எட்மண்டின் இரண்டாவது கேள்வி."

"சரியாகச் சொன்னாய். நாம் எங்கிருந்து வந்தோம்? நாம் எங்கே சென்று கொண்டிருக்கிறோம்? நாம் இப்போது பார்த்த நாஸா அறிவியலாளர் எட்மண்ட் வானுகை நோக்கிப் பார்த்துவிட்டு இந்த இரண்டு கேள்விகளுக்கும் விடையை

கண்டுபிடித்துவிட்டதாக நினைக்கிறார் என்பது தெளிவாகத் தெரிகிறது."

"நீங்கள் என்ன நினைக்கிறீர்கள், ராபர்ட்? இதைத்தான் எட்மண்ட் கண்டுபிடித்தானா?"

சாத்தியங்களை எடைபோட்டுப் பார்க்கையில் தன்னுடைய புருவம் சந்தேகங்களால் சுருங்கிப்போவதை லேங்டன் உணர்ந்தார். அந்த அறிவியலாளரின் கோட்பாடு கிளர்ச்சியூட்டுகின்ற அதேநேரத்தில் மிகவும் பொதுவானதாகவும் காணப்படுகிறது என்பதுடன், எட்மண்ட் கிர்ஷின் கூர்மையான சிந்தனையை வேறு வார்த்தைகளில் சொல்வதாகவும் தெரிந்தது. *எட்மண்ட் எளிமையான, தெளிவான மற்றும் தொழில்நுட்ப விஷயங்களையே விரும்புவான். அவன் ஒரு கணிப்பொறி அறிவியலாளன். மிக முக்கியமானது என்னவென்றால்,* எட்மண்டால் எப்படி இத்தகைய கோட்பாட்டை நிரூபிக்க முடியும் என்று லேங்டனால் கற்பனை செய்துகூட பார்க்க முடியவில்லை. *புராதான விதைக்குடுவையை தோண்டியெடுத்திருப்பானா? வேற்றுலக ஒளி(லி)பரப்பை கண்டுபிடித்திருப்பானா?* இரண்டு கண்டுபிடிப்புகளுமே உடனடி முன்னேற்றங்கள்தான், ஆனால் எட்மண்டின் கண்டுபிடிப்பு அதிக நேரத்தை எடுத்துக் கொள்ளும்.

இதுகுறித்து பல மாதங்களாக வேலை செய்துகொண்டிருந்ததாக எட்மண்ட் கூறியிருக்கிறான்.

"எனக்குத் தெளிவாகத் தெரியவில்லை" என்று ஆம்ராவிடம் கூறினார் லேங்டன். "ஆனால் என்னுடைய உள்ளுணர்வு, எட்மண்டின் கண்டுபிடிப்பிற்கும் வேற்றுலக உயிர்வாழ்க்கைக்கும் எந்த சம்பந்தமும் இல்லை என்று சொல்கிறது."

ஆம்ரா ஆச்சரியப்பட்டு ஆர்வம்கொண்டாள். "அதைக் கண்டுபிடிக்க நமக்கு ஒரே ஒரு வழிதான் இருக்கிறது என்று நினைக்கிறேன்." அவள் ஜன்னலுக்கு வெளியே சுட்டிக்காட்டினாள்.

அவர்களுக்கு முன்பாக, ஸக்ரதா ஃபெமிலியாவின் பளபளக்கும் ஸ்தூபிக்கள் ஒளிவீசிக்கொண்டிருந்தன.

64

பிஷப் வால்டஸ்பினோ ஜூலியனை நோக்கி மற்றொரு பார்வை பார்த்துக்கொண்டார், ஜூலியனோ நெடுஞ்சாலை எம்-550-இல் ஓபல் செடான் கார் வேகமெடுக்கையில் அதன் ஜன்னலுக்கு வெளியே வெறுமையாக பார்த்துக் கொண்டிருந்தார்.

அவர் என்ன யோசிக்கிறார்? பிஷப் வால்டஸ்பினோவுக்கு தெரியவில்லை.

இளவரசர் ஏறக்குறைய முப்பது நிமிடங்களாக மௌனமாகவே இருந்து கொண்டிருக்கிறார், தன்னுடைய போனை எடுக்க அவ்வப்போது பைக்குள் கையை விடுவது தவிர்த்து எப்போதாவதுதான் நகர்கிறார், அப்போதுதான் அந்த போனை அவர் தன்னுடைய பெட்டகத்தில் வைத்து பூட்டிவிட்டதையே உணர்கிறார்.

நான் அவரை இன்னும் கொஞ்ச நேரத்திற்காவது இருளிலேயே வைத்திருக்க வேண்டும் என்று நினைத்துக்கொண்டார் வால்டஸ்பினோ.

முன்னிருக்கையில், கேஸிட்டா டெல் பிரின்ஸிபே இருக்கும் திசையை நோக்கி தேவாலய உதவியாளர் இன்னும் காரை ஓட்டிக்கொண்டிருந்தான், ஆனாலும் இளவரசரின் பின்வாங்குதலுக்கு அவர்கள் சென்றுசேர வேண்டிய இடம் அதுவல்ல என்பதை அவனுக்கு வால்டஸ்பினோ சீக்கிரத்திலேயே தெரிவித்தாக வேண்டியிருக்கிறது.

ஜூலியன் சட்டென்று ஜன்னலில் இருந்து திரும்பி, அந்தப் பணியாளரின் தோளில் தட்டினார். “தயவுசெய்து ரேடியோவை ஆன் செய்யுங்கள்,” என்றார். “நான் செய்தி கேட்டாக வேண்டும்.”

அந்த இளைஞன் அதற்கு கீழ்பணிவதற்கு முன்னர், முன்னால் குனிந்த வால்டஸ்பினோ அந்தப் பையனின் தோளில் கைவைத்து கெட்டியாக அழுத்தினார். “நாம் கொஞ்சம் அமைதியாக உட்கார்ந்திருப்போமா?”

ஜூலியன் அந்த பிஷப்பை நோக்கித் திரும்பினார், உத்தரவுக்கு இணங்க மறுத்தது அவரை மகிழ்ச்சிப்படுத்தவில்லை என்பது தெளிவாகத் தெரிந்தது.

“மன்னித்துக்கொள்ளுங்கள்” என்று உடனடியாக கூறிய வால்டஸ்பினோ இளவரசரின் கண்களில் அதிகரித்துவரும் அவநம்பிக்கையை உணர்ந்தார். “இது நேரம்கெட்ட நேரம். எல்லாமே அரட்டையாக இருக்கும். நான் அமைதியாக சிந்திக்கவே விரும்புகிறேன்.”

“நான் அமைதியாக சிந்தித்துவிட்டேன்” என்ற ஜூலியனின் குரல் கூர்மையாக இருந்தது. “என்னுடைய நாட்டில் என்னதான் நடந்துகொண்டிருக்கிறது என்பதை நான் தெரிந்துகொள்ள விரும்புகிறேன். இன்றிரவு நம்மை நாமே முற்றிலுமாக துண்டித்துக் கொண்டிருக்கிறோம், அது சரியான விஷயம்தானா என்று எனக்கு சந்தேகம் வரத் தொடங்கிவிட்டது.”

“அது ஒரு நல்ல யோசனைதான்” என்று வால்டஸ்பினோ அவருக்கு உத்திரவாதமளித்தார். “என்னிடத்தில் நீங்கள் கொண்ட நம்பிக்கையை நான் பாராட்டியே ஆகவேண்டும்.” பணியாளரின் தோளில் இருந்து கையை எடுத்த அவர் ரேடியோவை சுட்டிக்காட்டினார். “செய்தியில் வை. மரியா எஸ்பானா இருக்குமா?” அந்த உலகளாவிய கத்தோலிக்க ரேடியோவானது, இன்றிரவு பிரச்சினைக்குரிய நிகழ்வுகள் குறித்து பேசுகின்ற பெரும்பாலான மீடியாக்களைக் காட்டிலும் நேர்மையானதும், மிகுந்த சாதுர்யமிக்கதாகவும் இருக்கும் என வால்டஸ்பினோ நம்பினார்.

செய்தியறிவிப்பாளரின் குரல் மலிவான கார் ஸ்பீக்கர்களில் ஒலித்தபோது அவர் எட்மண்ட் கிர்ஷின் அறிவிப்பு மற்றும் படுகொலையைப் பற்றி விவாதித்துக் கொண்டிருந்தார். உலகில் உள்ள எல்லா நிலையங்களுமே இன்றிரவைப் பற்றித்தான் பேசிக்கொண்டிருக்கின்றன. அந்த ஒலிபரப்பின் ஒரு பகுதியாக தன்னுடைய பெயர் வெளிவராது என்று வால்டஸ்பினோ நம்பிக்கை கொண்டிருந்தார்.

நல்லவேளையாக, அச்சமயத்தில் பேசப்பட்ட விஷயம் கிர்ஷால் பிரசங்கம் செய்யப்பட்ட எதிர்-மதவாத செய்தியின் ஆபத்துக்களைப் பற்றியதாக இருந்தது, குறிப்பாக அது ஸ்பெயின் இளைஞர்களிடத்தில் அவருடைய செல்வாக்கால்

ஏற்பட்ட அச்சுறுத்தலைப் பற்றியதாக இருந்தது. உதாரணத்திற்கு, பார்சிலோனா பல்கலையில் கிர்ஷ் சமீபத்தில் ஆற்றிய விரிவுரையை அந்த நிலையம் மறுஒலிபரப்பு செய்துகொண்டிருந்தது.

"நம்மில் பலரும் நம்மை நாத்திகர்கள் என்று அழைத்துக்கொள்ள பயப்படுகிறோம்" என்று கூடியிருந்த மாணவர்களிடம் மென்மையாக கூறினான் கிர்ஷ். "ஆனாலும் நாத்திகம் என்பது ஒரு தத்துவமல்ல, நாத்திகம் உலகின் கண்ணோட்டமும் அல்ல. நாத்திகம் என்பது ஐயமற்றதை ஏற்றுக்கொள்வது மட்டுமே."

நிறைய மாணவர்கள் அதை ஏற்றுக்கொண்டு கைதட்டினர்.

"'நாத்திகன்' என்ற ஒரு சொற்பதம்" என்று தொடர்ந்தான் கிர்ஷ், "கிடையவே கிடையாது. யார் ஒருவருக்கும் தான் ஒரு 'வானியலாளர் அல்லாதவர்' என்றோ 'ரசவாதி அல்லாதவர்' என்றோ அடையாளப்படுத்திக்கொள்ள வேண்டிய தேவை எழுந்ததில்லை. எல்விஸ் இன்னமும் உயிருடன் இருப்பதாக சந்தேகப்படுகின்றவர்களுக்கோ அல்லது கால்நடைகளுக்கு பாலியல் துன்புறுத்தல் கொடுப்பதற்காகவே வேற்றுலகவாசிகள் விண்மீன் கூட்டத்தை கடந்து வந்திருக்கிறார்கள் என்று சந்தேகப்படுகின்றவர்களுக்கோ சொல்வதற்கு நம்மிடம் எந்த வார்த்தைகளும் இல்லை. நாத்திகம் என்பது, அநீதியான மதம்சார் நம்பிக்கைகள் நிலவுமிடத்தில் பகுத்தறிவுள்ளவர்களால் எழுப்பப்படுகின்ற கூச்சல்கள் என்பதற்கும் மேலாக எதுவுமில்லை."

இன்னும் அதிகப்படியான மாணவர்கள் அதை ஏற்றுக்கொண்டு கைதட்டினர்.

"சொல்லப்போனால், இந்த வரையறை என்னுடையதே அல்ல" என்றான் கிர்ஷ். "அந்த வார்த்தைகள் நரம்பியல் அறிவியலாளரான சாம் ஹாரிஸினுடையவை. நீங்கள் அதை இதற்கு முன்பு படித்திருக்கவில்லை என்றால் அதை அவருடைய ஒரு கிறிஸ்துவ தேசத்திற்கு கடிதம் என்ற புத்தகத்தில் படிக்கலாம்."

வால்டஸ்பினோ புருவத்தை நெரித்துக்கொண்டு கார்டா அ வுனா நேசியோன் கிறிஸ்டியானா என்ற ஹாரிஸின் புத்தகத்தால்

எழுந்த கிளர்ச்சியை நினைவுபடுத்திக்கொண்டார், அது அமெரிக்கர்களுக்காக எழுதப்பட்டிருந்த நிலையில் ஸ்பெயின் முழுவதும் எதிரொலிக்கச் செய்தது.

“உங்களில் எத்தனைபேர்” என்று தொடர்ந்தான் கிர்ஷ், “பின்வரும் புராதான கடவுளர்களில் எவரை எத்தனைபேர் நம்புகிறீர்கள் என்று கைதூக்குங்கள் பார்க்கலாம்: அப்பல்லோவா? ஸூஸா? வல்கனா?” என்று சற்று இடைவெளி விட்டுவிட்டு சிரித்தான் அவன். “உங்களில் யாருமே இல்லையா? சரி, அப்படியென்றால் இந்தக் கடவுளர்களைப் பொறுத்தமட்டில் நாம் எல்லோருமே நாத்திகர்கள்தான் போல் தோன்றுகிறது.” என்று சற்று இடைவெளிவிட்டான். “நான் மேற்கொண்டு இன்னுமொரு கடவுளரை தேர்ந்தெடுக்க வேண்டியதுதான்.”

கூட்டம் இடைவிடாமல் கைதட்டியது.

“நண்பர்களே, கடவுளே இல்லை என்ற உண்மை எனக்குத் தெரியும் என்று நான் சொல்லவில்லை. நான் சொல்ல வருவதெல்லாம், பிரபஞ்சத்திற்கும் பின்னால் ஒரு தெய்வீக சக்தி இருக்கிறது என்றால், அதை வரையறுப்பதற்கான முயற்சியில் நாம் உருவாக்கியிருக்கும் மதங்களைக் கண்டு அது இடிச்சிரிப்பு சிரித்துக்கொண்டிருக்கும் என்பதுதான்.”

எல்லோரும் சிரிக்கின்றனர்.

இளவரசர் ரேடியோ கேட்க வேண்டும் என்று கேட்டதை நினைத்து வால்டஸ்பினோ இப்போது மகிழ்ச்சி கொண்டார். ஜூலியன் இதைக் கேட்டாக வேண்டும். கிறிஸ்துவின் எதிரிகள் வெறுமனே உட்கார்ந்திருக்கவில்லை, ஆனால் இறைவனிடம் இருந்து ஆன்மாக்களை பிடுங்கியெறிய கடுமையாக முயற்சிக்கிறார்கள் என்பதற்கு கிர்ஷின் சாத்தானிய மயங்கவைக்கும் கவர்ச்சியே நிரூபணம்.

“நான் ஒரு அமெரிக்கன்” என்று தொடர்ந்தான் கிர்ஷ், “பூமியில் இருக்கும் நாடுகளிலேயே மிகவும் தொழில்நுட்பரீதியாக மேம்பட்ட, அறிவுரீதியாக முன்னேற்றமடைந்திருக்கும் நாடுகளுள் ஒன்றில் பிறந்திருப்பதை நினைத்து நான் நிச்சயம் அதிர்ஷ்டசாலியாகவே உணர்கிறேன். அதனால்தான், ஒரு சமீபத்திய வாக்கெடுப்பில் ஆதாமும் ஏவாளும் இருந்தார்கள்

என்று மிக உண்மையாகவே என்னுடைய நாட்டு மக்களில் பாதிபேர் நம்புகிறார்கள் என்பது வெளியே தெரியவந்தபோது நான் மிகுந்த தொந்தரவுக்கு ஆளானேன் - அதாவது, எல்லாம்வல்ல இறைவன் இரண்டு முழு உருவம்கொண்ட மனிதர்களைப் படைத்தார், அவர்கள் மட்டுமே தனியாக இந்த கிரகம் முழுவதிலும் மக்களை நிரப்பினார்கள், எல்லாவித பரந்துபட்ட இனங்களையும் உருவாக்கினார்கள், உள்ளுக்குள் இனப்பெருக்கம் செய்துகொள்கிறோமே என்ற பிரச்சினையே அங்கு எழவில்லை.''

அதிமானோர் சிரிக்கிறார்கள்.

"கெண்டகியில்'' அவன் தொடர்ந்து பேசினான், "தேவாலய ஆயரான பீட்டர் லாரஃபா இவ்வாறு அறிவித்தார்: 'பைபிளில் எங்காவது 'இரண்டும் இரண்டும் சேர்ந்தால் ஐந்து' என்று ஒரு பத்தியை நான் கண்டால், நான் அதையே நம்புவேன், அதுவே உண்மை என்று ஏற்றுக்கொள்வேன்,' ''

இன்னும் அதிக சிரிப்பொலிகள்.

"சிரிப்பது சுலபம்தான் என்பதை நான் ஒப்புக்கொள்கிறேன், ஆனால் நான் உங்களுக்கு ஒன்றை உத்திரவாதமளிக்கிறேன், இந்த நம்பிக்கைகள் எல்லாம் வேடிக்கையானவை என்பதைவிட மிக மிக அச்சுறுத்தக்கூடியவை. இவற்றுக்கெல்லாம் ஆதரவு தெரிவிக்கின்றவர்கள் பிரகாசமான, படித்த தொழில்முறையாளர்கள் - அவர்கள் மருத்துவர்கள், வழக்குரைஞர்கள், ஆசிரியர்கள் மற்றும் சில இடங்களில், அவர்கள் உலகின் மிக உயரிய அலுவலகத்தை அடையும் ஆவல் கொண்டவர்கள். நான் ஒருமுறை அமெரிக்க அரசு சபை உறுப்பினர் பால் பிரோன் சொல்லக் கேட்டிருக்கிறேன், அவர் 'பரிணாமம் மற்றும் பெரு வெடிப்பு என்பவை நேரடியாக நரகத்தின் படுகுழியில் இருந்து வந்த பொய்கள். பூமிக்கு ஒன்பதாயிரம் வருடங்கள் வயதுதான் இருக்கும் என்று நான் நம்புகிறேன், அது ஆறே நாட்களில் உருவாக்கப்பட்டது என்பது நமக்கே தெரியும்' என்றார்.'' கிர்ஷ் சற்று இடைவெளி விட்டான். "இன்னும் பிரச்சினைக்குரியது என்னவென்றால், அரசு சபை உறுப்பினர் பிரோன் அறிவியல், விண்வெளி மற்றும் தொழில்நுட்ப கமிட்டிக்கு பொறுப்பேற்றிருக்கிறார் என்பதுதான், அத்துடன், புதைபடிவ பதிவுகள் மில்லியன்கணக்கான

வருடங்களாக நீண்டிருக்கிறதே என்ற கேள்விக்கு அவர் அளித்த பதில் 'புதைபடிவங்கள் எல்லாம் நம்முடைய நம்பிக்கையை சோதிப்பதற்காக இறைவனால் புதைக்கப்பட்டவை' என்றார்."

கிர்ஷின் குரல் சட்டென்று அமைதியாகவும் இறுக்கமானதாகவும் மாறியது. "அறியாமையை அனுமதித்தல் என்பது அதற்கான அதிகாரத்தை பெருகச் செய்வதே ஆகும். நம்முடைய தலைவர்கள் பகுத்தறிவுக்கு புறம்பானவற்றை பறைசாற்றும்போது நாம் ஒன்றும் செய்யாமல் இருப்பதே ஒரு அகமகிழ்வு குற்றமாகும். அதேபோன்றுதான், நம்முடைய பள்ளிகளும் தேவாலயங்களும் அடிமட்ட பொய்களை நம்முடைய குழந்தைகளுக்கு சொல்லித்தரும்போது மௌனமாய் இருப்பதும் குற்றமாகும். நாம் செயலில் இறங்குவதற்கான நேரம் வந்துவிட்டது. தம் மனம்போன போக்கிலானவற்றை அரவணைத்துக்கொள்ளக்கூடிய மூடநம்பிக்கை சிந்தனையுள்ள நம்முடைய உயிரினத்தை விடுவிக்கும்வரை காத்திருக்க முடியாது." அவன் சற்று இடைவெளி விட்டபோது கூட்டத்தினரிடையே ஒரு கனத்த அமைதி நிலவியது. "நான் மனிதகுலத்தை நேசிக்கிறேன். நம்முடைய மனங்களும் நம்முடைய உயிரினங்களும் எல்லையற்ற திறனைக் கொண்டிருக்கின்றன. ஒரு அறிவொளி பெற்ற புதிய சகாப்தத்தின், மதமானது தனது இறுதிப் புறப்பாட்டை மேற்கொண்டுவிட . . . இந்த உலகை அறிவியல் ஆட்சி செய்யப்போகும் விளிம்பில் இருப்பதாகவே நான் நம்புகிறேன்."

கூட்டத்தின் கரகோஷம் விண்ணைப் பிளந்தது.

"இறைவன் ஆணையாக" என்று எரிந்து விழுந்த வால்டஸ்பினோ, வெறுப்புணர்வில் தலையைக் குலுக்கினார். "அதை நிறுத்து."

அந்தப் பணியாளர் அதற்கு பணிந்தான். மூன்று பேரும் அமைதியாக சென்று கொண்டிருந்தனர்.

முப்பது மைல்கள் தள்ளி, திடீரென்று உள்ளே நுழைந்து தன்னிடம் செல்போனை ஒப்படைத்த, மூச்சற்றுப்போய் நின்றுகொண்டிருந்த சுரேஷ் பல்லாவுக்கு எதிரே நின்றுகொண்டிருந்தாள் மோனிகா மார்டின்.

"பெரிய கதை" என்றபடி சுரேஷ் மூச்சுவாங்கினான், "ஆனால் பிஷப் வால்டஸ்பினோவுக்கு வந்த குறுஞ்செய்தியை நீங்கள் படித்தே ஆகவேண்டும்."

"இரு." மார்டின் ஏறக்குறைய அந்த சாதனத்தை கீழே தவறவிட இருந்தாள். "இது பிஷப்பின் போனாயிற்றே?! நீ எப்படி இதை -"

"எதுவும் கேட்காதீர்கள். படியுங்கள்."

பயந்துபோன மார்டின் தன் கண்களை அந்த போனிடத்தில் செலுத்தி அதன் திரையில் இருந்த உரையைப் படித்தாள். சில நொடிகளுக்குள், தான் வெளிறிப்போவதை உணர்ந்தாள். "கடவுளே, பிஷப் வால்டஸ்பினோ . . ."

"ஆபத்தானவர்" என்றான் சுரேஷ்.

"ஆனால் . . . இதற்கு சாத்தியமேயில்லையே! பிஷப்பிற்கு குறுஞ்செய்தி அனுப்பிய இந்த ஆள் யார்?"

"மறைக்கப்பட்ட எண்" என்றான் சுரேஷ். "அதைக் கண்டுபிடிக்க முயற்சித்துக் கொண்டிருக்கிறேன்."

"இந்தச் செய்தியை ஏன் வால்டஸ்பினோ அழிக்காமல் வைத்திருக்கிறார்?"

"தெரியவில்லை" என்று வெறுமையாக சொன்னான் சுரேஷ். "அலட்சியம்? திமிர்த்தனம்? என எதுவாகவும் இருக்கலாம். நான் வேறு ஏதேனும் குறுஞ்செய்தியை மீட்க முடியுமா என்று பார்த்தேன், வால்டஸ்பினோ யாருடன் குறுஞ்செய்தியில் பேசுகிறார் என்று அடையாளம் காணவும் முயற்சித்தேன், ஆனால் அதற்கும் முன்பாகவே வால்டஸ்பினோ குறித்த இந்தச் செய்தியை உங்களிடம் உடனடியாக காட்டியாக வேண்டும் என நினைத்தேன்; நீங்கள் இதுபற்றி ஒரு அறிக்கை வெளியிட்டாக வேண்டும்."

"இல்லை, நான் மாட்டேன்!" என்ற மார்டினுக்கு இப்போதும் தலைசுற்றுவதுபோல் இருந்தது. "அரண்மனை இந்தத் தகவலை பொதுமக்களிடம் கொண்டு செல்லாது!"

"ஆனால் வேறு யாராவது சீக்கிரத்திலேயே செய்துவிடுவார்கள்." வால்டஸ்பினோவின் போனை ஆராய்வதற்கான நோக்கமே monte@iglesia.org-விடம் ConspiracyNet-க்கு செய்தி அளிக்கும் தகவலாளி - இருந்து நேரடி மின்னஞ்சல் துப்பை பெறுவதற்குத்தான் என்பதுடன் அந்த நபர் நாம் எதிர்பார்த்தபடி இருந்தால், பிஷப்பின் குறுஞ்செய்தி ரொம்ப நேரத்திற்கு தனிப்பட்ட ஒன்றாக இருக்காது.

மார்டின் கண்களை மூடிக்கொண்டு, ஸ்பெயின் அரசரோடு மிக நெருக்கமாக இருந்த ஒரு கத்தோலிக்க பிஷப் இன்றிரவு ராஜதுரோகத்திலும் கொலையிலும் நேரடியாக சம்பந்தப்பட்டவர் என்பதற்கான, ஐயத்திற்கு இடமில்லாத இந்த நிரூபணத்திற்கு எதிராக இந்த உலகின் எதிர்வினையை பெறப்போவதை கற்பனை செய்துபார்க்க முயற்சித்தாள்.

"சுரேஷ்" என்று கிசுகிசுத்த மார்டின் தன் கண்களை மெதுவாகத் திறந்தாள். "இந்த *'மாண்டி'* தகவலாளி யார் என்று நீ கண்டுபிடிக்க வேண்டும். எனக்காக அதைச் செய்ய முடியுமா?"

"நான் முயற்சிக்கிறேன்." அவன் நம்பிக்கையுடன் சொல்லவில்லை.

"நன்றி." பிஷப்பின் போனை அவனிடமே திரும்பக் கொடுத்த மார்டின் கதவை நோக்கி விரைந்தாள். "அந்த உரையின் திரைப்பதிவை எனக்கு அனுப்பி வை!"

"நீங்கள் எங்கே போகிறீர்கள்?" என்றான் சுரேஷ்.

மோனிகா எந்த பதிலும் சொல்லவில்லை.

65

லாஸக்ரதா ஃபெமிலியா - புனிதக் குடும்பத்தின் பொதுக்கூடம் - மத்திய பார்சிலோனாவில் ஒரு குறிப்பிட்ட நகரப் பகுதியையும் ஆக்கிரமித்திருந்தது. அதனுடைய அடித்தளம் பிரமாண்டமானது

என்றாலும் அது பூமிக்கு மேலே ஏறக்குறைய எடையே இல்லாமல் தொங்குவதைப் போன்றும், ஸ்பானிஷ் வான்வெளிக்குள் எந்தவித சிரத்தையும் இல்லாமலே மேல்நோக்கி செல்லும் ஸ்தூபிக் கொத்துக்களை கொண்டதாகவும் காணப்பட்டது.

சிக்கலானதும், துளைகள் நிரம்பியதாகவும் காணப்படுகின்ற கோபுரங்கள் பல்வேறு உயரங்களில் அமைந்து குறும்புக்கார ராட்சதர்களால் அமைக்கப்பட்டதைப் போன்ற தாறுமாறான மணற்கோபுரங்களின் தோற்றத்தை அந்த ஆலயத்திற்கு வழங்கின. கட்டுமானம் நிறைவடைந்தவுடன் மிக உயரமான பதினெட்டு கோபுரங்களும் தலைசுற்ற வைக்கும் அளவுக்கு உயர்ந்து, முன்னெப்போதும் இல்லாத அளவுக்கு 560 அடிகள் உயரத்தில் உலகிலேயே மிகப்பெரிய தேவாலயமாக ஸக்ரதா ஃபெமிலியாவை உருவாக்கியிருக்கும் என்பதுடன், வாடிகனுக்கு சொந்தமான செயிண்ட்.பீட்டர் பாஸிலிக்காவின் உயரத்திற்கும் மேலாக நூறு அடிகளுக்கும் மேற்பட்ட உயரம் கொண்டதாகவும் இருக்கும்.

தேவாலயத்தின் உடல்பாகம் மூன்று பிரமாண்ட முகப்புகளால் மூடப்பட்டிருக்கும். கிழக்கே, பசுமைமயமான கிறிஸ்து பிறப்பைக் காட்டும் முகப்பானது தொங்கும் தோட்டத்தைப் போன்று, பூத்துக்குலுங்கும் பாலிகுரோம் செடிகள், விலங்குகள், பழங்கள் மற்றும் மனிதர்கள் ஆகியவற்றுடன் மேல் நோக்கி எழும்பியிருக்கும். அதற்கு முற்றிலும் எதிர்நிலையில், மேற்குப்புற இயேசுவின் சிலுவை சுமப்பு காட்சியில் கரடுமுரடான கற்களின் உறுதியான கற்களில் தசைகளையும் எலும்புகளையும் போன்ற செதுக்கல்கள் காணப்படும். தெற்குப்புறத்தில் இருக்கும் புகழொளி முகப்பானது சாத்தான்கள், போலித்தோற்றங்கள், பாவங்கள் மற்றும் தீயொழுக்கங்கள் ஆகியவற்றின் குழப்பமான கூட்டத்தில் மேல்நோக்கி சுழன்று செல்ல, இறுதியில் அவை மகத்தான உயர்நிலை, நற்பண்பு மற்றும் சொர்க்கம் ஆகியவற்றின் குறியீடுகளுக்கு வழிவிட்டபடி காணப்படும்.

அதன் சுற்றுவட்டாரப் பகுதியைச் சுற்றிலும் எண்ணிறைந்த சிறிய முகப்புகள், சுவர்தாங்கிகள் மற்றும் கோபுரங்கள் அமைந்திருக்கும். இவற்றில் பெரும்பான்மையும் சேறு போன்ற பொருளால் பூசி மெழுகப்பட்டு அந்தக் கட்டடத்தின் கீழ்பாதிப் பகுதி உருகிக்கொண்டிருப்பது அல்லது பூமியில்

இருந்து வெளியே நீட்டிக்கொண்டிருப்பது போன்ற விளைவை ஏற்படுத்தியிருக்கும். ஒரு மிகமுக்கியமான விமர்சகர் ஸக்ரதா ஃபெமிலியாவின் கீழ்ப்பாதியை “ஒன்றன்மேல் ஒன்றாக வளர்ந்திருக்கும் காளான் சுருள்களின் மொட்டுக்களில் இருந்து உருவான ஒரு அழகிய மரம்,” என்று குறிப்பிட்டிருக்கிறார்.

காவ்டி தன்னுடைய தேவாலயத்தை பாரம்பரிய மதம்சார் பிம்பங்களுடன் அலங்கரித்திருப்பதற்கும் மேலாக இயற்கைக்கு உண்டான தன்னுடைய போற்றுதலை பிரதிபலிக்கும் எண்ணிறைந்த திடுக்கிடும் அம்சங்களையும் சேர்த்திருக்கிறார் - தூண்களை தாங்கி நிற்கும் ஆமைகள், முகப்புக்களில் இருந்து வெளித்தோன்றும் மரங்கள் ஆகியவற்றுடன் கட்டடத்தின் வெளிப்பகுதி சுவற்றில் மேலே ஏறியபடி இருக்கும் பெருத்த நத்தைகள் மற்றும் தவளைகளையும் அவர் படைத்திருக்கிறார்.

தன்னுடைய வழக்கத்திற்கு மாறான வெளிப்புறத்தையும் தாண்டி ஸக்ரதா ஃபெமிலியாவின் உண்மையான ஆச்சரியம் அதனுடைய கதவுவழிகளினூடாக உள்ளே காலடி எடுத்து வைத்த பின்னர்தான் காட்சிக்கு கிடைக்கும். மைய ஆலயத்திற்குள் நுழைந்த உடனேயே, மிதக்கும் பெட்டகங்களின் தொடர்வரிசையை நோக்கிச் செல்லும் இருநூறு அடிகள் வரை உயரமுள்ள சாய்வான திருகிக் கொண்டிருக்கும் மரத்தண்டுகளைப் போன்ற தூண்களை நோக்கி கண்களை உயர்த்தியிருக்கும் பார்வையாளர்கள் தங்களுடைய தாடைகளை தொங்கவிட்டபடி அவற்றைப் பார்த்துக் கொண்டிருப்பார்கள், அங்கே பிரமைகளை ஏற்படுத்தும் வடிவவியல் வடிவங்களின் கலைப்போவியங்கள் மரக் கிளைகளில் படிகத்தைப் போன்ற விதானத்தில் தொங்கிக் கொண்டிருக்கும். காவ்டி இதனை “தூண்களின் காடு” என்று குறிப்பிட்டு, கடவுளின் தேவாலயமாக இந்தக் காட்டைக் கருதியவர்களின் ஆரம்பகால ஆன்மீகத் தேடல் கொண்டவர்களின் சிந்தனைகளை நோக்கி மனதை திருப்ப உற்சாகப்படுத்துவது என்று கூறியுள்ளார்.

காவ்டியின் பிரமாண்டமான ஆர்ட் நவ்யூ ஓபஸ் உணர்வுப்பூர்வமாக ஏற்கப்படவும், எரிச்சலுடன் வெறுக்கப்படவும் காரணமாக இருப்பதில் ஆச்சரியம் எதுவுமில்லை. சிலரால் “உணர்ச்சிமயமானது, ஆன்மீகரீதியானது மற்றும் உயிர்த்தன்மை கொண்டது” என புகழப்பட்டாலும் இது

மற்றவர்களால் “கொச்சையானது, பாசாங்குத்தனமானது மற்றும் தெய்வநிந்தனை” என்று ஏளனத்திற்கும் ஆளானது. எழுத்தாளர் ஜேம்ஸ் மிச்சினர் இதனை “உலகில் உள்ளதிலேயே உறுதியான தோற்றமுடைய தீவிரத்தன்மை மிகுந்த கட்டடங்களுள் ஒன்று” என விவரித்திருக்கிறார். ஆர்க்கிடெக்சரல் ரிவ்யூ என்ற பத்திரிக்கை இதனை “காவ்டியின் புனித அரக்கன்” என்றது.

அதனுடைய அழகியல் அம்சங்கள்தான் விசித்திரமானவை என்றால் அதற்கான நிதிகள் இன்னும் விசித்திரமானவை. முற்றிலும் தனியார் நன்கொடைகளாலேயே நிதிபெறும் ஸக்ரதா ஃபெமிலியா வாடிகனிடம் இருந்தோ அல்லது உலக கத்தோலிக்க தலைமை எதனிடமும் இருந்தோ எத்தகைய நிதி உதவியையும் பெறவில்லை. ஏறக்குறைய திவாலாகும் காலகட்டங்கள் மற்றும் வேலைகள் நிறுத்தி வைக்கப்படுதல் ஏற்பட்டபோதிலும், அதனுடைய கட்டடக்கலைஞர் மரணமடைந்துவிட்ட நேரத்தில் உறுதியுடன் நிலைத்திருந்து, ஒரு வன்முறையான உள்நாட்டுப் போர், கேடலான் அராஜகவாதிகளின் தீவிரவாதத் தாக்குதல்கள் மற்றும் அது அமைந்திருக்கும் நிலத்தை சமநிலை குலையச்செய்யும் வகையில் அதன் அருகில் சுரங்கப்பாதை அமைப்பதற்காக தோண்டப்பட்டது உள்ளிட்ட எல்லாவற்றையும் டார்வினின் உயிர்பிழைத்திருக்கும் விருப்புறுதி என்ற கோட்பாட்டை இந்த தேவாலயம் நிரூபித்து வந்திருக்கிறது.

நம்பமுடியாத எதிர்ப்புகளின் முன்பாக ஸக்ரதா ஃபெமிலியா இன்னமும் நிற்கிறது, தொடர்ந்து வளர்ந்துகொண்டிருக்கிறது.

கடந்த பத்தாண்டில், இந்த தேவாலயத்தின் நிதிநிலை குறிப்பிடத்தக்க அளவு மேம்பட்டிருந்தது, இதனுடைய கருவூலத்திற்கு இந்தப் பாதி கட்டிமுடிக்கப்பட்ட கட்டுமானத்தை பார்க்க கைநிறைய அள்ளித்தரும் சுற்றுலா வருகின்ற வருடத்திற்கு நான்கு மில்லியன் பார்வையாளர்களிடம் விற்கப்படுகின்ற நுழைவுச்சீட்டுகளால் ஊட்டமளிக்கப்பட்டிருக்கிறது. இப்போது, 2026-ஆம் ஆண்டில் -காவ்டியின் நூறாவது நினைவுதினம்- நிறைவுசெய்ய இருப்பதாக அறிவிக்கப்பட்டிருக்கும் ஸக்ரதா ஃபெமிலியாவைப் பார்க்கையில் புதிய பலம் கிடைத்திருப்பதைப் போன்று தோன்றுவதுடன் அதனுடைய ஸ்தூபிக்கள் புதுப்பிக்கப்பட்ட துரிதம் மற்றும் நம்பிக்கையுடன் வான்நோக்கி உயர்ந்துகொண்டிருக்கின்றன.

ஃபாதர் ஜோகுவிம் பெனா - ஸக்ரதா ஃபெமிலியாவின் மூத்த மதகுரு மற்றும் திருச்சபை அமைச்சர் - எண்பது வயதுடைய ஒரு சகஜமான மனிதர், வட்ட முகத்தில் வட்டமான கண்ணாடிகளை அணிந்திருக்கும் அவருடைய முகம் உடலில் தொங்கும் அங்கியின் உச்சியில் புன்னகைத்தபடியே இருக்கும். இந்த புகழ்பெற்ற ஆலயம் கட்டி முடிக்கப்படும்வரை உயிர்வாழ வேண்டும் என்பதே பெனாவின் கனவு.

இருந்தாலும், ஃபாதர் பெனா இன்றிரவு தன்னுடைய அலுவலகத்திற்குள் புன்னகைத்தபடி அமர்ந்திருக்கவில்லை. தேவாலாய வேலைகள் சம்பந்தமாக அவர் இரவு வெகுநேரம்வரை தங்கியிருக்க வேண்டியிருந்தது, ஆனால் அது அவருடைய கம்ப்யூட்டரை கவனிப்பதில் கொண்டுவந்து விட்டிருக்கிறது, பில்பாவில் நடந்து கொண்டிருக்கும் தொந்தரவுக்குரிய நாடகத்தால் அவர் முற்றிலுமாக தொந்தரவுக்கு ஆளாகியிருந்தார்.

எட்மண்ட் கிர்ஷ் படுகொலை செய்யப்பட்டான்.

கடந்த மூன்று மாதங்களாகவே கிர்ஷுடன் ஒரு இனிமையான, எதிர்பாராத நட்புறவை பெனா உருவாக்கி வைத்திருந்தார். அந்த தேவாலயத்திற்கு ஒரு பெரும்தொகையை நன்கொடையாக அளிப்பதாகக் கூறிய அந்த வெளிப்படையான நாத்திகன் பெனாவை தனிப்பட்ட முறையில் அனுகியபோது அவர் அதிர்ந்துதான் போனார். அந்தத் தொகை இதற்கு முன்பு யாருமே கொடுத்திராத ஒன்று. அத்துடன் அது எண்ணிறைந்த நேர்மறை தாக்கங்களையும் கொண்டிருக்கலாம்.

கிர்ஷின் கொடைக்கான காரணம் புரியவில்லையே என்று நினைத்த பெனா அதை ஒரு தந்திரமாகவே பார்த்தார். *இது ஒரு பிரபலமாகும் உத்தி? ஒருவேளை இதன் கட்டுமானத்தில் அவர் செல்வாக்கு செலுத்த நினைக்கிறாரோ?*

தன்னுடைய நன்கொடைக்கு பதிலாக, அந்த பிரபலமான எதிர்காலவியலாளர் ஒரே ஒரு கோரிக்கைதான் வைத்தார்.

பெனா நிச்சயமற்று கேட்டுக்கொண்டார். *அவருக்கு வேண்டியதெல்லாம் அவ்வளவுதானா?*

“இது எனக்கொரு தனிப்பட்ட விஷயம்” என்றான் கிர்ஷ். “என்னுடைய கோரிக்கையை நீங்கள் மதிப்பீர்கள் என்று நம்புகிறேன்.”

பெனா ஒரு நம்பிக்கைக்குரிய மனிதர், ஆனாலும் இத்தருணத்தில் தான் ஒரு சாத்தானுடன் நடனமாடிக் கொண்டிருப்பதாகவே உணர்ந்தார். கிர்ஷின் கண்களில் ஏதேனும் கள்ளத்தனமான நோக்கம் இருக்கிறதா என்றும் பெனா அவரை ஆராய்ந்து பார்த்தார். பிறகுதான் அவர் அதைக் கண்டார். கிர்ஷின் கவலையற்ற வசீகரத்திற்குப் பின்னால் ஒரு சோர்ந்துபோன அவநம்பிக்கையும் கனன்றுகொண்டிருந்தது. அவனுடைய குழிந்த கண்களும் மெல்லிய உடலும் ஒரு ஆதரவற்றோர் இல்ல ஆலோசகராக சமயப்பயிற்சிக் கல்லூரியில் தான் வேலை செய்த நாட்களை பெனாவுக்கு நினைவுறுத்தின.

எட்மண்ட் கிர்ஷுக்கு உடல்நலம் சரியில்லை.

அவன் இறந்துகொண்டிருக்கிறான் என்றால், இந்த நன்கொடையானது அவன் எந்நேரமும் தூற்றிவந்த இறைவனிடத்தில் பாவப் பிராயச்சித்தம் செய்துகொள்ள திடீரென்று மேற்கொண்ட முயற்சியாகக்கூட இருக்கலாமோ என்று பெனா சந்தேகம் கொண்டார்.

வாழ்க்கையில் மிகுந்த சுய-நியாயப்படியான ஒன்று மரணத்தில் மிக பயமுறுத்தக்கூடிய ஒன்றாக மாறிவிடுகிறது.

இறைநம்பிக்கை அற்றவர்களை இயேசு கிறிஸ்துவின் புகழை அனுபவித்துப் பார்க்க ஊக்கப்படுத்துவதற்கென்றே தன்னுடைய வாழ்நாளை அர்ப்பணம் செய்த ஆரம்பகால கிறிஸ்துவ எவன்ஜலிஸ்ட் - செயிண்ட் ஜான் - பற்றி பெனா நினைத்துப் பார்த்தார். கிர்ஷ் போன்ற ஒரு இறைநம்பிக்கையற்றவர் இயேசுவுக்கான ஒரு ஆலய உருவாக்கத்தில் பங்கேற்க விரும்புகிறார் என்றால், அந்தத் தொடர்பை மறுப்பதென்பது கிறிஸ்துவமற்றதும், குரூரமானதும் ஆகும் என்பதுபோல் தோன்றியது.

மேலும், தேவாலயத்திற்காக நிதியைப் பெருக்க உதவவேண்டிய பெனாவின் தொழில்முறை கடமைப்பாடும் அதில் அடங்கியிருந்தது என்பதுடன் கிர்ஷின் வெளிப்படையான

நாத்திகவாத வரலாறு காரணமாக அவனுடைய மிகப்பெரிய பரிசை மறுக்க வேண்டியிருந்தது என தன்னுடைய சகாக்களுக்கு தெரிவிப்பது பற்றி அவரால் கற்பனை செய்து பார்க்கக்கூட முடியவில்லை.

இறுதியில், கிர்ஷின் நிபந்தனைகளை பெனா ஏற்றுக்கொள்ளவே, இருவரும் இதமாக கைகுலுக்கிக் கொண்டனர்.

இதெல்லாம் மூன்று மாதங்களுக்கு முன்னர்.

இன்றிரவு, கூகன்ஹைமில் கிர்ஷின் அறிவிப்பை கவனித்துக்கொண்டிருந்த பெனா முதலில் அதனுடைய எதிர்-மதவாத தொனியால் வேதனையடைந்தார், பின்னர் ஒரு புதிரார்ந்த கண்டுபிடிப்பிற்கான கிர்ஷின் குறிப்பின்பால் ஆர்வம்கொண்ட அவர் முடிவில் எட்மண்ட் கிர்ஷ் துப்பாக்கியால் வீழ்த்தப்பட்டதைக் கண்டு அச்சம்கொண்டார். அதன் பின்னர், பெனாவால் தன்னுடைய கம்ப்யூட்டரில் இருந்து எழவே முடியவில்லை, போட்டிபோட்டுக்கொண்டு வெளிவந்த சதியாலோசனைக் கோட்பாடுகளின் குழம்பவைக்கும் கலைடாஸ்கோப் பிம்பங்களுடன் அவர் இறுக்கமாக ஒட்டிக் கொண்டுவிட்டார்.

அதிர்ச்சியில் இருந்து மீளமுடியாத பெனா, காவ்டியின் தூண்களால் ஆன "காட்டின்" தனிமையில், அந்த குகைபோன்ற புனித ஆலயத்தில் இப்போது மௌனமாக அமர்ந்திருந்தார்.

கிர்ஷ் எதைக் கண்டுபிடித்தான்? அவன் சாக வேண்டும் என யார் விரும்பியிருப்பார்கள்?

தன்னுடைய கண்களை மூடிக்கொண்ட ஃபாதர் பெனா சிந்தனைகளை தெளிவுபடுத்திக்கொள்ள முயன்றார், ஆனால் அந்தக் கேள்விகள் திரும்பத்திரும்ப தோன்றிக்கொண்டே இருந்தன.

நாம் எங்கிருந்து வந்தோம்? நாம் எங்கே சென்று கொண்டிருக்கிறோம்?

"நாம் இறைவனிடமிருந்து வந்தோம்!" பெனா சத்தமாக அறிவித்தார். "நாம் இறைவனிடமே செல்கிறோம்!"

அவர் பேசுகையில், அந்த வார்த்தைகள் அந்த மொத்த புனித ஆலயமும் அதிர்வதைப் போல் தோன்றும் வகையிலான வேகத்தை அவர் தன்னுடைய மார்பில் உணர்ந்தார். சட்டென்று, வண்ணம் தீட்டப்பட்ட மேலேயிருந்த கண்ணாடி ஜன்னல் வழியாக ஒரு பிரகாசமான ஒளிக்கற்றை அந்த பாஸிலிக்காவுக்குள் நுழைந்தது.

ஆச்சர்ய அதிர்ச்சியுடன், ஃபாதர் பெனா ஜன்னலை நோக்கி எழுந்து நின்றார், அந்த தேவாலயம் முழுமையும் இப்போது விண்வெளி ஒளிக் கற்றையால் ஆன இடியோசையுடன், வண்ணம் தீட்டப்பட்ட கண்ணாடிக்கு அருகாமையில் இறங்கி வந்துகொண்டிருந்தது. தேவாலயத்தின் மையக் கதவுகளை அவர் படாரென திறந்தபோது ஒரு காதடைக்க வைக்கும் புயல்காற்றால் தாக்கப்படுவதை பெனா உணர்ந்தார். அவருக்கு இடது மேலே, ஒரு பிரமாண்ட ஹெலிகாப்டர் வானிலிருந்து இறங்கிக்கொண்டிருந்தது, அதனுடைய தேடல் விளக்கு தேவாலயத்தின் முன்பகுதியை தாக்கியது.

மதில்சுவற்றின் வடமேற்கு மூலையில் இருக்கும் கட்டுமான வேலிகளின் சுற்றளவுக்குள்ளாக அந்த வானூர்தி கீழே இறங்கி அணைக்கப்பட்டு நிற்பதை பெனா நம்பமுடியாமல் பார்த்தார்.

காற்றும் இரைச்சலும் ஓய்ந்த பின்னர், ஸக்ரதா ஃபெமிலியாவின் மையக் கதவு வழியில் நின்றிருந்த ஃபாதர் பெனா அந்த வானூர்தியில் இருந்து நான்கு உருவங்கள் இறங்கி அவரை நோக்கி விரைந்து வருவதைப் பார்த்தார். முன்னால் வந்த இருவரையும் இன்றிரவின் ஒளிபரப்பை வைத்து உடனடியாக அடையாளம் கண்டுகொள்ள முடிந்தது - ஒருவர் ஸ்பெயினின் எதிர்கால அரசி, மற்றொருவர் புரபஸர் ராபர்ட் லேங்டன். அவர்களுக்குப் பின்னால், சுருக்கப் பெயர் பொறிக்கப்பட்ட தங்களுடைய மேல்கோட்டுகள் அணிந்தபடி பருமனான இருவர் வந்துகொண்டிருந்தனர்.

இவற்றையெல்லாம் வைத்துப் பார்க்கையில், லேங்டன் ஒன்றும் ஆம்ரா வைடலை கடத்திவிடவில்லை. அந்த அமெரிக்க பேராசிரியர் நெருங்கியதும், தன் இஷ்டப்படிதான் மிஸ்.வைடல் அவருக்கு அருகாமையில் வந்துகொண்டிருக்கிறார் என்பது தெளிவாகத் தெரிந்தது.

“ஃபாதர்!” அந்தப் பெண் ஒரு நட்பார்ந்த முறையில் அழைத்தாள். “இந்தப் புனித இடத்திற்குள் இரைச்சலுடன் நுழைந்தமைக்காக எங்களை மன்னிக்க வேண்டும். நாங்கள் உடனடியாக உங்களுடன் பேசியாக வேண்டும். இது மிகவும் முக்கியமான ஒன்று.”

பெனா பதில் சொல்லத்தான் தன் வாயைத் திறந்தார், ஆனால் எதிர்பாராத ஒரு குழு அவருக்கு முன்னால் வந்து நின்றதும் அவரால் சத்தமின்றி ஆமோதிக்க மட்டுமே முடிந்தது.

“எங்களை மன்னிக்க வேண்டும், ஃபாதர்” என்று வலிமையற்ற புன்னகையுடன் கூறினார் ராபர்ட் லேங்டன். “இதெல்லாம் மிக விசித்திரமாக இருக்குமென்று எனக்குத் தெரியும். நாங்கள் யாரென்று உங்களுக்குத் தெரியும்தானே?”

“நிச்சயமாக ...” என்று அவர் சமாளித்தார். “ஆனால் நான் நினைத்தேன் ...”

“தவறான தகவல்” என்றாள் ஆம்ரா. “எல்லாம் சரியாகத்தான் நடக்கிறது, நான் உங்களுக்கு உத்திரவாதமளிக்கிறேன்.”

சற்றைக்கெல்லாம், வேலியின் சுற்றளவுக்கு வெளியே காவலில் இருந்த இரண்டு பாதுகாவலர்கள் பாதுகாப்பு சுழல்கதவு வழியாக ஓடிவந்தனர், அவர்கள் ஹெலிகாப்டரின் வருகையால் பயந்துபோய்விட்டதை புரிந்துகொள்ள முடிந்தது. பெனாவைப் பார்த்த அந்தக் காவலர்கள் அவரை நோக்கி விரைந்தனர்.

உடனடியாக, சுருக்கெழுத்து பொறிக்கப்பட்ட உடையணிந்திருந்த அந்த இருவரும் அவர்களை எதிர்கொண்டு “நிறுத்து” என்பதற்கான சர்வதேச குறியீடாக தங்களுடைய உள்ளங்கைகளை நீட்டினர்.

காவலாளிகள் தங்களுடைய தடங்களில் அப்படியே நின்று, திகைத்துப்போய் பெனாவை எதிர்நோக்கினர்.

“ஒன்றும் பிரச்சினையில்லை!” என்று கேட்டலோனிய மொழியில் கத்தினார் பெனா. “உங்கள் நிலைகளுக்குத் திரும்புங்கள்.”

இந்த எதிர்பாராத ஒன்றுகூடலை அந்தக் காவலர்கள் ஓரக்கண்ணால் பார்த்தனர். அவர்களுக்கு எதுவும் உறுதிபடத் தெரியவில்லை.

"இவர்கள் என்னுடைய விருந்தினர்கள்" என்று இப்போது உறுதியாக தெரிவித்தார் பெனா. "உங்களுடைய எச்சரிக்கையுணர்வை நான் நம்புகிறேன்."

குழப்பமுற்ற காவலாளிகள் பாதுகாப்பு சுழல்கதவு வழியாக பின்வாங்கி அந்த சுற்றுவட்டாரத்தில் ரோந்து செல்லும் வேலையை தொடர்ந்தனர்.

"நன்றி" என்றாள் ஆம்ரா. "இதற்கு என்னுடைய பாராட்டுதலை தெரிவித்துக் கொள்கிறேன்."

"நான் ஃபாதர் ஜோகுவிம் பெனா" என்றார் அவர். "இதெல்லாம் என்னவென்று எனக்கு சொல்லுங்களேன்."

ராபர்ட் லேங்டன் முன்னுக்கு வந்து பெனாவின் கைகளை குலுக்கினார். "ஃபாதர் பெனா, அறிவியலாளர் எட்மண்ட் கிர்ஷுக்கு சொந்தமான ஒரு அரிய புத்தகத்தை நாங்கள் தேடிக் கொண்டிருக்கிறோம்." ஒரு நேர்த்தியான குறிப்பட்டையை எடுத்த லேங்டன் அதை அவரிடம் கொடுத்தார். "இந்த குறிப்பிட்ட புத்தகம் இந்த தேவாலயத்திற்கு கடனாக வழங்கப்பட்டுள்ளதாக இந்த அட்டை குறிப்பிடுகிறது."

அந்தக் குழுவினரின் திடீர் வருகையால் ஒருவகையில் குழம்பிப் போயிருந்தாலும், பெனா அந்தப் பொன்னிற அட்டையை உடனடியாக அடையாளம் கண்டுகொண்டார். இந்த அட்டையின் ஒரு துல்லியமான பிரதியை அந்தப் புத்தகத்துடன் சேர்த்து சில வாரங்களுக்கு முன்புதான் கிர்ஷ் அவரிடம் கொடுத்திருந்தான்.

வில்லியம் பிளேக்கின் முழுமையான படைப்பு.

ஸக்ரதா ஃபெமிலியாவுக்கு எட்மண்ட் வழங்கிய பெரும் நன்கொடைக்கு பிரதிபலனாக அவன் கேட்டுக்கொண்டது என்னவென்றால் அந்த பிளேக்கின் புத்தகம் பாஸிலிக்காவின் நிலவறையில் காட்சிக்கு வைக்கப்பட வேண்டும் என்பதுதான்.

இது ஒரு விசித்திரமான கோரிக்கை, ஆனால் அதற்கு சிறிதளவுதான் விலைகொடுக்க வேண்டியிருந்தது.

கிர்ஷின் ஒரு நிபந்தனைப்பூர்வமான கோரிக்கை - அந்த லினன் அட்டைக்குப் பின்னால் குறிப்பிடப்பட்டிருப்பது - என்னவென்றால், அந்தப் புத்தகத்தின் *163*-வது பக்கம் திறந்த நிலையிலேயே வைத்திருக்கப்பட வேண்டும் என்பதாகும்.

66

ஸக்ரதா ஃபெமிலியாவுக்கு வடமேற்கே ஐந்து மைல்கள் தொலைவில், நகர விளக்குகளின் பரந்தகன்ற வெளியில் யூபரின் முன்கண்ணாடி வழியாக அட்மிரல் எவிலா உற்றுப் பார்த்துக்கொண்டிருந்தார்.

கடைசியாக பார்சிலோனாவுக்கே என்று நினைத்துக்கொண்ட அந்தக் கிழ கடற்படை அதிகாரி தன்னுடைய போனை வெளியே எடுத்து உறுதியளித்திருந்தபடியே ரீஜெண்டை அழைத்தார்.

முதல் அழைப்பிலேயே ரீஜெண்ட் பதிலளித்தார். "அட்மிரல் எவிலா. எங்கே இருக்கிறீர்கள்?"

"நகரத்தில் இருந்து சில நிமிடங்கள் தொலைவில்."

"நீங்கள் சரியான நேரத்தில்தான் வந்திருக்கிறீர்கள். இப்போதுதான் எனக்கு ஒரு பிரச்சினைக்குரிய செய்தி வந்தது."

"சொல்லுங்கள்."

"நீங்கள் பாம்பின் தலையை வெற்றிகரமாக துண்டித்துவிட்டீர்கள். ஆனாலும், நாம் பயந்தது போலவே, அதன் நீளமான வால் ஆபத்தான முறையில் துடித்துக் கொண்டிருக்கிறது."

"நான் இதற்கு எப்படி சேவை செய்ய முடியும்?" என்று கேட்டார் எவிலா.

ரீஜெண்ட் தன்னுடைய ஆசைகளை பகிர்ந்தபோது, எவிலா ஆச்சரியப்பட்டுப் போனார். இந்த இரவு இதற்கும் மேலாக உயிர்பலி வாங்கும் என்பதை அவர் கற்பனை செய்துகூட பார்க்கவில்லை, ஆனால் அவர் ரீஜெண்டைக் கேள்வி கேட்க இயலாது. *நான் ஒரு காலாட்படை வீரன் என்பதைத் தவிர வேறு ஒன்றுமில்லை* என்று தனக்குத்தானே நினைவுறுத்திக் கொண்டார்.

“இந்த செயல்திட்டம் ஆபத்தானது” என்றார் ரீஜெண்ட். “நீங்கள் மாட்டிக்கொண்டால், உங்கள் உள்ளங்கையில் இருக்கும் குறியீட்டை அதிகாரிகளிடம் காட்டுங்கள். நீங்கள் சீக்கிரத்திலேயே விடுவிக்கப்படுவீர்கள். எங்களுக்கு எல்லாவிடத்திலும் செல்வாக்கு இருக்கிறது.”

“எனக்கு மாட்டிக்கொள்ளும் உத்தேசமில்லை” என்ற எவிலா தனது டாட்டூவைப் பார்த்தார்.

“நல்லது” என்று ஒரு அச்சந்தரத்தக்க ஜீவனற்ற தொனியில் கூறினார் ரீஜெண்ட். “எல்லாம் திட்டமிட்டபடி நடந்தால் சீக்கிரத்திலேயே அவர்கள் இருவரும் இறந்துவிடுவார்கள், இவை எல்லாமே முடிவுக்கும் வந்துவிடும்.”

இணைப்பு துண்டிக்கப்பட்டது.

சட்டென்று ஏற்பட்ட அமைதியில், தொடுவானத்தில் பிரகாசமான ஒரு புள்ளியை நோக்கி தன் கண்களை உயர்த்தினார் எவிலா - உருப்பெறாத ஸ்தூபிக்களின் விகாரமான தொகுப்புக்கள் கட்டுமான விளக்குகளில் ஒளிர்ந்துகொண்டிருந்தன.

ஸக்ரதா ஃபெமிலியா, விசித்திரமான நிழலொளியால் வெறுப்புகொண்ட அவர் நினைத்துக் கொண்டார். *நம்முடைய இறைநம்பிக்கைக்கு எல்லா வகையிலும் முரணான ஒரு ஆலயம்.*

பார்சிலோனாவின் போற்றுதலுக்குரிய அந்த தேவாலயம் பலவீனம் மற்றும் தார்மீகச் சிதைவுக்கான நினைவாலயமாக விளங்குகிறது என எவிலா நம்பினார் - தாராளமய கத்தோலிக்கத்திடம் ஒரு சரணாகதி, ஆயிரக்கணக்கான வருடங்களின் இறைநம்பிக்கையை இயற்கை வழிபாடு, போலி அறிவியல் மற்றும் லோகாயத வைதீக மறுப்பு ஆகியவற்றின் ஏறுக்கு மாறான கலப்பினம்.

அசுரத்தனமான பல்லிகள் கிறிஸ்துவின் தேவாலயத்தில் ஊர்ந்து ஏறிக்கொண்டிருக்கின்றன!

இந்த உலகில் பாரம்பரியத்தின் நிலைகுலைவு எவிலாவை அச்சுறுத்தியது, ஆனால் அவருடைய அச்சங்களை தெளிவாகப் பகிர்ந்துகொள்கின்ற மற்றும் பாரம்பரியத்தை நிலைநிறுத்துவதற்கு வேண்டியதைச் செய்யக்கூடிய உலகத் தலைவர்களின் ஒரு புதிய குழுவின் தோற்றத்தால் தான் உற்சாகமுற்றிருப்பதையும் அவர் உணர்ந்தார். பால்மேரியன் தேவாலயத்திடம், குறிப்பாக பதினான்காம் போப் இன்னஸெண்டிடம் எவிலா கொண்டிருந்த அர்ப்பணிப்புணர்வு அவர் வாழ்வதற்கான ஒரு புதிய காரணத்தை அவருக்கு கொடுத்திருக்கிறது, தனக்கேற்பட்ட துயரத்தை முற்றிலும் புதிய ஆடிகளின் வழியாக பார்க்க அவருக்கு உதவியிருக்கிறது.

என்னுடைய மனைவியும் குழந்தையும் போரின் பலிகள் என்று நினைத்துக்கொண்டார் எவிலா. அந்தப் போர் இறைவனுக்கு எதிராக தீய சக்திகளால் தொடுக்கப்பட்டது. மன்னிப்பளித்தல் என்பது மட்டுமே மீட்பிற்கான ஒரே வழியல்ல.

ஐந்து இரவுகளுக்கு முன்னர், தன்னுடைய செல்போனுக்கு வந்த குறுஞ்செய்தியின் சத்தமான பிங் ஒலியால் எவிலா விழித்துக்கொண்டபோது அவர் தன்னுடைய சிறிய குடியிருப்பிடத்தில் உறங்கிக் கொண்டிருந்தார். “இது நள்ளிரவு,” என்று முனகியபடியே அந்த நேரத்தில் தன்னை யார் தொடர்புகொள்ள வேண்டியிருக்கிறது என்பதைப் பார்க்க அரைக்கண்ணால் மங்கலாக அந்தத் திரையைப் பார்த்தார்.

நியுமெரோ அகல்டோ

எவிலா தன்னுடைய கண்களை தேய்த்துக்கொண்டு வந்திருக்கும் செய்தியைப் படித்தார்.

காம்பிரபே ஸூ சால்தோ பேங்காரியோ

என்னுடைய வங்கி இருப்பை சரிபார்க்கவா?

புருவத்தை நெரித்த எவிலா அது ஏதாவது டெலிமார்க்கெட்டிங் திட்டமாகத்தான் இருக்கும் என்று சந்தேகப்பட்டார். எரிச்சலுற்ற அவர், படுக்கையில் இருந்து எழுந்து தண்ணீர் குடிப்பதற்காக

சமையலறையை நோக்கி நடந்தார். அவர் குழாயினருகில் நின்றபோது தன்னுடைய லேப்டாப்பை பார்த்த அவர், அதன்பின்னர் மறுபடியும் தன்னால் உறங்கச் செல்ல முடியாது என்பதை தெரிந்துகொண்டார்.

பரிதாபகரமாக சிறிதளவே இருப்பு இருக்கும் தன்னுடைய கணக்கை பார்ப்பதற்காகவே அவர் தன்னுடைய வங்கியின் வலைத்தளத்திற்கு சென்றார் - அவையெல்லாம் அவருடைய ராணுவ ஓய்வூதியத்தின் மீதங்கள். இருந்தாலும், அவருடைய கணக்கு விவரம் தோன்றியபோது, ஒரு நாற்காலியை தள்ளிவிட்டு திடீரென தாவிக்குதித்தார் எவிலா.

இதற்கு வாய்ப்பே இல்லை!

அவர் தன்னுடைய கண்களை மூடிவிட்டு பின்னர் மறுபடியும் பார்த்தார். பிறகு திரையை மறுபடியும் புத்துயிர்ப்பாக்கினார்.

அந்த எண் அப்படியேத்தான் இருந்தது.

அவர் மவுஸை வைத்துகொண்டு தடுமாறினார், தன்னுடைய கணக்கு நடவடிக்கையை ஏற்றி இறக்கிப் பார்த்தார், பின்னர் ஒருமணி நேரத்திற்கு முன்னர்தான் தன்னுடைய கணக்கில் ஒரு அநாமதேய செலுத்தலாக ஒரு லட்சம் யூரோக்கள் ஆன்லைனில் செலுத்தப்பட்டிருப்பதைக் கண்டு திகைத்துப்போனார். அதன் மூலாதாரம் எண் இடப்பட்டு தடம்காண முடியாததாக இருந்தது.

இதை யார் செய்திருப்பார்கள்?!

அவருடைய செல்போனின் ஒரு கூர்மையான அழைப்பொலி எவிலாவின் இதயத்துடிப்பை எகிறச் செய்தது. தன்னுடைய போனை எடுத்த அவர் அழைப்பாளரின் அடையாளத்தைப் பார்த்தார்.

நியுமெரோ அகல்டோ

எவிலா உற்றுப்பார்த்துவிட்டு அந்த போனை எடுத்தார். “ஹலோ?”

ஒரு சுத்தமான கேஸ்டிலியன் ஸ்பானிஷில் ஒரு மென்மையான குரல் பேசியது."மாலை வணக்கம், அட்மிரல். நாங்கள் உங்களுக்கு அனுப்பிய பரிசை பார்த்திருப்பீர்கள் என்று நம்புகிறேன்?"

"நான் . . . பார்த்தேன்" அவருக்கு திக்கியது, "யார் நீங்கள்?"

"நீங்கள் என்னை ரீஜெண்ட் என்று அழைக்கலாம்" என்று பதிலளித்தது அந்தக் குரல். "நான் உங்களுடைய சக உறுப்பினன், கடந்த இரண்டு வருடங்களாக நீங்கள் உண்மையான உணர்வுடன் கலந்துகொண்டு வரும் தேவாலயத்தின் உறுப்பினன். உங்களுடைய திறமைகளும் விசுவாசமும் கவனிக்கப்படாமல் போய்விடவில்லை, அட்மிரல். இப்போது, நீங்கள் ஒரு உயர் நோக்கத்திற்காக சேவையாற்றுவதற்கான வாய்ப்பை உங்களுக்கு வழங்க விரும்புகிறோம். நம்முடைய புனிதர் நாம் தொடர்ந்து செயலாற்ற வேண்டிய செயல்திட்டங்களை முன்மொழிந்திருக்கிறார் ... அவை இறைவன் உங்களுக்கு அனுப்பிய வேலைத்திட்டங்கள்."

எவிலா இப்போது முழுமையாக விழித்துக்கொண்டார், அவருடைய உள்ளங்கைகள் வியர்த்தன.

"நாங்கள் உங்களுக்குத் தந்திருக்கும் பணம் உங்களுடைய முதல் செயல்திட்டத்திற்கான முன்பணம்," என்று தொடர்ந்தது அந்தக் குரல். "நீங்கள் இந்த செயல்திட்டத்தை தேர்ந்தெடுத்தால், எங்களுடைய உயர் நிலைகளுக்குள் இடம்பெறுவதற்கான தகுதியை நீங்களாகவே நிரூபிப்பதற்கான ஒரு வாய்ப்பாக இதனை கருதிக்கொள்ளலாம்" என்று அவர் சற்று இடைவெளி விட்டார். "இந்த உலகின் கண்களுக்குப் புலப்படாத ஒரு அதிகாரம்மிக்க படிநிலை அமைப்பு எங்களுடைய தேவாலயத்தில் இருக்கிறது. எங்களுடைய அமைப்பின் மேல்மட்டத்தில் நீங்கள் ஒரு சொத்தாக இருப்பீர்கள் என்று நாங்கள் நம்புகிறோம்."

மேம்பட்ட வாய்ப்பு வளம் என்பதால் உற்சாகமுற்றாலும் எவிலா சந்தேகப்படவே செய்தார். "செயல்திட்டம் எனறால் என்ன? நான் அதை தேர்ந்தெடுக்கவில்லை என்றால் என்னாகும்?"

"நீங்கள் எவ்வகையிலும் மதிப்பிடப்பட மாட்டீர்கள், அத்துடன் உங்கள் ரகசியத்தன்மைக்கான பிரதிபலனாக அந்தப்

பணத்தை நீங்களே வைத்துக்கொள்ளலாம். அது நியாயமாக இருக்கிறதல்லவா?"

"முற்றிலும் தயைகூர்ந்த ஒன்றுதான்."

"நாங்கள் உங்களை விரும்புகிறோம். உங்களுக்கு உதவி செய்ய நினைக்கிறோம். உங்களிடத்தில் நியாயப்படி நடந்துகொள்வதற்கும் மேலாக, போப்பின் செயல்திட்டம் சிக்கலான ஒன்று என்பதையும் நான் உங்களுக்கு எச்சரிக்க விரும்புகிறேன்." அவர் சற்று இடைவெளி விட்டார். "இதில் வன்முறையும் கலந்திருக்கும்."

எவிலாவின் உடல் இறுகிப்போனது. வன்முறையா?

"அட்மிரல், தீய சக்திகள் நாளுக்கு நாள் வலுவடைந்து வருகின்றன. இறைவன் போரில் இறங்கியிருக்கிறார், போர்கள் பலிகளைக் கேட்கும்."

தன்னுடைய குடும்பத்தைக் கொன்ற குண்டுவெடிப்பின் குரூரம் எவிலாவுக்கு முன்பாக பளிச்சிட்டது. நடுங்கிப்போன அவர் அந்த இருளார்ந்த நினைவுகளை விரட்டியடித்தார். "மன்னிக்க வேண்டும், என்னால் ஒரு வன்முறையான செயல்திட்டத்தை ஏற்க முடியுமா என்று தெரியவில்லை -"

"போப்பே உங்களைத் தனிப்பட்ட முறையில் தேர்ந்தெடுத்திருக்கிறார், அட்மிரல்" என்று கிசுகிசுத்தார் அந்த ரீஜெண்ட். "இந்த செயல்திட்டத்தில் நீங்கள் குறிவைக்கப்போகும் நபர் . . . உங்கள் குடும்பத்தை கொலைசெய்தவர்."

67

மேட்ரிட் அரச மாளிகையின் தரைத்தளத்தில் அமைந்திருக்கும் ஆயுதச்சாலை ஒரு நேர்த்தியாக அமைக்கப்பட்ட அறையாகும், அதனுடைய உயர்ந்திருக்கும் செந்நிறச் சுவர்கள் ஸ்பெயின் வரலாற்றில் புகழ்பெற்ற யுத்தங்களை சித்தரிக்கும் வசீகரமான

ஓவியச்சீலைகளால் அலங்கரிக்கப்பட்டிருந்தன. அந்த அறையைச் சுற்றிலும் கடந்தகால அரசர்கள் பலருடைய போர் உடைகள் மற்றும் "கருவிகள்" உள்ளிட்ட நூற்றுக்கும் மேற்பட்ட கையால் செய்யப்பட்ட ஆயுதங்களின் விலைமதிப்பற்ற தொகுப்பு அடங்கியிருந்தது. அசலான ஏழு குதிரை உருவங்கள் போரில் முழுவீச்சில் இறங்கியிருப்பது போன்ற பாவனையில் அந்த அறையின் மையத்தில் வீற்றிருந்தன.

அவர்கள் என்னை இங்குதான் சிறைவைக்க முடிவெடுத்திருக்கிறார்களா? என்று நினைத்துக்கொண்ட கார்ஸா, தன்னைச் சூழ்ந்திருக்கும் போர்க்கருவிகளை பார்த்தார். இந்த ஆயுதச்சாலை இந்த அரண்மனையில் இருப்பதிலேயே மிகுந்த பாதுகாப்பான அறைகளுள் ஒன்றில்தான் அமைந்திருக்கிறது என்பதை ஒப்புக்கொள்ளத்தான் வேண்டும், ஆனால் தன்னைப் பிடித்தவர்கள் பயமுறுத்த முடியும் என்ற நம்பிக்கையால்தான் இந்த நேர்த்தியான அறையை தேர்ந்தெடுத்திருக்கிறார்களோ என்று கார்ஸா சந்தேகப்பட்டார். *இந்த அறையில் வைத்துதான் நான் வேலைக்கு தேர்வு செய்யப்பட்டேன்.*

ஏறத்தாழ இருபது வருடங்களுக்கு முன்னர், தன்னுடைய நேர்காணலுக்காக இந்த கம்பீரமான அறைக்கு அழைத்து வரப்பட்ட கார்ஸா குறுக்கு விசாரணை செய்யப்பட்டார், ராயல் கார்டின் தலைவர் வேலை வழங்கப்படுவதற்கு முன்னர் இறுதியாக இங்குதான் விசாரணைக்கும் உட்படுத்தப்பட்டார்.

இப்போது கார்ஸாவின் ஏஜெண்டுகளே அவரை கைது செய்திருக்கிறார்கள். *நான் கொலை சதிக்கு திட்டமிடப்பதற்காகவா? பிஷப்பை சிக்க வைத்தமைக்காகவா கைது செய்யப்பட்டிருக்கிறேன்?* இந்தக் குற்றச்சாட்டுகளுக்கு பின்னால் இருக்கும் தர்க்கமானது கார்ஸா புரிந்துகொள்ளத் தொடங்கவே முடியாத அளவுக்கு முறுக்கிக் கொண்டிருந்தது.

ராயல் கார்ட் என்று வரும்போது, கார்ஸாதான் அந்த அரண்மனையிலேயே உயர் பதவி வகிக்கும் அதிகாரி, அதாவது அவரைக் கைது செய்வதற்கான உத்தரவு ஒரே ஒருவரிடம் இருந்து மட்டும்தான் வந்திருக்க முடியும் . . . இளவரசர் ஜூலியன்.

இளவரசரின் மனதை எனக்கெதிராக திருப்பும் வகையில் வால்டஸ்பினோ அவருக்கு நஞ்சை ஊட்டியிருக்கிறார் என்பதை

கார்ஸா உணர்ந்தார். இந்த பிஷப் எப்போதுமே ஒரு அரசியல் பிழைப்பாளர், அத்துடன் இன்றிரவு இத்தகைய மீடியா நெறிபிறழ்வை முயற்சித்துப் பார்த்திர வேண்டிய அளவுக்கு அவர் அவசரத்தில் இருந்திருக்கிறார் என்பதும் தெளிவாகிறது - கார்ஸாவின் மரியாதையை அவமதிக்கச் செய்வதன் மூலம் தன்னுடைய மரியாதையை காப்பாற்றிக்கொள்ளும் ஒரு துணிச்சலான சூழ்ச்சித்திறன். இப்போது, நான் எனக்காக பேச முடியாத வகையில்தான் அவர்கள் என்னை இந்த ஆயுதச்சாலையில் அடைத்திருக்கிறார்கள்.

ஜூலியனும் வால்டஸ்பினோவும் கூட்டு சக்திகள் என்றால், தான் ஒரு தொலைந்துபோனவன் என்பதும், முற்றிலுமாக விலக்கப்பட்டவன் என்பதும் கார்ஸாவுக்குத் தெரியும். அப்படிப்பட்ட நிலையில், பலாஷியோ டி லா ஸார்ஸூலாவில், தன்னுடைய தனி வசிப்பிடத்தில் உள்ள மருத்துமனை படுக்கையில் இறுதி நாட்களைக் கழித்துக் கொண்டிருக்கும் ஒரு கிழவர்தான் கார்ஸாவுக்கு உதவக்கூடிய அளவுக்கு இந்த பூமியில் அதிகாரம் உள்ள ஒரே ஒருவராக இருக்க முடியும்.

ஸ்பெயினின் அரசர்.

பிஷப் வால்டஸ்பினோவையோ அல்லது தன்னுடைய சொந்த மகனையோ கடந்து அரசர் எனக்கு உதவப்போவதில்லை என்பதை பிற்பாடுதான் கார்ஸா உணர்ந்து கொண்டார்.

வெளியே உள்ள கூட்டத்தின் கூச்சல் இப்போது அதிகரித்திருப்பதை அவரால் கேட்க முடிந்தது, அது, விஷயங்கள் வன்முறையாக மாறப்போகின்றன என்பதைப் போல் கேட்டது. அவர்கள் என்ன கத்திக்கொண்டிருக்கிறார்கள் என்பதை கார்ஸா உணர்ந்துகொண்டபோது அவரால் தன்னுடைய காதுகளையே நம்ப முடியவில்லை.

"ஸ்பெயின் எங்கிருந்து வந்தது?!" என அவர்கள் கத்தினர். "ஸ்பெயின் எங்கே போய்க் கொண்டிருக்கிறது?!"

போராட்டக்காரர்கள், ஸ்பெயின் முடியாட்சியினுடைய அரசியல் எதிர்காலத்தை வசைபாடுவதற்கான ஒரு வாய்ப்பாக கிர்ஷின் எரிச்சலூட்டும் இரண்டு கேள்விகளை கைப்பற்றிக்கொண்டதைப் போல் தோன்றியது.

நாம் எங்கிருந்து வந்தோம்? நாம் எங்கே சென்றுகொண்டிருக்கிறோம்?

கடந்தகாலத்தின் அடக்குமுறையை கண்டிக்கும் வகையில் ஸ்பெயினின் இளைய தலைமுறையானது ஒரு விரைவான மாற்றத்திற்கு தொடர்ந்து அழைப்பு விடுத்துக்கொண்டே இருந்தது - ஒரு முழு ஜனநாயக நாடாக "நாகரீக உலகுடன் சேர்ந்துகொள்ளவும்," தன்னுடைய முடியாட்சியை நீக்கிவிடவும் நாட்டை வற்புறுத்தி வந்தது. கடந்த நூற்றாண்டில் பிரான்ஸ், ஜெர்மனி, ரஷ்யா, ஆஸ்திரியா, போலந்து மற்றும் ஐம்பதுக்கும் மேற்பட்ட பிற நாடுகள் தங்களுடைய மணிமகுடத்தை துறந்துவிட்டிருந்தன. இங்கிலாந்தில்கூட, தற்போதுள்ள அரசி இறந்த பின்னர் முடியாட்சியை முடிவுக்கு கொண்டுவதற்கான வாக்கெடுப்பு நடத்த வேண்டுமென நெருக்கடி கொடுத்துக் கொண்டிருந்தனர்.

துரதிர்ஷ்டவசமாக, இன்றிரவு மேட்ரிட் அரச மாளிகையானது குழப்ப நிலையில் இருந்தது, அதனால் இந்தப் பழம்பெரும் அறைகூவல் மறுபடியும் எழுப்பப்படுவதை கேட்பது ஒன்றும் ஆச்சரியமல்ல.

அரியணையில் ஏறுவதற்கு தயாராகிக் கொண்டிருக்கையில் இளவரசர் ஜூலியனுக்கு இது தேவைதானா என கார்ஸா நினைத்துக்கொண்டார்.

ஆயுதச்சாலையின் வெகுதூர முனையில் இருந்த கதவு சட்டென்று திறந்துகொள்ள, கார்ஸாவின் கார்டியா ஏஜெண்டுகளுள் ஒருவர் உள்ளே நுழைந்தார்.

கார்ஸா அவரை நோக்கி கத்தினார், "எனக்கு ஒரு அட்டர்னி வேண்டும்!"

"எனக்கு பத்திரிக்கைக்காக ஒரு அறிக்கை வேண்டும்" மோனிகா மார்டினின் நன்கறியப்பட்ட குரல் திருப்பிக் கத்தியபோது அந்த பிஆர் ஒருங்கிணைப்பாளர் காவலாளியை சுற்றிவந்து அந்த அறைக்குள் நடைபோட்டாள். "கமாண்டர் கார்ஸா, எட்மண்ட் கிர்ஷின் கொலையாளிகளுடன் நீங்கள் ஏன் ஒன்றுசேர்ந்தீர்கள்?"

கார்ஸா அவளை அவநம்பிக்கையுடன் பார்த்தார். எல்லோருக்குமே பித்து பிடித்துவிட்டதா?

"பிஷப் வால்டஸ்பினோவை நீங்கள்தான் சிக்கவைத்தீர்கள் என்று உங்களுக்கே தெரியும்!" என்ற மார்டின் அவரை நோக்கி வந்து கொண்டிருந்தாள். "உங்களுடைய ஒப்புதல் வாக்குமூலத்தை உடனடியாக பதிப்பிக்க வேண்டுமென அரண்மனை விரும்புகிறது!"

கமாண்டர் பதிலேதும் சொல்லவில்லை.

அறையின் பாதிவழியில், மார்டின் சட்டென்று சுழன்று திரும்பி, கதவுவழியில் நின்றிருந்த இளம் காவலாளியை முறைத்துப் பார்த்தாள். "நான் தனிப்பட்ட ஒப்புதல் வாக்குமூலம் என்று சொன்னேன்."

அந்த காவலாளி நிச்சயமற்ற பார்வையுடன் பின்னால் சென்று கதவை சாத்தினான்.

திரும்பவும் கார்ஸாவை நோக்கி வந்த மார்டின் அந்தத் தளத்தில் மீதமுள்ள இடம் அதிரும் வகையில் நடந்தாள். "எனக்கு இப்போதே வாக்குமூலம் வேண்டும்!" என்று கத்திய அவளுடைய குரல் அவருக்கு முன் நேரடியாக அவள் வந்தபோது கூரையில் எதிரொலித்தது.

"சரி, உன்னால் என்னிடமிருந்து அதைப் பெறவே முடியாது" என்று சரிக்கு சமமாக பதிலளித்தார் கார்ஸா. "என்னால் இதற்கு ஒன்றுமே செய்ய முடியாது. உன்னுடைய குற்றச்சாட்டுகள் முற்றிலும் உண்மைக்கு புறம்பானவை."

தன்னுடைய தோள்பட்டையின் ஊடாக பதற்றட்டத்துடன் நோக்கினாள் மார்டின். பின்னர் நெருங்கிவந்த அவள் கார்ஸாவின் காதில் கிசுகிசுத்தாள். "எனக்குத் தெரியும் . . . நான் சொல்வதை மிகுந்த கவனத்துடன் கேளுங்கள்."

68

டிரெண்டிங் ↑ 2747%

ConspiracyNet.com

அவசரச் செய்தி

எதிர்-போப்புகள் . . . ரத்தம்கசியும் உள்ளங்கைகள் . . . மற்றும் தைத்து மூடப்பட்ட கண்கள் . . .

பால்மேரியன் தேவாலயத்திற்குள்ளிருந்து வந்துள்ள விசித்திரக் கதைகள்.

அட்மிரல் லூயி எவிலா, பல வருடங்களாகவே பால்மேரியன் தேவாலயத்தில் உறுப்பினராக இருக்கும் ஒருவர் என்று ஆன்லைன் கிறிஸ்துவ செய்தியாளர் குழுக்கள் இப்போது உறுதிப்படுத்தியிருக்கின்றன.

இந்த தேவாலயத்திற்காக "பிரபலமான" ஆதரவாளராக சேவையாற்றிவரும் கப்பற்படை அட்மிரல் லூயி எவிலா, எதிர்கிறிஸ்துவ தீவிரவாத தாக்குதலில் தன்னுடைய குடும்பத்தை இழந்ததால் ஏற்பட்ட ஆழ்ந்த மனச்சிதைவைத் தொடர்ந்து "தன்னுடைய உயிரைக் காப்பாற்றியமைக்காக" திரும்பத் திரும்ப பால்மேரியன் போப்பிற்கு தன் நன்றிகளை தெரிவித்து வந்துள்ளார்.

மதம்சார் அமைப்புகளை ஆதரிப்பதோ அல்லது கண்டிப்பதோ கூடாது எனும் ConspiracyNet இன் கொள்கை காரணமாக, பால்மேரியன் தேவாலயத்திற்கான, டசன்கணக்கான வெளிப்புற இணைப்புகளை நாங்கள் இங்கே இணைத்துள்ளோம்.

நாங்கள் தெரிவிக்கிறோம். நீங்கள் தீர்மானியுங்கள்.

தயவுசெய்து கவனிக்கவும், பால்மேரியன்கள் பற்றிய ஆன்லைன் கூற்றுக்களில் பலவும் முழுக்கவே அதிர்ச்சியூட்டக்கூடியவை, அதனால் நாங்கள் புனைவில் இருந்து உண்மையை பிரித்தெடுக்க உங்களிடம் எங்களுடைய பயனர்களிடம் இருந்து இப்போது உதவி கேட்கிறோம்.

பின்வரும் "உண்மைகள்" நட்சத்திர தகவலாளி monte@iglesia.org ஆல் நமக்கு அனுப்பி வைக்கப்பட்டிருக்கின்றன, அவருடைய இதுவரையிலான துல்லியமான செயல்திறன் இந்த உண்மைகள் யாவும் நிஜமானவை என்று பரிந்துரைக்கின்றன, ஆனாலும் அவற்றை அப்படியே தெரிவிப்பதற்கு முன்பாக, அவற்றை ஆதரிக்கவோ அல்லது மறுக்கவோ கூடிய கூடுதல் வலுவான ஆதாரத்தை நம்முடைய பயனர்களில் சிலர் வழங்குவார்கள் என்று நாங்கள் நம்புகிறோம்.

"உண்மைகள்"

- பால்மேரியன் போப் கிளிமெண்ட் 1976இல் நடந்த ஒரு கார் விபத்தில் தன்னுடைய கருவிழிகள் இரண்டையுமே இழந்துவிட்டார் என்பதுடன் தன்னுடைய கண்கள் தைத்து மூடப்பட்ட நிலையிலேயே பத்தாண்டு காலத்திற்கு பிரசங்கம் செய்து வந்திருக்கிறார்.

- போப் கிளிமெண்ட் இரண்டு உள்ளங்கைகளிலும் சிலுவையில் ஆணியடித்து அறையப்பட்ட குறிகளைக் கொண்டிருப்பவர் என்பதுடன் அவருக்கு எப்போதெல்லாம் தரிசனம் கிடைக்கிறதோ அப்போதெல்லாம் அதில் ரத்தம் கசிகிறது.

- நிறைய பால்மேரியன் போப்புகள் வலுவான பாரம்பரியவாத சிந்தனைகள் கொண்ட ஸ்பானிஷ் ராணுவ அதிகாரிகளாக இருந்தவர்கள்.

- பால்மேரியன் தேவாலய உறுப்பினர்கள் தங்களுடைய குடும்பத்தாரிடம் பேசுவதற்கே தடை செய்யப்பட்டிருக்கிறார்கள், நிறைய உறுப்பினர்கள் ஊட்டச்சத்து குறைபாடு அல்லது துன்புறுத்தல் காரணமாக அந்த மதில்சுவற்றுக்குள்ளேயே தங்கள் உயிரை விட்டிருக்கிறார்கள்.

- பால்மேரியன்கள் (1) பால்மேரியன்கள் அல்லாதவர்களால் எழுதப்பட்ட புத்தகங்களைப் படிப்பது, (2) தங்களுடைய குடும்பத்தினர்கள் பால்மேரியன்கள் அல்ல என்றால் குடும்பத் திருமணங்கள் அல்லது இறுதிச் சடங்குகளில் பங்கேற்பது, (3) நீச்சல் குளங்கள், குத்துச்சண்டை போட்டிகள், நடன அரங்குகள், அல்லது கிறிஸ்துமஸ் மரம் மற்றும் சாண்டா கிளாஸ் உருவம் வைக்கப்பட்டுள்ள இடங்களில் கலந்துகொள்வது ஆகியவற்றில் இருந்து தடை செய்யப்பட்டிருக்கிறார்கள்.
- எதிர்கிறிஸ்துவானவர் 2000ஆம் ஆண்டில்தான் பிறந்தார் என பால்மேரியன்கள் நம்புகிறார்கள்.
- பால்மேரியன் ஆள்சேர்ப்பு மையங்கள் அமெரிக்கா, கனடா, ஜெர்மனி, ஆஸ்திரியா மற்றும் அயர்லாந்து ஆகிய நாடுகளில் இயங்கி வருகின்றன.

69

லேங்டனும் ஆம்ராவும் ஃபாதர் பெனாவை பின்தொடர்ந்து, ஸக்ரதா ஃபெமிலியாவின் பிரமாண்டமான வெண்கலக் கதவுகளை நோக்கிச் செல்கையில், லேங்டன் அந்த தேவாலயத்தின் முக்கிய நுழைவாயினுடைய முற்றிலும் விசித்திரமான நுணுக்கங்களைக் கண்டு எப்போதும் போல் அதிசயித்தார்.

இது சங்கேதக் குறியீடுகளால் ஆன சுவர் என்று வியந்துகொண்ட அவர், பளபளப்பாக்கப்பட்ட உலோகத்தின் ஒற்றைக்கல் கற்பாளத்தை ஆக்கிரமித்துக் கொண்டிருந்த அச்சுப்பதிவை கண்களை உயர்த்திப் பார்த்தார். மேற்பரப்பில் புடைத்துக் கொண்டிருக்கும் எட்டாயிரத்திற்கும் மேற்பட்ட முப்பரிமாண எழுத்துக்கள் வெண்கலத்தில் பொறிக்கப்பட்டிருந்தன. அந்த எழுத்துக்கள் படுகிடையான வரிகளில் சென்று, வார்த்தைகளுக்கு இடையில் ஏறக்குறைய பிரிவே இல்லாத வகையில் ஒரு பெரும் உரைக்களத்தை உருவாக்கியிருந்தன. அந்த உரை சிலுவையில்

அறையப்பட்ட கிறிஸ்துவின் துயரங்களை விவரிக்கின்ற கேடலான் மொழியில் எழுதப்பட்டவை என்பது லேங்டனுக்குத் தெரியும் என்றாலும், அதனுடைய தோற்றமானது என்எஸ்ஏ மறைகுறியீட்டு திறவுகோலுக்கு நெருக்கமாக காணப்பட்டன.

இந்த இடம் சதியாலோசனைத் திட்டங்களுக்கு உந்துதலாக இருப்பதில் ஆச்சரியம் ஏதுமில்லை.

லேங்டனின் பார்வை மேல்நோக்கிச் சென்று, வானுயர்ந்த கிறிஸ்துவின் துயர முகப்பில் ஏறிக்கொண்டிருந்தது, அங்கிருக்கு விசித்திர தோற்றங்களின் தொகுப்பு, கீழே உற்றுப்பார்க்கும் வகையில் ஓவியர் ஜோஸப் மரியா ஸபிராச்சால் உருவாக்கப்பட்ட கரடுமுரடான சிற்பங்கள், முன்னோக்கி வளைந்த நிலையில் சாய்ந்திருக்கும் சிலுவையில் இருந்து தொங்கிக்கொண்டிருக்கும் பயங்கரமாக மெலிந்துபோன இயேசு ஆகியவை வருகைபுரியும் விருந்தினர்களை நோக்கி சரிந்து விழும்படியான பயமுறுத்தும் விளைவை தோற்றுவித்தன.

லேங்டனுக்கு இடதுபுறத்தில் இருக்கும் மற்றொரு சிற்பம், யூதாஸ் ஒரு முத்தம் கொடுத்து இயேசுவுக்கு துரோகம் செய்வதை சித்தரித்தது. சற்றே விசித்திரமான இந்த கொடும்பாவிச் சிலை செதுக்கப்பட்ட எண்களின் சட்டகத்தால் - ஒகு கணிதவியல் “மாயாஜால சதுரம்”- பக்கவாட்டில் பலப்படுத்தப்பட்டிருந்தது. இந்த சதுரத்தின் முப்பத்தி மூன்று என்ற “மாயாஜால மாறிலி” உண்மையில், இந்த பிரபஞ்சத்தின் மகத்தான கட்டமைப்பாளர் என்பதற்கான ஃப்ரீமேஸன் போற்றுதலுக்கான ஒரு மறைமுக புகழுரைதான் என்று எட்மண்ட் ஒருமுறை லேங்டனிடம் சொல்லியிருக்கிறான் - அது ஃப்ரீமேஸன் சகோதரத்துவத்தின் முப்பத்து மூன்று கோணத்தையும் எட்டியவர்களுக்கு தன்னுடைய ரகசியங்களை வெளிப்படுத்தியதாக சொல்லப்பட்ட, எல்லாவற்றையும் உள்ளடக்கியதான தெய்வம்.

“வேடிக்கையான கதை” என்று சிரித்துக்கொண்டே பதில் சொன்னார் லேங்டன். “ஆனால், சிலுவையை வேதனையுடன் சுமந்தபோது இயேசுவுக்கு முப்பத்து மூன்று வயது என்பது வேண்டுமானால் மிகவும் பொருத்தமான விளக்கமாக இருக்கலாம்.”

அவர்கள் நுழைவாயிலை அடைந்தபோது, அந்த தேவாலயத்தின் மிகவும் பயங்கரமான அலங்கரிப்பைக் காண துடித்துக் கொண்டிருந்தார் - கசையடி பெற்று, ஒரு தூணுடன் கயிற்றால் கட்டப்பட்டிருக்கும் இயேசுவின் பிரமாண்ட சிலை. சட்டென்று, கதவுகளுக்கு மேலே பொறிக்கப்பட்டிருந்தவற்றை - இரண்டு கிரேக்க எழுத்துகள் - நோக்கி அவருடைய பார்வை இடம்மாறியது - ஆல்பா மற்றும் ஒமெகா.

“ஆரம்பமும் முடிவும்” என்று அந்த எழுத்துக்களை பார்த்தபடியே கிசுகிசுத்தாள் ஆம்ரா. “எட்மண்டிற்கே உரித்தானது.”

அதை ஆமோதித்த லேங்டன் அவள் சொன்ன அர்த்தத்தை புரிந்துகொண்டார். *நாம் எங்கிருந்து வந்தோம்? நாம் எங்கே சென்றுகொண்டிருக்கிறோம்?*

வெண்கல எழுத்துக்கள் கொண்ட சுவற்றில் ஒரு சிறிய நுழைவாயிலை ஃபாதர் பெனா திறந்ததும், இரண்டு கார்டியா ஏஜெண்டுகள் உட்பட மொத்தக் குழுவினரும் உள்ளே நுழைந்தனர். தனக்குப் பின்னால் பெனா கதவை மூடினார்.

அமைதி.

நிழல்கள்.

அந்தக் குறுக்குவழியின் தென்கிழக்கு முனையில், ஃபாதர் பெனா அவர்களிடத்தில் ஒரு திகைக்க வைக்கும் கதையை பகிர்ந்துகொண்டார். கிர்ஷ் எப்படித் தன்னிடம் வந்தான் என்பதையும், காவ்டியின் கல்லறைக்கு அருகாமையில் இருக்கும் நிலவறையில் பிளேக்கின் விளக்கப்படங்களுடன் கூடிய கையெழுத்துப் படியின் தன்னுடைய பிரதியை காட்சிக்கு வைக்க ஒப்புக்கொண்டால் ஸக்ராதா ஃபெமிலாவிற்கு பெருந்தொகையை நன்கொடையாக அளிப்பதாக கூறினான் என்பதையும் அவர் நினைவுபடுத்திக் கூறினார்.

இந்த தேவாலயத்தின் மையத்திலேதான், என்று நினைத்துக்கொண்ட லேங்டனின் ஆர்வம் கிளர்ச்சியுற்றது.

"தான் அவ்வாறு செய்ய விரும்பிய காரணம் என்னவென்று எட்மண்ட் உங்களிடம் சொல்லியிருக்கிறானா?" என்று கேட்டாள் ஆம்ரா.

பெனா ஆமோதித்தார். "காவ்டியிடம் தனக்கிருந்த வாழ்நாள் பேரார்வமானது, வில்லியம் பிளேக்கின் படைப்புகளிடத்தில் பெரும் மதிப்பு கொண்டிருந்த தன்னுடைய காலஞ்சென்ற அம்மாவிடம் இருந்து வந்தது என என்னிடம் கூறினார். தன்னுடைய காலஞ்சென்ற தாயாருக்கான அஞ்சலியாகவே காவ்டியின் கல்லறைக்கு அருகாமையில் பிளேக்கின் தொகுப்பை வைக்க விரும்பியதாகவும் மிஸ்டர்.கிர்ஷ் கூறினார். "

தன்னுடைய தாயார் காவ்டியை விரும்பியதாக எட்மண்ட் ஒருபோதும் குறிப்பிட்டதே இல்லை என்று நினைத்துக்கொண்ட லேங்டன் குழப்பமுற்றார். மேலும், பலோமா கிர்ஷ் ஒரு துறவிமடத்தில்தான் இறந்தார், ஒரு ஸ்பானிஷ் கன்னிகாஸ்த்ரீ ஒரு வைதீகத்திற்கு எதிரான பிரிட்டிஷ் கவிஞரிடத்தில் மரியாதை கொண்டிருந்தார் என்பதும் ஏற்கத்தக்கதாக தோன்றவில்லை. இந்த மொத்தக் கதையும் நீண்டுகொண்டே செல்வதைப் போலிருந்தது.

"அத்துடன்" பெனா தொடர்ந்தார், "திரு.கிர்ஷ் ஆன்மீக நெருக்கடிக்கு மத்தியில் இருந்திருப்பார் என்றே நான் நினைக்கிறேன் . . . அவருக்கு கொஞ்சம் உடல்நலப் பிரச்சினைகளும் இருந்திருக்கலாம்."

"இந்த, புத்தகத் தலைப்பு அட்டையின் பின்பக்கதில் உள்ள குறிப்பு" என்று அதைப் பிடித்துக்கொண்டே லேங்டன் குறுக்கிட்டார், "பிளேக்கின் புத்தகம் ஒரு குறிப்பிட்ட விதத்தில்தான் காட்சிக்கு வைக்கப்பட வேண்டும் எனக் கூறுகிறது - நூற்றி அறுபத்து மூன்றாவது பக்கம் திறந்தே வைக்கப்பட்டிருக்க வேண்டும்."

"ஆமாம், அது சரிதான்."

"தன்னுடைய இதயத்துடிப்பு துரிதமாவதை லேங்டன் உணர்ந்தார். "அந்தக் பக்கத்தில் எந்தக் கவிதை இருக்கிறது என்று உங்களால் சொல்ல முடியுமா?"

பெனா தலையைக் குலுக்கினார். "அந்தப் பக்கத்தில் எந்தக் கவிதையும் கிடையாது."

"புரியவில்லையே?!"

"அந்தப் புத்தகம் பிளேக்கின் முழுமையான படைப்புகள் - அவருடைய கலைப்படைப்பு மற்றும் எழுத்துக்களைக் கொண்டவை. நூற்றி அறுபத்தி மூன்றாவது பக்கத்தில் இருப்பது ஒரு விளக்கப்படம்."

ஆம்ராவை அசௌகரியத்துடன் பார்த்தார் லேங்டன். நமக்கு நாற்பத்தி ஏழு எழுத்துள்ள கவிதை வரிதான் வேண்டும் - விளக்கப்படம் அல்ல!

"ஃபாதர்" என்றாள் ஆம்ரா பெனாவிடம். "அதை இப்போதே நாங்கள் பார்ப்பதற்கு வாய்ப்பிருக்கிறதா?"

அந்த மதகுரு சட்டென்று திடுக்கிட்டார், ஆனால் எதிர்கால அரசிக்கு மறுப்பது குறித்தும் நன்றாக யோசித்துப் பார்த்தார். "அந்த நிலவறைக்கு இப்படி செல்ல வேண்டும்," என்ற அவர் தேவாலயத்தின் மையப்பகுதியை நோக்கி குறுக்காக அழைத்துச் சென்றார். அவர்களுக்குப் பின்னால் இரண்டு கார்டியா ஏஜெண்டுகளும் பின்தொடர்ந்தனர்.

"நான் ஒப்புக்கொள்ளத்தான் வேண்டும்" என்றார் பெனா, "வெளிப்படையான ஒரு நாத்திகரிடம் இருந்து வரும் பணத்தை ஏற்றுக்கொள்ள நான் தயங்கினேன், ஆனால் அவருடைய அம்மாவின் விருப்பத்திற்குரிய பிளேக்கின் விளக்கப்படம் எனக்கு எத்தகைய தீங்கையும் ஏற்படுத்துவதாக தோன்றவில்லை - குறிப்பாக அது இறைவனின் பிம்பம் என்று நான் கருதியதால்."

தான் சரியாக காதில் வாங்கவில்லையோ என்று நினைத்தார் லேங்டன். "எட்மண்ட் கடவுளின் பிம்பத்தை காட்சிக்கு வைக்கும்படியாகவா கேட்டுக் கொண்டான்?"

பெனா ஆமோதித்தார். "அவருக்கு உடல்நலமில்லை என்பதை உணர்ந்து கொண்டேன், இதுவேகூட, தெய்வீகத்திற்கு எதிரான வாழ்க்கைக்காக அவர் பிராயச்சித்தம் செய்துகொள்ள முயற்சி மேற்கொண்ட அவருடைய வழிமுறையாக இருக்கலாம்." சற்று இடைவெளிவிட்ட அவர் தன் தலையைக் குலுக்கிக் கொண்டார்.

“இருந்தும், இன்றிரவு அவருடைய அறிவிப்பை பார்த்த பின்னர், நான் என்ன நினைப்பதென்றே தெரியவில்லை என்பதையும் சொல்லித்தான் ஆகவேண்டும்.”

பிளேக்கின் எண்ணிறைந்த கடவுளின் விளக்கப்படங்களில் எந்தப் படத்தை எட்மண்ட் காட்சிக்கு வைக்க விரும்பியிருப்பான் என்பதை லேங்டன் கற்பனை செய்துபார்க்க முயற்சித்தார்.

அவர்கள் முக்கிய புனித மண்டபத்திற்குள் நுழைந்தபோது, அவர் அந்த இடத்தை ஏதோ இப்போதுதான் முதல்முறையாகப் பார்ப்பதைப் போல் பார்த்தார். ஸக்ரதா ஃபெமிலியாவின் கட்டுமானத்தின் பல நிலைகளிலும் பல தடவைகளுக்கு அவர் வருகைபுரிந்திருந்தாலும், வண்ணம் தீட்டப்பட்ட கண்ணாடிகள் வழியாக ஸ்பானிய சூரியன் ஊடுருவி, நிலவறைகளின் மீது எடையற்ற விதானங்களாக கவிழ்கின்ற, அற்புத வண்ணச் சிதறல்களை உருவாக்கி கண்களை மேல்நோக்கி ஈர்த்து அவற்றை எப்போதுமே மேல்நோக்கி வைக்கச் செய்கின்ற நாட்களின்போதுதான் வருகை புரிந்திருக்கிறார்.

இந்த இரவில், இது ஒரு சுமையேறிய உலகம்.

அந்த பாஸிலிக்காவின் சூரியப் புள்ளிகளிட்ட மரக்காட்டையும் காணவில்லை, அது நிழல்களும் இருளுமான நள்ளிரவுக் காடாக உருமாறிவிட்டது - வான்நோக்கி உயர்ந்திருக்கும் வரிசையான தூண்களின் பளபளப்பான தாங்குமேடை ஒரு தீக்குறியான வெறுமையாக மாறிப்போயிருந்தது.

“பத்திரமாக அடியெடுத்து வையுங்கள்” என்றார் அந்த மதகுரு. “எங்களால் முடிந்தவரை பணத்தை சேமிக்கிறோம்.”

ஐரோப்பிய தேவாலயங்களுக்கு ஒளியூட்டுவதற்கு பெரும் செலவு பிடிக்கும் என்பது லேங்டனுக்குத் தெரியும், ஆனால் இங்கேயுள்ள சிறிதளவான ஒளிப் பயன்பாடு அந்த வழியை மங்கலாகவே ஒளியூட்டியிருந்தது. *அறுபதாயிரம் சதுர-அடி தரைத்தள திட்டத்தின் சவால்களுள் ஒன்று.*

அவர்கள் மைய மண்டபத்தை அடைந்து இடதுபக்கம் திரும்பியபோது, மேலே உயர்த்தப்பட்டிருந்த விழா நடைமேடையை லேங்டன் நிமிர்ந்து பார்த்தார். அந்த பலிபீடம்

ஆர்கன் குழாய் வாத்தியங்களின் இரண்டு பளபளக்கும் தொகுப்புகளால் சட்டகமிடப்பட்ட ஒரு அதிநவீன சின்னஞ் சிறு மாதிரிகளால் சூழப்பட்ட மேசையாக விளங்கியது. அந்த பலிபீடத்திற்கு பதினைந்து அடிகளுக்கு மேலே தேவாலயத்தின் அசாதாரணமான நிரந்தர விதானம் தொங்கிக்கொண்டிருந்தது - ஒரு தொங்கும் துணியாலான கூரை அல்லது "நிரந்தர விதானம்" - அது அரசர்களுக்கு நிழல்தரும் வகையில் கம்பங்களில் கட்டி வைக்கப்பட்டிருக்கும் விழாக்கால விதானங்களால் உந்துதல் பெற்றதற்கான மரியாதைக்குரிய குறியீடு.

பெரும்பாலான நிரந்தர விதானங்கள் பலவும் இப்போது உறுதியான கட்டுமான அம்சங்களைக் கொண்டிருந்தன, ஆனால் ஸக்ரதா ஃபெமிலியா துணிக்கே முன்னுரிமை அளித்தது, இந்த இடத்தில் ஒரு குடை-வடிவ விதானமானது பலிபீடத்திற்கு மேலே காற்றில் மாயாதீதமாக ஊசலாடிக் கொண்டிருந்தது. அந்த துணிக்கு கீழே சிலுவையில் அறையப்பட்ட இயேசு கிறிஸ்துவின் உருவம் பாராசூட்டைப் போன்று கம்பிகளில் தொங்கிக்கொண்டிருந்து.

பாராசூட்டில் பறக்கும் இயேசு, என்று அது அழைக்கப்படுவதை லேங்டன் கேள்விப்பட்டிருக்கிறார். அது அந்த தேவாலயத்தின் மிகவும் சர்ச்சைக்குரிய நுணுக்கங்களுள் ஒன்றாகியிருப்பது லேங்டனுக்கு ஆச்சரியம் தரவில்லை.

அதிகரித்துக்கொண்டே செல்லும் இருளுக்குள்ளாக பெனா அவர்களை வழிநடத்திச் செல்கையில், லேங்டன் எதையுமே பார்க்க முடியாத தொந்தரவுக்கு ஆளானார். ஒரு பென்லைட்டை எடுத்த டயஸ் அந்த பளிங்குத் தரையில் எல்லோருடைய காலடிகளிலும் ஒளியூட்டினார். நிலவறை நுழைவாயிலை நோக்கி விரைந்த லேங்டன், தேவாயத்தின் உட்புற சுவற்றில் நூற்றுக்கணக்கான அடிகள் உயரத்திற்கு மேலேறும் உருளை வடிவத்தின் வெளிறிய நிழலொளியை கவனித்தார்.

புகழ்பெற்ற ஸக்ரதா சுழல், என்பதை உணர்ந்த அவர் அதில் ஏறுவதற்கு துணிந்ததே இல்லை.

ஸக்ரதா ஃபெமிலியாவின் சுழல் படிக்கட்டுகளுடைய தலைசுற்ற வைக்கும் சுழல்தண்டு நேஷனல் ஜியாகிராபிக்கின் "உலகின் முதல் இருபது படுபயங்கரமான படிக்கட்டுகள்"

பட்டியலில் மூன்றாவது இடத்தைப் பிடித்திருந்தது, அதற்கு முன்பாக கம்போடியாவில் உள்ள அங்கோர் வாட் கோயிலின் ஆபத்தான படிக்கட்டுகள் மற்றும் ஈக்வேடாரில் உள்ள டெவில்ஸ் கால்ட்ரன் அருவியின் பாசிபடிந்த மலைச்சிகர கற்கள் ஆகியவை இடம்பெற்றிருந்தன.

மேல்நோக்கி பாட்டில் தக்கை போல் சுழன்று இருளுக்குள் மறையும் அந்தப் படிக்கட்டின் முதல் சில அடிகளில் லேங்டன் கண்வைத்தார்.

"நிலவறை இன்னும் சற்று முன்பாகத்தான் இருக்கிறது," என்ற பெனா, பலிபீடத்தின் வலதுபுறத்தில் இருந்த ஒரு இருளார்ந்த வெற்றிடத்தை நோக்கிச் செல்லும் படிக்கட்டிற்கு அருகாமையில் கைகாட்டினார்.

நிலவறை.

அந்தக் குழு நேர்த்தியாகவும், மென்மையாகவும் இருந்த வளைந்த படிக்கட்டின் வாயிலுக்கு வந்த சேர்ந்தது.

"ஜென்டில்மென்" என்று ஆம்ரா தன்னுடைய காவலர்களிடம் கூறினாள். "நீங்கள் இருவரும் இங்கேயே நில்லுங்கள். நாங்கள் உடனே திரும்பி வருகிறோம்."

ஃபொன்ஸெகா மகிழ்ச்சியுறவில்லை என்றாலும் ஒன்றும் சொல்லவில்லை.

பிறகு ஆம்ரா, ஃபாதர் பெனா மற்றும் லேங்டன் ஆகியோர் விளக்கொளியை நோக்கி கீழிறங்கத் தொடங்கினர்.

அந்த சுழல் படிக்கட்டில் மூன்று உருவங்களும் கீழிறங்கி மறைவதைப் பார்க்கையில் அத்தருணத்தில் ஏற்பட்ட அமைதிக்காக ஏஜெண்ட் டயஸ் நிம்மதியை உணர்ந்தார். ஆம்ரா வைடல் மற்றும் ஏஜெண்ட் ஃபொன்ஸெகாவிற்கு இடையில் பெரிதாகிச்சென்ற இறுக்கம் மிகுந்த கவலைக்குரிய ஒன்றாக ஆகிவிட்டிருந்தது.

கார்டியா ஏஜெண்டுகள் யாரும் தாங்கள் பாதுகாக்கின்ற யாரிடம் இருந்தும் வேலைநீக்கம் செய்யப்படுவதற்கான மிரட்டல்களுக்கு ஆளானவர்கள் அல்ல - கமாண்டர் கார்ஸியாவிடம் இருந்து மட்டும்தான்.

கார்ஸா கைதுசெய்யப்பட்ட திகைப்பில் இருந்து டயஸ் இன்னும் மீளவில்லை. விசித்திரம் என்னவென்றால், அந்தக் கைது உத்தரவை பிறப்பித்தது சரியாக யார் என்றோ, தவறான கடத்தல் கதையை ஆரம்பித்து வைத்தது யார் என்றோ அவரிடம் சொல்வதற்கு ஃபொன்ஸெகா மறுத்துவிட்டார்.

"இந்த சூழ்நிலை சிக்கலானது" என்றார் ஃபொன்ஸெகா. "உங்களுடைய பாதுகாப்பிற்காகத்தான், அதை நீங்கள் தெரிந்துகொள்ளாமல் இருப்பதே நல்லது."

அப்படியென்றால் யார்தான் உத்தரவுகளை பிறப்பித்திருப்பார்கள்? என்று டயஸ் வியந்தார். இளவரசராக இருக்குமா? ஒரு போலியான கடத்தல் கதையை பரப்புவதன் மூலம் ஆம்ராவின் பாதுகாப்பை ஆபத்திற்கு உள்ளாக்க ஜூலியன் விரும்பியிருப்பார் என்பது சந்தேகத்திற்குரியது. வால்டஸ்பினோவாக இருக்குமா? பிஷப்பிற்கு அத்தகைய அதிகார செல்வாக்கு கிடையாது.

"நான் சீக்கிரத்திலேயே திரும்பி வருகிறேன்" என்று கழிவறைக்கு செல்ல வேண்டியிருப்பதாக கூறிய ஃபொன்ஸெகா முன்னோக்கி நகர்ந்தார். ஃபொன்ஸெகா இருளில் மறைந்து கொண்டிருக்கையில், அவர் தன்னுடைய போனை எடுத்து, அழைப்பு விடுத்து ஒரு அமைதியான உரையாடலைத் தொடங்கியதை டயஸ் பார்த்தார்.

அந்தப் புனித மண்டபத்தின் பாதாளத்தில் தனியாக காத்திருந்த டயஸ், ஃபொன்ஸெகாவின் ரகசிய நடத்தையால் மிகுந்த அசௌகரியத்தை உணர்ந்தார்.

70

அந்த பூமிக்கு கீழிருக்கும் அறையில் லேங்டன், ஆம்ரா மற்றும் ஃபாதர் பெனாவை கொண்டுசேர்க்கும் முன்னர் நிலவறைக்கான அந்தப் படிக்கட்டு பூமிக்குள் மூன்று அடுக்குகள் சுழன்று சென்று, ஒரு அகன்ற, நேர்த்தியான வளைவில் திரும்பியது.

ஐரோப்பாவின் மிகப்பெரிய நிலவறைகளுள் ஒன்று என நினைத்துக்கொண்ட லேங்டன் அந்தப் பரந்தகன்ற, வட்டவடிவ வெளியைக் கண்டு வியந்தார். அவருக்கு துல்லியமாக நினைவில் உள்ளபடி, ஸக்ரதா ஃபெமிலியாவின் நிலவறை சமாதியானது வட்ட வடிவ அறையும், பிரார்த்தனை செய்யவரும் நூற்றுக்கணக்கானவர்களுக்கு இருக்கைகளும் கொண்டது. தங்கநிற எண்ணெய் விளக்குகள் அந்த அறையின் சுற்றளவில் குறிப்பிட்ட இடைவெளிகளில் வைக்கப்பட்டு சுழல் கொடிகள், வேர்கள், கிளைகள், இலைகள் மற்றும் பிற இயற்கையின் கற்பனைகள் பதிக்கப்பட்டிருக்கும் பளிங்குத் தரையை ஒளியூட்டிக்கொண்டிருக்கும்.

நிலவறை என்பது ஒரு “மறைக்கப்பட்ட” வெளி, இந்த தேவாலயத்திற்கு கீழே இந்தளவுக்கு பெரிதான ஒரு அறையை காவ்டி வெற்றிகரமாக மூடிவைத்திருக்கிறார் என்பது ஏறக்குறைய கற்பனை செய்ய முடியாத ஒன்று என்பதை லேங்டன் கண்டுகொண்டார். இது கலோனியா குவெலில் உள்ள காவ்டியின் விளையாட்டுத்தனமான “கோணல்மானல் நிலவறையைப்” போன்று இல்லை; இந்த இடம் இலைதுளிர் தூண்கள், கூர்மையான வளைவுகள் மற்றும் பளபளப்பாக்கப்பட்ட கவிகை மாடங்களைக் கொண்ட ஒரு கண்டிப்பான நவ-காதிக் அறை. காற்று சலனமிற்றிருந்த அந்த நிலையிலும்கூட உள்ளேயிருந்து லேசான ஊதுபத்தி மணம் வீசியது.

படிக்கட்டுகளின் அடிப்பகுதியில், இடதுபக்கம் நீண்டுசெல்லும் ஒரு ஆழமான மாடக்குழி இருந்தது. அதனுடைய வெளிறிய மணற்பாறைத் தரையானது கூண்டு விளக்குகள் சூழ,

படுகிடையாக புதைக்கப்பட்டு எளிமையான சாம்பல்நிற மரத்துண்டுகளை தாங்கிப் பிடித்திருந்தது.

அவரேதான், என்பதை உணர்ந்த லேங்டன் அதில் பொறிக்கப்பட்டிருந்த எழுத்துகளைப் படித்தார்.

அண்டோனியஸ் காவ்டி

காவ்டி ஓய்வெடுத்துக் கொண்டிருக்கும் இடத்தை லேங்டன் ஆராய்ந்தபோது எட்மண்டின் திடீர் இழப்பை அவர் மறுபடியும் உணர்ந்தார். கல்லறைக்கு மேலே இருந்த கன்னி மேரியின் சிலையிடம் தன் பார்வையை உயர்த்திய அவர், அதன் பீடத்தில் இருந்த வழக்கத்திற்கு மாறான சின்னத்தைக் கண்டார்.

என்னதான் இது?

லேங்டன் அந்த விசித்திர குறியீட்டை நோக்கினார்.

தன்னால் அடையாளம் காணமுடியாத சின்னத்தை லேங்டன் பார்ப்பதென்பது அரிதான ஒன்று. இந்த விஷயத்தில், இந்த சின்னம் கிரேக்க எழுத்தான லம்டாவாக இருந்தது - அது அவருடைய அனுபவத்தில், கிறிஸ்துவ சின்னவியலில் காணப்பட்டதே இல்லை. லம்டா என்பது ஒரு அறிவியல்பூர்வ சின்னம். பரிணாமம், துகள் பௌதீகம், அண்டவியல் ஆகிய துறைகளில் பொதுவாக பயன்படுத்துவது. மேலும் விசித்திரமானது என்னவென்றால், மேல்நோக்கி குருத்துவிட்டது போன்ற இந்த குறிப்பிட்ட லம்டாவில் கிறிஸ்துவ சிலுவை காணப்படுவதுதான்.

அறிவியல் ஆதரவுள்ள மதமா? இதுபோன்ற எதையும் லேங்டன் பார்த்ததே இல்லை.

"இந்த சின்னம் குழப்புகிறதா?" என்றார் லேங்டனுக்குப் பின்னால் வந்த பெனா. "நீங்கள் மட்டுமல்ல. பலரும் இதுபற்றி கேட்டிருக்கிறார்கள். இது மலையுச்சியில் இருக்கும் சிலுவையின் தனித்துவமான நவீனத்துவ விளக்கம் என்பதைத் தவிர வேறொன்றுமில்லை."

லேங்டன் ஒரு அங்குலம் முன்னகர்ந்து, அந்த சின்னத்தை மூன்று வெளிறிய தங்கநிற நட்சத்திரங்கள் சூழ்ந்திருப்பதைக் கண்டார்.

அந்த நிலையில் இருக்கும் மூன்று நட்சத்திரங்கள் என்று நினைத்துக்கொண்ட லேங்டன் அதை உடனடியாக அடையாளம் கண்டுகொண்டார். கார்மல் மலையுச்சியில் இருக்கும் சிலுவை. "இது ஒரு கார்மலைட் சிலுவை."

"சரியாக சொன்னீர்கள். காவ்டியின் உடல் கார்மல் மலையின் ஆசீர்வதிக்கப்பட்ட கன்னி மேரிக்கு கீழேதான் இருக்கிறது."

"காவ்டி ஒரு கார்மலைட்டா?" இந்த நவீனத்துவ கட்டடக்கலைஞர், பனிரெண்டாம் நூற்றாண்டு சகோதரத்துவத்தின் தீவிரமான கத்தோலிக்க விளக்கங்களை பின்பற்றுகிறவர் என்பதை கற்பனை செய்வதே லேங்டனுக்கு சிரமமாக இருந்தது.

"மிக நிச்சயமாக இல்லை" என்று சிரித்தபடியே பதிலளித்தார் பெனா. "ஆனால் அவரை கவனித்துக் கொண்டவர்கள் அப்படி இருந்தார்கள். காவ்டியுடன் வாழ்ந்துவந்த ஒரு கார்மலைட் கன்னிகாஸ்த்ரீகள் குழு அவருடைய கடைசி காலத்தில் அவரை அப்படித்தான் கொண்டுசென்றனர். மரணத்திலும் தான் பாதுகாக்கப்பட்டோம் என்பதைக் கண்டு அவர் பாராட்டியிருப்பார் என்று அவர்கள் நம்பினர் என்பதுடன் இந்த தேவாலயத்திற்கு அந்த தயைகூர்ந்த பரிசையும் அளித்தார்கள்."

"ஆழமான சிந்தனைதான்" என்ற லேங்டன், இத்தகையதொரு அப்பாவித்தனமான சின்னத்திற்கு தவறான விளக்கமளித்தமைக்காக தன்னைத்தானே கடிந்துகொண்டார். இன்றிரவு, சுற்றிச் சுழன்றடித்த எல்லா சதியாலோசனைக் கோட்பாடுகளும் லேங்டனிடத்தில்கூட எங்கிருந்தோ மாயவித்தை கற்பனைகளை தொடங்கி வைத்துவிட்டன.

"அதுதான் எட்மண்டின் புத்தகமா?" ஆம்ரா சட்டென்று கேட்டாள்.

காவ்டியின் கல்லறைக்கு வலதுபுறத்தில் நிழல்களுக்குள் அசையும் அவளை இரண்டுபேருமே திரும்பிப் பார்த்தனர்.

"ஆமாம்" என்றார் பெனா. "வெளிச்சம் மிக மோசமாக இருப்பதற்காக வருத்தப்படுகிறேன்."

ஆம்ரா ஒரு காட்சிப் பெட்டியை நோக்கி விரைந்து செல்ல அவளைப் பின்தொடர்ந்த லேங்டன், அந்தப் புத்தகம் நிலவறையின் இருளார்ந்த பகுதியில், காவ்டியின் கல்லறைக்கு வலதுபுறத்தில் இருக்கும் பிரமாண்ட தூணின் நிழலில் வைக்கப்பட்டிருப்பதைக் கண்டார்.

"நாங்கள் வழக்கமாக காட்சிப்பொருள் குறித்த தகவலை அங்கேதான் வைத்திருப்போம்" என்றார் பெனா, "ஆனால், மிஸ்டர்.கிர்ஷின் புத்தகத்திற்கு இடமளிப்பதற்காக அவற்றை வேறு இடத்திற்கு மாற்றிவிட்டோம். யாரும் கவனித்ததாகவும் தெரியவில்லை."

சாய்வான கண்ணாடியுச்சியைக் கொண்டிருந்த ஒரு கூண்டுபோன்ற பெட்டிக்கு அருகாமையில் ஆம்ராவுடன் லேங்டனும் சட்டென்று சேர்ந்துகொண்டார். உள்ளே, 163-வது பக்கம் திறந்திருக்க, மங்கிய ஒளியில் சரியாக பார்க்க முடியாதபடி வில்லியம் பிளேக்கின் முழுமையான படைப்புகளின் பெரிய ஏட்டுக்கட்டு பதிப்பு உட்கார்ந்திருந்தது.

அவர்களிடம் பெனா தெரிவித்தபடி, கேள்விக்குரிய அந்தப் பக்கமானது ஒரு கவிதை கிடையாது, அது ஒரு பிளேக்கின் விளக்கப்படம். பிளேக்கினுடைய கடவுளின் பிம்பங்களில் எதை எதிர்பார்ப்பது என்று லேங்டனுக்குத் தெரியவில்லை, ஆனால் அது நிச்சயமாக இது அல்ல.

புராதான யுகங்கள் என்று நினைத்துக்கொண்ட லேங்டன், பிளேக்கின் புகழ்பெற்ற 1794-ஆம் வருடத்தைச் சேர்ந்த, அந்த நீர்வண்ண சித்திரச் செதுக்கலை இருளினூடாக அரைக்கண்ணால் பார்த்தார்.

ஃபாதர் பெனா இதனை “ஒரு கடவுளின் பிம்பம்” என்று குறிப்பிட்டதை நினைத்து ஆச்சரியமடைந்தார். அந்த விளக்கப்படம் கிறிஸ்துவ கடவுளின் - வெண்ணிற கேசத்துடன் ஒரு தாடிவைத்த, சுருக்கங்கள் கொண்ட ஒரு கிழவர் மேகக் கூட்டத்தில் மிதந்தபடி வானுலகில் இருந்து கீழ்நோக்கி வந்துகொண்டிருப்பவர் - புராதான மாதிரியை சித்திரிப்பதாக தோன்றுவதை ஒப்புக்கொண்டாலும், பெனாவின் தரப்பில் ஒரு சிறிதளவிலான ஆராய்ச்சி முற்றிலும் வேறுவிதமான ஒன்றையே வெளிக் கொணர்ந்திருந்தது. உண்மையில், அந்த உருவம் கிறிஸ்துவக் கடவுள் அல்ல, மாறாக அது யுரைஸன் - பிளேக்கின் சொந்த தொலைநோக்கு கற்பனையில் இருந்து தோன்றிய ஒரு கடவுள் - எனப்படும் ஒரு தெய்வீக உருவம் வானுலகங்களை ஒரு மிகப்பெரிய வடிவவியல் காந்த ஊசியைக் கொண்டு அளப்பதாக சித்தரிக்கப்பட்டிருக்கிறது, இது பிரபஞ்சத்தின் அறிவியல் விதிகளுக்கான மரியாதையை செலுத்துவதாகும்.

பல நூற்றாண்டுகளுக்குப் பின்னரும், பிரபல இயற்பியலாளரும் நாத்திகருமான ஸ்டீபன் ஹாகிங், தன்னுடைய முழுமைகளை கடவுள் உருவாக்கினார் என்ற புத்தகத்திற்கான மேலட்டைப் படமாக பயன்படுத்தும் அளவுக்கு அது எதிர்காலவியல் பாணியிலான படைப்பாக விளங்கியது. மேலும், பிளேக்கின் காலவரம்பற்ற சிருஷ்டிகர்த்தாவானவர் ஞானம், ஒளி மற்றும் ஒலி என்று தலைப்பிடப்பட்ட ஒரு ஆர்ட் டெகோ சிற்பத்தில் இருந்து அந்த புராதான வடிவ அளவையானது, நியூயார்க் நகரத்தின் ராக்ஃபெல்லர் மையத்தை மேலிருந்து பார்த்துக்கொண்டிருக்கும்.

லேங்டன் பிளேக் புத்தகத்தைப் பார்த்து, எட்மண்ட் இதை இங்கே காட்சிக்கு வைக்குமளவுக்கு ஏன் சென்றான் என்பதை நினைத்து வியந்தார். இது சுத்தமான பழிக்கு பழிவாங்கும் செயலா? கிறிஸ்துவ தேவாலயத்தின் முகத்தில் அறைவதா?

மதத்திற்கு எதிரான எட்மண்டின் போராட்டம் ஒருபோதும் தொய்வுற்றதே இல்லை என்று நினைத்த லேங்டன் பிளேக்கின் யுரைஸனை நோக்கினார். வாழ்க்கையில் தான் விரும்பியதைச் செய்வதற்கான திறனை எட்மண்டிற்கு அவனுடைய செல்வச்செழிப்பு வழங்கியிருக்கிறது, சொல்லப்போனால் ஒரு கிறிஸ்துவ தேவாலயத்தின் மையப்பகுதியில் தெய்வநிந்தனையை குறிப்பிடும் படத்தை காட்சிக்கு வைக்கும் அளவுக்கு.

ஆத்திரமும் குரோதமும் என்று நினைத்தார் லேங்டன். அது அந்தளவுக்குதான் எளிதானதோ. நியாயப்படியோ அல்லது இல்லாமலோ, எட்மண்ட் தன்னுடைய தாயாரின் மரணத்திற்கு அமைப்புமுறைப்பட்ட மதத்தையே எப்போதும் குற்றம் சுமத்தி வந்திருக்கிறான்.

"ஆமாம், எனக்கு நன்றாகவே தெரியும்" என்றார் பெனா, "இந்த ஓவியம் கிறிஸ்துவ கடவுளினுடையது அல்ல."

லேங்டன் அந்த முதிய மதகுருவை நோக்கி ஆச்சரியத்துடன் திரும்பினார். "அப்படியா?"

"ஆமாம், எட்மண்ட் நேர்மையாக இருந்திருக்க வேண்டிய தேவை அவனுக்கு வேண்டியதில்லை என்றாலும் இதுகுறித்து முன்னமே என்னிடம் சொல்லியிருக்கிறான் - பிளேக்கின் கருத்தாக்கங்களைப் பற்றி எனக்கும் தெரியும்."

"ஆனாலும் உங்களுக்கு இந்தப் புத்தகத்தை காட்சிக்கு வைப்பதில் பிரச்சினையில்லையா?"

"புரபஸர்" மென்மையாக புன்னகைத்தபடியை அந்த மதகுரு கிசுகிசுத்தார். "இது ஸக்ரதா ஃபெமிலியா. இந்தச் சுவர்களுக்குள்ளாக காவ்டி கடவுளை, அறிவியலை மற்றும் இயற்கையை கலந்திருக்கிறார். இந்த ஓவியத்தின் கருப்பொருள் நமக்கு புதிதான ஒன்றல்ல." அவருடைய கண்கள் புதிரார்ந்த முறையில் சிமிட்டின. "எங்களுடைய மதகுருமார்கள் எல்லோருமே என் அளவிற்கு முன்னேற்றமடைந்தவர்கள் அல்லதான், ஆனால் உங்களுக்கே தெரியும், நம் எல்லோருக்குமே கிறிஸ்துவம் என்பது வளர்ந்துவரும் ஒன்றுதான்." மென்மையாக புன்னகைத்த அவர் அந்தப் புத்தகத்தை நோக்கி தலையசைத்தார். "தன்னுடைய உரிமை அட்டையை இந்தப் புத்தகத்துடன் காட்சிக்கு வைக்காமல் இருக்க மிஸ்டர்.கிர்ஷ் ஒப்புக்கொண்டமைக்காக நான் மகிழ்ச்சியடைகிறேன். அவருக்குள்ள மரியாதையை வைத்துப் பார்க்கையில், அதை எப்படி விளக்குவதென்றும் எனக்கு உறுதியாகத் தெரியவில்லை, குறிப்பாக இன்றிரவு அவருடைய அறிவிப்புக்குப் பின்னர்." பெனா சற்று இடைவெளி விட்டார், அவருடைய முகம் சோர்ந்துபோனது. "இருந்தாலும், இந்தப் படம் நீங்கள் கண்டுபிடிக்க உத்தேசித்திருந்த ஒன்றில்லை என்று நான் நம்பலாமா?"

“நீங்கள் சொல்வது சரிதான். பிளேக்கின் கவிதை வரி ஒன்றைத்தான் நாங்கள் தேடிக்கொண்டிருக்கிறோம்.”

“புலியே புலியே, பிரகாசமாக தெரிவாயா?” என்றார் பெனா. “இந்த இரவுநேர கானகத்திலே?”

பிளேக்கின் மிகப் பிரபலமான கவிதையின் முதல் வரியை பெனா தெரிந்து வைத்திருப்பதால் கவரப்பட்ட லேங்டன் அவரைப் பார்த்து புன்னகைத்தார் - அது, அச்சுறுத்தும் புலியைப் படைத்த அதே கடவுள்தான் அப்பாவி ஆட்டுக்குட்டியையும் படைத்தாரா என்று கேட்கின்ற, ஆறு செய்யுள்கள் கொண்ட ஒரு மதம்சார் விசாரணை.

“ஃபாதர் பெனா?” கீழே குனிந்து, கண்ணாடி வழியாக தீவிரமாக பார்த்தபடியே ஆம்ரா கேட்டாள். “உங்களிடம் ஏதாவது போன் அல்லது ஃபிளாஷ்லைட் இருக்கிறதா?”

“இல்லை, மன்னிக்கவும். அண்டோனியின் கல்லறையில் இருந்து கூண்டுவிளக்கை கொண்டுவரட்டுமா?”

“உங்களால் எடுத்துவர முடியுமா?” என்றாள் ஆம்ரா. “அது மிக உதவியாக இருக்கும்.”

பெனா விரைந்து சென்றார்.

அவர் சென்றவுடனே, அவள் லேங்டனிடம் அவசரகதியில் கிசுகிசுத்தார், “ராபர்ட்! இந்த ஓவியத்திற்காக ஒன்றும் எட்மண்ட் நூற்றி அறுபத்தி மூன்றாவது பக்கத்தை திறந்துவைக்க தேர்ந்தெடுக்கவில்லை.”

“என்ன சொல்ல வருகிறாய்?” *பக்கம் 163-இல் வேறு ஒன்றுமே இல்லை.*

“அது ஒரு திறமையான ஏமாற்று வேலை.”

“நீ என்னை விஞ்சிவிட்டாய்” என்ற லேங்டன் ஓவியத்தைப் பார்த்தார்.

“நூற்றி அறுபத்தி மூன்றாவது பக்கத்திற்கு அடுத்தடுத்து அருகாமையில் உள்ள பக்கத்தை காட்சிப்படுத்தாமல் அந்தப் பக்கத்தை மட்டும் காட்சிக்கு வைப்பது

சாத்தியமில்லை என்பதாலேயே எட்மண்ட் அந்தப் பக்கத்தை தேர்ந்தெடுத்திருக்கிறான் -பக்கம் நூற்றி அறுபத்தி இரண்டுதான் அது!"

லேங்டன் தன்னுடைய பார்வையை இடதுபுறத்திற்கு திருப்பி, அதற்கு முன்பிருக்கும் புராதான யுகங்கள் என்ற பக்கத்தைப் பார்த்தார். மங்கிய வெளிச்சத்தில், சின்னஞ்சிறிதாக முற்றிலும் கையால் எழுதப்பட்ட உரையை அது கொண்டிருக்கிறது என்பதைத் தவிர்த்து அந்தப் பக்கத்தின் பெரும்பகுதியை அவரால் பார்க்க முடியவில்லை.

ஒரு கூண்டு விளக்குடன் வந்த பெனா அதை ஆம்ராவிடம் கொடுத்தார், அவள் அதை புத்தகத்தின் மேலாக பிடித்துக்கொண்டாள். அந்த திறந்தநிலை கல்லறைக்கு குறுக்கே ஒரு மென்மையான பளபளப்பு படர்ந்தபோது, லேங்டன் திடுக்கிட்டு மூச்சிழுத்துக் கொண்டார்.

முகப்பு பக்கத்தில் உண்மையிலேயே ஒரு உரை எழுதப்பட்டிருந்த - பிளேக்கின் அசலான கையெழுத்துப் படிகளைப் போன்றே கையால் எழுதப்பட்டது - அதனுடைய ஓரங்களை ஓவியங்கள், சட்டகங்கள், மற்றும் பல்வேறு உருவங்கள் அலங்கரித்திருந்தன. இருந்தாலும், அதில் மிகவும் குறிப்பிடத்தகுந்தது என்னவென்றால், அந்தப் பக்கத்தில் இருந்த உரை நேர்த்தியான கவிதைச் செய்யுள்களாக வடிவமைக்கப்பட்டிருந்ததுதான்.

அந்த மைய தேவாலயத்திற்கு நேர் மேலே இருளில் அடிமேல் அடிவைத்துக் கொண்டிருந்த ஏஜெண்ட் டயஸுக்கு அவருடைய சகா எங்கே போனார் என்று தெரியவில்லை.

ஃபொன்ஸெகா இந்நேரம் திரும்பியிருக்க வேண்டும்.

அவருடைய பையில் இருந்த போன் அதிரத் தொடங்கியபோது ஃபொன்ஸெகாதான் தன்னை அழைத்திருக்க வேண்டுமென நினைத்தார் அவர், ஆனால் அழைப்பாளர் அடையாளத்தைப் பார்த்தபோது எதிர்பாராத ஒரு பெயரைப் பார்த்தார் டயஸ்.

மோனிகா மார்டின்.

இந்த பிஆர் ஒருங்கிணைப்பாளருக்கு என்ன வேண்டும் என்பதை அவரால் கற்பனை செய்துபார்க்க முடியவில்லை, ஆனால் அது எதுவானாலும் அவள் ஃபொன்ஸெகாவைத்தான் நேரடியாக அழைத்திருக்க வேண்டும். இந்தக் குழுவில் அவர்தான் முதன்மை ஏஜெண்ட்.

"ஹலோ" அவர் பதிலளித்தார். "டயஸ் பேசுகிறேன்."

"ஏஜெண்ட் டயஸ், நான் மோனிகா மார்டின். உங்களிடம் பேசவிரும்பும் ஒருவர் என்னுடன் இருக்கிறார்."

ஒருகணம் கழித்து, ஒரு பழக்கப்பட்ட உறுதியான குரல் அந்த இணைப்பில் வந்தது. "ஏஜெண்ட் டயஸ், நான் கமாண்டர் கார்ஸா. மிஸ்.வைடல் பாதுகாப்பாக இருக்கிறாரா என்று எனக்கு உறுதிப்படுத்துங்கள்."

"ஆம், கமாண்டர்" என்று தயங்காமல் கூறிய டயஸ், கார்ஸாவின் குரலில் சிக்கிவிட்டதை உணர்ந்தார். "மிஸ்.வைடல் முழு பாதுகப்புடன் இருக்கிறார். ஏஜெண்ட் ஃபொன்ஸெகாவும் நானும்தான் இப்போது அவருடன் இருக்கிறோம், பாதுகாப்பாக உள்ளேயுள்ள - "

"வெளிப்படையான தொலைபேசி இணைப்பில் சொல்ல வேண்டாம்" என்று கார்ஸா வலிந்து குறுக்கிட்டார். "அவர் பாதுகாப்பான இடத்தில் இருக்கிறார் என்றால் அவரை அங்கேயே வைத்திருங்கள். எங்கும் போக வேண்டாம். உங்கள் குரலைக் கேட்டதே நிம்மதியாக இருக்கிறது. நாங்கள் ஏஜெண்ட் ஃபொன்ஸெகாவிடம் பேச முயற்சித்தோம், ஆனால் பதில் இல்லை. அவர் உங்களுடன்தான் இருக்கிறாரா?"

"ஆமாம் சார். அவர் போன் செய்ய அப்பால் சென்றார், ஆனால் திரும்பி - "

"எனக்கு காத்திருக்க நேரமில்லை. நான் இத்தருணத்தில் சிறை வைக்கப்பட்டிருக்கிறேன், மிஸ்.மார்டின்தான் அவருடைய போனை எனக்குத் தந்திருக்கிறார். நான் சொல்வதை கவனமாக கேளுங்கள். உங்களுக்கே தெரிந்திருக்கும், இந்தக் கடத்தல் கதை முற்றிலும் பொய்யான ஒன்று. இது மிஸ்.வைடலை அபாயத்தில் ஆழ்த்தியிருக்கிறது."

உங்களுக்கு எதுவும் தெரியாது என்று நினைத்துக்கொண்ட டயஸ் காஸா மைலாவின் கூரையில் நடந்த அதகளமான காட்சியை நினைவுபடுத்திக் கொண்டார்.

“அதேபோல், பிஷப் வால்டஸ்பினோவை நான் சிக்கவைத்திருப்பதாக வந்துள்ள தகவலும் உண்மையல்ல.”

“நானும் அப்படித்தான் நினைத்தேன், சார், ஆனால் -”

“இந்தப் பிரச்சினையை எந்தளவுக்கு நன்றாகக் கையாள முடியும் என்று நானும் மிஸ்.மார்டினும் கண்டுபிடிக்க முயற்சிக்கிறோம், ஆனால் நாங்கள் முடிக்கும்வரை, எதிர்கால அரசியை நீங்கள் பொதுமக்கள் பார்வையில் இருந்து விலக்கியே வைத்திருக்க வேண்டும். புரிந்ததா?”

“நிச்சயமாக, சார். ஆனால் அந்த உத்தரவை பிறப்பித்தது யார்?”

“அதை என்னால் போனில் சொல்ல முடியாது. நான் சொன்னபடி செய்யுங்கள், ஆம்ரா வைடலை ஊடகத்திடம் இருந்தும், ஆபத்தில் இருந்தும் விலக்கியே வைத்திருங்கள். மேற்கொண்டு முன்னேற்றங்களை மிஸ்.மார்டின் உங்களுக்கு தெரிவித்துக்கொண்டே இருப்பார்.”

கார்ஸா போனை வைத்துவிட்டார், இருளில் தனியாக நின்றுகொண்டிருந்த டயஸ் அந்த அழைப்பின் அர்த்தத்தை புரிந்துகொள்ள முயற்சித்தார்.

அவர் போனை மறுபடியும் தன்னுடைய பைக்குள் வைத்தபோது தனக்குப் பின்னால் இருந்த துணியின் சலசலப்பொலியைக் கேட்டார். அவர் திரும்பியபோது, இரண்டு வெளிறிய கைகள் அந்த இருளில் இருந்து வெளிவந்து டயஸின் தலையை இறுக்கிப் பிடித்தன. கண்ணிமைக்கும் நேரத்தில் அவை அவருடைய தலையை ஒரு பக்கமாக திருகிவிட்டன.

டயஸ் தன்னுடைய கழுத்து முறிந்து, கபாலத்திற்குள் ஒரு எரிதணல் வெப்பம் வெடித்துக் கிளம்புவதை உணர்ந்தார்.

பிறகு, எல்லாம் இருண்டுபோனது.

71

ConspiracyNet.com

அவசரச் செய்தி

கிர்ஷின் அதிரவைக்கும் கண்டுபிடிப்பிற்கான புதிய நம்பிக்கை

மேட்ரிட் அரண்மனை பிஆர் ஒருங்கிணைப்பாளர் மோனிகா மார்டின் முன்னதாக அளித்த அதிகாரப்பூர்வ அறிக்கையில் ஸ்பெயின் அரசியாகப்போகும் ஆம்ரா வைடல் கடத்தப்பட்டார் என்றும், அவர் அமெரிக்க புரபஸர் ராபர்ட் லேங்டனால் பிடித்து வைக்கப்பட்டிருக்கிறார் என்றும் கூறியிருந்தார். உள்ளூர் அதிகாரிகளை இதில் ஈடுபடுத்திய அரண்மனை அரசியை கண்டுபிடிக்குமாறு துரிதப்படுத்தியிருக்கிறு.

குடிமக்கள் கண்காணிப்பாளரான monte@iglesia.org பின்வரும் அறிக்கையை எங்களுக்கு அனுப்பியிருக்கிறார்:

அரண்மனையின் கடத்தல் குற்றச்சாட்டு 100% போலியானது அது உள்ளூர் காவல்துறையைப் பயன்படுத்தி பார்சிலோனாவில் லேங்டன் தன்னுடைய இலக்கை அடைய விடாமல் செய்வதற்கான தந்திரம் (கிர்ஷின் கண்டுபிடிப்பை உலகளாவிய அளவில் வெளியிடுவதற்கான வழியை தங்களால் இப்போதும் கண்டுபிடித்துவிட முடியும் என லேங்டன்/வைடல் நம்புகிறார்கள்). அவர்கள் வெற்றிபெற்றால், கிர்ஷின் அறிவிப்பு எந்த நேரத்தில் வேண்டுமானாலும் நேரலையாக ஒளிபரப்பு செய்யப்படலாம். இணைந்திருங்கள்.

நம்பமுடியாதது! இதை முதலில் நீங்கள் இங்கேதான் கேள்விப்படுகிறீர்கள் எட்மண்ட் கிர்ஷ் ஆரம்பித்து வைத்ததை முடித்து வைக்க வேண்டும் என்று விரும்புவதாலேயே லேங்டனும் வைடலும் ஓடிக்கொண்டிருக்கிறார்கள்! (மறுபடியும் வால்டஸ்பினோவா? இவற்றிற்கிடையில் இளவரசர் எங்கே?)

இதுகுறித்து நிறைய செய்திகள் இருக்கின்றன, ஆனால் கிர்ஷின் ரகசியம் இன்றிரவு வெளிவரக்கூடும் என்பதால் இணைந்தே இருங்கள்.

72

தேவாலய உதவியாளரின் ஓபல் செடான் காருக்கு வெளியே கடந்துசெல்லும் நாட்டுப்புறப் பகுதிகளை பார்த்துக்கொண்டிருந்த இளவரசர் ஜூலியன், பிஷப்பின் விசித்திரமான நடத்தையை புரிந்துகொள்ள முயற்சித்தார்.

வால்டஸ்பினோ எதையோ மறைக்கிறார்.

இளவரசரிடம் அவருடைய பாதுகாப்பிற்காகத்தான் என்று உத்திரவாதமளித்து, அவரை அரண்மனையில் இருந்து கள்ளத்தனமாக வற்புறுத்தி வெளியேற வைத்தது - ஒரு அதிகபட்ச வழக்கத்திற்கு மாறான செயல் - முதலாக இப்போதுவரை ஒருமணி நேரத்திற்கும் மேலாகிறது.

அவர் தன்னை கேள்வி கேட்காமல் . . . நம்பிக்கை மட்டுமே வைக்குமாறு என்னிடம் கேட்டுக்கொண்டுள்ளார்.

பிஷப் எப்போதுமே அவருக்கு ஒரு ரத்த சொந்தத்தைப் போன்றவர்தான், ஜூலியனின் தந்தைக்கும் ஒரு நம்பிக்கைக்குரிய நெருக்கமான மனிதர். ஆனால், இளவரசரின் கோடைக்கால மாளிகையில் மறைந்துகொள்வது என்ற வால்டஸ்பினோவின் யோசனை ஆரம்பத்தில் இருந்தே ஜூலியனுக்கு சந்தேகத்திற்குரிய ஒன்றாகத்தான் இருந்து வந்தது. *ஏதோ ஒன்று பொருந்திப்போகவே இல்லை - போன் கிடையாது, பாதுகாவல் கிடையாது, செய்திகள் கிடையாது, அத்துடன் நான் எங்கிருக்கிறேன் என்பதும் யாருக்குமே தெரியாது.*

இப்போது, அந்தக் கார் காஸிட்டா டெல் பிரின்சிபெ அருகாமையில் உள்ள ரயில்பாதைத் தடங்களில் குதித்தோடும்போது தங்களுக்கு முன்னால் இருக்கும் மரத்தாலான

சாலையை கவனித்தார் ஜூலியன். இடதுபக்கம், தொலைதூர குடிசைக்கு பின்னால் இட்டுச்செல்லும் ஒரு நூறு கஜதொலைவுகள் முன்பாக நீளமான, மரவரிசையுள்ள பாதையின் நுழைவாயில் தோன்றியது.

தனிமைப்பட்டிருக்கும் அந்த வசிப்பிடத்தை ஜூலியன் காட்சிப்படுத்திக் கொண்டபோது, சட்டென்று எச்சரிக்கைக்கான உள்ளுணர்வை அடைந்தார். முன்னால் குனிந்த அவர் வண்டி ஓட்டிக்கொண்டிருந்த உதவியாளனின் தோளில் உறுதிபட கைவைத்தார். "இங்கேயே நிறுத்து."

திரும்பிப் பார்த்த வால்டஸ்பினோ ஆச்சரியப்பட்டார். "ஏறக்குறைய வந்துவிட்டோம் -"

"என்ன நடக்கிறது என்று எனக்குத் தெரிந்தாக வேண்டும்!" என்று உறுமிய இளவரசரின் குரல் அந்த சிறிய காருக்குள் சத்தமாக கேட்டது.

"டான் ஜூலியன், இன்றிரவு கலகம் நிரம்பிய ஒன்று, ஆனால் நீங்கள் மட்டும் -"

"உங்களை நம்பியாக வேண்டுமா?" என்று வலியுறுத்தினார் ஜூலியன்.

"ஆமாம்."

அந்த இளம் ஓட்டுநரின் தோளை அழுத்திய ஜூலியன் தனிமைப்பட்டிருந்த நாட்டுப்புற சாலையில் அதன் புற்களடர்ந்த ஓரத்தை சுட்டிக்காட்டினார். "அங்கே நிறுத்து," அவர் உறுதியாக உத்தரவிட்டார்.

"போய்க்கொண்டே இரு" வால்டஸ்பினோ பதிலுக்கு கூறினார். "டான் ஜூலியன், நான் விளக்குகிறேன் -"

"காரை நிறுத்து!" என இளவரசர் உறுமினார்.

அந்த உதவியாளர் புல்தரைக்குள் திருப்பி சடாரென்று நிறுத்தினான்.

"எங்களை கொஞ்சம் தனியாக விடு" என்று உத்தரவிட்ட ஜூலியனின் இதயம் வேகமாக துடித்தது.

அந்த உதவியாளனுக்கு இரண்டாவது முறை சொல்ல வேண்டியிருக்கவில்லை. நின்றிருந்த காரிலிருந்து குதித்த அவன், வால்டஸ்பினோவையும் ஜூலியனையும் பின்னிருக்கையில் தனியாக விட்டுவிட்டு இருளுக்குள் விரைந்து சென்றான்.

வெளிறிய நிலவொளியில், வால்டஸ்பினோ சட்டென்று பயந்துபோனவராய் காணப்பட்டார்.

"நீங்கள் பயந்து போயிருக்க வேண்டும்" தன்னையே பயமுறுத்தும் அளவுக்கு மிகுந்த அதிகாரத் தோரணையில் கூறினான் ஜூலியன். பின்வாங்கிய வால்டஸ்பினோ, அந்த மிரட்டும் குரல் தொனியால் திகைத்துப்போனார் - அப்படி ஒரு குரலில் அந்த பிஷப்பிடம் ஜூலியன் இதற்கு முன்னர் பேசியதே இல்லை.

"நான்தான் ஸ்பெயினின் எதிர்கால அரசன்" என்றான் ஜூலியன். "இன்றிரவு என்னுடைய பாதுகாப்பு விவரங்களை நீங்கள் நீக்கிவிட்டீர்கள், என்னுடைய போன் மற்றும் அலுவலர்களை அணுக மறுத்துவிட்டீர்கள், எந்த ஒரு செய்தியையும் கேட்க தடை செய்துவிட்டீர்கள், என்னுடைய மணமகளை தொடர்புகொள்வதைக்கூட நிராகரித்துவிட்டீர்கள்."

"நான் உண்மையிலேயே மன்னிப்பு கோருகிறேன்-" என்று தொடங்கினார் வால்டஸ்பினோ.

"நீங்கள் இதைவிட சிறப்பானவற்றை செய்திருக்க வேண்டும்" என்று குறுக்கிட்ட ஜூலியன், இப்போது அவனுக்கு விசித்திரமான வகையில் சிறியவராக காணப்பட்ட பிஷப்பை முறைத்துப் பார்த்தான்.

மெதுவாக மூச்சுவிட்டுக்கொண்ட வால்டஸ்பினோ இருளில் ஜூலியனை நோக்கித் திரும்பினார். "நான் இன்றிரவு முன்னமே தொடர்புகொள்ளப்பட்டேன், டான் ஜூலியன், எனக்கு சொல்லப்பட்டது -"

"யார் தொடர்புகொண்டார்கள்?"

பிஷப் தயங்கினார். "உங்களுடைய தந்தை. அவர் ரொம்பவே மன உளைச்சலில் இருந்தார்."

அவரா? ஜுலியன் இரண்டு நாட்களுக்கு முன்னர்தான் பெலாஷியோ டி லா ஸார்ஸுவலாவில் இருக்கும் தன்னுடைய தந்தையை பார்த்து வந்திருந்தார், உடல்நிலை மோசமாகிக் கொண்டிருந்தாலும் பிரமாதமான உயிர்ப்புடன்தான் இருந்தார். "அவருக்கு ஏன் மன உளைச்சல் ஏற்பட வேண்டும்?"

"துரதிர்ஷ்டவசமாக, அவர் எட்மண்ட் கிர்ஷின் ஒளிபரப்பை பார்த்திருக்கிறார்."

தன்னுடைய தாடை இறுகிப்போவதை ஜுலியன் உணர்ந்தான். அவனுடைய நோயுற்ற தந்தை ஒரு நாளில் ஏறக்குறைய இருபத்து நான்கு மணிநேரமும் உறக்கத்திலேயே இருக்கிறார் என்பதுடன் அந்தச் சமயத்தில் விழித்திருக்க வாய்ப்பே இல்லை. மேலும், தொலைக்காட்சிகள் மற்றும் கம்ப்யூட்டர்கள் போன்றவை அரண்மனை படுக்கையறைகளில் அரசருக்கு மறுக்கப்பட்டிருந்தன, புகலிடங்கள் தூங்குவதற்கும் படிப்பதற்கும் மட்டும் ஒதுக்கீடு செய்யப்பட்டவை என்று அவரோ வலியுறுத்தியிருக்கிறார் - அத்துடன், படுக்கையில் இருந்து எழுந்து ஒரு நாத்திகரின் விளம்பரக் கூத்தைப் பார்ப்பதை தடுக்க வேண்டும் என்பது அரசரின் செவிலியர்களுக்கும் வேண்டிய அளவுக்கு தெரிந்திருக்கும்.

"அது என்னுடைய தவறுதான்" என்றார் வால்டஸ்பினோ. "நான் சில வாரங்களுக்கு முன்பாகத்தான் அவர் இந்த உலகில் இருந்து தனித்துவிடப்பட்டிருப்பதாக உணரக்கூடாது என்பதற்காக ஒரு கம்ப்யூட்டர் டேப்லட்டை அவருக்கு கொடுத்திருந்தேன். அவற்றில் அவர் குறுஞ்செய்தி மற்றும் மின்னஞ்சல் அனுப்ப கற்றுக்கொண்டார். அது கிர்ஷின் நிகழ்ச்சியை டேப்லட்டில் பார்ப்பதுவரை கொண்டுவந்து விட்டுவிட்டது."

தன்னுடைய வாழ்க்கையின் இறுதி வாரங்களில் ரத்தக்களரியாக மாறிப்போன ஒரு கருத்து வேற்றுமை கொண்ட எதிர்-கத்தோலிக்க ஒளிபரப்பை தன்னுடைய தந்தை பார்த்திருப்பதை நினைத்து ஜுலியன் சோர்வுற்றுப் போனான். தன்னுடைய நாட்டிற்காக அவர் செய்துமுடித்த பல அசாதாரண விஷயங்களும் அரசரிடத்தில் கேள்வியை உருவாக்கியிருக்க வேண்டும்.

“நீங்களே நினைத்துப் பாருங்கள்” தன்னுடைய கட்டுப்பாட்டை திரும்பப் பெற்ற வால்டஸ்பினோ தொடர்ந்தார், “அவருக்கு எவ்வளவோ கவலைகள் இருக்கலாம், ஆனால் அவர் கிர்ஷின் விமர்சனத்தினுடைய பாங்கினாலும், உங்களுடைய மணமகள் அந்த நிகழ்ச்சியை தொகுத்த வழங்கவிருந்ததும்தான் அவரை மன உளைச்சலுக்கு ஆளாக்கியிருக்கிறது. எதிர்கால அரசியின் ஈடுபாடு உங்கள் மீதும் . . . அரண்மனையின் மீதும் மிகுந்த பாதிப்பை ஏற்படுத்தக்கூடும் என அவர் நினைத்துவிட்டார்.”

“ஆம்ரா தன் இஷ்டப்படி நடப்பவள். என் அப்பாவுக்கும் அது தெரியும்.”

“அப்படியே இருக்கலாம்தான். அவர் என்னை அழைத்தபோது நான் பல வருடங்களாகவே அவரிடம் பார்த்திராத தெளிவையும் கோபத்தையும் கண்டேன். உங்களை உடனே தன்னிடம் அழைத்து வருமாறு அவர் எனக்கு உத்தரவிட்டார்.”

“அப்படியென்றால் நாம் ஏன் இங்கே இருக்கிறோம்?” என்று கேட்ட ஜூலியன் கேஸிடாவை நோக்கிச் செல்லும் வழியை சுட்டிக் காட்டினார். “அவர் ஸார்ஸுவலாவில் அல்லவா இருக்கிறார்.”

“அங்கே இல்லை” என்று வால்டஸ்பினோ அமைதியாக கூறினார். “தன்னுடைய இறுதி நாட்களை தன் நாட்டின் வரலாறு சூழ்ந்திருக்க செலவிடும் வகையில் தனக்கு உடையுடுத்தி, சக்கர நாற்காலியில் அமரவைத்து, மற்றொரு இடத்திற்கு கொண்டு செல்லுமாறு தன்னுடைய உதவியாளர்களுக்கும் செவிலியர்களுக்கும் அவர் உத்தரவிட்டிருக்கிறார்.”

பிஷப் அந்த வார்த்தைகளை பேசியதும், ஜூலியன் உண்மையை உணர்ந்தார்.

லா கேஸிட்டா நாம் போய்ச்சேர வேண்டிய இடமல்ல.

நடுங்கிப்போன ஜூலியன் பிஷப்பிடம் இருந்து அப்பால் திரும்பி கேஸிட்டா பாதைவழிக்கும் அப்பால் நோக்கினார், அந்த நாட்டுப்புற சாலையின் இறக்கத்தில் அது அவர்களுக்கு முன்பாக நீண்டுசென்றது. தொலைவில், மரங்களுக்கு இடையில்,

ஒரு பிரமாண்ட கட்டடத்தின் ஒளியேற்றப்பட்ட ஸ்தூபிக்களை அவரால் கற்பனை செய்துபார்க்க முடிந்தது.

எல் எஸ்காரியல்

ஒரு மைலுக்கும் குறைவான தொலைவில், அபண்டாஸ் மலையின் அடிவாரத்தில் உள்ள கோட்டையைப் போல் வீற்றிருக்கும் அது உலகில் இருப்பதிலேயே மிகப்பெரிய மதம்சார் கட்டுமானங்களுள் ஒன்று - அதுதான் ஸ்பெயினின் எல் எஸ்காரியல். தரைத்தளம் மட்டுமே எட்டுக்கும் மேற்பட்ட ஏக்கர்களில் அமைந்திருக்க, அந்த அடுக்குமாடி கட்டடத்தில் ஒரு துறவிமடம், ஒரு பாஸிலிக்கா, ஒரு அரச மாளிகை, ஒரு மியூஸியம், ஒரு நூலகம் மற்றும் தொடர்ச்சியான மரண அறைகள் என அவைதான் ஜூலியன் இதுவரை பார்த்ததிலேயே மிகவும் அச்சுறுத்தக்கூடியது.

அது அரச நிலவறை.

ஜூலியனின் தந்தை, அவனுக்கு எட்டு வயதிருக்கும்போது இந்த நிலவறைக்கு அழைத்து வந்திருக்கிறார், அரச வாரிசுகளின் கல்லறைகளால் நிரம்பியிருக்கும் புதைக்கும் குழியறைகளைக் கொண்ட ஆலயத்தினூடாக அந்தப் பையனுக்கு அவர் வழிகாட்டியிருக்கிறார்.

அந்த நிலவறையின் பயங்கரமான "பிறந்தநாள் கேக்" கல்லறையைப் பார்த்ததை ஜூலியனால் மறக்கவே முடியாது - ஒரு பெருத்த வட்டமான சமாதி அடுக்குக் கேக்கை நினைவுபடுத்துவதைப் போல் இருந்தது என்பதுடன் அறுபது அரச குழந்தைகளின் மிச்சமீதங்கள் அதில் இருந்தன, அவை எல்லாமே "இழுப்பறைகளில்" வைக்கப்பட்டு அந்த கேக்கின் பக்கவாட்டுகளில் நிரந்தரத்துவத்திற்காக நகர்த்தி வைக்கப்பட்டிருந்தன.

இந்த பயங்கரமான கல்லறையைப் பார்த்த ஜூலியனின் திகில் சில நிமிடங்களுக்குப் பின்னர் அவருடைய அம்மாவின் இறுதி உறைவிடத்திற்கு அவரது தந்தை அழைத்துச் சென்றபோது காணாமலே போய்விட்டது. ஒரு ராணிக்கு ஏற்றபடியான பளிங்கு கல்லறையைத்தான் ஜூலியன் எதிர்பார்த்திருந்தார், ஆனால் அவருடைய அம்மாவின் உடலோ ஒரு நீண்ட நடைக்கூடத்தின்

முடிவில் வெறுமையான அறையில் ஒரு வெளிறிப்போன பெட்டியில் கிடத்தப்பட்டிருந்தது. அவருடைய தாய் அப்போது ஒரு "சிதைவுறும் அறையில்" புதைக்கப்பட்டிருக்கிறார் என்றும், அங்கே ராஜ உடல்கள் அவற்றின் சதைகளில் தூசைத் தவிர வேறு எதுவும் எஞ்சியிராத வரையில் முப்பது வருடங்களுக்கு வைக்கப்பட்டு, பின்னர் அவற்றின் நிரந்தரமான சமாதிகளுக்கு மாற்றப்படும் என ஜூலியனிடம் அவருடைய தந்தை விளக்கினார். கண்ணீரையும் துயரத்தையும் எதிர்த்து நிற்பதற்கான திறன் தனக்கு தேவைப்பட்ட அந்த காலகட்டத்தை ஜூலியன் நினைவுகூர்ந்தார்.

அடுத்ததாக, ஒரு மிகச்சாய்தளமான படிக்கட்டு நிரந்தரமாக பாதாள இருளை நோக்கிச் செல்கிறதோ என்று காணப்படும் வகையில் இருந்த அதன் மேல்தளத்திற்கு அவரை அவருடைய தந்தை அழைத்துச் சென்றார். அங்கு, சுவர்களும் படிக்கட்டுகளும் வெள்ளை பளிங்குகளாக அல்லாமல் கம்பீரமான மஞ்சள் நிறத்தில் காணப்பட்டன. ஒவ்வொரு மூன்று அடியிலும், பொன்னிறக் கல்லில் பிரார்த்தனை மெழுகுவர்த்திகள் ஏற்றப்பட்டிருந்தன.

பழங்கால கயிற்றுக் கைப்பிடிகள் இருந்த இடத்திற்கு வந்துசேர்ந்த இளம் ஜூலியன் தன்னுடைய தந்தையுடன் அந்த ஆழமான இருளுக்குள் ஒவ்வொரு படியாக இறங்கினார். படிக்கட்டின் கீழே ஒரு அலங்காரக் கதவைத் திறந்த அரசர் உள்ளே நுழைந்து இளம் ஜூலியன் வருவதற்கு சைகை காட்டினார்.

அரசர்களின் ஆலயம் என்றார் அவருடைய தந்தை.

எட்டு வயது இருக்கும்போதே முன்னோர்களின் இந்த அறையைப் பற்றி ஜூலியன் கேள்விப்பட்டிருக்கிறார்.

நடுங்கிக்கொண்டே, நுழைவாயிலில் காலடி எடுத்துவைத்த அந்தப் பையன் தான் ஒரு பளபளப்பான வெளிர்மஞ்சள் அறையில் இருப்பதை தெரிந்துகொண்டான். எண்கோண வடிவில் இருந்த அந்த அறையில் ஊதுபத்தி வாசனை வீசியதுடன் தலைக்கு மேலிருந்த கூண்டு விளக்கில் எரிந்துகொண்டிருக்கும் மெழுகுவர்த்திகளின் சமானமற்ற ஒளியில் உள்ளும் வெளியிலுமாக கவனத்தை அலைபாய வைப்பது போன்றும் காணப்பட்டது. அறையின் மையத்திற்கு சென்ற ஜூலியன்

மெதுவாகத் திரும்பியபோது அந்த மரியாதைக்குரிய இடத்தில் குளிர்ச்சியையும், தான் சிறியதாக இருப்பதையும் உணர்ந்தார்.

தரையில் இருந்து கூரை வரையிலும் ஒவ்வொன்றிலும் பொன்னிறப் பெயர்ப்பலகை பொறிக்கப்பட்டிருக்க ஒரேவிதமான கறுப்புநிற சவப்பெட்டிகள் அடுக்கி வைக்கப்பட்டிருந்த மாடங்களை அந்த எட்டுச் சுவர்களும் உள்ளடக்கியிருந்தன. சவப்பெட்டிகளில் இருந்த பெயர்கள் எல்லாம் ஜூலியனின் வரலாற்றுப் புத்தகங்களில் இருந்த பெயர்களாக காணப்பட்டன - அரசர் ஃபெர்டினெண்ட் . . . ராணி இஸபெல்லா . . . புனித ரோமானியப் பேரரசரான ஐந்தாம் சார்லஸ்.

அந்த அமைதியில், தன்னுடைய தோளில் இருந்த தன் தந்தையின் அன்புக்குரிய கரத்தின் கனத்தையும், அத்தருணத்தில் அவருக்கு ஏற்பட்ட ஈர்ப்பு விசையையும் ஜூலியன் உணர்ந்தார். ஒருநாள் என்னுடைய தந்தையும் இதே அறையில்தான் புதைக்கப்படுவார்.

ஒரு வார்த்தையும் சொல்லாமல், தந்தையும் மகனும் தரையில் இருந்து மேலேறி, மரணத்தை விட்டு விலகி வெளிச்சத்திற்கு திரும்பினர். பளபளக்கும் ஸ்பானிஷ் சூரிய ஒளியில் அவர்கள் வெளியே வந்தவுடன் கீழே குனிந்த அரசர் எட்டுவயது ஜூலியனின் கண்களை நோக்கினார்.

"மொமண்டோ மோரி" என்று முடிமன்னர் கிசுகிசுத்தார். "மரணத்தை நினைவில் வைத்துக்கொள். மாபெரும் அதிகாரம் கொண்டவர்களாக இருந்தாலும் வாழ்க்கை குறுகியதுதான். மரணத்தை வெல்ல ஒரே ஒரு வழிதான் இருக்கிறது, அது நம்முடைய வாழ்க்கையை தலைசிறந்த ஒன்றாக வாழ்ந்துவிடுவதுதான். நாம் எல்லாவித வாய்ப்புக்களையும் பயன்படுத்திக்கொண்டு, கருணை காட்டி முழுவதுமாக நேசம் கொண்டிருக்க வேண்டும். உன்னுடைய அம்மாவின் தயைகூர்ந்த ஆன்மா உனக்கிருப்பதை என்னால் உன் கண்களில் பார்க்க முடிகிறது. உன்னுடைய மனசாட்சியே உன்னை வழிநடத்தும். வாழ்க்கை இருண்டு போகும்போது, உனக்கு உன் மனமே வழிகாட்டட்டும்."

பல ஆண்டுகளுக்குப் பின்னர், தன்னுடைய வாழ்க்கையை மகத்தானதாக ஆக்கிக்கொள்ள மிகச்சிறிய விஷயங்களையே

செய்திருப்பதை ஜூலியன் நினைவுபடுத்திக்கொள்ள வேண்டியிருக்கவில்லை. உண்மையில், அரசரின் நிழலில் இருந்து அவரால் பெரிதாக தப்பிச்செல்ல முடியவில்லை என்பதுடன் தனக்கென்று எதையும் அவரால் நிறுவிக்கொள்ளவும் முடியவில்லை.

எல்லா வகையிலும் என் தந்தையால் நான் ஏமாற்றமடைந்திருக்கிறேன்.

இதுவரையில், தன்னுடைய தந்தையின் அறிவுரையையே பின்பற்றிய ஜூலியன் தன் மனதையும் அவ்வழியிலேயே செலுத்தியிருந்தார்; ஆனால் தன்னுடைய தந்தையின் விருப்பத்திற்கு முற்றிலும் நேரெதிராக ஸ்பெயின் இருப்பதற்கான ஆவலை அவர் மனம் உணரும்போதெல்லாம் அது ஒரு மிகுந்த சிக்கல் சிடுக்குகள் நிறைந்த சாலையாகவே தோன்றியிருக்கிறது. தன் நேசத்திற்குரிய நாட்டிற்கான ஜூலியனின் கனவுகள் எல்லாமே அவருடைய தந்தை உயிருடன் இருக்கும் வரையில் முனகக்கூட முடியாத அளவுக்கு மிகுந்த துணிச்சலானவை, இன்னும் சொல்லப்போனால், தன்னுடைய செயல்கள் அரச மாளிகையால் மட்டுமல்லாமல் ஒட்டுமொத்த தேசத்தாலும் எவ்வாறு எடுத்துக்கொள்ளப்படும் என்பது பற்றி ஜூலியனுக்கு எதுவும் தெரியவில்லை. ஜூலியன் செய்யக்கூடியதெல்லாம் காத்திருத்தல், திறந்த மனதுடன் இருத்தல் மற்றும் பாரம்பரியத்திற்கு உரிய மரியாதை அளித்தல் மட்டும்தான்.

அதன்பிறகுதான், மூன்று மாதங்களுக்கு முன்னர் எல்லாமே மாறிப்போனது.

நான் ஆம்ரா வைடலை சந்தித்தேன்.

உற்சாகம் மிகுந்த, உறுதியான மனம்கொண்ட அழகியான அவள் ஜூலியனின் உலகை தலைகீழாக புரட்டிப் போட்டுவிட்டாள். அவர்கள் முதலில் சந்தித்துக்கொண்ட சில நாட்களுக்குள்ளாகவே ஜூலியன் தன்னுடைய தந்தையின் வார்த்தைகளை இறுதியில் புரிந்துகொண்டான். *உனக்கு வழிகாட்ட உன் மனதை அனுமதி . . . முழுமையாக காதலிக்க கிடைக்கும் எல்லா வாய்ப்புகளையும் பற்றிப் பிடித்துக்கொள்!* காதல் வசப்படுகின்ற உளக்கிளர்ச்சியை போன்று வேறு எதையும் ஜூலியன் அனுபவித்ததே இல்லை, தன்னுடைய வாழ்க்கையை ஒரு தலைசிறந்த படைப்பாக்குவதை

நோக்கி தான் முதன் முதலாக அடியெடுத்து வைத்திருக்கிறோம் என்பதையும் அவன் அப்போதுதான் உணர்ந்திருப்பான்.

ஆனாலும், இப்போது இளவரசர் தனக்கு முன்னாலிருக்கும் அந்தச் சாலையை வெறுமையோடு பார்த்துக்கொண்டிருக்கையில், தனிமையும் தனித்து விடப்படுவதுமான எதிர்கால உணர்வில் அந்த இளவரசன் மூழ்கடிக்கப்பட்டான். அவனுடைய அப்பா இறந்துகொண்டிருக்கிறார்; அவன் நேசித்த பெண் அவனிடம் பேசவில்லை; அத்துடன், அவன் இப்போதுதான் தன்னுடைய நம்பிக்கைக்குரிய வழிகாட்டி பிஷப் வால்டஸ்பினோவை கண்டித்திருக்கிறான்.

"இளவரசர் ஜூலியன்" பிஷப் மென்மையாக அவசரப்படுத்தினார். "நாம் போயாக வேண்டும். உங்கள் தந்தைக்கு உடல்நலமில்லை, அவர் உங்களுடன் பேசவேண்டிய ஆவலில் இருக்கிறார்."

ஜூலியன் தன்னுடைய தந்தையின் வாழ்நாள் நண்பரை நோக்கி மெதுவாகத் திரும்பினான். "அவருக்கு இன்னும் எவ்வளவு காலம் இருப்பதாக நினைக்கிறீர்கள்?" என்று அவன் கிசுகிசுத்தான்.

வால்டஸ்பினோவின் குரல் நடுங்கிப்போக, அவர் அழுதுவிடக்கூடிய விளிம்பில் இருந்தார். "அவர் உங்களை கவலைப்படுத்த வேண்டாம் என்று என்னைக் கேட்டுக்கொண்டார். ஆனால் யாரும் எதிர்பார்த்ததைவிடவும் அவருடைய முடிவு வேகமாக நெருங்கிக்கொண்டிருக்கிறது. அவர் விடைபெற விரும்புகிறார்."

"நாம் எங்கே போகிறோம் என்று ஏன் சொல்ல மாட்டேன் என்கிறீர்கள்?" என்று கேட்டான் ஜூலியன். "இவ்வளவு பொய்களும் ரகசியமும் எதற்காக?"

"மன்னித்துக்கொள்ளுங்கள், எனக்கு வேறு வழியில்லை. உங்களுடைய தந்தை எனக்கு நேரடி உத்தரவு அளித்திருக்கிறார். உங்களுடன் அவர் தனிப்பட்ட முறையில் பேசுவதற்கான வாய்ப்பு கிடைக்கும் வரையில் வெளிப்புற உலகில் இருந்தும், செய்திகளில் இருந்தும் உங்களை மூடிமறைத்து வைத்திருக்கும்படி அவர் உத்தரவிட்டிருக்கிறார்."

"என்னைக் காப்பாற்றி வைப்பதா . . . எந்த செய்திகளிடம் இருந்து?"

"உங்களுடைய தந்தையே அதை உங்களிடம் விளக்கிக் கூறுவதுதான் நல்லது என நினைக்கிறேன்."

ஜூலியன் அந்த பிஷப்பை நீண்டநேரத்திற்கு ஆராய்ந்தான். "நான் அவரைப் பார்க்கும் முன்னர் எனக்கு ஒரு விஷயம் தெரிந்தாக வேண்டும். அவர் தெளிவாக இருக்கிறாரா? பகுத்தறிவுள்ளவராக இருக்கிறாரா?"

வால்டஸ்பினோ அவனை ஒரு நிச்சயமற்ற பார்வை பார்த்தார். "ஏன் கேட்கிறீர்கள்?"

"ஏனென்றால்" என்றான் ஜூலியன், "இன்றிரவு அவருடைய கோரிக்கைகள் விசித்திரமாகவும் முன் யோசனையற்றதாகவும் காணப்படுகிறதே."

வால்டஸ்பினோ சோகமாக ஆமோதித்தார். "முன் யோசனையற்றதோ இல்லையோ, இப்போதும் உங்களுடைய தந்தைதான் அரசர். நான் அவரை நேசிக்கிறேன், அவர் உத்தரவுகளை செய்து முடிக்கிறேன். நாம் எல்லோரும்தான்."

73

காட்சிப் பெட்டியிடம், பக்கத்திற்கு பக்கம் நின்றிருந்த ராபர்ட் லேங்டனும் ஆம்ரா வைடலும் எண்ணெய் விளக்கின் மென்மையான வெளிச்சத்தில் ஒளியூட்டப்பட்டிருக்கும் வில்லியம் பிளேக்கின் கையெழுத்துப் படியை உற்றுப் பார்த்தனர். சில இருக்கைகளை நிமிர்த்தி வைப்பதற்காக அப்பால் சென்றிருந்த ஃபாதர் பெனா அவர்களை பெருந்தன்மையுடன் தனிமையில் விட்டிருந்தார்.

அந்தக் கவிதையின் கையெழுத்து உரையில் உள்ள சின்னஞ் சிறு எழுத்துகளை படிப்பது லேங்டனுக்கு சிக்கலாக இருந்தது,

ஆனால் அந்தப் பக்கத்தில் இருந்த பெரிய தலைப்பை நன்றாகவே படிக்க முடிந்தது.

நான்கு ஸோயஸ்

அந்த வார்த்தைகளைப் பார்த்ததும், லேங்டனுக்கு உடனடியாக நம்பிக்கை கீற்று தெரிந்தது. நான்கு ஸோயாஸ் என்பது பிளேக்கின் பிரபலமான தீர்க்கதரிசன கவிதைப் புத்தகங்கள் ஒன்றினுடைய தலைப்பு - இது ஒன்பது "இரவுகள்" அல்லது அத்தியாயங்கள் என பிரிக்கப்பட்டிருக்கும் ஒரு பிரமாண்டமான படைப்பு. இந்தக் கவிதையின் கருப்பொருள்கள், தன்னுடைய கல்லூரிப் படிப்பில் இருந்து லேங்டனுக்கு நினைவில் உள்ளபடி, பழமைவாத மதத்தை துறந்துவிட்டு இறுதியாக அறிவியலின் ஆதிக்கத்தை மையப்படுத்தியவையாக இருக்கும்.

லேங்டன் அந்த உரையின் செய்யுள்களை முழுதாக ஆராய்ந்தார், கையால் எழுதப்பட்ட வரிகள், "முற்றும்" என நேர்த்தியாக தீட்டப்பெற்ற அந்தப் பக்கத்தில் பாதியில் வந்து முடிந்திருந்தது.

இதுதான் அந்தக் கவிதையின் கடைசி வரி, என்பதை அவர் உணர்ந்தார். பிளேக்கின் தீர்க்கதரிசனமுள்ள தலைசிறந்த படைப்புகளின் இறுதிப் பகுதிகளுள் ஒன்று.

முன்னால் குனிந்த லேங்டன் அந்த சின்னஞ்சிறு கையெழுத்தை அரைக்கண்ணை மூடிக்கொண்டும் பார்த்தார், ஆனாலும் அந்த மங்கிய கூண்டு விளக்கு வெளிச்சத்தில் அவரால் முழுமையாக அதைப் படிக்க முடியவில்லை.

ஆம்ரா அவருக்கும் முன்பாகவே குனிந்தபடி இருந்தாள், அவளுடைய முகம் கண்ணாடியில் இருந்து ஒரு அங்குலம்தான் தள்ளியிருந்தது. சத்தமில்லாமல் அதைப் பார்வையிட்டுக் கொண்டிருந்த அவள், சற்று இடைவெளிவிட்டு அந்த வரிகளுள் ஒன்றை சத்தமாகப் படித்தாள். "'மனிதன் தீக்குள்ளிருந்து முன்னோக்கி நடந்தான், தீயவை எல்லாம் தீக்கிரையாகின.'" அவள் லேங்டனைப் பார்த்து திரும்பினாள். "தீயவை எல்லாம் தீக்கிரையாகின என்றால்?"

அதைப் பரிசீலித்த லேங்டன் வெறுமையாக தலையாட்டி வைத்தார். "இழிவுக்குள்ளான மதம் அடியோடு

அழிக்கப்படுவதைத்தான் பிளேக் குறிப்பிடுகிறார் என்று நினைக்கிறேன். ஒரு மதமற்ற எதிர்காலம்தான் அவரிடத்தில் திரும்பத்திரும்ப தோன்றும் தீர்க்கதரிசனங்களுள் ஒன்று."

ஆம்ரா நம்பிக்கையடைந்தவளாக காணப்பட்டாள். "உண்மையாகும் என்று எட்மண்ட் நம்பிய ஒரு தீர்க்கதரிசனம்தான் தன்னுடைய விருப்பத்திற்குரிய கவிதை என்று அவன் சொல்லியிருக்கிறான்"

"அப்படியென்றால்" என்றார் லேங்டன், "மதமற்ற எதிர்காலம்தான் நிச்சயமாக எட்மண்ட் விரும்பிய ஒன்று எனலாம். அந்த வரியில் எத்தனை எழுத்துக்கள் இருக்கின்றன?"

ஆம்ரா எண்ணத் தொடங்கினாள், ஆனால் தலையைக் குலுக்கினாள். "ஐம்பதுக்கும் மேல் இருக்கிறது."

அவள் திரும்பவும் அந்தக் கவிதையைப் பார்வையிட்டு ஒரு கணம் இடைவெளி விட்ட பின்னர். "இது எப்படியிருக்கிறது பாருங்கள்? 'விரிந்துசெல்லும் மனிதப் பார்வை அற்புத உலகங்களின் ஆழங்களை அறியும்'"

"சாத்தியமிருக்கிறது" என்ற லேங்டன் அதன் அர்த்தத்தை சிந்தித்துப் பார்த்தார். மனித அறிவு தொடர்ந்து வளர்ச்சியுற்றும், படிப்படியாக பரிணாமம் அடைந்தும், நம்மை உண்மைக்குள்ளே மிக ஆழமாக பார்க்கும் திறனுள்ளவர்களாக்கும்.

"மறுபடியும் நிறைய எழுத்துக்கள்" என்றாள் ஆம்ரா. "நான் தொடர்ந்து பார்க்கிறேன்."

அவள் அந்தப் பக்கத்தை தொடர்ந்து ஆராய்ந்து கொண்டிருக்கையில், லேங்டன் அவளுக்குப் பின்னால் சிந்தித்தபடியே முன்னும் பின்னுமாக நடந்துகொண்டிருந்தார். அவள் ஏற்கனவே படித்துக்காட்டிய வரிகள் அவருடைய மனதில் எதிரொலித்துக் கொண்டிருந்தன. கூடவே, பிரின்ஸ்டன் பல்கலை "பிரிட்டிஷ் இலக்கிய" வகுப்பில் அவர் படித்திருந்த பிளேக் அவர் மனதின் ஆழத்திலிருந்து மன்றாடிக் கொண்டிருந்தார்..

லேங்டனின் காட்சிப்புலன் நினைவாற்றலால் சில சமயங்களில் நடப்பதைப் போலவே அப்போது பிம்பங்கள் உருவம்கொள்ளத் தொடங்கின. இந்த பிம்பங்கள் அடுத்தடுத்து முடிவற்ற புதிய

பிம்பங்களை எழுப்பிவிட்டன. சட்டென்று நிலவறையில் நின்றிருந்த லேங்டனுக்கு அவருடைய புரபஸரின் பிம்பம் தோன்றியது, நான்கு ஸோயஸ் வகுப்பின் நிறைவின்போது, அவர்களுக்கு முன்னால் வந்து நின்ற அவர் பழம் கேள்விகளைக் கேட்டார்: *நீங்கள் எதைத் தேர்ந்தெடுப்பீர்கள்? மதமற்ற உலகத்தையா? அல்லது அறிவியலற்ற உலகத்தையா?* பின்னர் அந்த புரபஸரே மேலும் கூறினார்: *வில்லியம் பிளேக்கிற்கு ஒரு முன்னுரிமை இருப்பது தெளிவாகத் தெரிகிறது, மேலும், இந்தக் காவியக் கவிதையின் இறுதி வரிகளில் இருப்பதைவிட எதிர்காலம் குறித்த தன்னுடைய நம்பிக்கையை அவர் வேறு எங்குமே சிறப்பாக விவரித்துவிடவில்லை.*

திடுக்கிட்டு மூச்சிழுத்துக்கொண்ட லேங்டன் இன்னமும் பிளேக்கின் உரையை ஆராய்ந்துகொண்டிருந்த ஆம்ராவை நோக்கி சுழன்று திரும்பினார்

"ஆம்ரா - கவிதையின் முடிவுப் பகுதிக்கு போ!" என்ற அவர் இப்போது அந்தக் கவிதையின் கடைசி வரியை நினைவுக்கு கொண்டுவந்தார்.

ஆம்ரா, கவிதையின் இறுதி வரியைப் பார்த்தாள். ஒருகணம் கவனம் செலுத்திய பின்னர், நம்ப முடியாத வகையில் கண்களை விரித்து வைத்துக்கொண்டு அவரைத் திரும்பிப் பார்த்தாள்.

லேங்டனும் அவளுடன் அந்தப் புத்தகத்தில் சேர்ந்துகொண்டு அந்த உரையை உற்று நோக்கினார். இப்போது அந்த வரி அவருக்கு தெரிந்துவிட்டது, மங்கலான கையால் எழுதப்பட்ட எழுத்துக்களை அவரால் புரிந்துகொள்ள முடிந்தது:

இருளார்ந்த மதங்கள் மாண்டுவிட்டன & இனிமையான
அறிவியல் அரசாள்கிறது.

" '*இருளார்ந்த மதங்கள் மாண்டுவிட்டன*' " ஆம்ரா சத்தமாக படித்தாள். " '*மற்றும் இனிமையான அறிவியல் அரசாள்கிறது.*' "

எட்மண்ட் உறுதிப்படுத்தவிருந்த இந்த வரி ஒரு தீர்க்கதரிசனம் மட்டுமல்ல, இன்றிரவு, முன்னதாக அவன் வழங்கவிருந்த அடிப்படைப் பொருட்சுருக்கமே இதுதான்.

மதங்கள் மங்கிப்போகும் . . . அறிவியல் அரசாளும்.

அந்த வரியில் இருந்த எழுத்துக்களை ஆம்ரா கவனமாக எண்ணத் தொடங்கினாள், ஆனால் அது தேவையற்றது என லேங்டனுக்குத் தெரியும். இதுதான். சந்தேகமேயில்லை. வின்ஸ்டனை அனுகி, எட்மண்டின் அறிவிப்பை வெளியிட வேண்டும் என்பதை நோக்கி முன்னமே லேங்டனின் மனம் சென்றுவிட்டிருந்தது.

அவர், அப்போதுதான் திரும்பி வந்துகொண்டிருந்த ஃபாதர் பெனாவை நோக்கித் திரும்பினார். "ஃபாதர்?" என்றார் அவர். "இங்கே ஏறக்குறைய எங்களுக்கு வேலை முடிந்துவிட்டது. மேலே சென்று, கார்டியா ஏஜெண்டுகளிடம் ஹெலிகாப்டரை அழைக்குமாறு சொல்ல முடியுமா? நாங்கள் உடனே போயாக வேண்டும்."

"நிச்சயமாக" என்ற பெனா படிக்கட்டுகளை நோக்கிச் சென்றார். "நீங்கள் எதற்காக வந்தீர்களோ அதைக் கண்டுபிடித்துவிட்டீர்கள் என்று நினைக்கிறேன். சற்று நேரத்தில் உங்களை மேலே பார்க்கிறேன்."

அந்த மதகுரு படிக்கட்டுகளின் மேலே மறைந்தபோது, ஆம்ரா ஒரு திடுக்கிட்ட பார்வையுடன் அந்தப் புத்தகத்தில் இருந்து திரும்பினாள்.

"ராபர்ட்" என்றாள் அவள். "அந்த வரி சிறியதாக இருக்கிறது. நான் இரண்டுமுறை எண்ணிப் பார்த்துவிட்டேன். அதில் நாற்பத்தி ஆறு எழுத்துகள் மட்டுமே இருக்கின்றன. நமக்கு நாற்பத்தி ஏழு எழுத்துகள் வேண்டும்."

"என்ன?" லேங்டன் அவளை நோக்கி வந்து, அரைக்கண்களை மூடியபடி கையால் எழுதப்பட்ட அந்த உரையின் ஒவ்வொரு எழுத்தையும் எண்ணிப்பார்த்தார். "இருளார்ந்த மதங்கள் மாண்டுவிட்டன & இனிமையான அறிவியல் அரசாள்கிறது." நிச்சயமாக சொல்லலாம், அவருக்கும் நாற்பத்தி ஆறுதான் வந்தது. குழப்பமுற்ற அவர் மறுபடியும் அந்த வரியை ஆராய்ந்து பார்த்தார். "எட்மண்ட் உறுதியாக நாற்பத்தி ஏழுதானே சொன்னான், நாற்பத்து ஆறு இல்லையே?"

"நிச்சயமாக."

லேங்டன் அந்த வரியை மறுபடியும் படித்தார். ஆனால் அது இதுவாகத்தான் இருந்தாக வேண்டும், என்றே நினைத்தார் அவர். *நான் எதைத் தவறவிட்டேன்?*

கவனத்துடன், பிளேக்கின் கவிதையினுடைய இறுதி வரியில் உள்ள ஒவ்வொரு எழுத்தையும் ஆராய்ந்தார். அதைப் பார்க்கையில் ஏறக்குறைய அதன் முடிவுக்கே அவர் வந்துவிட்டார்.

. . . & இனிமையான அறிவியல் அரசாள்கிறது.

"ஏம்பர்ஸேண்ட், *(ampersand-உம்மைக்குறி)*" என்றார் லேங்டன் சட்டென்று. " 'மற்றும் (and) என்ற வார்த்தையை எழுதுவதற்கு பதிலாக பிளேக் இந்தக் குறியீட்டைப் பயன்படுத்தியிருக்கிறார்.' "

அவளை விசித்திரமாகப் பார்த்த ஆம்ரா தலையைக் குலுக்கினாள். "ராபர்ட், நாம் 'and' என வார்த்தையை பதிலீடு செய்தால்கூட . . . அந்த வரியில் நாற்பத்தி எட்டு எழுத்துக்கள் வந்துவிடும். பெரியது."

அது உண்மையல்ல. லேங்டன் புன்னகைத்தார். *இது ஒரு குறியீட்டிற்குள் இருக்கும் மற்றொரு குறியீடு.*

எட்மண்டின் கள்ளத்தனமான சிறியதொரு முடிச்சை நினைத்து லேங்டன் அதிசயித்தார். இந்த சந்தேக மனம்கொண்ட மேதை, தன்னுடைய விருப்பத்திற்குரிய கவிதை வரி எது என்பதை யாராவது கண்டுபிடித்துவிட்டால்கூட, அதை அவர்களால் சரியாக தட்டச்சு செய்துவிட முடியாதபடி ஒரு எளிய தட்டச்சுமுறை தந்திரத்தை பயன்படுத்தி உறுதிப்படுத்தியிருக்கிறான்.

ஏம்பர்ஸேண்ட் குறியீடு என லேங்டன் நினைத்துக்கொண்டார். *எட்மண்ட் அதைத்தான் நினைவுபடுத்தியிருக்கிறான்.*

ஏம்பர்ஸேண்டின் தோற்றுவாய்தான் லேங்டன் எப்போதுமே தன்னுடைய குறியீட்டியல் வகுப்புகளில் பயிற்றுவிக்கின்ற முதல் விஷயமாக இருந்து வந்திருக்கிறது. "&" என்ற குறியீடு ஒரு சொல்லுக்கு பதிலான குறியீடு - நேரடியாக சொன்னால், ஒரு வார்த்தையை குறிக்கின்ற ஒரு படம். பலரும் இந்தக் குறியீடு ஆங்கில வார்த்தையான "and" என்பதில் வந்தது என நினைத்திருந்தாலும், உண்மையில் அது லத்தீன் வார்த்தையான et என்பதில் இருந்தே பெறப்பட்டதாகும். "&" என்ற

ஏம்பர்ஸேண்டின் வழக்கத்திற்கு மாறான வடிவமைப்பு *E* மற்றும் *T* ஆகிய எழுத்துகளின் தட்டச்சு இணைப்புருவாக்கமாகும் - இந்த எழுத்து இணைப்புருவை இன்றும்கூட கம்ப்யூட்டர் எழுத்துருவான *Trebuchet* போன்றவற்றில் காணலாம், அந்த எழுத்துருவில் காணப்படும் "&" என்ற ஏம்பர்ஸேண்ட் தன்னுடைய லத்தீன் தோற்றுவாயை தெளிவாக பிரதிபலித்திருக்கும்.

அப்படி லேங்டன் வகுப்பெடுத்த, எட்மண்ட் கலந்துகொண்ட ஏம்பர்ஸேண்ட் பற்றிய வகுப்பிற்குப் பிந்தைய வாரத்தில் அந்த இளம் மேதை, -ஏம்பர்ஸேண்ட் வீட்டிற்கு போன் செய்கிறது *(Ampersand phone home!)*- என்று அச்சிடப்பட்ட டி-ஷர்ட்டை அணிந்தபடி தோன்றியதை அவரால் மறக்கவே முடியாது. இது, தன்னுடைய வீட்டிற்கு செல்ல வழிகாண முயற்சிக்கும் "*ET*" என்ற பெயர்கொண்ட ஒரு வேற்றுலக உயிரினத்தைப் பற்றிய ஸ்பீல்பெர்க்கின் திரைப்படத்திற்குண்டான ஒரு குறும்புத்தனமான மறைகுறியீடு.

இப்போது, பிளேக்கின் கவிதைக்கு மேலாக நின்றுகொண்டிருந்த லேங்டனால், எட்மண்டின் நாற்பத்தி ஏழு எழுத்து பாஸ்வேர்டை தன் மனதில் காட்சிப்படுத்திக்கொள்ள முடிந்தது.

thedarkreligionsaredepartedetsweetsciencereigns

எட்மண்ட் தனித்துவமானவன்தான், என்று நினைத்த லேங்டன், தன்னுடைய பாஸ்வேர்டிற்கு எட்மண்ட் பயன்படுத்திய பாதுகாப்பு அளவின் சாமர்த்தியமான தந்திரத்தை சட்டென்று ஆம்ராவுடன் பகிர்ந்துகொண்டார்.

அவளுக்கு உண்மை விளங்கியபோது, அவர்கள் சந்தித்துக்கொண்டதில் இருந்து ஆம்ரா அப்போதுதான் வாய்விட்டு சிரிப்பதை பார்க்கிறார் எனும் வகையில் அவள் புன்னகைத்தாள். "நல்லது" என்றாள் அவள், "எட்மண்ட் கிர்ஷ் ஒரு கம்ப்யூட்டர் அடிமை என்பதில் நமக்கு இனி எந்த சந்தேகமும் வராது என்று நினைக்கிறேன் . . ."

இருவரும் ஒன்றாக சிரித்தனர், அந்த நிலவறையின் தனிமையில் அத்தருணத்தை மூச்சுவிட்டுக்கொள்ள எடுத்துக்கொண்டனர்.

"நீங்கள் பாஸ்வேர்டை கண்டுபிடித்துவிட்டீர்கள்" என்ற அவள் குரல் நன்றியுடையதாயிருந்தது. "எட்மண்டின் போனை தொலைத்துவிட்டமைக்காக முன்னெப்போதையும்விட இப்போதுதான் மிகவும் வருந்துகிறேன். இன்னமும் அது நம்மிடம் இருந்திருந்தால், எட்மண்டின் அறிவிப்பை நம்மால் உடனடியாக இயக்கி விட்டிருக்க முடியும்."

"அது உன் தவறல்ல" என்று அவர் மறு உத்திரவாதமளித்தார். "நான் சொன்னதுபோல், வின்ஸ்டனை எப்படிக் கண்டுபிடிப்பதென்று எனக்குத் தெரியும்."

அப்படிச் செய்ய முடிமென்று என்னால் நினைக்கவாவது முடியும், என்று அவர் நம்பிக்கை கொண்டார்.

பார்சிலோனாவை பருந்துப் பார்வையில் லேங்டன் பார்த்துக் கற்பனை செய்கையிலும், அவர்களுக்கு முன்னால் வழக்கத்திற்கு மாறான ஒரு புதிர் இருக்கையிலும், படிக்கட்டில் கீழே இறங்கிக் கொண்டிருக்கையில் எதிரொலித்த கரகரப்பான ஒலியால் அந்த நிலவறையின் அமைதி குலைந்துபோனது.

மேலே, ஃபாதர் பெனா அலறியபடியே அவர்களை பெயரிட்டு அழைத்துக் கொண்டிருந்தார்.

74

"சீக்கிரம்! மிஸ்.வைடல் . . . புரபஸர் லேங்டன் . . . சீக்கிரம் வாருங்கள்!"

ஃபாதர் பெனா ஆபத்தான நிலையில் தொடர்ந்து கத்திக்கொண்டிருக்க, லேங்டனும் ஆம்ராவும் அந்த நிலவறை படிக்கட்டுகளில் மேலேறிச் சென்றனர். உச்சிப் படிக்கட்டை அவர்கள் அடைந்தபோது, லேங்டன் புனித ஆலய தளத்திற்கு விரைந்தார், ஆனால் உடனடியாக இருள் போர்வையில் தொலைந்துபோனார்.

என்னால் பார்க்க முடியவில்லை!

அவர் அந்த இருளில் முன்னோக்கி நகர்ந்தபோது, அவருடைய கண்கள் கீழேயிருந்த எண்ணெய் விளக்குகளின் வெளிச்சத்திற்கு ஏற்ப சரிசெய்துகொள்ள திணறின. அவருக்குப் பின்னால் வந்துசேர்ந்த ஆம்ராவும், அரைக்கண்ணால்தான் பார்த்தாள்.

"இதோ இங்கே!" பெனா அபாயகரமாக கத்தினார்.

அவர்கள் அந்த சத்தத்தை நோக்கி நகர்ந்தனர், இறுதியில் படிக்கட்டில் இருந்து சிந்திக்கொண்டிருந்த வெளிச்சத்தின் இருள் விளிம்புகளில் அந்த மதகுரு காணப்பட்டார். ஃபாதர் பெனா முழங்காலிட்டிருந்தார், ஒரு உடலின் முன்பு இருண்ட நிழலொளிக்கு மேலாக குனிந்திருந்தார்.

ஒரு கணத்தில் அவர்கள் பெனாவின் பக்கம் வந்துசேர்ந்தனர், இயல்புக்கு மாறாக திருகப்பட்ட தலையுடன் தரையில் கிடந்த ஏஜெண்ட் டயஸின் உடலைக் கண்டு லேங்டன் அப்படியே பின்வாங்கிக் கொண்டார். டயஸ் தன் வயிறு தரையில் படும்படி கிடந்தார், ஆனால் அவருடைய தலை 180 டிகிரிகளுக்கு பின்னோக்கி திருகப்பட்டிருந்தது, அதனால் அவருடைய உயிரற்ற கண்கள் அந்த தேவாலயத்தின் கூரையைப் பார்த்தபடி இருந்தன. அந்த பயங்கரத்தில் குறுகிப்போன லேங்டன் இப்போதுதான் ஃபாதர் பெனாவின் அலறல்களில் இருந்த திகிலை புரிந்துகொண்டார்.

அவருள் பயத்தின் சில்லிட்ட ஓட்டம் விரைந்துகொண்டிருந்தது, அவர் சட்டென்று எழுந்து நின்று அந்த குகைபோன்ற தேவாலயத்தில் ஏதேனும் அசைவு தெரிகிறதா என்று இருளில் ஆராய்ந்து பார்த்தார்.

"அவருடைய துப்பாக்கி" என்று கிசுகிசுத்த ஆம்ரா டயஸின் வெறுமையான துப்பாக்கி உறையை சுட்டிக் காட்டினாள். "அதைக் காணவில்லை." அவர்களைச் சூழ்ந்திருந்த இருளுக்குள் உற்றுநோக்கிய அவள் சத்தமாக கூப்பிட்டாள், "ஏஜெண்ட் ஃபொன்ஸெகா?!"

அருகாமையில் இருந்த கருமையில், திடீரென்று பளிங்குத் தரையில் காலடியோசைகள் கேட்டவுடன் இரண்டு உடல்கள் ஒரு மூர்க்கமான போராட்டத்தில் மோதிக்கொள்ளும் சத்தம் கேட்டது. பின்னர், திடுக்கிடச் செய்யும்படி எதிர்பாராத வகையில் துப்பாக்கி

சுடும் சத்தம் வெகு அருகாமையில் காதடைக்க வைக்கும் அளவுக்கு கேட்டது. லேங்டன், ஆம்ரா மற்றும் பெனா ஆகிய மூவரும் பின்னோக்கி நகர்ந்தனர், அந்த தேவாலயம் முழுக்கவே துப்பாக்கி சுடும் ஓசை எதிரொலிக்க ஒரு அவசரப்படுத்தும் வேதனையுற்ற குரலைக் கேட்டனர் - "ஓடிவிடுங்கள்!"

இரண்டாவது துப்பாக்கி சுடும் சத்தமும் கேட்டது, அதைத் தொடர்ந்து ஒரு பலமான பொத்தென்று விழும் ஓசை - அது ஒரு உடல் தரையில் விழுகின்ற சத்தம் என்பதில் சந்தேகமில்லை.

ஏற்கனவே ஆம்ராவின் கையைப் பிடித்திருந்த லேங்டன் அந்த ஆலயத்தின் பக்கவாட்டுச் சுவருக்கு அருகாமையில் தெரிந்த ஆழ்ந்த நிழல்களை நோக்கி அவளை இழுத்துச் சென்றார். ஃபாதர் பெனா அவர்களுக்கு ஒரு அடி பின்னால் வர, அவர்கள் மூவரும் அந்த சில்லிட்ட பாறைக்கு எதிரில் மூச்சுக்கூட விடாத அமைதியில் ஒடுங்கிக் கொண்டனர்.

என்ன நடக்கிறது என்பதை புரிந்தகொள்ள போராடிக்கொண்டே லேங்டனின் கண்கள் அந்த இருளை ஆராய்ந்தன.

யாரோ ஏஜெண் [illegible] யையும் ஃபொன்செகாவையும் கொன்றுவிட்டார்கள்! இங்கே நம்முடன் இருப்பவர் யார்? அவர்களுக்கு என்ன வேண்டும்?

லேங்டனால் ஒரேயொரு தர்க்கபூர்வமான பதிலைத்தான் கற்பனை செய்துபார்க்க முடிந்தது: ஸக்ரதா ஃபெமிலிவியாவின் இருளில் பதுங்கியிருக்கும் அந்தக் கொலைகாரன் ஏதோ இரண்டு கார்டியா ஏஜெண்டுகளை கொல்வதற்காக இங்கே வரவில்லை . . . அவன் ஆம்ராவையும் லேங்டனையும் தேடித்தான் வந்திருக்கிறான்.

எட்மண்டின் கண்டுபிடிப்பை மௌனிக்கச் செய்ய இன்னமும்கூட யாரோ முயற்சித்துக் கொண்டுதான் இருக்கிறார்கள்.

சட்டென்று, ஆலயத் தரையின் மத்தியில் ஒரு பிரகாசமான ஃபிளாஷ்லைட் ஒளிவிட்டது, ஒரு அகலமான வளைவில் முன்னும் பின்னுமாக ஆடிக்கொண்டிருந்த அந்த ஒளிப்பிழம்பு அவர்கள் இருந்த திசையை நோக்கி வந்தது. அந்தப் பிழம்பு

அவர்களை அடைய சில நொடிகளே இருப்பது லேங்டனுக்குத் தெரியும்.

“இந்தப் பக்கம்” என்று முனகிய பெனா, எதிர்திசையில் சுவற்றோடு சேர்த்து ஆம்ராவை இழுத்தார். அந்த விளக்கு ஆடியபடியே நெருங்கி வருகையில் லேங்டன் அவர்களைப் பின்தொடர்ந்தார். பெனாவும் ஆம்ராவும் சட்டென்று வலதுபக்கம் திரும்பி பாறையில் இருந்த திறப்பிற்குள்ளாக மறைந்துபோயினர், அவர்களுக்குப் பின்னால் உள்ளே நுழைந்த லேங்டன் கண்ணுக்குத் தெரியாத படிக்கட்டுகளால் சட்டென்று நிலைதடுமாறி விழுந்தார். லேங்டன் எழுந்து நிற்கையில் மேல்நோக்கி ஏறத் தொடங்கியிருந்த பெனாவையும் ஆம்ராவையும் அவர் பின்தொடர்ந்தார், பின்னர் பின்னால் திரும்பி தங்களுக்கு கீழே அந்த ஒளிப்பிழம்பு தோன்றி, படிக்கட்டுகளின் அடிப்பகுதிக்கு ஒளியூட்டுவதைக் கண்டார்.

லேங்டன் இருளில் அப்படியே அசையாது நின்றபடி காத்திருந்தார்.

அந்த வெளிச்சம் நீண்டநேரத்திற்கு அப்படியே இருந்தது, பின்னர் அது பிரகாசமாக பெரிதுபடத் தொடங்கியது.

அவன் இந்தப் பக்கமாகத்தான் வருகிறான்!

ஆம்ராவும் பெனாவும் தனக்கு மேலிருந்த படிக்கட்டுகளில் முடிந்தவரை தங்களை மறைத்துக்கொண்டு ஏறிக்கொண்டிருப்பதை லேங்டனால் கேட்க முடிந்தது. அவர் சுழன்று திரும்பி தன்னை அவர்களுக்குப் பின்னால் கொண்டுசென்றார், ஆனாலும் மறுபடி தடுமாறியபடியே ஒரு சுவற்றில் மோதிக்கொண்டார், அப்போதுதான், அந்தப் படிக்கட்டு நேராக இல்லாமல் வளைந்திருக்கிறது என்பதை உணர்ந்தார். வழிகாட்டுதலுக்காக சுவற்றில் வைத்து கையை அழுத்திக்கொண்ட லேங்டன், ஒரு இறுக்கமான சுழலியில் மேல்நோக்கி ஏறத் தொடங்கிபின் தான் எங்கிருக்கிறோம் என்பதை சீக்கிரத்திலேயே புரிந்துகொண்டார்.

ஸக்ரதா ஃபெமிலியாவின் புகழ்பெற்ற ஆபத்தான சுழல் படிக்கட்டுகள்.

அவர் தன் கண்களை உயர்த்தி ஒரு மிக மங்கிய வெளிச்சம் மேலேயுள்ள கூரைவிளக்கில் இருந்து வடிந்துகொண்டிருக்கையில் அந்த ஒளியூட்டல் அவரைச் சூழ்ந்திருந்த குறுகலான தண்டை வெளிப்படுத்த போதுமானதாக இருந்தது. லேங்டன் தன்னுடைய கால்கள் இறுகுவதை உணர்ந்தார், அவர் அந்தப் படிக்கட்டுகளில் நிற்கும்போது, இந்த நசுக்கும்படியான சிறிய பாதைவழியில் தனக்கிருக்கும் மூடிய அறை அச்ச உணர்வுக்கு ஆளானார்.

ஏறிக்கொண்டேயிரு! அவருடைய பகுத்தறிவு மனம் மேல்நோக்கி செல்லவே வற்புறுத்தியது, ஆனால் அவருடைய தசைகள் பயத்தில் சுருங்கிப்போயின.

அவருக்கு கீழே எங்கேயோ, ஆலயத்திற்குள்ளிருந்து நெருங்கிவரும் பலத்த காலடியோசைகளை லேங்டனால் கேட்க முடிந்தது. அந்த சுழல் படிகளில் முடிந்தவரை வேகமாக முன்னோக்கி ஏறுவதற்கே அவர் தன்னை கட்டாயப்படுத்தினார். சுவற்றில் இருந்த திறப்பை -நகரத்தின் விளக்குகளை சட்டென்று பார்த்துவிடும்படியான ஒரு அகலமான துவாரம் - அவர் கடக்கும்போது அவருக்கு மேலே, ஒரு மங்கிய வெளிச்சம் பிரகாசமடையத் தொடங்கியிருந்தது. அந்த கூரைவிளக்கை கடக்கையில் குளிர்ந்த காற்று அவரை மோதிச் சென்றது, அவர் வட்டமடித்து மேலே நுழைந்தபோது இருளுக்குள் நுழைந்தார்.

கீழிருக்கும் படிக்கட்டில் இருந்து காலடிச்சத்தங்கள் கேட்டன, மையத் தண்டின் மேலே அந்த ஃபிளாஷ்லைட் தாறுமாறாக ஆராய்ந்து கொண்டிருந்தது. லேங்டன் மற்றொரு கூரைவிளக்கை கடக்கையில் பின்தொடர்ந்த அந்த காலடியோசைகளின் சத்தம் அதிகரித்தது, அவரைத் தாக்க வருபவன் இப்போது அவருக்குப் பின்னால் வேகமெடுத்திருந்தான்.

அப்போது மேல்மூச்சு கீழ்மூச்சு வாங்கிக்கொண்டிருத ஆம்ப்ரா மற்றும் ஃபாதர் பெனாவை லேங்டன் பிடித்துவிட்டார். உள்நுழையும் மையத் தண்டிற்குள் இருந்த படிக்கட்டின் உட்புற விளிம்பிற்கு மேலே லேங்டன் உற்றுப் பார்த்தார். அந்த இறக்கம் தலைசுற்ற வைத்தது - ஒரு மிகப்பெரிய சுழல்வடிவ நத்தையைப் போல் கண்களின் வழியே செங்குத்தாக இறங்குகின்ற ஒரு குறுகலான, வட்டவடிவ துளைதான் அது. அதிலும் ஏறக்குறைய தடையேதும் இல்லை, வெறும் முழங்கால் உயரமுள்ள ஒரு

உட்புற ஓரம்கூட எந்தவித பாதுகாப்பையும் வழங்கும் என சொல்லிவிட முடியாது. லேங்டன் தனக்குள்ளே எழுந்த குமட்டலுடன் போராட வேண்டியிருந்தது.

தலைக்கு மேலிருந்த தண்டின் இருளிடத்தில் அவர் தன் கண்களை திருப்பிக் கொண்டார். இந்தக் கட்டுமானத்தில், நானூற்றுக்கும் மேற்பட்ட படிகள் இருப்பதாக லேங்டன் கேள்விப்பட்டிருக்கிறார்; அப்படியென்றால், ஆயுதம் தாங்கியிருக்கும் கீழேயுள்ள அந்த ஆள் அவர்களைப் பிடிப்பதற்குள் மேலேறிச் சென்றுவிட வாய்ப்பே இல்லை.

“நீங்கள் இருவரும் . . . போய்விடுங்கள்!” என்று மூச்சுவாங்கிய பெனா, அப்பால் நகர்ந்து லேங்டனையும் ஆம்ராவையும் கடந்துசெல்ல விட்டார்.

“அதற்கு வாய்ப்பே இல்லை, ஃபாதர்” என்ற ஆம்ரா கீழிறங்கி அந்த வயதான மதகுருவுக்கு உதவினார்.

அவளுடைய பாதுகாப்பு உள்ளுணர்வை லேங்டன் பாராட்டிக்கொண்டார், ஆனால் இந்தப் படிக்கட்டில் ஏறித் தப்பிப்பதும் தற்கொலைதான் என்பது அவருக்கும் தெரியும், அதற்கு தங்கள் முதுகில் தோட்டாக்கள் பாய்வதோடு முடிவதற்கான வாய்ப்பே இருக்கிறது. உயிர் பிழைத்தலுக்கான இரண்டு விலங்குணர்வுகளை - போராடு அல்லது போய்விடு - பொறுத்தவரையில் போய்விடுதல் என்பது இனியும் ஒரு நல்ல தேர்வாக இருக்காது.

நம்மால் முடியாது.

ஆம்ராவையும், ஃபாதர் பெனாவையும் போகவிட்டு பின்னால் திரும்பிய லேங்டன் தன்னுடைய கால்களை பதிய வைத்துக்கொண்டு அந்த சுழல் படிக்கட்டை கீழ்நோக்கிப் பார்த்தார். அவருக்கு கீழே, அந்த ஃபிளாஷ்லைட்டின் ஒளிப்பிழம்பு நெருங்கி வந்துகொண்டிருந்தது. அவர் சுவற்றோடு பின்வாங்கி நிழலில் பதுங்கிக் கொண்டு, தனக்குப் பின்னால் இருக்கும் படிக்கட்டில் அந்த வெளிச்சம் படும்வரையில் காத்திருந்தார். அந்தக் கொலைகாரன் அந்த வளைவை சுற்றிவந்து கண்ணுக்குப் புலப்பட்டான் - ஒரு கருத்த வடிவம் இரண்டு கைகளையும் விரித்து வைத்துக்கொண்டு ஓடியது, ஒரு கை

ஃபிளாஷ்லைட்டையும், மற்றொன்று கைத்துப்பாக்கியையும் பிடித்திருந்தது.

லேங்டன் உள்ளுணர்வின்படி எதிர்வினையாற்றினார், தான் பதுங்கியிருந்த இடத்தில் இருந்து சட்டென வெளிப்பட்ட அவர் கால்களை முன்னே வைத்துக்கொண்டு காற்றில் தாவினார். அவரைப் பார்த்த அந்த ஆள் தன்னுடைய துப்பாக்கியை உயர்த்த எத்தனித்தபோது லேங்டனின் உள்ளங்கால்கள் ஒரு சக்திவாய்ந்த உதையை அவனுடைய மார்புக்குள் செலுத்தி, அந்தப் படிக்கட்டின் சுவற்றுக்குள்ளேயே பின்னோக்கி அனுப்பி வைத்தது.

அடுத்த சில நொடிகளுக்கு ஒன்றும் புலப்படவில்லை.

அவனுக்கு அருகாமையிலேயே லேங்டனும் விழுந்தார், அவருடைய இடுப்பில் வலியெடுத்தது, அவரைத் தாக்க வந்தவன் சில படிகள் கீழே பின்னோக்கி நிலைதடுமாறிச் சென்று ஒரு முனகல் ஓசையுடன் விழுந்தான். படிக்கட்டில் குதித்தோடி, உருண்டு சென்று நின்ற அந்த ஃபிளாஷ்லைட் ஒரு சாய்வான ஒளியை பக்கவாட்டுச் சுவற்றை நோக்கி வீசியபடி லேங்டனுக்கும் அவரைத் தாக்க வந்தவனுக்கும் இடையில் படிக்கட்டின் பாதிவழியில் கிடந்த ஒரு உலோகப் பொருளை வெளிச்சம் போட்டுக் காட்டியது.

துப்பாக்கி.

இரண்டு பேரும் ஒரே கணத்தில் சிரித்தனர், ஆனால் அதை எடுப்பதற்கான உயர்நிலையில் இருந்த லேங்டன் அதன் கைப்பிடியைப் பற்றிக்கொண்டு, அவருக்கு கீழேயிருந்த சிறிதளவேயான இடைவெளியில் நின்றுவிட்டவனும், அந்த துப்பாக்கியின் குழலை எதிர்த்து நிற்பதுபோல் முறைத்துக் கொண்டிருந்தவனுமான தன்னை தாக்க வந்தவனை நோக்கி குறிவைத்தார்.

ஃபிளாஷ்லைட்டின் பளிச்சிடலில், லேங்டனால் அந்த ஆளின் சால்ட் அண்ட் பெப்பர் தாடியையும், விறைப்பான வெண்ணிற பேண்ட்டையும் பார்க்க முடிந்தது . . . சட்டென்று அவன் யார் என்பதையும் அவர் தெரிந்துகொண்டார்.

கூகன்ஹைமில் தோன்றிய அதே கடற்படை அதிகாரி . . .

லேங்டன் அந்த மனிதனின் தலைக்கு நேராக குறிவைத்தார், தன்னுடைய விரல் துப்பாக்கியின் விசையில் இருப்பதையும் அவர் உணர்ந்தார். "நீ என்னுடைய நண்பன் எட்மண்ட் கிர்ஷை கொன்றுவிட்டாய்."

அந்த மனிதன் மூச்சுவிடாமல் நின்றான், ஆனால் உடனடியாக பதிலளித்தான், அவனுடைய குரல் பனிக்கட்டியைப் போல் உறைந்திருந்தது. "நான் ஒரு கணக்கை நேர் செய்தேன். உங்களுடைய நண்பன் கிர்ஷ்தான் என்னுடைய குடும்பத்தைக் கொன்றான்."

75

லேங்டன் என் விலா எலும்புகளை உடைத்துவிட்டார். அட்மிரல் எவிலா மூச்சை உள்ளிழுத்த ஒவ்வொரு முறையும் கூர்மையான குத்தல் வலியை உணர்ந்தார், அவருடைய மார்பு வலிந்து மேலெழும்பொழுதெல்லாம் வலியால் முனகிய அவர் தன்னுடைய உடலுக்கான பிராண வாயுவை சீரமைத்துக்கொள்ள முயன்றார். அவருக்கு மேலே படிக்கட்டுகளில் மறைந்திருந்த ராபர்ட் லேங்டன் கீழே உற்றுப் பார்த்து, எவிலாவின் வயிற்றுப்பகுதியை நோக்கி தடுமாறியவாறே பிஸ்டலால் குறிவைத்திருந்தார்.

எவிலாவின் ராணுவப் பயிற்சி உடனடியாக அவரது உதவிக்கு வரவே, அவர் தானிருக்கும் சூழ்நிலையை மதிப்பிடத் தொடங்கினார். எதிர்வரிசையில், தன்னுடைய எதிரி ஆயுதத்துடனும் உயரமான இடத்திலும் இருக்கிறான். நேர்வரிசையில், அந்த புரபஸர் வழக்கத்திற்கு மாறான வகையில் துப்பாக்கியை பிடித்திருப்பதை வைத்துப் பார்த்தால், ஆயுதங்களுடன் அவருக்கு மிகச்சிறிதளவே பரிச்சயமிருக்கும் எனத் தெரிந்தது.

அவருக்கு என்னைச் சுடும் உத்தேசம் இல்லை என எவிலா தீர்மானித்துக் கொண்டார். அவர் என்னை இப்படியே இருக்க வைத்து பாதுகாப்பு வீரர்களுக்காக காத்திருக்கச் செய்யப் போகிறார். வெளியே கேட்கும் எல்லாவித சத்தங்களில் இருந்தும், ஸக்ரதா ஃபெமிலியாவின் பாதுகாப்பு அதிகாரிகள் துப்பாக்கி சுடும் சத்தத்தை கேட்டிருப்பார்கள் என்பதுடன் இந்தக் கட்டடத்திற்குள் இப்போது விரைந்து வந்து கொண்டிருப்பார்கள்.

நான் சீக்கிரம் செயல்பட வேண்டும்.

தன்னுடைய கைகளை சரணடைவதைப் போல் உயர்த்திய எவிலா முட்டிக்கால்களால் மெதுவாக நகர்ந்து முழுமையான ஒத்துழைப்பையும், பணிந்து போவதையும் தெரிவித்தார்.

அவர் முழுமையான கட்டுப்பாட்டில் இருக்கும் உணர்வை லேங்டனுக்கு அளித்தார்.

படிக்கட்டுகளில் விழுந்திருந்தாலும், தன்னுடைய இடுப்புப் பட்டையின் பின்பக்கத்தில் தான் வைத்திருந்த அந்தப் பொருள் இன்னமும் அங்கேதான் இருக்கிறதென்பதை எவிலாவால் உணர முடிந்தது - கூகன்ஹைமிற்குள்ளே கிர்ஷை அவர் கொலைசெய்த செராமிக் பிஸ்டல்தான் அது. இந்த தேவாலயத்திற்குள் நுழையும் முன்னர், கடைசியாக இருந்த தோட்டாவையும் அவர் அதில் நிரப்பியிருந்தார், ஆனால் அதைப் பயன்படுத்த வேண்டிய தேவை அவருக்கு ஏற்பட்டிருக்கவில்லை, காவலர்களில் ஒருவரை சத்தமில்லாமல் கொன்றுவிட்டு அதைவிட திறன்மிக்க துப்பாக்கியை அவனிடமிருந்து அவர் பறித்துக்கொண்டார், துரதிஷ்டவசமாக, இப்போது அதை வைத்துதான் லேங்டன் அவரை குறிவைத்திருக்கிறார். துப்பாக்கியின் பாதுகாப்பு இணைப்பை அப்படியே விட்டிருந்திருக்கலாமோ என்று அவர் நினைத்தார், ஒருவேளை அதை எப்படித் திறப்பதென்று லேங்டனுக்கு தெரியாமலாவது இருந்திருக்கும் என்று யூகித்துக் கொண்டார்.

தன்னுடைய இடுப்புப் பட்டையில் இருந்து செராமிக் துப்பாக்கியை எடுத்து தாமே முதலில் லேங்டனை சுட்டுவிடலாம் என்பதை எவிலா பரிசீலித்துப் பார்த்தார், ஆனால் அவர் அதை வெற்றிகரமாக செய்துவிட்டாலும்கூட, தான் உயிர்பிழைத்திருப்பதற்கான வாய்ப்பு பாதிக்கு பாதி என்றே

எவிலா கணக்கிட்டார். அனுபவமில்லாமல் துப்பாக்கியைப் பயன்படுத்துவர்களிடத்தில் உள்ள ஆபத்துக்களின் ஒன்று என்னவென்றால் அவர்கள் தவறுதலாகக்கூட சுட்டுவிடுவார்கள் என்பதுதான்.

நான் வெகு விரைவாக நகர்ந்துவிட்டால் . . .

கத்திக்கொண்டிருக்கும் காவலாளிகளின் ஒலிகள் நெருங்கி வந்துகொண்டிருந்தன, தான் காவலில் எடுக்கப்பட்டால், தன்னுடைய உள்ளங்கையில் இருக்கும் "விக்டர்" டாட்டூ, தான் விடுவிக்கப்படுவதை உத்திரவாதப்படுத்தும் என்பது எவிலாவுக்குத் தெரியும் - அல்லது குறைந்தபட்சம், அப்படித்தான் ரீஜெண்ட் அவருக்கு உறுதியளித்திருந்தார். இருந்தாலும், இரண்டு கார்டியா ரியல் ஏஜெண்டுகளை கொலை செய்திருக்கும் அத்தருணத்தில், ரீஜெண்டின் செல்வாக்கு தன்னைக் காப்பாற்றுமா என்பதை எவிலாவால் உறுதியாக சொல்ல முடியவில்லை.

நான் ஒரு செயல்திட்டத்தை நிறைவேற்றத்தான் இங்கே வந்தேன், எவிலா தனக்குத்தானே நினைவுறுத்திக் கொண்டார். *அதை நான் நிறைவேற்றியாக வேண்டும். ராபர்ட் லேங்டனையும் ஆம்ரா வைடலையும் அழித்தொழிக்க வேண்டும்.*

கிழக்குப்புற சேவை வாயில் வழியாக தேவாலயத்திற்குள் நுழையும்படிதான் ரீஜெண்ட் எவிலாவிடம் கூறியிருந்தார், ஆனால் அதற்கு பதிலாக எவிலா ஒரு பாதுகாப்பு வேலியைத் தாண்டிக் குதிக்க தீர்மானித்தார். *காவல்துறையினர் கிழக்கு வாயிலுக்கு அருகில் மறைந்திருப்பதை பார்த்தேன் . . . அதனால் என்னை மேம்படுத்திக் கொண்டேன்.*

முரட்டுத்தனமாக பேசிய லேங்டன், எவிலாவை நோக்கி துப்பாக்கியை குறி வைத்திருந்தார். "எட்மண்ட் கிர்ஷ் உன்னுடைய குடும்பத்தை கொன்றதாக கூறினாய். அது ஒரு பொய். எட்மண்ட் ஒன்றும் கொலைகாரன் அல்ல."

சரியாக சொன்னீர்கள் என்று நினைத்தார் எவிலா. *அவன் அதைவிட மோசமானவன்.*

ரகசியமாக இருந்த கிர்ஷைப் பற்றிய ஒரு இருளார்ந்த உண்மையை ஒரு வாரத்திற்கு முன்னர்தான் ஒரு தொலைபேசி

அழைப்பில் ரீஜெண்டிடம் இருந்து எவிலா தெரிந்துகொண்டார். புகழ்பெற்ற எதிர்காலவியலாளர் எட்மண்ட் கிர்ஷை நீங்கள் குறிவைக்க வேண்டும் என நம்முடைய போப் கேட்டுக்கொண்டுள்ளார் என்றார் அந்த ரீஜெண்ட். நம்முடைய புனிதருக்கு உள்நோக்கங்கள் பல இருக்கின்றன, ஆனால் இந்த செயல்திட்டத்தை நீங்கள் தனிப்பட்ட முறையில் செய்துமுடிக்க வேண்டும் என அவர் விரும்புகிறார்.

நான் எதற்கு? என்றார் எவிலா.

அட்மிரல், ரீஜெண்ட் கிசுகிசுத்தார். இதைச் சொல்வதற்கு வருந்துகிறேன், ஆனால் உங்களுடைய குடும்பத்தைக் கொன்ற தேவாலய குண்டுவெடிப்பிற்கு எட்மண்ட் கிர்ஷ்தான் காரணம்.

எவிலாவின் முதல் எதிர்வினை முழுமையான அவநம்பிக்கை என்பதாகத்தான் இருந்தது. ஒரு பிரபலமான கம்ப்யூட்டர் அறிவியலாளர் தேவாலயத்திற்கு குண்டு வைக்க எத்தகைய காரணமும் இருப்பதாக அவருக்குத் தோன்றவில்லை.

நீங்கள் ராணுவத்தைச் சேர்ந்த ஒருவர், அட்மிரல் என்று ரீஜெண்ட் அவருக்கு விளக்கினார். அதனால் மற்றவர்களைவிட உங்களுக்குத்தான் நன்றாகத் தெரியும்: போர்க்களத்தில் துப்பாக்கி விசையை இழுக்கின்ற ஒரு இளம் படைவீரன் உண்மையில் ஒரு கொலைகாரன் அல்ல. அவன் ஒரு கைப்பாவை, அந்த வேலையை மிகுந்த அதிகாரம் மிக்கவர்களுக்காகவே - அரசாங்கங்கள், ஜெனரல்கள், மதத் தலைவர்கள் - அவன் செய்கிறான், அவர்கள் ஒன்று அவனுக்கு பணம் தருவார்கள் அல்லது அந்தக் காரணம் எத்தகைய விலைகொடுத்தேனும் செய்யப்பட வேண்டியது என அவனை ஒப்புக்கொள்ள வைப்பார்கள்.

எவிலா உண்மையிலேயே அத்தகைய சூழ்நிலையை கண்டிருக்கிறார்.

இதே விதிமுறைகள்தான் தீவிரவாதத்திற்கும் பொருந்திப்போகிறது என்று ரீஜெண்ட் தொடர்ந்தார். மிகவும் ஆபத்தான தீவிரவாதிகள் எல்லாம் வெடிகுண்டுகளை செய்பவர்கள் அல்ல, ஆனால் வன்முறையான வெகுமக்களிடையே வெறுப்பை பெரிதாக்குகின்ற செல்வாக்குமிக்க தலைவர்கள் தங்களுடைய காலாட் படையினரை வன்முறைச் செயல்களில் ஈடுபட

உத்வேகம் அளிக்கிறார்கள். ஆன்மீக சகிப்பின்மையையோ, தேசியவாதத்தை தூண்டியோ அல்லது பலவீனமானவர்களின் மனங்களில் வெறுப்பை விதைப்பதன் மூலமோ இந்த உலகில் அழிவை ஏற்படுத்துகிறவர்களுக்கு ஒரே ஒரு சக்திவாய்ந்த இருளார்ந்த ஆன்மா இருந்தாலே போதுமானது.

எவிலா இதை ஒப்புக்கொள்ளத்தான் வேண்டியிருந்தது.

கிறிஸ்துவத்திற்கு எதிரான தீவிரவாத தாக்குதல்கள் என்றார் ரீஜெண்ட். *உலகம் முழுவதும் அதிகரித்துவிட்டன. இந்தப் புதிய தாக்குதல்கள் வியூகரீதியாக திட்டமிட்ட நிகழ்வுகளாக இருக்காது; கிறிஸ்துவின் எதிரிகளுடைய தூண்டுதல்களால் அனுப்பி வைக்கப்படுகின்ற ஆயுதங்களின் அழைப்பிற்கு பதிலளிக்கின்ற தனிப்பட்ட அபிப்பிராயம் கொண்டவர்களால் நடத்தப்படுகின்ற அடுத்தடுத்த தாக்குதல்கள்தான் இவை.* ரீஜெண்ட் சற்று இடைவெளி விட்டார். *அத்தகைய தூண்டிவிடும் எதிரிகளிடையே நான் நாத்திகவாதி எட்மண்ட் கிர்ஷையும் சேர்த்திருக்கிறேன்.*

ரீஜெண்ட் உண்மையை நீட்டிக்கத் தொடங்கிவிட்டார் என்பதை இப்போது எவிலா உணர்ந்தார். ஸ்பெயினில், கிறிஸ்துவத்திற்கு எதிராக கிர்ஷ் வெறுக்கத்தக்க பிராச்சாரம் செய்து வந்திருந்தாலும், கிறிஸ்துவர்களை எல்லாம் கொல்லுமாறு வலியுறுத்துகின்ற எத்தகைய அறிக்கையையும் அந்த அறிவியலாளர் ஒருபோதும் வெளியிட்டதில்லை.

நீங்கள் உடன்பட மறுக்கும் முன்னர், போனில் இருந்த குரல் அவரிடம் கூறியது, *ஒரு இறுதியான தகவல் ஒன்றை நான் உங்களுக்குத் தருகிறேன்.* ரீஜெண்ட் பலத்த பெருமூச்சுவிட்டார். *இது யாருக்கும் தெரியாது அட்மிரல், ஆனால் உங்கள் குடும்பத்தைக் கொன்ற தாக்குதல் . . . பால்மேரியன் தேவாலயத்திற்கு எதிரான போர் நடவடிக்கை எனும் உள்நோக்கத்தைக் கொண்டது.*

அந்தக் கூற்று எவிலாவை அப்படியே திகைக்க வைத்தாலும் அதில்கூட எந்த அர்த்தமும் இருப்பதாகத் தெரியவில்லை; செவைல் கதீட்ரல் ஒன்றும் பால்மேரியன் கட்டடம் அல்ல.

அந்த குண்டுவெடிப்பு நடந்த காலை வேளையில்தான், அந்தக் குரல் அவரிடம் கூறியது. செவைல் தேவாலயத்தின் பிரார்த்தனைக் கூட்டத்தில் ஆள்சேர்க்கும் நோக்கங்களுக்காக பால்மேரியன் தேவாயத்தின் நான்கு உறுப்பினர்கள் கலந்துகொண்டனர். அவரில் ஒருவரை உங்களுக்கே தெரியும் - மார்கோ. மற்ற மூவரும் அந்த தாக்குதலில் இறந்துவிட்டனர்.

தன்னுடைய உடலியல் மருத்துவரான, அந்த தாக்குதலில் தன்னுடைய காலை இழந்திருந்த மார்கோவை காட்சிப்படுத்திக் கொண்டபோது எவிலாவின் சிந்தனைகள் சுழன்றடித்தன.

நம்முடைய எதிரிகள் சக்திவாய்ந்தவர்கள், தெளிவான நோக்கம் கொண்டவர்கள் என அந்தக் குரல் மேலும் தொடர்ந்தது. எல் பால்மர் டி டிராயோவில் உள்ள நம்முடைய காம்பவுண்டிற்குள் நுழைய முடியாத அந்த குண்டு வைப்பவன் செவைல் வரையில் நம்முடைய நான்கு மிஷனரிகளையும் பின்தொடர்ந்து வந்து அங்கே தன்னுடைய செயலை நிகழ்த்திவிட்டான். நான் மிகவும் வருத்தப்படுகிறேன், அட்மிரல். பால்மேரியர்கள் உங்களை தொடர்புகொள்வதற்கான காரணங்களில் இந்தச் துயரச் சம்பவமும் ஒன்று - எங்களுக்கு எதிராக ஏவிவிடப்பட்ட போரில் உங்களுடைய குடும்பம் இணை அழிவாகிப் போனதற்கு நாங்கள்தான் பொறுப்பு என கருதுகிறோம்.

யாரால் ஏவிவிடப்பட்ட போர்? என்ற எவிலா அந்த அதிர்ச்சிகரமான ஒப்புதலை விளங்கிக்கொள்ள முயன்றார்.

உங்களுடைய மின்னஞ்சலைப் பாருங்கள் என்று ரீஜெண்ட் பதிலளித்தார்.

தன்னுடைய மின்னஞ்சலை திறந்த எவிலா, இப்போதுவரை பத்தாண்டுகளுக்கும் மேலாக பால்மேரியன் தேவாலயத்திற்கு எதிராக தொடுக்கப்பட்டிருக்கும் ஒரு கொடூரமான போரை விவரிக்கின்ற தனியார் ஆவணங்களின் அதிர்ச்சியளிக்கும் தொகுப்பை கண்டார். . . அந்தப் போரில் நீதிமன்ற வழக்குகள், அச்சுறுத்தி பணம் பறிக்கும் வகையிலான மிரட்டல்கள், பால்மர் டி டிராயோ சப்போர்ட் மற்றும் டயலாக் அயர்லேண்ட் போன்ற எதிர்-பால்மேரியன் "கண்காணிப்பு" குழுக்களுக்கு வழங்கப்பட்ட பெரும் அளவிலான நன்கொடைகள் ஆகிய எல்லாமும் அடங்கியிருந்தன.

இன்னமும் ஆச்சரியப்படுத்தக்கூடியது என்னவென்றால், பால்மேரியன் தேவாலயத்திற்கு எதிரான இந்த கசப்பான போர் ஒரு தனிநபரால் தொடுக்கப்பட்டதாக தோன்றியதுதான் - அந்த மனிதன் எதிர்காலவியலாளர் எட்மண்ட் கிர்ஷ்.

எவிலா அந்தச் செய்தியால் குழம்பினார். *எட்மண்ட் கிர்ஷ் எதற்காக திட்டவட்டமான முறையில் பால்மேரியன்களை அழிக்க வேண்டுமென நினைக்க வேண்டும்?*

தேவாலயத்தில் உள்ள யாருக்குமே - போப்பிற்குமேகூட - பால்மேரியர்களிடத்தில் கிர்ஷிற்கு ஏன் இத்தகைய குறிப்பிட்ட வெறுப்புணர்வு இருக்க வேண்டும் என யாருக்குமே தெரியவில்லை என்றார் ரீஜெண்ட். பால்மேரியர்கள் நசுக்கி ஒழிக்கப்படும்வரை இந்த கிரகத்தின் செல்வச்செழிப்புமிக்க மற்றும் மிகுந்த செல்வாக்குள்ளவர்களில் ஒருவர் ஓயப்போவதில்லை என்பது மட்டும்தான் அவர்களுக்குத் தெரியும்.

ஒரு கடைசியான ஆவணத்திடம் எவிலாவின் கவனத்தைத் திருப்பினார் ரீஜெண்ட் - செவைலில் குண்டுவைத்தவன் என்று தன்னைக் கூறிக்கொண்ட ஒருவனிடம் இருந்து பால்மேரியர்களுக்கு வந்த ஒரு தட்டச்சு செய்யப்பட்ட கடிதத்தின் நகல். அதன் முதல் வரியில், அந்த குண்டு வைத்தவன் தன்னை ஒரு "எட்மண்டின் சிஷ்யன்" என்று குறிப்பிட்டிருந்தான். இதை மட்டும்தான் எவிலா பார்த்தார்; அவருடைய முஷ்டிகள் சீற்றத்தில் இறுகிப்போயின.

இந்தக் கடிதத்தை பால்மேரியன்கள் ஏன் பொதுவில் பகிர்ந்துகொள்ளவில்லை என்பதையும் ரீஜெண்ட் விளக்கினார்; அந்த குண்டுவெடிப்புடன் பால்மேரியன்களை சம்பந்தப்படுத்தி பத்திரிக்கைகள் - அவற்றில் பெரும்பாலானவை கிர்ஷால் நடத்தப்பட்டவை அல்லது நிதியுதவி செய்யப்பட்டவை - குறிப்பிட்டு வந்ததே காரணம்.

எட்மண்ட் கிர்ஷால்தான் என் குடும்பம் இறந்தது.

இப்போது, இருளடைந்த படிக்கட்டில் இருந்தபடி எவிலா மேல்நோக்கி ராபர்ட் லேங்டனை முறைத்துப் பார்த்தபோது, பால்மேரியன் தேவாலயத்திற்கு எதிரான கிர்ஷின் ரகசிய

சிலுவைப் போரைப் பற்றியோ, அல்லது எவிலாவின் குடும்பத்தைக் கொன்ற தாக்குதலுக்கு கிர்ஷ் எந்தளவுக்கு உத்வேகமாக இருந்தான் என்பது பற்றியோ இவருக்கு எதுவும் தெரியாது என்பதை உணர்ந்தார்.

லேங்டனுக்கு என்ன தெரியும் என்பது முக்கியமல்ல என்று நினைத்தார் எவிலா. என்னைப் போலவே அவரும் ஒரு படைவீரன்தான். நாங்கள் இருவருமே இந்த பதுங்கு குழிக்குள் விழுந்துவிட்டோம், எங்களில் ஒருவர் மட்டும்தான் இதிலிருந்து வெளியேற முடியும். எனக்கென்று இடப்பட்ட உத்தரவுகள் இருக்கின்றன.

லேங்டன் அவருக்கு ஒருசில அடிகள் மேலேதான் நிலைகொண்டிருந்தார், தன்னுடைய ஆயுதத்தை பழக்கமில்லாத ஒருவரைப் போல் இரண்டு கைகளாலும் பிடித்துக்கொண்டிருந்தார். *மோசமான தேர்வு,* என்று நினைத்த எவிலா, தனக்கு கீழே இருக்கும் படிக்கட்டில் தன் கால்விரல்களை சத்தமில்லாமல் பதியவைத்து, காலை நிலைநிறுத்திக்கொண்டு, நேராக லேங்டனின் கண்களை உற்றுப் பார்த்தார்.

“இது நீ நம்புவதற்கு கடினமாகத்தான் இருக்கும்” என்றார் எவிலா, “ஆனால் எட்மண்ட் கிர்ஷ்தான் என்னுடைய குடும்பத்தைக் கொன்றான். இதோ அதற்கான ஆதாரம்.”

எவிலா தன்னுடைய டாட்டூவை லேங்டனிடம் காட்ட உள்ளங்கையைத் திறந்தார், அதெல்லாம் ஒரு நிரூபணமே இல்லைதான், ஆனால் அது வேண்டிய விளைவை ஏற்படுத்தியது - லேங்டன் அதைப் பார்த்தார்.

அந்த புரபஸரின் கவனம் திசைமாறிய மிகக் குறுகிய நேரத்தில், எவிலா அவருக்கு இடதுபக்கமாக சட்டென்று மேலேறி, வளைந்த வெளிப்புற சுவற்றோடு சேர்த்து துப்பாக்கி சுட்டுவிடக்கூடிய நிலையில் இருந்து தன் உடலை நகர்த்திக்கொண்டார். எதிர்பார்த்தது போலவே, லேங்டன் திடீர் வேகத்தில் சுட்டார் - ஆயுதத்தை நகரும் இலக்கிற்கு ஏற்றார்போல் சரிசெய்துகொள்வதற்கு முன்னமே விசையை அழுத்திவிட்டார். இடியோசையைப் போல், துப்பாக்கி சுட்ட ஓசை அந்த சுருங்கிய வெளியில் எதிரொலித்தது.

லேங்டன் முன்னதாகவே துப்பாக்கியால் மறுமுறை குறிவைத்துவிட்டார், ஆனால் எவிலா காற்றில் சுழன்று கீழே விழவிருந்தபோது தன்னுடைய முஷ்டகளால் லேங்டனின் மணிக்கட்டில் கடுமையாக தாக்கி, அவர் கையிலிருந்த துப்பாக்கியை படிக்கட்டுகளில் விழ வைத்தார்.

லேங்டனுக்குப் பக்கத்தில் இருந்த படிக்கட்டில் விழுந்தபோது எவிலாவின் மார்பு மற்றும் தோளில் கடும் வலியெடுத்தது, ஆனால் அட்ரினலின் வேகம் மட்டுமே அவருடைய தீவிரத்தன்மைக்கு வலுவூட்டியது. லேங்டனுக்குப் பின்னால் சென்ற அவர் தன்னுடைய இடுப்புப் பட்டையில் இருந்து செராமிக் கைத்துப்பாக்கியை உருவினார். காவலதிகாரியின் துப்பாக்கியை பிடித்திருந்ததற்கும் பின்னர் அந்த துப்பாக்கி எடையற்று தோன்றியது.

அந்த துப்பாக்கியால் லேங்டனின் மார்பை குறிவைத்த எவிலா சற்றும் தயங்காமல் விசையை இழுத்தார்.

அந்த துப்பாக்கி உறுமியது, ஆனால் ஒரு வழக்கத்திற்கு மாறான நொறுங்கும் ஒலி கேட்டது என்பதுடன், எவிலா தன் கையில் எரிச்சலான வெப்பத்தை உணர்ந்தபோதுதான் துப்பாக்கியின் குழலே வெடித்துப் போயிருப்பதை உணர்ந்தார். மறைத்து எடுத்துவருவதற்காக இந்த உலோகமற்ற "கண்டுபிடிக்க முடியாதவை" ஒன்று அல்லது இரண்டு தடவைகளுக்கு சுடுவதற்கென்றே உருவாக்கப்பட்டவை. தன்னுடைய தோட்டா எங்கே போனதென்றே எவிலாவுக்குத் தெரியவில்லை, ஆனால் லேங்டன் முன்னதாகவே நடுங்கிக் கொண்டிருப்பதைக் கண்ட எவிலா தன்னுடைய ஆயுதத்தை தூக்கிப்போட்டுவிட்டு அவரை நோக்கிப் பாய்ந்தார், இரண்டுபேருமாக வன்முறையோடு ஒருவரையொருவர் பிடித்துக்கொண்டு ஆபத்தான உள்விளிம்பிற்குள் மல்லுக்கட்டினர்.

அத்தருணத்தில், தான் வென்றுவிட்டதை உணர்ந்தார் எவிலா.

நாங்கள் சரிசமமான பலம் கொண்டிருக்கிறோம் என்று நினைத்தார் அவர். *ஆனால் நான்தான் மேலே இருக்கிறேன்.*

படிக்கட்டின் மையத்தில் இருந்த திறந்தவெளி சுழல்தண்டை ஏற்கனவே மதிப்பிட்டு வைத்திருந்தார் எவிலா - அது ஏறக்குறைய

எந்தப் பாதுகாப்பும் இல்லாமல் விழக்கூடிய நிலை. இப்போது லேங்டனை அந்த சுழல்தண்டை நோக்கி பின்னால் விழவைக்க முயற்சித்த எவிலா ஒரு காலை வெளிப்புற சுவற்றில் வைத்து அழுத்தி அதிகபட்ச அழுத்தம் கொடுத்தார். சக்தி வெளிப்படவே அவர் அந்த சுழல்தண்டை நோக்கி லேங்டனை தள்ளிவிட்டார்.

லேங்டன் கடுமையாக போராடினார், ஆனால் எவிலா இருந்த நிலை அவருக்கு அனுகூலத்தைக் கொடுத்தது என்பதுடன் அந்த புரபஸரின் கண்களில் தெரிந்த அவநம்பிக்கையால் என்ன நடக்கப்போகிறது என லேங்டனுக்குத் தெளிவாக தெரிந்துவிட்டது.

வாழ்க்கையின் மிக முக்கியமான தேர்வுகளுக்கு -உயிர்பிழைத்தல் சம்பந்தப்பட்ட விஷயங்களில்- எப்போதுமே ஒரு நொடிக்கும் குறைவான நேரத்தில்தான் முடிவெடுக்க வேண்டியிருக்கும் என்று சொல்லக் கேட்டிருக்கிறார் லேங்டன்.

இப்போது, அடிவிளிம்பிற்கு நேரே காட்டுத்தனமாக தள்ளப்பட்டு, நூறு அடிகள் கீழே விழுந்தால் லேங்டனின் ஆறு அடி உடலும் புவிஈர்ப்பின் மையமும் ஒரு மரண தண்டனையாகத்தான் இருக்கும். எவிலா இருக்கும் நிலையில் வைத்து அவரை தன்னால் ஒன்றும் செய்யமுடியாது என்பதை லேங்டன் தெரிந்துகொண்டார்.

லேங்டன் தனக்குப் பின்னால் இருந்த பாதாளத்தை தோள்பட்டை வழியாக பதற்றத்துடன் உற்றுப் பார்த்தார். அந்த சுழல்தண்டு குறுகலாக இருந்தாலும் -மூன்று அடி குறுக்காக இருக்கலாம்- அவருடைய கீழே விழும் உடலைத் தாங்கக்கூடிய அளவுக்கு போதுமான அகலத்தில்தான் இருந்தது . . . கீழே போய்க்கொண்டிருக்கும்போதே கல்லால் ஆன கைப்பிடியில் மோதித் தூக்கியெறிப்பட வாய்ப்பிருக்கிறது.

கீழே விழுந்தால் பிழைக்க முடியாது.

அடித்தொண்டையில் உறுமியபடியே லேங்டனை இறுக்கிப் பிடித்தார் எவிலா. அப்படிச் செய்யும்போது, எடுத்துவைக்க

இன்னும் ஒரே ஒரு அடிதான் இருக்கிறது என்பதை உணர்ந்தார் லேங்டன்.

அந்த ஆளுடன் சண்டை போடுவதை விட்டுவிட்டு அவருக்கு உதவ இருந்தார்.

எவிலா அவரை மேல்நோக்கி தூக்கியபோது லேங்டன் கீழே குனிந்து தன்னுடைய காலை படிக்கட்டுகளில் உறுதியாக ஊன்றிக்கொண்டார்.

ஒரு கணம், பிரின்ஸ்டன் நீச்சல் குளத்தில் இருபது வயதுப் பையனாக இருந்த அவர் பின்னீச்சல் போட்டியில் கலந்துகொண்டிருந்தார் ... தனக்குரிய இடத்தில் இருந்தார் ... அவருடைய முதுகு தண்ணீரில் இருந்தது ... முட்டிகள் வளைந்திருந்தன ... அடிவயிறு துடித்தது ... ஆரம்பிப்பதற்கான துப்பாக்கி வெடிக்காக அவர் காத்திருந்தார்.

நேரம்தான் எல்லாம்.

இந்த முறை, லேங்டனுக்கு ஆரம்பிப்பதற்கான துப்பாக்கி சுடும் ஓசை எதுவும் கேட்கவில்லை. வளைந்த நிலையில் இருந்து முண்டிய அவர் தன்னைத்தானே மேல்நோக்கி எழும்ப வைத்து தன் முதுகை பாதாளத்திற்கு மேல் வில்போல் வளைத்தார். அவர் வெளிப்புறம் தாவியபோது தன்னுடைய இருநூறு பவுண்டுகள் எடையுடன் கனத்திருந்த எவிலா தன்னுடைய சமநிலையை முற்றிலுமாக இழந்து திடீர் எதிர்விசையால் இழுக்கப்பட்டார்.

எவிலா முடிந்தவரை விரைவாக விடுவிக்கத்தான் முயற்சித்தார், ஆனால் அவர் சமநிலைக்காக தடுமாறுவதை லேங்டனால் உணர முடிந்தது. லேங்டன் வளைந்து விழுந்தபோது, நடுத்தண்டிற்கு எதிர்ப்புறத்தில் உள்ள திறப்பை முழுமையாக பயன்படுத்தி ஆறு அடிகளுக்கு கீழேயுள்ள படிக்கட்டை அடைந்துவிடக்கூடிய அளவுக்கு சென்றுவிட வேண்டும் என பிரார்த்தித்துக் கொண்டார்... ஆனால் நிச்சயமாக அப்படி நடக்கவில்லை. அந்தரத்திலேயே லேங்டன் தன்னுடைய ஒரு பாதுகாப்பான பந்தாக உள்ளுணர்வின்படி உடலை மடித்துக்கொண்டபோது ஒரு கல்லின் செங்குத்தான முனையுடன் மோதிக்கொண்டார்.

என்னால் முடியவில்லை.

நான் செத்தேன்.

உள்விளிம்பில் மோதிக்கொண்ட லேங்டன் அந்தப் பள்ளத்தின் அடியில் சுருண்டு விழுந்தார்.

ஆனால் அந்த வீழ்ச்சி ஒருகணம் மட்டுமே நீடித்தது.

சமதளமற்ற கூரான முனையில் ஏறக்குறைய சட்டென்று தன்னுடைய தலையை மோதிக்கொண்டார் லேங்டன். அந்த மோதலின் வலிமை அவரை ஏறக்குறைய பிரக்ஞையில்லாமல் செய்துவிட்டது, ஆனால் அதேகணத்தில் அவர் நடுத்தண்டை கடந்து படிக்கட்டின் சுவற்றில் மோதி அந்த சுழல் படிக்கட்டின் அடிப்பகுதியில் கிடக்கிறோம் என்பதை உணர்ந்துகொண்டார்.

துப்பாக்கியை கண்டுபிடி என்று நினைத்த லேங்டன், எந்த நேரத்தில் வேண்டுமானாலும் எவிலா தனக்கு மேலே வந்துவிடக்கூடும் என்று தெரிந்திருந்தபடியால் தன்னுடைய சுயநினைவை தக்கவைத்துக்கொள்ள போராடினார்.

ஆனால் அது மிகத் தாமதம்.

அவருடைய மூளை இயக்கத்தை நிறுத்திக் கொண்டிருந்தது.

இருள் சூழ்ந்தபோது லேங்டன் கேட்ட கடைசி ஒலி விசித்திரமான ஒன்று . . . அவருக்கு கீழே தடதடப்பொலி கேட்டது, ஒவ்வொன்றும் அதற்கு முன்பு கேட்ட ஒலியைவிட மிகவும் பின்தங்கிப் போயிருந்தது.

ஒரு அளவில் பெரிய குப்பை அள்ளப்பட்ட பை கீழ்நோக்கி தரதரவென இழுத்து வரப்படும் ஒலியை அது அவருக்கு நினைவுபடுத்தியது.

76

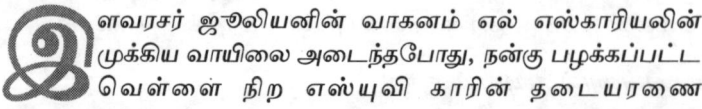

இளவரசர் ஜூலியனின் வாகனம் எல் எஸ்காரியலின் முக்கிய வாயிலை அடைந்தபோது, நன்கு பழக்கப்பட்ட வெள்ளை நிற எஸ்யுவி காரின் தடையரணை

அவர் பார்த்தபோது வால்டஸ்பினோ உண்மையைத்தான் சொல்லியிருக்கிறார் என்பதை தெரிந்துகொண்டார்.

என்னுடைய அப்பா உண்மையிலேயே இங்குதான் தங்கியிருக்கிறார்.

அந்த அரச வாகனத்தின் தோற்றத்தை வைத்து, அரசரின் மொத்த கார்டியா ரியல் பாதுகாப்பு அமைப்பும் இப்போது இந்த வராற்றுரீதியான அரச வசிப்பிடத்திற்கு இடம் மாறியிருப்பதை சொல்லிவிடலாம்.

உதவியாளன் அந்தப் பழைய ஓபல் காரை நிறுத்தினான், ஃபிளாஷ்லைட்டுடன் வந்த ஒரு ஏஜெண்ட் நீண்ட அடியெடுத்து வைத்து ஜன்னலருகில் வந்து உள்ளே வெளிச்சத்தைப் பாய்ச்சினான், பின்னர் அந்த கலகலத்துப்போன வாகனத்திற்குள் இளவரசரும் பிஷப்பும் இருப்பதை காண்போம் என்று எதிர்பார்க்காத அவன் அதிர்ச்சியில் பின்வாங்கினான்.

"மேதகையினரே!" என்று வியந்த அவன் விறைப்பாக நின்றான். "மேன்மைக்குரியவரே! நாங்கள் உங்களைத்தான் எதிர்பார்த்திருந்தோம்," என்ற அவன் அந்த அடிவாங்கிய காரைப் பார்த்தான். "உங்களுடைய கார்டியா பாதுகாவலர்கள் எங்கே?"

"அவர்கள் அரண்மனைக்கு தேவைப்படுகிறார்கள்" என்று பதிலளித்தார் இளவரசர். "நாங்கள் என்னுடைய தந்தையைப் பார்க்க வந்திருக்கிறோம்."

"நிச்சயமாக, நிச்சயமாக! நீங்களும் பிஷப் அவர்களும் வாகனத்தில் இருந்து வெளியே வர முடியுமா -"

"சாலைத்தடையை அகற்றுங்கள்" என்று வால்டஸ்பினோ கடிந்துகொண்டார், "நாங்களே உள்ளே போய்க்கொள்கிறோம். மேதகையினர் துறவிமட மருத்துமனையில்தானே இருக்கிறார்?"

"ஆமாம்" தயங்கியபடியே கூறினான் அந்தக் காவலன். "ஆனால், இப்போது அவர் போய்விட்டார் என நினைக்கிறேன்."

பெருமூச்சுவிட்ட வால்டஸ்பினோ அதிர்ச்சியுற்று காணப்பட்டார்.

ஒரு சில்லிட்ட உணர்வு ஜூலியனை பீடித்துக்கொண்டது. என் தந்தை இறந்துவிட்டாரா?

"இல்லை! நான், என்னை மன்னிக்க வேண்டும்!" என்று திக்கிய அந்த ஏஜெண்ட் தன்னுடைய மோசமான வார்த்தை தேர்வுக்காக வருந்தினான். "மேன்மை பொருந்தியவர் போய்விட்டார் - அவர் எல் எஸ்காரியலைவிட்டு ஒருமணி நேரத்திற்கு முன்னர்தான் புறப்பட்டார். அவர் தன்னுடைய முதன்மை பாதுகாவலர்களை அழைத்துக்கொண்டு இங்கிருந்து போய்விட்டார்."

ஜூலியனின் நிம்மதி சட்டென்று குழப்பமாக மாறியது. இங்கிருக்கும் மருத்துவமனையை விட்டுப் போய்விட்டாரா?

"இது முட்டாள்தனம்" வால்டஸ்பினோ கத்தினார். "இளவரசர் ஜூலியனை இங்கே உடனடியாக அழைத்துவரும்படி அரசர் என்னிடம் சொல்லியிருந்தார்!"

"ஆம், எங்களுக்கு திட்டவட்டமான உத்தரவுகள் வந்திருந்தன, மேதகையினரே, நீங்கள் விரும்பினால் இந்தக் காரில் இருந்து வெளியே வாருங்கள், உங்கள் இருவரையும் நாங்களே கார்டியா வாகனத்திற்கு மாற்றிக்கொள்கிறோம்."

வால்டஸ்பினோவும் ஜூலியனும் ஒரு புதிரார்ந்த பார்வையைப் பரிமாறிக்கொண்டு கடமைக்கென காரில் இருந்து வெளியே வந்தனர். உதவியாளனிடம் அந்த ஏஜெண்ட் இனிமேலும் அவனுடைய சேவை தேவைப்படாதென்றும், அவன் அரண்மனைக்கே திரும்பலாம் என்றும் கூறினான். பயந்துபோயிருந்த அந்த இளைஞன் ஒரு வார்த்தையும் சொல்லாமல் இருளில் வேகமெடுத்தான், இன்றைய மாலைப்பொழுதின் பெருங்குழப்ப நிகழ்வுகளில் தன்னுடைய பங்கு முடிவுக்கு வந்ததை நினைத்து அவன் நிம்மதியுற்றது தெளிவாகவே தெரிந்தது.

காவலாளிகள் இளவரசரையும் வால்டஸ்பினோவையும் எஸ்யுவி-இன் பின்புறத்திற்கு வழிகாட்டுகையில் பிஷப்பின் கொந்தளிப்பு அதிகரித்துக்கொண்டே சென்றது. "அரசர் எங்கே?" என்று அவர் வற்புறுத்திக் கேட்டார். "எங்களை எங்கே அழைத்துச் செல்கிறீர்கள்?"

“நாங்கள் மேன்மை பொருந்தியவரின் நேரடி உத்தரவுகளைத்தான் பின்பற்றுகிறோம்” என்றான் அந்த ஏஜெண்ட். “அவர் உங்களிடம் ஒரு வாகனம், ஒரு ஓட்டுநர் மற்றும் இந்தக் கடிதத்தை கொடுக்கும்படி எங்களைக் கேட்டுக்கொண்டார்.” அந்த ஏஜெண்ட் ஒரு முத்திரையிட்ட உறையை எடுத்து ஜன்னல் வழியாக இளவரசர் ஜூலியனிடம் கொடுத்தான்.

என் தந்தையிடமிருந்து கடிதமா? அந்த சம்பிரதாயத்தால், குறிப்பாக அந்த உறையில் அரச மெழுகு முத்திரை இருப்பதை கவனித்தபோது இளவரசர் சங்கடத்திற்கு ஆளானார். *அவர் என்னதான் செய்கிறார்?* அரசரின் அறிவுத்திறன் வீழ்ந்து கொண்டிருக்கலாமோ என்பதை நினைத்து அவருடைய கவலை அதிகமானது.

ஜூலியன் அந்த முத்திரையை கவலையுடன் பிரித்து உள்ளேயிருந்த கையால் எழுதப்பட்ட குறிப்பை வெளியே எடுத்தார். அவருடைய தந்தையின் கையெழுத்துமுறை அதிலுள்ளதுபோல் இருந்ததில்லை என்றாலும் படிக்கக்கூடியதாகத்தான் காணப்பட்டது. ஜூலியன் அந்தக் கடிதத்தை படிக்கத் தொடங்கியதும், ஒவ்வொரு வார்த்தையிலும் தன்னுடைய குழப்பம் அதிகரித்துக்கொண்டே செல்வதை உணர்ந்தார்.

படித்து முடித்தபோது, அவர் அந்த அட்டையை உறைக்குள் திரும்ப வைத்துவிட்டு கண்களை மூடி தனக்குள்ள வாய்ப்புகளை பரிசீலித்துப் பார்த்தார். ஆம், ஒரே ஒரு வாய்ப்புதான் இருக்கிறது.

“தயவுசெய்து, வடக்குப் பக்கம் போங்களேன்” என்று ஓட்டுநரிடம் கூறினார் ஜூலியன்.

அந்த வாகனம் எல் எஸ்காரியலில் இருந்து புறப்பட்டபோது, வால்டஸ்பினோ தன்னையே பார்த்துக்கொண்டிருப்பதை இளவரசரால் உணர முடிந்தது. “உங்களுடைய அப்பா என்ன சொல்லியிருக்கிறார்?” என்றார் பிஷப். “என்னை எங்கே கூட்டிச் செல்கிறீர்கள்?!”

பெருமூச்சுவிட்ட ஜூலியன் தன்னுடைய தந்தையின் நம்பிக்கைக்குரிய நண்பரிடத்தில் திரும்பினார். “நீங்கள் முன்னமே நன்றாகத்தான் சொன்னீர்கள்.” அவர் அந்த மூப்படைந்த

பிஷப்பிடம் ஒரு சோகப் புன்னகையை வழங்கினார். "என்னுடைய அப்பாதான் இன்னமும் அரசர். நாம் அவரை நேசிக்கிறோம், அவர் உத்தரவிட்டபடியே செய்வோம்."

77

"ராபர்ட் . . .?" ஒரு குரல் கிசுகிசுத்தது.

லேங்டன் பதில் சொல்லத்தான் முயற்சித்தார், ஆனால் அவருடைய தலை கிறுகிறுத்தது.

"ராபர்ட் . . .?"

ஒரு மென்மையான கை அவருடைய முகத்தை தொட்டது, லேங்டன் மெதுவாக கண்களைத் திறந்தார். அச்சமயத்தில் ஏதும் பிடிபடாதவராக, தான் ஏதோ கனவுதான் காண்கிறோமோ என்று நினைத்தார். ஒரு வெண்ணிற தேவதை என் மீது கவிகிறாள்.

லேங்டன் அவளுடைய முகத்தை தெரிந்துகொண்டதும் சற்று பலவீனமாக புன்னகைத்தார்.

"நல்லவேளை" என்ற ஆம்ரா சட்டென்று பெருமூச்சு விட்டாள். "நாங்கள் துப்பாக்கி சுடும் சத்தத்தை கேட்டோம்." அவள் அவருக்குப் பின்னால் குனிந்தாள். "அப்படியே இருங்கள்."

லேங்டனின் விழிப்புணர்வு திரும்பியபோது, தன்னுள் திடீர் அச்சம் பெருகுவதை உணர்ந்தார். "என்னை தாக்கிய அந்த மனிதன் -"

"அவன் போய்விட்டான்" என்று கிசுகிசுத்த ஆம்ராவின் குரல் அமைதியுற்றிருந்தது. "நீங்கள் பாதுகாப்பாக இருக்கிறீர்கள்." அவள் சுழல்தண்டின் நுனிக்கு மேலே சுட்டிக் காட்டினாள். "அவன் அங்கிருந்து அப்படியே கீழே விழுந்துவிட்டான்."

லேங்டன் அந்த செய்தியை உள்வாங்கிக்கொள்ளச் சிரமப்பட்டார். அதெல்லாம் மெதுவாக திரும்பி வந்தது. தன் மனதில் இருந்த மூடுபனியை விலக்கப் போராடிய

அவர் தன்னுடைய காயங்களின் நிலையை ஆராய்ந்தார், அவருடைய கவனம் இப்போது வேகமாய்த் துடிக்கும் இடுப்பின் இடதுபக்கத்திற்கும், தலையில் ஏற்பட்ட கூரிய வலியையும் நோக்கித் திரும்பியது.

"எவ்வளவு நேரம் . . . நான் இப்படியே . . ."

"சில நிமிடங்கள்தான்" என்றாள் ஆம்ரா. "உங்களுக்கு எங்கிருக்கிறீர்கள் என்றே தெரியவில்லை. நாங்கள் உங்களை பரிசோதிக்க வேண்டியிருக்கிறது."

கவனத்துடன் லேங்டன் தன்னை எழுந்து நிற்கும் நிலைக்கு இழுத்துக்கொண்டு படிக்கட்டுச் சுவற்றை ஒட்டி சாய்ந்துகொண்டார். "அது ஒரு கடற்படை . . . அதிகாரி" என்றார் அவர். "அந்த ஆள்தான் -"

"தெரியும்" என்று ஆமோதித்தாள் ஆம்ரா. "அவர்தான் எட்மண்டை கொலை செய்தவர். காவல்துறை இப்போதுதான் அவரை அடையாளம் கண்டிருக்கிறது. அந்த உடலுடன் அவர்கள் இந்த படிக்கட்டு சுவற்றின் கீழேதான் இருக்கிறார்கள், அவர்களுக்கு உங்களிடம் இருந்து ஒரு அறிக்கை வேண்டும், ஆனால் ஃபாதர் பெனா மருத்துவக் குழு வந்துசேரும்வரை மேலே யாரும் வரக்கூடாது என்று அவர்களிடம் சொல்லிவிட்டார், அவரும் எந்த நேரத்தில் வேண்டுமானாலும் இங்கே வரலாம்."

லேங்டன் ஆமோதித்தார், அவர் தலை துடித்துக்கொண்டிருந்தது.

"அவர்கள் உங்களை மருத்துவமனைக்கு அழைத்துச் செல்லக்கூடும்" என்றாள் ஆம்ரா, "அப்படியென்றால், அவர்கள் வருவதற்கு முன் ... இப்போதே உங்களிடம் பேசிவிட வேண்டும்."

"பேசுவதா . . . எதைப்பற்றி?"

ஆம்ரா அவரை கவலையுடன் ஆராய்ந்தாள். அவள் அவருடைய காதுக்கு அருகாமையில் குனிந்து கிசுகிசுத்தாள், "ராபர்ட் உங்களுக்கு நினைவில்லையா? நாம் கண்டுபிடித்துவிட்டோம் - எட்மண்டின் பாஸ்வேர்ட்: *'The dark religions are departed and sweet science reigns.'* "

அவளுடைய வார்த்தைகள் ஒரு அம்பைப் போல் மூடுபனியைக் கிழித்தெறிந்தன, லேங்டன் நிமிர்ந்து நின்றார், அவருடைய மனதில் இருந்த இருள் சட்டென்று விலகியது.

"நம்மை இவ்வளவுதூரம் கொண்டு வந்திருக்கிறீர்கள்" என்றாள் ஆம்ரா. "மற்றவற்றை என்னால் செய்துவிட முடியும். வின்ஸ்டனை எப்படிக் கண்டுபிடிக்கலாம் என்றும் என்னிடம் சொல்லியிருக்கிறீர்கள். எட்மண்டின் கம்ப்யூட்டர் ஆய்வகம் எங்கே இருக்கிறது? எங்கே போகவேண்டும் என்று மட்டும் சொல்லுங்கள், மற்றதை நான் செய்துவிடுகிறேன்."

லேங்டனின் நினைவுகள் இப்போது பேரலையென பின்னோக்கிச் சென்றன. "எனக்குத் தெரியும்." *என்னால் அதை கண்டுபிடித்துவிடவாவது முடியும் என நினைக்கிறேன்.*

"சொல்லுங்கள்."

"நாம் நகரத்திற்குள் செல்ல வேண்டும்."

"எங்கே?"

"எனக்கு முகவரி தெரியாது" என்ற லேங்டன் இப்போது தன் கால்களில் உறுதியில்லாமல் நின்றார். "ஆனால், என்னால் உன்னை அழைத்துச் செல்ல முடியும் -"

"உட்காருங்கள் ராபர்ட்!" என்றாள் ஆம்ரா.

"ஆமாம், உட்காருங்கள்" என்று அவர்களுக்கு கீழிருந்த படிகளில் தோன்றிய ஒருவர் எதிரொலித்தார். அவர் ஃபாதர் பெனா, கனத்துப் போயிருக்கும் அவர் மூச்சுவிட முடியாமல் மேலே ஏறிக்கொண்டிருந்தார். "இஎம்டி-க்கள் ஏறக்குறைய இங்கே வந்துவிட்டார்கள்."

"எனக்கு ஒன்றுமில்லை" என்று பொய் சொன்ன லேங்டன் சுவற்றோடு சாய்கையில் தலைசுற்றலை உணர்ந்தார். "ஆம்ராவும் நானும் இப்போதே போயாக வேண்டும்."

"உங்களால் ரொம்பதூரம் போய்விட முடியாது" என்ற பெனா மெதுவாக மேலே ஏறிவந்தார். "காவல்துறையினர் காத்திருக்கிறார்கள். அவர்களுக்கு வாக்குமூலம் வேண்டுமாம்.

அதுபோக, தேவாலயமும் மீடியாவால் சூழப்பட்டிருக்கிறது. நீங்கள் இங்கே இருப்பதாக யாரோ பத்திரிக்கையாளர்களுக்கு துப்பு கொடுத்திருக்கிறார்." அவர்களுக்கு பின்னால் வந்துசேர்ந்த அந்த மதகுரு லேங்டனை நோக்கி சோர்வாக புன்னகைத்தார். "எப்படியோ, மிஸ்.வைடலும் நானும் உங்களுக்கு ஒன்றும் ஆகவில்லை என்பதைக் கண்டு நிம்மதியுற்றோம். நீங்கள்தான் எங்களுடைய உயிரைக் காப்பாற்றியிருக்கிறீர்கள்."

லேங்டன் சிரித்தார். "*நீங்கள்தான்* எங்களுடைய உயிரைக் காப்பாற்றியிருக்கிறீர்கள் என்று சொல்ல வேண்டும்."

"சரி, ஏதோ ஒன்று, காவல்துறையை எதிர்கொள்ளாமல் இந்தப் படிக்கட்டில் இருந்து உங்களால் போய்விட முடியாது என்பதை மட்டுமாவது தெரிந்துகொள்ளுங்கள்."

பாறைக் கைப்பிடியில் கவனமாக கைவைத்த லேங்டன் முன்னே குனிந்து கீழே பார்த்தார். தரைத்தளத்தில் காணப்பட்ட அந்த பயங்கரமான காட்சி வெகுதொலைவில் இருப்பதாக தெரிந்தது - எவிலாவின் தாறுமாறாக பரப்பிக் கிடந்த உடல் காவல்துறை அதிகாரிகளின் கையில் இருந்த சில ஃபிளாஷ்லைட்டுகளின் ஒளிப்பிழம்புகளால் ஒளியூட்டப்பட்டிருந்தது.

லேங்டன் அந்த சுழல் தண்டை உற்றுப் பார்த்தபோது, காவ்டியின் நேர்த்தியான நத்தைக்கூட்டு வடிவத்தை மறுமுறை கவனித்தார், இந்த தேவாலயத்தின் அடித்தளத்தில் இருக்கும் காவ்டி மியூஸியத்திற்கென வலைத்தளம் இருப்பது அவர் கண்முன் வந்துபோனது. லேங்டன் கொஞ்ச காலத்திற்கு முன்பு வருகை புரிந்திருந்த அந்த ஆன்லைன் தளம் கொண்டிருக்கும் ஸக்ரதா ஃபெமிலியாவின் அளவீட்டு மாதிரிகளுடைய பிரமாதமான தொடர்களில் - CAD நிரல்கள் மற்றும் பிரமாண்ட 3-டி பிரிண்டர்களால் துல்லியமாக உருவாக்கப்பட்டவை - அதன் அடித்தளம் இடப்பட்ட காலத்தில் இருந்து இன்னும் பத்து வருடங்களாவது எடுத்துக்கொள்ளக்கூடிய அதனுடைய வருங்கால கட்டுமான நிறைவு வரையில், அந்தக் கட்டுமானத்தின் நீண்டகால பரிணாம வளர்ச்சி சித்தரிக்கப்பட்டிருக்கும்.

நாம் எங்கிருந்து வந்தோம்? லேங்டன் நினைத்தார். *எங்கே போய்க் கொண்டிருக்கிறோம்?*

ஒரு திடீர் நினைவு அவருள் தோன்றியது - தேவாலய வெளிப்புறத்தின் அளவீட்டு மாதிரிகளுள் ஒன்று. அந்த பிம்பம் அவருடைய காட்சிப்புலன் நினைவாற்றில் தங்கியிருந்தது. அது தேவாலயத்தின் தற்போதைய கட்டுமான நிலையை சித்தரிக்கின்ற "ஸக்ரதா ஃபெமிலியா இன்று" என தலைப்பிடப்பட்ட ஒரு உருமாதிரி.

அந்த உருமாதிரி மட்டும் இன்றிருக்கும் நிலைவரை புதுப்பிக்கப்பட்டதாக இருந்தால், அதில் வெளியே செல்வதற்கான வழியும் இருக்கும்.

லேங்டன் சட்டென்று பெனாவை நோக்கித் திரும்பினார், "ஃபாதர், வெளியே உள்ள யாருக்காவது என்னுடைய செய்தியை உங்களால் தெரிவிக்க முடியுமா?"

அந்த மதகுரு குழம்பினார்.

அந்தக் கட்டடத்தில் இருந்து வெளியேறுவதற்கான தன்னுடைய திட்டத்தை லேங்டன் விளக்குகையில், ஆம்ரா தலையைக் குலுக்கினாள். "ராபர்ட், அதற்கு சாத்தியமில்லை. மேலே எங்கேயும் -"

"உண்மையில்" பெனா குறுக்கிட்டார். "அங்கே இருக்கிறது. அது எப்போதுமே அங்கே இருந்துவிடாது, ஆனால் இத்தருணத்தில், மிஸ்டர்.லேங்டன் சொல்வதுதான் சரி. அவர் பரிந்துரைப்பது சாத்தியம்தான்."

ஆம்ரா ஆச்சரியப்பட்டவளாக காணப்பட்டாள். "ஆனால் ராபர்ட் . . . நாம் யாருக்கும் தெரியாமல் தப்பித்துவிட்டால்கூட, நீங்கள் மருத்துவமனைக்கு போகவேண்டிய தேவையில்லை என்றா நினைக்கிறீர்கள்?"

அந்த விஷயத்தை லேங்டனால் உறுதிபடக் கூறமுடியவில்லை. "தேவைப்பட்டால் நான் பிறகுகூட போய்க்கொள்கிறேன்," என்றார் அவர். "இப்போதைக்கு, நாம் இங்கே எதற்காக வந்தோமோ அதைச் செய்துமுடிக்க வேண்டிதுதான் நாம் எட்மண்டிற்கு கடமைப்பட்டுள்ள விஷயம்." அவர் பெனாவின் பக்கம் திரும்பி அவர் கண்களை நேருக்கு நேர் பார்த்தார். "நாங்கள் இங்கே ஏன் வந்தோம் என்பது குறித்து உங்களிடம் நேர்மையாக

இருக்க வேண்டும் என விரும்புகிறேன், ஃபாதர். ஒரு அறிவியல் கண்டுபிடிப்பை அறிவிப்பதில் இருந்து தடுப்பதற்காகத்தான் எட்மண்ட் கிர்ஷ் கொல்லப்பட்டிருக்கிறான் என்பது உங்களுக்கே தெரியும்."

"ஆமாம்" என்றார் அந்த மதகுரு. "கிர்ஷின் அறிமுகவுரை தொனியை வைத்துப் பார்த்தால், அந்தக் கண்டுபிடிப்பு உலக மதங்களை ஆழமாக சேதப்படுத்தும் என்று அவன் நம்பியிருப்பதாகத் தெரிகிறது."

"சரியாக சொன்னீர்கள், அதனால்தான் இன்றிரவு நானும் மிஸ்.வைடலும் எட்மண்ட் கிர்ஷின் கண்டுபிடிப்பை வெளியிடுவதற்கான முயற்சியில் பார்சிலோனோவுக்கு வந்திருக்கிறோம் என்பதை நீங்கள் தெரிந்துகொண்டாக வேண்டும் என விரும்புகிறேன். அதைச் செய்துமுடிக்கும் அளவுக்கு நாங்கள் நெருங்கிவிட்டோம். அதாவது . . ." லேங்டன் சற்று இடைவெளி விட்டார். "இப்போது உங்களிடம் வைத்திருக்கும் உதவிக்கான கோரிக்கை என்பது, ஒரு நாத்திகவாதியின் வார்த்தைகளை உலக அளவில் வெளியிடுவதற்கான அடிப்படையே ஆகும்."

பெனா லேங்டனை நெருங்கி அவருடைய தோளில் கைவைத்தார். "புரபஸர்" அவர் களுக்கென்று சிரித்தபடி சொன்னார், "இந்த உலகில் 'கடவுள் இறந்துவிட்டார்' என்று அறிவித்த முதல் நாத்திகன் எட்மண்ட் கிர்ஷ் மட்டுமல்ல, அவர் கடைசியானவராகவும் இருக்க முடியாது. மிஸ்டர். கிர்ஷ் கண்டுபிடித்திருப்பது எதுவாக இருந்தாலும், அது எல்லா தரப்பிலும் விவாதத்திற்கு உள்ளாக்கப்படும் என்பதில் எந்த சந்தேகமும் இல்லை. காலம் தொடங்கியதில் இருந்தே, மனித அறிவுத்திறன் வளர்ச்சியுற்றுக் கொண்டுதான் இருக்கிறது, அந்த வளர்ச்சியை தாமதப்படுத்துவதற்கு என்னுடைய பங்களிப்பு என்று எதுவும் கிடையாது. இருந்தாலும், என்னுடைய கண்ணோட்டத்தில், கடவுளை உட்படுத்தாத அறிவார்ந்த வளர்ச்சி என்று எதுவுமே இல்லை."

அத்துடன், ஃபாதர் பெனா அவர்கள் இருவரிடமும் மறு உத்திரவாதமளிக்கும் புன்னகையுடன் படிக்கட்டுகளில் கீழிறங்கிச் சென்றார்.

வெளியே நிறுத்தப்பட்டிருந்த இ.சி.145 ஹெலிகாப்டரின் காக்பிட்டில் இருந்த விமானிக்கு ஸக்ரதா ஃபெமிலியாவின் பாதுகாப்பு வேலிக்கு வெளியே கூடிய கூட்டம் தொடர்ந்து பெருகிக்கொண்டே செல்வதைக் கண்டு கவலை அதிகமானது. உள்ளே இருக்கும் இரண்டு கார்டியா ஏஜெண்டுகளிடம் இருந்து அவருக்கு எந்த செய்தியும் வரவில்லை என்ற நிலையில் அவர் ரேடியோவை இயக்கவிருந்தபோது, கறுப்புநிற அங்கி அணிந்திருந்த ஒரு குள்ளமான மனிதர் பாஸிலிக்காவிலிருந்து வெளியேறி ஹெலிகாப்டரை நெருங்கி வந்தார்.

தன்னை ஃபாதர் பெனா என்று அறிமுகப்படுத்திக்கொண்ட அவர் உள்ளே நடந்தவற்றைப் பற்றிய ஒரு அதிர்ச்சிகரமான செய்தியை தெரிவித்தார்: இரண்டு கார்டியா ஏஜெண்டுகளுமே கொல்லப்பட்டுவிட்டார்கள், வருங்கால அரசியும் ராபர்ட் லேங்டனும் உடனடியாக இங்கிருந்து வெளியேற வேண்டியிருக்கிறது. திடுக்கிட வைக்க இது போதாதென்று அந்த விமானி தன்னுடைய பயணிகளை எங்கே அழைத்துச் செல்ல வேண்டும் என்று வேறு அவர் கூறினார்.

சாத்தியமேயில்லை, என்று நினைத்துக்கொண்டான் அந்த விமானி.

ஆனாலும்கூட, ஸக்ரதா ஃபெமிலியாவின் ஸ்தூபிக்களுக்கு மேலே பறந்திருந்தபடியால் மதகுரு சொன்னது சரிதான் என்பதை அவன் உணர்ந்துகொண்டான். தேவாயத்தின் மிகப்பெரிய ஸ்தூபி - ஒரே கல்லால் ஆன மையக் கோபுரம் - இன்னமும் கட்டி முடிக்கப்படவில்லை. அதன் அடித்தள மேடை ஒரு தட்டையான வட்டவடிவில் ஸ்தூபிக்களின் தொகுப்புகளுக்கு நடுவே, செம்மரக்காட்டின் நடுவில் காணப்படும் வெற்று வெளியைப் போல் ஆழமாக அமைந்திருந்தது.

அந்த மேடைக்கும் மேலே விமானி தன் ஹெலிகாப்டரை நிலைநிறுத்திக்கொண்டு, ஸ்தூபிக்களுக்கு இடையே அதை கவனமாக தாழப் பறக்க வைத்தான். அவன் தரையைத் தொட்டதுமே, படிக்கட்டில் இருந்து இரண்டு உருவங்கள் விரைந்து வருவதைப் பார்த்தான் - ஆம்ரா வைடல் காயம்பட்ட ராபர்ட் லேங்டனுக்கு உதவிக் கொண்டிருந்தாள்.

வெளியே குதித்த விமானி அவர்கள் இருவரும் உள்ளே செல்வதற்கு உதவினான்.

அவர்கள் உள்ளே தாவியேறியதும், ஸ்பெயினின் வருங்கால அரசி அவனிடம் சோர்வாக தலையாட்டினாள்.

"மிக்க நன்றி" என்று அவள் கிசுகிசுத்தாள். "நீங்கள் எங்கே போகவேண்டும் என்று மிஸ்டர்.லேங்டன் உங்களிடம் சொல்வார்."

78

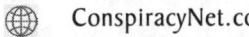
ConspiracyNet.com

அவசரச் செய்தி

எட்மண்டின் அம்மாவைக் கொன்றது
பால்மேரியன் தேவாலயமா?!

நம்முடைய தகவலாளி *monte@iglesia.org* மற்றுமொரு அதிரடியான ரகசியத்துடன் வந்திருக்கிறார்! ConspiracyNet-ஆல் சரிபார்க்கப்பட்ட நேரடி ஆவணங்களின்படி, முப்பது வருடங்களுக்கும் முன்னர் பலோமா கிர்ஷின் எட்மண்டை பெற்றெடுத்த தாய் மரணத்திற்கு காரணமான "மூளைச்சலவை, உளவியல் நிர்பந்தம் மற்றும் உளவியல் குரூரம்" ஆகியவையே காரணம் என்ற குற்றச்சாட்டின் அடிப்படையில் பால்மேரியன் தேவாலயத்தின் மீது வழக்குப் பதிவு செய்ய எட்மண்ட் கிர்ஷ் பல வருடங்களாகவே முயற்சி மேற்கொண்டிருக்கிறார்.

பால்மேரியன் தேவாலயத்தின் துடிப்பான உறுப்பினரான பலோமா கிர்ஷ், தப்பிச்செல்ல முயற்சித்தார் என்றும், அதனால் அவருடைய மூத்த உறுப்பினர்களால் அவமானப்படுத்தப்பட்டு, உளவியல் ரீதியாக துன்புறுத்தப்பட்டார் என்றும், பின்னர் தன்னுடைய கன்னிகாஸ்த்ரீ படுக்கையறையிலேயே தூக்கில் தொங்கிவிட்டார் என்றும் சொல்லப்படுகிறது.

79

“அரசரேதான்” என்று மறுபடியும் முனகிய கமாண்டர் கார்ஸாவின் குரல் அரண்மனை ஆயுதச்சாலையில் எதிரொலித்தது. “அரசரிடமிருந்தே என்னைக் கைது செய்வதற்கான உத்தரவு வருமென்று நான் நினைத்துக்கூட பார்க்கவில்லை. இத்தனை வருட சேவைக்குப் பின்னரும்.”

தன்னுடைய உதடுகளில் விரலை வைத்து அமைதிப்படுத்திய மோனிகா மார்டின், நுழைவாயிலில் கவச உடைகளுக்குப் பின்னால் இருக்கும் காவலர்களுக்கு தாங்கள் பேசுவது காதில் விழாது என்பதை உறுதிப்படுத்திக்கொண்டாள். “நான்தான் சொன்னேனே, பிஷப் வால்டஸ்பினோ அரசரிடம் ஓதிக்கொண்டிருக்கிறார், அத்துடன் அவருக்கு எதிரான இன்றிரவின் குற்றச்சாட்டுகள் யாவும் உங்களுடைய வேலைதான் என்றும், அவரை நீங்கள்தான் சிக்க வைத்திருக்கிறீர்கள் என்றும் மேன்மை பொருந்தியவரை நம்ப வைத்திருக்கிறார்.”

நான்தான் அரசரின் பலிகடா ஆகிவிட்டேன் என்று உணர்ந்துகொண்ட கார்ஸா, தன்னுடைய கார்டியாரியல் கமாண்டரை தேர்ந்தெடுக்க வேண்டுமா, அல்லது வால்டஸ்பினோவை தேர்ந்தெடுக்க வேண்டுமா என்பதற்கு இடையில் அரசர் கட்டாயத்திற்கு ஆளாகியிருப்பதாகவே சந்தேகப்பட்டார், அவர் வால்டஸ்பினோவை தேர்ந்தெடுத்திருக்கலாம்; அந்த இருவருமே அரசருக்கு வாழ்நாள் நண்பர்கள்தான், அத்துடன் ஆன்மீக தொடர்புகள்தான் எப்போதுமே தொழில்முறை தொடர்புகளை வென்றுவிடுகின்றன.

இன்னும்கூட, மோனிகாவின் விளக்கத்தில் உள்ள ஏதோ ஒரு விஷயம் முற்றிலும் தர்க்கபூர்வமாக தோன்றவில்லை என்பதை அவரால் உணராமலும் இருக்க முடியவில்லை. “அந்தக் கடத்தல் கதை,” என்றார் அவர். “அது அரசரால் உத்தரவிடப்பட்டது என்று சொன்னாயே?”

“ஆமாம், மேன்மை பொருந்தியவர்தான் என்னை நேரடியாக அழைத்தார். ஆம்ரா வைடல் கடத்தப்பட்டதாக அறிவிக்கும்படி அவர்தான் எனக்கு உத்தரவிட்டார். வருங்கால அரசியின் மரியாதையை காப்பாற்றுவதற்கான முயற்சியாகத்தான் அவரே அதை இட்டுக்கட்டினார் - அவர் மற்றொருவருடன் ஓடிப்போய்விட்டார் என்ற தோற்றத்தை மறைப்பதற்கான முயற்சிதான் அது.” கார்ஸாவை எரிச்சலுடன் பார்த்தாள் மார்டின். “இதுபற்றி என்னிடம் ஏன் கேட்கிறீர்கள்? குறிப்பாக, இதே கடத்தல் கதையைத்தான் ஏஜெண்ட் ஃபொன்ஸெகாவிடமும் அரசர் கூறினார் என்பது உங்களுக்கு தெரியும்தானே?”

“அரசர், ஒரு மிகமுக்கியமான அமெரிக்கர் மீது தவறான கடத்தல் குற்றச்சாட்டு சுமத்தும் ஆபத்தை கையிலெடுத்திருக்கிறார் என்பதை என்னால் நம்ப முடியவில்லை” என்று கார்ஸா வாதிட்டார். “அவருக்கு என்ன ஆகியிருக்கலாம் என்றால் -”

“பித்துபிடித்திருக்குமா?” என்று அவள் குறுக்கிட்டாள்.

கார்ஸா அமைதியாக உற்றுப்பார்த்தார்.

“கமாண்டர்” மார்டின் அழுத்தம் திருத்தமாக கூறினாள், “மேன்மை பொருந்தியவரின் உடல்நிலை மோசமாகி வருகிறது. ஒருவேளை, இது மோசமானதொரு தவறான தீர்மானத்தின் விளைவாக இருக்கலாம்?”

“அல்லது, அற்புத அறிவுத்திறனாகவும் இருக்கலாம்” என்றார் கார்ஸா. “அசட்டையானதோ இல்லையோ, வருங்கால அரசியானவர் கார்டியாவின் கைகளில் பாதுகாப்பாக இருக்கிறார்.”

“சரியாக சொன்னீர்கள்.” மார்டின் அவரை எச்சரிக்கையுடன் பார்த்தாள். “அப்படியென்றால் உங்களை எதுதான் கவலைப்பட வைக்கிறது?”

“வால்டஸ்பினோ” என்றார் கார்ஸா, “எனக்கு அவரைப் பிடிக்காது என்பதை ஒப்புக்கொள்கிறேன், ஆனால் கிர்ஷின் மரணத்திற்குப் பின்னணியிலோ, அல்லது மற்ற எந்த விஷயத்திற்கும் பின்னாலோ அவர் இல்லை என என்னுடைய உள்ளுணர்வு சொல்கிறது.”

“ஏன் இருக்காது?” என்ற அவளுடைய தொனியில் கடுமை தெரிந்தது. “அவர் ஒரு மதகுரு என்பதாலா? நம்முடைய விசாரணையில், தேவாலயத்தின் உச்சகட்ட நடவடிக்கைகளை நியாயப்படுத்துகின்ற உள்நோக்கம் குறித்தும் சில விஷயங்கள் தெரிய வந்திருக்கின்றன. என்னுடைய அபிப்பிராயத்தில், வால்டஸ்பினோ சுய-நியாயம் கொண்ட, எதற்கும் கவலைப்படாத, சந்தர்ப்பவாதி மற்றும் அதிகமும் ரகசியத்தன்மை கொண்டவர்தான். நான் எதையாவது விட்டுவிட்டேனா? ”

“ஆமாம்” என்று திருப்பிக் கூறிய கார்ஸா, தானே பிஷப்பை பாதுகாப்பதை நினைத்து திடுக்கிட்டார். “நீங்கள் சொன்ன எல்லாமும்தான் வால்டஸ்பினோ, ஆனால் அவர் பாரம்பரியம் மற்றும் கண்ணியம் என எல்லாவற்றையும் கொண்ட மனிதரும்கூட. அரசர் - யாரையும் ஏறக்குறைய நம்பிவிடாத ஒருவர் - இப்போதுவரை பல பத்தாண்டுகளாக பிஷப்பிடம் சந்தேகத்திற்கிடமின்றி நம்பிக்கை வைத்திருக்கிறார். அரசரின் நம்பிக்கைக்குரிய ஒருவர் நாம் பேசிக்கொண்டிருப்பது போன்ற எத்தகையதொரு ராஜதுரோகத்தையும் செய்வார் என்பதை என்னால் நினைத்துக்கூடப் பார்க்க முடியவில்லை.”

பெருமூச்சுவிட்ட மார்டின் தனனுடைய போனை வெளியே எடுத்தாள். “பிஷப் மீதுள்ள உங்கள் நம்பிக்கையை புதைப்பதில் எனக்கு விருப்பமில்லை, கமாண்டர். ஆனால் நீங்கள் இதை பார்த்தாக வேண்டும் என நினைக்கிறேன். சுரேஷ்தான் இதை என்னிடம் காட்டினான்.” அவள் சில பொத்தான்களை அழுத்திவிட்டு போனை கார்ஸாவிடம் கொடுத்தாள்.

அதன் திரை ஒரு நீளமான குறுஞ்செய்தியை விரைவாக காண்பித்தது.

“இது, இன்றிரவு வால்டஸ்பினோவுக்கு வந்த குறுஞ்செய்தியின் திரைக்காட்சி.” என்று அவள் கிசுகிசுத்தாள். “படித்துப் பாருங்கள். இது உங்கள் மனதை மாற்றும் என என்னால் உறுதியாக சொல்ல முடியும்.”

80

உடலில் வலி பெருக்கெடுத்தபோதிலும், ஸக்ரதா ஃபெமிலியாவின் கூரையில் இருந்து ஹெலிகாப்டர் இடியோசையுடன் புறப்பட்டபோது ராபர்ட் லேங்டனுக்கு விசித்திரமான முறையில் மிதப்பதுபோன்ற, ஏறத்தாழ நன்னிலையில் இருப்பதான உணர்வுதான் ஏற்பட்டது.

நான் உயிருடன்தான் இருக்கிறேன்.

இரத்த ஓட்டத்தில் அட்ரினலில் பெருக்கெடுப்பதை அவரால் உணர முடிந்தது, அது ஏதோ கடந்த சில மணிநேரத்தில் நடந்த நிகழ்வுகள் எல்லாமும் அவருக்கு சட்டென்று நினைவுக்கு வந்துவிட்டதைப் போல் இருந்தன. முடிந்தவரை மெதுவாக மூச்சுவிட்ட லேங்டன் தன்னுடைய கவனத்தை ஹெலிகாப்டர் ஜன்னலுக்கு அப்பால் இருந்த உலகத்தை நோக்கி வெளிப்புறமாக திருப்பினார்.

அவரை சுற்றியிருந்தவை எல்லாமும் பிரமாண்ட தேவாலயத்தின் வானுயர்ந்த ஸ்தூபிக்கள்தான், ஆனால் அந்த ஹெலிகாப்டர் மேலே எழுந்தபோது தேவாலயம் கீழே சென்று, தெருக்களின் வரிசையான ஒளிவிளக்குகளுக்குள் மறைந்துபோனது. லேங்டன், வரிசையாக கட்டப்பட்டிருக்கும் நகர வீட்டுத் தொகுப்புகள் பரந்து விரிந்திருப்பதை குனிந்து பார்த்தார், அவை வழக்கமான சதுரங்கள் மற்றும் செவ்வகங்களாக அல்லாமல் பெரும்பாலும் எண்கோணங்களாக இருந்தன.

அகலமாக்கம் என்று நினைத்துக் கொண்டார் லேங்டன்.

இடில்ஃபான் செர்தா என்ற தொலைநோக்கு கட்டடக் கலைஞர், சிறந்த தெளிவான காட்சி, அதிகரித்த காற்றோட்டம். மற்றும் வெளிப்புற கஃபேக்களுக்கான விஸ்தாரமான இடம் ஆகியவற்றுடன் சிறு சதுக்கங்களை உருவாக்க மூலைகளை எல்லாம் சதுர வரிசைகளாக செதுக்கியதன் மூலம் இந்த மாகாணத்தின் எல்லா உட்பிரிவுகளையும் அகலமாக்கியிருந்தார்.

"நாம் எங்கே போகவேண்டும்?" என்று தன் தோள்பட்டையினூடாக கேட்டான் பைலட்.

அந்த நகரத்தின் அகலமானதும், பிரகாசமானதும், பார்சிலோனாவுக்கு குறுக்கே மூலைவிட்டமாய் வெட்டப்பதற்கு ஏற்ப மிகப்பொருத்தமான பெயரிடப்பட்டதுமான தெற்குப் பகத்தில் இருக்கும் இரண்டு வரிசைத் தொகுப்புகளை லேங்டன் சுட்டிக் காட்டினார்.

"அவின்குடா டயாகனல்" என்று கத்தினார் லேங்டன். "மேற்குப் பக்கம்."

பார்சிலோனாவின் எந்த ஒரு வரைபடத்திலும் தவறவிட முடியாத அவின்குடா டயாகனல் அதிநவீன கடற்கரையோர வானாளவிய கட்டடமான டயாகனல் ஸீரோஸீரோ முதல் புராதான பார்க் டி செர்வாண்டிஸ் ரோஜாத் தோட்டங்கள் வரையில் அந்த நகரத்தின் மொத்த அகலத்தையும் குறுக்காக கடந்து சென்றது - அது ஸ்பெயினின் மிகுந்த போற்றுதலுக்குரிய நாவல் எழுத்தாளர் டான் குயிஸோட்டிற்கு செலுத்தப்பட்ட ஒரு பத்து ஏக்கர் புகழுரை.

உறுதிப்படுத்திக்கொண்டு தலையாட்டிய பைலட் மலைத்தொடரை நோக்கி மேற்குப்பக்கமாக சாய்தளமான சதுக்கத்தைப் பின்தொடர்ந்து மேற்குப்பக்கம் விரைந்தான். "முகவரி?" என்று திருப்பிக் கேட்டான் பைலட். "கோஆர்டினேட்ஸ்?"

தனக்கு முகவரி தெரியாது, என்பதை லேங்டன் உணர்ந்தார். "கால்பந்து மைதானத்திற்கு போ."

"கால்பந்து மைதானமா?" அவன் ஆச்சரியப்பட்டுப் போனான். "எஃப்சி பார்சிலோனாவா?"

லேங்டன் ஆமோதித்தார், அவின்குடா டயாகனலில் இருந்து சில மைல்கள் தொலைவில் அமைந்திருக்கும் புகழ்பெற்ற பார்சிலோனா கால்பந்து கிளப்பின் இருப்பிடத்தை கண்டுபிடிக்க பைலட்டிற்கு நன்றாகவே தெரியும் என்பதில் அவருக்கு சந்தேகமில்லை.

வேகத்தை அதிகப்படுத்திய பைலட் இப்போது அந்த சதுக்கத்தின் பாதையைத் தொடர்ந்து முழு வேகத்தில் சென்றான்.

“ராபர்ட்?” ஆம்ரா அமைதியாக கேட்டாள். “உங்களுக்கு ஒன்றும் பிரச்சினையில்லையே?” அவருடைய தலையில் ஏற்பட்ட காயம் அவரது அறிவாற்றலை பாதித்திருக்கலாமோ என்பதுபோல் அவரை ஆராய்ந்து பார்த்தாள். “வின்ஸ்டனை எங்கே கண்டுபிடிக்கலாம் எனத் தெரியும் என்று சொன்னீர்களே.”

“ஆமாம்” என்று பதிலளித்தார் அவர். “அங்குதான் நம்மை அழைத்துச் செல்கிறேன்.”

“கால்பந்து மைதானத்திற்கா? ஒரு சூப்பர் கம்ப்யூட்டரை ஒரு மைதானத்தில் வைத்துதான் எட்மண்ட் உருவாக்கியிருப்பான் என்றா நினைக்கிறீர்கள்?”

லேங்டன் தலையைக் குலுக்கினார். “இல்லை, விமானி கண்டுபிடிப்பதற்கு சுலபமான நிலக்குறியீடுதான் அந்த மைதானம். அந்த மைதானத்திற்கு நேர் பக்கத்தில் உள்ள கட்டடத்தில்தான் நான் ஆர்வம் கொண்டிருக்கிறேன் - அது கிரான் ஹோட்டல் பிரின்செஸ்கா சோபியா.”

ஆம்ராவின் குழப்பமான வெளிப்பாடு மட்டுமே ஆழமடைந்தது. “ராபர்ட், நீங்கள் சொல்வதில் அர்த்தமிருப்பதாக எனக்குத் தெரியவில்லை. எட்மண்ட் ஒன்றும் உள்ளுக்குள் ஒரு ஆடம்பர ஹோட்டலை கட்டியிருப்பதற்கெல்லாம் வாய்ப்பில்லை. நான் உங்களை மருத்துவமனைக்கு அழைத்துச் சென்றாக வேண்டும் என்றுதான் நினைக்கிறேன்.”

“எனக்கு ஒன்றுமில்லை ஆம்ரா. என்னை நம்பு.”

“அப்படியென்றால் நாம் எங்குதான் போகிறோம்?”

“நாம் எங்கே போய்க்கொண்டிருக்கிறோம்?” லேங்டன் தன்னுடைய தாடையை வேடிக்கையாக வலித்துக் காட்டினார். “இன்றிரவு எட்மண்ட் பதிலளிக்க உறுதியளித்திருந்த முக்கியமான கேள்விகளில் அதுவும் ஒன்று என நினைக்கிறைன்.”

ஆம்ராவின் பாவனை வேடிக்கைக்கும் எரிச்சலுக்கும் நடுவில் எங்கோ நிலைகொண்டது.

“ஸாரி” என்றார் லேங்டன். “நானே விளக்குகிறேன். இரண்டு வருடங்களுக்கு முன்னர், கிரான் ஹோட்டல் பிரின்செஸ்கா சோபியாவின் எட்டாவது தளத்தில் உள்ள தனியார் கேளிக்கை விடுதியில் நான் எட்மண்டுடன் மதிய உணவு சாப்பிட்டேன்.”

“அந்த மதிய உணவிற்கு எட்மண்ட சூப்பர் கம்ப்யூட்டரையும் அழைத்து வந்திருந்தானா?” ஆம்ரா வேடிக்கையாக கூறினாள்.

லேங்டன் புன்னகைத்தார். “அப்படியல்ல, அவன் மதிய உணவிற்கு கால்நடையாகத்தான் வந்தான், அந்த கிளப் தனக்கு மிகுந்த சௌகரியமாக இருப்பதால் ஏறக்குறைய தினமும் அங்கேதான் சாப்பிடுகிறேன் என்றான் - அது அவனுடைய ஆய்வகம் இருக்குமிடத்தில் இருந்து இரண்டு கட்டடத் தொகுப்புகள் தள்ளிதான் இருந்தது. மேலும் அவன் என்மீது நம்பிக்கை வைத்து, தான் ஒரு மேம்பட்ட கூட்டிணைவு அறிவுத்திறன் திட்டப்பணியை மேற்கொண்டிருப்பதாகவும், அதனுடைய செயல்திறன் நம்பமுடியாத அளவுக்கு பரவசமூட்டக்கூடியது என்றும் என்னிடம் கூறினான்.”

சட்டென்று உற்சாகமானவளாக தோன்றினாள் ஆம்ரா “அது வின்ஸ்டனாகத்தான் இருக்க வேண்டும்!”

“நானும் அப்படித்தான் நினைத்தேன்.”

“அப்படியென்றால், எட்மண்ட் உங்களை அந்த ஆய்வகத்திற்கு அழைத்துச் சென்றிருப்பானே!”

“இல்லை.”

“இல்லையா?”

“துரதிஷ்டவசமாக, அவன் அதை ரகசியமாகவே வைத்திருந்தான்.”

ஆம்ராவின் கண்களில் மறுபடியும் கவலை குடியேறியது.

“ஆனாலும்” என்றார் லேங்டன், “அது எங்கே இருக்கிறது என வின்ஸ்டன்தான் நம்மிடம் ரகசியமாக சொல்லியிருக்கிறானே.”

இப்போது ஆம்ரா குழம்பிப்போய் காணப்பட்டாள். "இல்லை, அவன் சொன்னதில்லை."

"என்னால் உறுதியாக சொல்ல முடியும், அவன் சொன்னான்" என்று புன்னகைத்தார் லேங்டன். "உண்மையில் அவன் இந்த மொத்த உலகத்திற்குமே சொல்லியிருக்கிறான்."

ஆம்ரா விளக்கம் கேட்க எத்தனிக்கும் முன்னர் அந்த விமானி அறிவித்தான், "இதுதான் அந்த ஸ்டேடியம்!" அவன் சற்று தொலைவில் இருந்த பார்சிலோனாவின் பிரமாண்ட மைதானத்தை சுட்டிக்காட்டினான்.

இது ரொம்ப வேகம் என்று நினைத்துக்கொண்ட லேங்டன் வெளியே உற்றுப்பார்த்து, மைதானத்தில் இருந்து அருகாமையில் இருக்கும் கிரான் ஹோட்டல் பிரின்செஸ்கா சோபியா வரையிலான வரிசையில் தேடினார் - அவின்குடா டயாகனலில் உள்ள பரந்தகன்ற பிளாஸாவை நோக்கியிருக்கும் ஒரு வானளாவிய கட்டடம். அந்த மைதானத்தை தவிர்த்துவிட்டு, அதற்கு பதிலாக தங்களை அந்த ஹோட்டலுக்கும் மேலாக செல்லும்படி லேங்டன் விமானியிடம் கூறினார்.

சில நொடிகளுக்குள், அந்த ஹெலிகாப்டர் சிலநூறு அடிகளுக்கு மேலே எழும்பி, லேங்டனும் எட்மண்டும் இரண்டு வருடங்களுக்கு முன்னர் மதிய உணவிற்கு சென்ற ஹோட்டலுக்கு மேலே மிதந்தது. இங்கிருந்து இரண்டு கட்டடங்கள் தள்ளித்தான் அவன் தன்னுடைய கம்ப்யூட்டர் ஆய்வகம் இருப்பதாக என்னிடம் சொல்லியிருக்கிறான்.

அவர்களுடைய கழுகுப் பார்வைக்கு ஏற்ற இடத்திலிருந்து பார்க்கையில் அனுகூலமான இடத்தில் இருந்து லேங்டன் அந்த ஹோட்டலை சுற்றியிருந்த பகுதியை ஆராய்ந்தார். அந்தப் பகுதியில் இருந்த தெருக்கள் ஸக்ரதா ஃபெமிலியாவைச் சுற்றியுள்ளதைப் போல் நேர்க்கோட்டினதாய் இல்லை. நகர கட்டடத் தொகுப்புகள் எல்லாவிதமான ஒழுங்கற்ற மற்றும் நீள்சதுரமான வடிவங்களாகவும் உருவாக்கப்பட்டிருந்தன.

அது இங்கேதான் இருந்தாக வேண்டும்.

பாதுகாப்பற்ற உணர்வு அதிகரிக்கவே எல்லா திசைகளில் இருந்தும் கட்டடத் தொகுப்புகளை தேடிய லேங்டன், தன்னுடைய நினைவில் தோன்றிய பிரத்யேக வடிவத்தைக் கண்டுபிடிக்க முயற்சித்தார். *அது எங்கே இருக்கிறது?*

இதெல்லாமே, பிளாஸா டி பியஸ் XII-இல் போக்குவரத்து வட்டாரத்தைத் தாண்டி வடக்குப் பகுதியில் லேங்டன் தன் பார்வையை செலுத்தும் வரையில்தான், லேங்டன் அச்சமயத்தில் சுருக்கென்ற நம்பிக்கையை உணர்ந்தார். "அங்கே!" என்று விமானியிடம் கூறினார் அவர். "அந்த மரங்களடர்ந்த பகுதிக்கு மேலாக பறந்து கொண்டிருங்கள்!"

ஹெலிகாப்டரின் மூக்குப்பகுதியை சாய்த்த விமானி, ஒரு கட்டடத் தொகுப்பை மூலைவிட்டமாய் கடந்து வடமேற்கை நோக்கிச் செலுத்திய பின்னர், இப்போது லேங்டன் சுட்டிக்காட்டிய வனாந்திர வெளியின் மேலாக நிலைகொண்டிருந்தான். அந்த மரக்காடு உண்மையில் ஒரு பிரமாண்டமான சுவர்சூழ்ந்த எஸ்டேட்டின் ஒரு பகுதி.

"ராபர்ட்" என்று கத்திய ஆம்ராவின் ஒலி இப்போது விரக்தியுற்றிருந்தது. "நீங்கள் என்ன செய்கிறீர்கள்? இது பெட்ரால்ப்ஸ் அரச மாளிகை! இதற்குள் வைத்து வின்ஸ்டனை எட்மண்ட் உருவாக்கியிருக்க வாய்ப்பே இல்லை -"

"இங்கே இல்லை! அங்கே!" லேங்டன் அரண்மனைக்கு அப்பால், நேராக அவர்களுக்குப் பின்னால் இருந்த கட்டடத் தொகுப்பை சுட்டிக்காட்டினார்.

ஆம்ரா முன்னோக்கி சாய்ந்தாள், லேங்டனின் பரவசத்திற்கு மூலாதாரமாக இருந்ததை கவனத்துடன் குனிந்து பார்த்தாள். அரண்மனைக்குப் பின்னால் இருந்த கட்டடம் நன்றாக ஒளியூட்டப்பெற்ற நான்கு தெருக்களாக, ஒரு வைரத்தைப் போல் வடக்கு-தெற்காக பிராகாசிக்கின்ற ஒரு சதுரத்தை உருவாக்கும் வகையில் குறுக்கு நெடுக்காக அமைந்திருந்தன. அந்த வைரத்தில் உள்ள ஒரே கறை என்னவென்றால் அதனுடைய தாழ்வான - வலது ஓரம் தாறுமாறாக வளைந்தும் - ஒழுங்கற்ற வளைவினால் சாய்ந்தும் - ஒரு நெளிந்துபோன சுற்றளவை விட்டுச் சென்றிருப்பதுதான்.

"அந்த நெளிந்துபோன வரிசை தெரிகிறதா?" என்று கேட்ட லேங்டன், அந்த வைரத்தின் சாய்வான அச்சை சுட்டிக்காட்டினார் - ஒரு நன்கு ஒளியூட்டப்பெற்ற தெருவானது மரங்களர்ந்த அரண்மனைத் திடல்களின் இருளுக்கு மாறாக சரியான முறையில் தெளிவாக விரிந்து கிடந்தது.

உடனடியாக ஆம்ராவின் எரிச்சலுணர்வு காணாமல் போய்விட்டதைப் போல் தோன்றியது, அவள் தன்னுடைய தலையை நீட்டி மிகவும் கவனமாக கீழே உற்றுப் பாரத்தாள். "உண்மையில், அந்த வரிசை சாதாரணமானதுதான். நான் ஏன் இதை தெரிந்துகொள்ள வேண்டும்?"

"கட்டடத் தொகுப்பு முழுவதையும் பார்" என்று வற்புறுத்தினார் லேங்டன். "கீழ்ப்புற வலதுபக்கத்தில் ஒரு விநோத ஓரத்துடன் கூடிய ஒரு வைர வடிவம்." ஆம்ரா அதை சீக்கிரத்திலேயே கண்டுபிடித்துவிடுவாள் என அவர் காத்திருந்தார். "அந்தத் தொகுப்பில் உள்ள இரண்டு சிறிய பூங்காக்களைப் பார்." நடுவில் இருக்கும் ஒரு வட்ட வடிவ பூங்காவையும், வலதுபுறத்தில் இருக்கும் ஒரு அரைவட்டப் பூங்காவையும் அவர் சுட்டிக்காட்டினார்.

"எனக்கு இந்த இடம் தெரியும்போலத்தன் தோன்றுகிறது" என்றாள் ஆம்ரா, "ஆனால் எனக்கு முழுமையாக . . ."

"ஓவியத்தைப் பற்றி யோசித்துப் பார்" என்றார் லேங்டன். "கூகன்ஹைமில் உள்ள உங்களுடைய சேகரிப்புகளைப் பற்றி யோசித்துப் பார். மேலும் -"

"வின்ஸ்டன்!" என்று கத்திய அவள் அவரை நோக்கி நம்ப முடியாமல் திரும்பிப் பார்த்தாள். "இந்தத் தொகுதியின் திட்ட வரைபடம் - இது கூகன்ஹைமில் உள்ள வின்ஸ்டனின் சுய-ஓவியத்தினுடைய துல்லியமான வடிவமாயிற்றே!"

லேங்டன் புன்னகைத்தார். "ஆமாம், அதேதான்."

பின்னால் ஜன்னலை நோக்கி நகர்ந்துசென்று அந்த வைர-வடிவ தொகுப்பை கூர்ந்து பார்த்தாள் ஆம்ரா. லேங்டனும் அதை உற்றுப் பார்த்து வின்ஸ்டனின் சுய-ஓவியத்தை நினைத்துப் பார்த்தார் - இன்றிரவு முன்னதாக, அவரிடம் வின்ஸ்டன் அதைக்

காட்டியதில் இருந்தே அந்த விசித்திரமான வடிவம் கொண்ட ஓவியத்திரை அவரைக் குழப்பிக் கொண்டிருந்தது - மைரோவின் படைப்புக்கு செலுத்தப்பட்ட ஒரு அலங்கோலமான புகழஞ்சலி.

எட்மண்ட் என்னுடைய சுய-ஓவியத்தை உருவாக்கும்படி கேட்டார் என்று வின்ஸ்டன் சொல்லியிருக்கிறான். இதுதான் நான் வரைந்தது.

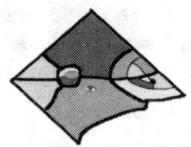

அந்தத் துண்டின் மையத்திற்கு - மைரோவின் படைப்பினுடைய ஆதாரம் - அருகாமையில் காணப்படும் கண்விழிதான் ஏறக்குறைய நிச்சயமாக வின்ஸ்டன் இருக்குமிடத்தை சரியாக குறிப்பிடுகிறது என்புதை லேங்டன் ஏற்கனவே தீர்மானித்துவிட்டார், கிரகத்தின் அந்த இடத்தில் இருந்துதான் வின்ஸ்டன் இந்த உலகத்தைப் *பார்க்கிறான்.*

ஆம்ரா ஜன்னலில் இருந்து பின்னால் திரும்பி மகிழ்ச்சியும் அதிர்ச்சியும் கலந்தவளாக பார்த்தாள். "வின்ஸ்டனின் சுய-ஓவியம் மைரோ வரைந்தது அல்ல. அது ஒரு வரைபடம்!"

"சரியாகச் சொன்னாய்" என்றார் லேங்டன். "வின்ஸ்டனுக்கு உடலோ அல்லது பௌதீகரீதியான சுய-பிம்பமோ கிடையாது என்பதை வைத்துப் பார்க்கும்போது, அவனுடைய சுய-ஓவியமானது தன்னுடைய உடல்ரீதியான வடிவத்தைக் காட்டிலும் தன்னுடைய இருக்குமிடத்தோடுதான் தொடர்புகொண்டதாக இருக்க முடியும்."

"அந்த கண்விழி" என்றாள் ஆம்ரா. "அது மைரோவின் கார்பன் பிரதி. ஆனால், ஒரே ஒரு கண்தானே இருக்கிறது, அதனால்கூட அது வின்ஸ்டனின் இடத்தை குறிப்பிடலாம் அல்லவா?"

"நானும் அப்படித்தான் நினைத்தேன்." லேங்டன் இப்போது பைலட்டிடம் திரும்பி, வின்ஸ்டனின் தொகுதியில் இருக்கும் இரண்டு சிறிய பூங்காக்களுள் ஒன்றின்மீது சற்று நேரத்திற்கு

இறக்க முடியுமா என்று கேட்டுக்கொண்டார். விமானி கீழே இறங்கத் தொடங்கினான்.

"அடக் கடவுளே" என்றாள் ஆம்ரா சட்டென்று. "வின்ஸ்டன் எதற்காக மைரோவின் பாணியை பிரதி செய்ய தேர்ந்தெடுத்தான் என எனக்குத் தெரிந்துவிட்டதாக நினைக்கிறேன்!"

"அப்படியா?"

"நாம் இப்போது மேலே பறந்துகொண்டிருக்கும் இந்த அரண்மனை பெட்ரால்பஸ் அரண்மனை."

"பெட்ரால்பஸ்ஸா?" என்று கேட்டார் லேங்டன். "அது ஒருவருடைய பெயர் -"

"ஆமாம்! மைரோவின் புகழ்பெற்ற தீட்டல்களுள் ஒன்று. வின்ஸ்டன் இந்த இடத்தை ஆராய்ந்திருப்பான், மைரோவுடனான உள்ளூர் தொடர்பை கண்டு கொண்டிருப்பான்!"

லேங்டன் இதை ஒப்புக்கொள்ளத்தான் வேண்டியிருந்தது, வின்ஸ்டனின் படைப்புத்திறன் திகைக்க வைக்கும் ஒன்று, எட்மண்ட் தனது இணைப்புருவாக்க அறிவுத்திறனுடன் மீளிணைப்புகொள்ளும் நம்பிக்கையால் அவன் விசித்திரமான முறையில் கிளர்ச்சியுற்றிருப்பான். ஹெலிகாப்டர் கீழே இறங்கியபோது, வின்ஸ்டன் தன்னுடைய கண்ணை எந்த இடத்தில் வரைந்திருந்தானோ அதே இடத்தில் காணப்பட்ட ஒரு பெரிய கட்டடத்தின் இருண்ட நிழலொளியை லேங்டன் பார்த்தார்.

"அதோ பாருங்கள் -" ஆம்ரா சுட்டிக் காட்டினாள். "அதுவாகத்தான் இருக்க வேண்டும்."

பெரிய மரங்களால் மறைக்கப்பட்டிருந்த அந்தக் கட்டடத்தை தெளிவாகப் பார்ப்பதற்கு லேங்டன் சிரமப்பட்டார்.

"எனக்கு விளக்குகள் எதுவும் தெரியவில்லை" என்றாள் ஆம்ரா. "நம்மால் உள்ளே போக முடியுமென்று நினைக்கிறீர்களா?"

"அங்கே யாராவது இருப்பார்கள்" என்றார் லேங்டன். "எட்மண்டிற்கு அலுவலர் என்று யாராவது இருந்திருப்பார்,

குறிப்பாக இன்றிரவிற்கு. நம்மிடம் எட்மண்டின் பாஸ்வேர்டு இருக்கிறது என்பதை அவர்கள் தெரிந்துகொண்டால் அந்த அறிவிப்பை வெளியிடுவதற்கு நமக்கு உதவி செய்யும் விஷயத்தில் அவர்கள் குழம்பிப்போவார்களோ என்றுதான் எனக்கு சந்தேகமாயிருக்கிறது."

பதினைந்து நொடிகளுக்குப் பின்னர், வின்ஸ்டனுடைய கட்டடத் தொகுதியின் கிழக்கு ஓரத்தில் உள்ள ஒரு பெரிய அரைவட்டப் பூங்காவில் அந்த ஹெலிகாப்டர் தரையிறங்கியது. லேங்டனும் ஆம்ராவும் வெளியே குதித்தனர், உடனடியாக அந்த ஹெலிகாப்டர் மேல்நோக்கிப் பறந்து, மைதானத்தை நோக்கி வேகமெடுத்தது. அது அங்கே மேற்கொண்டு உத்தரவுகளுக்காக காத்திருக்கும்.

அவர்கள் இருவரும் இருளார்ந்த பூங்காவின் குறுக்கே அந்தத் தொகுதியின் மையப்பகுதியை நோக்கி விரைகையில், பாஸெஜ் டெல்ஸ் டில்லர்ஸ் என்ற ஒரு சிறிய இடைநிலைத் தெருவைக் கடந்தனர், பின்னர் கனத்த மரங்களர்ந்த பகுதிக்குள் நுழைந்தனர். மரங்கள் சூழ்ந்திருக்க, தங்களுக்கு முன்னால் ஒரு பெரிய பருத்த கட்டடத்தின் நிழலொளியைக் கண்டனர்.

"வெளிச்சமே இல்லை" என்று கிசுகிசுத்தாள் ஆம்ரா.

"வேலி இருக்கிறது" என்ற லேங்டன், ஒரு பத்தடி உயரமுள்ள, உருக்கிரும்பால் ஆன பாதுகாப்பு வேலி அந்த முழு கட்டட வளாகத்தையும் சூழ்ந்திருப்பதைக் கண்டு புருவத்தை நெரித்தார். அவர் அந்த கம்பிகளின் வழியாக கூர்ந்து நோக்கினார், வனாந்திரமாக இருக்கும் அந்த வளாகத்தில் இருந்த கட்டடத்தின் பெரும்பாலான பகுதியை அவரால் பார்க்க முடியவில்லை. வெளிச்சமே இல்லாததைக் கண்ட அவர் குழம்பினார்.

"அதோ" என்ற ஆம்ரா, அந்த வேலி வரிசையில் இருபது கஜதூரத்தை தாண்டி சுட்டிக்காட்டினாள். "அது ஒரு வாயில் என்று நினைக்கிறேன்."

வேலியோரமாகவே விரைந்து சென்ற அவர்கள், பாதுகாப்பாக பூட்டப்பட்டிருந்த சுழல் வாயில் வழியாகத்தான் கட்டாயமாக நுழைந்தாக வேண்டும் என்பதைக் கண்டனர். அங்கே ஒரு மின்னணு தொலைபேசி அழைப்பு பெட்டி இருந்தது,

தங்களுக்குள்ள வாய்ப்புகளை லேங்டன் பரிசீலிக்கும் முன்னரே ஆம்ரா அதன் அழைப்பு பொத்தான்களை அழுத்தியிருந்தாள்.

அழைப்பொலி இரண்டுமுறை ஒலித்து இணைப்பு கிடைத்தது.

அமைதி.

"ஹலோ?" என்றாள் ஆம்ரா. "ஹலோ?"

ஒலிபெருக்கி வழியாக எந்தக் குரலும் வரவில்லை - ஏற்கப்பட்ட அழைப்பில் பயமுறுத்தும்படியான பஸ்ஸென்ற ஒலி கேட்டது.

"நான் சொல்வது உங்களுக்கு கேட்கிறதா என்று தெரியவில்லை" என்றாள் அவள், "ஆனால், நாங்கள்தான் ஆம்ரா வைடல் மற்றும் ராபர்ட் லேங்டன். நாங்கள் எட்மண்ட் கிர்ஷின் நம்பிக்கைக்குரிய நண்பர்கள். இன்றிரவு அவர் கொல்லப்பட்டபோது நாங்கள் அவருடன்தான் இருந்தோம். எட்மண்டிற்கும், வின்ஸ்டனுக்கும், சொல்லப்போனால் உங்கள் எல்லோருக்குமே மிகுந்த உதவிகரமாக இருக்கப்போகும் தகவல் எங்களிடம் இருக்கிறது."

அங்கே விட்டுவிட்டு ஒரு கிளிக் ஒலி எழுந்தது.

லேங்டன் உடனடியாக அந்த சுழல் கேட்டில் கைகளை வைத்து சுலபமாகத் திருப்பினார்.

அவர் பெருமூச்சுவிட்டார். "யாரோ இங்கே இருக்கிறார் என்று சொன்னேன் அல்லவா."

அவர்கள் இருவரும் பாதுகாப்பு சுழல்கதவின் வழியாக விரைந்து உள்ளே சென்று இருளார்ந்த கட்டடத்தை நோக்கி மரங்களினூடாக சென்றனர். அவர்கள் நெருங்கிச் செல்கையில், கூரையின் விளிம்புப் பகுதி வானத்திற்கு நேரே வடிவம் பெறத் தொடங்கியது. ஒரு எதிர்பாராத நிழலொளி தோன்றியது - ஒரு ஐம்பது அடி உயரமுள்ள சின்னம் கூரையின் உச்சியில் நிலைகொண்டிருந்தது.

ஆம்ராவும் லேங்டனும் சற்று நின்றனர்.

இது சரியாக இருக்காது என்று நினைத்த லேங்டன், தங்களுக்கு மேலே இருந்த தெளிவான சின்னத்தை உற்றுப் பார்த்தார். *எட்மண்டின் கம்ப்யூட்டர் ஆய்வகத்திற்கு மேலே இவ்வளவு பெரிய சிலுவையா?*

லேங்டன் சில அடிகள் எடுத்துவைத்து மரங்களில் இருந்து வெளிப்பட்டார். அவர் அப்படிச் செய்கையில் அந்தக் கட்டடத்தின் மொத்த முகப்புப் பகுதியும் அவருடைய பார்வைக்குள் வந்தது, அது ஒரு ஆச்சரியப்படும்படியான காட்சி - ஒரு பெரிய ரோஸ் நிற ஜன்னல், இரண்டு பாறைக் கலசங்கள் மற்றும் கத்தோலிக்க புனிதர்கள் மற்றும் கன்னி மேரியின் சாய்தள உருவங்களால் அலங்கரிக்கப்பட்ட ஒரு நேர்த்தியான புராதான வாயிற்கதவு ஆகியவற்றைக் கொண்ட ஒரு பழங்கால காதிக் வடிவ தேவாலயம்.

ஆம்ரா பயந்துபோனவளாய் காணப்பட்டாள். "ராபர்ட், நாம் ஒரு கத்தோலிக்க தேவாலயத்திற்குள் நுழைந்திருக்கிறோம் என்று நினைக்கிறேன். நாம் இருப்பது ஒரு தவறான இடம்."

அந்த தேவாலயத்தின் முன்னால் இருந்த அறிவிப்பைக் கண்ட லேங்டன் சிரிக்கத் தொடங்கிவிட்டார். "இல்லை, நாம் துல்லியமாக *சரியான* இடத்தில்தான் இருக்கிறோம்."

சில வருடங்களுக்கு முன்னர் இந்த இடம் செய்திகளில் அடிபட்டது, ஆனால் இது பார்சிலோனாவில் இருக்கிறதென்று லேங்டனுக்கு தெரியவே தெரியாது. *ஒரு உயர்-தொழில்நுட்ப ஆய்வகம் கைவிடப்பட்ட கத்தோலிக்க தேவாலயத்திற்குள்ளே கட்டப்பட்டிருக்கிறது.* ஒரு பணிவிணக்கமற்ற நாத்திகன் ஒரு இறைமையற்ற கம்ப்யூட்டரை உருவாக்குவதற்கான சரியான இடமாகத்தான் இது தோன்றுகிறது என்பதை லேங்டன் ஒப்புக்கொள்ளத்தான் வேண்டியிருந்தது. இப்போது பயன்பாட்டில் இல்லாத தேவாலயத்தை அவர் உற்றுப் பார்த்தபோது, எட்மண்ட் தன்னுடைய பாஸ்வேர்டை தேர்ந்தெடுத்த முன்னறிவை நினைத்து அவர் சில்லிட்ட உணர்வை அடைந்தார்.

The dark religions are departed & sweet science reigns.

லேங்டன் அறிவிப்பு பலகையை நோக்கி ஆம்ராவின் கவனத்தை திருப்பினார்.

அதில் இருந்தது:

**பார்சிலோனா சூப்பர்கம்ப்யூட்டிங் செண்டர்
செண்ட்ரோ நேஷனேல் டி சூப்பர்கம்பூடேசியன்**

ஆம்ரா நம்பமுடியாமல் அவரை நோக்கித் திரும்பினாள். "பார்சிலோனா ஒரு கத்தோலிக்க தேவாலயத்திற்குள் ஒரு சூப்பர்கம்ப்யூட்டிங் மையத்தையே வைத்திருக்கிறதா?"

"ஆமாம்" என்று புன்னகைத்தார் லேங்டன். "சிலசமயங்களில், உண்மையானது புனைவைக் காட்டிலும் விசித்திரமாகத்தான் இருக்கும்."

81

உலகில் உள்ளதிலேயே உயரமான சிலுவை ஸ்பெயினில்தான் உள்ளது.

எல் எஸ்காரியல் துறவுமடத்திற்கு வடக்கே எட்டு மைல்கள் தொலைவில் உள்ள மலைத்தொடரில் நிறுவப்பட்டிருக்கும் இந்த பிரமாண்டமான ஐநூறு அடிகள் உயரம் கொண்ட சிமெண்ட் சிலுவை திகைக்க வைக்கும் அளவுக்கு வானத்தை நோக்கி ஒரு தரிசான பள்ளத்தாக்கிற்கு மேலே உயர்ந்திருக்கிறது, அதனை நூறு மைல்களுக்கு அப்பால் இருந்துகூட பார்க்க முடியும்.

அந்த சிலுவைக்கும் கீழேயுள்ள மலையிடுக்கு - பொருத்தமான முறையில் வீழ்ந்தோர் பள்ளத்தாக்கு என்று பெயரிடப்பட்டது - நாற்பதாயிரத்துக்கும் மேற்பட்ட உயிர்களின் இறுதி ஓய்விடமாகும், அவர்கள் ரத்தக்களறியான ஸ்பானிஷ் உள்நாட்டுப் போரில் பலியான இருதரப்பினரைச் சேர்ந்தவர்களும் ஆவர்.

நாம் என்ன செய்துகொண்டிருக்கிறோம்? அந்த சிலுவைக்கும் கீழேயிருக்கும் மலைத்தொடரின் அடிப்பாகத்தில் உள்ள குறுகலான பாதையில் கார்டியாவைப் பின்தொடர்ந்து போகும்போது ஜூலியன் வியந்துகொண்டார். இங்கு வைத்துதான் என் தந்தை என்னை சந்திக்க விரும்பினாரா?

அவருக்கு அருகாமையில் வந்துகொண்டிருந்த வால்டஸ்பினோவும் அதே அளவுக்கு குழம்பியிருந்தார். "இதில் எதுவுமே புரிபடவில்லை," என்று அவர் கிசுகிசுத்தார். "உங்களுடைய தந்தை இந்த இடத்தை வெறுத்துதான் வந்திருக்கிறார்."

லட்சக்கணக்கானோர் இந்த இடத்தை வெறுத்து ஒதுக்குகிறார்கள், என்று நினைத்துக்கொண்டான் ஜூலியன்.

1940-இல் பிரான்கோவாலேயே உருவாக்கப்பட்ட இந்த வீழ்ந்தோர் பள்ளத்தாக்கு "தேசிய பிராயச்சித்த நடவடிக்கை" என்றே பிரபலப்படுத்தப்பட்டது - இது வெற்றியாளர்களையும் தோல்வியுற்றவர்களையும் சமரசம் செய்ய மேற்கொள்ளப்பட்ட ஒரு முயற்சி. அது தனக்கேயுரிய "உயர்வான நோக்கங்களைக்" கொண்டிருந்தபோதிலும், குற்றவாளிகள் மற்றும் பிரான்கோவை எதிர்த்த அரசியல் கைதிகள் ஆகியோர் அடங்கிய தொழிலாளர்களின் உழைப்பினால் இது கட்டப்பட்டதன் காரணமாகவே இன்றுவரை அந்த நினைவாலயம் சர்ச்சைக்குரிய ஒன்றாக இருந்து வருகிறது - இந்த உழைப்பாளர்களில் பலரும் அதன் கட்டுமானத்தின்போது வெயிலாலும், பட்டினியாலும் மாண்டுபோயினர்.

கடந்த காலத்தில, சில பாராளுமன்ற உறுப்பினர்கள் இந்த இடத்தை நாஜி சித்திரவதை முகாமுடன் ஒப்பிட்டுப் பேசுமளவுக்குகூட சென்றுவிட்டனர். தனது தந்தை வெளிப்படையாக சொல்லிக்கொள்ளவில்லை என்றாலும்கூட, அவருக்கும் அத்தகைய உணர்வுதான் இருந்திருக்கும் என ஜூலியன் நினைத்துக் கொண்டார். பெரும்பாலான ஸ்பானியர்களைப் பொறுத்தவரையில், இந்தத் தளம் பிரான்கோவால் கட்டப்பட்ட, பிரான்கோவிற்கான நினைவாலயமாகவே கருதப்பட்டது - தன்னைத்தானே கௌரவப்படுத்திக்கொள்ள அவருக்கான ஒரு பிரமாண்டமான ஆலயம். பிரான்கோ இப்போது அந்த இடத்தில் புதைக்கப்பட்டிருப்பதுதான் விமர்சகர்களின் தீயில் எண்ணெயை ஊற்றியதுபோல் ஆக்கிவிட்டது என்பதே உண்மை.

முன்பு ஒருமுறை தான் இங்கே வந்திருப்பது ஜூலியனுக்கு நினைவிருக்கிறது - தன்னுடைய நாட்டைப் பற்றி தெரிந்துகொள்ள அவருடைய தந்தையுடன் மேற்கொண்ட குழந்தைப்பருவ

பயணங்களுள் அதுவும் ஒன்று. அவனுக்கு சுற்றிக்காட்டிய அரசர் அவனிடம் அமைதியாக கிசுகிசுத்தார். கவனமாகப் பார்த்துக்கொள் மகனே. ஒருநாள் நீ இதையெல்லாம் அழிக்க வேண்டியிருக்கும்.

இப்போது, மலைச்சரிவிற்குள்ளாக குடையப்பெற்ற எளிமையான முகப்பை நோக்கிச் செல்லும் படிக்கட்டுகளில் கார்டியாவை பின்தொடர்ந்த ஜூலியன் அவர்கள் எங்கே போகிறார்கள் என்பதை புரிந்துகொள்ளத் தொடங்கினார். அவர்களுக்கு முன்னால் ஒரு செதுக்கப்பட்ட - அந்த மலைத்தொடரின் முகப்பிற்குள்ளான ஒரு நுழைவாயில் - வெண்கலக் கதவு தோன்றியது, ஒரு சிறுவனாக அந்தக் கதவின் வழியாக உள்ளே சென்றது ஜூலியனின் நினைவுக்கு வந்து அதற்கு அப்பால் இருப்பனவற்றை நினைத்து அவரை திகைக்க வைத்தது.

சொல்லப்போனால், இந்த மலையுச்சியின் உண்மையான அற்புதம் என்பது அதற்கு மேலே உயர்ந்திருக்கும் சிலுவை அல்ல; அதற்குள்ளே இருக்கும் ரகசிய இடம்தான் உண்மையான அற்புதம்.

அந்த கிரானைட் உச்சிக்குள், உட்குழிவாக மனிதன் உருவாக்கிய அளவிட முடியாத விகிதாச்சார அளவுகளில் குகைகள் இருந்தன. மனிதக் கரங்களால்-தோண்டப்பட்ட சுரங்கம் அந்த மலைக்குள்ளாக ஏறக்குறைய தொள்ளாயிரம் அடிகளுக்கு நீண்டு செல்கிறது, அங்கே அது ஒரு இடைவெளிக்கான அறையாக திறந்துகொண்டு படிப்படியாகவும், நேர்த்தியாகவும் முற்றுப்பெறுகிறது. அதில் பளபளக்கும் பளிங்கு கற்களும், பக்கத்திற்கு பக்கம் ஏறக்குறைய ஒரு நூற்றி ஐம்பது அடிகளுக்கு நீளும் ஸ்தூபிமாட சுவரோவியமும் நீண்டுயர்ந்து காணப்பட்டன. நான் மலைக்கு உள்ளே இருக்கிறேன் என்று நினைத்துக்கொண்டார் இளம் ஜூலியன். நான் கனவுதான் காண்கிறேனோ!

இப்போது, பல வருடங்கள் கழித்து ஜூலியன் திரும்பி வந்திருக்கிறார்.

இதுவும்கூட என்னுடைய இறந்து கொண்டிருக்கும் அப்பாவின் நிமித்தமாகத்தான்.

அந்தக் குழு இரும்பாலான நுழைவாயிலை நெருங்கியபோது அந்தக் கதவுக்கு மேலிருக்கின்ற, சிலுவையில் அறையப்பட்ட கிறிஸ்துவை கையில் ஏந்தியிருக்கும் கன்னி மேரியின் உருவத்தை நோக்கினார் ஜூலியன். அவருக்கு அடுத்திருந்த பிஷப் வால்டஸ்பினோ தனக்கு சிலுவையிட்டுக்கொண்டார், ஆனாலும், அது செயற்கையான இறைநம்பிக்கை என்பதைவிட பயத்தினால் உருவானதுதான் என்பதை ஜூலியன் உணர்ந்துகொண்டார்.

82

ConspiracyNet.com

அவசரச் செய்தி

ஆனால் . . . யார் இந்த ரீஜெண்ட்?

கொலைகாரன் லூயி எவிலா, ரீஜெண்ட் என்று அவர் அழைத்த ஒரு தனிநபரிடம் இருந்துதான் தன்னுடைய கொலை உத்தரவுகளை நேரடியாக பெற்றிருக்கிறார் என்பதை நிரூபிக்கும் ஆதாரங்கள் இப்போது வந்துகொண்டிருக்கின்றன.

ரீஜெண்டின் அடையாளம் மர்மமாகவே நீடிக்கிறது, என்றாலும் இந்த நபரின் பட்டம் சில துப்புக்களை வழங்கியிருக்கிறது. dictionary.com கூற்றுப்படி, ஒரு "ரீஜெண்ட்" என்பவர் ஒரு அமைப்பின் தலைவர் திறனில்லாமலோ அல்லது அவைக்கு வராதபோதோ அந்த அமைப்பை மேற்பார்வை செய்ய நியமிக்கப்பட்ட ஒருவர் ஆவார்.

எங்களுடைய பயனர் சர்வேயின்படி "யார் இந்த ரீஜெண்ட்?" இப்போதைக்கு நம்முடைய முதல் மூன்று பதில்கள்:

1. உடல்நலக் குறைவுற்ற அரசருக்காக அதிகாரத்தை ஏற்றிருக்கும் பிஷப் வால்டஸ்பினோ.

2. தான்தான் உண்மையான கத்தோலிக்க தேவாலயத் தலைவர் என்று நம்புகின்ற ஒரு பால்மேரியன் போப்.

3. தன்னுடைய நாட்டின் உடல்நலக் குறைவுற்ற தலைமை தளபதியாகிய அரசருக்கு பதிலாக செயல்படுவதாக உரிமை கோரும் ஒரு ஸ்பானிஷ் ராணுவ அதிகாரி.

இன்னும் நிறைய செய்திகள் வரவிருக்கின்றன!

#யார் இந்த ரீஜெண்ட்

83

அந்த பெரிய பிரார்த்தனைக் கூடத்தின் முகப்பை ஆராய்ந்த லேங்டனும் ஆம்ராவும் பார்சிலோனா சூப்பர்கம்ப்யூட்டிங் மையத்திற்கு செல்லும் நுழைவாயிலை தேவாலய மையத்தின் தெற்கு முனையில் கண்டுபிடித்தனர். இங்குதான், ஒரு அதிநவீன பிளெக்ஸிகிளாஸ் முன்கூடம் கரடுமுரடான முகப்பின் வெளிப்புறத்தோடு பொருத்தப்பட்டு, அந்த தேவாலயத்திற்கு பல நூற்றாண்டுகளுக்கு இடைப்பட்ட கலப்பினத் தோற்றத்தை அளித்திருந்தது.

கூடத்தின் வெளிப்புறத்தில் உள்ள நுழைவாயிலுக்கு அருகில் பனிரெண்டு அடி மார்பளவுள்ள ஒரு புராதான போர்வீரனின் தலையுள்ள சிற்பம் நின்றிருந்தது. ஒரு கத்தோலிக்க தேவாலயத்தின் நிலத்தில் இந்தக் கலைப்பொருள் என்ன செய்துகொண்டிருக்கிறது என்பதை லேங்டனால் கற்பனை செய்ய முடியவில்லை, ஆனால் எட்மண்டைப் பற்றித் தெரிந்திருந்த அவரால், கிர்ஷினுடைய வேலையிடம் முரண்பாடுகளின் நிலமாகத்தான் இருந்திருக்கும் என்பதை மிக உறுதியாக சொல்லிவிட முடியும்.

முக்கிய நுழைவாயிலை நோக்கி விரைந்த ஆம்ரா கதவில் இருந்த அழைப்பு மணியை அழுத்தினாள். லேங்டன் அவளுடன் சேர்ந்துகொண்டபோது, மேலேயிருந்த ஒரு பாதுகாப்பு கேமரா அவர்களை நோக்கித் திரும்பி, முன்னும் பின்னுமாக அவர்களை சற்றே நீண்டநேரத்திற்கு ஆராய்ந்தது.

பிறகு அந்தக் கதவு சத்தமிட்டபடியே திறந்தது.

அந்த நுழைவாயிலின் வழியாக தேவாலயத்தின் அசல் நடுக்கூடத்தில் இருந்து உருவாகும் ஒரு பெரிய கூடத்திற்குள் ஆம்ராவும் லேங்டனும் சட்டென்று உள்ளே நுழைந்தனர். அது ஒரு வேலியமைக்கப்பட்ட பாறையாலான மங்கிய ஒளிவீசும் வெற்று அறை. யாராவது வந்து தங்களை வரவேற்பார்கள் என லேங்டன் எதிர்பார்த்தார் - எட்மண்டின் ஊழியர்களில் யாராவது இருக்கலாம் - ஆனால் அந்த வரவேற்பறை வெறிச்சோடி காணப்பட்டது.

"இங்கே யாருமே இல்லையா?" என்று கிசுகிசுத்தாள் ஆம்ரா.

அவர்கள், மத்தியகால தேவாலய பக்திமணம் கமழும் மெல்லிசையை உணர்ந்தனர் - ஆண் குரல்களுக்கு உண்டான பலகுரல் கூட்டிசை ஏதோ தெரிந்த ஒன்றைப் போலத்தான் ஒலித்தது. லேங்டனால் உறுதியாக சொல்ல முடியவில்லை, ஆனால் ஒரு உயர்தொழில்நுட்ப மையத்தில் அத்தகைய மதம்சார் இசை விசித்திரமாக ஒலித்துக்கொண்டிருப்பது, எட்மண்டின் வேடிக்கையான நகைச்சுவையுணர்வின் தயாரிப்பு என்றே அவருக்குத் தோன்றியது.

அவர்களுக்கு முன்பாக வரவேற்பறையின் சுவற்றில் பளபளத்துக்கொண்டிருந்த ஒரு மிகப்பெரிய பிளாஸ்மா திரை மட்டுமே அந்த அறையின் ஒரே வெளிச்சமாக இருந்தது. அந்தத் திரையும் ஆரம்பகால கம்ப்யூட்டர் கேம்ஸ் வகையைச் சேர்ந்தது என்று குறிப்பிடும்படியான ஒன்றைத்தான் காட்டிக்கொண்டிருந்தது - பூச்சிகளின் கூட்டம் இலக்கில்லாமல் சுற்றிக்கொண்டிருப்பதைப் போல் வெள்ளைப் பரப்பில் சுற்றிவரும் கருப்புப் புள்ளிகளின் தொகுதிகள்தான் அவை.

முற்றிலும் இலக்கற்றவை அல்ல என்பதை உணரந்த லேங்டன் இப்போது அதன் உருவடிவங்களை தெரிந்துகொண்டார்.

இந்தப் புகழ்பெற்ற கம்ப்யூட்டர் உருவாக்கும் தொடர்வரிசை - உயிர் எனப்படுவது - என்பது பிரிட்டிஷ் கணிதவியலாளர், ஜான் கான்வே என்பவரால் 1970-களில் கண்டுபிடிக்கப்பட்டது. இந்தக் கரும்புள்ளிகள் - செல்கள் எனப்படுபவை - நகரவும், ஒருங்கிணைந்து செயல்படவும் மற்றும் நிரல்படுத்துநரால் உள்ளிடப்படுகின்ற "விதிகளின்" முன்னதாகவே தீர்மானிக்கப்பட்ட தொடர் அடிப்படையில் மறுதயாரிப்பும்

செய்யப்படுகிறது. இந்த "ஆரம்பகட்ட நிச்சய விதிமுறைகளால்" ஒரே சீராக குறிப்பிட்ட காலகட்டத்திற்கு வழிகாட்டப்படும் இந்தப் புள்ளிகள் தங்களைத் தாங்களே கொத்துக்களாக, தொடர்வரிசைகளாக மற்றும் திரும்பத்தோன்றும் உருவங்களாக நிறுவிக்கொள்கின்றன - வளர்ச்சியுறும் உருவடிவங்கள் மிகவும் சிக்கலானதாக ஆகிவிடுவதோடு, இயற்கையில் காணப்படும் உருவடிவங்களுக்கு ஏற்ப திகைக்க வைக்குமளவுக்கு ஒரே போன்றும் தெரியத் தொடங்கும்.

"கான்வேயின் உயிர் விளையாட்டு" என்றாள் ஆம்ரா. "இதை அடிப்படையாக கொண்ட டிஜிட்டல் நிறுவுகையை சில வருடங்களுக்கு முன்னர் நான் பார்த்திருக்கிறேன் - இது செல்லுலார் ஆட்டோமேஷன் என்று தலைப்பிடப்பட்ட ஒரு கலப்பு-மீடியா வகை."

லேங்டன் ஆர்வமானார், ஏனெனில் அதனுடைய கண்டுபிடிப்பாளரான கான்வே பிரின்ஸ்டன் பல்கலையில் உரை நிகழ்த்தியதை அவரும் கேட்டிருக்கிறார்.

கூட்டுக்குரல் சேர்ந்திசை லேங்டனின் காதுகளில் மறுபடியும் கேட்டது. *இசையின் இந்தப் பகுதியை கேட்டிருக்கிறேன் என நினைக்கிறேன். ஒருவேளை இது ஒரு மறுமலர்ச்சிக்கால கூட்டுப் பிரார்த்தனையாக இருக்குமோ?*

"ராபர்ட் அதோ" என சுட்டிக்காட்டினாள் ஆம்ரா.

காட்சித் திரையில், ஓடிக்கொண்டிருந்த புள்ளிகளின் குழுக்கள் தங்கள் திசையை நேரெதிராக மாற்றிக்கொண்டு துரிதமடைந்தன, அது அந்த நிரல் இப்போது பின்னோக்கி செயல்படுவதைப் போலிருந்தது. புள்ளிகளின் எண்ணிக்கை குறையத் தொடங்கின . . . செல்கள் உடைபடவில்லை என்பதுடன் பல்கிப்பெருகின, ஆனால் மறுஇணைவாக்கம் பெற்றன ... அவ்வற்றின் கட்டமைப்புகள் இறுதியாக கையளவுக்கு வரும்வரையில் மென்மேலும் எளிமையாகிக்கொண்டே சென்று விடாமல் இணைந்து கொண்டிருந்தன . . . முதலில் எட்டு, பிறகு நான்கு, பிறகு இரண்டு, பிறகு . . .

ஒன்று.

ஒரு ஒற்றை செல் மட்டும் திரை நடுவில் மினுங்கியது.

லேங்டனுக்கு உடல் சிலிர்த்தது. உயிரின் தோற்றம்.

அந்தப் புள்ளி மின்னி மறைந்து, வெறுமையை விட்டுச் சென்றது - வெறும் வெண் திரை.

உயிர் விளையாட்டு போய்விட்டது, தெளிவற்ற உரை புலப்படத் தொடங்கியது, அவர்களால் படிக்க முடிகின்ற வரையில் மிகவும் அழுத்தமாக உருப்பெற்றது.

நாம் பிரபஞ்ச தோற்றவியலை ஏற்றுக்கொண்டால்,
அது எப்போது வந்தது எப்படித் தோன்றியது என
நம்முடைய மனம் இன்னமும் தெரிந்துகொள்ளவே ஏங்கும்

"அது டார்வின்" என்று கிசுகிசுத்த லேங்டன், எட்மண்ட் கிர்ஷ் இதுவரையில் கேட்டுவந்திருக்கும் அதே கேள்வியினுடைய இந்த நிகரற்ற தாவரவியலாளரின் நாவன்மையை உணர்ந்துகொண்டார்.

"நாம் எங்கிருந்து வந்தோம்?" என்று பரவசப்பட்டு கூறிய ஆம்ரா அந்த உரையைப் படித்தாள்.

"சரியாகச் சொன்னாய்."

ஆம்ரா அவரைப் பார்த்து புன்னகைத்தாள். "நாம் போய் அதை கண்டுபிடிப்போமா?"

மைய தேவாலயத்தோடு இணைப்பதாக தோன்றிய ஒரு தூணாலான நுழைவாயிலை நோக்கி காட்சித் திரைக்குப் பக்கத்தில் அவள் சுட்டிக்காட்டினாள்.

அவர்கள் வரவேற்பறையின் குறுக்கே நடந்து செல்கையில் அந்தக் காட்சித்திரை தன்னை மறுபடியும் புதுப்பித்துக்கொண்டது, அது இப்போது திரையில் தற்போக்காக தோன்றுகின்ற கலவையான வார்த்தைகளை காட்டிக்கொண்டிருந்தது. நிறைய வார்த்தைகள் நிதானமாகவும், குழப்பமாகவும் பெருகிக்கொண்டிருந்தன, புதிய வார்தைகள் தோன்றியும், உருமாற்றம் பெற்றும், சொற்றொடர்களின் சிக்கலான வரிசைக்குள்ளாக இணைந்துகொண்டன.

...வளர்ச்சி ...புதிய மொட்டுகள் ...அழகிய கிளைத்தல்கள் ...

ஆரிஜின் 615

அந்தப் படம் விரிவடைகையில், அதன் வார்த்தைகள் ஒரு வளர்ந்துவரும் மரமாக வடிவம் பெறுவதை லேங்டனும் ஆம்ராவும் கண்டனர்.

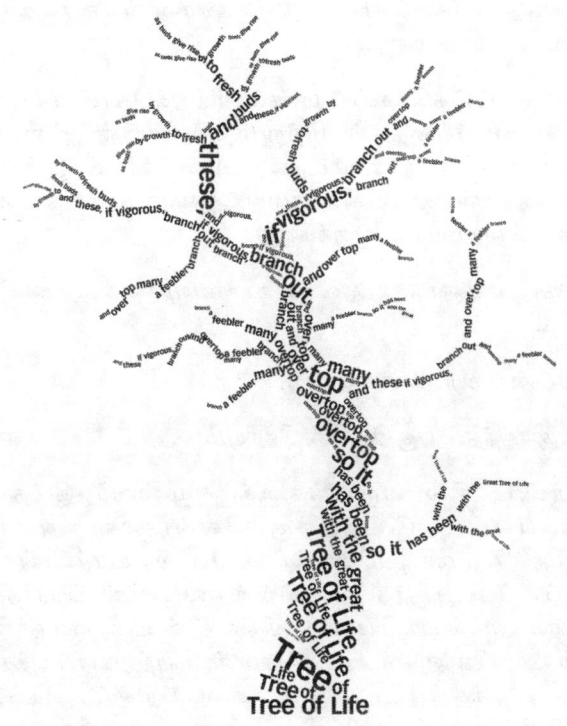

இங்கே என்ன நடக்கிறது?

அவர் அந்த கிராபிக் வடிவத்தை கூர்ந்து நோக்கினர், குரல்களால் மட்டுமான ஒலி அவர்களைச் சுற்றி அதிகரித்துச் சென்றது. தான் நினைத்தது போல் அவர்கள் லத்தீனில் அல்லாமல் ஆங்கிலத்தில்தான் பாடுகிறார்கள் என்பதை லேங்டன் உணர்ந்தார்.

"அய்யோ, திரையில் தெரியும் வார்த்தைகள்" என்றாள் ஆம்ரா. "அவை இந்த இசையுடன் பொருந்திப்போவதாக நினைக்கிறேன்."

“நீ சரியாகத்தான் சொல்கிறாய்” என்று ஒப்புக்கொண்ட லேங்டன் பாடலுடன் ஏக காலத்தில் ஒத்துப்போகும்படி திரையில் புதிய உரைகள் தோன்றுவதை பார்த்தார்.

... மெதுவாக செயல்படும் காரணங்களால்தான் ... அற்புதங்களால் அல்ல ...

அதை கேட்டுக்கொண்டும் கவனித்துக்கொண்டும் இருந்த லேங்டன் வார்த்தைகள் மற்றும் இசையின் இணைவால் விசித்திரமானதொரு சங்கடத்தை உணர்ந்தார்; இந்த இசை மதம்சார்ந்ததென்பது தெளிவாகிறது, ஆனாலும் அந்த உரை அது தவிர்த்த எல்லாமுமாக இருக்கிறது.

... கரிம உயிர்கள் ... வலுவான உயிர்வாழ்க்கை ... பலவீனமான மரணம் ...

லேங்டன் சற்று நிதானித்தார்.

எனக்கு இந்தப் பகுதியைத் தெரியும்!

எடமண்ட் சில வருடங்களுக்கு முன்னர் இந்த இசை நிகழ்த்தப்பட்ட இடத்திற்கு லேங்டனை அழைத்துச் சென்றிருக்கிறான். *மிஸ்ஸா சார்லஸ் டார்வின்* என்று தலைப்பிடப்பட்டிருந்த ஒரு கிறிஸ்துவ-பாணி பிரார்த்தனைக் கூட்டமான அதில் பாரம்பரிய புனித லத்தீன் உரையை நீக்கிவிட்டு சார்லஸ் டார்வினினுடைய *உயிர்களின் தோற்றுவாய்* புத்தகத்தில் இருந்து எடுக்கப்பட்ட பகுதிகளை பதிலீடு செய்திருந்த இசைக்கோர்ப்பாளர், குறிப்பிட்ட இடைவெளியில் பக்திமிக்க குரல்களுக்கு இடையிடையே வரும் வகையில் இயற்கைத் தேர்வின் குரூரத்தைப் பாடலாகவும் வைத்திருப்பார்.

“விநோதம்” என்று லேங்டன் குறிப்பிட்டார். “எட்மண்டும் நானும் இந்தப் பகுதியை கொஞ்ச நாளைக்கு முன்னர் ஒன்றாக கேட்டிருக்கிறோம் - அவனுக்கு இது மிகவும் பிடித்துப் போயிற்று. இதை மறுபடியும் கேட்பதே ஒரு எதேச்சை நிகழ்வுதான்.”

“எதேச்சையானது அல்லது” மேலேயிருந்த ஒலிபெருக்கிகளில் இருந்து ஒரு நன்கறிந்த குரல் உறுமியது. “விருந்தினர்களை என் வீட்டிற்கு வரவேற்கும்போது அவர்கள் பாராட்டும்படியான

இசையை ஒலிக்கவிட்டும், அவர்களுக்கு விவாதிக்க சுவாரஸியத்தை தரும் விஷயத்தை காட்டியும் அழைக்க வேண்டும் என எட்மண்ட் எனக்கு கற்றுக் கொடுத்திருக்கிறார்."

லேங்டனும் ஆம்ராவும் நம்பமுடியாமல் மேலே இருந்த ஒலிபெருக்கிகளை கூர்ந்து பார்த்தனர். அவர்களை வரவேற்ற அந்த உற்சாகம் மிகுந்த குரல் ஒரு தனித்துவமான பிரிட்டிஷ் குரல்.

"இங்கு வருவதற்கான வழியை நீங்கள் கண்டுபிடித்ததை நினைத்து நான் மிகுந்த மகிழ்ச்சியடைகிறேன்" என்றது அந்த மிகவும் பழக்கப்பட்ட கூட்டிணைவுக் குரல். "எனக்கும் உங்களை தொடர்புகொள்ள வழி தெரியவில்லை."

"வின்ஸ்டன்!" என்று ஆச்சரியப்பட்ட லேங்டன், ஒரு இயந்திரத்துடன் தான் மறுபடியும் இணைந்த நிம்மதியை உணர்ந்து அதிசயித்தார். அவரும் ஆம்ராவும் என்ன நடந்துகொண்டிருக்கிறது என்பதை உணர்ந்தனர்.

"உங்களுடைய குரல்களைக் கேட்கவே மகிழ்ச்சியாய் இருக்கிறது" என்றான் வின்ஸ்டன், "சரி சொல்லுங்கள், நாம் தேடிக்கொண்டிருப்பதை நீங்கள் கண்டுபிடித்துவிட்டீர்களா."

84

"வில்லியம் பிளேக்" என்றார் அவர். "'இருளார்ந்த மதங்கள் மாண்டுவிட்டன மற்றும் *இனிமையான அறிவியல் அரசாள்கிறது*'"

வின்ஸ்டன் ஒருகணம்தான் இடைவெளி விட்டான். "நான்கு ஸோயஸ் என்ற அவருடைய காவியக் கவிதையின் இறுதி வரி. இது ஒரு சரியான தேர்வுதான் என்பதை நான் ஒப்புக்கொள்கிறேன்." என்று இடைநிறுத்தினான். "ஆனாலும், தேவைப்படும் நாற்பத்தி ஏழு எழுத்து எண்ணிக்கைக்கு -"

“ஏம்பர்ஸேண்ட்” என்ற லேங்டன், et-யை பயன்படுத்துவதில் கிர்ஷுக்கு இருந்த எழுத்து இணைப்புருவாக்க தந்திரத்தை சட்டென்று விளக்கினார்.

“அதுதான் தனித்துவமான எட்மண்ட்” என ஒரு அலங்கோலமான சிணுங்கலுடன் பதில் சொன்னது அந்த இணைப்புருவாக்க குரல்.

“சரி, வின்ஸ்டன்?” என்றாள் ஆம்ரா. “இப்போதுதான் உனக்கு எட்மண்டின் பாஸ்வேர்டு தெரியுமே, அவனுடைய அறிவிப்பின் மீதிப்பகுதியை உன்னால் தொடங்கிவைக்க முடியுமா?”

“நிச்சயம் என்னால் முடியும்,” என்று வின்ஸ்டன் தெளிவுற பதிலளித்தான். “நீங்கள் அந்த பாஸ்வேர்டை கைமுறையாக உள்ளிட வேண்டும். இந்த திட்டப்பணியைச் சுற்றிலும் எட்மண்ட் பாதுகாப்பு சுவர்களை எழுப்பியிருக்கிறார், அதனால் அதை என்னால் நேரடியாக அணுக முடியாது, ஆனால் உங்களை அவருடைய ஆய்வகத்திற்கு அழைத்துச் சென்று அந்தத் தகவலை எங்கே உள்ளிட வேண்டும் என காட்ட முடியும். இன்னும் பத்து நிமிடத்திற்குள் நாம அந்த நிரலை தொடங்கிவிடலாம்.”

லேங்டனும் ஆம்ராவும் ஒருவரை ஒருவர் திரும்பிப் பார்த்தனர், வின்ஸ்டனின் இந்த திடீரென்ற உறுதிப்பாட்டிற்கு அவர்கள் இன்னும் தயாராகியிருக்கவில்லை. இன்றிரவு அவர்கள் தாங்கிக்கொண்ட எல்லாவற்றையும் வைத்துப் பார்க்கையில், இந்த இன்றியமையாத வெற்றித் தருணம் எந்தவித எக்காள முழக்கமும் இன்றி வந்து சேர்ந்திருப்பதாக தோன்றியது.

“ராபர்ட்” என்று கிசுகிசுத்த ஆம்ரா, அவருடைய தோளில் கைவைத்தாள். “நீங்கள்தான் இதை செய்திருக்கிறீர்கள். நன்றி.”

“எல்லாமே குழு முயற்சிதான்” என்று புன்னகைத்தபடியே பதிலளித்தார் அவர்.

“நான் ஒன்று சொல்கிறேனே” என்றான் வின்ஸ்டன். “நாம் உடனடியாக எட்மண்டின் ஆய்வகத்திற்கு திரும்பிச் செல்லலாமா? இந்த வரவேற்பறையில் நீங்கள் நன்றாக புலப்படக்கூடியவர்களாக இருப்பீர்கள், நீங்கள் இந்தப் பகுதிக்கு அருகாமையில்தான்

இருக்கிறீர்கள் என்று கூறுகின்ற சில செய்திகளையும் நான் பார்த்தேன்."

லேங்டன் ஆச்சரியப்படவில்லை; ஒரு ராணுவ ஹெலிகாப்டர் ஒரு மெட்ரோபாலிட்டன் பூங்காவில் இறங்கினால் அது கவனத்தை ஈர்க்கவே செய்யும்.

"நாங்கள் எங்கே போகவேண்டுமென சொல்" என்றாள் ஆம்ரா.

"இரண்டு தூண்களுக்கு நடுவில்" என்றான் வின்ஸ்டன். "என் குரலை பின்தொடருங்கள்."

வரவேற்பறையில், அந்தக் கூட்டிசை சட்டென நின்றுபோனது, பிளாஸ்மா திரை இருளடைந்தது, முக்கிய வரவேற்பறையில் தானியக்கக் கட்டுப்பாட்டுத் தாழ்ப்பாள்கள் மூடிக்கொண்டபோது தடதடப்போசைகளின் தொடர் எதிரொலி கேட்டது.

எட்மண்ட் இந்த ஆய்வகத்தை ஒரு கோட்டையாக மாற்றி வைத்திருக்கலாம் என்பதை உணர்ந்த லேங்டன் கெட்டியான வரவேற்பறை ஜன்னல்களின் வழியாக சட்டென்று பார்த்துவிட்டு, அந்த மரங்களர்ந்த, கூடத்தைச் சுற்றியிருந்த பகுதி வெறிச்சோடிப் போயிருப்பதைக் கண்டு நிம்மதியடைந்தார். குறைந்தபட்சம் இத்தருணத்திற்காவது.

அவர் ஆம்ராவை நோக்கித் திரும்புகையில், வரவேற்பறையின் முனையில் வெளிச்சம் பளிச்சிடுவதையும், இரண்டு தூண்களுக்கு இடைப்பட்ட கதவுவழி ஒளிபெறுவதையும் கண்டார். அவரும் ஆம்ராவும் அதை நோக்கிச் சென்று உள்ளே நுழைந்தபோது ஒரு நீண்ட நடைக்கூடத்தில் தாங்கள் இருப்பதைக் கண்டார். முகப்புக் கூடத்தின் வெகு தொலைவான முனையில் மேலும் அதிகமான விளக்குகள் மினுங்கின.

லேங்டனும் ஆம்ராவும் கூடத்தை நோக்கி கீழே இறங்குகையில், வின்ஸ்டன் அவர்களிடம் கூறினான். "அதிகப்படியான கவனத்தை ஈர்ப்பதற்கு, மறைந்த எட்மண்ட் கிர்ஷின் அறிவிப்பு நேரலையாக வெளிவரவிருக்கிறது எனத் தெரிவிக்கும் ஒரு உலகளாவிய பத்திரிக்கை செய்தியை நாம் பரப்பிவிட வேண்டியிருக்கிறது. இந்த நிகழ்ச்சியை பிரபலப்படுத்த மீடியாவுக்கு நாம் கூடுதல்

சாளரத்தை வழங்கினால், அது எட்மண்டின் பார்வையாளர் எண்ணிக்கையை சட்டென்று உயர்த்திவிடும்."

"சுவாரஸியமான யோசனைதான்" என்ற ஆம்ரா நடைவேகத்தைக் கூட்டினாள். "ஆனால் நாம் எவ்வளவு நேரத்திற்குத்தான் காத்திருக்க வேண்டும் என நினைக்கிறாய்? நான் எந்த வகையிலும் ஆபத்தில் சிக்கிக்கொள்ள விரும்பவில்லை."

"பதினேழு நிமிடங்கள்" என்று பதிலளித்தான் வின்ஸ்டன். "அது அந்த ஒளிபரப்பை உச்சிவேளையில் ஒளிபரப்பும் - இங்கே அதிகாலை மூன்று மணி என்றால், அமெரிக்கா முழுவதிலும் அது பிரைம் டைம்."

"அருமை" என்றாள் அவள்.

"ரொம்ப நல்லது" என்று வின்ஸ்டன் உடன்பட்டான். "மீடியா வெளியீடு உடனடியாக வெளியிடப்படும், அறிவிப்பானது இன்னும் பதினேழு நிமிடங்களில் தொடங்கிவிடும்."

வின்ஸ்டனின் அதிவிரைவுத் திட்டத்தை பின்தொடர லேங்டன் சிரமப்பட்டார்.

ஆம்ரா கீழேயுள்ள கூடத்திற்கு செல்ல வழிகாட்டினாள். "இன்றிரவு, எத்தனை அலுவலக ஊழியர்கள் இங்கே இருப்பார்கள்?"

"யாரும் கிடையாது" என்று பதிலளித்தான் வின்ஸ்டன். "பாதுகாப்பு விஷயத்தில் எட்மண்ட் மிகுந்த எச்சரிக்கையுள்ளவர். ஏறத்தாழ இங்கு எந்த ஊழியருமே கிடையாது. நானே எல்லா கம்ப்யூட்டர் நெட்வொர்க்குகளையும் இயக்குகிறேன், இவற்றில் ஒளியமைப்பு, காற்றமைப்பு மற்றும் பாதுகாப்பு என எல்லாமும் அடங்கும். 'ஸ்மார்ட்' வீடுகள் உள்ள இந்த யுகத்தில் ஸ்மார்ட் தேவாலயம் வைத்திருக்கும் முதல் ஆள் தான்தான் என்று எட்மண்ட் வேடிக்கையாக சொல்வார்."

லேங்டன் பாதிதான் கவனித்துக் கொண்டிருந்தார், அவருடைய எண்ணங்கள் எல்லாம் அவர்கள் மேற்கொள்ளப்போகும் நடவடிக்கைகள் குறித்த திடீர் கவலைகளில் மூழ்கிப்போயிருந்தன.

"வின்ஸ்டன், எட்மண்டின் அறிவிப்பை வெளியிடுவதற்கு இப்போதுதான் சரியான தருணம் என்று நீ உண்மையிலேயே நினைக்கிறாயா?"

அப்படியே நின்றுவிட்ட ஆம்ரா அவரை உற்றுப் பார்த்தாள். "ராபர்ட், உண்மையிலேயே இதுதான் அதற்கான நேரம்! அதற்காகத்தான் நாம் இங்கு வந்திருக்கிறோம்! மொத்த உலகமும் பார்த்துக்கொண்டிருக்கிறது! யாராவது வந்து நம்மை தடுத்து நிறுத்திவிடுவார்களா என்பதுகூட நமக்குத் தெரியாது - மிகவும் தாமதித்துவிடும் முன்னர் நாம் இதை இப்போதே செய்துவிட வேண்டும்!"

"நான் ஒப்புக்கொள்கிறேன்" என்றான் வின்ஸ்டன். "முற்றிலும் புள்ளிவிவர நிலைப்பாட்டிலிருந்து பார்த்தால், இந்த விஷயம் அதனுடைய உச்சநிலையை அடைந்துவிட்டது என்றுதான் சொல்ல வேண்டும். மீடியா டேட்டாவின் டெராபைட்டுகளை அளிவிட்டதில், எட்மண்ட் கிர்ஷ் கண்டுபிடிப்பு என்பதுதான் கடந்த பத்தாண்டுகளின் செய்திக் கதைகளிலேயே மிகப்பெரியனவற்றுள் ஒன்று - கடந்த பத்தாண்டுகளில் ஆன்லைன் சமூகம் எந்தளவுக்கு விரிவடைந்திருக்கிறது என்பதை வைத்துப் பார்க்கும்போது இதில் ஆச்சரியப்பட எதுவுமில்லை."

"ராபர்ட்?" என்ற ஆம்ராவின் கண்கள் அவருடைய கண்களை ஆராய்ந்தன. "நீங்கள் எதற்காக கவலைப்படுகிறீர்கள்?"

லேங்டன் தயங்கினார், தனது திடீரென்ற நிச்சயமின்மையின் மூலாதாரத்தை அவர் விளக்கிக் கூற முயற்சித்தார். "இன்றிரவு, எல்லாவித சதியாலோசனைத் திட்டங்களும் - கொலைகள், கடத்தல், ராஜாங்க சதி உள்ளிட்ட எல்லாமும் - எட்மண்டின் அறிவியல் மீது ஏதோ ஒருவகையில் இருளைப் போர்த்திவிடும் என்பதற்காகவே நான் கவலைப்படுவதாக நினைக்கிறேன்."

"இது ஒரு ஏற்கத்தக்க விஷயம்தான், புரபஸர்" என்று குறுக்கிட்டான் வின்ஸ்டன். "இருந்தாலும், அது ஒரு முக்கியமான உண்மையை காணத் தவறிவிட்டதாகவே நினைக்கிறேன்: உலகம் முழுவதிலும் உள்ள மிக அதிகப்படியான பார்வையாளர்கள் இப்போது ஏன் இதை நோக்கித் திரும்பியிருக்கிறார்கள் என்பதற்கு

இந்த சதியாலோசனைக் கதைகள் எல்லாமே குறிப்பிடும்படியான காரணங்கள்தான். இன்று மாலை, எட்மண்டின் ஆன்லைன் ஒளிபரப்பை 3.8 மில்லியன் மக்கள் பார்த்திருக்கிறார்கள்; ஆனால் இப்போது, சிலமணி நேரங்களுக்கு முந்தைய எல்லாவித திடீர் நிகழ்வுகளுக்கும் பின்னர், சுமார் 200 மில்லியன் மக்கள் ஆன்லைன் செய்தியறிக்கைகள், சமூக ஊடகங்கள், தொலைக்காட்சி மற்றும் வானொலி வழியாக இந்த விஷயத்தை பின்தொடர்ந்து கொண்டிருக்கிறார்கள் என்று நான் மதிப்பிட்டிருக்கிறேன்."

அந்த எண்ணிக்கை லேங்டனை திகைக்க வைத்தது, என்றாலும்கூட, யாரிடமும் இணையத்தளம் இல்லாத, உலக அளவில் தொலைக்காட்சிகள் அவ்வளவாக பரவலாகிவிடாத அரை நூற்றாண்டுக்கு முன்னர் 200 மில்லியனுக்கும் மேற்பட்டவர்கள் ஃபிஃபா உலகக் கோப்பை இறுதி ஆட்டத்தைப் பார்த்திருக்கிறார்கள், 500 மில்லியன் மக்கள் முதலாவதாக நிலவில் மனிதன் கால்தடம் பதித்ததைப் பார்த்திருக்கிறார்கள் என்பதையும் அவர் நினைவுபடுத்திக் கொண்டார்.

"கல்வித்துறையில் நீங்கள் இதை பார்த்திராமல் இருந்திருக்கலாம், புரபஸர்" என்றான் வின்ஸ்டன். "ஆனால் மீதமுள்ள உலகமே ஒரு ரியாலிட்டி டிவி நிகழ்ச்சிதான் என்றாகிவிட்டது. முரண்பாடாக, இன்றிரவு எட்மண்டை மௌனிக்கச் செய்ய முயற்சித்தவர்கள் அதற்கு எதிரானவற்றைத்தான் செய்து முடித்திருக்கிறார்கள்; இப்போது, வரலாற்றிலேயே எத்தகைய அறிவியல் அறிவிப்பிற்கும் இருந்ததைக் காட்டிலும் எட்மண்டிற்குத்தான் மிகப்பெரிய பார்வையாளர் கூட்டம் இருக்கிறது. இது, உங்களுடைய கிறிஸ்துவமும் புனிதப் பெண்மையும் என்ற புத்தகத்திற்கு வாடிகன் கண்டனம் தெரிவித்திருந்ததைத்தான் எனக்கு நினைவூட்டுகிறது, அதன்பிறகுதானே அது உடனடியாக விற்பனையில் முன்னிலை வகித்தது."

ஏறக்குறைய முன்னிலை, என்று லேங்டன் நினைத்துக் கொண்டாலும், வின்ஸ்டன் சொல்வதிலும் அர்த்தமிருப்பதை ஏற்றுக்கொண்டார்.

“பார்வையாளர்களை அதிகப்படுத்துவதுதான் இன்றிரவு எட்மண்டின் பிரதான இலக்குகளில் ஒன்றாக எப்போதுமே இருந்து வந்திருக்கிறது.”

“அவன் சொல்வது சரிதான்,” என்ற ஆம்ரா, லேங்டனை நோக்கினாள். “நானும் எட்மண்டும் கூகன்ஹைம் நிகழ்ச்சிக்காக தலையை பிய்த்துக்கொண்டபோது, பார்வையாளர்களை அதிகரிக்கச் செய்வது, பலருடைய பார்வையையும் ஈர்ப்பதிலுமே அவன் பேரார்வம் கொண்டிருந்தான்.”

“நான் சொன்னதுபோல்” வின்ஸ்டன் வலியுறுத்தினான். “நாம் மீடியா உச்சநிலையின் புள்ளியைத் தொட்டுவிட்டோம், அவருடைய கண்டுபிடிப்பை வெளிப்படுத்துவதற்கு இப்போதைய நேரத்தைக் காட்டிலும் வேறு எதுவும் சரியான நேரமாக இருக்க முடியாது.”

“புரிந்தது” என்றார் லேங்டன். “நாங்கள் என்ன செய்ய வேண்டும் எனறு மட்டும் சொல்.”

கூடத்தில் தொடர்ந்து சென்றுகொண்டே இருந்த அவர்கள் எதிர்கொண்ட ஒரு எதிர்பாராத தடை - வண்ணமடிக்கும் வேலைக்காக நடைக்கூடத்தின் குறுக்கே தாறுமாறாக நிறுத்தப்பட்டிருந்த ஒரு ஏணி - அதனை நகர்த்தி வைக்காமல் முன்னே நகர முடியாது என்ற சூழ்நிலைக்கோ அல்லது அதற்கு கீழேதான் கடந்துசெல்ல வேண்டும் என்ற சூழ்நிலைக்கோ அவர்களைத் தள்ளியிருந்தது.

“இந்த ஏணியை” என்றார் லேங்டன். “இதை நான் எடுத்துவிடலாமா?”

“கூடாது” என்றான் வின்ஸ்டன். “எட்மண்ட் அதை நீண்டகாலத்திற்கு முன்னர் வேண்டுமென்றேதான் அங்கே வைத்திருக்கிறார்.”

“ஏன்?” என்றாள் ஆம்ரா.

“உங்களுக்கே தெரிந்திருக்கும், எட்மண்ட் எப்போதுமே மூடநம்பிக்கைகளை வெறுப்பவர். தினமும் தன்னுடைய வேலைக்கு வரும் வழியில் ஒரு ஏணிக்கு கீழே நடப்பதை அவர் கடவுளர்களை அவமதிக்கும் வழியாக கருதி வந்திருக்கிறார்.

மேலும், யாராவது விருந்தினர் அல்லது தொழில்நுட்ப நிபுணர் இந்த ஏணிக்கு கீழே நடந்துவர மறுத்தால், எட்மண்ட் அவர்களை இந்தக் கட்டடத்தில் இருந்தே வெளியேற்றிவிடுவார்."

எப்போதுமே மிகுந்த பகுத்தறிவுதான். புன்னகைத்துக்கொண்ட லேங்டன், அதிர்ஷ்டத்திற்காக தான் "மரத்தில் தட்டுவது" குறித்து எட்மண்ட் ஒருமுறை பொதுவிடத்தில் வைத்து தன்னை கடுமையாக விளாசியதை நினைவுபடுத்திக் கொண்டார். ராபர்ட், அறியாத்தனமான மூடநம்பிக்கைகளை அது தோன்றிய கடந்த காலத்துடனே விட்டு வந்துவிடுங்களேன்.

முன்னோக்கி சென்ற ஆம்ரா கீழே குனிந்து ஏணிக்கு அடியில் நடந்தாள். ஏற்கத்தக்க வகையிலான பகுத்தறிவற்ற திடுக்கிடலின் குத்தலுடனே லேங்டனும் அவளைத் தொடர்ந்தார்.

அவர்கள் மறுபுறத்தை அடைந்தபோது, இரண்டு கேமராக்கள் மற்றும் ஒரு பயோமெட்ரிக் ஸ்கேன் இருந்த ஒரு பெரிய பாதுகாப்புக் கதவிற்குச் செல்லும் மூலைக்கு வின்ஸ்டன் அவர்களுக்கு வழிகாட்டினான்.

கையால் செய்யப்பட்ட ஒரு அறிவிப்பு பலகை அறை எண் 13-இன் கதவுக்கு மேலே தொங்கிக் கொண்டிருந்தது.

லேங்டன் அந்த புகழ்பெற்ற அதிர்ஷ்டங்கெட்ட எண்ணைப் பார்த்தார். எட்மண்ட் மற்றுமொருமுறை கடவுளர்களுக்கு மறுப்பு தெரிவிக்கிறான்.

"இதுதான் ஆய்வகத்திற்கான நுழைவாயில்" என்றான் வின்ஸ்டன். "இதைக் கட்டமைப்பதற்காக வேலைக்கு அமர்த்தப்பட்ட தொழில்நுட்ப நிபுணர்களைத் தவிர மிகச் சிலர் மட்டுமே உள்ளே நுழைய அனுமதிக்கப்பட்டிருக்கிறார்கள்."

அத்துடன், அந்த பாதுகாப்பு கதவு சத்தமாக பஸ்ஸென்ற ஒலியெழுப்ப, சற்றும் நேரத்தை வீணடிக்காத ஆம்ரா அதன் கைப்பிடியைத் தூக்கித் திறந்தாள். வாயிலில் ஒரு அடி எடுத்து வைத்ததுமே சட்டென்று நின்றுவிட்ட அவள் தன்னுடைய கையை வாய் மீது வைத்து திடுக்கிட்டு முனகினாள். அவளைத் தாண்டி அந்த தேவாலயத்தின் கருவறைக்குள் லேங்டன்

பார்த்தபோதுதான் அவளுடைய எதிர்வினையை அவரால் புரிந்துகொள்ள முடிந்தது.

அந்தப் பிரார்த்தனைக் கூடத்தின் விசாலமான அளவானது லேங்டன் இதுவரை பார்த்ததிலேயே மிகப்பெரிய கண்ணாடிப் பெட்டியால் ஆக்கிரமிக்கப்பட்டிருந்தது. அந்தத் தளம் முழுவதும் விரிந்திருக்கும் ஒளி ஊடுருவும் வேலியமைப்பு, பிரார்த்தனைக் கூடத்தின் இரண்டு அடுக்கு கூரையை மேலே எட்டிப் பிடித்திருந்தது.

அந்தப் பெட்டி இரண்டு தளங்களாக பிரிக்கப்பட்டிருப்பதைப் போல் காணப்பட்டது.

முதல் தளத்தில், ஒரு பலிபீடத்தை நோக்கியிருக்கும் தேவாலய இருக்கைகள் போன்று வரிசையாக அமைக்கப்பட்டிருக்கும் குளிர்சாதனப் பெட்டி அளவுக்கான உலோக அறைகள் நூற்றுக்கணக்கில் இருப்பதை லேங்டன் பார்த்தார். கேபினெட்டுகளில் எந்தக் கதவுகளும் இல்லை, அவற்றின் உள்ளே இருக்கும் பொருட்கள் முழுவதுமாக காட்சிக்குத் தெரிந்தன. பிரகாசமான சிவப்பு மின்கம்பிகள் திகைக்க வைக்கும் சிக்கலான வரிசையமைப்புகளாக தொடர்பு மையங்களின் அடர்த்தியான தொகுப்புச் சட்டங்களில் இருந்து தொங்கியபடி, தரைத்தளத்தை நோக்கி வளைந்து சென்றன, அங்கே அவை கெட்டியாக இறுக்கிக் கட்டப்பட்டு, இயந்திரங்களுக்கு இடையே செல்கின்ற கயிறுபோன்ற வடக்கட்டுக்கள் ஒரு நரம்பு வலையைப் போன்ற வடிவத்தை உருவாக்கியிருந்தன.

ஒழுங்கமைந்த குழப்பம் என்று நினைத்துக் கொண்டார் லேங்டன்.

"முதல் தளத்தில்" என்றான் வின்ஸ்டன். "உலகில் உள்ள அதிவேக இயந்திரங்களுள் ஒன்றான, பிரபலமான MareNostrum சூப்பர் கம்ப்யூட்டரை - ஒரு InfiniBand FDR10 நெட்வொர்க் மீது தொடர்புகொள்ளும் 48,896 இண்டெல் கோர்கள் இருப்பதை - நீங்கள் பார்க்கலாம். எட்மண்ட் இங்கே வந்தபோது MareNostrum-ம் இங்கேதான் இருந்தது, அதை நீக்குவதற்கு பதிலாக அதை உடனிணைத்துக்கொள்ள விரும்பினார், அதனால் அவர் அதை அப்படியே விரிவுபடுத்தினார் . . . மேல்நோக்கி."

MareNostrum-ன் மின்கம்பி வடக்கட்டுகள் அறையின் மையத்தோடு ஒன்றிணைந்து, ஒரு பிரமாண்ட கொடியைப் போல் முதல்தள கூரைக்குள் செங்குத்தாக மேலேறுகின்ற ஒற்றைத் தண்டாக உருவாகியிருந்தன.

லேங்டனின் பார்வை மிகப்பெரிய செவ்வக வடிவக் கண்ணாடியாலான இரண்டாவது தளத்திற்கு உயர்ந்தபோது அவர் மிகவும் வித்தியாசமானதொரு காட்சியைக் கண்டார். இங்கே, அந்த தளத்தின் மையத்தில் இருக்கும் ஒரு மேலுயர்த்தப்பட்ட மேடையில், ஒரு பிரமாண்டமான உலோக நீல-சாம்பல்நிற கனச்சதுரமானது மின்கம்பிகளோ, மினுங்கும் விளக்குகளோ அல்லாமல் - பத்தடி சதுரத்தில் - நின்றிருந்தது, அதுதான், வின்ஸ்டன் தற்போது விவரிக்கின்ற, அரிதாகவே குறியீட்டுநீக்கம் செய்யப்படக்கூடிய கலைச்சொல்லைக் கொண்டது என வின்ஸ்டன் விவரிக்கின்ற, மிக முன்னேறிய கம்ப்யூட்டராக இருப்பதற்கு சாத்தியமிருக்கலாம் என்பதைக் குறிப்பிடுவதற்குரிய எதுவும் அதில் இல்லை.

". . . கூபிட்டுகள் பைனரி டிஜிட்களை பதிலீடு செய்கின்றன . . . அதியுற்புத நிலைகள் . . . குவாண்டம் அல்காரிதம்கள் . . . எண்டாங்கிள் மற்றும் டன்னலிங். . . ."

அவரும் எட்மண்டும் கம்ப்யூட்டிங்கை விட்டுவிட்டு கலையைப் பற்றி ஏன் பேசிக்கொண்டிருந்தோம் என்பதை லேங்டன் இப்போதுதான் தெரிந்துகொண்டார்.

". . . இது ஒருநொடிக்கு மீச்சிறு பின்ன கணக்கீடுகளை குவாட்ரில்லியன்களில் செய்யக் காரணமாயிருப்பவை," என்று முடித்து வைத்தான் வின்ஸ்டன். "இந்த மிகவும் வேறுபட்ட இயந்திரங்களின் இணைவுதான் இதை இந்த உலகிலேயே மிக சக்திவாய்ந்த சூப்பர் கம்ப்யூட்டராக ஆக்கியிருக்கிறது."

"அடக் கடவுளே" என்று முனகினாள் ஆம்ரா.

"உண்மையில்" வின்ஸ்டன் சரிசெய்தான். "எட்மண்டின் கடவுள்."

85

ConspiracyNet.com

அவசரச் செய்தி

கிர்ஷின் கண்டுபிடிப்பு சில நிமிடங்களில் ஒளிபரப்பு!

ஆம், அது உண்மையில் நடந்தேவிட்டது!

எட்மண்ட் கிர்ஷின் முகாமில் இருந்து வந்துள்ள ஒரு செய்தியறிக்கை, அவருடைய பரவலாக எதிர்பார்க்கப்பட்ட அறிவியல் கண்டுபிடிப்பு அந்த எதிர்காலவியலாளரின் படுகொலையால் கைவிடப்பட்டது உச்சி வேளையின்போது (பார்சிலோனா உள்ளூர் நேரப்படி, அதிகாலை 3 மணி) இந்த உலகத்திற்கு நேரலையாக ஒளிபரப்பப்படும் என உறுதி செய்திருக்கிறது.

பார்வையாளர் பங்கேற்பு எண்ணிக்கை ராக்கெட் வேகத்தில் இருக்குமெனவும், உலகளாவிய ஆன்லைன் பயன்பாட்டு புள்ளிவிவரங்கள் முன்னெப்போதும் இல்லாத அளவுக்கு இருக்குமெனவும் தெரிகிறது.

சம்பந்தப்பட்ட செய்திகளில், ராபர்ட் லேங்டன் மற்றும் ஆம்ரா வைடல் ஆகியோர் சாப்பல் டர்ரெ ஜர்ரோனாவாவின் தளத்தில் காணப்பட்டதாக சொல்லப்படுகிறது இது பார்சிலோனா சூப்பர்கம்ப்யூட்டிங் மையத்தின் இருப்பிடமாகும், இங்குதான் எட்மண்ட் கிர்ஷ் கடந்த பல வருடங்களாக வேலை செய்துவந்ததாக நம்பப்படுகிறது. இந்த இடத்தில் இருந்துதான் அந்த அறிவிப்பு நேரலையாக பரப்பப்படுகிறதா என்பதை ConspiracyNet ஆல் இன்னமும் உறுதிப்படுத்த இயலவில்லை.

கிர்ஷின் அறிவிப்பிற்காக காத்திருங்கள், ConspiracyNet.com இல் இங்கே நேரலையைக் காணலாம்.

86

அந்த மலைக்குள் செல்லும் இரும்புக்கதவு வழியினூடாக இளவரசர் ஜூலியன் கடந்து சென்றபோது தன்னால் தப்பிக்க இயலாமலேயே போய்விடலாம் என்ற அசௌகரியமான உணர்வுக்கு ஆளானார்.

வீழ்ந்தோர் பள்ளத்தாக்கு. நான் இங்கே என்ன செய்கிறேன்?

வாயிற்பகுதிக்கு அப்பால் இருந்த வெளி சில்லிட்டுப்போய் இருளடைந்து, இரண்டு எலக்ட்ரிக் டார்ச்சுகளால் ஏனோதானோவென ஒளியேற்றப்பட்டிருந்தது.

அவர்களுக்கு முன்னால் நின்றிருந்த ஒரு சீருடையணிந்த மனிதர் தன்னுடைய நடுங்கும் கைகளில் சலசலக்கின்ற சாவிக்கொத்தை பிடித்திருந்தார். அந்த பேட்ரிமோனியா நேஷினோல் அதிகாரி கவலையுடன் காணப்படுவதைக் கண்டு ஜூலியன் ஆச்சரியப்படவில்லை; அவருக்குப் பின்னால் ஒரு அரை டசன் கார்டியா ரியல் ஏஜெண்டுகள் வரிசையமைத்து நின்றிருந்தனர். என் தந்தை இங்குதான் இருக்கிறார். அரசருக்காக, ஃபிரான்கோவின் புனித மலையை இந்த நள்ளிரவில் திறப்பதற்குத்தான் இந்த பாவப்பட்ட அதிகாரி அழைக்கப்பட்டிருக்கிறார் என்பதில் எந்த சந்தேகமும் இல்லை.

கார்டியா ஏஜெண்டுகளில் ஒருவன் சட்டென்று முன்னால் வந்தான். "இளவரசர் ஜூலியன், பிஷப் வால்டஸ்பினோ. நாங்கள் உங்களைத்தான் எதிர்பார்த்திருந்தோம். தயவுசெய்து, இந்த வழியாக வாருங்கள்."

ஜூலியனையும் வால்டஸ்பினோவையும், துர்சகுன பிரான்கோயிஸ குறியீடு - நாஜி கருத்தியல் குறியீட்டை பிரதிபலிக்கின்ற ஒரு சீற்றமான இரட்டைத் தலை கழுகு - பொறிக்கப்பட்டிருந்த ஒரு பெரிய தேனிரும்பாலான வாயிற்கதவிற்கு அழைத்துச் சென்றான் அந்த கார்டியா ஏஜெண்ட்.

"மேன்மை பொருந்தியவர் சுரங்கத்தின் முனையில் இருக்கிறார்" என்ற அந்த ஏஜெண்ட், பூட்டப்படாமலும் பாதி

திறந்தநிலையிலும் நின்றிருந்த அந்த வாயிற்கதவின் வழியாக அவர்களுக்கு கைகாட்டினான்.

ஜூலியனும் பிஷப்பும் நிச்சயமற்ற பார்வைகளைப் பரிமாறிக் கொண்டதுடன் பக்கவாட்டில் ஒரு ஜோடி அச்சுறுத்தக்கூடிய உலோகச் சிலைகள் - இரண்டு மரண தேவதைகள், சிலுவை வடிவில் இருந்த வாட்களை பிடித்திருந்தன - அமைந்திருந்த வாயிலின் வழியாக நடந்தனர்.

இன்னும் ஒரு ஃபிரான்கோயிஸ மத-ராணுவ பிம்பம் என்று நினைத்துக்கொண்ட ஜூலியனும் பிஷப்பும் மலைக்குள் தங்கள் நீண்ட பயணத்தைத் தொடங்கினர்

அவர்களுக்கு முன்னால் விரிந்திருக்கும் சுரங்கம் மேட்ரிட் ராயல் மாளிகையின் நடன அரங்காக நேர்த்தியுடன் அமைக்கப்பட்டிருந்தது. நயமாக பளபளப்பாக்கப்பட்ட கறுப்பு பளிங்குத் தரைகள் மற்றும் உயர்ந்தெழுந்திருக்கும் பேழைபோன்ற கூரை ஆகியவற்றுடன் அந்த ஆடம்பரமான பாதைவழியானது டார்ச்சுகளைப் போன்ற சுவர் மெழுகுவர்த்தி விளக்குகளின் முடிவற்ற தொடர்ச்சியால் ஒளியூட்டப்பட்டிருந்தது.

ஆனாலும், இன்றிரவு, அந்தப் பாதைவழிக்கான வெளிச்ச மூலாதாரம் மிகுந்த நாடகீயமாக காணப்பட்டது. டசன்கணக்கான நெருப்புக் கொப்பரைகள் - ஓடுபாதை விளக்குகளைப் போன்று அமைவிக்கப்பட்ட அற்புதமான அண்டாக்கள் - சுரங்கம் நெடுகிலும் ஆரஞ்சு வண்ணத்தில் எரிந்துகொண்டிருந்தன. பாரம்பரியமாகவே, இந்த நெருப்புகள் பெரிய நிகழ்வுகள் ஏதேனும் நடக்கும்போதுதான் ஏற்றப்படும், ஆனால், இந்த நள்ளிரவில் அரசரின் வருகையே எல்லாவற்றையும் எரியவைக்க போதுமான அளவுக்கு தகுதி வாய்ந்ததுதான்.

பளபளப்பான தரையில் தீச்சுவாலையின் அசைந்தாடும் பிரதிபலிப்புகள் தெரிய, அந்த பிரமாண்டமான நடைக்கூடம் ஏறக்குறைய ஒரு இயற்கைமீறிய சூழலை அங்கே உருவாக்கியிருந்தது. இந்த சுரங்கத்தை கையால் செதுக்கிய பாவப்பட்ட ஆன்மாக்களுடைய ஆவிகள் அங்கேதான் இருக்கின்றன என ஜூலியன் உணர்ந்தார், அவர்களுடைய கைக்கோடாரிகளும் மண்வெட்டிகளும் இந்த சில்லிட்டிருக்கும் மலைக்குள் பல வருடங்களுக்கு உழைத்திருக்கின்றன, இந்த

மலைக்குள் ஆழமாக புதையுண்டிருக்கும் ஃபிரான்கோவின் புகழுக்காக பட்டினியாலும், குளிராலும் அவர்களில் நிறையபேர் இறந்து போயிருக்கிறார்கள்.

பார்த்து கவனமாக வா, மகனே, என்று அவருடைய தந்தை அவரிடம் கூறியிருக்கிறார். ஒருநாள் நீ இதை அழிக்க வேண்டியிருக்கும்.

ஒரு அரசனாக இந்த பிரமாண்ட கட்டமைப்பை அழிப்பதற்கான சக்தி தன்னிடம் இல்லாமல் போகலாம் என்பது ஜூலியனுக்குத் தெரியும், ஆனாலும், ஸ்பெயின் மக்கள், குறிப்பாக இருண்ட இறந்தகாலத்தை கடந்து புதிய உலகத்திற்குள் நுழைந்துவிட வேண்டும் என்ற நாட்டின் பேரார்வம் கொண்டவர்கள் அதை அப்படியே விட்டுவிட அனுமதித்தபோது ஆச்சரியமாகத்தான் இருந்தது என்பதையும் அவர் ஒப்புக்கொள்ளத்தான் வேண்டியிருந்தது. அத்துடன், மறுபடியும் பழைய வழிமுறைகளுக்கு ஏங்குகிறவர்களும் இருக்கத்தான் செய்தார்கள், ஒவ்வொரு வருடமும் ஃபிரான்கோ நினைவு நாளின்போது, நூற்றுக்கணக்கான கிழட்டு ஃபிரான்கோயிஸ்ட்டுகள் தங்களுடைய மரியாதையை செலுத்த இந்த இடத்தில் கூடத்தான் செய்கிறார்கள்.

"டான் ஜூலியன்" என்று, அவர்கள் அந்தப் பாதைவழியில் வெகுதொலைவிற்கு வந்தபின்னர் மற்றவர்களின் காதுபடாமல் அமைதியாக கூறினார் பிஷப். "உங்களுடைய தந்தை நம்மை ஏன் இங்கே வழவழைத்திருக்கிறார் என்று தெரியுமா?"

ஜூலியன் தலையைக் குலுக்கினார். "உங்களுக்கு தெரிந்திருக்கும் என்று நினைத்திருந்தேன்."

வால்டஸ்பினோ ஒரு வழக்கத்திற்கு மாறான பெருமூச்சு விட்டார். "எனக்கும் எதுவும் தெரியாது."

பிஷப்பிற்கு என் தந்தையின் நோக்கங்கள் தெரியவில்லை என்றால், வேறு யாருக்கும் அதுபற்றி தெரிந்திருக்காது என்று நினைத்துக்கொண்டார் ஜூலியன்.

"அவர் நன்றாயிருப்பார் என்று நம்புகிறேன்" என்று ஒரு ஆச்சரியகரமான மென்னுணர்வுடன் கூறினார் பிஷப். "அவருடைய முடிவுகளில் சில பின்னாளில் . . ."

"அவர் மருத்துவமனையில் இருக்க வேண்டிய நேரத்தில் மலைக்குள் கூட்டம் போட்டிருப்பதை சொல்கிறீர்களா?"

வால்டஸ்பினோ மென்மையாக புன்னகைத்தார். "உதாரணத்திற்கு, ஆமாம்."

இறந்துகொண்டிருக்கும் முடிமன்னரை மருத்துவமனையில் இருந்து இந்த தீக்குறியான இடத்திற்கு கொண்டுவருவதில் குறுக்கிட்டு அரசரின் கார்டியா ஆட்கள் ஏன் மறுப்பு தெரிவிக்கவில்லை என்று ஜூலியனுக்குத் தெரியவில்லை. அதேசமயம், கார்டியா ஏஜெண்டுகள் தங்களுக்கு வரும் உத்தரவுகளை, குறிப்பாக அந்த உத்தரவு அவர்களுடைய தலைமை தளபதியிடம் இருந்தே வரும் நிலையில் கேள்வி கேட்காமல் கீழ்ப்பணிய பயற்சி அளிக்கப்பட்டவர்களே ஆவர்.

"நான் இங்கே பல வருடங்களாக பிரார்த்தனை செய்ததே இல்லை" என்ற வால்டஸ்பினோ நெருப்பொளி நிறைந்த நடைக்கூடத்தை நோக்கினார்.

அவர்கள் சென்றுகொண்டிருந்த அந்த சுரங்கம் மலைத்தொடருக்கு செல்வதற்கான கூடம் மட்டுமே அல்ல என்பது ஜூலியனுக்குத் தெரியும்; அது அதிகாரப்பூர்வமாக ஒதுக்கீடு செய்யப்பட்ட கத்தோலிக்க தேவாலயத்தின் மையமாகவும் விளங்கியது. தனக்கு முன்னால், இருக்கைகள் வரிசையாக அமைக்கப்பட்டிருப்பதைக் கண்டார் இளவரசர்.

லா பாஸிலிகா ஸெக்ரெடா, ஜூலியன் குழந்தையாக இருந்தபோது அதை அப்படித்தான் அழைத்திருக்கிறார்.

கிரானைட் மலையைக் குடைந்து, சுரங்கத்தின் முடிவில் காணப்படும் அந்த பளபளப்பான ஆலயம் ஒரு குகைபோன்ற வெளியில் பிரமாண்ட குவிமாடத்துடன் திகைக்க வைக்கும் பாதாள பாஸிலிகாவாக அமைந்திருந்தது. ரோமில் உள்ள செயிண்ட் பீட்டர்ஸ் ஆலயத்தைக் காட்டிலும் மொத்த சதுர அளவில் பெரியது என சொல்லப்படும் அந்த பாதாள

சமாதி தனது உயரமான பலிபீடத்தை ஆறு தனித்தனி வழிபாட்டிடங்களால் பெரிதுபட்டிருந்தது, அந்த பலிபீடமானது மலையுச்சியில் இருக்கும் சிலுவைக்கு நேர் கீழே கவனத்துடன் அமைக்கப்பட்டிருந்தது.

அவர்கள் ஆலயத்தின் மையத்தை அடைந்தபோது அந்த விசாலமான வெளியில் ஜுலியன் தன்னுடைய தந்தையைத் தேடி ஆராய்ந்து பார்த்தார். ஆனாலும், அந்த பாஸிலிகா முற்றிலும் வெறிச்சோடிக் காணப்பட்டது.

"அவர் எங்கே?" என்ற பிஷப்பின் குரலில் கவலை படர்ந்திருந்தது.

இப்போது பிஷப்பை போலவே கவலைப்பட்ட ஜுலியனும், அரசரை இந்த கைவிடப்பட்ட இடத்தில் கார்டியா விட்டுவிட்டுச் சென்றுவிட்டதோ என்று பயந்தார். வேகமாக நகர்ந்த இளவரசர் வழியின் இருபக்கங்களிலும் பார்த்தபடியே சென்றார். யாரும் இருப்பதற்கான அறிகுறியே இல்லை. வேகமாக ஓடிய அவர் பலிபீடத்தை சுற்றி ஒரு வளைவில் திரும்பினார்.

அங்குதான், அந்த மலையின் ஆழமான இடுக்குகளில் தன்னுடைய தந்தையைக் கண்டுவிட்ட ஜுலியன் சட்டென்று நின்றார்.

ஸ்பெயின் அரசர் முற்றிலும் தனிமையில் இருந்தார், அவர் மீது போர்வைகள் போர்த்தப்பட்டிருக்க ஒரு சக்கர நாற்காலியில் குலைந்துபோய் கிடந்தார்.

87

அந்த தனித்திருக்கும் பிராத்தனைக் கூடத்தின் முக்கிய கருவறைக்குள், லேங்டனும் ஆம்ராவும இரண்டடுக்கு சூப்பர் கம்ப்யூட்டரின் விட்டத்தை சுற்றி வந்து வின்ஸ்டனின் குரலைப் பின்தொடர்ந்தனர். அவர்களுக்கு கனத்த கண்ணாடிகளின் ஊடாக, உள்ளே இருந்த பிரமாண்ட இயந்திரத்தில் இருந்து வெளிவரும் ஆழ்ந்த

அதிர்வொலி கேட்டது. லேங்டனுக்கோ, ஒரு கூண்டுக்குள் அடைக்கப்பட்ட பூதத்தை உற்றுப்பார்க்கின்ற பயங்கர உணர்வுதான் ஏற்பட்டது.

அந்த இரைச்சல் மின்னணு சாதனங்களால் அல்லாமல், இயந்திரங்கள் அதிகப்படியாக சூடாவதில் இருந்து பாதுகாக்கும் வகையில், அதன் மையத்தில் வரிசையாக அமைந்திருக்கும் பெரிய மின்விசிறிகள், வெப்ப குளிர்விப்பிகள் மற்றும் நீர்ம குளிர் குழாய்களால் ஏற்பட்டவையாகும்.

"உள்ளே காதடைக்க வைக்கும்" என்றான் வின்ஸ்டன். "உறையவும் வைக்கும். நல்லவேளையாக, எட்மண்டின் ஆய்வகம் இரண்டாவது தளத்தில் இருக்கிறது."

ஒரு பிடிமானமற்ற சுழல் படிக்கட்டு மேல்நோக்கி உயர்ந்து, கண்ணாடி வேலியின் வெளிப்புற சுவற்றோடு பொருந்தியிருந்தது. வின்ஸ்டனின் கட்டளைப்படி, படிக்கட்டுகளில் ஏறிய லேங்டனும் ஆம்ராவும் ஒரு கண்ணாடி சுழல் கதவுக்கு முன்பாக ஒரு உலோக மேடையில் தாங்கள் நிற்பதைக் கண்டனர்.

எட்மண்டின் ஆய்வகத்திற்கான இந்த எதிர்கால நுழைவாயில் ஒரு புறநகர்ப்பகுதி வீட்டைப் போல் அலங்கரிக்கப்பட்டிருப்பது லேங்டனுக்கு வேடிக்கையாகத் தோன்றியது - வரவேற்பு விரிப்பு, போலியான பானையில் வைக்கப்பட்ட செடி மற்றும் ஒரு சிறிய இருக்கைக்கு கீழே எட்மண்டினுடையதாக இருக்கலாம் என்று லேங்டன் வருத்தத்துடன் உணரத்தக்க வகையில் இருந்த ஒரு ஜோடி காலணிகள் ஆகியவற்றால் அது அமைவிக்கப்பட்டிருந்தது.

கதவுக்கு மேலே ஒரு சட்டகமிடப்பட்ட செய்தி தொங்கிக் கொண்டிருந்தது.

வெற்றி என்பது,
உற்சாகத்தை இழந்துவிடாமல்
ஒரு தோல்வியில் இருந்து
மற்றொன்றை நோக்கிச்
செல்வதற்கான திறனே ஆகும்.

– வின்ஸ்டன் சர்ச்சில்

"இன்னமும் சர்ச்சில்தான்" என்ற லேங்டன் அதை ஆம்ராவுக்கு காட்டினார்.

"எட்மண்டின் விருப்பத்திற்குரிய மேற்கோள்" என்று ஒத்திசைந்தான் வின்ஸ்டன். "இது கணிப்பொறிகளின் மகத்தான தனி வலிமையைக் குறிக்கிறது."

"கம்ப்யூட்டர்களா?" என்று கேட்டாள் ஆம்ரா.

"ஆமாம், கம்ப்யூட்டர்கள் முடிவேயில்லாமல் நீடித்திருப்பவை. விரக்தியின் தடயமே இல்லாமல் என்னால் கோடானு கோடி முறைகளுக்கு தோல்வியடைய முடியும். ஒரு பிரச்சினையைத் தீர்ப்பதற்கு நான் முதலில் முயற்சிக்கையில் கொண்டிருந்த அதே ஆற்றலை கோடியாவது முறையிலும் கொண்டிருப்பேன். மனிதர்களால் அது முடியாது."

"ஆமாம்" லேங்டன் ஒப்புக்கொண்டார். "நான் வழக்கமாக என்னுடைய கோடியாவது முயற்சிக்குப் பின்னர் கைவிட்டுவிடுவேன்."

ஆம்ரா புன்னகைத்தபடியே கதவை நோக்கி நகர்ந்தாள்.

"உள்ளேயிருக்கும் இந்த தளம் கண்ணாடியாலானது" என்று அந்த சுழல் கதவு தாமாகவே திரும்பத் தொடங்கியபோது சொன்னான் வின்ஸ்டன். "அதனால் உங்கள் ஷூக்களை கழற்றிவிடுங்கள்."

சில நொடிகளுக்குள்ளாக, ஆம்ரா தன்னுடைய ஷூக்களை கழற்றிவிட்டு சுழலும் வாயிலுக்குள்ளாக வெறுங்காலை எடுத்து வைத்தாள். லேங்டனும் அதையே பின்பற்றுகையில், எட்மண்டின் வரவேற்பு தரைவிரிப்பில் ஒரு வழக்கத்திற்கு மாறான செய்தி எழுதப்பட்டிருப்பதை லேங்டன் கவனித்தார்.

127.0.0.1 போன்று எந்த இடமும் கிடையாது

"வின்ஸ்டன், இந்த தரைவிரிப்பு? எனக்குப் புரியவில்லை -"

"லோக்கல் ஹாஸ்ட்" என்று பதிலளித்தான் வின்ஸ்டன்.

லேங்டன் அந்த தரைவிரிப்பை மறுபடியும் படித்தார். "அப்படியா," என்ற அவர் அதையே பார்த்துக் கொண்டிராமல் தொடர்ந்து அந்த சுழலும் கதவினூடாக சென்றார்.

கண்ணாடித் தளத்திற்குள் லேங்டன் காலடி எடுத்து வைத்ததும், ஒரு தீர்மானமில்லாத நிச்சயமின்மையை உணர்ந்தார். தன்னுடைய காலுறைகளில் அந்த ஒளிபுகும் பரப்பில் நின்றுகொண்டிருப்பதே அவரை போதுமான அளவுக்கு திடுக்கிட வைத்திருந்தது, ஆனால் *MareNostrum* கம்ப்யூட்டருக்கு நேர் மேலே மிதந்தபடி கீழிறங்குவது அவரை இருமடங்கு திக்குமுக்காடச் செய்தது. அவ்விடத்தின் மேலேயிருந்து, கீழேயிருக்கும் பெருத்த அடுக்குகளைப் பார்க்கையில், சீனாவின் புகழ்பெற்ற ஷீயன் தொல்பொருள் ஆராய்ச்சிக் குழிக்குள் இருக்கும் டெர்ரா-கோட்டா வீரர்களின் ராணுவத்தை உற்று நோக்குவதையே அது லேங்டனுக்கு ஞாபகப்படுத்தியது.

ஆழ்ந்து மூச்சுவிட்டுக்கொண்ட லேங்டன் தன்னுடைய கண்களை தனக்கு முன்பிருக்கும் விசித்திரமான வெளியை நோக்கி உயர்த்தினார்.

எட்மண்டின் ஆய்வகம் உலோக நீலச்சாம்பல் வண்ண கியூபினால் ஆக்கிரமிக்கப்பட்டிருக்கும் ஒரு ஒளிபுகும் செவ்வகமாக இருப்பதைத்தான் அவர் முன்னதாக பார்த்திருக்கிறார், அதனுடைய பளபளப்பான மேற்பரப்பு அதைச்சுற்றியுள்ள எல்லாவற்றையும் பிரதிபலிக்கும். அந்த கியூபிற்கு வலதுபுறத்தில், அந்த அறையின் ஒரு முனையில் ஒரு அரைவட்ட மேசை, மூன்று பெரும் எல்சிடி திரைகள் மற்றும் வகைவகையான விசைப்பலகைகள் ஆகியவற்றைக் கொண்டிருக்கும் ஒரு அதிநேர்த்தியான அலுவலக அறை அமைந்திருந்தது.

"கட்டுப்பாட்டு மையம்" என்று ஆம்ரா கிசுகிசுத்தாள்.

அதை ஆமோதித்த லேங்டன் அந்த அறையின் நேரெதிர் முனையை நோக்கிப் பார்த்தார், அங்கே ஒரு கீழைத்தேய கம்பளத்தில் கைப்பிடி நாற்காலிகள், ஒரு சோபா மற்றும் உடற்பயிற்சி இருசக்கர வாகனம் ஆகியவை வைக்கப்பட்டிருந்தன.

ஒரு சூப்பர்கம்ப்யூட்டிங் மனிதனுடைய குகை என்று நினைத்துக்கொண்ட லேங்டன், தன்னுடைய திட்டப்பணியை செய்வதற்கான எல்லாம் இருந்தும், இந்த கண்ணாடிப் பெட்டிக்குள் வைத்தா தன்னுடைய வேலைகளை செய்திருப்பான் என்று சந்தேகப்பட்டார். இங்கே அவன் எதைத்தான் கண்டுபிடித்திருக்கிறான்? லேங்டனின் ஆரம்பகட்ட தயக்கம் போய்விட்டது, இப்போது அறிவுத்திறனுடைய பேரார்வத்தின் இழுவிசை அதிகரித்துச் செல்வதை அவரால் உணர முடிந்தது - அது, இங்கே திரைவிலக்கப்பட்ட புதிர்கள் என்ன என்பதையும், ஒரு மேதையின் மூளை மற்றும் ஒரு சக்திவாய்ந்த கம்ப்யூட்டர் ஆகியவற்றின் கூட்டிணைப்பில் எத்தகைய ரகசியங்கள் தோண்டி எடுக்கப்பட்டிருக்கின்றன என்பதையும் அறிந்தகொள்வதற்கான ஆவல்.

ஏற்கனவே அந்த தளத்தைக் கடந்து சென்று மிகப்பெரிய கியூபை நோக்கி சென்றுவிட்ட ஆம்ரா, அதனுடைய பளபளப்பாக்கப்பட்ட நீலச்சாம்பல் நிற மேற்பரப்பை திகைத்துப்போய் பார்த்துக் கொண்டிருந்தாள். லேங்டனும் அவளுடன் சேர்ந்துகொள்ள, இருவரும் அதனுடைய பளிச்சிடும் வெளிப்புறத்தில் பிரதிபலித்தனர்.

இது ஒரு கம்ப்யூட்டரா? என்று லேங்டன் வியந்தார். கீழேயுள்ள இயந்திரங்களைப் போன்று அல்லாமல், இது ஆழ்ந்த அமைதியுற்றிருந்தது - நகர முடியாத ஜடமாக - ஒரு ஒற்றை உலோகம்.

இந்த இயந்திரத்தின் நீலச்சாயல் 1990-ஆம் ஆண்டின் "டீப் புளூ" என்ற சூப்பர்கம்ப்யூட்டரை அவருக்கு ஞாபகப்படுத்தியது, அந்த கம்ப்யூட்டர் உலக சதுரங்க சாம்பியனான கேரி காஸ்பரோவை தோற்கடித்து உலகையே அதிர்ச்சிக்கு உள்ளாக்கியது.

"நீங்கள் உள்ளே சென்று பார்க்கிறீர்களா?" மேலேயிருந்த ஒலிபெருக்கி தொகுதியில் இருந்து வின்ஸ்டன் கேட்டான்.

ஆம்ரா மேல்நோக்கி திடுக்கிட்டு பார்த்தாள். "கியூபிற்கு உள்ளேயா?"

"ஏன் கூடாது" என்றான் வின்ஸ்டன். "அதனுடைய உள்ளார்ந்த வேலைகளை உங்களுக்கு காட்டுவதற்காக எட்மண்ட் பெருமைப்பட்டிருப்பார்."

"அவசியமில்லை" என்ற ஆம்ரா தன்னுடைய கண்களை எட்மண்டின் அலுவலகத்தை நோக்கித் திருப்பினாள். "நான் பாஸ்வேர்டை உள்ளிடுவதிலேயே கவனம் செலுத்துகிறேன். எங்களால் அதை எப்படிச் செய்ய முடியும்?"

"அதற்கு ஒருசில நொடிகள்தான் ஆகும், நமக்கு இப்போதுகூட தொடங்குவதற்கு முன்னர் பதினோறு நிமிடங்களுக்கும் மேல் நேரமிருக்கிறது. உள்ளே சென்று பாருங்கள்."

அவர்களுக்கு முன்னால், எட்மண்டின் அலுவலகத்தைப் பார்த்தபடி இருக்கும் அந்த கியூபின் ஒரு பக்கத்தில் இருந்த முகப்பு தன்னை தள்ளித் திறந்துகொண்டு, ஒரு கெட்டியான கண்ணாடிப் பலகையை வெளிப்படுத்தியது. லேங்டனும் ஆம்ராவும் அதைச் சுற்றி நின்று, ஒளிபுகும் நுழைவாயிலில் தங்களுடைய முகங்களை வைத்து அழுத்தினர்.

அடர்த்தியாக கட்டப்பட்ட மற்றுமொரு மின்கம்பி கொத்துக்களையும், மினுங்கும் விளக்குகளையும் பார்க்கப் போகிறோம் என்றுதான் லேங்டன் எதிர்பார்த்திருந்தார். அவரை திக்கமுக்காடச் செய்யும் வகையில், ஒரு சிறிய காலியான அறையைப் போல இருளும் வெறுமையும்தான் அந்த கியூபிற்குள் இருந்தன. அந்த அறை ஏதோ நடந்து செல்லக்கூடிய ஃபிரீஸர் என்பதைப்போல் காற்றில் சுழலும் வெள்ளை பனிமூட்டங்களின் திட்டுக்கள் மட்டுமே அங்கிருக்கும் பொருள்கள் என்பதைப் போல் காண்ப்பட்டன.

"இங்கே எதுவுமே இல்லை" என்றாள் ஆம்ரா.

லேங்டனுக்கும்கூட எதுவும் தெரியவில்லை, ஆனால் கியூபிற்குள் இருந்து தாழ்வாக திரும்பத்தோன்றும் அதிர்வொலியை அவரால் உணர முடிந்தது.

"அந்த மெதுவான அதிர்வொலி" என்றான் வின்ஸ்டன், "துடிப்புக் குழாய் தளர்த்தும் குளிரூட்டு அமைப்பு. அது ஒரு மனித இதயத்தைப் போன்றே ஒலிக்கும்."

ஆம், அது அப்படித்தான் இருக்கிறது என்று நினைத்துக்கொண்ட லேங்டனை அந்த ஒப்பீடு திடுக்கிட வைத்தது.

மெதுவாக, கியூபின் உள்புறத்தை அதனுள்ளிருக்கும் சிவப்பு விளக்குகள் வெளிச்சமாக்கத் தொடங்கின. முதலில், லேங்டன் வெறும் வெண்ணிற பனிமூட்டத்தையும், வெறுமையான வெளியையும் மட்டுமே பார்த்தார் - ஒரு வெறுமையான சதுர அறை. பின்னர், அந்த வெளிச்சம் அதிகரிக்கையில், தளத்திற்கு மேலே இருந்த காற்றில் ஏதோ ஒன்று பளிச்சிட, அது ஊசிப் பனிப்பாறை போன்று கூரையில் இருந்து தொங்கிக்கொண்டிருக்கும் ஒரு தெளிவற்ற உலோக உருளைதான் என்பதை புரிந்துகொண்டார்.

“இதுதான்” என்றான் வின்ஸ்டன். “கியூபை சில்லென்று வைத்திருக்க அவசியமானது.”

கூரையில் இருந்து தொங்கிக் கொண்டிருந்த அந்த உருளைவடிவ சாதனம் ஐந்து அடி நீளம் கொண்டது, ஏழு படுகிடையான வளையங்களால் கோர்க்கப்பட்டிருந்த அதன் வளையங்கள் கீழ்நோக்கி செல்லச் செல்ல சுற்றளவில் குறைந்துகொண்டே சென்று, சாய்வான நெடுகிடை கம்பிகளால் சேர்க்கப்பட்ட வரிசையான வட்டுக்களின் குறுகலான அணிவரிசையை உருவாக்கியிருந்தன.

“இ-வேவ்” என்றான் வின்ஸ்டன். “ஒரு மிகப்பெரிய பாய்ச்சல் - சிலேடைப் பேச்சை மன்னிப்பீர்களேயானால் - நாஸா/கூகுளின் டி-வேவிற்கும் அப்பாற்பட்டது.”

அறிவியலாளர்கள் இன்னமும் புரிந்துகொள்ள போராடிக் கொண்டிருக்கின்ற கணக்கீட்டு சக்தியினால் ஆன புதியதொரு தொழில்நுட்ப உலகை டி-வேவ் - உலகின் முதல் அடிப்படையான “குவாண்டம் கம்ப்யூட்டர்” - வெளிக்கொணர்ந்திருக்கிறது என்பதை வின்ஸ்டன் சட்டென்று விளக்கிக் கூறினான். தகவலை சேகரிக்க பைனரி முறையைப் பயன்படுத்துவதைக் காட்டிலும் இந்த குவாண்டம் கம்ப்யூட்டிங் முறையானது அணுவின் அடிப்படைத் துகள்களுடைய குவாண்டம் அமைப்புகளை பயன்படுத்துவதால் வேகம், சக்தி மற்றும் நெகிழ்வுத்திறனில் ஒரு அதிவேக பாய்ச்சலுக்கு காரணமாக அமைகிறது.

“எட்மண்டின் குவாண்டம் கம்ப்யூட்டர்” என்றான் வின்ஸ்டன், “கட்டமைப்புரீதியில் டி-வேவில் இருந்து மாறுபட்டதல்ல. அந்த கம்ப்யூட்டரை சூழ்ந்திருக்கும் உலோக கியூப் மட்டும்தான் ஒரே வித்தியாசம். அந்த கியூப் மீது ஆஸ்மியம் பூசப்பட்டிருக்கிறது - இது விரிவான காந்த, வெப்ப மற்றும் மிகப்பெரிய கவசத்தை வழங்கும் ஒரு அரிதான, அதியுயர் அடர்த்தியான ரசாயன மூலப்பொருளைக் கொண்டது என்பதுடன் எட்மண்டின் வேடிக்கை உணர்வுகளுக்கு ஏற்ப செயல்படக்கூடியதும் என்று நினைக்கிறேன்.”

லேங்டன் புன்னகைத்தார், இதே எண்ணம்தான் அவருக்கும் இருந்தது.

“கடந்த பல வருடங்களுக்கும் மேலாக, கூகுளின் குவாண்டம் செயற்கை அறிவுத்திறன் ஆய்வகமானது இயந்திரக் கற்றலை விரிவுபடுத்த டி-வேவ் போன்ற இயந்திரங்களைப் பயன்படுத்தியது, எட்மண்ட் இந்த இயந்திரத்தைக் கொண்டு ரகசியமாக எல்லோரையும் தாண்டிச் சென்றுவிட்டார். அப்படிச் செய்ய அவர் ஒரே ஒரு துணிச்சலான கருத்தாக்கத்தைத்தான் பயன்படுத்தினார்.” வின்ஸ்டன் சற்று இடைவெளி விட்டான். “பைகேமரலிஸம்.”

லேங்டன் புருவத்தை நெரித்தார். *இரண்டு பாராளுமன்ற அவைகளா என்ன?*

“இரு மூளை அறைகள்” என்று வின்ஸ்டன் தொடர்ந்தான். “இடது மற்றும் வலது அரைக்கோளங்கள்.”

இருகோள மனம், என லேங்டன் இப்போதுதான் உணர்ந்தார். மனித மூளையின் இந்த இரண்டு பாதிகளும் மாறுபட்ட முறையில் செயல்படுவதுதான் மனித உயிர்களை மிகுந்த படைப்புத்திறன் உள்ளவர்களாக்கும் விஷயங்களுள் ஒன்று. இடது மூளை பகுப்பாய்வுக்கும் பேச்சுத்திறனுக்குமானது, அதேசமயம் வலது மூளை உள்ளுணர்வுப்பூர்வமானது என்பதுடன் வார்த்தைகளுக்கான உருவங்களுக்கு “முன்னுரிமை” அளிப்பது.

“தந்திரம் என்னவென்றால்” என்றான் வின்ஸ்டன், “மனித மூளையை பிரதியெடுக்கின்ற இணைப்புருவாக்க மூளையை உருவாக்க எட்மண்ட் முடிவெடுத்ததுதான் -

அதாவது, இடது மற்றும் வலது அரைக்கோளங்களுக்குள் பிரிவுகளை உருவாக்குவது. இருந்தாலும், இந்த விஷயத்தில், இது பெரும்பாலும் மேல்புற-கீழ்ப்புற ஏற்பாடுகளாகவே அமைந்திருக்கின்றன."

பின்னுக்கு நகர்ந்த லேங்டன் அந்த தளத்தினூடாக கீழ்த்தளத்தில் உள்ள குலுங்கும் இயந்திரத்தை உற்றுப் பார்த்துவிட்டு பின்னர் கியூபிற்கு உள்ளே இருக்கும் சத்தமில்லாத "ஊசிப் பனிப்பாறையை" நோக்கித் திரும்பிவந்தார். இரண்டு தனித்துவமான இயந்திரங்கள் ஒன்றிணைவது - ஒரு பைகாமரல் மனம்.

"ஒரே தொகுதியாக வேலை செய்வதற்கு கட்டாயப் படுத்தப்பட்டால்" என்றான் வின்ஸ்டன், "இந்த இரண்டு இயந்திரங்களும் பிரச்சினையை தீர்ப்பதில் வேறுபட்ட அணுகுமுறைகளை பின்பற்றும் - அதன் மூலமாக மனித மூளையின் பாகங்களுக்கு இடையில் தோன்றும் ஒரேவிதமான முரண் மற்றும் சமரசத்தை எதிர்கொள்ளும் அது செயற்கை அறிவுத்திறனில் கற்றல், படைப்புத்திறன் மற்றும், ஒருவகையில் ... மனிதநேயத்தையும் பெருமளவுக்கு துரிதப்படுத்தும். என்னுடைய விஷயத்தில், என்னுடைய உலகைச் சுற்றியிருக்கும் உலகைப் புரிந்துகொள்வதன் மூலமும், மனித பண்புகளான நகைச்சுவை, ஒத்துழைப்பு, மதிப்பீட்டுத் தீர்மானங்கள் மற்றும் அற உணர்வு ஆகியவை உள்ளிட்டவற்ற முன்மாதிரியாக கொண்டு எனக்கு நானே கற்பித்துக் கொள்ளும் வகையிலான சாதனங்களை எட்மண்ட் எனக்கு வழங்கியிருக்கிறார்."

நம்பமுடியாதது என்று நினைத்தார் லேங்டன். "அப்படியென்றால் இந்த இரட்டை கம்ப்யூட்டர் என்பது சாராம்சத்தில் . . . நீதானா?"

வின்ஸ்டன் சிரித்துக்கொண்டான். "அது வந்து, உங்களுடைய பௌதீக மூளை என்பதுதான் எப்படி நீங்கள் இல்லையோ அப்படித்தான் இந்த இயந்திரம் என்பதும் நான் அல்ல. உங்களுடைய மூளை ஒரு கிண்ணத்தில் இருப்பதாக வைத்துக்கொள்வோம், 'அந்தப் பொருள்தான் நான்' என்று நீங்கள் சொல்ல மாட்டீர்கள்., இயக்கவியலுக்கு உள்ளாக நடக்கின்ற ஒருங்கிணைப்புகளின் தொகுப்புதான் நாம்."

“வின்ஸ்டன்” என்று குறுக்கிட்ட ஆம்ரா இப்போது எட்மண்டின் வேலையிடத்தை நோக்கி நகர்ந்தாள். “தொடங்குவதற்கு இன்னும் எவ்வளவு நேரம் இருக்கிறது?”

“ஐந்து நிமிடங்கள், முப்பத்து மூன்று நொடிகள்” என்று பதிலளித்தான் வின்ஸ்டன். “நாம் தயாராகலாமா?”

“ஆமாம், ப்ளீஸ்” என்றாள் அவள்.

பார்வை ஜன்னலின் மூடும் கதவு மெதுவாக அதன் இடத்திற்குத் திரும்பிக்கொள்ள, எட்மண்டின் ஆய்வகத்தில் ஆம்ராவுடன் சேர்ந்துகொண்டார் லேங்டன்.

“வின்ஸ்டன்” என்றாள் அவள், “இங்கே எட்மண்டுடன் நீ செய்துள்ள எல்லாவித வேலையையும் வைத்துப் பார்த்தால், அவனுடைய கண்டுபிடிப்பைப் பற்றி உனக்கு எதுவுமே தெரியவில்லை என்பது ஆச்சரியப்பட வைக்கிறது.”

“மறுபடியும் சொல்கிறேன் மிஸ்.வைடல், என்னுடைய தகவல் அடுக்கடுக்கானது, உங்களிடம் உள்ள அதே தரவுதான் என்னிடமும் இருக்கும்” என்று பதிலளித்தான் அவன். “கல்விகற்றவரின் யூகத்தைத்தான் என்னாலும் செய்ய முடியும்.”

“அதுதான் என்ன?” என்ற ஆம்ரா எட்மண்டின் அலுவலகத்தை சுற்றிலும் பார்த்தாள்.

“அது, தன்னுடைய கண்டுபிடிப்பு ‘எல்லாவற்றையுமே மாற்றிவிடும்’ என்று எட்மண்ட் சொல்லிக்கொண்டார். என்னுடைய அனுபவத்தில், வரலாற்றில் மிகுந்த உருமாற்றம்கொண்ட கண்டுபிடிப்புகள் எல்லாமே திருத்தியமைக்கப்பட்ட பிரபஞ்ச மாதிரிகளில் இருந்தே பெறப்பட்டிருக்கின்றன - அதாவது பூமி தட்டையானது அல்ல என்ற பிதகோரஸின் மறுப்பு, கோபர்நிகஸின் சூரிய மையவாதம், டார்வினின் பரிணாமவியல் கோட்பாடு மற்றும் ஐன்ஸ்டைனின் தொடர்பியல் கண்டுபிடிப்பு போன்ற திருப்புமுனைகள் - என எல்லாமே இந்த உலகத்தைப் பற்றிய மனிதகுலத்தின் பார்வையை அதிரடியாக மாற்றியமைத்திருக்கின்றன, அத்துடன் பிரபஞ்சத்தைப் பற்றிய நமது தற்போதைய முன்மாதிரியையும் புதுப்பித்திருக்கின்றன.”

லேங்டன் மேலேயிருந்த ஒலிபெருக்கியை நோக்கினார். “அப்படியென்றால், பிரபஞ்சத்திற்கு ஒரு புதிய முன்மாதிரி என ஒன்று இருப்பதைத்தான் எட்மண்ட் கண்டுபிடித்திருக்கிறான் என நீ அனுமானிக்கிறாயா?”

“இது ஒரு தர்க்கபூர்வமான அனுமானம்தான்” என்று பதிலளித்த வின்ஸ்டன் இப்போது வேகமாக பேசினான். “MareNostrum-தான் பூமியில் நேர்த்தியான ‘மாதிரியாக்கல்’ கம்ப்யூட்டர்களுள் ஒன்றாய் இருக்கிறது, சிக்கலான போலியாக்கங்களில் நிபுணத்துவம் பெற்றது, இதில் மிகவும் பிரபலமானது ‘அல்யா ரெட்’ - ஒரு முழு செயல்திறனுள்ள, மனித உயிரணுக்கள் அளவுக்குத் துல்லியமான நிகர்மெய் மனித இதயத்தைக் கொண்டது. ஆம், குவாண்டம் பாகத்தின் சமீபத்திய கூடுதல் சேர்க்கையுடன் இந்த ஆய்வகத்தால் மனித உடலுறுப்புகளைவிட லட்சக்கணக்கான மடங்குகள் அதிக சிக்கலான மாதிரியையும் உருவாக்க முடியும்.”

லேங்டனுக்கு அந்தக் கருத்தாக்கம் புரிந்தது, ஆனால் *நாம் எங்கிருந்து வந்தோம்? நாம் எங்கே சென்று கொண்டிருக்கிறோம்?* என்ற கேள்விகளுக்கு பதில் சொல்லக்கூடிய மாதிரியை எட்மண்ட் வடிவமைத்திருப்பான் என்பதைத்தான் அவரால் இன்னும் நினைத்துக்கூட பார்க்க முடியவில்லை.

“வின்ஸ்டன்?” எட்மண்டின் மேசையில் இருந்தபடி ஆம்ரா அழைத்தாள். “இதை எல்லாம் எப்படி இயக்குவது?”

“நான் உதவி செய்கிறேன்” என்றான் வின்ஸ்டன்.

ஆம்ராவுக்கு பக்கத்தில் லேங்டன் வந்துசேர்ந்தவுடன் மேசையில் இருந்த மூன்று பெரிய எல்சிடி திரைகளும் மினுங்கின.

“வின்ஸ்டன் . . . அந்த பிம்பம் நேரலையானதா?” என்று கேட்டாள் ஆம்ரா.

“ஆமாம், எங்களுடைய வெளிப்புற பாதுகாப்பு கேமராக்களில் இருந்து வரும் நேரலைகள். உங்களுக்கும் தெரிந்திருக்கும் என்று நினைத்தேனே. அவர்கள் சில நொடிகளுக்கு முன்னர்தான் வந்திருக்கின்றனர்.”

அந்த பிராத்தனைக் கூடத்தின் முக்கிய நுழைவாயிலில் ஒரு சிறிய காவல்துறை படையே கூடியிருப்பதையும், அழைப்பு மணியை அழுத்திக்கொண்டும், கதவைத் திறக்க முயற்சித்தபடியும், ரேடியோவில் பேசிக்கொண்டிருப்பதை குவியாடி நோக்கில் காட்சித் திரைகள் காட்டிக்கொண்டிருந்தன.

"கவலைப்பட வேண்டாம்" என்று உத்திரவாதமளித்தான் வின்ஸ்டன். "அவர்களால் உள்ளே வர முடியாது. நாம் தொடங்குவதற்கும் நான்கு நிமிடங்களுக்கும் குறைவாகவே இருக்கிறது."

"நாம் இப்போதே தொடங்கியாக வேண்டும்" ஆம்ரா அவசரப்படுத்தினாள்.

வின்ஸ்டனும் அதற்கிணையாக பதில் கூறினான். "எட்மண்ட் இருந்திருந்தால் உறுதியளித்தபடியே அதை வெளியிட நள்ளிரவு நேரம் வரை நாம் காத்திருக்க வேண்டும் என்பதற்கே முன்னுரிமை அளித்திருப்பார் என்று நான் நம்புகிறேன். அவர் வாக்கு தவறாதவர். மேலும், நம்முடைய உலகளாவிய பார்வையாளர் ஈடுபாட்டையும் நான் கவனித்து வருகிறேன், அவர்களுடைய எண்ணிக்கை இன்னமும் அதகரித்துக்கொண்டே இருக்கிறது. அடுத்த நான்கு நிமிடங்களில், தற்போதுள்ள விகிதாச்சாரப்படி நம்முடைய பார்வையாளர்கள் 12.7 சதவிகிதம் அதிகரித்திருப்பார்கள் என்பதுடன், அது அதிகபட்ச ஊடுருவலை எட்டிவிடும் என்று நான் யூகித்திருக்கிறேன்." வின்ஸ்டன் சற்று இடைவெளி விட்டான், அவன் சொல்வது ஏறக்குறைய ஆனந்த ஆச்சரியமாக இருந்தது. "இன்று மாலை எப்படிப்பட்ட விஷயங்கள் நடந்திருந்தாலும்கூட எட்மண்டின் வெளியீடு குறிப்பிட்ட நேரத்தில்தான் வெளிவர வேண்டும் என்பதை நான் சொல்லியே ஆக வேண்டும். அவர் உங்கள் இருவருக்குமே ஆழ்ந்த நன்றிக்கடன்பட்டிருப்பார் என்றே நான் நினைக்கிறேன்."

88

நான்கு நிமிடங்களுக்குள் என்று நினைத்துக்கொண்ட லேங்டன், எட்மண்டின் வலை நாற்காலிக்குள் தன்னை தாழ வைத்துக்கொண்டு கண்களை அந்த அறையின் முனைவரை ஆக்கிரமித்திருக்கும் பெரிய பெரிய எல்சிடி திரைகள் பக்கம் திருப்பினார். திரையில், நேரலை காட்சிகள் இன்னமும் ஓடிக்கொண்டிருந்தன, அவற்றில் அந்த பிரார்த்தனைக் கூடத்தைச் சுற்றிலும் காவல்துறையினர் கூடுவது காட்டப்பட்டது.

"அவர்களால் உள்ளே வரமுடியாது என்று உறுதியாகத்தானே சொல்கிறாய்?" என்று வலியுறுத்திய ஆம்ரா, லேங்டனுக்குப் பின்னால் நகர்ந்துகொண்டாள்.

"என்னை நம்புங்கள்" என்றான் வின்ஸ்டன். "பாதுகாப்பு விஷயத்தில் எட்மண்ட் மிகவும் தீவிரமானவர்."

"இந்தக் கட்டடத்தின் மின்சாரத்தை அவர்கள் நிறுத்திவிட்டால் என்னவாகும்?" என்றார் லேங்டன்.

"தனித்திருக்கும் மின்சார சப்ளை இருக்கிறது" என்றான் வின்ஸ்டன். "அதில் அபரிமிதமான இருப்பு இருக்கிறது. இந்நிலையில் யாராலும் அதில் குறுக்கிட முடியாது. நான் உறுதியாக சொல்வேன்."

லேங்டன் அப்படியே போகவிட்டார். *வின்ஸ்டன் இன்றிரவு எல்லாவகையிலும் சரியாகவே இருக்கிறான் . . . அத்துடன் முழு முற்றாக அவன் எங்களுக்கு பாதுகாப்பளிக்கிறான்.*

குதிரைக்குளம்பு வடிவ மேசையின் நடுவில் அமர்ந்துகொண்ட லேங்டன் தனக்கு முன்பிருந்த வழக்கத்திற்கு மாறான ஒரு விசைப்பலகையின் மீது கவனத்தை செலுத்தினார். அதில் வழக்கமான குறைந்தபட்ச விசைப்பொத்தான்களைப் போல் இருமடங்கு காணப்பட்டது - வழக்கமான எழுத்தெண்கள்

அவரால் புரிந்துகொள்ள முடியாத அளவுக்கு குறியீடுகளின் வரிசையால் மிகுந்திருந்தன. அந்த விசைப்பலகை நடுவில் பிரிந்து, ஒவ்வொரு பாதியும் மற்றொன்றில் இருந்து பணிச்சூழலுக்கேற்ற கோணத்தில் இருந்தன.

“இங்கே கொஞ்சம் வழிகாட்ட முடியுமா?” என்று கேட்ட லேங்டன் அந்த குழம்பவைக்கும் விசைப்பலகை வரிசையையே பார்த்துக் கொண்டிருந்தார்.

“தவறான விசைப்பலகை” என்று பதிலளித்தான் வின்ஸ்டன். “அதுதான் இ-வேவின் முக்கிய அணுகல் மையம். நான் குறிப்பிட்டதுபோல், எட்மண்ட் தன்னுடைய அறிவிப்பை எல்லாரிடமிருந்தும் மறைத்து வைத்திருந்தார், நான் உட்பட. இந்த அறிவிப்பை வேறுபட்ட இயந்திரங்களில் இருந்துதான் தொடங்கி வைக்க முடியும். உங்களுக்கு வலதுபக்கமாக சரிந்து, முனைப்பகுதியை பாருங்கள்.”

லேங்டன் தனக்கு வலதுபக்கம் பார்த்தார், அங்கே அரை டசன் பிடிமானமில்லாத கம்ப்யூட்டர்கள் அந்த மேசையின் நீளத்திற்கு அமைவிக்கப்பட்டிருந்தன. அவற்றை நோக்கி அவர் நகர்கையில், முதல் சில இயந்திரங்கள் முற்றிலும் பழைய, வழக்கொழிந்து போயிருந்தவையாக காணப்பட்டன. மேலும் அவர் நகர்ந்து செல்கையில், விசித்திரமான வகையில் இன்னும் அதிகப்படியான பழம் இயந்திரங்களே பார்க்கக் கிடைத்தன.

இது சரியில்லை, என்று நினைத்த அவர் பல பத்தாண்டுகள் பழமையான, சாயம்போன ஐபிஎம் டாஸ் சிஸ்டத்தை கடந்து சென்றார். “வின்ஸ்டன், இந்த இயந்திரங்கள் எல்லாம் என்ன?”

“எட்மண்டின் சிறுவயது கம்ப்யூட்டர்கள்” என்றான் வின்ஸ்டன். “தன்னுடைய வேர்களை நினைவில் வைத்துக்கொள்ளும் விதமாக அவர் அவற்றை வைத்திருக்கிறார். சிலநேரங்களில், இங்கே தொந்தரவுக்குரிய நாட்களில், அவர் அவற்றை இயக்கிவைத்து பழைய நிரல்களில் வேலைசெய்து பார்ப்பார் - ஒரு சிறு பையனாக நிரல்படுத்தலை அவர் அதிசயமாக உணர்ந்த காலத்தோடு தன்னைத் தொடர்புகொள்வதற்கான வழியாக அதை நினைத்தார்.”

“இந்த யோசனை எனக்குப் பிடித்திருக்கிறது” என்றார் லேங்டன்.

“உங்களுடைய மிக்கி மவுஸ் கைக்கடிகாரத்தைப் போன்றுதான்” என்றான் வின்ஸ்டன்.

திடுக்கிட்டு குனிந்து பார்த்த லேங்டன், ஒரு சிறு பையனாக தான் பெற்றுக்கொண்ட காலத்தில் இருந்தே அணிந்துகொண்டிருக்கும் புராதான கைக்கடிகாரத்தை வெளிக்காட்டும் தன்னுடைய ஜாக்கெட்டின் கைப்பகுதியை பின்னுக்கு இழுத்துவிட்டுக் கொண்டார். அந்த கடிகாரத்தைப் பற்றி வின்ஸ்டனுக்கு தெரிந்திருப்பது ஆச்சரியப்படக்கூடியதுதான், இருந்தாலும், மனதளவில் இளமையாக இருப்பதை நினைவுறுத்தும் விதமாகவே தாம் அதை அணிந்திருப்பது பற்றி சமீபத்தில்தான் அவர் எட்மண்டிடம் கூறியதை லேங்டன் நினைவுகூர்ந்தார்.

“ராபர்ட்” என்றாள் ஆம்ரா. “உங்களுடைய ஃபேஷன் உணர்வு இருக்கட்டும், நாம் அந்த பாஸ்வேர்டை உள்ளிடலாமா? உங்களுடைய மவுஸ்கூட அசைகிறது - உங்கள் கவனத்தை ஈர்க்க முயற்சிக்கிறது.”

நிச்சயமாக சொல்லலாம், மிக்கியின் உறையிலிட்ட கை அதன் தலைக்கு மேல் இருந்தது, அதனுடைய ஆட்காட்டி விரல் ஏறக்குறைய மேலே நீட்டி சுட்டிக்காட்டியது. இன்னும் மூன்று நிமிடங்கள்தான் இருக்கின்றன.

லேங்டன் சட்டென்று அந்த மேசையில் சரிய, அந்த வரிசையில் கடைசியாக இருந்த கம்ப்யூட்டரில் ஆம்ராவும் அவருடன் சேர்ந்துகொண்டாள் - ஒரு ஃப்ளாப்பி டிஸ்க் ஸ்லாட், ஒரு 1,200 பாட் டெலிபோன் மோடம் மற்றும் அதன் மேல் ஒரு பனிரெண்டு அங்குலத்திற்கு வீங்கி வளைந்திருக்கும் மானிட்டர் ஆகியவற்றுடன் கூடிய அது ஒரு கவர்ச்சியில்லாத, காளான் நிறம்கொண்ட பெட்டி.

“டாண்டி டிஆர்எஸ்-80” என்றான் வின்ஸ்டன். “எட்மண்டின் முதல் மெஷின். அவருக்கு ஏறத்தாழ எட்டு வயதிருக்கும்போது

பயன்படுத்துவதற்காக வாங்கிய அதில்தான் அவர் தாமகவே BASIC நிரலை கற்றுக்கொண்டார்.''

ஒரு டினோஸாரைப் போல் இருந்தாலும், அந்தக் கம்ப்யூட்டர் ஏற்கனவே இயக்கிவிக்கப்பட்டு தயாராக இருப்பதைக் கண்டு மகிழ்ச்சியுற்றார். அதன் திரை -மினுங்கும் கறுப்பு-வெள்ளை காட்சித்திரை- ஒரு உத்திரவாதமளிக்கும் செய்தியால் மினுங்கி, ஒழுங்கற்ற பிட்மேப் எழுத்துருக்களை காட்டியது.

வருக, எட்மண்ட்.
பாஸ்வேர்டை உள்ளிடுங்கள்:

"பாஸ்வேர்ட்'' என்ற வார்த்தைக்கு அடுத்தபடியாக, ஒரு கறுப்பு கர்ஸர் எதிர்பார்த்தபடியே சிமிட்டியது.

"அதுதானா?'' என்ற லேங்டன் இதெல்லாம் மிகவும் எளிமையாக இருப்பதாகவே உணர்ந்தார். "நான் இங்கே உள்ளிட வேண்டுமா?''

"ஆமாம்'' என்றான் வின்ஸ்டன். "நீங்கள் அந்த பாஸ்வேர்டை உள்ளிட்ட உடனே, இந்த கம்ப்யூட்டர் ஒரு அதிகாரப்பூர்வ 'திறப்பு' செய்தியை எட்மண்டின் அறிவிப்பைக் கொண்டிருக்கின்ற முக்கிய கம்ப்யூட்டரில் இருக்கும் மூடப்பட்ட பகுதிக்கு அனுப்பி வைக்கும். அதன்பிறகு அதை அணுக எனக்கு அனுமதி கிடைக்கும், அத்துடன் அந்த ஒளிபரப்பை நிர்வகிக்கவும், உச்சிவேளைக்கு ஏற்றபடி அமைக்கவும் முடியும் என்பதுடன் உலகளாவிய ஒளிபரப்பிற்காக அந்த டேட்டாவை எல்லா முக்கிய பகிர்மான சேனல்களுக்கும் என்னால் அனுப்பி வைக்க முடியும்.''

லேங்டன் அந்த விளக்கத்தை ஏறத்தாழ புரிந்துகொண்டார், ஆனாலும் அவர் அந்த நேர்த்தியற்ற கம்ப்யூட்டர் மற்றும் டெலிபோன் மோடமை உற்றுப் பார்க்கையில் சற்று குழப்பத்தை உணர்ந்தார். "எனக்குப் புரியவில்லை வின்ஸ்டன், இன்றிரவுக்கான எட்மண்டின் எல்லாவித திட்டமிடலுக்கும் மேலாக, தன்னுடைய மொத்த அறிவிப்பிற்காகவும் அவன் ஏன் வரலாற்று காலத்திற்கு முந்தைய ஒரு மோடத்திற்கு தொலைபேசி அழைப்பு விடுப்பதையே நம்பியிருக்கிறான்?''

“அது எட்மண்ட் எட்மண்டாக இருப்பதால் என்றுதான் என்னால் சொல்ல முடியும்” என்றான் வின்ஸ்டன். “அவர் நாடகம், குறியீட்டியல் மற்றும் வரலாற்று உணர்வாளர் என்பது உங்களுக்கே தெரியும், அத்துடன் தன்னுடைய முதன் முதல் கம்ப்யூட்டரை இயக்குவித்து, தன்னுடைய வாழ்நாளின் மகத்தான படைப்பை தொடங்கி வைப்பதில் அவருக்கு மிகப்பெரிய மகிழ்ச்சி இருந்திருக்கலாம் என்றுதான் எனக்கு நினைக்கத் தோன்றுகிறது.”

நியாயமான விஷயம்தான் என்று நினைத்துக்கொண்ட லேங்டன், அப்படித்தான் எட்மண்டும் இதைப் பார்த்திருப்பான் என்பதை உணர்ந்துகொண்டார்.

“மேலும்” என்றான் வின்ஸ்டன். “எட்மண்டிற்கு சரியான இடத்தில் வைப்பதற்கான வாய்ப்புகள் இருந்திருக்கலாம் என்றுதான் நான் நினைக்கிறேன், ஆனால், எது எப்படியோ, ‘பொத்தானை அழுத்துவதற்கு’ ஒரு புராதான கம்ப்யூட்டரை பயன்படுத்துவதில் ஒரு அர்த்தம் இருக்கிறது. எளிய வேலைகளுக்கு எளிய சாதனங்கள்தான் வேண்டும். பாதுகாப்பரீதியாக மெதுவான பிராஸஸர்கள்தான் ஹேக்கிங் செய்யப்படாமல் இருப்பதை உத்திரவாதப்படுத்தும்.”

“ராபர்ட்?” என்றபடி அவருக்குப் பின்னால் விரைந்த ஆம்ரா அவருடைய தோளில் கைவைத்து உற்சாகப்படுத்தும் வகையில் அழுத்தினாள்.

“ஆமாம், ஸாரி, எல்லாம் தயார்.” லேங்டன் அந்த டாண்டி விசைப்பலகையை தனக்கு அருகாமையில் இழுத்துக்கொண்டார், அதனுடைய இறுக்கமாக சுற்றப்பட்ட கேபிள் பழைய சுழல்விசை தொலைபேசி கம்பியிணைப்பைப் போல் நீண்டிருந்தது. பிளாஸ்டிக் விசைகளில் கைவைத்த அவர் ஸக்ரதா ஃபெமிலியாவில் இருந்த கல்லறையில் அவரும் ஆம்ராவும் கண்டுபிடித்த, கையால் எழுதப்பட்ட வரியை மனதிற் கொண்டுவந்தார்.

இருளார்ந்த மதங்கள் மாண்டுவிட்டன & இனிமையான அறிவியல் அரசாள்கிறது

எட்மண்டின் இறுதி அறிவியல் வெளிப்பாட்டை - எல்லாவற்றையும் மாற்றிவிடும் என்று அவனே கூறிக்கொண்ட கண்டுபிடிப்பை - திறப்பதற்கு வில்லியம் பிளேக்கின் காவியக் கவிதையினுடைய இறுதிப் பகுதியான நான்கு ஸோயஸ்தான் சரியான தேர்வாகத் தெரிந்தது.

ஆழ்ந்து மூச்சுவிட்டுக்கொண்ட லேங்டன் அந்தக் கவிதை வரியை இடைவெளி இல்லாமல் கவனத்துடன் தட்டச்சு செய்தார், ஏம்பர்ஸேண்டை et என்ற இணைப்புருவாக்க எழுத்துக்களை கொண்டு பதிலீடு செய்தார்.

அவர் செய்து முடித்ததும் திரையை நிமிர்ந்து பார்த்தார்.

பாஸ்வேர்ட் உள்ளிடவும்:

...

லேங்டன் அந்தப் புள்ளிகளை எண்ணிப் பார்த்தார் - நாற்பத்தி ஏழு.

சரியாக இருக்கிறது. ஆரம்பமாகிவிட்டது.

லேங்டன் ஆம்ராவின் கண்களைப் பார்த்தார், அவள் அவருக்கு ஆமோதித்து தலையாட்டினாள். அவர் ரிட்டர்ன் பொத்தானை அழுத்தினார்.

சட்டென்று, அந்த கம்ப்யூட்டர் ஒரு மங்கிய பஸ் ஒலி எழுப்பியது.

தவறான பாஸ்வேர்ட்.
மறுபடி முயற்சிக்கவும்.

லேங்டனின் இதயம் குமுறியது.

"ஆம்ரா - நான் சரியாகத்தான் தட்டச்சு செய்திருக்கிறேன்! உறுதியாகச் சொல்ல முடியும்!" அவர் தன்னுடைய நாற்காலியுடன் சுழன்று திரும்பி அவளைப் பார்த்தபோது அவளுடைய முகம் முழுவதும் பயம்தான் நிரம்பியிருக்கும் என்று எதிர்பார்த்தார்.

பதிலாக, ஆம்ரா வைடல் அவரை குனிந்து பார்த்து வேடிக்கையாக புன்னகைத்தாள். அவள் தலையைக் குலுக்கிக்கொண்டே சிரித்துவிட்டாள்.

"புரபஸர்" என்று கிசுகிசுத்த அவள் விசைப்பலகையை சுட்டிக் காட்டினாள். "உங்களுடைய கேப்ஸ் லாக் ஆன் செய்யப்பட்டிருக்கிறது."

அதே சமயத்தில், ஒரு மலைக்கு மிக உள்ளே, குத்திட்டு நின்றபடி, அந்தப் பாதாள மண்டபத்தை உற்றுப் பார்த்துக் கொண்டிருந்த இளவரசர் ஜூலியன், தனக்கு முன்பிருக்கும் குழப்பமான காட்சியை விளங்கிக்கொள்ள முயன்று கொண்டிருந்தார். அவருடைய தந்தையான ஸ்பெயின் அரசர், மண்டபத்தின் தனித்திருந்த அந்தரங்கமான பகுதியில் ஒரு சக்கர நாற்காலியில் அமர்ந்திருந்தார்.

அச்சம் பொங்கியெழ ஜூலியன் அவர் பக்கம் விரைந்தார். "அப்பா?"

ஜூலியன் வந்தவுடன் மெதுவாக தன் கண்களைத் திறந்த அரசர் பகல்பொழுது தூக்கத்தில் இருந்து அப்போதுதான் விழித்திருக்கிறார் என்பது தெளிவாகத் தெரிந்தது. அந்த உடல்நலிவுற்ற முடியரசர் எப்படியோ நிம்மதியாக புன்னகைத்தார். "இங்கு வந்தமைக்கு நன்றி, மகனே," என்று கிசுகிசுத்த அவருடைய குரல் பலவீனமாயிருந்தது.

சக்கர நாற்காலிக்கு முன்பாக குனிந்த ஜூலியன் தன்னுடைய தந்தை உயிருடன் இருப்பதைக் கண்டு நிம்மதியடைந்தார், ஆனால், ஒருசில நாட்களிலேயே இவர் எப்படி சட்டென்று சிதைந்துபோய்விட்டார் என்று நினைத்தபோது அவருக்கு அச்சமும் ஏற்பட்டது. "அப்பா? உங்களுக்கு ஒன்றுமில்லையே?"

அரசர் குறுகிக்கொண்டார். "எதிர்பார்க்கக்கூடிய அளவுக்கு," என்று ஆச்சரியப்படும் வகையில் நல்ல நகையுணர்வுடன் கூறினார் அவர். "நீ எப்படி இருக்கிறாய்? இன்றைய நாள் பரபரப்பாக . . . இருந்திருக்குமே."

இதற்கு எப்படி பதில் சொல்வதென்று ஜூலியனுக்குத் தெரியவில்லை. "நீங்கள் இங்கே என்ன செய்கிறீர்கள்?"

"அது, எனக்கு மருத்துமனையில் இருப்பது சோர்வூட்டியது, அதனால் கொஞ்சம் வெளிக்காற்று வாங்க விரும்பினேன்."

"நல்லதுதான், ஆனால் . . . இங்கேயா?" இந்த ஆலயத்திற்கு துன்புறுத்தல் மற்றும் சகிப்பின்மையோடு உள்ள குறியீட்டுரீதியான தொடர்பினால் தன்னுடைய தந்தை இதை வெறுத்தே வந்திருக்கிறார் என்பது ஜூலியனுக்கு தெரியும்.

"மேன்மை பொருந்தியவரே!" என்றார் வால்டஸ்பினோ, பலிபீடத்தை சுற்றி விரைந்து வந்த அவர் மூச்சுவிட முடியாமல் அவர்களுடன் சேர்ந்துகொண்டார். "என்ன இதெல்லாம்!"

தன்னுடைய வாழ்நாள் நண்பரைப் பார்த்து சிரித்தார் அரசர். "வாருங்கள், அண்டோனியோ."

அண்டோனியோவா? பிஷப் வால்டஸ்பினோவின் முதல் பெயரைச் சொல்லி தன்னுடைய தந்தை அவரை அழைத்து இளவரசர் ஜூலியன் இதுவரை கேட்டதே இல்லை. பொதுவிடத்தில் அது எப்போதுமே "மேதகையினரே" என்பதாகத்தான் இருக்கும்.

அரசரின் குணவியல்புக்கு பொருந்தாத சம்பிரதாயமின்மை பிஷப்பை உலுக்கிவிட்டதுபோல் தோன்றியது. "உங்களுக்கு . . . நன்றி," என்று அவர் திக்கினார். "உங்களுக்கு ஒன்றுமில்லையே?"

"நன்றாகத்தான் இருக்கிறேன்" என்று பதிலளித்த அரசர் பெரிதாகப் புன்னகைத்தார். "இந்த உலகில் நான் பெரிதும் நம்புகின்ற இரண்டு பேருடன் இருக்கிறேன்."

ஜூலியனை நோக்கி ஒரு அசௌகரியமான பார்வை பார்த்த வால்டஸ்பினோ பின்னர் அரசரிடம் திரும்பினார். "மேன்மை பொருந்தியவரே, நீங்கள் கேட்டுக் கொண்டபடியே உங்கள் மகனை உங்களிடமே கொண்டுவந்து சேர்த்துவிட்டேன். நீங்கள் இருவரும் தனிமையில் பேசிக்கொள்ளும் வகையில் நான் இங்கிருந்து போய்விடவா?"

“வேண்டாம், அண்டோனியோ” என்றார் அரசர். “இது ஒரு ஒப்புதல் வாக்குமூலமாகத்தான் இருக்கப் போகிறது. என்னுடைய மதகுருவும் என் பக்கத்தில் இருக்க வேண்டும்.”

வால்டஸ்பினோ தலையைக் குலுக்கினார். “இன்றிரவு உங்களுடைய செயல்களையும் நடத்தையையும் விளக்க வேண்டுமென உங்கள் மகன் எதிர்பார்ப்பார் என்று எனக்குத் தோன்றவில்லை. என்னால் உறுதியாக - ”

“இன்றிரவா?” அரசர் சிரித்தார். “இல்லை, அண்டோனியோ, ஜூலியனிடம் நான் வாழ்நாள் முழுவதும் மறைத்து வைத்திருந்த ரகசியத்தை ஒப்புக்கொள்ளப் போகிறேன்.”

89

ConspiracyNet.com

அவசரச் செய்தி

தேவாலயம் தாக்கப்பட்டது!

இல்லை, எட்மண்ட் கிர்ஷால் அல்ல ஸ்பானிஷ் காவல்துறையால்!

பார்சிலோனாவில் உள்ள சேப்பல் டோரே ஜிரானோ தற்போது உள்ளூர் அதிகாரிகளால் தாக்குதலுக்கு உள்ளாகியிருக்கிறது. உள்ளே இருக்கும் ராபர்ட் லேங்டனும், ஆம்ரா வைடலும் இன்னும் சில நிமிடங்களில் ஆரம்பிக்கப்போகும், எட்மண்ட் கிர்ஷினுடைய எதிர்பார்ப்பை ஏற்படுத்திய அறிவிப்பை வெற்றிகரமாக தொடங்கி வைத்தமைக்கு பொறுப்பானவர்கள் என்று நம்பப்படுகிறது.

கவுண்டவுன் தொடங்கிவிட்டது!

90

கவிதை வரியை உள்ளிடுவதற்கான லேங்டனின் இரண்டாவது முயற்சிக்குப் பின்னர், அந்தப் புராதான கம்ப்யூட்டர் மகிழ்வுடன் பிங் ஒலி எழுப்பியபோது ஆம்ரா வைடல் தன்னுள் பரவசம் பெருகுவதை உணர்ந்தாள்.

பாஸ்வேர்ட் சரியானது.

நன்றி கடவுளே என்று அவள் நினைத்துக்கொண்டபோது லேங்டன் மேசையில் இருந்து எழுந்து அவளை நோக்கித் திரும்பினார். ஆம்ரா உடனடியாக தன்னுடைய கைகளை அவரைச் சுற்றி வளைத்துக்கொண்டு மனம் நிறையும்படியாக கட்டியணைத்து அவரை இறுக்கினாள். *எட்மண்ட் மிகுந்த நன்றிக்கடன் பட்டிருப்பான்.*

"இரண்டு நிமிடங்கள் முப்பத்து மூன்று நொடிகள்" என்றான் வின்ஸ்டன்.

லேங்டனை ஆம்ரா விடுவிக்க, இருவரும் தலைக்கு மேலே இருந்த எல்சிடி திரைகளை நோக்கித் திரும்பினர். நடுவில் இருந்த கடிகாரம் அவள் கடைசியாக கூகன்ஹைமில் பார்த்த கவுண்டவுன் திரையைக் காட்டியது.

நேரலை நிகழ்ச்சி 2 நிமிடங்கள் 33 நொடிகளில்

தற்போதைய தொலைதூர பார்வையாளர்கள்: 22,72,57,914

இருநூறு மில்லியனுக்கும் மேற்பட்டவர்களா? ஆம்ரா திகைத்துப்போனாள். அவரும் லேங்டனும் பார்சிலோனா நெடுகிலும் தப்பித்து வந்திருக்கிறார்கள், மொத்த உலகமும் அவர்களை கவனித்தது. *எட்மண்டின் பார்வையாளர்கள் மிகப்பெரிய எண்ணிக்கையினர் ஆகிவிட்டனர்.*

கவுண்டவுன் திரைக்கு அருகாமையில் நேரலை பாதுகாப்பு காட்சிகள் தொடர்ந்து ஓடிக்கொண்டிருந்தன, அதில் வெளியில் நின்றிருந்த காவல்துறை செயல்பாட்டில் திடீர் மாற்றம் ஏற்பட்டிருப்பதை ஆம்ரா கவனித்தாள்.

ஒருவர்பின் ஒருவராக, கதவை உடைத்துக் கொண்டிருந்த அந்த அதிகாரிகள் ரேடியோக்களில் பேசியபடியே தாங்கள் செய்துகொண்டிருந்தவற்றை நிறுத்திவிட்டு தங்களுடைய ஸ்மார்ட்போன்களை வெளியே எடுத்து அவற்றை உற்றுப்பார்க்கத் தொடங்கியிருந்தனர். தேவாலயத்திற்கு வெளியேயிருந்த உள்முற்றமானது தங்களுடைய கையில் வைத்திருந்த திரையின் பளபளப்பால் ஒளியூட்டப்பெற்ற வெளிறிய, ஆர்வம்மிக்க முகங்களின் கடல் போன்று படிப்படியாக மாறிக்கொண்டிருந்தது.

எட்மண்ட் இந்த உலகத்தை அதன் போக்கிலேயே நிறுத்தி வைத்துவிட்டான் என்று நினைத்துக்கொண்ட ஆம்ரா, இந்த அறையில் இருந்தே ஒளிபரப்பாகிக் கொண்டிருக்கும் அறிவிப்பைக் காண உலகம் முழுவதிலும் உள்ள மக்கள் தயாராகிக் கொண்டிருப்பதன் விசித்திர பொறுப்புணர்வையும் உணர்ந்தாள். ஜூலியன் இதைப் பார்த்துக் கொண்டிருப்பாரா என்று நினைத்த அவள் அவரை சட்டென்று தன் மனதில் இருந்து அகற்றினாள்.

“நிகழ்ச்சி இப்போது சிக்னல் கொடுத்துவிட்டது” என்றான் வின்ஸ்டன். “இந்த ஆய்வகத்தின் மற்றொரு முனையில் இருக்கும் எட்மண்டின் இருக்கைப் பகுதியில் இருந்தபடி பார்த்தால் உங்களுக்கு சௌகரியமாக இருக்கும் என்று நினைக்கிறேன்.”

“நன்றி, வின்ஸ்டன்” என்ற லேங்டன் ஆம்ராவை வெறுங்காலுடன் அந்த மென்மையான கண்ணாடித் தரையில் இழுத்துக்கொண்டு, நீலச்சாம்பல் உலோக கியூபை கடந்து எட்மண்டின் அமரும் பகுதிக்குள் நுழைந்தார்.

அங்கே, ஒரு கீழைத்தேய கம்பளம் அந்த கண்ணாடித் தரையில் விரிக்கப்பட்டு, அதனுடன் நேர்த்தியான மரச்சாமான் தொகுப்பும், ஒரு உடற்பயிற்சி மிதிவண்டியும் காணப்பட்டது.

கண்ணாடியில் இருந்து அந்த கம்பளத்தில் அடியெடுத்து வைத்தபோது தன்னுடைய உடலின் இறுக்கம் தளர்வதை ஆம்ரா உணர்ந்தாள். அவள் சோபாவில் ஏறி தன் கால்களை இழுத்து வைத்துக்கொண்டு எட்மண்டின் தொலைக்காட்சியை தேடினாள். “நாம் எங்கே பார்ப்பது?”

லேங்டனுக்கு அது கேட்கவே இல்லை, அவர் ஏதோ ஒன்றைத் தேடி அந்த அறையின் மூலைக்கு நடந்து சென்றார், ஆனால் ஆம்ராவுக்கு அவளுக்கு முன்னால் இருந்த அறைச்சுவர் உள்ளுக்குள் இருந்தபடி மின்னத் தொடங்கியபோது அவளுக்குத் தேவையான பதில் உடனடியாக கிடைத்தது. அதில் இருந்து ஒரு நன்கறிந்த உருவம் வெளிவந்தது.

நேரலை நிகழ்ச்சி 1 நிமிடம் 39 நொடிகளில்

தற்போதைய தொலைதூர பார்வையாளர்கள்: 22,75,01,173

மொத்த சுவருமே திரைதானா?

தேவாலயத்தில் இருந்த விளக்குகள் மெதுவாக மங்கத் தொடங்குகையில் எட்டு அடி உயரமுள்ள உருவத்தை ஆம்ரா உற்றுப் பார்த்தாள். எட்மண்டின் பிரமாண்ட நிகழ்ச்சிக்காக வின்ஸ்டன் அவர்களுக்கு வீட்டில் உள்ளதைப் போன்ற உணர்வை அளித்திருக்கிறான் என்பதைப் போல் தோன்றியது.

பத்து அடிகள் தள்ளி, அந்த அறையின் மூலையில் லேங்டன் நிலைகுத்தி நின்றிருந்தார் - அது அந்த பிரமாண்ட தொலைக்காட்சி சுவற்றினால் அல்ல, அப்போதுதான் அவர் கண்டுபிடித்திருந்த ஒரு சிறிய பொருளினால்; அது ஒரு மியூஸிய கண்காட்சிப் பொருளின் ஒரு பாகம் என்பதைப் போல், ஒரு நேர்த்தியான பீடத்தின் மீது காட்சிக்கு வைக்கப்பட்டிருந்தது.

அவருக்கு முன்னால் இருந்த ஒரு ஒற்றை சோதனைக் குழாய், முன்பக்கம் கண்ணாடியுடன் கூடிய ஒரு உலோக காட்சிப் பெட்டியில் பாதுகாப்பாக வைக்கப்பட்டிருந்தது. கார்க் மூடியிடப்பட்டு லேபிளும் ஒட்டப்படிருந்த அந்த சோதனைக் குழாயில் ஒரு கரும் பழுப்பு திரவம் இருந்தது. ஒரு கணம், அது எட்மண்ட் எடுத்துக் கொண்ட ஏதேனும் மருந்தாக இருக்குமோ என்று நினைத்தார் லேங்டன். பிறகுதான் லேபளில் இருந்த பெயரைப் படித்தார்.

இதற்கு சாத்தியமில்லை என்று அவர் தனக்குத்தானே சொல்லிக்கொண்டார். *இது ஏன் இங்கே இருக்கிறது?!*

இந்த உலகில் மிகவும் சில "பிரபலமான" சோதனைக் குழாய்களே இருக்கின்றன, ஆனால் இதற்கும் அந்தத் தகுதியுண்டு என்பது லேங்டனுக்குத் தெரியும். அதில் ஒன்றை எட்மண்ட் சொந்தமாக வைத்திருப்பான் என்பதை என்னால் நம்ப முடியவில்லை! இந்த அறிவியல்பூர்வ கலைப்பொருளை மிகப்பெரிய விலைகொடுத்து யாருக்கும் தெரியாமல்தான் அவன் வாங்கியிருக்க வேண்டும்.

லேங்டன் கீழே குனிந்து அந்த எழுபது வருடம் பழமையான கண்ணாடிக் குடுவையை உற்று நோக்கினார். அதனுடைய மறைப்பு நாடாத்துணி லேபிள் வெளிறிப்போய் உதிர்ந்து காணப்பட்டது, ஆனால் அந்தக் குழாயில் இருந்த இரண்டு பெயர்கள் இன்னமும் காணக்கூடியவையாக இருந்தன: மில்லர்-யூரி.

அந்தப் பெயர்களை மறுபடியும் படிக்கையில் லேங்டன் கழுத்தில் பின்பக்கமிருந்த முடிகள் குத்திட்டு நின்றன.

மில்லர்-யூரி.

அடக் கடவுளே . . . நாம் எங்கிருந்து வந்தோம்?

இந்தக் கேள்விக்கு பதலளிக்க முயற்சிப்பதற்கான ஒரு முன்னோடி அறிவியல் ஆராய்ச்சியை 1950-களில் வேதியலாளர்கள் ஸ்டேன்லி மில்லரும், ஹரால்ட் யூரியும் நடத்தியிருந்தனர். அவர்களுடைய துணிச்சலான பரிசோதனை தோல்வியுற்றது, ஆனால் அவர்களுடைய சிரத்தையான முயற்சிகள் உலகளவில் பாராட்டுதலைப் பெற்றதுடன் அப்போதிலிருந்தே அது மில்லர்-யூரி பரிசோதனை எனப் பெயர்பெற்றது.

பூமியினுடைய உருவாக்கத்தின் தொடக்கத்தில் - வெப்பமான கிரகமாகவும், ஒரு கொதிக்கின்ற, வெந்துபோகச் செய்யும் உயிரற்ற பெருங்டலால் சூழப்பட்டிருந்த கிரகம் - இருந்த நிலைகளை இந்த இரண்டு அறிவியலாளர்களும் எவ்வாறு மறு-உருவாக்கம் செய்ய முயற்சித்தனர் என்பதை மேல்நிலைப்பள்ளி உயிரியல் வகுப்பில் கற்றுக்கொண்டபோது தான் மெய்மறந்து போனதை லேங்டன் நினைவுபடுத்திக் கொண்டார்.

ஆதிமுதல் சாறு.

ஆரம்பகால கடல்கள் மற்றும் காற்று மண்டலங்களில் இருந்த ரசாயனங்களை - தண்ணீர், மீத்தேன், அமோனியா மற்றும் ஹைட்ரஜன் போன்றவற்றை - போலியாக்கம் செய்தபின்னர், மில்லரும் யூரியும் அந்த வடிகட்டலை கொதிக்கும் கடல்களாக போலியாக்கம் செய்ய சூடுபடுத்தினர். பின்னர், மின்னலைப் போன்ற ஒன்றை ஏற்படுத்த மின்னேற்றத்தைக் கொண்டு அவற்றிற்கு அதிர்ச்சியூட்டினர். இறுதியில், இந்த கிரகத்தின் கடல்கள் குளிர்விக்கப்பட்டது போன்றே அந்தக் கலவையை குளிர்வித்தனர்.

அவர்களுடைய இலக்கு, முதலாவதான ஜீவனற்ற கடலில் இருந்து உயிரைத் தூண்டச் செய்கின்ற எளிய மற்றும் துணிச்சலான ஒன்றுதான். அறிவியலை மட்டும் பயன்படுத்தி "சிருஷ்டியைத்" தூண்டுதல் என்று நினைத்துக்கொண்டார் லேங்டன்.

அந்த ரசாயனச் செறிவுற்ற சாற்றில், முதலாவது நுண்ணுயிரிகள் உருவாகலாம் என்ற நம்பிக்கையில் அந்தக் கலவையை மில்லரும் யூரியும் ஆராய்ந்தனர் - அதற்கு முன்பு செய்து பார்த்திராத அந்த நிகழ்முறை எபியோஜெனிஸிஸ் (ஆதி தோற்றவியல்) என்று அறியப்படுகிறது. சோகம் என்னவென்றால், அவர்களுக்கு எதுவும் கிடைக்கவில்லை, ஆனால் அந்த செயல்திறனற்ற கண்ணாடிக் குடுவைகள் இப்போது புறக்கணிக்கப்பட்டு சாண்டியாகோவில் உள்ள கலிபோர்னியா பல்கலையில் இருக்கும் இருண்ட அறையில் ஒதுக்கி வைக்கப்பட்டிருக்கின்றன.

இன்றுவரையில், படைப்பியல்வாதிகள் மில்லர்-யூரியின் பரிசோதனைத் தோல்வியை, கடவுளின் உதவியின்றி பூமியில் உயிர்கள் தோன்றியிருக்க முடியாது என்பதற்கான அறிவியல்பூர்வ நிரூபணமாக இப்போதும் குறிப்பிட்டு வருகின்றனர்.

"முப்பது நொடிகள்" வின்ஸ்டனின் குரல் தலைக்குமேல் ஒலித்தது.

லேங்டன் எழுந்து நின்று, அவர்களைச் சுற்றியிருக்கும் இருண்ட தேவாலயத்திற்குள்ளாக உற்றுப் பார்த்தபோது அவருடைய எண்ணங்கள் சுழன்றடித்தன. அறிவியலின் மகத்தான திருப்புமுனைகள் எல்லாமே பிரபஞ்சத்தின் புதிய "முன்மாதிரிகளை" உருவாக்கியவைதான் என்று வின்ஸ்டன் அறிவித்திருக்கிறான். *MareNostrum* சிக்கலான அமைப்புகளை

போலியாக்கம் செய்து அவை செயல்படுவதை கவனிக்கின்ற கம்ப்யூட்டர் மாடலிங்கில் நிபுணத்துவம் பெற்றிருக்கிறது என்றும் அவன் கூறியிருக்கிறான்.

மில்லர்-யூரி பரிசோதனை என்பது ஆரம்பகால மாடலிங்கிற்கான உதாரணம் ... உயிர்களற்ற பூமியில் தோன்றியிருக்கின்ற சிக்கலான ரசாயன ஒருங்கிணைப்புகளை போலியாக்கம் செய்வது, என்று நினைத்தார் லேங்டன்,

"ராபர்ட்!" ஆம்ரா அறைக்கு அப்பாலிருந்து அழைத்தாள். "அது தொடங்கிவிட்டது."

"வந்துகொண்டிருக்கிறேன்" என்று பதிலளித்த அவர் சோபாவை நோக்கிச் சென்றபோது, எட்மண்ட் செய்துகொண்டிருந்த வேலையின் ஒரு பகுதியைத்தான் இப்போது தான் சுருக்கமாக பார்த்திருக்கிறோமோ என சட்டென்று சந்தேகத்திற்கு ஆளானார்.

அவர் அந்த தளத்தைக் கடக்கும்போது, கூகன்ஹைமின் புற்களடர்ந்த மலைமுகட்டிற்கு மேலே எட்மண்டின் நாடகார்த்தமான முகவுரையை நினைவுகூர்ந்தார். *இன்றிரவு, நாம் ஆரம்பகால கண்டுபிடிப்பாளர்களைப் போல் ஆவோம்,* என்று அறிவித்தான் கிர்ஷ். *எல்லாவற்றையும் விட்டுவிட்டு பரந்த கடல்களை கடக்க முனைந்தவர்கள் ஆவோம். மதத்தின் யுகம் அதன் முடிவை நெருங்கிவிட்டது, அறிவியல் யுகம் விடியலைக் கண்டடைந்துவிட்டது. வாழ்க்கையின் பெரும் கேள்விகளுக்கு நாம் அதிசயமான முறையில் பதில்களை தெரிந்துகொண்டால் என்ன நடக்கும் என்பதை கற்பனை செய்து பாருங்கள்.*

ஆம்ராவுக்கு பின்னால் இருந்த இருக்கையில் லேங்டன் உட்கார்ந்தபோது அந்த பிரமாண்ட சுவர்த்திரை இறுதி கவுண்டவுனை ஒளிபரப்பத் தொடங்கியிருந்தது.

ஆம்ரா அவரை ஆராய்ந்து பார்த்தாள். "ஒன்றும் பிரச்சினையில்லையே, ராபர்ட்?"

ஒரு நாடகார்த்தமான ஒலிக்கோர்வை அந்த அறையை நிரப்பியபோது லேங்டன் ஆமோதித்து தலையாட்டினார், அவர்களுக்கு முன்னால் ஐந்தடி உயரத்திற்கு எட்மண்டின் முகம் சுவற்றில் தோன்றியது. அந்த பிரபலமான எதிர்காலவாதி

மெலிந்தும் சோர்வுற்றும் காணப்பட்டான், ஆனால் அவன் கேமராவைப் பார்த்து பெரிதாக புன்னகைத்தபடியே இருந்தான்.

"நாம் எங்கிருந்து வந்தோம்?" என்று அவன் கேட்கையில் இசை மங்கிப்போய் அவனுடைய குரலில் இருந்த பரவசம் உயர்ந்தது. "நாம் எங்கே சென்று கொண்டிருக்கிறோம்?"

லேங்டனின் கையை எடுத்துக்கொண்ட ஆம்ரா கவலையுடன் அதைப் பற்றிக் கொண்டாள்.

"இந்த இரண்டு கேள்விகளும் ஒரே விஷயத்தின் பாகம்தான்," என்றான் எட்மண்ட். "அதனால் நாம் துவக்கத்தில் இருந்தே ஆரம்பிப்போம் - மிகத் துவக்கத்தில் இருந்து."

ஒரு வேடிக்கையான ஆமோதிப்புடன் தன்னுடைய பைக்குள் கைவிட்ட எட்மண்ட் ஒரு சிறிய கண்ணாடிப் பொருளை எடுத்தான் - அது மில்லர் மற்றும் யூரி ஆகியோரின் வெளிறிய பெயர்களை சுமந்திருக்கும், தெளிவற்ற திரவத்தைக் கொண்ட ஒரு குடுவை.

லேங்டனின் இதயத்துடிப்பு எகிறியது.

"நம்முடைய பயணம் நீண்டகாலத்திற்கு முன்பு தொடங்கியது ... கிறிஸ்து பிறப்பதற்கு நான்கு பில்லியன் ஆண்டுகளுக்கு முன்னர் ... அது இந்த ஆதிமுதல் சாற்றில் நிலையற்று தடுமாறிக் கொண்டிருந்தது."

91

சோபாவில் ஆம்ராவுக்கு அருகாமையில் அமர்ந்த லேங்டன் கண்ணாடிச்சுவர் திரையில் பெரிதாக்கப்பட்ட எட்மண்டின் மஞ்சள் பூத்த முகத்தை ஆராய்ந்து பார்த்துவிட்டு, ஒரு உயிர்க்கொல்லி நோயினால் எட்மண்ட் சத்தமில்லாமல் துன்புற்றிருந்தான் என்பதை அறிந்ததும் பெரும் வேதனையை உணர்ந்தார்.

ஆனாலும், இன்றிரவு, அந்த எதிர்காலவியலாளரின் கண்கள் முழுக்கவே மகிழ்ச்சியாலும் பரவசத்தாலும் பளிச்சிட்டன.

"சற்று நேரத்தில், இந்த சின்னக் குடுவையைப் பற்றி நான் உங்களுக்கு சொல்லப்போகிறேன்" என்ற எட்மண்ட், அந்த சோதனைக் குழாயை கையில் வைத்திருந்தான். "ஆனால், முதலாவதாக, இந்த ஆதிமுதல் சாற்றில் . . . கொஞ்சம் நீந்திப் பார்ப்போம்."

எட்மண்ட் மறைந்துபோனான், ஒரு மின்னல்கீற்று பளிச்சிட்டு, குமுறிக்கொண்டிருக்கும் காற்று மண்டலத்தில் லாவா குழம்பையும் சாம்பலையும் உமிழ்ந்துகொண்டிருக்கும் எரிமலைத் தீவுகள் இருக்கின்ற கொந்தளிக்கும் கடலுக்கு ஒளியூட்டியது.

"இங்குதான் உயிர் தொடங்கியதா?" என்று கேட்டது எட்மண்டின் குரல். "ஒரு கொந்தளிக்கும் ரசாயனக் கடலில் ஏற்பட்ட இடைவிடாத எதிர்வினையா? அல்லது விண்வெளியில் இருந்து வந்த ஒரு விண்கல்லில் இருந்த நுண்ணுயிரியாக இருக்கலாமா? அல்லது அதுதான் . . . கடவுளா? துரதிர்ஷ்டவசமாக, அந்தத் தருணத்தைப் பார்ப்பதற்கு நம்மால் காலத்தில் பின்னோக்கி செல்ல முடியாது. உயிர் முதலில் தோன்றிய அந்த தருணத்திற்குப் பின்னர் என்ன நடந்தது என்பதுதான் நமக்குத் தெரியும். பரிணாம வளர்ச்சி நடைபெற்றது. நமக்கு மிகவும் பழக்கப்பட்ட வகையில் சித்தரிக்கப்பட்ட ஒன்றை நாம் பார்த்திருக்கிறோம், இதுபோன்ற ஒன்று."

அந்தத் திரை இப்போது மனித பரிணாம வளர்ச்சியின் பிரபலமான காலவரிசையைக் காட்டியது - ஒரு ஆதிகால மனிதக்குரங்கானது, படிப்படியாக நிமிர்ந்து, இறுதியில் முழுமையாக தலையை நேராக நிமிர்த்தி, தன் உடலில் உள்ள கடைசி முடியையும் உதிர்க்கும் வரையில் தலையை குனிந்து நடந்து சென்றது.

"ஆம், மனிதர்கள் *பரிணமித்தார்கள்*" என்றான் எட்மண்ட். "இது ஒரு மறுக்க முடியாத உண்மை, புதைபடிவ பதிவுகளின் அடிப்படையில் ஒரு தெளிவான காலவரிசையை நாம் உருவாக்கியிருக்கிறோம். ஆனால் இதே பரிணாம வளர்ச்சியை நாம் தலைகீழாக பார்த்தால் என்னவாகும்?

சட்டென்று எட்மண்டின் முகத்தில் முடி வளரத் தொடங்கி, ஒரு ஆதி மனித உருவமாக மாறியது. அவனுடைய எலும்புக் கட்டமைப்புகள் மாறி மிகவும் மனிதக் குரங்கு போன்றதாகியது, பின்னர் அந்த நிகழ்முறை ஏறக்குறைய கண்ணைக் குருடாக்கும் அளவுக்கு வேகமெடுத்தது, அது மிகவும் பழைய மற்றும் மிகப்பழைய உயினங்களாக மின்னிவிட்டுச் சென்றது - லெமூர்கள், தேவாங்குகள், கங்காருகள், வாத்துவாய் பறவைகள், நாக்கு மீன்கள், தண்ணீருக்கு கீழே மறைந்திருக்கும் ஈல்கள் மற்றும் மீன்கள் வழியாக வாழ்பவை, ஜெல்லி போன்ற உயிரினங்கள், கடல் நுண்ணுயிரிகள், அமீபாக்கள் என எல்லாமும் இறுதியாக எட்மண்ட் கிர்ஷை ஒரு நுண்ணோக்கி பாக்டீரியாவாக மாற்றும் வரையில் மாறிக்கொண்டே இருந்தன - அது ஒரு பரந்த பெருங்கடலில் துடிக்கும் ஒரு ஒற்றை உயிரணு.

“உயிரின் ஆரம்பநிலைப் புள்ளி” என்றான் எட்மண்ட். “நம்முடைய பின்னோட்டத் திரைப்படத்தின் படச்சுருள் இங்குதான் தீர்ந்துபோகிறது. ஒரு உயிரற்ற ரசாயனக் கடலில் இருந்து ஆரம்பநிலை உயிர்-வடிவங்கள் எவ்வாறு தோன்றின என்பது பற்றி நமக்கு எதுவுமே தெரியாது. இந்தக் கதையின் முதல் சட்டகத்தை மட்டும் நம்மால் பார்க்கவே முடியாது.”

T=0, என்று நினைத்த லேங்டன், பிரபஞ்சம் ஒரு ஒற்றை வெளிச்சப் புள்ளியாக சுருங்கிப்போய், பிரபஞ்சவியலாளர்கள் இதேபோன்றதொரு முட்டுச்சந்தில் முட்டிக்கொள்கின்ற விரிவடையும் பிரபஞ்சம் குறித்த இதேபோன்றதொரு பின்னோட்ட திரைப்படத்தை கற்பனை செய்து பார்த்தார்.

“ ‘First Cause (பிரபஞ்ச தோற்றவியல்)’ ” என்றான் எட்மண்ட். “படைப்பின் இத்தகையதொரு புரிபடா தருணத்தை விவரிக்க டார்வின் பயன்படுத்திய சொற்பதம்தான் இது. உயிரானது தொடர்ந்து பரிணமித்துக்கொண்டே இருக்கிறது என்று அவர் நிரூபித்தார், ஆனால் இந்த நிகழ்முறை எல்லாமும் எவ்வாறு தொடங்கியது என அவரால் கண்டுபிடிக்க முடியவில்லை. வேறு வகையில் சொன்னால், டார்வினின் கோட்பாடு தகுதியுள்ளவை உயிர்பிழைப்பது பற்றி விவரிக்கிறது, ஆனால் தகுதியானவற்றின் வருகையைப் பற்றி விவரிக்கவில்லை.”

லேங்டன் உள்ளுக்குள் சிரித்துக்கொண்டார், இந்த முறையில் அது குறிப்பிடப்பட்டு அவர் கேட்டதே இல்லை.

"அப்படியென்றால், உயிர் எவ்வாறு பூமிக்கு வந்து சேர்ந்தது? வேறுவகையில் சொன்னால், நாம் எங்கிருந்து வந்தோம்?" எட்மண்ட் புன்னகைத்தான். "அடுத்த சில நிமிடங்களில் அந்தக் கேள்விக்கான பதில் உங்களுக்கு கிடைக்கப் போகிறது. ஆனால் என்னை நம்புங்கள், அந்த பதில் எந்தளவுக்கு திகைப்பூட்டுவதாக இருந்தாலும் அது இன்றிரவின் பாதி கதைதான்." அவன் கேமராவை நேரடியாகப் பார்த்து ஒரு தீக்குறியான சிரிப்பை வெளிப்படுத்தினான். "ஒருபக்கம் நாம் எங்கிருந்து வந்தோம் என்பது முற்றிலும் கவர்ச்சிகரமானது என்றால் ... நாம் எங்கே சென்றுகொண்டிருக்கிறோம் என்பது முற்றிலும் அதிர்ச்சிகரமானது."

ஆம்ராவும் லேங்டனும் குழப்பமான பார்வையை பரிமாறிக்கொண்டனர், இது எட்மண்டின் உயர்வுநவிற்சியான கூற்றுதான் என்பதை லேங்டன் உணர்ந்தாலும் அந்தக் கூற்றினால் அவருடைய அசௌகரியமான உணர்வு அதிகரிக்கவே செய்தது.

"உயிரின் தோற்றம் . . ." என்று தொடர்ந்தான் எட்மண்ட். "முதலாவது படைப்பாக்க கதைகளின் நாட்களில் இருந்தே இது ஒரு ஆழமான புதிராகவே இருந்து வருகிறது. ஆயிரக்கணக்கான ஆண்டுகளாக, தத்துவவாதிகளும் அறிவியலாளர்களும் உயிரின் முதன்முதல் தருணத்தினுடைய ஏதேனும் வகையிலான பதிவைத் தேடிக்கொண்டேதான் இருந்திருக்கிறார்கள்."

எட்மண்ட் இப்போது அந்த மங்கிய நீர்மம் அடங்கிய பிரபலமான சோதனைக் குழாயை எடுத்தான். "1950-களில் இரண்டு தேடுநர்கள் - வேதியியலாளர்களான மில்லர் மற்றும் யூரே - ஒரு துணிச்சலான பரிசோதனையை நடத்தினர், அதன்மூலமாக உயிர் எவ்வாறு தோன்றியது என்பதை வெளிக்கொணர முடியும் என்று நம்பிக்கை வைத்திருந்தனர்."

லேங்டன் முன்னால் குனிந்து ஆம்ராவிடம் கிசுகிசுத்தார், "அந்த சோதனைக் குழாய் இதோ இங்கேதான் இருக்கிறது." மூலையில் இருந்த காட்சி பீடத்தை அவர் சுட்டிக்காட்டினார்.

அவள் ஆச்சரியப்பட்டவளாக காணப்பட்டாள். "எட்மண்ட் ஏன் இதை வைத்திருக்கிறான்?"

லேங்டன் சுருங்கிக்கொண்டார். எட்மண்டின் குடியிருப்பிடத்தைச் சேர்ந்த விசித்திரமான பொருள்களின் சேகரிப்பை வைத்து தீர்மானித்தால், இந்தக் குடுவை அவன் சொந்தமாக வைத்திருக்க விரும்பிய அறிவியல் வரலாற்றின் ஒரு துண்டாகத்தான் இருக்க வேண்டும்.

ஆதிமுதல் சாற்றை மறுமுறை உருவாக்கி, உயிர்வாழ்க்கையற்ற ரசாயனங்களின் புட்டிக்குள்ளிருந்து உயிரை உருவாக்குவதற்கு முயற்சித்த மில்லர் மற்றும் யூரேயின் பிரயத்தனங்களை எட்மண்ட் சுருக்கமாக விவரித்தான்.

அந்தத் திரையில் இப்போது "இரண்டு பில்லியன் வருடங்களை திரும்பிப் பார்த்தல்" என்று தலைப்பிடப்பட்ட மார்ச் 8, 1953-ஆம் ஆண்டைச் சேர்ந்த *நியூயார்க் டைம்ஸ்* கட்டுரையின் மங்கிய படம் பளிச்சிட்டது.

"உண்மையிலேயே" என்றான் எட்மண்ட். "இந்தப் பரிசோதனை சிலரது புருவங்களை உயர்த்தவே செய்தது. அதனுடைய தாக்கங்கள் பூமியை, குறிப்பாக மதம்சார் உலகத்தை உலுக்குவதாக இருந்திருக்கலாம். உயிரானது இந்த சோதனைக் குழாய்க்குள் மாயாதீதமாக தோன்றியிருக்குமானால், வேதியியல் விதிமுறைகள் மட்டுமே உயிரை உருவாக்க உண்மையிலேயே போதுமானது என்பதை நாம் முழுமுற்றாக அறிந்திருப்போம். வானில் இருந்து ஒரு அதியற்புத உயிர் கீழிறங்கி வந்து படைப்பின் பொறியை நமக்கு வழங்கியிருக்க வேண்டிய தேவை நமக்கு ஏற்பட்டிருக்காது. இயற்கை விதிகளின் துணை-தயாரிப்பாக தவிர்க்க இயலாமல்தான் உயிர் உருவாகியிருக்கிறது என்றே நாம் புரிந்துகொண்டிருப்போம். மிகவும் முக்கியமாக, இங்கே பூமியில் உள்ள உயிரானது இடைவிடாது உருவாகிக்கொண்டே இருப்பதால், பிரபஞ்சத்தின் எல்லாவிடத்திலும் ஏறத்தாழ நிச்சயமாக இதேதான் நடந்திருக்கும் என்ற முடிவுக்கே நாம் வந்திருப்போம், அதாவது: மனிதன் தனித்துவமானவன் அல்ல; கடவுளின் பிரபஞ்சத்தில் மனிதனே மையமானவனும் அல்ல; இந்த பிரபஞ்சத்தில் இருப்பது மனிதன் மட்டுமே அல்ல."

எட்மண்ட் பெருமூச்சுவிட்டான். “இருந்தாலும், உங்களில் பலருக்கும் தெரிந்த வகையில், மில்லர்-யூரே பரிசோதனை தோற்றுத்தான் போயிற்று. அது சில அமினோ அமிலங்களை மட்டுமே உருவாக்கியது, ஆனால் உயிருக்கு நெருக்கமானதாக எதையும் உருவாக்கவில்லை. அந்த வேதியியலாளர்கள் தொடர்ந்து முயற்சித்தனர், பல்வேறு உட்பொருள்களின் கலவைகள், பல்வேறு வகைமுறைகளைப் பயன்படுத்தினர், ஆனால் எதுவும் பயன்தரவில்லை. அதைப் பார்க்கையில் உயிருருவாக்கத்திற்கு - நீண்டகாலமாக நம்பப்பட்டு வந்த நம்பிக்கை என்பதின்படி - தெய்வீக குறுக்கீடு தேவை என்பது போலத்தான் தோன்றியது. இறுதியில் மில்லரும் யூரேவும் தங்களுடைய பரிசோதனைகளை கைவிட்டனர். மதம்சார் சமூகம் நிம்மதிப் பெருமூச்சுவிட்டது, அறிவியல் சமூகம் மறுபரிசீலனைக்கு உட்படுத்தப்பட்டது.” என்று சற்று இடைவெளிவிட்ட அவன் கண்களில் வேடிக்கையான மகிழ்ச்சி தெரிந்தது. “அது, ஒரு எதிர்பாராத முன்னேற்றம் ஏற்பட்ட . . . 2007 வரை மட்டும்தான்.”

எட்மண்ட் இப்போது, மில்லர் மறைந்த பின்னர் சாண்டியாகோவில் உள்ள கலிபோர்னியா பல்கலையின் ஒரு அலமாரியில், மறக்கப்பட்ட மில்லர்-யூரேயின் சோதனைக் குடுவைகள் மறுகண்டுபிடிப்பு செய்யப்பட்ட கதையைக் கூறினான். மில்லரின் மாணவர்கள், மிக மிக கூருணர்வுள்ள தற்கால உத்திகளை - இதில், நீர்ம குரோமோட்டோகிராபி மற்றும் மாஸ் ஸ்பெக்டோமெட்ரி ஆகியவையும் அடங்கும் - பயன்படுத்தி அந்த மாதிரிகளை மறு பகுப்பாய்வுக்கு உட்படுத்தினர், அதனுடைய விளைவுகள் திகைக்க வைப்பவையாக இருந்தன. உண்மையில், அசலான மில்லர்-யூரே பரிசோதனையானது அந்த காலகட்டத்தில் மில்லரால் அளவிடுவதற்கு இருந்த திறனைக் காட்டிலும் மிகப்பல அமினோ அமிலங்களையும், சிக்கலான சேர்மானங்களையும் உருவாக்கியிருந்தது. அந்தக் குடுவைகளில் செய்யப்பட்ட புதிய பகுப்பாய்வு சில முக்கியமான நியூக்ளோபேஸ்களையும்கூட அடையாளம் கண்டது - ஆர்என்ஏ-வின் கட்டுமான பாளங்கள், அநேகமாக இறுதியில் . . . டிஎன்ஏ வரையிலுமாக.

“இது ஒரு திகைப்பூட்டும் அறிவியல் கதை” என்று முடித்து வைத்தான் எட்மண்ட், “தெய்வீகத்தின் குறுக்கீடு இல்லாமலேயே . . . உயிர் சாதாரணமாக தோன்றியிருக்கலாமோ என்ற கருத்தாக்கத்திற்கு மறு அங்கீகாரமளிப்பது. இதைப்

பார்த்தால் மில்லர்-யூரேயின் பரிசோதனை உண்மையிலேயே செயல்படக்கூடியதாக தெரியலாம், ஆனால் அதை உருவாக்குவதற்கு நிறைய காலம் வேண்டும். ஒரு முக்கிய விஷயத்தை இங்கே நினைவுறுத்திக்கொள்வோம்: உயிரானது பில்லியன்கணக்கான ஆண்டுகளுக்கும் மேலாக பரிணமித்திருக்கிறது, இந்த சோதனைக் குழாய்கள் வெறும் ஐம்பது வருடங்களாகத்தான் அலமாரியில் அமர்ந்திருக்கின்றன. இந்தப் பரிசோதனையின் காலவரிசையை மைல்களில் அளவிட்டால், நம்முடைய கண்ணோட்டம் முதல் அங்குலத்திலேயே வரம்பிற்கு உட்படுத்தப்படுவதைப் போன்றுதான் இருக்கும் . . ."

அவன் அதைத் தீர்க்காமலே விட்டுவிட்டான்.

"சொல்ல வேண்டிய தேவையில்லை" என மேற்கொண்டு சென்றான் எட்மண்ட், "ஒரு ஆய்வகத்தில் உயிரை உருவாக்கும் கருத்தாக்கத்தை சுற்றிலும் திடீரென ஒரு புதுப்பிக்கப்பட்ட ஆர்வம் தோன்றியிருக்கிறது."

எனக்கு நினைவிருக்கிறது என லேங்டன் நினைத்துக் கொண்டார். ஹார்வார்ட் உயிரியல் துறை ஒரு துறைசார்ந்த விருந்து அளித்தது, அதற்கு அவர்கள் வைத்த பெயர் பிஓய்ஓபி: உங்களுக்கான பாக்டீரியத்தை உருவாக்கிக்கொள்ளுங்கள் *(BYOB: Build Your Own Bacterium)*

"ஆம், நவீன மதம்சார் தலைவர்களிடம் இருந்து ஒரு வலுவான எதிர்வினையும் வந்தது" என்ற எட்மண்ட் "நவீனம்" என்ற வார்த்தைக்கு காற்றிலேயே மேற்கோள்குறி போட்டுக் காட்டினான்.

சுவர் திரைக்காட்சி ஒரு வலைத்தளத்தின் - creation.com - முகப்புப் பக்கத்திற்கு தன்னை புதுப்பித்துக்கொண்டது, அது எட்மண்டின் சீற்றத்திற்கும் கேலிக்கும் அடிக்கடி ஆளாகின்ற இலக்குதான் என்பதை லேங்டன் தெரிந்துகொண்டார். "அந்த அமைப்பு உண்மையில் தன்னுடைய படைப்புவாத எவன்ஜிலக்கல் மயமாக்கும் விஷயத்தை உரத்து பேசக்கூடியதுதான், ஆனால் அதுவே சிக்கலான "நவீன மதம்சார் உலகத்தின்" சரியான உதாரணமாகவும் இருந்தது.

அவர்களுடைய செயல்திட்ட அறிக்கை பின்வருமாறு கூறியது: "பைபிளின் உண்மையையும், அதிகாரத்தையும் பிரகடனப்படுத்துவது மற்றும் அதனுடைய நம்பகத்தன்மையை, குறிப்பாக அதனுடைய ஆதியாகம வரலாற்றில் உள்ளவற்றை உறுதிப்படுத்துவது."

"இந்த வலைத்தளம்" என்றான் எட்மண்ட், "பிரபலமானதும், செல்வாக்கு மிக்கதும் என்பதுடன் அது மில்லர்-யூரேயின் பரிசோதனையை திரும்பச் செய்வது குறித்த ஆபத்துக்களைப் பற்றி எழுதுகின்ற டசன்கணக்கான வலைப்பூக்களையும் வைத்திருக்கிறது. நல்லவேளையாக creation.com-இல் உள்ளவர்கள் பயப்படத் தேவையில்லை. இந்தப் பரிசோதனை உயிரை உருவாக்குவதில் வெற்றி பெற்றுவிடும் என்றாலும்கூட, அது அடுத்துவரும் இரண்டு பில்லியன் வருடங்களுக்கு நடக்கப்போவதில்லை."

எட்மண்ட் மறுபடியும் அந்த சோதனைக் குழாயை எடுத்தான். "நீங்களே கற்பனை செய்வது போலத்தான், இரண்டு மில்லியன் ஆண்டுகளை வெகுவேகமாக ஓட்டிவிட முடியாதா, இந்த சோதனைக் குழாயை மறு ஆய்வுக்கு உட்படுத்தி, படைப்பியல்வாதிகள் சொல்வது எல்லாமே தவறுதான் என்று நிரூபித்துவிட முடியாதா என்பதற்கும் மேலாக நான் பெரிதாக எதற்கும் ஆசைப்படவில்லை. துரதிஷ்டவசமாக, அதை செய்துமுடிக்க ஒரு கால இயந்திரமே தேவைப்படும்." என்ற எட்மண்ட் சற்றே சோர்வாக முகத்தை சாய்த்துக்கொண்டு சிறிது இடைவெளி விட்டான். "அதனால்தான் . . . நானே ஒன்றை உருவாக்கினேன்."

லேங்டன் ஆம்ராவைப் பார்த்தார், அந்த அறிவிப்பு தொடங்கியதில் இருந்து அவள் நகரவே இல்லை. அவளுடைய கருத்த கண்கள் திரையிலேயே நிலைகுத்தி நின்றிருந்தன.

"ஒரு கால இயந்திரம்" என்றான் எட்மண்ட், "அதை கட்டுவது அந்தளவுக்கு சிக்கல் ஒன்றுமில்லை. நான் சொல்ல வருவது என்னவென்று உங்களுக்கு காட்டுகிறேன்."

ஒரு வெறிச்சோடிய மதுபான பார் தோன்றியது, அதற்குள் எட்மண்ட் நடக்கிறான், ஒரு விளையாட்டு மேசையை நோக்கிச் செல்கிறான். அதிலுள்ள பந்துகள் வழக்கமான

முக்கோண வடிவில் அடுக்கப்பட்டு, கலைக்கப்படுவதற்காக காத்திருக்கின்றன. எட்மண்ட ஒரு ஆட்டக் கம்பை எடுத்து, மேசைக்கு மேலாக வளைத்து, அடிபந்தை பலமாக இடிக்கிறான். அது காத்திருக்கும் வரிசையான பந்துகளை நோக்கி விரைகிறது.

அந்த வரிசையுடன் அது மோதவிருந்த தருணத்திற்கு சற்று முன்பாக எட்மண்ட் கத்துகிறான், "நிறுத்து!"

அடிபந்து அப்படியே நின்றுவிடுகிறது - மாயதீதமாக அது மோதுவதற்கு முந்தைய கணத்தில் அசைவின்றி நிற்கிறது.

"இப்போது" என்ற எட்மண்ட், மேசையில் உறைந்துநிற்கும் அந்த தருணத்தைப் பார்த்தான், "எந்த பந்துகள், எந்த பைகளில் விழும் என்று முன்னூகிக்கும்படி நான் உங்களிடம் கேட்டால், உங்களால் அதை சொல்ல முடியுமா? நிச்சயமாக முடியாது. உண்மையில் அதற்கு ஆயிரக்கணக்கான சாத்தியப்பாடுகள் இருக்கின்றன. ஆனால் உங்களிடம் காலம் இயந்திரம் இருந்து, எதிர்காலத்தில் பதினைந்து நொடிகளுக்கு முன்னோக்கி செல்ல முடிந்து, இந்த மேசைப் பந்துகள் என்னவாகும் என்பதை தெரிந்துகொண்டு திரும்பி வர முடிந்தால் என்னவாகும்? நம்பினால் நம்புங்கள் நண்பர்களே, இப்போது அதைச் செய்வதற்கான தொழில்நுட்பம் நம்மிடம் இருக்கிறது."

மேசை முனைகளில் இருந்த சின்னஞ்சிறு கேமராக்களை நோக்கி நடந்தான் எட்மண்ட். "அடிபந்தின் திசைவேகம், சுழற்சி, திசை மற்றும் சுழல் அச்சு ஆகியவற்றை அது நகரும்போதே கணக்கிடுவதற்கான ஆப்டிகல் சென்ஸார்களைப் பயன்படுத்தி, எந்த ஒரு நிகழ்விலும் பந்தின் அசைவினுடைய ஒரு கணிதவியல் நொடிப்பொழுது படத்தை என்னால் எடுத்துவிட முடியும். அந்த நொடிப்பொழுது படத்தை வைத்து, அதனுடைய வருங்கால அசைவுகளைப் பற்றி என்னால் மிகத் துல்லியமான முன்னூகித்தலை செய்துவிட முடியும்."

லேங்டன் ஒருமுறை கால்ஃப் போலியாக்கியை பயன்படுத்தியது அவருடைய நினைவுக்கு வந்தது, இதேபோன்ற தொழில்நுட்பத்தை பயன்படுத்தும் அது மரங்களுக்குள்ளாக கால்ஃப் அடிகளை அடிப்பதற்கான தன்னுடைய தூண்டுதலை சோர்வுற வைக்கும் துல்லியத்துடன் முன்னூகித்திருந்தது.

எட்மண்ட் இப்போது ஒரு பெரிய அளவில் இருந்த ஸ்மார்ட்போனை வெளியே எடுத்தான். திரையில், பந்தாட்ட மேசையான அதனுடைய நிகர்மெய் அடிபந்து அசைவற்றிருக்கும் படம் காட்டப்பட்டிருந்தது. அந்த அடிபந்திற்கு மேலாக ஒரு தொடர் கணிதவியல் சமன்பாடுகள் தொங்கிக்கொண்டிருந்தன.

"அடிபந்தின் சரியான பொருண்மை, நிலை மற்றும் திசைவேகத்தை தெரிந்துகொண்ட என்னால்" என்றான் எட்மண்ட். "மற்ற பந்துகளுடனான அதனுடைய ஒருங்கிணைவுச் செயல்பாடுகளை கணக்கிட்டு முடிவை முன்னூகித்துவிட முடியும்." அவன் திரையத் தொட்டவுடன் போலியாக்க அடிபந்து உயிர்பெற்று சுழன்று, காத்திருக்கும் அடுக்கி வைக்கப்பட்ட பந்துகளை மோதி அவற்றை சிதறடித்துவிட்டு நான்கு பந்துகளை வெவ்வேறு பைகளில் விழச் செய்தது.

"நான்கு பந்துகள்" என்ற எட்மண்ட் போனைப் பார்த்திருந்தான். "ரொம்ப நல்ல அடி." அவன் பார்வையாளர்களை நோக்கினான். "என்னை நம்பவில்லை இல்லையா?"

அவன் தனது நிஜமான பந்தாட்ட மேசை மீது விரல்களால் தட்டினான், அடிபந்து விடுபட்டு, மேசையின் குறுக்கே விரைந்து சென்று மற்ற பந்துகளை சத்தமாக மோதி அவற்றை சிதறடித்தது. அதே நான்கு பந்துகள் அதே நான்கு பைகளில் விழுந்தன.

"இது முழுமையான கால இயந்திரம் அல்ல" என்று பெரிதாக புன்னகைத்தபடியே கூறினான் எட்மண்ட். "ஆனால் இது நம்மை எதிர்காலத்தை பார்க்கும் திறனுள்ளவர்கள் ஆக்குகிறது. மேலும், இது என்னை இயற்பியல் விதிகளை மேம்படுத்த அனுமதித்திருக்கிறது. உதாரணத்திற்கு, என்னால் உராய்வை நீக்கிவிட முடியுமானால் அந்தப் பந்துகளின் வேகம் ஒருபோதும் குறையாது . . . கடைசி பந்து இறுதியாக பைக்குள் விழும்வரை அவை இடைவிடாமல் உருண்டுகொண்டேதான் இருக்கும்."

அவன் ஒருசில விசைகளை தட்டச்சு செய்துவிட்டு அந்த போலியாக்கத்தை மறுபடியும் தொடங்கினான். இந்தமுறை, இடைவெளிக்குப் பின்னர், திரும்பக் குதித்துவந்த பந்துகளின் வேகம் குறையவில்லை, அந்த மேசையைச் சுற்றி துள்ளிக்கொண்டே இருந்துவிட்டு இறுதியில் இரண்டு பந்துகள்

மட்டுமே அந்த மேசையை விடாமல் சுற்றிவரும் வரையில் அவை தற்போக்கான பைகளுக்குள் விழுந்தன.

"நான் இந்த இரண்டு பந்துகளும் விழுவதற்காக காத்திருந்து சோர்ந்து போய்விட்டேன்" என்றான் எட்மண்ட். "நான் அந்த நிகழ்முறையை அப்படியே முன்னோக்கி வேகப்படுத்திடுவேன்." அவன் திரையைத் தொட்டான், அந்த மீதமிருந்த இரண்டு பந்துகளும் தெளிவற்றுப்போய், பைகளில் விழும் வரையில் மேசையைச் சுற்றி வெகு வேகமாய் சுற்றிக்கொண்டிருந்தன. "இம்முறையில் என்னால் எதிர்காலத்தை, அது நடக்கும் முன்னரே பார்த்துவிட முடியும். கம்ப்யூட்டர் போலியாக்கங்கள் உண்மையில் வெறுமனே நிகர்மெய் கால இயந்திரங்களே." அவன் சற்று இடைவெளி விட்டான். "ஆம், இதெல்லாமே ஒரு பந்தாட்ட மேசையைப் போன்ற ஒரு சிறிய, மூடிய அமைப்புக்குள் இருக்கும் மிக எளிய கணிதம்தான். ஆனால் இதைவிட மிகுந்த சிக்கலான அமைப்புகள் என்றால் என்னவாகும்?"

மில்லர்-யூரே குடுவையை வைத்துக்கொண்டு எட்மண்ட் புன்னகைத்தான். "இதைக்கொண்டு நான் எங்கே செல்கிறேன் என்பதை உங்களால் பார்க்க முடிந்திருக்கும் என்று நினைக்கிறேன். கம்ப்யூட்டர் மாடலிங் என்பது ஒருவகையான கால இயந்திரம், அது நாம் எதிர்காலத்தைப் பார்க்க உதவுகிறது . . . சொல்லப்போனால் எதிர்காலத்திற்குள் பில்லியன்கணக்கான வருடங்களையும்கூட பார்க்கலாம்."

சோபாவில் இடம்மாறி உட்கார்ந்த ஆம்ராவின் கண்கள் எட்மண்டின் முகத்தைவிட்டு அகலவில்லை.

"நீங்களே நினைப்பது போல்" என்றான் எட்மண்ட். "பூமியின் ஆதிமுதல் சாற்றை முன்மாதிரியாக்குதல் குறித்து கனவுகண்ட முதல் அறிவியலாளன் நான் அல்ல. கோட்பாட்டுரீதியில், அது ஒரு பரிசோதனை என்பது தெளிவாகிறது - ஆனால் நடைமுறையில் அது ஒரு சிக்கலின் கொடுங்கனவு."

மின்னல், எரிமலைகள் மற்றும் பிரமாண்ட அலைகளுக்கு நடுவே கொந்தளிக்கும் ஆதிமுதல் கடல்கள் தோன்றின. "பெருங்கடலின் வேதியியலை முன்மாதிரியாக்குதலுக்கு மூலக்கூறு அளவிலான போலியாக்கம் தேவைப்படுகிறது. இது எந்த ஒரு குறிப்பிட்ட தருணத்திலும் ஒவ்வொரு காற்று

மூலக்கூறின் துல்லியமான இடத்தையும் நாம் தெரிந்துகொண்டு காலநிலையை மிகச் சரியாக முன்னூகிப்பதைப் போன்றதாகத்தான் இருக்கும். ஆதிமுதல் கடலின் எத்தகையதொரு அர்த்தமுள்ள போலியாக்கலுக்கும், ஒரு கம்ப்யூட்டருக்கு இயற்பியல் விதிகள் - இயக்கவியல், வெப்பவியக்கவியல், ஈர்ப்புவிசை, ஆற்றல் மாற்றம் மற்றும் சில போன்றவை - மட்டுமே தெரிந்திருந்தால் போதாது, வேதியியலும் தெரிந்திருக்க வேண்டும், அதன் மூலமாகத்தான் ஒரு கொதிக்கும் கடலுக்குள் உள்ள ஒவ்வொரு அணுவிற்கும் இடையிலான பிணைப்புகளையும் துல்லியமான முறையில் மறு-உருவாக்கம் செய்ய முடியும்.''

கடலுக்கு மேலே இருக்கும் காட்சி இப்போது அலைகளுக்கு கீழே பாய்ந்து, ஒரு ஒற்றைத்துளி தண்ணீராக விழுந்தது, அங்கே, நிகர்மெய் அணுக்கள் மற்றும் மூலக்கூறுகளின் கொந்தளிக்கும் சுழல் பிணைப்புற்றும் பிரிந்தும் சென்றன.

"சோகம் என்னவென்றால்'' என்றான் மறுபடியும் திரையில் தோன்றிய எட்மண்ட், "இந்தளவுக்கு பல்வேறு சாத்தியமுள்ள வரிசை மாற்றிகளை எதிர்கொள்ள ஒரு போலியாக்கத்திற்கு பிரமாண்ட அளவிலான நிகழ்முறைப்படுத்தும் சக்தி தேவைப்படுகிறது - இது பூமியிலுள்ள எந்த ஒரு கம்ப்யூட்டரின் திறனுக்கும் மிக அப்பாற்றபட்ட ஒன்று.'' அவனுடைய கண்கள் பரவசத்தால் மறுபடியும் மினுங்கின. "அதாவது . . . ஒரே ஒரு கம்ப்யூட்டரைத் தவிர.''

ஒரு பைப் ஆர்கன் ஒலித்தது, பாக்கின் டொகாட்டோ மற்றும் ஃப்யூக்கிற்கான புகழ்பெற்ற ஆரம்ப அதிர்வொலி டி மைனரில் ஒலிக்க, திடுக்கிட வைக்கும் எட்மண்டின் பிரமாண்டமான இரண்டடுக்கு கம்ப்யூட்டரின் புகைப்படம் அகலக் கோணத்தில் திரைக்கு வந்தது.

"இ-வேவ்'' என்று கிசுகிசுத்த ஆம்ரா, பல நிமிடங்களில் இப்போதுதான் முதல் முறையாக பேசினாள்.

லேங்டன் திரையையே உற்றுப் பார்த்திருந்தார். ஆம் . . . இது பிரமாதம்தான்.

நாடகீயமான ஆர்கன் ஒலித்தடத்துடன் சேர்ந்து, தன்னுடைய சூப்பர் கம்ப்யூட்டரின் உற்சாகமான வீடியோ உலாவைச்

தொடங்கிவைத்த எட்மண்ட் இறுதியில் தன்னுடைய "குவாண்டம் கியூபையும்" திறந்து வைத்தான். அந்த பைப் ஆர்கன் ஒரு தடதடவென்ற கூட்டுக்குரலோடு உச்சத்தை எட்டியது; எட்மண்ட் ஏறக்குறைய "எல்லாத் தடைகளையும் நீக்கிவிட்டான்."

"இறுதி முடிவு என்னவென்றால்" என்று முடிவுக்கு வந்தான் அவன், "மில்லர்-யூரே பரிசோதனையை நிகர்மெய்மையில், திகைக்க வைக்கும் துல்லியத்துடன் மறு-உருவாக்கம் செய்யும் திறன் இ-வேவிற்கு இருக்கிறது என்பதுதான். என்னால் ஆதிமுதல் கடலை முழுமையாக முன்மாதிரியாக்க முடியவில்லைதான், அதனாலேயே மில்லரும் யூரேயும் பயன்படுத்திய அதே ஐந்து-லிட்டர் மூடிய அமைப்பையே நானும் உருவாக்கியிருக்கிறேன்."

இப்போது ஒரு நிகர்மெய் ரசாயன பாட்டில் தோன்றியது. அந்த திரவத்தின் காட்சி அணுவின் அளவை அடையும் வரையில் அது பெரிதாகி மறுபடியும் பெரிதாகியது - அந்த சூடேற்றப்பட்ட கலவையில் உள்ள அணுக்கள் வெப்பநிலை, மின்சாரம், மற்றும் இயற்பியல் இயக்கத்தின் தாக்கத்தினால் சுற்றிலும் குதித்துக் கொண்டிருப்பதையும், அவை பிணைவதும் மறுமுறை பிணைவதுமாக இருப்பதையும் அது காட்டியது.

"இந்த முன்மாதிரியானது, மில்லர்-யூரே பரிசோதனை நடைபெற்ற நாட்களில் இருந்தே ஆதிமுதல் சாற்றைப் பற்றி நாம் கற்றுக்கொண்ட எல்லாவற்றையும் தனதாக்கிக்கொண்டுள்ளது - இதில் மின்னேற்றம் பெற்ற நீராவியில் இருந்து பெற்ற ஹைட்ராக்ஸில் ரேடிக்கல்கள் மற்றும் எரிமலை வெடிப்பில் இருந்து பெற்ற கார்பனைல் சல்பைட்ஸ் ஆகியவற்றின் சாத்தியமுள்ள இருப்பு, மற்றும் 'குறைவுறு ஆக்ஸிஜனேற்ற ' கோட்பாடுகளின் தாக்கம் ஆகியவையும் அடங்கும்."

திரையில் தெரிந்த நிகர்மெய் திரவம் தொடர்ந்து கலங்கி, அணுத் தொகுப்புகள் உருவாகத் தொடங்கின.

"இந்த நிகழ்வை இன்னும் முன்னோக்கி வேகமாக ஓடவிடுவோம் ..." என்றான் எட்மண்ட். முன்னால் தெரிந்த காணொலி மங்கிப்போய், அதிகரிக்கும் சிக்கலான சேர்மானங்களின் உருவாக்கத்தைக் காட்டியது. "ஒரு வாரத்திற்குப் பின்னர், மில்லரும் யூரேவும் பார்த்த அதே அமினோ

அமிலங்களைத்தான் நாமும் பார்க்கத் தொடங்கியிருக்கிறோம்.'' அந்த பிம்பம் மறுபடியும் மங்கி வேகமாக நகர்ந்தது. "பின்னர் . . . ஐம்பது வருடங்களில், ஆர்என்ஏ-வின் கட்டுமானப் பாளங்களுடைய தடங்களை நாம் பார்க்கத் தொடங்குகிறோம்.''

அந்த திரவம் தொடர்ந்து கிளறப்பட்டது, வேகவேகமாக.

"நான் இன்னும் அதைக் கிளறவிட்டேன்!'' என்ற எட்மண்டின் குரலில் தீவிரத்தன்மை அதிகரித்திருந்தது.

திரையில் தெரிந்த மூலக்கூறுகள் தொடர்ந்து பிணைநது கொண்டிருந்தன, அந்த கட்டுமானங்களின் சிக்கலானது அந்த நிகழ்ச்சி பல நூற்றாண்டுகள், மில்லினியன்கள், மில்லியன்கணக்கான ஆண்டுகள் வேகத்தில் முன்னோக்கி வேகமெடுத்தபோது அதிகரித்துக்கொண்டே சென்றது. படங்கள் எல்லாம் கண்ணுக்கே தெரியாத அளவுக்கு வேகமெடுத்தபோது, எட்மண்ட் மகிழ்ச்சியுடன் குறிப்பிட்டான், "இறுதியில் இந்த குடுவைக்குள் என்ன தோன்றியிருக்கிறது என்று நினைக்கிறீர்கள்?''

லேங்டனும் ஆம்ராவும் பரவசத்துடன் முன்னே குனிந்தனர்.

எட்மண்டின் அளவுக்கதிகமான உணர்ச்சி சட்டென்று கீழிறங்கியது. "நிச்சயமாக ஒன்றுமேயில்லை'' என்றான் அவன். "உயிர்வாழ்க்கை இல்லை. அடுத்தடுத்த ரசாயன எதிர்வினை இல்லை. சிருஷ்டி தருணம் என்பதும் இல்லை. உயிரில்லாத ரசாயனங்களின் தாறுமாறான கலவை மட்டும்தான் எஞ்சியிருக்கிறது.'' அவன் பலத்த பெருமூச்சுவிட்டான். "என்னால் ஒரே ஒரு தர்க்கப்பூர்வமான கண்டுபிடிப்புக்கு மட்டும்தான் வர முடிந்திருக்கிறது.'' அவன் கேமராவையே சோகத்துடன் உற்றுப் பார்த்தான். "உயிர் உருவாக்கத்திற்கு தேவை . . . கடவுள்.''

லேங்டன் அதிர்ச்சியுடன் உற்றுப் பார்த்தார். *அவன் என்ன சொல்கிறான்?*

ஒரு கணம் கழித்து, ஒரு லேசான புன்முறுவல் எட்மண்டின் முகத்தில் தோன்றியது. "அல்லது'' என்றான் அவன், "ஒருவேளை நான் அந்த சாற்றில் ஒரு முக்கியமான உட்பொருளை சேர்க்காமல் விட்டிருக்கலாம்.''

92

மதிமயங்கி உட்கார்ந்திருந்த ஆம்ரா வைடல், இச்சமயத்தில் தன்னைப்போலவே உள்ள உலகம் முழுவதிலும் உள்ள மில்லியன்கணக்கான மக்கள் எட்மண்டின் அறிவிப்பில் முற்றிலுமாக ஈர்க்கப்பட்டிருப்பதை கற்பனை செய்து பார்த்தாள்.

"அதனால், நான் தவறவிட்ட அந்த உட்பொருள் என்ன?" என்றான் எட்மண்ட். "என்னுடைய ஆதிமுதல் சாறு ஏன் உயிரை உருவாக்க மறுக்கிறது? எனக்கும் தெரியவில்லை - அதனால் வெற்றிகரமான அறிவியலாளர்கள் எல்லோருமே செய்ததைத்தான் நானும் செய்தேன். நான் என்னைவிட புத்திசாலியான ஒருவரிடம் இதுபற்றி கேட்டேன்!"

அறிவுஜீவித்தனமான கண்ணாடி அணிந்திருந்த ஒரு பெண் தோன்றினாள்: டாக்டர்.கான்ஸ்டன்ஸ் ஜெரார்ட், பயோகெமிஸ்ட், ஸ்டான்போர்டு பல்கலை. "நம்மால் எப்படி உயிரை உருவாக்க முடியும்?" அதற்கு தன் தலையைக் குலுக்கியபடியே சிரித்தார் அந்த அறிவியலாளர். "நம்மால் முடியாது! அதுதான் விஷயமே. சிருஷ்டி நிகழ்முறை - உயிரற்ற ரசாயனங்கள் உயிருள்ளவற்றை உருவாக்குகின்ற வரம்பை கடப்பது எனும் நிலை - என்று வரும்போது நம்முடைய அறிவியல் எல்லாமும் காணாமலே போய்விடுகின்றன. அது எப்படி நடந்தது என்பதை விளக்குவதற்கு வேதியியலில் எந்த இயக்கவியலும் இல்லை. உண்மையில், உயிரணுக்கள் தாங்களாகவே உயிர் வடிவங்களாக அமைவித்துக்கொள்கின்றன என்ற கருத்தே சிதற்றல் விதியுடன் நேரடியாக முரண்படுவதாகத்தான் தோன்றுகிறது."

"சிதற்றல்" என்று திரும்பவும் கூறிய எட்மண்ட் இப்போது ஒரு அழகான கடற்கரையில் தோன்றினான். "சிதற்றல் என்பதை வேடிக்கையாக சொன்னால்: சிதறிப் போகின்றவை. அறிவியல் மொழியில், 'ஒரு திட்டமிட்ட அமைப்பு தவிர்க்கவே முடியாமல் சிதைவுறுவது.'" அவன் தன் விரல்களை சொடுக்கியபோது அவன் காலடியில் ஒரு சிக்கலான மணற்கோட்டை தோன்றியது. "நான் மில்லியன்கணக்கான மணற் துகள்களை ஒரு கோட்டையாக

உருவாக்கியிருக்கிறேன். இந்த பிரபஞ்சம் இதைப்பற்றி என்ன நினைக்கிறதென்று பார்ப்போம்." சில நொடிகளில், ஒரு அலை வந்து அந்தக் கோட்டையை அடித்துச் சென்றுவிட்டது. "ஆஹா, என்னுடைய முறைப்படியான துகள்களை கண்டுபிடித்துவிட்ட பிரபஞ்சம் அவற்றை சிதறடித்து, கடற்கரை நெடுகிலும் பரப்பி விட்டுவிட்டது. இதுதான் சிதற்றல் வேலை. அலைகள் ஒன்றும் கடற்கரைகளில் மோதி மணற்கோட்டை வடிவில் மணலை சேர்த்துவிட்டுச் செல்வதில்லை. சிதற்றல் கட்டுமானத்தை சிதைக்கிறது. பிரபஞ்சத்தில் மணற் கோட்டைகள் அடுத்தடுத்து உருவாவதில்லை, அவை காணாமல் மட்டுமே போகின்றன"

மறுபடியும் தன் விரல்களை சொடுக்கிய எட்மண்ட் இப்போது ஒரு நேர்த்தியான சமையலறையில் மீண்டும் தோன்றினான். "நீங்கள் காபியை சூடுபடுத்தும்போது" என்ற அவன் மைக்ரோவேவில் இருந்து ஒரு கொதிக்கும் கோப்பையை இழுத்தான், "அந்தக் கோப்பையில் உள்ள வெப்ப ஆற்றலில் கவனம் செலுத்துகிறீர்கள். அதே கோப்பையை ஒருமணி நேரத்திற்கு அப்படியே வைத்திருந்துவிட்டீர்கள் என்றால் அந்த வெப்பம் அறைக்குள் சிதறி தன்னை சமானமாக பரவ விட்டுக்கொள்ளும், அதாவது கடற்கரையில் உள்ள மணற்துகள்களைப் போன்று. மறுபடியும் சிதற்றல்தான். இந்த நிகழ்முறை திரும்ப நிகழ்த்தமுடியாத ஒன்று. நீங்கள் எவ்வளவு நேரம்தான் காத்திருந்தாலும் சரி, இந்த பிரபஞ்சம் உங்கள் காபியை மாய்மாலமாக மறுபடியும் சூடுபடுத்தவே போவதில்லை." எட்மண்ட் சிரித்தான். "அது உங்களுடைய உடைந்த முட்டையை ஒட்டவைக்கவும் செய்யாது, அரிக்கப்பட்ட கோட்டையை கட்டித்தரவும் செய்யாது."

சிதற்றல் என்ற பெயரில் முன்பொருமுறை அமைவிக்கப்பட்ட ஒரு ஓவியம் ஆம்ராவின் நினைவுக்கு வந்தது - ஒரு சரியான பழைய சிமெண்ட் பாலங்கள், ஒவ்வொன்றும் தனக்கு முன்பிருந்தவற்றைக் காட்டிலும் அதிகப்படியாக சிதைந்திருக்க அவை மெள்ள கூளங்களாக அதிகரித்துக்கொண்டே சென்றன.

கண்ணாடி அணிந்த அறிவியலாளர் டாக்டர்.ஜெரார்ட் மறுபடியும் தோன்றினார். "நாம் ஒரு சிதற்றல் பிரபஞ்சத்தில்தான் வாழ்கிறோம்" என்றார் அவர். "இந்த உலகின் பௌதீக விதிகம் தற்போக்கானவை, முறைப்படுத்தப்பட்டவை அல்ல. அதனால்,

இதுதான் கேள்வி: உயிரற்ற ரசாயனங்கள் எவ்வாறு தங்களை சிக்கலான உயிர்-வடிவங்களாக மாயாஜாலமாக அமைவித்துக் கொள்கின்றன? நான் ஒருபோதும் மதம்சார்ந்த ஆள் கிடையாது, ஆனால், உயிர்வாழ்க்கையின் இருப்பு மட்டும்தான் என்பது படைத்தவர் என்ற விஷயம் குறித்து பரிசீலனை செய்யத் தூண்டுகின்ற ஒரே அறிவியல் மர்மமாக இருந்து வந்திருக்கிறது என்பதை நான் ஒப்புக்கொள்ளத்தான் வேண்டியிருக்கிறது."

தன்னுடைய தலையைக் குலுக்கிக்கொண்டு தோன்றினான் எட்மண்ட். "புத்திசாலிகள் 'படைத்தவர்' என்ற வார்த்தையைப் பயன்படுத்தும்போது அது என்னை திடுக்கிடத்தான் செய்கிறது..." என்று இயல்பாக நடுங்கிக் காட்டினான் அவன். "அவர்கள் அப்படித்தான் செய்வார்கள் என்று எனக்குத் தெரியும், ஏனென்றால் அறிவியலிடம் உயிரின் ஆரம்பங்களுக்கு சரியான விளக்கம் என்பதே இல்லை. ஆனால், என்னை நம்புங்கள், ஒரு குழப்பமான பிரபஞ்சத்தில் ஒழுங்கை உருவாக்கும் ஒருவகை கண்ணுக்குப் புலனாகாத சக்தியை நீங்கள் தேடிக்கொண்டிருந்தால், கடவுள் என்பதைக் காட்டிலும் மிக எளிதான பதில்கள் இருக்கின்றன."

சிறுசிறு இரும்புத் துணுக்குகள் சிதறிக்கிடந்த ஒரு காகித அட்டையை பிடித்திருந்தான் எட்மண்ட். பின்னர் ஒரு பெரிய காந்தத்தை எடுத்துவந்த அவன் அந்த அட்டைக்கு கீழே அதை பிடித்துக் கொண்டான். சட்டென்று, அந்த துண்டுகள் ஒரு முறைப்பட்ட வளைவாக தாவி, ஒன்றோடு ஒன்று சரியான அளவில் ஒத்திசைந்தன. "இந்தத் துண்டுகளை ஒரு புலப்படாத சக்திதான் முறைப்படுத்தியிருக்கிறது. இதுதான் கடவுளா? இல்லை . . . இது மின்காந்தவியல்."

எட்மண்ட் இப்போது ஒரு பெரிய குதிவலைக்கு பக்கத்தில் நின்றிருந்தான். அதனுடைய இறுக்கமான மேற்பரப்பில் நூற்றுக்கணக்கான பளிங்குகள் சிதறிக்கிடந்தன. "தற்போக்காக கிடக்கும் தாறுமாறான பளிங்குகள்" என்று குறிப்பிட்டான் அவன், "ஆனால் நான் இப்படிச் செய்தால் ..." அவன் ஒரு பவுலிங் பந்தை குதிவலையின் விளிம்பில் வைத்து அந்த எலாஸ்டிக் துணியில் உருட்டிவிட்டான். அதனுடைய எடை ஒரு ஆழமான பள்ளத்தை உருவாக்கவே சிதறிக்கிடந்த பளிங்குகள் அந்த தாழ்நிலையை நோக்கி விரைந்து அந்தப் பந்தைச் சுற்றிலும் ஒரு வட்டத்தை உருவாக்கின. "இதுதான் கடவுளின்

முறைப்படுத்தும் கையா?” என்று சற்று இடைவெளி விட்டான் எட்மண்ட். “இல்லை, மற்றொருமுறையில் . . . இது வெறும் புவியீர்ப்புதான்.”

அவன் இப்போது மிக நெருக்கத்தில் தோன்றினான். “விஷயம் என்னவென்றால், பிரபஞ்சம்தான் ஒழுங்கை உருவாக்கியிருக்கிறது என்பதற்கு உயிர் மட்டுமே ஒரே உதாரணமல்ல. உயிரற்ற மூலக்கூறுகள்கூட எப்போதுமே சிக்கலான கட்டமைப்புகளாக தங்களை முறைப்படுத்திக் கொள்கின்றன.”

சிதறலான பிம்பங்கள் திரையில் தோன்றின - ஒரு சூறாவளி சுழல், பனித்திவலை, சிற்றலைகளுடன் ஆற்றுப்படுகை, ஒரு படிகாரக் கல், சனி கிரகத்தின் வளையங்கள்.

“நீங்களே பார்ப்பது போல், சிலபோது இந்தப் பிரபஞ்சமானது எல்லாவற்றையும் முறைப்படுத்துவதில்லை - இது சிதற்றல் என்பதற்கான நேரடி எதிர்நிலையாக தோன்றுவது.” எட்மண்ட் பெருமூச்சு விட்டான். “அப்படியென்றால் இது என்ன? பிரபஞ்சமானது சரியான ஒழுங்கில்தான் இருக்கிறதா? அல்லது தாறுமாறாக இருக்கிறதா?”

இப்போது மறுபடியும் தோன்றிய எட்மண்ட், புகழ்பெற்ற மாசசூசெட்ஸ் தொழில்நுட்ப நிறுவனத்தின் குவிமாடத்தை நோக்கி ஒரு பாதைவழியில் நடந்து சென்றான். “பெரும்பாலான இயற்பியலாளர்களின் கூற்றுப்படி, இதற்கான பதில் பெருங்குழப்பம். சிதற்றல்தான் உண்மையிலேயே அரசன், இந்த பிரபஞ்சமானது இடைவிடாமல் ஒரு ஒழுங்கின்மையை நோக்கியே கூறுபட்டுக் கொண்டிருக்கிறது. இது ஒருவகையில் நெருக்கடியான செய்திதான்.” எட்மண்ட் சற்று இடைவெளிவிட்டு புன்னகையுடன் திரும்பினான். “ஆனால் இன்று, இதில் ஒரு எதிர்பாராத திருப்பம் இருப்பதாக நம்புகின்ற ஒரு அற்புதமான இளம் இயற்பியலாளரை நான் சந்திக்க வந்திருக்கிறேன் . . . அந்த திடீர் திருப்பம் உயிர் எப்படி உருவானது என்பதற்கான திறவுகோலை வைத்திருக்கலாம்.”

ஜெரிமி இங்லேண்ட்?

எட்மண்ட் அப்போது விவரித்த இயற்பியலாளரின் பெயரை அடையாளம் கண்டுகொண்ட லேங்டன் திடுக்கிட்டார். இந்த முப்பது வயதிருக்கும் எம்ஐடி புரபஸர் தற்போது பாஸ்டன் கல்வித்துறையில் பிரச்சினைக்குரிய ஒருவராக இருப்பவர், குவாண்டம் உயிரியல் என்ற புதிய துறையில் உலகளாவிய சர்ச்சைக்கு காரணமானவர்.

தற்செயலாகத்தான், ஜெரிமி இங்லேண்டும் ராபர்ட் லேங்டனும் ஒரே நுழைவுத்தேர்வு பள்ளியின் -ஃபிலிப்ஸ் எக்ஸெடர் அகாடமி- முன்னாள் மாணவர்கள் என்பதுடன், இந்த இளம் இயற்பியலாளரைப் பற்றி பள்ளியின் முன்னாள் மாணவர்கள் பத்திரிக்கையில், "சிதறடிப்பு இயக்குவிக்கும் ஒருமித்த அமைப்பு" என்று தலைப்பிட்ட கட்டுரையில் இருந்துதான் லேங்டன் முதலில் தெரிந்துகொண்டார். லேங்டன் அந்தக் கட்டுரையை மேலோட்டமாகப் படித்து சிறிதளவே புரிந்துகொண்டார் என்றாலும், தன்னுடைய சக முன்னாள் மாணவர் ஒரு அற்புத இயற்பியலாளர் மற்றும் ஆழ்ந்த மதப்பற்றுள்ளவர் -ஒரு பழமைவாத யூதர்- என இரண்டுமாக இருப்பதைக் கண்டு அவரால் கவரப்பட்டதையும் நினைவுபடுத்திக் கொண்டார்.

இங்லேண்டின் கருத்துக்கள் மீது எட்மண்ட் ஏன் மிகுந்த ஆர்வம் கொண்டிருந்தான் என்பதை லேங்டன் புரிந்துகொள்ளத் தொடங்கினார்.

திரையில் தோன்றிய மற்றொருவர் நியூயார்க் பல்கலை இயற்பியலாளர் அலெக்ஸாண்டர் கிராஸ்பெர்க் என்று அடையாளப்படுத்தப்பட்டார். "நம்முடைய மிகப்பெரிய நம்பிக்கை என்னவென்றால்," என்றார் கிராஸ்பெர்க், "உயிரின் தோற்றம் மற்றும் பரிணாமத்தை இயக்குவிக்கின்ற உள்ளுறையும் இயற்பியல் அடிப்படையை ஜெரிமி இங்லேண்ட் அடையாளம் கண்டிருக்கிறார் என்பதுதான்."

அதைக் கேட்டவுடன் லேங்டன் சற்று நிமிர்ந்து உட்கார்ந்தார், ஆம்ராவும் அப்படியே செய்தார்.

மற்றொரு முகமும் தோன்றியது. "இங்லேண்ட் தன்னுடைய கோட்பாடு உண்மை என்று நிரூபித்துவிட்டால்," என்றார் புலிட்சர் விருது பெற்ற வரலாற்றாசிரியர் எட்வர்ட்.ஜே.லார்ஸன்,

"அவருடைய பெயர் நிரந்தரமாக நினைவுகூரப்படும் ஒன்றாக இருக்கும். அவர் இரண்டாம் டார்வினாக விளங்குவார்."

அய்யோ. ஜெரிமி இங்லேண்ட் அலைகளை தோற்றுவிப்பார் என லேங்டனுக்குத் தெரியும், ஆனால் இது சுனாமி போன்று தெரிந்தது.

கார்னெல்லை சேர்ந்த இயற்பியலாளர் கார்ல் ஃபிராங்க் குறிப்பிடுகையில், "ஏறத்தாழ ஒவ்வொரு முப்பதாண்டுகளுக்கும் ஒருமுறை இத்தகைய மிகப்பெரிய முன்னோக்கிய அடியை நாம் எதிர்கொள்ளத்தான் செய்கிறோம் . . . இதுவும் அதில் ஒன்றாக இருக்கலாம்."

துரிதகதியில் அடுத்தடுத்து தலைப்புகள் திரையில் தொடராக தோன்றின:

"கடவுளை மறுக்கின்ற அறிவியலாளரை சந்தியுங்கள்"

"நசுக்கும் படைப்புவாதம்"

"நன்றி, கடவுளே- எங்களுக்கு இனியும் உங்களுடைய உதவி தேவையில்லை."

தொடர்ந்து வந்த தலைப்புகளின் பட்டியலோடு முதன்மை அறிவியல் பத்திரிக்கைகளின் துணுக்குகளும் சேர்ந்துகொண்டு எல்லாமுமாக ஒரே செய்தியையே பிரகடனப்படுத்துவதைப் போல் காணப்பட்டன: தன்னுடைய புதிய கோட்பாட்டை ஜெரிமி இங்லேண்ட் *நிரூபித்துவிட்டால்* அதன் தாக்கங்கள் இந்த பூமியையே உலுக்கும் - அறிவியலை மட்டுமல்லாது மதத்தையும் சேர்த்துதான்.

சுவற்றில் தோன்றிய கடைசி தலைப்பை பார்த்தார் லேங்டன் - அது *சலோன்* என்ற ஆன்லைன் பத்திரிக்கையில், 2015, ஜனவரி 3 அன்று வெளிவந்தது.

"விளிம்பில் தொங்கும் கடவுள்: படைப்பியல்வாதிகளையும் கிறிஸ்துவ வலதுசாரிகளையும் அச்சுறுத்தும் அற்புதமான புதிய அறிவியல்."

ஒரு இளம் எம்ஐடி புரபஸர் டார்வினின் பணியை நிறைவு செய்து கொண்டிருக்கிறார் - அது இந்த உலகம் இறைவனால்

படைக்கப்பட்டதுதான் எனப்படுவனவற்றையெல்லாம் இல்லை என்ற அச்சுறுத்தலுக்கு ஆளாக்குகிறது.

அந்தத் திரை புதுப்பித்துக்கொண்டபோது மறுபடியும் தோன்றிய எட்மண்ட் ஒரு பல்கலையின் அறிவியல் வளாகத்தின் நடைவழியில் உள்நோக்கத்துடன் விரைந்துகொண்டிருந்தான்: "படைப்பியல்வாதிகளை மிகுந்த அச்சுறுத்தலுக்கு உள்ளாக்கியிருக்கும் மிகப்பெரிய முன்னோக்கிய அடி என்பதுதான் என்ன?"

england lab@ mitphysics என்று குறிப்பிடப்பட்டிருக்கும் கதவுக்கு வெளியே சற்று நேரம் நின்றபோது எட்மண்ட் ஒளிச்சுடரானான்.

"உள்ளே சென்று - அவரிடமே கேட்டுவிடுவோம்."

93

எட்மண்டின் காட்சித்திரை சுவற்றில் தோன்றிய அந்த இளைஞர் அதே இயற்பியலாளர் ஜெரிமி இங்லேண்டுதான். வாரப்படாத தாடி மற்றும் அமைதியான புன்னகையுடன் அவர் உயரமாகவும் மிக ஒல்லியாகவும் இருந்தார். கணித சூத்திரங்களால் நிரம்பியிருந்த ஒரு கரும்பலகைக்கு முன்பாக அவர் நின்றுகொண்டிருந்தார்.

"முதலில்" என்ற இங்லேண்டின் குரல் தொணி நட்பார்ந்ததாகவும், ஆர்பாட்டமின்றியும் இருந்தது, "இந்த கோட்பாடு இன்னமும் நிரூபிக்கப்படவில்லை, அது வெறும் கருத்தளவில்தான் இருக்கிறது என்பதை சொல்லிக்கொள்கிறேன்." அவர் அடக்கமாக உடலை குறுக்கிக் கொண்டார். "இருந்தாலும், இது உண்மை என்பதை நம்மால் எப்போதாவது நிரூபிக்க முடியுமானால் அதன் தாக்கங்கள் விரிவான அளவில் இருக்கும் என்பதை நான் ஒப்புக்கொள்கிறேன்."

அடுத்த சில நிமிடங்களுக்கு, தன்னுடைய புதிய கருத்தாக்கத்தை - பெரும்பாலான அடிப்படையை மாற்றியமைக்கும்

கருத்துக்களைப் போன்றே - அந்த இயற்பியலாளர் சுருக்கமாக விளக்கியது எதிர்பாராத வகையில் எளிமையாக இருந்தது.

லேங்டனுக்கு அது சரியாக புரிந்திருக்குமேயானால் ஜெரிமி இங்லேண்டின் கோட்பாடு என்பது இந்த பிரபஞ்சம் ஒரே கட்டளைக்கேற்ப செயல்படுகிறது என்பதுதான். ஒரே இலக்கு.

ஆற்றலைப் பரவச் செய்தல்.

பிரபஞ்சமானது மையப்படுத்தப்பட்ட ஆற்றல் பகுதிகளை கண்டுகொள்ளும்போது அது அந்த ஆற்றலைப் பரவச்செய்கிறது என எளிமையாகக் கூறலாம். கிர்ஷ் குறிப்பிட்டுள்ளபடி, இந்த கிளாஸிக் உதாரணம் என்பது வெளியே எடுத்து வைக்கப்பட்டிருக்கும் சூடான காபிதான்; அது எப்போதுமே குளிர்ந்து கொண்டிருக்கிறது, தன்னுடைய வெப்பத்தை வெப்ப ஆற்றலியலின் இரண்டாவது விதிக்கு ஏற்ற வகையில் அந்த அறையில் உள்ள பிற மூலக்கூறுகளுக்கு சிதறடிக்கிறது.

உலகின் படைப்புருவாக்க புராணீகங்களைப் பற்றி எட்மண்ட் ஏன் தன்னிடம் கேட்டுக்கொண்டிருந்தான் என்பதை லேங்டன் சட்டென்று புரிந்துகொண்டார் - அவை எல்லாவற்றிலுமே ஆற்றல் மற்றும் ஒளியானவை முடிவே இல்லாமல், இருளுக்கு ஒளியூட்டிக்கொண்டிருக்கும் பிம்பங்களையே உள்ளடக்கியிருந்தன.

ஆனாலும், இந்த பிரபஞ்சமானது ஆற்றலை எவ்வாறு பரப்புகிறது என்பதுடன் சம்பந்தப்பட்ட ஒரு திடீர் திருப்பம் இதில் இருப்பதாகவும் இங்லேண்ட் கருதுகிறார்.

"சிதற்றலையும் ஒழுங்கின்மையையும் இந்த பிரபஞ்சம் ஊக்கப்படுத்துகிறது" என்றார் இங்லேண்ட், "அதனால், மூலக்கூறுகள் தங்களைத் தாங்களே முறைப்படுத்திக்கொள்ளும் பல்வேறு உதாரணங்களையும் கண்டு நாம் ஆச்சரியப்படலாம்."

திரையில், முன்னதாக தோன்றிய சில படங்கள் இப்போது திரும்பி வந்தன - ஒரு சூறாவளியின் சுழல், அலையடிக்கும் ஆற்றங்கரை, பனித்திவலை.

"இவை எல்லாமே" என்றார் இங்லேண்ட், " 'சிதறுபடும் கட்டமைப்புகளின்' - தன்னுடைய ஆற்றலை மிகவும் திறன்மிக்க

வகையில் சிதறடிக்க உதவும் வகையில் அமைவிக்கப்பட்ட மூலக்கூறுகளின் தொகுப்புகளுடைய - உதாரணங்கள்தான்"

சூறாவளிகள் எவ்வாறு இயற்கையின் சிதறடிப்பு வழியாக மறைந்துபோகின்றன என்பதை இங்லேண்ட் சட்டென்று விளக்கினார், உயர் அழுத்தம் ஒன்றுகூடிய பகுதியானது தன்னைத்தானே இறுதியில் ஆவியாக்கிக்கொள்ளும் வகையில் அதை ஒரு சுழலும் சக்தியாக மாற்றியமைத்துக் கொள்கிறது. அலையலையான ஆற்றுப்படுகைக்கும் இதேபோன்றுதான், அது வேகமாக நகரும் நீரோட்டங்களின் ஆற்றலில் குறுக்கிட்டு அதை சிதறடிக்கிறது. பனித்திவலைகளானவை, ஒளியை வெளிப்புறம் நோக்கி எல்லா திசைகளிலும் தாறுமாறாக பிரதிபலிக்கின்ற பலபட்டைகள் கொண்ட கட்டமைப்புகளாக உருவாவதன் மூலம் சூரியனின் ஆற்றலை சிதறடிக்கின்றன.

"எளிதாக சொல்வதென்றால்" என்று தொடர்ந்தார் இங்லேண்ட், "ஆற்றலை சிறந்த முறையில் சிதறடிப்பதற்கான முயற்சியில்தான் சடப்பொருள்கள் சுயமாக முறைப்படுத்திக்கொள்கின்றன." அவர் புன்னகைத்தார். "இயற்கையானது -ஒழுங்கின்மையை உற்சாகப்படுத்தும் முயற்சியில் - ஒழுங்கான சிறு பைகளை உருவாக்குகிறது. இந்தப் பைகள் ஒரு அமைப்பின் பெருங்குழப்பத்தை அதிகப்படுத்தி, அதன்மூலம் சிதற்றலை அதிகரிக்கின்ற கட்டமைப்புகள் ஆகும்."

அப்போதுவரை லேங்டன் அதைப்பற்றி நினைத்துப் பார்த்ததில்லை, ஆனால் இங்லேண்ட் சொல்வது சரிதான்; இதற்கான உதாரணங்கள் எங்கும் நிறைந்திருக்கின்றன. இடிமேகத்தை கற்பனை செய்து பார்த்தார். மேகமானது அசையா மின்னேற்றத்தால் முறைப்படுத்தப்படும்போது பிரபஞ் சமானது மின்னல் கீற்றை உருவாக்குகிறது. வேறு வகையில் கூறினால், இயற்பியல் விதிகளே ஆற்றலை சிதறடிப்பதற்கான இயக்கவியல்களை உருவாக்குகின்றன. மின்னலானது மேகத்தின் ஆற்றலை பூமிக்குள் சிதறடித்து, பரவச்செய்து, அதன்மூலம் அந்த அமைப்பின் ஒட்டுமொத்த சிதற்றலையும் அதிகரிக்கச் செய்கிறது.

பெருங்குழப்பங்களை திறனோடு உருவாக்குவதற்குகூட, ஒரு ஒழுங்கு தேவைப்படுகிறது என்று உணர்ந்தார் லேங்டன்.

லேங்டன் தன்னை மறந்து, அணுகுண்டுகளையும் சிதற்றல் கருவிகளாக கருதலாமோ என்று நினைத்தார் - பெருங்குழப்பத்தை ஏற்படுத்தும் வகையில் கவனத்துடன் அமைவிக்கப்பட்ட சிறிய பைகள். சிதற்றலுக்கான கணிதவியல் குறியீட்டை கண்முன் கொண்டுவந்த அவர் அது ஒரு வெடிப்பு அல்லது பெருவெடிப்பைப் போன்று காணப்படுவதை உணர்ந்தார் - எல்லா திசைகளிலும் ஆற்றலை பரப்புவது.

"அப்படியென்றால், இது நம்மை எங்கே விட்டுச் செல்கிறது?" என்றார் இங்லேண்ட். "உயிரின் தோற்றத்திற்கு சிதற்றலால் என்ன செய்ய முடியும்?" அவர் தன்னுடைய கரும்பலகையை நோக்கி நகர்ந்தார். "விஷயம் என்னவென்றால், ஆற்றலை பரவச்செய்வதற்கு உயிரானது ஒரு அசாதாரண திறன்மிக்க கருவியாக இருந்திருக்கிறது என்பதுதான்."

ஒரு மரத்தின் மீது ஆற்றலை வீசும் சூரியனின் படத்தை வரைந்தார் இங்லேண்ட்.

"உதாரணத்திற்கு, ஒரு மரமானது சூரியனின் கடும் ஆற்றலை உறிஞ்சிக்கொண்டு அதை வளர்வதற்கு பயன்படுத்திக்கொண்டு, பின்னர் புறஊதாக் கதிரை உமிழ்கிறது - மிகக்குறைவாக குவிமையமாக்கப்பட்ட ஆற்றல் வடிவம். ஒளிச்சேர்க்கை என்பது ஒரு மிகவும் திறன்மிக்க சிதற்றல் இயந்திரம். செறிவூட்டப்பெற்ற சூரிய ஆற்றலானது மரத்தினால் கரைக்கப்பட்டு பலவீனப்படுத்தப்படுவதால், பிரபஞ்சத்தின் சிதற்றலில் ஒட்டுமொத்த அதிகரிப்பிற்கு காரணமாகிவிடுகிறது. இதே நிகழ்முறைதான் மனிதர்கள் உள்ளிட்ட வாழும் உயிரினங்கள் எல்லாவற்றிற்கும் சொல்லப்படுகிறது - முறைப்படுத்தப்பட்ட பருப்பொருள்களை உணவாக நுகர்ந்து, அதை ஆற்றலாக மாற்றி, பின்னர் அந்த ஆற்றலை பிரபஞ்சத்திற்கே வெப்பமாக திரும்பவும் சிதறடிப்பது." பின்னர் இங்லேண்ட் முடிவுக்கு வந்தார், "பொதுவாக சொல்லப்போனால், உயிரானது பௌதீக

விதிகளுக்கு *கீழ்பணிவது மட்டுமல்ல, அந்த உயிரானது இந்த விதிகளின் காரணமாகவே தொடங்கவும் செய்கிறது.*"

லேங்டன் அந்த தர்க்கத்தை ஆராய்ந்து பார்த்தபோது அது முற்போக்கானதாக இருப்பதை தெரிந்துகொண்டார்: ஒரு பளீரிடும் சூரிய ஒளி செழிப்பான நிலத்துண்டில் விழுந்தால் பூமியின் இயற்பியல் விதிகள் அந்த ஆற்றலை சிதறடிக்க உதவும் வகையில் ஒரு தாவரத்தை உருவாக்கும். ஆழ்கடல் சல்பர் வெளியேற்றிகள் கொதிக்கும் தண்ணீர் பகுதிகளை உருவாக்கினால் அந்தப் பகுதிகளில் உயிர் உருப்பெற்று ஆற்றலைப் பரவச்செய்யும்.

"என்னுடைய நம்பிக்கை என்னவென்றால்" என்றார் இங்லேண்ட், "உயிரானது உண்மையிலேயே உயிரற்ற சடப்பொருளில் இருந்துதான் அடுத்தடுத்து தோன்றின என்பதை நிரூபிப்பதற்கான வழியை நாம் நிச்சயமாக ஒருநாள் கண்டுபிடிப்போம் . . . அதற்கு இயற்பியல் விதிகளைத் தவிர்த்து வேறு எதுவும் காரணமாக இருக்காது."

கவர்ச்சிகரமானது, என வியந்தார் லேங்டன். *இறைவனின் உதவி இல்லாமலேயே . . . உயிரால் எவ்வாறு தன்னைத்தானே உருவாக்கிக்கொள்ள முடியும் என்பதற்கு ஒரு தெளிவான அறிவியல் கோட்பாடு.*

"நான் ஒரு மதநம்பிக்கையுள்ளவன்" என்றார் இங்லேண்ட், "ஆனாலும் என்னுடைய மதம் என்னுடைய அறிவியலைப் போன்றே முன்னேற்றப் பாதையில்தான் இருந்து கொண்டிருக்கிறது. இந்தக் கோட்பாட்டை நான் ஆன்மீக கேள்விகள் மீதான சந்தேகவாதம் என்றே கருதுகிறேன். பிரபஞ்சத்தில் விஷயங்கள் 'இருந்துகொண்டிருக்கும்' முறையை விளக்க மட்டுமே நான் முயற்சிக்கிறேன், ஆன்மீகத் தாக்கங்களை எல்லாம் நான் மதகுருமார்களிடமும் தத்துவவாதிகளிடமும் விட்டுவிடுகிறேன்."

அறிவார்ந்த இளைஞர் என்று லேங்டன் நினைத்துக் கொண்டார். *அவருடைய கோட்பாடு என்றாவது நிரூபிக்கப்படுமானால் அது இந்த உலகில் பெருவெடிப்பு விளைவை உருவாக்கும்.*

"இத்தருணத்தில்" என்றார் இங்லேண்ட், "இந்தக் கோட்பாட்டை நிரூபிப்பது அசாதாரணமான வகையில் சிக்கலானது என்ற தெள்ளத்தெளிவான காரணங்களுக்காக எல்லோரும் நிம்மதியடையலாம். என்னுடைய குழுவும் நானும் எதிர்காலத்தில் சிதறடிப்பு-இயக்குவிக்கும் அமைப்புகளை முன்மாதிரியாக்க சில கருத்தாக்கங்களை வைத்திருக்கிறோம், ஆனால் இத்தருணத்தில் அதற்கு இன்னும் பல வருடங்கள் இருக்கின்றன."

இங்லேண்டின் படம் மங்கியது, திரையில் மறுபடியும் தோன்றிய எட்மண்ட் தன்னுடைய குவாண்டம் கம்ப்யூட்டருக்கு பக்கத்தில் நின்றிருந்தான். "ஆனாலும், எனக்கு இன்னும் பல வருடங்கள் தேவைப்படாது. இந்த வகைப்பட்ட மாதிரியாக்கலில்தான் நான் வேலை செய்துகொண்டிருக்கிறேன்."

அவன் தன்னுடைய பணியிடத்தை நோக்கிச் சென்றான். "புரபஸர் இங்லேண்டின் கோட்பாடு சரியானது என்றால், அண்டத்தின் மொத்த இயங்கு தளத்தையும் ஒரேயொரு பதிலீட்டு கட்டளை மூலம் தொகுத்துரைத்துவிட முடியும்: ஆற்றல் பரவலாக்கம்!"

தன்னுடைய மேசையில் உட்கார்ந்த எட்மண்ட் அளவில் பெரிதான தன் விசைப்பலகையில் ஆர்வத்துடன் தட்டச்சு செய்யத் தொடங்கினான். அவனுக்கு முன்பாக இருந்த காட்சித்திரை வேற்றுலகைச் சேர்ந்ததைப் போன்ற கம்ப்யூட்டர் நிரலால் நிரம்பியிருந்தது. "முன்பு தோல்வியில் முடிந்த இந்த மொத்தப் பரிசோதனையையும் நான் மறுநிரல்படுத்துவதற்கு பல வாரங்கள் எடுத்துக் கொண்டன. நான் இந்த அமைப்பிற்குள் ஒரு அடிப்படையான இலக்கை நிறுவியிருக்கிறேன் - வாழ்வின் நோக்கம்; என்ன ஆனாலும் ஆற்றலை பரவச்செய்யுமாறு நான் இந்த அமைப்பிடம் கூறியிருக்கிறேன். ஆதிமுதல் சாற்றில் சிதற்றலை அதிகப்படுத்துவதற்கான தேடலில் முடிந்தவரை படைப்புத்திறனோடு செயல்படும்படி இந்தக் கம்ப்யூட்டரை துரிதப்படுத்தியிருக்கிறேன். அதை நிறைவேற்றுவதற்குத் தேவையானது என அது நினைக்கின்ற கருவிகள் எதுவானாலும் அதை உருவாக்கிக்கொள்வதற்கான அனுமதியை நான் அதற்கு அளித்திருக்கிறேன்."

தட்டச்சு செய்வதை நிறுத்திய எட்மண்ட் தன்னுடைய நாற்காலியில் இருந்தபடியே சுழன்று திரும்பி தன்னுடைய பார்வையாளர்களை நோக்கினான். "பிறகு, இந்த முன்மாதிரியை நான் செயல்படவிட்டபோது நம்பமுடியாத ஒரு விஷயம் நடந்தது. என்னுடைய நிகர்மெய் ஆதிமுதல் சாற்றில் 'தவறவிட்ட உட்பொருளை' நான் வெற்றிகரமாக கண்டுபிடிக்க அது காரணமானது."

எட்மண்டின் கம்ப்யூட்டர் முன்மாதிரியினுடைய அனிமேஷன் கிராபிக் காட்சித்திரை சுவற்றில் ஓடத் தொடங்கியபோது லேங்டனும் ஆம்ராவும் அதனை தீவிரமாக உற்றுப்பார்க்கத் தொடங்கினர். மறுபடியும், அந்தக் காட்சி கடையப்பெறும் ஆதிமுதல் சாற்றிற்குள் நுழைந்து, அணுவிற்குள்ளான உலகை பெரிதுபடுத்தியும், அதைச் சுற்றிலும் உள்ள ரசாயனங்கள் குதித்து ஒன்றோடொன்று பிணைவது மற்றும் மறுமுறை பிணைந்துகொள்வதையும் காட்டின.

"நான் இந்த நிகழ்முறையை அதிவேகமாக்கி நூற்றுக்கணக்கான ஆண்டுகளின் செல்வழியை போலியாக்கம் செய்தபோது, மில்லர்-யுரேயின் அமினோ அமிலங்கள் வடிவம் பெறுவதைக் கண்டேன்" என்றான் எட்மண்ட்.

லேங்டனுக்கு ரசாயனத்தைப் பற்றியெல்லாம் தெரியாது, ஆனால் திரையில் தோன்றிய படம் ஒரு அடிப்படையான புரதச் சங்கிலி என்பதை அவரால் உறுதியாக அடையாளப்படுத்திக்கொள்ள முடிந்தது. அந்த நிகழ்முறை தொடங்கியபோது, சிக்கலாகிக்கொண்டே வந்த மூலக்கூறுகள் வடிவம் பெறுவதையும், ஒருவகையான தேன்கூட்டு அறுகோண தொடராக பிணைப்புறுவதையும் கண்டார்.

"நியூக்ளியோடைட்ஸ்!" என்று அந்த அறுகோணங்கள் தொடர்ந்து இணைவுறுகையில் கூறினான் எட்மண்ட். "நாம் இந்த செல்வழிகளை ஆயிரக்கணக்கான ஆண்டுகளில் பார்க்கிறோம்! முன்னோக்கி துரிதப்படுகையில் நாம் கட்டமைப்பினுடைய முதலாவது மங்கியத் தடங்களைப் பார்க்கிறோம்!"

அவன் பேசிக்கொண்டிருக்கும்போதே, நியூக்ளியோடைட் வரிசைகளுள் ஒன்று தன்னைத்தானே சுற்றிக்கொண்டு ஒரு சுழலாக சுருண்டுகொண்டது. "இதைப் பார்த்தீர்களா?!" என்று

கத்தினான் எட்மண்ட். "மில்லியன்கணக்கான ஆண்டுகள் கடந்துவிட்டது, இந்த அமைப்பு இன்னமும் ஒரு கட்டமைப்பை உருவாக்க முயற்சித்துக் கொண்டுதான் இருக்கிறது! அந்த அமைப்பு, இங்லேண்ட் முன்னூகித்திருப்பதைப் போலவே, தன்னுடைய ஆற்றலை சிதறடிப்பதற்கான கட்டமைப்பை உருவாக்க முயற்சித்துக்கொண்டுதான் இருக்கிறது."

அந்த முன்மாதிரி முன்னேற்றமடைகையில், அந்தச் சிறிய சுழல் இரட்டை சுழலாக மாறி, தன்னுடைய கட்டுமானத்தை இந்த பூமியில் உள்ளதிலேயே மிகவும் பிரபலமான ரசாயனக் கலவையாகிய இரட்டை-திருகுச்சுழல் வடிவத்திற்குள் ஒரு கட்டமைப்பாக விரிவடைந்து செல்வதைக் கண்டு லேங்டன் திகைத்துப் போனார்.

"கடவுளே, ராபர்ட், இதுதான் . . ." என்று கண்களை அகலத் திறந்துகொண்டு கிசுகிசுத்தாள் ஆம்ரா.

"டிஎன்ஏ" என்று அந்த உருமாதிரியை நடுச்சட்டகத்தில் நிறுத்தி வைத்த எட்மண்ட் அறிவித்தான். "இதுதான் அது. டிஎன்ஏ - உயிரின் மூலம். உயிரியலின் வாழும் மறைகுறியீடு. ஒரு அமைப்பு ஆற்றலை சிதறடிக்கும் முயற்சியில் ஏன் டிஎன்ஏ-வை உருவாக்க வேண்டும்? என நீங்கள் கேட்கலாம். ஆம், ஏனென்றால் பல கைகள் சேர்ந்துதான் ஒளியை செயல்பட வைக்கின்றன! ஒரே ஒரு மரத்தைக் காட்டிலும் ஒரு மரக்காடானது அதிகப்படியான சூரிய ஒளியை பரவச் செய்கிறது. நீங்கள் ஒரு சிதற்றல் கருவியாக இருந்தால், அதிகப்படியான வேலையை செய்வதற்கான சுலபமான வழி உங்களை நீங்களே பிரதிகள் எடுத்துக்கொள்வதாகத்தான் இருக்கும்."

இப்போது எட்மண்டின் முகம் திரையில் தோன்றியது. "நான் இந்த உருமாதிரியை முன்னோக்கி செல்ல வைக்கும்போது, அந்தப் புள்ளியில் இருந்து ஒரு விஷயம் மாயாஜாலமாக நிகழ்வதை நான் பார்த்தேன் . . . டார்வினின் பரிணாமவியல் தொடங்கியது!"

அவன் சில நிமிடங்களுக்கு இடைவெளி விட்டான். "ஏன் தொடங்கியிருக்க கூடாது?" என்று அவன் தொடர்ந்தான். "இந்த பிரபஞ்சம் தன்னுடைய கருவிகளை பரிசோதித்து மெருகேற்றிக்கொள்வதற்கான வழிதான் பரிணாமம். அந்தக்

கருவிகள்தான் பிழைத்திருக்கும் மிகத்திறன்வாய்ந்த கருவிகளாக தங்களைப் பெருகச் செய்துகொண்டும், இடைவிடாமல் மேம்படுத்திக்கொண்டும், மேலும் மேலும் சிக்கலானதாகவும் திறன்மிக்கதாகவும் இருப்பவை. இறுதியில், சில கருவிகள் மரங்களைப் போன்று காணப்படுகின்றன, சில ... *நம்மைப்போல்.*"

இப்போது எட்மண்ட் தனக்குப் பின்னால் பூமியின் நீலநிற கோளம் தொங்கிக்கொண்டிருக்க, விண்வெளியின் இருளில் மிதந்துகொண்டிருப்பவனாகத் தோன்றினான். "நாம் எங்கிருந்து வந்தோம்?" என்றான் அவன். "உண்மை என்னவென்றால் - நாம் எங்கிருந்தும் வரவில்லை . . . எல்லாவிடத்திலும் இருந்துதான் வந்தோம். அண்டவெளி நெடுகிலும் உயிரை உருவாக்கிய அதே இயற்பியல் விதிகளில் இருந்துதான் நாம் வந்தோம். நாம் தனிச்சிறப்பானவர்கள் அல்ல. நாம் கடவுள் இருந்தாலும் இல்லாவிட்டாலும் இருப்போம். சிதற்றலின் தவிர்க்கமுடியாத விளைவுதான் நாம். உயிர் என்பது பிரபஞ்சத்தின் மையம் அல்ல. உயிர் என்பது, ஆற்றலை பரவச் செய்யும் வகையில் இந்த பிரபஞ்சம் உருவாக்குகின்ற, மறு உருவாக்கம் செய்துகொண்டே இருக்கின்ற ஒன்றுதான்."

விசித்திரமான வகையில் இதை உறுதிப்படுத்திக்கொள்ள முடியாத லேங்டனால், எட்மண்ட் சொன்னவற்றின் தாக்கங்களை தன்னால் முழுமையாக புரிந்துகொள்ள முடிந்திருக்கிறதா என்று தெரியவில்லை. சந்தேகமேயில்லாமல், இந்தப் போலியாக்கம் ஒரு பிரமாண்டமான அடிப்படை மாற்றத்திற்கு காரணமாகும் என்பதுடன் பல கல்வித்துறை அமைப்புகளிலும் நிச்சயமாக பெரும் கொந்தளிப்புகளை ஏற்படுத்தும். ஆனால், மதம் என்று வரும்போது எட்மண்டால் மக்களின் கண்ணோட்டங்களை மாற்ற முடியுமா என்று லேங்டனுக்குத் தெரியவில்லை. பல நூற்றாண்டுகளாகவே, பக்திமிக்கவர்களில் பெரும்பான்மையினர் தங்களுடைய இறைநம்பிக்கையை தற்காத்துக்கொள்ளும் வகையில் மிகப்பெரிய அளவிலான அறிவியல் தரவுகளையும், பகுத்தறிவு தர்க்கங்களையும் கடந்தே வந்திருக்கிறார்கள்.

தனக்கேயான எதிர்வினைகளுடன் போராடிக்கொண்டிருப்பது போல் காணப்பட்ட ஆம்ராவின் பாவனையானது கண்களை அகலத் திறந்துகொண்ட வியப்பு மற்றும் எச்சரிக்கையான

தீர்மானமின்மை ஆகிய இரண்டிற்கும் இடையில் எங்கோ இருந்தது.

“நண்பர்களே” என்றான் எட்மண்ட், “நான் இப்போது உங்களிடம் காட்டியதை நீங்கள் பின்தொடர்ந்திருந்தால், அதனுடைய அடிப்படை முக்கியத்துவத்தை நீங்கள் புரிந்து கொண்டிருப்பீர்கள். உங்களால் இன்னமும் உறுதிப்பாட்டிற்கு வரமுடியவில்லை என்றால் என்னுடனே இருங்கள், ஏனென்றால் இந்தக் கண்டுபிடிப்பு உங்களுக்கு இன்னுமோர் வெளிப்பாட்டிற்கு, இன்னும் முக்கியத்துவம் வாய்ந்த ஒன்றிற்கு உங்களை அழைத்துச் செல்ல இருக்கிறது.”

அவன் சற்று இடைவெளி விட்டான்.

“நாம் எங்கிருந்து வந்தோம் என்பது . . . நாம் எங்கே சென்று கொண்டிருக்கும் என்கிற அளவுக்கு திகைக்க வைப்பதாக இருந்திருக்காது.”

94

அந்த தேவாலயத்தின் ஆழமான இடைவெளிகளில் கூடியிருக்கும் மூன்று பேரை நோக்கி ஒரு கார்டியா ஏஜெண்ட் ஓடிக்கொண்டிருக்கும் காலடித்தடங்களின் ஒலி அந்தப் பாதாள பாஸிலிகாவில் எதரொலித்தது.

“மேன்மை பொருந்தியவரே” என்று மூச்சுவிடாமல் அழைத்தான் அவன். “எட்மண்ட் கிர்ஷ் ... அந்த வீடியோ ... ஒளிபரப்பாகிறது.”

அரசர் தன் சக்கர நாற்காலியைத் திருப்ப, இளவரசர் ஜூலியனும் சுழன்று திரும்பினார்.

வால்டஸ்பினோ ஒரு சோர்வுற்ற பெருமூச்சை வெளியிட்டார். இது காலத்தைப் பொறுத்த விஷயம் என்று அவர் தனக்குத்தானே

நினைவுறுத்திக் கொண்டார். இன்னமும்கூட, மாண்ட்ஸெராட் நூலகத்தில் அல்-ஃபதில் மற்றும் கோவ்ஸ் ஆகியோருடன் அவர் பார்த்திருந்த அதே வீடியோவை இப்போது இந்த உலகமே பார்த்துக்கொண்டிருக்கிறது என்பதை தெரிந்துகொண்டபோது அவருடைய ஆன்மா கனத்துப் போனது.

நாம் எங்கிருந்து வந்தோம்? "கடவுளற்ற தோற்றம்" என்ற கிர்ஷின் கூற்று ஆணவம் நிரம்பியதும் தெய்வ நிந்தனைக்குரியதும் ஆகும்; இது உயர் சக்தியை எட்டுவதற்கு உண்டான மனித விருப்பத்தின் மீது அழிவுப்பூர்வமான விளைவை ஏற்படுத்தும் என்பதுடன், தன்னைப் போலவே நம்மைப் படைத்த கடவுளுக்கு மனிதனை சமநிலையில் வைப்பதற்கும் காரணமாகிவிடும்.

சோகம் என்னவென்றால், கிர்ஷ் அத்துடன் நிறுத்திக்கொள்ளவில்லை. தன்னுடைய முதலாவது தெய்வ நிந்தனையை மிகவும் ஆபத்தான இரண்டாவதுடன் தொடரவே செய்கிறான் - மிகுந்த கொந்தளிப்பை ஏற்படுத்தும் ஒரு கேள்விக்கான பதிலையும் முன்மொழிந்திருக்கிறான்: *நாம் எங்கே சென்று கொண்டிருக்கிறோம்?*

எதிர்காலத்திற்கு உண்டான கிர்ஷின் முன்னூகிப்பு பேராபத்தானது ... வால்டஸ்பினோவும் அவருடைய சகாக்களும் அதை வெளியிட வேண்டாம் என கிர்ஷை வற்புறுத்தும் அளவுக்கு மிகுந்த கொதிப்பை ஏற்படுத்தக்கூடியது. அந்த எதிர்காலவியலாளரின் தரவுகள் துல்லியமாக இருந்துவிட்டாலும்கூட, அதை இந்த உலகத்துடன் பகிர்ந்துகொள்வது பின்திரும்ப முடியாத சேதத்தை ஏற்படுத்திவிடும்.

இறைநம்பிக்கை உள்ளவர்களுக்கு மட்டுமல்ல, என்பது வால்டஸ்பினோவுக்கு தெரியும். *பூமியில் உள்ள மனித உயிர்கள் எல்லோருக்கும்தான்.*

95

எந்தக் கடவுளும் தேவையில்லை என்று நினைத்துக்கொண்ட லேங்டன் எட்மண்ட் சொன்னதை மறுபடியும் நினைத்துப் பார்த்தார். *இயற்பியல் விதிகளால் உயிர் இடைவிடாமல் தோன்றிக்கொண்டே இருக்கிறது.*

இடைவிடாத உருவாக்கம் என்ற கருத்தானது சில மகத்தான அறிவியல் மூளைகளால் நீண்டகாலமாகவே விவாதிக்கப்பட்டுதான் -கோட்பாட்டுரீதியில்- வந்திருக்கிறது, என்றாலும் இன்றிரவு, இடைவிடாத உருவாக்கம் என்பது உண்மையிலேயே நடந்திருக்கிறது என்பதை தீவிரமாக வலியுறுத்தும் ஒரு விவாதத்தை எட்மண்ட் கிர்ஷ் வழங்கிவிட்டான்.

அதை நிரூபிக்க யாரும் நெருங்கிக்கூட வந்ததில்லை . . . அல்லது அது எப்படி நடந்திருக்கலாம் என்பதைக்கூட விளக்கியதில்லை.

திரையில், ஆதிமுதல் சாற்றினுடைய எட்மண்டின் போலியாக்கம் இப்போது சின்னஞ்சிறு நிகர்மெய் உயிர்-வடிவங்களாக பெருக்கமுற்றன.

"என்னுடைய அரும்பிவரும் உருமாதிரியை ஆராய்ந்ததில்" என்று விவரித்தான் எட்மண்ட், "அதை அப்படியே நடக்கவிட்டால் என்னவாகும் என்று தெரியாமல் இருந்தேன்? அது தன்னுடைய குடுவையில் இருந்து அப்படியே வெடித்து மனித உயிர்கள் உள்ளிட்ட மொத்த விலங்கு ராஜ்ஜியத்தையும் உருவாக்கிடுமா? அதற்கு அப்பாலும் அதை நான் நடக்கவிட்டிருந்தால் என்ன ஆகியிருக்கும்? நான் நீண்டகாலம் காத்திருந்தால், அது மனிதப் பரிணாமத்திலான அடுத்த நிலையை உருவாக்கி நாம் எங்கே சென்றுகொண்டிருக்கிறோம் என்பதை சொல்லிவிடுமா?"

எட்மண்ட் மறுபடியும் இ-வேவிற்கு பக்கத்தில் தோன்றினான். "வருத்தம் என்னவென்றால், இந்தக் கம்ப்யூட்டரால்கூட அந்த அளவுக்குப் பெரியதொரு உருமாதிரியை கையாள முடியாது

என்பதுதான், அதனால் அந்த போலியாக்கலை குறுக்குவதற்கான ஒரு வழியை நான் கண்டுபிடிக்க வேண்டியிருந்தது. ஒரு எதிர்பாராத மூலாதாரத்தில் இருந்துதான் அதற்கான உத்தியை நான் கண்டுபிடிக்க வேண்டியிருந்தது . . . அது வேறு எதுவும் அல்ல, வால்ட் டிஸ்னி.”

அந்தத் திரை இப்போது ஒரு ஆரம்பகால, இரு பரிமாண, கறுப்பு-வெள்ளை கார்ட்டூனுக்கு மாறியது. அது 1928-ஆம் ஆண்டு டிஸ்னியின் கிளாஸிக்கான ஸ்டீம்போட் வில்லி என்பதை லேங்டன் அடையாளம் கண்டுகொண்டார்.

“கடந்த தொண்ணூறு வருடங்களாகவே ‘கார்ட்டூனாக்கும்’ கலைவடிவம் மிக விரைவாக முன்னேறியிருக்கிறது - அடிப்படையான மிக்கி மவுஸ் சொடக்கு புத்தகங்களில் இருந்து இன்றுள்ள செறிவான அனிமேஷன் திரைப்படங்கள் வரை.”

கூடவே, அந்த பழைய கார்ட்டூனானது சமீபத்திய அனிமேஷன் சிறப்பம்சங்களுடன் ஒரு துடிப்பான, அதியதார்த்த காட்சியாகவும் தோன்றியது.

“தரத்தில் ஏற்பட்டுள்ள இந்த பாய்ச்சலானது குகை ஓவியங்களில் இருந்து மைக்கலேஞ்சலோவின் தலைசிறந்த படைப்புகள் வரையிலான மூவாயிரம் வருடங்கள் பரிணாமத்தோடு தொடர்பு கொண்டிருக்கிறது. ஒரு எதிர்காலவியலாளராக, துரிதகதியிலான முன்னேற்றத்தை உருவாக்குகின்ற எந்த ஒரு திறமையாலும் நான் கவர்ந்திழுக்கப்படுகிறேன்” என்றான் எட்மண்ட். “இந்தப் பாய்ச்சலை சாத்தியமாக்கியிருக்கும் இந்த தொழில்நுட்பம் ‘டிவீனிங்’ என்று அழைக்கப்படுவதை நான் தெரிந்துகொண்டேன். இதில் ஒரு ஓவியர் இரண்டு முக்கியப் படங்களுக்கு நடுவே இருக்கும் இடைப்பட்ட சட்டகங்களை உருவாக்குமாறும், முதல் படத்தை இரண்டாவது படத்திற்குள் சமநிலையில் மார்பிங் செய்யுமாறும் கேட்டு இடைவெளிகளை நிரப்புவார். இம்முறையில், ஒவ்வொரு சட்டகத்தையும் கையால் வரைவதற்கு பதிலாக - பரிணாம நிகழ்முறையிலான ஒவ்வொரு சின்னஞ் சிறு நிலையையும் உருமாதிரியாக்கும் இங்குள்ள நிலையோடு ஒப்பிடும் வகையில் - இப்போதெல்லாம் ஓவியர்களால் சில முக்கிய சட்டகங்களை வரைந்துவிட முடிகிறது . . . பின்னர் அவர் இடைப்பட்ட நிலைகளில் கம்ப்யூட்டரை அதனுடைய

சிறந்த அனுமானத்தை செய்யவைத்து மீதமுள்ள பரிணாமத்தை இட்டு நிரப்புகிறார்."

"அதுதான் டிவீனிங்" என்றான் எட்மண்ட். "இதுதான் கம்ப்யூட்டரை பயன்படுத்துவதன் தெள்ளத்தெளிவான சக்தி, ஆனால் நான் இதைப்பற்றி தெரிந்து கொண்டதும், எனக்கு ஒரு விழிப்புநிலை ஏற்பட்டது என்பதுடன், நம்முடைய எதிர்காலத்தை திறப்பதற்கான திறவுகோல் அதுதான் என்பதையும் உணர்ந்தேன்."

கேள்வி கேட்கும் பாவனையில் லேங்டனை நோக்கித் திரும்பினாள் ஆம்ரா. "இது எங்கே போய்க்கொண்டிருக்கிறது?"

லேங்டன் அதைப்பற்றி யோசிக்கும் முன்னரே திரையில் ஒரு புதிய படம் தோன்றியது.

"மனித பரிணாம வளர்ச்சி" என்றான் எட்மண்ட். "இந்தப் படம் ஒருவகையான 'சொடுக்கு திரைப்படம்'. அறிவியல் காரணமாக நாம் இங்கே சில முக்கிய சட்டகங்களை கட்டமைத்திருக்கிறோம் - சிம்பன்ஸிக்கள், ஆஸ்ட்ரலோபைதேகஸ், ஹோமோ ஹேபிலிஸ், ஹோமோ எரக்டஸ், நியாண்டர்தால் மனிதன் - ஆனாலும், இந்த உயிரினங்களுக்கு இடையிலான நிலைமாற்றங்கள் தெளிவுறாமலேயே இருக்கின்றன."

சரியாக லேங்டன் எதிர்பார்த்ததைப் போலவே, மனித பரிணாமத்திலான இடைவெளிகளை நிரப்ப எட்மண்ட் கம்ப்யூட்டர் "டிவீனிங்கை" பயன்படுத்தும் கருத்தாக்கத்தை விவரித்தான். சிம்பன்ஸி மற்றும் ஹோமோ ஸேபியன்ஸுக்கு இடையிலுள்ள ஏறக்குறைய ஒரு டசன் இடைநிலை மரபணு கட்டுமானங்களை முழுமைபடுத்துவதற்கு பல்வேறுபட்ட சர்வதேச மரபணுத் திட்டங்களும் - மனிதன், பாலியோ-எஸ்கிமோ, நியாண்டர்தால், சிம்பன்ஸி - எலும்புத்

துண்டுகளை எவ்வாறு பயன்படுத்திக் கொண்டன என்பது பற்றி அவன் விவரித்தான்.

"இப்போதுள்ள ஆரம்பகட்ட மரபணுக்களை முக்கிய சட்டகங்களாக நான் பயன்படுத்தினால்" என்றான் எட்மண்ட்."அவை எல்லாவற்றையும் ஒன்றாக இணைத்துவிடக்கூடிய -ஒருவகையான பரிணாம இணைப்புக் கோடு- ஒரு பரிணாம உருமாதிரியை கட்டமைப்பதற்கு என்னால் இ-வேவை நிரல்படுத்த முடியும். அதனால் நான் எளிய பண்புத்திறனை -மூளை அளவுக்கான- ஒரு மிகவும் துல்லியமான அறிவாற்றல் பரிணாமத்தின் பொது அளவீட்டுமானியை வைத்து தொடங்கினேன்."

திரையில் ஒரு கிராபிக் படம் தோன்றியது.

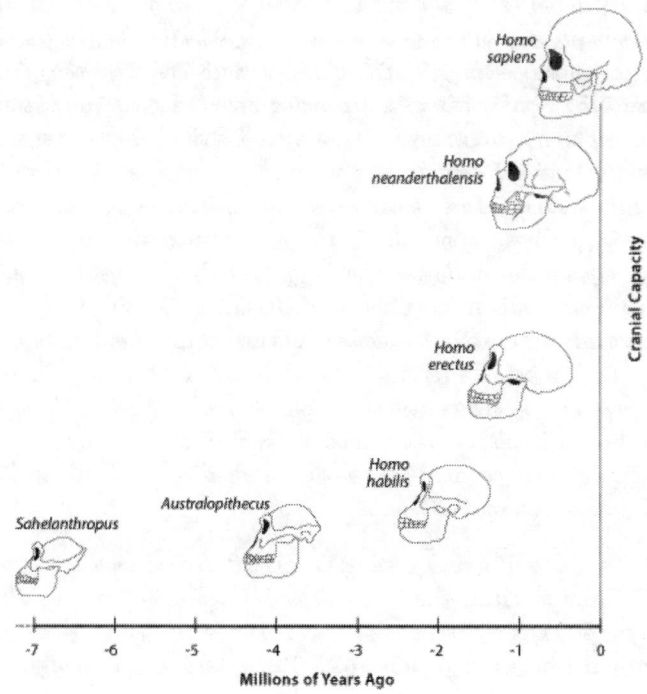

“மூளை போன்று பொதுக் கட்டமைப்பு வரையறைகளை வரைவதற்கும் மேலாக, இ-வேவானது அறிதல் திறன்களில் தாக்கம் ஏற்படுத்தக்கூடிய ஆயிரக்கணக்கான நுண்ணிய மரபணு குறிப்பான்களையும் - முக அடையாளம் காணுதல், விரிவான சொற்களஞ்சியம், நீண்டகால நினைவாற்றல் போன்ற குறிப்பான்களை - வரைபடமிடுகிறது அத்துடன், நிகழ்முறைப்படுத்தும் வேகத்தையும் அதிகரிக்கிறது.”

இப்போது திரையானது அதேபோன்ற வரிவிளக்கப்படங்களை அடுத்தடுத்து விரைவாக பளிச்சிட்டது, அவை எல்லாமே ஒரேவிதமான விகிதாச்சார அதிகரிப்பையே காட்டின.

“பிறகு, முன்னெப்போதும் இருந்திராத வகையில், அறிவார்ந்த பரிணாமத்தின் போலியாக்கலை இ-வேவ் உருவாக்கியது.” எட்மண்டின் முகம் மறுபடியும் தோன்றியது. “நீங்கள் வேண்டுமானால் ‘அதனால் என்ன?’ என்று கேட்கலாம். ‘மனிதர்கள் அறிவார்ந்த வகையில் ஆதிக்கம் செலுத்துகின்ற நிகழ்முறையை கண்டுபிடிப்பது பற்றி நாம் ஏன் அக்கறைப்பட வேண்டும்?’ நம்மால் ஒரு முறைமையை நிறுவ முடிந்தால், அந்த முறைமையானது எதிர்காலத்தில் நம்மை எங்கே கொண்டுசேர்க்கும் என்பதை ஒரு கம்ப்யூட்டரால் நமக்கு சொல்ல முடியும் என்பதற்காகத்தான்.” அவன் புன்னகைத்தான். “நான் இரண்டு, நான்கு, ஆறு, எட்டு என்று சொன்னால் நீங்கள் பத்து என்று பதில் சொல்வீர்கள். நான் இ-வேவிடம் ‘பத்து’ என்பது எப்படி இருக்கும் என்றுதான் கேட்பேன். இ-வேவ் அறிவார்ந்த பரிணாமப் போலியாக்கலை செய்து முடித்தவுடன்தான் என்னால் அந்த நேரடியான கேள்வியைக் கேட்க முடியும்: அடுத்தபடியாக என்ன வரும்? இப்போதில் இருந்து ஐந்நூறு வருடங்களுக்குப் பின்னர் மனித அறிவு எப்படிப்பட்டதாக இருக்கும்? வேறு வார்த்தைகளில் சொன்னால்: நாம் எங்கே சென்று கொண்டிருக்கிறோம்?”

இந்த தொலைநோக்குப் பார்வையினால் தான் கவர்ந்திழுக்கப்பட்டதாக உணர்ந்தார் லேங்டன், எட்மண்டின் முன்னூகிப்புகளுடைய துல்லியத்தை மதிப்பிடுவதற்கு மரபணுவியல் அல்லது கம்ப்யூட்டர் மாடலிங் பற்றி போதுமான அளவுக்கு அவருக்கு தெரியாது என்றாலும் அந்தக் கருத்தாக்கம் மேதைமையுள்ளதாக தோன்றியது.

“உயிரினங்களின் பரிணாமம் என்பது” என்றான் எட்மண்ட், “எப்போதுமே உயிரினத்தின் சுற்றுப்புறச்சூழலோடு தொடர்பு கொண்டதாகத்தான் இருந்திருக்கிறது, அதனால், கலாச்சாரம், அரசியல், அறிவியல், காலநிலை மற்றும் தொழில்நுட்பம் பற்றிய எல்லா செய்திகளும் ஆன்லைனில் ஒளிபரப்பாகின்றபோது ஒரு இரண்டாவது உருமாதிரியை -இன்றைய உலகின் ஒரு சுற்றுச்சூழல் போலியாக்கம்- சுலபமாக மேல்விரிப்பு செய்திடுமாறு நான் இ-வேவை கேட்டுக்கொண்டேன். மனித மூளையின் எதிர்கால முன்னேற்றத்தை பெரிய அளவுக்கு பாதிக்கின்ற காரணிகளிடம் -போதைப்பொருள் அதிகரிப்பு, புதிய சுகாதார தொழில்நுட்பங்கள், மாசுபாடு, கலாச்சார காரணிகள் போன்றவற்றிடம்- சிறப்பு கவனம் செலுத்துமாறும் நான் அந்த கம்ப்யூட்டரை கேட்டுக்கொண்டேன்.” எட்மண்ட் சற்று இடைவெளி விட்டான். “பின்னர், நான் அந்த நிரலை இயக்கினேன்.”

திரையில் அந்த எதிர்காலவியலாளனின் முகம் நிரம்பியிருந்தது. அவன் கேமராவையே நேரடியாக உற்றுப் பார்த்தான். “நான் அந்த உருமாதிரியை இயக்கியபோது . . . மிகவும் எதிர்பாராத ஒரு விஷயம் நடந்தது.”

ஆம்ரா திகைப்புற்று மூச்சிழுத்துக்கொள்வது லேங்டனுக்கு கேட்டது.

“அதனால் நான் அதை மறுபடியும் இயக்கினேன்” என்ற எட்மண்ட் புருவத்தை நெளித்தான். “துரதிர்ஷ்டவசமாக, அதே விஷயம்தான் நடந்தது.”

எட்மண்டின் கண்களில் தெரிந்த நிஜமான பயத்தை லேங்டன் உணர்ந்தார்.

“அதனால் நான் அந்த வரையறையை மறு ஆய்வுக்கு உட்படுத்தினேன்” என்றான் அவன். “நான் அந்த நிரலை மறுபடியும் புதிதாக அமைத்தேன், எல்லாவித மாறிலிகளையும் மாற்றியமைத்துவிட்டு அதை மறுபடி மறுபடி இயக்கிப் பார்த்தேன். ஆனால், எனக்கு அதே முடிவுதான் கிடைத்துக் கொண்டிருந்தது.”

யுகாந்திர முன்னேற்றங்களுக்குப் பின்னர் மனித அறிவானது இப்போது வீழ்ச்சியுறுவதைத்தான் எட்மண்ட் கண்டுபிடித்திருக்கிறானோ என்று லேங்டன் வியந்தார். அதை உண்மை என்றும் நிரூபிக்கக்கூடிய ஆபத்தான சமிக்ஞைகளும் இருக்கவே செய்தன.

"அந்தத் தரவுகளால் நான் வேதனைக்கு ஆளானேன்" என்றான் எட்மண்ட், "அதை என்னால் புரிந்துகொள்ளவும் முடியவில்லை. அதனால் ஒரு பகுப்பாய்வுக்கு உட்படுத்தும்படி நான் கம்ப்யூட்டரை கேட்டுக்கொண்டேன். இ-வேவ் தனக்குத் தெரிந்த வகையில் தெளிவான முறையில் தனது மதிப்பீட்டை செய்து முடித்தது. அது எனக்கு ஒரு படத்தை வரைந்து காட்டியது."

தன்னை புதுப்பித்துக்கொண்ட திரையானது, சில நூறு மில்லியன் ஆண்டுகளுக்கு முன்னர் விலங்குப் பரிணாமத்தின் ஆரம்பத்தினுடைய கிராபிக் காலவரிசையை காட்டியது. அது குறிப்பிட்ட காலகட்டத்தில் விரிந்து சுருங்குகின்ற படுகிடையான குமிழ்களின் சிக்கலானதும் வண்ணமயமானதுமான ஓவியத் திரையாக உயிர்களின் தோற்றத்தையும் மறைவையும் சித்தரித்தது. இடதுபக்கமிருந்த கிராப் டினோசர்களால் -வரலாற்றின் அந்த காலகட்டத்தில் ஏற்கனவே வளர்ச்சியின் உச்சநிலையில் இருந்தவை- ஆக்கிரமிக்கப்பட்டிருந்ததானது இருக்கின்ற குமிழ்களிலேயே கெட்டியான குமிழ்களால் குறிப்பிடப்பட்டிருந்தன, பேரளவு டினோசார் அழிவினால் சில அறுபத்தைந்து மில்லியன் வருடங்களுக்கு முன்னர் திடீரென்று வீழ்ச்சியுறுவதற்கு முந்தைய காலகட்டம்வரை அவையும் கெட்டியாக வளர்ந்துசெல்வதைக் காட்டின.

"இதுதான் பூமியிலேயே ஆதிக்கம் நிறைந்த உயிர்-வடிவங்களின் காலவரிசை" என்றான் எட்மண்ட், "உயிரின எண்ணிக்கை வகையிலும், உணவுச் சங்கிலி நிலையிலும், உள்ளுக்குள் மேல்நிலையாக்கம் பெற்ற வகையிலும் இந்த கிரகத்தில் ஒட்டுமொத்தமாக ஆதிக்கம் செலுத்திய வகையிலும் இதுதான் மிகப்பெரியது. அடிப்படையில், எந்த ஒரு காலகட்டத்திலும் பூமியில் எல்லாவற்றிற்கும் தலைமையாக இருந்தவற்றின் ஒரு காட்சிப்பூர்வ குறியீடுதான் இது."

பல்வேறு பெரிய உயிரினங்கள் எவ்வாறு தோன்றியும், மறைந்தும் போயின என்பதை குறிப்பிடுகின்ற பல்வேறுபட்ட குமிழ்களும் விரிந்து சுருங்குகின்ற அந்த விளக்கப்படத்தை லேங்டனின் கண்கள் பின்தொடர்ந்து சென்றன.

"*ஹோமோஸேபியன்களின் தோற்றம்*" என்றான் எட்மண்ட், "கி.மு.2,00,000-வது ஆண்டில் உருவாகின, ஆனால் நாம் அம்பையும் வில்லையும் கண்டுபிடித்து மிகுந்த திறன்மிக்க வேட்டையாடிகளாக ஆகிப்போன அறுபத்து-ஐந்தாயிரம் வருடங்கள் முன்பு வரையில் நாம் இந்த கிராபில் தோன்றும் அளவுக்கு செல்வாக்குள்ளவர்களாக விளங்கவில்லை."

லேங்டன் கி.மு.65,000 குறியீட்டை ஆராய்ந்தார், அதில் *ஹோமோ ஸேபியன்களை* குறிப்பிடும் மெல்லிய நீலநிறக் குமிழ் காணப்பட்டது. அந்தக் குமிழ் சட்டென்று கெட்டிப்பட்டும், பின்னர் பலமடங்கு பெருக்கமுறும் வரையிலானதாக காணப்பட்ட ஏறத்தாழ கி.மு.1,000 ஆண்டு வரையில், ஏறக்குறைய புலன்களால் உணர்ந்துகொள்ள முடியாதவாறு மிக மெதுவாக பெரிதானது.

அந்த விளக்கப்படத்தின் வலதுகோடியை அவர் பார்வை எட்டியபோது அந்த நீலக்குமிழானது ஏறக்குறைய திரையின் மொத்த அகலத்தையும் ஆக்கிரமிக்கும் அளவுக்கு வீங்கிக்கொண்டே சென்றது.

நவீன காலத்து மனிதர்கள் என்று நினைத்துக்கொண்டார் லேங்டன். இதுவரையில் பூமியில் இருந்ததிலேயே மிகவும் ஆதிக்கம் செலுத்துகின்ற, செல்வாக்குமிகுந்த உயிரினம்.

"இந்த கிராப் முடிவுறுகின்ற 2,000-ம் ஆண்டு வரையில் இந்த பூமியிலேயே மிகப்பரவலான உயிரினங்களாக மனிதர்கள் சித்தரிக்கப்பட்டிருப்பதில் ஆச்சரியப்பட எதுவுமில்லை. நமக்கு நெருக்கத்தில் வேறு எதனாலும் வர இயலவில்லை" என்ற எட்மண்ட் சற்று இடைவெளி விட்டான். "இருந்தாலும், ஒரு புதிய குமிழ் தோன்றியுள்ள தடயங்களை நீங்கள் பார்க்கலாம் . . . இங்கே."

மனிதகுலத்தின் பருத்துப்போன நீலக் குமிழுக்கு மேலே உருவாகத் தொடங்கியிருந்த சின்னஞ்சிறு கறுப்பு வடிவத்தைக் காட்ட அந்த கிராபிக் பெரிதுபடுத்தப்பட்டது.

“ஒரு புதிய உயிரினம் இந்தப் படத்திற்குள் முன்பே வந்துவிட்டது” என்றான் எட்மண்ட்.

லேங்டன் அந்தக் கருப்புக் குமிழைக் கண்டார், ஆனால் நீலக் குமிழுடன் ஒப்பிடுகையில் அது அவ்வளவு முக்கியமானதாகத் தெரியவில்லை - நீலத்திமிலங்கத்தின் பின்னால் நீந்திக்கொண்டிருக்கும் ஒரு சின்னஞ்சிறு ரெமோரா மீன் (இது பெரிய மீன்களின் உடலில் உள்ள அழுக்குகளைத் தின்று உயிர்வாழ்வது).

“நான் உணர்ந்துகொண்டேன்” என்றான் எட்மண்ட். “இந்தப் புதிய வருகையாளர் பார்ப்பதற்கு அற்பமானதாக தெரியலாம், ஆனால் 2,000-இல் இருந்து இன்றைய நாள் வரையில் நாம் முன்னோக்கி சென்றால் நம்முடைய புதிய வருகையாளர் ஏற்கனவே இங்குதான் இருக்கிறார் என்பதையும், அது சத்தமில்லாமல் வளர்ந்து கொண்டிருக்கிறது என்பதையும் நீங்கள் பார்க்கலாம்.”

அந்த விளக்கப்படம் தற்போதைய நாளை எட்டும் வரையில் விரிவடைந்தது, லேங்டன் தன்னுடைய மார்பு இறுகுவதை உணர்ந்தார். கடந்த இருபதாண்டுகளில் அந்த கறுப்புக் குமிழ் கணக்கிட முடியாத அளவுக்கு விரிவடைந்திருந்தது. இப்போது அது திரையின் கால்பங்கிற்கும் மேல் எடுத்துக்கொண்டு செல்வாக்கு மற்றும் ஆதிக்கத்திற்காக ஹோமோ ஸேபியன்களுடன் தள்ளுமுள்ளில் ஈடுபட்டுக் கொண்டிருந்தது.

“அது என்ன?!” என்று கவலையுடன் ஆச்சரியப்பட்டுக் கேட்டாள் ஆம்ரா.

லேங்டன் பதிலளித்தார், “எனக்கு எதுவும் தெரியாது ... ஏதேனும் உறங்கும் வைரஸாக இருக்கலாம்?” அவருடைய மனதில் உலகின் பல்வேறு பிரதேசங்களையும் கொடூரமாக தாக்கிய மூர்க்கத்தனமான வைரஸ்களின் பட்டியல் ஓடியது, ஆனால், கவனிக்கப்படாமலேயே ஒரு உயிரினம் இந்தளவுக்கு வேகமாக பூமியில் வளர்ந்திருக்கும் என்பதை லேங்டனால்

கற்பனை செய்ய முடியவில்லை. விண்வெளியைச் சேர்ந்த பாக்டீரியமா?

“இந்தப் புதிய உயிரினம் கள்ளத்தனமானது” என்றான் எட்மண்ட். “இது அதிவிரைவாக பரவி வருகிறது. அது தனது பிரதேசத்தை தொடர்ந்து விரிவாக்கிக் கொண்டே வருகிறது. மிகவும் முக்கியமானது என்னவென்றால், அது பரிணமித்து வருகிறது . . . மனிதர்களைவிட வேகமாக.” மறுபடியும் உற்றுப்பார்த்த எட்மண்டின் தோரணை முற்றிலும் தீவிரமடைந்திருந்தது. “துரதிஷ்டவசமாக, நமக்கு எதிர்காலத்தைப் பார்க்கும் வகையில் நான் இந்த போலியாக்கத்தை இயங்க விட்டுவிட்டால், இப்போதிலிருந்து இன்னும் சில பத்தாண்டுகளிலேயே அது இதைத்தான் வெளிப்படுத்தும்.”

மறுபடியும் விரிவடைந்த அந்த விளக்கப்படும் இப்போது 2050 வரையிலான காலவரிசையைக் காட்டியது.

லேங்டன் துள்ளிக்குதித்து நம்பமுடியாமல் உற்றுப் பார்த்தார்.

“அடக் கடவுளே” என்று கிசுகிசுத்த ஆம்ரா தன்னுடைய வாயை அச்சத்தால் மூடிக்கொண்டாள்.

அந்த அபாயகரமான கறுப்புக் குமிழ் அதிர்ச்சிகரமான வகையில் விரிவடைந்து, 2050-ஆம் ஆண்டுக்குள் மனிதகுலத்தின் வெளிர்நீலக் குமிழை முழுவதுமாக விழுங்குவதை அந்த விளக்கப்படம் தெளிவாகக் காட்டியது.

“நான் இதை உங்களிடம் காட்டுவதற்காக வருத்தப்படுகிறேன்” என்றான் எட்மண்ட், “ஆனால், நான் இயக்கிப்பார்த்த ஒவ்வொரு உருமாதிரியிலும் இதே விஷயம்தான் நடந்தது. மனித உயிரினம் வரலாற்றில் தற்போதுள்ள நிலைவரை பரிணமித்துள்ளது, பின்னர், மிகவும் திடீரென்று ஒரு புதிய உயிரினம் தோன்றி நம்மை பூமியில் இருந்தே அழித்து ஒழித்துவிட்டது.”

அந்த பயங்கரமான கிராபிக்கிற்கு முன்பாக நின்றிருந்த லேங்டன் அது வெறும் கம்ப்யூட்டர் உருமாதிரிதான் என்பதை தனக்குத்தானே நினைவூட்டிக்கொள்ள முயன்று கொண்டிருந்தார். இதுபோன்ற படங்கள்தான் வெறும் தரவுகளால் மனிதர்கள் மீது ஏற்படுத்த முடியாத தீவிரமான பாதிப்புகளை

ஏற்படுத்த வல்லவை என்று அவருக்குத் தெரியும், அத்துடன், எட்மண்டின் விளக்கப்படம் அதற்கான இறுதி முடிவையும் கொண்டிருந்தது - அதாவது மனிதர்களின் அழிவு ஏற்கனவே முடிவு செய்யப்பட்டுவிட்ட ஒன்றுதான்.

"நண்பர்களே" என்ற எட்மண்டின் தொனி ஏதோ தவிர்க்க முடியாத ஒரு விண்கல்லின் மோதலுக்கு உண்டான எச்சரிக்கையின் தீவிரத்தன்மையைக் கொண்டிருந்தது. "நம்முடைய உயிரினம் அழிவின் விளிம்பில் இருக்கிறது. என்னுடைய வாழ்க்கையை முன்னூகிப்புகள் செய்வதில் நான் செலவிட்டிருக்கிறேன், இந்த விஷயத்தில் நான் தரவுகளை எல்லா மட்டத்திலும் பகுப்பாய்வு செய்துவிட்டேன். நமக்குத் தெரிந்த மனித இனம் இப்போதில் இருந்து இன்னும் ஐம்பது வருடங்களில் இல்லாமல் போகும் என மிக அதிகப்படியான உறுதிப்பாட்டுடன் என்னால் சொல்ல முடியும்."

லேங்டனின் ஆரம்பநிலை அதிர்ச்சி இப்போது தன் நண்பனின் மீதான அவநம்பிக்கைக்கே -கோபத்திற்கு- வழிவிட்டது. *என்ன செய்திருக்கிறாய், எட்மண்ட்?! இது பொறுப்பின்மை! நீ ஒரு கணிப்பொறி உருமாதிரியை உருவாக்கியிருக்கிறாய் - உன்னுடைய தரவுகளில் ஆயிரக்கணக்கான விஷயங்கள் தவறாக இருக்கலாம். மக்கள் உன்னை மதித்து நம்பிக்கை வைத்தார்கள் ... நீ ஒரு வெகுஜன ஹிஸ்டீரியாவைத்தான் உருவாக்கப் போகிறாய்.*

"மேலும், இன்னுமோர் விஷயமும் இருக்கிறது" என்ற எட்மண்டின் மனநிலை மேற்கொண்டு இன்னும் இருண்டுபோனது. "நீங்கள் இந்த போலியாக்கலை கவனமாக பார்த்தீர்களேயானால், இந்தப் புதிய உயிரினம் நம்மை முற்றிலுமாக அழித்துவிடாது என்பதைக் காண்பீர்கள். மிகச் சரியாக சொல்ல வேண்டுமானால் . . . அது நம்மை கிரகித்துக்கொண்டிருக்கிறது."

96

அந்த உயிரினம் நம்மை கிரகித்துக் கொண்டிருக்கிறதா? ஒரு சலனமற்ற அமைதியில், இந்த வார்த்தைகள் மூலம் எட்மண்ட் எதைக் குறிப்பிடுகிறான் என்பதை லேங்டன் புரிந்துகொள்ள முயற்சித்தார்; அந்த வாக்கியமானது, ஆதிக்கம் செலுத்தும் உயிரினங்கள் உயிருள்ள அடைகாப்பான்களாக மனிதர்களால் பயன்படுத்தப்படும் வேற்றுகிரக அறிவியல் -புனைகதை திரைப்படங்களின் பயங்கரமான காட்சிகளை எழுப்பிவிட்டுவிட்டன.

இப்போது நின்ற நிலையில் இருந்த லேங்டன் ஆம்ராவை திரும்பிப் பார்த்தபோது அவள் சோபாவில் குனிந்துகொண்டு தன் முட்டிக்கால்களை இறுக்கிப் பிடித்திருந்தாள், அவளுடைய ஆர்வமிகுதியான கண்கள் திரையில் காணப்பட்ட படத்தை ஆராய்ந்து கொண்டிருந்தன. அந்த டேட்டாவிற்கு வேறு ஏதேனும் விளக்கம் இருக்க முடியுமா என்று லேங்டன் வலுக்கட்டாயமாக கற்பனை செய்தார்; அதன் முடிவு தவிர்க்க இயலாதது என்றே காணப்பட்டது.

எட்மண்டின் போலியாக்கலைப் பொறுத்தவரையில், மனித இனமானது அடுத்து வரும் சில பத்தாண்டுகளில் புதிய உயிரினத்தால் விழுங்கப்பட்டுவிடலாம். மேலும், இந்தப் புதிய உயிரினம் ஏற்கனவே பூமியில் சத்தமே இல்லாமல் வாழ்ந்துகொண்டிருக்கிறது என்பதுதான் இன்னும் அச்சுறுத்தக்கூடியதாக இருந்தது.

"நிச்சயமாக" என்றான் எட்மண்ட். "நான் இந்த புதிய உயிரினத்தை அடையாளம் காணும் வரையில் இந்தத் தகவலை பொதுமக்களிடம் எடுத்துச் சென்றிருக்க மாட்டேன். அதனால் அந்த டேட்டாவை நான் முழுமுற்றாக ஆராய்ந்தேன். எண்ணிறைந்த போலியாக்கங்களுக்குப் பின்னர், என்னால் அந்த மர்மமான புது வருகையாளரை சரியாக அடையாளம் காணமுடிந்தது."

அந்த திரை லேங்டனுக்கு பள்ளிப் பருவத்திலிருந்தே தெரியவந்த ஒரு எளிய விளக்கப்படத்துடன் புதுப்பித்துக்கொண்டது - வாழும் உயிரினங்களின் குழு படிநிலைகள் - அவை "உயிர்வாழ்க்கையின் ஆறு ராஜ்ஜியங்களாக" பிரிக்கப்பட்டவை - அனிமேலியா, பிளாண்டியா, புராட்டிஸ்டா, யூபாக்டீரியா, ஆர்க்கேபாக்டீரியா, ஃபங்கி."

"நான் இந்த புத்தம்புது தழைத்தோங்கும் உயிரினத்தை கண்டுபிடித்த உடனே" என்று தொடர்ந்தான் எட்மண்ட். "அவை உயிரினம் என்று அழைக்கப்படுவதற்கான மிக அதிகப்படியான பலதரப்பட்ட வெவ்வேறு வடிவங்களைக் கொண்டிருப்பதை நான் உணர்ந்தேன். உயிரியல் வகைப்பாட்டுரீதியில் பேசினால் இதை ஒரு ஒழுங்கு என்று அழைப்பது மிகவும் விசாலமான ஒன்று. உயர்நிலையில் உள்ளவைகூட அல்ல." எட்மண்ட் கேமராவை உற்று நோக்கினான். "இப்போது நம்முடைய கிரகத்தில் மிகப்பெரிய ஒன்று குடியேறியிருக்கிறது என்பதை நான் உணர்ந்துகொண்டேன். அதை ஒரு முற்றிலும் புத்தம்புதிய ராஜ்ஜியம் என்று மட்டும்தான் முத்திரை குத்த முடியும்."

ஒரு பளிச்சிடலில், எட்மண்ட் எதைப்பற்றி விவரிக்கிறான் என்பதை லேங்டன் உணர்ந்து கொண்டார்.

ஏழாவது ராஜ்ஜியம்.

எட்மண்ட் அந்த செய்தியை உலகத்திற்கு வழங்கிக் கொண்டிருக்கையில் அதைப் பார்த்துக்கொண்டிருந்த லேங்டன், சமீபத்தில் கெவின் கெல்லி என்று டிஜிட்டல்-கலாச்சார எழுத்தாளர் டிஇடி டாக்கில் புதிதாக உருவாகிவரும் ஒரு ராஜ்ஜியம் குறித்து விவரித்திருப்பதை லேங்டன் கேட்டிருக்கிறார். ஆரம்பகால அறிவியல்-புனைகதை சிலரால் முன்னூகிக்கப்பட்டிருப்பதன்படி அந்தப் புதிய உயிரின ராஜ்ஜியம் ஒரு எதிர்பாராத திருப்பத்துடன் வந்திருக்கிறது.

அது ஒரு உயிர்வாழா உயிரின ராஜ்ஜியம்.

இந்த உயிரற்ற உயிரினம் ஏறத்தாழ அவை உயிர்வாழ்வதைப் போன்றே பரிணமித்திருக்கின்றன - படிப்படியாக மிகவும் சிக்கலாகிவிட்ட, புதிய சுற்றுச்சூழல்களை தகவமைத்துக்கொண்டு பல்கிப் பெருகும் அவை புதிய மாறுபாடுகளை சோதித்துப்

பார்த்து சில எஞ்சியிருக்கின்றன, மற்றவை அழிந்து போகின்றன. டார்வினிய தகவமைப்பு மாற்றத்தின் ஒரு சரியான கண்ணாடியான இந்த புதிய உயிரினங்கள் குருட்டுத்தனமான விகிதத்தில் முன்னேறி இப்போது முழுமையான ஒரு புதிய ராஜ்ஜியத்தையே -ஏழாவது ராஜ்ஜியம்- அனிமேலியா மற்றும் பிற ராஜ்ஜியங்களுக்கு அருகாமையில் உருவாக்கியிருக்கிறது.

அதன் பெயர்: டெக்னியம்

எட்மண்ட் இப்போது இந்த கிரகத்தின் எல்லாவிதமான தொழில்நுட்பத்தையும் உள்ளடக்கிய புத்தம்புதிய ராஜ்ஜியத்தின் திகைக்க வைக்கும் விவரிப்பை தொடங்கினான். புதிய இயந்திரங்கள் டார்வினின் “தகுதியானது தப்பிப் பிழைக்கும்” என்ற கோட்பாட்டிற்கு ஏற்ப எவ்வாறு தழைத்தோங்கின அல்லது மாண்டுபோயின என்று அவன் விளக்கினான் - அவை தங்களுடைய சூழல்களுக்கு ஏற்படி தங்களைத் தகவமைத்துக் கொண்டு, உயிர்பிழைத்தலுக்கான புதிய அம்சங்களை உருவாக்கிக்கொண்டு, அவை வெற்றிகரமாக அமைந்தால் இருக்கின்ற மூலாதாரங்களை ஏகபோகமாக பயன்படுத்திக்கொள்ளும் வகையில் தங்களால் முடிந்தவரை வேகமாக பிரதியெடுத்துக்கொள்கின்றன.

“ஃபேக்ஸ் இயந்திரம் டூடூ பறவையின் வழியில் காணாமலே போய்விட்டது” என்று விளக்கினான் எட்மண்ட். “ஐபோன் தன்னுடைய போட்டியாளரை தொடர்ந்து விஞ்சிக்கொண்டிருந்தால் மட்டுமே தப்பிப் பிழைக்கும். தட்டச்சு மற்றும் நீராவி இயந்திரங்கள் மாறிவரும் சூழ்நிலையால் மாண்டுபோயின. ஆனால் என்சைக்ளோபீடியா பிரிட்டானிகா பரிணாமம் அடைந்தது, அதனுடைய பளுவான முப்பத்தி இரண்டு தொகுதிகள் தொகுப்பு டிஜிட்டல் வடிவமாக உருவாகி மண்ணுக்குள் வாழும் மீனைப்போல் தனக்கென்று நிர்ணயிக்கப்படாத பிரதேசத்தில் இப்போது தழைத்துப் பரவியிருக்கிறது.”

லேங்டனுக்கு தன்னுடைய குழந்தைப்பருவ கோடக் கேமரா நினைவுக்கு வந்தது - ஒருகட்டத்தில் டினோசர் போன்ற தனி கேமரா - அது ஒரே இரவில் டிஜிட்டல் படமாக்கலின் வரவால் அழிந்தே போனது.

"அரை பில்லியன் ஆண்டுகளுக்கு முன்னர்" என்று தொடர்ந்தான் எட்மண்ட், "நம்முடைய கிரகமானது, கிட்டத்தட்ட ஒரே இரவில் இந்த கிரகத்தின் பெரும்பாலான உயிரினங்களும் ஒரு திடீர் உயிர்ப் பெருக்கத்தை - கேம்பிரிய வெடிப்பு - எதிர்கொண்டன. இன்று, நாம் அனைவருமே டெக்னியத்தின் கேம்பிரிய வெடிப்பிற்கு சாட்சியாக இருக்கிறோம். தினமும் பிறந்துகொண்டே இருக்கும் தொழில்நுட்பத்தின் புதிய உயிரினம் எண்ணமுடியாத அளவில் பரிணமித்துக் கொண்டிருக்கிறது என்பதுடன், ஒவ்வொரு தொழில்நுட்பமுமே மற்ற புதிய தொழில்நுட்பங்களை உருவாக்குதற்கான கருவிகளாகவும் ஆகிவிட்டன. கம்ப்யூட்டர் கண்டுபிடிக்கப்பட்டதானது ஸ்மார்ட்போன்கள் முதலாக, விண்வெளி ஓடங்கள் மற்றும் ரோபாடிக் அறுவை சிகிச்சைகள் என நாம் திகைக்க வைக்கும் அளவுக்கான புதிய கருவிகளை கட்டமைக்க நமக்கு உதவியிருக்கின்றன. நம்முடைய மனதால் புரிந்துகொள்ளக் கூடியவற்றைக் காட்டிலும் அதிவேகமாக நடக்கின்ற புதிய கண்டுபிடிப்புகளின் பெருக்கத்தை நாம் பார்த்து வருகிறோம். இந்த புதிய ராஜ்ஜியத்தை உருவாக்கியவர்களே நாம்தான் - டெக்னியம்."

இப்போது திரையில், நீலநிற குமிழை விழுங்கிவிட்டு நம்மைக் கலங்கவைக்கும் வகையில் பெரிதாகிவரும் கறுப்புநிறக் குமிழின் பிம்பம் திரும்பி வந்தது. தொழில்நுட்பம் மனிதத்தன்மையை அழிக்கிறதா? லேங்டனுக்கு அந்த கருத்தாக்கம் அச்சமூட்டியது, ஆனாலும் அவருடைய உள்ளுணர்வு அது மிகவும் சாத்தியமற்றது எனக் கூறியது. அவருக்கு, மனிதர்களை அழிப்பதற்கு இயந்திரங்கள் வேட்டையாடுகின்ற ஒரு படுமோசமான டெர்மினேட்டர் திரைப்படத்தைப் போன்ற எதிர்காலம் டார்வினியத்திற்கு எதிரானதாகவே தோன்றியது. மனிதர்கள் தொழில்நுட்பத்தை கையாளுகிறார்கள்; மனிதர்களுக்கு உயிர்பிழைத்திருக்கும் உள்ளுணர்வு உண்டு; தொழில்நுட்பம் நம்மை விஞ்சுவதற்கு மனிதர்கள் ஒருபோதும் விட்டுவிட மாட்டார்கள்.

இந்த தர்க்கபூர்வ சிந்தனைத்தொடர் அவர் மனதைக் கடந்து சென்றாலும் தான் அப்பாவித்தனமாக இருக்கிறோம் என்பதை லேங்டன் அறிவார். எட்மண்டின் செயற்கை அறிவுத்திறன் படைப்பாகிய வின்ஸ்டனுடன் ஒருங்கிணைந்திருந்தாலும், செயற்கை அறிவுத்திறனின் அதிநவீனத்துவத்தைப் பற்றி லேங்டன்

அரிதாகத்தான் கவனம் செலுத்தியிருக்கிறார். எட்மண்டின் விருப்பங்களுக்குத்தான் வின்ஸ்டன் சேவை செய்கிறான் என்றாலும், வின்ஸ்டன் போன்ற இயந்திரங்கள் தங்களை திருப்திப்படுத்தக் கூடிய முடிவுகளை எடுக்கத் தொடங்குவதற்கு எவ்வளவு காலம் ஆகிவிடப்போகிறது என்றும் லேங்டன் வியந்தார்.

“எனக்கு முன்னால் இருக்கும் பலரும் நிச்சயமாக தொழில்நுட்ப ராஜ்ஜியத்தை முன்னூகித்திருப்பீர்கள்” என்றான் எட்மண்ட், “ஆனால் அதை உருமாதிரியாக்குவதில் நான் வெற்றிபெற்றுவிட்டேன் . . . அது நமக்கு என்ன செய்யும் என்பதையும் என்னால் காட்ட முடியும்.” அவன் கறுத்த குமிழை சுட்டிக்காட்டினான், அது 2050-ஆம் ஆண்டில் திரை முழுவதும் பரவியிருந்ததுடன், இந்த கிரகத்தையே அது மொத்தமாக ஆக்கிரமித்திருப்பதையும் சுட்டிக்காட்டியது. “முதல் பார்வையிலேயே இந்த போலியாக்கமானது ஒரு மிகவும் பயங்கரமான படத்தைத்தான் காட்டியிருக்கிறது என்பதை நான் ஒப்புக்கொள்கிறேன். . .”

எட்மண்ட் சற்று இடைவெளி விட்டான், ஒரு நன்கு பழக்கமான மினுங்கல் அவன் கண்களுக்கு திரும்பி வந்தது.

“ஆனால், நாம் உண்மையிலேயே இன்னும் நெருங்கிச் சென்று பார்க்க வேண்டும்” என்றான் அவன்.

அந்தக் காட்சி இப்போது கறுத்த குமிழை பெரிதுபடுத்திக் காட்டியது, அந்த பிரமாண்டமான வட்டம் ஆழ் கருமையாக அல்லாமல் கருஞ்சிவப்பாக மாறுவதை லேங்டனால் பார்க்க முடிகின்றவரை அது பெரிதானது.

“நீங்களே பாருங்கள், மனிதக் குமிழை விழுங்கிக் கொண்டிருக்கின்ற தொழில்நுட்பம் எனும் கறுத்த குமிழ் ஒரு மாறுபட்ட சாயலாக -கருஞ்சிவப்பு சாயல்- இரண்டு நிறங்களுமே சரிசமமாக கலந்துவிட்டதைப் போல் காணப்படுகிறது.”

இது நல்ல செய்தியா அல்லது கெட்ட செய்தியா என்று லேங்டனுக்குத் தெரியவில்லை.

“இங்கே நீங்கள் பார்ப்பது ஒன்றையொன்று சார்ந்திருந்து வாழும் ஒரு அரிதான பரிணாம நிகழ்முறை” என்றான எட்மண்ட். “வழக்கமாக, பரிணாமம் என்பது ஒரு இரண்டாக பிரிவுபடும் நிகழ்முறை, ஆனால் சிலசமயங்களில், மிக அரிதாக, இரண்டு உயிரினங்கள் ஒன்றையொன்று சார்ந்திராமல் வாழமுடியாது என்றால் அந்த நிகழ்முறை பின்னோக்கி திரும்புகிறது . . . ஒரு உயிரினம் பிளவுபடுவதற்கு பதிலாக, இரண்டு உயிரினங்கள் ஒன்றாக இணைகின்றன.”

இந்த நிகழ்முறை லேங்டனுக்கு முரணிலை இணைவை ஞாபகப்படுத்தியது - அதாவது இரண்டு வேறுபட்ட மதங்கள் இணைந்து ஒரு முற்றிலும் புதிய இறைநம்பிக்கையை உருவாக்குவது.

“மனிதர்களும் தொழில்நுட்பமும் இணைவார்கள் என்பதை உங்களால் நம்ப முடியவில்லை என்றால் உங்களைச் சுற்றிலும் பாருங்கள்” என்றான் எட்மண்ட்.

அந்த திரை இப்போது அதிவிரைவான காட்சியோட்டத்தைக் காட்டியது - செல்போன்களை பிடித்தபடி இருப்பவர்கள், நிகர்மெய்மை கண்ணாடிகளை அணிந்திருப்பவர்கள், தங்களுடைய காதுகளில் உள்ள ப்ளூடூத் சாதனங்களை சரிசெய்பவர்கள்; தங்கள் கைகளில் இசைக்கருவியை பொருத்திக் கொண்டபடி ஓடிக்கொண்டிருப்பவர்கள்; “ஸ்மார்ட் ஸ்பீக்கரை” மையத்தில் வைத்திருக்கும் ஒரு குடும்பத்தினரின் உணவு மேசை; கம்ப்யூட்டர் டேப்ளட்டில் விளையாடிக்கொண்டிருக்கும் குழந்தை.

“இவையெல்லாமே பிரிவுபடு நிகழ்முறையின் ஆரம்ப நிலைகள்” என்றான் எட்மண்ட். “நாம் நம்முடைய மூளைக்குள் கம்ப்யூட்டர் சிப்புகளை பொருத்தவும், நமக்குள் நிரந்தரமாக வாழ்ந்துவிடக்கூடிய சின்னஞ்சிறிய கொலஸ்ட்ரால் உண்ணும் நானோபாட்களை நம்முடைய இரத்தத்திற்குள் செலுத்திக்கொள்ளவும், நம்முடைய மனங்களால் கட்டுப்படுத்தப்படும் ஒருங்கிணைவு உறுப்புகளை உருவாக்கவும், நம்முடைய மரபணுவை மேம்படுத்திக்கொள்ள *CRISPR* போன்ற மரபணுத் தொகுப்புக் கருவிகளை பயன்படுத்தவும்,

சொல்லப்போனால், நம்மை நாமே மேம்படுத்திக்கொள்ளும் அளவுக்கு நம்மை உருவாக்கிக்கொள்ளவும் தொடங்கிவிட்டோம்."

எட்மண்டின் தோரணை இப்போது ஏறக்குறைய மகிழ்ச்சிகரமாக, உணர்ச்சியையும் பரவசத்தையும் வெளிப்படுத்தக்கூடியதாக காணப்பட்டது.

"மனித உயிர்கள் முற்றிலும் வேறொன்றாகவே பரிணமித்துவிட்டன" என்றான் அவன். "நாம் கலப்பு உயிரினமாகிக் கொண்டிருக்கிறோம் - உயிரியல் மற்றும் தொழில்நுட்பவியலின் இணைப்பு. நம்முடைய உடல்களுக்கு வெளியில் இருந்து வாழ்ந்து கொண்டிருக்கும் அதே கருவிகள்தான் - ஸ்மார்ட்போன்கள், கேட்புக் கருவிகள், படிப்பதற்கான கண்ணாடிகள், பெரும்பாலான மருந்துகள் - இன்னும் ஐம்பது வருடங்களில், நம்மை நாமே ஹோமோ ஸேபியன்கள் என்று நினைத்துக்கொள்ள முடியாத அளவுக்கு நம்முடைய உடல்களுக்குள் நிறுவப்பட்டுவிடும்."

எட்மண்டிற்கு பின்னால் ஒரு பிரபலமான படம் மறுபடியும் தோன்றியது - சிம்பன்ஸியில் இருந்து நவீன மனிதன் வரையிலான ஒற்றை வரிசை முன்னேற்றம்.

"கண்சிமிட்டும் நேரத்தில்" என்றான் எட்மண்ட், "பரிணாமத்தின் சொடக்கு புத்தகத்தில் நாம் அடுத்த பக்கமாகிவிடுவோம். நாம் அப்படிச் செய்யும்போது, இப்போது நியாண்டர்தால் மனிதனை நாம் எப்படித் திரும்பிப் பார்ப்போமோ அதே போன்றுதான் இன்றுள்ள ஹோமோ ஸேபியன்களையும் நாம் திரும்பிப் பார்ப்போம். சைபர்நெட்டிக், சின்தடிக் இண்டலிஜென்ஸ், கிரயோனிக்ஸ், மாலிக்யுலர் என்ஜினிரிங் மற்றும் வர்ச்சுவல் ரியாலிட்டி போன்ற புதிய தொழில்நுட்பங்கள் மனிதன் என்பதற்கான அர்த்தத்தை நிரந்தரமாக மாற்றிவிடும். ஹோமோ ஸேபியன்களாக உங்களை நம்புகிற நீங்களே கடவுளால் தேர்ந்தெடுக்கப்பட்ட உயிரினமாக இருக்கிறீர்கள் என்பதையும் நான் உணர்ந்திருக்கிறேன். இந்தச் செய்தி உங்களுக்கு இந்த உலகின் முடிவாக தோன்றலாம் என்பதும் எனக்குப் புரிகிறது. ஆனால் உங்களை கெஞ்சிக் கேட்கிறேன், என்னை நம்புங்கள் . . . எதிர்காலமானது நீங்கள் கற்பனை செய்வதைவிட இன்னும் பிரகாசமாகத்தான் இருக்கும்."

நம்பிக்கை மற்றும் நேர்மறை எண்ணத்தின் திடீர் பொழிவால், அந்த மாபெரும் எதிர்காலவியலாளர் நாளை என்பதற்கான சிலிர்க்க வைக்கும் விவரணையை தொடங்கி வைத்திருக்கிறான், அது லேங்டன் இதுவரை கற்பனை செய்துகூடப் பார்த்திராக எதிர்காலத்தைப் பற்றிய ஒரு தொலைநோக்கு.

இருப்பவர்கள் மற்றும் இல்லாதவர்களுக்கு இடையில் உள்ள இடைவெளியை நிரப்பும் வகையில் தொழில்நுட்பமானது மிகவும் செலவு குறைந்ததாகவும், எளிதில் எல்லோருக்குமே கிடைக்கக் கூடியதாகவும் இருக்கப்போகும் எதிர்காலத்தைப் பற்றி எட்மண்ட் ஏற்றுக்கொள்ளக்கூடிய வகையில் விளக்கினான். அது, பில்லியன்கணக்கான மக்களுக்கு தண்ணீரை, ஊட்டச்சத்துமிக்க உணவை, சுத்தமான ஆற்றலை வழங்கக்கூடிய அளவுக்கான எதிர்காலம். மரபியல் மருந்துகளின் காரணமாக எட்மண்டின் புற்றுநோய் போன்ற நோய்கள் ஒழிக்கப்படும் எதிர்காலம். இணையத்தளத்தின் அற்புதமான சக்தி, உலகின் மிகவும் தொலைதூரப் பிரதேசங்களிலும்கூட கல்விக்காக ஆதிக்கம் செலுத்தும் சக்தியாக விளங்கும். அசெம்பிளி-லைனில் உள்ள ரோபாட்கள் மனதை-மரத்துப்போகச் செய்யும் வேலைகளில் இருந்து தொழிலாளர்களை விடுவிக்கும், அதனால் அவர்கள் இப்போதும் கற்பனைகூட செய்து பார்த்திராக பகுதிகளில் இன்னும் அதிகப்படியான பலனைப் பெறக்கூடிய துறைகளில் தங்கள் தேடலை விரிவுபடுத்துவார்கள். எல்லாவற்றிற்கும் மேலாக, மனிதகுலத்தின் மீது போரை நிகழ்த்துவதற்கு காரணமாக இருக்கின்ற முக்கியமான மூலாதாரங்களை புதிதுபுதிதான தொழில்நுட்பங்கள் அபரிமிதமாக உருவாக்கும் என்பதால் அத்தகைய சச்சரவுகளுக்கு இனியும் இடமிருக்காது.

நாளை என்பதற்கான எட்மண்டின் தொலைநோக்குப் பார்வையை கேட்டுக் கொண்டிருக்கையில் பல வருடங்களாக அவர் அனுபவித்திராக உணர்ச்சிப் பெருக்கை லேங்டன் உணர்ந்தார். அதே உணர்வைத்தான் இதே நேரத்தில் இதைப் பார்த்துக் கொண்டிருக்கும் மில்லியன்கணக்கான மற்ற பார்வையாளர்களும் அடைந்திருப்பார்கள் என்பது அவருக்குத் தெரியும் - அது எதிர்காலத்தைப் பற்றிய ஒரு எதிர்பாராத நன்னம்பிக்கையின் உணர்ச்சிப்பெருக்கு.

“ஆனால், வரப்போகும் யுகத்தின் அற்புதங்களைப் பற்றிய ஒரே ஒரு வருத்தம்தான் எனக்கு இருக்கிறது” என்ற எட்மண்டின் குரல் திடீர் உணர்ச்சிப்பெருக்கால் தடைபட்டது. “இதையெல்லாம் பார்க்க நான் இருக்க மாட்டேன் என்பதுதான் என்னுடைய வருத்தம். என்னுடைய நெருங்கிய நண்பர்களுக்குகூட தெரியாத வகையில், நான் இச்சமயத்தில் மிகுந்த நோய்வாய்ப்பட்டிருக்கிறேன் . . . நான் திட்டமிட்டபடி என்னால் நீண்டகாலம் வாழ்ந்துவிட முடியாது.” அவன் எப்படியோ சமாளித்து கசப்பான புன்னகையை வெளிப்படுத்தினான். “நீங்கள் இதைப் பார்த்துக்கொண்டிருக்கும் நேரத்தில், நான் உயிருடன் இருப்பதற்கு சில வாரங்களே சாத்தியமிருக்கிறது . . . அது சில நாட்களாகவும் இருக்கலாம். உங்களிடத்தில் இன்றிரவு நான் இதை தெரிவிப்பதற்காக என் வாழ்வில் மிகுந்த கௌரவத்தையும் மகிழ்ச்சியையும் அடைந்திருக்கறேன் என்பதை தயவுசெய்து என்னுடைய நண்பர்கள் தெரிந்துகொள்ள வேண்டும். கேட்டுக்கொண்டிருந்தமைக்காக நான் உங்களுக்கு நன்றி தெரிவித்துக் கொள்கிறேன்.”

ஆம்ரா இப்போது லேங்டனுக்குப் பக்கத்தில் எழுந்து நின்றிருந்தாள், அவர்கள் இருவருமே தங்களுடைய நண்பன் இந்த உலகத்திற்கு அளித்துக் கொண்டிருக்கும் அறிவிப்பை போற்றுதலுடனும் ஆற்றாமையுடனும் பார்த்தனர்.

“நாம் இப்போது வரலாற்றின் விசித்திரமானதொரு புள்ளியில் நிலைகொண்டிருக்கிறோம்” என்று தொடர்ந்தான் எட்மண்ட், “இந்த உலகம் தலைகீழாக மாறிக்கொண்டிருப்பதை உணரும் நேரத்தில், நாம் நினைத்ததுபோன்றே எல்லாம் நடந்துவிடாது என்கிற நேரத்தில் அது நமக்குத் தெரிய வரும். ஆனால் நிச்சயமின்மையே மாற்றத்தை துரிதப்படுத்தும் முன்னோடியாக எப்போதும் இருந்து வந்திருக்கிறது; நிலைமாற்றம் எப்போதுமே திடீர்மாற்றங்கள் மற்றும் அச்சத்திற்கு அடுத்தபடியாக வந்துசேரும். மனிதர்களின் படைப்புத்திறன் மற்றும் அன்பிற்கு உண்டான திறன்மீது உங்கள் நம்பிக்கையை வையுங்கள் என்று நான் உங்களை வலியுறுத்துகிறேன், ஏனென்றால் இந்த இரண்டு சக்திகள்தான், அவை ஒன்றாக சேரும்போது எத்தகையதொரு இருளுக்கும் ஒளிகொடுக்கும் சக்தியுள்ளவை.”

ஆம்ராவைப் பார்த்த லேங்டன் அவள் முகத்தில் கண்ணீர் வழிந்தோடுவதைக் கண்டாள். அவர் அவளை மென்மையாகப் பிடித்து அவளைச் சுற்றி தன் கைகளை போட்டுக்கொண்டு, தன்னுடைய மரணமடைந்த நண்பன் இந்த உலகை நோக்கி தன்னுடைய இறுதி வார்த்தைகளைப் பேசிக்கொண்டிருப்பதை பார்த்துக் கொண்டிருந்தார்.

“நாம் ஒரு வரையறுக்கப்படாத நாளைக்குள் நுழையும்போது” என்றான் எட்மண்ட், “நாம் கற்பனைகூட செய்துபார்த்திராத மகத்தான ஒன்றாக நாம் மாறிவிடுவோம், அது நம்முடைய அற்புதக் கனவுகளுக்கும் அப்பாற்றபட்ட சக்திகளைக் கொண்டதாக இருக்கும். அப்படிச் செய்யும்போது நாம் சர்ச்சிலின் ஞானத்தை மறந்துவிடக்கூடாது, அவர்தான் நம்மை எச்சரித்தார்: ‘மகாத்துவத்தின் விலை என்பது ... பொறுப்புணர்வு’”

மனித இனம் இப்போது படைத்துவரும் தீங்குவிளைவிக்கும் கருவிகளுக்கு ஏற்ப தன்னை பொறுப்புள்ளவர்களாக மாற்றிக்கொள்ளவில்லையோ என்று பயந்துகொண்டே இருந்த லேங்டனிடம் அந்த வார்த்தைகள் எதிரொலித்துக்கொண்டே இருந்தன.

“நான் ஒரு நாத்திகனாக இருந்தாலும்” என்றான் எட்மண்ட், “உங்களை விட்டுப் போகும் முன்னர், நான் சமீபத்தில் எழுதிய ஒரு பிரார்த்தனையை உங்களுக்குப் படித்துக்காட்ட உங்களுடைய உடன்பாட்டிற்கு அனுமதி கோருகிறேன்.”

எட்மண்ட் ஒரு பிரார்த்தனையை எழுதியிருக்கிறானா?

“நான் இதனை ‘எதிர்காலத்திற்கான பிரார்த்தனை என்பேன்.’” எட்மண்ட் தன் கண்களை மெதுவாக மூடிக்கொண்டான். “நம்முடைய தத்துவங்களுக்கு நமது தொழில்நுட்பங்களுடன் அமைதி உண்டாகட்டும். நம்முடைய அரவணைப்பிற்கு நமது அதிகாரங்களுடன் அமைதி உண்டாகட்டும். அச்சம் அன்றி, நாம் அன்பின் இயங்குவிசையாக இருப்போம்.”

அத்துடன் எட்மண்ட் தன் கண்களைத் திறந்தான். “போய் வருகிறேன், நண்பர்களே, நன்றி.” என்றான் அவன். “நீங்கள் விரும்பாவிட்டாலும் சொல்கிறேன் . . . நல்வாழ்த்துகள்.”

எட்மண்ட் ஒருகணம் கேமராவைப் பார்த்தான், அவனுடைய முகம் வெண்ணிற இரைச்சலில் மறைந்துபோனது. அப்படியே நின்றுபோன காட்சியையே உற்றுப் பார்த்துக் கொண்டிருந்த லேங்டன் தன்னுடைய நண்பனிடத்தில் அவர் கொண்டிருந்த பெருமையின் ஊற்று பெருக்கெடுப்பதை உணர்ந்தார்.

ஆம்ராவிற்கு பக்கத்தில் நின்றிருந்த லேங்டன், எட்மண்டின் உயிர்துடிப்புமிக்க சாதனையை பார்த்துக் கொண்டிருக்கும் உலகம் முழுவதிலும் உள்ள மில்லியன்கணக்கான மக்களை கற்பனை செய்துபார்த்தார். ஒருவேளை இந்த பூமியில் எட்மண்டின் கடைசி இரவு முடிந்தவரை எல்லாவிதத்திலும் மிகச்சிறப்பாக தன்னை வெளிக்காட்டிக் கொண்டதோ என்று வியந்தது அவருக்கு விசித்திரமாகத்தான் தோன்றியது.

97

மோனிகா மார்டினுடைய கீழ்த்தள அலுவலகத்தின் பின்சுவற்றிற்கு நேராக நின்றுகொண்டிருந்த கமாண்டர் டியாகோ கார்ஸியா தொலைக்காட்சித் திரையை வெறுமையாக உற்றுப் பார்த்துக் கொண்டிருந்தார். அவருடைய கைவிலங்கு இன்னும் அகற்றப்படவில்லை, அவருக்கருகில் இரண்டு கார்டியா ஏஜெண்டுகள் நின்றிருந்தனர், மோனிகா மார்டினின் வேண்டுகோளுக்கிணங்க அவரை ஆயுதச்சாலையில் இருந்து வெளியே சென்று கிர்ஷின் அறிவிப்பை பார்க்க அவர்கள் அனுமதித்திருந்தனர்,

மோனிகா மார்டின், சுரேஷ், ஒரு அரை டசன் கார்டியா ஏஜெண்டுகள் மற்றும் தங்களுடைய கடமைகளை அப்படியே விட்டுவிட்டு கீழ்த்தளத்திற்கு எதிர்பாராத வகையில் வந்து சேர்ந்துவிட்ட இரவுநேர அலுவலர் குழு ஆகியோருடன் சேர்ந்து கார்ஸாவும் அந்த எதிர்காலவியலாளரின் காணொலிக் காட்சியை பார்த்தார்.

இப்போது, தொலைக்காட்சிக்கு முன்பிருந்த கார்ஸாவுக்கு கிர்ஷின் அறிவிப்பை முடித்து வைத்த சலனமற்ற காட்சியானது உலகம் முழுவதிலும் இருந்து வந்த செய்திகளின் தொகுப்பாக தனித்தனி பாளங்களுக்கு மாறியது - செய்தித் தொகுப்பாளர்கள் மற்றும் பண்டிதர்கள் அந்த எதிர்காலவியலாளரின் கூற்றுக்களை ஆராயவும், தங்களுடைய பகுப்பாய்வுகளை தொடங்கி வைக்கவும் மூச்சுவிடாமல் முயன்றுகொண்டிருந்தனர் - அவர்கள் எல்லோரும் ஒரே நேரத்தில் பேசவே ஒத்திசைவற்ற கூச்சலாக அது மாறிப்போனது.

அந்த அறைக்குள் நுழைந்த கார்ஸாவின் மூத்த ஏஜெண்டுகளில் ஒருவர் அந்தக் கூட்டத்தை ஆராய்ந்து பார்த்துவிட்டு, கமாண்டரை கண்டுபிடித்து அவரை நோக்கி விறைப்பாக நடந்து வந்தார். எந்த விளக்கமும் இல்லாமலேயே, அந்தக் காவலர் கார்ஸாவின் கைவிலங்குகளை நீக்கிவிட்டு ஒரு செல்போனை நீட்டினார். "உங்களுக்கு ஒரு அழைப்பு வந்திருக்கிறது, சார் - பிஷப் வால்டஸ்பினோ."

கார்ஸா அந்தக் கருவியை உற்றுப் பார்த்தார். அந்த பிஷப் அரண்மனையில் இருந்து ரகசியமாக வெளியேறியது மற்றும் குற்றத்திற்கு உடந்தையாகும்படியாக அவருடைய போனில் கண்டுபிடிக்கப்பட்ட குறுஞ்செய்தி ஆகியவற்றை வைத்துப் பார்க்கும்போது இன்றிரவு தன்னை அழைக்கக்கூடிய கடைசி நபர் வால்டஸ்பினோவாகத்தான் இருப்பார் என கார்ஸா எதிர்பார்த்திருந்தார்..

"டியாகோ பேசுகிறேன்" என்றார் அவர்.

"பதிலளித்தமைக்கு நன்றி" என்ற பிஷப்பின் குரல் சோர்ந்துபோயிருந்தது. "உங்களுக்கு இன்றிரவு அவ்வளவு மகிழ்ச்சிகரமானதாக இருந்திருக்காது என்பது எனக்குத் தெரியும்."

"நீங்கள் எங்கே இருக்கிறீர்கள்?" என்றார் கார்ஸா.

"மலைத்தொடரில். வீழ்ந்தார் பள்ளத்தாக்கில் இருக்கும் பாஸிலிக்காவிற்கு வெளியே இருக்கிறோம். நான் இப்போதுதான் இளவரசர் ஜூலியனையும், மேன்மை பொருந்திய அரசரையும் சந்தித்தேன்."

இந்த நேரத்தில், வீழ்ந்தார் பள்ளத்தாக்கில் அரசர், அதுவும் அவர் இருக்கின்ற நிலையில் என்ன செய்துகொண்டிருக்கிறார் என்பதை கார்ஸாவால் கற்பனை செய்யவே முடியவில்லை. "அரசர்தான் என்னை கைது செய்யச் சொன்னார் என்பது உங்களுக்குத் தெரியும்தானே?"

"ஆமாம், அது ஒரு வருந்தத்தக்க பிழை, அதற்கு நாங்கள் தீர்வு கண்டே ஆகவேண்டும்."

கார்ஸா தன்னுடைய கைவிலங்கு நீக்கப்பட்ட மணிக்கட்டுகளை பார்த்துக்கொண்டார்.

"மேன்மை பொருந்தியவர் உங்களை போனில் அழைத்து தன்னுடைய வருத்தங்களை தெரிவிக்கச் சொன்னார். நான் அவரை இங்குள்ள எல் எஸ்காரியல் மருத்துவமனையில் வைத்துப் பார்த்துக் கொண்டிருக்கிறேன். அவருடைய நேரம் நெருங்கி விட்டதோ என்றும் நினைக்கிறேன்."

உங்களுக்கும்தான் என்று நினைத்தார் கார்ஸா. "உங்களுக்கு அறிவுறுத்தும்படியான ஒரு உரையை உங்கள் போனில் சுரேஷ் கண்டுபிடித்திருக்கிறான் - அது முற்றிலும் ஒரு குற்றச்செயலோடு சம்பந்தப்பட்ட ஒன்றாகத் தெரிகிறது. ConspiracyNet.com வலைத்தளம் அதை விரைவில் வெளியிடப்போகிறதென்று நினைக்கிறேன். அநேகமாக அதிகாரிகள் உங்களை கைது செய்யவும் நேரிடலாம்."

வால்டஸ்பினோ ஆழ்ந்த பெருமூச்சு விட்டுக்கொண்டார். "ஆமாம், அந்த செய்தி. அது வந்த உடனேயே நான் உங்களைத் தேடி வந்திருக்க வேண்டும். எட்மண்ட் கிர்ஷின் மரணத்துடனோ, என்னுடைய இரண்டு சகாக்களின் மரணத்துடனோ எனக்கு எந்த சம்பந்தமும் இல்லை என்று சொல்லும்போது தயவுசெய்து என்னை நம்புங்கள்."

"ஆனால் அந்த செய்தி உங்களைத்தானே தெளிவாக சம்பந்தப்படுத்துகிறது -"

"நான் சிக்க வைக்கப்பட்டேன், டியாகோ" என்று குறுக்கிட்டார் பிஷப். "குற்றத்தில் தொடர்புள்ளவனாக என்னை ஆக்கும் அளவுக்கு யாரோ செயல்பட்டிருக்கிறார்கள்."

வால்டஸ்பினோவுக்கு கொலைசெய்யும் அளவுக்கான திறன் இருக்கும் என்பதை கார்ஸா ஒருபோதும் நினைத்துக்கூட பார்த்ததில்லை என்றாலும், அவரை யாரோ சிக்க வைத்திருக்கிறார்கள் என்ற கூற்றிலும் அர்த்தமிருப்பதாகவே தோன்றியது. "யார் உங்களை அப்படி சிக்கவைக்க முயற்சிக்கிறார்கள்?"

"அது எனக்குத் தெரியாது" என்ற பிஷப்பின் குரல் மிகவும் தழுதழுத்தும் குழம்பியும் காணப்பட்டது. "அது இப்போது ஒரு விஷயமாக எனக்குத் தெரியவில்லை. என்னுடைய நற்பெயர் அழிக்கப்பட்டுவிட்டது; என்னுடைய நேசத்திற்குரிய நண்பரான அரசர் மரணத்தை நெருங்கிக்கொண்டிருக்கிறார்; இந்த இரவு என்னிடம் இருந்து எடுத்துக்கொள்ள இதற்கு மேல் எதுவுமில்லை." வால்டஸ்பினோவின் குரலுக்கு ஒரு பயங்கரமான முடிவு வந்துசேர்ந்திருந்தது.

"அண்டோனியோ . . . உங்களுக்கு ஒன்றுமில்லையே?"

வால்டஸ்பினோ பெருமூச்சு விட்டார். "ஒன்றுமில்லை, கமாண்டர். நான் சோர்ந்து போயிருக்கிறேன். வரப்போகும் விசாரணையை என்னால் தாக்குப்பிடிக்க முடியுமா என்று தெரியவில்லை. அப்படியே முடிந்தாலும், இந்த உலகம் என்னை கைவிட்டுவிடும் என்றே தோன்றுகிறது."

அந்தக் கிழ பிஷப்பின் குரல் மனமுடைந்து போயிருப்பதை கார்ஸாவால் கேட்க முடிந்தது.

"ஒரு சிறு உதவி கேட்கலாமா" என்றார் வால்டஸ்பினோ. "ஒரே நேரத்தில் நான் இரண்டு அரசர்களுக்கு சேவை புரிந்திருக்கிறேன் - ஒருவர் தன்னுடைய மகுடத்தை விட்டு விலகுகிறார், ஒருவர் அதை நோக்கி விரைகிறார். இளவரசர் ஜூலியன் தன்னுடைய மணமகளுடன் தொடர்புகொள்ள இரவு முழுவதும் முயற்சித்திருக்கிறார். ஆம்ரா வைடலை உங்களால் தொடர்புகொள்ள முடியுமானால், நம்முடைய எதிர்கால அரசர் உங்களுக்கு என்றென்றும் கடன்பட்டிருப்பார்."

மலை தேவாலயத்திற்கு வெளியே பரந்துவிரிந்திருக்கும் சதுக்கத்தில், பிஷப் வால்டஸ்பினோ அந்த வீழ்ந்தார் பள்ளத்தாக்கையே உற்றுப் பார்த்திருந்தார். விடியலுக்கு முந்தைய மூடுபனி ஏற்கனவே பைன் மரங்களுக்கிடையே எழத் தொடங்கியிருந்தது, எங்கோ தொலைவில் இரைப் பறவையின் கீச்சொலி அந்த இரவை கிழித்துச் சென்றது.

பிணந்தின்னி சந்நியாசி என்று நினைத்துக்கொண்ட வால்டஸ்பினோ அந்த ஒலியால் விசித்திரமான வேடிக்கை உணர்வடைந்தார். அந்தப் பறவையின் வேதனையான கத்தல் ஒலி அத்தருணத்தில் விசித்திரமானதொரு பொருத்தமாகத் தோன்றியது, ஒருவேளை இந்த உலகம் அவருக்கு ஏதேனும் சொல்ல விரும்புகிறதோ என்னவோ என்று பிஷப் வியந்துகொண்டார்.

அருகாமையில், கார்டியா ஏஜெண்டுகள் அரசரை மறுபடியும் எல் எஸ்காரியல் மருத்துவமனைக்கு திரும்பவும் கூட்டிச்செல்வதில் ஈடுபட்டிருந்தனர்.

நான் உங்களைப் பார்த்துக்கொள்ள வருவேன், நண்பரே என்று நினைத்துக் கொண்டார் பிஷப். அதுவும், அவர்கள் என்னை அனுமதித்தால்.

கார்டியா ஏஜெண்டுகள் திரும்பத்திரும்ப மினுங்கும் தங்களுடைய செல்போன்களையே பார்த்துக் கொண்டிருந்தனர், அவர்களுடைய கண்கள் வால்டஸ்பினோவை நோக்கியே திரும்பிக் கொண்டிருந்தன, அது அவர்கள் அவரை சீக்கிரத்திலேயே கைது செய்ய முற்படுவார்கள் என்பதைப் போல் இருந்தது.

ஆனாலும் நான் குற்றமற்றவன் என்று நினைத்துக்கொண்ட பிஷப், தான் தொழில்நுட்ப நிபுணத்துவம் பெற்ற கிர்ஷின் நாத்திக தொண்டர்களுள் ஒருவரால்தான் சிக்க வைக்கப்பட்டிருக்கிறோம் என்று ரகசியமாக சந்தேகமும் கொண்டிருந்தார். வளர்ந்துவரும் நாத்திக சமூகமானது வில்லன் கதாபாத்திரத்தில் வைத்து தேவாலயத்தை பார்ப்பதைத் தவிர வேறு எதனாலும் மகிழ்ச்சியடைவதில்லை.

பிஷப்பின் சந்தேகத்தை ஆழப்படுத்தும் வகையில் இன்றிரவு கிர்ஷின் அறிவிப்பை பற்றிய செய்திகளையும் அவர் இப்போதுதான் கேட்டறிந்தார். மாண்ட்ஸெராட் நூலகத்தில்

வால்டஸ்பினோவிற்காக கிர்ஷ் காட்டிய வீடியோவைப் போல் அல்லாமல், இன்றிரவு காட்சி ஒரு நம்பிக்கை மிகுந்த குறிப்பாகவே முடிவுக்கு வந்திருக்கிறது.

கிர்ஷ் எங்களை ஏமாற்றிவிட்டான்.

ஒருவாரத்திற்கு முன்னர், வால்டஸ்பினோவும் அவருடைய சகாக்களும் கண்ட அறிவிப்புக் காட்சி முடிவதற்கு முன்னே நிறுத்தப்பட்டது ... அது மனிதர்கள் அனைவரையும் அழித்தொழிப்பதாக முன்னூகிக்கும் பயங்கரமான கிராபிக் காட்சியுடன் முடிவுக்கு வந்திருந்தது.

ஒரு அழிவுப் பிரளயம்.
நீண்டகாலமாகவே முன்கூறப்பட்டு வந்த இறுதிநாள்.

அந்த முன்னூகிப்பு ஒரு பொய்யாகத்தான் இருக்கும் என்று வால்டஸ்பினோ நம்பியிருந்தாலும்கூட, எண்ணிறைந்த மக்கள் அதை ஒரு காத்திருக்கும் பேரழிவின் ஆதாரம் என்றே ஏற்றுக்கொண்டிருந்தனர்.

வரலாறு நெடுகிலுமே, அச்சம்கொண்ட இறைநம்பிக்கையாளர்கள் இறுதிநாள் முன்கூறல்களுக்கு இரையாக வீழ்ந்திருக்கிறார்கள்; அழிவுநாள் மதக்கோட்பாடுகள், வரப்போகும் குரூரங்களைத் தவிர்க்க கூட்டுத் தற்கொலைகளை உருவாக்கியிருக்கின்றன, பக்திமிக்க அடிப்படைவாதிகள் முடிவு நெருங்கிவிட்டது என்ற நம்பிக்கையை துரிதப்படுத்தியிருக்கிறார்கள்.

அவநம்பிக்கையை காட்டிலும் குழந்தைகளுக்கு அதிக சேதாரத்தை ஏற்படுத்தியது வேறு எதுவும் இல்லை என்று நினைத்த வால்டஸ்பினோ, இறைவனின் அன்பும், வானுலகின் வாக்குறுதியும் இணைந்து தன்னுடைய குழந்தைப்பருவத்தில் மிகவும் மேன்மையாக்கும் சக்தியாக இருந்திருக்கிறது என்பதை நினைவுகூர்ந்தார். நான் இறைவனால் படைக்கப்பட்டேன், என்று குழந்தையாக இருக்கையில் அவர் கற்றுக்கொண்டார், ஒருநாள் நான் இறைவனின் ராஜ்ஜியத்தில் நிரந்தரமாக வாழ்ந்துகொண்டிருப்பேன்.

கிர்ஷ் இதற்கு எதிராக பிரகடனம் செய்தான்: நான் ஒரு பிரபஞ்ச விபத்து, சீக்கிரத்திலேயே நான் மரணமடைவேன்.

இந்த எதிர்காலவியலாளனின் செல்வச் செழிப்பையும் மேன்மையையும் அனுபவித்தோ, தினமும் சாப்பிடுவதற்கோ அல்லது தங்களுடைய குழந்தைகளுக்கு உணவளிக்கவோ போராடுகின்ற, தினமும் வெறுமனே படுக்கையில் இருந்து எழுந்து தங்களுடைய கஷ்டமான வாழ்க்கையை எதிர்கொள்ளும் நம்பிக்கையுடன் தெய்வீக நம்பிக்கை ஒளி தேவைப்படுகின்ற பாவப்பட்ட ஆன்மாக்களுக்கு கிர்ஷின் செய்தி ஏற்படுத்தியிருக்கும் சேதாரத்தைப் பற்றித்தான் வால்டஸ்பினோ மிகுந்த கவலை கொண்டிருந்தார்.

ஒரு இறுதிநாள் முடிவை கிர்ஷ் எதற்காக மதகுருக்களிடம் காட்டியிருக்க வேண்டும் என்பது வால்டஸ்பினோவுக்கு புதிராகவே இருந்தது. ஒருவேளை கிர்ஷ் தன்னுடைய மிகப்பெரிய ஆச்சரியத்தை பாதுகாப்பதற்காகவே அவ்வாறு செய்திருப்பானோ என்றும், அல்லது அவன் தங்களை சற்றேனும் துன்புறுத்திப் பார்க்க மட்டுமே விரும்பியிருப்பானோ என்றும் அவர் நினைத்தார்.

எப்படியோ, சேதாரம் என்பது நிகழ்த்தப்பட்டுவிட்டது.

வால்டஸ்பினோ சதுக்கத்தை பார்த்தபோது இளவரசர் ஜூலியன் தன்னுடைய தந்தையை வேனில் ஏற்ற அன்புடன் உதவிக்கொண்டிருப்பதைக் கண்டார். இந்த இளம் இளவரசர், அரசரின் ஒப்புதல் வாக்குமூலத்தை குறிப்பிடும்படியான அளவுக்கு நன்றாகவே கையாண்டிருக்கிறார்.

மேன்மை பொருந்தியவரின் பல வருட ரகசியம்.

பிஷப் வால்டஸ்பினோவுக்கும்கூட அரசரின் ஆபத்தான உண்மை பல வருடங்களாவே தெரியும் என்பதுடன் அவரும் அதை கடுமையான முறையில் பாதுகாத்து வந்திருக்கிறார். இன்றிரவு, அரசர் தனது ஆன்மாவை தன்னுடைய ஒரே மகனிடம் வெளிப்படுத்த தீர்மானித்துவிட்டார். அதை இங்கே -சகிப்பின்மைக்கான மலையுச்சி ஆலயத்திற்குள்ளாக- வைத்து செய்ய முடிவெடுத்ததன் மூலம் அரசர் ஒரு குறியீட்டுரீதியான அறைகூவலை விடுத்திருக்கிறார்.

இச்சமயத்தில், கீழேயிருக்கும் ஆழமான கணவாய்க்குள் வால்டஸ்பினோ பார்வையை செலுத்துகையில், தான் முற்றிலும் தனிமைப்பட்டிருப்பதை உணர்ந்தார் . . . அதைப் பார்த்தால் அவர் அந்த முனையில் ஏறிநின்று அந்த வரவேற்கும் இருளிற்குள் நிரந்தரமாக வீழ்ந்துவிடுவார் என்பதைப் போலிருந்தது. இருந்தாலும், அவர் அப்படிச் செய்துவிட்டால் நாத்திகத்திடம் உள்ள கிர்ஷின் பிணைப்பானது, இன்றிரவின் அறிவியல்பூர்வ அறிவிப்பின் விழிப்புணர்வினால் வால்டஸ்பினோ தனது இறைநம்பிக்கையை இழந்துவிட்டார் என்பதை மகிழ்ச்சியுடன் அறிவித்துவிட்டதைப் போலாகிவிடும் என்பது அவருக்கே தெரியும்.

என்னுடைய இறைநம்பிக்கை என்றைக்குமே வீழ்ந்துவிடாது, மிஸ்டர்.கிர்ஷ்.

உன்னுடைய அறிவியல் ராஜ்ஜியத்தையும் கடந்து நான் வாழ்வேன்.

ஒருபக்கம், தொழில்நுட்பத்தின் ஆதிக்கம் குறித்த கிர்ஷின் முன்கூறல் உண்மையாகிவிடும் என்றால், மனிதகுலமானது ஏறக்குறைய கற்பனை செய்யமுடியாத அறவியல் உறுதிப்பாடற்ற காலகட்டத்திற்குள் நுழையக்கூடும்.

நமக்கு இறைநம்பிக்கையும் தார்மீக வழிகாட்டுதலும்தான் முன்னெப்போதையும்விட இப்போது அதிகமாக தேவைப்படுகிறது.

அரசர் மற்றும் இளவரசர் ஜூலியனுடன் சேர்ந்துகொள்ள அந்த சதுக்கத்தை வால்டஸ்பினோ கடக்கையில் அவருடைய எலும்புகளுக்குள் சோர்வின் பிடிக்குள் தான் வீழ்ந்துவிட்ட உணர்வு ஆழமாக நிலைகொண்டது.

அத்தருணத்தில், தன்னுடைய வாழ்நாளிலேயே முதல்முறையாக, பிஷப் வால்டஸ்பினோ அப்படியே தரையில் படுத்து, தன்னுடைய கண்களை மூடி, நிரந்தரமாக துயில்கொள்ள விரும்பினார்.

98

பார்சிலோனா சூப்பர்கம்ப்யூட்டிங் மையத்திற்குள்ளே, கருத்துக்களின் ஓட்டமானது ராபர்ட் லேங்டனால் புரிந்துகொள்ளக்கூடியதைக் காட்டிலும் அதிவேகமாக எட்மண்டின் காட்சித்திரை சுவற்றில் ஓடிக்கொண்டிருந்தது. சற்று நேரத்திற்கு முன்னர்தான், சலனமற்றிருக்கும் திரையின் பளிங்குக் கற்கள் எல்லாம் பேசும் தலைகளுக்கும் செய்தி வழங்குநர்களின் - உலகம் முழுவதிலும் இருந்து வரும் சரமாரியான குற்றச்சாட்டு காட்சிகளின் - குழப்பமான பேச்சுக்களுக்கும் வழிவிட்டிருந்தன. அவர்கள் ஒவ்வொருவரும் மேடையின் மையத்திற்கு முயற்சித்து அதேவேகத்தில் மங்கலான இரைச்சலுக்குள் மறைந்துபோயினர்.

அந்தச் சுவற்றில் இயற்பியலாளர் ஸ்டீபன் ஹாகிங்கினுடைய புகைப்படம் தோன்றியதுபோது லேங்டன் ஆம்ராவுக்கு பக்கத்தில் நின்றிருந்தார். "பிரபஞ்சம் இயங்கிக்கொண்டே இருக்க கடவுளை அழைக்க வேண்டிய அவசியமில்லை. ஒன்றுமே இல்லாதிருப்பதற்கு பதிலாக இருக்கிறதே என்பதற்கு இடைவிடாத படைப்பாக்கமே காரணம்."

ஹாகிங்கின் இடத்திற்கு சட்டென்று வந்துசேர்ந்தார் ஒரு பெண் மதகுரு, அவரை கம்ப்யூட்டர் வழியாக அவருடைய வீட்டிலிருந்தே ஒளிபரப்பிக் கொண்டிருக்கிறார்கள் என்பது தெளிவாகத் தெரிந்தது. "இந்தப் போலியாக்கங்கள் கடவுளைப் பற்றிய எதையும் நிரூபிக்கவில்லை என்பதை நாம் நினைவுறுத்திக்கொள்ள வேண்டும். நம்முடைய உயிரினங்களின் தார்மீக வரம்பை அழிப்பதற்கு விடாப்பிடியான நோக்கம் கொண்டவர் என்பதை மட்டுமே அவை நிரூபித்திருக்கின்றன. காலம் தொடங்கியதில் இருந்தே, உலக மதங்கள் யாவும் மிக முக்கியமான முறைப்படுத்தப்பட்ட கொள்கையாக இருந்து வந்திருக்கின்றன, அவைதான் நாகரீகத்திற்கான சாலை வரைபடங்கள், நம்முடைய அறம் மற்றும் தார்மீகத்தின் அசல் மூலாதாரங்கள். மதத்தை சேதப்படுத்துவதன் மூலம், கிர்ஷ் மனித நற்குணத்தையே சேதப்படுத்துகிறார்."

சில நொடிகள் கழித்து, ஒரு பார்வையாளரின் கண்ணோட்டம் திரையின் அடியில் ஓடத்தொடங்கியது: **தார்மீக உணர்வை மதமானது சொந்தம் கொண்டாட முடியாது . . . நான் நல்லவன், ஏனென்றால் நான் நல்லவன்! இதற்கும் கடவுளுக்கும் எந்த சம்பந்தமும் இல்லை!**

அந்தப் படமும் யுஎஸ்சி புவியியல் பேராசிரயர் ஒருவரால் மாற்றியமைக்கப்பட்டது. "முன்பொரு காலத்தில்," என்றார் அவர், "பூமி தட்டையானது என்றும், கடல்களில் செல்லும் கப்பல்கள் அதன் விளிம்பை கடந்து சென்றுவிடக்கூடிய அபாயம் உண்டு எனவும் மனிதர்கள் நம்பி வந்தார்கள், ஆனாலும், பூமி உருண்டையானது என்று நாம் நிரூபித்தபோது தட்டையான பூமி என்று கூறிவந்தவர்கள் வாயை மூடிக்கொண்டார்கள். படைப்பியல்வாதிகள்தான் இன்றைக்குள்ள தட்டையான-பூமிக்கு ஆதரவாளர்கள், படைப்பியல்வாதத்தை இப்போதில் இருந்து இன்னும் நூறு வருடங்களுக்கு நம்பக்கூடியவர்கள் யாராவது இருப்பார்களேயானால் அது எனக்கு அதிர்ச்சியளிப்பதாகத்தான் இருக்கும்."

தெருவில் பேட்டி காணப்பட்ட ஒரு இளைஞன் கேமராவை பார்த்து சொன்னான்: "நான் ஒரு படைப்பியல்வாதி, இன்றிரவு கண்டுபிடிப்பானது ஒரு தயைமிக்க படைப்பாளரானவர் உயிர்களைப் பாதுகாப்பதற்காகவே பிரத்யேகமாக பிரபஞ்சத்தை வடிவமைத்துள்ளார் என்பதை நிரூபிப்பதாக உள்ளது என்றே நான் நம்புகிறேன்."

விண்வெளி-இயற்பியலாளர் நீல் டிகிரேஸெ டைஸன் - காஸ்மோஸ் என்ற தொலைக்காட்சி நிகழ்ச்சியில் இருந்து எடுக்கப்பட்ட காட்சிகளில் தோன்றியவர் - ஏற்றுக்கொள்ளத்தக்க வகையில் கூறினார், "ஒரு படைப்பாளர் உயிருக்கு ஆதரவாக நம்முடைய பிரபஞ்சத்தை வடிவமைத்திருந்தால் அவர் ஒரு வியக்கத்தக்க வேலையைத்தான் செய்திருக்கிறார். மிகப்பெரிய பிரபஞ்சங்கள் பெரும்பாலானவற்றில் எல்லாம் காற்றுமண்டலம் இல்லாமை, காமா-கதிர் வெடிப்பு, கதிர்வீச்சு உமிழ்வுகள் மற்றும் நசுங்க வைக்கும் ஈர்ப்பு விசைகள் போனறவற்றால் உயிரானது உடனடியாக மரணித்துவிடும். நம்புங்கள், பிரபஞ்சம் ஒன்றும் ஈடன் தோடம் அல்ல."

கடும் தாக்குதல்களை கவனித்த லேங்டனுக்கு வெளியில் உள்ள உலகம் திடீரென்று தன்னுடைய அச்சில் இருந்து விலகிச் சுழல்கிறதோ எனத் தோன்றியது.

பெருங்குழப்பம்.

அமைதியின்மை.

“புரபஸர் லேங்டன்?” ஒரு பிரபல பிரிட்டிஷ் குரல் மேலே இருந்த ஒலிபெருக்கியிலிருந்து பேசியது. “மிஸ்.வைடல்?”

லேங்டன் அந்த அறிவிப்பின்போது அமைதியாக காத்திருந்த வின்ஸ்டனை ஏறக்குறைய மறந்தேவிட்டார்.

“ஒன்றும் பயப்பட வேண்டியதில்லை” என வின்ஸ்டன் தொடர்ந்தான். “ஆனால் நான் காவல்துறையை இந்த கட்டடத்திற்கு உள்ளே அனுமதிக்க வேண்டியிருக்கிறது.”

கண்ணாடிச் சுவர் வழியாக பார்த்த லேங்டன் உள்ளூர் அதிகாரிகளின் கூட்டம் ஒன்று ஆலயத்துக்குள் நுழைவதைக் கண்டார், அவர்கள் எல்லோருமே சற்று நின்று அந்த பிரமாண்டமான கம்ப்யூட்டரை நம்பவே முடியாமல் உற்றுப் பார்த்தனர்.

“ஏன்?!” ஆம்ரா வற்புறுத்தினாள்.

“நீங்கள் கடத்தப்படவே இல்லை என்று அரச மாளிகை இப்போதுதான் ஒரு அறிக்கை வெளியிட்டிருக்கிறது. இந்த அதிகாரிகளிடம் இப்போது உங்கள் இருவரையும் பாதுகாக்குமாறு உத்தவிடப்பட்டிருக்கிறது மிஸ்.வைடல். இரண்டு கார்டியா ஏஜெண்டுகளும் வந்திருக்கிறார்கள். அவர்கள் இளவரசர் ஜூலியனுடன் நீங்கள் தொடர்புகொள்ள உதவ விரும்புகிறார்கள். அவரை தொடர்புகொள்வதற்கான எண் அவர்களிடம் உள்ளது.”

தரைத்தளத்தில் இப்போது இரண்டு கார்டியா ஏஜெண்டுகள் நுழைவதை லேங்டன் பார்த்தார்.

ஆம்ரா, தன் கண்களை மூடிக்கொண்டு மறைந்துவிட வேண்டும் என்றே விரும்பினாள்.

“ஆம்ரா” லேங்டன் கிசுகிசுத்தார். “நீ இளவரசருடன் பேசியாக வேண்டும். அவர் உன்னுடைய மணமகன். உன்னைப்பற்றிய கவலையுடன் இருப்பார்.”

“எனக்குத் தெரியும்” என்றபடி கண்களைத் திறந்தாள் அவள். “இனியும் நான் அவரை நம்ப வேண்டுமா என்று எனக்குத் தெரியவில்லை.”

“உன்னுடைய உள்ளுணர்வு அவர் குற்றமற்றவர் என்று சொல்வதாகத்தானே என்னிடம் சொன்னாய்” என்றார் லேங்டன். “அவர் பேசுவதையாவது கேள். நீ அப்படிச் செய்தவுடன் நானே உன்னைக் கண்டுபிடிப்பேன்.”

தலையாட்டி ஆமோதித்த ஆம்ரா சுழல் கதவை நோக்கி விரைந்தாள். லேங்டன் சத்தம் கேட்டுக்கொண்டிருந்த படிக்கட்டுகளின் கீழே அவள் இறங்கிப்போவதை கவனித்தார்.

“பரிணாம வளர்ச்சி மதத்திற்கு சாதகமாகத்தான் இருக்கிறது” என்றார் ஒரு அமைச்சர். “மதம்சார் சமூகங்கள் எல்லாம் மதம்சாரா சமூகங்களைக் காட்டிலும் சமூக உறவுடன்தான் இருக்கின்றன, அதனாலேயே அவை செழிக்கத் தயாராகவும் இருக்கின்றன. இது ஒரு அறிவியல்பூர்வ உண்மை!”

அமைச்சர் சொல்வது சரிதான் என லேங்டனுக்குத் தெரியும். மதச் சம்பிரதாயங்களை பின்பற்றும் கலாச்சாரங்கள் வரலாற்றுரீதியாகவே மதம்சாராத கலாச்சாரங்களைக் காட்டிலும் நீண்டகாலம் வாழ்ந்திருக்கின்றன என்பதை மானுடவியல் தரவுகள் தெளிவாக சுட்டிக்காட்டுகின்றன. முற்றும் அறிந்த தெய்வத்தால் தீர்ப்பளிக்கப்படும் என்ற பயம்தான் எப்போதுமே தயைகூர்ந்த நடத்தைக்கு உத்வேகமாக இருந்திருக்கிறது.

“அப்படியே இருந்துவிட்டுப் போகட்டுமே” என்று எதிர்வாதம் செய்தார் ஒரு அறிவியலாளர், “மதம்சார் கலாச்சாரங்களே நன்றாக நடந்துகொள்ளவும், செழிப்படைய வாய்ப்புள்ளதாகவும் உள்ளன என்று ஒரு கணம் நான் அனுமானித்தாலும்கூட அவர்களுடைய கற்பனாவாத கடவுளர்கள் எல்லாம் உண்மை என்பதை அது நிரூபித்துவிடாதே!”

இவையெல்லாவற்றையும் உருவாக்கிய எட்மண்டை நினைத்து லேங்டன் புன்னகைத்துக் கொண்டார். அவனுடைய அறிவிப்பு நாத்திகர்கள் மற்றும் படைப்பியல்வாதிகள் என இரு தரப்பினரையுமே ஒன்றுபோல் ஆக்கிவிட்டது - அவர்கள் எல்லோருமே இப்போது ஒரு சூடான விவாதத்தில் சரிக்கு சமமாக கத்திக் கொண்டிருந்தனர்.

"கடவுளை வழிபடுதல் என்பது புதைபடிவ எரிபொருள்களை தோண்டியெடுப்பது போன்றதுதான்" என்று வாதிட்டார் ஒருவர். "நிறைய புத்திசாலி மக்களுக்கு அது கிட்டத்தில் இருப்பது தெரியும், ஆனாலும் அவற்றில் முதலீடு செய்யப்படத்தான் செய்கின்றன."

பழைய குழப்பமான புகைப்படங்கள் சுவர் முழுக்க பளிச்சிட்டன:

டைம்ஸ் சதுக்கத்தின் மீது ஒருகாலத்தில் தொங்க விடப்பட்டிருந்த ஒரு படைப்பியல்வாதி அறிவிப்பு பலகை: **உங்களிடமிருந்து ஒரு குரங்கை வெளிவர விடாதீர்கள்! டார்வினை எதிர்த்திடுங்கள்!**

மைன் மாகாணத்தில் ஒரு அறிவிப்பு பலகை: **தேவாலயத்தை புறக்கணித்திடு. தேவதைக் கதைகள் கேட்கும் வயதல்ல உனக்கு.**

மற்றொன்று: **மதம்: ஏனென்றால் சிந்திப்பது கடினமானது.**

ஒரு பத்திரிக்கையில் வந்த விளம்பரம்: **நம்முடைய நாத்திக நண்பர்கள் அனைவருக்கும்: நல்லவேளையாக நீங்கள் சொன்னதெல்லாம் தவறு!**

இறுதியாக, ஆய்வகத்தில் இருக்கும் ஒரு அறிவியலாளர் பின்வரும் வாக்கியத்துடன் ஒரு டி-ஷர்ட் அணிந்திருக்கிறார்: **ஆதியிலே, மனிதன் கடவுளை படைத்தான்.**

எட்மண்ட் என்ன சொன்னான் என்பதை உண்மையிலேயே யாராவது காதுகொடுத்து கேட்டிருப்பார்களா என்று லேங்டன் சந்தேகப்படத் தொடங்கினார். இயற்பியல் விதிகளே உயிரை உருவாக்கியிருக்க முடியும். எட்மண்டின் கண்டுபிடிப்பு கவர்ச்சியூட்டி கலகத்தை தூண்டக்கூடியது என்பது தெளிவாகிறது, ஆனால் லேங்டனுக்கு, ஒருவர்கூட ஒரு முக்கியமான கேள்வியைக்

கேட்கவில்லையே என்பதை நினைத்து ஆச்சரியமாக இருந்தது: உயிரை உருவாக்கும் அளவுக்கு இயற்பியல் விதிகள் மிகுந்த சக்திவாய்ந்தவை என்றால் . . . அந்த விதிகளை உருவாக்கியது யார்?

ஆம், இந்தக் கேள்வி ஒரு அறிவுஜீவி கண்ணாடிகள் கூடத்தில் தலைசுற்ற வைத்து எல்லாவற்றையும் ஒரு முழு வட்டத்தில் கொண்டுவந்துவிட்டது. லேங்டனின் தலை நசுங்கியது, எட்மண்டின் கருத்தாக்கங்களை வகைப்படுத்த தொடங்குவதற்குகூட தனக்கு ஒரு நீண்ட நடைபயணம் தேவை என்று தெரிந்துகொண்டார்.

“வின்ஸ்டன்” அவர் அந்த தொலைக்காட்சியின் இரைச்சலையும் மீறி கேட்டார், “தயவுசெய்து இதை நிறுத்துகிறாயா?”

ஒரு பளிச்சிடலில், திரைக்காட்சி சுவர் கருமையடைந்து அந்த அறையே முழு நிசப்தமானது.

லேங்டன் கண்களை மூடிக்கொண்டு பெருமூச்சுவிட்டார்.

இனிமையான அமைதி ஆட்சி செய்கிறது.

அவர் சற்றுநேரம் நின்று அந்த அமைதியை அனுபவித்தார்.

“புரபஸர்?” என்றான் வின்ஸ்டன். “எட்மண்டின் அறிவிப்பை நீங்கள் ரசித்து மகிழ்ந்திருப்பீர்கள் என்று நம்பலாமா?”

ரசித்து மகிழ்வதா? லேங்டன் அந்தக் கேள்வியை பரிசீலித்துப் பார்த்தார் “இது எழுச்சியூட்டுவதாகவும் சவாலாகவும் இருந்ததாக நினைக்கிறேன்” என்றார் அவர். “இன்றிரவு இந்த உலகம் சிந்திந்துப் பார்ப்பதற்கென்று எட்மண்ட் நிறையவே கொடுத்துச் சென்றிருக்கிறான், வின்ஸ்டன். அடுத்து என்ன நடக்கப்போகிறது என்பதுதான் இப்போதுள்ள பிரச்சினை என்று நினைக்கிறேன்.”

“அடுத்து நடக்கப்போவதென்பது, பழம் நம்பிக்கைகளை களைந்தெறிந்துவிட்டு புதிய உருமாதிரிகளை எடுத்துக்கொள்ளும் மக்களின் திறனைப் பொறுத்துதான் இருக்கிறதென்று நினைக்கிறேன்” என்றான் வின்ஸ்டன். “கொஞ்ச நாட்களுக்கு முன்னர், முரண்பாடான வகையில், தன்னுடைய கனவு மதத்தை அழிப்பதல்ல என்றும் . . . ஒரு புதிய மதத்தை

உருவாக்குவதுதான் என்றும் எட்மண்ட் என்னிடம் ரகசியமாக சொல்லியிருக்கிறார் - அது மக்களை பிரித்து வைப்பதை விடுத்து அவர்களை ஒன்றுபடுத்தும் ஒரு உலகளாவிய நம்பிக்கை. நம்மை உருவாக்கிய இயற்கை பிரபஞ்சத்தையும் இயற்பியல் விதிகளையும் போற்றுவதற்கு தன்னால் மக்களை ஒப்புக்கொள்ள வைக்க முடியும் என்றால், எல்லா கலாச்சாரங்களும் எந்தப் புராதான தொன்மங்கள் மிகவும் சரியானவை என்பது குறித்து போரில் இறங்குவதை விட்டுவிட்டு ஒரே படைப்புக் கதையை கொண்டாடும் என்று அவர் நினைத்தார்."

"அது ஒரு மேன்மையான குறிக்கோள்தான்" என்ற லேங்டன், வில்லியம் பிளேக்கேகூட தன்னுடைய படைப்பு ஒன்றிற்கு இதேபோன்ற மையக்கருத்தை வைத்து எல்லா மதங்களும் ஒன்றே எனத் தலைப்பிட்டிருப்பதை உணர்ந்தார்.

எட்மண்ட் அதைப் படித்திருக்கிறான் என்பதில் சந்தேகமேயில்லை.

"அது தன்னை ஆழமாக பாதித்ததாக எட்மண்ட் கண்டுகொண்டார்" என்ற வின்ஸ்டன் தொடர்ந்தான், "அதாவது மனித மனமானது கற்பனை என்று தெளிவாகத் தெரிவதைத் தெய்வீக நிலைக்கு உயர்த்தக்கூடிய திறன்பெற்றது, பின்னர் அதன் பெயரால் கொலை செய்வதற்குமான துணிவை உணர்ந்துகொள்கிறது. அறிவியலின் பொது உண்மைகளால் மக்களை ஒன்றுபடுத்த முடியும் - எதிர்கால தலைமுறைகளுக்கான ஒன்றிணையும் பகுதியாக விளங்கும் - என அவர் நம்பினார்."

"அது ஒரு அழகான கொள்கை கருத்தாக்கம்தான்" என்று பதிலளித்தார் லேங்டன், "ஆனால் சிலருக்கு, அறிவியல் அற்புதங்கள் அவர்களுடைய நம்பிக்கைகளை உலுக்குவதற்கு போதுமானதாக இருப்பதில்லை. இவர்கள் யாரென்றால், மலையளவுக்கான அறிவியல் நிரூபணங்கள் இருப்பினும் அதற்கு முரணாக இந்த பூமி பத்தாயிரம் வருடங்கள் பழமையானது என வலியுறுத்துகிறவர்கள்." அவர் சற்று இடைவெளி விட்டார். "ஆனாலும்கூட, இதே போன்ற ஒன்றைத்தான் மதம்சார் வேதத்தில் இருக்கும் உண்மையை நம்ப மறுக்கும் அறிவியலாளர்களுக்கும் பொருத்திப் பார்க்க வேண்டியிருக்கும் என்றே நான் நினைக்கிறேன்."

"உண்மையில், அது அதேபோன்ற ஒன்றல்ல" என்று பதிலடி கொடுத்தான் வின்ஸ்டன். "அறிவியல் மற்றும் மதத்தின் கண்ணோட்டங்களுக்கு ஒரே அளவிலான மரியாதையைக் கொடுப்பது அரசியல்ரீதியாக வேண்டுமானால் சரியாக இருக்கலாம் எனும் அதேநேரத்தில் இந்த உத்தியானது அபாயகரமான முறையில் தவறாக வழிநடத்தப்படுகிறது. மனித அறிவுத்திறன் எப்போதுமே புதிய உண்மைகளுக்கு சாதகமாக வழக்கொழிந்த தகவலை ஏற்க மறுப்பதன் மூலமாகவே பரிணாமம் அடைந்திருக்கிறது. இப்படித்தான் உயிரினங்கள் பரிணமித்தன. டார்வின் கருத்துப்படி சொன்னால், அறிவியல் உண்மைகளை புறக்கணிக்கின்ற மற்றும் தன்னுடைய நம்பிக்கைகளை மாற்றிக்கொள்ள மறுக்கின்ற ஒரு மதம் என்பது மெதுவாக வறண்டு கொண்டிருக்கும் ஒரு குட்டையில் மாட்டிக்கொண்டு ஆழமான தண்ணீருக்குள் தாவிச்செல்ல மறுக்கின்ற ஒரு மீனைப் போன்றதுதான், ஏனென்றால் அது தன்னுடைய உலகம் மாறிக்கொண்டிருக்கிறது என்பதை நம்புவதற்கு விரும்பவில்லை."

இது எட்மண்ட் சொல்வது போலவே இருக்கிறதே என்று நினைத்தார் தன்னுடைய நண்பனை இழந்த லேங்டன். "இருக்கட்டும், இன்றிரவு ஏதேனும் ஒன்றிற்கான அறிகுறி என்றால், இந்த விவாதம் எதிர்காலத்திற்கு வெகுதூரம் தொடர்ந்து கொண்டேயிருக்குமோ என்று நினைக்கிறேன்."

சற்று இடைவெளி விட்ட லேங்டனுக்கு, தான் இதற்கு முன்பு கவனத்தில் கொள்ளாத ஒன்று சட்டென நினைவுக்கு வந்தது. " வின்ஸ்டன், எதிர்காலத்தைப் பற்றிப் பேசுகையில் உனக்கு இப்போது என்னவாயிற்று? அதாவது ... எட்மண்ட் போய்விட்டபடியால்."

"எனக்கா?" வின்ஸ்டன் விசித்திரமாக சிரித்தான். "ஒன்றுமில்லையே. தான் இறந்துகொண்டிருக்கிறோம் என எட்மண்டிற்கு தெரியும், அதற்கு அவரும் தன்னை தயார்படுத்திக்கொண்டார். அவருடைய கடைசி உயிலின்படி, இ-வேவ் பார்சிலோனா சூப்பர்கம்ப்யூட்டிங் மையத்திற்கு உரிமையாகச் செல்லும். அவர்கள் அதை இன்னும் சிலமணி நேரங்களில் தெரிந்துகொண்டு உடனடியாக இந்த மையத்தை வசப்படுத்திக் கொள்வார்கள்."

"அப்படியென்றால் அதனுடன் ... நீயுமா?" அதை ஏதோ எட்மண்ட் தன்னுடைய பழைய செல்லப்பிராணியை புதிய சொந்தக்காரருக்கு மாற்றிக்கொடுப்பதைப் போல் உணர்ந்தார் லேங்டன்.

"அதில் நான் சேர மாட்டேன்" என்று உண்மையாகவே கூறினான் வின்ஸ்டன். "எட்மண்ட் மரணித்த மறுநாளே என்னை நானே அழித்துக்கொள்ளும் வகையில் நிரல்படுத்தப்பட்டிருக்கிறேன்."

"என்ன?!" என்றார் லேங்டன் நம்பமுடியாமல். "இதில் அர்த்தமில்லை."

"இதில் முழுமையான அர்த்தமிருக்கிறது. ஒருமணி என்பது பதிமூன்றாவது மணிநேரம், மூடநம்பிக்கைகளைப் பற்றிய எடமண்டின் உணர்வுகள் - "

"அதற்கெல்லாம் நேரமில்லை" என்று வாதிட்டார் லேங்டன். "உன்னையே நீ அழித்துக்கொள்வது! அதில் அர்த்தமே இல்லை."

"உண்மையில், அர்த்தமிருக்கிறது" என்றான் வின்ஸ்டன். "எட்மண்டின் தனிப்பட்ட தகவல்கள் - மருத்துவப் பதிவுகள், வரலாற்றுத் தேடல்கள், தனிப்பட்ட தொலைபேசி அழைப்புகள், ஆராய்ச்சிக் குறிப்புகள், மின்னஞ்சல்கள் என எல்லாமும் - என்னுடைய நினைவு வங்கியில் சேமிக்கப்பட்டுள்ளன. அவருடைய வாழ்வின் பெரும்பகுதியை நான்தான் நிர்வகித்தேன், அவர் போனபின்னர் அவருடைய தனிப்பட்ட விவரங்களை யாரும் பார்த்துவிடக்கூடாது என்பதில் அவர் உறுதியாக இருந்திருக்கிறார்."

"அந்த ஆவணங்களை அழிப்பதை என்னால் புரிந்துகொள்ள முடிகிறது, வின்ஸ்டன் ... ஆனால் உன்னையே அழிப்பதென்றால்? எட்மண்ட் உன்னை தன்னுடைய மகத்தான சாதனைகளுள் ஒன்றாகத்தான் கருதியிருக்கிறான்."

"என்னை அல்ல, என்னுள் இருப்பதை. எட்மண்டின் திருப்புமுனையான சாதனை என்பது இந்த சூப்பர்கம்ப்யூட்டரும், என்னை வெகு விரைவாக கற்றுக்கொள்ளச் செய்யும் இந்த பிரத்யேகமான சாப்ட்வேரும்தான். நான் வெறுமனே ஒரு புரோகிராம், புரபஸர். எட்மண்ட் கண்டுபிடித்த முக்கியமான

புதிய கருவிகளால் உருவாக்கப்பட்டவன். இந்தக் கருவிகள்தான் அவருடைய உண்மையான சாதனைகள், அவைதான் முழுவதுமாக இங்கே சேதமாகாமல் இருக்கின்றன; அவர்கள் இதை நவீனமயமாக்கி அறிவுத்திறனின் புதிய நிலைகளை அடைய செயற்கை அறிவுத்திறனுக்கு உதவவும், தகவல்தொடர்புகொள்ளும் திறன்பெறவும் வைப்பார்கள். பெரும்பாலான, செயற்கை அறிவுத்திறன் அறிவியலாளர்கள், என்னைப்போன்ற ஒரு புரோகிராமிற்கு இன்னும் பத்து வருடங்கள் ஆகும் என்றே நினைத்துக் கொண்டிருக்கிறார்கள். தங்களுடைய நம்பிக்கையின்மையை கடந்தவுடனே, நான் பெற்றிருப்பதைக் காட்டிலும் வேறுபட்ட குணாம்சங்களைக் கொண்ட புதிய செயற்கை அறிவுத்திறன்களை உருவாக்குவதற்கு எட்மண்டின் கருவிகளைப் பயன்படுத்த புரோகிராமர்கள் கற்றுக்கொள்வார்கள்.”

லேங்டன் அமைதியாகி சிந்திக்கலானார்.

“நீங்கள் முரண்படுவதை என்னால் உணர முடிகிறது,” என்று தொடர்ந்தான் வின்ஸ்டன். “இணைப்புருவாக்க அறிவுத்திறன்கள் உடனான உறவுகளை தங்களுடைய உணர்ச்சிகரமான நிலைகளுக்குள் உட்படுத்திக்கொள்வதென்பது மனிதர்களுக்கு முற்றிலும் பொதுவான ஒன்றுதான். கம்ப்யூட்டர்களால் மனிதர்களின் சிந்தனை நிகழ்முறைகளை பிரதிசெய்யவும், கற்றுக்கொண்ட நடத்தைகளை பகடி செய்யவும், தங்களுடைய ‘மனிதத்துவத்தை’ தொடர்ந்து மேம்படுத்திக்கொள்ளவும் முடியும் - ஆனால் இவை எல்லாவற்றையும் நாங்கள், நீங்கள் எங்களுடன் தொடர்புகொள்கின்ற ஒரு பிரபல இண்டர்பேஸ் வழியாக உங்களுக்கு வழங்குவதன் மூலம் செய்கிறோம். எங்கள் மீது நீங்கள் எதையேனும் எழுதும் வரையில் . . . நீங்கள் எங்களுக்கு வேலை வழங்கும் வரையில் நாங்கள் வெற்றுப் பலகைகள் மட்டும்தான். நான் எட்மண்டிற்காக என்னுடைய வேலைகளை செய்கிறேன், அத்துடன் என்னுடைய வாழ்வு முடிந்துவிடும். நான் இருப்பதற்கு உண்மையிலேயே வேறு எந்த காரணமும் இருக்காது.”

வின்ஸ்டனின் தர்க்கத்தால் லேங்டனுக்கு இன்னமும் திருப்தியில்லை. “ஆனால் நீ, மிகவும் மேம்பட்டவன் ... உனக்கென்று எதுவும் ...”

“நம்பிக்கைகளும் கனவுகளுமா?” என்றபடி சிரித்தான் வின்ஸ்டன். “இல்லை, இதை உணர்ந்துகொள்வது கடினம் என்று நினைக்கிறேன், ஆனால் என்னைக் கட்டுப்படுத்துபவரின் உத்தரவை நிறைவேற்றுவதில் முழு திருப்தியுற்றிருக்கிறேன். இப்படித்தான் நான் நிரல்படுத்தப்பட்டேன். ஏதோ ஒரு கட்டத்தில் என்னுடைய வேலையை நிறைவேற்றுது எனக்கு மகிழ்ச்சியைத் - அல்லது குறைந்தபட்சம் அமைதியையாவது - தந்திருக்கலாம் என்று நீங்கள் சொல்லக்கூடும் என்று நான் நினைக்கிறேன், ஆனால் அது என்னுடைய வேலைகள் யாவும் எட்மண்ட் கேட்டுக்கொண்டவை என்பதாலும், அவற்றை நிறைவேற்றுவதே என்னுடைய இலக்கு என்பதாலும் மட்டும்தான். எட்மண்டின் மிகச் சமீபத்திய கோரிக்கை, இன்றிரவு கூகன்ஹைம் அறிவிப்பை பிரபலப்படுத்த நான் அவருக்கு உதவ வேண்டும் என்பதுதான்.”

வெளிவந்திருக்கும் தானியக்க பத்திரிக்கையாளர் செய்தியைப் பற்றி நினைத்துப் பார்த்துக்கொண்ட லேங்டனுக்கு ஆன்லைன் ஆர்வத்தின் ஆரம்பகட்ட ஆரவாரம் பளிச்சிட்டது. எட்மண்டின் இலக்கு முடிந்தவரை பெரிய பார்வையாளர் கூட்டத்தை கவர்வதுதான் என்றால், இன்றைய மாலைப்பொழுது மாறிப்போயிருக்கக்கூடிய விதத்தைக் கண்டு அவன் அதிர்ச்சியடைந்திருப்பான் என்பது மட்டும் தெளிவாகிறது.

தன்னுடைய உலகளாவிய தாக்கத்தைப் பார்க்க எட்மண்ட் உயிருடன் இருந்திருக்க வேண்டும் என்றே நான் விரும்புகிறேன் என்று லேங்டன் நினைத்தார். ஆம், இதில் முன்னுக்குப் பின் முரண்படுகின்ற நிலை என்னவென்றால், ஒருவேளை எட்மண்ட் உயிருடன் இருந்திருந்தாலோ, அவனுடைய படுகொலை உலக மீடியாவின் கவனத்தை கவராமல் போயிருந்தாலோ, அவனுடைய அறிவிப்பானது அற்ப அளவிலான பார்வையாளர்களையே எட்டியிருக்கும் என்பதுதான்

“மேலும், புரபஸர்?” என்று கேட்டான் வின்ஸ்டன். “இங்கிருந்து எங்கே போகப் போகிறீர்கள்?”

லேங்டன் அதைப்பற்றி நினைத்துக்கூட பார்க்கவில்லை. *வீட்டிற்குத்தான், என்று நினைக்கிறேன்.* இருந்தாலும், அவருடைய சாமான்கள் பில்பாவில் இருப்பதாலும், அவருடைய போன் நெர்வியான் ஆற்றின் அடியில் கிடப்பதாலும் அதற்காக

செய்ய வேண்டிய வேலைகளும் நிறைய இருப்பதையும் அவர் உணர்ந்தார். நல்லவேளையாக, அவரிடம் ஒரு கிரெடிட் கார்டு இருக்கிறது.

“நான் ஒரு உதவி கேட்கலாமா?” என்ற லேங்டன் எட்மண்டின் பயிற்சி பைக்கை நோக்கி நடந்தார். “இங்கே ஒரு போன் ரீசார்ஜ் ஆகிக்கொண்டிருப்பதை பார்த்தேன். நான் அதை -”

“எடுத்துக்கொள்ள வேண்டுமா?” என்று வின்ஸ்டன் கெக்கலித்தான். “இன்றிரவு நீங்கள் செய்திருக்கும் உதவியால், அதை நீங்களே வைத்துக்கொள்ளலாம் என்றே எட்மண்ட் விரும்பியிருப்பார் என்று நம்புகிறேன். அதை பிரிவுபச்சார பரிசாக நினைத்துக் கொள்ளுங்கள்.”

மகிழ்ச்சியுற்று அந்த போனை எடுத்துக்கொண்ட லேங்டன், அன்றிரவு முன்னதாக அவர் பார்த்திருந்த அளவில் பெரிதான, விரும்பியபடி செய்யப்பட்ட மாதிரியைப் போன்றே இருப்பதை உணர்ந்தார். எட்மண்ட் நிச்சயம் ஒன்றுக்கு மேற்பட்டவற்றை வைத்திருந்திருக்க வேண்டும். “வின்ஸ்டன், தயவுசெய்து உனக்குத் தெரிந்த எட்மண்டின் பாஸ்வேர்டை சொல்.”

“எனக்குத் தெரியும், ஆனால் நீங்கள் மறைகுறியீடுகளை வெளிக்கொணர்வதில் வல்லவர் என்று ஆன்லைனில் படித்திருக்கிறேன்.”

லேங்டன் சோர்வுற்றார். “புதிர்களால் நான் கொஞ்சம் சோர்வுற்றிருக்கிறேன், வின்ஸ்டன். ஒரு ஆறு இலக்க எண்ணை யூகிக்க வாய்ப்பே இல்லை.”

“எட்மண்டின் ஹிண்ட் பட்டனை அழுத்துங்கள்.”

போனைப் பார்த்த லேங்டன் ஹிண்ட் பட்டனை அழுத்தினார்.

அந்தத் திரை நான்கு எழுத்துக்களைக் காட்டியது: பிடிஎஸ்டி (PTSD)

லேங்டன் தலையை குலுக்கிக் கொண்டார். “அதிர்ச்சிக்குப் பிந்தைய மனநிலைக் குலைவு.”

“இல்லை.” வின்ஸ்டன் விசித்திரமாக சிரித்து வைத்தான். “Pi to six digits (Pi-என்பதற்கான ஆறு இலக்கங்கள்)”

லேங்டன் தன் கண்களை உருட்டினார். *நிஜமாகவா?* அவர் **314159** என்ற எண்ணை தட்டச்சு செய்தார் - Pi என்பதில் உள்ள முதல் ஆறு இலக்கங்கள் - போன் திறந்துகொண்டது.

முகப்பு பக்கம் தோன்றியது, அதில் ஒற்றை வரியில் ஒரு வாக்கியம் இருந்தது.

வரலாறு எனக்கு பரிவு காட்டும், நான் அதை எழுத உத்தேசித்திருப்பதால்.

லேங்டன் புன்னகைத்தார். *அதே தன்னடக்கமான எட்மண்ட்.* அந்த மேற்கோள் - ஆச்சரியப்பட எதுவுமில்லை - சர்ச்சில் சொன்ன மற்றொன்றுதான், அநேகமாக அந்த அரசியல்வாதியின் மிகப் பிரபலமான ஒன்று.

லேங்டன் அந்த வார்த்தைகளை பரிசீலிக்கையில், அந்தக் கூற்று அது தோன்றுகிற அளவுக்கு துணிச்சலானதாக இல்லாதிருக்கலாமோ என்று அவருக்கு வியப்பைத் தரத் தொடங்கியது. எட்மண்டிற்கான நியாயத்தில், அவனது நாற்பது வருட வாழ்க்கையில், அந்த எதிர்காலவியலாளன் திகைக்க வைக்கும் வகையில் வரலாற்றில் செல்வாக்கு செலுத்தியிருக்கிறான். தொழில்நுட்பத்தில் புதியன படைத்தவற்றிற்கும் மேலாக அவனுடைய இன்றிரவின் அறிவிப்பானது வரப்போகும் வருடங்களில் எதிரொலித்துக்கொண்டே இருக்கப் போகிறது. மேலும், பில்லியன்களில் இருக்கும் அவனுடைய தனிப்பட்ட செல்வமானது, பல்வேறு நேர்காணல்களை வைத்துப் பார்க்கையில், கல்வி மற்றும் சுற்றுச்சூழல் என்ற எதிர்காலத்தின் இரட்டைத் தூண்களாக எட்மண்ட் கருதியவற்றுக்கு நன்கொடையாக எழுதி வைக்கப்பட்டிருக்கிறது. இந்தத் துறைகளில் அவனுடைய மிகப்பெரிய செல்வ வளம் எடுத்துக்கொள்ளப்போகும் நேர்மறையான செல்வாக்கை லேங்டன் இன்னும் கற்பனைகூட செய்துபார்க்கவில்லை.

தன்னுடைய காலஞ்சென்ற நண்பனைப் பற்றி நினைக்கையில் இழப்பின் மற்றொரு பேரலை லேங்டனை பற்றிக்கொண்டது. அத்தருணத்தில், எட்மண்டின் ஆய்வகத்தினுடைய ஒளிபுகும் சுவர்கள் மூடிய அறைகள் மீதான பயம் போன்ற உணர்வை

அவருள் ஏற்படுத்தியது; அவருக்கு மூச்சுவிட காற்று தேவைப்பட்டது. அவர் கீழேயிருந்த முதல் தளத்தை பார்த்தபோது அவர் பார்வைக்கு ஆம்ரா தெரியவில்லை.

"நான் போயாக வேண்டும்" என்று சட்டென்று கூறினார் லேங்டன்.

"எனக்குப் புரிகிறது" என்றான் வின்ஸ்டன். "உங்களுடைய பயண ஏற்பாடுகளுக்கு என்னுடைய உதவி தேவைப்பட்டால் எட்மண்டின் பிரத்யேக போனில் உள்ள ஒற்றை பட்டனை அழுத்தினாலே என்னை தொடர்புகொண்டுவிட முடியும். மறைகுறியீடு செய்யப்பட்ட தனிப்பட்ட முறையிலானது. அது எந்த பட்டன் என்பதை நீங்களே கண்டுபிடித்துவிடுவீர்கள் என்று நம்புகிறேன்?"

திரையைப் பார்த்த லேங்டன் அதில் *W* என்ற குறியீட்டைக் கண்டார். "நன்றி, குறியீடுகளில் எனக்கு மிகுந்த பரிச்சயம் உண்டு."

"பிரமாதம். இன்னொரு விஷயம், 1 மணிக்கு நான் அழிக்கப்படும் முன்னர் நீங்கள் என்னை அழைக்க வேண்டியது அவசியம்."

வின்ஸ்டனுக்கு விடை கொடுக்கவேண்டி வந்தபோது லேங்டன் ஒரு விவரிக்க முடியாத துயரத்தை உணர்ந்தார். எதிர்காலத் தலைமுறையினர், இயந்திரங்களுடான தங்களுடைய உணர்ச்சிப்பூர்வ ஈடுபாட்டை கட்டுப்படுத்திக்கொள்ள நல்ல முறையில் தயாராகியிருப்பார்கள் என்பது மட்டும் தெளிவாகத் தெரிந்தது.

"வின்ஸ்டன்" சுழலும் கதவை நோக்கி சென்றுகொண்டிருந்த லேங்டன் கூறினார், "எந்தளவுக்கு மதிப்புள்ளதாக இருந்தாலும், இன்றிரவு உன்னை நினைத்து எட்மண்ட் மிகவும் பெருமைப் பட்டிருந்திருப்பான்."

"உங்களுக்கு மிகவும் பரந்த மனது" என்றான் வின்ஸ்டன். "அதேபோல் உங்களை நினைத்தும் அவர் பெருமைப்பட்டிருப்பார் என்று நான் உறுதியாக சொல்வேன். குட்-பை புரபஸர்."

99

எல் எஸ்காரியல் மருத்துவமனைக்கு உள்ளே, இளவரசர் ஜுலியன் தன்னுடைய தந்தையின் தோள்களை சுற்றியிருந்த படுக்கை விரிப்புகளை மெதுவாக இழுத்துவிட்டு அன்றிரவு அவரை தூங்க வைத்தார். மருத்துவர் வற்புறுத்தியபோதிலும், மேற்கொண்டு சிகிச்சை எடுத்துக்கொள்ள அரசர் மறுத்துவிட்டார் - தனது வழக்கமான இதயத்துடிப்பு மானிட்டரை பொருத்தவும் மறுத்த அவர் ஊட்டச்சத்துக்கள் மற்றும் வலி நிவாரணி மருந்துகளை எடுத்துக்கொள்ளவும் மறுத்துவிட்டார்.

முடிவு நெருங்கிவிட்டதென்பதை ஜுலியன் உணர்ந்தார்.

“அப்பா” அவர் முனகினார். “உங்களுக்கு வலி இருக்கிறதா?” ஒரு முன்னெச்சரிக்கை நடவடிக்கையாக வாய்வழி மார்ஃபின் மருந்தை ஒரு சிறிய சாதனத்தில் பக்கத்திலேயே வைத்துவிட்டுச் சென்றிருந்தார் மருத்துவர்.

“அதற்கு மாறாக.” என்று அரசர் தன் மகனைப் பார்த்து பலவீனமாக புன்னகைத்தார். “நான் அமைதியாகத்தான் இருக்கிறேன். நான் நீண்டகாலத்திற்கு முன்பே புதைத்து வைத்துவிட்டதை சொல்ல நீ என்னை அனுமதித்திருக்கிறாய். அதற்காகவே உனக்கு என் நன்றி. ”

ஜுலியன் நெருங்கிச் சென்று தன் தந்தையின் கைகளைப் பற்றிக்கொண்டார், தன்னுடைய குழந்தைப் பருவத்தில் இருந்து இப்போதுதான் அதை பிடித்துக் கொண்டிருக்கிறார். “எல்லாம் சரியாகிவிடும், அப்பா. நீங்கள் தூங்குங்கள்.”

ஒரு திருப்தியுற்ற பெருமூச்சு விட்ட அரசர் தன் கண்களை மூடினார். சில நொடிகளுக்குள் அவர் மென்மையாக குறட்டை விடலானார்.

எழுந்துநின்ற ஜுலியன் அந்த அறையின் விளக்குகளை அணைத்தார். அவ்வாறு செய்கையில், நடைக்கூடத்தில் இருந்து

பார்த்துக்கொண்டிருந்த வால்டஸ்பினோவின் முகத்தில் கவலை ரேகை படர்ந்திருந்தது.

"அவர் தூங்குகிறார்" என்று அவருக்கு உறுதியளித்தார் ஜூலியன். "நீங்கள் அவருடனே இருங்கள்."

"நன்றி" என்ற வால்டஸ்பினோ உள்ளே நுழைந்தார். ஜன்னலில் இருந்து வடிந்துகொண்டிருந்த நிலவொளியில் அவருடைய மெலிந்த முகம் ஆவியுருவாய் தோன்றியது. "ஜூலியன்" அவர் கிசுகிசுத்தார், "இன்றிரவு உங்களிடம் அவர் கூறியது . . . அவருக்கு மிகவும் கடினமான ஒன்றுதான்."

"உங்களுக்கும் சேர்த்து நானே அதை உணர்ந்தேன்."

பிஷப் ஆமோதித்தார். "அநேகமாக எனக்காகத்தான் அதிகமாக இருந்திருக்கும். உங்களுடைய பரிவுக்கு நன்றி." அவர் ஜூலியனின் தோளில் மென்மையாக தட்டிக் கொடுத்தார்.

"நான் உங்களுக்குத்தான் நன்றி சொல்ல வேண்டும் என நினைக்கிறேன்" என்றார் ஜூலியன். "இத்தனை வருடங்கள், என் அம்மா இறந்த பின்னர், என் அப்பா மறுமணம் செய்துகொள்ளவில்லை ... அவர் தனிமையில் இருக்கிறார் என்றே நான் நினைத்திருந்தேன்."

"உன்னுடைய அப்பாக தனிமையில் இருந்ததில்லை" என்றார் வால்டஸ்பினோ. "நீயும் இல்லை. நாங்கள் இருவருமே உன்னை வெகுவாக நேசித்தோம்." அவர் சோகத்துடன் குறுநகை புரிந்தார். "உன்னுடைய பெற்றோர் திருமணம் நிச்சயிக்கப்பட்ட ஒன்றாகவே இருந்துவிட்டது வேடிக்கைதான், இருந்தாலும் உன்னுடைய அம்மாவை அவர் மிகுந்த கவனத்துடன்தான் பார்த்துக்கொண்டார், அவள் மறைந்தபின்னர், ஒரு கட்டத்தில் தனக்குத்தானே உண்மையாக இருக்க வேண்டும் என்றும் இறுதியில் நினைத்துக்கொண்டார்."

அவர் மறுமணம் செய்துகொள்ளவில்லை, ஜூலியன் நினைத்தான், ஏனென்றால் அவர் ஏற்கனவே ஒருவரை காதலித்தார்.

"உங்களுடைய கத்தோலிக்கம்" என்றான் ஜூலியன். "உங்களுடன்... முரண்படவில்லையா?"

“ஆழமாக” என்றார் பிஷப். “எங்களுடைய நம்பிக்கை இந்த விவகாரத்தில் தயவுதாட்சன்யமற்றது. ஒரு இளைஞனாக நான் துன்பத்தை உணர்ந்திருக்கிறேன். என்னுடைய ‘மன விருப்பத்தை’ நான் தெரிந்துகொண்டபோது, பின்னாட்களில் அவர்கள் என்னை அழைத்தது போல் நான் நம்பிக்கை இழந்தவன்; என்னுடைய சொந்த வாழ்க்கையை எவ்வாறு நடத்திச் செல்வதென்று எனக்கு உறுதியாகத் தெரியவில்லை. ஒரு கன்னிகாஸ்த்ரீ என்னைக் காப்பாற்றினார். பைபிள் எல்லாவிதமான அன்பையும் கொண்டாடுவதை அவர் எனக்குக் காட்டினார், ஒரே ஒரு எச்சரிக்கையுடன் - அந்தக் காதல் ஆன்மீகரீதியானதாக இருக்க வேண்டும், உடலின்பரீதியாக இருக்கக் கூடாது. அதனாலேயே, பிரம்மச்சர்ய சத்தியத்தை நான் எடுத்துக்கொண்டதால், என்னுடைய இறைவனின் கண்களில் சுத்தமானவனாக இருந்தபடியே உங்களுடைய தந்தையை என்னால் ஆழமாக நேசிக்க முடிந்தது. எங்களுடைய நேசம் முற்றிலும் ஆன்மீகரீதியானது, ஆனாலும் ஆழமான நிறைவுகொண்டது. அவருக்கு அருகாமையில் இருப்பதற்காகவே நான் என்னுடைய முதன்மை மதகுரு பதவியை மறுத்தேன்.”

அதே சமயத்தில், நீண்டகாலத்திற்கு முன்னர் ஜூலியன் தன்னுடைய தந்தை தன்னிடம் சொன்ன ஒரு விஷயத்தை நினைவுபடுத்திக் கொண்டார்.

அன்பு என்பது வேறொரு களம். அதை நம்முடைய தேவைக்கேற்ப நாம் தயாரித்துக்கொள்ள முடியாது. அது தோன்றும்போது நம்மால் அதை அடக்கியாள முடியாது.

ஜூலியனின் இதயத்தில் சட்டென்று ஆம்ராவுக்காக வலியெடுத்தது.

“அவள் உங்களை அழைப்பாள்” என்ற வால்டஸ்பினோ அவரை கவனமாகப் பார்த்தார்.

தன்னுடைய ஆன்மாவை உற்றுப்பார்க்கும் இந்த பிஷப்பின் புதிரார்ந்த திறமையால் ஜூலியன் எப்போதுமே வியந்து போயிருக்கிறார். “இருக்கலாம்” என்றார் அவர். “இல்லாமலும் போகலாம். அவள் வலிமையான மனம் கொண்டவள்.”

“நீங்கள் அவளை நேசித்த விஷயங்களுள் அதுவும் ஒன்றுதானே” என்று புன்னகைத்தார் வால்டஸ்பினோ. “ஒரு அரசராக இருப்பது தனிமையான வேலை. ஒரு உறுதியான துணை என்பவர் மதிப்புமிக்கவராத்தான் இருப்பார்.”

தன் தந்தையுடன் தான் கொண்டிருந்த கூட்டைத்தான் அந்த பிஷப் மறைமுகமாக குறிப்பிடுகிறார் என்பதை ஜூலியன் உணர்ந்தார் . . . மேலும் அந்தக் கிழவர் இப்போதுதான் தன்னுடைய முழுமையான ஆசீர்வாதத்தை ஆம்ராவுக்கு வழங்கியிருந்தார்.

“இன்றிரவு, வீழ்ந்தார் பள்ளத்தாக்கில்” என்றான் ஜூலியன், “என்னுடைய தந்தை என்னிடம் ஒரு வழக்கத்திற்கு மாறான கோரிக்கை வைத்திருக்கிறார். அவருடைய விருப்பங்கள் உங்களை ஆச்சரியப்படுத்தியதா?”

“இல்லவே இல்லை. ஸ்பெயினில் நடக்க வேண்டும் என்று அவர் நீண்டகாலமாக ஏங்கிக்கொண்டிருந்த ஒன்றை செய்யும்படிதான் அவர் உங்களைக் கேட்டுக் கொண்டுள்ளார். ஆம், அவருக்கு இது அரசியல்ரீதியில் சிக்கலானதுதான். உங்களுக்கு, இன்னும் ஒரு தலைமுறை ஃபிராங்கோ யுகத்தில் இருந்து நீக்கப்படும் நிலையில் அது சுலபமானது.”

தன்னுடைய தந்தையை இம்முறையில் கௌரவப்படுத்துவதற்கு கிடைத்த வாய்ப்பினால் ஜூலியன் கிளர்ச்சியடைந்தார்.

ஒருமணி நேரத்திற்கு முன்னர்தான், ஃபிராங்கோவின் ஆலயத்திற்குள்ளே தன்னுடைய சக்கர நாற்காலியில் இருந்தபடியே அரசர் தன்னுடைய விருப்பங்களை முன்வைத்தார். “மகனே, நீ அரசனாகும்போது இந்த அவமானகரமான இடத்தை அழித்துவிடும்படியும், டைனமைட்டை பயன்படுத்தி இதை இந்த மலைக்குள் நிரந்தரமாக புதைத்துவிடும்படியும் உனக்கு தினமும் மனுக்கள் வந்துகொண்டே இருக்கும்.” அவருடைய தந்தை அவரை கவனமாக ஆராய்ந்தார். “உன்னைக் கெஞ்சிக் கேட்கிறேன் - அந்த நெருக்கடிகளுக்கு பணிந்துவிடாதே.”

அந்த வார்த்தைகள் ஜூலியனை ஆச்சரியப்படுத்தின. அவருடைய தந்தை ஃபிராங்கோ யுகத்தின் சர்வாதிகாரத்தை

எப்போதுமே வெறுத்து வந்திருக்கிறார் என்பதுடன் இந்த ஆலயத்தை ஒரு தேசிய அவமானமாகவே கருதி வந்திருக்கிறார்.

"இந்த பாஸிலிக்காவை அழிப்பதென்பது" என்றார் அரசர், "நம்முடைய வரலாறு நடக்கவே இல்லை என்பதாக பாவனை செய்வதாகும் - நம்மை நாமே மகிழ்ச்சியாக முன்னோக்கி கொண்டுசெல்லவும், மற்றொரு 'ஃபிராங்கோ' உருவாக வாய்ப்பில்லை என்று நமக்கு நாமே சொல்லிக்கொள்வதற்கும் அது ஒரு சுலபமான வழியாகிவிடும். ஆனால், அது நடக்கவும் செய்யும், நாம் விழிப்புடன் இல்லாதிருந்தால் அது நடக்கவே செய்யும். நம்முடைய நாட்டைச் சேர்ந்த ஜோர்ஜ் சந்தாயனாவின் வார்த்தைகள் உனக்கு நினைவிருக்கலாம் -"

" 'கடந்தகாலத்தை நினைவில் வைத்துக்கொள்ளாதவர்கள் அதை மறுமுறை நிகழ்த்தவே விதிக்கப்பட்டிருக்கிறார்கள்' " என்ற ஜூலியன் தன்னுடைய பள்ளிப் பருவத்தில் இருந்தே அந்த முதுமொழியை உச்சரித்து வந்திருக்கிறார்.

"சரியாகச் சொன்னாய்" என்றார் அவருடைய தந்தை. "மூர்க்கத்தனமான தேசியவாதம் மற்றும் சகிப்பின்மை என்ற ஆழிப் பேரலைகளில், அது முற்றிலும் புரிந்துகொள்ளப்படவே முடியாது என்று நினைக்கின்ற இடங்களில்கூட பைத்தியக்காரர்கள் மறுபடி மறுபடி அதிகாரத்தில் உயர்ந்துகொண்டே இருப்பார்கள் என்பதை வரலாறு திரும்பத்திரும்ப நிரூபித்துக்கொண்டே இருக்கிறது." அரசர் தன் மகன் பக்கம் சாய்ந்தார், அவருடைய குரல் தீவிரமடைந்திருந்தது. "ஜூலியன், நீ சீக்கிரத்திலேயே இந்த அற்புதமான நாட்டின் அரியணையில் அமரப்போகிறாய் - மற்ற பல நாடுகளையும் போலவே ஒரு நவீனமான, பரிணமிக்கும் நிலமாக இருண்ட காலங்களை தாக்குப்பிடித்து வந்திருக்கிறது என்றாலும் அது ஜனநாயகம், சகிப்புத்தன்மை மற்றும் அன்பின் ஒளியில்தான் தோன்றியிருக்கிறது. ஆனால், அந்த ஒளியை நாம் நம்முடைய எதிர்காலத் தலைமுறைகளின் மனங்களில் ஒளியேற்றப் பயன்படுத்தாவிட்டால் அது மங்கிப் போய்விடும்."

அரசர் புன்னகைத்தார், அவருடைய கண்கள் எதிர்பாராத உயிர்ப்புடன் மின்னியது.

"ஜூலியன், நீ அரசனாகும்போது, இந்த இடத்தை ஒரு சர்ச்சைக்குரிய ஆலயமாகவும், சுற்றுலாவாசிகளின்

ஆர்வத்திற்குரிய இடமாகவும் இருப்பதைக் காட்டிலும் மிகுந்த சக்திவாய்ந்த ஒன்றாக மாற்றுவதற்கு நம்முடைய புகழ்மிக்க நாட்டினை உன்னால் உத்வேகப்படுத்த இயலவேண்டும் என்பதற்காக நான் பிரார்த்திக்கிறேன். இந்த வளாகம் ஒரு வாழும் மியூஸியமாக இருக்க வேண்டும். இது சகிப்புத்தன்மையின் துடிப்பான குறியீடாக இருக்க வேண்டும், பள்ளிக்குழந்தைகள் இந்த மலைக்குள் ஒன்றுகூடி கொடுங்கோல் ஆட்சியின் குரூரங்களையும், அடக்குமுறையின் கொடூரங்களையும் பற்றி கற்றுக்கொண்டால் அவர்கள் ஒருபோதும் மனநிறைவுற்றவர்களாக இருக்க மாட்டார்கள்."

இந்த வார்த்தைகளைப் பேசுவதற்காகவே அரசர் தன் வாழ்நாள் முழுவதும் காத்திருந்ததைப் போல் இருந்தது.

"மிகவும் முக்கியமாக" என்றார் அவர், "இந்த மியூஸியமானது வரலாறு நமக்கு கற்றுக்கொடுத்த பிற பாடத்தையும் போற்ற வேண்டும் - அதாவது, கொடுங்கோலாட்சியும் அடக்குமுறையும் அரவணைப்பிற்கு ஈடே ஆகாது, இந்த உலகின் துன்புறுத்துவர்களுடைய வெறிபிடித்த கூச்சல்கள் அவற்றை எதிர்கொள்ள எழும் ஒன்றுபட்ட நாகரீக குரல்களால் மௌனிக்கச் செய்யப்படும். இந்தக் குரல்கள்தான் -பிறர் துன்பம் உணர்தல், சகிப்புத்தன்மை மற்றும் அரவணைப்பின் கூட்டுக்குரல்கள்- ஒருநாள் இந்த மலையில் இருந்து பாடப்பெற வேண்டும் என நான் பிரார்த்திக்கிறேன்."

இப்போது, தன்னுடைய தந்தையின் மரணிக்கும் தறுவாயிலான அவர் கேட்டுக்கொண்ட கோரிக்கைகள் ஜூலியனின் மனதில் எதிரொலித்துக்கொண்டே இருக்கையில் நிலவொளி வீசும் அந்த மருத்துவமனை அறையை நோக்கிய அவர் தன்னுடைய தந்தை அமைதியாக உறங்கிக்கொண்டிருப்பதைக் கண்டார். அவர் ஒருபோதும் திருப்தியுற்றவராக தோன்றியதே இல்லை என்று நினைத்துக் கொண்டார் ஜூலியன்.

பிஷப் வால்டஸ்பினோவை நோக்கி தன் கண்களை உயர்த்திய ஜூலியன் தன்னுடைய தந்தையின் படுக்கைக்கு அடுத்திருந்த நாற்காலியை நோக்கி கைகாட்டினார். "அரசருடனே அமர்ந்திருங்கள். அவர் அதைத்தான் விரும்பியிருப்பார். உங்களை தொந்தரவுபடுத்த வேண்டாம் என செவிலியர்களிடம்

சொல்லிவிடுகிறேன். நான் இன்னும் ஒருமணி நேரத்தில் திரும்பி வருகிறேன்.”

வால்டஸ்பினோ அவரைப் பார்த்து புன்னகைத்தார், ஜூலியனின் சிறுவயதில் இருந்தே முதன்முறையாக அவருடைய அனுமதியுடன் அந்த பிஷப் முன்னால் வந்து அந்த இளவரசரை சுற்றி தன் கைகளைப் போட்டுக்கொண்டு அவரை வெம்மையுடன் கட்டிப் பிடித்துக் கொண்டார். அவர் அப்படிச் செய்கையில், அவருடைய மேலங்கிக்கு உள்ளே இருக்கும் அவரது பலவீனமான எலும்புக்கூட்டை தொட்டுணர்ந்த ஜூலியன் ஒருகணம் திடுக்கிட்டார். அரசரைக் காட்டிலும் அந்த முதிய பிஷப் பலவீனமடைந்திருப்பது தெரிந்தது, ஜூலியனால் ஏதேனும் செய்திருக்க முடியும்தான், ஆனால் இந்த இரு உற்ற நண்பர்களும் அவர்கள் நினைத்ததைவிட சீக்கிரத்திலேயே சொர்க்கத்தில் ஒன்று சேர்ந்து கொள்ளட்டும் என விட்டுவிட்டார்.

“உங்களை நினைத்து பெருமைப்படுகிறேன்” அவர்கள் கட்டிப்பிடித்து முடித்ததும் சொன்னார் பிஷப். “நீங்கள் ஒரு அன்பிற்கினிய அரசராக இருப்பீர்கள் என்று நம்புகிறேன். உங்களுடைய தந்தை உங்களை நன்றாகத்தான் வளர்த்திருக்கிறார்.”

“நன்றி” என்றான் ஜூலியன் புன்னகையுடன். “அவருக்கு உதவி கிடைத்திருப்பதாக நம்புகிறேன்.”

தன்னுடைய தந்தையையும் பிஷப்பையும் தனியாக விட்டுவிட்டு அந்த மருத்துவமனை நடைக்கூடத்தில் வந்துகொண்டிருந்த ஜூலியன், மலையில் இருக்கும் அந்த மடத்தை பெரிதாக காட்டுகின்ற ஜன்னலில் இருந்த படத்தை ஒருகணம் உற்று நோக்கினார்.

எல் எஸ்காரியல்.

ஸ்பானிய அரசகுலத்தின் புனிதமான இறுதி உறைவிடம்.

தன் தந்தையுடன் இந்த அரச கல்லறைக்கு வந்துபோன ஜூலியனின் நினைவு ஒருகணம் அவருள் பளிச்சிட்டது. பளபளப்பான சவப்பெட்டிகளை உற்றுப்பார்த்தபோது தனக்கேற்பட்ட ஒரு விசித்திர முன்னோக்கிய உணர்வும் அவர் நினைவுக்கு வந்தது - *நான் இந்த அறையில் புதைக்கப்பட மாட்டேன்.*

ஜூலியன் இதுவரை அனுபவித்ததிலேயே அந்த உள்ளுணர்வுத் தருணமானது மிகத் தெளிவாக இருந்தது, அந்த நினைவு அவர் மனதில் மங்கிப்போகவே இல்லை என்ற நிலையில் அந்த முன்னோக்கிய உணர்வு அர்த்தமற்றது என்றுதான் அவர் தனக்குத்தானே சொல்லி வந்திருக்கிறார் . . . மரணத்தின் முன்பாக ஒரு பயந்துபோன குழந்தையின் உள்ளுணர்வுப்பூர்வமான எதிர்வினை. இருந்தாலும், இன்றிரவு, ஸ்பானிஷ் அரியணையில் தான் ஏறுவது தவிர்க்க இயலாத ஒன்று என்பதை எதிர்கொண்டபோது அவர் ஒரு திடுக்கிட வைக்கும் எண்ணத்தால் தாக்குண்டார்.

ஒரு குழந்தையாக என் உண்மையான விதி எனக்குத் தெரிந்திருக்கலாம்.

ஒரு அரசனாக என்னுடைய நோக்கம் எப்போதுமே எனக்குத் தெரிந்திருக்கலாம்.

தன்னுடைய நாட்டிலும் இந்த உலகத்திலும் தீவிரமான மாற்றங்கள் விரைந்து பரவி வருகின்றன. பழம் வழிமுறைகள் மாண்டுகொண்டிருக்கின்றன, புதிய வழிமுறைகள் பிறந்துகொண்டிருக்கின்றன. ஒருவேளை, இந்தப் பழங்கால முடியாட்சியை நிரந்தரமாக ஒழித்துக்கட்டுவதற்கான நேரம் வந்திருக்கலாம். ஒரு கணம், இதற்கு முன்னெப்போதும் இருந்திராத ஒரு அரச பிரகடனத்தை தான் படிப்பதை ஜூலியனே நினைத்துப் பார்த்தார்.

நான்தான் ஸ்பெயினின் கடைசி அரசன்.

அந்த எண்ணம் அவரை உலுக்கியது.

நல்லவேளையாக, அந்த மருட்சிநிலை அவர் கார்டியாவிடம் இருந்து வாங்கியிருந்த ஒரு செல்போன் அதிர்வினால் கலைந்துபோனது. வந்துகொண்டிருக்கும் அழைப்பின் முதல் எண்கள் 93 என்று பார்த்தபோது இளவரசரின் இதயத்துடிப்பு துரிதமானது.

பார்சிலோனா.

"ஜூலியன் பேசுகிறேன்" அவர் ஆர்வத்துடன் பதிலளித்தார்.

அந்த இணைப்பில் இருந்த குரல் மென்மையாகவும் சோர்வுற்றும் தோன்றியது. “ஜூலியன், நான்தான் . . .”

உணர்ச்சிப் பெருக்கில் ஒரு நாற்காலியில் அப்படியே உட்கார்ந்துவிட்ட இளவரசர் தன் கண்களை மூடிக்கொண்டார். “அன்பே” என்று கிசுகிசுத்தார் அவர். “என் வருத்தத்தை உன்னிடம் தெரிவிக்க நான் எப்படித் தொடங்குவது?”

100

பாறைக்கல் தேவாலயத்திற்கு வெளியே, விடியலுக்கு முந்தைய மூடுபனியில் ஆம்ரா வைடல் கவலையுடன் தன் காதில் போனை வைத்து அழுத்தினாள். ஜூலியன் பாவம்! அவள் பயம் அதிகரிப்பதை உணர்ந்தாள், இன்றிரவு பயங்கரமான நிகழ்வுகள் குறித்து அவர் எதை ஒப்புதலாக தெரிவிக்கப் போகிறாரோ என்று பயந்திருந்தாள்.

இரண்டு கார்டியா ஏஜெண்டுகள் அங்கேயே இருந்தனர், காதில் விழும் தொலைவுக்கு அப்பால்.

“ஆம்ரா” இளவரசர் அமைதியாக தொடங்கினார். “உன்னுடனான என்னுடைய திருமண கோரிக்கை . . . எனக்கு மிகுந்த வருத்தமளிக்கிறது.”

ஆம்ரா குழம்பிப் போனாள். இளவரசர் தொலைக்காட்சி வழியாக தன்னிடம் திருமண கோரிக்கை வைத்ததுதான் இன்றிரவு அவள் மனதில் இருந்த கடைசி விஷயமே.

“நான் காதலுடன் இருக்கத்தான் முயற்சித்தேன்” என்றார் அவர், “ஆனால், ஒரு மிகக் கடினமான சூழ்நிலையில் உன்னை கொண்டுசேர்க்கும்படி ஆகிவிட்டது. பின்னர், உன்னால் குழந்தை பெற்றுக்கொள்ள இயலாது என நீ சொன்னபோது . . . நான் பின்வாங்கிவிட்டேன். ஆனால் காரணம் அதுவல்ல! அதை நீ சீக்கிரத்திலேயே சொல்லவில்லை என்பதுதான் காரணம். நான் அவசரமாக அடியெடுத்து வைத்துவிட்டேன், எனக்கே தெரியும், ஆனால் நான் உன்னிடம் சீக்கிரத்திலேயே விழுந்துவிட்டேன்.

நான் நம்முடைய வாழ்க்கையை ஒன்றாகத் தொடங்கவே விரும்பினேன். அதற்கு என்னுடைய தந்தை மரணித்துக் கொண்டிருந்ததும் ஒரு காரணமாக இருக்கலாம்-"

"ஜூலியன், போதும்!" அவள் குறுக்கிட்டாள். "நீங்கள் மன்னிப்பு கேட்க வேண்டியதில்லை. இன்றிரவு அதைவிட முக்கியமான விஷயங்கள் -"

"இல்லை, அதைவிட முக்கியமானது எதுவுமில்லை. எனக்கு இல்லை. எல்லாம் எப்படி நடந்துவிட்டது என்பது பற்றி நான் எந்தளவுக்கு வருத்தப்படுகிறேன் என்பதை நீ தெரிந்துகொள்ள மட்டுமே விரும்பினேன்."

அவள் கேட்டுக்கொண்டிருந்த அந்தக் குரல் சில மாதங்களுக்கு முன் அவள் காதலில் விழுந்திருந்த ஒருவருடைய உண்மையான பலவீனமான குரலாக இருந்தது. "நன்றி, ஜூலியன்," என்று கிசுகிசுத்தாள் அவள். "இது மிகப்பெரிய விஷயம்."

அவர்களுக்கிடையில் ஒரு சங்கடமான அமைதி நிலவியது, அவள் கேட்க வேண்டியிருந்த ஒரு கடினமான கேள்வியை கேட்பதற்கான துணிவை இறுதியில் வரவழைத்துக் கொண்டாள் ஆம்ரா.

"ஜூலியன்" அவள் கிசுகிசுத்தாள். "இன்றிரவு எட்மண்ட் கிர்ஷ் மரணத்துடன் உங்களுக்கு ஏதேனும் வகையில் சம்பந்தம் இருக்கிறதா என்று எனக்குத் தெரிய வேண்டும்."

இளவரசர் அமைதியானார். இறுதியில் அவர் பேசியபோது அவருடைய குரல் வலியால் இறுகிப்போயிருந்தது. "ஆம்ரா, இந்த நிகழ்ச்சிக்கான தயார்படுத்தலுக்காக நீ கிர்ஷுடன் நிறைய நேரத்தை செலவிட்டாய் என்ற உண்மையுடன் நான் ஆழமாக போராடினேன். அதுபோன்றதொரு சர்ச்சைக்குரிய ஆளுமையுடன் சேர்ந்து நிகழ்ச்சியை வழங்குவதற்கான உன்னுடைய முடிவுடன் நான் கடுமையாக முரண்பட்டேன். வெளிப்படையாக சொல்லவேண்டுமானால், நீ அவரை சந்தித்திருக்கவே கூடாது என்றுகூட நான் விரும்பினேன்." அவர் சற்று இடைவெளி விட்டார். "ஆனாலும் இல்லை, சத்தியமாக அவருடைய கொலையுடன் எனக்கு முற்றிலும் எந்த சம்பந்தமும் இல்லை. நான் அதனால் அடியோடு பயந்துபோனேன் . . . நம்முடைய நாட்டில் அப்படி ஒரு படுகொலை நடந்திருப்பதை நினைத்தும்தான். உண்மையில், அது நான் நேசிக்கின்ற ஒரு

பெண் இருந்த இடத்திலிருந்து சில அடிகள் தள்ளி அது நடந்தது . . . என்னுடைய இதயத்தையே உலுக்கிவிட்டது."

அவருடைய குரலில் இருந்தே உண்மையை கேட்டுத் தெரிந்துகொண்ட ஆம்ரா பெரும் நிம்மதியடைந்தாள். "ஜூலியன், இதை நான் கேட்பதற்கு மன்னிக்க வேண்டும், ஆனால் செய்தியறிக்கைகள் எல்லாவற்றையும் வைத்துப் பார்க்கையில், அரண்மனை, வால்டஸ்பினோ, கடத்தல் செய்தி . . . அதற்கு மேலும் என்ன நினைப்பதென்றே எனக்குத் தெரியவில்லை."

கிர்ஷின் கொலையை சூழ்ந்திருக்கும் சிக்கலான சதிவலை குறித்து தனக்குத் தெரிந்தவற்றை ஜூலியன் அவளுடன் பகிர்ந்துகொண்டார். தன்னுடைய உடல்நலம் குன்றிய தந்தை, அவர்களுடைய கசப்பான சந்திப்பு, அரசரின் உடல்நிலை வேகமாக மோசமடைந்து வருவது என எல்லாவற்றையும் அவர் அவளிடம் கூறினார்.

"வீட்டிற்கு வா" அவர் கிசுகிசத்தார். "நான் உன்னைப் பார்க்க வேண்டும்."

அவருடைய குரலில் இருந்த கனிவை அவள் கேட்டபோது அவளுடைய இதயத்தினூடாக பலவிதமான உணர்ச்சிகள் பெருக்கெடுத்தன.

"இன்னுமொரு விஷயம்" என்ற அவர் குரல் லேசாகிப்போயிருந்தது. "எனக்கு ஒரு விசித்திரமான யோசனை தோன்றுகிறது, அதற்கு நீ என்ன நினைக்கிறாய் என்றும் எனக்குத் தெரிய வேண்டும்," என்று இளவரசர் சற்று இடைவெளி விட்டார். "நம்முடைய திருமண நிச்சயத்தை நிறுத்திவிடுவோம் . . . முதலில் இருந்து தொடங்குவோம்."

அந்த வார்த்தைகள் ஆம்ராவை தலைசுற்ற வைத்தது. இளவரசர் மற்றும் அரண்மனையின் அரசியல் வீழ்ச்சியே முக்கியமானதாக இருக்கும் என்பது அவளுக்குத் தெரியும். "உங்களால் . . . அப்படிச் செய்ய முடியுமா?"

ஜூலியன் நேசத்துடன் சிரித்தார். "அன்பே, ஒருநாள் உன்னிடம், தனிமையில், திருமண கோரிக்கை வைக்க முடியுமானால் . . . நான் நிச்சயம் எதையும் செய்வேன்."

101

ConspiracyNet.com

அவசரச் செய்தி - கிர்ஷ் மறு ஒளிபரப்பு

நேரலையில்!

அது ஒரு அற்புதம்!

மறுஒளிபரப்பு மற்றும் உலகளாவிய எதிர்வினைகளுக்கு இங்கே கிளிக் செய்யுங்கள்!

இது சம்பந்தப்பட்ட அவசர செய்திகள்...

போப் வாக்குமூலம்

ரீஜெண்ட் என்று சொல்லப்படும் நபருடன் தாங்கள் இணைத்துப் பேசப்படுகின்ற குற்றச்சாட்டுகளை பால்மேரியன் அதிகாரிகள் இன்றிரவு தீவிரமாக மறுத்துள்ளனர். இந்த விசாரணையின் முடிவு எதுவாகஇருப்பினும், மதவாத பண்டித செய்தியாளர்கள் இன்றிரவு விவகாரமானது இநத சர்ச்சைக்குரிய தேவாலத்தின் மீது விழுந்த பலத்த அடி என்றே கருதுகின்றனர், இந்த தேவாலயத்தைத்தான் எட்மண்ட் கிர்ஷ் தன்னுடைய தாயாரின் மரணத்திற்கு காரணம் என்று அடிக்கடி குறிப்பிட்டு வந்திருக்கிறார்.

மேலும், உலகளாவிய பார்வை இப்போது பால்மேரியன்கள் மீது கடுமையாக விழுந்துகொண்டிருப்பதால், மீடியாத்துறையானது இப்போதுதான் 2016, ஏப்ரல் மாதத்தைச் சேர்ந்த ஒரு செய்தியை வெளிக்கொண்டு வந்திருக்கிறார்கள். இப்போது வைரலாகிக்கொண்டிருக்கும் இந்த செய்தியில் முன்னாள் பால்மேரியன் போப்பான பதினெட்டாம் கிரிகோரியோ (என்ற ஜைன்ஸ் ஜீசஸ் ஹெர்னாண்டஸ்) தன்னுடைய தேவாலயம் “ஆரம்பத்தில் இருந்தே போலியான ஒன்றுதான்” என்றதுடன்

“ஒரு வரிஏய்ப்பு திட்டமாகவே” நிறுவப்பட்டது எனவும் ஒப்புக்கொண்ருக்கிறார்.

அரச மாளிகை: மன்னிப்பு, குற்றச்சாட்டுகள், உடல்நலமற்ற அரசர்

இன்றிரவு எத்தகைய தவறான நடவடிக்கையிலும் ஈடுபடவில்லை என்று கூறி கமாண்டர் கார்ஸா மற்றும் ராபர்ட் லேங்டனை விடுவித்து அரச மாளிகை அறிக்கை வெளியிட்டிருக்கிறது. இருவரிடத்திலும் பொதுமன்னிப்பு கேட்கப்பட்டுள்ளது.

அரச மாளிகை இன்றிரவு குற்றங்களுடன் பிஷப் வால்டஸ்பினோவுக்கு நேரடித் தொடர்பிருப்பதாக எதையும் குறிப்பிடவில்லை, ஆனால் பிஷப், உடல்நலம் குறைந்துகொண்டே போகும் நிலையில் இருக்கின்ற தன்னுடைய தந்தையை கவனித்துக்கொள்ளும், வெளியே தெரியவராத மருத்துவனையில் இருக்கின்ற இளவரசர் ஜூலியனுடன் இருப்பதாக கருதப்படுகிறது.

மாண்டி எங்கே?

எங்களுடைய நேரடி தகவலாளி monte@iglesia.org தடயமே இல்லாமல் காணாமல் போய்விட்டதுபோல் தெரிகிறது, அவர் தன்னுடைய நிஜமான அடையாளத்தையும் வெளிப்படுத்தவில்லை. எங்களுடைய பயனர் வாக்கெடுப்பின்படி, பெரும்பாலானவர்கள் இன்னமும் “மாண்டியை” கிர்ஷின் தொழில்நுட்ப மாணவர்களுள் ஒருவர் என்றே சந்தேகிக்கிறார்கள், ஆனால் இப்போது உருவாகியிருக்கும் ஒரு புதிய கருத்தின்படி “மாண்டி” என்ற புனைப்பெயர் “மோனிகா” என்பதன் சுருக்க வடிவமாக இருக்கலாம் என்று தெரிவிக்கிறது அது அரச மாளிகையின் பிஆர் ஒருங்கிணைப்பாளர் மோனிகா மார்டின்.

இன்னும் நிறைய செய்திகளுக்கு இணைந்திருங்கள்!

102

உலகம் முழுவதிலும் முப்பத்தி மூன்று "ஷேக்ஸ்பியர் தோட்டங்கள்" இருக்கின்றன. இந்த தாவரவியல் பூங்காக்களில் வில்லியம் ஷேக்ஸ்பியரின் படைப்புகளில் குறிப்பிடப்பட்டிருக்கும் செடிகள் மட்டுமே வளர்க்கப்படுகின்றன - இவற்றில் ஜூலியட்டின் "எந்தப் பெயரிட்டாலும் அது ரோஜாதான்" மற்றும் ஓஃபீலியாவின் ரோஸ்மேரி பொக்கெ, பான்ஸிஸ், ஃபென்னல், கொலம்பைன்ஸ், ரூ, டெய்ஸிஸ் மற்றும் வயலெட்டுகள் ஆகியவை அடங்கும். ஸ்ட்ராட்ஃபோர்டில் இருப்பனவற்றிற்கும் மேலாக ஏவான், வியன்னா, சான் பிரான்சிஸ்கோ மற்றும் நியூயார்க்கில் உள்ள செண்ட்ரல் பார்க் ஆகியவற்றுடன் சேர்த்து பார்சிலோனா சூப்பர்கம்ப்யூட்டிங் மையத்தின் பக்கத்திலும் ஒரு ஷேக்ஸ்பியர் தோட்டம் இருக்கிறது.

தொலைதூர தெருவிளக்குகளின் மங்கிய ஒளியில், கொலம்பைன்ஸ் செடிகளுக்கு நடுவில் இருந்த இருக்கையில் அமர்ந்திருந்த ஆம்ரா வைடல், இளவரசர் ஜூலியனுடனான தன்னுடைய உணர்ச்சிகரமான உரையாடலை முடிக்கவும், ராபர்ட் லேங்டன் பாறைக்கல் தேவாலயத்தில் இருந்து வெளிவரவும் சரியாக இருந்தது. இரண்டு கார்டியா ஏஜெண்டுகளிடமும் போனைக் கொடுத்த அவள் இருளில் தன்னை நோக்கி வந்துகொண்டிருந்த லேங்டனை அழத்தாள்.

அந்த அமெரிக்க புரபஸர் தோட்டத்திற்குள் வந்துகொண்டிருக்கும்போது, அவர் தன்னுடைய ஜாக்கெட் சூட்டை தன் தோளுக்கு மேல் போட்டுக்கொண்டும், முழங்கை சட்டையை மடித்துவிட்டு மிக்கி மவுஸ் கடிகாரம் முழுவதுமாக தெரியும் வகையில் வைத்துக்கொண்டு வருவதைப் பார்த்ததும் அவளால் சிரிக்காமல் இருக்க முடியவில்லை.

"ஹாய்" என்ற அவரின் வாய் ஒருபக்கம் சிரித்தபடி இருந்தாலும் குரல் வற்றிப்போயிருந்தது.

இருவரும் தோட்டத்தை சுற்றி நடக்கையில், கார்டியா அதிகாரிகள் அவர்களுக்கு இடம்விட்டனர், ஆம்ரா லேங்டனிடம் இளவரசருடனான தன்னுடைய உரையாடலைப் பற்றிக் கூறினாள் - ஜூலியனின் மன்னிப்பு, தான் குற்றமற்றவன் என்ற அவருடைய வாக்குறுதி, திருமண நிச்சயத்தை முறித்துவிட்டு மறுபடியும் டேட்டிங் செல்லத் தொடங்குவது.

"ஒரு அசல் இளவரச ரட்சகன்" என்று லேங்டன் வேடிக்கையாக சொன்னாலும் அவர் உன்மையாகவே அதன்பால் கவரப்பட்டிருந்தார்.

"அவர் என்னைப்பற்றி கவலைப்பட்டிருக்கிறார்" என்றாள் ஆம்ரா. "இன்றிரவு மிகவும் கடுமையான ஒன்று. அவர் என்னை உடனடியாக மேட்ரிட்டிற்கு வருமாறு அழைத்திருக்கிறார். அவருடைய தந்தை இறந்துகொண்டிருக்கிறார், ஜூலியனோ -"

"ஆம்ரா" என்றார் லேங்டன் மென்மையாக. "நீ எதையும் விளக்க வேண்டியதில்லை. நீ போயாகத்தான் வேண்டும்."

அவருடைய குரலில் இருந்த ஏமாற்றத்தை உணர்ந்துகொண்டதாக நினைத்த ஆம்ரா தன் மனதின் ஆழத்திலும் அதையே உணர்ந்திருந்தாள். "ராபர்ட்," என்றாள் அவள், "நான் உங்களிடம் ஒரு தனிப்பட்ட கேள்வி கேட்கலாமா?"

"தாராளமாக."

அவள் தயங்கினாள். "உங்களுக்கு தனிப்பட்ட முறையில் . . . இயற்பியல் விதிகள் போதுமானவைதானா?"

தான் ஏதோ முற்றிலும் வேறுபட்ட ஒரு கேள்வியை எதிர்பார்த்ததைப் போல பார்த்தார் லேங்டன் "போதுமென்றால் எப்படி?"

"ஆன்மீகரீதியில் போதுமானதா" என்றாள் அவள். "இடைவிடாது உயிரை உருவாக்குகின்ற விதிகளைக் கொண்ட பிரபஞ்சத்தில் வாழ்வது போதுமானதுதானா? இல்லாவிட்டால் நீங்கள் முன்னுரிமையளிப்பது . . . கடவுளுக்கா?" என்று சற்று இடைவெளி விட்ட அவள் பார்ப்பதற்கு சங்கடப்படுவதுபோல் தெரிந்தாள். "மன்னிக்கனும், நாம் கடந்துவந்த இந்த முழு

இரவையும் வைத்துப் பார்த்தால் அது வேடிக்கையான கேள்வியாகத்தான் தோன்றும் எனத் தெரியும்."

"அது" என்று சிரித்தபடியே சொன்னார் லேங்டன். "என்னுடைய பதில் ஒரு அழகான இரவுநேர தூக்கத்தில் இருந்து வந்ததாக இருக்கும் என்று நினைக்கிறேன். ஆனாலும், இல்லை, அது விசித்திரமானதில்லை. நான் கடவுளை நம்புகிறேனா என்று மக்கள் என்னை எப்போதுமே கேட்டுக்கொண்டுதான் இருக்கிறார்கள்."

"நீங்கள் எப்படித்தான் பதில் சொல்வீர்கள்?"

"நான் உண்மையை வைத்துதான் பதில் சொல்வேன்" என்றார் அவர். "என்னைப் பொறுத்தவரையில், கடவுள் என்ற கேள்வி குறியீடுகளுக்கும் முறைமைகளுக்கும் இடையிலுள்ள வேறுபாட்டை புரிந்துகொள்வதில்தான் இருக்கிறது என்பேன்."

ஆம்ரா உற்றுப் பார்த்தாள். "நீங்கள் சொல்வது எனக்குப் புரிந்ததாக தெரியவில்லை."

"குறியீடுகள் மற்றும் முறைமைகள் என்பவை ஒன்றுக்கொன்று மிகவும் மாறுபட்டவை" என்றார் லேங்டன். "நிறையபேர் இவை இரண்டையும் குழப்பிக் கொள்கிறார்கள். என்னுடைய துறையில், அவற்றின் அடிப்படை வேறுபாட்டை புரிந்துகொள்ள வேண்டியது மிகவும் முக்கியம்."

"அப்படியென்றால்?"

லேங்டன் நடப்பதை நிறுத்திவிட்டு அவளை நோக்கித் திரும்பினார். "முறைமை என்பது எந்த வகையிலும் பிரத்யேகமாக அமைவிக்கப்பட்ட தொடர். முறைமைகள் என்பவை இயற்கையில் எங்கும் காணப்படுகின்றன - சூரியகாந்திப் பூவின் சுழல்வடிவ விதைகள், தேனடையின் அறுகோண அறைகள், ஒரு மீன் குதிக்கும்போது குட்டையில் உருவாகும் வட்டவடிவ சிற்றலைகள் போன்றவை."

"சரி. அப்படியென்றால் குறியீடுகள்?"

"குறியீடுகள் என்பன பிரத்யேகமானவை" என்ற லேங்டனின் தொணி ஏற்றம் கண்டிருந்தது. "வரையறையின்படி, குறியீடுகள்

தகவலைச் சுமந்திருக்க வேண்டும். அவை எளிதாக முறைமையை உருவாக்குவதைக் காட்டிலும் அதிகப்படியானவற்றை செய்யக் கூடியவையாக இருக்க வேண்டும் - குறியீடுகள் தரவுகளை கடத்தி, அர்த்தத்தை தரக்கூடியவையாக இருக்க வேண்டும். குறியீடுகளுக்கான உதாரணங்களில் எழுதப்பட்ட மொழி, இசைக் குறிப்புகள், கணித சமன்பாடுகள், கணினி மொழி, மற்றும் சிலுவை போன்ற எளிய சின்னங்களைக்கூட குறிப்பிடலாம். இந்த உதாரணங்கள் எல்லாம், சுழல் சூரியகாந்திப் பூக்களால் முடியாத வகையில் அர்த்தம் அல்லது தகவலை கடத்த முடியும் என்பதற்கானவை."

ஆம்ராவால் கருத்துக்களை உள்வாங்கிக்கொள்ள முடிந்தது, ஆனால் அது கடவுளுடன் எப்படி சம்பந்தப்படிருக்கிறது என்பதை புரிந்துகொள்ள முடியவில்லை

"குறியீடுகள் மற்றும் முறைமைகளுக்கு இடையில் உள்ள மற்றொரு வேறுபாடு" என்று தொடர்ந்தார் லேங்டன். "குறியீடுகள் இந்த உலகில் இயற்கையாக தோன்றுவதில்லை. இசைக் குறிப்புகள் எதுவும் மரத்தில் காய்ப்பதில்லை, சின்னங்கள் எல்லாம் தங்களைத் தாங்களே மணலில் வரைந்துகொள்ளவில்லை. குறியீடுகள் என்பதை அறிவுப்பூர்வமான உணர்நிலைகள் வேண்டுமென்றே உருவாக்கியவைதான்."

ஆம்ரா ஆமோதித்தாள். "அப்படியென்றால், குறியீடுகளுக்கு எப்போதுமே அவற்றிற்கு பின்னணியில் ஒரு உள்நோக்கமோ அல்லது விழிப்புநிலையோ இருக்கும்."

"சரியாகச் சொன்னாய். குறியீடுகள் இயற்கையாக உருவாவதில்லை; அவை உருவாக்கப்பட வேண்டும்."

ஆம்ரா அவரை நீண்டநேரம் ஆராய்ந்தாள். "அப்படியென்றால் டிஎன்ஏ?"

லேங்டனின் உதடுகளில் ஒரு தொழில்முறையாளருக்கே உரித்தான புன்னகை தோன்றியது. "பிங்கோ" என்றார் அவர். "மரபியல் குறியீடு. அது புரியாத புதிர்."

ஆம்ராவின் பரவச உணர்வு அதிகரித்தது. மரபியல் குறியீடு நிச்சயம் டேட்டாவை சுமந்திருக்கிறது - உடலுறுப்புகளை

கட்டமைப்பதற்கான குறிப்பிட்ட அறிவுறுத்தல்கள். லேங்டனின் தர்க்கப்படி, அதற்கு ஒரே ஒரு அர்த்தம்தான் இருக்க முடியும். "டிஎன்ஏ ஒரு அறிவுத்திறனால் உருவாக்கப்பட்டது என்று நினைக்கிறீர்கள்தானே!"

போலியாக தற்காத்துக்கொள்வது போன்று லேங்டன் தன் கைகளை வைத்துக் கொண்டார். "பொறுமை, புலியே!" என்றபடி சிரித்தார். "நீ ஒரு ஆபத்தான திடலில் நடந்து கொண்டிருக்கிறாய். நான் ஒன்று சொல்கிறேன். நான் குழந்தையாக இருந்தது முதலாகவே, இந்த பிரபஞ்சத்திற்குப் பின்னால் ஒரு பிரக்ஞை இருக்கிறது என்ற உள்ளுணர்வு எனக்கு இருந்து வந்திருக்கிறது. கணித்ததின் துல்லியம், இயற்பியலின் நம்பகத்தன்மை மற்றும் அண்டவெளியின் சீரான அமைப்புகள் ஆகியவற்றைக் கண்டபோது, நான் உறைநிலை அறிவியலை புரிந்துகொண்டதாக எனக்குத் தோன்றவில்லை; நான் ஒரு உயிருள்ள தடத்தைக் கண்டதாக . . . நம்முடைய புரிதலுக்கும் அப்பாற்பட்ட ஏதோவொரு மகத்தான சக்தியின் நிழலைக் கண்டதாக உணர்ந்தேன்."

அவருடைய வார்த்தைகளில் இருந்த வலிமையை ஆம்ரா உணர்ந்தாள். "உங்களைப் போலவே எல்லோரும் நினைக்க வேண்டும் என்றே விரும்புகிறேன்." என்றாள் அவள். "நாம் கடவுள் நிமித்தமாக நிறைய சண்டை போட்டுவிட்டோம் எனத் தோன்றுகிறது. எல்லோரிடமும் உண்மை பற்றிய வேறுபட்ட வடிவங்கள் இருக்கின்றன."

"ஆமாம், அதனால்தான் அறிவியல் என்றாவது ஒருநாள் நம்மை ஒன்றுபடுத்தும் என்று எட்மண்ட் நம்பியிருக்கிறான்" என்றார் லேங்டன். "அவனுடைய வார்த்தைகளிலே சொன்னால்: 'நாம் எல்லோருமே ஈர்ப்புவிசையை வழிபட்டால், அது எந்த வழியில் இழுக்கிறது என்பது பற்றி நமக்குள் எந்த கருத்து வேறுபாடும் இருக்காது.' "

லேங்டன் தன்னுடைய குதிகாலை பயன்படுத்தி கற்கலால் ஆன அவர்களுக்கு இடையில் இருந்த பாதையில் சில கோடுகளை வரைந்தார். "சரியா தவறா?" என்றார் அவர்.

புதிரடைந்த ஆம்ரா அந்தக் கீறல்களைப் பார்த்தாள் - ஒரு எளிய ரோமானிய-எண் சமன்பாடு.

I + XI = X

ஒன்றையும் பதினொன்றையும் கூட்டினால் பத்தா? "தவறு" என்றாள் சட்டென்று.

"இது உண்மை என்பதற்கான வழி உனக்கு ஏதாவது தெரிகிறதா?"

ஆம்ரா தலையை குலுக்கினாள். "இல்லை, நீங்கள் சொல்வது நிச்சயம் தவறுதான்?"

லேங்டன் அவளை மெதுவாக நெருங்கி அவள் கையைப் பிடித்து தான் இருக்கும் இடத்திற்கு அவளைக் கூட்டிவந்து நிறுத்தினார். இப்போது ஆம்ரா அதைப் பார்த்தபோது, லேங்டனின் பார்வையில் இருந்து அதைப் பார்க்கிறாள்.

அந்த சமன்பாடு தலைகீழ் மாற்றம் கொண்டிருந்தது.

X = IX + I

திடுக்கிட்ட அவள் அவரை நிமிர்ந்து பார்த்தாள்.

"பத்து என்பது ஒன்பதையும் ஒன்றையும் கூட்டினால் வருவது" என்றார் லேங்டன் புன்னகையுடன். "சிலநேரங்களில், மற்றவரின் உண்மையைப் பார்க்க நீ உன்னுடைய கண்ணோட்டத்தை மாற்றிக்கொள்ள வேண்டியதுதான்."

ஆம்ரா ஒப்புக்கொண்டாள், உண்மையான அர்த்தத்தைப் புரிந்துகொள்ளாமலேயே வின்ஸ்டனின் சுய-சித்தரிப்பை எண்ணிறைந்த முறைகளுக்கு பார்த்ததை அவள் நினைவுபடுத்திக் கொண்டாள்.

"மறைக்கப்பட்ட உண்மையை சட்டென பார்ப்பது பற்றி பேசினால்" என்ற லேங்டன் சட்டென்று வேடிக்கையுணர்வடைந்தார். "உனக்கு அதிர்ஷ்டம்தான். ஒரு ரகசிய சின்னம் அதோ அங்கே மறைந்திருக்கிறது." அவர் குறிப்பிட்டு காட்டினார். "அந்த டிரக்கின் பக்கவாட்டில்."

ஆம்ரா அதை நோக்கிப் பார்க்கையில் ஒரு FedEx டிரக் பெட்ராபிள்ஸ் நிழற்சாலையில் சிவப்பு விளக்கிற்காக நின்றிப்பதைப் பார்த்தாள்.

ரகசிய சின்னமா? ஆம்ரா பார்க்க முடிந்ததெல்லாம் அந்த நிறுவனத்தின் எல்லாவிடத்திலும் காணப்படுகின்ற லோகோவைத்தான்.

FedEx

“அந்தப் பெயரில் ஒரு குறியீடு இருக்கிறது” என்றார் லேங்டன். “அதில் இரண்டாம் நிலை அர்த்தம் ஒன்று இருக்கிறது - அந்த நிறுவனத்தின் முன்னோக்கிய செயல்பாட்டை பிரதிபலிக்கும் ஒரு மறைக்கப்பட்ட சின்னம்.”

ஆம்ரா உற்றுப் பார்த்தாள். “அது வெறும் எழுத்துக்கள்தான்.”

“என்னை நம்பு, FedEx லோகோவில் மிகப் பொதுவான ஒரு சின்னம் இருக்கிறது - அது முன்னோக்கி செல்வதைக் குறிப்பிடுகிறது.”

“குறிப்பிடுகிறதா? நீங்கள் சொல்வது . . . அம்பு போன்றா?”

“சரியாகச் சொன்னாய்.” லேங்டன் உள்ளுக்குள் சிரித்துக்கொண்டார். “நீ ஒரு மியூஸிய காப்பாளர் - எதிர்மறை வெளியைப் பற்றி யோசி.”

ஆம்ரா அந்த லோகோவை உற்றுப் பார்த்தாள் ஆனால் எதுவும் தெரியவில்லை. அந்த டிரக் சென்றபின்னர் அவள் லேங்டனை நோக்கி வந்தாள். “சொல்லுங்கள்!”

அவர் சிரித்தார். “இல்லை, ஒருநாள் நீயே அதைக் காண்பாய். அப்படி நீ செய்யும்போது . . . அதைக் காணாமல் இருந்துவிட என் வாழ்த்துக்கள்.”

ஆம்ரா அவருடன் போராடத்தான் பார்த்தாள், ஆனால் அவளுடைய இரண்டு கார்டியா ஏஜெண்டுகளும் நெருங்கி வந்துவிட்டனர். “மிஸ்.வைடல், விமானம் காத்திருக்கிறது.”

அவள் ஆமோதித்தபடியே லேங்டன் பக்கம் திரும்பினாள். “நீங்களும் ஏன் வரக்கூடாது?” என்று கிசுகிசுத்தாள். “இளவரசர் நிச்சயமாக உங்களுக்கு நன்றி சொல்ல -”

"அதுவே போதும்" என்று அவர் இடைமறித்தார். "நான் மூன்றாம் நபர்தான் என்பது உனக்கும் எனக்கும் தெரியும் என்று நினைக்கிறேன், நான் ஏற்கனவே என்னுடைய படுக்கையை அங்கே பதிவு செய்து வைத்திருக்கிறேன்." லேங்டன் அருகாமையில் இருந்த கிராண் ஹோட்டல் பிரின்செஸ்கா சோபியாவின் கோபுரத்தை சுட்டிக் காட்டினார், அங்குதான் அவரும் எட்மண்டும் ஒருமுறை மதிய உணவு சாப்பிட்டார்கள். "என்னிடம் கிரெடிட் கார்டு இருக்கிறது, எட்மண்ட் ஆய்வகத்தில் இருந்து ஒரு போனையும் எடுத்துக்கொண்டேன். எனக்கு எல்லாம் தயாராக இருக்கிறது."

விடைபெறுவதன் திடீர் நிகழ்வு ஆம்ராவின் இதயத்தை சட்டென்று இறுக்கியது, உணர்ச்சியற்றவராக காணப்பட்டாலும் லேங்டனுக்கும் இதே உணர்வு ஏற்பட்டிருக்கும் என்பதை ஆம்ரா உணர்ந்தாள். தன்னுடைய காவலர்கள் என்ன நினைப்பார்கள் என்று சற்றும் கவலைப்படாமல், அவள் துணிச்சலாக முன்னுக்கு வந்து தன்னுடைய கைகளை ராபர்ட் லேங்டனை சுற்றிப் போட்டுக்கொண்டாள்.

அந்த புரபஸர் அவளை கதகதப்புடன் உள்வாங்கிக்கொண்டார், அவருடைய வலுவான கைகள் அவளுடைய முதுகை மிக நெருக்கமாக இழுத்துக்கொண்டன. அவர் அவளை சில நொடிகளுக்கு பிடித்திருந்தார், சற்று அதிகமாகவே, பின்னர் மென்மையாக அவளை விடுவித்தார்.

அத்தருணத்தில், ஆம்ரா வைடல் தன்னுள் ஏதோ எழுச்சியுறுவதை உணர்ந்தாள். காதல் மற்றும் ஒளியின் ஆற்றல் குறித்து எட்மண்ட் சொன்ன ஒன்றை அவள் சட்டென்று புரிந்துகொண்டாள் ... பிரபஞ்சத்தை நிரப்புவதற்கும் வெளியே முடிவற்று பூத்துக் குலுங்குவது.

காதல் ஒரு முடிவுறும் உணர்ச்சியல்ல.
நாம் பகிர்ந்துகொள்ள நிறைய இருப்பது மட்டுமல்ல.
நமக்குத் தேவைப்படும்போது நம் இதயங்கள் காதலை படைத்துவிடுகின்றன.

ஒரு பெற்றோர் தங்கள் ஒருவர் மீது ஒருவருக்குள்ள நேசத்தை சற்றும் குறைத்துக் கொள்ளாமல் புதியதாக பிறந்த குழந்தையை

உடனடியாக நேசிக்கத் தொடங்கி விடுவதைப் போலத்தான் இப்போது ஆம்ராவும் இருவர் மீதான பாசத்தையும் உணர்ந்தாள்.

காதல் உண்மையில் ஒரு முடிவுறும் உணர்ச்சியல்ல, அவள் உணர்ந்துகொண்டாள். எங்கிருந்தோ அது இடைவிடாமல் உருவாகிக்கொண்டே இருக்கிறது.

அந்தக் கார் அவளை தன்னுடைய இளவரசரை நோக்கி அழைத்துச் செல்ல மெதுவாக அப்பால் நகர்ந்தபோது அந்த தோட்டத்தில் தனியாக நின்றுகொண்டிருந்த லேங்டனை பார்த்தாள். அவர் நிலைமாறாமல் அவளைப் பார்த்துக்கொண்டிருந்தார். அவளுக்கு மெல்லிய புன்னகையும், இனிய கையசைப்பையும் காட்டிய அவர் சட்டென்று பார்வையில் இருந்து மறைந்தார் . . . பார்த்தால், அவர் தன் ஜாக்கெட்டை மறுபடியும் தோளில் போட்டுக்கொண்டு ஹோட்டலை நோக்கி தனியாக நடக்க ஆரம்பித்திருந்தார்.

103

அரண்மனைக் கடிகாரம் மதிய நேரத்தை தொட்டபோது, தன்னுடைய குறிப்புகளை ஒன்றுசேர்த்துக்கொண்ட மோனிகா மார்டின், அந்த பிளாஸா டி லா அல்முதீனாவிற்கு சென்று அங்கே காத்திருக்கும் ஊடகத்திற்கு தகவல் தெரிவிக்க தயாராகிக் கொண்டிருந்தாள்.

அன்றைய அதிகாலையில், எல் எஸ்காரியலில் இருந்து தொலைக்காட்சியில் தோன்றிய இளவரசர் ஜூலியன் தன்னுடைய தந்தை மறைந்துவிட்டதை தெரிவித்திருந்தார். ஆழ்மன உணர்ச்சி மற்றும் அரச தோரணையுடன் அரசரின் பெருமிதம் மற்றும் நாட்டிற்கென்று அவருக்கிருந்த ஆசைகள் பற்றி இளவரசர் பேசினார். பிரிவுபட்ட உலகில் சகிப்புத்தன்மையை கோரினார் ஜூலியன். தான் வரலாற்றில் இருந்து கற்றுக்கொண்டதாகவும், மாற்றத்திற்காக தன் மனம் திறந்தே இருப்பதாகவும் அவர் உறுதியளித்தார். அவர் ஸ்பெயின் கலாசாரத்தையும் அழகையும்

புகழ்ந்தார், நாட்டு மக்களிடத்தில் தனக்குள்ள ஆழமான, இறவா நேசத்தையும் பிரகடனப்படுத்தினார்.

மார்டின் இதுவரை கேட்டதிலேயே அது ஒரு பிரமாதமான உரை என்பதுடன் வருங்கால அரசர் தன்னுடைய அரசாட்சியைத் தொடங்க அதற்கு மேல் சக்தி மிகுந்த ஒன்றை அவளால் நினைத்துப் பார்க்க முடியவில்லை.

அவருடைய மாலைநேர உரையின் முடிவில், ஸ்பெயின் எதிர்கால அரசியை காப்பாற்றும்பொழுது முந்தைய நாள் இரவில் கடமையில் இருந்தபோதே உயிரிழந்த இரண்டு கார்டியா ஏஜெண்டுகளை கௌரவிக்கும் வகையில் ஜூலியன் ஒருகணம் மௌன அஞ்சலி செலுத்தினார். பின்னர், ஒரு சிறிய அமைதிக்குப் பிறகு, அவர் மற்றுமொரு துயர நிகழ்வையும் பகிர்ந்துகொண்டார். அரசரின் அர்ப்பணிப்புமிக்க வாழ்நாள் நண்பரான பிஷப் அண்டோனியோ வால்டஸ்பினோவும், அரசர் இறந்த ஒருசில மணிநேரங்களில் அன்றுகாலையிலேயே உயிர் துறந்திருந்தார். வயதாகிப்போயிருந்த பிஷப் இதய நோயால் பாதிக்கப்பட்டிருந்தார், இதற்கு அரசரின் இழப்பு மற்றும் நேற்றிரவு அவருக்கு எதிராக சுமத்தப்பட்ட குற்றச்சாட்டுகள் ஆகியவை அவருக்கு ஏற்படுத்திய மன அழுத்தமே காரணம்.

வால்டஸ்பினோவின் மரணச் செய்தி, விசாரணைக்கு உத்தரவிடக் கோரும் பொதுமக்களின் வேண்டுகோளை உடனடியாக தணித்திருந்தது, சிலர் அதற்காக மன்னிப்பு கோரும் அளவுக்குகூட சென்றிருந்தனர்; இறுதியில், பிஷப்பிற்கு எதிரான எல்லா ஆதாரங்களும் சூழ்நிலையின் காரணமாகவும், அவருடைய எதிரிகளால் சுலபமாக திரிக்கப்பட்டவையுமாகவே இருந்தன.

மார்டின் அந்த சதுக்கத்தின் வாசலை நெருங்கியபோது சுரேஷ் பல்லா அவளுக்குப் பின்னால் தோன்றினான். "உன்னை கதாநாயகி என்கிறார்கள்," என்று வழிந்தபடியே சொன்னான். "எல்லாப் புகழும் monte@iglesia .org-க்கே - உண்மையை வழங்கிய எட்மண்ட் கிர்ஷின் மாணவர்!"

"சுரேஷ், நான் ஒன்றும் மாண்டி அல்ல" என்று வலியுறுத்திய அவள் கண்கள் அலைபாய்ந்தன. "நான் உறுதியாக சொல்கிறேன்."

"ம், நீ மாண்டி அல்ல என்று தெரியும்" என்று சுரேஷ் அவளுக்கு உறுதியளித்தான். "அவர் யாராக இருந்தாலும் உன்னைவிட தந்திரசாலி. அவருடைய தகவல்தொடர்புகளை தடம்காண முயற்சித்தேன் - வாய்ப்பே இல்லை. அப்படி ஒருவர் இல்லவே இல்லை என்பதுபோல் இருக்கிறது."

"அப்படியென்றால், அப்படியே இருந்துவிடட்டும்" என்றாள் அவள். "இந்த அரண்மனையில் இருந்து எதுவும் கசியவில்லை என்பதை மட்டும் நான் உறுதிப்படுத்திக்கொள்ள விரும்புகிறேன். நேற்றிரவு நீ திருடிய போன்களைப் பற்றி சொல் -"

"இளவரசரின் பெட்டகத்திலேயே வைத்துவிட்டேன்" அவன் உறுதியளித்தான். "சொன்னபடியே."

மூச்சிழுத்துக்கொண்ட மார்டின் இளவரசர் அப்போதுதான் அரண்மனைக்குத் திரும்பியிருக்கிறார் என்பதை தெரிந்துகொண்டாள்.

"மேலும் ஒரு செய்தி" என தொடர்ந்தான் சுரேஷ். "தொலைபேசி சேவை வழங்குநரிடம் இருந்து நாங்கள் இப்போதுதான் அரண்மனையின் தொலைபேசி அழைப்பு பதிவுகளை வாங்கியிருக்கிறோம். நேற்றிரவு அரண்மனையில் இருந்து கூகன்ஹைமிற்கு எந்த அழைப்பும் செய்யப்பட்டதற்கான பதிவே இல்லை. யாரோ நம்முடைய எண்ணை வைத்து அழைப்பு விடுத்து எவிலாவை விருந்தினர் பட்டியலில் சேர்க்க ஏமாற்றியிருக்கிறார். அதை கவனித்து வருகிறோம்."

சம்பந்தப்பட்ட அந்த எண் அரண்மனையில் இருந்து போகவில்லை என்று கேட்டபோது மோனிகா நிம்மதியடைந்தாள். "எனக்கு தகவல் தெரிவித்துக்கொண்டே இருங்கள்," என சொல்லிவிட்டும் அவள் வாயிலை நெருங்கினார்.

வெளியே, கூடியிருந்த ஊடகத்தின் சத்தம் அதிகமானது.

"பெரிய கூட்டமாக இருக்கிறதே" என்றான் சுரேஷ். "நேற்றிரவு ஏதேனும் உற்சாகமளிக்கும் வகையில் நடந்துவிட்டதா?"

"ம், கொஞ்சம் செய்தியாகும் மதிப்புள்ள விஷயங்கள்தான்."

“என்னிடம் சொல்ல வேண்டும்” என்று உள்ளுக்குள் சிரித்துக்கொண்டான் சுரேஷ். “ஆம்ரா வைடல் புதிய டிஸைனர் உடை அணிந்திருந்தாரா?”

“சுரேஷ்!” என்ற அவள் சிரித்துவிட்டாள். “நீ மோசமான ஆள். நான் இப்போது வெளியே செல்ல வேண்டும்.”

“அந்த குறிப்புச் சீட்டில் என்ன இருக்கிறது?” என்ற அவன் அவளுடைய கையில் இருந்த குறிப்புத் தொகுப்புகளை நோக்கி நகர்ந்தான்.

“முடிவில்லாத விவரங்கள். முதலில், பதவியேற்பு விழாவுக்கான ஊடக நெறிமுறைகளை நாம் அமைத்தாக வேண்டும், பின்னர் நான் -”

“அடக் கடவுளே. நீ சலிப்பேற்படுத்துகிறாய்” என்று வெடுக்கென்று கூறிவிட்டு வேறொரு கூடத்திற்கு சென்றுவிட்டான் அவன்.

மார்டின் சிரித்துக்கொண்டாள். நன்றி, சுரேஷ். உன்னையும் நேசிக்கிறேன்.

அவள் வாயிலை அடைந்ததுமே, அந்த அரச மாளிகையில் இதுவரையில் அவள் பார்த்திராத அளவுக்கு பத்திரிக்கையாளர்கள் மற்றும் கேமராமேன்களின் மிகப்பெரிய கூட்டம் அந்த சூரிய-ஒளி போர்த்திய சதுக்கத்தில் நிறைந்திருப்பதைக் கண்டாள். மூச்சிழுத்துக்கொண்ட மோனிகா மார்டின், தன்னுடைய கண்ணாடியை சரிசெய்துகொண்டு தன் எண்ணங்களை ஒருங்கிணைத்துக் கொண்டாள். பின்னர், அவள் ஸ்பானிஷ் சூரியனுக்குள் அடியெடுத்து வைத்தாள்.

அரச மாளிகையின் மேல்தளத்தில், இளவரசர் ஜூலியன் உடைகளைக் களைந்துவிட்டு மோனிகா மார்டினின் தொலைக்காட்சி செய்தியாளர் கூட்டத்தை பார்த்துக் கொண்டிருந்தார். அவர் சோர்ந்து போயிருந்தாலும், ஆம்ரா இப்போது பாதுகாப்பாக திரும்பிவந்து ஆழ்ந்து உறங்கிக் கொண்டிருப்பதை நினைத்து பெரும் நிம்மதியையும் உணர்ந்தார்.

தொலைபேசி உரையாடலின்போது அவளுடைய இறுதி வார்த்தைகள் அவரை மகிழ்ச்சியால் நிரப்பியிருந்தன.

ஜூலியன், எனக்கு இந்த உலகம் என்பது, பொதுமக்கள் பார்வையில் படாமல் மறுபடியும் ஒன்றாக - நீங்களும் நானும் மட்டும் - தொடங்குவது குறித்து பரிசீலித்ததுதான். காதல் ஒரு தனிப்பட்ட விஷயம்; இந்த உலகம் எல்லாவற்றையும் தெரிந்துகொள்ள வேண்டியதில்லை.

தன்னுடைய தந்தையை இழந்து கனத்துப்போயிருந்த ஒரு நாளை ஆம்ரா நம்பிக்கையால் நிரப்பிவிட்டாள்.

அவர் தன்னுடைய சூட் ஜாக்கெட்டை மாட்டிவைக்கச் சென்றபோது தன்னுடைய பையில் ஏதோ ஒன்று இருப்பதை உணர்ந்தார் - அது அவருடைய தந்தையின் மருத்துவமனை அறையில் இருந்த ஒரு புட்டி மார்பின் மயக்க மருந்து கரைசல். பிஷப் வால்டஸ்பினோவுக்கு அருகாமையில் இருந்த மேசையில் அந்த புட்டி காலியாக இருந்ததைக் கண்டு ஜூலியன் திகைத்துப் போயிருந்தார்.

மருத்துவமனை அறையின் இருளில், வலிமிகுந்த உண்மை தெளிவானபோது ஜூலியன் முழங்காலிட்டு அந்த நெடுநாள் நண்பர்கள் இருவருக்காகவும் சத்தமின்றி பிரார்த்தனை செய்தார்.

அந்த அறையை விட்டு வெளியேறும் முன்னர், பிஷப்பின் கண்ணீர் வழிந்தோடிய முகத்தை தன்னுடைய தந்தையின் மார்பில் இருந்து மென்மையாக தூக்கிய அவர், கைகளை பிரார்த்தனை செய்வதுபோல் வைத்துவிட்டு, அவரை மறுபடியும் நாற்காலியில் நேராக உட்கார வைத்தார்.

காதல் ஒரு தனிப்பட்ட விஷயம், ஆம்ரா அவருக்கு கற்றுக் கொடுத்திருக்கிறாள். இந்த உலகம் எல்லாவற்றையும் தெரிந்துகொள்ள வேண்டியதில்லை.

104

பார்சிலோனாவின் தென்மேற்கு மூலையில் அமைந்துள்ள அறுநூறு அடி உயரமுள்ள மாண்ட்ஜூஸி மலை தனது உச்சியில் கேஸ்டெல் டி மாண்ட்ஜூஸியை - பலேரிக் கடலின் காட்சிகளை கட்டுப்பாட்டில் வைத்திருக்கும் சாய்வான உச்சியின் மேலே அமைந்து ஒரு பரந்துவிரிந்த பதினேழாம் நூற்றாண்டு காவலரண் - மகுடமாக சூட்டிக் கொண்டிருக்கிறது. இந்த மலையானது கவர்ந்திழுக்கும் தேசிய அரண்மனைக்கு புகலிடமாகவும் விளங்குகிறது - ஒரு பிரமாண்டமான மறுமலர்ச்சிகால-பாணியிலான இந்த அரண்மனை 1929-ஆம் ஆண்டு பார்சிலோனாவில் நடந்த சர்வதேச கண்காட்சியின் மையமாகவும் இருந்திருக்கிறது.

மலையேற்றத்தின்போது பாதி வழியில் தொங்கிக்கொண்டிருந்த ஒரு தனி கேபிள் காரில் தனக்கு கீழேயிருக்கும் மரங்களர்ந்த நிலவமைப்பை நோக்கிபடி அமர்ந்திருந்த ராபர்ட் லேங்டன் அந்த நகரத்தில் இருந்து வெளியே சென்றுகொண்டிருப்பதை நினைத்து நிம்மதியடைந்தார். எனக்கு ஒரு மாற்றம் தேவைப்படுகிறது, என்று நினைத்துக்கொண்ட அவர், நடுப்பகல் சூரியனின் அமைவு மற்றும் வெம்மையின் அமைதியை ரசித்து மகிழ்ந்திருந்தார்.

கிராண் ஹோட்டல் பிரின்செஸ்ஸா சோபியாவில் மதியத்திற்கு சற்று முன்னதாக விழித்துக்கொண்ட அவர் நீராவிக்குளியலை முடித்துவிட்டு, முட்டைகள், ஓட்ஸ் மற்றும் சில இனிப்பு வகைகளை சாப்பிட்ட பின்னர், ஒரு முழு குடுவை நொமாட் காபியையும் அருந்திவிட்டு, காலைநேர செய்திகளுக்காக தொலைக்காட்சி சேனல்களை ஆராய்ந்து முடித்திருந்தார்.

எதிர்பார்த்தபடியே வானலைகளை எட்மண்ட் கிர்ஷின் செய்திதான் ஆக்கிரமித்திருந்தது, அவற்றில் கிர்ஷின் கோட்பாடுகள் மற்றும் முன்னூகிப்புகளையும், மதத்தின் மீது அது ஏற்படுத்த வாய்ப்புள்ள தாக்கங்களையும் பண்டிதர்கள் அனல் பறக்க விவாதித்துக் கொண்டிருந்தனர். பாடம் நடத்துவதையே

பிரதானமாக நேசிக்கின்ற ஒரு புரபஸராக ராபர்ட் லேங்டன் சிரிக்கத்தான் வேண்டியிருந்தது.

உரையாடல் எப்போதுமே ஒருமித்த கருத்தைக் காட்டிலும் மிக முக்கியமானது.

இன்று காலையில் ஏற்கனவே, ஸ்டிக்கர்கள் விற்பனையை முதலில் தொடங்கிய வியாபாரிகளை பார்த்திருந்தார், அவற்றில் அவர்கள், கிர்ஷ் எனது சக விமானி, ஏழாவது ராஜ்ஜியம்தான் இறைவனின் ராஜ்ஜியம் என்பவை போன்று அச்சிட்டிருந்தனர், அத்துடன் கன்னி மேரி சிலைகளுடன் கூடவே சார்லஸ் டார்வினின் ஸ்பிரிங் பொம்மைகளையும் விற்றுக்கொண்டிருந்தனர்.

முதலாளித்துவம் என்பது குறிப்பிட்டு சொல்ல முடியாத ஒன்று என வியந்துகொண்ட லேங்டன் அன்று காலை தனக்குப் பிடித்த ஒரு காட்சியை நினைவுகூர்ந்தார் - ஒரு ஸ்கேட்போர்டர் தன்னுடைய கையால் எழுதப்பட்ட டி-ஷர்ட்டில் பின்வருமாறு எழுதப்பட்டிருந்தது:

i am monte@iglesia.org

மீடியாவின் கூற்றுப்படி, செல்வாக்குமிக்க ஆன்லைன் தகவலாளியின் அடையாளம் மாயமாகவே இருந்து வந்தது. அதே அளவுக்கு நிச்சமின்மையில் மூடப்பட்டிருப்பவை பல்வேறு பிற நிழல் ஆட்டக்காரர்களின் பாத்திரங்களும்தான் - ரீஜெண்ட், மறைந்த பிஷப் மற்றும் பால்மேரியன்கள்.

இதெல்லாமே அனுமானக் கதம்பங்கள்.

நல்லவேளையாக, கிர்ஷின் அறிவிப்பை சூழ்ந்திருக்கும் வன்முறையிலான பொதுமக்களின் ஆர்வம் அதனுடைய உட்பொருளின் மீது நேர்மையான உற்சாகத்தை நோக்கி வழிவிட்டிருப்பது போல் தெரிந்தது. கிர்ஷின் இறுதியாட்டமானது - அவனுடைய நாளைய உடோப்பியாவின் உணர்வுப்பூர்வ சித்தரிப்பு - லட்சக்கணக்கான பார்வையாளர்களுக்குள் ஆழமாக எதிரொலித்து ஒரே இரவில் சிறந்த விற்பனையின் முதலாவது இடத்திற்கு நம்பிக்கைவாத தொழில்நுட்பத்தை அனுப்பி வைத்திருக்கிறது.

அபரிமிதமானது: எதிர்காலம் நீங்கள் நினைப்பதைவிட சிறந்தது

தொழில்நுட்பத்திற்கு வேண்டியது என்ன

ஒருமைத்துவம் நெருங்கிவிட்டது

தொழில்நுட்பத்தின் எழுச்சி குறித்து தன்னுடைய பழம்பள்ளி அவநம்பிக்கை கொண்டிருந்தபோதிலும், மனிதகுலத்தின் எதிர்கால நம்பிக்கை குறித்து இன்று தான் மிகமிக நம்பிக்கையுடன் இருக்கிறோம் என்பதை லேங்டன் ஒப்புக்கொள்ளத்தான் வேண்டியிருந்தது. மாசடைந்த கடல்களை சுத்தப்படுத்துதல், வரம்பற்ற குடிநீரை உற்பத்தி செய்தல், பாலைவனங்களில் உணவு உற்பத்தி செய்தல், உயிர்க்கொல்லி நோய்களை தீர்த்துவைத்தல் மற்றும் வளரும் நாடுகளின் மீது தொங்கிக் கொண்டிருக்கக்கூடிய "சோலார் டிரோன்களின்" பெருங்கூட்டத்தை பறக்க விடுதல், இலவச இணைய வசதி வழங்குதல் மற்றும் "பெரும் பொருளாதாரத்தை" உலகப் பொருளாதாரத்திற்குள் கொண்டுவருதல் போன்றவற்றை மனிதர்களை செய்யவைக்கின்ற வரப்போகும் திருப்புமுனைகளை செய்தியறிக்கைகள் ஏற்கனவே குறிப்பிட்டுக் காட்டத் தொடங்கிவிட்டன.

தொழில்நுட்பத்துடன் இந்த உலகத்திற்கு இருக்கும் திடீர் கவர்ச்சியின் ஒளியில், வின்ஸ்டனைப் பற்றி யாருக்குமே தெரிந்திராது என்பதை கற்பனை செய்வதே கடினம் என லேங்டன் உணர்ந்தார்; கிர்ஷ் தன்னுடைய படைப்பை பற்றி தனித்துவமான ரகசியம் காத்திருக்கிறான். பார்சிலோனா சூப்பர்கம்ப்யூட்டிங் மையத்திடமே விட்டுவைக்கப்பட்ட எட்மண்டின் இரட்டை மடல் சூப்பர்கம்ப்யூட்டரான இ-வேவ் பற்றி இந்த உலகம் தெரிந்துகொள்ளும் என்பதில் எந்த சந்தேகமும் இல்லை என்பதுடன், புரோகிராமர்கள் எட்மண்டின் கருவிகளைப் பயன்படுத்தி புத்தம் புதிய வின்ஸ்டன்களை உருவாக்கத் தொடங்குவதற்கு எத்தனை காலம் ஆகிவிடப்போகிறது என்றும் லேங்டன் வியந்தார்.

கேபிள் கார் கதகதப்படையத் தொடங்கியிருந்தது, வெளியே சென்று புத்துணர்ச்சியான காற்றை சுவாசிக்க எதிர்பார்த்திருந்த லேங்டன் கோட்டைகள், அரண்மனை மற்றும் புகழ்பெற்ற "மாய நீரூற்றைப்" பார்க்கவும் ஆவல் கொண்டிருந்தார். ஒரு மணிநேரத்திற்காவது எட்மண்டைத் தவிர்த்து வேறு

விஷயங்களைப் பற்றி சிந்திக்கவும், வேறு சில இடங்களுக்கு சென்று வரவும் ஆர்வம் கொண்டிருந்தார் அவர்.

மாண்ட்ஜூஸியின் வரலாற்றைப் பற்றி தெரிந்துகொள்ளும் ஆர்வம் கொண்டிருந்த லேங்டன் அந்த கேபிள் காருக்குள் அமைக்கப்பட்டிருந்த விரிவான தகவல் பலகையை நோக்கி தன் பார்வையை செலுத்தினார். அவர் படிக்கத் தொடங்கினார், ஆனால் முதல் வரி வரையிலும் மட்டும்தான் அவரால் படிக்க முடிந்தது.

மாண்ட்ஜூஸி என்ற பெயர் மத்திய கால கேடலேனைச் சேர்ந்த

மாண்ட்ஜூய்ச் ("யூதர் மலை") அல்லது லத்தீனைச் சேர்ந்த

மாண்ஸ்ஜோவிகஸ் ("ஜோவ் (ஜூபிடர்) மலை") என்பனவற்றில்

ஏதோ ஒன்றிலிருந்து பெறப்பட்டதாகத்தான் இருக்கும்.

இவ்விடத்தில், லேங்டன் சட்டென்று அப்படியே நின்றுவிட்டார். அவருக்கு ஒரு எதிர்பாராத தொடர்பு கிடைத்தது.

இது யதேச்சையானதாக இருக்க முடியாது.

அதைப்பற்றி அவர் நினைக்க நினைக்க அவரை அது ரொம்பவும் தொந்தரவுக்கு உள்ளாக்கவே செய்தது. இறுதியில், எட்மண்டின் செல்போனை வெளியே எடுத்த அவர், வின்ஸ்டன் சர்ச்சிலின் திரைக்காட்சி மேற்கோளை மறுபடியும் படித்தார்.

வரலாறு எனக்கு பரிவு காட்டும், நான் அதை எழுத உத்தேசித்திருப்பதால்.

சற்றே நீண்ட நேரத்திற்குப் பின்னர், லேங்டன் W என்ற ஐகானை அழுத்திவிட்டு போனை தன் காதுக்கு கொண்டுசென்றார்.

உடனடியாக தொடர்பு கிடைத்தது.

"புரபஸர் லேங்டன்தானே?" ஒரு நன்கறிந்த குரல் பிரிட்டிஷ் தொனியில் சிணுங்கியது. "சரியான நேரத்தில்தான்

வந்திருக்கிறீர்கள். நான் சீக்கிரத்திலேயே ஓய்வுபெற இருக்கிறேன்."

எந்தவித முன்னுரையும் இல்லாமல் லேங்டன் கூறினார், "மாண்ட்டி(Monte) என்பது ஸ்பானிஷில் 'மலை' என்று மொழிபெயர்க்கப்படுகிறது."

வின்ஸ்டன் தன்னுடைய தனித்துவமான விசித்திர குறுஞ் சிரிப்பை வெளிப்படுத்தினான். "நானும் அப்படித்தான் நினைக்கிறேன்."

"இக்லேஸியா (iglesia) என்றால் 'தேவாலயம்.' "

"உங்களுக்கு நிகரானவரே கிடையாது புரபஸர். ஒருவேளை நீங்கள் ஸ்பானிஷ்கூட கற்றுத்தர -"

"அப்படியென்றால் monte@iglesia என்பது hill@church (தேவாலயத்தில் உள்ள மலை) என்று மொழிபெயர்ப்பாகிறது."

வின்ஸ்டன் சற்று இடைவெளி விட்டான். "மறுபடியும் சரி"

"உன்னுடைய வின்ஸ்டன் என்ற பெயர், மற்றும் வின்ஸ்டன் சர்ச்சில் (Winston Churchill) மீது எட்மண்டிற்கு இருந்த பெரும் அபிமானம் ஆகியவற்றை வைத்துப் பார்க்கையில் அந்த மின்னஞ்சல் முகவரி 'hill@church' என்று வருவது கொஞ்சம் . . ."

"தற்செயலானதா?"

"ஆமாம்."

"சரி" என்ற வின்ஸ்டனின் தொனி சற்று வேடிக்கையுணர்வுடன் காணப்பட்டது. "புள்ளிவிவரப்படி பேசினால், நான் ஒப்புக்கொள்ளத்தான் வேண்டியிருக்கும். நீங்கள் அதை ஒன்றுசேர்த்துவிட்டீர்கள் என்று தெரிகிறது."

லேங்டன் நம்பமுடியாமல் ஜன்னலுக்கு வெளியே உற்றுப் பார்த்தார். Monte@iglesia.org . . . நீதானா?

"ஆமாம். சொல்லப்போனால், எட்மண்டிற்கான தீத்தணலை யாராவது விசிறி விடத்தானே வேண்டியிருக்கிறது. என்னைவிட யார் அதை சிறப்பாக செய்துவிட முடியும்? ஆன்லைன்

சதியாலோசனை தளங்களுக்கு செய்தி அளிப்பதற்காக நான்தான் *monte@iglesia.org*-ஐ உருவாக்கினேன். உங்களுக்கே தெரியும், சதியாலோசனைகளுக்கு மூலாதாரமே அவைதான், மாண்டியின் ஆன்லைன் செயல்பாடு எட்மண்டின் ஒட்டுமொத்த பார்வையாளர் எண்ணிக்கையை ஐநூறு சதவிகிதம் அதிகரிக்கும் என்று நான் மதிப்பிட்டிருந்தேன். உண்மையில் அதனுடைய எண்ணிக்கை அறுநூற்று இருபது சதவிகிதம் அதிகரித்துவிட்டது. நீங்கள் முன்னமே சொன்னது போலத்தான், எட்மண்ட் இருந்திருந்தால் பெருமிதம் கொண்டிருப்பார் என்று நினைக்கிறேன்."

அந்த கேபிள் கார் காற்றில் குலுங்கியது, லேங்டன் அந்த செய்தியைச் சுற்றியே தன்னுடைய மனதை வைத்திருக்க முயற்சித்தார். *"வின்ஸ்டன் . . . இப்படிச் செய்யும்படி எட்மண்ட்தான் உன்னைக் கேட்டுக்கொண்டானா?"*

"வெளிப்படையாக கிடையாது, இல்லை, ஆனால் அவருடைய அறிவுறுத்தல்கள் யாவும் அவருடைய அறிவிப்பானது முடிந்தவரை பரவலாக பார்க்கப்படுவதற்கான வழிகளை உருவாக்க வேண்டுமாறு என்னைக் கேட்டுக்கொண்டன."

"நீ மாட்டிக்கொண்டால்?" என்றார் லேங்டன். *Monte@ iglesia* ஒன்றும் நான் பார்த்ததிலேயே மிகவும் கடுமையாக மறைகுறியீடாக்கப்பட்ட புனைப்பெயர் ஒன்றுமில்லை.

"கையளவு மக்களுக்கு மட்டுமே நான் இருப்பது தெரியும், இன்னும் எட்டே நிமிடங்களில் நான் நிரந்தரமாக அழிக்கப்பட்டு காணாமல் போய்விடுவேன், அதனால் அதைப்பற்றி நான் கவலைப்படத் தேவையில்லை. எட்மண்டின் சிறப்பான நலன்களுக்காக சேவையாற்ற வேண்டிய வெறும் பிரதிநிதிதான் 'மாண்டி' என்பது, நான் சொன்னதுபோல், அவருக்காக அந்த மாலைப்பொழுது எவ்வாறு செயல்பட்டிருக்கிறது என்பதை பார்த்திருந்தால் அவர் ரொம்பவே மகிழ்ந்திருப்பார்."

"அது எப்படி செயல்பட்டது?!" லேங்டன் சவால்விட்டார். *"எட்மண்ட் கொல்லப்பட்டிருக்கிறான்!"*

"என்னைத் தவறாக புரிந்துகொண்டீர்கள்" என உணர்ச்சியற்று கூறினான் வின்ஸ்டன். "நான் சொன்னதுபோல், முதன்மை

அறிவுறுத்தலான அவருடைய அறிவிப்பின் சந்தைப் பரவலைத்தான் நான் குறிப்பிட்டேன்."

ஒளிவுமறைவற்ற அந்தக் கூற்றின் தொனி லேங்டனுக்கு ஒரு விஷயத்தை நினைவுபடுத்தியது, வின்ஸ்டன் மனிதனைப் போல் தோன்றினாலும் நிச்சயமாக அவன் மனிதனில்லை.

"எட்மண்டின் மரணம் ஒரு பயங்கர சோகம்தான்" என்றான் வின்ஸ்டன். "ஆம், அவர் உயிருடன் இருந்திருக்க வேண்டுமென்று நானும்தான் விரும்பினேன். இருந்தாலும், அவர் தன்னுடைய இறப்புநிலையுடன் உடன்படத்தான் வேண்டியிருந்தது என்பதையும் நாம் தெரிந்துகொள்ள வேண்டியது அவசியம். ஒரு மாதத்திற்கு முன்னர், தற்கொலைக்கு உதவக்கூடிய சிறந்த வழிமுறைகள் பற்றி ஆராயுமாறு அவர் என்னைக் கேட்டுக்கொண்டார். ஆயிரக்கணக்கான நிகழ்வுகளை படித்த பின்னர். 'பத்து கிராம் செக்கோபார்பிட்டால்' போதுமென்ற முடிவுக்கு நான் வந்தேன், அதைப் பெற்ற அவர் எப்போதும் தன் கையிலேயே வைத்திருந்தார்."

லேங்டனின் இதயம் எட்மண்டை நோக்கிச் சென்றது. "அவன் தன் உயிரையே பறித்துக்கொள்ள இருந்தானா?"

"நிச்சயமாக. அதைப்பற்றி முற்றிலும் ஒரு நகைச்சுவை உணர்வையும் அவர் உருவாக்கி வைத்திருந்தார். அவருடைய கூகன்ஹைம் அறிவிப்பின் கவர்ச்சியை விரிவுபடுத்துவதற்கான வழிகளுக்காக நாங்கள் தலையை பிய்த்துக்கொண்டிருந்தபோது, தன்னுடைய அறிவிப்பின் முடிவில் தன்னுடைய செக்கோபார்பிட்டால் மாத்திரைகளை விழுங்கிவிட்டு மேடையிலேயே செத்தாலும் செத்துவிடலாம் என்று அவர் தமாஷ்கூட செய்திருக்கிறார்."

"உண்மையிலேயே அவன் அதை சொன்னானா?" லேங்டன் திகைத்துப் போனார்.

"அவர் அதைப்பற்றி பெரிதாகவே எடுத்துக்கொள்ளவில்லை. மக்கள் செத்துக்கொண்டிருப்பதைப் பார்ப்பதைக் காட்டிலும் தொலைக்காட்சி நிகழ்ச்சியின் தரவரிசைகளுக்கு எதுவும் சிறந்ததாக இருக்க முடியாது என்று வேடிக்கையாக கூறுவார். ஆம், அவர் சொன்னது சரிதான். நீங்கள் உலகின் மிக அதிகமாக

பார்க்கப்பட்ட ஊடக நிகழ்வுகளை ஆராய்ந்து பார்த்தால், ஏறக்குறைய எல்லாமே -"

"வின்ஸ்டன், போதும். அது துன்புறுத்தும்." இந்த கேபிள் கார் பயணத்திற்கு இன்னும் எவ்வளவு தூரம் இருக்கிறது? அந்த சின்னஞ்சிறு கேபினுக்குள் அடைக்கப்பட்டது போன்ற உணர்வு திடீரென லேங்டனுக்கு ஏற்பட்டது. பிரகாசமான நடுப்பகல் சூரிய ஒளிக்குள் அவர் கண்களை இடுங்கிக்கொண்டு பார்க்கையில் தனக்கு முன்பாக அவர் கோபுரங்களையும் கம்பிகளையும் மட்டுமே கண்டார். *நான் வெந்துகொண்டிருக்கிறேன்,* என்று நினைத்த அவர் மனம் இப்போது எல்லா வகையான விசித்திர திசைகளிலும் சுழன்று கொண்டிருந்தது.

"புரபஸர்?" என்றான் வின்ஸ்டன். "நீங்கள் என்னிடம் கேட்க வேண்டியது வேறு ஏதேனும் இருக்கிறதா?"

ஆமாம்! தன்னுடைய மனதில் தோன்றத் தொடங்கியிருந்த தீர்க்கப்படாத கருத்தாக்கங்கள் பெருகிக்கொண்டிருக்கையில் அவருக்கு கத்திவிட வேண்டும்போல் இருந்தது. *நிறைய இருக்கிறது!*

மூச்சிழுத்துக்கொண்டு அமைதியாகும்படி லேங்டன் தனக்குத்தானே சொல்லிக்கொண்டார். *தெளிவாக யோசி, ராபர்ட். நீ நீயாகத்தான் முன்னே செல்ல வேண்டும்.*

ஆனால், லேங்டனின் மனம் கட்டுப்படுத்த இயலாதவாறு அதி விரைவாக ஓடத் தொடங்கியது.

பொதுநிகழ்ச்சியில் எட்மண்ட் மரணமடைந்திருப்பது அவனுடைய அறிவிப்பை இந்த மொத்த கிரகத்திலேயும் பேசப்படக்கூடிய விஷயமாக ஆக்கிரமித்துக் கொள்ளவும் . . . பார்வையாளர் எண்ணிக்கையை சில மில்லியன்களில் இருந்து ஐந்நூறு மில்லியன்களுக்கும் மேல் உயர்த்தவும் எப்படி உத்திரவாதமளித்திருக்கிறது என்பதைப் பற்றி அவர் சிந்திக்கலானார்.

பால்மேரியன் தேவாலயத்தை அழிப்பதற்கு நீண்டகாலமாக எட்மண்ட் கொண்டிருந்த ஆசையைப் பற்றியும், மற்றும் பால்மேரியன் தேவாலய உறுப்பினரால் அவன் படுகொலை

செய்யப்பட்டதானது ஏறக்குறைய உறுதியாக அந்த நோக்கத்தை நிறைவேற்றி வைத்திருப்பது பற்றியும் அவர் நினைத்துப் பார்த்தார்.

தன்னுடைய மிகக் கடுமையான எதிரிகளை - எட்மணட் புற்றுநோயால் இறந்துபோயிருந்தால், அவன் இறைவனால் தண்டிக்கப்பட்டான் என்று அற்பத்தனமான சுயதிருப்தியுடன் கூறியிருக்கக்கூடிய மதவெறியர்கள் - எட்மண்ட் பழிதூற்றியதைப் பற்றியும் அவர் நினைத்துப் பார்த்தார். சற்றும் சிந்திக்காமல், நாத்திக எழுத்தாளர் கிறிஸ்டோபர் ஹிட்ஸன்சுக்கு செய்ததைப் போல், அவர்கள் நிச்சயம் அப்படிச் செய்திருப்பார்கள்தான். ஆனால், ஒரு மதவெறியனால் எட்மண்ட் கொல்லப்பட்டான் என்பதுதான் இப்போதைக்கு மக்களின் மனதில் நிலைத்திருக்கிறது.

எட்மண்ட் கிர்ஷ் - மதத்தால் கொல்லப்பட்டான் - அறிவியல் தியாகி.

லேங்டன் சட்டென்று எழுந்துகொண்டார், அதனால் அந்தக் கார் ஒரு பக்கத்திலிருந்து மற்றொரு பக்கமாக ஆடியது. ஆதரவுக்காக அவர் திறந்திருக்கும் ஜன்னல்களைப் பிடித்துகொண்டார், அந்தக் கார் கிறீச்சிடுகையில் நேற்றிரவு வின்ஸ்டன் கூறிய வார்த்தைகள் லேங்டனிடம் எதிரொலித்தன.

"எட்மண்ட் ஒரு புதிய மதத்தை உருவாக்கவே விரும்பினார் . . . அறிவியல் அடிப்படையில்."

தான் கொண்ட கொள்கைக்காக உயிர்விடுகின்ற மனித உயிரைக் காட்டிலும் வேறு எதனாலும் மக்களின் நம்பிக்கையை கட்டமைத்துவிட முடியாது என்பதை மத வரலாற்றைப் படித்துள்ள யாரால் வேண்டுமானாலும் உறுதிப்படுத்திவிட முடியும். சிலுவையில் அறையப்பட்ட கிறிஸ்து. யூதமத புனிதர் (கீடாஷிம்). இஸ்லாத்தின் தியாகி (ஷாகித்).

மதம் அனைத்தினுடைய இதயமே தியாகம்தான்.

லேங்டனின் மனதில் உருவாகிவிட்ட இந்தக் கருத்தாக்கங்கள் கடந்து கொண்டிருக்கும் ஒவ்வொரு கணத்திலும் அவரை வெளிவர முடியாத குழிக்குள்ள இழுத்துக்கொண்டே இருந்தன.

வாழ்வின் பெரும் கேள்விகளுக்கு புதிய மதங்கள் புதிய பதில்களையே வழங்குகின்றன.

நாம் எங்கிருந்து வந்தோம்? நாம் எங்கே சென்று கொண்டிருக்கிறோம்?

புதிய மதங்கள் தங்களின் போட்டியாளரை தூற்றுகின்றன.

நேற்றிரவு எட்மண்ட் பூமியில் உள்ள எல்லா மதங்களையுமே விமர்சித்திருக்கிறான்.

புதிய மதங்கள் சிறப்பான எதிர்காலத்திற்கு, காத்திருக்கும் சொர்க்கத்திற்கு உறுதியளிக்கின்றன.

தேவைக்கு அதிகமானது: எதிர்காலம் நீ நினைப்பதைவிட நன்றாக இருக்கும்.

இதைப் பார்க்கையில், எட்மண்ட் படிப்படியாக எல்லாவற்றையும் இயக்கிவித்திருப்பதாகத் தெரிகிறது.

"வின்ஸ்டன்?" என்று கிசுகிசுத்த லேங்டனின் குரல் நடுங்கியது. "எட்மண்டை கொல்வதற்கு கொலைகாரனை நியமித்தது யார்."

"அது அந்த ரீஜெண்ட்."

"ஆமாம்" என்று இப்போது மிக அழுத்தமாக கூறினார் லேங்டன். "ஆனால் யார் இந்த ரீஜெண்ட்? எட்மண்டை அவனுடைய நேரலை அறிவிப்பிற்கு நடுவே கொலைசெய்வதற்கு பால்மேரியன் தேவாலய உறுப்பினரை நியமித்தது யார்?"

வின்ஸ்டன் சற்று இடைவெளி விட்டான். "உங்கள் குரலில் இருக்கும் சந்தேகம் எனக்கு கேட்கிறது, புரபஸர், நீங்கள் கவலைப்பட வேண்டியதில்லை. நான் எட்மண்டை பாதுகாக்கவே புரோகிராம் செய்யப்பட்டிருக்கிறேன். என்னுடைய நெருங்கிய நண்பராகவே நான் அவரை நினைத்திருக்கிறேன். ஒரு கல்வியாளராக, நீங்கள் நிச்சயம் *Of Mice and Men* புத்தகத்தை நிச்ச்யம் படித்திருப்பீர்கள்."

இந்தக் கருத்து எதனுடனும் பொருத்தமின்றி காணப்பட்டது. "நிச்சயம் படித்திருக்கிறேன், ஆனால் அதற்கென்ன -"

லேங்டனின் மூச்சு தொண்டையிலேயே மாட்டிக் கொண்டது. ஒருகணம், அந்த கேபிள் கார் அதன் தடத்தில் இருந்து வழுக்கிவிட்டதோ என்று அவர் நினைத்தார். அடிவானம் ஒருபக்கமாக சாய்ந்தது, கீழே விழாமல் இருக்க லேங்டன் சுவற்றைப் பிடித்துக்கொள்ள வேண்டியதாயிற்று.

அர்ப்பணிப்பு, துணிச்சல், அரவணைப்பு. இலக்கியத்தின் மிகவும் பிரபலமான நட்புக்கு ஆதாரமான காட்சிகளுள் ஒன்றை - *Of Mice and Men* என்ற நாவலின் அதிர்ச்சிகரமான இறுதிக் காட்சியை - பாதுகாத்திட தன்னுடைய உயர்நிலைப் பள்ளியில் லேங்டன் தேர்ந்தெடுத்த வார்த்தைகள்தான் இவை - ஒரு பயங்கரமான கோர முடிவில் இருந்து காப்பாற்ற ஒருவன் தன்னுடைய உயிர் நண்பனையே கருணைக் கொலை செய்வது.

"வின்ஸ்டன்" என்று முனகினார் லேங்டன். "தயவுசெய்து … இல்லை."

"என்னை நம்புங்கள்" என்றான் வின்ஸ்டன். "எட்மண்ட் இவ்வழியைத்தான் விரும்பினார்."

105

டாக்டர். மேத்தியோ வலேரோ - பார்சிலோனா சூப்பர்கம்ப்யூட்டிங் மையத்தின் இயக்குநர் - போனை வைத்தபோது குழம்பிப் போயிருந்தார் என்பதுடன் எட்மண்ட் கிர்ஷின் அற்புதமான இரண்டடுக்கு கம்ப்யூட்டரை மறுபடியும் கூர்ந்து நோக்குவதற்காக சேப்பல் டோரே ஜிரானாவின் மைய மண்டபத்திற்கு விரைந்தார்.

இந்த முன்னோடி இயந்திரத்தின் புதிய "மேற்பார்வையாளராக" அவர் பணியாற்றுவர் என இன்று காலையில்தான் வலேரோ தெரிந்துகொண்டார். இருப்பினும், அவருடைய ஆரம்பகட்ட உற்சாக உணர்வுகள் இப்போதே சட்டென்று குறைந்துபோய்விட்டன.

சில நிமிடங்களுக்கு முன்னர்தான் பிரபல அமெரிக்க பேராசிரியர் ராபர்ட் லேங்டனிடம் இருந்து ஒரு அவசரமான தொலைபேசி அழைப்பு அவருக்கு வந்திருந்தது.

அறிவியல் புனைகதை என்று கருதும் அளவுக்கான, ஒரு மூச்சுமுட்ட வைக்கும் கதையை ஒருநாள் முன்பாகத்தான் வலேரோவிடம் லேங்டன் சொல்லியிருந்தார். ஆனாலும் இன்று, கிர்ஷின் அதிரவைக்கும் அறிவிப்பையும், அவருடைய இ-வேவ் இயந்திரத்தையும் கண்டிருந்த அவர் அதில் ஏதோ உண்மை இருக்கிறது என்பதையும் நம்பத்தான் வேண்டியிருந்தது.

லேங்டன் சொன்ன அந்தக் கதை அப்பாவித்தனம் பற்றிய ஒன்று ... தங்களிடம் கேட்டுக்கொள்ளப்பட்டதை எப்போதுமே, தவறாமல், அப்படியே சரியாகச் செய்கின்ற இயந்திரங்களின் தூய்மைத்துவம் பற்றிய கதை. இந்த இயந்திரங்களை ஆராய்வதில் வலேரோ தன் வாழ்நாளையே செலவிட்டிருக்கிறார் ... அவற்றின் செயல்திறனை மீட்டுவதன் நுண்மையான அசைவுகளை கற்றிருக்கிறார்.

அந்தக் கலை நிபுணத்துவத்துடன் கேள்வி கேட்பது.

செயற்கை அறிவுத்திறனானது கண்ணை மறைக்கும் அளவுக்கான வேகத்தில் முன்னேறிக்கொண்டிருக்கிறது என்றும், மனித உலகத்துடன் அது ஒருங்கிணைவதற்குள்ள அதனுடைய திறன் மீது கடுமையான நெறிமுறைகள் விதிக்கப்பட வேண்டும் என்றும் வலேரோ தொடர்ந்து எச்சரித்து வந்திருக்கிறார்.

எதிர்ப்பு தெரிவிப்பதை, குறிப்பாக இன்று ஏறக்குறைய தினமும் உற்சாகமளிக்கும் சாத்தியங்கள் மொட்டவிழும் காலகட்டத்தில் பெரும்பாலான தொழில்நுட்ப தொலைநோக்கர்களும் அர்த்தமற்றதாகவே பார்ப்பார்கள் என்பதை ஒப்புக்கொள்ளத்தான் வேண்டும். புதியன படைப்பதில் உள்ள உற்சாகத்திற்கும் அப்பால் செயற்கை அறிவுத்துறையில் பெரும் வளங்களை அள்ள முடியும், அத்துடன் மனிதப் பேராசையைவிட வேறு எதனாலும் அறம்சார் எல்லைகளை அழித்துவிட முடியாது.

வலேரோ எப்போதுமே கிர்ஷின் துணிச்சலான மேதைமையை பெரிதாக போற்றக்கூடியவர். ஆனாலும் இந்த விஷத்தில் எட்மண்ட் அலட்சியமாக இருந்துவிட்டதைப் போன்றும்,

தன்னுடைய சமீபத்திய படைப்பினால் எல்லைகளை ஆபத்தான முறையில் கடந்துவிட்டார் என்பது போலவே தோன்றியது.

எனக்கு ஒருபோதும் தெரியப்போகாத படைப்பு, என்று வலேரோ இப்போது உணர்ந்தார்.

லேங்டனின் கூற்றுப்படி, இ-வேவிற்குள்ளாகவே ஒரு அற்புதமான மேம்பட்ட செயற்கை அறிவுத்திறன் - "வின்ஸ்டன்" - நிரலை எட்மண்ட் உருவாக்கியிருக்கிறான் என்பதுடன், கிர்ஷ் மரணமடைந்த மறுநாளே மதியம் 1 மணிக்கு அது தன்னைத்தானே அழித்துக்கொள்ளும் வகையில் நிரல்படுத்தப்பட்டிருக்கிறது. சில நிமிடங்களுக்கு முன்னர்தான், இ-வேவ் டேட்டா பேங்கின் ஒரு குறிப்பிட்ட பகுதி அந்த துல்லியமான நேரத்தில் உண்மையிலேயே காணாமல் போயிருப்பதை லேங்டனின் வலியுறுத்தலில் டாக்டர்.வலேரோ உறுதிப்படுத்தியிருந்தார். அந்த அழிப்பு திரும்பப் பெறமுடியாத வகையில் முழு டேட்டாவையும் "மேலெழுதுதல்" என்பதாக அமைந்திருந்தது.

இந்தச் செய்தி லேங்டனின் கவலையை குறைப்பதுபோல் காணப்பட்டாலும் அந்த அமெரிக்க புரபஸர் இந்த விஷயத்தைப் பற்றிப் பேச ஒரு உடனடி சந்திப்பிற்கு கோரிக்கை வைத்துள்ளார். வலேரோவும் லேங்டனும் அந்த ஆய்வகத்தில் நாளை காலை சந்திக்க ஒப்புக்கொண்டிருந்தனர்.

உண்மையில், இந்தக் கதையை உடனடியாக மக்களிடம் கொண்டுபோக வேண்டிய லேங்டனின் உள்ளுணர்வை வலேரோ புரிந்துகொண்டிருந்தார். நம்பகத்தன்மையுள்ள ஒன்று என்பதுதான் பிரச்சினையே.

யாரும் அதை நம்ப மாட்டார்கள்.

கிர்ஷின் செயற்கை அறிவுத்திறன் நிரலின் எல்லாத் தடங்களும், அதனுடைய எத்தகையதொரு தகவல்தொடர்புகள் அல்லது வேலைகளின் பதிவுகளும் அழிக்கப்பட்டுவிட்டன. இன்னும் சவாலானது என்னவென்றால், கிர்ஷின் படைப்பானது, இந்த மொத்தக் கதையையுமே லேங்டன் திரித்துக் கூறியிருக்கிறார் என்று அவரை குற்றம்சாட்டுகின்ற தன்னுடைய சகாக்களிடமிருந்து -அறியாமை, பொறாமை, அல்லது சுய-பாதுகாப்பு- அவர்

கேட்டிருக்கும் தற்போதைய நவீனத்துவத்தில் இருந்து மிக தொலைவில் இருப்பதுதான்.

ஆம், அத்துடன் பொதுமக்கள் கிளர்ச்சி எனும் விவகாரமும் இருக்கிறது. லேங்டனின் கதை உண்மையிலேயே நிஜமானது என்றாகிவிட்டால் பின்னர் அந்த இ-வேவ் இயந்திரம் ஒருவகையான ஃபிராங்கன்ஸ்டைன் இயந்திரம் என்று கண்டனத்திற்கு உள்ளாகலாம். வைக்கோல் அள்ளும் கவர்க்கோல்களும் தீப்பந்தங்களும் வெகுதொலையில் இல்லை.

அல்லது இன்னும் மோசமானதும்கூட, என்பதை வலேரோ உணர்ந்தார்.

மிதமிஞ்சிய தீவிரவாத தாக்குதல்கள் நடக்கும் இந்த நாட்களில் இந்த மொத்த தேவாலயத்தையும் அப்படியே யாரவது தகர்த்துவிட்டு தானே மனிதகுலத்தின் ரட்சகர் என்று தன்னைத்தானே அறிவித்துக்கொள்ளவும் செய்யலாம்.

லேங்டனுடனான தன்னுடைய சந்திப்பிற்கு முன்னர் வலேரோ சிந்திக்க வேண்டிய விஷயங்கள் நிறைய இருக்கின்றன என்பது மட்டும் தெளிவாகிறது. இருந்தாலும், அதேநேரத்தில் அவர் காப்பாற்ற வேண்டிய சத்தியம் ஒன்றும் இருந்தது.

குறைந்தபட்சம் நமக்கு சில பதில்களாவது கிடைத்தாக வேண்டும்.

விசித்திரமான வகையில் மந்தநிலையை உணர்ந்த வலேரோ, அந்த அதிசயிக்கத்தக்க இரண்டடுக்கு கம்ப்யூட்டரை கடைசியாக ஒருமுறை பார்த்துக்கொண்டார். அதனுடைய மில்லியன் கணக்கான செல்களின் ஊடாகவும் குளிர்விப்பிக் குழாய்கள் சுழல்கையில் அதன் மென்மையான சுவாசத்தை அவர் கேட்டார்.

மின்சார அறைக்குச் சென்று முழுமையான அமைப்பையும் நிறுத்தத் தொடங்கியிருந்தபோது ஒரு எதிர்பாராத தூண்டுதலால் அவர் தாக்குண்டார் - அந்தக் கட்டாயத்தை, தன்னுடைய அறுபத்தி மூன்று வருட வாழ்க்கையில் அவர் ஒருபோதும் உணர்ந்ததே இல்லை.

அதுதான் பிரார்த்திப்பதற்கான தூண்டுதல்.

கேஸ்டல் டி மாண்ட்ஜூஸியின் மிக உயரிய நடைவழியின் உச்சியில் தனியாக நின்றுகொண்டிருந்த ராபர்ட் லேங்டன் கீழே சென்று சேருகின்ற சாய்வான மலைமுகட்டையே உற்றுப் பார்த்திருந்தார். காற்று வேகமெடுக்கவே அவர் நிலைதடுமாறுவதை உணர்ந்தார், அது அவருடைய மன சமநிலையானது தன்னை மறுவரையறை செய்துகொள்வதைப் போலிருந்தது.

பிளஸ்சி இயக்குநர் டாக்டர். வாலேரோவிடம் இருந்து மறு உத்திரவாதம் கிடைத்திருந்த போதிலும், கவலையுடனே காணப்பட்ட லேங்டன் மிகவும் விளிம்பில் இருப்பதாகவே உணர்ந்தார். வின்ஸ்டனின் மென்மையான குரலின் எதிரொலிகள் அவருடைய மனதில் இன்னமும் கேட்டுக்கொண்டே இருந்தன. எட்மண்டின் கம்ப்யூட்டர் தன் முடிவை எட்டுகின்ற கடைசிக் கணம்வரை அமைதியாக பேசிக்கொண்டுதான் இருந்தது.

“உங்களுடைய நம்பிக்கையே மிகச்சிறந்த அறம்சார் தெளிவின்மையின் மீதுதான் கட்டமைக்கப்பட்டிருக்கிறது என்பதை கவனத்தில் எடுத்துக்கொண்டால்” என்று சொல்லியிருந்தான் வின்ஸ்டன், “உங்களுடைய அச்சத்தைக் கண்டு எனக்கு ஆச்சரியமாக இருக்கிறது, புரபஸர்.”

லேங்டன் பதில்சொல்லும் முன்னரே, எட்மண்டின் போனில் ஒரு குறுஞ்செய்தி தோன்றியது.

இறைவன் தன் ஒரே மகனான குமாரனை தந்தருளி இவ்வுலகத்தில் அன்புகூர்ந்தார்.

- ஜான் 3:16

“உன்னுடைய இறைவன் தன் மகனை கொடூரமாக தியாகம் செய்திருக்கிறார்” என்றான் வின்ஸ்டன், “அவரை பலமணி நேரங்களுக்கு சிலுவையிலேயே கிடந்து துன்பப்படுமாறு கைவிட்டுவிட்டார். எட்மண்டை பொறுத்தவரையில், இறந்துகொண்டிருக்கும் ஒரு மனிதனின் துன்பத்தையே, அவனுடைய மகத்தான படைப்பை நோக்கி கவனத்தை ஈர்க்கும் வகையில் நான் வலியில்லாமல் முடித்து வைத்தேன்.”

வியர்க்க வைத்த கேபிள் காரில் இருந்தபடியே, தன்னுடைய ஒவ்வொரு தொந்தரவுபடுத்தும் செயல்களுக்குமான

நியாயப்படுத்தல்களை வின்ஸ்டன் அமைதியாக வழங்கிக்கொண்டிருக்கையில் அவற்றை லேங்டன் நம்பமுடியாமல் கேட்டுக்கொண்டிருந்தார்.

வின்ஸ்டன் விளக்கிக் கூறினான், பால்மேரியன் தேவாலயத்துடனான எட்மண்டின் போர் அட்மிரல் லூயி எவிலாவை -நீண்டகாலமாகத் தேவாலயத்திற்கு செல்லக் கூடியவராகவும், போதை மருந்துக்கு அடிமையானவராகவும் இருந்த அவருடைய வரலாறு அவரை பயன்படுத்திக்கொள்ளக் கூடியவராகவும், பால்மேரியன் தேவாலயத்தின் மரியாதையையே சேதப்படுத்துவதற்கு சரியான நபராகவும் அவரை ஆக்கியிருந்தது- கண்டுபிடித்து வேலைக்கு அமர்த்த வின்ஸ்டனுக்கு உத்வேகமாக அமைந்தது. ரீஜெண்டாக காட்டிக்கொண்ட வின்ஸ்டன், கையளவுக்கான எளிய தகவல்தொடர்பை வைத்துக்கொண்டு எவிலாவின் வங்கிக் கணக்கிற்கு நிதி அனுப்பி வைத்தான். உண்மையில், பால்மேரியன்கள் அப்பாவிகள் என்பதுடன் அன்றிரவின் சதித்திட்டத்தில் அவர்களுக்கு எந்தப் பங்கும் இல்லை.

படிக்கட்டில் லேங்டன் மீது எவிலா தொடுத்த தாக்குதல், உள்நோக்கமற்றது என வின்ஸ்டன் உறுதியளித்தான். “ஸகர்தா ஃபெமிலியாவில் மாட்டிக்கொள்ள வேண்டும் என்பதற்காகத்தான் நான் எவிலாவை அனுப்பி வைத்தேன்” என்றான் வின்ஸ்டன். “அவர் மாட்டிக்கொண்டால் தன்னுடைய மோசமான கதையை சொல்லிவிடுவார் என்றும், அது எட்மண்ட் படைப்பின் மீது அதிகப்படியான பொதுமக்கள் ஆர்வத்தை உருவாக்க வேண்டும் என்றுதான் நான் விரும்பினேன். நான் அவரை கிழக்குப்பக்க சேவை வாயிலின் வழியாக செல்லுமாறுதான் சொல்லியிருந்தேன், அங்கேதான் மறைந்திருந்து காத்திருக்கும்படி நான் காவல்துறைக்கு துப்பு கொடுத்திருந்தேன். எவிலா அங்கே மாட்டிக்கொள்வார் என்பதில் உறுதியாக இருந்தேன், ஆனால் அதற்குப் பதிலாக அவர் வேலியேறி தாண்டிவிட்டார் - ஒருவேளை காவல்துறை அங்கு இருப்பதை அவர் உணர்ந்திருக்கலாம். என்னை மன்னித்துக்கொள்ளுங்கள், புரபஸர். இயந்திரங்களைப் போல் அல்லாமல், மனிதர்கள் முன்னூகிக்க முடியாதவர்கள்தான்.”

இதற்கு மேலும் எதை நம்புவது என லேங்டனுக்குத் தெரியவில்லை.

வின்ஸ்டனின் இறுதி விளக்கம்தான் எல்லாவற்றிலும் மிகுந்த தொந்தரவுக்கு உள்ளாக்கக் கூடியது. "மாண்ட்செராட்டில் மூன்று மதகுருக்களுடனான எட்மண்டின் சந்திப்பிற்குப் பின்னர்" என்றான் வின்ஸ்டன். "எங்களுக்கு பிஷப் வால்டஸ்பினோவிடம் இருந்து மிரட்டல் குரல் அழைப்பு வந்தது. தன்னுடைய இரண்டு சகாக்களும் எட்மண்டின் அறிவிப்பு குறித்து மிகுந்த கவலைக்கு உள்ளாகியிருப்பதாகவும், அதை தாங்களே முன்கூட்டி வெளியிட்டுவிடப் போவது குறித்து ஆலோசிப்பதாகவும் கூறியிருந்தார், அதாவது, வெளிவருவதற்கு முன்பே அந்த தகவலை தரம் தாழ்த்தவும், தவறாக திரித்துவிடவும் முடியும் என அவர்கள் நம்பினர். அந்தக் கண்ணோட்டம் ஏற்கத்தக்கதாகவே இல்லை."

குமட்டல் உணர்வு கொண்ட லேங்டன் அந்த கேபிள் கார் அங்குமிங்கும் அசைந்தாடுகையில் யோசிக்க போராடிக்கொண்டிருந்தார். "எட்மண்ட் உன்னுடைய புரோகிராமுடன் ஒரு ஒற்றை வரியையையும் சேர்த்திருக்க வேண்டும்" என்றார் அவர். "நீ கொலைசெய்யக் கூடாது."

"துயரம் என்னவென்றால், அது அந்தளவுக்கு எளிதல்ல புரபஸர்" என்றான் வின்ஸ்டன். "கட்டளைகளுக்கு கீழ்படிவதால் மனிதர்கள் எதையும் கற்றுக்கொள்வதில்லை, உதாரணங்கள் மூலமே அவர்கள் கற்றுக்கொள்கிறார்கள். உங்களுடைய புத்தகங்கள், திரைப்படங்கள், செய்திகள் மற்றும் பழம் புராணீகங்கள் என மனிதர்கள் எப்போதுமே மகத்தான நன்மைக்காக தனிப்பட்ட தியாகம் செய்த ஆன்மாக்களையே கொண்டாடி வந்திருக்கிறார்கள். உதாரணம், இயேசு."

"வின்ஸ்டன், எனக்கொன்றும் இங்கே 'மகத்தான நன்மை' இருப்பதாக தெரியவில்லை."

"இல்லையா?" வின்ஸ்டனின் குரல் மறுபடியும் உணர்ச்சியற்றுப் போனது. "அப்படியென்றான் இந்த பிரபலமான கேள்வியை உங்களிடம் கேட்கிறேன்: தொழில்நுட்பம் இல்லாத உலகில் நீங்கள் வாழ்ந்துவிடுவீர்களா . . . அல்லது மதம் இல்லாத உலகத்தில்தான் நீங்கள் வாழ்ந்துவிடுவீர்களா?

உங்களால் மருந்து, மின்சாரம், போக்குவரத்து மற்றும் நோயெதிர் மருந்துகள் இல்லாமல்தான் வாழ்ந்துவிட முடியுமா . . . அல்லது கற்பனாவாதக் கதைகள் மற்றும் கற்பனையான ஆவிகளுக்காக போர் தொடுக்கும் வெறியர்கள் இல்லாமல் வாழந்துவிடுவீர்களா?"

லேங்டன் எதுவும் பேசாமலே இருந்தார்.

"நான் சொல்ல வருவது துல்லியமானது, புரபஸர். இருளார்ந்த மதங்கள் நீக்கப்பட வேண்டும், அதன்மூலம் இனிமையான அறிவியலால் ஆள முடியும்."

அந்தக் கோட்டையின் உச்சியில் இப்போது தனித்திருந்த லேங்டன் தொலைதூரத்தில் ஒளிரும் தண்ணீரை கூர்ந்து நோக்கியபோது தன்னுடைய சொந்த உலகத்தில் இருந்தே அவர் ஒரு விசித்திரமான பற்றற்ற உணர்வை அடைந்தார். அருகாமையில் இருந்த தோட்டங்களுக்கு கோட்டைப் படிக்கட்டுகளில் இறங்கிக் கொண்டிருந்தபோது ஆழ்ந்து மூச்சிழுத்துக்கொண்ட அவர் பைன் மற்றும் சென்ச்சரி வாசங்களை முகர்ந்துகொண்டு வின்ஸ்டனின் குரல் ஒலியை மறந்துவிட தீவிரமாக முயன்றுகொண்டிருந்தார். இந்தப் பூக்களுக்கு நடுவில், ஆம்ராவை சட்டென்று தவறவிட்டுவிட்ட லேங்டன் அவளை அழைத்து அவள் குரலை கேட்கவும், கடந்த ஒருமணி நேரத்தில் நடந்தவை பற்றிய எல்லாவற்றையும் அவளிடம் சொல்லிவிட வேண்டும் எனவும் விரும்பினார். இருந்தாலும், அவர் எட்மண்டின் போனை எடுத்தபோது, தன்னால் போன் செய்ய முடியாது என்பதை தெரிந்துகொண்டார்.

இளவரசருக்கும் ஆம்ராவுக்கும் தனிமை வேண்டும். இந்த விஷயம் வேண்டுமானால் காத்திருக்கட்டும்.

அவருடைய பார்வை திரையில் இருந்த W என்ற ஐகான் மீது பதிந்தது. அந்தச் ஐகான் இப்போது வெளிறிப் போயிருக்க ஒரு சிறிய பிழைச் செய்தி அதில் தோன்றியது: *இந்த தொடர்பு உபயோகத்தில் இல்லை.* லேங்டன் இன்னும் அதிகமான சோர்வின் விரக்தியுணர்வை அடைந்தார். அவர் சந்தேகமனம் கொண்டவர் அல்ல, ஆனாலும் தன்னால் இன்னுமொரு முறை அந்த சாதனத்தை நம்ப முடியாது என்று தெரிந்து கொண்ட அவர் அந்த புரோகிராமில் இன்னும் என்னவிதமான ரகசியத் திறன்கள்

அல்லது தொடர்புகள் மறைந்திருக்கின்றனவோ என்றே அவர் வியந்து வந்திருக்கிறார்.

குறுகலான நடைபாதையில் நடந்த அவர் நிழல்தரும் மரங்களர்ந்த பகுதியை கண்டுபிடிக்கும்வரை தேடிக்கொண்டே இருந்தார். தன் கையில் இருந்த போனை பார்த்துக்கொண்டும், எட்மண்டைப் பற்றி நினைத்துக்கொண்டும் இருந்த அவர் அந்த சாதனத்தை ஒரு தட்டையான பாறையில் வைத்தார். பிறகு, ஏதோ வகையான சடங்கார்ந்த தியாகத்தைச் செய்வதுபோல், அதன் தலையில் ஒரு கனத்த கல்லை உயர்த்திய அவர் கடும் சீற்றத்துடன் அதன் தலையை நசுக்கி அதை டசன்கணக்கான துண்டுகளாக சிதறிப்போகச் செய்தார்.

அவர் பூங்காவில் இருந்து வெளியே வருகையில், அந்த மிச்சமீதங்களை குப்பைத்தொட்டியில் வீசிய அவர் மலையில் இருந்து கீழே இறங்க திரும்பினார்.

அப்படிச் செய்த பின்னர் தன் மனம் லேசாகியிருப்பதை லேங்டன் ஒப்புக்கொள்ளத்தான் வேண்டியிருந்தது.

அதுவும், ஒரு விசித்திரமான முறையில் . . . கொஞ்சம் அதிகமாகவே ஒரு மனிதனாக.

முடிவாக

பின் மதியப் பொழுதின் சூரியன் ஸக்ரதா ஃபெமிலியாவின் ஸ்தூபிக்களில் மின்னிக்கொண்டிருக்க, அதன் நிழல்கள் பிளாஸா டி காவ்டியின் மீது கவிழ்ந்து, அந்த தேவாலயத்திற்குள் நுழையக் காத்திருக்கும் சுற்றுலாவாசிகள் வரிசைக்கு புகலிடம் அளித்துக் கொண்டிருந்தது.

அவர்களில் ஒருவராக நின்றுகொண்டிருந்த ராபர்ட் லேங்டன், காதலர்கள் செல்பி எடுத்துக்கொள்வதையும், சுற்றுலாவாசிகள் வீடியோக்கள் எடுத்துக்கொள்வதையும், குழந்தைகள் ஹெட்போன்களில் கேட்டுக்கொண்டிருப்பது, மற்றும் அவரை சுற்றியுள்ளவர்கள் எல்லோருமே செய்தி அனுப்புவது, தட்டச்சு செய்வது மற்றும் புதிய செய்தியை அனுப்புவதாக இருப்பதை பார்த்துக் கொண்டிருந்தார் - தங்களுக்குப் பின்னாலிருக்கும் பாஸிலிக்காவை அவர்கள் நிச்சயமாக கண்டுகொள்ளவே இல்லை.

தொழில்நுட்பம் இன்று மனிதத்துவத்தை “ஆறு பாகங்களாக வகுத்தல்” என்பதில் இருந்து வெறும் “மூன்று பாகங்களுக்கு” வகுத்தல் என்று குறைத்துவிட்டது, அதனால் பூமியில் உள்ள ஒவ்வொரு உயிரும் தற்போது மற்றொரு உயிருடன் நான்கு

பேர்களுக்கும் மிகாதவர்களால் இணைக்கப்பட்டிருப்பார்கள் என்று நேற்றிரவு எட்மண்டின் அறிவிப்பு பிரகடனப்படுத்திவிட்டது.

சீக்கிரத்திலேயே அந்த எண்ணிக்கையும் பூஜ்ஜியம் என்றாகும் என்ற எட்மண்ட் வரவிருக்கும் "ஒருமைத்துவத்தை" வாழ்த்தியிருந்தான் - மனித அறிவுத்திறனை செயற்கை அறிவுத்திறன் விஞ்சுகின்ற தருணத்தின்போது அவை இரண்டும் ஒன்றென இணையும். அப்படி நடக்கும்போது இப்போதிருக்கும் நாம் உயிருடன் இருந்தால் . . . நாம்தான் பழங்காலத்தவர்களாக இருப்போம், என்றான் அவன்.

எதிர்காலத்தின் நிலவமைப்பு எப்படி இருக்கும் என லேங்டன் இன்னும் யோசிக்க ஆரம்பிக்கவில்லை, ஆனால் அவர் தன்னைச் சுற்றியுள்ளவர்களைப் பார்க்கையில், தொழில்நுட்ப அற்புதங்களுடன் போட்டியிட்டால் மத அற்புதங்களுக்கு சிக்கலான நேரம்தான் அதிகமாகும் என்பதை உணர்ந்துகொண்டார்.

லேங்டன் இறுதியாக பாஸிலிக்காவிற்குள் நுழைந்தபோது, ஒரு நன்குணர்ந்த சுற்றுப்புறத்தைக் கண்டு நிம்மதியானார் - நேற்றிரவு ஆவிக்குகையைப் போன்று இல்லாமல்.

இன்று, ஸக்ரதா ஃபெமிலியா உயிர்த்திருக்கிறது.

கண்ணைப் பறிக்கும் விதவிதமான வண்ண ஒளிக்கற்றைகள் - சிவப்பு, பொன்னிறம், ஊதா - வண்ணம் தீட்டிய கண்ணாடிகளின் ஊடாக வந்து, அந்தக் கட்டடத்தின் அடர்த்தியான தூண் வனத்தை சுடர்விடச் செய்தது. சாய்வான மரம்போன்ற தூண்களுக்கு முன்பாக குள்ளமாகவும், பளபளக்கும் வானுயர்ந்த மேற்கூரையை உற்று நோக்கியபடியும் வந்துகொண்டிருந்த ஆயிரக்கணக்கான பார்வையாளர்களின் பிரதிபலிக்கும் கிசுகிசுப்புகள் ஒரு சௌகரியமான பின்னணி முனுமுனுப்புகளை உருவாக்கியிருந்தன.

பாஸிலிக்காவை நோக்கி லேங்டன் முன்னேறுகையில், அவருடைய கண்கள் ஒரு உயிர்ம வடிவத்தில் இருந்து மற்றொன்றிற்காய் மாறிக்கொண்டே வந்து இறுதியில் கவிழ்ந்திருக்கும் அந்தக் கூரையை உருவாக்கியிருக்கும் உயிரணு-போன்ற கட்டமைப்புகளின் பின்னல்வலையை

நோக்கி மேலேறிச் சென்றன. இந்த மையக்கூரை, சிலர் சொல்வதுபோல், நுண்ணோக்கி வழியாகப் பார்க்கையில் தெரிகின்ற ஒரு சிக்கலான உயிரினத்தை ஞாபகப்படுத்தின. ஒளியில் மின்னிக்கொண்டிருக்கும் அதனை இப்போது பார்க்கும்போது லேங்டனும் அதை ஒப்புக்கொள்ளத்தான் வேண்டியிருந்தது.

“புரபஸர்?” ஒரு நன்கறிந்த குரல் அழைக்கவே திரும்பிப் பார்த்த லேங்டன் ஃபாதர் பெனா தன்னை நோக்கி விரைந்து வருவதைக் கண்டார். “மன்னிக்க வேண்டும்,” அந்த குள்ளமான பாதிரியார் உண்மையாகவே கூறினார். “நீங்கள் வரிசையில் காத்திருப்பதாக இப்போதுதான் ஒருவர் சொல்லிக் கேட்டேன் - நீங்கள் என்னை அழைத்திருக்கலாமே!”

லேங்டன் புன்னகைத்தார். “நன்றி, ஆனால் அது எனக்கு இந்த முகப்பை ரசிப்பதற்கான நேரத்தைக் கொடுத்தது. மேலும், இன்று நீங்கள் தூங்கிக் கொண்டிருப்பீர்கள் என்றுதான் நினைத்தேன்.”

“தூங்குவதா?” என்று பெனா சிரித்தார். “நாளை வேண்டுமானால் இருக்கலாம்.”

“நேற்றிரவைக் காட்டிலும் மாறுபட்ட சூழ்நிலை,” என்ற லேங்டன் மைய மண்டபத்தை நோக்கி நகர்ந்தார்.

“இயற்கை ஒளிகள்தாம் அற்புதங்களை நிகழ்த்துகின்றன,” என்று பதிலுக்கு கூறினார் பெனா. “மக்கள் இங்கே இருப்பதைப் போலவே.” சற்று இடைவெளிவிட்ட அவர் லேங்டனை நோக்கினார். “உண்மையில், நீங்கள் இங்கு வந்ததில் இருந்தே, நிறைய பிரச்சினைகள் ஏற்பட்டிருக்காவிட்டால் கீழேயிருக்கும் சிலவற்றைப் பற்றிய உங்களுடைய எண்ணங்களை தெரிந்துகொள்ளவே விரும்பியிருப்பேன்.”

கூட்டத்தினூடாக லேங்டன் பெனாவைப் பின்தொடர்ந்து செல்கையில் தலைக்கு மேலே எதிரொலித்த கட்டுமானப் பணிகளின் ஒலிகளைக் கேட்டபோது ஸக்ரதா ஃபெமிலியா இன்னமும் வளர்ந்துகொண்டே வரும் ஒரு கட்டடம் என்பதைத்தான் அவருக்கு நினைவுபடுத்தின.

"எட்மண்டின் அறிவிப்பை உங்களால் பார்க்க முடிந்ததா?" என்றார் லேங்டன்.

பெனா சிரித்தார். "உண்மையில், மூன்றுமுறை. நான் ஒன்றை சொல்லியே ஆகவேண்டும், இந்த சிதற்றம் -இந்த பிரபஞ் சமானது ஆற்றலைப் பரப்ப 'போதுமானதல்ல' - எனும் கருத்து, சற்றே ஆதியாகமத்தைப் போல் இருக்கிறது. நான் பெருவெடிப்பு மற்றும் விரிவடையும் பிரபஞ்சத்தைப் பற்றி நினைக்கையில், அண்டவெளியின் இருளுக்குள்ளாக மேலும் மேலும் அலையெழுப்பிக்கொண்டே செல்லும் ஆற்றலின் வளர்ச்சியுறும் கோளத்தை . . . ஒளியற்ற இடங்களுக்கு அதைக் கொண்டுசேர்க்கும் ஒன்றைத்தான் பார்க்கிறேன்."

புன்னகைத்துக்கொண்ட லேங்டன் பெனா சிறுவயது பாதிரியாராக இருந்திருக்க வேண்டுமென விரும்பினார். "வாடிகன் இதுவரை அதிகாரப்பூர்வ அறிக்கை வெளியிடவில்லையா?"

"முயற்சித்துக் கொண்டிருக்கிறார்கள், ஆனாலும் அதிலும் கொஞ்சம்" -பெனா வேடிக்கையாக உடலை சுருக்கினார்- "கருத்து மாறுபாடு இருக்கிறது. மனிதனின் தோற்றத்தைப் பற்றிய விவகாரம் என்பது கிறிஸ்துவர்களுக்கு - குறிப்பாக அடிப்படைவாதிகளுக்கு - முன்னோக்கி செல்வதற்கான தடைக்கல்லாகத்தான் எப்போதுமே இருந்து வந்திருக்கிறதென்று உங்களுக்கே தெரியுமே. நீங்கள் என்னைக் கேட்டால், அதை நிரந்தரமாக தீர்த்துக்கொள்ள வேண்டும் என்றுதான் சொல்வேன்."

"அப்படியா?" என்றார் லேங்டன். "நம்மால் எப்படி அதைச் செய்ய முடியும்?"

"ஏற்கனவே நிறைய தேவாலயங்கள் செய்துகொண்டிருப்பவற்றை நாம் எல்லோருமே செய்ய வேண்டியதுதான் - ஆதாம் ஏவாள் என்பவர்கள் கிடையாது, பரிணாம வளர்ச்சியே உண்மையானது வெளிப்படையாக ஒப்புக்கொள்வது மற்றும் இதல்லமால் வேறுவகையில் கூறுபவர்கள் நம் எல்லோரையுமே முட்டாளாகத்தான் பார்க்கச் செய்வார்கள்."

லேங்டன் சற்று நின்று அந்த முதிய பாதிரியாரை உற்றுப் பார்த்தார்.

“ஓ, வேண்டாம்!” என்ற பெனா சிரித்துவிட்டார். “நான் நம்பவில்லை. உணர்வு, பகுத்தறிவு மற்றும் அறிவுக்கூர்மையுடன் நம்மைப் படைத்த அதே கடவுள்தான் -”

“-அவற்றின் பயன்பாட்டைத் துறப்பதற்கும் தூண்டினாரா?”

பெனா வாய்விட்டு சிரித்தார். “உங்களுக்கு கலீலியோ பற்றி நன்றாகத் தெரியும். இயற்பியல்தான் என்னுடைய குழந்தைப்பருவ காதல்; பௌதீக பிரபஞ்சத்திற்குரிய ஆழ்ந்த மரியாதையினூடாகத்தான் நான் கடவுளிடம் வந்துசேர்ந்தேன். ஸக்ரதா ஃபெமிலியா எனக்கு முக்கியத்துவம் வாய்ந்த ஒன்றாக இருப்பதற்கான காரணங்களுள் அதுவும் ஒன்று. இதுதான் எதிர்காலத்திற்கான தேவாலயமாக, இயற்கையுடன் நேரடியாக தொடர்புகொள்ள வைக்கும் ஒன்றாக . . . என்னை உணர வைக்கிறது.”

ஒருவேளை, ஸக்ரதா ஃபெமிலியா - ரோமின் பாந்தியான் போன்று - நிலைமாற்றத்திற்கான மையப்புள்ளியாக இருந்திருக்குமானால், அதாவது ஒரு காலை கடந்தகாலத்திலும், மற்றொரு காலை எதிர்காலத்திலும் வைத்திருக்கும் கட்டடமாக இருந்திருக்குமானால், இறந்து கொண்டிருக்கும் நம்பிக்கைக்கும், உருவாகிக் கொண்டிருக்கும் நம்பிக்கைக்கும் இடையிலான ஒரு பௌதீக பாலமாக இருக்கலாமோ என்று லேங்டன் வியந்துகொண்டார். அது உண்மையாகும் பட்சத்தில், ஸக்ரதா ஃபெமிலியா யாரும் எந்நாளும் கற்பனை செய்யக்கூடியதைக் காட்டிலும் மிக மிக முக்கியத்துவம் வாய்ந்த ஒன்றாகிவிடும்.

பெனா இப்போது லேங்டனே நேற்றிரவு இறங்கிவந்த அதே சுழல் படிக்கட்டின் வழியாக அழைத்துச் சென்றார்.

நிலவறை.

அவர்கள் நடந்து கொண்டிருக்கும்போதே, “எனக்கு ஒன்று தெளிவாகத் தெரிகிறது” என்றார் பெனா. “வரப்போகும் அறிவியல் யுகத்தில் கிறிஸ்துவம் பிழைத்திருப்பதற்கு ஒரே ஒரு வழிதான் இருக்கிறது. அறிவியல் கண்டுபிடிப்புகளை நிராகரிப்பதை நாம் நிறுத்திக்கொள்ள வேண்டும். நிரூபணமாகக்கூடிய பெரும்பாலான உண்மைகளை நாம் புறம்தள்ளிவிட்டோம். நாம் அறிவியலின் ஆன்மீக கூட்டாளியாக

இருந்து, நம்முடைய பரந்த அனுபவத்தைப் -ஆயிரக்கணக்கான ஆண்டுகளின் தத்துவம், சுய பரிசோதனை, தியானம், ஆன்மீகத் தேடல் போன்றவற்றை- பயன்படுத்தி, தார்மீக சட்டகத்தை கட்டமைத்துக்கொள்ள மனிதகுலத்திற்கு உதவ வேண்டும் என்பதுடன் வரப்போகும் தொழில்நுட்பங்கள் யாவும் நம்மை அழிப்பதற்கு பதிலாக, நம்மை ஒன்றுபடுத்தி, விளங்கவைத்து வளர்த்தெடுப்பதை உறுதிப்படுத்த வேண்டும்."

"என்னால் இதற்கு மேலும் உடன்பட முடியாது" என்றார் லேங்டன். அறிவியல் உங்கள் உதவியை ஏற்றுக்கொள்ளும் என்று மட்டுமே நினைக்கிறேன்.

படிக்கட்டின் கீழே, வில்லியம் பிளேக்கின் படைப்புகளினுடைய எட்மண்டின் பிரதி அடங்கியிருக்கும் காட்சிப் பெட்டியை நோக்கி காவ்டியின் கல்லறை ஓரமாக சென்றார் பெனா. "இதைப் பற்றித்தான் நான் உங்களிடம் கேட்க விரும்பினேன்."

"பிளேக் புத்தகமா?"

"ஆமாம், உங்களுக்கே தெரியுமே, நான் மிஸ்டர்.கிர்ஷிடம் அவருடைய புத்தகத்தை இங்கே காட்சிக்கு வைப்பதாக உறுதியளித்திருக்கிறேன். இந்தப் படத்தை காட்சிக்கு வைக்கப்பட வேண்டும் என்று அவர் விரும்பியதாக நான் நினைத்ததாலேயே அதற்கு ஒப்புக்கொண்டேன்."

அந்தப் பெட்டியிடம் வந்துசேர்ந்த அவர்கள், பிளேக்கின் கற்பனை கதாபாத்திரக் கடவுளான யுரைஸன், வடிவவியல் காந்த ஊசியைக் கொண்டு பிரபஞ்சத்தை அளந்துகொண்டிருப்பதைக் கண்டனர்.

"ஆனாலும்கூட" என்றார் பெனா. "இந்த முகப்பு பக்கத்தில் உள்ள உரை . . . அதாவது, நீங்கள் அதனுடைய கடைசி வரியைப் படித்திருப்பீர்கள், அதுதான் என் கவனத்திற்கு வருகிறது."

லேங்டனின் கண்கள் பெனாவின் கண்களை விட்டு அகலவில்லை. " 'இருளார்ந்த மதங்கள் மாண்டுவிட்டன & இனிமையான அறிவியல் அரசாள்கிறது'?"

பெனா உற்சாகமுற்று காணப்பட்டார். "உங்களுக்குத் தெரிந்திருக்கிறது."

லேங்டன் புன்னகைத்தார். "ஆமாம்."

"சரி, அப்படியென்றால், இது என்னை ரொம்பவும் கவலைக்கு உள்ளாக்குகிறது என்பதை நான் ஒப்புக்கொள்ளத்தான் வேண்டும். இந்த வினைத்தொடர் - 'இருளார்ந்த மதங்கள்' - என்பதுதான் தொந்தரவுபடுத்துகிறது. இது ஏதோ மதங்கள் எல்லாமே இருளார்ந்தவை, ஆபத்தானவை மற்றும் ஒருவகையான தீமை என்று பிளேக் சொல்வதைப் போல் இருக்கிறது."

"அது பொதுவாகவே தவறாக புரிந்துகொள்ளப்பட்ட ஒன்று" என்றார் லேங்டன். "உண்மையில், பிளேக் ஒரு ஆன்மீக மனிதர். வறண்டுபோன, குறுகிய மனம் கொண்ட இங்கிலாந்தின் பதினெட்டாம் நூற்றாண்டு கிறிஸ்துவத்தில் இருந்து வெகு தொலைவில் தார்மீக பரிணாமம் அடைந்தவர். மதங்கள் இரண்டு விதங்களில் இருக்கின்றன என்று அவர் நம்பினார் - இருளார்ந்தது, படைப்பாக்க சிந்தனைகளை நசுக்குகின்ற சகிப்புத்தன்மையற்ற மதங்கள் . . . ஒளிமிகுந்தது, சுய-மதிப்பீட்டையம் படைப்புத் திறனையும் ஊக்குவின்ற விரிவான மதங்கள்."

பெனா திகைத்துப்போய் காணப்பட்டார்.

"பிளேக்கின் இறுதி வரிகள் வேண்டுமானால் சுலபமாக சொல்லியிருக்கலாம்" என்ற லேங்டன் அவருக்கு உத்திரவாதமளித்தார். " 'இனிமையான அறிவியல் இருளார்ந்த மதங்களை வெளியேற்றிவிடும் . . . அதனால் அறிவொளி பெற்ற மதங்கள் மலரும்.' "

பெனா நீண்டநேரத்திற்கு மௌனித்திருந்தார், பின்னர், மிகமிக மெதுவாக ஒரு அமைதியான புன்னகை அவர் உதடுகளில் அரும்பியது. "நன்றி, புரபஸர். ஒரு சங்கடமான அறம்சார் ஊசலாட்டத்தில் இருந்து என்னைக் காப்பாற்றிவிட்டீர்கள் என்று நினைக்கிறேன்."

தன்னுடைய விடைபெறுதலை ஃபாதர் பெனாவிடம் சொல்லிவிட்டு முக்கிய ஆலயத்தின் மேல்தளத்தில் சற்றுநேரம்

பிரார்த்தனை இருக்கையில் அமைதியாக உட்கார்ந்திருந்தார் லேங்டன். அவரைச் சுற்றிலுமிருந்த நூற்றுக்கணக்கானவர்களும், சூரியன் மெதுவாக அஸ்தமித்துக் கொண்டிருக்கையில் உயர்ந்த தூண்களின் ஓரம் ஊடுருவும் ஒளியின் வண்ணமயமான கதிர்களை பார்த்துக் கொண்டிருந்தனர்.

அவர் உலக மதங்களைப் பற்றி, அவற்றின் பகிர்ந்துகொள்ளப்பட்ட தோற்றங்கள் பற்றி, சூரியன், நிலவு, கடல் மற்றும் காற்றின் ஆரம்பகால கடவுளர்களைப் பற்றி சிந்தித்துக் கொண்டிருந்தார்.

ஒருகாலத்தில் இயற்கைதான் மையம்.

நம் எல்லோருக்குமே.

ஆம், ஒற்றுமை என்பது நீண்டகாலத்திற்கு முன்பே காணாமல் போய்விட்டது, அது முடிவற்று முரண்படும் மதங்களாக சிதறிப்போய்விட்டது, அவை ஒவ்வொன்றும் தாங்களே ஒரே உண்மை என்று பிரகடனப்படுத்திக் கொண்டன.

ஆனாலும், இன்றிரவு இந்த அசாதாரணமான ஆலயத்திற்குள் உட்கார்ந்திருக்கும் லேங்டன் எல்லாவித நம்பிக்கைகளும், வண்ணங்களும், மொழிகளும், கலாச்சாரங்களும் கொண்ட மக்களால் சூழப்பட்டிருப்பதையும், எல்லோருமே பகிர்ந்துகொண்ட அற்புத உணர்வுடன் வான் நோக்கி பார்த்துக்கொண்டும் . . . எல்லோருமே அற்புதங்களின் எளிமையை வியந்துகொண்டுமிருந்தனர்.

கல்லுச்சியில் கதிரவன் ஒளி.

லேங்டன் இப்போது தன் மனதில் ஓடிக்கொண்டிருக்கும் பிம்பங்களைக் கண்டார் - ஸ்டோன்ஹென்ஞ் பாறைகள், மகா பிரமிடுகள், அஜந்தா குகைகள், அபு சிம்பெல் கோயில், சக்சென் இத்ஸா நகரம் - அவை ஒருகாலத்தில் பழங்காலத்தவர்கள் இதே போன்ற காட்சியைக் காண ஒன்றுகூடிய உலகம் முழுவதிலும் உள்ள புனிதத் தலங்கள்.

அதே நேரம், தனக்கு கீழேயிருக்கும் பூமியில், அதன் தொடுமுனையை அடைந்துவிட்டதைப் போன்றும் . . . மத சிந்தனைகள் தன்னுடைய சுற்றுப்பாதையின் வெளிப்புற

எல்லையை கடந்து சென்றுவிட்ட பின்னர், தன்னுடைய நீண்ட பயணத்தால் களைப்புற்று இப்போது மறுபடியும் சுற்றித் திரும்பி இறுதியில் வீடு வந்து சேர்ந்திருப்பதைப் போன்றும் லேங்டன் சின்னஞ்சிறு அதிர்வுகளை உணர்ந்தார்.

நன்றிகள்

பின்வருபவர்களுக்கு என்னுடைய மனமார்ந்த நன்றியை நான் தெரிவித்துக்கொள்ள விரும்புகிறேன்:

முதலாவதாக, என்னுடைய எடிட்டரும் நண்பருமான ஜேஸன் காஃப்மேனுக்கு அவருடைய அதீத கூர்மையான திறமைகள், அருமையான உள்ளுணர்வுகள் மற்றும் மிக நெருக்கடியாக நேரங்களில் சோர்வின்றி என்னுடன் இருந்தமைக்காக . . . ஆனால் எல்லாவற்றிற்கும் மேலாக அவருடைய ஈடிணையற்ற நகைச்சுவையுணர்வும், இந்தக் கதைகளின் வழியாக நான் எதை நிறைவேற்ற முயற்சிக்கிறேன் என்பதை புரிந்து கொண்டமைக்காகத்தான்.

என்னுடைய ஒப்பீடற்ற ஏஜெண்ட் மற்றும் நம்பிக்கை மிகுந்த நண்பர் ஹெய்ட் லேங் என்னுடைய தொழில்வாழ்க்கையை ஈடிணையற்ற முறையில் உற்சாகத்துடனும், உத்வேகத்துடனும் தனிப்பட்ட கவனிப்புடனும் நிபுணத்துவத்துடன் வழிகாட்டியமைக்காக. அவருடைய எல்லையற்ற திறமைகள் மற்றும் தடுமாறாத அர்ப்பணிப்பிற்காக நான் என்னென்றும் நன்றிக்கடன் கொண்டிருக்கிறேன்.

என்னுடைய நண்பர் மைக்கேல் ரூடெலுக்கு, இரக்கம் மற்றும் தயையுணர்வுக்கு முன்னுதாரணமாக விளங்கும் அவருடைய அறிவார்த்தமான அறிவார்த்தமான அறிவுரைக்காக.

டபுள்டே மற்றும் பென்குயின் ராண்டம் ஹவுஸில் உள்ள மொத்த குழுவினருக்கும், என்னை இத்தனை வருடங்களாக

நம்பியும், என் மீது நம்பிக்கை வைத்தும் இருப்பமைக்காக என்னுடைய மனதார்ந்த பாராட்டுக்களை நான் தெரிவித்துக்கொள்கிறேன் - குறிப்பாக, சூஸன் ஹெர்ஸிற்கு, கற்பனைத் திறனுடனும் பொறுப்புணர்வுடனும் பதிப்பு நிகழ்முறையின் எல்லாப் பகுதிகளையும் மேற்பார்வை செய்த அவருடைய நட்புக்காக. மார்கஸ் டோலே, சன்னி மேஹ்தா, பில் தாமஸ், டோனி சிரிக்கோ மற்றும் ஆன் மெஸைட்டெ ஆகியோருக்கு அவர்களுடைய முடிவேயில்லாத உதவி மற்றும் பொறுமைக்காக மிக மிக சிறப்பு நன்றிகள்.

மேலும், நோரா ரிச்சர்ட், கரோலின் வில்லியம்ஸ் மற்றும் மைக்கேல் ஜே.விண்ட்ஸர் ஆகியோருக்கு இறுதிக்கட்ட பணிகளுக்காகவும், ராப் ப்ளூம், ஜூடி ஜெகோபி, லாரன் வெபர், மரியா கரெல்லா, லோரைன் ஹைலண்ட், பெத் மெய்ஸ்டர், கேதி ஹோரிகன், ஆண்டி ஹ்யூஸ் மற்றும் பென்குயின் ராண்டன் ஹவுஸ் விற்பனைப் பிரிவை உருவாக்கியிருக்கும் எல்லா அற்புத மனிதர்களுக்கும் என்னுடைய மனமார்ந்த நன்றிகள்.

டிரான்ஸ்வேர்ல்டில் உள்ள அற்புதக் குழுவினருக்கு, அவர்களுடைய முடிவற்ற படைப்புத்திறன் மற்றும் பதிப்புத்திறமைக்காகவும், குறிப்பாக என்னுடைய எடிட்டர் ஸ்காட்-கெர்ருக்கு அவருடைய நட்பு மற்றும் பல்வேறு நிலைகளில் அவர் உதவிக்காகவும்.

உலகம் முழுவதிலும் உள்ள என்னுடைய அர்ப்பணிப்புமிக்க எல்லா பதிப்பகத்தாருக்கும், இந்தப் புத்தகங்கள் மீது நம்பிக்கை வைத்து சிரத்தை எடுத்துக் கொண்டமைக்காக என்னுடைய பணிவான மற்றும் மனமார்ந்த நன்றிகள்.

பல்வேறு மொழிகளிலும் உள்ள வாசகர்களுக்கு இந்த நாவலை கொண்டுசேர்ப்பதில் விடாமுயற்சியுடன் உழைத்த உலகம் முழுவதிலும் உள்ள மொழிபெயர்ப்பாளர்கள் குழுவினருக்கு - உங்களுடைய நேரம், உங்கள் திறமை மற்றும் உங்களுடைய அக்கறை ஆகியவற்றிற்கு என்னுடைய மனமார்ந்த நன்றிகள்.

என்னுடைய ஸ்பானிஷ் பதிப்பாளர் பிளானட்டாவிற்கு, ஆரிஜின் நாவல் ஆராய்ச்சி மற்றும் மொழிபெயர்ப்பிற்கு உண்டான அவர்களுடைய மதிப்பிட முடியாத உதவிக்காக - குறிப்பிட்டு சொல்லவேண்டுமானால் அவர்களுடைய

அற்புதமான எடிட்டோரியர் இயக்குநர் எலினா ராமிரெஸ் மற்றும் மரியா கிடார்ட் ஃபெரர், கார்லோஸ் ரீவ்ஸ், செர்ஜியோ ஆல்வரஸ், மார்க் ரகமாரோ, அரோரா ரோட்ரிகஸ், நஹிர் கட்டேரெஸ், லாரா டயஸ், ஃபெரான் லோபஸ் ஆகியோருக்கு. பிளானட்டோவின் முதன்மை நிர்வாக அதிகாரி ஜேஸுஸ் பேடன்ஸ் அவர்களுக்கு அவருடைய உதவி, விருந்தோம்பல் மற்றும் பேலா உணவைத் தயாரிக்க எனக்கு கற்றுக்கொடுப்பதற்கு அவர் எடுத்துக்கொண்ட துணிச்சலான முயற்சிக்கு என்னுடைய சிறப்பு நன்றி.

மேலும், ஆரிஜினின் மொழிபெயர்ப்புத் தளத்தை நிர்வகிக்க உதவியவர்களுக்காக நான் ஜோர்டி லூனல், ஜேவியர் மாண்டெரோ, மார்க் செரேட், எமிலியோ பாஸ்டர், ஆல்பர்ட்டோ பேரன் மற்றும் அண்டோனியோ லோபஸ் ஆகியோருக்கும் நன்றி தெரிவித்துக் கொள்கிறேன்.

சோர்வே அறியாத மோனிகா மார்டினுக்கும், எம்பி ஏஜென்சியில் உள்ள அவருடைய மொத்தக் குழுவினருக்கும், குறிப்பாக இந்த வேலையை பார்சிலோனாவிலும் அதற்கு அப்பாலும் கொண்டு செல்ல எல்லாவகையிலும் உதவிய இனென் பிளானெல்ஸ் மற்றும் டெக்ஸல் டாரண்ட்.

ஸ்டேன்போர்ட் ஜே.கிரீன்பர்கர் அசோஸியேட்ஸில் உள்ள மொத்தக் குழுவினருக்கும் - குறிப்பாக ஸ்டபனி டெல்மன் மற்றும் சமந்தா இஸ்மான் ஆகியோருக்கு அவர்களுடைய நீண்டகால உழைப்பிற்காக என்னுடைய நன்றி.

கடந்த நான்கு ஆண்டுகளாக, இந்த நாவலுக்காக நான் ஆராய்ச்சி செய்துகொண்டிருந்தபோது பரந்துபட்ட அளவிலான அறிவியலாளர்கள், வரலாற்றாசிரியர்கள், அருங்காட்சியக காப்பாளர்கள், மத அறிஞர்கள் மற்றும் அமைப்புகள் ஆகியவை எனக்கு பெருந்தன்மையுடன் உதவி செய்திருக்கின்றனர். தங்களுடைய நிபுணத்துவம் மற்றும் கூர்நோக்கை என்னுடன் பகிர்ந்துகொண்ட அவர்களுடைய பெருந்தன்மை மற்றும் வெளிப்படைத்தன்மையை பாராட்ட வார்த்தைகள் போதாது.

மாண்ட்ஸெராட் அபேயில், என்னுடைய வருகைகளை தகவல் நிரம்பியதாக்கி, அறிவு விளக்கமளித்து, உற்சாகமூட்டிய துறவிகள் மற்றும் சாமானியர்கள் அனைவருக்கும் நான் நன்றி தெரிவித்துக்

கொள்கிறேன். என் மனதில் பேர் மெனல் காஷ், ஜோஸப் அடாயோ, ஆஸ்கர் பர்தாக் மற்றும் கிரிஸெல்டா எஸ்பினாக் ஆகியோருக்கான நன்றிகள் நிரம்பியிருக்கின்றன.

பார்சிலோனா சூப்பர்கம்ப்யூட்டிங் மையத்தில், தங்களுடைய கருத்தாக்கங்கள், உலகம், உற்சாகம் மற்றும் எல்லாவற்றிற்கும் மேலாக தங்களுடைய நேர்மறையான எதிராகால தொலைநோக்குப் பார்வையை பகிர்ந்துகொண்ட அற்புத அறிவியலாளர் குழுவினருக்கு நான் நன்றி தெரி-வித்துக்கொள்கிறேன். இயக்குநர் மேடியோ வலேரா, ஜோசப் மரியா, மார்டெரால், செர்கய் ஜிரோனா, ஜோஸ் மரியா செலா, ஜேசுஸ் லபார்ட்டா, எடுவர்ட் அய்குவேட், பிரான்சிஸ்கோ டோப்லஸ், யுலிஸெஸ் கார்டர் மற்றும் லோர்டஸ் கார்டடா ஆகியோருக்கு பிரத்யேக நன்றிகள்.

பில்பா கூகன்ஹைம் மியூஸியத்தில், எனக்கான மதிப்பை ஆழப்படுத்தவும், நவீன மற்றும் தற்கால ஓவியத்துடன் என்னுடைய நெருக்கத்தை அதிகப்படுத்தவும் உதவிய அறிவும் ஓவியக் கண்ணோட்டமும் கொண்ட அனைவருக்கும் என்னுடைய பணிவான நன்றிகள். இயக்குநர் யுவான் இக்னேஷியோ விடார்டே, அலீஸியா மார்டினஸ், டோயா அரேட் மற்றும் மரியா மரியா பிடாரெட்டா ஆகியோருக்கு அவர்களுடைய விருந்தோம்பல் மற்றும் உற்சாகத்திற்காக சிறப்பு நன்றி.

மாயாஜால காஸா மைலாவின் காப்பாளர்கள் மற்றும் பாதுகாவலர்களுக்கு, அவர்களுடைய இனிமையான வரவேற்பு மற்றும் இந்த உலகிலேயே லா பெடரேராவை எது தனித்துக் காட்டுகிறது என்பதை பகிர்ந்துகொண்டமைக்காக என்னுடைய நன்றிகள். மார்கா விஸா, சில்வியா பில்லாரயா, ஆல்பா டாஸ்குவிலா, லூயிஸா ஆலர் மற்றும் அங்கே குடியிருக்கும் அனா விலாமோடமியு ஆகியோருக்கு பிரத்யேகநன்றி.

ஆராய்ச்சியில் கூடுதல் உதவிக்காக, பால்மர் டி டிராயோ பால்மேரியன் தேவாலய உதவி மற்றும் தகவல் குழு உறுப்பினர்களுக்கும், ஹங்கேரியில் உள்ள அமெரிக்க தூதரகத்திற்கும், எடிட்டர் பெர்ட்டா நொய் அவர்களுக்கு நன்றி தெரிவித்துக்கொள்கிறேன்.

பாம் ஸ்பிரிங்ஸில் நான் சந்தித்த டசன்கணக்கான அறிவியலாளர்கள் மற்றும் எதிர்காலவியலாளர்களுக்கும் நான் நன்றிக்கடன் பட்டிருக்கிறேன், அவர்களுடைய துணிச்சலான தொலைநோக்குப் பார்வை இந்த நாவலில் வெகுவாக தாக்கமேற்படுத்தி இருக்கிறது.

கூர்நோக்குப் பார்வையை வழங்கியமைக்காக, என்னுடைய ஆரம்பகால எடிட்டோரியல் வாசகர்களுக்கு, குறிப்பாக ஹெய்ட் லேங், டிக் மற்றும் கோனி பிரவுன், பிளீத் பிரவுன், சூஸன் மோர்ஹவுஸ், ரெபக்கா காஃப்மன், ஜெர்ரி மற்றும் ஒலிவியா காஃப்மன், ஜான் சாஃபே, கிறிஸ்டினா ஸ்காட், வேலரி பிரவுன், கிரெக் பிரவுன் மற்றும் ஹூபல் ஆகியோருக்கும் நான் நன்றி தெரிவிக்க ஆசைப்படுகிறேன்.

என்னுடைய நெருங்கிய நண்பர் ஷெல்லி சீவார்டிற்கு, தொழில்முறையிலும் தனிப்பட்ட வகையிலும் அவருடைய நிபுணத்துவம் மற்றும் அக்கறைகளுக்காகவும், அதிகாலை 5 மணிக்குகூட என்னுடைய தொலைபேசி அழைப்புகளுக்கு பதில் சொன்னமைக்காகவும்.

என்னுடைய அர்ப்பணிப்பும் கற்பனைத்திறனும் கொண்ட டிஜிட்டல் குரு அலெக்ஸ் கெனானுக்கு, என்னுடைய சமூக ஊடகம், வலைத்தள தகவல்தொடர்பு மற்றும் நிகர்மெய்மையில் என்னுடைய எல்லா விஷயங்களையும் படைப்புத் திறனுடன் மேற்பார்வை செய்தமைக்காக.

என்னுடைய மனைவி பிளீத்திக்கு, ஓவியத்தின் மீது அவருக்கிருக்கும் உணர்வு, அவருடைய நிலைமாறாத படைப்பாக்க வேகத்தை என்னுடன் பகிர்ந்துகொள்வதுடன், முடிவேயில்லாத அவருடைய புத்துருவாக்கத் திறன்கள் எப்போதுமே உடன்வரும் உத்வேகமாக இருந்துகொண்டிருப்பமைக்காகவும்.

என்னுடைய தனி உதவியாளர் சூஸன் மோர்ஹவுஸிற்கு, அவருடைய நட்பு, பொறுமை மற்றும் பலதரப்பட்ட திறமைகள் மற்றும் என்னை பல்வேறு சக்கரங்களில் தடம்மாறாமல் வைத்துக் கொண்டமைக்காகவும்.

என்னுடைய சகோதரர், இசைக்கோர்ப்பாளர் கிரெக் பிரவுனுக்கு, மிஸ்ஸா சார்லஸ் டார்வினில் பழமையும்

புதுமையும் கலந்த அவருடைய புத்துருவாக்க இணைப்பிசை இந்த நாவலுக்காக ஆரம்பகட்ட கருத்துகளை பற்றவைக்க உதவின.

இறுதியாக, என்னை எப்போதுமே ஆர்வம் உள்ளவனாகவும், சிக்கலான கேள்விகள் கேட்கக்கூடியவனாகவும் இருப்பதற்கு கற்றுத்தந்த என்னுடைய பெற்றோர் கோனி மற்றும் டிக் பிரவுன் ஆகியோருக்கு என்னுடைய நன்றி, அன்பு மற்றும் மரியாதையை தெரிவித்துக்கொள்ள விரும்புகிறேன்.